குணா கவியழகன்
நாவல்கள்

குணா கவியழகன்
நாவல்கள்

எதிர் வெளியீடு

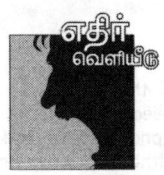

குணா கவியழகன் நாவல்கள்
குணா கவியழகன்

முதல் பதிப்பு: ஜூலை 2024

எதிர் வெளியீடு,
96, நியூ ஸ்கீம் ரோடு, பொள்ளாச்சி – 642 002
தொலைபேசி: 04259 226012, 99425 11302

விலை: ரூ. 900

Kuna KaviyAlahan NavalKal
Kuna Kaviyalahan

Copyright © Kuna Kaviyalahan
First Edition: July 2024

Published by
Ethir Veliyeedu, 96, New Scheme Road, Pollachi – 2
Email: ethirveliyedu@gmail.com
www.ethirveliyeedu.com

ISBN: 978-81-19576-19-7
Cover Design: Santhosh Narayanan
Printed at Jothy Enterprises, Chennai.

All rights reserved. No part of this book may be reprinted or reproduced or utilised in any form or by any electronic, mechanical or other means, now known or hereafter invented, including photocopying and recording, or in any information storage or retrieval system, without permission in writing from the Publisher.

குணா கவியழகன்

யாழ்ப்பாணத்தைச் சேர்ந்த குணா கவியழகன் இளம் வயதிலிருந்து போராட்ட அரசியலில் பயணிப்பவர். ஊடகப் பணிப்பாளராக, அரசியல் ஆய்வாளராக, எழுத்தாளராக தமிழ்ப் பரப்பில் நன்கு அறியப்பட்டவர். ஐந்நூறுக்கும் மேற்பட்ட அரசியல், இராணுவ, சமூகக் கட்டுரைகளை எழுதியிருக்கிறார். ஐந்து நாவல்களையும் சில சிறுகதைகளையும் எழுதியிருக்கிறார். 'கடைசிக் கட்டில்' இவரின் ஆறாவது நாவல்.

இலக்கியத் துறையில் தனது முதல் நாவலுக்கு கனடா இலக்கியத் தோட்டம் இயல் விருதைப் பெற்றார். மேலும் காக்கைச் சிறகினிலே விருது, அமுதன் அடிகளார் விருது, வாசக சாலை விருது, தமிழ்நாடு பதிப்பாளர் சங்கத்தின் விருது போன்றன இவரது நாவல்கள் பெற்ற விருதுகள். இப்போது புலம்பெயர்ந்து பிரித்தானியாவில் வசிக்கிறார்.

என் சொல்

என்னை வாசிப்பதால் வாழ்வின் கடை நிலைக்கு நீங்கள் கட்டி இழுக்கப்பட்டாலும் உங்கள் தலைகள் குனியாதிருக்குமாயின் இதை எழுத நேர்ந்ததுக்காக பெருமைப்பட்டுக் கொள்கிறேன்.

காட்டின் எளிய விலங்கு போல கடலின் சிறிய மீன் போல வானமும் இன்றி பூமியும் இன்றி தாவும் குருவி போல வாழும் பெருங்கலையைப் போர் நிலத்து மக்கள்தான் கற்றுக்கொண்டிருக்கிறார்கள்.

போர் நிலத்தில் போர்தான் கலையென்றில்லை. அங்கே வாழ்வும் ஒரு கலைதான். தப்பிப்பதற்கும் வாழ்வைக் கொண்டாடுவதற்கும், வீழ்த்துவதற்கும் வீழ்த்தப்படாமல் இருப்பதற்கும் இடையிலான கலையை இங்கே கற்றுக்கொள்ள வேண்டியிருக்கிறது.

இந்தப் புத்தகம் போருக்குப் போனவனின் கதையாக போரில் களமாடுபவனின் கதையாக போரில் தோற்கடிக்கப்பட்ட கைதியின் கதையாக என வரிசைப்படுத்தப்பட்டிருக்கிறது. தமிழ் நிலம் கண்ட போரை முழுச்சித்திரமாக வரைந்துகொள்ள ஒரு வாசகனுக்குத் தேவையான தூரிகையும் வர்ணங்களும் இதில் இருக்கின்றன என்று நான் நம்புகிறேன்.

புனைவுச் சாகசங்களை விடவும் மெய்யின் ஆர்ப்பரிப்பு அழகானது என்பதை நீங்கள் இதில் கண்டுகொள்ள முடிந்தால் எழுத்தாளனாக அதன் கலைத்துவப்படுத்தலில் நான் வெற்றியடைந்தவன்.

குணா கவியழகன்
27-06-2024

நஞ்சுண்ட காடு
11

அப்பால் ஒரு நிலம்
159

விடமேறிய கனவு
453

நஞ்சுண்ட காடு

வாழ்வின் பகுதியொன்று நஞ்சுண்ட காடாகக் காரணமாயிருந்தவர்க்கு முதலில் நான் நன்றி செய்தல் வேண்டும், யார்யார்க்கு நான் செய்தல் வேண்டுமெனில்: என் மௌனத்தைக் கலையாகக் கட்டவிழ்க்க ஜீவசக்தி தந்த என் பிரியத் தங்கை இ.பானுமதிக்கும் நண்பர் அருணாவுக்கும்.

நஞ்சுண்ட காட்டுக்கு உரைதந்து என் படைப்பாளுமையைக் கண்டுபிடித்துத் தந்த மதிப்பிற்குரிய திரு க.வே. பாலகுமாரன் அண்ணருக்கு,

நஞ்சுண்ட காட்டை வெளிக்கொண்டு வர பரந்தமனம் பொருட்டு ஊழியம் செய்த அப்பால் தமிழ்ப் பதிப்பக நெறியாளர் கவிஞர் கி.பி.அரவிந்தன் அவர்களுக்கு,

இறுதியாய் எப்போதும் என் பறப்பிற்காகச் சிறகுகள் தரும் என்னில் அன்புற்றிருப்பவர்களுக்கும்.

இந்நூல்
தமிழ்கூறு நல்லுலகின் துன்பியல் பாடலாய் பாடமாய்
நிலைத்துப்போன முள்ளிவாய்க்காலுக்கு...

வாழ்வின் மிகவும் புதிரான அனுபவங்களைப் பெற்ற முதற்களம். என் தலைமுறை முழுக்க எப்பொழுதுமே - ஒருவேளை ஆயிரம் ஆயிரம் ஆண்டுகளாகவும் இருக்கக் கூடும் - கதை சொல்லக்கூடிய வலிமை தந்த வாழ்வின் தொடக்கம் இன்றுதான். பொழுதைப் போக்கும் ஆர்வமுள்ள வாசகர்களே நீங்கள் போய்விடுங்கள். இந்தக் கதையில் பொழுதா போகும், கிடையவே கிடையாது. வார்த்தை ஜாலங்களை அள்ளிவிசிறும் வித்தையா கற்றேன் - கனவுலகக் கதைசொல்ல? இல்லையந்த வாழ்வைத்தான் கண்டேனா, கேட்டேனா? பாம்பின் விசமே காலநீட்சியில் திரட்சியுற்று திரட்சியுற்று இரத்தினம் ஆகிறதாம். விசமென்றா அழைத்தீர் அதை. இதுவும் வலித்து வலித்து வாழ்ந்த மாந்தனின் கதை. வலியென்றா காண்பீர்? இல்லை விசமென்றா சொல்வீர்? நானறியேன். நீரே அறிவீர் அதை. கதை சொல்லிப் போவதே என் கடன்.

01

கத்தியால் வெட்டியெடுக்கக் கூடிய இருள். “எல்லோரும் இறங்குங்கோ. டேய்! எல்லாரும் இறங்குங்கோடா! காட்டுக்க இனி நடந்துதான் போகவேணும்.” ‘கன்ரர்’ வாகனத்தின் சாரதி கத்தினான். கன்ரரின் பின்புறத்தில் நின்றிருந்த நாம் பதின்மூன்றுபேர் குதித்து இறங்கினோம். ஆளையாள் தெரியவில்லை. சூழ்ந்து ஒரே காடு. ஆகாயம் தெரியவில்லை. நட்சத்திரங்களும் இல்லை. மரங்களிலிருந்து குப்பைமேட்டில் கொட்டான் கொட்டான் நீர்த்துளிகள் விழும் சத்தம் இப்பொழுது கேட்கிறது. ஏனென்றால் உறுமும் அந்த வாகனத்தின் இயந்திரத்தை கன்ரர் சாரதி நிறுத்திவிட்டான்.

“ஊரான்... ஊரான்... ஊரான்... ஊரான்... ஓவர்” சாரதியோடு வந்தவன் ‘வோக்கிடோக்கி’யில் கதைக்கிறான் என்பதைப் புரிந்துகொண்டோம். “...” வோக்கியில் வரும் பதிலைத் தெளிவாகக் கேட்க முடியவில்லை. இரைச்சல் மட்டும் மெதுவாகக் கேட்கிறது.

“முறிச்சடிச்ச இடம் வரைக்கும் ஆக்களைக் கொண்டு வந்திட்டன். கையானைக் குடுத்து ஓராளை அனுப்பு” இவன் கதைத்தான்.

“...”

அங்கிருந்து வரும் பதிலைக் கேட்கமுடியாதது என்னவோபோல் இருந்தது. சாதுவாகக் கூதல் ஓடி நடுங்கியது. மணிக்கூட்டில் வெளிச்ச ‘பட்டினை’ அழுத்தி நேரம் பார்த்தேன். இரண்டு மணி. இரவு எட்டு மணிக்குத் தொடங்கிய பயணம். இரவு கன்ரரின் பின்புறத்தில் ஏறி வரும்போது கைதடி வெளியில்

காற்று முகத்தில் அறைந்து தலைமயிர் பறக்க 'சேட்' படபடக்க இருந்த உணர்வுக்கும், பின், மழையில் நனைந்து நித்திரையில் தூங்கி வழிந்தபோது இருந்த உணர்வுக்கும், இப்போது இருக்கும் உணர்விற்கும் எத்தனை வித்தியாசம். நனைந்த உடுப்பும் தலையும் அரைப்பதம் காய்ந்துவிட்டது. உடுப்பிலிருந்து நீர் வழியாத ஒருநிலை. இப்பொழுது மீண்டும் மரங்களின் மேலிருந்து ஒழுங்கற்று நீர்த்துளிகள் விழுந்தன. இருட்டின் அமைதி, அமைதியின் ஒலி, யாருடனும் கதைக்கத் தூண்டாத வோக்கிடோக்கி அறிவிப்பு... மறுபடியும் கூதல் ஓடி நடுங்கியது. நடுக்கம் மனதிலும் தெரிந்தது. ஆனால், நான் பயந்தேன் என்று நீங்கள் எண்ணவேண்டாம். நான் பயந்தவன் இல்லை. நானேன் பயப்படவும் போகிறேன்.

நீண்ட நேரத்தின் பின் கையில் லாந்தரோடு ஒருவன் வந்தான். "ஏன்ரா ரோச்சில்லையே?" சாரதியோடு வந்தவன் கடும் தொனியில் கேட்டான்.

"மாஸ்ரர் இதைத்தான் கொண்டுபோகச் சொன்னவர்."

'கையான் எண்டது ரோச்தானாக்கும்' நான் எண்ணினேன். இது எனக்குத் தேவையில்லாத ஆராய்வுதான். என்றாலும் எண்ணினேன்.

"டேய், எல்லாரும் அவனுக்குப் பின்னால நடவுங்கோ." திரும்பவும் அவன்தான் கதைத்தான். பிறகு, டேய், டோய் ஆகியது.

"டோய்! சொல்லுறனல்லே. தமிழீழம் பிடிக்க வெளிக்கிட்ட ஆக்களெல்லே நீங்கள். என்னடா மண்டுறியள்? நடவுங்கோடா."

லாம்பு வைத்திருந்தவன் முன்னால் நடக்க பின்னால் நடந்தோம். அந்தக் கசை இருட்டில் லாம்பு வெளிச்சத்தில் லாம்புதான் தெரிந்ததே தவிர லாம்பால் எதுவும் தெரியவில்லை. ஆனாலும் நடந்தோம் பதின்மூன்று பேரும். கன்ரரில் வரும்போது என்னருகே வந்துநின்ற அதே ஆள் - மெல்லிய, கறுத்த, உயர்ந்த உருவம், கதைக்கத் தயங்கும் பேர்வழி - இப்பொழுதும் என்னருகேதான் வந்துகொண்டிருந்தான்.

சில இடங்களில் காலை நனைத்துக்கொண்டு வெள்ளம் பாய்ந்தோடியது. சில இடங்களில் பெரிய வேர்களில் தட்டுப்பட்டு கால் இடறியது. ஒரு தடவை எனக்குப் பக்கத்தில் வந்த அவன் விழுந்துபோனான்.

"டோய் என்னடா?" இது சாரதியோடு வந்தவன்.

"ஒண்டுமில்லையண்ண."

"நட."

கொஞ்சநேரத்தில் காட்டின் அடர்த்தி குறைந்தது. சற்றுத் தூரத்தில் இன்னும் குறைந்தது. காட்டின் எதிரே சின்ன 'ரோச்'சோடு ஒருவன் வந்தான். "ஆஹா வந்தாச்சா..." என்று சாரதியோடு வந்தவனை ஆர்ப்பாட்டமாக கட்டியணைத்தானவன். இடம் வந்துவிட்டதென்று நான் விளங்கினேன்.

"எங்க... எல்லாரும் ஒண்டா நில்லுங்கோ... இப்பிடி வாங்கோ... ஆ.. ஆ... சரி. அப்பிடி அங்கால இருக்கிற கொட்டிலுக்க போய்ப் படுங்கோ. சாறம் இருக்கோ?"

"ஓமோம்."

"சரி போய்ப் படுங்கோ. விடியக் கதைப்பம்." ரோச்சோடு நின்றவன் சொன்னான். படுக்கும்போது நேரத்தைப் பார்த்தேன் 2:46. படுத்தேன், உறுத்தலாக இருந்தது. தலைமாடு பதிவாகவும் கால்மாடு உயரமாகவும் நிலம் சரிவாக இருப்பதுபோல் இருந்தது. வெளியில் சொல்ல முடியாவிட்டாலும் என் மனம் பதகளிச்சுக் கொண்டுதான் ஏனோ இருந்தது. அதற்கு இதுதான் காரணம் என்று எண்ணினேன். ஆனால், அந்த உறுத்தல் விடுவதாக இல்லை. ஒருவேளை சரிந்துதான் இருக்கிறதோ! மறுவளமாகப் படுத்துப் பார்த்தேன். உண்மைதான் சரிவாகத்தான் இருந்திருக்கிறது. இந்தக் காட்டுக் கொட்டிலுக்குள்ளும் சீமெந்து போட்டு நிலம் இழுத்திருந்தார்கள். இப்பொழுது தலைமாடு உயரமாகவும் கால்மாடு பதிவாகவும் உள்ள சாய்வு சறுக்காத அளவு சாய்வு என்பதால் இதமாக இருந்தது. போதாக்குறைக்குக் கழட்டிய அரை ஈர உடுப்பைச் சுற்றித் தலையணையாக்கிப் படுத்தேன். கால்மாடு போர்த்துவிட அம்மா இல்லை. இனிமேல் அம்மாவும் இல்லை. போர்வையுமில்லை. நினைக்க நெஞ்சின் இடப்புறத்தினுள் மிகச்சிறிய சைக்கிள் 'போல்ஸ்' அளவில் ஓடியதுபோல் ஏதோ இருந்தது.

ஆழமறியாத நித்திரையில் இருந்தபோது சற்று நேரத்திலேயே ஒருவன் வந்து மறுபடி எழுப்பினான். எழும்பவே முடியவில்லை. மற்றவர்கள் ஏதோ புறுபுறுத்துக்கொண்டு புரண்டு படுத்தார்கள்.

நான் விழித்து எழுந்திருந்தேன். என்ன பிரச்சினை என்று விளங்கவில்லை.

"எழும்புங்கோ... எழும்புங்கோ... அடிக்கப் போறாங்கள்." அவனின் குரலில் கெஞ்சல் இருந்தது. நான் திடுக்கிட்டுப் போனேன். மற்றவர்கள் அவனது கெஞ்சலில் வெருண்டிருக்க வேண்டும். எல்லாரும் எழுந்திருந்தார்கள்.

"லற்றுக்குப் போகலாம், வாங்கோ" என்றான் லாம்போடு வந்தவன்.

"எங்க போகோணுமாம்?" என வெருண்டுபோய் நித்திரை கலையாத ஒருவன் கேட்டான். அவன் பயந்துவிட்டான் என்பது தெரிந்தது.

"கக்கூசுக்குப் போகவாம்" என்று அமைதிப்படுத்தினேன்.

"அட."

நான் நேரத்தைப் பார்த்தேன் ஐந்துமணி. ஆனால், சற்றும் விடியவில்லை. சேவல் கூவவில்லை. அம்மன் கோவில்மணி அடிக்கவில்லை. வழமையான எந்தப் புள்ளினமும் ஒலியெழுப்ப வில்லை. மாறாகச் சில ஒலிகள் கேட்டன.

காட்டுக்குள் வைக்கப்பட்டிருக்கிறோம் என்கிற உண்மை நெஞ்சில் அறைய ஏதோ செய்தது. எழுந்து நடந்தேன். மற்றவர்களும் வந்தார்கள். ஒற்றை வழிக் காட்டுப் பாதையூடாகக் கூட்டிச் சென்றான் லாம்புக்காரன்.

ஓரிடத்தில் ஏழெட்டு லாம்புகளின் வெளிச்சம் தெரிந்தது. நாலடி உயரத்தில் மிக நீளமான பெட்டி போன்று மங்கிய வெளிச்சத்தில் ஏதோ தெரிந்தது, பலர் அவ்விடத்தில் கதைத்துக் கொண்டிருந்தார்கள். கிட்டவாகப் போனபோது தெரிந்தது: அதுதான் மலக்கூடமென்று. உரப் பையால் மறைப்புக் கட்டிய மலக்கூடம். பதினைந்து மீற்றர் நீளமிருக்கும். ஒரு மீற்றருக்கொன்றாய்ப் பிரித்திருந்தார்கள். அவற்றுள் இருந்து குறுக்காக மரக் குற்றிகள் இவ்விரண்டு உரப்பைக்கு வெளியே தெரிந்தன. நாலடியுயர மறைப்பு வரும். மேலே மறைப்பு எதுவுமில்லை. எழும்பும் போதும், போகும்போதும் பக்கத்தவர்கள் குந்தியிருப்பது தெரியும். அடைக்கப்பட்ட உரப் பைகளிலும் பலது கிழிந்து தொங்கியது. காற்று கனதியாக நாறியது.

லாம்புக்காரன் சொன்னான். "இதுக்குள்ளதான் இருக்க வேணும். மரக் குத்தியில்தான் கால்வச்சு இருக்க வேணும். சறுக்கும் கவனம்" என்றான்.

பிறகவன், "இருந்துட்டு வாங்கோ. கழுவுறதுக்கு அங்கால ஒரு கொட்டிலிருக்கு, காட்டுறன்" என்றான். எங்களுக்குள் இருந்த குட்டையானவன் கேட்டான், "அப்ப சாறத்த இடுப்புக்கு மேல தூக்கிப் பிடிச்சுக்கொண்டே அங்க போறது?"

"அது உங்கட விருப்பம்" என்று பதில் வந்தது.

அந்தக் கூட்டுக்குள்ளிருந்து ஒவ்வொருவராக எழும்பி வர வெளியில் நின்றவர்கள் முந்திக்கொண்டு உள்ளே போனார்கள். நின்றதுக்கு முன்னாலிருந்த கூடு சரசரக்க நான் தயாரானேன். அடக் கடவுளே! குள்ளமான ஒருவன் சாரத்தைத் தோளில் போட்டுக்கொண்டு வெறுங்குண்டியோட அநாயாசமாக வெளியே வந்தான். கும்மிருட்டு எதையும் அவதானிக்க அவகாசமில்லை. மற்றவன் நுழைந்துவிடுவான். நான் முந்தினேன்.

வெளியே நின்றபோது அடித்த நாற்றம் ஒரு வகை. ஆனால், உரப் பையைத் தூக்கி உள்ளே நுழைந்ததும் 'குப்'பென்று அடித்தது நரக நாற்றம். சாரத்தின் தலைப்பை இழுத்து திரட்டி மூக்கைப் பொத்த முடிந்தளவு அதைப் பயன்படுத்தினேன். 'ஙோய்... ஙொய்ங்... ஙொய்ங்.. ஙொய்..' என்று மொய்த்துத் தள்ளியது குழவி போன்ற இலையான்கள். கண்ணுக்குத் தெரியவில்லை. சத்தத்தை வைத்துச் சொன்னால் ஓர் ஆயிரம் இலையானாவது சுற்றின. மாடு கழியாய்ச் சாணி போடும்போது நிலத்தில் விழ வரும் சத்தம் மாதிரி, அதைவிட உரப்பாய்க் கேட்கிறது 'தொப் தொப்' பென்று. அப்பப்ப இலையான்கள் சில கால்களிலும் முதுகிலும் முட்டிக்கொண்டு போகிறது. அதைக் கலைக்க முற்படவில்லை. முயற்சித்தால் மூக்கைக் கைவிடவேணும். அது முடியாது. என்னால் முடியவே முடியாது. அக்கம் பக்கத்திலிருந்து ஓசைகள் வேறு கேட்கின்றன. ஆனால் அவற்றிற்கு இந்த நாற்றத்தை வெட்டித் தங்கள் மணத்தை நிலைநாட்டும் சக்தி இருக்கவில்லை. வெறும் ஒலிகள் மட்டும்தான். 'தொப்' சத்தத்தை வைத்துச் சொன்னால் கீழே எட்டடி ஆழம் இருக்கலாம்.

நான் மூச்சை விடப் பயந்தேன். அட, மெய்யாகவே பயந்தேன். மூச்சை விட்டால் மீண்டும் உள்ளிழுக்க வேண்டுமே. உள்ளிழுக்க காற்றா வருகிறது? நரகம். வீட்டில் சின்னக்கா சொல்லித் தந்த

மூச்சுப் பயிற்சித் தியானத்தை நான் இங்குதான் முறையாகச் செய்துகொண்டிருக்கிறேன். 'தொப்... நொய்ங்... நொய்ங்... புர்ர்... பர்... நொய்ங்... தொப்...' இந்த ஒலிகளுக்கிடையில் நான் வெளிக்கிட்டதிலிருந்து இரண்டாவது தடவையாகக் கடவுளை நினைத்தேன். பாருங்கள் அம்மாவின் அரியண்டத்தால் தீட்சை பெற்ற நான் எந்தப் 'புனித' இடத்திலிருந்து கடவுளை எண்ண வேண்டியிருக்கிறதென்று. தூக்கிப் பிடித்த சாரத்தால் மூக்கைப் பொத்தி 'அம்மாளாச்சியே நான் என்னண்டுதான் இனி கக்கூசுக்கிருக்கப் போறேனோ' என்றெண்ணக் கண் முட்டியது.

உம்... கூம்... சரிப்பட்டு வராது. பள்ளிக்கூடத்தில் இருந்தபொழுது பகிடியென்று சொல்லித்திரியும் சிறிராஜின் வசனம் நினைவுக்கு வந்தது. 'தம்பி நீ எழுவாய். இங்கிருப்பதில் பயனில்லை...' என்பது. கக்கூசிருக்கும் காரியம் கைகூடி வராது. எழும்பி, கிளப்பிய சாரத்தைக் கீழே விட்டுவிட்டு வெளியே போனேன்.

வெளியில் லாம்புக்காரன் நின்றான். "வாங்கோ கழுவ" என்றான். எதைக் கழுவ...? ஒரு விசரனைப் போல அவனுக்குப் பின்னால் போனேன்.

இதைவிடச் சிறிதாகச் செய்யமுடியாத ஒரு 'கானில்' (ஒரு லீற்றர்) தண்ணீர் எடுத்துக் கையில் தந்து மூன்று பக்கமும் கறுப்புப் பொலித்தீனால் மறைக்கப்பட்ட ஓர் இடத்தைக் காட்டினான். "அங்க கழுவுங்கோ" என்று. அங்கேயும் இரண்டு மரக்குற்றியில் கால் வைத்து இருக்காத கக்கூசை வெறும் பேயனைப் போலக் கழுவினேன். நல்லவேளையாக இருக்காமல் விட்டது. இல்லாவிட்டால் இந்தத் தண்ணியில் எதைத்தான் கழுவுவது?

பிறகு லாம்புக்காரன் கூட்டிக்கொண்டு போய் முகங்கழுவ விட்டான். என்னோடுதான் அந்த ஆள் - வரும்போது பக்கத்தில் வந்தவன் இப்பவும் வந்தான். இப்போதுதான் வெளிச்சத்தில் பார்க்கிறேன். என்னை அவனுக்குப் பிடித்திருக்கும் போல இருக்கு. என்றாலும் எனக்கு அப்படி இல்லை. ஓரல் முகம். ஐதான தலைமுடி. ஏறு நெற்றி. கொஞ்சம் சுருட்டை மயிர். கன்ன எலும்புகள் வெளித்தள்ளியிருந்தன. நீட்டுக் கை கால்கள், ஓரளவு கருப்பு, சப்பட்டை நெஞ்சு, என்னோடேயே வருகிறான்.

லாம்புக்காரன் பிறகு குசினிக்குக் கூட்டிச் சென்று தேநீர் எடுக்கக் கோப்பை எடுத்துத் தந்தான். 'பிளாஸ்ரிக்' கோப்பை. ஒறேஞ்ச்

கலர். அதன் விளிம்புகள் சொரசொரவென்று சாதுவாகக் கிளம்பி உரிந்திருந்தன. வரிசையில் நின்று எனது முறைவர வாங்கிவந்து குடித்தேன். என்ன வித்தை! பாயாசம் மணத்தது.

சற்று நேரத்தில் பிடித்துவிட்டேன். ஏலக்காயைத் தேத்தண்ணிக்குள் போட்டிருக்கிறார்கள். அதுவும் நல்லதுதான். பிளாஸ்ரிக் மணத்தை அது வென்று தந்தது. குடித்தேன்.

எங்கள் கொட்டிலுக்குள் நாங்கள் இருந்தபோது இரண்டு முறை விசில் சத்தம் கேட்டது. எல்லாரும் ஓடு பாதையின் ஓரத்திலுள்ள மைதானத்திற்கு ஓடினார்கள். நாங்கள் எட்டிப் பார்த்தோம். என்ன செய்ய வேண்டுமென்று தெரியாமல் பதைபதைப்பாக இருந்தது. அவர்கள் வரிசையாக நின்றார்கள். "நாங்களும் போவம்" என்றான் இவன்.

"வேண்டாம் கூப்பிடாமல் போனால் வம்பு" என்றான் இன்னொருவன்.

சற்று நேரத்தில் ஒருவன் வந்தான். "உங்கள் எல்லாரையும் லைனுக்கு வரட்டாம்."

லைன் என்பது மைதானத்தின் வரிசை என்பதைப் புரிந்துகொண்டோம். போய் லைனில் நின்றோம்.

கழுத்தில் கறுப்பு நூலில் விசிலோடும். சிவப்புப் பெட்டி கோடுபோட்ட பழுப்பு நிற சேட்டோடும் இராணுவப் பச்சை ஜீன்சோடும் வெறும் காலோடு ஒருவன் நின்றான். கழுத்தில் இன்னும் இரண்டு மூன்று கருப்பு நூல்கள் சேட்டுக்குள்ளால் சென்றன. ஒரு கை ஜீன்ஸ் பொக்கற்றுக்குள் இருந்தது. சுமாரான உயரம். மெல்லிது அல்லாத உடம்பு. பொதுநிறம். முகத்தில் பரு வந்துபோன அடையாளமாய்க் குட்டைகள் சில. சரித்திழுத்த தலைமயிர். தடித்த முகத் தசை. துல்லியமான பார்வை கொண்ட கண்கள். நிமிர்ந்த தேகத்தோடு பெரு விரலையும் சுட்டு விரலையும் 'எல்' போல நீட்டியவாறு கையசைத்து வரிசையின் எதிரே நின்று கதைத்துக்கொண்டிருந்தான். இவன்தான் மாஸ்ரராக இருக்க வேண்டுமென்று பட்டது.

இப்ப எங்கள் வரிசைக்கு முன்னால் வந்து எண்ணினான். "ஒன்று, இரண்டு... ஆறு... பன்னண்டு" மீண்டும் எண்ணினான். "இரண்டு, நாலு, ஆறு, எட்டு, பத்து, பன்னண்டு... என்னடா

பன்ரண்டு பேர்தானே நிக்கிறாங்கள்?" என்றான் கடுப்பாகவும் பக்கவாட்டாகவும் திரும்பி.

வரிசையில் இல்லாமல் பக்கவாட்டாக நின்றிருந்த ஜீன்ஸ் சேட் போட்ட மற்றவர்களும் எண்ணினார்கள். சரிவரவேயில்லை. பதின்மூன்றை யாரும் உச்சரிக்கவில்லை.

"எங்கேடா ஒருவன்?" கேள்விக்கு யாரும் பதிலளிக்கவில்லை. மீண்டும், "பாரதி பதின்மூன்றுதானே?" என்றான் திரும்பி.

"ஓமண்ணை" என்று பணிவும் பதைபதைப்புமாய்க் கூறினான் பக்கவாட்டாய் நின்றவன். இவன்தான் எங்கள் வாகனத்தை ஓட்டிவந்தவன்.

"எங்கயடா அப்ப ஒருவன்?"

மீண்டும் எங்களைப் பார்த்துக் கேட்டான். "உங்களில் ஒருத்தன் எங்க. கொட்டிலுக்க நிக்கிறானா? தெரியுமா?" பயத்தில் நாம் மௌனமாக நின்றோம்.

"எல்லா இடமும் பாருங்கடா... ஓடு எல்லா இடமும் பாரு..." பக்கவாட்டாக நின்றவர்களிடம் கட்டளைத் தொனியில் சொன்னான். அவர்களில் வெள்ளை ரீசேட் போட்ட ஒருவனைத் தவிர மற்றவர்கள் ஓடினார்கள். எனக்கு ஏனென்று தெரியாது. நெஞ்சு பக்பக் என்று அடித்துக்கொண்டிருந்தது.

தேடப் போனவர்கள் கொஞ்ச நேரத்தின் பின் திரும்பி வந்தார்கள். எங்கேயும் காணவில்லையென்றும் சொன்னார்கள். கண்ணை மேலே செருகிச் சில செக்கன்கள் யோசித்துவிட்டு அவன் ஏனைய விடயங்களைக் கதைத்தான். எங்கள் வரிசையை மட்டும் நிற்கச் சொல்லிவிட்டு இரண்டு விசிலடித்தான். மற்றவர்கள் தங்கள் கொட்டிலுக்கு ஓடினார்கள். பிறகு அவன் எங்கள் வரிசைக்கு எதிரே வந்து நின்று கேட்டான். "டேய்! மற்றவன் எங்கேயென்று ஆருக்கும் தெரியுமா?"

"இல்லையண்ணை."

"அவனோட வந்தவன் ஆரும் இருக்கிறிங்களோ. துலைச்சுப் போடுவன். சொல்லிப் போடுங்கோ."

"இல்லையண்ணை."

"அவனை ஆருக்கும் தெரியுமோ?"

"இல்லையண்ணை."

"டேய்! ஒருவனுக்கும் தெரியாதா..? பொய் சொன்னால் கெட்ட கோவம் வரும்... தெரிஞ்சவன் ஆரும் இருந்தால் இங்கால வா." கோபமாகத் தெறித்தது வார்த்தை.

மௌனமாக நின்றது வரிசை. உற்றுப் பார்த்தான். அவனது முகம் மாறியது. அது சிந்தனைக்குரியதாக இருந்தது. "சரி கொட்டிலுக்குப் போங்கோ நீங்கள்" என்றான்.

பின், காடு முழுக்க ஆட்களை விட்டுத் தேடினார்கள். தேடப் போனவர்கள் மதியம் சாப்பாட்டுக்கு வந்து மீண்டும் தண்ணீர்க்கானுடன் காட்டுக்குள் தேடப் போனார்கள். பின்னேரம் திரும்பி வந்தார்கள். முடிவு இல்லை.

இதற்கிடையில் மத்தியானம் எங்களை மட்டும் படுக்கச் சொல்லி அவர் ஆள் அனுப்பியிருந்தார். அது ஒரு சந்தோசமான விசயமாகத்தான் இருந்தது. ஆனால், இந்த அமளிக்குள் எங்களில் பலராலும் நித்திரை கொள்ளவே முடியாமல் போயிற்று.

வரும்போதே பூநகரி 'ஜெற்றி'யிலோ அல்லது வாகனம் வேகம் குறைந்த ஏதாவது ஒரு முடக்கிலோ அந்த ஒருவன் குதிச்சிருப்பான் என எண்ணினேன். காட்டுக்குள் தடயம் ஏதும் கிடைக்காததால் அவர்களும் அப்படித்தான் நம்பினார்கள் என அடுத்தடுத்த நாட்களில் தெரிந்துகொண்டேன்.

பின்னேரம் லைனுக்குரிய விசிலடித்தது. மைதானத்துக்குப் போனோம். புதிதாக அணிகள் பிரிக்கப்பட்டன. மொத்தம் பன்னிரண்டு அணி. முதலாம் இரண்டாம் கொட்டில் - அணி - சிறியவர்கள். மூன்று நாலு அதைவிடக் கொஞ்சம் வளர்ந்தவர்கள். ஐந்து, ஆறு வளர்ந்தவர்கள். பதினொன்று மட்டும் விசேடமாக முத்திய மனிதர்களாக இருந்தார்கள்.

இப்போது முன்னால் நின்று அவன் கையசைத்துப் பேசினான். "உங்களுக்குப் பயிற்சி முகாம் விரைவில தொடங்கப் போகுது. இனி நீங்கள் சாதாரண ஆக்களில்லை. விடுதலைப் புலிகள், போராளிகள். வீரமும் தியாகமும் உள்ளவர்கள். பயிற்சி முடிந்து வெளியில் போனால் சனங்கள் உங்களை இயக்கப் பெடியள் போறாங்கள் என்று சொல்லுங்கள்..." மனம் எனக்கு ஒருதரம் அந்த இடத்தில் நின்றது. 'இனிச் சனம் உங்களை இயக்கப் பெடியள் போறாங்களென்று சொல்லுங்கள்' இது மனதுக்கு

நல்லாய் இருந்தது. உண்மையிலேயே அந்த வசனம் நினைக்க நினைக்க கிளர்ச்சியூட்டிக்கொண்டிருந்தது.

பிறகு அவர் பயிற்சி முகாம் விதிமுறை நடைமுறை பற்றி விளக்கினார். அதில் ஒரு விசில் அடித்தால் என்ன செய்யவேணும், இரண்டு விசிலுக்கு என்ன, மூன்றுக்கென்ன?... அத்துடன் இரண்டு மணி அடித்தால் தேத்தண்ணி. மூன்று மணியடித்தால் சாப்பாடு. லற்றுக்கு - அதுதான் கக்கூசுக்கு - எத்தினை மணிக்கிடையில போகவேணும். பிறகு போகக்கூடாது. அவசரமென்றால் கேக்கவேணும். ஒரு கொட்டிலிலிருந்து இன்னொரு கொட்டிலுக்குப் போகக்கூடாது... இப்படிப்பட்ட விடயங்களை உள்ளடக்கியிருந்தது அந்த உரை. இறுதியாகப் புதிதாக வந்தவர்கள் புதிய அணிப் பிரிப்பில் கலந்து நின்றதால் கையுயர்த்தச் சொன்னார். பிறகு பன்னிரண்டு பேருக்கும் இயக்கப் பெயர் வைச்சார்.

“உனக்குக் காண்டீபன்... ம்ம்ம்... உனக்கு முகிலன்... உனக்கு வைத்தி” இப்ப என்னைப் பார்த்தார். எனது கண்களைப் பார்த்தார். இது எனது முறை. நான் கண்ணை மூடி கடவுளை நினைத்தேன். ‘இது எனது புரட்சி வாழ்க்கை நல்ல பெயராய் வரவேணும்’ என்று மனதுக்குள் சொன்னேன். அவர் பேசினார்.

“உனக்கு இனியவன்”

பெயர் நல்லாய்த்தான் இருந்ததுபோல் இருந்தது எனக்கு. இருந்தாலும் எனக்கு ஒரு புரட்சியான பெயராக இருந்தால் - கர்ணன், வர்மன், அன்ராஜ் - இந்த வகையறாக்களாக இருந்திருந்தால் கொஞ்சம் கம்பீரமானதாக இருந்திருக்குமே என்று எண்ணினேன். அவனுக்கு -- அதுதான் முதல் சொன்னேனே - அவனுக்கு சுகுமார் என்று பெயர் வைத்தார். அவனும் எங்கட அணிதான்.

எல்லாம் முடிந்து எனது புதிய அணியோடு ஆறாவது கொட்டிலுக்குள் சென்றேன். முதலிலிருந்த கொட்டிலுக்குள் யாரும் இல்லை. இந்தக் கொட்டிலில் நிலமும் மண்தான். விஸ்தாரமும் இல்லை. ஒன்பதடி அகலம் பதினெட்டடி நீளம் வரும். உயரத்தைப் பொறுத்தவரை நடுவில் நிமிர்ந்து நிற்கக் கூடியதாயும் கரையில் கொஞ்சம் குனியவேண்டியதாயும் இருந்தது. இப்படித்தான் பன்னிரண்டு கொட்டில்களும் இருந்தன.

ஒடு பாதையைச் சுற்றியிருந்த காட்டு மரங்களுக்கிடையே இவை போடப்பட்டிருந்தன.

கொட்டிலுக்குப் போனதும் நாங்கள் எங்களை ஒருவருக் கொருவர் அறிமுகம் செய்துகொண்டோம். அப்பொழுது ஒரு விடயம் தெரியவந்தது. எங்களுடன் மைதானத்தில் இருந்தவர் மாஸ்ரர் இல்லையென்றும் லைனில் பக்கவாட்டாக நின்றவர்களில் காணாமல் போனவனைத் தேட எல்லோரும் போனபோது ஒருவன் போகாமல் நின்றானே ஓரளவு உயரம், நல்ல சிவலை, மெல்லிய சரித்திழுத்த தலைமயிர், வெள்ளை ரீசேட், முழங்கால் வரை மடித்துவிட்ட ஜீன்ஸ், பளிச்சென்ற முகத்தில் கூர்மையான கண்கள், எடுப்பான தோற்றம், அவன்தான் மாஸ்ரர் என்றும் மற்றவர்கள் சொல்ல அறிந்துகொண்டேன். அவனுக்கு இருபத்து மூன்று வயதிருக்கலாம் போல் தோன்றியது.

மறுநாள் காலை மைதான ஒன்றுகூடலில் வைத்து பயிற்சிக்கான உடுப்பு தந்தார்கள். எல்லோருக்கும் புதிய வெள்ளைநிற பெனியன் ஒன்று. புதிய சாரம் ஒன்று. பல்துலக்க பிறஸ் இல்லாதவர்களுக்கு பிறஸ். நாக்கு வழிப்பான், சோப்கேஸ், பிளாஸ்ரிக் தேத்தண்ணிக் கோப்பை, சாப்பாட்டுக் கோப்பை, சிலிப்பர் இல்லாதவர்களுக்கு பாட்டா சிலிப்பர். காற்சட்டையில்தான் பிரச்சினையாய்ப் போச்சு. அரைவாசிப் பேருக்குப் புதிது. மிச்சாக்களுக்குப் பழைய காற்சட்டையைக் கொதிநீரில் அவித்து மீண்டும் கொடுத்தார்கள். புதியவையெல்லாம் சுருக்கு வைத்த சாம்பல் நிறக் காற்சட்டை. பழையவை அனேகமாக நீளமாக அல்லது மிகக் குட்டையாகத் தொடைவிட்டம் மிக அகலமாக என்று பெரிய சீரழிவாக இருந்தது. அடித்தது அதிஸ்ரம் சிலருக்கு. சிலருக்கு முகம் கோணியது. நான் அதிஸ்ரக்காரன். 'அவனுக்கு' முகம் கோணியது. ஜட்டி மட்டும் இவ்விரண்டு. அதுவும் புதிது. கோடுகோடு போட்ட ஒரு மாதிரியான ஜட்டி.

"உங்கடை இதுவரை வச்சிருந்த எல்லா உடுப்புகளையும் ஒன்றும் விடாமல் கொண்டுபோய்க் களஞ்சியத்தில குடுக்கவேணும். விளங்கிற்றோ? இதவிட எந்த உடமையும் உங்களிட்ட இருக்கக் கூடாது. மீறி இருந்தால்... விளங்குதோ?" கடுமையான தொனியில் வசனம் தொங்கியது.

"என்ன விளங்கேல்லப் போல கிடக்கு?"

"விளங்கிற்றண்ணை" நாங்கள் சிலர் கத்தினோம்.

“சிலருக்கு இன்னும் விளங்கேல்லப் போல கிடக்கு?” என்று அந்தாள் திருப்பிக் கத்தினான்.

“விளங்கிற்றண்ணை” காடு அதிர அலையாக எல்லோரும் கத்தினார்கள்.

பொறுப்பாளரின் தொனியின் தோரணையில் எனக்கு ஒன்று விளங்கியது. இந்த விடயம் மிகவும் கடுமையானது போல என்று.

இதுக்குள்ள பக்கத்து அணியில இருந்து ஒரு விசரன் கேட்டான். “எங்கட ‘பாக்’குகளையும் குடுத்தா இத வைக்கிறதுக்குப் பாக்குக்கு என்ன செய்யிறது?” பொறுப்பாளர் அர்த்தப்பூர்வமான முகபாவத்துடன் ஒரு மாதிரியாக அவனைப் பார்த்தார். பிறகு சொன்னார்:

“ஓமென்ன..? பாக் வேணும், ஆராருக்கு பாக் வேணும் கையை உயத்துங்கோ.”

கொஞ்ச விசருகள் உயர்த்திச்சுதுகள். எனக்கு இதுக்குள்ள ஏதோ பிரச்சினையிருக்கு என்று விளங்கிற்றுது. பொறுப்பாளர் துழாவி ஒரு பார்வை பார்த்துவிட்டு, மனதுக்குள் எண்ணி “நாற்பத்தி யொன்பது பேர். மிச்சாக்களுக்குத் தேவையில்லை... என்ன தேவையில்லைத்தானே” பொறுப்பாளர் கேட்கவும் இப்ப எல்லா விசருகளும் ஒவ்வொன்றாய்க் கையை உயர்த்தத் தொடங்கிற்று துகள். கடைசியா ஊரோட ஒத்தோட நானும் தூக்கினன்.

பொறுப்பாளர் கதைச்சார். “எல்லாருக்கும் வேணும் போல. சரி தரலாம். தையல் தெரிஞ்ச ஆக்கள் இருக்கிறியளோ ஆரும்?” கேட்டுக்கொண்டே துழாவிப் பார்த்தார். ஒருவனும் கை தூக்கயில்லை.

“என்ன ஒருத்தனுக்கும் தெரியாதோ?”

“... அண்ணை கொஞ்சம் தெரியும்” என்றான் ஒருவன்; அதுவும் எங்கட அணியில் எனக்குப் பின்னால.

“இஞ்சால வா முன்னுக்கு...”

அதோட சரி. “களஞ்சியத்தில இருக்கிற உரப் பையை வெட்டி 125 பாக் தை பாப்பம். நாளைக்கிடையில தைக்கவேணும். உதவிக்கு ஆள் தரலாம்.”

பாக் கேட்ட விசரனால காரியம் கெட்டான். அவன் "குவைத்"தில இருந்து கொண்டுவந்த ஒரு பாக் வைச்சிருந்தான். அந்த பாக் வைத்திருக்கிறதால அவன் தன்னைப் பெருமையாக உணர்ந்தான். அதைக் காப்பாற்றி வைத்திருந்து விலாசம் அடிக்கத்தான் பாக் கதை கதைச்சவன். இதுதான் உண்மை. உண்மையில பாக் எங்களுக்கெண்டு வந்திருந்தது. அதைத் தாறதுக்கிடையில இந்த குவைத் விசரன் காரியத்தைக் கெடுத்திட்டான். இப்ப உரப்பையில பாக். அதைத் தைக்கத் தெரியுமென்று படுபேயன் - இவன் கோபி தைச்ச வள்ளிசுக்கு அதை உரப்பையாயே கொண்டு திரிஞ்சிருக்கலாம் மூட்டையாய்க் கட்டி.

காரியம் கெட்டுது. ஆனால் இதில என்ன ஆறுதல் என்றால் பள்ளிக்கூடம் மாதிரி பெட்டையள் இல்லையென்றதுதான். உரப் பைக்கும் இதுக்கும் பெரிய வித்தியாசம் இல்லை. இவன் கொஞ்சம் சிறுப்பிச்சு பக்கவாட்டாக ஒரு கைப்பிடி போட்டிருந்தான்.

அன்று பின்னேர லைனில ஒரு சந்தோசமான சமாச்சாரம். பொறுப்பாளர் வினோத் அண்ணை சொன்னார். "நாளைக்கு உங்களுக்குக் கொடியேற்றம். பயிற்சி தொடங்குது. நீங்கள் உங்கட உடலையும் மனதையும் ஒரு போராளிக்குரிய தகுதி நிலைக்குக் கொண்டுவரப்பேரியள். இராணுவத் தந்திரங்களையெல்லாம் பழகப்பேரியள். துவக்கால குறி பிசகாமல் சுடத் தெரிஞ்சுகொள்ளப் பேரியள். சந்தோசம்தானே?"

"ஓமண்ணை."

"என்ன கொஞ்சப் பேருக்கு சந்தோசமில்லை போலக் கிடக்கு?" என்று பார்வையால் ஒரு துழாவு துழாவினார்.

இவருக்கு எல்லாரும் காடு அதிர அலையாக ஒரு கத்துக் கத்தாட்டி சந்தோசம் இல்லையெண்டதைப் பெடியள் வலு திறமா விளங்கிற்றாங்கள்.

"சந்தோசமண்ணை" என்று அலையாகக் கத்தினாங்கள்.

அவர் திருப்பி "சந்தோசமண்ணை வீரச் சாவு. என்ர பெயர் வினோத்... விளங்கிச்சா" என்று சொல்லவும் 'விளங்கிற்றண்ணை' என்று பலமாகக் கத்தினேன்.

அட! இந்த வெறும் பேயனுகள் ஒருத்தருமே கத்தேல்லை. என்ர குரல் மட்டும் காட்டில் கம்மித் தேய்ந்தது. எப்பிடியிருக்கும்?

எனக்கு வயித்தைப் பிசைந்தது. அந்தாள் முறைச்சு ஒரு பார்வை பார்த்துவிட்டு விட்டுட்டுது. தலை தப்பிச்சுது.

“உங்கள் எல்லாருக்கும் துவக்குத் தரப்போறம் இப்ப. என்ன சந்தோசம்தானே” பொறுப்பாளர் கேட்டார்.

“ஓமண்ணை” எல்லாரும் கத்தினாங்கள். நான் கத்தேல்ல. என்ரை பயம் இன்னும் தெளியேல்ல. மற்றது, இந்த விசரனுகள் எப்பக் கத்துவாங்கள் எப்ப கத்தமாட்டாங்கள் என்று தெரியேல்ல. ஆனால், மனதுக்குப் பிடிபடாத சந்தோசம். மற்றவர்களது முகங்களும் பூரித்திருந்தன. பின்ன, துவக்கெண்டால் சும்மாவா! கையில் துவக்கைப் பிடித்தால் அதுக்கொரு தனி வீரம் பிறக்கும். துவக்கு உற்சாகமான சங்கதியாகவும், வலு புழுகமான விசயமாகவும் இருந்தது.

உரப் பையை அகல விரித்து அங்காலும் இங்காலும் இருவர் பிடிக்க நடுவில் பாட்டில் கிடத்தியவாறு இருபது இருபத்தைந்து கொட்டன்களாகக் கொண்டு வந்து போட்டார்கள். அதில் உரப் பையில் செய்த பட்டிகூட ஆணி வைத்து அடிக்கப்பட்டிருந்தது. அதுதான் துவக்கு. முகத்தில் வழிந்த அசடு நாடியில் தொங்கியது. பொறுப்பாளர் ஒரு துழாவு துழாவி எங்களைப் பார்த்தார். வெற்றிப் புன்னகையைக் கொடுப்பில் வைத்திருந்தார். எங்கள் முகங்களைப் பார்ப்பதில் கொட்டன் கொண்டு வந்தவர்களுக்குப் படு உற்சாகமாக இருந்தது.

எல்லோருக்கும் கொட்டன்கள் வழங்கப்பட்டன. ஆக்களின் உயரம், எடை வயதுக்கேற்ப கொட்டன்களின் அளவைத் தெரிந்தெடுத்துப் பொறுப்பாளர் கொடுத்தார். முதலாமவன் கொட்டனை வாங்கும்போது கண்களில் ஒற்றி வாங்கினான். பிறகு எல்லோரும் அப்படியே செய்தார்கள்.

பொறுப்பாளர் அதைப் பராமரிப்பது பற்றி விளக்கினார். அதைத் துவக்கு எனச் சொல்லாமல் கொட்டன் என்று சொன்னால் தண்டனையின் கர்ணகடூரம் எப்படியிருக்குமென்றும் சொன்னார். அதை விட்டுவிட்டு எங்காவது அசைந்தால் அல்லது யாராவது எடுத்தால் துவக்கை ஆமியிடம் கையளித்ததற்கான தண்டனை கிடைக்குமென்றும் சொன்னார்.

பிறகு லைன் முடிந்து கொட்டிலுக்குப் போனோம். எப்படியோ கொட்டன் என்றாலும் இது தந்து கொட்டிலுக்குக் கொண்டு போனபோது மனம் முழுக்க உற்சாகமாக இருந்தது. உடல்

கம்பீரமாக இருப்பதாக உணர்ந்தேன். மற்றவர்களும் கொஞ்சம் வழமைக்கு மாறாக நிமிர்ந்துதான் நடந்தார்கள். நாளைக்கு எங்களுக்குக் கொடியேற்றம். பதினாறாம் திகதி. நாளை மறுநாள் நல்லூர்க் கோயில் கொடியேற்றம் என்றதும் நினைவுக்கு வந்தது. பிறகென்ன அரைச் சரிகளும் - அதுதான் பாவாடைத் தாவணிகளும் - நினைவுக்கு வந்துபோயிற்று.

காட்டின் கீழே கிடந்த மைதானம் சிவப்பு மஞ்சள் கொடிகளால் அலங்கரிக்கப்பட்டிருந்தன. விடியற்காலை தேநீர் குடிக்கும் இடத்திற்கு வந்தபோது வெள்ளைநிற ரீசேட்டுகள் மிகவும் மகிழ்ச்சியாகக் குழுமியிருந்தன. அவரவர் எண்ணத்திற்குப் பயிற்சி பற்றி மற்றவர்களுக்கு வியாக்கியானம் செய்து கொண்டிருந்தார்கள். தேநீர்க் கிடாரம் கொண்டுவந்து வைக்கவும் வரிசையாகினர்.

“இன்று முதல் உங்களுக்கு கோர்லிக்ஸ். வாருங்கள் போராளிகளே, இன்று முதல் உங்களுக்கு கோர்லிக்ஸ்.” என்றான் தேத்தண்ணி கொண்டு வந்தவன். கோர்லிக்ஸ் என்ற சொல்லை அளவு மீறி அழுத்தி உச்சரித்தான். அதில் நையாண்டித்தனம் இருந்தது. உண்மையில் தந்தது கோர்லிக்ஸ்தான். ஆனால் அவன் சொன்ன தொனிப்பொருள் அதுவல்ல. இன்று முதல் உங்களுக்கு அலுப்புத் தொடங்குகிறது என்ற சொட்டைத்தனமே அந்த உச்சரிப்பில் இருந்தது.

இரண்டு விசில் சத்தத்தின் பிற்பாடு காட்டின் பயிற்சிக்கான ஓடு பாதையின் ஓரத்தில் இருந்த மைதானத்தில் இளம் போர்வீரர்கள் என்ற உள்ளார்ந்த பெருமிதத்தோடு வெள்ளைவெளீரென்ற ரீசேட்டுகளோடு கையில் கொட்டனுடன் - தவறு - கையில் துவக்குடன் ஒன்றுகூடி நின்றோம். “சங்கே முழங்கு...” என்ற பாடலைக் கொஞ்சம் அதிகமான சத்தத்தோடு போட்டிருந்தார்கள். ஏற்கெனவே காட்டித் தந்தவாறு துவக்கை வலக்கையில் ஏந்தி முன்சரித்து வலக்காலின் விரல்களில் ஊன்றி இடக்கையைப் பின் நாரியில் வைத்து நின்றோம். உயரப்படியான புதிய வரிசையில் - அவன் சுகுமார் இப்பொழுது எனக்குப் பின்னால் நின்றான்.

இப்பொழுதிருக்கும் உணர்வு வாழ்வின் மிகவும் அரிதான தருணத்தில் மட்டுமே வாய்க்கக் கூடியது. பயிற்சி ஆசிரியர் முன்னால் வரிப் புலிச் சீருடையில் இராணுவச் சப்பாத்தணிந்து மிகவும் கம்பீரமாகப் பளீச் என்றிருந்தார். எனக்கும் ஒருமுறை

மனதுள் போட்டுப் பார்த்தேன். மற்றவர்களும் அப்படிச் செய்திருக்கக் கூடும். அவ்வளவு எடுப்பாக இருந்தார் அவர்.

சத்தியப் பிரமாணம் எடுப்பது பற்றி சொல்லித்தந்து கொண்டிருந்தார். சற்றைக்கெல்லாம் ஒரு மொட்டை ஜீப் வந்து நின்றது. நால்வர் துவக்குகளோடு பின்புறம் இருந்து குதித்தனர். முன்னிருக்கையில் இருந்து நிமிர்த்திய நெஞ்சோடு ஒருவர் இறங்கினார். நீள்வட்ட முகம். எதுவும் விசேடமாகத் துருத்தித் தெரியாத பரிச்சயமான முகம். பார்வை மட்டும் கொஞ்சம் மேலோங்கியிருந்தது. நிமிர்த்திய நெஞ்சும் மேல்நோக்கிய பார்வையும் கம்பீரமாக இருப்பதாகப் பட்டது. ஒருவேளை அப்படிப் படவேண்டும் என்பதற்காகத்தான் கொஞ்சம் அதிகப்படியாக அப்படிச் செய்கிறாரா என்று சரியாகச் சொல்ல முடியவில்லை. துழாவிப் போராளிகளைப் பார்த்தவாறே முன்னால் வந்தார். சிநேகமான சிரிப்பை எங்களுக்குத் தந்தார். அவரது கண்ணும் கூடச் சிரித்தது. அவர் இறங்கியபோது இருந்த பதட்டம் இப்பொழுது எங்களுக்கு இருக்கவில்லை.

"வினோத் எல்லாம் சரியா? ஆயத்தமா?" என்றார்.

பொறுப்பாளர் இரண்டடி முன்னால் வைத்து பணிவுடன் "ஓமண்ணை" என்றார். அந்த இரண்டடி கூட மரியாதையின் நிமித்தமாகத்தான் வைக்கப்பட்டது.

"இதென்ன கொஞ்சப் பேர் பழைய சோட்சோட நிக்கிறாங்கள். ஏன், என்ன நடந்ததடாப்பா?" என்றார் உடலைத் திருப்பாமல் தலையை மட்டும் திருப்பி.

"சோட்ஸ் வரேல்ல. போனமுறையான் கொஞ்சம் கிடந்து குடுத்தனான். மிச்சம் களஞ்சியத்தில கிடந்த பாவிச்ச நல்லதுகளை எடுத்து கொதி தண்ணியில அவிச்சுக் குடுத்தனானண்ணை" பணிவோடு பதில் சொன்னவர், தவறு தன்னுடையதில்லை என்பதையும் ஆயினும், தான் நிர்வாகத் திறமையோடு நிலைமையைச் சமாளித்துவிட்டதையும் தனது பதிலிலும் தொனியிலும் வெளிப்படுத்தினார்.

"நான் போய்ச் சொல்லிவிடுறன்." என்று மீண்டும் அவர் அதிகாரத் தோரணையில் சொன்னார். அவர்தான் தளபதி. கொடியேற்ற இவர்தான் வந்திருக்கிறார் என்பதையும் நாங்கள் விளங்கிக்கொண்டோம்.

சம்பிரதாயப் பூர்வமான நிகழ்ச்சியோடு கொடியேற்றப்பட்டது. இராணுவச் சம்பிரதாயம். அதுவும் விடுதலைப் புலிகளின் சம்பிரதாயம். அதைப் பின்பற்றுவதில் உள்ளார்ந்த வேட்கையிருந்தது. அடுத்து, காட்டித் தந்தவாறு சத்தியப்பிரமாணம். நாரியில் இருந்த கையை முன்நோக்கி நீட்டினோம். "எமது புரட்சிகர விடுதலை இயக்கத்தின் புனித இலட்சியமாம்..." காடு அதிர முழங்கினார்கள் போராளிகள். "புலிகளின் தாகம் தமிழீழத் தாயகம்" துப்பாக்கியை மேலே உயர்த்தி மும்முறை கோசமிட்டோம். உள்ளுக்குள் புரட்சி மனம் விசுவரூபம் எடுப்பதாக ஓர் உணர்வு. முன்னாள்களில் எப்பொழுதும் வாய்த்திருக்காத ஓர் உணர்வு. புரட்சி வாழ்வென்ற திருப்பத்தில் ஓர் உணர்வார்ந்த செயல். அதன் ஆன்மா தியாகம்.

பிறகு ஓடு பாதையில் இரட்டை வரிசையில் அணிவகுத்து நின்றோம். முன்னால் பயிற்சி ஆசிரியர் கண்ணன் நின்றார். மனதில் இப்பொழுது பதட்டம் இருந்தது. தளபதி தனது இடுப்பில் இருந்த கைத் துப்பாக்கியை உருவி மேல்நோக்கிச் சுட்டார். சடுதியாகத் 'திக்'கெனத் திகைத்துப்போனோம். அடுத்த கணமே இரட்டை வரிசை ஓடுபாதையில் ஓடத் தொடங்கியதும் சுதாரித்துக்கொண்டு பின்னால் நின்ற நாங்களும் ஓடினோம். "புலி வீரர் புதுவீரர் உருவாகுகின்றார். புயலோடு போராடும் புலியாகுகின்றார்..." என்ற பாடலை வேண்டுமான சத்தத்தோடு துப்பாக்கி ஓசை கேட்டதும் போட்டுவிட்டார்கள். காட்டின் கீழே இந்தப் பாடலைக் கேட்டுக்கொண்டு சீரான ஓட்டத்தில் ஓடினோம். தாளக்கட்டு மாறாமல் கால்கள் பாய்வதாகப் பட்டது. மனதில் உற்சாகம் பொங்கி வழிந்தது. கம்பீரமும்தான்.

இரண்டாவது சுற்று வந்ததும் தளபதியும் பொறுப்பாளரும் சேர்ந்து முன்னால் ஓடினார்கள். பின்னால் இருபது வரையான ஜீன்ஸ் சேட் போட்டவர்களும் ஓடினார்கள். "...புது யுகம் நாளை பிறந்திடும். எங்கள் புலிக்கொடி காற்றில் பறந்திடும்..." பாடல் இனம்புரியாத உற்சாக இசையில் இருந்தது. அது புரட்சி மனங்களைக் கிளர்ச்சிகொள்ள வைப்பதாக இருந்தது. மனதில் புகுந்து ஆன்மாவை அதன் பலத்தோடு நிமிர்த்தி இருத்தியதாகப் பட்டது.

மூன்றாவது சுற்றோடு நாங்கள் நிறுத்தப்பட்டு மைதானத்தில் வரிசையாக இருக்க வைக்கப்பட்டோம். அட! பயிற்சி இவ்வளவுதானா? முன்னால் ஒரு கதிரைப் போட்டார்கள்.

பொறுப்பாளர் முன்வந்து “வணக்கம், உங்களுக்குப் பயிற்சி தொடங்கிற்றுது... நான் வந்து... ஏற்கனவே வந்து கதைத்திருக்கிறேன். இனியும் கதைப்பேன்... இப்பொழுது வந்து எமது படையணியின் தளபதி அவர்கள் உங்களோடு உரையாடுவார்.” என்று மிகவும் நடுங்கி நடுங்கி பதட்டத்தோடு கைகளைப் பிசைந்து சொல்லிமுடித்தார். அவர் வழக்கமாக இப்படி இருப்பதில்லைதான். ஆனால் தளபதியின் முன் அல்லது ஒரு நிகழ்வின்முன் வார்த்தைகள் பதறிப் பதறி மனிசன் தவித்துப் போனார்.

தளபதி கதிரையில் வந்து இருந்துகொண்டார். மிகவும் சிநேகமான பாவத்தோடு எங்களைப் பார்த்துச் சிரித்தார்; நோட்டம் விட்டார். மீண்டும் சிரித்தார். உள்ளங்கையை ஒன்றுடன் ஒன்று உரசினார். அதே புன்னகையை மீண்டும் தந்தார். நாங்கள் ஆவலோடு அவரையே பார்த்துக்கொண்டிருந்தோம். இத்தகைய சிரமங்களின் பின் வாய் திறந்தார்.

“எல்லாருக்கும் வணக்கம்.”

“வணக்கமண்ணை.”

“நீங்கள் விடுதலைப் போராளியாக இணைந்து எங்கள் இனத்திற்காகப் போராட வந்திருக்கிறீங்கள். அதையிட்டு நாங்கள் சந்தோசப் படுறம். இப்ப நீங்களும் போராளி, நானும் போராளி. நாங்கள் எல்லாரும் ஒரே எண்ணத்தோடயும் குறிக்கோளோடயும் வந்திருக்கிறம்; எங்களுடைய வீரமும் தியாகமும் நிச்சயம் எங்கட நாட்டை விடுதலையடையச் செய்யும். எங்களுக்கு முன்னரும் எங்களோடு சேர்ந்தும் போராடிய பல போராளிகள் தங்களுடைய இந்த வீரத்தாலும் தியாகத்தாலும் போராட்டத்தை இந்த அளவுக்கு வளர்த்து உயர்த்தி ஒரு படையாக உருவாக்கித் தந்திருக்கிறார்கள். இந்தப் போராட்டத்தை அடுத்தடுத்த கட்டத்திற்கு வளர்த்துச் செல்கிற ஆக்களாக நீங்கள் இருக்கவேணும். உங்களில பல திறமைசாலிகள், வீரர்கள் இருக்கிறீங்கள். உருவாகுவீங்கள். உங்கள் ஒவ்வொருத்தருடைய பலமும் எங்கட மக்களுக்கும் எங்கட நாட்டுக்கும் அசைக்கமுடியாத உறுதியான பலம் எண்டத நீங்கள் மறக்கக்கூடாது. பதினாறு வயதில பிரபாகரன் என்ற ஒரு சிறுவன் போராட வெளிக்கிட்டது இன்றைக்கு எங்கட இனத்திற்கும் நாட்டுக்கும் எவ்வளவு பெரிய பலம் எண்டதை நீங்கள் நினைக்க வேணும். அவற்ரை தலைமையிலேயே நீங்கள் எங்கட இனத்திற்காக ஒரு பலமான சக்தியாக உங்களை மாற்றிக்கொள்ள வேணும்...”

ஆரம்பத்தில் ஒரு சம்பிரதாய உரைபோன்றே அவரது உரை இருந்தது. ஆனால் அவர் உரை நிகழ்த்திச் செல்லச் செல்ல மிகுந்த உணர்வு மிக்கதாகவும் வீரத்தினதும் தியாகத்தினதும் சாரமாகவும் கண் முன்னாலேயே ஒரு கல்லு பட்டை தீட்டப்பட்ட இரத்தின மாகுவதைக் கண்ட பூரிப்புப் போலவும் எனக்குள்ளேயே அந்த உரை புதிய உற்சாகத்தைக் கொடுத்தது. நாங்கள் புதிய மனிதர்கள் ஆகிவிடுவோமென்று பட்டது. மற்றவர்களையும் பார்த்தேன் கண்களை அகல விரித்து முள்ளந்தண்டை நிமிர்த்தி இமைக்காது அவரது வார்த்தைக்காகக் காது கொடுத்திருந்தார்கள்.

உண்மையில், அவரது உரை மட்டுமே இத்தகைய நிலையை தோற்றுவித்துவிடவில்லைதான். மாறாக, நாங்கள் ஒரு புதிய வாழ்க்கைக்குள் புகுந்து, அந்த வாழ்க்கையை இன்று ஒரு சம்பிரதாயத்துடன் தொடங்கும்போது அதற்கிருந்த உணர்ச்சியோடு கூடிய இந்தக் கருத்தும் சேர்ந்தே இப்படியொரு நிலையைத் தந்திருக்கவேண்டும். தளபதி தொடர்ந்தார்.

"...இறுதியாக நான் ஒன்றைச் சொல்லி முடிக்கவேணும். போராளிகளே நீங்கள் ஒன்றை மனதில் ஆழமாகப் பதிக்க வேணும். என்னென்றால், நீங்கள் பல்வேறு ஊர்கள், குடும்பங்கள், பள்ளிக்கூடங்களிலிருந்து வந்திருக்கிறீங்கள். உங்களுடைய பழக்கவழக்கங்களும் பல்வேறு மாதிரியானவையாக இருக்கலாம். என்றாலும், இனி நாங்கள் ஒரே குடும்பத்தவர்கள். புலிகளுக்கென்று ஒரு பழக்கவழக்கம், பண்பாடு, ஒழுக்கம், அடையாளம் இருக்கிறது. நீங்கள் அத்தகைய இயல்புள்ள ஒரே குடும்பத்தவர்களாக இந்தப் பயிற்சி முடிந்ததும் இருக்கவேணும்.

"உங்களுடைய தனிமனிதத் திறமை எப்படியொரு இயக்கத்தின் பலமாகவோ, இனத்தின் பலமாகவோ மாறுமோ அப்படியே உங்களுடைய தனிமனித ஒழுக்கயீனங்கள் எமது இயக்கத்தின் பலயீனமாகவும் மாறும். எப்படி உங்கள் தியாகம் போற்றுதற் குரியதோ அப்படியே உங்கள் ஒழுக்கயீனங்கள் மிகுந்த தண்டனைக்குரியது. அனுமதிக்க முடியாதது. என்ன விளங்கிச்சா உங்களுக்கு! இது உண்மையா இல்லையா?"

"உண்மையண்ணை."

"சந்தோசம், இதோட முடிப்பம். ஆ... ஆ... உங்களுக்கு நான் இவர்களை அறிமுகப்படுத்தவேணும். இவர்தான் உங்களுடைய பயிற்சி முகாமின் பொறுப்பாளர். உங்களுடைய பிரச்சினைகளை

இவருடன் தாராளமாகக் கதைக்கலாம். இங்கால வாங்கோ கண்ணன். இவர்தான் உங்களுடைய பயிற்சி ஆசிரியர். பெயர் கண்ணன். மற்றது இளமுருகன்...”

தளபதி சொல்லவும் ஒருவன் மற்றவரிலிருந்து இரண்டு மூன்றடி முன்னால் வைத்து நின்றான். அதிக உயரமில்லை. பொது நிறத்தை விடவும் கொஞ்சம் கூடுதல் வெள்ளை. கண்ணனின் வயதுதான் இவனுக்கும் இருக்கும். தலைமயிரை மேவிச் சரித்திருந்தான். வில்லங்கத்துக்கு எங்களைப் பார்த்து வாயின் ஒரு பக்கத்தால் சிரித்தான். மிகவும் சங்கடப்பட்டு நின்றுகொண்டி ருந்தான். சுமாரான அழகன். ஆனால் எந்த விசேடமான ஈர்ப்பும் அவனிடம் இருக்கவில்லை. தளபதி தொடர்ந்தார்.

“...இவர்தான் உங்களுடைய கற்பித்தல் ஆசிரியர். துவக்குகள், தந்திரங்களென்று எல்லாம் உங்களுக்குப் படிப்பிப்பார். மற்றது வலன். வலன், வா இங்கால வெக்கப்படாமல்” என்றதும் வாயெல்லாம் பல்லாக நெளிந்து நடந்து சிரித்தவாறு ஒருவன் வந்தான்.

“இஞ்சால இப்பிடி வா.”

மிகுந்த கூச்ச சுபாவம் உள்ளவனோ அல்லது தளபதியின் இந்த அழைப்பினால் கூச்சமுற்றவனாகவோ இருக்கலாம். மெல்லியவன், உயர்ந்தவன், கறுத்தவன், சிரிக்கும் கண்கள். சிறிய இடுப்பு. துடுக்குத்தனம். கலைந்திருந்த தலைமயிர்.

“...இவர்தான் உங்களுடைய துணைப்பொறுப்பாளர் வினோத்தண்ணைக்கு இரண்டாவது. மற்றது உங்களுடைய பயிற்சிகளுக்கு வழிநடத்துநர்களாக அவர்கள் இருப்பார்கள்” என்று பக்கவாட்டாகக் கைகாட்டித் திரும்பினார்.

“தம்பி டேய்! உங்களுடைய பெயர்களைச் சொல்லி அறிமுகப்படுத்துங்கோ” என்றதும் ஒருவரையொருவர் பார்த்துக் கூச்சப்பட்டனர்.

“இஞ்சால வா பகீதரன். இவர் பகீதரன்... ஒவ்வொருத்தரா இங்கால வாங்கோ” ஒவ்வொருத்தராக இரண்டு மூன்று காலடிவைத்துத் தங்களது பெயர்களைச் சொன்னார்கள்; கூச்சத்தோடிருந்தார்கள். “பாலுரையன், துசி, வேதா, சிந்து, வரன்...” பதினைந்து இருபது பேர்வரை வரும். சொன்ன பெயர்கள் உடனேயே மறந்துவிட்டன.

இந்த நிகழ்வு முடிந்ததும் சிற்றுண்டி தந்தார்கள். கேக், லட்டு, சுசியம், வாழைப்பழம், விசுக்கோத்து. மைதானத்தில் வைத்தே மைலோ போட்ட பால் தந்தார்கள். பக்கத்து வரிசையில் ஒருவன் - அவன்தான் அந்த குவைத் விசரன். "டேய் இது எருமைப் பாலடா" என்றான் மெதுவாக. நான் திரும்பிப் பார்த்தேன். பின்னாலிருந்து சுகுமார் பல்லை நெருமினான். "எருமை சத்தம் போடாம குடி."

எங்கள்மீது எவரது கவனமும் இருக்கவில்லை. எம்மவர்கள் இப்பொழுது கலகலவென்றிருந்தார்கள். தளபதியோ பொறுப் பாளர் மாஸ்ரர்மாரோடு அங்கால கதைத்துக்கொண்டிருந்தார். "உலகத் தமிழினமே எண்ணிப்பார். நீ உறங்கினால் வரலாற்றில் யாருன்னை மன்னிப்பார்..." செல்லப்பாவின் பாடல் ஒலி பெருக்கியில் இசைத்துக்கொண்டிருந்தது. பின்னாலிருந்து சுகுமார் என் தோளில் தட்டினான். "டேய் மூத்திரம் வருது. கேட்கலாம் என்றால் பயமா கிடக்கு."

அவனுக்குப் பின்னாலிருந்த விசித்திரன் சொன்னான், "நீ பயப்பிடுறதாலதான் மூத்திரம் வருகுதோ தெரியாது. பயப்பிடாம இரு, மூத்திரம் வராது. கேட்கவும் தேவையில்லை." சுகுமாருக்கு மூவன்னா ஆவன்னாவாகி வந்தது.

மூன்றாம் நாள் பயிற்சியில் கொட்டனை - தவறு - துவக்கை நெஞ்சுக்கு நேரே இரு கைகளிலும் நீட்டிப் பிடித்து இடம், மத்தி, வலம் எனக் கைக்குப் பயிற்சி நடந்தபோது, - அது மிகவும் கடினமாகத்தான் இருந்தது. கையின் மூட்டுத்தசையைச் சுண்டி வில்வில் என்று இழுத்தது. எங்கள் வரிசையில் ஐந்தாவதாக நின்ற கோபி - அவனைத்தான் உங்களுக்குத் தெரியுமே தையல்காரன். திடீரென மயக்கம் போட்டு விழுந்தான். பயிற்சியில் அசையக் கூடாது என்பது கண்டிப்பானது. ஆனாலும் மனம் 'திக்' என, திரும்பிப் பார்த்தேன். மாஸ்ரர் கட்டளையிட்டுக்கொண்டே நடந்து வந்தார். "வன், ரூ, த்திறி, வன், ரூ, த்திறி..." நாங்களும் செய்துகொண்டேயிருந்தம்.

அவனுக்குக் கிட்டவந்ததும் "... ரூ, த்திறி" ஓங்கி கைத் தடியால் விட்டார் ஒரு அடி. அதைப் பார்த்துக்கொண்டே செய்து கொண்டிருந்தவர்களுக்குத் திகில் எழும்பியது. மயங்கிக் கிடக்கிறவனுக்கு அடிக்கிறானே! அடக் கடவுளே!

"வன், ரூ, எழும்படா" இலக்கம் எங்களுக்கான கட்டளையாகவும் வசனம் அவனுக்கான கட்டளையாகவும் இருந்தது. ரீசேட்டின் நெஞ்சுப் புறத்தில் பொத்திப் பிடித்துத் தூக்கி நிறுத்தினான் அந்த மாஸ்ரர். கோபி காலை வலுவின்றி ஊன்றி ஒருவாறாக நின்று தலையைப் பக்கவாட்டாகப் போட்டான். "... த்திறி, வன், ரூ.." அப்படியே கோபியை இழுத்து வரிசையில் விட்டான் மாஸ்ரர்.

"செய்யடா, மயக்கம் எங்க வருது பாப்பம்." அவன் கையைத் தூக்கி இயலாமல் மெதுவாக அசைத்தான். "வன், ரூ" மாஸ்ரர் அடுத்த விசுக்கு விட்டான் குண்டியில். இப்பொழுது அவன் ஓரளவு செய்யத் தொடங்கிவிட்டான்.

"மயக்கம் வந்தால் கையை உயத்து வாறன்" சொல்லிவிட்டு மாஸ்ரர் முன்னால் நடந்துகொண்டே சொல்லிக்கொண்டு போனான்; "வன், ரூ, த்திறி." எனக்கு வயிற்றைப் பிசைந்தது. இன்னும் அதிகமாக வேர்த்தது.

அன்றைய பயிற்சி முடிந்ததும் கொட்டிலுக்குப் போய்க் குந்தியிருந்தோம். கோபி குந்தும்போதே சிரித்துக்கொண்டு சொன்னான். "விடமாட்டான்கள்போல கிடக்கு." அவன் சொன்ன தோரணையில் சுற்றியிருந்தவர்கள் சிரித்தார்கள்.

"கையுக்க வலிச்சுது, கையக் கீழ விட்டால் பிரச்சினையாய்ப் போய் அடிப்பாங்களோ தெரியாதெண்டுட்டு மயங்கிப் பாப்பம் எண்டு கீழ விழுந்தன். அட, அறுவார் தண்ணிதெளிப்பாங்கள் அதோட கண்ணைச் சாதுவா பூஞ்சித்திறந்து அருண்டு எழும்பிறதெண்டும் அதோட வெளியில கொண்டுபோய் இருத்துவான்கள் எண்ட பிளானோடதான் கண்ணைமூடி படுத்திருந்தனான். அறுவார் குண்டியில அடிக்கிறாங்கள். திகைச்சுப் போனன். எழும்பிறது சரியோ, அப்பிடியே படுத்திருக்கிறது சரியோ எண்டு முடிவெடுக்கேலாமல் போச்சு... ச்சா."

சிரிப்பும் திகைப்புமாய் இருந்திச்சு. வேதநாயகம் சொன்னான், "பேப்பூழல் நி.. நி.. நீய் வேணுமெண்டே விழுந்தனி."

சுகுமார் சொன்னான், "எனக்கும் ஏலாமல் போட்டுது. இப்பிடியே வாத்தி ஒண்டு இரண்டு எண்டு சொல்லிக்கொண்டிருந்தால் என்ன செய்யிறது? மயங்கி விழுவம் எண்டு நான் யோசிச்சு வைச்சிருக்க முந்திக்கொண்டு காரியம் நடந்திது. ஆனால் இவன் உண்மையா மயங்கிற்றான் எண்டுதான் நினைச்சன். அடியோட

வயிறு கலங்கிப்போட்டுது. பிறகு இவன் எழும்பி நிக்க எனக்கு விளங்கிற்று. இது என்ர கேஸ்தானெண்டு."

காலைச் சாப்பாடு முடித்துக்கொண்டு திரும்பிவந்து கொட்டிலுக்க அடுத்த விசிலுக்காகக் காத்துக்கொண்டிருந்தோம். ஒருவன் வந்தான்.

"மயங்கி விழுந்தவன் உங்கட கொட்டில்தானே?"

"..."

ஏங்கிப்போய் வந்தவனைப் பார்த்தோம்.

"மாஸ்ரர் வரட்டாம்."

கோபி எழும்பி காடேறிப்பேய் கூட்டிப் போன மாதிரிப் போனான்.

கோபி சொந்த இடம் ஆனைப்பந்தியடி. யாழ் மத்தியக் கல்லூரியில வர்த்தகப் பிரிவு உயர்தரம் படித்துக்கொண்டிருந்தவன். பள்ளிக்கூட கிறிக்கற் ரிமில இருந்தான். எப்பொழுதும் கலகலவென்றிருப்பான். மெல்லிய தோற்றம். ஓரல் முகம். மேவி இழுத்த தலைமயிர் முகத்தை இன்னும் ஒல்லியாக்கியிருந்தது. தெரியாவிட்டாலும் அறிந்திருந்தால் போதும் வேலை தெரியுமெண்டு இறங்கிவிடுவான். அண்டைக்குத் தைக்க வெளிக்கிட்டதும் அப்பிடித்தான். ஆனால், கடைசியாக உதவி செய்தவர்களுக்காக அவன் அடித்த 'பாக்'குகள், சுமாரான வடிவத்திற்கு வந்துவிட்டனதான்.

கோபி திரும்பி வந்தான். முகம் வெளுத்திருந்தது. கொட்டிலுக்கு உள்ள வந்ததும் வாய்விட்டுச் சிரித்துக்கொண்டே "கோடிக்க கதைச்சது கொழும்புக்குப் போயிற்றுது" எண்டு சொல்லிக் கொண்டே இருந்தான்.

"என்ன நடந்தது மச்சான்" என்றான் ஒருவன்.

"வாத்தி கேட்டான், மயங்கிப் பாத்தன் எண்டு சொன்னியாம். தந்த மருந்துக்கு உடன தெளிஞ்சுது பாத்தியோ? எல்லாத்துக்கும் என்னட்ட மருந்திருக்கு. ஒண்டுக்கும் யோசிக்காத" எண்டு சொன்னவன்; அதோட விட்டானே, துவக்கக் கீழ போட்டதுக்குப் பின்னேரம் வினோத் அண்ணேட்ட சொல்லிற்று இருநூற்றம்பது தோப்புக்கரணம் துவக்க உயத்திப் பிடிச்சுக்கொண்டு அடிக்கச் சொன்னான்... நான் என்ன செய்ய. மயங்கிறதெண்டால் துவக்கக்

கீழ போட்டால்தானே சரிவரும் எண்டு நினைச்சன்." சிரிப்பு வரேல்லை. கொட்டிலுக்க மௌனம் நிலவிய அந்த செக்கனில் "அட, காத்திகேசு அதுக்கிடேல என்னண்டடா கதைபோனது" என்றான் மூலையில் முழங்காலில் நாடியைக் குத்திவைத்திருந்த சுகுமார்.

"பயிற்சி முகாமிலேயே முதல் பிழை செய்து தண்டனை வாங்கினது எங்கட அணிதான். எவ்வளவு அவமானம் எங்கள் எல்லாருக்கும்?" வேதநாயகம் சொன்னான். இவன்தான் எங்கட அணிக்குத் தலைவனாக நியமிக்கப்பட்டவன்.

சுகுமாருக்குப் பக்கத்தில இருந்த விசித்திரன் வெடுக்கெண்டு, "இந்தப் பயிற்சி முகாமிலேயே முதல் காட்டிக் குடுத்தவன் எங்கட அணிதான். இது அதவிடப் பெரிய அவமானம் எங்கள் எல்லாருக்கும்." என்றான்.

விசித்திரன்ர கதையே எப்பவும் இப்படித்தான் இருக்கும். ஆனால் இந்தக் கதையில வேதநாயகம் முகம் வெளிறிப்போனான். விசித்திரன் எல்லாரையும் ஒரு பார்வை பார்த்து வேதநாயகத்தில கொண்டு வந்து நிப்பாட்டினான். பிறகெழும்பி வெளியில போனான். என்னைத் தட்டிவிட்டுச் சுகுமாரும் எழும்பிப் போனான்.

வெளியில் சுகுமார் கேட்டான். "அவன் லீடர். நீ ஏன்ரா திருப்பிக் கதைச்சனி?"

"அவன்தான்ரா காட்டிக் குடுத்தது." விசித்திரன் சொன்னான். இருக்கலாம். சாப்பாட்டிடத்திற்கு வேதநாயகம் மட்டும் எங்கட அணியில பிந்தித்தான் வந்திருந்தான். தவிரவும், அவன் விசித்திரனுடைய பார்வையில குறுகிப்போனதையும் நான் கண்டன். ஒருவேளை, தனக்குத் தரப்பட்ட பதவிக்கு விசுவாசம் காட்டுவதாக நினைத்து இதைச் செய்திருக்கலாம்.

சுகுமார் சொன்னான். "சரியான கோணங்கி மடயன். காட்டிக் கொடுப்பவன் என்று வாத்தி இவனையும் எடை போட்டு வைச்சிருக்கும் எண்டதை யோசிக்கேல்லையே."

"வாத்தியும் ஒரு மடையன் எண்டால்...?" விசித்திரன் கேள்வியைத் தொங்கவிட்டான்.

"முத்தெடுக்கிறதெண்டால் மூச்சடக்கித்தான் ஆகவேணும். வா போவம்." சொல்லிக்கொண்டு சுகுமார் நடந்தான்.

வேதநாயகத்திற்குச் சொந்த இடம் மானிப்பாய். மானிப்பாய் இந்துக் கல்லூரியில் கலைப் பிரிவில் உயர்தரம் படித்தவன். எங்கள் அணியில் வயதுக்கு மூத்தவனும்கூட. ஆனால் நம்பேலாது. இருபது வயதுதான் மதிக்கலாம். ஆனால், இதைவிட ஏழு வயதுகூட. எங்கள் அணியில் கடைசியில் நிற்கவேண்டிய உயரம். அணித்தலைவன் என்பதால் பல சமயம் முன்னுக்கு நிற்கிறான். சரியான ஒல்லி. தோள்பட்டைக்குக் கிட்டவா முதுகு கூனலாகத் தெரியும். நெஞ்சின் நடுப் பகுதி மிக ஆழமாக உட்பதிந்திருக்கும். தோள் அகலம் குறைவு. நீளமான கால்கள். சிறிதாக ஒரு கீழ் வண்டியும் இருக்கு. கொஞ்சம் நீளமான முகம். கண்களில் மஞ்சள் தன்மை மண்டியிருக்கும். இதைவிட விசேடமானது கொன்னைதட்டிக் கதைப்பதுதான்.

இவன் வெளிநாடு போகக் கொழும்பில் அலைஞ்சு, பின் மலேசியா, தாய்லாந்து என்று திரிஞ்சு பிறகு மொஸ்கோ, செஸ்னியா எல்லாம்போய் கடைசியில, பாரின் என்ற நாட்டில் வைத்து திருப்பியனுப்பிப் போட்டாங்கள். ஏஜென்சிக்காரன் ஏமாத்திப் போட்டான். வீட்டுக்காரர் கட்டுடையில் இருந்த ஒரு காணியை ஈடுவைத்து நகைநட்டையும் அடைவு வைச்சுக் கொடுத்த காசெல்லாம் பாழ்.

இவனுக்கு அதைப் பற்றியெல்லாம் கவலையில்லை. இன்னும் சொன்னால், பல நாடுகளையும் சுற்றித்திரிந்த பெருமிதம்தான் இவன்ர பேச்சில் வெளிப்பட்டது. தனக்கு மற்றவர்களைவிட அதிகம் தெரியும் என்றதைக் காட்டுறதுதான் இவனுடைய விசேடமான சுபாவம். குறிப்பா, வாத்திமாருக்குப் பொறுப்பாள ருக்குக் காட்ட கொஞ்சம் கூடுதலான ஆர்வம் இருக்கும். பயிற்சி முடியவும், தனக்கொரு பெரிய பொறுப்புநிலை கைத் துப்பாக்கி, மோட்டார் சைக்கிள் சகிதம் கிடைச்சிட வேண்டுமென்றதுதான் இவன்ர இப்போதைய இலட்சியம். விசரன் அதை நம்பவும் செய்தான். எங்களுக்கு ஒன்றுமட்டும் விளங்கவில்லை: இவனையேன் முதல் அணித் தலைவனா அவங்கள் போட்டாங்கள் என்று. விசித்திரன் அதற்குச் சொன்ன விளக்கம்தான் வலு திறம். 'இவனுக்குப் போஸ்ட் குடுக்காட்டி திரும்பிப் போடுவான் என்றது அவங்களுக்குத் தெரியும்.'

இவன் விசித்திரன் ஒரு விநோதமான பேர்வழி. தோற்றம் சாதாரணமானதுதான். அவன்ர கதைதான் எப்பவும் விநோத மாயிருக்கும். அதிகம் கதைக்காதவன். பிரச்சினையென்று வந்தால்,

சர்ச்சையென்று வந்தால் அவன் சொல்லும் விளக்கங்கள், வியாக்கியானங்கள், விமர்சனங்கள். விநோதமாயிருக்கும். மற்றவர்களால் எதிர்த்து ஒன்றையும் சொல்லமுடியிறதில்லை. அடிக்கடி மெய்மறந்து யோசித்துக்கொண்டிருப்பான். சுகுமாருடன் ஒட்டும், மற்றவர்களோடு அதிகம் போகாது. இவன் சொல்வது சிலசமயம் பலருக்கு விளங்கிறதில்லை. சுகுமாருக்கு விளங்கும்.

அரும்பிய மீசை. இளவயது. சரித்திழுத்த மிருதுவான தலைமயிர். பொதுநிறம் அல்லது கொஞ்சம் வெள்ளை. மெல்லிய உடம்பு. மற்றவர்களை நோண்டி நொங்கு எடுத்துவிடக்கூடிய கண்கள். ஒதுங்கல் சுபாவமுமில்லை அரட்டைச் சுபாவமும் இல்லை. இரவில் எழுதத் தெரியாதவர்களுக்குக் கையெழுத்து வைக்கப் பழக்கிறான். பாடம் சொல்லித்தருவான். இவன்மீது எல்லாருக்கும் பிரியம். வேதநாயகத்திற்கு மட்டும் கண்ணில காட்டக்கூடாது.

பயிற்சி நாள்கள் மெல்லக் கழிந்தன. பெரிதாக எந்தக் குளறுபடியும் நடக்கவில்லை. பயிற்சி முடிந்ததும் தண்ணி குடிக்கக்கூடாது என்றதுதான் பெரும் சிரமமாக இருந்தது. மற்றது விசேசமாகப் புட்டு. கட்டி கட்டியாக இருக்கவேண்டிய புட்டு தட்டுத்தட்டாக இருந்தது. அதைச் சாப்பிடுவதே பெரிய போராட்டம்தான். எல்லாத்தையும் விட மிகப்பெரிய பிரச்சினை நித்திரை. அதுதான் இப்போதைய மகா துக்கம். எழும்பும் நேரம் 4.30 என்று ஆக்கிவிட்டார்கள். உடம்பின் அசதிக்கு நித்திரை துளியும் போதவில்லை. ஒருநாள் இரவு வேதநாயகம் எங்களிடம் கேட்டான், “நித்திரை நேரத்தை அரைமணித் தியாலம் கூட்டச்சொல்லி எல்லாரும் கேட்பமே” என்று. விசித்திரன் ஒன்றும் கதைக்கயில்லை. உரப் பையில செய்த பாக்கைத் தூக்கி முன்னால போட்டான். முதல்ல சுகுமார்தான் அடக்கேலாமல் சிரித்தான். பிறகு எல்லாரும் சிரித்தம். லீடர் வேதநாயகத்திற்கு அது பிடிக்கேல்ல.

பயிற்சி மூன்றாம் கிழமையை முடித்து முன்னேறக் காத்திருந்தது. வதைபடும் கட்டம் வந்துவிட்டதாகப் பெடியள் கதைத்தாங்கள். பயிற்சி எடுக்கிற பல பெடியளுக்குப் புண் வரத் தொடங்கிற்று. பயிற்சியிலயும் பிறகு வேலையிலயும் வந்த சின்னச் சின்னக் காயங்கள், புண்ணாக்கிற்றுது. அது இலேசில மாறேல்லை. காட்டுப்புண் மாறாதென்று சீனியர்ஸ் சொன்னாங்கள். எங்கட அணியிலயிருந்த நாகேந்திரனுக்கு வலதுகாலில பெரிய புண். அதை விடக் கொஞ்சம் சின்னனிரண்டு மற்றக்காலில. அதுகளால சீழ் வடியத் தொடங்கிற்றுது. அதால, அவன்

கொட்டிலுக்க இருந்தா மற்றவர்கள் எழும்பி வெளியில் போகத் தொடங்கினாங்கள். வெளியில இருந்தால் உள்ளுக்க வருவாங்கள். சாப்பாட்டிடம், விளையாட்டிடம், வகுப்புக் கொட்டில் என்று எல்லா இடத்திலயும் மற்ற அணிப் பெடியளும்கூட இப்படித்தான் அநேகமாக நடந்தார்கள்.

இந்தக் காலத்திலதான் மழைபெய்ஞ்சுது. வாரத்தில ஒருநாள் குளிப்பு வாழ்க்கை. மழைச்சேறு, மழைக்கென்று வந்த இலையான் கூட்டம். நாகேந்திரன் ஒருநாள் மருந்துகட்ட பயிற்சிமுகாம் காட்டுக்குள்ள இருந்த மெடிசிக்குப் போன சமயம் கதை பரவிச்சுது. நாகேந்திரனுக்குப் புண்ணில புழுவைச்சிட்டுது என்று.

எங்கட கொட்டிலுக்கு வேதநாயகம்தான் கதையைக் கொண்டு வந்தவன். "நாகேந்திரனுக்கு பு..புப்..புழு வைச்சிட்டுதாம் வேசமோன்ர" என்றான்.

ஒருத்தரும் நாகேந்திரனிட்ட கேட்கயில்லை. இப்ப, இன்னும் தூர விலகினாங்கள். இரவுப் படுக்கைக்கு அவனுக்குப் பக்கத்தில் ஒருத்தரும் படுக்க விரும்பயில்லை. இந்தப் பிரச்சினை வேதநாயகத்திற்குத் தன்ர லீடர் அதிகாரத்தைக் காட்ட வாய்ப்பாப் போச்சு. நாகேந்திரனுக்குத் தெரியாமலே ஒரு 'ரேண்' போட்டான் வேதநாயகம். அதாவது, நாகேந்திரனுக்குப் பக்கத்தில் படுக்கிறதுக்கு ஒரு சுற்றுமுறை. வேதநாயகத்திற்குத் தான் ஒரு அசலான மார்க்கத்தைக் கண்டுபிடிச்சதா சந்தோசம்.

சுகுமார்தான், கொட்டிலுக்க இரவு நாகேந்திரன் தன்ர புண்ணைச் சுற்றித் தடவிக்கொண்டிருக்கக் கேட்டான். "நாகேந்திரன் ஏன்ரா புண்ணில புழுவச்சிட்டுதா" தணிஞ்ச குரலில உருக்கமாகத்தான் கேட்டவன்.

அவன் "அதுக்கென்ன இப்ப. உனக்குப் புழு வேணுமா?" என வெடுக்கென்று பாஞ்சான். மற்றாக்களுக்கும் கோபம் வந்திச்சு.

சுகுமார் பத்து செக்கன் அமைதிக்குப் பிறகு, "இல்லையடா கேட்டனான்" என்றான் அதே தொனியில. ஆனால், கேட்கேக்க எச்சில் தொண்டைக்குள்ள கரகரத்தது.

அதுக்குப் பிறகு சுகுமார் நாகேந்திரனுக்குப் பக்கத்திலதான் எப்பவும் படுத்தான். சாப்பிடுற இடம், வகுப்புக்கொட்டில் என்று எல்லா இடமும் அப்பிடித்தான். மற்ற பெடியன்களுக்கு இது சந்தோசம். ஆறு மணித்தியாலத்திற்கு ஒரு குளுசையென்று

போடச் சொல்லி மெடிசின்காறன் மருந்து கொடுத்திருந்தவன். நித்திரை நேரத்தில வாற ஒரு குளுசையை நாகேந்திரன் போடுறதில்லை. வழமையாக மூன்றுதான் போடுறவன். இதுக்குப் பிறகு, இந்த இரவில குளுசை நேரத்தில உள்ள சென்றிக்காரனை அந்த நேரம் தன்னை எழுப்பச் சொல்லிச் சொன்னான் சுகுமார். அந்த நேரம் எழும்பி நாகேந்திரனை எழுப்பிக் குளுசைக் கொடுத்திட்டுப் படுப்பான். ஆனால், இப்பவும் பெரிய நட்பென்றில்லை. குறிப்பா விசித்திரனோட, என்னோட பழகிற மாதிரிகூட அவன் நாகேந்திரனோட பழகிறதில்லை.

நான் கேட்டன், "ஏன்ரா சென்றிக்காரனிட்டையே நாகேந்திர னுக்குக் குடுக்கச் சொல்லி மருந்தைக்குடன். பிறகேன் நீ தேவையில்லாமல் எழும்பி பிறகு அவனை எழுப்பிற?"

"மச்சான், சிலவேளை சிலர் அவனை எழுப்ப மறந்திட்டால் அவனுக்கது புண்ணை விடப் பெரிய வேதனையாய்ப் போயிடும். உண்மையா மறந்திட்டாக் கூட இவன் மறந்திட்டான் என நினைக்கமாட்டான்; தன்னில வெறுப்பிலயோ, அரியண்டத்திலேயோ தராமல் விட்டுட்டான் எண்டு நினைப்பான். பார் நீ, அவன் இது வரையிலயும் ஆரையும் கேக்கேயில்லையே! ஒருக்கா எழும்பிப் படுக்கிறதில என்ன வந்திடப்போகிது?" இந்தப் பதிலில நான் நெக்குருகிப் போனன். இந்தப் பயிற்சி முகாமில நித்திரை என்றது சாதாரண விடயமில்லை. இந்த உலகத்திலேயே ஆகப் பெரிய அதிர்ஷ்டம் நித்திரையாகத்தான் இருந்திது. அதுவும், இப்பவெல்லாம் இரவில 'அலேட்' விசில் ஊதத் தொடங்கிற்றாங்கள். அதனால இரவில விசிலுக்கு எழும்பி ஓடவேண்டியும், அதுக்காக அடிவாங்கவேண்டியும், குறித்த நேரத்தில் வராமை, பொருள் தவறியமை என்றதுக்காக இரவுத் தண்டனை வாங்க வேண்டியுமிருந்தது. இந்தக் காலத்தில பார்த்தால் நித்திரை என்றது ஒரு வரம்.

அதோட இன்னுமொன்று நடந்தது. கிச்சினுக்கு - அதுதான் குசினிக்கு - தண்ணி அடிக்கிற முறை. மற்றது 'லற்றுக்கு' தண்ணிஅடிக்கிற முறை. இந்த வேலைதான் இதுவரையும் பயிற்சி வாழ்க்கையைப் பொறுத்தவரைக்கும் நரக வேதனையாக இருந்தது.

மிக ஆழமான காட்டுக் கிணறு. அங்கயிருந்து குசினி வரைக்கும் இரண்டு பெரிய 'லொக்ரீயுப்பில' தடியில கட்டித் தூக்க வேணும். காலமை பத்து மணிக்குத் தொடங்கினால் பின்னேரம் ஆறுமணி

வரைக்கும் தொடர்ந்து அடிக்கிற வேலையிருக்கும். லற்றுக்கு அடிக்கிற முறைக்குப் பின்னேரம் மூன்று மணி தொடக்கம் ஐந்து மணிவரைக்கும் அடிக்கிற வேலையிருக்கும். முதல் ஐந்து அணியையும் தவித்தி, மிச்சம் ஏழு அணிக்கும் கிழமைக்கொரு குசினித் தண்ணி முறையும் ஒரு 'லற்' தண்ணி முறையும் வரும்.

எங்கட அணியில நாகேந்திரனின் முறைவர சுகுமார், வேதநாயகத்திட்ட சொன்னான், "நான் அவன்ர முறையைச் செய்யிறன்."

"அப்ப உன்ர முறையை யார் செய்யிறது?"

"அத நானே செய்வன்."

வேதநாயகம் மேலும்கீழும் பார்த்துவிட்டு பேசாமலிருந்தான், படட்டும் என்பதுபோல. ஆனால் நாகேந்திரன் மறுத்திட்டான். "இல்லை அதை நான் செய்வன்" என்று அடம்பிடிச்சான். பிறகு சுகுமார் கண்டிப்பாய்க் கதைச்சான், "நீ பாரம் தூக்கினியெண்டா உந்தப் புண் இரத்தம் கசிஞ்சு கசிஞ்சு மாறாது. அதோட மருந்துக்கட்டும் அவிழுது பார்த்தனிதானே? மற்றது, தண்ணி எப்பிடியும் படும். தண்ணி படாமல் உன்னால நாள் முழுக்கத் தூக்க முடியுமோ? முதல்ல புண்ண மாத்து. இல்லாட்டி இனிவாற பயிற்சியில நீ செத்தாய்."

அவன் தன்ர மறுப்ப இப்பக் குறைச்சாலும் ஒத்துக்கொள் ளேல்லை. சுகுமார் கடைசில என்னைக் கூப்பிட்டு விட்டான். "இவனுக்கு விளங்கேல. இனிவாற பயிற்சியில புண்ணோட கிடந்து துலையப்போறான் பேயன். இவனுக்கு வடிவாச் சொல்லு" என்றான்.

நான் கதைச்சு கடைசியில, "சரி இப்ப அவன் உன்ரையும் சேர்த்து தண்ணியடிக்கட்டும். புண் மாறினா பிறகு அவன்ரையும் சேர்த்து நீ செய்து குடு" என்றன். ஒருவாறா இதுக்கு எடுபட்டு சமாதானம் அடைஞ்சு சம்மதிச்சான்.

சுகுமாருக்கு அந்தக் கிழமை தொடர்ந்து நாலுநாள் தண்ணி யடிச்சதோட தோள்பட்டையில தோல் சாதுவா உரிஞ்சிட்டுது. அதை நான்தான் கண்டது; நாகேந்திரனுக்குத் தெரியாது. நான் ஒன்றைச் செய்யிறன் என்று கேட்டன். அதுக்குச் சுகுமார் சம்மதிக்கேல்ல.

“நாகேந்திரனை ஒப்புக்கொள்ள வைச்சதுக்குச் சமரசம் பேசினது நான்தான். இப்ப நான் அடிக்காட்டி ஒப்புக்கொள்ள வைச்சதுக்குத் தகுதிகெட்டவன் எண்டு வந்திடும். வேணுமெண்டா நாகேந்திரன் என்ர முறையைப் பிறகு செய்யட்டும்.” என்றேன்.

“அட அவனுக்கு விட்டதத் திருப்பி எனக்கு விடுற என்ன!” சொல்லிச் சிரிச்சுப்போட்டு சம்மதித்தான். அதுவும் லற்றுக்கு மட்டும் அடி என்ற நிபந்தனையோட.

ஆனாலும் தோள்பட்டை உரிஞ்சு அவனுக்கு அது புண்ணாக்கப் பார்த்தது. அவன் அது காய்ச்சுப்போடும் புண் வராதென்றான். ஆனால், விசித்திரன் விடேல்லை. அந்தக் கிழமை மட்டும் கிச்சின் தண்ணியை விசித்திரனே அடிச்சான்.

அதோட இந்தப் படிச்ச விசரன் - விசித்திரனை எங்கள் மட்டத்தில் இப்படிச் சொன்னம் - தண்ணி தூக்க ஒரு புத்திசொன்னான். அதாவது காஞ்சகொட்டனுக்குப் பதிலா நல்லநீளமான பச்சைத் தடியில நடுவில தண்ணி ரியூப்ப கட்டுறதுக்குப் பதிலா இரண்டு நுனியிலயும் கட்டி நடுவில நின்று தூக்க வேணுமென்று. அது பாரத்தில வளைஞ்சு வளைஞ்சு துள்ளும். துள்ளல் மேல் பக்கமாக இருக்கேக்க தோளில பாரம் விழும். கீழ்ப்பக்கம் அழுத்தேக்க மட்டும் தோள்ள பாரம் விழாது. அப்படிப் பார்த்தால் நீ ஐஞ்சு மணித்தியாலயம் தூக்கினால் இரண்டரை மணித்தியாலம்தான் தோளில அந்தப்பாரம் இருந்திருக்கும் எனச் சொன்னான். விசித்திரன்ர கதையைக் கேக்க புதினமாத்தான் இருந்திது. அவன் தூக்குக்காவடி பக்தர்களும் இதாலதான் ஆடுறவை. ஆடாமல் போவினமோ என்று சொன்னான். செய்து பார்த்தம் சரியென்று தெரிஞ்சுது. பிறகு கொட்டிலுக்கை வந்து - விசித்திரன் அதுக்குப் புவியீர்ப்பை வைத்து அது எப்படித் தூக்குப்படுகிறது எண்டதற்கு ஒரு விளக்கம் சொன்னான். ஆனால், எனக்கு அது சரியாக விளங்கேல்லை.

ஞாயிற்றுக்கிழமை இரவில நிகழ்ச்சி போடுறது வழக்கம். நிகழ்ச்சிக்குத் தேவையான சாமானை அந்தச் சனிக்கிழமை லைனில வினோத் அண்ணை கேட்டர், “வேப்பிலை வேணுமண்ணை” என்றான் சுகுமார்.

“ஏன்ரா வேப்பிலை, உரு ஆடப்பேரியே சுகுமார்?” வினோத் அண்ணை கேட்டார்.

“இல்லையண்ணை வேணும்.”

பொறுப்பாளர் வேப்பிலையையும் எழுதிக்கொண்டார். லைன் முடிச்சு வரேக்க நான் கேட்டன்.

“வேப்பிலையில என்னடா நிகழ்ச்சி போடப்போற சொல்லேலையே?”

“வேப்பிலையை வைச்சு இனித்தான் நிகழ்ச்சியை யோசிக்க வேணும்.” என்றான் ஒரு விநோத பாவத்துடன்; கொட்டிலுக்கு வந்ததும் சுபா கேட்டான். “மச்சான் வேப்பிலையில என்னடா போடப்போறாய்? சொல்லேலையே?”

“அது ஒரு சாமான் மச்சான்.”

“அந்தச் சாமான் எனக்குத் தெரியும். நீ எனக்கு விடாத.”

“என்ன சொல்லு பாப்பம்?”

“விடுதலைக் காளிதானே?”

“அட, ஓமட அந்தக் காளிதான்.” அவன் ‘அந்தக் காளிதான்’ என்று உச்சரித்த தொனியில எனக்கு விளங்கிற்று. உவன் இதை நினைக்கேல்லை. ஏதோ புருடா விடுறான் என்று.

“நான் போடோணும் என்று நினைச்சுக்கொண்டு இருக்க நீ கேட்டுட்டாய்” என்றான் சுபாஷ்.

“நீ போடுவியோ?”

“திறமா செய்வன். ஊரில மாணவர் அமைப்புப் பொறுப்பாளர் நிமலனிட்ட பரிசும் வாங்கினான்.”

“அப்ப நீ போட்டு ஒரு கலக்குகலக்கி எங்கட அணிக்கு விலாசம் எழுப்பிவிடு” இதைக் கேட்டுக்கொண்டிருந்த எனக்கு தலைபுழுக்காத குறை.

வந்த வேப்பிலைக் கொப்பில குருத்துப் பக்கங்களை முறிச்சு எடுத்தான் சுகுமார். பொலித்தீன் பை எடுத்துவந்து அதில் சுற்றிவைத்தான். நுனிக்குருத்தைக் கிள்ளி ஒவ்வொருநாளும் நாகேந்திரனுக்குச் சப்பித் தின்னக் கொடுத்தான். அதுக்குக் கீழ உள்ளதைக் கிள்ளி வைச்சு குத்திக் கசக்கி மருந்து கட்டுற நாளில மத்தியானமே புண்ணைக் கழுவி புண்ணிலை அந்தச் சாற்றை விட்டு புண்ணைக் காயவிட்டான். நாகேந்திரனுக்கு இரவில கடுமையாக் காய்ச்சல் காயுதெண்டு நானும் விசித்திரனும்

பொய்சொல்லி மூன்றுநாள் பயிற்சியிலயிருந்து விடுவிச்சம். அடுத்தகிழமை முடிவில பெரும்பாலும் புண் காஞ்சுபோட்டுது.

ஆனாலும், பயிற்சிப்பொடியள் புண் நாகேந்திரம் என்றுதான் சொன்னாங்கள். அவங்கள் அப்படிச் சொன்னதற்குப் புண்ணிருந்ததுதான் காரணமில்லை. அது ஒரு சாட்டுத்தான். நாகேந்திரன் ஒரு காட்டிக்கொடுப்பான் பேர்வழி. மற்ற அணிக்காரரையும் காட்டிக்கொடுப்பான். அதால அவனில எல்லாருக்கும் ஆத்திரமிருந்தது. அதால தூசணத்தின்ர முன்பகுதியா 'புண்'ணை நினைச்சு, அதை அடைமொழியாக்கிப் புண் நாகேந்திரம் என்றாங்கள் பெடியள். காலப்போக்கில புண் நாகேந்திரம் சுருங்கி புண்ணா என்று வந்திட்டுது.

விசித்திரன்தான் சரியா எடைபோட்டவன். அவனைப் பார்த்தா காட்டிக்கொடுக்கிற பேர்வழியாத் தெரியேல்லை. புண்ணால அவனை எல்லாரும் வெறுக்கிறதாலதான் அவன் ஒதுங்கியிருக் கிறதோட இப்படியும் செய்யிறான். புண்வேதனையும் மற்றவங்களால வெறுக்கப்படுற வேதனையும்தான் அவனைக் காட்டிக் கொடுக்கிறவனா மாத்திற்று என்று சொன்னான்.

அது உண்மையாய்த்தான் இருக்க வேணும். ஏனென்றால், நாகேந்திரன் இப்பவெல்லாம் அப்படியேயில்லை. அன்பான கண்களை முகத்தில வைத்திருந்தான். புண்ணா யாழ் சென்பற்றிக்ஸ் கல்லூரியில் படித்தவன். கணிதப் பிரிவு உயர்தரம். சில்லாலைதான் சொந்த இடம். பலாலிப் பிரச்சினையால இடம்பெயர்ந்து யாழ் பிரதான வீதியில வாடகைவீட்டில குடும்பம் இருந்தது. தாய் ரீச்சர். மூன்று பெண் சகோதரங்கள். இருவர் இவனுக்கு இளையவர்கள். இந்த இலட்சணத்திலயும் தாய் இவனைக் கத்தோலிக்கப் பாதிரியாராய் சேர்க்கிற கனவிலதான் இருந்துவந்தா. பிறந்தவுடனையே அப்படி நினைச்சிட்டாவாம். கத்தோலிக்கக் குடும்பம்; கடுமையான மத நம்பிக்கை.

இவன் பார்க்க ஒல்லியாக, சிவலையாக இருந்தான். மேவித் தலையிழுத்திருந்தான். ஆனாலும், அது மேவி நிற்கமாட்ட னெண்டுட்டுது. இப்பதான் பிரச்சினையில்லையே. போன கிழமை எல்லாருக்கும் முடி மொட்டை போட்டாச்சு. மழை பெய்ததால மழைத் தண்ணி தலையில நின்று வருத்தம் வருமென்றுதான் இந்த நடவடிக்கை என்று பொறுப்பாளர் சொன்னார். ஆனால், கோடையிலும்கூட மொட்டை போடுறதுதான் வழமையாமென்று கேள்விப்பட்டம். மொட்டையும் ஒரு ஒழுங்கான

மொட்டையில்லை. காரணம் வெட்டத் தெரிந்தவங்கள் இல்லை. இவன் விசரன் தையல்கார கோபிதான் தலைவெட்டத் தெரியுமென்று இப்படிப் பண்ணினான்.

சுகுமார் முந்தி பார்க்கக் கூடியதாய் இருந்த நிலைமாறி இப்ப மொட்டையால் மோசமாய் வந்திட்டான். ஆனாலும், விசித்திரனும் நாகேந்திரனும் இப்ப சுகுமாரோடு நல்ல ஒட்டு.

காலமை பத்து மணி. இடைச் சாப்பாடு பழந்தண்ணி. சுகுமார் தன்ர நீளக் காலைக் கொஞ்சம் முன்னுக்கு நீட்டிக் குந்தி இரண்டு முழங்கைகளையும் சரிய நிறுத்தி, ஏந்திய கோப்பையில பழந்தண்ணி அடிச்சான். மொட்டையும் இருந்தகோலமும் - பார்க்கிறவங்கள் சிரிச்சுக்கொண்டு போனாங்கள். தான் ஒரு ஜாம்பவான் என்பதுபோல அவன் சிரிச்சுக்கொண்டிருந்தான். லீடர் வேதநாயகம் வந்தான். இவன் இப்ப லீடர் இல்லை. ஆனால், அப்படிக் கூப்பிட்டால் அவனுக்குக் கோபம் வரும். பதவி பறிபோனதென்றதைக் குத்திக்காட்டுவதாக அவன் நினைப்பான். அதனாலதான் பெடியளும் அப்படிக் கூப்பிடுறாங்கள்.

"மச்சான் லீடர் நாயகம், என்ன பாக்கிறாய்? பாக்க முறாளாய் இருக்கேர் என்ர லுக்?" என்றான் சுகுமார்.

"ஓமோம் இ.. இப்பதான் உன்ர கௌபீனத்தை வடிவா எ...எ... எடுத்துக்காட்டுது." அவன் சொல்லிக்கொண்டு போனான். சுகுமார் இல்லாத கொலரை இழுத்து விட்டுக்கொண்டு என்னைத் திரும்பிப் பார்த்தான் ஒரு பகிடியான மிடுக்குத் தோற்றத்துடன்.

"கௌபீனம் என்றால் என்னடா சுகுமார்?" என்றான் விசித்திரன் ஒரு மாதிரியாக முகத்தைத் திருப்பிவைச்சு.

"அதுதான்ரா... என்ர கௌபீனத்தை எடுத்துக்காட்டுதென்டால் விளங்கேலையே?" என்றான் வாயின் ஒரு பக்கத்தை மேலே தூக்கி.

முன்னால இருந்த பாலன் சொன்னான், "பரதேசி! உன்ர லுக் உன்ர கோவணத்தை எடுத்துக் காட்டுதெண்டு சொல்லிப்போட்டுப் போறான்ரா குனிஞ்சு பார்."

சுருங்கிப் போச்சு சுகுமாரின்ர முகம். குனிஞ்சு பார்த்தான். றோஸ்கலர் கட்டை 'சோட்ஸ்'; தன்ரை அகண்ட கால் விட்டத்துக் கால குந்தியிருக்க வலு தெளிவா வரிக்கோவணத்தைக் காட்டிற்று.

இந்தா முன்னாலிருந்து ஒற்றைக் கண்ணைக் கதைக்கேக்க செல்லமாய்ப் பூஞ்சிப்பூஞ்சிக் கஞ்சி குடிக்கிறானே! பார்க்க மத்தியத்தரக் குடும்பத்து முகம். மூக்கு மட்டும் கொஞ்சம் நீளம். வெள்ளை. அரும்பு மீசை இவன் பாலன். யாழ் இந்துக் கல்லூரியில் சாதாரணத் தரம் படித்துக்கொண்டிருந்தவன். கெட்டிக்காரன். படிப்பிக்கிற இளமுருகன் வாத்திக்கு இவனைப் பிடிக்கும். துவக்கு வகைகளின்ர படம், உதிரிப்பாகங்கள், குண்டு வகைகளின்ர படம் எல்லாம் வடிவாக் கீறுவான். விளக்கம் எழுதுவான். இப்படியான வேலைகள் வலு துப்பரவு, நேர்த்தி. வீட்டில ஒரேயொரு பெடியன். மற்றது பொம்பிளைப் பிள்ளை. ஆள் கொஞ்சம் மட்டுமட்டு. இயக்கத்தில இருப்பமோ, மாட்டனென்று சொல்லுவமோ என்று யோசிச்சு யோசிச்சு என்றாலும் இருந்தான்.

அடுத்த கிழமை இவன் பாலனுக்குத்தான் என்ன நடந்ததென்று தெரியாமல் கணுக்காலுக்குக் கீழ பாதம் வீங்கிப் பெருத்துப் போச்சு. - அதுக்கு முன்னால ஒரு புதினம் சொல்லவேணும். கஞ்சி குடிச்சுக்கொண்டிருக்கேக்க ஒரு காகம் வீரமரத்தில வந்து இருந்தது. “உங்கற்றா காகம்” என்றான் பாலன்.

“சனியன் நீ காகத்தைக் காணேலையே. நான் ஏதோவெண்டு பயந்துபோனன்” என்றான் சுபாஸ்.

“இங்க காகம் இல்லையேடா. வந்ததுக்குக் கண்டனியோ?” அதுக்குப்பிறகுதான் யோசிச்சால் ஓம் காணேலைத்தான்.

ஆனால் சுகுமார் யோசிச்சுவிட்டு வேற மாதிரி சொன்னான். “காகம் வந்திருக்கெண்டால் நாங்கள் இருக்கிறது நடுக்காட்டில் இல்லை. எங்கயோ காட்டுக்கரையிலதான் இந்தப் பயிற்சி முகாம் இருக்கு.”

“என்னெண்டு சொல்லுறாய்?” சுபாஸ் கேட்டான்.

“காகம் பொறுக்கித் தின்னுற ஒரு பறவை. மனிசர் இருக்கிற இடத்திலதான் பொறுக்கித் தின்னலாம். காட்டுக்க அதுக்கு இரையில்லை. இப்ப இரையைக் கண்டு வந்திருக்கெண்டால் இஞ்ச எங்கயோ பறக்கேக்க கண்டிட்டுது. அப்ப, ஊர்மனை கிட்ட இருக்கவேணும்.”

சுகுமார் அனுபவங்களிலிருந்து பலதைக் கண்டெடுக்கிற பேர்வழி. ஆனால் இதால அடுத்துவந்த நாள்களில் விபரீதம்

நடந்தது. சுபாசும் அந்தக் குவைத் பேர்வழியும் ஓடிற்றாங்கள். ஆனால், அப்போது வரைக்கும் எங்களில் யாருக்கும் நஞ்சுண்டான் காட்டுப் பகுதியில்தான் எங்களின் பயிற்சிமுகாம் இருக்கிறதெண்ட உண்மை தெரியாது. அருகில்தான் நஞ்சுண்டான் காட்டு கிராமம் இருப்பது யார் மூலமாகவோ எமக்குத் தெரியவந்துதான் இவங்கள் ஓடிவிட்டாங்கள் எனப் பயிற்சி தந்தவர்கள் நினைத்தார்கள். பயிற்சி முகாம் முழுக்க ஒரே பதற்றம். வாத்திமாரும் 'சீனியர்சும்' கொதிப்பில திரிஞ்சாங்கள். பயிற்சியென்றால் இம்மை மறுமையில்லாத பயிற்சி. "ஓட்டமா காட்டுறியள் ஓட்டம்?" என்று சொல்லிச் சொல்லி வாத்தி புரட்டி எடுத்துப்போட்டான். ஆனால், உண்மையில அந்தப் பயிற்சியெல்லாம் - அதோட அந்தக் கடுமையும்தான் - நிகழ்ச்சி நிரலில் முதலே இல்லாமலில்லை. ஆனால் இதைச் சாக்கா வைத்து வாத்தி சொல்லிச் சொல்லித் தந்தான். வாத்தி கெட்டிக்காரன். தந்திரசாலி. ஆனால் விளக்கமில்லாத சீனியர்ஸ் - குறிப்பா இவன் பாலுரையனும் வேதாவும் வரிச்சுத்தடியால இந்த நாள்களில பெடியள வெளுத்து வாங்கிற்றாங்கள்.

இந்த உச்சக்கட்டத்திலதான் பாலனுக்குக் கால் வீங்கினது. ஆனைக்கால் மாதிரி வந்திட்டுது. மெடிசின்காரன்ர சிபார்சில அவனுக்குப் பயிற்சி இல்லாமல் நடக்கவிட்டினம். பிறகு அதுவும் இல்லாமல் கொட்டிலுக்க விட்டிட்டினம். அப்படி விட்டது பெரிய புதினமாத்தான் இருந்தது. ஒன்று, மெடிசின்காரனும் இந்துக் கல்லூரிதான். அதாலதான் அவன் இரக்கங் காட்டினான் என்று ஒரு கதை வந்தது.

படிச்ச விசரன் விசித்திரன் சொன்னான், "அவன் ஏற்கனவே மட்டுமட்டு. பிறகு கடுமையா நடந்துவிட்டால் அவன் மாட்டன் எண்டு சொன்னால் வாத்திக்குத்தான் மைனஸ் பொயின்ற். அதாலதான் விட்டுட்டாங்கள்" என்று. இந்த இரண்டுக்கும் மேலால அவனால உண்மையாகவே நடக்கக்கூடி முடியவில்லைத்தான்.

அவன் கொட்டிலுக்க தனிய இருந்தான். நடந்த படுபயங்கர மான பயிற்சியில யாரும் அவனைக் கவனிக்கிற நிலையில இருக்கயில்லை. மிக இறுக்கமான நிகழ்ச்சி நிரலில் பயிற்சியும் வேலையும் இருந்தது. தாங்கிக்கொள்ளவே முடியேல்லை. சீனியசின்ர அடியாலயும் விழுந்தெழும்பினதாலயும் பலர் நொண்டினாங்கள். பலருக்குக் காயம்.

பாலன் தனிச்சிருந்தான். சுகுமார் காலமை தன்னைப் பதினைந்து நிமிடம் முந்தி எழுப்பச் சொல்லி கடைசிக் காவல் கடமைக் காரனிடம் சொன்னான். நாலேகாலுக்கு எழும்பி பாலனைத் தோளில தூக்கிக்கொண்டு ஒரு தோளில துவக்கையும் தூக்கிக்கொண்டு யாரும் காணாமல் லற்றுக்குக் கொண்டுபோய் விட்டான். இது தெரிஞ்சு அடுத்தடுத்த நாள் அவன்ரை துவக்கக் கொண்டு வாறனென்று நானும் நாலேகாலுக்கு எழும்பினன். பாலனால அந்தக் கிடங்குக் குற்றியில குந்தியிருந்து மலங்கழிக்க முடியேல்லை. சுகுமார் குத்திக் கட்டையில் ஒரு தடியெடுத்துச் செருகி, அந்தத் தடிக்கு முட்டுக்கொடுத்து இன்னொரு தடிகட்டி ஊன்றுகோலாக்கினான். 'அதில பிடிச்சுக்கொண்டிரு' என்று விட்டான். பாலனால் வேதனையோட இப்ப சமாளிக்க முடிஞ்சுது. நன்றியோட பாலன் அழுதான்.

"எதுக்கும் ஒரு விலையிருக்கு. அதைக் கொடுக்காமல் வாங்கேலாது. விழப் பயந்தா கட்டில்ல படுக்கேலா" என்று சொன்னான் சுகுமார்.

நாலரைக்கு மற்றவர்கள் எழும்ப முன்னம் கொட்டிலுக்க திருப்பித் தூக்கிக் கொண்டு வந்துவிட்டான். யாரும் கண்டால் இவனுக்குத் தண்டனை நிச்சயம். சாப்பிடப் போறதுதான் பெரும் கரைச்சலாப் போட்டுது. கைத்தாங்கலாக் கூட்டிக்கொண்டு போனான். தூக்கிக்கொண்டு போகேலாது. ஆக்காள் காணுவாங்கள். கைத்தாங்கலாகப் போகவும் பிறகு ஏலாமல் போச்சுது. அதோட உச்சக்கட்ட பயிற்சியால சாப்பாட்டு நேரமோ மிகக் குறைஞ்சளவு நேரம்தான் தந்தாங்கள். பாலனைக் கூட்டிப் போய்வாறதுக்குப் பிடிச்ச நேரத்தைக் கழிச்சால் மிச்ச நேரத்தில சுகுமாரால அரை வயிறுதான் தனக்காகச் சாப்பிட முடிந்தது. இதால பாலன் தனக்குப் பசிக்கேல்லையென்று சாப்பிட வரமறுத்துப் பொய்சொன்னான்.

இதையெல்லாம் பார்த்த விசித்திரன் "மாஸ்ரரிட்டப் போய் பாலனுக்குச் சாப்பாடு எடுத்து கொட்டிலில குடுக்கக் கேக்கப் போறன்" என்று வெளிக்கிட்டான்.

"வேண்டாம் நில். இந்த வேலை உனக்குத் தந்ததோ? வாங்கிக் கட்டவேண்டி வரும். சிலநேரம் பாலனை அடிபோட எல்லாம் சரிவருமென்று இழுத்துக்கொண்டு போகவும் கூடும். சொன்னால் கேள்."

விசித்திரன் இல்லையென்று போய் பொறுப்பாளர் வினோத் தண்ணையிட்டக் கேட்டான். முதலில் அவர் சுகுமார் சொன்ன மாதிரி "நீயோ இங்க நடத்திறாய். நீ உன்ர வேலையைப் பாரன்; தனக்கு வேணுமெண்டா அவன் கேப்பான்தானே?" என்றாராம். பிறகு, "போடா போ வாறன்" என்று சொன்னவராம். அதில் கோபம் தெரியவில்லை என்றதைக் கண்டு விசித்திரன் ஆறுதலடைந்தான்.

பொறுப்பாளர் கொட்டிலுக்கு வந்து பாலனைப் பார்த்துவிட்டு மெடிசினில கொண்டுபோய் விட்டுவிடச் சொன்னார். அதோட இன்னொன்றும் நடந்தது. லீடராய் அப்ப இருந்த வேணுவைப் பார்த்து "விசித்திரன் வந்து சொல்லுறான். நீ லீடர் என்ன பார்த்தனி?" என்று பேசிவிட்டு "ஒவ்வொருநாளும் ஐநூறு தோப்பு நான் சொல்லும் வரைக்கும் அடிக்கவேணும்" என்று சொன்னார்.

இந்த உச்சக்கட்டப் பயிற்சி நேரத்திலதான் எங்கட அணியில் இன்னொரு சோதனையும் வந்தது. அது சுமன்ர பிரச்சினை. சுமன் எங்கட அணியில உள்ளவர்களில சின்னவன். அரும்பு மீசை. ஆனால் குழந்தை முகம். முத்தல் கதை, ஆனால் மழலைமொழி. அவன் கொஞ்சம் கொன்னையன். ஆனால், அந்தக் கொன்னை ஒரு தனி வகை. அதாலதான் மழலை மாதிரி இருக்கும். கொன்னைத் தட்டேக்க கண்சிமிட்டிறதும், எச்சில் விழுங்கிறதும் மழலைக்கு இன்னொரு காரணமாக இருக்கலாம். நல்ல சிவலையன். முன்னம் சரித்திழுத்த மெல்லிய தலைமயிர் அவனுக்கு. இப்ப மொட்டை. மொட்டை அடிச்சதற்காக அழுதவன். வட்டமான முகம். கொன்னதட்டேக்க சொண்டை ஒரு மாதிரியா சுழிப்பான். அவன் கோபப்பட்டுப் பேசினாலும் மற்றவனை ஆத்திரப்படுத்திற முகம் அவனுக்கு அமையேல்லை.

இவன்ர முதல் எதிரி காவலன். காவலன் நீளமூஞ்சிக்காரன், கூர்மூக்கு. ஆனால் வடிவில்லை. கறுப்பென்று சொல்லேலாது பொதுநிறம்தான். மிக ஐதான தலைமயிர். ஏறுநெத்தி வழுக்கை போல இருக்கும். சரியான ஒல்லி. சுமாரான உயரம். பரபரக்கும் கண்கள். கண்ணுக்குக் கண் நேர பார்த்துக் கதைக்கமாட்டான். பரபரத்து அங்கஇங்க பார்த்துத்தான் கதைப்பான். ஒல்லியான இடுப்பு. அவனுக்கொரு பச்சைக் கலர் பழைய காற்சட்டைதான் கிடைச்சது. எழுத வாசிக்கத் தெரியாது. கையெழுத்து வைப்பான். விசித்திரனுக்கும் இவனைக் கண்ணில காட்டக்கூடாது. ஆனால் "எனக்கு எழுதப் படிச்சுத் தா மச்சான்" என்றொருநாள் விசித்திர

னிட்டக் கேட்டவன். விசித்திரன் இவனுக்கும் இப்ப எழுத்துகள் படிப்பிக்கிறான். படு மறதிக்காரன். ஆனாலும் பொறுமையா விசித்திரன் சொல்லிக் கொடுக்கிறான். மட்டக்களப்பு பெடியன்.

ஆனால், இவன் உண்மையில மட்டக்களப்பு இல்லை என்றது பிறகு தெரியவந்தது. வலி மேற்கு தொல்புரம்தான் சொந்த இடம். ஐந்து வருசத்திற்கு முன்னம் காரைநகரில தெரிஞ்ச ஒருவர் மட்டக்களப்பு நகரில பலசரக்குக் கடை வைச்சிருந்தவராம். ஆர்மூலமாயோ அந்தக் கடையில வேலைக்குப் போய் நின்றிருக்கிறான். இப்ப கதை பேச்செல்லாம் மட்டக்களப்புதான். மட்டக்களப்பு விலாசத்தைத்தான் அறிக்கையிலும் கொடுத்திருந் தான். அதுக்கு ஒரு காரணம் மட்டக்களப்பிலயிருந்துதான் தேடிப் போராட இங்கு வந்திருக்கிறனெண்டால் தன்னையொரு ஒரு கொள்கையில கடும் உணர்வான ஆளென்று நினைப்பினம். தனக்கு முக்கியத்துவம் கூடுமென்று அவன் நினைச்சான்.

ஆ... இவனுக்கும் சுமனுக்கும் என்ன பகையென்றால், இவன்ர விசேட குணம் காட்டிக்கொடுக்கிறது. எந்த அணி, யார், இன்ன பிழையென்றில்லை. இவன் காட்டிக்கொடுக்காத நாளொன்றில்லை. “இவர் மாஸ்ரர்... அங்க மாஸ்ரர்... ஓம் மாஸ்ரர்... செய்தவர் மாஸ்ரர்” என்றோ அல்லது “ஓமண்ணை... அவரண்ணை... அது அண்ணை... அப்பவும் சொன்னான் அண்ணை...” என்று பணிஞ்சு பணிஞ்சு ச்சீ அப்படிச் சொல்லே லாது அது ஒரு நல்ல வார்த்தை - குனிஞ்சு குனிஞ்சு, குழைஞ்சு குழைஞ்சு நூறு மாஸ்ரர் அல்லது அண்ணை முன்னுக்குப் பின் போட்டு அலுவலக் கொடுப்பான்.

பயிற்சிமுகாமில இவனை ஒருத்தருக்கும் பிடிக்காது. சுமனுக்குக் காட்டிக் கொடுக்கிறவங்களைக் கண்ணில காட்டக்கூடாது. ஆனால், இதில பகிடி என்னனண்டால், சுமனும் ஒரு பேர் போன காட்டிக் கொடுப்பான் என்றதுதான். ஆனால், இவனைப் பயிற்சி முகாமில எல்லாருக்கும் பிடிக்கும். ஏனென்றால் இந்தக் காட்டிக் கொடுப்பில வித்தியாசம் இருக்கும். சுமன் காட்டிக்கொடுக்கிறவனைக் காட்டிக்கொடுக்கிற பேர்வழி. அவங்களுக்குப் பின்னால தேடித் திரிஞ்சு பிழைபிடிப்பான். காட்டிக்கொடுக்கிறவனைக் காட்டிக்கொடுக்கிறவன் என்ற அர்த்தத்தில புண்ணா இவனுக்கு கா.கா என்று பெயர் வைச்சான். வசதியா காக்கா என்று கூப்பிட்டம். மற்றாக்களுக்கு இது ஏனென்று தெரியாது. இவன்ர இந்த இயல்பு மாஸ்ரருக்கும்

பொறுப்பாளருக்கும் தெரியும். அவையளும் இவனை உற்சாகப்படுத்தியினம். காட்டிக் கொடுக்கிறவங்களையும் திருத்தவேணும் என்றாக்கும்.

காக்காவுக்குப் பிடிக்காத மற்றாள் லீடர் வேதநாயகம். அவனும் காட்டிக்கொடுப்பான் என்றதுதான் காரணம். ஆனால், இவனோடு சேர்ந்து பம்பலடிச்சுப் பழகுவான். பிறகேன் சேர்ந்து பழகிறாய் என்று கேட்டால், "வ்வ்... வ் இவங்கள அணைச்சுத்தான் கெடுக்க வேணும்" என்று கண் சிமிட்டிச் சொல்லுவான். அப்ப ஏன் காவலனோட சண்டைக்கு நிற்கிறாய் என்று கேட்டால், "அவனைக் கெடுத்துத்தான் அணைக்க வேணும்" என்று சொல்லுறான்.

காவ்லாவும் காக்காவும்தான் கொட்டில் சுவாரசியம் - காவ்லா என்றது காவலனைத்தான். இப்படி ஒலித்து காக்காதான் நக்கலா முதலில கூப்பிட்டவன். அதைப்போய் மாஸ்ரரிட்டச் சொல்லி மாட்டிவிட்டான் காவ்லா.

"த்..த்தத் தெத்துவாயல எனக்குக் காவலன் எண்டது அப்பிடி வ் வ் வந்ததை இவர் உங்களட்டச் சொல்லி நையாண்டி பண்ணுறார் ம்... மாஸ்ரர்" என்று அதையே பிரட்டிப்போட்டான் காக்கா. எங்களுக்குத் தூக்கிவாரிப் போட்டது. இப்படி எங்கட அணியில வலு சுவாரசியம் இவங்கட அலுவல்.

காவ்லா கிணற்றடியில காக்கா துவக்க விட்டுட்டுப் போனதைக் காட்டிக் கொடுத்தவன். பிறகு, முகாமை உரு மறைப்புச் செய்ய காட்டுக்க சருகு கிள்ளப்போன இடத்தில, கொட்டன் என்று சொல்லிக் காக்கா துவக்க எறிஞ்சு பிடிச்சதையும், மறந்துபோய் விட்டிட்டு வந்து திரும்பிப்போய் எடுத்து வந்ததையும் காட்டிக் கொடுத்தவன். இப்ப, 'அலேட்' விசில் இரவு அடிச்சு சீனியர்ஸான வேதாவும் பாலுரையனும் உள்ளுக்க புகுந்து வரிச்சுத்தடியால வாங்கின வாங்கில காக்கா துவக்க விட்டுட்டுப் போய் பங்கருக்க குதிச்சிட்டான். குதிச்சிட்டுப் பார்த்தான் பக்கத்தில காவ்லா. அதையும் காட்டிக் கொடுத்தான் காவ்லா.

இரண்டு முறை தண்டனை கொடுத்தும் திருந்த இல்லையென்று பொறுப்பாளர், "சுமன் உனக்குத் துவக்கின்ர பெறுமானம் விளங்கேல்ல. அலேட் சண்டைக்குப் போறதுக்காக அடிக்கிறது. துவக்கவிட்டுட்டு சண்டைக்குப் போறளவுக்குத்தான் நீ இருக்கிற என்ன?" என்றார் கடுப்பாக.

“வ்.. வ்.. வ்.. இல்லையண்ணை மறந்திட்டன்.”

“மறக்காமல் இருக்க நான் வழிசொல்லுறன். வேதா இவனுக்குத் திறமான ‘கால்கஸ்ரோ’ கொண்டந்து குடு. இத விட்டுட்டுப் போனியோ தலைகீழாக் கட்டித் தூக்கிப்போடுவன் படுவா றாஸ்கல்” என்றார் வினோத்தண்ணை.

கால்கஸ்ரோ என்பது இந்திய இராணுவம் பாவித்த ஒருவகை மோட்டார்ப் பீரங்கி. இப்ப வேதா கொண்டு வந்தது வலு திறமான கால்கஸ்ரோதான். எட்டுப்பத்தடி நீளம் வரும். ஆறு அல்லது ஏழு இஞ்சி விட்டம் வரும் அசலான காயமரக் கப்பு ஒன்று. நெஞ்சு ‘திக்’கென்றது எல்லாருக்கும். அது சரி கையில இருக்கிறது துவக்கெண்டால் இது கால்கஸ்ரோதானே. இதை இனி காயாக் கப்பென்று சொல்லேலுமோ! காக்காவுக்கு விழி பிதிங்கிச்சு. வேதாவுக்கு வலு புழுகம். எல்லாரும் ஆத்திரத்தோடு காவ்லாவைக் கடைக் கண்ணால் பார்த்தாங்கள்.

அடுத்த நாள் பயிற்சியில காக்காவைக் கடைசியாக ஓடுவதற்கு எடுத்துவிட்டார் மாஸ்ரர். அதைத் தூக்கிக்கொண்டு மற்றவங்களுடன் ஓடுறது முடியாத காரியம். “ஓடடா ஓடடா” என்று பாலுரையன் காக்காவை நையப் புடைச்சிட்டான். வெறும்வாய் மென்ற பாலுரையனுக்கு இது அவல் கிடைச்சமாதிரி. அடிவாங்கின தழும்புகளோட காக்கா அன்றைய பயிற்சி முடிந்து கொட்டிலுக்கு வர சுகுமார் களஞ்சியத்தில இருந்து களவாகக் கையில் எண்ணெய் வாத்துக்கொண்டு வந்தான். தழும்புகளில போட்டுத் தடவிவிட்டான். எல்லாருக்கும் கண் முட்டிற்று. காவ்லா எழும்பி வெளியில போயிற்றான்.

ஆனால் எண்ணைக் கதை எப்படியோ பொறுப்பாளருக்குப் போய் அன்று பின்னேர ஒன்றுகூடலில வினோத் அண்ணை கேட்டார். “சுகுமார் இண்டைக்கேதாவது பிழை செய்தனியோ?”

சுகுமார் தலையைக் குனிந்தான்.

“என்ன கேக்கிறது விளங்கேல்லையோ?”

“ஓமண்ணை.”

“என்னடா! விளங்கேல்லையேண்டிறியோ?” பொறுப்பாளர் கோபப்பட்டார்.

“இல்லையண்ணை... எண்ணெய் எடுத்துக்கொண்டுவந்து...” சுகுமார் முடிக்கேல்லை. அவனுக்கு வாய் வரேல்லை சொல்ல.

“அவனுக்குப் பிரச்சினையெண்டா அவன் மெடிசினுக்குப் போகலாம். அதைவிட, உன்னை ஆர் களஞ்சியத்தில இருந்து எண்ணெய் களவெடுக்கச் சொன்னது” பொறுப்பாளர் கேட்டுவிட்டு “நீ இன்டைக்குத் தனியப் போய் களஞ்சியம் முழுக்கத் துப்புரவாக்கவேணும். களஞ்சியப் பொறுப்பாளரிட்ட நான் சொன்னதெண்டு சொல்லு.”

சுகுமாருக்குத் தண்டனை கிடைச்சுது. ஆனால் இந்தப் பிரச்சினைக்கு - அதுவும் சொல்லாமல் களவாக எண்ணெய் எடுத்துக்கொண்டு வந்ததுக்கு மிக மோசமான தண்டனைதான் வழமைப் பிரகாரம் கிடைச்சிருக்க வேணும். சுகுமாரும் நாங்களும் அப்படித்தான் எதிர்பார்த்தம். ஆனால், களஞ்சியத் துப்பரவு என்றதில இருந்து ஒன்று விளங்கிற்று: பொறுப்பாளர் உண்மையில இதைப் பிழையென்றதைவிட சுகுமாரின் நல்ல மனதைக் கவனிச்சார் என்றதுதான் இந்தச் சம்பிரதாயத்துக்கான தண்டனை காட்டியது.

வரிசைக்குப் போறதென்றாலும் சரி, சாப்பிடுறதென்றாலும் சரி, அலேட்டுக்கு ஓடுறதென்றாலும் சரி காக்காவுக்குப் பக்கத்தால போறது மண்டையை அடைவு வைக்கிற விசயமாய்ப் போச்சு. அவன்ர கால்கஸ்ரோ அஞ்சாறுபேரைப் பதம்பார்த்தது. காக்கா சொல்லமுடியாத அளவு வேதனைப்பட்டான். இப்ப திரும்பவும் சுகுமார் நாலேகாலுக்குத் தன்னை எழுப்பச்சொல்லி காக்காவக் கூட்டிக்கொண்டு மற்றாக்கள் எழும்பமுன்னம் லற்றுக்குப் போனான். தன்ரை துவக்க அவனிட்ட கொடுத்திட்டு அவன்ர கால்கஸ்ரோவைத் தான் சுமந்துகொண்டு போனான். லற் இருக்கிறது சரியான தூரம். இதைச் சுமந்து போக காக்கா களைச்சுப் போவான்; பிறகு பயிற்சிக்கும் வரவேணும். சுகுமாரால செய்யக்கூடிய உதவியாக இருந்தது இதுதான்.

சுகுமார் என்னட்டைச் சொன்னான், “இதை லற் வரைக்கும் தூக்கிப் போய்வரவே தோள்பட்டைய வாங்கிது. அவன் நாள் முழுக்க என்னெண்டு சுமந்து திரியிறானோ. பொறுப்பாள ரிட்டச் சொல்லுவமே?”

“சும்மாயிரு. இது அவையின்ர விசயத்தில தலையிடுறதாத்தான் அர்த்தப்படும்” என்றன்.

அவன் யோசித்துவிட்டு "உண்மைதான். ஆனால் வினோத் தண்ணை நல்லவர். கெதியில வேண்டிடுவார் எண்டுதான் நினைக்கிறன். ஆனால் அதுக்கிடையில இவன் இதை எங்க விடுவானோ மறப்பானோ தெரியேல" என்றான் சிரித்துக்கொண்டு.

சுபாசும் வேணுவும் பயிற்சிய விட்டு ஓடினதைச் சாட்டா வைச்சு நடந்த செமப் பயிற்சியில இந்தக் கால்கஸ்ரோ எங்கட அணியில பெரும் துக்கமாப் போச்சு. குறிப்பா அலேட் அடிக்கிற சமயங்களில அதுவும் இரவில பெரும் துயரமாப் போச்சு. காக்காவால அதைத் தூக்கிக்கொண்டு தன்ர மற்ற உடமைகளையும் எடுத்துக்கொண்டு முப்பது செக்கன் என்ற குறித்த நேரத்துக்குள்ள பங்கருக்குப் போக முடியேல்லை. ஏனென்றால் அலேட் அடிச்சவுடனேயே சீனியஸ் கொட்டிலுக்க புகுந்து விளாசத் துவங்கிடுவாங்கள். இவன் பாலுரையன் இதுக்கெண்டே கொட்டிலுக்க வந்துநின்று காக்காவை வாங்குவாங்கென்று வாங்குவான். அடிவிழவிழ அதைவிடாமல் கொண்டு போறதிலதான் காக்காவின்ர எதிர்காலமே இருந்தது.

சுகுமார் இரவில அலேட் அடிச்சதும் தானும் நின்று ஒரு தோளில் தன்ர துவக்கு உடமைகளோட ஒருதோளைக் காக்காவின்ர கால்கஸ்ரோவிற்காகக் கொடுத்தான். கோயில்ல சுவாமி காவினமாதிரி அந்தக் காயாக் குத்தியைக் காவினாங்கள். இருட்டில சுகுமார் சேர்ந்து காவிறது மற்றாக்களுக்குத் தெரியாது. ஆனால், இதில ஈடுபட்டு பாலுரையனிட்ட அடிவாங்கி சுகுமாருக்கும் நல்ல காயம். பாலுரையன் சுகுமார் காவிறதைக் கண்டவன். ஆனால் அவனுக்கும் சேர்த்து அடிக்கிறதுக்கு இது நல்ல சந்தர்ப்ப மென்றதால மாஸ்ரருக்குச் சொல்லாமல் அடிக்கிற ருசியை அனுபவிச்சான்.

தன்னால சுகுமாரும் சேர்ந்து அடிவாங்கி காயப்பட்டு நொந்துபோறது காக்காவிற்கு பெரிய வேதனையாக இருந்தது. "வ்.. வ்..வ்.. வேண்டாம் சுகுமார்; விடு நான் பட்டுக்கொள்ளுறன். இது உனக்கும் பிரச்சினையா முடியும். அண்டைக்கு எண்ணெய்க்கு என்ன நடந்ததெண்டு தெரியும்தானே?" என்றான்.

சுகுமார் அதைக் கேட்கேல்லை. என்னட்டச் சொன்னான். "இவன் காக்கா திருப்பியும் இதை எங்காவது அடிக்குப் பயத்தில விட்டிட்டான் எண்டா பிறகு இவன்ர நிலைமையை யோசிச்சுப் பார். அவன் பாலுரையன் விடாமல் வேணுமெண்டு தேடியடிக்

கிறான் மயிராண்டி. அவனுக்கு முசுப்பாத்தி தேவையாயிருக்கு. போக்கிலி” உணர்ச்சிவசப்பட்டுத் திட்டினான்.

சுகுமார் தனக்காகக் கஸ்ரப்படுறதைப் பார்த்ததும் இதுக்குக் காரணமாயிருந்த காவ்லாவுக்குப் படிப்பிக்க வேணும் என்று காக்கா எண்ணியிருக்க வேணும். இல்லாட்டி இப்படி நடந்திருக்க வாய்ப்பில்லை. ஒருநாளிரவு அலேட் விசிலுக்குப் போய் பங்கருக்கு அங்கால சுகுமார் இறங்கிற்றான். காக்கா கால்கஸ்ரோவோடு காவ்லாவிற்குப் பக்கத்தில குதிச்சான். “ஐயோ... அம்மா” என்று கத்தினான் காவ்லா. காக்காவைத் திரத்திவந்த சீனியர் பாலுரையன் அலேட்டில சத்தம் போட்டதற்குக் காவ்லாவை இரண்டு வாங்கு வாங்கினான்.

லைன் அடிச்சு மைதானத்தில ஒன்றுகூடினாப் பிறகு பார்த்தா காவ்லாவின்ர வலக்காலில இரத்தம் சாதுவாக் கசிஞ்சு காயம். அவன் பொறுப்பாளரிட்டச் சொன்னான். “சுமன் காயக் கொட்டனை பங்கருக்குள்ள என்ர காலில போட்டுட்டான் வினோத்தண்ணை.”

பொறுப்பாளர் வந்து ரோச்சடிச்சுப் பார்த்திட்டு “இதெல்லாம் ஒரு காயமா போடா போ” என்றார். பிறகு சுமனிட்டக் கேட்டார். “ஏன்ரா அவன்ர காலில போட்டனி?”

“வ்.. வ்.. வ்.. அலேட் அடிச்ச உடன கால்கஸ்ரோவ என்ர பங்கரில மவுண்ட் பண்ணினான் சண்டைக்கு றெடியா.”

முடிக்கமுன்னம் கொல்லென்று சிரிச்சாங்கள் எல்லாரும்; மாஸ்ரர், பொறுப்பாளர் எல்லாரும். “...வ்..வ்..வ்.. இவற்ர காலில பட்டிட்டுது. இப்ப இவர் காயாக் கொட்டனெண்டு க்கு..க்கு உங்களிட்ட சொல்றார் அண்ணை.”

பொறுப்பாளருக்குச் சிரிப்பை அடக்க முடியேல்லை. கால்கஸ்ரோவ கொட்டன் என்று சொன்னதை ஒருத்தரும் - பொறுப்பாளர் கூடக் கவனிக்கேல்லை. ஒருத்தருக்கும் அந்த விசயம் உறைக்கேல்லை. காக்கா கவனிச்சு அலுவலக் குடுத்திட்டான்.

பொறுப்பாளர் “காவலன் நீ கால்கஸ்ரோவை எங்களுக்கு முன்னாலேயே காயாக் கொட்டன் எண்டுறாய் என்ன? நீ என்ன செய்யிறாயென்றால் நாளைக்கு ஒரு நாளைக்கு அவன்ர கால்கஸ்ரோவை நீ வாங்கிக்கொண்டு உன்ர துவக்க அவனிட்டக் குடு” என்றார்.

எல்லோருக்கும் சிரிப்பும் சந்தோசமும். பொறுப்பாளரும் சும்மாயில்லை. காவலன்ர குணத்தை எடைபோட்டிருப்பார். அதுதான் தக்க தருணத்தைப் பார்த்து இப்படியொரு தண்டனையைக் கொடுத்திருக்க வேண்டுமென்று நான் நினைச்சன்.

காவ்லாவுக்கு நல்லபாடம் காலில பட்ட காயம். சரியான நோவுக் காயமாக இருந்திருக்க வேணும். வெளியில பெரிசாத் தெரியேல்லை. ஏற்கனவே பயிற்சியில அப்படிஇப்படி இருந்த காவ்லா இதோட ஓடவும் முடியாமல், ஏறவும் முடியாமல், பாயவும் முடியாமல் பெரிய கஸ்ரப்பட்டான். நல்லா அடிவாங்கினான். காக்கா வாங்கின அடியால அவனுக்கு மரியாதை இருந்தது; பொறுப்பாளரிட்டையும்தான். ஆனால் காவ்லா வாங்கிற அடியில பெடியளிட்ட மரியாதையில்லை; பொறுப்பாளரிட்டையும் இல்லை. ஏனென்றால் காயம் வெளியில இல்லாததாலயும் ஏற்கனவே அவன் அப்பிடியிப்பிடி என்றதாலயும் பம்மாத்துப் பண்ணுறான் என்றுதான் அவையள் நினைச்சினம்.

"மச்சான் எல்லாரும் என்னைத் தப்பாப் புரிஞ்சிற்றாங்க" என்றான் சுகுமாரிட்டப்போய் காவ்லா. சுகுமாருக்கு அதுவும் மனதைக் கரைச்சிற்று.

"ஏன்ரா காவலனை ஒதுக்கி நடத்திறியள். அவன்ர குணம் அது. ஆனால் அவனும் போராடத்தான் வந்தவன் எண்டத ஏன் நினைக்க மாட்டியளாம்?" காவ்லா இல்லாத நேரம் கொட்டில்ல எல்லாருக்கும் பேசினான்.

இப்பவெல்லாம் சுகுமார் இடைக்கிடை யோசிச்சுக்கொண்டு நிற்பான்; அதைப் பார்த்திட்டுப் போய் 'என்னடா தனிய இருந்து யோசிக்கிறாய்?' என்றால், 'ஒண்டுமில்லையடா இப்படியிரன் பக்கத்தில' என்று சொல்லுவான். இருந்தால் ஒன்றும் கதைக்கமாட்டான். எழும்பவும் விடான். 'இரன்ரா சும்மா' என்று சொல்லுவான். இப்பிடியான நேரத்தில எப்பவும் தத்துவத்தனமாகக் கதைக்கும் இயல்பு சுகுமாரிட்ட இருந்ததைக் கண்டன். அவன்ர உடல் வயதைவிட அவன்ர மனவயது மிக அதிகம் என்றுதான் நான் எடைபோட்டிருந்தன். இல்லாட்டி அவனால இப்படியெல்லாம் கதைக்கவும் செய்யவும் முடியாது. வயதுக்கு மீறி, சலனம் இல்லாத நிதானம் பேச்சிலையும் செயலிலையும் இருக்கும். இவன் வாழ்க்கையில பல சோதனையைச் சந்திச்சிருக்கக் கூடுமென்று நான் சில சமயம்

நினைச்சது சரியா இருக்கும் என்றதை இப்படியான தருணங்கள் உணர்த்திச்சுது.

அவன் எப்பவும் என் பக்கத்தில சிநேகமாக இருக்கிறானே தவிர, அதிகம் பழகுவதும் பேசுவதும் கிடையாது. அதுகூட ஒரு புதிராகத்தான் இருந்தது. ஏனென்றால், சிநேகமானவர்கள் தங்களுக்குள்ள எல்லா விசயங்களையும் கதைப்பார்கள். சந்தர்ப்பம் கிடைக்கிற போதெல்லாம் எப்பவும் எதையாவது கதைப்பார்கள். ஆனால், இவன் என்னோட இப்படியில்லை. விசித்திரனோடயும், புண்நாகேந்திரனோடயும் நல்லாக் கதைப்பான். தனிமையில சும்மா யோசிச்சுக் கொண்டு எனக்குப் பக்கத்தில இருப்பான். யாழ்ப்பாணத்திலிருந்து வெளிக்கிட்ட முதல்நாள் கைதடிவெளியால கன்ரரில வரேக்க பக்கத்தில வந்து நின்றதில இருந்து இன்றுவரைக்கும் கிட்டத்தட்ட இப்படித்தான் அப்பிடித்தான். அவன்ர இந்த மனஉணர்வை என்னென்று சரியா என்னால சொல்ல முடியேல்லை.

எனக்கு இதுக்குள்ள காய்ச்சல் வந்தது. மலேரியாக் காய்ச்சல். மிக மோசமாக இருந்தது. இதுக்கு முன்னம் ஒருக்காலும் இப்படி வந்ததில்லை. ஒரு உதறு உதறுச்சு. பனடோல் போட விட்டுச்சு. அதோடயும் முதல்நாள் பயிற்சி எடுத்தன். அன்று பின்னேரம் அப்பயிருந்த லீடர் வேல்ராஜ் என்னை வா என்று கட்டாயத் துக்குக் கொண்டுபோய் மெடிசின்காரனிட்ட விட்டான்.

“இவனால ஏலாம இருக்கு, கடும் காய்ச்சல். என்னண்டு பாருங்கோ” என்றான்.

மெடிசின்காரன் எனக்கு மலேரியா என்று சொல்லி குழுசையும் தந்தான். வேல்ராஜ் பொறுப்பாளரிட்டப் போய்ச் சொன்னான். “இனியவனுக்கு மலேரியா. மெடிசினில டொக்டர் சொன்னவர். குழுசை தந்தவர். கவனமாய்ப் பார்த்துக்கொள்ளவேணும் என்று சொன்னவர். சாப்பாடு எடுத்துக்குடுக்கச் சொல்லிச் சொன்னவர். அவனால ஏலாமல் இருக்கு. நாளைக்குப் பயிற்சிக்குக் கூட்டியாறதோ?” இந்தக் கடைசிவரிக்காண்டித்தான் இவன் கொஞ்சம் கொஞ்சம் கூட்டிச் சொன்னது. பொறுப்பாளர் யோசித்து விட்டுச் சொன்னாராம் “வேண்டாம் கொட்டிலுக்க விட்டுட்டுவா” என்று.

வேல்ராஜ் அன்பு காட்டினான். என்னட்ட மட்டுமல்ல, எல்லாரிட்டையும். ஒருத்தர் தப்பில்ல. இவனொரு வித்தியாசமான

ஆள். வெகுளியாகச் சிரிக்கும் பேர்வழி. வஞ்சகம் என்றால் என்னென்று தெரியாது. எழுதப் படிக்கவும் தெரியாது. பாலன்ர கால் பிரச்சினைக்குப் பிறகுவந்த ஞாயிறில முன்னமிருந்த லீடரை மாத்தி இவனை லீடராப் போட்டார் பொறுப்பாளர். பாலனைக் கவனிக்காததுதான் காரணம் என்று நான் மனசுக்குள்ள நினைச்சன். இவன் காவல் கடமைகூட எழுதமாட்டான். ஆனால், லீடராப் போட்டார் பொறுப்பாளர். பார்க்கக் குள்ளமா உருண்டையா இருப்பான். கால் கையெல்லாம் கட்டை. உடம்பு உருண்டுதிரண்டு வலுவாக இருக்கும். முகம் வட்டமா அமைஞ்சு மோதகம் மாதிரி இருக்கும். இவன்ர வெகுளியான சிரிப்புத்தான் கவர்ச்சி. கையில துவக்கோட குனிஞ்சு முன்னேறிற பயிற்சியில ஆளப் பாத்தால் தாட்டான் குரங்கு மாதிரி இருப்பான். பயிற்சியில 'தண்டாக்கள்' எல்லாம் நல்லாச் செய்வான். அனேகமான ஆக்களால அது செய்யேலாது. இவனைத் தண்டா என்றுதான் கூப்பிட்டம். தண்டாப் பயிற்சிகளில இவன் திறமாச் செய்யிறதுதான் காரணமென்றில்லை. தாட்டானை நினைச்சுத்தான் இப்படிப் பேர் வந்தது.

முதல்நாள் பயிற்சி முகாமிற்கு வந்த அன்று உரப் பையைத் தள்ளி கக்குசுக்குள்ளயிருந்து தோளில சாரத்தோட அலாக்காக வெளிய வந்த குள்ளமான ஆளென்று சொன்னன், அவன் இவன்தான். இப்பவெல்லாம் கக்குசுக்குப் போகும் காரியம் வலு சுலபமாக் கைகூடுது. நல்லூர்க் கோயில் மணி அடிச்ச மாதிரி நாலு முப்பத்தஞ்சுக்குக் கொட்டுணுது. எந்த இடைஞ்சலும் இல்லை. இலையானுகளும் அந்தச் சத்தங்களும் தன்ரபாடு. ஆனால் மூக்க மட்டும் இப்பவும் பொத்துறன்தான்.

வேல்ராஜ் - தண்டா - யாரையும் காட்டிக்கொடான். அணியில ஆரும் பிழைவிட்டால் தானே பொறுப்பேற்பான். மற்றவன் செய்து முடிக்காத வேலையை தன்ர வேலையை முடிச்சு அதையும் சேர்த்துச் செய்வான். அலேட் அடிச்சால் அவனவன் தவறவிடுற சாமனை அடிவாங்கி வாங்கி நின்று பொறுக்கி எடுத்து பங்கரில இரகசியமாக் கொண்டுவந்து தருவான். இவன் லீடரா இருக்கேக்க நாங்கள் தண்டனை வாங்கினது சரியான குறைவு. நியாயமா எங்கட பிழைக்கும் தண்டனை வாங்கேல்லை. இவன்ர பெயரைத்தான் தண்டா என்று கூப்பிட்டமே தவிர, அவனை ஒரு உன்னதமான மனிதனாகத்தான் நாங்கள் சிலர் பார்த்தம்.

எனக்குச் சாப்பாடு எடுத்து தாறது, கோர்லிக்ஸ் கரைச்சுத் தாறது, வில்லங்கப்படுத்தி குழுசை தாறது எல்லாம் சுகுமார் செய்தான். அவனோடு தண்டாவும் புண்நாகேந்திரனும் செய்தாங்கள். இப்ப - அதுவும் காய்ச்சலோட எனக்கும் சுகுமாருக்கும் மனம் இன்னும் நெருக்கமானதாக உணர்வு. இனம் புரியாத நேசம் இருந்தது. ஆனால், அதை வெளிப்படுத்தி இன்னும் கதைச்சதில்லை.

ஒருநாள் சாப்பாட்டிடத்தில அன்பரசு என்ற எங்கட அணியில இருந்த ஒருவன் - அவனை நாங்கள் அம்புறுஸ் என்று செல்லமாகக் கூப்பிட்டுவந்தம் - அவன் தன்ர பாணை வேண்டாமென்று வேதநாயகத்திற்ற கொடுத்தான். சாப்பாட்டு இராமன் என்றால் எங்கட அணியில இவங்கள் இரண்டு பேரும்தான். காலைமையில ஒன்றரை இரண்டு இறாத்தல் இறங்கும். அன்டைக்கு அம்புறுஸ் அரை இறாத்தல் கூடச் சாப்பிட இல்லை. மிச்சத்தை வேதநாயகத்திட்டக் கொடுத்தான்.

"மச்சான் எனக்கு வேண்டாம். நீ சாப்பிடுறியே?"

"எ.எ... ஏன் வேண்டாம்?"

"எனக்கு வேண்டாம். கொட்டினாப் பிரச்சினை: ஆருக்கும் கொடுத்தாலும் பிரச்சினை. மற்றது, அவங்கள் இதையும் சேர்த்துச் சாப்பிடமாட்டாங்கள். நீ இன்னும் வேண்டுவாய்தானே. இதை எடுத்துக்கொண்டு வேண்டாமல் விடன்."

"சரி கொண்டா" வேதநாயகம் கதையை வளர்க்காமல் வாங்கினான்.

பிறகு கொட்டிலுக்க வந்திருந்ததும் அம்புறுஸ் யோசித்துக் கொண்டிருந்தான். அம்புறுஸ் ஆரோடையும் கதைக்கிறதில்லை. கொஞ்சம் கட்டை. கட்டுமஸ்தான உடம்பு, சிவலை. நடக்கும்போது முன்சாய்ந்து நடப்பான். அவன் கதைக்கும்போது கண்களைப் பூஞ்சுவதும் வாய், முகத்தை நெளிப்பதும், அவனைக் கொஞ்சம் புத்தி வளர்ச்சி அற்றவன்போலத் தோற்றப்படுத்தும். உண்மையாக அவன் அப்படியில்லை. ஆனால் நாலாம் வகுப்போட படிப்பை விட்டிட்டான். கையெழுத்து வைப்பான். பெரிய சொல்லுகள் எழுத்துக்கூட்டுவான். வஞ்சகமற்ற சிரிப்பு. குழந்தைத்தனமாயும் ஒரு சமயம் புத்தி வளர்ச்சிக்குரிய தனத்துடனும் அந்தச் சிரிப்பு இருக்கும். இண்டைக்குக் கடுமையா யோசிச்சுக்கொண்டு இருக்கிறான்.

இவன் இப்படிச் சாப்பிடாமல் விட்டதில்லை. வேதநாயகம் தொடங்கினான். "என்னடா அம்புறுஸ் இ...இ...இண்டைக்கு

அடைமழைபோல. சாப்பிடாமல விட்டுட்டாய்... என்ன கடுமையா யோசிக்கிறாய். பீதிக் காய்ச்சல் பிடிச்சிட்டுதோ! ஓ..ஓ..ஓடப் பேரியோ?"

"நீ விசர்க் கதை கதைக்காத வேதநாயகம்." அம்புறுசுக்கு வார்த்தைகள் தெறித்தது.

வேதநாயகம் திடுக்கிட்டுப் போனான். பார்த்துக்கொண்டிருந்த மற்றவர்களுக்கும்தான் ஆச்சரியம். ஏனென்றால் அம்புறுஸ் இப்படிக் கதைக்கிறதில்லை. வேதநாயகத்திற்கு ஒருமாதிரியாப் போயிற்று. ஆனாலும் சீமான் சுதாரிச்சுக்கொண்டு அம்புறுசுக்குப் பக்கத்தில போய் இருந்தான். தலையில தடவி, "என்ன மச்சான் கடுமையாக் கோவிக்கிற? மூக்கெல்லாம் வேர்க்குது. எ..ஏ..ஏதும் பிரச்சினையே? ஏன் சாப்பிடேல...? ஏதும் செய்யவேணும் என்டா சொல்லு ந..நா..நான் செய்யிறன்." வேதநாயகத்தின்ர கதையில பாதி அரவணைப்பும் பாதி நையாண்டித்தனமும் இருந்ததாப் பட்டது.

ஆனால், அம்புறுசுக்கு அது அரவணைப்பாத்தான் அந்த நேரத்தில் இருந்திருக்கவேணும். நாங்கள் சுத்தி இருந்து அவனையே பார்த்துக்கொண்டிருந்தம். அவன் எங்களைப் பார்த்துச் சொன்னான். "இல்லை மச்சான் வீட்டுக்காரர் சாப்பிட்டினமோ தெரியேல..." தடுமாறி வந்த வார்த்தையைக்கூட முடிக்க முடியாமல் அவன் அழத் தொடங்கிற்றான்.

"டேய் அழாத... டேய் அழாதேடா... எழும்பு வா வெளியில போவம்" விசித்திரன் கையில பிடிச்சுக் கூப்பிட்டான்.

"விடடா விடு... ஒண்டுமில்லை விடு..."

"நீ கண்ணத்துடை. இந்தா இந்தச் சாரத்தால துடை."

அம்புறுஸ் ஓரளவு தன்னை இப்ப நிதானப்படுத்திக்கொண்டான். அவனுக்குக் கதைக்கவேணும் போல இருந்திருக்க வேணும்.

"வீட்டில பயங்கரக் கஸ்ரமடா. அப்பன் பயங்கரக் குடிகாரன். தொழிலென்று ஒண்டுமில்லை. எங்கயாவது கூலிக்குச் சில நேரம் போவார். கிடைச்ச காசக்கொண்டு போய்க் குடிப்பார். வீட்ட ஒவ்வொரு நாளும் வாறதெண்டுமில்லை. இரண்டு அக்காக்கள்: அவையும் வீட்டிலதான். ஒரு தம்பியும் தங்கச்சியும் சின்னாக்கள். ஒருநாளைக்குக் கஞ்சி குடிக்கிறதே பெரியபாடு. அக்கா நீத்துப்பெட்டி இழைக்கும். அதை விக்கிறதென்றாலும் பெரும்பாடு.

எங்க விக்கிறது. பக்கத்துக் கடைக்குக் கொண்டுபோனால் இரண்டு ரூபா ஒரு ரூபா எண்டுதான் கேப்பாங்கள். சீவியம் பெரிய கஸ்ரம்.

“நான் மரக்காலை ஒண்டில விறகு கொத்தப் போறனான். தூக்குக்கு இருபத்தஞ்சு ரூபா. பழக்கமில்லைத்தானே. இரண்டு தூக்குத்தான் கஸ்ரப்பட்டுக் கொத்துவன். அதுவும் ஒவ்வொரு நாளும் வேலையில்லை. விறகு முடிஞ்சாத்தான் முதலாளி கூப்பிடுவான். ஒவ்வொருநாளும் காலைமையில போய்ப் பார்ப்பன். விறகேத்த வாறாக்கள் சிலருக்கு ஏத்திவிட்டால் ஐஞ்சு ரூபா குடுப்பினம். கிட்ட உள்ள உத்தியோகக்காரர் சிலர் வந்தா முதலாளி சொல்லுவார், ‘அவனுக்குப் பத்து ரூபா குடுங்கோ வீட்ட கொண்டுவந்து போடுவான்’ என்று. சிலர் சம்மதிப்பினம். ஐஞ்சு ரூபா தாறதெண்டும் சொல்லுவினம். மயிலிட்டியில இருந்து இடம்பெயர்ந்த பிறகு உரும்பிராய் அகதி முகாமுக்கு வந்து இப்பிடித்தான் சீவியம். ஒவ்வொரு நாளும் உலை கொதிக்க வைக்க உலகப் படாபாடு...” அவனுக்கு மீண்டும் கண்களில் நீர் முட்டியது. கொஞ்ச நேரம் சும்மாயிருந்தான். நாங்கள் ஒன்றும் கதைக்கேல்லை. கொட்டில் முழுக்க நிசப்தம்.

“நானிருக்கேக்க இப்படிக் கொண்டுவாற காசிலதான் கஞ்சியாவது காய்ச்சிக் குடிச்சுதுகள். எனக்கு அது கால் வயித்துக்கும் காணாது. நான் களவா பாண் வாங்கியும் சிலநேரம் சாப்பிடுறனான். பிறகு இயக்கத்துக்கு வந்திட்டன். இப்ப நான் வயிறாரச் சாப்பிடறன். அதுகளுக்கு என்னால கிடைச்ச கஞ்சியும் இப்பக் கிடைக்காது. நான் மட்டும் திண்டால் சரியே...” தொடர முடியாமல் எச்சிலை விழுங்கினான்.

“அப்ப நீ ச..சா..சாப்பாட்டுக்கே இயக்கத்துக்கு வந்தனி?” வேதநாயகம் சொல்லவும். சுகுமார் பாஞ்சு வேதநாயகத்தின்ர நெஞ்சு ரீசேட்டைப் பொத்திப் பிடிச்சு. “புண்டையாண்டி என்ரா சொன்னனி... புண்டையாண்டி..” உலுப்பினான். எல்லாரும் திகைச்சுப் போனம். என்ன செய்யிறதென்றே தெரியேல்லை.

வேதநாயகம் பேயறைஞ்ச மாதிரிப்போனான். நாகேந்திரன் பிடிச்சிழுத்தான் சுகுமாரை, “விர்றா.. விடடா.. சும்மாயிரடா..” சுகுமார் கையைவிட்டுட்டு மறுபடி நிலத்தில குந்தினான். கொட்டில் முழுக்க நிசப்தம். யாரும் கதைக்கேல்லை. கதை வரேல்லை.

சுகுமார் வெறிச்சுப்பார்த்துக் கொண்டிருந்தான். பிறகு சட்டென்று எழும்பி வெளியில போனான். நிசப்தம் உறுத்தலாக இருந்திருக்க

வேணும். பேயன் துவக்க விட்டுட்டுப் போறான் என்றதைப் புண்ணா எனக்குக் கண்காட்டினான். எனக்குப் பக்கத்தில இருந்த அவன்ர துவக்கையும் தூக்கிக்கொண்டு எழும்பிப் போனன். புண்ணாவும் வந்தான். கொட்டிலுக்குப் பின்னால மரக்குற்றியில சுகுமார் இருந்தான். "துவக்கப் பிடியடா" குடுத்தன். நிமிந்து பார்த்துவிட்டு எந்த உணர்வும் இல்லாமல் வாங்கி வைத்தான். நான் பக்கத்தில இருந்தன். புண்ணாவும் இருந்தான். ஒருவரும் கதைக்கேல்லை. கதை தேவையா இருக்கேல்லை. இருக்கயிருக்க மனம் தணிஞ்சுகொண்டு வந்தது. சுகுமாற்ர முகத்தில அது தெரிஞ்சது. பின்னேர ஒன்று கூடலில விபரீதம் விளங்கிச்சு.

ஒன்றுகூடலில் வழமையானவை கதைக்கப்பட்டதும் இன்றைக்குச் செய்த பிழைகளுக்கான விசாரணைகள் தண்டனைகள் என்ற விடயம் வந்தது. சுகுமார் தூசணம் பேசினது அடிக்கப் போனது பற்றிய பிரச்சினை எழும்பியது. வேதநாயகம் ஏற்கனவே மாஸ்ரரிட்ட சொல்லிற்றான் என்றது தெரிஞ்சுது.

பொறுப்பாளர் கேட்டார், "என்ரா டேய் சுகுமார்! வேதநாயகத் துக்கு தூசணத்தால பேசி அடிச்சனியோ?" வலக்காலில் துவக்கை ஊன்றி முன் சரித்து இடக்கையைப் பின்கட்டி வரிசையின் எட்டாவது ஆளாக நின்ற சுகுமார் சொன்னான் "அடிக்கேல்ல" குரல் கம்மி வந்தது.

"ஏன்ரா வேதநாயகம்! அவன் அடிக்கேல்லை எண்டுறான்?"

"தூசணத்தால பேசிக்கொண்டு நெஞ்சில அடிச்சு ரீசேட்டப் பொத்திப் பிடிச்சு இழுத்தவன்."

"என்னடா சுகுமார்?"

"ரீசேட்டப் பிடிச்சு இழுத்தனான் அடிக்கேல்ல."

"தூசணம் பேசினியோ?"

"ஓம்" தலையைக் குனிஞ்சான் சுகுமார்.

"நீங்கள் போராளிகள். உங்களுக்குள்ள அடிபடவாடா வந்த னியள். படுவா றாஸ்கல். நாளைக்கு உனக்குத் துவக்குத் தந்தால் சுடுபடுவியோ...? ஏன்ரா அடிக்கப் போனனி...?" கடைசியில வந்த இந்தக் கேள்வியில அலமலந்து போனது சுகுமாரல்ல; வேதநாயகம் தான். வேதநாயகம் பேயறைஞ்சவன் மாதிரி இருந்தான்.

ஆனால் சுகுமார், "சும்மா கதைவழிப்பட்டாப் போல..." என்று இழுத்தான். வேதநாயகம் சிரமப்பட்டு எச்சில் விழுங்கினான்.

"என்னடா அது சும்மா? கதைவழிப்பட்டா அடிக்கப் போவியோ? என்னடா அது தூசணம்? முதலில நல்ல பழக்க வழக்கங்களப் பழகுங்கோ. சண்டியர் கூட்டத்தையாடா இயக்கத்தில வளக்கிறம். ஒழுக்கமில்லாத ஓர்மம் வீரமாடா? அதுக்கு வேற பேர். சண்டித்தனம், காடைத்தனம், றவுடித்தனம்... எண்டுவரும். ஒழுக்கமுள்ளவனிட்ட ஓர்மம் இருந்தால்தான்ரா அது வீரம்." பொறுப்பாளர் கோபமான முகபாவத்துடன் கதைத்தார். கதை மனதைத் தைத்தது. ஆனால் ஏன்ரா அடிச்சனி என்ற அவற்ர கேள்விக்குப் பதில் வரேல்லை என்றதை மறந்து போனாராக்கும்.

"விடுதலைப்புலிகளில போராளியெண்டா அவனுக்கு முதல்ல நிதானம் தேவை. நிதானம் இல்லாதவனால சண்டையும் செய்யேலாது. பிறகு ஒரு... ஒரு மண்ணும் செய்யேலாது... சுகுமார் நீ என்ன செய்யிறாயெண்டா இந்தக் 'கேபிள்'ல ஏறி நிக்கிறாய்... விடிய விடிய நிக்கோணும். நித்திரை வரும். சினம் வரும். காலில கையில வலி எழும்பும். நிதானம் இழந்தியோ விழுந்து மண்டை உடையும்... விளங்குதோ?"

"ஓமண்ணை" சுகுமார் குனிந்த தலையில் பார்வையை மட்டும் உயர்த்திப் பதில் சொன்னான்.

இந்த விடயம் எங்கட அணியில பெரிய வேதனையைத் தந்தது. அம்புறுஸ் ஒரு பாவம் போல ப்ச்..ப்ச் என்று யோசிச்சு யோசிச்சு சப்புக் கொட்டினான். தன்னால்தான் எல்லாம் என்று நினைச்சிருக்க வேணும். வேதநாயகம் மற்றாக்களோட கதைக்க மனம் கூசினான். ஒருவரோடயும் கதைக்கேல்லை.

காட்டு மரங்கள் இரண்டில பயிற்சிக்காக 'ரைக்ர'ரால இழுத்துக் கட்டின கேபிள். அதுக்கு மேலால அஞ்சடியில அடுத்த கேபிள். கீழ் கேபிளில நின்று மேல் கேபிளில பிடிச்சு நிற்கிறான் சுகுமார். தோளில துவக்குக் கிடக்கு. பத்துமணிக்குப் படுக்கிற நேரம் எல்லாருக்கும் சுகுமாரின்ர நினைவாத்தான் இருந்தது. ஆனாலும் அப்ப நித்திரையைப் போல ஒரு பெரிய வரப்பிரசாதம் வாழ்க்கையில வேறொன்றுமிருக்கேல்லை. படுக்க ஆயத்தப் படுத்தினம். அந்த நேரம் பார்த்து சுகுமார் கொட்டிலுக்க வந்தான். எல்லாருக்கும் பெரிய சந்தோசம். ஏனோ வேதநாயகம் கூட சந்தோசப்பட்டான்.

அம்புறுஸ் கேட்டான். "வினோத்தண்ணை போகச் சொல்லி விட்டுட்டாரோடா?"

"இல்லை, சாப்பிட்டிட்டு வந்து திரும்ப ஏறச்சொன்னவர்."

எல்லோருடைய முகங்களும் மறுபடி தொங்கின. சுகுமாரோட மேற்கொண்டு கதைக்க எவரும் விரும்பவில்லை. அவன் தன்ரை கோப்பையை எடுத்துக்கொண்டு போனான். எல்லாரும் படுத்தாங்கள். நானும்தான் படுத்தன். தண்டா என்னை எழுப்பினான்.

"எழும்பு சென்றியடா... எழும்படா சென்றி" எழும்பினன்.

நேரம் 12.10 "சுகுமாரை வினோத்தண்ணை இறக்கிவிட்டுட்டார்" தண்டா மெல்லச் சொன்னான். எனக்கு நித்திரை கலைஞ்சுது.

"இப்பதான் விட்டவர். வெளியில இருக்கிறான்."

வெளியில கொட்டிலின் பக்கவாட்டாக வரிச்சுத்தடியால போன ஞாயிறு நாங்கள் கட்டின இருக்கையில அவன் இருந்தான். நாங்கள் இருவரும்தான் காவல் கடமைச் சோடி. எங்கட அணிக்கு றோந்துக் காவல். இன்று நான் தனிய என்றுதான் எண்ணியிருந்தன்.

நான் அவனிட்டப் போய் "என்னடா விட்டுட்டாரோ? சரி போய்ப் படு. நீ சென்றி பாக்கவில்லையென்று தெரியவராது. ஒருத்தரும் கேட்கவும் மாட்டாங்கள். நீ பயப்பிடாமல் படு." அவன் இழந்த நித்திரையில் ஒரு மணித்தியாலத்தைக் கொடுத்து உதவ விரும்பினேன்.

"இல்லையடா கால் வலிக்குது. இப்பதான் பன்னிரண்டு மணிக்கு விட்டவர். அவரும் நித்திரை கொள்ளேலை. கொடிக் கம்பத்துச் சீமேந்துக்கட்டில இவ்வளவு நேரமும் இருந்தவர்."

"நீ இறங்கிடுவாய் எண்டு யோசிச்சாரோ?"

"இல்லையடா. அந்தாள் நல்ல மனிசன். தானிருந்தால்தான் நான் பயத்தில நித்திரை தூங்காமல் இருப்பன் எண்டு நினைச்சிருக்கக் கூடும். தற்சமயம் விழுந்தாலும் ஒருத்தரும் இல்லையெண்டதாலயும் இருந்திருக்கக் கூடும். அண்டைக்கு முதலாம் குறூப் சின்னப் பெடியள் எல்லாருக்கும் பணிஸ்மன் குடுத்திட்டு தானுமிருந்தவர். நான் கண்டனான்."

"இப்ப தனக்கு நித்திரை வர விட்டுட்டார் போல" நான் சிரிச்சுக் கொண்டு பகிடிவிட்டன். அவன்ர மனதை இயல்பாக்க எண்ணி.

"இல்லையடா, இறங்கச் சொல்லிற்று கூப்பிட்டுக் கதைச்சார். 'கோவப்படாத. துவக்குகளோட பிளங்கிறனாங்கள், மற்றவனுக்கு அடிக்கிற அளவுக்குக் கோவப்பட்டால், அது நல்லதில்லை. உனக்குத்தான் கூடாது. சரி போய்ப்படு' என்று சொல்லிவிட்டவர்."

"ஏன் அடிக்கப் போனனியெண்டு கேக்கேல்லையே?"

"இல்லை."

"நீயேன்ரா பின்னேரம் சொல்லேல்ல. அவன் வேதநாயகத்தை மாட்டியிருக்கலாமே. அவனேதோ அம்புறுசைத் தின்னவழி யில்லாமல் வந்ததெண்ட மாதிரியெல்லே கதைச்சவன். அதைச் சொல்லியிருக்கலாமே நீ?"

"நீயென்னடா, அவன் வேதநாயகம் எங்களுக்கு முன்னால அம்புறுச அப்பிடிச் சொன்னான். நான் பயிற்சிமுகாமில எல்லாப் பெடியள், சீனியர்ஸ், மாஸ்ரர்மாருக்கு முன்னால அதைச் சொல்லி அம்புறுசை அவமானப்படுத்துறதே. நீயென்னடா மொக்கன் மாதிரி கதைக்கிற?"

எனக்கு என்னை நினைத்து மனம் கூசிச்சு. உண்மைதான், இந்த இடத்தில நான் மொக்கன் மாதிரி கதைச்சிற்றன். அம்புறுசுக்காக வேதநாயகத்தோட கதைக்கப் போய், கதைவழிப்பட்டதாலதான் அடிக்கப்போனதா பொய் சொல்லி அம்புறுசையும் அவமானப் படுத்தாமல், வேதநாயகத்துக்கும் பாடம் படிப்பிக்காமல் தான் தனியப் போய் தண்டனை செய்திட்டு வாறானே இவன். மனம் முழுக்க நின்றான் சுகுமார். கதைக்கயில்லை சும்மாயிருந்தம்.

02

இந்தப் பயிற்சி முகாம் காட்டிலேயே, இந்தக் கதிரையில் இருந்தால்தான் வானம் ஓரளவு தெளிவாகத் தெரிந்தது. அதைக் கண்டுபிடிச்சுத்தான் போன ஞாயிறு இவனோட நாகேந்திரனும் விசித்திரனுமாச் சேர்ந்து நாங்கள் இந்த வரிச்சுக் கதிரையைச் செய்திருந்தம். ஆஸ்பத்திரிக் கதிரைமாதிரி இருக்கும். இதில அமைதியா காட்டின் மௌனத்தையும் மௌனத்தின் ஒலியையும் கேட்டுக்கொண்டு, இருளையும் இருளின் ஒளியையும் பார்த்துக் கொண்டிருக்க அமைதியா சுகமா இருந்தது. இந்தச் சுகம் தனிமையில் ஒரு விதமாகவும், சேர்ந்திருக்கையில் இன்னொரு விதமாகவும் இருக்கும். இப்போ சேர்ந்து தனிமையில் இருக்க ஏதோ இனம் புரியாத குளிர்மையில் மனம் இலேசாகி மிதப்பதான உணர்வு.

வளர்பிறை அற்புதமாய் குழந்தையின் ஏணைபோலத் தெரிந்தது. எல்லாரையும் தாலாட்ட வானம் ஏனோ ஏணை கட்டிவைத்தி ருக்கிறது. குழந்தையின் பராக்கிற்காக மின்மினிகள். எண்ணி முடித்திடவா முடியுமதை? மின்மினிகளை ஒளித்து விளையாட்டுக் காட்டுகின்றன வெண்முகில்கள். அவற்றை அள்ளிக் கையில் சுற்றிக்கொண்டால் அருமையாக இருக்கும் போலயிருக்கிறது. வாழத்தெரிந்தவன் அந்த ஏணையில் படுத்துப் பரவசம் அடையலாம்; யார் வேண்டுமானாலும்; எத்தனைபேர் வேண்டுமானாலும்; எங்குள்ளவர் வேண்டுமானாலும். ஆனால், உலகில் வானத்தை எப்ப கடைசியாய்ப் பார்த்தனி? என்றால் யோசித்து முழிப்பவர்கள் எத்தனையோ பேர் இருக்கிறார்கள். காடு அமைதியாக இருந்தது. நிசப்தம் போன்று காதுக்கு இனிமை தரக் கூடிய ஒலி இந்த உலகில் எதுவுமே இருக்கமுடியாது என்று பட்டது.

“என்னடா வானத்தையே பார்க்கிறாய். கண்டதில்லையா?” என்றான் சுகுமார். அவனும் வானத்தைத்தான் பார்த்துக் கொண்டிருந்தான். வானம் பார்க்கத்தானே இந்தக் கதிரையே சரிக்கட்டினோம்.

"இல்லை வானத்தில நிலவு ஏணை மாதிரித் தூங்குது. இதில ஏறிப்படுக்க எத்தனை பேருக்குத் தெரியும்" என்றேன்.

அவன் வானத்தையே பார்த்துக்கொண்டிருந்தான். நான் அப்படிச் சொன்னது மனதுக்குப் பிடிப்பாக அவனுக்கு இருந்திருக்க வேண்டும் என நினைத்தேன்.

அவன் "ஏணையாவா? வேதநாயகத்திற்றப் போய் சொல்லிப்பார். உனக்கு விசர் வந்திட்டுது என்று வாத்திற்றப் போய்ச் சொல்லு வான். அது எப்படித் தெரியிறதெண்டது நீ என்னவா இருக்கிறாய் எண்டதிலதான்."

"ஆருக்கெண்டாலும் வானம் மனசுக்கு இதமான ஒரு விசயமில்லையா?"

"இளகின மனங்களுக்குத்தான் அப்பிடி. அதிகப் பணமுள்ளவர் களுக்கு அப்பிடியில்லை. அவர்களுக்கு மனம் இளகிறதில்லை. மற்றவனை எட்ட இன்னும் பணம் போதாது என்ற கவலை யவர்களுக்கு. அந்த முயற்சியில மனமிளகிற விடயங்களைப் பாக்கவோ கேக்கவோ அவையளுக்கு அவகாசம் இருக்கிறதில்லை. கண்ணை வெட்டும் பல்ப்பின்ர ஒளிதான் அவர்களுக்கு மனதை நிறைக்கும். இருண்ட மனங்களுக்கு இந்த மெல்லிய ஒளி உணரப் போதுமானதாக இல்லை. செறிவான நெருங்கின ஒளியைத்தான் அவற்றால உணர முடியும்." அவன் தியானத்தில கதைப்பது போலக் கதைத்தான். பிறகும் தொடர்ந்தான்.

"பொதுவா ஏழைகளுக்கு வானம் ஒரு கொடைதான். ஆனாலும், முதல்ல வயிறுநிறைய வேணும். வயிறு நிறையாட்டிக்கு உன்ரை ஏணை அதுகளுக்கு வெறும் சட்டியாகவோ பிச்சைப் பாத்திரமாகவோதான் தெரியும்."

எனக்கு மனம் என்னவோ போலிருந்தது; பிசைந்தது. தேவையில்லாமல் கண்கசிவதாகவும் பட்டது. ஆனால் அப்படி துக்கம்தரும் எதையும் நினைக்கவில்லை. நான் வானத்தையே பார்த்துக்கொண்டிருந்தேன். அவனும்தான் பார்த்துக்கொண்டிருந் தான். நான் அதைக் கலைத்தேன். "இரு நான் ரோந்து சுத்திக் கொண்டு வாறன்."

"நில்லு நானும் வாறன்."

"இல்ல நீ இரு, இல்லாட்டிப் படு."

“இல்லை நடந்தால் கம்பியில நின்ற கால் சுகமாயிருக்கும்” அவனும் வந்தான். சுத்தி நடந்தோம். ஒவ்வொரு கொட்டிலிலும் நின்ற சென்ரிக்காரங்கள் அன்றைய சங்கேதச் சொல்லைச் சொன்னாங்கள்.

“எஸ்.எம்.ஜி” என்றனர் அவர்கள்.

“நைன் எம் எம்” என்று பதில் சங்கேதச் சொல்லைச் சொல்லிக்கொண்டு சென்றோம். பதிற் சொல்லு சொல்லாட்டி எதிரி என்றுதான் அர்த்தப்படும். அதற்காகத்தான் ஒவ்வொருநாளும் சங்கேதச் சொல்லு வைக்கப்படுகிறது. தொடக்கத்தில் சும்மாதான் சங்கேதச் சொல்லு வைக்கப்பட்டது. பிறகு இவன் படிச்ச விசரன் தான் வினோத்தண்ணையிற்ர ஒருநாள் சொன்னான் “இந்தச் சங்கேதச் சொல்லை இராணுவப் பாடத்திட்டத்தோட சம்மந்தப் படுத்தி வைச்சாலண்ணை, சுலபமா பாடம் ஞாபகத்துக்கு வந்திடும். எழுதப் படிக்கத் தெரியாத ஆக்களுக்கு இது சரியான சுலபமா இருக்கும். வெவ்வேறு வகை துவக்கின்ர தொழிற்பாடுகள், ரவை அளவுகள், துவக்கின்ர பாகங்களெண்டு நினைவில வைச்சிருக்க சரியா கஸ்ரப்படுறாங்கள் பெடியள். அண்டைக்கு நடந்த சோதினையில ஐம்பதுக்குக் குறைய கனபெடியள் புள்ளி எடுத்தவங்கள். நான் சொல்லுறது பிழையோ அண்ணை!” என்று கேட்டவன்.

பொறுப்பாளர் கண்களை மேலே செருகி யோசிச்சார். பிறகு “நீ சொல்லுறது சரிதான்ரா தம்பி. இனிமேல் அப்படிச் செய்வம். சங்கேத மொழி ஒன்றுக்கொன்று தொடர்புடையதா வைக்கக்கூடாது. எதிரி ஊகித்தறிய வாய்ப்புக்குடுக்கக் கூடாது. இருந்தாலும் இந்த விசயத்தில பரவாயில்லை. நீ சொன்னபடி செய்வம்” என்றவர். பொறுப்பாளருக்குப் புத்திமதி சொல்லப்போய் படிச்ச விசரன் வம்பில மாட்டப்போறான் என்றுதான் நினைச்சம். ஆனால் அப்படி எதுவும் நடக்கேல்லை. எனக்கு, கல்லூரியில கணக்கு வாத்தியாருக்கு, மடக்கைப் பாடம் படிப்பிக்கேக்க இப்படிச் சுலோமமாச் செய்யலாமென்று ஒரு முறையைச் சொல்லப்போய் அந்தாள் பெடியள் பெட்டையளுக்கு முன்னால கையைத் தூக்கடா என்று பின்னியெடுத்தது எனக்கு ஞாபகம் வந்தது.

இதுக்குப் பிறகுதான் இப்படி சங்கேத மொழி வைக்கும் வழக்கம் வந்தது. விசித்திரன் படிக்கத் தெரியாதவங்களுக்குப் பாடம் சொல்லிக் கொடுத்த அனுபவத்தில இருந்து இதைச் சொன்னான். நல்ல விளைவு கிடைச்சுது. சுகுமாருக்கும் இதில வலு சந்தோசம்.

அவனுக்கு இந்த எண்களை ஞாபகம் வைத்திருக்க முடியிறதே இல்லை.

குசினிக் கொட்டிலடியால வந்துகொண்டிருந்தம். திரும்பிப் பார்க்க பயமா இருந்தது. மங்கலா இரண்டு அடுப்புத்தான் தெரியுது. காட்டில புகைவரக் கூடாது. எதிரிக்குத் தடையமாய்ப் போய்விடும். அதாலதான் புகைக்காத விறகா முதிரைக் கட்டையை எடுத்து எரிக்கிறது. அது இலேசில புகைக்காது. இலேசில நூரவும் மாட்டுது. விடிய விடிய இருக்கும். இந்தத் தணலுக்கு இரவுமழையில நனைஞ்சு கூதல் காய கரடி வருமாம். அதை நினைச்சாப் பயம். அண்டைக்கு ஒன்பதாம் அணியில கரடிபோக, சங்கேத மொழியைக் கேட்டிருக்கிறான் சென்ரிக்காரன். அது பேசாமற் போகத் திருப்பக் கேட்டிருக்கிறான். பிறகு விளங்கீற்று கத்திக்கொண்டு ஓடிற்றான். அதுக்குப் பிறகு இதால போகேக்க பயமாத்தான் இருக்கு. என்ன துவக்கையே கொண்டு திரியிறம்; கொட்டன்தானே. துவக்கென்று பெயர் வைச்சா துவக்காயிடுமே.

கரன் அண்ணையின்ரை கல்லறை கழிஞ்சு கொடிக் கம்பம் கழிஞ்சு வாறம்: மூன்றாம் அணி புகழேந்தி சென்ரியில நல்ல நித்திரை. போய்த்தட்டவும் துள்ளி எழும்பினான். எங்களைப் பார்த்து முழுசினான்.

“இப்பதான் சென்ரி எழுப்பி விட்டவன் அண்ணை... வந்திருக்க நித்திரை கலையேல... ஆனா முழிச்சுத்தான் இருந்தனான். நீங்கள் வந்ததைக் கவனிக்கேல்ல...” அவன் தடுமாறினான்.

நாளைக்கு இதைப் பொறுப்பாளரிட்டச் சொல்ல, அடுத்த தண்டனை கிடைக்கப்போகுது என்று வெருண்டான். இண்டைக்குப் பகல் என்னத்துக்கோ தண்டனையில ஓடுபாதையில ஓடிக்கொண்டிருந்தவன். சின்னப்பெடியன், களைப்பில ஏலாமலிருக்கும். சுகுமார் சொன்னான். “நீ படுறா தம்பி சென்றி முடிய எழுப்பிவிடுறன். பிறகு, நீ மற்றவனை எழுப்பிவிடு.”

“...” பதில் இல்லாமல் அவன் முழுசினான். அவன் இதை நக்கல் என்றுதான் நினைச்சிருக்கவேணும் என்று தோன்றியது.

“நீ படுறா புகழேந்தி. நீயெல்லே இண்டைக்குப் பணிஸ்மன்ல ஓடினனீ. பிரச்சினையில்லை படு. வந்து எழுப்பிவிடுறன். பிறகு எங்களை இப்படிச் சொன்னதெண்டு மாட்டிவிட்டுடாதை.”

அவனுக்குப் பெரிய சந்தோசமாக இருந்தது. படுக்கிறதுக்காக அல்ல. முதற் பிரச்சினை நித்திரை கொண்டதைச் சொல்லமாட்டம் என்றதுதான். வேற யாரும் இப்படிச் சொல்லியிருந்தால் நம்பமாட்டான். சுகுமார் இப்படிச் சொன்னபடியால் நம்பினான். ஏற்கனவே இப்படிப் பல விசயங்களில சின்னப்பெடியளுக்குச் சுகுமார் மேல அன்பும் நம்பிக்கையும் வந்திருந்தது. சீனியர்ஸ் வந்து பார்ப்பாங்கள் என்ற பிரச்சினை இண்டைக்கில்லை. அவங்கட கொட்டில்ல இண்டைக்குச் சத்தத்தைக் காணேல்லை. இல்லாட்டி, நாங்கள் வரேக்க ஏதாவது கத்தாமல் விடாங்கள். இப்ப அவங்களும் சென்றி நித்திரைபோல.

திரும்பவும் கொட்டிலுக்க வந்து வரிச்சுக் கதிரையில இருந்தம். கொஞ்சநேரம் மௌனம். பிறகு சுகுமார் கதைச்சான். அவன் சம்பவத்திலயிருந்து இன்னும் விடுபடவில்லை என்று தெரிஞ்சுது.

“நானும் ஒரு கஸ்ரப்பட்டவன்தான். எங்கட குடும்பமும் ஒரு கஸ்ரப்பட்ட குடும்பம்தான். அதால நான் கஸ்ரப்பட்டவனாகத்தானே இருக்கேலும். வேதக் குடும்பத்தில பிறந்தா வேதச் சமயம். சைவக் குடும்பத்தில பிறந்தா சைவசமயம் மாதிரி கஸ்ரப்பட்டவன் குடும்பத்தில பிறந்தா கஸ்ரப்பட்டவன்தானே! குடும்பம் ஒரு நிர்ப்பந்தமான உறவு. அதை விரும்பி எங்களால தெரிவு செய்ய முடியிறதில்லை. இன்ன குடும்பத்தை என்ரை குடும்பமாப் பெறவேணும் என்று இல்லையே. எங்க பிறந்தனோ அதுதான் என்ர குடும்பம். நிர்ப்பந்தமா இருந்தாலும் என்ர குடும்பத்தில வரும் பந்தமும் பாசமும் பிணைப்பும் மற்றக் குடும்பத்தில ஏற்படுகிறதில்லை. அதுதான் மனிசன்ர மிக மர்மமான அம்சம் என்று நினைக்கிறன்.’ ‘பேயோட பழகினாலும் பிரியிறது கஸ்ரம்’ எண்டொரு பழமொழி இருக்கு. அப்பிடி இருக்கேக்க கூடிப் பிறந்திட்டால் இரத்த உறவுக்கெண்டு ஒரு துடிப்பிருக்கத்தான் செய்யுது.

“என்ன குழப்பிறனோ? இல்லை... அவன் வேதநாயகம் அம்புறுசைப் பார்த்து அப்படிக் கேட்டிருக்கக் கூடாதெல்லோ! ஏழைக் குடும்பத்தில பிறந்தது அவன்ர பிழையா? இல்ல போராடவேணுமெண்ட அவன்ர உணர்வு ஏழைக் குடும்பத்தில பிறந்து வந்ததால தின்ன வழியில்லாம வந்த உணர்வாகிடுமா? பேயன்! தின்ன வழியில்லாதவன் ஏன்ரா போராட வரவேணும். வீட்ட விட்டு, குடும்பத்தை விட்டு, உறவை விட்டு, அதால துன்பப்பட்டு, தன்ரை வாழ்வை விட்டு, இளமையை விட்டு,

மயிர்மட்டை எல்லாத்தையும் விட்டு, எதிர்காலத்தை விட்டு உயிரைப் பணயம் வைச்சு ஏன் இஞ்ச வாறான். சரி இஞ்சவந்து வாழுற வாழ்க்கை சுதியான வாழ்க்கையா? நித்திரைகூட இந்த இயக்க உலகத்தில பெரிசாத் தெரியிற, தனக்கெண்டு எந்த விருப்புவெறுப்பும் இல்லாத - இருக்கக்கூடாத வாழ்க்கை இது. உயிரைச் சுட்டுவிரல் நுனியில வைச்சிருக்க வேண்டியிருக்கு. கட்டளைக்குத்தான் கைகாலை ஆட்ட ஏலும். தின்ன வழியில்லாதவன் தெரிவு செய்யவேண்டிய வாழ்க்கையா இது...

"ஏன்ரா இல்லை கேக்கிறன், தின்ன வேணுமெண்டா உயிரப் பணயம் வைக்கிற அளவு துணிவுள்ளவன் ஒரு களவெடுத்தாலே போதுமே. லட்சாதிபதியாயோ கோடீஸ்வரனாயோ ஆகலாமே! வாழ்க்கையில எதையும் இழக்கத் தேவையில்லையே. இந்தளவு துணிவோ அபாயமோ அதுக்குத் தேவையுமில்லையே. இது இந்த விசரன் வெங்காய வேதநாயகத்திற்கு விளங்கேல்லையே!

"அம்புறுசைக் கேட்டுப்பார். அவன் போராட வந்ததிற்குப் பின்னால ஒரு கதையிருக்கும்; காரணமிருக்கும். அதுக்குள்ள ஒரு மனுசனுக்கு இருக்க வேண்டிய மனம் இருக்கும்."

அவனுக்கு மனம் கொந்தளித்து வார்த்தைகள் நெரியுண்டு விழுந்தன.

"எல்லாரும் அப்படித்தான் இருப்பாங்கள் என்று நினைக்கிறியா" நான் கேட்டுவிட்டேன். அப்படிக் குறுக்கறுத்துக் கேட்டிருக்கக் கூடாதென்று உடனேயே நினைத்தேன். அவனைக் கதைக்க அனுமதித்திருக்க வேண்டுமென்று பட்டது.

"அப்படி எல்லாரும் இருப்பாங்களெண்டு நான் சொல்லேல்ல. சில புறநடையளும் இருக்கும்; நிச்சயம் இருக்கும். ஆனாலொன்று, அவங்களிலும் கூடப் பலபேர் போராட வாறதெண்டு முடிவெடுக் கேக்க மனிசனுக்குள் இருக்கிற மிருகத்தனமான மனம் அவங்களிட்ட இருந்து பின்தள்ளப்பட்டு மனிசத்தனமான - இரக்கத்தனமான, தவறுகளை எதிர்த்துக் கேள்விகேக்கிற - மனம் அவங்களைத் தூண்டியிருக்கலாம். அவங்கள் வந்திருக்கலாம். ஆனால், அது மீண்டும் சக்தியிழந்து போகவும் கூடும். மிருக மனசிட்டயிருந்து மனிச மனசைப் பேணமுடியாமல் போகலாம். அதுக்காக அவன் முடிவெடுத்த தருணத்தில அவன் மனிசனாக இருந்தான் என்கிற உணர்வு பொய்யாயிராது."

தத்துவத்தனமாக அவன் கதைத்தான். இப்பிடி அவன் இதுக்கு முன்னம் என்னோட கதைச்சதில்லை. ஆனால், எப்பவும் கிழவனுகளப் போல பழமொழிகளை மறுமொழியாக்கும், கேள்வியாக்கும் இயல்பை அவனிட்ட நான் கண்டிருக்கிறன். அந்தக் கறுத்த, மெலிந்த, குச்சியான உடம்பு இப்படியெல்லாம் கதைக்கிறதே என்பது ஆச்சரியமாக இருந்தது. அம்புறுசை வேதநாயகம் இப்படிக் கேட்டது இவனை உலுப்பிவிட்டிருந்தது. இவன்ர மனதை இப்படிப் பாதித்திருக்கிறது. இது இந்தச் சம்பவத்தால மட்டும் உருவான உணர்வலையாக அவனுக்குள் நிச்சயமாக இல்லையென்று எனக்குப்பட்டது. தேங்கி நின்ற ஒரு உணர்நிலையின் மீது எறியப்பட்ட இன்னொரு கல் என்று பட்டதெனக்கு.

எண்ணங்களில் நான் மூழ்கியிருந்தேன். காட்டின் அமைதி இப்படியிருப்பதற்கு இடமளித்தது. இருளும்கூட சில மனநிலைகளில் இதமாகத்தான் இருக்கிறது. எந்த வாழ்க்கையிலிருந்து எந்த வாழ்க்கைக்கு வந்திருக்கிறேன் என்று நினைக்க ஒரே வியப்பாக இருந்தது.

“என்னடா ஒண்டுமே கதைக்காம யோசிச்சுக்கொண்டிருக்கிற?” என்றான் அவன்.

“இல்லையடா சும்மா யோசிச்சன். வா நித்திரையோ எண்டு அவங்கள் யோசிக்கப்போறாங்கள். அடுத்த ரோந்துச் சுத்தையும் சுத்திப்போட்டு வருவம்.”

எழும்பி நடந்தம். ஐந்தாம் கொட்டிலில் நின்றவன் “நில்! காஸ்கட்” என்றான்.

“டேய் எஸ் எம் ஜியடா... என்னடா மறந்திட்டாய்; மாட்டின இண்டைக்கு” என்றான் சுகுமார்.

“இல்லையண்ணை, இண்டைக்கு மறந்திட்டன். ஞாபகம் இருந்தது. இப்ப மறந்திட்டன்” என்றான் அவன்.

நேற்று வைத்த சங்கேதச் சொல்லுத்தான் காஸ்கட். பதில் சொல் ‘அருள் 89’. போன சண்டைகளிலை காஸ்கட் லிவரைத் தூக்காமல் அருள் 89 ‘கிறனைற்’ற கொழுவி அடிச்சதால அது பக்கத்தில விழுந்து அடிச்சவனையே பதம்பாத்து விபரீதமாப் போயிற்று. இந்திய அமைதிப் படையடை புலிகளுக்கு எதிராக உருவாக்கிய பலாத்கார தமிழ்த் தேசிய இராணுவத்திற்குக் குடுத்த

துவக்குக்குத்தான் இப்படிக் காஸ்கட் அமைப்பு இருந்தது. அந்தத் துவக்குத்தான் படையணியிலகூடப் பாவனையில இருந்தது. அதாலதான் ஞாபகம் வைச்சிருக்கிறதுக்காகப் பொறுப்பாளர் நேற்று இப்படிச் சங்கேதச் சொல்லை வைத்தார்.

நாளைக்குத் தண்டனை நிச்சயமென்று சென்றிக்கு நின்றவன் பயந்துகொண்டு நின்றான். போகும்போது கேட்டான் ஒரு கெஞ்சல்தனத்தோடு, "அண்ணை நாளைக்கு லைனில சொல்லுவிங்களோ?"

"பின்ன..." என்ற சுகுமார் பிறகு "நான் சும்மாடா. மற்றவனைச் சென்றிக்கு எழுப்பேக்க நீ அவனுக்கு ஞாபகப்படுத்திக் குடு. எல்லாரும் இதைச் செய்தா உனக்குச் சென்றி தாறவனும் சொல்லித் தருவான்: பாடமுமாகுது, பணிஸ்மனும் தேவையில்லை. ஒற்றுமையா இருக்கப் பாப்பம்" என்று சொல்லிக்கொண்டே நடந்தான் சுகுமார். இவனுக்கு நல்லதுகளை நினைச்சுத்தான் எப்பவும் பழக்கம். யாரும் நோகக் கூடாது. யாரும் வருந்தக்கூடாது. இவன் நிறைய நொந்துபட்டவனாக இருக்க வேண்டுமென்று எண்ணினேன்.

சுத்திவிட்டு மீண்டும் வந்து வரிச்சுக் கதிரையில இருந்தம். அவன்தான் தொடங்கினான்.

"நான்தான் சொன்னேனே என்ர குடும்பம் கஸ்ரப்பட்ட குடும்பந்தானெண்டு... " அவன் கதைக்க விரும்பினான் என்பதைத் தெரிந்துகொண்டேன். ஆனால், எங்களுடைய காவற்கடமை முடிய இன்னும் கொஞ்ச நேரம்தான் இருந்தது. அதோட அவன் இன்னும் நித்திரையே கொள்ளேல்ல. ஆனாலும் அவன் இப்ப நித்திரையைவிட என்னோட மனம்விட்டுக் கதைக்க விரும்பிறான் என்பதை விளங்கினேன். அதைக் குழப்ப வேண்டாமே என்று பேசாமல் இருந்தேன்.

"...அப்பாக்கு இன்ன வேலையெண்டு இல்லை. கூலி வேலைக்குப் போவார். சுருட்டு சுத்தப் போவார். மனிசன் குடியும். ஊரில செத்தவீடெண்டால் பட்டினத்தார் பாட்டுப் படிக்க இவரைத்தான் கூப்பிடுறது. இப்ப அவருக்கு ஏலாது. பாரிசவாதத்தில கால் இழுத்திட்டுது. மூத்தது அக்கா. மற்றது அண்ணா. இரண்டு தம்பி சின்னாக்கள். அண்ணை பொறுப்பில்லாதவன். ஊர் சுத்துறதுதான் தொழில். நான் படிச்சுக்கொண்டிருந்தன். அம்மா சந்தையில காய்கறி வித்தா. கொஞ்ச வருமானம்.

சாப்பிடுறதே பெரும்பாடு. அதில படிக்கிறதென்னெண்டு. நான் பின்னேரத்தில சைக்கிள் கடையில உதவிக்கு நிண்டன். வகுப்பில பத்துக்கும் இருவதுக்கும் இடையில வருவன். அதுக்கு மேல வர ஏலாது. பணமில்லை. ரீயூசனில்லை. பணமில்லை. அதால வீட்ட படிக்கவும் மனமில்லை. பணமில்லாததால படிப்பு ஒரு பிரச்சினையாயுமில்லை. வீட்டில அத விடப் பெரிய பிரச்சினைகள் முக்கியமானதாக இருந்திது...

"பள்ளிக்கூடத்துக்குப் போறது குறைஞ்சிது. பிறகு பரீட்சைக்குப் போகாமல் விட்டன். இடைக்கிடை மட்டும் போனதில படிப்பு மண்டையில ஏறயில்லை. அதால போறநேரங்களிலயும் ஒதுங்கியிருக்க வேண்டியிருந்திது. வெக்கமாயிருந்திது. இந்த அவஸ்த்தை வேண்டாமெண்டு ஒரேயடியா நிண்டுட்டன். நானுழைத்தால் தம்பியாக்களாவது படிக்கலாம். நானும் படிச்சால் ஒருத்தரும் படிக்கேலாது எண்டு அனுபவத்தில பட்டுது. பிறகு முழுநேரம் சைக்கிள் கடைதான். முதல் கொஞ்சநாள் என்னோட படிச்ச பெட்டையளே காலமை பள்ளிக்கூடம் போகேக்க சைக்கிளுக்குக் காத்தடிக்க, ஒட்ட எண்டு வர நெஞ்சுக்க வலியாயிருந்திது. வெக்கமாயிருந்திது. பிறகு அதைப் பகிடிவிட்டு பம்பலாக்கி எனக்கு நானே பழக்கப்படுத்திக்கொண்டன். முதல்ல அப்படி நடிச்சன். பிறகு அதுவே இயல்பாயிற்று...

"நாலு பெடியளுக்கு ஒரேயொரு பொம்பிளைச் சகோதரம் அக்கா. அதால அக்காவிலதான் பாசம். அவளுக்கும் என்னில பாசம்தான். சைக்கிள் கடைக்காரன் தொடக்கத்தில முப்பது ரூபா தருவார். சொந்தமா உழைச்சதில அதே பெரிய காசாத்தான் இருந்திது. தம்பியாக்களுக்கு கொப்பி பென்சில் எண்டு எதிலும் குறைவிடுறதில்லை. அம்மாட்ட காசைக் குடுப்பன். கொஞ்சநஞ்சம் வாற சில்லறைக் காசை அக்காட்ட உண்டியலுக்க போடக் குடுப்பன். அதுக்கு உண்டியலுக்குப் போட காசு குடுத்தா படு புழுகம். அது ஆறாம் வகுப்போட படிப்பை விட்டுட்டு. அம்மா சந்தைக்குப் போறதால சமையல் வீட்டலுவல் எல்லாம் அக்காதான். அக்கா கோழி வளத்திது. முட்டை விற்கும். எனக்கும் இரகசியமா அவிச்சுத் தரும். சிலவேளை அதை நான் இரகசியமா தம்பியாக்களுக்குப் பாதிப் பாதி குடுப்பன். என்ர உழைப்பு பெரிய உழைப்பில்லை. ஆனாலும், இப்ப குடும்பத்தில மத்தியானச் சாப்பாடு, இரவுச் சாப்பாட்டுக்குப் பஞ்சமில்லை. காலமையில தம்பியாக்களுக்கு ஒவ்வொரு சங்கிலி பணிஸ் அக்கா குடுக்கும். ஆடு வளத்தம். ஆட்டுப் பாலில ஒரு தேத்தண்ணி. அதுதான்

மற்றாக்களுக்குச் சாப்பாடு. பழசு ஏதாவது மிஞ்சியிருந்தால் அதக் குழைச்சு ஒரு திரணை தின்னுவம்.

“அக்காக்கு உண்டியலில காசு போடுறது ஒரு புழுகம். எனக்கு அதுகின்ர புழுகத்தப் பாக்கிறதில ஒரு புழுகம். சில்லறை குடுக்கிற நேரத்திலயெல்லாம் நினைப்பன்: தாள்க் காசா நூறு ஆயிரமா குடுக்கவேணுமெண்டு. இப்போதைக்கு இரண்டும் அஞ்சும்தான் குடுத்தன். உண்டியல் காசை அக்கா என்ன செய்யும்? இப்படி அடிக்கடி நான் நினைப்பன். ஆனாலும், எனக்குத் தெரியும்: அது ஒண்டில் எங்கட அம்மன் கோவில் திருவிழாவுக்காக. இல்லாட்டி தைப்பொங்கல் அண்டைக்கு வாற மருதடிப் பிள்ளையார் கோவில் தேருக்காக எண்டு. இந்த இரண்டும்தான் அக்கா புழுகமா எடுபடுற கொண்டாட்டம். அக்கா எடுப்பா வெளிக்கிடுற நாள்களும் இவைதான். எடுப்பென்றால் சும்மா இலேசுப்பட்ட எடுப்பில்லை. எக்கச் சக்கமான எடுப்பு. அக்கா வீட்டவிட்டு வெளியில வெளிக்கிடுற நாள்களும் அம்மன்கோவில் திருவிழாவும் மற்றது மருதடித் தேரும்தான். அக்காவைப் பொறுத்தவரை வெளியுலகமெண்டா அநேகமா இந்த இரண்டும்தான். இல்லாட்டிக்கு, அருமை பெருமையா எப்பையாவது இருந்திட்டு மானிப்பாய் ஆஸ்பத்திரிக்கு. இதவிட, வெளியுலகம் இருந்ததா இல்லை. இதால இந்தத் திருவிழாவுக்கு வெளிக்கிடுறதெண்டால் வீட்டில அக்காவின்ர அமளிதுமளி பெரிய திருவிழா...

“மூன்று நாலு சட்டைகளைக் கொண்டுவந்து அம்மாட்டை ஒரு நூறு தரம், என்னட்ட ஒரு இருநூறு தரம், போகிறபோக்கில தம்பியாக்களிட்டயும் ‘எப்படியடா இருக்கு’ எண்டு பத்துத் தரம், இப்பிடி ஆளைவிடாது. அதுக்கு நல்லாயிருக்கு சொல்லுறதிலேயே எனக்கு விசர் வந்திடும். நான் நல்லாயிருக்கெண்டு சொன்னால் பத்தியப்படாது. இது நல்லாயில்லையோ எண்டுசொல்லி இன்னொண்டைப் போய்ப்போட்டுக்காட்டும். பிறகு அம்மாட்டப் போய்க் காட்டும். அம்மா வேறொண்டை நல்லாயிருக்கெண்டு சொல்லுவா. ‘உனக்கொண்டும் விளங்காதணை இது பெரிசா இப்ப ஸ்ரைல் இல்லை. சனங்கள் போடுறதில்லை’ எண்டு சொல்லும். அம்மா புறுபுறுப்பா; ‘பின்னையேன் அதைப் போட்டுக் காட்டுற’ எண்டு. அக்காவால தெரிவுசெய்ய முடியிறதில்லை. நான் சொல்லுவன் ‘சாமி சுத்தி முடியப்போகுது; உன்ர சாத்துப்படி இன்னும் முடியேல; சனங்கள் வீட்ட போகப்

போகுதடி; ஐயர் போக முன்னமாவது போ' எண்டு. அது நேரத்தப் பார்த்துப் பார்த்து ஓடித் திரியும்.

"பிறகு நகைபோடுற பிரச்சினை. அது அவ்வளவு மோசமா இருக்காது. பிறகு செருப்பு, 'கோயிலுக்குப் போறாய் பிறகேன் செருப்பு' எண்டு நான் கிண்டுவன். அது கேளாது. 'விசரே கோயில் வரைக்கும் செருப்புப்போடாமே றோட்டால போறதே' எண்டு அது என்னைப் பேசும். அதுக்கு றோட்டு எண்டதே ஒரு வைபவம்தான். செருப்பு போடாட்டி தன்ர வடிவில ஒரு பெரிய விழுக்காடு குறைஞ்சுபோகும் எண்டதுதான் உண்மையான நோக்கம். இப்பிடிப் பெரிய ரகளை பண்ணும் அக்கா. ஆனாடா, நகைநட்டு, சட்டை, செருப்பு இருக்குதே இதெல்லாம் ஆற்றையெண்டு நினைக்கிறாய்..."

அவன்ர குரல் தணிந்தது. தழுதழுத்தது. கதைசொல்லி வந்த வேகமும் உற்சாகமும் இந்த இடத்தில நின்றுபோச்சு. எனக்கு மனதைப் பிசைந்தது. இருட்டில அவனது முகம் சரியாத் தெரியேல்லை. நிலவு மரக்கிளைகளுக்கிடையே ஆங்காங்கே விழுந்தது. ஆனாலும், அவன் அழுகிறான் என்று எனக்குத் தெரிந்தது. எனக்கும் தொண்டை கட்டுவதுபோல இருந்தது. நான் திரும்பிப் பார்த்தபடி மௌனமாயிருந்தேன். அவன் விறைப்பாய் மற்றப் பக்கம் திரும்பி வானத்தைப் பார்த்துக்கொண்டிருந்தான். பாதியில் உட்குழிந்திருந்த நிலவு வானத்தில் வெறும் சட்டியாய் மரக்கிளைகளுக்கிடையே தெரியாமற் தெரிந்தது.

"அந்தச் சட்டைகளெல்லாம் அக்கா அக்கம்பக்கத்தில வாங்கினதுதான்... நகைநட்டும் அப்பிடித்தான்... செருப்பும்கூட அப்பிடித்தான்ரா..."

அவன் தணிந்த குரலில் கதைத்தான். வார்த்தைக்கு வார்த்தை இடைவெளி விட்டுவிட்டுக் கதைத்தான். அந்த இடைவெளிக்குள் அகப்பட்டு அவஸ்தைப்பட்டு அவஸ்தைப்பட்டு வெளியே வந்தான். இரண்டு வார்த்தைகளுக்கிடையிலான மௌனத்தில் என் மனம் நசிந்தது. இது ஒரு வலி. பட்டால் மட்டும் புரியும் வலி.

"...அக்காட்ட நல்லதெண்டு இருந்தது. நாலஞ்சு வருசத்துக்கு முன்னம் வாங்கின ஒரு றோஸ் கலர் சட்டைதான். சுருக்கு வைச்ச பொம்மலான சட்டை. அப்பயெல்லாம் அதைத்தான் அடிக்கடி போட்டா. இப்ப இதை, வேறு அக்கம் பக்கத்துப் பெட்டையள் வந்து எடுத்துக்கொண்டு போயினம். அக்காக்கு

இதில ஆர்வமில்லை. பக்கத்து வீட்டுப் பெட்டையளிட்ட வாங்கிவாற சட்டையளில கடைசியா ஒண்டைப்போடும். நகைநட்டும் அப்பிடித்தான். நகையளப் பொறுத்தவரைக்கும் மாறுறது பெரிய கஸ்ரம்தான். செத்தவீடு, குழந்தை பிறந்ததெண்டு ஆரும் துடக்குக்கார வீடுகளிருந்தா வாச்சுப்போயிடும். அவையள் கோயிலுக்குப் போகாயினம்தானே. அக்கா அவையிட்ட ஒரு கிழமைக்கு முன்னமே சொல்லிவைச்சிடும். இதைவிடச் சில அதிஸ்ரமும் அக்காக்கு அடிக்கும். பொம்பிளையளுக்கு மாதத் துடக்கு இருக்குத்தானே. அப்பிடி ஏதும் அக்கம் பக்கத்துப் பிள்ளையளுக்கு வந்திட்டா அதுகளின்ர காற்சங்கிலியையோ தோட்டக்காப்பையோ வாங்கிப்போடும். அம்மாட்ட ஒரு பவுண் சங்கிலி இருந்திது. அதிலதான் தாலியக் கோத்து வைச்சிருந்தா. காலையில அக்கா அதை வாங்கிக்கொண்டு கோயிலுக்குப் போய் வரப் பிறகு அம்மா அதைப் போட்டுக்கொண்டு போய்வருவா...

“நான் இந்த உண்டியல் காசில அக்கா திருவிழாவுக்குச் சட்டை வாங்குமென்று நினைச்சுத்தான் இருந்தனான். ஒருநாள் தூக்கிக் கிலிக்கிப் பாத்தன். பாரமாத்தான் இருந்திது. ஆனால், காணுமோ தெரியேல எண்டுட்டு அம்மன் கோயில் திருவிழாவும் கிட்ட வரவும் அடிக்கடி சில்லறையள் கொண்டந்து குடுத்தன். ஆனால், கடைசியில என்ன நடந்திது...

“இந்த உண்டியல் காசில, அக்கா திருவிழாவுக்கு ஒரு கிழமை முந்தி அம்மாவோட சந்தைக்குப்போய் உடைச்ச உண்டியல் காசில எனக்கொரு சாறமும் சேட்டும் வேண்டிக்கொண்டந்திது. அம்மா மறிச்சவாவாம், ‘ஏன்ரி உனக்கொரு சட்டையெடன்’ எண்டு. அக்கா மாட்டன் எண்டுட்டாளாம். ’தம்பிக்குச் சாறமில்லை. இருந்த சாறத்தை சைக்கிள் கடைக்குக் கட்டி ஒயிலும் கிறீசும் பிரண்டு போச்சு, சேட்டும் பள்ளிக்கூட வெள்ளைச் சேட்டுத்தானே வைச்சிருந்தவன். இப்ப அதைப் போடேலுமே. கோயிலுக்கு அவன் என்னத்தைக் கட்டிக்கொண்டு போறது?’ எண்டு சொல்ல, அம்மா சும்மா இருந்திட்டாவாம்...

“‘மூத்தவனுக்கெடுக்கேல்ல இவனுக்கு மட்டும் எடுக்கிறாய் அவன் என்ன நினைப்பான்?’ எண்டு அம்மா பேசியிருக்கிறா. ‘அவனுக்கு ஏதோ உடுக்க இருக்குத்தானே. இல்லாமல் இருக்கிறானே.’ அக்கா கேட்டிருக்கு. எண்டாலும் அம்மாவுக்கு மனம் பொறுக்கேல்ல. தான் கொஞ்சநஞ்சம் பதுக்கி வைத்திருந்த காசில அண்ணைக்கும் ஒரு சாறம் எடுத்தா. பேய் மனிசி, அந்தக் காசில அக்காக்கொரு

சட்டையெடுத்திருக்கலாம்; யோசிக்கேல்ல. அம்மாக்களுக்கு ஆம்பிளைப் பிள்ளையளிலதானே கவனம். அதோட, எனக்கு எடுக்கேக்க அவனுக்கெடுக்காமல் இருக்க அம்மாக்கு மனசு வரேல்ல எண்டு நினைக்கிறன்...

"அக்கா அண்டிரவு நான் வர 'தம்பி இஞ்ச வாவன் இதப் பாரன்' எண்டுச்சிது. போய்ப் பாத்தா சாறம், சேட்டை வைச்சுக் கொண்டிருக்கு. 'உனக்குப் பிடிச்சிருக்கோ சொல்லு' எண்டுச்சுது. 'எங்கத்தயான்?' எண்டு கேட்டன். அது, தன்ரை காசில வாங்கினான் எண்டு சொல்லுச்சு. எனக்கு முழுக்க விளங்கீற்று. உண்டியல் உடைச்சாச்சு. எனக்கு உடன கோவம்தான் வந்திது. அதின்ர முகத்தைப் பாக்க பேச மனம் வரேல்லை. அது வலு புழுகத்தில இருந்திது. தான் முதன்முதலா தன்ர காசில தம்பிக்கு உடுப்பெடுத்துக் குடுத்திட்டன் எண்ட புழுகம் அதுக்கு. பார், ஒரு தம்பியாக இருந்தும் உழைச்சுக்கூட அக்காக்கு முதல்ல என்னால ஒரு சட்டையெடுத்துக் குடுக்கேலாமல் போச்சு. ஆனால், அக்கா உடுப்பெடுத்துத் தந்திட்டுது. நான் 'நல்லாருக்கு. நீலக் கலர் சேர்ந்தது எனக்குப் பிடிக்குமெண்டு உனக்கென்னண்டு தெரியும்?' எண்டன். 'எனக்குத் தெரியாதே தம்பிக்கு எது பிடிக்கும் பிடிக்காதெண்டு?' சொல்லிச்சு. உண்மையா அதுகின்ர தெரிவை மெச்சுறதாக ஒரு ஒப்புக்குத்தான் நான் அப்பிடிச் சொன்னனான். அது மனநோகுமெல்லே...

"தம்பியாக்கள் அழத் தொடங்கிற்றாங்கள்; தங்களுக்கு உடுப்பெடுக்கேல்லயெண்டு. இது பெரிய பிரச்சினையாப் போச்சு. எனக்கு மனம் பொறுக்கேல்ல. நான் நூற்றியம்பது ரூபா கடன் வாங்கிக்கொண்டு வந்து அம்மாட்ட குடுத்தன்; தம்பியாக்களுக்கு உடுப்பெடுத்துக் குடணையெண்டு. வெள்ளைச் சேட்டும் நீலக் காற்சட்டையும் ரண்டு பேருக்கும் எடுத்தா. காணாத மிச்சக் காசுக்கு சந்தைக்காரனிட்ட கடன் சொன்னா. பள்ளிக்கூட உடுப்பெண்டால் அவங்கள் எல்லாத்துக்கும் போடுவாங்கள். அவங்களுக்கு அதப் பற்றிக் கவலையில்லை. கலர் உடுப்பெண்டா பள்ளிக்கூடத்துக்குப் போட்டுக்கொண்டு போய்க் காட்டேலா தெல்லோ?

"திருவிழா வந்திது. எல்லாருக்கும் உடுப்பிருக்கு, அக்காக்கில்லை. ஆனாலும், அக்கா தன்ர வழமையான முறையில உடுப்புப் போட்டுக்கொண்டு போச்சுது. எனக்கு அதைப் பாக்க வேதனையா இருந்திச்சு. நான் அந்த முறை பெரிசா கோயிலுக்குப்

போகேல்ல. மற்றப்படியெண்டா முழுநேரமும் கோயில்தான். இதுக்குப் பிறகுதான் நான் ஒரு முடிவெடுத்தன்: சயிக்கிள் கடையைவிட வேறையொரு வேலையும் தேடவேணுமெண்டு.

"வேலை தேடித்திரிஞ்சு களைச்சுப்போனன். ஒண்டும் சரியா வரேல்ல. இந்த வேலையையும் விடேலாது. வேறயொண்டையும் பாக்கோணும். ஒண்டுமே சரிப்பட்டு வரேல்ல. கடைசியில ஒண்டைக் கண்டுபிடிச்சன். தோட்டங்களில இருந்து காலைல சந்தைக்கு மரக்கறி கட்டினன். அம்மாவோட சந்தைக்குப் போனதால கொஞ்சம் சந்தையப் பற்றி பழக்கமிருந்திது. காய்கறிகளைச் சந்தைக்குக் கொண்டு போகேலாத தோட்டக்காரரைத் தேடிக் கண்டுபிடிச்சு அவையிற்றயிருந்து சந்தைக்கு மரக்கறி கட்டினன். சின்னதாச் செய்தாலும் கொஞ்ச நேர வேலைதானே. இருவது, முப்பது சிலவேளை நாப்பது ரூபா தேறும். கொஞ்ச நாளையில சந்தையின்ர நீக்குப்போக்குகள அறிஞ்சிட்டன். தொழில் பிடிபட்டுது. தொடக்கத்தில சிலதடவை நடந்தமாதிரி பிறகு கையில பொறுக்கிறேல்ல."

சொல்லிவிட்டுக் கொஞ்சநேரம் அமைதியாக இருந்தான்.

"என்னடா நான் கதைச்சுக்கொண்டேயிருக்கிறன் உனக்கு விசரா இருக்கா?"

"ச்சீ... ச்சீ... அப்படியொண்டுமில்லை." நீண்ட நேரம் உறைந்திருந்த எனக்கு வாய்திறக்க ஏனோ தாடை வலித்தது.

"சென்றி முடிஞ்சிருக்குமே, என்ன நேரம்?" என்றான்.

"சென்றி முடிஞ்சிருக்கும். வா போய் நேரத்தைப் பாத்துக் கொண்டு வருவம்."

கொடிக் கம்பத்துக்குப் பக்கத்துப் பாலை மரத்தில மணிக்கூடு தொங்கவிடப்பட்டிருக்கும். நடந்துபோய்ப் பார்த்தம். நேரம் 1.50.

அரை மணித்தியாலம் கூடுதலா ஆச்சு. பரவாயில்லை. புண் நாகேந்திரனும் விசித்திரனும்தான் அடுத்த சென்றி. வேற யாரு மென்றால் இதுவே விபரீதமாய்ப் போயிருக்கும். இரண்டு பேரும் சென்றி நித்திரையென்று தண்டனை வாங்கியிருக்க வேண்டியிருந் திருக்கும்.

கொட்டிலுக்குப் போய் விசித்திரனையும் நாகேந்திரனையும் எழுப்பி சென்றியைக் கொடுத்தோம்.

“அட, வினோத்தண்ணை உன்னை இறக்கிவிட்டுட்டாரே?”

“ஓ.. பன்ரெண்டு மணிக்கே இறக்கிவிட்டிட்டார். நாளைக்குக் கதைப்பம்” என்றான் சுகுமார்.

எனக்குப் படுத்ததும் நித்திரை வரும் மாயமந்திரம் பயிற்சி முகாமிலதான் நடந்தது. ஆனால், இண்டைக்கு மட்டும் வரமறுத்திட்டுது. இருந்தாலும் கொஞ்ச நேரத்தில நித்திரையாகித் தான் போயிற்றன்.

மறுநாள் காலை பயிற்சி முடிந்து வந்து கொட்டிலில் இருந்தோம். வேதநாயகம் யாருடனும் கதைக்கவில்லை. சுகுமார் கம்பியில் இரவு நின்றுவிட்டு வந்ததால் மற்றவர்கள் தன்னைப் புறக்கணிப்பதாக வேதநாயகம் எண்ணியிருக்க வேணும். அல்லது, தான் பிழை செய்துவிட்டதான குற்ற உணர்வாகவும் இருக்கலாம்.

சாப்பிடப் போகேக்க வழியில் வேதநாயகம் சுகுமாரிட்டச் சொன்னான். “மச்சான் நான் செஞ்சது பிழையடா ஒத்துக் கொள்ளுறன். என்னை மன்னிச்சுக்கொள்ளு.”

“ச்ச.. ச்சா.. வேதநாயகமண்ணை நானுன்னை தூசணத்தால பேசி அடிக்க வந்தது பிழைதான். நீ விட்ட பிழை அன்பரசனுக்கு. அம்புறுசிட்ட நீ போய் மன்னிப்புக் கேள். அதுதான் சரி.”

“அது நான் கேப்பன். ஆனா நீயென்னை மன்னிச்சுக்கொள். நீங்கள் நினைக்கிற மாதிரியான ஆளில்ல நான்.”

இது நடந்தது மற்றவர்களுக்குத் தெரியாது. பின்னேரம் நடந்த ஒன்றுகூடலில் காக்கா வேதநாயகத்திற்கு அலுவலக் குடுத்தான். “வ்..வ்.. வினோத்தண்ணை, வேதநாயகமண்ணை என்னைத் தூசணத்தால பேசினவர்.”

“ஏன்டா பேசினனி?”

“நானொன்றும் பேசேல்லையண்ணை” ஆத்திரமடைஞ்சான் வேதநாயகம் தன்மீது பொய்க் குற்றச்சாட்டு சொல்வதாக.

“என்னடா சுமன். அவன் பேசேல்லையென்றான். என்ன சொல்லன் என்ன நடந்தது?”

“சாப்பிட்டுக் கை கழுவிற இடத்தில நான் இடம் விடேல்லை எண்டு வேசமோனே, அங்கால தள்ளடா எண்டு சொன்னவர்.”

“என்னடா வேதநாயகம் சொன்னனியோ?”

“...” வேதநாயகம் வாயடைச்சுப்போனான்.

“இல்லையண்ணை, நான் சும்மா சொன்னனான். அப்பிடி நினைச்சு நான்...”

வேதநாயகம் தட்டுத்தடுமாறி வசனத்தை முடிக்க முன்னமே பொறுப்பாளர் சீறினார்.

“என்னடா அது சும்மா... சும்மா பேசிற வசனமாடா அது?”

“இண்டைக்கு இரவு சாப்பிட்ட பிறகு பன்ரெண்டு மணிவரைக் கும் நீ ஓடுபாதையில நடக்கவேணும். அதோட பாதையில இருக்கிற ஒவ்வொரு மரத்துக்கும் சொல்லிச்சொல்லி நட, தூசணம் பேசமாட்டன். தூசணம் பேசமாட்டன் எண்டு. என்ன விளங்குதோ?”

“ஓமண்ணை.”

வசமா மாட்டிவிட்டான் காக்கா. காக்கா சொன்னது பொய் யில்லை. வேதநாயகத்திற்கு ஒரு பழக்கமிருக்கு. கதைக்கேக்க முன்னுக்கு அல்லது பின்னுக்கு வேசமோன்ரை என்று தணிச்சுச் சொல்லுவான். அதைப் பொருளுணர்ந்து சொல்லுறதில்லை. அதை வைச்சு இவன் காக்கா நேற்று வேதநாயகம் சுகுமாரை மாட்டினதுக்காகப் பழிவாங்க இதைச் சொல்லிவிட்டான். “அட வேசமோன்ரை இஞ்சால தள்ளடா...” எண்டு வேதநாயகம் சொல் லித்தானிருப்பான். அதைக் காக்கா விவகாரம் ஆக்கிவிட்டான்.

கொட்டிலுக்குத் திரும்ப வந்ததும் வேதநாயகம் நொந்து போயிருந்தான். சுமன் முகம் பாக்கவேயில்லை. எல்லாருக்கும் சுமன் தன்ர காக்கா வேலையைச் செய்தது விளங்கித்தான் இருந்தது. வேதநாயகம் குந்தியிருந்திட்டுச் சொன்னான். “இப்பிடிச் செய்யக்கூடாதடா. ச்சீ இப்பிடி மனிசனாப் பிறந்தவன் செய்யவே கூடாதடா.”

“அப்ப, நீங்கள் மனிசன் இல்லையெண்டத ஒத்துக் கொள்ளுறியளோ?” காக்கா நக்கலாகக் கேட்டான்.

“நான் செய்தது பிழையடா, சுகுமாரிட்ட நான் காலமையே மன்னிப்புக் கேட்டனான். கேட்டுப்பார். அம்புறுஸ் நீயும் மன்னிச்சுக்கொள். நான் பிழை செய்திட்டன். நான் உன்னை அப்பிடிச் சொல்லியிருக்கக் கூடாது. ஆனால், உண்மையில நான்

அப்பிடி மனசில நினைச்சுச் சொல்லேல்ல. என்னை நம்புங் கோடா” வேதநாயகம் பார்க்கப் பாவமாகத் தெரிந்தான்.

அம்புறுஸ் கதைத்தான், “வேதநாயகமண்ணை நீ இஞ்சபார், நான் சாப்பிடுறதுக்கு இயக்கத்துக்கு வரேல்ல. நாங்கள் இடம்பெயர்ந்திருந்தம் முகாமில. படிப்பு பள்ளிக்கூடம் இல்லை... நிவாரணத்தை நம்பி ஓலைக்கொட்டிலுக்கதான் வாழ்க்கை... ஆனையிறவுச் சண்டை நடக்குது. வலிகாமம் மேற்கில நடக்கிற எல்லா வீரமரண ‘பொடி’யும் கோப்பாயில அடக்கம் செய்ய எங்கட றோட்டாலதான் போகுது. பெடிபெட்டையள், கிழவிகூட பூக்கொண்டுபோய் றோட்டில நிண்டு போடுங்கள். ஒரு நாளைக்கு அஞ்சுதடவையும் போகும். ஒவ்வொருக்காலும் எங்கள மாதிரி பெடியளின்ர ‘பொடி’க்கு பூக்கொண்டுபோய் போட்டுட்டு வந்து சாப்பிடச் சொல்லுறியே? அப்பிடிச் சாப்பிடேலாமல்தான் வந்தனான்.”

அம்புறுசுக்குக் குரல் தளுதளுத்தது. எல்லா முகங்களும் வாடிக் கிடந்தன. அம்புறுசுக்குள்ள இப்படியொரு மனிதன் யாருமறியாது சயனித்துக் கிடந்தானா! வேதநாயகம் நொந்துபோனான் என்பது அவன்ர முகத்தில தெரிந்தது. கண்களில நீர் கட்டியிருந்தது. வேதநாயகம் சொன்னான்:

“மச்சான் நீங்கள் நினைக்கிறமாதிரி நான் மோசமான ஆளில்லை. நான் கெட்டவனாத்தான் இருந்தனான். இல்லை யெண்டில்லை. ஆனால், மற்றவனை இப்பிடி ஏளனப்படுத்திற எண்ணம் எனக்கிருக்கேல்ல. அம்புறுசின்ர குடும்பத் துன்பத்தைக் கேட்டு எல்லாரும் வெறிச்சுப்போய் இருந்தியள். அதைக் கலைக்க வெண்டு நினைச்சு வாய் தவறி இப்பிடிச் சொல்லிப்போட்டன்...”

உணர்ச்சிவசப்பட்டு வேதநாயகம் கதைச்சான். மேலும் கதைக்க விரும்பினான். நாங்கள் அதைக் குலைக்காமல் கேட்டுக் கொண்டிருந்தம்.

“மச்சான் நானும் இயக்கத்துக்கு ஒரு பற்றோடதான் வந்தனான். நான் எப்பிடி வந்தன் எண்டதையும் சொல்லுறன். எனக்கொரு மச்சாள்காரி இருந்தவள். சின்னனில இருந்தே அவளுக்கு என்னைக் கட்டிறதெண்டு அம்மாக்கள் மாமா மாமிக்குச் சொல்லிவந்தவை. அவள் வளந்தாப்பிறகும் நான் எண்டால் அவளுக்கு உயிர். வீட்டிலேயே சொல்லிவந்தபடியா அவள் அப்படித்தான் என்னோட பழகினாள். நானும் அப்பிடித்தான்

பழகினன். பிறகு மாமாக்கள் கொஞ்சம் வாழ்க்கையில கஸ்ரப்பட்டுப் போட்டினம். வீட்ட வேற பகுதியால நல்ல சீதனத்தோட கேட்டு ஆக்கள் வந்தினம். வீட்டுக்காரருக்கு மனம் மாறிற்று. சம்பந்தம் பேசத் தொடங்கிற்றினம். நான் மறுத்தன். 'இதென்ன விசர்க்கதை மாமாக்களுக்கு என்ன சொல்லுவிங்கள். அவர் என்ன நினைப்பார்?' எண்டு கத்தினன். அவையள், 'அது சின்ன வயசில சும்மா கதைச்சதுகள். சும்மா கதைச்சா சரியே. உனக்கு நல்ல சீதனத்தோட அவளவிட நல்ல வடிவான பொம்பிளையயா பாக்கிறம். பிறகென்ன உனக்குப் பிரச்சினை!' எண்டிச்சினம்.

"'மனிசத்தனம் இல்லாம விசர்க்கதை பறையாதையணை. உன்ர சகோதரத்தின்ர பிள்ளையெண்டாவது யோசிச்சியே?' எண்டு நான் பேசிப்போட்டுப் போட்டன். வீட்ட இரண்டுநாள் போகேல்ல. அது வளர்ந்து பெரிய பிரச்சினையாப் போச்சு. பிறகு, தங்கச்சிக்குக் கலியாணம் என்னண்டு செய்து வைப்பாய் எண்டு கேக்கத் தொடங்கிற்றினம். 'நான் உழைப்பன்' எண்டன். 'என்னண்டு இண்டை வரைக்கும் அஞ்சு சதத்துக்கு உழைப்பில்லை. பிறகென்னண்டு உழைப்பாய் சொல்லன்.' எண்டு அப்பா நச்சரிக்கத் தொடங்கிற்றார். 'நான் மாமாவீட்ட போய் இருக்கப் போறன்' என்று வெருட்டினன். 'நஞ்சு குடிப்பம்' எண்டு அதுகள் என்னை வெருட்டிச்சுதுகள். வேறுவேறு காரணங்களைக் காட்டி இரண்டு குடும்பங்களுக்கும் பெரிய பகையே வளந்திட்டுது.

"ஒருநாள் வெளிநாட்டுக்குப் போய் உழைக்கிறியோ எண்டு அப்பா கேட்டார். முதல்ல மறுத்தன். பிறகு யோசிச்சன். ஓமெண்டு கடைசியாச் சொன்னன். அப்பா கட்டுடையில இருந்த காணியை ஈடுவைச்சு நகைநட்டையும் வித்து 'ஏஜென்சி'க்குக் காசு கட்டினார். நான் கொழும்பில அலைஞ்சன். 'சிகரட்' பத்தப் பழகினன். கொஞ்சம் தண்ணியும் அடிப்பன். பிறகு மலேசியா, தாய்லாந்து, மொஸ்கோ எண்டு ஏஜென்சிக்காரன் அலைச்செடுத்தான். நான் எல்லாக் கெட்ட பழக்கங்களும் பழகினன். எல்லாம் எண்டால் எல்லாம்தான். என்ர மனசில விரக்தியும் வன்மமும்தான் இருந்திது. கடைசியில 'பரின்' எண்ட நாட்டில வைச்சு திருப்பி அனுப்பினாங்கள்.

"கொழும்பில ஆமிப் பிரச்சினை. நிக்கேலாமல் ஊருக்கு வந்தன். வீட்டில அம்மா அப்பாவின்ர திட்டுக்களைத் தினசரி தாங்கேலாது. அவையள், முதல்ல என்னைப் பிரிச்சனுப்பினாப்

பிறகு, இவன் வேற யாரையும் கட்டுவான். வெளிநாடு போய் வந்ததெண்டால், மாப்பிள்ளைக்கு மவுசும் கூடிவிடும். உழைச்சும் கொண்டுவருவான் எண்டு எல்லாக் கோணத்தாலையும் எண்ணிச்சினம். ஆனால், என்னால இருந்ததையும் இழந்து போச்சினம். எனக்குக் கவலை வரேல்லை. அதுகளின்ர திட்டும் பேச்சும் எனக்கு ஆத்திரம்தான் வந்திது. போதாக்குறைக்கு குடி, சிகரட் எண்டு எல்லாம் பழகிவைச்சிருந்தன். நான் ஒண்டிலையும் ஒட்டில்லாமல் சீரழியிறது எனக்கே விளங்கிச்சு.

“ஆனையிறவுச் சண்டை ஊருக்குள்ள அமளிதுமளி. அப்பதான் கடைசியில யோசிச்சன். எனக்கும் நான் பிரயோசனம் இல்லாமல், வீட்டுக்கும் பிரயோசனம் இல்லாமல், வீட்டில எரிச்சலையும் கோபத்தையும் கொட்டிக்கொண்டு என்ர வாழ்க்கை ஏன் வீணாகவேணும்? நாட்டுக்காகவாவது போராடுவம். என்ர கெட்ட பழக்கங்கள விட எனக்கு விருப்பம் இருந்தாலும் முடியாமல் தவிச்சன். இயக்கத்துக்குப் போனால் அதுகளையும் எப்படியோ விட்டிடுவன். என்னில எனக்கிருக்கிற வெறுப்பாவது இல்லாமல் போகும். வெளிக்கிட்டு வந்திட்டன்.

”சொல்லுங்கடா, இதைவிட நான் என்னதான் செய்திருக்கேலும்? அம்புறுஸ் உண்மையாச் சொல்லுறன் நான் உன்னை அப்பிடி நினைச்சுச் சொல்லேலையடா. என்னை நம்புங்கோடா.”

வேதநாயகம் துக்கத்தோடு கெஞ்சினான். எல்லாற்றை முகத்திலையும் கவலை வழிந்தது. சுகுமார் எழும்பி வேதநாயகத் திட்டப் போனான். “எழும்பண்ணை… சரி சும்மாயிரு. ஆருன்னை இப்பப் பிழைசொன்னது?”

“இல்லையடா இல்லை விடு.”

சுமன் மறுகி மறுகிப் பார்த்தான். அவனுக்கு வேதநாயகத்தை மாட்டிவிட்டது இப்ப கவலையா இருந்திருக்க வேணும். எல்லாரும் சாப்பிட்டு வந்தம். வேதநாயகம் தண்டனை செய்யப் போனான்.

“தூசணம் பேசமாட்டன்… த்து… த்து… தூசணம் பேசமாட்டன்…” வேதநாயகம் ஒவ்வொரு மரமா சொல்லிக்கொண்டு போறான்.

எங்களுக்கு அவனது ஒவ்வொரு வாய்த் தெத்தலும் இப்ப இதயத்தை வதைத்தன. அன்று கொட்டிலில் எந்தப் பகிடி பம்பலுமில்லை. கொட்டிலை அமைதி விழுங்கி இருந்தது.

மனதுக்கு ஏதோ ஒரு மாதிரி இருந்தது. தண்டா மட்டும் தூசணம் பேசமாட்டன் சத்தத்தைக் கேட்டு அமைதியை அறுத்து ஒருக்கா சிரிச்சான். ஏனெண்டால், தூசணத்திற்காக அதிக தண்டனை வாங்கினவன் அவன். கடைசியில பொறுப்பாளர் 'இனிமேல் தூசணம் பேசமாட்டன்' என்றொரு பலகையில எழுதி அவன்ர கழுத்தில மாட்டிவிட்டார். அதுக்குப்பிறகு அவன் தண்டனை வாங்கினதில்லை. ஆனால் அவன் பேசாமல் விட்டதெண்டுமில்லை. கழுத்தில பலகையோட திரிஞ்சதால அவனை ஒருத்தரும் பிறகு காட்டிக் கொடுக்கிறதில்லை. இதுதான் மெய்.

அவன் மாதகல் பெடியன். கடற்தொழில் செய்தவன். வசனத்திற்கு வசனம் முன்பின் தூசணம்தான். அவங்கட அம்பாப்பாட்டுப் பாடுவான். அதே ஒரு தூசணப் பாட்டுத்தான். ஒருநாள் அவன் வந்து விசித்திரனிட்டக் கேட்டான்.

"மச்சான் டேய்! நீ எனக்குப் பாடம் சொல்லித்தாறாய். நான் நெடுகலும் தூசணம் பேசிறனெண்டு 'பணிஸ்மன்' தாறாங்கள். அப்பிடி நான் பேசாமல் இருக்க ஒரு வழிசொல்லு." குழந்தைத் தனமும், அப்பாவித்தனமும் முகத்தில் வழியக் கேட்டான்.

விசித்திரன் சொன்னான் "நீ தூசணமே பேசிறதில்லையேடா?"

"இதென்னடா புண்டரியம் வம்பாப் போச்சு? அவங்கள் தூசணம் பேசிறதெண்டு பணிஸ்மன் தாறாங்கள், நீ தூசணமே பேசிறேல்லையென்ற."

"நீ யாரையும் தூசித்தால்த்தானேடா அது தூசணம்? நீ ஆரையும் தூசித்ததை நான் பாத்ததில்லையே."

"இதென்னடா இவன்ர புடுக்குலிக் கதை விளங்குதில்லை." எண்டு சொல்லிக்கொண்டே சுகுமாரைப் பார்த்தான். சுகுமாருக்கு விசித்திரன்ர விளக்கம் பிடித்திருந்தது.

சுகுமார் சொன்னான், "நீ யாரையும் கெட்டவார்த்தையால திட்டினியோ?"

"இல்லை."

"கெட்ட வார்த்தையால திட்டாத சொல்லு தூசணம் இல்லையெண்டு சொல்லுறான்."

எல்லாரும் சிரிச்சம்.

அன்றிரவு எனக்கும் சுகுமாருக்கும் ஒன்று பதினைந்துக்கு மணிக்குச் சென்றி. எழும்பி வெளியில வந்ததும் சொன்னான். "வா ஒருமுறை சுத்திப்போட்டு வந்து இருப்பம். உனக்கு மிச்சக் கதை சொல்லவேணும்." அவன் உற்சாகமாக இருந்தான்.

காட்டைச் சுற்றி நடந்துகொண்டிருந்தம். "ஏன்ரா குடும்பத்தில கஸ்டம் வந்து அப்பாவுக்கும் ஏலாமல் போனபிறகு சொந்தக்காரர் ஒருத்தரும் உதவி செய்ய முன்வரேல்லையே?" நான்தான் கேட்டன்.

"கண்ணதாசன்ர பாட்டொண்டு இருக்கடா, 'பானையில சோறிருந்தா பூனைகளும் சொந்தமடா, பானையில சோறு இல்லை சொந்தமில்லை பந்தமுமில்லை' எண்டு. மடி நிறைஞ்சாத்தான் சொந்தமும் பந்தமும். நீ பாக்கேல்லையே வேதநாயகம் சொன்னானே. அவன்ரை அம்மாவே தன்ர தம்பியைக் கை விட்டதை. சொந்த பந்தம் எல்லாம் இப்பிடித்தான். வாழ்க்கையில அது ஒரு போலி. ஆனால் வாழ்க்கைக்குத் தேவையான போலியாகவும் அது இருக்கு."

அவன் தன் அனுபவத்தை வார்த்தைகளாகக் கிள்ளித் தெளித்தான். வியப்பாகவும் வேதனையாகவும் இருந்தது. பேசாமல் நடந்தேன். இந்தப் புதிய வாழ்க்கையில போர் தவிர்ந்த எத்தனை விசித்திரங்களை நான் இன்னும் அறியவும் காணவும் கூடுமோ என்று எண்ணினேன். இப்படியெல்லாம் அனுபவங்கள் வந்து சேருமென்று நான் எண்ணியிருக்கவில்லை.

சுத்திவிட்டு வந்து அதே வரிச்சுக் கதிரையில் இருவரும் இருந்தோம். அவன் வெறிச்சுப் பார்த்தான். அந்தப் பார்வையில் காட்டின் எந்தப் பகுதியும் தெரியாதென்று எனக்குத் தெரிந்தது. அவனுடைய வாழ்க்கையையே அவன் பார்த்தான். பார்த்ததைப் பிறகவன் எனக்குச் சொன்னான்.

"நேற்றுச்சொன்னனே சந்தையில மரக்கறி கட்டத் தொடங்கினனெண்டு ஞாபகம் வைச்சிருக்கிறியோ?"

"ம்...ம்...ம்..."

"சந்தையில மரக்கறி கட்டத் தொடங்கினது ஏனெண்டு சொன்னா அக்காக்குச் சட்டை வாங்கத்தான். சின்ன ஆசை; சரியான சின்ன ஆசை. ஆனா, அது நடக்கமாட்டன் எண்டிட்டுது. அப்பதான் பொருளாதாரத் தடை வந்த நேரம். அரிசி, மா,

சீனி, மண்ணெண்ணை, சவுக்காரம், தேங்காண்ணை எல்லாமே தட்டுப்பாடு. ஒவ்வொரு சாமானும் பல மடங்கு விலை. உத்தியோகக்காரக் குடும்பங்களே தடுமாறுற நேரம். வெளிநாட்டுச் சனம் தாக்குப்பிடிச்சிது. எங்களை மாதிரி குடும்பங்களின்ர நிலை என்ன? மரக்கறியோட தேங்காயும் கட்டினன். ஐம்பதறுவதெண்டு வரும். சைக்கிள் கடையிலயும் நாப்பது ரூவா தந்தார். அம்மான்ர உழைப்பைச் சேத்தும் ரெண்டு நேரச் சாப்பாட்டுக்கே குடும்பம் அப்பிடியிப்பிடி தடுமாறிச்சு. சட்டைக் கனவெல்லாம் வெறும் கனவாப் போச்சு. ஆனாலொன்று, நான் இந்தத் தொழிலையும் பிடிச்சிருக்காட்டி இப்ப, எங்கட குடும்பம் ஒருவேளைக் கஞ்சியோட படுத்திருக்கும். தம்பியாக்கள் பள்ளிக்கூடத்தை விட்டிருப்பாங்கள்.

“இந்த நேரத்திலதான் அக்கா ஒருநாள் ‘டேய் தம்பி, எண்பத்தாறாம் ஆண்டு அடிச்ச ஐஞ்சு ரூபா குத்தி எங்கயும் கிடைச்சாக் கொண்டந்து தரியே?’ எண்டு கேட்டிச்சு. ஏன் எண்டு கேட்டன். ‘அந்தக் குத்தி ஏதோ ஐம்பொன்னில செய்ததாம். அதை உருக்கி நகை செய்யலாமாம். பவுண் மாதிரி இருக்குமாம். கறுக்காதாம்’ எண்டு லலிதா சொன்னவள். அப்பிடி ஆரோ அங்க செய்து வைச்சிருக்கினமாம்.’

“அந்த நேரம் அப்பிடியொரு கதை ஊரில வலுவா உலாவினத நானும் கேள்விப்பட்டுத்தான் இருந்தனான். அக்கறைப்படாமல் விட்டுட்டன். அக்காக்கு தங்க நகை போடுற ஆசை வந்ததில்லை. வந்ததில்லையெண்டு நான் சொல்லுறது, அது அப்படி ஒருநாளும் கதைச்சதில்லை. திருவிழாவுக்குப் போடச் சட்டைக்கே வழியில்லாமல் இருக்கேக்க நகை நட்டைப்பற்றி ஆர் யோசிப்பினம்? ஆனால் அக்கா வலு புழுகத்தில திரிஞ்சிது. ஐஞ்சு எண்பத்தாறாம் ஆண்டுக் குத்தி ஏற்கனவே எடுத்திட்டென்டதுதான் அதுக்குக் காரணம். அடுத்தநாள் நானும் ரெண்டு குத்தி கொண்டுவந்து குடுத்தன். அது சந்தோசம் பிடிபடாமல் திரிஞ்சிது. வாழ்க்கையில, ஆசைப்பட்டு எட்டமுடியாதெண்டு விட்ட பொருள் எதிர்பாக்காத நேரத்தில எதிர்பாக்காத விதமாக் கிடைச்சா அதவிட சந்தோசம் வேறென்னயிருக்கு? அப்பிடியொரு புழுகத்திலதான் அக்கா திரிஞ்சிது.

“எனக்கு அவ்வளவா நம்பிக்கையில்லை. இருந்தாலும் நானும் விடேல்ல. பேசாமல் விட மனம் கேக்கேல்லை. சந்தையில,

சைக்கிள் கடையில எண்டு ஐஞ்சு ரூபாக் குத்திகளைக் குறிவைச்சன். ஐஞ்சு ரூபா மிச்சம் வரத் தக்கனையா சாமான் வாங்கினன். ஐஞ்சு ரூபா வரத் தக்கனையா குறைச்சோ கூட்டியோ சாமான் வித்தன். சைக்கிள் திருத்தக் கூலியும் அப்பிடித்தான் வாங்கினன். அதில ஒன்பது குத்தி எண்பத்தாறாம் ஆண்டுக் குத்தி அம்பிட்டுது. கொண்டு போய்க் குடுத்தன். அக்கா இதுக்கிடையில இரண்டு மூண்டு குத்தி தானும் எடுத்திட்டுது. இந்தக் காலத்தில அக்கான்ர முகம் வடிவா இருந்தமாதிரி வேறெப்பவும் அக்கா வடிவா இருக்கேல்லை. அக்கா தானும் தங்கநகை போடப்போறன் எண்ட கட்டத்துக்கு வந்திட்டுது. அது உண்மையில தங்கநகை இல்லாட்டியும்கூட பாக்கிற ஆக்களுக்கு அப்பிடித்தானே தெரியும்?

“கடைசில ஒருநாள் நான் இரவு வீட்ட வாறன், குளிக்கக் கட்டின துவாய் முறுக்கிப் புளிஞ்சு விரிக்காமல் கிணத்துக்கட்டில கிடந்து வெந்த மாதிரி அக்கான்ர முகம் இருந்திது. எனக்கென்னண்டு விளங்கேல்ல. வழமைக்கு மாறாக, தம்பியாக்கள் படிக்கேல்லையெண்டு திட்டித் தீர்த்துக்கொண்டு இருந்திது. ஏதோ நடந்திட்டெண்டு விளங்கிற்று. ஆளைச் சமாளிக்க மண்டைக்குள்ள ஒரு உத்தி வந்திது. ‘இந்தாக்கா இன்னொண்டு அம்பிட்டிருக்கு’ எண்டு ஒரு ஐஞ்சு ரூவா குத்தியெடுத்துக் குடுத்தன். எனக்கு வேண்டாமெண்டு சீறிச்சு. ஏன் எண்டன். ‘அப்பிடி ஒண்டும் இல்லையாம். அது பொய்யாம்.’ அழுதுவிடும் போலத் தெரிஞ்சிது. ஆர் சொன்னதெண்டு கேட்டன். ‘நானும் லலிதாவும் காலமை நகைக் கடையில போய்க் கேட்டனாங்கள். அவங்கள்தான் அப்பிடிச் சொன்னவங்கள். கேட்டுட்டு வெளியில வர அவங்கள் சிரிக்கிறாங்கள்.’ எண்டு சொல்லிச்சு. மச்சான் இதைக் கேட்ட உடன, எனக்கு என்ன செய்யிறதெண்டு தெரியேல. அக்கா அழுதுகொண்டு அடுப்படியில போய் இருந்திட்டுது. எனக்கும் கண்ணெல்லாம் கலங்கிப் போச்சு மச்சான். கோவம் வந்திது... ஆர் மேலயெண்டில்லை... பயங்கர ஆத்திரம்...”

அவன் சொல்லிக்கொண்டிருக்க நான் சுகுமாரின் கையைப் பிடித்தேன். அவன் அமைதியாகினான். அவன் அதிக உணர்ச்சி வசப்பட்டுக் கோபப்பட்டிருந்தான். அழவும் பார்த்தான். எனது கை அவனுக்கு ஆறுதலாக இருந்திருக்க வேணும். பேசாமல் கொஞ்சநேரம் இருந்தான். பிறகு வெறிச்சுப் பார்த்தான். அதே பார்வை. நான் அதைக் குழப்ப விரும்பினேன்.

“வா சுத்திக்கொண்டு வருவம்.”

“இல்லை மச்சான். கொஞ்ச நேரம் இருப்பம்.”

கொஞ்சநேரம் எங்களை அமைதி மூடியிருந்தது. காட்டின் இரகசியமான ஒலிகள்கூடக் காதில் விழவில்லை. வெறுமையில் காடும் நாங்களும் மண்டிக்கிடந்தோம். பிறகு, “மனிசன் வாழ்க்கையப் பொல்லாததாக்கிற்றான்.”

“...ம்ம்ம்.”

“மனிசர் ஆர் எவ்வளவு அன்பப் பற்றியும் பண்பைப் பற்றியும் கருணையைப் பற்றியும் தாங்கள் கதைச்சாலும் கதைக்கிறவன் கூட மற்ற மனிசர்களோட சமனாக இருக்கவேணுமெண்டு விரும்புறேல்லை. கருணையெண்டும் தானமெண்டும், இரக்கமெண்டும் பிச்சை குடுக்கிறவன்கூட சும்மா குடுக்கிறேல்லை. புண்ணியம் அதால கிடைக்க வேணும், கிடைக்கும், எண்டு நினைச்சுத்தான் குடுக்கிறான். புண்ணியம் இல்லையெண்டாக் குடான். இவன் குடுக்காதவனைவிட மோசமான பேர்வழி. இவன் குடுக்கிறவனில்லை. முதலுக்கு மேலால அதிக லாபத்தை எதிர்பாக்கிற பக்கா கிரிமினல் மனம் இவங்கட மனம். கடவுளுக்கே கயிறு விடுற ஆக்கள் இவங்கள். இரண்டு ரூவா கற்பூரம் கொழுத்தினாலும் அதுக்கொரு கோரிக்கை வைச்சிருப்பாங்கள். ஐஞ்சு ரூபா தேங்காயை உடைச்சுப்போட்டு டொக்டருக்குப் படிக்கிற சோதினையில தான் பாசாகவேணும் எண்டு கடவுளிட்டையே யாவாரம் பண்ணுவாங்கள். ஐஞ்சு ரூபாய்க்கு டொக்டர் பட்டம். தன்ரை பதுக்கி இருக்கிற மண்ணெண்ணை நல்ல விலை வந்து வித்தால் பொங்குவன் எண்டு நேத்தி வைப்பாங்கள். செய்யிறது பதுக்கல் தொழில், அது நல்லபடியா விலைகூடி ஒரு லட்ச ரூவாய்க்கு வித்தால் கடவுளுக்கு நூறு ரூவாய்க்குப் பொங்கல். கடவுள் என்ன வெறும் விசரனோ எண்டுகூட இந்தக் களுவானி மக்கள் நினைக்கிறேல்லை.

“நீ பார்... கடையில பிச்சைக்காரன் வந்தால் ‘போ வெள்ளிக் கிழமை வா’ எண்டுவாங்கள். ஏன்? வெள்ளிக்கிழமை ஒரு ரூவாயக் குடுத்திட்டுப் புண்ணியம் எடுக்கப் பாக்கிறாங்கள். கெட்ட நாய்கள். என்ன மனமெடா இவங்களுக்கு. புண்ணியம் ஒரு ரூவாயா? என்ன உலகமடா இது? உலகம் முழுக்க இப்பிடித்தான் இருக்குமெண்டு நினைக்கிறன். ஏனெண்டா எல்லா இடமும் மனிசன்தானே இருக்கிறான்.

“பள்ளிக்கூடத்தில பார்! அது செய்தாப் புண்ணியம், இது செய்தாப் புண்ணியம், அது செய்தா சொர்க்கத்துக்குப் போகலாம், இது செய்தா மோட்சத்திற்குப் போகலாம் எண்டு படிப்பிக் கிறாங்கள். புத்தகம் எழுதின பெரிய படிப்புப் படிச்சவனும் அப்பிடித்தானே எழுதிவிட்டிருக்கிறான். சமயப் பெரியவன் என்று கோயிலுக்குப் பிரசங்கம் செய்ய வாறவனும் அதைத்தானே சொல்லித் துலைக்கிறான். அதுக்குச் சிந்தனைச் சிற்பி என்றோ, வேறு கருமம் என்றோ பட்டமும் குடுப்பாங்கள். ஏன்ரா, கூடப் படிச்சா மண்டைக்க ஒண்டும் இல்லாமப் போயிடுமா? சிந்திக்கிறேல்லையா? படிப்பு சிந்திக்க உதவி செய்யாதா?

“ஒருத்தன் கஸ்ரப்பட்டா அவனுக்கு உதவி செய்! இருக்கிறவன் இல்லாதவனுக்குக் கொடு! எழும்பி நிக்கிறவன் விழுந்தவனைத் தூக்கு! எண்டு சொல்லிக் குடுக்கமாட்டாங்களாம். ஏனிதுக்குள்ள புண்ணியத்தைச் சேர்த்து அதை யாவாரம் ஆக்கிறாங்கள். மனிசனை எதில கூடுதல் லாபம் எண்டு அலையப் பழக்கிறாங்கள். மனிசத் தனத்தை யாவாரம் ஆக்கிப்போட்டாங்களே! தாய் பிள்ளைக்குப் பால் குடுத்தா தாய்க்குப் புண்ணியம் எண்டா சொல்லிக் குடுக்கிறியள்; இல்லையே! தாய்மை எண்டுதானே சொல்லுறியள். அதமாதிரி இருக்கிறவன் இல்லாதவனுக்குக் குடுக்கிறது மனிசத்தனமெண்டாவது சொல்லுங்களன். தாய்மை எண்டது மகத்துவம் ஆனதுபோல மனிசத்தனமெண்டதும் மகத்துவமானதா ஆகட்டுமே.

“இத விட்டுட்டு தேவாரம் படியுங்கோ சொர்க்கத்துக்குப் போகலாம், அதுவும் படிக்கிற பாட்டைப் பார், ‘பாலும் தெளிதேனும் பாகும் பருப்பும் இவை நாலுங் கலந்துனக்கு நான் தருவேன். கோலம் செய்...” பாரடா கடவுளையே வெருட்டுறாங்கள். கோலஞ்செய்! கோலஞ் செய்யாம பாலோ, தேனோ, பருப்போ ஒரு மண்ணாங்கட்டியும் தரன். பால் தாறன் சங்கத் தமிழைத் தா. யாவாரத்தைப் பாத்தியோ. இத ஒவ்வொரு நாளும் சொல்லுங்கோ சொர்க்கத்துக்குப் போகலாம்.”

நான் உறைந்துபோய் இருந்தேன். குற்ற உணர்வு ஒருபுறமும் மறுபுறம் ஏதோ முடிச்சுகள் அவிழ்வதாயும் இருந்தது. பொறாமை யாகவும் இருந்தது. ஏழ்மை வந்துவிட்டாலே சிந்தனை வந்துவிடும் போல இருக்கு என்று ஏனோ எண்ணினேன். ஒரு நகை செய்ய முடியாமல் - அதுவும் போலி நகை. - ஏமாந்த அவமானம் எப்படியெல்லாம் ஒரு மனிசனைத் தாக்கியிருக்கிறது. துக்கத்தில்

மூழ்கினான். இல்லயென்றால் கதைத்திருப்பான். அவனுடைய உணர்வுநிலையைக் கலைக்க விரும்பினேன். இந்த இடத்தில் அவனுக்காகச் செய்யவேண்டியிருந்ததும் அதுதான்.

“வா றோந்து சுத்தப்போவம். காணேல்லையெண்டு தேடப் போறாங்கள்.” கையைப் பிடித்து எழுப்பினேன். அவன் எழும்பி வந்தான். இருவரும் அந்தக் காட்டு முகாமைச் சுற்றினோம் எங்கள் மனதைச் சுமந்துகொண்டு.

நடந்துபோக அவன் சொன்னான். “எனக்குப் பிடிச்ச ஒரு பாட்டிருக்கு. அதில இப்பிடியொரு வரி. ‘அட மாடிவீட்டு யன்னல் கூட சட்டையைப் போட்டிருக்கு இந்தச் சேரிக்குள்ள சின்னப் பொண்ணு அம்மணமாயிருக்கு ஒரு காலம் உருவாகும் நிலைமாறும் உண்மையே’... நான் உண்மையை உண்மையோ எண்டுதான் பாடுறனான்.

“இதைவிடச் சோகம் என்னெண்டா இந்தப் பாட்ட மாடிவீட்டுப் பெடியள் போட்டுட்டு டான்ஸ் ஆடுறாங்கள். இந்தப் பாட்டை எழுதினவன் ஒரு கஸ்ரப்பட்டவனாய்த்தான் இருப்பான். ஆனா, இசையமைச்சவன் ஒரு மாடிவீட்டுக்காரனாயிருப்பான். அதுதான் ஆடக் கூடியமாதிரி துள்ளல் இசை போட்டிருக்கிறான். ஆடுற பெடியளப்பார்! காதால கேட்டு கை காலுக்கு எடுத்து ஆடுறாங்களாக்கும். மண்டைக்குள்ள விடமாட்டாங்களாம்.”

கதைச்சுக்கொண்டே சுற்றி வந்தோம். அந்த மனநிலையில் இருந்து அவன் இன்னும் விடுபடவில்லையென்று தெரிந்தது. அப்பதான் கவனித்தேன், சுகுமார் காலை ஒருவிதமாச் சுளிச்சுச் சுளிச்சு நடந்தான்.

“ஏன்ரா தாண்டுறாய்?” என்று கேட்டன்.

“நேத்துக் கம்பியில நிண்டதோ என்னவோ தெரியேல. இண்டைக்குக் கடைசி ரெண்டு ரவுண்டும் ஓடேக்க பாலுரையன் கலைச்ச கலையில கால் சுளுக்கினமாதிரி இருந்திது. நிக்க, விட்டான் ஒரு அடி வரிச்சால முதுகில, பல்லக் கடிச்சுக்கொண்டு ஓடிற்றன். பிறகு தெரியேல்ல. பின்னேரம் போல இந்தக் காலுக்க சாதுவா சுண்டிச் சுண்டி வலிக்குது.”

பேய்க்கொட்டில் எண்டு சொல்லுற எட்டாம் கொட்டில் தாண்டி வந்தம். அந்தக் கொட்டிலில முனகல் சத்தம் கேக்கிறதெண்டு சொல்லுறவங்கள். எனக்கு உதுகளில் நம்பிக்கை இல்லை. ஆனால்

அதால வரேக்க அந்தக் கொட்டில் சென்றிக்காரனைக் காணும் வரைக்கும் ஏதோ மனசில அடிச்சுக் கொள்ளத்தான் செய்யிது. காடு ஒரே கும்மிருட்டாக இருந்தது. மழையிருட்டாக இருக்க வேணும். மரங்களுக்கிடையால்கூட நட்சத்திரம் தெரியவில்லை. வானம் கருக்கட்டுது போல. மழை பெய்தால் நாளைக்கும் பயிற்சி பெரும் துன்பமாயிருக்கும்.

"டேய் இதுக்குப் பிறகும் நான் விடேல்ல. அக்கா ஏமாந்தது என்னால தாங்கேலாமல் போச்சடா..." சுகுமார் பிறகும் கதைத்தான். இவன் இன்னும் அதிலயிருந்து மீளேல்லை. கதையை முறிக்க மனமில்லை. தன்னைப் புரிந்துகொள்ளேலையோ என்று அவன் நினைக்கக்கூடும். அவன் கதைத்தான்.

"இதுக்குப் பிறகுதான் ஒரு முடிவெடுத்தன் உழைக்கவேணும். கடுமையா உழைக்கவேணும். என்னசெய்யலாம் எண்டு யோசிச்சு இரவில சுருட்டு சுத்தப்போனன். சுருட்டுச் சுத்திற ஆக்கள் சிலபேர் பின்னேரத்தில கோயிலடிக்குப் படுக்கவந்து பழக்கம். அவையின்ர பழக்கத்தோட போனன். திருவிழாவுக்குச் சட்டை யாவது வாங்கவேணும். பிறகொரு சங்கிலி. இதுதான் குறிக்கோள். பதினொரு மணிக்கு வீட்ட வருவன். இருவது முப்பது ரூவா தேறும். எனக்குச் சுத்தத் தெரியாதுதானே. தொட்டாட்டு வேலை செய்து குடுப்பன். பொயிலை தெரியிறது, தெரிஞ்சதுகளைச் சுத்துறதுக்கு வள்ளிசா நரம்பு பாத்துக் கிழிச்சுக் காப்பிலையாக்கிறது, கழிவுப் பொயிலையை உள்ளுடல் வைக்க தூளாக்கிற தெண்டு செய்வன். அந்தக் காசை முடிஞ்ச வரை செலவழிக்காமல் சந்தையில சீட்டு மார்க்கண்டனிட்ட சொல்லிவைச்சு புதுசாப் போட்ட சீட்டில நானும் சேந்தன். கழிவு சீட்டு. இருநூற்றம்பது ரூவாச்சீட்டைப் பத்துப்பேர் போட்டது. எனக்கு நம்பிக்கை அதோட வந்திது. நான் கொஞ்சம் சந்தோசமாத் திரிஞ்ச காலம் அதெண்டுதான் சொல்லலாம்..."

கதைச்சுக்கொண்டு வரவும் மணிக்கூட்டுப் பாலைமரத்தடி வந்தது. நேரம் பார்த்தம் 2:15.

"இன்னும் ஐஞ்சு நிமிசம்தான் சென்றி மாத்த இருக்கு போய் நாகேந்திரன எழுப்பச் சரியாயிருக்கும். நேற்றைய மாதிரி நித்திரையைப் பாழாக்கமல் போய்ப் படுப்பம்" அவனேதான் சொன்னான்.

மறுநாள் காலைப் பயிற்சியில் சொல்லமுடியாத துன்பம் நிகழ்ந்தது. வழமையின்படி பயிற்சியின் முதற்கட்டம் ஒன்றரை மணித்தியால ஓட்டம். இந்த ஓட்டத்தின்போது இன்று சுகுமார் பின்தங்கத் தொடங்கினான். அவனுக்குக் காலுக்குள் சுளுக்கி விட்டது. நேற்றே இதைப் பற்றிச் சொல்லியிருந்தான். அது இன்னும் பூதாகரமாகிவிட்டது போலும். சீனியர்ஸ் பின்னால் உள்ளவர்களுக்குக் கடுமையாகப் போட்டுப் பிடித்தாங்கள். இதுக்குள் சுகுமாரும் மாட்டிக்கொண்டான். அவனால் ஓடவே இயலவில்லை. மைதானத்தடிக்கு வரவும் ஓடுவதை நிறுத்தி மைதானத்தில் நின்ற பொறுப்பாளரிடம் போனான்.

“அண்ணை எனக்குக் காலுக்க சுளுக்கீற்று. சரியான வலியா இருக்கு. ஓடமுடியேல்லை.”

“ஓடடா படுவா. சுளுக்கீற்றா. நீ ஓடு, வாறன் நான் சுளுக்கெடுக்க” பொறுப்பாளர் கலைத்துவிட்டார்.

ஓடப் பின்வாங்குபவர்களும் பயிற்சிக்குக் கள்ளமடிப்பவர்களும் எப்பவும் சுளுக்கிவிட்டதென்று சொல்வது வழக்கம். அவர்களுக்கு இப்படிச் சொல்லி பொறுப்பாளரின் வாய் பழக்கப்பட்டுவிட்டது. நேற்று முன்தினம் அவன் கம்பியில் நின்றதையோ, வழமையாக அவன் எந்தப் பயிற்சியிலும் திறமை குறைவாகச் செயற்பட்டதில்லை என்பதையோ பொறுப்பாளர் நினைவு வைத்திருக்கத் தவறியிருந்தார்.

பாலுரையன் வலு கொண்டாட்டமாகச் சுகுமாரை வரிச்சுத் தடியால கவனிச்சான். அன்றைய பயிற்சி முடிஞ்சு கொட்டிலுக்கு வந்ததும் எங்கட அணியில எல்லாற்ற கவனமும் சுகுமாரிலதான் இருந்தது. சுகுமார் ஒரு மூலையில இயலாமையோடும் துக்கத் தோடும் இருந்தான். அவன் பிறரோடு கதைக்க விரும்பவில்லை. ஒருத்தருக்கும் எப்படி ஆறுதல் சொல்வதென்றும் தெரியவில்லை. அவனோடு நெருங்கின சிநேகிதன் விசித்திரன், புண்ணா ஆக்களே என்ன செய்யிறதென்று தெரியாமல் நின்றாங்கள். வேதநாயகந்தான் பக்கத்தில போய் இருந்தான்.

“ம.. ம..மச்சான் என்னாலதான் இப்பிடி நடக்குது என்ன?”

“...” அவன் ஒன்றும் பேசவில்லை.

“வா மெடிசினுக்குப் போவம். ம..ம..மருந்து ஏதாவது போடுறதோட மெடிசின்காரன் சிலவேளை பொறுப்பாளரிட்ட சொல்லக்கூடும்.

உ…உ..உன்னால ஏலாதெண்டு.” வேதநாயகம் அதிகமாக அக்கறைப்பட்டான்.

“ஓமடா சுகுமார். நீயொருக்காக் காட்டிக்கொண்டுவா” விசித்திரன் சொன்னான்.

மெடிசின்காரன் ‘வின்டோஜினோ’வைக் கொடுத்து தேய்ச்சுவிடச் சொன்னானாம். ‘பயிற்சியில ஓடுறது அவனால கஸ்ரமாயிருக்கு. பொறுப்பாளரிட்ட சொல்லுவிங்களே?’ என்று வேதநாயகம் கேட்டதற்கு, ‘அது ஒன்றும் பிரச்சினையில்லை. பயிற்சி எடுக்கலாம்’, என்று சொல்லி அனுப்பிப்போட்டானாம்.

அன்று பின்னேரம் ஒன்றுகூடலில் எங்களது அணியில இருந்த பாலன் இன்னமும் மெடிசினில கால் வீங்கியிருக்கிறபடியா ஒரு புதுஆளை எங்களது அணியில சேர்த்துவிட்டார் பொறுப்பாளர். பெயர் சுசீலன். நல்ல உயரம். கறுவல். மிக ஐதான தலைமயிர். முன்தள்ளித் தெரியும் பற்கள். முழிக்கண். இதைவிட என்ன புதினமென்றால் பல்கலைக்கழகத்தில படிச்சுக்கொண்டிருந்து போட்டு இயக்கத்திற்கு வந்திருக்கிறான். ‘வெறும் விசரனா இருக்கிறானே’ என்று தண்டா சொன்னான்.

அன்றிரவு சென்றிக்கு எழும்பின உடன, வெளிய வந்து நான் கேட்டன், “கால் என்ன மாதிரி நடக்கேலுமோ? ரோந்து சுத்துவியோ? இல்லாட்டி இரு நான் சுத்துறன்.”

“பிரச்சினையில்லை சமாளிக்கலாம். வராட்டிக்கு ரோந்துக்காரன் நித்திரையெண்டு… அது வேற அலுப்பாப்போடும்.”

ஏனோ இரண்டு பேராலையும் கதைக்க முடியேல்லை. கொட்டில்களில நின்ற சென்றிக்காரரோட கதைத்துக்கொண்டு வந்து அந்தக் கதிரையில இருந்தம்.

“என்னடாப்பா அடிச்சாங்கள். முதுகில - துடையில காயம் வந்திருக்குமோ?”

“தழும்புகள்தான்ரா வந்திருக்கு. மற்றம்படி பிரச்சினையில்லை. வேர்வை படத்தான் எரியுது.”

“சரி, நாளைக்கு என்ன செய்யப்போறாய்? மெடிசின்காரன் கையை விட்டுட்டான். ஏதாவது கண்டுபிடிச்சாகோணுமே?”

“என்ன செய்யிறது. ஒண்டும் செய்யேலாது. பாப்பம் இரவு புண்ணா மணல் போட்டு உருவினாச் சரிவருமெண்டு

பின்காட்டுக்க களவாப்போய் தண்ணியோடுற பாதையில மணல் கிடந்து எடுத்துவந்து உருவிவிட்டவன். சரிவந்தால் சரி. இல்லாட்டி நடக்கிறது நடக்கட்டும். விழப்பயந்தவன் கட்டில்ல படுக்கேலாது. நான் இப்பிடிப் பட்டால்தான் போராளி ஆகலாமாக்கும்." அவன் அநாயாசமாகச் சொன்னான்.

கொஞ்சநேர இடைவெளிக்குப் பிறகு மீண்டும் கதைத்தான்.

"நேற்றுச் சொன்னனே சீட்டு மார்க்கண்டனிட்ட சீட்டுக் கட்டினனான் எண்டு. அடுத்த அம்மன்கோயில் திருவிழாவுக்குக் கிட்டவா வந்த சீட்டுக் கூறலுக்குப் போய், ஐந்நூறு ரூபா கழிச்சு சீட்டை எடுத்து வந்தன். அக்காவை அடுத்த நாள் யாழ்ப்பாண ரவுணுக்குப் போகோணும் வெளிக்கிடெண்டு முதல் நாளே சொன்னன். ஏனெண்டு கேட்டிச்சு. 'அலுவல் இருக்கு; இத வைச்சிரு' எண்டு சீட்டுக் காசு இரண்டாயிரத்தைக் கையில குடுத்தன்.

"அடுத்த நாள் காலமை யாழ்ப்பாண ரவுணுக்குப் போனம். அக்காட்டச் சொன்னன், 'உனக்குப் பிடிச்சதா ஒரு சட்டையும், தம்பியாக்களுக்கு கலர் காற்சட்டை சேட்டும், அப்பாக்கொரு சாறம் சேட்டும் வேண்டடன்.' எண்டன். 'எங்கத்தையான் காசு' எண்டு அக்கா கேட்டிச்சு. நான் விசயத்தைச் சொன்னன். அக்காக்கு கண் கலங்கீற்று. 'அப்பாக்கேன்ர இப்ப உடுப்பு உனக்கெடன்.' எண்டு அக்கா சொல்லிச்சு. அப்பரை வைத்தியத்திக்கு அதுக்கிதுக் கெண்டு வெளியில கொண்டு திரியவேண்டியிருக்கு. மாத்திக் கட்ட சாறம் இல்லை, சேட்டில்லை. இப்பிடியே கூட்டிப் போனா எங்களுக்குத்தான் மரியாதையில்லை. காசு காணுமோ தெரியேல்லை பார் எண்டன். அக்கா 'வடிவாக் காணும்' எண்டு சொல்லிச்சு.

"அக்கா முதலில தம்பி ஆக்களுக்குத்தான் பாத்திச்சு. தம்பியாக்கள் ரெண்டு பேருக்கும் இதுவரைக்கும் கலர் காற்சட்டைசேட்டில்லை. பள்ளிக்கூட உடுப்புத்தான் எல்லாம். சந்தையில வாங்கின கலர் ரீசேட் ரெண்டு வைச்சிருந்தாங்கள். எங்கேயும் போறதெண்டால் அதுதான். அதாலதான் அவங்களுக்கும் எடுக்கச் சொன்னனான். அப்பருக்கு ஒரு மாப்பிள்ளைக் கோடன் சாறமும், சேட்டுச் சும்மா பரவாயில்லாமல் இருந்தாப் போதுமெண்டு வாங்கினம். பொருளாதாரத் தடைக்கு முன்னமெண்டா முழுக் குடும்பத்துக்குமே இந்தக் காசு காணும். ஆனால், விலை இப்ப அப்பிடியில்லை. இதுகளை வாங்கி முடிய அக்காவைக்

கூட்டிக்கொண்டு கல்யாணி கிறீம்கவுசுக்குப் போனன். அக்கா சுத்தி கண்ணாடியில அடுக்கடுக்காத் தெரிஞ்ச ஆக்களை விநோதமாப் பாத்திச்சு. பிறகதை விளங்கிச்சு. எனக்குத் தெரிஞ்சு அக்கா பெரிசா ரவுண் பக்கம் வந்ததில்லை. கேக்கும் சாப்பிட்டு ஐஸ்கிறீமும் குடிச்சம். அக்காக்குச் சரியான சந்தோசம்.

"நான் உழைச்சு அக்காவை இப்பிடிக் கூட்டிக்கொண்டு வந்ததும், அக்கா மாஞ்சு மாஞ்சு பார்த்துத் திரியிறதும் ஐஸ்கிறீம் குடிக்கிறதும் எனக்கு ஒரு கனவு போல இருந்திச்சு. உழைக்கவேணும் எண்ட வெறி ரத்தம் முழுக்கப் பாய்ஞ்சிது.

"எல்லாம் முடிஞ்சு அக்காட்ட ஒரு அறுநூறு அறுநூற்றைம்பது ரூபா காசு மிச்சம் இருந்தது. இனி அக்காவுக்கு எடுக்க வேணும். அக்கா ஏறாத கடையில்லை. பாக்காத சட்டையில்லை. முதலில சின்னக் கடையில தொடங்கி இப்ப, பெரிய கடையளுக்கு ஏறிச்சு. எனக்கு அலுத்துப் போச்சுது. சினம் வந்திது. சட்டையளப் பாக்கிறதும் எப்பிடியெண்டு கேக்கிறதும் பிறகு வைக்கிறதும், எனக்கு வெக்கமாயிருந்திது. ஆனால், அக்காக்கு வெக்கமோ அலுப்புச் சலிப்போ இருக்கேல்ல. சட்டையெடுக்கிற சாட்டில யாழ்ப்பாண ரவுணில எல்லாச் சட்டையையும் பாத்து முடிச்சுவிட அக்கா முடிவெடுத்திட்டுது எண்டது விளங்கீற்று. நான் கொஞ்சத்தால கடைக்கு வெளியால நிக்கத் தொடங்கீற்றன். அக்கா ஒரு கடையில ஒரு சட்டையை எடுத்து வெளியில நிண்ட என்னைக் கூட்டிக்கொண்டு போய் காட்டிச்சுது. 'இத எடுப்பமெண்டு பாக்கிறன் லேஸ் கொஞ்சம் அகலமா வைச்சதெண்டா நல்லாயிருக்கும் இந்தக் கலரில அகலமா வைச்சதில்லையாம். என்ன செய்ய எடுப்பமே?'

"நான் வியந்து பாக்கிறதுபோல பாத்து, 'நீ பாத்த சட்டைக்குள்ள இதுதான் நல்லாயிருக்கடி. உனக்கு போட நல்லா அமைஞ்சு வரும்' எண்டன். கடைசியில அக்கா அந்தச் சட்டைய வேண்டுறதா முடிவெடுத்திச்சு. அதுக்குள்ள மேல ஒரு பொம்மையில போட்டு வைச்சிருந்த எடுப்பான சட்டையை அக்கா பிடிச்சுப் பிடிச்சுப் பாத்துக்கொண்டிருந்திச்சு. கடைக்காரன் எடுத்த சட்டைய பையில போட்டுக்கொண்டிருக்க, அக்கா இதப் பிடிச்சு வைச்சுக்கொண்டு கேட்டிச்சு, கடைசி தொளாயிரம் போடமாட்டியளோ' எண்டு. எனக்குத் தூக்கிவாரிப் போட்டுது. இதுகிட்ட எங்கயாம் இப்ப தொளாயிரம். அவன் இல்லை தங்கச்சி ஆயிரத்து நூறுக்குக் குறையாது' எண்டிட்டான். பையில போட்டுத் தந்த சட்டைக்கே

பில் போட்டான் கடைக்காரன். அறுநூற்றி இருவத்தஞ்சு ரூவா. எடுத்த சட்டையை வாங்கீற்றுப் படியிறங்கிறன், அக்கா அந்தச் சட்டையப் பிடிச்சுப் பாத்துக்கொண்டிருக்கு. பிறகு நான் கூப்பிட இறங்கிவந்திது. 'உனக்கு அந்தச் சட்டை பிடிச்சிருக்குப்போல' எண்டன். 'ஓமடா திறமான சட்டை ஆனா உந்த விலைக்கு வாங்கேலுமே' எண்டிச்சு. 'முதலே பாத்திருந்தா அப்பற்ரைய வாங்காமல் இத வாங்கியிருக்கலாம்' எண்டன். 'சீ அப்பாவைப் பரியாரியிட்ட கூட்டிக்கொண்டுபோய் வாறது மாத்துறதுக்குச் சாறமுமில்லை. அவருக்குக் கட்டாயம் வாங்கத்தான் வேணும்' அக்கா சொல்லிச்சு.

"அக்கா அந்தச் சட்டையைப் பிடிச்சுக்கொண்டு நிண்ட காட்சி எனக்கு இப்பவும் கண்ணுக்க நிக்குது. நீ தங்கைக்கோர் கீதம் படம் பாத்தனியே?"

கதை சொன்னதை முறிச்சு என்னட்டக் கேள்வியாக் கேட்டான்.

"ஓம் பாத்தனான் ஏன் கேக்கிற?"

"நான் ரெண்டு மூண்டு தடவை பாத்தனான்; என்ர சின்ன வயதில. அதில ஒரு பாட்டு வருகிது தெரியுமே 'வண்ணநிலவே உன்னை உருக்கி தங்கச்சிக்கு தங்க நகை செய்திடவோ, நட்சத்திரமே உன்னை உடைச்சு விதவிதமாய் வைரநகை போட்டிடவோ... ஜவுளிக்கடை பொம்மைகூட கட்டுதையா பட்டுச் சேலை உனக்கொண்டு வாங்கிடவே ஏழை மனம் ஏங்கிடவே ஆசைப்பட்டு தொட்டுவிடுவேன். காசைக் கண்டு விட்டுவிடுவேன். கெட்டிமேளம் கொட்டும்வரை பாத்திருப்பேனே'" அந்தப் பாடலை வரிவரியாக மிகுந்த உணர்ச்சியாகச் சொன்னான்.

"இந்தப் பாட்டை என்னால மறக்கேலாதடாப்பா. நான் சினிமா பாக்கிறதில பெரிய ஈடுபாடில்ல. இருந்தாலும் இந்தப் பாட்டு நான் நெடுகலும் பாடிக்கொண்டு திரியிற பாட்டு. ஏழை வாழ்க்கை இப்பிடித்தான்ரா. இதுக்குப் பிறகெல்லாம் உழைக்கவேணுமெண்ட எண்ணம் கூடிச்சு. அடுத்த வருசம் திருவிழாவுக்கு அக்காவைக் கூட்டியாந்து விரும்பின உடுப்பை வாங்கெண்டு விடவேணும். அதோட ஒரு சங்கிலியேனும் செய்து போடோணுமெண்டு முடிவெடுத்தன். அக்காக்குக் கலியாண வயசும் வந்திட்டிது. இருபத்திமூண்டு வயசு. எதையாவது சேக்கவேணுமே. அண்ணன் இதைப் பற்றி யோசிக்கிறானோ தெரியேல.

“ஏழையா இருக்கிற துன்பத்தைவிட, தாய் தகப்பன் புத்திகெட்ட சனமா இருக்கிறதுதான்ரா பெரிய துன்பம். அதுகள் ஊதாரியளா இருந்தா உலை ஏறுமோ?” அவன் கோபமாகப் பேசினான் எங்கோ பார்த்தான். பிறகென்னைப் பார்த்தான்.

“இவ்வளவத்தையும் உன்னோட கதைக்கிறன் இதையேன் மறைக்கவேணும். அப்பர் ரெண்டு கலியாணமெடா. மூத்த தாரம் அம்மான்ர தமக்கைதான். அவையளுக்கு ரெண்டு ஆம்பிளப் பிள்ளையள், ரெண்டு பொம்பிளைப் பிள்ளையள். கஷ்டம்தான், ஆனால் அவையள் கலியாணம் செஞ்சிட்டினம். பெரியம்மா சாக அம்மாவை அப்பர் கலியாணம் செய்தவர். அவையளுக்குத்தான் நாங்கள் நாலுபேர். பெரியம்மாவுக்குப் பிறந்த மூத்தண்ணைதான் சயிக்கில் கடை வச்சிருந்தவர். அதாலதான், கிடைச்சது கொஞ்சக் காசெண்டாலும் சயிக்கில் கடையில நிக்கவேண்டியிருந்திது. நான் சந்தைக்கு மரக்கறி கட்டி வியாபாரம் செய்ய அவருக்குப் பிடிப்பில்ல. கடையில இருந்து நிக்கப்போறான் எண்டு நினைச்சார். அக்காட்ட சாடமாடையாக் கதைச்சிருக்கிறார். அவர் பிள்ளையளை ஏத்தப்பறிக்க காய்கறிக்கெண்டு போற நேரமெல்லாம் நான்தான் கடையில. ‘கண்டதிலையும் தாவுறதை விட்டிட்டு ஒரு தொழில ஒரு இடத்தில நிண்டு பழகோணும் நீ புத்தி சொல்லு அவனுக்கு’ எண்டு அக்காட்ட சொல்லியிருக்கிறார். அதில சுயநலமும் இல்லாமலில்லை.

“அந்தாள முழுக்கப் பிழை சொல்லேலாது. அந்தாள்தான் அப்பர் ஊதாரியா இருக்கேக்க இதுவரைக்கும் குடும்பத்துக்குக் கொஞ்ச-நஞ்சமெண்டு தந்து வந்தது. அதைப் பெரிய மனசாப் பாக்கவும்தானே வேணும். கலியாணம் கட்டினப்பிறகும் தந்துவந்தவர். குடும்பமெண்டு வந்தாப்பிறகு இனி மனிசியாக்களும் விரும்பாயினம்தானே. சிலபல இடங்களில மனஸ்தாபம் வரும். நான் படிப்பை நிப்பாட்டி வேலை செய்தனெண்டு சொன்னா இதுகுந்தான் காரணம். மற்றண்ணை இருந்தவர் அவர் வயரிங் வேலை செய்தவர். ஓரளவு உழைச்சார். அப்ப நாங்கள் சின்னாக்கள் குடும்பத்துக்கும் தருவார்.

ஆனா, இந்தியனாமி இருக்கேக்க ஈ.பி.ஆர்.எல்.எவ். புலியெண்டு கொண்டுபோய் சுட்டுப்போட்டாங்கள்.

“இந்தக் காரணங்களாலதான் இப்பவும் சயிக்கில் கடையை விட்டிட்டு ஒரு தொழிலில இறங்கேலாமக் கிடக்கு. அப்பர் அம்மா சீரெண்டா ஏன் இப்பிடிச் சீரழியிறம்? பார் நீ, தம்பியாக்கள்

சின்னப் பெடியள், ஆனா அப்பருக்கு வயசு போயிற்றுசு. இப்ப படுகேலைவேற. எட்டுப் பிள்ளையள் இந்த வயசில இவருக்குத் தேவைதானோ. ஓரடி நிலம் சொந்தமாயில்லை, ஒரு குடில்கூட சொந்தமாயில்லை. உழைப்பன் எண்ட நம்பிக்கையும் இல்லை. நான் பிறக்க முன்ன ஒரு துண்டு நிலம் இருந்து வித்துத் திண்டிட்டுதுகளாம். ஆனால் அவைக்கிப்பவும் இதுகளைப் பற்றி துக்கமோ வெக்கமோ கிடையாது. இரவல் காணி, இரவல் வீட்டில இருக்கிறம். அதுகள் வந்து எழும்பச் சொன்னா எங்கட கதி சூனியம். அம்மா அப்பா அதைப் பற்றி யோசிச்சது கிடையாது. தம்பியாக்களைக் கொஞ்சமெண்டாலும் படிப்பிச்சு அவங்கள் தலையெடுத்தாத்தான் எங்கட குடும்பம் நிமிரும்.

“நான் உழைக்கிறதுக்கு வழி தேடினன். சயிக்கில் கடையிலையும் நிண்டுகொண்டெல்லே ஒரு தொழிலத்தேடோணும். கடைசியில ஒரு மார்க்கம் பிடிபட்டிது. ஈழநாதம் பேப்பர் வைமன் ரோட்டில இருந்து வடமராட்சிக்குக் கொண்டுபோக ஆள் வேணுமெண்டு அறிஞ்சன். காலமை இருட்டோட மூண்டரைக்கு அங்க நிக்கோணுமாம். விடியிறதுக்கு முன்னம் வடமராட்சிக்குக் கொண்டுபோய்க் குடுக்கோணும். ஒரு நாளைக்கு ஐம்பது ரூபா தருவாங்கள். ஈழநாதத்திக்குப் போய்க் கதைச்சன். அந்த வேலையைத் தந்தினம். வாச்சுப்போச்சு, தொடக்கத்தில நாலைஞ்சு நாள் ஏலாமல்தான் இருந்திது. காலெல்லாம் செம வலி வலிச்சிது. மரக்கறி வியாபாரத்தை விட்டன். தூரத்துக்கு சயிக்கில் ஓடிப்போட்டு வந்து மரக்கறிகட்டத் தோதுவரேல்லை. இரவில சுருட்டு சுத்தப்போறபடியால் மரக்கறியை எடுத்துவைக்கவும் ஏலாது.

“சுருட்டுக் கொட்டில விட எனக்கு மனமில்ல. பள்ளிக்கூடத்த விட்ட எனக்கு அது ஒருவித பள்ளிக்கூடமாயிருந்திது. வாழ்க்கையில முத்திப் பழுத்தாக்களோட பழகிறதும் அவையின்ர அனுபவக் கதையும் எனக்கொரு ஞானம்போல இருந்திச்சு. அதோட நல்ல பகிடியும் பம்பலும்தான். வயசு பாக்காமல் என்னையும் யாரிசேத்துக் கதைப்பினம். அதுகளுன்ர வப்புப் பகிடி கேக்கிறதே ஒரு சுவாரிசியம். வாழ்க்கையில நிறையப் படிச்சன் அங்க. அதால இரவில அங்க போறது பணமாயும் படிப்பாயும் பம்பலாயுமிருந்திது.

“உழைச்சுழச்சு இன்னும் சீட்டுக் கட்டினன். ஆனா அம்மா இப்ப அப்பருக்குக் குடிக்கக்கூட காசு குடுக்கிறா எண்டு தெரிஞ்சிது.

என்ன செய்ய? நான் சுருட்டு சுத்தப்போன காசில முதல்ல அப்பற்ர மருந்துக்குப்போக மிச்சந்தான் சீட்டுக் கட்டினன். இப்ப ஒட்டகப்புலத்தான் மானிப்பாயில வந்திருக்கிறான். முறிவு தெறிவுக்குக் கைவந்த ஆள். அப்பரை ஏத்திக்கொண்டு போய் காட்டினன். தொடந்து மருந்து செய்தா எழும்பி நிக்க வைக்கலாம். பாரிசவாதத் தொடக்கந்தானே அவ்வளவு மோசமில்லை எண்டு நம்பிக்கையாச் சொன்னார். சுருட்டுக் கொட்டில் காசில பெரும் பகுதி அதுக்குச் செலவழிஞ்சுது. அப்பர் எழும்பி நடமாடாட்டியும் கொஞ்சங் கொஞ்சம் முன்னேற்றம் தெரியிதெண்டு சொன்னார். வைத்தியத்தை விட ஏலுமோ?

“இப்பிடி நான் வெறித்தனமா உழைக்கிற காலத்திலதான் என்ர புத்திக்கு சனியன் பிடிச்சிருக்கெண்டு நான் நினைக்கிறன்.” அவன் மூச்சை அதிகமாய் இழுத்து விட்டான் பிறகு மூச்சே விடாதது போல் இருந்தான். சிந்தனைச் சுழி அவனை எங்கோ இழுத்துப் போனது. மெல்ல இருவரையும் இறுக்கி வந்த மௌனத்தைப் பின் அவனே தகர்த்தான்.

“வடமராட்சிக்குப் பேப்பர் கொண்டு போனனெல்லோ, அங்க எங்கட சொந்தக்காரர் வீட்ட போய்வந்தன். காலாறித்தானே சயிக்கில் ஓடேலும். அதுகளும் அன்பா உபசரிச்சிதுகள். இப்பிடிப் போய் வரேக்க அவையின்ர சொந்தக்காரப் பெட்டை– எனக்கும் சொந்தம்தானே– - அங்க வந்து போச்சுது, நெடுகலும் அங்க போகேக்க அவளக் காணுவன்.

“கொஞ்ச நாளையால நான் போகேக்க அங்க அவள் இல்லாட்டி கவலை மாதிரி... அதோட ஒவ்வொரு நாளும் போய்வரவும் தொடங்கிற்றன். ஏன் போறனெண்டு விளங்கேல்லை. அதென்னோட அன்பாப்பிளங்கும். கதைக்க வெக்கப்படும். எனக்காண்டித்தான் அதுகும் அங்க வருகிதெண்டமாரி எனக்குள்ள ஏதோ உள்ளுணர்வு. பிறகு பாத்தா, பிள்ளையக்கா தேத்தண்ணிய அதுட்டத்தான் குடுத்து விடுவா. அவைக்குள்ள பகிடி பண்ணிக் கதைக்கத் தொடங்கிட்டினம். ‘என்ன கீதா காலமையெண்டா இஞ்ச ஓடி வந்திடிறாள்.’ எண்டு நக்கலும் அடிக்கத் தொடங்கிட்டினமாம். என்ர காதில அதுவும் விழுந்திச்சு.

“இதைக் கேக்க எனக்கு கோபமெல்லோ வந்திருக்கோணும். சனியன், அப்படி வரேல்லை. ஏன் வரேல்லையெண்டு யோசிச்சுப் பாத்தன்; எனக்குப் பயமாயிருந்திச்சு. நான் காதலிக்கிறனோ! பிறகு அந்தச் சொல்லை நினைக்கப் பயமாயிருந்திச்சு. நான் அப்பிடிப்

பொறுப்பில்லாத ஆளில்லையெண்டு எனக்குத் தெரியும். எண்டாலும் பிறகும் அங்க போறதை நிப்பாட்ட முடியேல்லையே.

“பல்லக் கடிச்சுக்கொண்டு ரெண்டுநாள் போகாமல் விட்டன். மூண்டாம் நாள் என்னால ஏலாமலே அங்க போனன். அவள் முகத்தத் தூக்கி வச்சிருந்தாள். அதப்பாக்க எனக்குக் கவலையா இருந்திச்சு. தேத்தண்ணி தரேக்க ‘ஏன் காணேல்லை ஏதும் வருத்தமோ?’ எண்டு கேட்டிச்சு. எனக்குப் புரை ஏறிற்று. அவள் உச்சந் தலையில தட்டக் கையைத் தூக்கினாள். பிறகு தலையில தட்டுங்கோ எண்டு தூக்கின கையைத் தன்ர தலையில தட்டிக் காட்டினாள்.

“எனக்கேனோ அது நல்லா இருந்திது. சந்தோசமாய் இருந்திச்சு. இதோட எனக்கு விளங்கீற்று நான் காதலிக்கிறன் என்று, அவளும் அப்பிடித்தான் நினைச்சுப் பழகிறாளெண்டு. ஆனாலும், நான் சொன்னன் ‘பேப்பர் போட வந்தனான், வேலை இருந்திது அவசரமாத் திரும்பிப் போயிற்றன்.’ பிறகு நான் வெளியில வரேக்க அவள் முத்தத்தில வந்து சொன்னாள் ‘இங்கயும் சனம் பார்த்துக்கொண்டிருக்கும் எண்டதை நினைப்பில வையுங்கோ’ இதோட வலு கிளியரா விளங்கிச்சு இந்தக் காதல் விசயம். சந்தோசமாயும் என்னில எனக்கே கோபமாயும் இருந்திச்சு. அங்க போகக்கூடாதெண்டு இரவிலயும், உடன போகோணும் எண்டு காலமையிலேயும் யோசிச்சன். நான் பேப்பர் போட சைக்கில் உழக்கிறனா, அவளக் காய் போடச் சைக்கில் உழக்கிறனா எண்டு என்னை நானே கேட்டுக் கோபப்பட்டுக் கொண்டன்.

“அவள் அவ்வளவு வடிவெண்டு இல்லையெடா. பொதுநிறம், மெல்லிசு, ஓரல் முகம், தலைமயிர் கொஞ்சம் நீளம், நீளநீள விரல், கையில பூனைமயிர்கள். வெள்ளிக்கிழமையில தோஞ்சுபோட்டு சீப்புபோட்டு இழுக்காமல் தளரப் பின்னிக்கொண்டு ஒரேயொரு மல்லிகைப்பூவை மட்டும் நடுவில வச்சுக்கொண்டு நிப்பாள். என்னைப் பாக்கேக்க மட்டும் வடிவாயிருக்கும் கண்கள். என்னைக் கண்டோடன அவளின்ர முகத்தில வலு சந்தோசமும் புழுகமும் வரும். அங்கஇங்க அலுவலில்லாமல் ஓடித் திரிஞ்சு ஒழிச்சுப் பாக்கிற வடிவிருக்கே, அதைப் பாக்க உண்மையிலேயே நான் ஆசைப்பட்டன். நடைகூட ஒரு ஒய்யாரந்தான். ஆனால் தொடக்கத்தில அவள் இப்பிடி நடக்கிறதில்லை எண்டதையும் கவனிச்சுத்தான் இருந்தன்.

“அவள் வடிவுதான். ஆனாடா, அவளுக்குக் காது கொஞ்சம் கேக்காது. அதுதான் என்னை அதிகமாப் பாதிச்சிருக்கெண்டு நினைக்கிறன். முதலில அவளுக்கு ஏதும் உதவ ஏலுமோ எண்ட அக்கறை மட்டுந்தான் என்னட்ட இருந்திது. பிறகது இப்பிடி என்னண்டு மாறிச்செண்டு தெரியேல்லை. நான் அதிலயிருந்து விடுபடத்தான் விரும்பினன்; முடியேல. ஆனால், இதைப் பற்றி ஏதும் ஒரு வார்த்தைகூட நான் கதைச்சதில்லை. அவளும் கதைச்சதில்லை. காதலுக்குக் கதைக்கத் தேவையில்லை எண்டதை வாழ்க்கையில பாத்தன். அப்பதான் மௌனத்தப் போல நல்ல வார்த்தை இல்லயெண்டும் பட்டிச்சுது.

“அவளும் ஒரு ஏழ்மைக் குடும்பந்தான். உட்குழிந்த கண்களும் கொஞ்சம் உள்நோக்கின சொக்கையும்கூட ஏழைக்குரிய அடையாளமாத்தான் முகத்தில ஒட்டியிருந்திது. பிள்ளையக்கா சொன்னா, ‘ஒப்பிரேசன் லிபரேசனில ஆமிக்காரன்ர செல் பக்கத்தில விழுந்து செவிப்பறை வெடிச்சுப்போச்சு. பெரியாஸ் பத்திரியில சொன்னவையாம் ஏதோ செவிட்டு மிசின் இருக்காமே அது வாங்கிப்போட்டால் சரிவரும்’ எண்டு. இதைக் கேட்ட உடனே எனக்கு இனம்புரியாத சந்தோசம். செயற்கையாத்தன்னும் ஒரு ஊனத்தைச் சரி செய்யக் கூடிய மாதிரி இருந்தால் அதைவிட இந்த உலகத்தில பெரிசு என்ன? அதுவும் படிக்கிறாள். பள்ளிக்கூடத்தில எப்பிடியொரு தாழ்வுணர்வோட ஒதுங்கியிருப் பாளோ! படிப்பிக்கிறது கேட்காத நேரமெல்லாம் எப்பிடி மனம் அவிஞ்சு போவாளோ! சில நேரம் பெடியளெல்லாம் கேட்காமல் மெதுவாக் கதைச்சு நக்கலடிப்பாங்களோ! செவிட்டுக் கீதா எண்டு கூப்பிடுவாங்களோ! இப்பிடியெல்லாம் யோசிச்சன் மச்சான். ஒரு துடிப்பு வந்திது. செவிட்டு மிசின் எண்ணாயிரமோ பத்தாயிரமோ வருமாம். அதை வாங்கிக் குடுக்க அந்தக் குடும்பத்தால ஏலாது. நான் எப்பிடியும் வாங்கிக் குடுக்க வேணும் எண்டொரு வெறி வந்திச்சுது.

“பிறகு வீட்ட போயிருந்து யோசிக்கேக்க, ‘பார் அக்காவுக்கெண்டெல்லோ நான் இவ்வளவு கஷ்டப்பட்டு பேப்பர் கட்டினனான். இப்ப எவ்வளவு சுலபமா மறந்திட்டன். குடும்பத்துக்கொரு நிலமில்லை, வீடில்ல, அக்காவுக்கொரு நகையில்லை, கலியாணமும் இன்னுமில்லை. இதுக்குள்ள நான் காதலிச்சவுடனே அவளப்பற்றி யோசிக்கத் தொடங்கிட்டனே’ எண்டு நினைப்பன். இரவெல்லாம் இதே நினைப்பாயிருக்கும். “ஆனால் விடிஞ்சதும் அங்க போன உடன அவளின்ர முகத்தக்

கண்டவுடன, ஒரு ஊனத்தச் சரிசெய்ய வாய்ப்பிருந்தும் சரிசெய்து குடுக்க நினைக்காத நான் என்ன மனிசன். காதலிக்கிறன் எண்டதில என்ன அர்த்தம். சரி காதலை விடுவம் அக்காவுக்கு நகை அவசியமோ இவளுக்குக் காது கேக்கிறது அவசியமோ? மனிசத்தனமா யோசிச்சாலும் இதுதானே முக்கியமெண்டு வடமராட்சியில இருந்து சைக்கில் ஓடிவரேக்க நினைப்பன். அங்க போகாமலிருக்க என்னால முடியேல. அங்க இருக்கிற சில நிமிசங்கள் மாதிரி நான் வாழ்க்கையில சந்தோசத்தை அநுபவிச்சதில்லை. ஏதும் கதைக்காட்டிக் கூட அது ஒரு சந்தோசம்தான். சைக்கில் ஓடுற களைப்பே தெரியாது.

"மனமெடாப்பா சூழ்நிலைக்கேற்ப நியாயங்களைத் தேடிச்சு. மனிசன் ஒரு சுயநலப் பிராணி. சூழல் அவனைப் பொதுநலத்தை நோக்கி நிர்பந்திச்சாலுங்கூட தருணம் வாய்க்கிற பொழுதில அது சுழிச்சு மேலெழும்புது. மனம் என்னை அலக்கழிச்சுது. நான் நல்லவனா, கெட்டவனா எண்டு எனக்கே விளங்கேல. கடைசியில ஒரு முடிவுக்கு வந்தன்: இந்தக் காசில வாற மிச்சம் அக்காவுக்காக சேமிக்கிறது. கைவிட்ட மரக்கறி வியாபாரத்தை முடிஞ்சவரை செய்து அந்தக் காசை இப்பிடியே கீதாவுக்குக் காது மெசின் வாங்கிறதுக்காகச் சேர்க்கிறதெண்டு. மச்சான் என்ர உடம்பை வருத்தி உழைச்சன். மூன்றரைக்கு எழுப்பிறதால சரியான நித்திரைகூட இல்லை.

"மூன்றரைக்கு எழும்பினா நல்லூர் வைமன் ரோட்டுக்குப்போய் பேப்பர்கட்டி வல்லைவெளியால உழக்கி வடமராட்சி போய், பிறகு வேகமா வந்து, சொல்லி வச்ச இடத்தில மரக்கறி அல்லது தேங்காய் கட்டி சந்தையில குடுத்திட்டு, பிறகு வந்து சைக்கில் கடையில நிண்டுமாஞ்சு, பொழுதுபட திரும்பி சுருட்டுக் கொட்டிலுக்குப் போய்ப் பத்துப் பதினொண்டு வரைக்கும் வேலை செஞ்சு படாத கஷ்டப்பட்டன்.

"இதுக்குள்ள நான் உழைக்கிறனெண்டவுடன வீட்டில பொறுப்பில்லாமல் செலவுகளைக் கூட்டிற்றினம். நான் தரத்தானே வேணும் எண்ட கட்டம் வந்திட்டிது. இதால கீதாவிற்குச் சேர்க்கிற காசு இடஞ்சல்ப்பட நான் வீட்டில எரிஞ்சு விழுந்தன். அக்கா இரவு வேலைக்குப் போக வேண்டாமெண்டு சொல்லிச்சு. நான் கேக்கேல்ல. மூண்டு சீட்டு ஒரே நேரத்தில கட்டினன் மச்சான்.

“வடமராட்சியில இருந்து உடன வந்தாத்தான், இஞ்ச சந்தைக்கு மரக்கறி கட்டலாம். அதால அங்க அவளிட்ட நிக்கிறநேரம் ஐஞ்சுபத்து நிமிசமாய்க் குறைஞ்சு போச்சு. அவள் நான் உடன வெளிக்கிடிறதால இப்ப தன்னில பாசமில்லையோ எண்டு நினைக்கிறாள் போலவும் கிடந்திச்சு. ஆனால் அவளுக்குத் தெரியாது அவளுக்காகத்தான் நான் அந்தச் சின்ன சந்தோசத்தையும்கூட இழந்து காலாறாமல் சைக்கிலில திரும்பி வலிக்கிறனெண்டு. இப்பிடி இருக்கேக்கதான்ரா நான் இயக்கத்துக்கு வந்தன்: எல்லாத்தையும் கைவிட்டுட்டு.”

அவன் கதைக்கிறதை நிறுத்தினான். மற்றப்பக்கமாய் முகத்தைத் திருப்பி மேலே வெறிச்சுப் பார்த்தான். கலங்கின கண்கள் எனக்குத் தெரியக்கூடாதென்று விரும்பினான் என்பதைப் புரிந்து கொண்டேன். சின்னதாக விம்மினான், அழுகிறான், அடக்க முயற்சிக்கிறான் என்பதையும் புரிந்துகொண்டேன். அவன்ர கைகளை மெல்லப் பிடிச்சமுழுத்தினன்.

“டேய் சுகுமார்... மச்சான்... சரி... சும்மா இரு. வா எழும்பி எப்பனுக்கு நடப்பம்” என்று சொல்லி அவனுடைய கைகளை இன்னும் அமுழுத்தினன். எனது கண்களும் கலங்கிப் போயின. அவனுக்கு என் கைகள் ஆறுதல் அளிக்கிறது என்று நம்பினேன். அவன் கைகளை உதறிவிட்டு முகத்தைப் பொத்தி அழுதான். உடனேயே கண்களைத் துடைத்துக்கொண்டு என் கைகளைப் பிடித்து எழுந்தான். “வா நடப்பம்” குரல் தழுதழுத்தது. காடு இருவரையும் பார்த்துக்கொண்டு இருந்தது. இந்தக் காட்டுக்கு இப்படிப் பல ரகசியங்கள் தெரியக்கூடும். மனித வரலாற்றில் மனிதனின் அந்தரங்கத்தைக் காட்டைத் தவிர வேறு எதுவும் அறிந்துவைத்திருக்க நியாயமில்லை. மனிதன் நகரில் காதல் கொண்டு அதனுடன் கரைந்து போகும்போதும் காடு எப்படியோ மனிதர்களின் உறவை விடுவதாயில்லை. அது இப்படிச் சந்தர்ப்பங்களை உருவாக்கி மனிதனை ஈர்த்துக்கொண்டு இருக்கின்றது போலும். காடு அனந்த சயனத்தில் இருந்தாலும் அனைத்தையும் அறிந்துகொண்டிருக்கின்றது.

காட்டின்மீது நடந்தோம். செருமிக் காறி வெளியே துப்பினான் சுகுமார். இவ்வளவு வேகமாகத் தன்னை நிதானப்படுத்திக் கொண்டான். என் மனம் குமைஞ்சு குமைஞ்சு புரண்டது. அவன்தான் என்ர கைகளை இறுகப் பற்றிக் கொண்டு நடந்தான். மேற்கொண்டு இன்றைக்கு இது பற்றிக் கதைக்கக் கூடாதென்று

தீர்மானமாக இருந்தேன். ரோந்து மற்ற முறை சுற்றி வரவும் நேரம் சரியாக இருந்தது. வந்து படுத்தோம்.

விடிய எழும்பினால் சுகுமாருக்குக் கால் சரியாக வரவில்லை. எல்லாருக்கும் அது கவலை அளித்தது. என்ன நடக்குமோ தெரியேல்லை. சத்தியப் பிரமாணம் முடிந்ததும் வழமைபோல 'ஏலாத ஆக்கள் இஞ்சால வாங்கோ' என்றார் மாஸ்ரர். சுகுமார் போகேல்லை போய் அவமானப்படக் கூடாதென்று அவன் நினைச்சிருக்க வேணும்.

அன்றைய பயிற்சியில செம அடி சுகுமாருக்கு. அதைப் பார்த்துக்கொண்டு ஓடுறது பெருஞ் சங்கடமாய் இருந்தது. நான், இரவு சொன்ன அவன்ர வாழ்க்கையில இருந்து இன்னும் மீளேல்லை. அந்தப் பின்னணியில் அவனுக்கு விழுந்த அடிகள் ஒவ்வொன்றும் எனக்கும் வலித்தது. அந்த வலி மற்றவர்களுக்கு இல்லை. இவனேன் தன்ர கதையை என்னட்டைச் சொன்னான் என்று இருந்ததெனக்கு. பயிற்சி முடிந்து கொட்டிலுக்கு வந்தம். எல்லாற்ற கவனமும் அவனிலதான். பாலன் கூடப் பார்த்திருந்ததைப் பொறுக்காமல் கொட்டிலுக்குத் தேடி வந்தான். அவனுக்குக் கால் ஏலாதென்று கக்கூசுக்கும் களவா தூக்கித்திரிஞ்சவனல்லே இவன். இப்ப எல்லாரும் நொந்தாங்கள்; இவனுக்கு எந்த வகையிலேயும் உதவி செய்ய முடியாமல். எல்லாரும் ஒன்றாச் சேர்ந்து ஐடியாக்களைத் தேடினாங்கள்.

"முதலில பாலுரையனிட்ட இருந்து இவனைக் காப்பாற்ற வேணும். அதுக்கு எனனட்ட ஒரு வழியிருக்கு. இனியவன் நீதானே மூன்றாம் கொட்டிலில புகழேந்திய சென்றி நித்திரையாயிருந்து படுக்கவிட்டனி? என்ன நீயும் சுகுமாரும்தானே" என்றான் உற்சாகமாக விசித்திரன்.

ஓமென்று தலையசைத்து அவனையே பார்த்தேன் நான். "புகழேந்தியிட்ட நீ சொன்னா அவன் கேப்பான். சீனியர்சில சிந்து புகழேந்தியோட வலு ஒட்டு. புகழேந்தி சொன்னா சிந்து கேப்பான். சிந்து சின்னப் பெடியன், பாலுரையனோட அவன் வலு ஒட்டு, சிந்து சொன்னா பாலுரையன் கேப்பான். நீ புகழேந்தியிட்டச் சொல்லு. 'சுகுமாருக்கு உண்மையா கால் உழுக்கீற்று, பாலுரையனைத் திரத்தித் திரத்தி அடிக்கிறதை அப்படி அடிக்க வேண்டாம்' என்று சிந்துவிட்ட சொல்லச் சொல்லு. அவங்களுக்குள்ள ஒரு உறவிருக்கு. நான் நினைக்கிறது சரியெண்டா - அவன் சொன்னாச் சிந்து கேப்பான். சிந்து

சொன்னாப் பாலுரையன் கேப்பான். நீ போய்ச் சொல்லிறியா" என்றான் ஒரு மர்மச் சிரிப்போடு. ஓமென்றேன். காலமை சாப்பிடிற இடத்தில வச்சு புகழேந்தியைக் கூப்பிட்டு இதைச் சொன்னன். அவன் மத்தியானமே சிந்துவிட்டச் சொல்லிப் போட்டான்.

விசித்திரன் இப்பிடிச் சொல்ல வேதநாயகம், "நான் இப்ப மெடிசினுக்குக் கூட்டிக் கொண்டு போய்க் கதைக்கிறன்; இவனாலை ஏலாதெண்டு. சுசீலண்ணை நீங்களும் வரியளோ?"

"ஓம், நான் வாறன். கதைப்பம்" என்றான் நேற்று வந்த சுசீலன்.

தண்டா சொன்னான், "நான் ஒரு கைவைத்தியம் செய்யிறன்; அதுக்கு மாறும். சிலவேளை ஒரு வீக்கம் மாதிரி இருக்கும். அது ஒண்டும் செய்யாது. ஆனாலொண்டு, இவனை ஒரு நாளைக்காவது பயிற்சிக்குப் போகாமலாக்கினால்தான் அந்த வைத்தியம் பயனளிக்கும்."

"நீ செய், பயிற்சிக்கு நாளைக்குப் போகாமல் நான் பண்ணுறன். வேதநாயகம் கதைச்சு மெடிசின்காரன் நிப்பாட்டினால் சரி இல்லாட்டிக்கு நான் ஒரு வழி செய்யிறன்." படிச்ச விசரன் விசித்திரன் சொன்னான்.

"என்ன வழி" புண்ணா கேட்டான்.

"நாளைக்குச் சுகுமாருக்கு வயித்தாலையடி. எல்லாரும் சேர்ந்து சொல்லி விடுவம். காவ்லா நீதான் காட்டிக் குடுப்பாய், குடுத்தியோ துலைஞ்சாய். சண்டையெண்டாலும் எங்களோடதான் வரோணும் நீ. காயப்பட்டியோ திரும்பிப் பாக்கமாட்டம்" விசித்திரன் பிரச்சினைக்குரிய காவலனைப் பிரச்சினைக்குரிய விதமாய்ச் சொல்லி வெருட்டினான்.

"நீ என்னைத் தப்பா புரிஞ்சிரிக்க மச்சான். நான் அப்பிடியான ஆளு இல்ல" காவ்லா சொன்னான்.

"வயித்தாலடியை அவங்க 'செக்' பண்ணினா என்ன செய்யிறது?" சுகுமார் கேட்டான்.

"வழி இருக்கு. நான் சொல்லுறதை நீ செய். தேங்காண்ணை களவெடுத்துத் தாறன். அதில கொஞ்சத்தைக் குடி. கண்டிப்பாய் வயித்தாலை அடிக்கும்."

எல்லாரும் திட்டம் தீட்டினாங்கள் சுகுமாருக்காக. அவன் சாப்பிடப் போகும்போது சொன்னான். “மச்சான் எல்லாரும் எனக்காகக் கதைக்கிறதைப் பாக்க என்ர வலியெல்லாம் போச்சடா.”

சாப்பிட்டு வரேக்க சுசீலன் ஒரு மூடிக்க நல்லெண்ணை கொண்டு வந்தான். சுகுமாரின்ர பெனியனைக் கழற்றச் சொல்லி, அடி விழுந்த தழும்புகளில போட்டுவிட்டான். ‘அது காஞ்சிடும்’ என்று ஆறுதலும் சொன்னான்.

இவன் சுசீலன் முந்தியிருந்த ஒன்பதாம் அணியில, யாரும் காய்ச்சல் எண்டால் வலு அக்கறையா மருந்தெடுத்துக் குடுத்து வீவா, கோர்லிக்ஸ் நேரத்துக்கு நேரம் கரைச்சுக் கொடுப்பான். அந்த அணிப் பெடியங்கள் சொன்னாங்கள் அவன் கோர்லிக்ஸ் வீவாவில பெரிய ‘யொக்’முட்டத் தனக்கெடுக்கத்தான் இந்த அக்கறையெல்லாமெண்டு. அது பொய்யில்லை எண்டதும் பலருக்குத் தெரியும். ஆனால் வருத்தக்காரனைப் பாக்காமல் விடமாட்டான்; இரக்கமிருக்கு எண்டதும் பொய்யில்லை. இப்ப சுகுமார் விசயத்தில அதைத் தெரிஞ்சும் கொண்டம்.

பின்னேரம் விளையாடுற நேரம் தண்டா சுகுமாரை வரச்சொன்னான். நானும் போனன். தேங்காய்ப் பொச்சு மட்டையில பச்சையாய் இருந்ததொன்றை தண்டா தெரிஞ்செடுத்து வச்சிருந்தான். அண்டைக்கு சீனியர்ஸ் களஞ்சியத்திக்குப் பின் காட்டுக்கை இருந்து வெங்கடாந்திப் பாம்பொன்றைச் சுட்டுக் கொண்டு வந்து பொரிச்சுச் சாப்பிட்டவங்கள். அதுகின்ர தோலைக் கட்டித் தூக்கி எண்ணை உருகவிட்டிருந்தவங்கள். அதில கொஞ்சத்தைத் தண்டா ஒரு இலையில எடுத்து வந்தான். அடுப்படியில போய் சுகுமாரின்ர காலில அந்தக் குமட்டல் மணமுள்ள எண்ணையைக் காலில பூசி உருவிவிட்டான். பிறகு, பொச்சு மட்டையிலையும் அந்த எண்ணையைப் பூசி அடுப்பில சூடு காட்டினான். சுகுமாரின்ர காலை இறுக்கி என்னைப் பிடிக்கச் சொல்லிப்போட்டு வாட்டின பொச்சுமட்டைய கணுக்காலில வச்சான். சுகுமார் வீரிட்டுக் கத்தினான்.

“கத்தாதையெடா… அவங்கள் வரப்போறாங்கள்” என்று இவன் கத்தினான்.

“நீ என்ன… பிடிபிடிக்கிறாய் வடிவா பிடியன்ரா பேயா” என்று என்னைத் திட்டினான். முதல் செய்த மாதிரி ரெண்டு மூன்று முறை சுகுமார் கத்தக் கத்தச் செய்தான்.

“விடிய மற்றாக்கள் எழும்ப முன்னம் ஒருக்காச் சூடு காட்டுவம்; நோவு பறக்கும். ஆனா, சின்னக் காயா வருமெண்டு நினைக்கிறன்.”

இரவு நாங்கள் சென்றிக்கு எழும்பிற நேரம் நல்ல மழை. ஏற்கனவே நல்ல மழை பெய்திருந்ததென்பது வெள்ளம் ஓடுறதைப் பார்க்கத் தெரிந்தது. இப்ப சீராய் பெய்துகொண்டிருக்கு.

சுகுமார் சொன்னான், “இந்த மழை விடியவாப் பெய்திச்செண்டா வினோத்தண்ணை சில நேரம் பயிற்சியை நிப்பாட்டக் கூடும், வகுப்புகளை மட்டும் நடத்தச் சொல்லக்கூடும். எனக்கு அதிஸ்டம் இருந்தால் நடக்கும்.” கொஞ்சம் இடைவழிவிட்டு, “ஆனால் நான்தான் வாழ்க்கையில அந்தப் பாழாப்போன அதிஸ்டத்தைக் கண்டதில்லையே” அவன் சொல்லி வந்த உற்சாகத்தை முடிவில் இப்படி மாற்றிவிட்டான்.

ரோந்து சுத்த முடியேல்லை. கொட்டிலுக்குள்ள நின்றம். “டேய், இரவில காட்டில மழை பெய்யிறதைப் பாக்க ஏதோ இதமாயிருக்கென்ன?” வெளியில் பார்த்துக்கொண்டே சொன்னான்.

“டேய்! வா இதுக்குள்ள நிண்டா இந்தப் பொழுது அநியாயம். நித்திரையும் வந்திடும். வகுப்புக் கொட்டில் வெறுமையாயிருக்கும். அந்த மணலில இருந்து மழையைப் பார்த்துக்கொண்டிருந்தா அது ஒரு சுகந்தான்ரா.”

“மழை பெய்யிது என்னண்டு போறது? நனைஞ்சா அது வேற அலுப்பாப் போயிடும்.”

“சாரத்தைத் தலையில சுத்திக்கொண்டு ஓடுவம்.”

“இந்தக் காலோட என்னண்டு நீ ஓடுவாய்.”

“பாலுரையன் அல்லது வேதா பின்னால அடிக்கிறானெண்டு நினைச்சுக்கொண்டு ஓட வரும்.”

சிரிப்பு வந்தது. அவனுடைய மனதுக்கு இது ஆறுதல் அளிக்கு மென்று எண்ணினேன். அவன், அவ்வளவு உற்சாகமாகத்தான் இருந்தான். காட்டு மழை உண்மையிலேயே நல்லாகத்தான் இருந்தது.

தாண்டிக்கொண்டு சுகுமார் ஓடிவந்தான். நான் அவனுக்காகக் கொஞ்சம் மெதுவாக ஓடினேன். அந்தப் பெரிய வகுப்புக் கொட்டிலின் மணலில் தனியாக இருவரும் இருந்தோம். காட்டு மழையின் சப்தத்தையும் மின்னலின் ஒளியையும், இடியையும்,

ரீங்காரத்தையும், மிதமான குளிரையும் அநுபவிச்சுக் கொண்டிருந் தோம். காற்று சுழட்டி அடித்தபோது மரங்களின் தலைகள் அசைவதும், சுழற்றிய தூவானம் எங்கள் உடம்பில் பட ரோமங்கள் சிலிர்ப்பதும் அருமையாக இருந்தன. அப்போதெல்லாம் கூதல்வேறு ஓடியது; அதுவும் ஒரு சுகம்தான்.

சீரான மழை காட்டின் மேலே பெய்கிறது. காற்றோடு சேர்ந்த சப்தத்தில் அதை உணர முடிகிறது. மரங்களிலிருந்து கொட்டன் கொட்டனாய்த் துளிகள் விழுகின்றன. அதன் சப்தம் பெரிதாகக் கேட்கிறது. கூரையிலிருந்து ஒழுகும் நீர்த்துளிகள் இன்னொரு சப்தமாக இருக்கிறது. இந்த வேறுபாடுகளையெல்லாம் இதற்குமுன் நான் ஒருபோதும் பிரித்தறிந்ததில்லை என்று தோன்றியது. நான் அதில் மூழ்கியிருந்தேன்.

“டேய் என்ன யோசிக்கிறாய்?” என்றான் சுகுமார்.

“இல்ல காட்டுக்க ஒரு நதி, ஒரு குளம் இருக்கிற இடமா ஒரு ஆசிரமம் போட்டு வாழ்ந்தா வாழ்க்கை எவ்வளவு அற்புதமாய் இருக்குமெண்டு யோசிச்சன்” என்றேன்.

உண்மையில் அப்படிச் சொல்லவேண்டுமென்று நான் எதையும் நினைத்திருக்கவில்லை. கேட்டதும் மனதின் எந்த மூலையிலிருந்து இந்த வார்த்தைகள் இப்படிக் கொட்டிண்டன் எனக்கே ஆச்சரியமாக இருந்தது. ஆனால், அந்த வார்த்தை சுகமாகவும் இருந்தது.

“மனிசன் காட்டை விட்டு எண்டைக்கு நகரங்களை உருவாக்கினானோ அண்டைக்கே மனிசன் வாழ்வுக்காக போலிகளைப் போர்த்துக்கொள்ளத் தொடங்கிற்றான் எண்டு நான் நினைக்கிறன்” என்றான்.

“மனிசன் அறிவிலும் முன்னேறித்தான் போறான். ஆனால் வாழ்க்கையிலதான் பின்னோக்கிப் போறான்.”

“மழைக்குப் பதிலா சவர், குளத்துக்குப் பதிலா தொட்டி, காட்டு அருவித் தண்ணிக்குப் பதிலா வீட்டில பிறீச் தண்ணீ, மலர்களுக்குப் பதிலா பிளாஸ்டிக்கில பூ...”

அவன் “முகத்துக்குப் பதிலா முகமூடி”- இப்படிச் சொல்ல நான் திரும்பிப் பார்த்தேன்.

“ஏன் உண்மைதானே? இதுகளைக் கண்டெடுத்து தன்னைத் துலைச்சிற்றானே மனிசன்.”

பிறகு பேசாதிருந்தோம். நீண்ட நேரம் மௌனத்தில் தனியாகச் சேர்ந்து கரைந்திருந்தோம். மனமும் உடலும் பாரம் இழந்து இதமாயிருந்தன. காட்டின் மேலே பெய்த மழை தணிந்துவிட்டது. அதற்கேயான சப்தங்கள் தணிந்துவிட்டன. தவிரவும் மரங்களிலிருந்து விழும் நீர்த்துளிகளது ஒலிகளின் செறிவு குறைந்து புதிய இசையில் விழுந்தன இப்போது. காட்டின் மரக் கிளைகளின் இடைகளால் நிலவின் ஒளி கசிந்து வந்திருக்கவேண்டும். நிலம் தெரிகிறது. தலையில் துவாயைச் சுற்றிக்கொண்டு எழும்பி ரோந்து சுற்றினோம். இருப்பினும் காட்டு மழை ஓயவில்லை.

"அம்புறுசின்ர பொச்சுமட்டை வைத்தியம் வேலை செஞ்சுதான் இருக்கு... வலி குறைவாக் கிடக்கடா" என்றான் சுகுமார். அதைக் கேக்க கொஞ்சம் ஆறுதலாக இருந்தது. ஏனென்றால், மெடிசின் காரன் வேதநாயகத்தின்ர கோரிக்கைக்குக் கொஞ்சம் நழுவிற்றான். "அதெல்லாம் நாளைக்குப் பாப்பம்" என்று சொல்லிவிட்டவனாம்.

காட்டைச் சுற்றி நடந்துகொண்டிருந்தோம். சுகுமார் திரும்பிச் சொன்னான் "மனிசன் உடலளவில ஒன்றாய்த் தெரியிற மாதிரி மனசளவில ஒன்றாய் இருக்கிறேல்ல. ஒரு உடம்புக்க ரெண்டு மனிசன் மூண்டு மனிசனென்று இருக்கிறான். அதில, எந்த மனிசன் நான் எண்டதக் கண்டுபிடிக்கிறதே பெரிய கஷ்டமாய்ப் போயிடும். என்னட்ட ஒரு கருத்து, ஒரு முடிவு இருந்தா அதுக்கு எதிர்க்கருத்து எதிர்முடிவும் என்னட்ட இருந்து வருகிதே! என்னட்ட ஒரு தீர்மானம் இருக்கேக்க அதுக்கு எதிர்நிலையிலேயும் சிலவேளை செயற்பட்டு விடுகிறேனே! இந்த ரெண்டுக்கும் மத்தியஸ்தம் வகிக்கிறதாயோ அல்லது மூன்றாவது கருத்தாயோ இன்னொன்றும் எனக்குள்ளே இருந்துதானே வருகிது. இதில எது நான்? எல்லாத்துக்கும் ஒவ்வொரு நியாயத்தை அததுகின்ர கோணத்தில விளங்கப்படுத்தியும் விடுகிதே. இங்க நான் எது?

"இதில, மனிசன் மனிசனாய் வாழ்றதும், மனிசத்தனத்தோட இருக்கிறதும், நாலு பேரால மதிக்கப்படுறதும், மற்றவர்களுக்காகச் செய்யப்படக்கூடிய ஒரு கருத்தைக் கண்டெடுக்கிறதுதான். குறைஞ்சது மற்றவனுக்குத் துன்புறுத்தாத கருத்தையேனும் கண்டெடுக்காட்டிக்கு அவன் மனிசனில்லை. தனக்குள்ள இருந்து மற்றவர்களுக்கான கருத்தமட்டும் கண்டெடுத்து அதுதான் நான் என்று நினைச்சு செயற்படுறவன்தான் பெரிய மனிசன்

எண்டு நான் நினைக்கிறன்... என்ன பேசாம வாறாய்... நீ என்ன சொல்றாய்?"

"உண்மைதான், இல்லாட்டிக்கு இந்தக் காட்டுக்க எங்கயிருக்கிறம் எண்டு எங்களுக்கே தெரியாமல், மழையில நனைஞ்சுகொண்டு, கசை இருட்டில, கொட்டனோட நீயும் நானும் சுத்துறது ஆர் எழுதின விதி? நீயும் நானும் ஆரெண்டே தெரியாமல் இந்த மோசமான இரவைச் சுகமாகக் கழிக்க முடியுதே."

அவனுக்கு இந்தப் பதில் மிகுந்த சந்தோசத்தைக் கொடுத்ததென்று நினைக்கிறன்.

"அதுதான், அதுதான் உண்மை" என்றான் அவசரமாய்.

இப்பிடித்தான் பொதுவாகக் கதைத்தோம் இன்று. நேரம் சரியாக இருந்தது. போய்க் காவற் கடமையை மாற்றிவிட்டுப் படுத்தோம். 'அம்மாளாச்சியே விடிய மழை பெய்' என்று சொல்லிக்கொண்டு படுத்தான்.

விடிய எழுந்ததும் காடு வழமையைவிட இருளில் கிடந்தது. ஆனாலும் மழை இல்லை. லற்றுக்குப் போனோம். போகும்போது விசித்திரன் சொன்னான்.

"வேறு வழியில்லை. சுகுமார் நீ வயித்தாலயடி எண்டு சொல்லு. மற்றப் பெடியளின்ர கண்ணிலையும் படும்படியா கனநேரம் லற்றடியில நில்லு. தேத்தணிக்குப் பிந்தி வா. கேக்கிற ஆக்களுக்கு நான் கதைய அவிட்டு விடுறன். சத்தியப் பிரமாண நேரம் வர லற்றுக்கு அவசரமா ஓடு. லீடர் லயினில எண்ணேக்க சொல்லட்டும், வயித்தாலயடி போட்டார் வருவார் எண்டு. விசயம் சரி வரும்."

இந்தக் கக்கூசுக்கு இருக்கும் காரியம் கைகூடி வந்ததை நினைச்சா இப்பவும் ஆச்சரியம்தான். மனித உடம்பு ஒரு பழக்கத்தில உருவாகும் பிண்டம் என்றதுக்கு இதுதான் நல்ல உதாரணம். தினமும் மழையில் நனையிறம் சளி வந்ததில்லை. சேறு சகதி எல்லாம் புரண்டு பயிற்சி எடுத்தாலும் கிழமையில ஒரு நாள்தான் குளிப்பு, வருத்தம் வந்ததில்லை. சூடு உடம்பில ஏறினதில்லை. மணியடிச்சா பசிக்கிது, மணியடிச்சா கக்கூசுக்கு வருகிது. எல்லாமே பழக்கம்தான். பழக்கப்படுத்திவிட்டால் மனம் ஏற்றுக்கொள்கிறது. மனம் ஏற்றுக்கொண்டுவிட்டால் எந்த வாழ்க்கையும் அந்நியமான வாழ்க்கையா இருக்காது. ஆனால்

வெளியிலிருந்து பார்ப்பவர்களுக்கு இது தெரியாது. அவர்கள் தங்கள் பழக்கத்திலிருந்துதான் பார்க்கிறார்கள்.

இதுபற்றி வரும்போது சுகுமாரிடம் கதைத்தேன். அவன் சொன்னான். “ஆனால் முதலில் அந்நியமாகத் தெரியும் அந்த வாழ்வை ஏற்றுக்கொள்ளும் விடாப்பிடியான மனம் இல்லை யெண்டால் எந்தளவு காலமானலும் அந்த வாழ்வை அவனால பழக்கப்படுத்திக் கொள்ளேலாது. அந்நியப்பட்ட வாழ்க்கையோட முரண்பட்டு மனம் வெம்பிப் போவான்.”

மற்றவர்கள் எழும்ப முன்னம் சுகுமார் தண்டாவை எழுப்பிப் போய் பொச்சுமட்டைச் சூடு காட்டியிருந்தான். இருந்தாலும் விசித்திரனின் திட்டப்படி காரியம் நடந்தது. சத்தியப் பிரமாணத்துக்குச் சுகுமாரில்லை. ‘வயித்தாலடி’ சுகுமார் போட்டார் வருவார்’ பொறுப்பாளரின் கேள்விக்கு ஏற்கனவே தயாரித்த வசனத்தைச் சொன்னான் லீடர். பொய் சொல்லும்போது மனம் பதறியது. ஓடுவதற்கு ஆயத்தமாகியபோது சுகுமார் வந்தான்.

பொறுப்பாளர் கூப்பிட்டார். மெடிசின்காரனையும் கூப்பிட்டார். ‘என்ன பிரச்சினை?’

“வயித்த சாதுவா உழையுதண்ணை.”

“கடுமையாப் போகுதோ?” மெடிசின்காரன் கேட்டான்.

“இல்லையண்ணை, வயித்த வலிக்குது. கொஞ்சம்தான் போகுது.”

“எத்தனை தரம் போனது?”

“மூண்டு. இப்ப ஒருக்கா நாலு தரம்” நடிப்பில வெளுத்து வாங்கிறான் சுகுமார்.

“வயித்த உழையுதென்ன?” இது மெடிசின்காரன்.

“ஓ”...

அர்த்தபூர்வமான முகத்துடன் மெடிசினகாரன் ரெண்டடி நடந்து சத்தமில்லாத குரலில் பொறுப்பாளரிடம் சொன்னான். ஆனாலும் சொன்னது கேட்டது.

“கால் வலிக்குதெண்டு நேற்று வந்தவன்; வீங்கியுமிருந்திது. ‘பனடீன்’ குடுத்தன். முதல் நாள் வலி நிக்கேல்ல எண்டு

சொன்னவன். நேற்று 'புருவன்' குடுத்தனான். சிலவேளை சிலருக்கு அது வயித்தச் சுடும். அதுதான் உழையுதெண்டு நினைக்கிறன். உண்மையாய் இருக்கலாம். இண்டைக்குப் பயிற்சிய அவனுக்கு நிப்பாட்டுவம்."

கதைச்சுவிட்டு வந்து பொறுப்பாளர் "மைதானத்தில போயிரு சுகுமார்" என்று சொன்னார். எல்லாருக்கும் சந்தோசம். பாலனும் மைதானத்திலதான் இருந்தான்.

அன்று பயிற்சி முடிந்து வந்து சுசீலன் பொதாரென்று கொட்டிலுக்க கீழ குந்தினான் "ஐயோ என்னால ஏலாது பொச்சை நாராக்கி, நாரைத் தும்பாக்கிப் போட்டாங்கள். சுகுமாரத்தான் நினைச்சன். வந்திருந்தால் ஆட்டம் குளோஸ். தாராநடை, தவளைப்பாச்சல், மயிர்மட்டை என்று புரட்டி எடுத்துப் போட்டாங்கள். எள்ளப் புண்ணாக்காக்கிப் போட்டாங்கடா."

தண்டா கெக்கட்டம் விட்டுச் சிரிச்சான். எல்லாரும் துவைச்சுப் போட்ட துணிமாதிரி கொட்டில்ல பிரண்டு கிடந்தாங்கள். தண்டாக்கு சுசீலனை நினைச்சு சிரிப்படக்க முடியேல்ல. "கெட்ட சீவியம் நீயேன் இயக்கத்துக்கு வந்தனீ, கம்பஸை விட்டுக் கடுப்பில வந்து இப்ப கயங்கிப் போய்க் கிடக்கிறாய்." தண்டா சிரிச்சுச் சிரிச்சுச் சொன்னான்.

புண்ணா எழும்பிக் கேட்டான் "சுசீலண்ணை உன்னாணச் சொல்லு; நீ ஏனப்பா இயக்கத்துக்கு வந்தனீ?"

'அதையேன் கேக்கிறாய் இந்தியனாமி காலத்தில இயக்கம் வீட்ட வந்து போகும். எனக்கு வாழ்க்கையில நாட்டுக்காக ஏதாவது புதுசா செய்யவேணும் எண்டு விருப்பம். கஷ்டப்பட்டுப் படிச்சன்; எஞ்சினியரிங் கிடைக்கேல்லை. பிசிக்கல் சயன்ஸ்தான் கிடைச்சுது. கம்பசிக்குப் போனன். ரெண்டாம் வருசத்தோட தெரிஞ்சிது கம்பசில படிச்சு வாழ்க்கையில புதுசா ஒண்டும் பண்ணேலா தெண்டு. அதைவிட இயக்கம் இன்ரலீயண்டாயும் மதிநுட்பமாயும் அக்ரிவாயும் செயல்முனைப்பாயும் இருக்கிறதாப் பட்டிது. இதுதான் சரியான இடமெண்டு வெளிக்கிட்டு வந்திட்டன்." ஆங்கிலத்தில சொல்லி அந்தரப்பட்டு அதுக்கு தமிழைத் தேடிப் பிடித்துச் சொல்லிக் கதைச்சான் சுசீலன்.

"உண்மையாத்தான் சொல்லிறியோ?" ஓரக் கண்ணைச் சிமிட்டிப் புருவத்தைச் சுருக்கிக் கேட்டான் புண்ணா.

சுசீலன் திருப்பிக் கேட்டான். "நான் கம்பசில இருந்து வந்ததால உனக்கொரு நக்கலாயிருக்கு. நீ பாதருக்குப் படிச்சனி இஞ்ச ஏன்ரா வந்தனீ?"

"அது பெரிய கதையப்பா. நானே பாதருக்குப் படிச்சனான். சின்னனில இருந்து அம்மாதான் வீட்டில சொல்லிவந்தா: வளந்து நீ சுவாமியாக வேணுமெண்டு. சுவாமிமார் போடுற வெள்ளை உடுப்பும் கருப்புப்பட்டியும் கழுத்தில குருசும் கற்பனையில அப்ப எனக்கு நல்லாத்தான் இருந்திது. ஏ.எல் படிக்கேக்க என்ர மனம் மரிச்சு, அந்தத் துறவைவிடவும் இந்தத் துறவு அர்த்தமுள்ளதெண்டு நினைக்கத் தொடங்கினன். அது மக்களுக்காக எண்டால் இதுவும் மக்களுக்காகத்தானே. மலைப்பிரசங்கத்தில யேசு சொல்லுறார் கனி கொடாத மரங்களை வெட்டி நெருப்பில போடவேண்டும் என்று. இப்ப இந்த மக்களின்ர பாதுகாப்பு இப்ப உள்ள இளம் தலைமுறையின்ர கையிலதான். அதில நானும் ஒராளாய் இருக்கேக்க மலட்டு மரமா இருக்கேலாதானே? பாதிரிக்குப் படிச்சா மக்களுக்கு ஆண்டவனைப் பற்றிப் போதிக்கலாம். இதில ஆண்டவன்போல அவர்களைக் காப்பாற்றலாம். இப்பிடியெல்லாம் யோசிச்சன். சூசையப்பர் வாள் வச்சிருக்கேல்லையே சாத்தான்களை விரட்ட. நான் துவக்கு வச்சிருப்பன் சாத்தான்களை விரட்ட எண்டு நினைச்சன்; வந்திட்டன்."

அன்றைக்கு இரவு எங்களுக்குக் கடைசிக் காவற்கடமை. கடைசி எண்டால் நல்ல சந்தோசம். இடையில எழும்பி நித்திரை குழம்பாமல் முழு நித்திரையாக் கொள்ளலாம். அன்றைக்கும் சென்றிக்கு எழும்பினதும் சுகுமார் கேட்டான் "ரோந்து சுத்திப்போட்டு வந்திருப்பம்." அவன் கதைக்க விரும்பினால் இப்படிச் சொல்வது வழமையாயிற்று. ரோந்து முடிச்சு, குண்டியில உறுத்தினாலும் உல்லாசமான அந்த வரிச்சுக் கதிரையில வந்திருந்தம். சுகுமார்தான் கதைக்கத் தொடங்கினான்.

"பொய் சொல்லி மாட்டினாலுமெண்ட பயத்தக்கூட பொருட்படுத்தாமல் எல்லாரும் ஒற்றுமையா நிண்டாங்கள். சந்தோசமாயிருக்கு. சுயதேவையைவிட்டு, பொதுத்தேவை, பொதுவாழ்க்கை எண்டு வரேக்க, பொது மனநிலையொண்டும் வந்திடுகிது. பொதுமனநிலை ஒரு உறவை உருவாக்கிது. இது ஒரு வித்தியாசமான வாழ்க்கை அநுபவம் இல்லையா?"

"உண்மைதான். ஆனால் இந்த வாழ்க்கை பழகிப்போக இந்தப் பொது வாழ்க்கைக்குள்ளையும் சுயதேவை, சுயஅடையாளம் உருவாகத்தான் செய்யும். அது பொதுமனநிலையைச் சிதைச்சிடும். உறவையும் சிதைச்சிடுமெண்டுதான் நினைக்கிறன். முற்றிலும் துறந்த இதிகாசக் கால முனிவர்கள்கூட தங்களுக்குள் போட்டியிலதான் முனைஞ்சிருந்திருக்கிறாங்கள்." என்றேன்.

அவன் ஆச்சரியமாகப் பார்த்தான். பிறகு கேட்டான், "உன்னைப் பற்றி ஒண்டுமே நீ சொன்னதில்லையே. உன்னைப் பாத்தால் வசதியான குடும்பம் மாதிரித்தான் தெரியிது. ஆனா, உன்ர கதை அப்படியில்லையே. பட்டதீட்டின கதையெல்லோ கதைக்கிறாய்?"

"பொருள்கள் மட்டும் நிறைவாக் கிடைச்சிட்டால் வசதியானவன் எண்டுதான் இந்த உலகம் கணிக்கிது. நீயும் அப்பிடித்தான் நினைக்கிறாய். முதல்ல அதை மாத்து. நிறைவுதான் வசதியெண்டது சரிதான். ஆனால் பொருள்கள்தான் மனிசனுக்கு நிறைவெண்டதில்லை. போதுமான பொருள்கள் உள்ளவனுக்கும் வாழ்க்கையில பல அநுபவங்கள் வாய்க்கத்தான் செய்யுது." அவன் வியப்போடு என்னைப் பார்த்தான்.

"நீ இப்பிடிக் கதைக்கிறத இந்த ரெண்டு நாளும்தான் பாக்கிறன். நீ கதைக்காட்டிக்கும் ஆரம்பத்தில இருந்தே உன்னோட எனக்கு ஒட்டினதுக்கும் என்னப் புரிஞ்சுகொள்ளுவாய் எண்டு நினைச்சதுக்கும் இதுதான் காரணமாய் இருக்கவேணும். டேய் உன்னோட நிறைய கதைக்கவேணும் போல இருக்கு. இயக்கத்துக்கு வந்த தொடக்கத்தில எனக்கும் மனப்போராட்டங்கள் இருந்தது தான். யோசிச்சு யோசிச்சுக் களைச்சுப் போனன். திரும்ப வீட்ட போறேல்லை என்ற முடிவோட வைராக்கியத்தோட இருந்தன். ஆனால் உன்னோட மனம் விட்டுக் கதைக்கத் தொடங்கினாப் பிறகுதான் ஆறுதலாயிருக்கு. மனம் விட்டுக் கதைக்கேக்க வருகிற வார்த்தைகள்தான் மனசில இருக்கிற பல போராட்டங்களில எதை நான் தேர்ந்து வச்சிருக்கிறன் எண்டதை எனக்கே அடையாளம் காட்டுது. அது ஒரு மனஅமைதியத் தருகிது."

"நீ ஏன் காதலிச்ச, அவளைப் பிறகு விட்டிட்டு இயக்கத்துக்கு வந்தனி?" அண்டைக்கு எழும்பின கேள்வியை இன்று கேட்டேன்.

"காதலிச்சது எண்டு சொல்லாத, அப்பிடி நாங்கள் காதலைப் பற்றி ஒருக்காலும் கதைச்சதில்லை, அப்பிடிப் பழகினதில்லை. எனக்கு அவளில இரக்கம் இருந்திது, அக்கறை இருந்திது மற்றும்படி…"

நஞ்சுண்ட காடு ❁ 119

"அவளின்ர நினைவு அப்ப உனக்குச் சுகமாய் இருக்கேல்லையா? அவளோட இருந்த நேரங்களில பொழுது வேகமாக் கழிஞ்சதாயும், ச்சா... போகவேண்டியிருக்கே எண்டும் நீ நினைக்கேல்லையா? சந்திக்காத நேரங்களில தவிப்பாயிருக்கேல்லையா?"

"அப்பிடித்தான் இருந்திது."

"பிறகென்னடா பேயா காதலிக்கேல்லை எண்டிறாய்?"

"இல்ல என்ன சொல்லிறனெண்டா காதலெண்டு சொல்லி எதிர்பார்ப்பை வளத்து அவள நான் ஏமாத்தேல எண்டு சொல்லுறன். கலியாணம் பற்றிக் கதைச்சதில்லையே. காதலைவிட முக்கியமான முடிவைத்தானே நான் எடுத்தனான்."

எனக்கு விளங்கிற்று: தான் வீணா எதிர்பார்ப்பைக் கொடுத்து அவளை ஏமாத்திப் போட்டனோ என்ற குற்ற உணர்வில் அவன் அவஸ்தைப்படுகிறான் என்பது. நான் அவனுக்கு உதவ விரும்பினேன்.

"நீ சொல்லுறது சரிதான்" என்றேன்.

"சண்டை நடக்குது பெடியளெல்லாம் செத்துச் செத்து வாறாங்கள். அவங்களுக்கும் இப்பிடி எத்தினை பொறுப்புகள், விருப்புகள் எண்டிருந்திருக்கும். வாழ்ந்து முடிச்சவையா போராட ஏலும். ஒரு பக்கம் தியாகங்கள் நடக்க நாங்கள் அதுக்குள்ள சுழிச்சோடி எங்கட குடும்பங்களை அந்த ஊட்டுக்க உயர்த்தியிடலாம் எண்டு நினைக்கிறது ஒரு துரோகம் மாதிரித் தெரிஞ்சுது. பத்துப்பேர் சுமக்கிற ஒரு பொருளை இருபதுபேர் சுமந்தால் வேகமாயும் பழு ஆற்ற தோளையும் சேதப்படுத்தாமலும் கொண்டுபோகவேண்டிய இடத்துக்குப் பொருளைக் கொண்டு போடலாம்தானே. அப்பிடிப் பாக்கேக்க கொஞ்சப்பேர் சுமக்கிறதும் சுமக்கேக்க இழப்பு வாறதும் இழப்பால முன்னேற முடியாமல் போறதும், தோத்துப்போறதும் சுமக்காதவனாலதானே?

"நீ யோசிச்சுப் பார், ஆனையிறவுத் தோல்விக்கு அடிபட்டவனே காரணம். அடிபடப் போகாதவன்தான் காரணம். சண்டைக்குப் போனதாலேயோ அறுநூறுபேர் செத்தவங்கள். நாங்கள் சண்டைக்குப் போகாததாலதான் செத்தவங்கள். வாழ்க்கை அவலங்களுக்குச் சிங்களவனே காரணம் நாங்களுந்தான் காரணம். இப்பிடியெல்லாம் யோசிக்க இருக்கேலாமல் போட்டுது."

"எல்லாரும் பாதுகாப்புக்குத் தங்கட வீட்டச் சுத்தித்தான் அணைகட்டப் பாக்கினம்; அது முட்டாள்தனம். அணையை வெள்ளம் உடைக்கிற இடத்தில கட்டவேணும். உடைக்கிற இடத்தில கட்டினாதான் நிப்பாட்டலாம். ஒவ்வொருத்தரும் தங்கட வீட்டச்சுத்தி அணைகட்டினால் எல்லாற்ற அணையும் ஒருநாள் உடைஞ்சு போகும். நான் உறுதியான முடிவோட வெளிக்கிட்டு வந்;திட்டன் பிறகு ஒண்டையும் யோசிக்கேல்லை."

அவன் ஒரு உணர்ச்சிப் பிழம்பாய் நின்றான். எனக்கே மனம் கூசியது. ஆனால் அப்படி நான் மனம் கூசத்தேவையில்லை. நான்தான் போராட வந்திட்டனே என்று எனக்கு நானே சொல்ல வேண்டியிருந்தது.

"நீ சொல்லு, வீட்டுக்குப் பிள்ளையா நான் எடுத்த முடிவு முதல்ல பிழையா இருக்கலாம், ஆனால் ஒரு மனிசனா நான் எடுத்த முடிவு பிழையா?

நான் மௌனத்தைப் பதிலாய்க் கொடுத்தன். எனக்குக் கதைக்க முடியேல்லை. தொண்டை கட்டியது. எனக்குச் சமூகத்தின்மீது ஆத்திரமும் வந்தது. செருமி வெளியே துப்பினேன். அந்தச் செருமலில் என்னை நிதானப்படுத்திக்கொள்ள முயன்றேன். அதுவும் முடியாமல் எழும்பினேன்.

"வா ரோந்து சுத்திக்கொண்டு வருவம்" என்று சுகுமாரை அழைத்துக்கொண்டு நடந்தேன். நடக்கும்போது மனம் சமநிலை அடைந்துவிடுகிறது. இயற்கையின் அற்புதம்போல நடக்கும்போது மனம் அமைதிபெறும் வித்தையை அநுபவப்பட்டவர்கள்தான் உணரமுடியும்.

அடுத்த நாள் ஞாயிற்றுக்கிழமை. ஓய்வு நாள். இரவு நிகழ்ச்சிக்குரிய நாள். அன்று தளபதியும் வந்திருந்தார். ஆனால் எங்களுக்கொரு துக்க நாளாயிற்று அன்றைய நாள். பொறுப்பாளர் வினோத்தண்ணை ஒரு வேலை விடயமாக வேறு இடம் போகிறார் என்றும் இனிமேல் பொறுப்பாளராக வலன் இருப்பார் என்றும், பின்னேர ஒன்றுகூடலில் தளபதி சொன்னார். எல்லாருக்கும் என்னவோ போலாயிற்று. அமைப்பைவிட்டு விலத்தக் கடிதம் கொடுத்து தண்டனையில சமைத்துக்கொண்டு நின்ற பழைய போராளிகளினூடாக கதை கசிஞ்சு வந்தது; போராளிகளுக்கு அடித்துப் பயிற்சி கொடுத்ததற்காகப் பொறுப்பாளர் மாற்றப் படுவதாக.

தலைவர் கண்டிப்பாக அடிக்கக்கூடாது என்று உத்தரவிட்டிருந்தார் என்றும் அதையும் மீறி அடித்ததற்காகக் கடும் தண்டனையாகப் பொறுப்பில் இருந்து எடுப்பதாகவும் செய்தி கிடைத்தது. அதோடு முன்பொரு தடவை பொறுப்பாளர் ஒரு கிழமை இல்லாமல் யாழ்ப்பாணம் போய்வந்ததும்கூட அடித்ததற்குத் தளபதி நடந்து போகும்படி தண்டனை கொடுத்ததால்தான் என்ற கதையும் வந்தது. போராளிகளுக்கு இந்த மாற்றம் மனச்சோர்வாய் இருந்தது. அன்றிரவு நிகழ்ச்சி முடிய சீனியர்ஸ் எல்லாரும் விடிய நாலு முப்பதுவரை ஓடுபாதையில் நடந்தினம். தளபதி அங்கேயே தங்கிநின்றார்.

வலன் நல்லவன்தான். அன்பாகப் பிளங்கியவன்தான். இருந்தாலும் பொறுப்பாளர் மாறுவது பெடியளுக்கு உற்சாகத்தைக் கொடுக்கேல்லை. அடிச்சது யாரெண்டாலும் பொறுப்பாளர்தானே அதற்குப் பொறுப்பு நிற்கவேணும்.

எல்லார் மனதிலும் இன்று வினோத் அண்ணைதான். வலக் கையில் நடுவிரல் இல்லை. சின்னிவிரலும் ஒரு துண்டில்லை. உடம்பில் நிறையக் காயங்கள். நல்ல சண்டைக்காரன் என்று கேள்விப்பட்டம். வலக்கையை எப்பொழுதும் பொக்கற்றுக்குள் விட்டுவைத்துக்கொண்டு இடக் கையை உயரத் தூக்கி பெருவிரலையும் சுட்டுவிரலையும் எல்போல நீட்டிக் காட்டிக் கதைப்பது கண்ணில் நின்றது. அவர் சாப்பிடுவதும் கண்ணில் நின்றது. அரை மணித்தியாலத்திற்கும் கூடுதலான நேரம் தேவை. மூன்று விரலும் ஒரு சின்னிவிரல் துண்டும் சேர்ந்து சோத்தைக் கிள்ளும்போது கோழி கொத்துமளவு சோறுதான் கைக்குள் அகப்படும். அவர் சாப்பிடும் காட்சி கண்களில் நின்றது. துக்கமாக, ஒரு வலியாகக் கூட இருந்தது.

அடுத்த நாள் காலை பயிற்சியில் சுகுமாரை எதிர்வளமாக நடக்குமாறு விட்டார் வலன். நாங்கள் இடஞ்சுழியாக ஓடினோம். அவன் வலஞ்சுழியாக நடந்தான். இயலாதவர்களை இப்படி நடக்கவோ ஓடவோ விடுவது வழக்கம். சுகுமார் ஓரளவு தேறிவிட்டான். தண்டாவின் பொச்சுமட்டைக் கை வைத்தியம் கூடுதல் வேலை செய்தது.

அன்று பின்னேரம் நடந்த ஒன்று கூடலில் அணிகளைப் புதிதாகப் பிரித்தார் வலன். சுகுமார் ஒன்பதாம் அணி. புண்ணாவும் அதே அணி. எங்களணியில் விசித்திரன் லீடர்.

வீடர்களையும் அன்றே மாற்றினார் வலன். இப்படிச் சில பல மாற்றங்கள் செய்து, தன்னுடைய புதிய பொறுப்பின் வலிமையைக் காட்சிப்படுத்தினார் அவர். கொஞ்ச நாளாய் அந்த வரிச்சுக் கதிரையில் இருக்க மனம் ஒப்பவில்லை.

இரண்டு நாள்களின்பின் சுகுமாரை அதே வளத்தில் ஓடுமாறு சொன்னான் வலன். அதையடுத்த இருநாள்களின்பின் வழமைபோலப் பயிற்சி எடுக்க சுகுமார் சேர்க்கப்பட்டான். கால் ஓரளவு தேறினாலும் இடறிஇடறி ஓடினான். வலிக்கவில்லை என்றுதான் சொன்னான். ஆனாலும் வேகமாக ஓடமுடியவில்லை. சுண்டியிழுப்பதுபோல் இருக்கிறது என்றான். அவனது ஓட்டம் ஒரு விதமாக இருந்தது. பயிற்சிகளில் இப்ப கடுமையாகக் கஷ்ரப்பட்டான். சுழித்துச் சுழித்துத் துள்ளியோடும் அவனைப் பார்க்க மனதுக்குக் கடினமாக இருந்தது. ஆனால் அதுவே பிறகு பகிடியாகியும் விட்டது. அவனுக்கு 'ஸ்பிரிங்' என்று இதனால் பெயர் வந்தது. அந்தத் துள்ளல் ஓட்டம் புதுப் பெயரைச் சூட்டியது. எங்கள் வட்டத்துப் பெடியள் இப்பிடித்தான் கூப்பிட்டாங்கள்.

வலன் மோசமாக நடத்தினான். அடிக்குப் பதிலாக மிகக் கடுமையான தண்டனைகளைத் தந்தான். அது பெரிய வலியாக இருந்தது. இரவுத் தண்டனைகள் நித்திரையை விழுங்கிற்று. அது பெரும் துன்பமான விசயம். வினோத்தண்ணை தாற தண்டனை, எடுக்கிற முடிவு, நடைமுறை, எல்லாத்திலையும் போராளிகளைப் பக்குவப்படுத்திற உள்நோக்கம்தான் இருக்கும். இவனிட்ட அது இருந்ததாத் தெரியேல்லை.

உதாரணமாய், இரண்டு போராளிகள் சண்டைபிடிச்சால் அல்லது கோவிச்சுக் கதைக்கேல்லை என்றால் வினோத்தண்ணை இருவரினதும் ஒவ்வொரு கையைச் சேர்த்துக் கட்டிவிடுவார். சேர்ந்துதான் எல்லாம் செய்யவேண்டியிருக்கும். ஆனால், வலனோ கம்பிக் கூட்டில இருவரையும் அடைச்சான். துவக்கைக் கழட்டிப் பூட்டுவதில் பிழைவிடுபவர்கள் அல்லது தாமதமாகச் செய்யிறவர்களுக்குத் தண்டனையாக விளையாட்டு நேரம் முழுவதும் ஒராளின்ர கட்டளையில ஐநூறு ஆயிரந் தடவை கழட்டிப்பூட்டத் தண்டனை கொடுத்தார் வினோத்தண்ணை. வலனோ இதுக்குத் தண்டனைப் பயிற்சி என்று வாட்டி வதக்கி எடுத்தான்.

இரண்டு வாரம் கழித்து ஒரு நாள், நாளைக்குச் சூட்டுப் பயிற்சி தரப்போறாங்கள் என்றும் சண்டை ஒன்றுக்காகப் பயிற்சியை முடிக்கப்போயினம் என்றும் சாப்பாட்டிடத்தில பழைய அணிப் பெடியள் குந்தியிருக்க கம்பஸ் சுசீலன் சொன்னான். "உண்மையாச் சொல்லிறியோ, இல்ல புரளி கிளப்பிறியோ அண்ணை?" சுகுமார் கேட்டான்.

"உண்மையாத்தான்... சீனியர்சுக்குள்ளால வந்த கதையிது?"

"இல்ல மெய்யாத்தான் கேக்கிறன். இராமன் ஆண்டாலென்ன, இராவணன் ஆண்டாலென்ன சுசீலண்ணை. நீ மட்டும் பொறுத்த பயிற்சிகளில தப்பிற்றாய். அடியோ பணிஸ்மனோ பெரிசா வாங்கினதும் கிடையாது. பயிற்சிகளில ஏதோ கலக்கினதும் கிடையாது. நல்ல பிள்ளைப் பட்டமும் வாங்கிடுவாய். அது என்னண்டு. அந்தச் சூட்சுமத்தை எங்களுக்குச் சொல்லண்ணை" என்றான் சுகுமார்.

"அதுக்கு மாம்பழக் கதை தெரிஞ்சிருக்க வேணும்."

"அதென்ன மண்ணாங்கட்டி மாம்பழக் கதை?" சுமன் கேட்டான்.

"முருகனும் பிள்ளையாரும் மாம்பழத்துக்கு அடிபட்டவையெல்லோ பிள்ளையாருக்குத்தானே கிடைச்சது. அந்தக் கதை தெரிஞ்சிருக்கோணும்."

தண்டா அப்பாவித்தனமாகச் சொன்னான். "அது எனக்குத் தெரியுமே."

வாய்க்குள் வைத்த சோத்தை மென்றுவிட்டு சுசீலன் சொன்னான். "அதுகின்ர உட்கதை தெரியோணும்."

"அதென்னது கட்டையில போன உட்கதை?"

"சிவனும் தேவியும் உலகத்தைச் சுத்தி வந்தாத்தானே மாம்பழமெண்டு சொன்னவை. அவையளுக்குத் தெரியும் ஒருத்தராலேயும் சுத்தேலாதெண்டு. பின்ன தாங்கள் தின்னத்தானே இப்பிடிச் சொன்னவை. இது பிள்ளையாருக்கு விளங்கீற்று. முருகன் மயிலேறிச் சுத்தப்போனார். பிள்ளையாரோ அவை ரெண்டுபேரையும் சுத்தினார். அவை எதிர்பாக்கேல்லை இந்த அதிரடியை. மனிசன் ஒரு மதிப்புத்தின்னி. மனிசன் புனைஞ்ச கடவுட் கதையும் அப்பிடித்தான் இருக்கும். சிவனும் தேவியும் அதில குளிர்ந்து போச்சினம். பிள்ளையாருக்கு மாம்பழம்.

பிள்ளையாற்ர இந்த ஞானத்தாலதான் பிள்ளையாருக்கு எதிலும் முன்னுரிமை. சிவன் கோயிலிலேயே பிள்ளையார் பூசை முடிச்சுத்தானே சிவனுக்குப் பூசை எண்ட நிலமை. ஆனால் மெய்யா ஓரளவெண்டாலும் உலகத்தைச் சுத்தினது ஆர்? முருகன்தான். ஆனால், அவர் கோவணத்தோட பழனி போக வேண்டியதாப் போச்சு. இந்தக் கதை விளங்கவேணும்."

எல்லாரும் ஆவென்று சுசீலனின் வாயைப் பாத்துக்கொண்டிருந் தாங்கள். தண்டா சொன்னான். "நாசமறுப்பு, நான் நினைச்சது சரியாப் போச்சு. நீ கம்பசில இருந்து வரேல்லை. உன்னைத் துரத்தி விட்டிட்டாங்கள். இயக்கத்தின்ர ஏழரைச் சனி காலமாக்கும் நீ இஞ்ச வந்து ஒதுங்கீற்றாய்."

சுசீலன் சொன்ன மாதிரி சூட்டுப் பயிற்சி நடந்திது. நெருப்புப் பாயிறது, உயர மரத்தில இருந்து வலையில குதிக்கிறதென்று எல்லாம் நடந்தது. பயிற்சியை முடித்தார்கள். புதியவர்களில் முப்பது பேர் சண்டைக்குத் தெரிவு செய்யப்பட்டிருந்தோம். நானும் சுகுமாரும் கூட அதிலிருந்தம். மாமடு மினிமுகாம் தாக்குதல்.

ஒருநாள் இரவு நஞ்சுண்டான் காட்டு கிராமக்கரைக்கு நடந்துவர அங்கிருந்து படையணி இராணுவ வாகனத்தில் நெடுங்கேணி நோக்கி அழைத்துச் செல்லப்பட்டோம். பின் அங்கிருந்து சண்டைக்கு முன்னாக ஆர்.வி எனப்படும் இடமான வவுனியாவின் எல்லைப் பகுதிக்கு வந்து சேர்ந்தோம்.

சண்டையோ, ஒத்திகையில் திட்டமிட்டபடியே இருபது நிமிசத்தில முடிஞ்சிது. அதொரு திகைப்பூட்டும் அதிரடித் தாக்குதல். வெற்றிச் சண்டை. ஆயுதங்களும் எடுத்தம். ஓராள் வீரச்சாவு, ஆறு பேர் காயம்.

எங்களுக்குப் புது அனுபவம். சண்டைக்கு முதல் இருந்த பதட்டம், பயம் சண்டை தொடங்கினாப் பிறகு இருக்கேல்லை. யுத்தத்தின் வெடி அதிர்வுகளும் கையில் இருந்த எங்கள் துப்பாக்கிகளின் முழக்கமும் மனதில் ஒரு வகைத் தீவிரத்தை உருவாக்கி பயத்தைக் கொன்றொழித்தது. வாழ்வில் முதல்முறையாக யுத்தகளத்தில் என் கையில் முழங்கும் துப்பாக்கியின் அதிர்வும் ஒரு சாகச மனத்தை எங்கிருந்தோ கிளறி வந்து முன்னிறுத்தியது.

வெற்றிகரமான சுலபமான சண்டை. எங்கட அணி செய்யிறதுக்குப் பெரிய சாகசம் ஒண்டுமிருக்கேல்லைத்தான். நாங்கள் திரும்பி முகாம் வந்ததும் அமோகமான வரவேற்பு.

சண்டைக்குப் போய் வந்தவர்கள் என்ற ரீதியில் எங்களுக்கு மரியாதை கூடியிருந்தது. அணித் தலைவர்களும் தளபதியும் நாங்கள் திறம்படச் செய்ததாகச் சொல்லிப் பாராட்டினார்கள். படையணி முழுக்கக் கதை பரவினது. ஆனால் எங்களைப் பொறுத்த வரை எங்களுக்குத் தரப்பட்ட பணி, பிரதான தாக்குதல் அணிக்குப் பக்கவாட்டாக நிலையெடுத்து எதிரிக்குத் திகைப்பை ஏற்படுத்துவதற்காக பக்கவாட்டுச் சூட்டாதரவை வழங்குவது. பின், எதிர் வழமாக நிலையெடுத்து எதிரி தங்களை மீளமைத்துக் கொண்டோ அல்லது எதிரியின் சேம இருப்பு அணியோ எமது பிரதானத் தாக்குதல் அணியைச் சுற்றிவளைத்துத் தாக்கும் முறியடிப்பு முயற்சியில் இறங்கினாலோ, அதைத் தடுத்துத் தாக்குதல் நடத்தி எதிரியின் முயற்சியை முறியடிக்க வேண்டும். தாக்குதல் அணி ஆயுதங்களையும் காயப்பட்டவர்களையும் கொண்டு பின்வாங்கும் வரை அவர்களுக்குக் காப்பு வழங்கவேண்டும். எல்லாம் வெற்றிகரமாக முடிந்தது.

சாதனையென்று சொல்ல எங்கள் பங்குக்கு ஏதும் இருக்க வில்லை. இருப்பினும் கிடைத்த புகழைத் தட்டிக் கழிக்கவில்லை. புகழ் தின்னியாக இருந்தோம். போதாக்குறைக்குச் சண்டையில் பொழிந்து தள்ளிய ரவைகளை விட அதிகக் கதைகளைப் பொழிந்து தள்ளினோம்.

பயிற்சி முகாமில் சிறியவர்கள் படைத்துறைப் பள்ளிக்குத் தெரிவு செய்யப்பட்டார்கள். மிகுதிப் பேர் வெவ்வேறு பணிக்காகவும், வெவ்வேறு சண்டை அணிக்காகவும் பிரிக்கப்பட்டனர். இறுதி நாள் பிரிந்து செல்லும் தருணத்தில் புரட்சிப் போராளிகளாகியிருந்த இவர்கள் அழுதார்கள். பிரிவைத் தாங்க முடியாது போயிற்று. விகிதங்கள் வேறுபட்டாலும் எல்லாரும் அழுதனரென்றுதான் சொல்ல வேண்டும். காக்காவைப் பிரிவதுகூட காவ்லாவுக்கு முடியாது போனது. காட்டின் முகத்தில் ஒளியில்லை; சிரிப்பும் இல்லை. முகந்தொங்கி வழிந்தது காடு. பிரியாவிடை தர மனமின்றி மறுத்தது காடு.

நான் சுகுமாரைப் பிரிய வேண்டியதாயிற்று. அவனது கதையும் அக்காவும்கூட என்னுடனேயே வந்தார்கள். காட்டை விட்டுப் பிரிந்தோம். அந்த அற்புத வரிச்சுக் கதிரையையும், அது ஒளித்து வைத்துக் காட்டிய நிலவையும் பிரிந்தோம். இனியொரு தடவை நாங்கள் சந்திக்கக் கூடுமோ! அப்போது யார் இறந்திருக்கக் கூடும், யார் இருக்கக் கூடுமென்று எதுவுமே தெரியாமல் பிரிந்தோம்.

03

காலம் ஒன்றரை வருடத்தைத் தின்றபின் சந்திக்கக் கூடாத இடத்தில் மீண்டும் நாங்களிருவரும் சந்திக்க நேர்ந்தது. யாழ் வைத்தியசாலை இருபத்தி ஏழாம் இலக்க அறை. ஒரு விடியற்காலை நான் கண் திறந்தபோது, எனக்கு இரண்டு கட்டில் தள்ளி அதே உருவம். கறுத்த, மெலிந்த, ஒட்டிய முகமும் ஐதான சுருள்முடியுடனும் அவன் படுத்திருந்தான். 'ஸ்பிரிங்' என்று கூப்பிட்டு இடக் கையை உயர்த்திக் காட்டினேன். ஒன்றைத்தான் என்னால் உயர்த்த முடிந்தது. அவன் ஏற்கனவே கண்டுவிட்டவன்போலக் கைகளைத் தூக்கிக் காட்டினான்.

வலப் பக்க முழங்காலின் கீழ்ப் பகுதியில் காயப்பட்டு எலும்பு முறிந்து கால் முழுக்கப் பத்துப் போட்டிருந்தான். வயிற்றிலும் சிறிதாக பிளாஸ்ரர் ஒட்டியிருந்தார்கள். இருவராலும் மேலும் கதைக்க முடியவில்லை. நான் மீண்டும் நித்திரையாகியிருந்தேன்.

அடுத்த நாள் காலை பத்திரிகையில் வீரச் சாவடைந்தவர்களின் விபரத்தில் புண்நாகேந்திரனின் படமும் வந்திருந்தது. கக்கூசுக்கு வருவதாகப் பொய் சொல்லி சில்லுப் படுக்கையை வரவழைத்து அதில் போய் சுகுமாருக்குப் பத்திரிகையைக் காட்டினேன். அவனுக்குக் கண்கலங்கி நீர் வழிந்தது.

"உன்னை ஒப்பிரேசன் தியட்டரில கண்டனான். நீ உயிரோட இருக்கிறதைத் தெரிஞ்சுகொண்டன். மயக்கத்தில கிடந்தனி. அப்பதான் என்னை மயக்கினாங்கள்" என்று சுகுமார் சொன்னான். குரல் மாறியிருந்ததைப் போலப் பட்டது.

நாகேந்திரன் ஆர்.பீ.ஜீயில் நின்றதைச் சண்டையில் கண்டதாகவும் ஏனைய பிற பகுதிச் சண்டைக் கதைகளையும் சொன்னான். சேர்ந்து கதைக்கும்போதெல்லாம் காயத்தின் வலி குறைந்து போயிற்று. இரவுகளில்தான் வலி அதிகம். ஒன்பதாம்

கட்டில்காரன் சாமங்களில் பழைய பாடல்களை நன்றாகப் பாடினான். 'வானத்தப் பாத்தேன் பூமியப் பாத்தேன் மனிசனை இன்னும் பாக்கல்லையே...' 'மனிதன் நினைப்பதுண்டு வாழ்வு நிலைக்குமென்று இறைவன் நினைப்பதுண்டு பாவம் மனிதன் என்று...' 'நல்லவர்க்கெல்லாம் சாட்சிகள் ரெண்டு ஒன்று மனசாட்சி...' இந்த வகையறாக்களாக இருந்தது அவனது பாடல்கள். சுகுமார் அவனை அதிகமாக உற்சாகப்படுத்தினான். சோகப் பாடல்கள் உடலின் வலி நீக்கிகளாக இருந்தன. நித்திரையைக்கூட அவற்றால் தரமுடிந்தது.

சண்டையில் அதிகமாகக் காயப்பட்டு ஆஸ்பத்திரியைக் காயக்காரர் நிறைத்ததால் தாதிப் பயிற்சியில் இரண்டாம் வருடம் படிக்கும் இளம் மாணவிகள் நெருக்கடி நிலையைச் சமாளிக்கப் பணிக்கு அமர்த்தப்பட்டார்கள். இரவு முழுவதும் வலியால் துவளும் இந்த இளம் போராளிகளுக்குக் காலை விடிந்ததும் பளிச்சென்ற சீருடையில் வரும் இந்தத் தாதியர் ஒரு புதிய தெம்பளித்தார்கள். சிட்டுக்குருவிகள்போல வரும் அவர்களை எதிர்பார்ப்பதே இருபத்தியேழாம் அறைப் போராளிகளின் விடியல் பொழுது. இருளும் பொழுதென்பது தாதியர்களின் கடமை முடியும் நேரம்.

ஒரு வாரத்தின் பின் அவன் இயக்க மருத்துவ விடுதிக்கு அனுப்பப்பட்டான். நாலுநாள் கழித்து என்னையும் அனுப்பினார்கள். மீண்டும் ஒரே இடத்தில் சந்தித்துக் கொண்டோம். அமைதியாகக் கழிந்தன அந்த நாள்கள். அந்த மேல்மாடி விடுதியில் மிகச் சிரமப்பட்டு ஏறி மொட்டை மாடியில் படுத்தோம். வளர்ந்து தலைபரப்பி நின்ற வேம்பு மரம் மொட்டை மாடியின் அரைப் பகுதியைப் பிடித்து மேலே பரவி நின்றது. சுகமான, இதமான காற்று கிடைத்தது. அதைவிட முக்கியமாக மீண்டும் அங்கே அந்த அரை வட்டத்தில் உட்குழிந்த ஏணைப் பிறையைக் கண்டேன்.

நாங்கள் முதல் போய்ப் படுத்த நாளன்று ஏணைப்பிறை சரிந்து வானத்தில் விழுந்து கிடந்தது. அன்றுதான் நான் கேட்டேன். "அக்கா சுகமாமோ?"

"ஓம்" என்றான் ஒற்றை வரியில்.

"வீட்டை யார் பாக்கினமாம்?"

"ஒருத்தரும் இல்லை. அம்மான்ர சம்பாத்தியத்திலதான் ஓடுது."

"அண்ணா?"

"அவன் கலியாணம் செஞ்சிட்டானாம்" சொல்லிவிட்டு முகத்தைத் திருப்பினான் அவன்.

"அப்பாக்கு இப்ப எப்பிடி?"

"அப்பாக்குக் கொஞ்சம் சுகமாம். எழும்பி நடக்கிறாராம். ஒட்டகப்புலத்தான்ர வைத்தியம் வேலை செஞ்சிருக்கு."

"தம்பியாக்கள் படிக்கிறாங்களோ?"

"எனக்கடுத்தவன் இயக்கத்துக்குப் போட்டானாம்" மறுபடி மற்றப் பக்கம் திரும்பினான். எனக்குத் தொடர்ந்து கதைப்பது நல்லதா, விடுவது நல்லதா என்று தெரியவில்லை. இடைவெளிக்குப் பின் கேட்டேன். "அக்கா என்ன சொன்னவா?"

"அண்ணை ஓடிப்போய் கலியாணஞ் செஞ்சதோட முந்தி வந்து பிளங்கின சொந்தக்காரரும் இப்ப பெரிசா வாறதில்லையாம்."

"ஏனாம்" நான் கேட்கவும் அவனொரு மாதிரியாக வானத்தைப் பார்த்தான்.

"குளத்தில தண்ணி இல்லை, கொக்குமில்லை மீனுமில்லை" என்றான். ஒன்பதாம் கட்டில்காரன் பாடும் ஏதோ பாடலின் வரி என்பது ஞாபகத்துக்கு வந்தது. நீண்ட நேரம் வானத்தைப் பார்த்துக்கொண்டிருந்தோம். வெறும் நெஞ்சில் காற்றுப்பட சுகமாக இருந்தது. அது மெல்ல மன இறுக்கத்தைத் தளர்த்தியது. கேட்கவா விடவா என்று எண்ணிவிட்டுக் கேட்டேன்.

"கீதா என்ன செய்யிறாள்?"

"ஆஸ்பத்திரிக்குப் பாக்க வந்தவள். நான் கதைக்கேல்லை. நித்திரை மாதிரிப் படுத்திட்டன். அவள் அழுதாள். தட்டிக் கூப்பிட்டாள். நான் கண்முழிக்கேல்லை. நான் சும்மா படுத்திருக்கிறன் எண்டு தெரிஞ்சு இன்னும்கூட அழுதாள்..."

"ஏன் நீ கதைக்கேல்லை. தெளிவாக் கதைச்சுவிட்டிருக்கலாமே?"

"கதைச்சா இதைவிடக் கூட வேதனையா முடியும். இயக்கத்துக்கு வந்தன்றே அதுக்கு முற்றுப்புள்ளி வைச்சாச்சு. பிறகும் பிறகும் பக்கத்தில முற்றுப்புள்ளி வைச்சா அது தொடரியாப் போயிடும். வசனம் முடிஞ்சதா ஆகாது."

"என்னண்டு உன்னால முடிஞ்சிது?"

"அக்கா முதல் நாள் வரேக்க கண்ட உடன நெஞ்சக் கசக்கி இறுக்கிப் பொத்திற மாதிரி இருந்திது. கண்ணீர் விழாமல் கடவுள்தான் காப்பாத்தினது. அந்த அனுபவத்தோட அடுத்த நாள் அவள் வரேக்கையும் நிலமையை வென்றிட்டன். அண்டு அக்காட்ட சொல்லிவிட்டனான். அவளை வரவேண்டாமெண்டு சொல்லெண்டு. அதோட சரி" அவன் பிறகும் வானத்தைப் பார்த்தான்.

அன்றிரவு அந்தப் பிறையின் ஒளியில் நெடுநேரம் கதைத்துக் கொண்டிருந்துவிட்டு தூங்கிப் போனோம். முன்னரைப் போல வார்த்தைகள் நீண்ட உரையாடல்களாக அன்றிருக்கவில்லை.

அந்த மருத்துவ விடுதியின் இரவுகள் இப்படிச் சில நாள்கள் கழிந்தன. இதமான காற்றும் திறந்த வானமும் நிலவின் ஒளியும் வேப்பமரத்தின் மணமும் அசைவும் மனதுக்குத் தந்த சுகத்தை வென்று கதையும் நினைவும் நெஞ்சில் பாரமாய்க் குடியிருந்தன. நினைவுகளின் அசைபோடலில் இயற்கையின் இனிமை தோற்றுப் போயிற்று. அதற்குள்ளும் ஏதோ ஒரு அமைதி இருக்கத்தான் செய்தது.

ஒருநாள் கேட்டேன். "அக்கா உன்னை விட்டிட்டு வரச்சொல்லி சொல்லேல்லையோ?"

"இல்லை, தம்பிய நான் எடுத்து விடேலுமோ எண்டு கேட்டவா. சாத்தியப்படாது, அவனா வந்தாச் சரி இல்லையெண்டா இல்லை. நீ உனக்கெண்டொரு வேலையைத் தேடு எண்டு சொல்லி யனுப்பினன்."

அன்றிரவு அவன் பாடினான். ஒன்பதாம் கட்டில்காரன் பாடிய ஒரு பாடலை. 'அண்ணனென்னடா தம்பியென்னடா அவசரமான உலகத்திலே ஆசை கொள்வதில் அர்த்தமென்னடா காசில்லாதவன் குடும்பத்திலே... வாழும் நாளிலே கூட்டம் கூட்டமாய் வந்து சேர்கிறார் பாரடா. கை வரண்ட வீட்டிலே உடைந்த பானையை மதித்து வந்தவர் யாரடா...' இந்த வரியோடு நிற்பாட்டி அவன் அழுதான். என்ன செய்வதென்று தெரியாது தவித்தேன்.

"வாழத்தெரிந்தவர்கள் அழுவதில்லையெண்டு அம்மன் கோயிலடியில பின்னேரப் பொழுதுக்குப் படுக்கவாற

காசிப்பிள்ளை நெடுகலும் சொல்லுவார். அதென்னவோ உண்மைதான். ஆனா, இந்தச் சமூகம் வாழத்தெரிஞ்சவர்களெண்டு அடையாளப்படுத்திறது ஆரை? சமூகத்தின்ர சிதைவுகளுக்குள்ளாலும், முடிஞ்சால் அந்தச் சின்னாபின்னங்களில கிடைக்கக்கூடிய சாதகமான கூறுகளை வாலாயப்படுத்தியும் சிதைவுகளுக்குள்ளால சுழிச்சு மேலெழும்பும் நீக்குப் போக்குத் தெரிஞ்சவர்களைத்தான். ஆனா, இப்பிடியானவர்கள் வாழ்க்கையின்ர ஏதாவதொரு திருப்பத்தில தங்கட சுயத்தைப் பற்றி, தங்களுடைய பயணத்தைப் பற்றி மதிப்பிட நேர்ந்தால் அந்தத் தருணம் அவர்களுக்கு எப்படியிருக்கும்! ஆனா, இதுபோல வாழமுடியாத அல்லது விரும்பாத மனிசர் வாழத் தெரியாதவையாத்தான் இந்தச் சமூகத்தில இருக்கவேண்டியிருக்கு. ஆரை நோகிறது?”

சுகுமார் திரும்பியும் வானத்தைப் பார்த்துக்கொண்டிருந்தான். ஒன்பதாம் கட்டில்காரன் பாடும் வரிகள் நினைவுக்கு வந்தன... ‘மனிதனம்மா மயங்குகிறேன். தவறுக்குத் துணிந்த மனிதன் அழுவதில்லையே. தவறியும் வானம் மண்ணில் வீழ்வதில்லையே...’ இந்தப் பாடல்களோடு சுகுமார் ஒத்துப்போவதற்குக் காரணம் இருக்கத்தான் செய்கிறது என்று பட்டது. ஒன்பதாம் கட்டில்காரனும் மனதில் வந்துபோனான். அவனுக்குள்ளும் என்ன கதையிருக்குமோ?

மறுநாள் காலை வாகனமொன்று வந்து நின்றது. நான் மொட்டைமாடியில் நின்றேன். சுகுமார் இன்னொரு போராளியின் கைத்தாங்கலோடு கைத்தடியூன்றி மேலே வந்தான்.

“மச்சான் எங்கட படையணி வாகனம் வந்திருக்கு. படையணி மெடிசினுக்கு வரட்டாம். போயிற்று வரப்போறன்.”

“என்னடா இப்ப வெளிக்கிடப்போகுதோ?” எனக்கு உடன வெளிக்கிடப் போறதை மனம் ஒப்பேலாமல் இருந்தது. மனதிற்குள் ஏதோ ஏக்கம். ஏன்? எனக்கது தெரியேல்லை.

“ஓ.. வெளிக்கிடப்போகுது. சந்தர்ப்பம் வாய்ச்சால் திருப்பியும் சந்திப்பம். எங்கட கையில ஒண்டுமில்லை.” அவன் என் முகத்தைப் பார்க்காமல் முகத்தை அங்குமிங்கும் திருப்பித் திருப்பிக் கதைத்துவிட்டு, எனது தோளில் தட்டிப் போய்வாறதாகச் சொல்லிப் போனான்.

தனது அக்காவையும் குடும்பத்தையும் அவன் சுமந்து திரிந்தான். இது பொய்யில்லையே! காடுகளிலும் போர்க்களங்களிலும் இதர எல்லா இடங்களிலும் அவன் தன்னுடனேயே சுமந்தான்.

நேசம் உறவுறுவதால் வருவதில்லை. நினைவுறுவதால் வருவது. நினைவுகள் இல்லையென்றானால் நேசமும் இல்லை, பிரிவும் இல்லை. நானும்தான் இப்போ சுமக்க நேர்ந்துவிட்டதே. நினைவுகளை அகற்றி வாழ நானென்ன மந்திரமா கற்றேன்?

04

மீண்டும் அவனை நான் சந்தித்தேன்; நீண்டகாலத்தின் பின். அதுவொரு துயர்படிந்த காலம். சனசமுத்திரமாய் வலிகாமம் இடம்பெயர்ந்த நேரம். தெருக்களில் பிரசவம் நடந்த காலம். கிடுகுவேலிக் கலாச்சாரம் தன் கற்பிழந்து தெருவில் வாழ்ந்த காலம். குழந்தைகளினதும், பெண்களினதும், வயதானவர்களினதும் அழுகுரல்களால்; நாள்கள் விடிந்து இருண்ட காலம். பெருமை மிக்க யாழ்ப்பாணத்தில் பிரேதங்களைக் கூடப் பெட்டியின்றிக் கையிற் தூக்கியபடி சுடலைக்குப் போன காலமது. அன்றைய ஒருநாள் பருத்தித்துறையின் கடற்கரை வீதியில் சைக்கிளில் வந்துகொண்டிருந்தான் அவன். என்னை அடையாளம் கண்டு சைக்கிள் நின்றது.

"மச்சான் நில்லடா" தவிப்போடு வந்தது குரல்.

முகத்தில் தோல்கள் சுருக்கியிருந்தன. முகம் கொஞ்சம் முத்தியிருந்தது. என்னைக் கண்டதில் கண்களில் ஆதங்கம் பீறியது. மேல்நோக்கி விழிகளை உருட்டியுருட்டிக் கதைத்தான். அப்போதெல்லாம் பரபரப்புத் தெரிந்தது. முன்னரிலும் தோள்கள் அகன்று விரிந்திருந்தன. முதிர்ச்சி தெரிந்தது. துக்கமும் திகைப்பும் கதைத்தபோது முகத்தில் கோடுகளாய் விழுந்தன. நான் கையைப் பிடித்து ஒரு அருகாக நடந்தேன்.

"மச்சான் நீ போ நானிப்ப வாறன்." தன்னுடன் கூட வந்தவனைச் சொல்லியனுப்பினான்.

"கால் இப்ப எப்பிடியெடா, என்ன செய்யிறாய்?" நான் கேட்டேன்.

"அதெல்லாம் ஒண்டுமில்லை. நான் ஒரு சிக்கலுக்குள்ள நிக்கிறன். உன்னால எனக்கு உதவி செய்யேலுமோ?" எனது கேள்வியை ஒரு பொருட்டாக எடுத்தோ, இல்லை இத்தனை நாளுக்குப் பிறகு

சந்திக்கிறோமே என்பதற்கான தவிப்போ, அறிகுறியோ இன்றி இப்படிப் பதிலில் அந்தரிச்சான்.

“வீட்டுக்காரர் இந்த மெதடிஸ் பள்ளிக்கூடத்தில இடம் பெயர்ந்து வந்துநிக்கினம். கையில ஒரு சாமானும் இல்லைடா. அம்மாக்கு ரெண்டு காலும் இழுத்திட்டுது. ஒரு வரிசமா நாரிக்குக் கீழ உணர்வில்லை. சைக்கில்ல கட்டி மனிசியக் கொண்டந்திருக்கினம். அப்பாக்கு முந்தி பாரிசவாதம் இருந்தது உனக்குத் தெரியும். உங்க இருக்கவே இடமில்லை. படுக்கக் குளிக்க ஒண்டும் செய்யேலாது. மலசலமெல்லாம் படுக்கையிலதான். அக்காதான் அம்மாவைப் பாக்கவேணும். சனங்கள் காலை நீட்டினாலே புறுபுறுக்குங்கள். இனி இதுக்குள்ள வைச்சு மலசலமெடுக்கிறதெண்டால் என்னெண்டு? சனம் எப்பிடியும் அரியண்டப்படுங்கள். மழை வேற கொட்டிக்கொண்டிருக்கு. எனக்கு என்னசெய்யிறதெண்டு தெரியேல்லை. என்னால வெளியில வெளிக்கிடேலாது. முக்கியமான வேலையில நிக்கிறன்...”

“நான் என்ன செய்யோணும் இப்ப?” நான் கேட்டேன்.

“சாப்பாட்டுப் பிரச்சினைய அவையள் பாத்துக்கொள்ளுவினம். அண்ணையும் நிக்கிறான். நீ அம்மாவைக் கொண்டுபோய் வைச்சிருக்கிறதுக்கு எங்கையாவது ஒரு வீட்டையோ அல்லது ஒரு கொட்டிலோ ஒழுங்கு செய்து குடுப்பியே?”

அவன் கெஞ்சினான். அந்த முகத்தைப் பார்க்க முடியாமலிருந்தது. பரபரத்துக்கொண்டும் இருந்தான்.

“கண்டிப்பாச் செய்யிறன்ரா, கண்டிப்பாச் செய்யிறன்” எனது இரண்டு கைகளையும் பிடித்திருந்த அவனது கைகளை அழுத்திச் சொன்னேன்.

“இப்ப எங்க நிக்கிறாய்?”

“சொல்லக்கூடிய இடத்தில இல்லை. நான் உடன போகோணும். இல்லையெண்டாற் பிரச்சினையாப் போயிடும்.”

“பள்ளிக்கூடத்தில போய் என்னெண்டு கேக்கிறது? பெயரைச் சொல்லிப்போட்டுப் போ.”

“ரவி எண்டு கேள். இல்லையெண்டாப் பார், ஒரு அம்மா காலை நீட்டி எங்கையாவது இருப்பா. அதை வைச்சுக் கண்டுபிடி”

சொல்லிவிட்டு அவன் அவசரமாக சைக்கிளை எடுத்துக்கொண்டு ஓடினான்.

அவனுக்கு என்னட்டைச் சொன்னது ஏதோ ஒரு வகையில் நிம்மதியாக இருக்கும். எனக்கோ மனம் அலைமோதியது. நான் அந்தக் கடற்கரையில நின்றபடியே யோசிச்சுக்கொண்டு நின்றேன். வயிற்றைப் பிசைந்தது. வீடெடுக்கவேணும் என்ற நினைவு வரவும் அதிர்ந்துதான் போனன். ஐந்துலட்சம் சனம் தென்மராட்சி, வடமராட்சிக்கு வந்திட்டுது. இந்த நிலையில் வீடு சாத்தியப் படக்கூடிய சமாச்சாரமா? ஆனால் எப்பிடியும் செய்தே ஆகவேணும்.

முதலில் பள்ளிக்கூடம்; போய்ப் பார்த்தேன். கட்டடம் கொள்ளாத சனம். பரபரப்பும் அழுகுரலும் இரைந்து இறுகின 83 கறுப்பு யூலையின்போது கொழும்பு பம்பலப்பிற்றி இந்துக் கல்லூரிக்குக் காடையர்களின் கண்ணில் படாது சந்துபொந்துகளுக் குள்ளால் வந்துசேர்ந்த சூழலை ஒத்த அதே உணர்வைத் தந்தது. இரண்டாவது கட்டட வரிசைத் தாழ்வாரத்தில் காலைநீட்டி ஒரு தாயின் உருவம் இருந்தது. “நீங்கள் சுகுமாரின்ர அம்மாவா?”

“ஓ...ஓ.”

“சுகுமார் உங்களைப் பாக்கச் சொன்னவர் அதுதான் வந்தனான்.”

“ஆ... ஆ... தம்பி இப்பதான் போனவன். பிள்ளை இஞ்சைவா பிள்ளை.” சனங்களோட இருந்த ஒருத்தி எழும்பி வந்தாள். மெல்லிசென்று சொல்லேலாது. ஆனாலும், வயதுக்கு மாறாய்த் தோல்கள் தொங்கித் தெரிந்த முகத்தோடு அவள் இருந்தாள். நடுத்தர உயரம். பொது நிறம். கூர்மையில்லாத கண்கள். ஒரு பழைய பொலியஸ்ரர் சட்டை. பின்னியிருந்தாலும் தலை பரட்டையாயிருந்தது. நான் இமைக்காமல் பார்த்தேன். இவதானே அக்கா? மனசுக்குள் தவிப்பு; ஏதோ நினைவுகளெல்லாம் ஓடி அலைந்தன. அதற்கிடையில் அம்மா ஏதோ அவளுக்குச் சொன்னா. எனக்கு அது காதில விழேல்லை.

“இதில சுகுமாரைக் கண்டு கதைச்சனான். பாத்திட்டுப்போக வந்தன். நாளைக்கு வந்து உங்களைக் காணுறன்.” எந்த வாக்குறுதியும் கொடுக்க நான் விரும்பவில்லை.

“அண்ணையும் இருக்கெண்டு சொன்னான்...”

“ஓமோம்... அவர் உங்கெங்கையோ வெளியில போட்டார்.”

"சரி நான் வெளிக்கிடுறன் நாளைக்கு வாறன்" என்று சொல்லிப் போனேன்.

இரவு முழுவதும் நித்திரை இல்லை. உருண்டுருண்டு படுத்தேன். நினைவுகள் அலைக்கழித்தன. சுகுமார் இப்ப எப்படி மனம் உழலுவானோ! சொல்லமுடியாத இடத்தில் நிற்பதாகச் சொன்னானே. அப்ப சண்டையிலகூட இல்லை. ஒரு வேளை 'அதா'யிருக்குமோ. எனக்குள் ஏதேதோவெல்லாம் நினைத்தேன். பிறகு, வீட்டிற்கோ - கொட்டிலுக்காகவோ சாத்தியமான வழிகளை யெல்லாம் யோசித்தேன். முடிவில் அதிகம் பழக்கமில்லாவிட்டாலும் எனக்கு அறிமுகமானவர் ஒருவர் பருத்தித்துறை வட்டத்தில் பொறுப்பாக இருப்பது நினைவுக்கு வந்தது. முகத்தை நினைவுபடுத்திப் பார்த்தேன். அறிந்தவரை நல்ல சுபாவம். பார்த்தால் எப்பொழுதும் வேர்த்துக்களைத்த முகத்துடன் தெரியும் பேர்வழி. ஓரளவு நம்பிக்கை தெரிந்தது.

மறுநாள் விடியப் போய் அவரைச் சந்தித்தேன். என்னை அவர் நினைவில் வைத்திருந்தார். முதலில் இரண்டு போராளிகளின் தாய்தகப்பன் என்று தொடங்கி, அம்மாவின் நிலையை எடுத்துச்சொல்லி, அவரின் முகத்தில் மாறுதல் கண்டு நம்பிக்கைவர, ஒரு வீட்டிலோ அல்லது தண்ணி வசதியோடு ஒரு கொட்டிலிலோ அவர்களை விட ஒழுங்கு செய்ய ஏலுமா என்று கேட்டேன். உங்களுக்கிருக்கும் சிரமத்தோடு இதைக்கேட்பதற்காக மன்னிக்கவேண்டும் என்றும் சொன்னேன். சுகுமார் வரமுடியாத நிலை பற்றி அவரை இரங்க வைப்பதற்காக மேலும் சொன்னேன். அவர் அர்த்தப்பூர்வமாகக் கண்களைத் தூக்கி யோசித்தார். பெரு விரல் நகத்தைக் கடித்தார். எண்ணை வடிந்த முகம் வாராத தலைமயிர். கீழ் பட்டின் பூட்டாத சேட்டு. துருதுருத்த கண்கள். எனக்கென்னவோ நம்பிக்கையாக இருந்தது.

"பின்னேரம் வந்து என்னைப் பாருங்கோ, சொல்லுறன்." என்று திருவாய் திறந்தார். தட்டிக் கழிக்கும் முகபாவம் அவரிடமிருந்து தெரியாததால் உற்சாகத்தோடு நன்றி சொல்லி வெளிக்கிட்டேன்.

மெதடிஸ் பள்ளிக்கூடம் போய் அவர்களைச் சந்திக்க விரும்பினேன். எந்த முடிவும் இல்லாமல் சந்தித்து என்ன பயன், என்று யோசித்துவிட்டுப் போகாமல் எனது அலுவலைப் பார்த்தேன். பின்னேரம் அதே நினைவாயிருந்து அந்தப் பொறுப்பாளரிடம் போனேன்.

“நான் அவையளச் சந்தித்தனான், மெதடிஸ் பள்ளிக்கூடத்தில தானே?” என்னைக் கண்டதும் அவர் அதே நினைவாய்ச் சொன்னார். நம்பிக்கை பிறந்தது.

“நான் அங்கவுள்ள சனத்துக்குச் சாப்பாடு ஒழுங்குசெய்யப் போனனான். கொஞ்சப்பேரைப் பிரிச்சு வேற இடம் மாத்தவேணும். அங்கதான் ஒரு ஏலாத அம்மாவை ஒரு பெடியன் கையில தூக்கிக்கொண்டு போனதைக் கண்டனான். இவையளாத்தான் இருக்கும் எண்டு நினைச்சன். நான் ஒண்டும் கதைக்கேல்லை.” என்னைப் பார்த்தார்.

“அலுவல் ஏதும் சரிவந்ததோ?” நான் அவரை விசயத்துக்குள் இழுத்தேன்.

“ஓ... சனமிருக்க பள்ளிக்கூடங்களே காணாது. இதில வீடெடுக்கிறது எண்டா சாத்தியக் கூறு இல்லை. ஆனாலும் ஒரு வெறும் வீடு பாத்திருக்கிறன். முந்தி எங்கட தேவையொண்டுக்கு அலுவலகமாக இருந்தது. பெடியளைவிட்டு எங்கட சாமானை எடுத்திட்டுக் கழுவச் சொன்னான். இவரோட போய் இடத்தப் பாருங்கோ. விடியக் கூட்டி வந்துவிடலாம் நீங்கள்.”

அவரது கையைப் பிடித்து அழுத்தி நன்றி சொல்லி வீட்டைப் போய்ப் பார்த்தேன். மறுநாள், மெதடிஸ் பள்ளிககூடம் போனேன். அவர்களிடம் இந்த விடயத்தைச் சொல்லி, சுகுமார் என்னுடன் கதைத்ததையும் சொல்லி வீட்டுக்குக் கூட்டிச் சென்றேன். அக்காவுக்கு முகம் விடிந்தது. ஆனால் கண்கலங்கி நீர் கட்டியது. அம்மாவின் கண்களிலிருந்து நன்றி உணர்வு பெருக்கெடுத்து வந்தது.

என்னை நெருக்கிய வேலைப் பளுவுக்குள்ளும் இரண்டாம் நாள் - பின்னேரப் பொழுது போனேன். முதல் நாள் கிணற்றடியில் கீழே இருத்தி அம்மாவைக் குளிக்க வாத்தது நினைவுக்கு வந்தது. தெரிந்த ஒருவர் அதற்குப் பக்கத்து வீட்டில் இருந்தார். அவர்களிடத்தில் ஒரு பழைய கதிரை வாங்கிக்கொண்டு போனேன். இப்போதைக்கு அம்மா குளிக்க அது உதவலாம்.

அக்கா முகமெல்லாம் கண்ணாகச் சிரித்து, மரியாதையை அதில் குழைத்து “வாங்கோ” என்றாள். அம்மாவும் “வாங்கோ தம்பி” என்றா. அங்கு நின்ற எல்லாருமே ஒரு வாய் “வாங்கோ” என்றழைத்தனர். அதன் அர்த்தம் எனக்கு விளங்கித்தான் இருந்தது.

"தம்பி நேற்று வந்துபோனவன். உங்களை வந்து தன்னால் சந்திக்கேலாமல் இருக்குதெண்டு சொல்லச் சொன்னவன். இந்தக் கடிதத்தை உங்களிட்ட குடுக்கச் சொன்னவன்." அக்கா உறையிடாத ஒரு கடிதத்தை நீட்டினாள். வாங்கிப் பிரித்துப் படித்தேன்.

'அன்புடன் நண்பனுக்கு,

நான் நலம். முக்கியமான ஒரு கடமையில் நான் ஈடுபடத் தொடங்கியிருக்கிறேன். சஞ்சலப்பட்டுக்கொண்டிருந்த என் மனம் உன்னால் அமைதியடைந்திருக்கிறது. என் கடமையில் வலிமையோடு மனதைச் செலுத்த இது உதவிசெய்யும்.

உன்னால் எனக்கு எப்போதும் மன அமைதி கிடைத்திருக்கிறது. இப்போதும் அப்படித்தான். நீ எவ்வளவு சிரமப்பட்டிருப்பாய் என்பது எனக்குத் தெரியும். உனக்கு என் இதயத்தின் நன்றியைத் தவிர வேறென்ன தர இருக்கிறது என்னிடம்?

வீட்டுக்காக நான் உழைத்தபோது எப்படி என்னை நானே பொருட்படுத்தவில்லையோ, அப்படியே நாட்டுக்காக என்று உழைக்கும்போது குடும்பத்தை நான் பொருட்படுத்த முடியாது என்பதை விளங்கியுள்ளேன். ஆனாலும், நினைவுகள் சதா அலைக்கழிக்கின்றன. இப்போது உன்னால் ஆறுதல் அடைந்திருக்கிறேன். ஒரு போராளி மீதம் இருக்கும்வரை கைவிடப்படாதிருப்பது விடுதலை இலட்சியம் மட்டுமல்ல, எங்கள் குடும்பங்களும்தான் என்று உணருகின்றேன்.

இடப்பெயர்வில் சனங்களின் அவலத்தை என்னால் காணச் சகிக்கவில்லை. தென்மராட்சித் தெருக்களில் கண்கொண்டு பார்க்க முடியாதிருக்கிறது. குழந்தைகளும் கர்ப்பிணிகளும் வயோதிகர்களும் என்ன ஆவார்கள் என்று நினைக்க எங்கோ வலியெழுந்து தலைவிறைக்கிறது.

விலைகொடுக்காது விடுதலை சாத்தியமாகாது என்பதை விளங்கித்தான் உள்ளேன். ஆயினும் விடுதலைக்குத் தக்க விலைதான் கொடுக்கலாம். அதற்கு மேலால் கொடுக்கமுடியாது. கொடுக்கக்கூடாது. கொடுக்க நேர்ந்தால் நாங்கள் தோற்றுவிடக் கூடுமென எண்ணுகிறேன்.

மறுபடியும் உன்னைச் சந்திக்கமுடியுமென்று நம்பவில்லை.

நன்றிகளுடன் நண்பன்

சுகுமார்.'

கடிதம், சுகுமார் ஈடுபட்டிருக்கும் முக்கியப் பணி தொடர்பாக நான் எண்ணியது சரியாக இருக்கலாம் என்பதை மேலும் ஊர்ஜிதப்படுத்தியது. நெஞ்சுக் கூட்டுக்குள் ஏதோ இனம் புரியாத இறுக்கம். அதிகம் மூச்சை உள்ளிழுத்து நான் விடுபட முயன்றேன். எனக்கு அவனைத் தெரியும். அவனின் மனதைத் தெரியும். அவனின் மனம் அசையும் கோணம் தெரியும். அதை வைத்துத்தான் எனக்கு இப்படி எண்ணத் தோன்றியது. நான் அவர்களிடமிருந்து விடைபெற்றேன். தமையன் பழைய சைக்கிளில் தடிகளைக் குத்தெனக் கட்டிக்கொண்டிருந்தார். அவனின் மனைவி உதவி செய்துகொண்டிருந்தாள்.

"சாப்பாட்டுக்கு என்ன செய்யிறிங்கள்?" முற்றத்தில் நின்று நான் கேட்டேன்.

"மெதடிஸ் முகாமிலேயே எங்களைப் பதியச் சொன்னவர் அந்தப் பொறுப்பாளர். அங்க வந்து குடுக்கிற நிவாரணங்களை எடுக்கச் சொன்னவர். தம்பி இப்ப விறகு கட்டப் போறவர். அதுதான் வெளிக்கிடுறார். பறவாயில்லை சாப்பிடுறம்." அக்கா பதில் சொன்னாள்.

திருமணம் செய்தவுடன் அவனுக்குப் பொறுப்பும் வந்துவிட்டதே! அவனது முகமும் பொறுப்பற்றவன்போல் எனக்குத் தோன்றவில்லை. நான் அங்கிருந்து மீண்டும் வருவதாகச் சொல்லிக்கொண்டு புறப்பட்டேன். ஆனால், அதற்குப் பிறகு இடப்பெயர்வின் அதிக வேலைச்சுமை காரணமாய் நான் அங்கு சென்றதில்லை. மறுபடி அவர்களைக் கண்டதில்லை.

05

தென்மராட்சி, வடமராட்சியிலிருந்து 'ரிவிரச-2'ஆல் மீண்டும் கிளிநொச்சி நோக்கி இடப்பெயர்வு. அதிஸ்டம் படைத்தவர்கள் தங்கள் உயிர்களைப் படகுகளில் ஏற்றி குடாநாட்டிலிருந்து கிளிநொச்சிக்குக் கொண்டுவந்து விட்டார்கள். மிகுதியானோர் குடாநாட்டில் இராணுவத்தால் சிறைப்பிடிக்கப்பட்டனர். யாழ்ப்பாணம் திறந்தவெளிச் சிறைச்சாலையாயிற்று. யாழ்ப்பாணத் தமிழருக்கு செம்மணி வாழ்வு பரிசாகிற்று. கிளிநொச்சி வந்தோரைக் காடும் யுத்தமும் சூழ்ந்துகொண்டன. கிளிநொச்சியிலிருந்து மாங்குளத்திற்கு 'சத்ஜெய'வால் மீண்டும் இடப்பெயர்வு. மீளவும் மாங்குளத்திலிருந்து 'ஜெயசிக்குறு'வால் புதுக்குடியிருப்புக்கும், மல்லாவிக்கும் இடப்பெயர்வு. ஆனால், அவர்கள் வடமராட்சியிலிருந்தே ஊர் போயிருக்கக்கூடும்.

காலங்கள் ஓடின. நினைவுகள் வீரியமிழந்தன. அதைவிட வேறுபல நினைவுகள் மனதில் வலுவாய் இடம்பிடித்தன. வாழ்வு தன் இழிந்த முகத்தை இந்தச் சனங்களுக்குக் காட்டியது. வாழ்வின்மீது போர் சன்னதம் கொண்டு ஆடியது. சனங்களுக்கு உயிர்களைத் தக்கவைப்பதே மேலான பிரயாசையாகிவிட்ட வாழ்வு வந்து சேர்ந்தது.

சுகுமார், அவன் குடும்பம் பற்றிய நினைவுகள் மங்கி வீரியம் இழந்துவிட்டதாய் நான் நம்பியிருந்த நாள்களில் ஒருநாள், ஜெயசிக்குறுவில் எதிரியும் நாங்களும் காடுகளும் திணறிக் கொண்டிருந்த நாள்களில் ஒருநாள், திருமலை சீனன்குடா விமானத்தளம் தாக்கி அழிக்கப்பட்டதாய்ச் செய்தி வந்தது. எதிரியின் மையக் கவனத்தைத் திருப்பக்கூடிய பேரிடியது.

கிழக்கிலிருந்த படையணிகளைப் பின்வாங்கி 'ஜெயசிக்குறு'வில் இராணுவம் குவித்துக்கொண்டிருந்த ஒரு சமயம் திருமலையில் நிகழ்த்திய வெற்றித் தாக்குதல் அதிக உற்சாகத்தை வன்னியில்

தந்தது. காய்ந்த வயிறுகளினதும், தளர்ந்த உடல்களினதும் மனங்களை நிறைத்தது அந்தச் செய்தி. 'ஜெயசிக்குறு'வில் எங்கள் களமுனையெங்கும் வெற்றிக் கொண்டாட்டங்கள். அப்போதுதான் நான் கண்டேன், அந்தக் கரும்புலித் தாக்குதலின் பெயர் விபரத்தில் அவனும் அடங்கியிருந்தான்.

அவனும் அவனது குடும்பமும் விஸ்வரூபம் கொண்டு என் மனதை ஆக்கிரமித்தன. நரகத்துள் உழலுவதாய் இருந்தன அந்த நாள்கள். அவன் கரும்புலி அணியில் இருந்ததை நான் ஊகித்துத்தான் இருந்தேன். ஆனால், நினைவுகளை வார்த்தைகளால் சமரசம் செய்துவிட முடியுமா என்ன? இல்லை கவலைகளைத்தான் நியாயங்களால் சீர்செய்துவிட முடியுமா என்ன?

எத்தனை போர்க் களங்கள், எத்தனை இழப்புகள், எத்தனை துயரங்களை இந்தப் போர் வாழ்வில் பார்த்தாகிவிட்டது; வாழ்ந்தாகிவிட்டது. அதற்கெல்லாம் பழகியாகிவிட்டது. பொது நியாயம் ஒன்றில் எல்லா இழப்புகளும் மேன்மை பெற்றிருந்தன. தவறுகள்கூட நியாயப்பட்டிருந்தன. அதனில் அதுவே தர்மமும். ஆனால் இதுமட்டும் ஏன் இத்தனை தூரம் என் மனதை அலைக்கழிக்கின்றது? என் இரவுகளைக் கனமாக்குகின்றது? நிலவே என்னைச் சுட்டெரிக்கின்றது?

அவனின் மனக்கோலத்தை நான் அறிந்திருந்தேன். உணர்ந்திருந்தேன். ஒருவேளை நான் கடவுள் ஆகினால் அவனின் மனதையே எல்லா மனிதர்களுக்குமாகப் படைத்திருப்பேன். இந்தத் தற்கொடை யுத்ததாரியின் மனதை பூமியின் மனிதர்களுக்குப் படைத்திருந்தால் யுத்தம் இல்லாத பூமியை ஒருவேளை என்னால் சாத்தியமாக்கி யிருக்கவும் கூடும்.

மனித உரிமை இராஜதந்திர சகாப்தத்தில் வாழ்ந்துகொண்டி ருக்கும் இந்த உலகில்; இதை ஒரு விகடமாகவோ விசித்திரமாகவோ, மேலும் பைத்தியக்காரத்தனமாகவோ யாரும் எண்ணக்கூடும். ஆனாலும் நான் அப்படி உணருவதுதான் உண்மை.

அவனது குடும்பத்தின் இப்போதைய விபரத்தையோ, அவனுக்கான இறுதி நிகழ்வு தொடர்பாயோ, நினைவாய்க் கல்நாட்டும் துயிலுமில்லம் பற்றியோ எதுவுமே அறிய மறுத்தேன். ஆர்வமற்று என்னை நானே இருக்கச் சொன்னேன். அது, பல சம்பவங்களின் தொடர் என்றும் இன்னும்

சம்பவிக்கப் போவனவற்றின் இடை என்றும் வியாக்கியானம் செய்துவைத்தேன்.

அவனுக்கான இறுதி நிகழ்வைத் தேடித் தெரிந்துகொண்டு அதில் கலந்துகொள்ளவேண்டிய அவசியம் இல்லையென்றும், மனதில் மரியாதை செலுத்தினால் போதுமெனவும் எனக்குச் சொன்னேன். அவனது குடும்பம் யாழ்ப்பாணத்தில் இருக்கலாம். அவனின்றி வாழ்ந்து அவர்களின் வாழ்வு பழக்கப்பட்டிருக்கலாம். பழக்கம்தானே வாழ்வாகின்றது. இப்படி நியாயங்களால் என்னை முற்றுகையிட்டேன். நான் எனது சமநிலையைக் காப்பாற்ற இப்படியெல்லாம் எண்ணவேண்டியிருந்தது. ஆனால் எனது இந்தச் செயலுக்காக யுத்தம் நின்ற இரண்டாயிரத்து ஒன்று அமைதிக் காலத்தில் நான் மனம் சிதையவேண்டி ஆயிற்று.

அமைதிக் காலம் அதிகம் நினைவுகளைக் கிளறும் வல்லமை கொண்டது. சடுதியாய் ஒருநாள் சுகுமார் விஸ்வரூபம் பெற்றான். என்னைப் பார்க்க அழைத்தான். மனதைப் பகிர அழைத்தான். நான் போனேன். ஏற்கனவே நான் வைத்துக்கொண்ட எனது கற்பித நியாயங்கள் உருத்திரண்டன. எழுந்து நர்த்தனமாடின. என்னைக் கேள்வி கேட்டன. கேள்விகளுக்கு நான் சமைத்த நியாயங்களைத் தட்டியுடைத்தன. படுக்கை என்னை விடவில்லை, உருட்டியது. இதற்கெல்லாம் பணி நிமித்தமான பிரயாணம் என்று பொய் சொல்லி இராணுவம் சூழ்ந்திருந்த யாழ்ப்பாணத்துள் சென்று அவன் பொருட்டு அக்காவைச் சந்தித்ததுதான் காரணமாயிற்று.

பன்னிரண்டு வருடத்தின்முன், காட்டில், ஒரு மழை இரவில் அவன் என் மனதில் வரைந்த அவனின் ஊர், வீடு, மனிதர்களின் வரைபடத்தைக் கொண்டு அவனது நினைவின் அழைப்பை ஏற்று நான் அங்கு போயிருந்தேன்.

இதுதான் ஊர். அந்தா இருக்கிறது அவனது ஊர்க்கோயில். சுற்றி விஸ்வரூபமாக எத்தனை மரங்கள்! கீழே எப்படியிந்தக் குளிர்மை. நித்திய அமைதி, சூக்குமம் நிறைந்ததாய்க் கோயில் அமைப்பு. ஆடம்பரத்தின் விருப்புகளற்ற தெய்வம். சுற்றிப் பரந்தது வெளி. இந்தா கோயிலை வளைத்துத் திரும்புகிறது கரிய வீதி. வளைவு முடியக் கடை - சில வீடுகள். இந்தா இருக்கிறது சைக்கில் கடை. நினைவின் வரைபடத்தில் நம்பிக்கை பிறந்தது.

“மோகனின் சைக்கில் கடை....?” நான் இருந்தவரைப் பார்த்துக் கேள்வியை இழுத்தேன்.

“ஓம் இதுதான்!”

பொங்கி வருகிறது நம்பிக்கையின் மகிழ்ச்சி. எதுவும் கேட்காமல் பக்கத்தில் விஸ்தாரம் இன்றித் திரும்பும் ஒழுங்கையால் போகிறேன். முடக்கு. ஒழுங்கை இன்னும் சிறுக்கிறது. சுற்றிப் பார்க்கிறேன். பூவரச மரங்கள். வேலி இருப்பதுபோல இருந்தது. வேலி இல்லை. கொஞ்சம் தயக்கத்துடன் அந்த வரைபடத்தில் இன்னும் போகிறேன்; மிக ஒடுங்கிய அந்தப் பாதையில். அந்தா தெரிகிறது, ஒரு பழைய கல்வீட்டின் பின்புறம் பக்கவாட்டாக ஓலைக்கொட்டில். ஓம் இது குசினி. எல்லாம் சரி.

“அக்கா... அக்கா...” கூப்பிட்டேன். யாருமில்லை. இன்னும் உள்ளே போனேன்.

“அக்கா... அக்கா...” சுற்றிப் பார்த்தேன்.

சுவரில் கரிக்கோடுகளால் அழகற்று, ஒழுங்கற்று, எழுத்துகள் ஒரே அளவற்று ஏதோ வசனம் இருக்கிறது. படிக்கிறேன். ‘என் விதி அப்போதே அறிந்திருந்தாலே கர்ப்பத்தில் நானே கலைந்திருப்பேனே.’ ஒரு பாடலின் வரியிது, நினைவு தகவல் தந்தது. மனதைப் பிசைந்தது கரிய வரி.

கையில் சட்டி கழுவிய பொச்சுடன் அக்கா வந்தாள். அதே முகம். பதினைந்து வயது கூடியிருக்கும்போல.

“ஆரிட்ட....?” ஒற்றை வரியில் தயக்கத்துடன் வந்தது கேள்வி.

“சுகுமாரின்ர வீடு... இதுதானே?” தயக்கத்துடன் வார்த்தையை இழுத்துக் கதைத்தேன்.

“ஓமோம்... உள்ள வாங்கோ” சொல்லிக்கொண்டு அவள் போனாள். கைகழுவிக்கொண்டு திரும்பியும் வந்தாள்.

“இருங்கோ” ஒரு ஸ்ரூலை முன்னே நகர்த்தினாள். எதிரே அமர்வதற்கு இன்னொன்று அந்த வீட்டில் இல்லை போலிருக்கிறது.

“இல்ல நான் இப்படிக் குந்தில இருக்கிறன். சுகமாயிருக்கும்.” நான் சொன்னேன்.

"கொஞ்சம் பொறுங்கோ தட்டிவிடுறன்." துணியொன்று கொண்டுவந்து தட்டிவிட்டாள். இருந்தேன். பதிலுக்கு நானும் "இருங்களன்" என்றேன்.

தயக்கமாய் இருந்தது. என்ன கதைப்பது. எப்படிக் கதைப்பதென விளங்கவில்லை. ஏன் வந்தேன்? அதுவும் தெரியவில்லை. 'என்ன அலுவல் சொல்லுங்கோ?' என்ற மாதிரி அவளின் பார்வை இருந்தது. அது இன்னும் என்னைச் சங்கடத்தில் மாட்டியது.

"நான் சுகுமாரோட நிண்டனான். முந்தி வீட்டடையாளம் சொன்னவன். இப்ப சமாதானப் பேச்சில பாதை திறந்தாப் போல சும்மா வந்தன்."

"..."

பதிலில்லை. என்னையே பார்த்தாள். கொஞ்சம் பதட்டமாயும் இருந்தாள். எனக்கு இது மேலும் சங்கடமாய் இருந்தது.

"என்ன அலுவலாய் வந்தனிங்கள்?"

"இல்லை, சும்மா வந்தாப் போல கதைச்சிட்டுப் போகலாம் எண்டு..." எனக்குச் சரியாப் பதில் சொல்லத் தெரியேல்லை. தடுமாறினேன். அதற்கிடையில் ஒரு பெண்மணி வந்தாள். "பிள்ளை கடையில அண்ணாவைப் போய் வரச்சொல்லு. தம்பி அலுவலா வந்திருக்கிறார் போல" ஒரு மாதிரி பார்த்துப் பேசினாள் அவள். நான் சுதாரித்துக்கொண்டேன்.

"இல்லை, என்னை உங்களுக்குத் தெரியும். வடமராட்சியில மெதடிஸ் பள்ளிக்கூடத்தில வந்து பாத்தன். பிறகு ஒரு வீடு எடுத்துத் தந்திட்டுப் போனன்..." அவள் முகத்தில் சில கோடுகள் மாறின.

"ஓமோம் ஞாபகம் இருக்கு. அது நீங்கள்தானே. அப்ப சின்னாள் மாதிரி இருந்திது." எதிலிருந்தோ விடுபட்டு அவள் புன்னகையோடு சொன்னாள். முகம் வெளித்தது.

"ஓம் நான்தான். எட்டு வருசம் ஆச்சுத்தானே?"

"இல்லை நாங்கள் பயந்துபோனம். ஆரெண்டு தெரியேல்ல. அண்ணா சீ.ஐ.டி.காரர் வருவாங்கள் கவனமா இருக்கவேணும். கண்டபடி கதைக்கக்கூடாதெண்டு சொன்னவர். வன்னியில இருந்து வந்தாக்கள் எண்டால் தெரியாத சனங்கள் ஒருமாதிரிப் பாக்குதுகள். நாங்களும் இப்பதானே வந்தனாங்கள். எங்களுக்கும்

பயமாத்தான் இருக்கு. இராணுவப் புலனாய்வுக்காரர் தகவல் திரட்டுவாங்களாம். அதுதான் நீங்களும் அப்பிடி ஆருமோ எண்டு பயந்திட்டம் நாங்கள்."

"இவ்வளவு காலமும் வன்னியிலயா இருந்தனிங்கள்!?" ஆச்சரியத்துடன் நான் கேட்டேன். மனம் நெருடியது.

"ஓ... அங்கயிருந்து நாங்கள் வந்து இப்ப ஒரு ஐஞ்சு மாசம் இருக்கும். அம்மான்ர திவசத்திக்கு இஞ்ச நிக்கிறம் என்னண்ணி?"

"அம்மா இறந்திட்டாவா?"

"ஓ அம்மா தம்பிக்கு முன்னம் போயிற்றா." அவளது முகத்தில் கோடுகள் மாறின. நான் மௌனித்தேன். சில நிமிடம் மௌனம் நிலைகொண்டது.

"அம்மா பிறகு கால் சுகம் வந்திருந்தவாவோ?"

"இல்லை. சரியாக் கஸ்ரப்பட்டுப் போனம். அப்பாவுக்கும் திரும்பிப் பாரிசவாதம் வந்திட்டுது. சொல்லேலாத கஸ்ரம் வன்னியில பட்டம். பாதை திறந்தாப்பிறகு சனமெல்லாம் வந்திதுகள். தம்பியுமில்லை, ஒருத்தருமில்லை. நாங்களும் வந்திட்டம். அங்க அதுக்குள்ள இருக்கவே எங்களுக்குப் பயமாயிருந்திச்சு" அவளின் குரல் மாறியிருந்தது. 'அதுக்குள்ள' என்பதை அழுத்தி உச்சரித்தாள்.

"அப்பாவுக்கு இப்ப என்ன மாதிரி?" நான் கதையை மாற்றிவிட எண்ணினேன். ஆனால் அதுவே விபரீதமாகும் என்று நான் நினைக்கவில்லை. அவள் பேசாமல் குனிந்தபடியிருந்தாள். பிறகு, மூக்கை உறுஞ்சினாள். அழுகிறாள என்பது தெரிந்தது.

"அப்பாவும் மோட்சம் போயிற்றார். அம்மாவின்ர அந்தியேட்டி முடிய, அப்பா மோட்சம் போயிற்றார்." எனக்குத் தூக்கிவாரிப் போட்டது. ஏன் கேட்டேன் என்று வெட்கப்பட்டேன். பக்குவமாகப் புரிந்துகொண்டு ஊகித்துக் கதைக்கத் தெரியவில்லையே என்று என்னைத் திட்டிக்கொண்டேன். அவள் அழுதாள். நான் மனம் குறுகிப் போனேன்.

"வடமராட்சியில பிறகு வந்து பாக்கேலாமல் போச்சு. வேலையா வேற இடத்தில நிண்டனான். இடம்பெயரேக்க நீங்களும் அம்மாவோட வரக்கஸ்ரம் எண்டு ஊருக்குத் திரும்பியிருப்பியள் எண்டுதான் நினைச்சன்." இந்த வார்த்தை எதற்காகச்

சொல்கிறேன். சொன்னபின் இந்த வார்த்தையே எனக்கு அந்நியமாகப் பட்டது. நான் குற்ற உணர்விலிருந்து விடுபட மட்டுமல்ல, அவர்கள் ஏதும் தவறாக எண்ணிவிடக் கூடாதே என்றதுக்காவும்தான் இப்படிச் சொல்கிறேனோ என்றிருந்தது. ஆனால், அந்த முகத்தில் குற்றம் தேடும் அறிகுறி எதுவும் இல்லை.

“அம்மாவோட வன்னிக்குப் போறது கஸ்ரம் எண்டு தெரியும். ஆனா ஆமியிற்ற அம்பிடப் பயமாயிருந்திது. அங்க இருக்கேக்க அவசர அவசரமாக விரும்பிற ஆக்களை ‘லெரியில’ வன்னிக்குக் கூட்டுறவுச் சங்கங்கள் ஏத்திச்சிது. அதில ஏறி கிளாளியில எவ்வளவோ கஸ்ரப்பட்டு கிளிநொச்சி போனம்...” அவள் பேச்சை நிறுத்தினாள். பெருமூச்சுவிட்டாள். எச்சில் விழுங்கினாள். பிறகு சொன்னாள், “கிளிநொச்சியில படாதபாடுபட்டம். உருத்திரபுரம் கல்லூரி முகாமில இருந்தம். பிறகு முரசுமோட்டையில ஒரு சின்னப்பள்ளிக்கூடம் இருந்தது. அங்க சனம் குறைவு. வயல்கிணறும் கோயில் கிணறும் இருந்திது. தம்பி வந்து சொல்லி அங்க மாறியிருந்தம். உருத்திரபுரத்தில குந்தியிருக்கவே இடமில்லை. அம்மாவின்ர நிலை இப்படியில்லையெண்டா நாங்கள் எப்பிடியும் இருப்பம். இதாலதான் மாறினம்.

“உருத்திரபுரத்தில, நிவாரணத்தோட இந்த வெளிநாட்டு நிறுவனங்கள் மாறிமாறிச் சாமானுகள் குடுத்திது. ஆனா அங்க உட்கிராமத்தில ஒண்டும் குடுபடேல்ல. உணவு நிவாரணம் கிடைச்சிது. வடமராட்சியில ரவி விறகு கட்டினவன். எழுவதெண்பது வரும். அரிசி, சாமானோட ஏதோ சாப்பிட்டம். ஆனா, அங்கபோய் விறகு கட்ட முடியேல்லை. தொழில் ஒண்டுமில்லை. எல்லாச் சனமும் இடம்பெயர்ந்த சனங்கள். கையில காசெண்டு எதுவுமில்லை. மூத்தண்ணையின்ர மனிசி போட்டிருந்த சங்கிலிய அரை விலைக்கு வித்து, சைக்கிள் சாவியள் வாங்கி றோட்டில மரத்துக்குக்கீழ திருத்த வேலை செஞ்சார் பெரியண்ணை. ரவி காட்டுக்க ஆக்களோட போய் கொட்டில் போடுற தடியள், மரங்கள் வெட்டியந்து வித்தான். ஒருமாதிரிச் சாப்பிட்டம். பிறகு திரும்பியும் கிளிநொச்சிக்கு ஆமி வர சனம் மாங்குளப் பக்கமாப் போச்சுதுகள். தம்பி வந்து புதுக்குடியிருப்புக்குப் போகச் சொன்னான். அவனும் அங்க கிட்டத்தான் இருந்தவன்.

“முல்லைத்தீவில திருப்பி ஆமியை இறக்கினாங்களெண்டா புதுக்குடியிருப்புப் பயம் எண்டு சில சனம் கதைச்சிது. ஆனா,

நாங்கள் அங்க போனது நல்லதாப் போச்சு. இல்லையெண்டா திருப்பியொருக்கா மாங்குளத்திலயிருந்து ஓடியிருக்க வேணும். புதுக்குடியிருப்பில ஒரு பள்ளிக்கூடத்தில இருந்தம். நிவாரணம் குடுத்தவை. தம்பி வந்து பாத்தவன். பிறகு தம்பி அனுப்பிய பெடியள் வந்து ரவியைக் கூட்டிக்கொண்டு போய் மாலதி கலையரங்க மேடையிருந்திது அதுக்குப் பின்னால இறக்கிப் போட்டிருந்த பத்திக்க இருக்கலாம் எண்டு சொல்லிச்சினம். அம்மாவைப் பள்ளிக்கூடத்தில இருந்து கொண்டுபோய் அங்க வைச்சிருந்தம். பக்கத்தில தண்ணியிருந்தது. நிவாரணம் தரமாட்டினமோ எண்டு பயமாயிருந்திது. பிறகு விதானையிட்டக் கதைக்க அவர் பதிஞ்சிற்று நிவாரணத்தை முகாமில வந்து எடுக்கச் சொன்னவர்.

“மூத்தண்ணை அங்கயும் சைக்கிள் திருத்திற வேலை செஞ்சார். நாங்கள் இடம்பெயர்ந்த ஆக்கஎளெண்டபடியா தொடக்கத்தில பெரிசா தொழில் வாறயில்லை. சில்லறை வேலையள் வரும். ரவி அங்கயும் காட்டுக்க தடிவெட்டி வித்தவன். அதில கொஞ்சம் வருமானம் இருந்திச்சு. பிறகு மாங்குளத்தில இருந்து சனம் இடம்பெயர்ந்து வந்தாப்பிறகு காட்டுக்க போகக் கூடாதெண்டு சட்டம் வந்திது. தடிவெட்டேலாது. ரவி நந்திக்கடல் பக்கமாப் போய் விறகு வெட்டினான். தொழில் தோது வரேல்ல. சரியாக் கஸ்ரப்பட்டம்.

“அங்க போன தொடக்கத்தில தம்பி ரெண்டு மூண்டு தரம் வந்து போனவன். பிறகு கனகாலம் வரேல்ல. தான் முக்கியமான வேலையா நிக்கிறனெண்டு சொல்லுவான். நாங்கள் விடுத்துக் கேக்கிறேல்லை. சின்னவன் அப்பனும் படிப்பை விட்டிட்டான். அங்க வச்சுத்தான் அவன் இயக்கத்துக்குப் போனவன்...”

அவள் தலையைக் குனிந்தாள். வார்த்தைகள் தடுமாறின. ஒவ்வொன்றாய் எண்ணிப் பார்த்தாள் போலும். கன்னத்தில் நீர்க்கோடுகள் விழுந்தன. மூக்கைச் சிந்திவிட்டு நிமிர்ந்தாள்.

“நாங்கள் என்ன செய்யிறது? அவங்களெல்லோ யோசிக்கோணும். ரவி கலியாணம் கட்டிற்றான். மூண்டு பேரும் இயக்கமெண்டா, அம்மா அப்பான்ர நிலமையில நான் என்ன செய்யிறது. எங்கபோய் ஆரிட்டக் கேக்கிறதெண்டு தெரியேல்லை.

“தம்பி விசயம் கேள்விப்பட்டு வந்தான். ‘இவனுக்கு அங்க என்ன வேலை. அதுதானே நானும் சுதுவும் இருக்கிறம்.

வீட்டை ஆர் பாக்கிறது. இவனை நம்பித்தானே நாங்கள் அங்க இருக்கிறம்?' எண்டு துள்ளினான். அரசியல்துறையில போய்க் கேக்கச் சொன்னான். அங்க போக அவையள் கடிதம் எழுதித் தரச்சொல்ல, எழுதிக் குடுத்தம். ஆனா ஆள் வரேல்லை. தம்பியும் கடிதம் எழுதுவிச்சுக் கொண்டுபோனவன். தானும் கடிதத்தைக் குடுத்துக் கதைச்சு எடுத்துவிடுறன். அவனை நல்லபடியா வளத்துக் குடும்பத்தைப் பாக்கச் சொல்லுங்கோ; எண்டு தம்பி பேசிப் போட்டுப் போனான். பிறகு வரேல்லை. ரெண்டு மாசமாகியும் அப்பனும் வரேல்லை.

"எங்களுக்குச் சரியான கஷ்டம். மாறி மாறி வருத்தம். அப்பாவுக்குத் திரும்பி பக்கவாதம் வந்து படுக்கையில விழுந்திட்டார். ரெண்டு பேரையும் தூக்கிப் பறிச்சுப் பாக்கவே எனக்குப் பொழுது சரி. நிவாரணத்தை நம்பித்தான் பெரும்பகுதி வாழ்க்கை. அதுக்கிடையில நிவாரணத்தையும் அவங்களேதோ யாழ்ப்பாணத்தில இருந்து வந்தவையள் எண்டு சொல்லி நிப்பாட்டினாங்கள். எதிர்த்துப் பெரிய ஊர்வலம் எல்லாம் நடந்திது. வெள்ளைக்காரரிட்டையெல்லாம் மகஜர் குடுபட்டிது. பிறகு, அரசாங்கம் திருப்பித் தந்தாலும் இந்த இடைப்பட்ட காலத்திலதான் வீட்டில மாறிமாறி மலேரியா வந்திது. அந்நேரந்தான் அம்மா மோட்சம் போனவா..."

அவளுக்குத் திருப்பியும் அழுகை வந்தது. மூக்கை உறுஞ்சினாள். நான் இறுகிப் போயிருந்தேன். ஏதோ உறைந்து போனமாதிரி உணர்வு. எனக்கு, அசையவும் முடியவில்லை. வார்த்தையும் வரவில்லை. கதைக்க விரும்பினாலும் வார்த்தை வர மறுத்தது. ஆறுதல் சொல்ல விரும்பினேன். என்னென்று சொல்வது! என்ன வார்த்தையால் சொல்வது! அவள்தான் திருப்பியும் கதைத்தாள்.

"அம்மா செத்த உடன என்ன செய்யிறதெண்டு தெரியேல்லை. அக்கம்பக்கத்துச் சனம் வந்து எட்டிப்பாத்துப் போச்சுதுகள். உறவெண்டு ஆருமில்லை. செத்த வீட்டை என்னண்டு செய்யிறது? செத்த கவலைய விட, எங்களுக்கு உடம்ப அடக்கம் செய்யிறதுக்கு வழியில்லாமல் இருந்ததை நினைச்சுத்தான் அழுதம். தம்பிக்கு இயக்க முகாமொண்டில போய் தகவல் சொல்லிவிட்டம். அண்டு பின்னேரம் அங்க போனா 'அவர் ஒரு முக்கியமான வேலையில நிக்கிறார். முடிஞ்சா நாளைக்கு மதியத்துக்கிடையில வாறதெண்டும் இல்லாட்டிக்கு உடம்ப அடக்கம் செய்யச் சொல்லியும் தம்பி அறிவிச்சதாய்ச் சொல்லிச்சினம். ஐயரைக்

கூப்பிட்டு கிருத்தியம் செய்ய வழியில்லை. சுடலையில கொண்டுபோய் எரிக்கிறதெண்டாலும் ஒரு பெட்டியில்லை. விக்கிறதுக்குக் கழுத்தில காதில ஒரு நகைநட்டு இல்லை, காசு மாற ஒரு இனசனமில்லை.

"போராளிகள் குடும்பக் காப்பகத்தில போய் விசயத்தைச் சொன்னன். அங்க நின்ற பொறுப்பாளர் பார்த்தால் தம்பிமாதிரி இருப்பார். அவர் என்ர கதையைக் கேட்டுட்டு முகம் தொங்க யோசிச்சார். எனக்குச் சொல்ல அவரிட்டப் பதிலில்லை எண்டதக் கண்டன். 'காசு ஒண்டும் வாறதில்லை, எங்கட அரிசி சாமான் வேணுமெண்டா கொஞ்சம் தாறன் அக்கா' எண்டு சொன்னார். அப்ப இயக்கத்துக்கே பெரிய கஷ்டம்தான்; தம்பி சொல்லிறவன்! கத்தரிக்காய்தான் தங்களுக்கு எப்பவும் கறியெண்டு. ஆனால் நாங்களும் ஆரிட்டப் போறது? வீட்டை கிடந்து அழுதம்.

"பிறகு பக்கத்தில 'திருகோணமலைத் தொடர்பகம்' எண்டொரு இயக்க முகாம் இருந்திது. அங்க போய் ஒருக்காக் கேட்டுப் பாப்பம் எண்டு ரவியோட நானும் போனன். அங்க பொறுப்பாளர் நிண்டார். அவரோட கதைச்சன். முதல்ல அவர் தாங்கள் அப்பிடிச் செய்யிறதில்லை, தங்களுக்கு வேற வேலையெண்டும் சொன்னார். எனக்கு அழுகை வந்திட்டிது. பிறகு, அவர் யோசிச்சுப்போட்டு தங்கட வேலைக்கு வாற காசில வாங்கித்தாரம் எண்டு சொல்லி ஒரு பெட்டி வாங்கித் தந்தார். இதைப் பற்றி ஆரோடையும் கதைக்கவேண்டாம் எண்டும் சொன்னார். மத்தியானம் தம்பியும் சுதுவும் வந்தினம்; அப்பன் வரேல்லை. அக்கம்பக்கத்துச் சனங்களோட சுடலைக்குப் பிரேதம் போச்சுது. ஐஞ்சாம் நாள் செலவுக்குக் காப்பகத்தில தந்த கொஞ்ச சாமானில ஒரு கறிசோறு காய்ச்சிப் படைச்சம். "தம்பி அண்டிரவே போய்ற்றான். அப்பனைப் பற்றிக் கேட்டன். கெதியில வருவான் எண்டு சொன்னான். சுது செலவு வரைக்கும் நிண்டிட்டுப் போனான்." அவள் நிறுத்தினாள் பிறகவள் பேசாதிருந்தாள். கீழே குனிந்திருந்தாள்.

அவளின் குரல் தணிந்து தணிந்து எனக்கு மட்டுமே கேட்கும் சத்தத்திற்கு வந்துவிட்டிருந்தது. நெஞ்சு கனத்துக்கொண்டிருந்தது. என்னை அறியாமல் பெருமூச்சொன்று விட்டேன். எனக்கது சுகமாயிருந்தது. என்ன எண்ணுகிறேன் என்று தெரியாமல் எங்கோ பார்த்துக்கொண்டு என்னவோ எண்ணினேன்.

அவள் சொன்னாள், "தண்ணி கூடத் தராமல் கதைச்சுக் கொண்டிருக்கிறன். வாறன் தேத்தண்ணி ஊத்திறன்."

"இல்லை வேண்டாம், பச்சத்தண்ணி தாங்கோ" அவளின் சிரமத்தைத் தவிர்க்க விரும்பினேன். அவள் எழும்பிப் போய் செம்பில் தண்ணீர் கொண்டு வந்தாள்.

"டக்கெண்டு வச்சுக் கொண்டு வாறன்" சொல்லிவிட்டு அந்த அடுப்படிக்குள் திருப்பவும் நுழைந்தாள்.

பிறகும் நான் எங்கோ பார்த்து எதையோ எண்ணிக்கொண்டி ருந்தேன். எதையெண்ணினேன் என்றால் குறிப்பாய் அப்படி ஒன்றும் தெரியவில்லை. முகம் கசிந்து கசகச என்றிருந்தது. கொஞ்சநேரம் எழும்பி நின்றேன். சுகுமார் நினைவுக்கு வந்தான். காடும், மழையிரவும், வரிச்சுக் கதிரையும்கூட நினைவுக்கு வந்து போயின. தண்ணியைக் குடித்து முகத்திற்கும் கொஞ்சம் கையில் ஏந்தி எத்தினேன். மனம் கொஞ்சம் இறுக்கம் தளர்ந்ததாய் உணர்ந்தேன்.

அழுக்கான சுவரில் கரிக்கோடுகளின் கிறுக்கல்கள் தெரிந்தன. வாழ்க்கை எங்கெல்லாம் பயணிக்கிறது. தன் விதியை யார்தான் அறிய முடிகிறது. யாரிந்த மனிதர்களுக்கு விதி செய்கிறான். கடவுளா! யுத்தமல்லவா எங்கள் மனிதர்க்கு விதி எழுதிப் போகிறது. விடுதலை அது எப்பவரும். விடுதலையின் நாளெது! எப்போ எங்கள் மனிதர்களின் விதியைத் திருத்தி எழுதுவது. அவள் கையில் தேனீரோடு வந்தாள். அவளது முகத்தைப் பார்க்க என்னவோ செய்தது. வாழ்வின், சூறாவளியில் எஞ்சியிருந்த அந்தத் தனிமரம் மேலும் தன் கதையைச் சொன்னது. அது ஒரு துக்கப் பாடல்.

தாய் இறந்து அந்தியேட்டி முடிந்த அடுத்த சில நாளில் அவளது தகப்பன் மரித்துப் போனார். உலை ஏற்றவே வக்கற்று இருந்த அந்தக் குடும்பம் தந்தையைப் பாடையேற்ற எங்கே வழிதேடுவது...? அந்தத் திருமலைத் தொடர்பகம் ஒரு மின்மினிப் பூச்சியின் ஒளியாகவேனும் அவர்களுக்குத் தெரிந்தது. ஒரு மாத இடைவெளியில் அவள் மீண்டும் அங்கே போகவேண்டியதாயிற்று. கருணையுள்ளம் கொண்ட அந்தப் பொறுப்பாளர் இரங்கினார். அவளுக்குச் சவப்பெட்டி கிடைத்தது.

தம்பி சுகுமாருக்குக் கொடுத்த அறிவிப்பு பலனளிக்கவில்லை. 'அவர் வரமுடியாத நிலையில் உள்ளார்' என்றும் அடக்கம்

செய்யுமாறும் பதில் வந்தது. சுதுவும் அப்பனும் கூடச் சடங்கிற்காக வந்திருந்தார்கள். பெட்டியில் பாடை ஏறியது தகப்பனின் சடலம். அடக்கம் செய்ய முடிந்ததே பெரிய ஆறுதலாய் இருந்தது அவளுக்கு. சுகுமாருக்குச் செய்தி கிடைத்திருந்தும் ஏன் வரவில்லை? இதுதான் அவளது மனதைக் குடையும் மிகப்பெரிய கேள்வியாய் இருந்ததப்போது.

எட்டுச் செலவு வரும்வரை வீட்டில் உலை ஏறவில்லை. அதற்குச் சம்பிரதாயம்தான் காரணம் என்றில்லை. உலை ஏற்ற வீட்டில் எதுவும் இல்லை. சொந்த பந்தம் எதுவும் இல்லை. அதனால் இழவுச் சாப்பாடு எதுவும் யாருமே தரவில்லை. பிரேதம் பாடை ஏறியதும் ஒப்புக்கு வந்த நாலுபேரும் அத்தோடு போனார்கள். குடில் தனிமையிலும் வெறுமையிலும் வதங்கிக் கிடந்தது. எட்டுச் செலவுக்கு ஒரு கறிசோறு ஆக்கிப் படைக்க ஏதோ வகை செய்தார் பெரியண்ணா. நல்ல வேளையாக உறவென்று யாரும் வரமாட்டார்கள் என்று தெரிந்திருந்தது. அவர்களுக்கெல்லாம் ஆக்கிப்போட நாதியில்லை. படையற் சோற்றைப் பங்கிட்டுண்டது அந்தக் குடில்.

அப்பனை வீட்டுக்கு அனுப்பி வைத்தது இயக்கம். இந்தச் சாவின் பரிசாய் அவன் கிடைத்திருக்கக் கூடுமென அக்கா எண்ணினாள். தகப்பனுக்கும் தம் வல்லமை திரட்டி அந்தியேட்டி செய்து முடித்த அந்த வாரத்தின், ஒருநாள் கிராமத்துப் பொறுப்பாளர் இன்னுமிருவருடன் வீடுதேடி வந்தார். அவர் அவர்களுக்காகக் கொண்டு வந்தது முக்கியச் செய்தி. சீனன்குடாவில் சுகுமார் வீரச்சாவு.

அழுவதற்கும்கூட சக்தியற்றிருந்த அக்காவும் அந்தக் குடும்பமும், அந்தக் குடிலும் தம் வல்லமையெல்லாம் திரட்டி அழுதது.

இன்பத்தைத்தான் துய்க்க முடியவில்லை. இந்தத் துயரத்தையாவது துய்க்கவேண்டி அழுவதற்கும் வலிமைகொடாது அந்தக் குடும்பத்திற்கு விதி செய்தது வாழ்வு. ஓங்கிக் கதறியழ இயலவில்லை. துக்கத்தை வெளியேற்ற முடியாது உடலில் தங்க வைக்க வேண்டியதாயிற்று அவர்களுக்கு. போர் வாழ்வெழுதிப் போகிறது.

பெட்டி பற்றியோ சடங்கு பற்றியோ ஏதும் செய்வதற்கு இருக்கவில்லை. அந்தத் திருகோணமலைத் தொடர்பகத்தின் பொறுப்பாளரும் போராளிகளும் வீட்டுக்காரராய் நின்று

கருமம் செய்தார்கள். கேக்காமல் இவர்களை இணைத்தது இவர்களின் மாவட்டத்தில் நடந்த இந்தத் தாக்குதல்தான். படம் வைத்து புலிகளின் மரியாதைச் சடங்கு செய்தார்கள். அந்தக் குடிலில் விழுந்த முன்னைய சாவுகளைப் போல் அல்ல இது. பெரும் திரளாய் மக்களும் போராளிகளும் குவிந்திருந்தார்கள் அந்தக் கரும்புலிக்கு வணக்கம் செய்ய. முள்ளியவளை துயிலும் இல்லத்தில் நினைவுக்கல் நட்டார்கள். எல்லாம் முடித்து வீடு திரும்பிய அந்தக் குடும்பம் ஆறுதலுக்கு யாருமற்றுத் தனித்திருந்தது; வாழ்வு தமக்களித்த துயரத்துடனும் வெறுமையுடனும்.

அக்காவுக்கு அந்தக் குடில் பயங்கரமானதாய் இருந்தது. உலையேற்ற முடியாத அந்தப் பாழாய்ப் போன குடில் மாதந்தோறும் ஒவ்வொருத்தராய்ப் பாடையேற்றியது. வாழ்வைப் பயங்கரம் சூழ்ந்துகொண்டது.

சில நாளில் உலையேற்ற வழியிருக்காது. சில நாளில் ஆக்கிய சோற்றை உண்பதற்கு மனமிருக்காது. விதிக்குத் துக்கமும் இல்லை. வெட்கமும் இல்லை.

அக்காவுக்கு, சுகுமார் அடிக்கடி சொல்லும் 'முக்கியமான வேலையாக நிக்கிறன்' என்பது என்னவென்றும், அப்பாவின் செத்த வீட்டுக்கே வராதது ஏனென்றும் இப்போதான் மனதில் உறைத்தது.

சுகுமார் வீரச்சாவடைந்த பொழுது வீடுதேடி வந்த அவனது பொறுப்பாளரும், நண்பர்களும் அவன் இறுதியாய் எழுதிய காகிதம் ஒன்றைக் கொடுத்துவிட்டுப் போனார்கள். கடைசியாய் அவன் எழுதிய வாக்கு அது. அவன் அதில் இட்ட கட்டளைகள் இவைதான்!

'அக்கா, அப்பன் வீடு வந்திருப்பான் என நினைக்கிறேன். அவனை ஒரு பொறுப்புள்ள வழியில் இட்டுச் செல்' மற்றது, 'உனக்கென்றொரு வேலையைத் தேடு' அடுத்தது, 'பெரியக்காவின் மகன் சுரேஸ் படித்து வளர்ந்து தலையெடுத்தால்தான் இனி எங்களது குடும்பத்துக்கு கௌரவமும் எதிர்காலமும் வரும்.' என்பது. இதில் எதைத்தான் அவளால் செய்ய முடிந்தது?

இதையெல்லாம் பற்றி அவள் என்னிடம் ஒப்புவித்துக் கொண்டிருந்தாள். அவளது வாயால் இந்தத் துயர்ப் பாடலைக் கேட்க வேண்டியதாய் என்னை இழுத்து வந்தது எது? ஏன்

இழுத்து வந்தது. இறுகிய நெஞ்சை பெருமூச்சு விட்டுத் தளர்த்தினேன்.

வானம் இருண்டு வந்தது. எப்படி விடைபெறுவதென்று வழி தெரியாது அல்லது விட்டுப் போக மனமின்றி நான் தவித்தேன். அவள் எழுந்துபோய் விளக்கோடு வந்தாள். விளக்கை வைத்துவிட்டு அவள் இருந்துகொண்டதில் அவள் இன்னும் ஏதோ கதைக்க விரும்புகிறாள் என்றுபட்டது. அவள் பிறகும் கதைத்தாள்.

“தம்பியின்ர வீரச்சாவு நடந்து பதினைஞ்சாம் நாள் சுரேசுக்கு மலேரியா காய்ச்சல் வந்தது. ஏற்கனவே பல தடவை காய்ச்சல் வந்த உடம்பு. ஆஸ்பத்திரியில போய் மருந்தெடுத்தம். மருந்துக்குப் பிள்ளையின்ர உடம்பு தாங்க மாட்டனென்டிட்டு. ஆன சாப்பாடு இல்லை. ஒரு இளனீரே இருபது ரூபா வித்திச்சு. பிள்ளை அண்ணியின்ர மடியிலயும் என்ர மடியிலயும் படுத்துக் கிடந்தான். எழும்ப விடேல்லை. மூண்டாம் நாள் மூளை மாறாட்டம் மாதிரி கத்தத் தொடங்கீற்றான். நாங்கள் சரியாப் பயந்து போனம். ஆஸ்பத்திரிக்குக் கொண்டோடினம். குளிசை தந்தவையள். ‘ஒண்டும் பயப்படத் தேவையில்லை. நல்ல சத்தான சாப்பாடு குடுங்கோ’ எண்டு சொல்லிச்சினம். அடுத்த நாளிரவு பிள்ளைக்கு வலிப்பு மாதிரி வந்திட்டிது. கொண்டோடினா அங்க டொக்டர் பாத்திட்டு ‘உயிர் பிரிஞ்சிட்டு’ எண்டு சொல்லிட்டார்.”

அவள் முகம்பொத்தி விக்கி விக்கி அழுதாள். அந்த விளக்கின் வெளிச்சத்தில் அவள் அழுத கோலம் ஒரு துக்கச் சித்திரமாய் என் மனதில் இறங்கியது. என் நெஞ்சை இறுக்கி தொண்டைகட்டி ஏதோவெல்லாம் செய்தது அந்தச் சூழல். போர் வாழ்வில் நான் இத்தனை தூரம் இம்சிக்கப்பட்டதில்லை, அவள் அழுதழுது பிறகும் கதைத்தாள்.

“பிள்ளை சாகேக்கை பன்னிரண்டு வயசு. எலும்பும் தோலுமாய் இருந்தான். நாங்கள் என்னதான் செய்யேலும். திருகோணமலைத் தொடர்பகப் பொறுப்பாளரிட்டைத்தான் திரும்பவும் போனம். நான் போய் மூண்டாவது தடவையும் சவப்பெட்டி கேக்க அவர் கலங்கிப் போனார். அவர் உடனேயே வீட்டை வந்திட்டார். பெட்டி எடுத்து சாவீடு செஞ்சு முடிச்சதெல்லாம் அவையள்தான். நான் அந்த முகாமுக்கு இந்தமுறை சங்கடமில்லாமல் போனன். தம்பியின்ர வீரச்சாவோட அவர் வந்து வீட்ட பழகியிருந்தார்.

தம்பியின்ர அந்தியேட்டிக்கு முன்னமே திருப்பியும் சாவீடு. விதியை எங்களால என்னதான் செய்யேலும்?

“செலவுக்கு அரிசி, காய்கறி எல்லாம் அவையள்தான் கொண்டுவந்து தந்தவை. தாங்களும் வந்து நிண்டினம். செலவு செய்து முடிச்சம். பிறகு தம்பியின்ர அந்தியேட்டி செய்து முடிச்சம். அந்தக் கொட்டில்ல இருக்க எனக்குப் பயமாயிருந்திது. ஒரு மாசத்துக்கொருக்கா நடந்த சாவீடு இப்ப பதினைஞ்சு நாளில இழவு விழுந்ததா மாறிச்சு. எனக்கு மெய்யா பயமாயிருந்திது. வீடு பொருந்தேல்லை, மாற வேணுமெண்டு அக்கம் பக்கத்தில சொல்லிச்சினம். எங்கதான் மாறிறது?”

அவள் வாழ்ந்த அந்தக் கொட்டில் என் நினைவுகளில் விரிந்து எனக்கே அச்சமூட்டியது. அது இருள் மண்டி வெறுமை தோய்ந்து கிடந்தது. அதன் நிசப்தம் சிறு ஒலியையும் பேரொலியாக ஆக்கியது. கோயில் மணியும் பீதி எழுப்புவதாய்க் கேட்டது. அவள் தொடர்ந்தும் சொன்னாள்.

“அப்பன் வந்து சந்தைக் கடை ஒன்றில கொஞ்ச நாள் வேலை செய்தான். அவன் தன்னிலதான் கூடின கவனம். அப்பயிப்ப காசு கொஞ்சம் தருவான். அவன் தோளுக்கு மேல வளந்திட்டான். நாங்கள் சொல்லிக் கட்டுப்படுத்த ஏலுமோ? உழைக்கத் தொடங்கினோடன அவன் இன்னும் நல்லா மாறிற்றான். இயக்கம் அனுப்பி வச்சு ஐஞ்சாம் மாசமே அவன் ஒரு பெட்டையக் கூட்டிக்கொண்டோடி கலியாணம் செய்திட்டான்.

“வள்ளிபுனத்திலதான் எங்கயோ அந்தப் பெட்டை வீடு இருந்திது. அவையின்ர தாய் தகப்பன் பிறகு கூப்பிட்டு அங்க வச்சிருந்தினம். அவன் வீட்டை வாறது குறைவு. எப்பையேனும் இருந்திட்டு வருவான். ஆர் கேக்கிறது. என்ன செய்யிறது. வீட்டில ஒரு பொறுப்பான ஆள் இருந்தாத்தானே குடும்பம் சீர்ப்படும். வாற நேரத்தில ஐம்பது ரூபா தருவான். நான் ஒண்டும் கதைக்கிறேல்ல.

“சில மாசத்தில அவன்ர குடும்பத்துக்கயும் ஏதோ பிரச்சினையாம். அப்பன் வேலைக்குப் போற நேரம் பெட்டைக்கு வேற ஆரோடையோ தொடுப்பாம். கனகாலமா நடந்திருக்கு. தாய் தகப்பன்தான் கூட்டி விட்டவையாம். அக்கம்பக்கத்தில எல்லாச் சனமும் கதைச்சு ஊர் முழுக்கத் தெரியும். அப்பன்ர காதுக்கும் செய்தி கிடைச்சிருக்கு. அவன் ஒரு நாள் இடைநேரம் பாத்துப் போய் நடந்ததை நேர கண்டிட்டான். பேசாமல் போனவன்

திரும்பி வரேல்லையாம். வள்ளிபுனத்தில அக்கம் பக்கத்து சனம்தான் இதை எனக்குச் சொல்லிச்சுதுகள். போனவன் போனது தான்."

அவள் மூச்சை இழுத்துவிட்டு தலையைக் குனிந்தாள். நிலத்தைப் பார்த்தவாறு பேசினாள். "எல்லைப் படைக்கென்று முன்னரங்கக் காவல் கடமைக்குப் போன இடத்தில அங்கயிருந்து பழைய கைக்குண்டைக் கொண்டுவந்து மனுசி வீட்டில வெடிக்க வைச்சிட்டானாம். மனுசியும் தாய்க்காரியும் செத்துட்டுதுகள். காவல்துறை குற்றப்புலனாய்வுப் பிரிவு விசாரிச்சு இவன்தான் கொன்றது எண்டதைக் கண்டுபிடிச்சிட்டாங்கள். மந்துவில் பகுதியில வைச்சு இவனக் கைதுசெய்து நீதிமன்றத்திற்குக் கொண்டு போச்சினம் கொலைக் குற்றத்திற்கு." அவள் மேலே கதைக்காமல் விக்கி அழத் தொடங்கினாள். நீண்ட நேரமாய் அழுதாள்.

நான் என்ன செய்வதென்று தெரியாமல் தவித்தேன். ஆறுதலளிக்க வார்த்தைகளில்லை; வழியுமில்லை. எதற்கும் ஆறுதலடையக் கூடிய நிலையில் அவளுமில்லை. ஒரு மனிசன் கேட்க முடியாத கதையை நான் கேட்க நேர்ந்தது. அடிவயிற்றைப் பிசைந்தது. வயிற்றை வலித்தது. வரலாறு இவளுக்கு ஏன் இப்படியொரு வாழ்வை அளித்தது. கேட்கச் சகிக்காத அந்த வாழ்வின் கதையே அந்தப் பருவப் பெண்ணுக்கு வாழக் கிடைத்திருந்தது.

"நாங்கள் ஊருக்கு வந்தம். அந்தக் கொட்டில்ல இருக்க எங்களால ஏலாமப் போச்சு." நிமிர்ந்து சொல்லிவிட்டு அவள் திருப்பியும் அழுதாள். வார்த்தைகள் சக்தியற்று என் முன்னே வந்து விழுகின்றன.

"தம்பி இருந்திருந்தால் இப்பிடியெல்லாம் நடந்திருக்காது. குடும்பத்தில பொறுப்பான ஆளில்லாட்டி அந்தக் குடும்பம் வழிப்படாது. ஆனால் தம்பியை நான் வரச்சொல்லிக் கேட்டதில்லை. அவன் என்ன செய்தாலும் சரியாத்தான் செய்வான். நியாயம் அறிஞ்சுதான் எதையும் செய்வான். ம்ம்... எல்லாத்துக்கும் விலையிருக்கு... விடுதலை கிடைச்சா..." விட்டுவிட்டு வந்த வார்த்தைகளின் முடிவில் அவள் திரும்பவும் திரும்பவும் அழுதாள்.

அவளை அதிலிருந்து விடுவிக்க எனக்கு ஒரேயொரு மார்க்கம்தான் தெரிந்தது. நான் கட்டுண்டு போயிருந்த அந்த

உணர்வின் வீச்செல்லைக்குள் இருந்து என்னை எடுத்தெறிந்து வெளியேறுவதுதான் அது. அதொன்றுதான் வழி. என் வசம் அதைவிட வேறு மார்க்கமேயில்லை.

நான் கைக்கடிகாரத்தைத் திருப்பிப் பார்த்தேன். அப்பிடிச் செய்தேனே தவிர நான் நேரம் பார்க்கவில்லை.

“நான் வெளிக்கிட வேணுமக்கா. இன்னொரு நாளைக்கு வாறன்.” இப்படிச் சொன்னேன். இப்படிச் சொன்னேனே தவிர, இன்னொரு நாள் அவளைச் சந்திக்கும் துணிவு எனக்கு இருக்கவில்லை.

அவள் முகத்தைத் துடைத்துக்கொண்டு எழுந்தாள். “ஓமோம் நல்லா மினக்கெட்டுப் போனியள்.”

நான் எழும்பினேன். கால்கள் வலித்தன. கைகள் உழைந்தன. “நான் போயிற்று வரப்போறன்” என்று சொல்லிவிட்டு நடந்தேன். அந்த விளக்கின் ஒளியில் சுவர் தெரிந்தது. கண்ணுக்குத் தெரியாவிட்டாலும் மனதில் அந்தக் கரிய கோடுகளின் கிறுக்கல்கள் நினைவுக்கு வந்துபோயின. ‘என் விதி அப்போதே தெரிந்திருந்தாலே...’ அந்த இடத்தில் நிற்க முடியாமல் நான் சயிக்கிலை எடுத்துக்கொண்டு வெளிக்கிட்டேன்.

மிதமாக நிலவு காய்ந்தது. ஏதோ நினைவெழுந்து மனதைக் குத்தியது. வானத்தைப் பார்க்க நான் ஏனோ அஞ்சினேன். ஒருவேளை இன்று அந்த ஏணைப்பிறை தெரியக்கூடும். அது எப்பொழுதும் வானத்திலேயே இருக்கிறது.

அன்றிரவு முகாமில் என் நித்திரையை நினைவுகள் தின்றன. சாமக்கோழி கூவியும் நான் விழிப்புடனேயேயிருந்தேன். படுக்கை உறுத்தியது. கேள்விகள் எழுந்து நர்த்தனம் ஆடின. சமைக்கும் விடைகளில் திருப்தியுறாக் கேள்விகள். விடைக்கு முயலும்தோறும் விடைகளிலிருந்து நூறுதலை நாகமாகப் பல்கிப் பெருகும் கேள்விகள். சர்ப்ப விசமாக என்னைத் தீண்டத் துரத்தும் கேள்விகள். யன்னலுக்கு வெளியே நட்சத்திரங்களுடன் சேர்ந்து நிலவு காய்கிறது. நிலவின் ஒளியில் நனைந்த பெருவிருட்சங்களின் நிழல்கள் பேயுருவென என் முற்றத்தில் அசைந்து அச்சமூட்டு கின்றன. ஒளியை விழுங்கிய விருட்சங்களின் நிழல்கள் சமயங்களில் என் யன்னல் ஓரங்களைத் தீண்டிப்போகின்றது. ஈற்றில் முடியாமல் நானொரு முடிவுக்கு வந்தேன்.

தலைவருக்கு ஒரு கடிதம் எழுதினேன். இரண்டு பக்கத்தில் அமைந்தது அந்தக் கடிதம். அதில் மேற்படி விடயத்தின் சாரம் அடங்கியிருந்தது. நம்பிக்கை பிறந்தது. ஒட்டி உறையிலிட்டேன். மனத்தை அழுத்திய பளு கரைந்து போனதாய் ஓர் உணர்வு. இப்போது மூச்சு மிதமாகப் போய்வருகிறது. நாளை இந்தக் கடிதத்தை நான் அனுப்புவேன்.

வந்து படுத்தேன். அக்கா நினைவுக்கு வந்தாள். மெல்லிசு அல்லாத உடம்பு, சுமாரான உயரம், பொதுநிறம் இல்லாத கறுப்பு, பருவத்துக்கு மீறிச் சுருங்கித் தொய்ந்த முகத் தசைகள், நெற்றியில் கோடுகள். ஒவ்வொரு உணர்வுக்கும் அப்பட்டமாய் மாறுகிறது முகக் கோடு. ஒளியற்ற கண்கள். அட! பிரித்திழுத்த உச்சியின் நடுவிலிருந்து நரைமுடிகள் வேறு மேல்நோக்கிப் போகிறதே.

இரண்டாம் சாமமும் சேவல் கூவிற்று. மறுமுறை சேவல் கூவவும் பொழுது விடியத் தொடங்கிவிடும். நான் இன்னமும் விழிப்புடன் இருக்கின்றேன்.

❀❀❀

அப்பால் ஒரு நிலம்

இந்நூல்

தாய்க்கும் எந்தைக்கும்

01

கண்ணின் ஒளியை உறிஞ்சித் தின்றுவிடும் வெறிகொண்ட நீச வெயில். மரங்கள் தங்கள் பச்சையத்தை இனியும் உயிர்ப் பிணைப்பில் பிடித்து வைத்திருக்க முடியாமல் கைவிட, உதிர்ந்து விழுகின்றன இலைகள். மரங்களால் இந்தப் பாழ் வெயிலைத் தவிர்த்தும் வாழ இயலாது, அணைத்தும் வாழ இயலாது. உதிரும் இலைகளின் எஞ்சிய ஈரத்தைத் தின்றுவிடவோ என்னவோ காற்றள்ளிப் போகிறது எங்கோ. மரத்தின் சீவிதம் காக்க உதிர்ந்துபோகும் இலைகள்.

கண்களைப் பூஞ்சி, ஒளி தவிர்த்து தூரத்து அடர் மரங்களில் தெரியும் இருளைக் கண்டபடி வந்தான் வீரன். பூமியின் வெம்மையை, அதன் கொதிப்பை மட்டும் அவன் போட்டிருந்த இராணுவச் சப்பாத்து அவனை உணரவிடவில்லை. நடையில் மிடுக்கைத் தருகிறது அது. ஆனால் உள்ளே கால்கள் வேர்த்து அவிந்து அசௌகரியப்படுத்துகின்றன. ஒரு பொழுது மனம் அதைக் கழட்டி எறியத் தூண்டுகிறது; மற்றொரு பொழுது இந்த நிலம் கொதிக்கும் வெயிலுக்கு இதுவே தஞ்சமென உணர்கிறது. கருகிய புற்களடர்ந்த பாதையூடு போகும்போதே போரில் புண்பட்ட அந்தச் சூழலைப் போருட்டற்று பார்த்தபடி நினைவிகள் சுழரப் போகிறான்.

மேலே வெய்யில் கொதிக்கிறது. கிழே தரையோ தகிக்கிறது. போரின் முன்னணியிலிருந்து பின்னே வேவுக்காரனின் தளத்திற்கு வரும் வீரன் உடல் வியர்த்து தாகம் தவிக்க நடக்கிறான். தெரிந்திருந்தால் தண்ணீர் ஒரு ‘கான்’ல் கொண்டே வந்திருக்கலாம் அசட்டை செய்துவிட்டேனே என்று தன்னையே நொந்து கொண்டபடி போகிறான்.

தாகம் எடுக்கும்போது அந்தத் தாகத்தின் தவிப்பு அவன் நினைவுகளில் பிறிதொரு நினைவின் அவசத்தை இழுத்துவந்து அவனையறியாமல் மனதைக் கிளர்த்திவிட்டது. எப்போதாவது இப்படி நிகழ்வதுதான். மனம் ஞாபகம் கொள்வதென்றாலும் சரி சிந்தனை கொள்வதென்றாலும் சரி தானறிந்த மற்றொன்றோடு பிணைந்துதான் செயலுருக்கொள்கிறது. ஆனால் வீரனுக்கு இந்த நினைவு பலமுறை வந்து அடித்துச் சாய்த்து விட்டுப் போயிருக்கிறது. அதற்கஞ்சி இப்போது மனதை அந்த நினைவிலிருந்து திருப்ப முனைகிறான். ம்ம் கூம்... முடியவில்லை. முயல முயல அது அந்த நினைவிலேயே போய் வீரியமாய்ப் படிகிறது. தவிரவும் காட்சிகள் கண்முன் வானத்தின் பேய்யுரு முகில்களாய் விரிகிறது. அகல மறுத்து வீம்புக்கு நிற்கிறது.

'ச்சா... அவனுக்கு நான் தண்ணீர் கொடுத்திருக்கலாம். அவன் தவிச்ச தவிப்பு என்னை ஏன் மனம் இளகப் பண்ணவில்லை. என்ன ஆகியிருக்கப்போகிறது? அவன் மரணத்தை நெருங்கி விட்டான் என எனக்குத் தெரிந்ததுதானே. ச்சா... எப்படித் தெரியும்? தப்பிவிடுவான் என்றுதானே நினைத்தேன். அதற்குத் தானே பாடாய்ப்பட்டேன். இருந்தாலும் இறுதியில் அவன் தப்புவது இயலாதென்று மனதில் பட்டதே. அப்போதாச்சும் தண்ணீர் கொடுத்திருக்கலாம். சரி கொஞ்சம் போலாவது கொடுத்திருக்கலாம். இல்லையே அவனைத் தப்பவைத்து விடலாமென்று எவ்வளவு முயன்றேன். அந்த நம்பிக்கையில் முயலும் போது முட்டாள் தனமாய் நான் எப்படி தண்ணீரைக் கொடுக்க முடியும். என்மீது எந்தக் குற்றமும் இல்லை. நான் தவறு செய்தவனும் இல்லை. ஆனாலும் சரி மரணத் தறுவாயில் தண்ணீர் இன்றி ஒருவன் சாவது எத்தனை கொடுமை. நானேன் அதை உணராமல் வீம்புக்கு நின்றேன். ஒருவேளை தண்ணீர் தேடி வெளியே போக பயந்தேனா.'

வீரனை நினைவுகள் சுழற்றிப் பந்தாடின. கூட நடப்பதற்கு யாரும் இருந்தால் பேச்சுத் துணையாய் இருக்கும். நடப்பதே தெரியாது. ஆனால் தனிமையில், இப்படி நீண்ட நடையில் வரும்போது நினைவுகள்தானே துணை. துணையா கொள்கின்றன இந்த நினைவுகள்? துக்கத்தின் பேராழிக்குள் அவனை இழுத்து மூச்சுத் திணற முக்குளிக்க வைத்துக் கழிந்தும் போகாமல் கூட வருகின்றன.

விதைப்பற்று தரிசான அந்த வயல் தரையிலிருந்து அனல்காற்று முகத்தில் அறைந்தபடியிருக்க எதிர்த்து நடக்கிறான் வீரன்.

மரணத் தருவாயில் தண்ணீர் கேட்ட தன் தோழனின் முகம் இறுதிக் கணத்தின் துல்லியமான கோலத்தோடு நினைவுக்கு வந்தது.

'ச்சா... அவன் எவ்வளவு கெஞ்சினான் 'தண்ணீர் குடித்துவிட்டு சாகிறன்ரா கொஞ்சம் தாடா' என்றானே. என்னால் இப்போது இந்தத் தண்ணீ விடாயயே தாங்க இயலவில்லை. அவனுக்கு எப்படி இருந்திருக்கும். எனக்கு அந்தத் தாகத் தவிப்பு இருந்திருந்தால் தண்ணீர் தராதவனை எப்படி எண்ணியிருப்பேன். தாயே!..' இந்த நினைவு மனதில் வர மனமே அதிர்ந்து நடுங்கியது வீரனுக்கு.

'சாகும் தருவாயில் என்னை அவனொரு மனிதனாகக் கூடப் பார்த்திருக்க மாட்டான்; பார்த்திருக்கவே மாட்டான். மரணத்தின் இறுதி மணித்துளியில் அவன் உயிர் என் முகத்தையே காவிச் சென்றிருக்கும். அவனுடைய முகத்தின் விகாரம் என்னைப் பற்றி எழுந்த உணர்வினால் ஆனதுதானா. நான் அவன் தன் ரணத்தின் வலியினால் அடைந்த முகவிகாரமது என்றல்லவா எண்ணியிருந்தேன். இருக்கலாம்; என் பற்றிய ஆத்திரமே உள்ளூர ஓடியிருக்கலாம். ச்சா... இருக்காது அவன் அனுபவமான போராளியாக இருந்திருப்பான். அவனுக்குத் தெரிந்திருக்கக் கூடும்: இம்மாதிரியான சந்தர்ப்பத்தில் எவரும் தண்ணீர் தரமாட்டார்கள் என்று. தவிரவும் நான் அவனுக்காக எப்படிப் பாடுபட்டேன் என்பதை நினைக்காமலா இருந்திருப்பான்.'

வீரன் தன்னைத் தானே சமாதானம் செய்ய விரும்பினான். மோதும் நச்சு நினைவிலிருந்து மனதைத் திருப்ப விரும்பினான். மனமோ அதை ஒரு பொழுது கழியும் பராக்காய் எடுத்து அதை விடாமல் ஒட்டி உரசிப் பின்தொடர்கிறது.

'தாகம் எடுத்தவன்; அதுவும் மரணத் தருவாயில் தாகம் எடுத்தவன் இந்த நியாயங்களை எல்லாம் நினைப்பானா என்ன? இதுவென்ன என் முட்டாள்தனம். நான் கொடுத்திருக்க வேண்டும், தவறுதான். கொஞ்சமேனும் கொடுத்திருக்கலாம்.'

இப்படி எண்ணி அந்த நினைவை விரட்ட முயன்றான். உண்மையில் கொடுத்திருக்க வேண்டுமென்பது வீரனின் உள்ளார்ந்த முடிவல்ல. ஆனால் அந்த நினைவில் இருந்து தப்புவதற்கு இப்போது அதற்கு முற்றுப்புள்ளி இட வேண்டியிருந்தது. மனமோ இட்ட புள்ளியை உடைத்துக்

கடக்கிறது. தாகத்தில் இருந்த அந்தத் தோழனின் இறுதிக் கணங்களுக்கு விக்ரமாதித்தனின் வேதாளம் போல மனம் மீண்டும் மீண்டும் தாவுகிறது.

அனல்காற்றின் வெம்மை வீரனுக்கு நெருப்பின் ஞாபகத்தையும் கிளப்பியது. விளாசி எரியும் நெருப்பின் சுவாலை தன் முகத்தில் பரப்பிய வெக்கையும், உடல் நெருப்பில் கருகும்போது காற்றில் கலக்கும் நெடியும் நாசியில் உறைப்பதாய்ப் பிரமை.

'இது அந்த நெடியின் உறுத்தல் மட்டும்தானா! ச்சா... அது ஒரு தோழனின் உடல் தீயில் கருகும் காட்சியின் மனப் படிவு. அந்த நெடியின் விகாரம் அதுதான். இதோ இப்படித்தானே இருந்தது. சனங்கள் ஊர்களை விட்டோடிய அனாதை நிலமாய் நின்றது அந்த இடம். யுத்தத்திற்கு அஞ்சி புதைய இடமற்றுத் தவித்த பூமி. இதுவோ வயல்களில் விதைப்புகளை நம்பி வாழ்ந்த மனிதர்களின் சீவித இடம். அதுவோ சிறு தோட்டங்களை நம்பி வாழ்ந்த மனிதர்களின் சீவித நிலம்.'

மனம் இந்தப் பாதையின் இரு கரையும் விரியும் மனித சஞ்சாரம் தொலைத்த வியாகுல வயற்தரையில் பார்க்கிறது. ஆங்காங்கே வெளிகளின் நடுவில் சிறு மரச் செறிவு அதோ தெரிகிறது யுத்தத்தில் தலையறுந்த ஒற்றைத் தென்னை. அதன் பின்னால் சிறு மரங்களின் செறிவு. அதுதான் மணியின் இடமாக இருக்க வேண்டும். இவன் போக வேண்டியது மணியிடம்தான். போகுமிடத்தை நினைக்க முயன்றான். ஆனாலும் முடியவில்லை துர்க்கனவொன்று அரை விளிப்பிலும் தொடர்வது போல அது தொடர்ந்தது.

'அந்தத் தீயிலிருந்து பரவும் நெடி அவர்களுக்கு என்ன உணர்வைத் தந்திருக்கும். அவர்களும் அந்தத் தீயைப் பார்த்தபடிதானே இருந்தார்கள். இரசித்தார்களா? அதுகும் ஒரு மனித வேட்கைதானா மனிதனுக்கும் இரங்குவதைக் காட்டிலும் இம்சிக்கும் குணம் கூர்மையாய் உள்ளதா? இது உருவாக்கப்படுகிறதா? உள்ளூறைந்து இருக்கிறதா? இல்லை உள்ளூறைந்திருக்கும் உறை நிலை உணர்வைக் கிளர்த்திவிடுகிறார்களா? அடக்கப்பட்ட ஆதி மனித விலங்கின் எச்சமா இது? போராட்டக்காரனுக்கும் கூலிப்படை வீரனுக்கும் உள்ள வேறுபாடு இதுதானோ. ஆயினும் அன்பில் வளர்க்கப்பட்ட ஒரு குழந்தை இம்சையில் எப்படி வேட்கை கொள்ள முடியும்.? ஏன் முடியாதா? அவன் போன்று குரூரம்

இல்லையென்றாலும் நானும் ஒரு வகையில் அதைத்தானே செய்கிறேன்.

‘ச்சி... ஆபத்தில் இயங்கும் மனம் என்பது வேறு. விகாரத்தில் இயங்கும் மனம் என்பது வேறு. தர்மத்தை இங்கிருந்துதான் காணவேண்டுமோ? தன் சுற்றம் மீது கொண்ட அன்பினால் தானே ஒருவன் போராட்டக்காரன் ஆகிறான். அதன் நிமித்தம் தானே அவன் போர் செய்ய நேர்கிறது. இந்தச் சம்பவம் என்னைத் தாக்குவது போல் அவர்களையும் தாக்குமா? எப்படித் தாக்கும் அதை ரசிக்கத்தானே செய்தார்கள். என்ன மன உணர்வைப் பெறுவாரோ. தாயே! வெற்றியின் மா களிப்பாக இது கிறக்கம் தருமோ அவர்களுக்கு. ச்சா... யாருக்குத் தெரியும் ஒருவேளை யுத்தமில்லாத ஒரு பொழுதில் அவர்களுள் இவை தம் குரூர முகத்தைத் தமக்கே காட்டியவாறு மேலெழுந்து வரக்கூடும். வருமா அப்போதென்றாலும். அவர்களிடம் ஒரு எக்காளச் சிரிப்பு தெரிந்ததே; அந்தச் தீயின் சிவப்பு ஒளியில் செருக்கேறிய விகார முகங்கள். வெற்றியின் ஒரு போதையாய் அந்தத் தீ அவர்களுள் படர்ந்ததா.’

தீயின் சிவப்பு ஒளியில் தெரிந்த அவர்களின் முகங்கள் மீண்டு வந்தன மனதில். அப்பா நினைவுக்கு வந்தார். அம்மாவும் நினைவுக்கு வந்தாள்.

‘அவள் இளமை தொலைந்தது வாழ்வின் பழுவினாலா இல்லை இப்படித்தான் துயரின் குரூர நினைவின் பழுவில் அழுந்தியிருப்பாள்.’

‘ச்சா... எதுக்கு இப்போ அதுவெல்லாம். இப்போது போவது வேவு நடவடிக்கைக் குழுவிடம். மணி நட்பான பொறுப்பாளன் என்பது மட்டுமல்ல; திறமையாளனும் என்று சொன்னார்கள். களமுனை எங்கும் அவன் சொல்லும் கதைகள் பிரசித்தம். கோபியும் கூட அங்குதான் இருக்கிறான். மற்றவர்களும் பரிட்சயமானவர்கள் தான் எனக்கு இங்கு போர் வாழ்வின் எதிர்காலமே மாறக்கூடும்’ வீரன் தன் நினைவுகளைத் திசை திருப்ப முயன்றான் ஆனால் அதற்கு அவசியமன்றி இதோ நெருங்கிவிட்டது மணியின் இடம்.

02

சூழ்ந்த வயல் நிலத்தில் ஒரு தனித்த சிறு வீடு. சுற்றிலும் சிறு இளந்தென்னைகள் நுழைவாசலில் முண்டமாய் நிற்கிறது தலையறுந்த தென்னை. வீட்டின் முன்னே இரு அடர்ந்த மாமரங்கள் கொப்புகள் கீழ்ச்சரிய நிற்கின்றன. பக்கவாட்டாய் ஒரு கிணறு தெரிகிறது. கிணற்றின் அருகே ஒரு அத்திமரம் நல்ல பசுமை நிறம். பின்புறத்திலும் பேரறியா சிறு மரங்கள் ஒன்று அன்னமுன்னா பழமரம் போல இருக்கின்றது. அதுதானா?

வரும் பாதைகளில் இருக்கும் குண்டுகள் வெடித்த ரணங்கள் இந்த வீட்டுச் சுற்றத்தில் இல்லைபோல் பட்டது. அல்லது இன்னும் எஞ்சியுள்ள பசுமை போரின் புண்களை மறைத்து நிற்கிறதோ என்னவோ. உள்ளே பெடியள் யாரோ நிக்கிறாங்கள். யாரோ ஒருவன் கிணற்றில் குளித்துக்கொண்டிருக்கிறான் என்பது தெரிகிறது. வீரன் சாத்தியிருக்காத படலையைக் கடந்து உள்ளே போனான். புதுவிடம் புகும் ஒருவிதக் கூச்சம் நெஞ்சில் இருக்கத்தான் செய்தது. அல்லதிது போரில் இன்னொரு புதுமுக வாழ்க்கையில் நுழைகிறேன் என்ற அக உணர்வின் வெளிப்பாடாயும் இருக்கலாம். உள்ளே நுழையவும்...

“வாடா வீரா... சனியன் குடுக்க வெளிக்கிட்டா கூரையப் பிச்சுக்கொண்டு குடுக்குமாம். உனக்கு சனி உச்சமடா மவனே! இப்பத்தான் ‘பிளட்டூன்’ லீடர் ஆகினாய். அதுக்கிடையில் உன்னை வேவுக்காரனா தளபதி தெரிவு செய்திட்டார். இனி எழுப்பம்தான் கண்டியோ...”

வீரன் தன் உடுப்பு ‘பாக்’குடன் களத்தின் பின்பகுதியிலுள்ள சிறிய கொட்டகை வீடொன்றுக்கு வந்தபோது கோபி இப்படித்தான் வரவேற்றான். துவக்கைத் துப்பரவு செய்துகொண்டிருந்த கோபி இப்படிச் சொல்லவும் றாகுலன் கிணற்றில் அள்ளிய தண்ணியைத் தலையில் வார்த்துவிட்டுச் சொன்னான். “சேரா நல்லா தலையில அரப்பு பிரட்டி அனுப்பி இருப்பார். வா, வந்து குளிடா தலையில வீரா! கொஞ்சம் சூடு இறங்கட்டும்.”

“அட சும்மா போங்கண்ணை” வீரன் போலியாகச் சலித்து சுவர்கட்டில் தன் தோள்பையை வைத்தான்.

“அங்கற்றா... இப்பவே தளபதியாய்த் தன்னை நியமிச்சிட்டாங்கள் என்ற கணக்கில என்ன ஒரு தன்னடக்கமாப் பேசுறான். சரிதான் போ, நீ ஒருவேளை பிற்காலத்தில தளபதியாகினியோ நான் இயக்கத்தை விட்டு விலகக் கடிதத்தைக் குடுத்திற்று வீட்ட போய் விறகு வெட்டியாச்சும் செருக்காய் வாழுறதுதாண்டா” மூன்று கல்லு வைத்து அடுப்பாக்கி அதில் சட்டி வைத்து ஏதோ சமைத்துக்கொண்டிருந்த கவி சொன்னான்.

விடுதலைப் புலிகளின் சாள்ஸ் அன்ரனி படைப் பிரிவில் இதுவரை சிறப்புத் தளபதியாகிய அனைவரும் முன்னர் வேவுக்காரர்களாக இருந்து வந்தவர்கள்தான். இந்தப் படையணியில் வேவு பார்க்கும் வீரர்களுக்கு அத்தனை மதிப்பு இருந்தது. வீரன் இப்போது தெரிவு செய்யப்பட்டு வந்திருப்பதும் அதற்குத்தான். படைத்துறை சார்ந்த உளவுப் பிரிவை வேவுப்பிரிவென்றுதான் அழைப்பார்கள். வேவுக்காரனாவதென்றால் சும்மாவா!

வீரன் எல்லாரையும் சுத்திப் பார்த்துவிட்டுப் பொதுவில் பதில் சொன்னான். “அட போங்கடா... வீரனுக்கு மூக்குக்க பஞ்சு வைக்கிறதுக்கு முடிவெடுத்திட்டாங்கள் எண்டு நானிருக்கன். இதுக்குள்ள நீங்க வேற. வேலையப் பாப்பிங்களா... சும்மா கடுப்பேத்தாமல். அக்கடா எண்டு ஊரியான் வெட்டையில இரண்டு கிலோ மீற்றருக்கு ராசாவா இருந்தன். கண் பட்டுட்டுதே... வீரனுக்கு மூக்குக்க பஞ்சு வைச்சுப் பார்க்க ஆசை வந்திட்டுதே...”

வீரன், சாவுக்குத் தான் தெரிவு செய்யப்பட்டிருப்பது உங்களுக்கெல்லாம் கொண்டாட்டமாடா என்பதுபோல நண்பர்களுக்குப் பேசினான். அனேகமாக யுத்தக் காயத்தின் பாதிப்பால் நிகழும் மரணங்களால் சடலம் உடனேயே அழுகிவிடுகிறது. தவிரவும் உடலைச் சில நாள் பாதுகாக்கக் கூடிய ‘ஃபோமலின்’ என்ற பதார்த்தமும், வன்னிக்குக் கொண்டுவரப்படுவதற்கான அரசாங்கத் தடைப்பட்டியலில் உள்ள ‘பற்றி’யில் இருந்து முட்டை வரைக்குமான பொருள்களில் ஒன்று. அதனால் இறந்த உடல்களுக்கு அதிக ஃபோமலினை இப்போதெல்லாம் பாவிப்பதில்லை. இறந்துபோனால் உடலின் ஊனம் முதலில் வடிவது மூக்கால்தான். எனவே மூக்கில் அதிகப் பஞ்சை அடைத்துவிடுவார்கள். அது எப்படியோ வெள்ளைப் பஞ்சு வெளித் தெரிந்தபடியே இருக்கும். மனிசனுக்குத்

தங்கச் சங்கிலி போட்டாலும் பிறர் கண்ணுக்குக் குத்தாமல் இருக்கும். ஆனால் செத்த உடலுக்கு வெள்ளைப் பஞ்சு மூக்கில் துருத்தி நின்றால் எவர் கண்ணுக்கும் உறுத்தாமல் விடாது. இதனால் சாவைப் பற்றிப் போராளிகள் 'மூக்குக்க பஞ்சு' என்ற சொற்றொடர் கொண்டு எள்ளலுடன் உரையாடினார்கள் இந்தக் காலத்தில்.

'வீரனுக்கு மூக்குக்க பஞ்சு வைச்சுப் பார்க்க ஆசை வந்திட்டுதோ?' என்று வீரன் சொன்னாலும் அவன் முகத்தில் அச்சம் ஏதும் இல்லை. 'வேவுக்கு நான் தெரிவு செய்யப்பட்டதெல்லாம் ஒரு பெரிய பெருமையா என்ன? சும்மா விடுங்க' என்ற உடல் தோரணையே அவனிடம் இருந்தது. அவன் அதை அலட்சியமாக்கிக்கொண்டு மாமரத்தின் மாங்காய்க்குக் குறிவைக்க ஒரு தடியை எடுத்து மரத்திற்கு விசுக்கினான். குறி தப்பாமல் இரண்டு மாங்காய்கள் விழுந்தன. ஒன்று பிஞ்சு.

"வீரா... நீ ஆமின்ர மூக்குக்குள்ளால போய் வாய்க்குள்ளால வந்த ஆளெல்லே. அதுதான் தளபதியார் உன்னைத் தெரிவு செஞ்சிருக்கிறார். பெரிய நம்பிக்கை வைச்சிருந்திருக்கிறார்போல உன்னில" கோபி சொன்னான்.

"அட விடுங்கண்ணை. அது எங்க ஓடுறது எண்டு தெரியாம மூக்குக்க ஓடி, பயத்தில எங்க போறது எண்டு தெரியாம வாய்க்குள்ளால வந்த கதை."

வீரன் அதுவும் தனக்குப் பெருமையையோ திமிரையோ தரவில்லை என்பதுபோல அந்தச் சம்பவத்தைச் சிறுமைப்படுத்திக் கதைத்தான். அது உண்மையில் ஒரு பெரிய கதை. யாழ் குடாநாட்டைக் கைப்பற்றும் அரசப் படையின் 'சூரியக்கதிர்' நடவடிக்கையில் ஆமியிடம் கைதியாக அகப்பட்ட வீரன் அந்தப் பெரும் யுத்த சேனையிடமிருந்தும் பெரிய யுத்தக் களத்திலிருந்தும் மறுநாள் தப்பி வந்திருந்தான். அப்போது அவனுக்கு வயது சரியாகப் பதினேழு ஆகவில்லை. இளைய போராளிகளின் பார்வையில் அவனது தலைக்குப் பின்னால் ஓர் ஒளிவட்டம் சுற்றிக்கொண்டிருப்பதாகவே பட்டது.

புகழ் என்றாலே போதை... அதுவும் போர்க்களத்துப் புகழ் என்றால் சும்மா சாதாரணப்பட்டதல்ல.

"எங்க மணி அண்ணை? ஆளைக் காணோம்?" வீரன் கேட்டான்.

“அந்த மனிசன் ஒரு சம்பல் போடுறதுக்கு இலைகுழை தேடி அலையுது. ‘தேடிக்கொண்டு வாறன்’ எண்டு போனதுதான். ஆளைக் காணோம்” றாகுலன் சொன்னான்.

“கவி, அடுப்பில் என்னடா?” கேட்டுக்கொண்டே வீரன் அருகில் போனான். அதைப் பார்த்துவிட்டுப் புளுகம் பொங்க சொன்னான் “அட புட்டு... மச்சான் கலக்கிற்றாய்டா... ஒரு சம்பல் அரைச்சால் சொர்க்கமடா... சொர்க்கம்.”

வீரனின் புளுகத்தைப் பார்த்துச் சிரித்த கவி, “அந்தச் சட்டிய எடடா... புட்டக் கொட்டுறதுக்கு” என்றான். சட்டியைத் தூக்கிப் பிடித்து நாவூற நின்றான் வீரன்.

அடப்பாவி... நீத்துப்பெட்டிக்க இருந்து சோற்றைக் கொட்டுறான்.

நொடியில் வீரனுக்கு அசடு வழியிறதைப் பார்க்க இப்ப கவிக்குப் புளுகமாயிருந்தது.

“ஏன்டா நீத்துப் பெட்டிக்கை அரிசியைப் போட்டுச் சோறாக்கலாமாடா?” வீரன் இமைகளைத் தூக்கிக் கேட்டான்.

“பன்னாடை... நீராவியில அவியுமாடா அரிசி?”

“அதுதானே...”

“நீயெல்லாம் ஆமிட்ட பிடிபட்டு தப்பி வந்தாய்...! அதை நாங்கள் நம்பணும். உன்னை நம்பி மணியண்ணை வேவுக்குக் கூட்டிற்றுப் போனால் மணியண்ணைக்கு அதுதான்ரா கடைசி. மூக்குக்க பஞ்சு எண்டு இப்பவே முடிவாயிற்று” வீரனுக்குக் கடுப்பேற்றினான் கவி.

மணி ஆர்ப்பாட்டமாகச் சிறு மரங்கள் அடர்ந்த பின்வழிப் பாதை வழியே சருகுகள் மிதிபட வந்துகொண்டிருந்தான்.

“டேய் என்ட்றா... யாரடா எனக்கு மூக்குக்க பஞ்சு வைக்கிறவன்? பிறந்தானாடா ஒருத்தன்? இல்லை... இனிதான் பிறப்பானாடா ஒருத்தன் மணிக்கு மூக்குக்க பஞ்சு வைக்க? ம்ம்...”

“நாசம்... மனிசன்ர காதில விழுந்திட்டுது. பாம்பு கடன் குடுத்த காது இந்த மனிசனுக்கு”க் கவி மெல்ல புறுபுறுத்தான்.

“வீரன் வந்துட்டான். இனி மணியண்ணைக்கு யாராலயும் பஞ்சு வைக்கேலா எண்டு சொன்னன்” என்றான் கவி.

“அப்பிடியா சொன்னாய்? எனக்கு மாறிக் கேட்டுச்சு...” பகிடியைப் பகிடியாக எடுத்துக்கொண்டு ஆர்ப்பாட்டமாய் முற்றத்துக்கு வந்தான் மணி. இந்தக் குடும்பத்தில் நேற்றிருந்த இருவர் இன்றில்லை. அந்தரங்கத்தில் துயர் சுழலும் அந்தக் குழுவையும் குடிலையும் மீட்கவேண்டிய பொறுப்பு மணிக்குத்தான் உண்டு.

மணி சிவலை நிறம் கொண்ட ஒல்லியான பேர்வழி. நடையில் ஒரு துள்ளல் இருக்கும். தானிருக்கும் சூழலை எப்போதும் சிரிக்க வைப்பதுதான் அவன் இயல்பு. பெரியவர்களிடம் பேசும்போது அத்தனை தன்னடக்கமாக இருப்பான். அவர்கள் இல்லாத சூழலில் சிரிப்பதற்குக் கதைசொல்ல அவர்களையும் ஒரு எள்ளல் பாத்திரமாக்கிவிடுவான். படையணித் தளபதியென்றாலும் சரி, வட போர்முனையின் கட்டளைத் தளபதி என்றாலும் சரி, ‘ஒஃபென்சிவ் ஒப்பறேசன் கொமாண்டர்’ என்று சொல்லப்படும் வலிந்த தாக்குதலுக்கான கட்டளைத்தளபதி றோமியோ என்றாலும் சரி, இதில் எவரும் விலக்கல்ல. ஆனால் அவர்கள் இவனிடத்தில் அதீத நம்பிக்கை கொண்டவர்களாகவே இருந்தனர்.

மணி கையில் கொண்டுவந்த இலைதழையை நீட்டி, குளித்துக்கொண்டிருந்த ராகுலனைக் கூப்பிட்டு “மச்சான் ஓடியாடா... இதையொருக்கா சம்பல் அரையடா... சாப்பிடுவம். உன்ர கைப்பக்குவம்தான்ரா தூதுவளை சம்பலுக்கு வாலாயம்.”

“அண்ணை, சண்டைக்குத்தான் உசுப்பேத்திறியள். சம்பல் அரைக்கவுமா? வேணாம். ஆனால் வையுங்க வாறன். வீரா, இலைய ஒடிச்சுப் போடடா... வாறன்” ராகுலன் ஒரு சாங்கமாய்ச் சொன்னான். நிலவன் இறந்தபின்பு இந்தக் குழுவின் இரண்டாவது பொறுப்புக்கு இப்போது ராகுலன்தான் நியமிக்கப்பட்டுள்ளான். அதனால் இந்தச் சின்ன வேலைகளைச் செய்து தன் மதிப்பைக் குறைக்க நேரிடுமோ என்ற அச்சமும் அவனிடம் இருந்தது. உடனே தவிர்க்கவும் அவனால் முடியவில்லை.

“இதென்னண்ணே நீத்துப்பெட்டியில சோறு?” தூதுவளைக் கொடியில் இலைகளை ஒடித்துக்கொண்டே வீரன் கேட்டான்.

“நீங்களெல்லாம் பெரிய முன்னணி சண்டைப் போராளியள்... நாங்கள் பின்னுக்கு இந்த வீட்டில பயந்தாங்கொள்ளிகளாய்ப் பதுங்கி இருக்கிறம். அப்பிடி நினைச்சுத்தான் சப்ளைக்காரன் எல்லாருக்கும் சாப்பாடு குடுத்திட்டு கடைசியா இந்த வழியால

போகேக்க இந்தச் சனியனுகளுக்கும் மிஞ்சிற சாப்பாட்டைப் போட்டுட்டுப் போறான்போல... பத்து மணிக்கு வாளிக்க சுடுசோறைப் போட்டு அடைஞ்சிடுவாங்கள்... இஞ்ச வர மூன்று அல்லது மூன்றரை ஆகும். சிலநேரம் நாலு மணிக்கு. உந்தச் சண்டைக்களங்களெல்லாம் திரிஞ்சிட்டு வர சோறு பயத்திலேயே வேர்த்து பிசுபிசுத்துப் போகுதுபோல. ம்ம்... அதப் பிறகு நாங்கள் தண்ணில குளிப்பாட்டி, வடிச்சு புட்டவிக்கிற மாதிரி இந்தா கவி இழைச்ச நீத்துப் பெட்டியில போட்டவிச்சு எடுத்தால் அப்ப வருமடா அம்மாவோட சோறு மாதிரிப் புதுச்சோறு..."

"ஓ... எங்களுக்கும் அங்க ஊரியானுக்கு வர மூண்டு மணியாகும். ஆனால், நாங்கள் சோத்தக் குளிப்பாட்டுறதில்லை. ஒரு தட்டில போட்டு சாதுவா காத்திலயும் வெயிலிலயும் காய வைச்சிருவம். பயத்தில வேர்த்த வேர்வையெல்லாம் சோத்துக்குக் காய்ஞ்சிடும். பிறகு சாப்பிடுவம். பொரிச்ச சோறுமாதிரி இருக்கும் ஹி ஹி.." வீரன் சிரித்து மறுத்தான் போட்டான்.

"ஓ... அப்பிடியா... சரி. சேரா என்ன சொல்லியனுப்பினார்?" சேரா என்பது இவர்கள் படையணியின் கட்டளைத் தளபதி.

"உங்களிட்டப் போகச் சொன்னார். நீங்கள் சொல்லுவியள் எண்டார்."

"அப்பிடியா? 'உன்னைத்தான்ரா படையணி நம்பி இருக்கு. உன்னட்ட ஒரு திறமை இருக்கிறதை நான் கண்டுகொண்டுதான் வாறன். அதை நீ முழுமையாகக் காட்டவேணும் இப்ப' எண்டு சுழட்டிச் சுழட்டிச் சாந்து பூசியிருப்பாரே..." சேரா போல உடலசைத்துச் சொன்னான் மணி. வீராவுக்குச் சிரிப்புத்தான் வந்தது. 'அட... இந்த மனுசனுக்கு எப்பிடித் தெரியும்?'

03

இரவு, மணி தன் போராளிகளை அழைத்துப் பொதுவாகக் கதைத்தான். அணித்தலைவர்கள் இடையிடையே இப்படிக் கதைக்க வேண்டுமென அறிவுறுத்தப்பட்டிருந்தனர். ஒரு படையமைப்பில் அணித்தலைவரின் கட்டளை இடும் அதிகாரத்தை நினைவுறுத்துவதற்காக இருக்கலாம். இப்படியான தருணங்களில் மணி மிகுந்த நிதானத்தோடு அணித்தலைவனின் அதிகாரம் வெளிப்படும் வண்ணம் கதைப்பான். ஆனாலும் பதினைந்து நிமிடம் கூட ஆகாது இந்த வகையான கதை. நடைமுறைகள், செய்யவேண்டியவை மற்றும் தவறுகள் பற்றி அறிவுறுத்துவதாக இருக்கும் இந்தக் கதை. பின்னர், தனது இயல்புக்கு மாறிவிடுவான். அது நட்பும் நகைச்சுவையுமாக இருக்கும்.

அன்றும் இப்படித்தான் புதியவர் வந்ததால் எல்லாரையும் கூட்டிக் கதைத்தான். அது முடியவும் வீரனை ஊக்கினான் மணி.

"வீரா நீ ஆமிட்ட பிடிபட்டு தப்பிவந்தனி என்று ஒரே உன்னை பற்றிதான் கொஞ்ச காலம் படையணியில கதையா இருந்திச்சு. வேவுக்காரன் என்னையே பெடியள் மறந்து போனாங்கள். அந்தக் கதைய ஒருக்கா சொல்லு."

"அண்ணை அங்க முன்னுக்கு சண்டை லைனில உங்கள பற்றிதான் கதை. ஹி ஹி... தாண்டி குளம் வேவு பார்கேக்க ஆமி என்ன செய்யேக்க கண்டனியள்... ஹி ஹி..." வீரன் அடக்க முடியாமல் சிரித்தான். அது ஒரு சில்மிசக் கதை. மணியிடம் பெடியளுக்கு சொல்லவென தீராத கதைகளிருக்கும். ஆனால் இன்றைக்கு அவன் வீரனைக் கதை சொல்லத் தூண்டுவதற்கு வேறு காரணம் இருந்தது. புதிதாக வந்த வீரனை அணியில் மற்ற போராளிகளுடன் இயல்பாக இணைத்துவிட இது உதவும். அதை விட அந்தரங்கக் காரணம், வீரனுக்கு இந்த அணியில் ஓர் அங்கீகாரத்தை ஏற்படுத்தி விடுவதும்தான். அவனும் ஒரு திறமைசாலிதான் என்பதை இது உணர்த்தும்.

“அண்ணை அந்த தாண்டிக்குளம் கதைய ஒருக்கால் உங்கட வாயல சொல்லுங்கோ” வீரனோ சிரிக்கும் ஆர்வத்தில் கேட்டான்.

மணி அவனின் முகத்தைக் கண்டு “அதை விடு மச்சான். நீ யாழ்ப்பாணத்தில ‘சூரியக்கதிர்’ சண்டையில ஆமியிட்ட மாட்டி எப்பிடித் தப்பிவந்தனீ? அதையொருக்கா இண்டைக்குச் சொல்லு. நானும் கனநாளா கேட்கிறன். நீயும் நழுவுறாய். இண்டைக்கு அந்தக் கதை தெரியத்தான் வேணும்” சொல்லி நிலத்தில் அடித்தான்.

“இண்டைக்குச் சொல்லத்தான் வேணும்” கவியும் நிலத்தில் அடித்தான்.

வெளியே காயும் நிலவுகூட உள்ளே வரமுடியாத முற்றத்து மரத்தின் கீழ், வேவுக்குழுப் போராளிகள் மண்நிலத்தில் இருந்தனர். அந்தச் சிறுவீட்டின் உள்ளே மாத்திரம் சிறு குப்பிவிளக்கு ஒரு புள்ளியாய்ச் சுடர்ந்தது. ஷெல்கள் இடையிடையே கொஞ்சம் முன்னே அந்தக் களப்பகுதிகளில் வீழ்ந்து வெடித்துக் கொண்டிருந்தன.

வீரன் முதலில் தயங்கினான்... இதுவரைக்கும் அவன் முழுதாய் யாருக்கும் இந்தக் கதையைச் சொன்னதில்லை. ஆனால் ‘இவங்கள் இண்டைக்குச் சொல்லாமல் விடாங்கள் போல இருக்கு’ என்று எண்ணினான். ‘இன்றென்னவோ என்னை அந்த நினைவுகளே போட்டு ஆட்டி படைகின்றனவே.’ வேறு வழியில்லை. மற்றவர்களைப் பார்க்க அவர்களோ இவனின் வாயில் இருந்து வரும் வார்த்தைக்காக இவனையே பார்த்தனர். இவன் சொல்ல முடிவு செய்துவிட்டது முகத்தில் தெரிந்திருக்கக்கூடும்.

வீரன் கீழே மண் தரையை விரல்கள் கிளற, தயங்கித் தயங்கி சொல்லத் தொடங்கினான். மணிக்குச் சந்தோசம், அவனைத்தான் ஊக்கிவிட்டேன் என்று. அன்றாட நடப்புகளிலிருந்து போரின் சாகச நினைவுக்கு அவனைத் திருப்பிவிட்ட வெற்றி யாரும் அறியாத மணியின் மனதில் இருந்தது.

“எனக்கு அதுதான் முதல் சண்டை. முன்னப்பின்ன சண்டை எப்பிடி இருக்கும் எண்டும் தெரியாது. பயிற்சி முடிஞ்சும் முடியாமல் சண்டை சப்ளை டீமில இறக்கிவிட்டாங்கள். புத்தூரில எங்கட ஆக்கள் இறங்கி அடிக்கிற சண்டைக்கு சப்ளை டீமில இருந்தன். போன ஆக்கள் மாட்டுப்பட்டதுதானே தவிர சண்டை வெற்றியளிக்கேல. நானும் இயக்கம் ஆமியின்ர

‘முன்னேறிப் பாய்ச்சல்’ நடவடிக்கைக்கு எதிராகச் செய்த ‘புலிப் பாய்ச்சல்’ நடவடிக்கை மாதிரி இருக்கும் எண்டும் ஆமிய ஒரே இரவில அடிச்சுத் துரத்திவிடுவாங்கள் எண்டும் நினைச்சன். ச்சா... அது நடக்கேல்ல.

“ஆமி ராச வீதிக்குள்ளால நீர்வேலிப்பக்கம் இறங்கி அடுத்த முனையில சண்டையத் தொடங்கினான். சப்ளை டீமில நிண்ட எங்களை எடுத்து தளபதி சண்டை டீம் ஆக்கினார். பிறகென்ன சண்டையில இறக்கி விட்டுடாங்கள். ச்சோ... இப்பிடி ஒரு சண்டையக் கண்டதில்லை. ஒவ்வொரு காணிக்கயும் ஷெல் விழுகிது. ஒரு மூச்சு இழுத்து விடுறதுக்கிடையில இரண்டு மூண்டு ஷெல் விழுகிது. எனக்கு அப்பவே விளங்கீற்று இது சாதாரணச் சண்டையில்லை.

“நீர்வேலி அச்செழுப் பக்கம் சண்டையில இறங்கினம். இறங்கினமென்ன? இறக்கிவிட்டுட்டாங்கள். நாங்கள் இந்தத் துவக்கால ‘ட்டு ட்டு ட்டு’ என்றதுக்கிடையில அவன்ர எல்.எம்.ஜீ வேலை செய்யத் தொடங்கிரும். அட பாழ்படுவார்! ஒரு இடத்தில எத்தினை எல்.எம்.ஜீ வைச்சிருக்கிறான்? அப்பிடித்தான் தெரியுது. துவக்கால சுடுற சத்தம் எப்பவும் இடைக்கிடைதான் கேட்டிச்சு. முதலில நூறு இருநூறு ஷெல் ஓரிடத்தில போட்டு அந்த இடத்தை அடிச்சு கிளியர் பண்ணிற்று அந்த இடத்துக்க ஆமியை இறக்குவான். இறங்கிறவனும் ஆர்.பி.ஜீ ஆல அடிச்சு கட்டடத்தை கிளியர் பண்ணிற்று எல்.எம்.ஜீ ஆல விளாசிக் கொண்டு வருவான். இதுக்குள்ள வாற ஆமியைச் சுடுறதுக்கு ஆர் தப்பிப் பிழைச்சு நிக்கேலும்?”

கேட்டு விட்டு வீரன் நிமிர்ந்து மற்றவர்களைப் பார்த்தான். அவர்கள் இவனையே கூர்ந்து பார்த்தபடி இருந்தனர். வீரன் கதையில் உற்சாகமடையத் தொடங்கினான். அவன் தன்னிலை மறந்து கடந்த காலத்துள் சிக்கிக்கொண்டு, நடந்ததை மீளவும் மனதுள் காணத் தொடங்கினான். அவன் முகம் மாறிவந்தது. தான் காணுவதைப் பிறகவன் சொன்னான்.

“எங்கட ஆக்களிட்ட இருந்து ‘ஷெல்’லும் வராது. அந்த நேரம் எங்கத்தையால எங்களிட்ட ஷெல்? எங்கயாச்சும் ஒன்றிரண்டு எல்.எம்.ஜீ இருக்கும். இருக்கிற ‘றவுண்ஸ்’ அடிச்சு முடிச்சால் சப்ளையும் இல்லை என்டது வலு கிளியறா விளங்கிச்சு. ஏனெண்டா சப்ளைக்கு நிண்டதே நாங்கள்தானே. எங்களிட்டயே அப்ப சப்ளைக்கு றவுண்ஸ் பெரிசா தந்துவிடேல்ல.

காயக்காரரைத் தூக்கி எடுக்கிறதுதான் சப்ளையில எங்களுக்குத் தரப்பட்ட முக்கிய வேலை. இப்ப நாங்களும் சண்டையில இறங்கி 'றவுண்ஸ்' சுட்டுமுடிச்சால் பிறகு வாயாலதான் சுடவேணும். கள்ளன் பொலிஸ் விளையாட்டு விளையாடேக்க சின்ன வயசில சுட்டது மாதிரி... ஹி ஹி..."

வீரன் சிரிப்படக்காமல் சிரித்தான். மற்றவர்கள் அடுத்தது என்ன என்பதில்தான் ஆர்வமாய் இருந்தனர். அவன் இப்போது காண்பதெல்லாம் பழைய சண்டையின் காட்சிகளை! ஆனால் இப்போதுள்ள அனுபவத்தைக் கொண்டு அதை மீளக் காண்கிறான் என்றுதான் படுகிறது.

"சண்டைக்கு எங்கட ஆட்கள் அடிச்சுத் தந்தது எல்லாம் 'அடிடா அடிடா அடிடா' என்டதைத்தான். பாடையில போக...! அவன் முழங்கிற முழக்கத்துக்கு ஆமியைக் கண்ணால காண முன்னரே 'ஷெல்'லாலையும் எல்.எம்.ஜீ ஆலயும் இனி மேலயிருந்தும் எங்களைக் கொண்டு போடுவானுகள். மிஞ்சி யாரும் ஒன்றிரண்டு நிண்டால் நாங்கள் டொர்... டொர்... எண்டு சுட அவனுக்கு அது எறும்பு கடிச்ச மாதிரியல்லே இருக்கும். அவன்ட அடிக்கு எங்கட துவக்கெங்க...

"ஆனால் பகிடி என்னெண்டால் இதுக்குள்ளயும் நாங்கள் திருப்பியடிக்க ஆமி திரும்பி ஓடுறான். அந்தப் பகுதி முன்னேற்றத்தை நிப்பாட்டுறான். ஆனால், பிறகு திருப்பியும் முன்னுக்கு வாறான். அது வேற பாதையா இருக்கும்.

"எனக்கோ முதல் சண்டை. சண்டை எண்டால் எப்பிடி இருக்கும் எண்டதை அப்பத்தான் பார்க்கிறன். அச்செழுவில நிண்டம் நாங்கள். நீர்வேலி வாய்க்கால் தெரு பிள்ளையார் கோவிலடியை மேவி ஆமி வந்திட்டான். பக்கவாட்டா நீர்வேலி கந்தசாமி கோவில் பின்பக்கம் இருந்து பருத்தித்துறை றோட்டுப் பக்கமா அடிச்சு இறங்கச் சொன்னாங்கள். எங்கட லீடர் உண்மையில துணிஞ்ச ஆள். நல்ல சண்டைக்காரன். ஆனால் நாங்கள் அனேகமான ஆக்கள் புதுசு. அவன்ர துணிவிலதான் நாங்கள் சண்டை பிடிக்கிறம்."

"உண்மையைச் சொன்னால் எனக்கு பயமெண்டால் அப்பிடி பயமா இருந்திது. இடம் வலம் தெரியேல, எங்க நிக்கிறம், எங்கட ஆக்கள் எங்க, ஆமி எங்க எதுவும் தெரியேல்லை. றவுண்ஸ் முடிஞ்சால் தாறதுக்கோ, காயப்பட்டால் தூக்கிறதுக்கோ

ஆளில்லை. சண்டை வழமை போல ஓர் இடத்தில இல்லையே. என்கை என்று நிக்கிறது. இத நினைச்சோடனைதான் பயம் வந்திச்சு. நான் லீடருக்குப் பக்கத்திலேயே நிண்டுகொண்டன். நல்ல சண்டைக்காரன்தான் அவன். அடிச்சடிச்சு உள்ளே போனம். ஆமி ஓடத் தொடங்கின உடன ஒரு விசர் துணிச்சல் மட்டுமில்லை, இந்த ஒப்பரேசனை நாங்கள் அடிச்சு நிப்பாட்டிடுவம் எண்டுதான் மனசில பட்டுது. நாங்கள் அடிச்சு உள்ள இறங்க அவன் ஓடின ஓட்டம், எங்களுக்கு ஏதோ நாங்கள் சாகசம் புரியவே பிறந்தது மாதிரி ஒரு வேகத்தைத் தந்தது. பத்துப் பத்தா மூன்று றீம் எங்கட லீடருக்கு. மிச்ச ஆக்கள் யார் வாறாங்கள் யார் செத்திட்டாங்கள் எதுவும் தெரியா. நாங்கள் யோசிக்கவும் இல்லை. கண்ணுக்குத் தெரிஞ்சதெல்லாம் ஆமி ஓடுறான் எண்டதுதான். புத்தி நினைச்சதெல்லாம் இந்தா முடிக்கிறம் இவன்ர கதைய. ச்சா… கொஞ்ச நேரத்தில அடிக்கத் தொடங்கினான் ஷெல். சும்மா இம்மை மறுமை இல்லாத அடி. அடியெண்டால் நம்பமாட்டீங்கள். 'ஊ ஊ' என்று ஷெல் கூவினபடி இருக்கு. எங்கடாப்பா ஒளியிறது… ஓடுறது. முழத்துக்கு ஒண்டு விழுகிது. அதில ஒண்டு நாங்கள் நிண்ட ஒரு சுவருக்குப் பின்னால விழுந்திது."

வீரன் கதையை நிறுத்தித் தலையை இருபுறமும் ஆட்டினான். வாயை 'ஊ' என்றவாறு கோணிப்பிடித்திருந்தான். கண்ணில் மருட்சி தெரிய அது மற்றவர்களையும் ஈர்த்து வைத்திருந்தது. சூழவும் இருள். வீரனின் மினுங்கும் கண்களைத்தான் பார்த்துக்கொண்டிருந்தார்கள் மற்றவர்கள்.

"அவ்வளவுதான். செல் அதிர்வில எனக்குக் காதும் கேக்கயில்லை. புகை, கந்தகப்புகை நாசியில ஏறுது. நான் விழுந்திட்டன்., நான் நினைச்சன் நான் முடிஞ்சன் எண்டு. புகை கலைய ஒரு சுவரோட போய் ஒட்டிற்றன். அடி அப்பிடி விழுகிது. முழத்திற்கு முழம் செல். இருபது நிமிசம் அடிச்சிருப்பான். கொஞ்ச நேரத்தால அடி நிண்டுது. அது வேற பக்கம் கேக்கத் தொடங்கிச்சு. அப்பதான் திரும்பி பார்த்தன் லீடர் முடிஞ்சு, வயித்துக்க இருந்து குடல் வெளிய வந்தபடி…"

"மற்ற இரண்டு பேரில ஒருத்தனுக்கு மண்டைய வெட்டி பாதி மண்டை இல்லை. அடுத்தவனுக்குக் கால் துடையோட சிதறி அவன்ர கால் கமக்கட்டுக்க இருக்கு. அவன்ர கையிலயும் காயம். ஆனால், அவன் உயிரோடதான் இருக்கிறான். எனக்கு

ஒரு காயமும் இல்லை. மற்றவங்கள் எவனையும் காணேல்லை. எனக்கு என்ன செய்யிறதெண்டு தெரியேல. உலகமே இருளத் தொடங்கீற்று. மண்டை கிறுகிறுத்து மயக்கம் மாதிரி வருது."

வீரன் கதை சொல்ல சொல்ல அந்த நினைவுச் சுழிக்குள் வீரனே இழுத்துச் செல்லப்படுவதை யாராலும் அவதானிக்க முடியவில்லை. காரணம் அவர்களும் உள்ளே இழுத்துச் செல்லப்படுகிறார்கள். நினைவின் சூக்குமச் சுழிக்குள் சிக்கின மனங்கள். அது அவர்களின் குரூரமான சொந்த போர் அனுபவங்கள் வாயிலாகவும் கிளர்த்திச் செல்லப்படுவதாய் இருந்தது.

மனம் எப்போதுமே சம்பவங்களைப் புரிந்துகொள்வது அதன் அனுபவ வாயிலாகத்தான். அனுபவங்களின் வகை மாதிரிகளுக்கேற்பப் புரிந்துகொள்ளுதலிலும் வகைமாதிரிகள் இருக்கலாம். நினைவுகள் ஒன்றுடன் ஒன்றைக் கொழுவி கிளர்தியபடியிருக்கும்.

கவி கிண்டலடிக்க நினைத்தான். 'அந்தப் பாதி மண்டை வெட்டினவன் எழுந்து ஓடிட்டானா?' என்று. ஆனால் மணி உட்பட எல்லாரும் உறைந்துபோய்க் கேட்டுக்கொண்டிருந்த விதத்தில் அதைக் கைவிட்டான். உக்கிரமான போர் எதையும் கவி உண்மையில் இன்னும் சந்திக்கவில்லைதான். வேவில் கொஞ்சம் பரீட்சயம் இருந்தது.வீரன் கதையை மேலும் சொல்லியபடி இருந்தான்.

"கால் சிதைஞ்சவனுக்குத் தனக்கு என்ன நடந்திட்டுது என்று அந்தக் கணத்தில தெரியேல. உண்மையில தான் விழுந்திட்டன் எண்டுதான் அவன் நினைச்சிருக்கவேணும். ஏனெண்டா அவன்தான் கத்திக்கொண்டிருந்தான். 'டேய் படுங்கடா, எழும்பாதையுங்க... படுங்கடா டேய்' என்று. ஷெல் அடி ஓய அவனுக்குத் தான் காயப்பட்டுட்டன் எண்டு தெரிஞ்சுது. அப்பதான் கத்தினான் 'டேய் நான் காயப்பட்டுட்டன். வாங்கடா, வாங்கடா டேய்' எண்டு. நான் அவனுக்கு மற்றவன் செத்திட்டான் எண்டதைச் சொல்லேல. கிட்டப்போய்ப் பார்த்தால் அவன் 'தூக்கடா தூக்கடா' என்று கத்தியபடி தலையைத் தூக்கிப் பார்த்தான். கால் காயம் அப்பதான் அவனுக்குத் தெரிஞ்சுது. தாயே..!

"தன்ர இடப் பக்கக் கைக்கு அருகில சிதைஞ்சு இருக்கிற காலை மற்றக் கையால தொட்டுப் பார்த்தான். திரும்பிப் படுத்திட்டான்.

நான் என்ர 'றைபிள் கோல்சர்'க்குள்ள இருந்து 'ஃபீல்ட் கொம்றசர்' எடுத்து அவன்ர காலுக்குக் கட்டுப்போட்டன். ரத்தம் பைப்பில தண்ணி வந்த மாதிரி வருகுது. பக்கத்து வீடொண்டுக்குப் போக முயன்றன். வீடு பூட்டு. அடுத்த வீட்டுக் கொடியில சாறம் ஒண்டு எடுத்துவந்து கட்டுப்போட்டன். ஆனால் முடியேல... அவன் 'தூக்கடா தூக்கடா' எண்டுறான். ஆமி வந்திடுவான் போலத்தான் பட்டுது. விட்டுட்டு ஓடுவமா எண்டால் அதுவும் என்னால முடியேல. எப்பிடிக் கட்டுப்போடுறது? கால் அந்தத் தோலில இன்னும் தொங்குது. ஒண்டில் அதைப் பிய்ச்சுக் காலை எறிஞ்சிட்டு கட்டுப்போடவேணும். இல்லையெண்டால் அதை நிமிர்த்தி இப்படியே கட்டுப்போட்டு 'ஸ்டேச்சேர்'ல தூக்கவேணும். அது இப்ப ஏலாது. என்னால அதைப் பிய்ச்சு எறியவும் முடியேல. இப்ப முதலில பின்னுக்குப் போவம் எண்டு நான் நினைச்சன்."

"எனக்கு அதுவும் முடியேல. அக்கம்பக்கமெல்லாம் ஓடிப் பார்த்தன். எங்கட ஆக்கள் யாரும் இல்லை. ஆமியையும் காணேல்ல. மனசில ஒரு வெறி வந்திது. எப்பிடி வந்திது என்று தெரியா. வந்து அவன்ர தொங்கிக்கொண்டிருந்த காலைப் பிய்ச்சன். அவன் கத்தினான். தசைகள் நரம்புகள் எலும்புகள் என்று வாழைப் பொத்தியை நிலத்தில் அடிச்சுச் சிதைச்ச மாதிரி இருந்தது அந்தக் கால். கண்ணை மூடி மற்றப்பக்கம் பார்த்த மாதிரி அதைப் பிய்ச்சன். எங்கட தோல் கூட எவ்வளவு பலம் எண்டு அப்பதான் தெரிஞ்சுது. நினைச்ச மாதிரி அதைப் பிய்க்க முடியேல. அவன் கத்துறான் குளறுறான். 'வேண்டாமடா... வேண்டாமடா' என்று கத்தினான். நான் அதைக் கேளாமல் பிய்ச்சு காலை எடுத்துத் தள்ளி வைச்சன். இப்ப சாறத்தால காயத்தைக் கட்டினன். ஆனால் கையெல்லாம் நடுங்குது. கட்டுப் போட முடியேல.

"என்ர தாயே ! என்ர கை என்ர சொல்லுக் கேக்குதில்லை. கட்டு இறுகுதில்லை. அவன்ர காலை நான் தூக்கிப் பக்கத்தில வைக்க ஒரு பிணத்தைத் தூக்கின உணர்வுதான் அதில இருந்தது. இந்த நேரம் துவக்குச் சூட்டுச் சத்தம் வந்தது. எங்கட ஆக்களாக இருக்குமோ என்று நினைச்சிட்டு இருக்க, எல்.எம்.ஜீ அடி பயங்கரமா வந்திது. கண்டிப்பா இது ஆமிதான். துவக்கத் தோளில போட்டு அவன்ர 'ரவுண்ஸ்' மகசின் ஒண்டையும் எடுத்து என்ர கோல்சருக்குள்ள வைச்சிட்டு ஆளைத் தூக்கினன்."

“அட எப்பிடித் தூக்கிறது..? இன்னொரு முழங்கால் இல்லாதவனை எப்பிடி ஏந்தித் தூக்கிறது…?ஆனால் தூக்கிக்கொண்டு ஓடுறன். என்னால முடியேல்ல. அவன் கத்தினான். நான் தூசணத்தால விட்டன் பேச்சு. ‘ஆமியடா ஆமியடா… கத்தாத. காட்டிக்குடுத்துடுவாய்.’ ஓடுறன்… ஆனால் எந்தத் திசையில ஓடவேணும் எண்டு தெரியேல. எந்தப் பக்கம் எங்கட ஆக்கள் எண்டும் தெரியேல. அவன்ர காயக்கட்டு அவிழுது. இதுக்கு மேல சரிவராது என்று கொஞ்சத் தூரம் ஓடி, ஒரு திறந்த வீடொண்டு இருக்கறதைக் கண்டு அதுக்குள்ள புகுந்தன். உள்ள கொண்டுபோய் அவனைக் கிடத்தினன். காயத்துக்குப் போட்ட கட்டு முழுசா அவிண்டு போச்சு.

“சாறம் ரத்தம் ஊறி அதுவும் ஒரு தசைபோல இருந்திச்சு. அந்த வீட்டுக்குள்ள வேற துணி தேடி எடுத்துவாறன். ரத்தம் அந்த அறையில பரவிப்போகுது. அவன் குரல் மெல்லக் கம்மித் தேயுது. கட்டுப் போட்டன். இரத்தம் முன்ன வந்த மாதிரி இப்ப இல்லை. குறைஞ்சிட்டு. அது எனக்குக் கொஞ்சம் ஆறுதலாய் இருந்திது. அவன் ‘தண்ணி தண்ணி… தண்ணி தாடா…’ எண்டான். தண்ணி குடுக்கப்படாது எண்டு எனக்குத் தெரியும். குடுத்தா இவனை ஒப்பரேசனுக்கு எடுக்கமாட்டாங்கள். இதை முன்னர் சப்ளைய டீமில இருக்கேக்க சொல்லியிருக்கிறாங்கள். காயப்பட்ட ஆக்கள் தண்ணி கேட்டா குடுக்க வேணாம் எண்டு. ஆனால் அவன் கெஞ்சினான்.”

“அவன் கெஞ்சின கெஞ்சுக்கு ஒரு மனிசன் தண்ணி குடுக்கேல்லை எண்டால் அவன் மனிசனே இல்லை.

“அவன் சொன்னான், ‘என்னைச் சாக விடடா. நான் சாகத்தான் போறன். கொஞ்சம் தண்ணி தாடா… ப்ளீஸ் கொஞ்சம் தாடா… என்னை நீ கொண்டுபோக மாட்டாய்… சுத்தி ஆமி போல இருக்கு கொஞ்சம் தண்ணி குடிச்சிட்டு சாகிறன்டா. கும்பிட்டுக் கேக்கிறன் கொஞ்சம் தாடா… டேய் இரங்கடா, இரக்கங் காட்டடா. தாடா தண்ணி’ எண்டு அழுது கெஞ்சினான்.

“ப்ச்… நான் தடுமாறினாலும் குடுக்கேல்லை. ‘டேய்… உன்னை நான் தூக்கிற்று போறன்ரா பொறு’ எண்டு சொன்னன்.

“அவனைத் தூக்கிக்கொண்டு திரும்பவும் ஓடினன். ஆனால் என்னால முடியேல. ஒரு வீட்டுக்குப் பின்னால நிண்டு அடிச்சான் ஆமி. அடியெண்டால் சும்மா செம அடி. ஒரு மதில் கரையோட

அவனைப் போட்டுட்டு நான் குண்டைக் கழட்டி அந்த வீட்டுக்கு அடிச்சன். அதே சப்போர்ட்டோட எழும்பிச் சுட்டன். நான் சுடுறதை நிப்பாட்ட, எழும்பிச் சுட்டபடி வந்தாங்கள் இரண்டு ஆமி. குண்டைக் கழட்டி எறிஞ்சன். அந்த இடத்திலேயே சுருண்டு விழுந்தாங்கள். இவனைத் தூக்கிக்கொண்டு பின்னுக்கு ஓடினன். பிரச்சினை என்னெண்டா எனக்குப் பின் எது, முன் எது எண்டு எதுவுமே தெரியேல்ல. சும்மா விசர் நாய் தண்ணியக் கண்டு ஓடுற மாதிரி ஓடினன்.

"நடந்தது என்னென்றால், நான் பின்னுக்குப் போறதா நினைச்சு ஆமியிற்றப் போட்டன். அதனால எதிர்த்திசையில இப்ப திரும்பி ஓடிப் பார்த்தன். சனங்களின்ர வேலியும் மதிலும் திசை பார்த்து ஓட விடேல்ல என்னை. பாதைகளால ஓடேக்க திரும்பியும் திசையைத் தவறவிட்டுட்டன் எண்டு நினைக்கிறன். ஆமி அடிச்சான் திரும்பி எங்கயோ இருந்து. அவனைக் கீழ போட்டுட்டு என்ர கடைசி 'மகசின் றவுன்ஸ்'சையும் சுட்டுத் தீர்த்திட்டன். அடிச்சு முடிஞ்சதும்தான் அது தெரிஞ்சுது. இனி சுடவும் எனக்கு வழியில்லை. அவனைத் தூக்கிக்கொண்டு வெறியும் பயமுமாய்த் திரும்ப ஓடினன். ஒரு மூன்று காணி கடந்து ஒரு பெரிய வீடிருந்தது. அதுக்குள்ள கொண்டுபோய் அவனைக் கிடத்தினன். அட... தாயே வைச்சபிறகுதான் தெரிஞ்சுது அவன் செத்திட்டான் எண்டு."

வீரன் சொல்லிவிட்டு மற்றவர்களைப் பார்த்தான். அவனது முதல் சண்டையின் உக்கிரம் மற்றவர்களின் மனதில் பேரலையை உருவாக்கிவிட்டிருந்தது. அது அனுபவங்களைக் கிளர்த்தி நெஞ்சை மோதியபடி இருந்தது. குறும்பு மனதின் முகங்கள் அங்கே தொலைந்துவிட்டன. தீவிரம் கொண்ட முகங்கள் அவன் தொடர்ந்து சொல்ல வேண்டுமென்பதாய் நீண்டு இருந்தன. அவன் சொன்னான்

"அந்த உடம்பு வெறும் உடம்பாகத்தான் இருக்குது. உயிர் இருக்கிற அசுமாத்தம் எதுவும் இல்லை. எனக்குப் பயம் வந்திட்டுது. கையில குண்டும் இல்லை ரவுண்ஸ்சும் இல்லை. இப்படியே இந்த வீட்டுக்க இருப்பம் எண்டு இருந்திட்டன். திசை தெரியாமல் எங்க ஓடுறது. பொறுமையா இருந்து அவதானிச்ச பிறகு ஓடுவம். இப்ப நான் தனியத்தானே! ஓடிடலாம் என்று நினைச்சன். ஆனால் பயம் மட்டும் கூடிற்று, முதல் இருந்ததை விட..."

கதையை நிறுத்தி அவன் மூச்சை இழுத்துவிட்டுத் தன்னை ஆசுவாசப்படுத்தி மற்றவர்களைப் பார்த்தான். கதையைக் கேட்டுக் கொண்டிருந்தவர்களும் மூச்சு இப்போதான் விடுகிறார்கள். அப்பதான் மணி கவனித்தான் - மேலே 'வண்டின்' இரைச்சல். திரும்பி வீட்டிற்குள் பார்த்தான். விளக்கு சிறு ஒளியுடன் மின்னிக்கொண்டிருந்தது. ஆனாலும் மேலே நிற்கும் வேவு விமானத்திற்கு -அதைத்தான் வண்டு என்பார்கள் - சூழலிலிருந்து வேறுபட்ட ஒளியாக இது தெரிய வாய்ப்பிருக்கிறது.

"டேய் கோபி, வண்டடா மேல... போய் விளக்கை அணையடா... டேய் ஓடு. இல்லையெண்டால் விடிய 'கிபிர்' வந்தாலும் வரும்." மணி கோபியைத் துரத்தினான்.

கோபி ஓடிப்போய் விளக்கை அணைத்தான். மேலே பார்த்தான் வண்டு எங்கே என்று தெரியவில்லை அதன் ரீங்காரம் மட்டும் கேட்கிறது. கோபி திரும்பி வந்திருந்தான்.

"பிறகு என்னடா நடந்தது சொல்லு" கோபிதான் கேட்டான்.

"பிறகு என்ன நடந்தது... உம்ம்" அவன் சொல்லத்தான் வேணுமா என்பதுபோல இருந்தான்.

"நீ இன்னும் உன்ர கதைக்கு வரேல" றாகுலன் சொன்னான்.

"நான் இருளட்டும்... இஞ்ச இருந்து ஓடுவம் எண்டிருந்தன். காதை மட்டும் நல்லாக் கூர்மையாக்கி எங்கட ஆக்களின்ர சூட்டுச் சத்தம் எந்தப் பக்கமா வருது எண்டதைக் கவனிச்சன். நான் இருந்த வீ' டு குசினிப் பக்க மேற்குத்திசையிலதான் எங்கட ஆக்கள் நிக்கக்கூடும். ஆனால் திகைப்பு என்னண்டா அந்தச் சத்தம் தூரத்தில கேட்டதுதான். எங்கட ஆக்கள் அக்கம்பக்கத்தில நிப்பாங்கள் எண்டு நினைச்சன். அது வெறும் கற்பனைதானோ என்டு பயம் வந்திட்டுது. நான் ஆமிக்குள்ளயா எண்டும் தெரியேல. அல்லது இந்த இடத்தை ஆமி இனித்தான் பிடிக்க வரப்போறானா எண்டும் தெரியேல. இந்தப் பகுதியில் ஷெல் வரேல்ல.

"அண்டைக்குப் பின்னேரம் ஆமி அந்த இடத்துக்கு வந்தான். எங்கட ஆட்களாய் இருக்கும் எண்டு மெதுவாய் மற்ற அறை ஜன்னல் சுவரோட மறைஞ்சு எட்டிப் பார்த்தன். ஹெல்மட்டைத் தலைகளில கண்டோடனை ஆமியெண்டு தெரிஞ்சுது. தாயே! அந்த நேர உணர்வை இன்னதெண்டு சொல்லேலாது. ஆமி அந்த

ஒரு சொல்லுத்தான்... எதிர்த்துச் சண்டை பிடிக்க முடியாத நிலையில் மாட்டினவனுக்குத் துணை என்ன...?

“இதுதான் நான் சையனைட் கடிக்க வேண்டிய நேரம். குண்டும் இல்லை. துவக்கில றவுண்ஸ்சும் இல்லை. எங்கட ஆக்களும் இல்லை. துணைக்கு ஒரு ‘பொடி’ மட்டும்தான். அதுவும் காலில்லாத பொடி ஹி ஹி...”

வீரன் இந்த வரியைச் சொல்லி விரக்தியாய்ச் சிரித்தான்.

ஆனால், வீரன் முன்பு கதை சொன்ன பதட்டமான நிலையில் இருந்து உணர்ச்சி வசப்படாமல் கதை சொல்லும் மனநிலைக்கு மாறியிருந்தான். எள்ளலோடு தன் உத்தரிப்புகளைச் சொல்லிக் கடந்துவிடப்பார்த்தான். ஒருவேளை தன்னைக் குறித்து உணர்ச்சி வசப்பட்டு ஒப்புவிக்க விருப்பமில்லையோ என்னவோ!

“சையனைட் கடிக்கிறதைவிட வேறென்ன வழி? ஆனால் பாழாப்போக! சையனைட் என்னட்ட இல்லை. சப்ளை டீமில நிண்ட என்னை சையனைட் தேவையில்லையென்று விட்டுட்டாங்கள். பிறகு சண்டையில இருக்கேக்க சையனைட் தந்துவிடுகிற சூழல் இல்லை. நான் ஓடிப்போய் அந்த ‘பொடி’யில பார்த்தன். சையனைட் இருக்கா எண்டு. அவன்ர கழுத்தில சையனைட் கட்டியில்லை. என்னை நானே சுட்டுச் சாக துவக்கில ‘றவுண்ஸ்’சும் இல்லை. அப்பிடிச் செய்திருப்பனோ எண்டும் தெரியேல்ல...

“ஒரு கைக்குண்டைக் கழட்டி வீட்டுக்க எறிஞ்சான் ஆமி! அது வீட்டு ‘ஹோல்’ல வெடிச்சுது. நான் அறைச் சுவருக்குப் பின்னால... எனக்கு ஒண்டும் நடக்கேல. ஆமிக்காறன் உள்ளவந்து அந்தப் ‘பொடி’யைக் கண்டான். அப்படியே என்னையும் கண்டாங்கள். அவ்வளவுதான். ஆனால் அவங்கள் சுடேல்ல என்னை. ஏதோ கத்தினான். துவக்கைக் கீழ போடச் சொல்லுறான் எண்டதைப் புரிஞ்சுகொண்டன். கீழ போட்டன். பிறகென்ன... எழுப்பி என்னைக் கூட்டிக்கொண்டு போய் பின்னுக்கு ஒரு இடத்தில இருத்தினாங்கள். ஒரு ஆமிக்காரன் - அவன்தான் அந்தச் சின்ன அணியின்ர அதிகாரியாக இருக்கும், ஏதோ கேட்டான். நான் ஒண்டும் பதிலா சொல்லேல்ல. சுடப்போறாங்கள் எண்ட பயம்தான் மனம் முழுக்கலும் இருந்திது. இயக்கத்திலதான் ஆத்திரம். சையனைட் குப்பிகூட தராமல் திடுதிப் எண்டு

என்னைச் சண்டையில விட்டதுக்கு அந்த நேரம் வந்திது ஆத்திரம்.

"ஆனால், இப்ப யோசிக்கத் தெரியுது. அந்தக் கணத்தில நான் பயத்தையும் தாண்டிய நிலைக்குப் போயிட்டன். ஏனெண்டால் பயம் கொஞ்ச நேரத்தில இல்லாமப் போயிற்று. எல்லாம் முடிஞ்சுது. சுடப் போறாங்கள். சாவு சர்வ நிச்சயமா நடக்கப் போகுது எண்டு தெரிஞ்ச பிறகு பயம் வரேல்ல. அப்படியே உறைஞ்சு போனன். எதையும் யோசிக்கவும் முடியேல. செய்யவும் முடியேல. அந்தப் 'பொடி'யை எடுத்து அவன் எரிக்கச் சொல்லிவிட்டானென்று நினைக்கிறன்."

வீரன் மீண்டு இந்த இடத்தில் தன்னை நிறுத்தி எச்சில் விழுங்கினான். மற்றவர்களுக்குள்ளும் ஒருவிதப் பதட்டம் தொற்றிக்கொண்டது. இருளில் கண்கள் மட்டும் பிரகாசமாய் இருந்தன. சற்று முன் வரை இருந்த சக தோழனைக் கண் முன்னால் எதிரியே தீயிட்டுக் கொளுத்துவதைக் கண்ணால் காண்பது எதிரிக்கும் வரக்கூடாத நிலைமை. இவனும் சுடப்படுவதற்குத் தயார்படுத்தப்பட்ட நிலையில் அது நடக்கிறது. வீரன் பிறகும் சொன்னான்.

"நான் நினைச்சது சரிதான். அக்கம்பக்கத்து வேலியில் இருந்த கட்டைகளைப் புடுங்கி வந்து ஒரு இடத்தில குவிச்சாங்கள். அவனை... அதுதான் அந்தப் 'பொடி'யை இழுத்துக் கொண்டுபோய் அதில போட்டாங்கள். ஒருத்தன் ஒரு போத்தலோட வந்தான். மண்ணெண்ணை கொஞ்சம் ஊத்திக் கொளுத்திவிட்டாங்கள். அவ்வளவுதான் விளாசி எரியுது நெருப்பு. அவன்ர ஒரு கால் எரிபடாமல் இருக்கும் இந்நேரம். நான் தானே அறுத்து எறிஞ்சன். அந்த முகம் எரிய என்னால தாங்க முடியேல்ல. அவனுக்கு நான் தண்ணியாச்சும் குடுத்திருக்கலாம். ச்சா... தண்ணி குடுத்திருக்கலாம் அவனுக்கு. நான் பிழை விடுட்டன்."

வீரன் கீழே குனிந்து தலையை அங்கும் இங்குமாய் ஆட்டினான். நிலத்தைக் கீறினான். துக்கத்தின் தீரா நஞ்சால் சப்பித் தின்னப்பட்டான். அவன் மீண்டும் அந்த இடத்திற்குப் போய்விட்டான் என்றே மற்றவர்களின் பார்வைக்குத் தோன்றியது. அவன் முகமே மாறிவிட்டது. சின்னதாய் வீசிய குளிர் காற்றுக்குக் கூதல் ஓட உடலை அனிச்சையாய் உதறினான். அது ஒரு திகிலைத் தந்தது மற்றவர்களுக்கும்.

அப்பால் ஒரு நிலம் ✸ 185

“வேலிக்க கட்டைகளைக் கொண்டுவந்து தெருவில போட்டு, வாகனத்தில அடிபட்ட நாயை எரிக்குமாப் போல எரிச்சாங்கள்...” வீரன் இத்தனை நாள் தன் நெஞ்சில் அடைத்துக் கிடந்த துயரை கட்டுடைத்துப் பாய விடும் சித்தத்தில் இருந்தான். அவன் சொன்னான்,

“அந்த இடத்தில நினைச்சன் இவ்வளவும்தானா மனிச வாழ்க்கை? இவ்வளவும்தானா போராட்டம்? இந்தா... இதிலதான் இப்ப என்னையும் எரிக்கப்போறாங்கள். ஆனால், என்னை இன்னும் ஏன் சுடாமல் வைச்சிருக்கிறாங்கள் எண்டு எனக்கு விளங்கேல்லை.

“எனக்குத் தாகம் எடுத்திச்சு. தண்ணி கேட்டன். தந்தாங்கள். இந்த நேரம்தான் அந்த எரியிற நெருப்பைப் பார்த்துக்கொண்டிருக்க எனக்கு அப்பாவோட ஞாபகம் வந்திது. அந்த நெருப்பில ஒரு வித வாடை. அது மனிச கொழுப்பு உருகி எரியும் வாடை. அது என்னை முதலில உருக்குலைச்சுது. பிறகு ஏனோ எனக்குள்ள ஓர் ஆவேசம் வந்திச்சு. இந்த நாயளைக் கொண்டுபோட்டுச் சாகவேணும். சும்மா சாகப்படாது... அதுக்கு முயற்சி செய்யேக்க சுட்டுச் செத்தாப் பரவாயில்லை. அது வலியில்லாத மரணமாயும் இருக்கும் எண்டு நினைச்சன். நான் அந்த முயற்சியால தப்பிக்கவும் முடியும் எண்டு மனம் இருந்தாப்போல அடிச்சுக் கொள்ளத் தொடங்கிற்று. அப்பதான் ஒரு மூர்க்கம் பிறந்திச்சு. மூர்க்கம் பிறக்க இந்த நாயளை ஏமாத்துறது முடியும் எண்ட நம்பிக்கையும் வந்திது. அப்பத்தான் சாப்பாடு வேணுமா எண்டு தண்ணி தந்தவங்கள் கேட்டாங்கள். நான் ‘ஓம்’ எண்டு சொல்லி இப்ப வாங்கிச் சாப்பிட்டன். நான் மனசில முடிவு எடுத்திட்டன்.

“சண்டைச் சத்தத்தில சும்மா நிலம் அதிர்ந்துகொண்டிருக்கு. இவங்கட மோட்டார், ஆட்டிலறி அடிக்கிற சத்தமும் காதைப் பிளக்குது. அவங்கள் என்னை ஒரு பொருட்டாக நினைக்கேல. ஒரு சின்னப் பொடிப் பயல் எண்டதுதான் நினைப்பு. ஒரு நாய்க்குட்டியைப் பிடிச்சுக் கொண்டுவந்து சுத்த நிண்டு விடுப்பு பார்க்கிற மாதிரிதான் பார்த்தாங்கள். என்னை மண்ணில இருத்தி வைச்சிருந்தாங்கள். அவங்கள் நிக்க, நான் அவங்களை அண்ணாந்து பார்த்தபடி இருந்தன். குனிஞ்சு கதை கேக்கிறாங்கள். என்ர பயத்தை ரசிக்க அப்பிடி ஆசைபோல நாயளுக்கு. என்ர உடம்பு கையெல்லாம் ஒரே இரத்தம். காயம் இருக்கா எண்டு பார்த்தாங்கள். இல்லை. அந்த அதிகாரி ஏதோ கேட்டான்

சிங்களத்தில. எனக்கு விளங்கேல்ல. திருப்பிக் கேட்டான். எல்லாரும் சுத்தி நிண்டு சிரிச்சாங்கள். பிறகு ஒருவன் தண்ணி அள்ளி குளிச்சுக் காட்டினான். அதுவும் சைகையிலதான்.

"எதுக்கு குளிக்க கேக்கிறாங்கள். ஒருவேளை சுடாமல் கைதியாகவே கொழும்புக்கு அனுப்பப் போறாங்களோ எண்டும் நினைச்சன். அவங்கட அந்தச் சிரிப்பு மட்டும் அதை நம்பத் தூண்டுதில்லை. இரண்டு பேர் துவக்கோட நிண்டு என்னைக் குளிக்க வைச்சாங்கள். இரண்டு நாள் சாப்பாடில்லை இப்ப சாப்பிட்டு உடம்பில தென்பேத்திக் கொண்டிட்டன் கொஞ்சம். அடி தாயே! அந்த அதிகாரி நாய் ஒரு சாங்கமாய்ப் பார்க்கிறான் என்னை. நாறல் மீனைப் பூனை பார்த்த மாதிரிப் பார்க்கிறான்."

வீரன் நிமிர்ந்து மற்றவர்களைப் பார்த்தான். கோபி சொன்னான் "அட லூசா, அவன் உன்னை மற்ற அலுவலுக்குப் பயன்படுத்திற்றுச் சுடலாம் என்று யோசிச்சிருக்கிறான். அதுதான் சுடேல்லை. குளிப்பாட்டியிருக்கிறான். நீ அந்தச் சண்டைக்குள்ளயும் அவனுக்கு 'மூட்'டைக் கிளப்பீற்றாய் ஹி ஹி ஹி..." கோபி சிரிக்க எல்லாரும் சிரித்தாங்கள் வெடிச் சிரிப்பு.

"ம்ம்... அவன்ரய வெட்டிக்கொண்டு வந்திருப்பன் கையோட" வீரன் கடுப்பாய்ச் சொன்னான்.

"சொல்லு சொல்லு. பிறகு?" கவி ஆர்வத்தில் திளைத்தான்.

"கையைக் கட்டிப்போட்டு இயக்கம் பாவிச்ச 'பங்கர்' ஒண்டுக்க கொண்டுபோய் விட்டாங்கள். போச்சடா எண்டு நினைச்சன். இரவு எத்தினை மணியெண்டு தெரியேல. சாமம் கடந்திட்டு எண்டு நினைக்கிறன். என்னை வெளிவாசலுக்கு எடுத்தாங்கள். இப்ப அந்த அதிகாரியும் ஒருத்தனும் மட்டும்தான் நிண்டாங்கள். மற்ற ஆக்கள் இல்லை. அந்த அதிகாரி ஒரு வெள்ளி ஈய பேப்பருக்குள்ள எதையோ எடுத்து இரண்டு விரலில உருட்டி கொடுப்புக்குள்ள வைச்சான். பிறகு 'சாப்பிடுறியா?' என்று வாயில சோறு வைக்குமாப் போல சைகையில அதிகாரி கேட்டான். 'ஓம்' எண்டு சொன்னன். கைக்கட்டை அவிட்டு விட்டாங்கள். சொக்லேற் தந்தான். சீஸ் தந்தான். ரின் இறைச்சி தந்தான். அதையும் சாப்பிட்டன். சாப்பிட்டபடியே சுத்தி நிலைமையை அவதானிக்கத் தொடங்கினன்.

"தூரத்தில ஒருவன் சென்றி நின்றான். அதிகாரியிட்ட துவக்கு இல்லை. அந்த மற்ற ஆமி மட்டும் துவக்கு வைச்சிருந்தான். எனக்கு

சாப்பாடு ‘ட்டின்’ வெட்டித் தரேக்க துவக்கை வைச்சிட்டுத்தான் வெட்டித் தந்தான். நான் முதலே கவனிச்சிருந்தால் அந்தத் துவக்கை எடுத்துச் சுட்டுட்டுத் தப்பி இருக்கலாம். மடத்தனம் பண்ணிற்றன் என்று அப்பதான் நினைச்சன்.

“கொஞ்ச நேரத்தில அந்த அதிகாரிக்கு பிஸ்கட் குடுத்தான் இவன். இவன் வெறும் எடுபிடி எண்டது அவன்ர தோற்றத்தில தெரிஞ்சுது. அந்த அதிகாரி, மீசை வழிச்ச கறுப்பு மூஞ்சை, என்னையே பார்த்துக்கொண்டிருந்தான். மூஞ்சையில குரோதம் இல்லை. எண்ணைப் பசையாய் ஒரு சாங்கமாய் இருந்தான். பிறகு அந்தச் சிப்பாய் துவக்கை வச்சிட்டு ‘சீஸ் டின்’ எடுத்து வெட்டினான். இதுதான் சரியான நேரம் இந்தா... இந்த துவக்கைப் பாய்ஞ்சு எடுத்து முதல்ல அதிகாரியை, பிறகு அவனைச் சுட்டாச் சரி. ஆனால் அந்தக் கணத்தில அதை நினைக்கப் பயம் வந்திட்டு. துவக்கு அந்த அதிகாரிக்குக் கொஞ்சம் தள்ளி இருக்கு. நான் எடுத்தால் அவனும் பாய்ஞ்சு அதை எடுக்கலாம். நான் விட்டுட்டன்

“சீஸ் குடுத்திட்டு அவன் திரும்பவும் இறைச்சி டின் வெட்டினான். அவ்வளவுதான் எனக்குத் தெரியும், பிறகு என்ன நடந்தது எண்டு எனக்கே தெரியாது. என்ர கட்டுப்பாட்டில அது நடக்கேல்ல.” வீரன் கதையை நிறுத்தி மற்றவர்களைப் பார்த்தான். அவர்கள் உறைந்து போயிருந்தனர்.

“ம்ம்... அவன் ட்டின் வெட்ட நான் துவக்கை ஒரே பாய்ச்சலில எடுத்தன். இந்த எலிதான். ம்ம் அவன் புலியெண்டே நினைக்கேல்லயே, ஒரு எலியைப் பூனை வைச்சு விளையாடுமாப் போலத்தானே விளையாடினாங்கள். எலி துவக்கை எடுத்துதா... அடிச்சுது ஆட்டம். எலிக்கே தெரியாத ஆட்டம். ஆனால் முதலில சுட்டது அந்த சிப்பாயத்தான். அதிகாரி பாயவுமில்லை புடுங்கவுமில்லை. திகைச்ச திகைப்பில நான் அவனையும் சுட்டன். கத்துறதுக்கு வாயைப் பிளந்தபடி சரிஞ்சு விழுந்தான். ஓடத் தொடங்கினன் ஓட்டம். எங்க ஓடுறன் எண்டு எனக்கே தெரியாது. இப்பதான் எங்கயிருந்தோ சுடுறாங்கள் என்னை நோக்கி. வெறும் துவக்குச் சூடுதான். இருட்டுக்க என்ன மயிரெண்டு குறி வைக்கிறது? நான் ஓடினவன்தான். ஓட்டமெண்டால் சும்மா இன்னது ஏது எண்டு இல்லை. உயிர்க்குலையில வெறிபிடிச்ச ஓட்டம். ஒரே நேர் திசையில மட்டும் ஓடினால் எல்லைக்குப் போகலாம் எண்டு பயம் சொல்லிச்சு.

வீரன் ஆசுவாசமாய் மற்றவர்களைப் பார்த்தான். மற்றவர்களும் இப்பதான் உடலை அசைத்துச் சரிசெய்து மீண்டும் கதை கேட்கத் தயாரானார்கள். கவி கைவிரல்களை நெட்டிமுறித்துக் கொண்டான்.

"இப்படியே சொன்னால் கதை முடியாது. அண்டு முழுக்க ஓடி ஆமியில முட்டுப்பட்டு அடிவாங்கிறதும் திருப்பி ஓடுறதும் பிறகு திரும்பி அடிவாங்கிறதுமாய் இருந்திச்சு. ஆனால் அந்த அடி வெறும் துவக்குச் சூடுதான். அதுவும் தற்செயல்தான். ஏனெண்டால் நான் அவங்களுக்கு உள்ள இருக்கிறன். பின்னுக்கு இருந்து நான் வருவன் எண்டதை எதிர்பார்க்க மாட்டாங்கள் தானே. கடைசியா ஒரு இடத்தில வரேக்க விடியிற நிலமை. எங்கட ஆக்களின்ர துவக்குச் சூடு மாதிரி சத்தம் கேக்குது. சண்டை தொடங்கின சத்தம். இவங்கள் ஆமி திருப்பி அடிக்கிறாங்கள்.

"இவங்கட ஷெல் போய் விழுகிற இடத்தையும், சூட்டுச்சத்தம் வாற இடத்தையும் வைச்சுப் பார்த்தால் நான் முன்னணி நிலைக்கு வந்திட்டன் எண்டது தெரிஞ்சுது. ஆனால் விடியத்தொடங்கிற்று. பேசாமல் ஒரு வீட்டுக்க போய்ப் பதுங்கினன். கொஞ்ச நேரத்தில அயர்ந்து நித்திரையாப் போனன். உண்மையாத்தான். மூன்று நாள் சண்டையில நிண்டு நித்திரை இல்லை. திடுக்கிட்டு எழும்பி காலைமை வெயில் ஐன்னலுக்குள்ளால வர எட்டிப்பார்த்தன். ஆமி நடமாட்டத்தைக் காணேல்ல. வெளிக்கிட்டு மெல்ல முன்னணி நிலையப் பார்க்கப் போனன்.

"முன்னணி நிலைய கண்டுபிடிச்சிட்டன். நிறைய ஆமி நிக்கிறாங்கள். இதுக்குள்ளால இப்ப போகேலாது எண்டு தெரிஞ்சுது. வெங்காயம் அடுக்கிஷ ஒரு கொட்டிலுக்க புகுந்து இருந்தபடி நிலமையை அவதானிச்சுக் கொண்டிருந்தன். நான் முன்னணி நிலைக்குக் கிட்டத்தான் இருக்கிறன். இரவு முயற்சி செய்யலாமென்று மனசுக்க பிளான் போட்டன். தண்ணி விடாய்க்கத் தொடங்கிச்சு. நாக்கு வறளுது. வெளிய போனால் கண்டிப்பா ஆமி காணுவான். வெங்காயக் கொட்டில் என்ன வெக்கையப்பா! பயங்கர புழுக்கம். அட! வெங்காயம் இப்பிடி வெக்கையா?

"அவிஞ்சு வேர்க்க தண்ணிவிடாய் தாங்க ஏலாமல் போச்சு. நான் அவனுக்குக் கடைசியாச் சாகேக்க கேட்டும் தண்ணி குடுக்கேல்ல எண்டதை நினைச்சன். அப்பிடித் தவிக்குது. தாகம் தாங்க முடியேல்ல. இன்னும் இருளவும் மாட்டுதாம். கடைசியா

இருளத் தொடங்க, பக்கத்துக் கிணத்தடிக்குப் போய் தண்ணி குடிக்க நகர்ந்தன். பதுங்கிப் பதுங்கிப் போய் கிணத்தில தண்ணி அள்ளேலா. அங்க இருந்த வாளிக்கயும் தண்ணி இல்லை. கிணத்து கழிவுத் தண்ணி ஓடுற வாய்க்காலில கொஞ்சம் தண்ணி நிண்டுது. அள்ளிக் குடிச்சன். அது... அமிர்தம்... அமிர்தம்... அந்த ஊத்தத் தண்ணி! நாள்பட்ட கழிவுத் தண்ணிக்கு இப்படி ஒரு ருசியா?"

வீரன் சொல்லிவிட்டு அட்டகாசமாய்ச் சிரித்தான். அட! பெடியள் கதை கேக்கிற ஆர்வத்தில் இருக்க, இவன் சிரிக்கிறான்.

"திரும்பி வந்து வெங்காயக் கொட்டிலுக்க இருந்தன். சாமம் ஆனதும் முயற்சி செய்யலாம். நேரம் வந்திது. எலி புத்தை விட்டு - வெங்காயப் புத்தை விட்டு வெளிக்கிட்டுச்சு. துவக்குக்கு வேற கனக்க றவுண்ஸ் இல்லை. ஏழு றவுண்ஸ் அவங்களுக்குச் சுட்டிருப்பன். மகசினில மிச்சமுள்ளதுதான். சுட்டு அடிபட்டுத் தப்ப ஏலாது. களவாய்த்தான் தப்ப வேணும் எண்டு முடிவு செஞ்சிட்டன்."

"இரவு இரண்டு தரம் ஓட முயற்சி செய்து அவன்ர முன்னணி நிலையைக் கடக்க முன்னரே அடி வாங்கினன். ஆனால் ஒரு சூடும் நான் சுடேல்ல. திரும்ப ஓடி வந்திட்டன். மூன்றாம் முறை விடியப்போகுது எண்டு தெரிய, ஒரே மூச்சா ஓடுறது, அல்லது சாகிறது எண்டு முடிவு செஞ்சிட்டன். இரண்டு தரம் அடிவாங்கி ஓடிவந்ததில அவன்ர முன்னணி நிலை துல்லியமா இப்ப தெரியும். இடத்தை மட்டும் மாத்தி தெரிவு செய்ஞ்சன். அவ்வளவுதான், மெல்ல நிலம் வெளிக்கப்போகுது எண்டு தெரிய அந்தக் கசியிற ஒளியின்ர வெளிச்சத்தில தப்பி ஓட வெளிக்கிட்டன். வீரா... சாவுடா அல்லது தப்பு.

"எலி ஓடிச்சு ஓட்டம்... அதல்லோ ஓட்டம். அவன் சும்மா சாதாரண பங்கர்தான் 'பொயின்ற்' என்று வெட்டி இருந்தான். கடக்கிற இடத்தில ஒரு ஆமிதான் பங்கரில நிண்டான். பயத்தில ஒரு பத்து றவுன்ஸ் ஓட்டோவில அவனுக்குச் சுட்டிருப்பன். ஓட்டம்தான். அடக் கடவுளே! எங்க கிடந்து அடிக்கிறாங்கள் எண்டு தெரியேல்ல. தரித்திர நாயள் ஒரு எலிய இத்தினை துவக்கால சுடுறாங்கள். நான் குனியவும் இல்லை, விழுந்து படுக்கவும் இல்லை, திருப்பிச்சுடவும் இல்லை. ஒரே ஓட்டந்தான். என்ர இடதுகையில அவன்ர சூடு ஒன்று பறிஞ்சுகொண்டு போச்சுது. சரியா விடியாததால அவங்கட அடியொண்டும் குறியாய் இருக்கேல்லை. எலி ஓடிச்சு உயிர்க்குலை தெறிச்சு.

முன்னால இருந்த ஒரு குளக்கட்டில ஏறிக் கடக்க வெளிக்கிட, அடி தாயே! அறுவார் முன்னால இருந்து அடிக்கிறாங்கள்.

"பின்னுக்கு இருந்து *l.M.G* ஆல அடிக்கிறாங்கள். முன்னுக்கு இருந்து டொள்... டொள்... என்று துவக்கால அடிக்கிறாங்கள். அப்பவே தெரிஞ்சுது. இது எங்கட செம்மறியள் எண்டு. குளத்துக்க தண்ணியில்லை. வெறும் தரை. காய்ஞ்சு வெடிச்சுப் பிளந்து போயிருக்கிற களித்தரை அது. உள்ள இறங்கினன். இனி ஆமியின்ர அடி உள்ள வராது. நிம்மதி. மற்றப்பக்கம் போய் கட்டில ஏற, திருப்பி அடிக்கிறாங்கள் எங்கட செம்மறியள். வெளிக்கு அங்கால ஊர்மனை தொடங்குது. அங்க இருந்து அடிக்கிறாங்கள். இடையில வெறும் வெளிதான். கத்தினன் 'டேய் நான்டா. அடிக்காதையுங்கோ. அடிக்காதையுங்கோ' எண்டு. அவங்களுக்குக் கேக்க இல்லை. திரும்பித் தலைகாட்ட அடிக்கிறாங்கள். நான் குளக்கட்டு உள்பக்கம் படுத்திட்டன். என்னால ஏலாது. சரியான தாகம் வேற. மயக்கம் வாற அளவுக்கு ஏலாத தாகம். கைக்காயத்தில இருந்து இரத்தம் வழியுது. நாசியில திரும்பவும் இரத்தவெடில். கைமுறியிற அளவு பெரிய காயம் இல்லை. ஆனால் கை ஆடுது.

"திருப்பி ஒரு கையை மட்டும் உயர்த்தி உயர்த்திக் காட்டினன். ஒரு கைக்குச் சுடுறளவு கெட்டிக்காரங்களா? சுடேல்ல... திரும்ப எழும்பி ஓடுறன். அப்பவும் ஒரு செம்மறி சுடுது. மற்றவன் கத்துறான்... 'சுடாதை சுடாதை' என்று. அவ்வளவுதான், விழுந்து படுத்தனான். எழும்பேல்ல. என்னால இதுக்கு மேல முடியேல்ல.

"அவங்கள் நான் இயக்கம் எண்டோ, அல்லது சரணடைய வாற ஆமியெண்டோ நினைச்சிட்டாங்கள் என்று மனசில புரிஞ்ச கணமே என்ர சக்தியெல்லாம் போச்சு. எழும்பவே முடியேல்ல. அவங்கள் அடிக்கேல்ல. என்னால முடியேல்ல எழும்பி ஓட. அவ்வளவுதான். பிறகு என்ன நடந்ததென்று தெரியாது.

"வடமராட்சி மந்திகை ஆஸ்பத்திரியிலதான் மயக்கம் தெளிஞ்சு பார்த்தன். கையில ஒப்பிறேசன் செஞ்சு கட்டும் போட்டிருக்கு. காலிலயும் சின்ன பிளாஸ்ரர் இரண்டு போட்டிருக்கு. காலில காயம் இருந்ததே எனக்கு தெரியேல்ல என்றா பாருங்களன் நிலைமையை."

வீரன் எல்லாரையும் பார்த்தான், அவ்வளவுதான் கதை என்பதுபோல. மற்றவர்கள் மீள முடியாமல் நிலத்தில்

ஒட்டப்பட்டதுபோல இருந்தார்கள். அந்தச் சிறுவீடும் முதிர் மாமரமும் தலையறுந்த தென்னையும் அன்றைய இருளும் கூட அவன் சொன்னதைக் கேட்டு உறைந்திருந்தன.

"ம்ம்" என்று திரும்பவும் பெருமூச்சு விட்டான் வீரன். கொட்டித் தீர்த்த ஆசுவாசமா?

"உன்னை மந்திகையிலயா கொண்டுபோய் விட்டாங்கள்... ஹி ஹி ஹி... சரியான இடம்தான்" கவி சிரித்தான். யாழ்ப்பாணத்தில் மந்திகை ஆஸ்பத்திரியில்தான் மனநோயாளிகளின் பிரிவு உண்டு. அதுதான் கவியின் இந்தக் கிண்டல்.

"மக்களே! படம் முடிந்தது. இவை யாவும் கற்பனையல்ல. எழும்பி ஒரு தேத்தண்ணி வைங்க. சென்றியை விடுங்க." மணி சொன்னபடி எழுந்தான்.

மணியின் மனதில் இவன் வேவுக்குத் தகுதியான மிகப் பொருத்தமான ஆள்தான் என்று பட்டது. திகைப்பில் இருந்து இத்தனைச் சுலபமாய்ச் சுதாகரித்து, அந்த இடத்தில் அனுபவசாலிகளாலேயே தப்பித்திருக்க முடியுமென்று தோன்றவில்லை. சூழலின் கைதியாகி உறைந்து போவதுதான் மரணத்தின் முன்னுள்ளவனுக்கு நிகழக் கூடியது 'அசத்தலான ஆளைத்தான்ரா சேரா அனுப்பி இருக்கிறார். தேவைப்பட்டால் இவனைதான்ரா கூட்டிக்கொண்டு போகப்போறான் மணி' என்று மணியின் உள்மனம் இரகசியமாய்க் குரல் வைத்தது.

04

வன்னியின் வடபோர்முனையில் நடக்கிறது இந்தக் கதை.

இந்தக் கதைக்கும் ஒரு சூழல் உண்டு. அது சும்மா இலேசுப்பட்ட சூழல் இல்லை. வலு வில்லங்கமான சூழல். 1995ஆம் ஆண்டு 'ரிவிரச' நடவடிக்கை மூலம் யாழ்குடா நாட்டைக் கைப்பற்றியிருந்தது அரசு. வவுனியாவில் இருந்து வடக்குநோக்கி யாழ்ப்பாணத்தை இணைக்கும் ஏ9 நெடுஞ்சாலையைக் கைப்பற்றிச் சிங்களப் பிரதேசமான தெற்குப் பகுதியோடு தமிழரின் வடக்கை இணைத்துவிடுவதுதான் இப்போதைய படைத்துறைத் தந்திரோபாயம். அதற்காக 'ஜெயசிக்குறு' என்ற படை நடவடிக்கையை நடத்தி வருகிறது. கிளிநொச்சியை 'சத்ஜய' என்ற நடவடிக்கை மூலம் அரச படைகள் கைப்பற்றிவிட்டன. இப்போது கிளிநொச்சி ஒரு பெரும் கூட்டுப் படைத்தளமாக உருவாக்கப்பட்டிருக்கிறது. கூட்டுப் படைத்தளமென்பது இராணுவ அர்த்தத்தில் படைத்துறைகளின் பல்வேறு பிரிவுகளை உள்ளடக்கிய ஒருங்கிணைந்த நடவடிக்கைக்கான தளம். இதை ஒரு கூட்டுப் படைத்தளமாக இராணுவம் அமைத்திருப்பதற்கான காரணம் ஏ9 வீதியைக் கைப்பற்றும் இராணுவ நடவடிக்கைக்கு இதை ஒரு புறப்படுதளமாகப் பயன்படுத்துவதற்காகத்தான். படைத்துறையில் இதனை 'லோன்ஞ்சிங் பாட்' என்று சொல்லுவார்கள்.

இந்தப் போர்முனையில்தான் இந்தச் சின்னஞ்சிறு வேவுக்குழு இயங்கிக்கொண்டு இருந்தது. இந்தக் குழுவுக்குத்தான் புதிதாக இணைக்கப்பட்டிருக்கிறான் வீரன். வேவுக்காரரின் கதைகளே ஒரு தனித் தினுசு. இந்த வள்ளிசில் 'இறுதி வெற்றி' என்ற திமிர்த்தனமான பெயரோடு நடக்கும் நீண்ட யுத்த களத்தில் வேவு என்பது சும்மா சாதாரணப்பட்டதல்ல.

போன வாரம்தான் வேவுக்குப் போன நிலவனும் நல்லவனும் வீரச்சாவு என்ற செய்தி வந்தது. இருவரின் உடலையும்கூட எடுக்கமுடியவில்லை. வேவுக்காரரை அடுத்தடுத்துப் பலி

கொள்ளும் களமாகிவிட்டது இந்தக் கிளிநொச்சி தளம். யாராலும் உள் நுழைய முடியாத மாயப் பொறியாகிவிட்டது இந்தப் படைத்தளம்.

இந்தப் போர்முனையின் பின்தளத்தில் உள்ள இச்சிறு வீட்டின் முற்றத்தில் நிலவனும் நல்லவனும் திரும்பிவராத காலைப்பொழுது துயருண்டு விடிந்தது. போர்நிலத்து மக்களின் உறவுக்கும் வேறு நிலத்து மக்களின் உறவுக்கும் வேறுபாடு உண்டு. சமூகம் துயர் தாங்கும் ஒரு வினோத இழையால் பந்தம் கொண்டிருக்கும். அதிலும் குடும்பத்து உறவுக்கும் இளையவர்களின் நட்புவட்ட உறவுக்கும் வேறுபாடு உண்டு. அதையும்விட வேறுபட்டது போரில் தோழமை கொள்ளும் போராளிகளின் உறவு. போர் அனைத்தையும் அந்நியமாக்கித் தோழமையில் இறுகப் பின்னிவிடும் வலிமை கொண்டது. இந்தச் சிறு வேவுக்குழுவோ போர்முனையின் பின்னணியில் ஒரு சிறு வீட்டில் குடும்பம்போல வாழநேர்ந்த பாக்கியத்தையோ துர்ப்பாக்கியத்தையோ கொண்டிருந்தது.

கூடிவாழ்ந்த தோழர்கள் நேற்றுப் போவர், இன்று வரார் என்பது வெறும் யதார்த்தம் அல்ல, அதை மீறிய துயருண்டு அதற்கு. அதை வெளிக்காட்ட முடியாது. காட்டினால் அது தன்னையே தாக்கி வீழ்த்திவிடும். தன்னையே தன்னால் தக்க வைக்க முடியாது போகும்.

நிலவன், நல்லவன் இல்லாத அந்த முற்றத்து மாமரம் அன்று அழுதது. காணி சூழ்ந்து இளநீர் நிறைந்த தென்னைகள் அழுதன. பற்றைக் காட்டில் கானாங்கோழியிட்ட முட்டைகள் அழுதன. கிணற்றுத் தண்ணீரும் கமுக்கமாய் அழுதது. அந்த வீட்டில் வேயப்பட்ட பனையோலைக் கூரை அழுதது. கூடி வாழ்ந்த இந்த வேவுக்குழு வீரர் மட்டும் அழ முடியவில்லை. அவசம்... தாங்கவியலா அவசம்!

இருமுனை கொண்ட ‘ஜெயசிக்குறு’ என்ற ஏ9 றோட்டைப் பிடிக்கும் சமர் நடவடிக்கைக்குக் கிளிநொச்சி ஒரு முனை. மையமே இப்போது நடக்கும் யுத்தத்திற்கு ஒரு பிரதான பாத்திரத்தை இந்தக் கிளிநொச்சி கூட்டுப் படைத்தளமே கொண்டிருக்கிறது.

இதன் முக்கியத்துவத்திற்கு மற்றொரு காரணமும் உண்டு. அது ஆனையிறவுப் படைத்தளத்திற்கு ஒரு ‘பஃவர்’ (முன்காப்பு) ஆக கிளிநொச்சியை உருவாக்கி நின்றமைதான். ஆனையிறவுத்

தளமென்பது யாழ் குடாநாட்டைப் பாதுகாத்து நிற்கும் மிக முக்கிய படைத்தளம். யாழ் குடாநாட்டின் நில அமைவைப் பொறுத்தவரை ஆனையிறவைக் கையில் வைத்திருக்கும் வரைதான் யாழ்ப்பாணத்தை எவருக்கும் வைத்திருக்கும் இயலுமை இருக்கும். குடாநாட்டின் நுழைவாசல் அதுதான். நுழைவாசலைச் சும்மா விடுவார்களா யாரும்? மற்றது, ஆனையிறவுப் பிரதேசம், போரைப் பொறுத்தவரை நிலைகொள்ளுபவருக்கே சாதகமான புவியியல் அமைப்புக்கொண்டது. தாக்க வருபவர்களுக்கு அது பொருத்தமான பகுதியல்ல. ஆனையிறவைப் பாதுகாக்கும் உறுதித் தன்மையை மேலும் வலுப்படுத்தவே கிளிநொச்சிக் கூட்டுத்தளம் பயன்படுகிறது. இன்னொரு வகையில் இதைப் படைத்துறை மொழியில் கேந்திர மையத்தின் முன்காப்பு வலயம் என்று சொல்லலாம்.

பழமைகொண்ட நகரம் சப்பாத்துக் காலடியில் கிடந்து நசுங்கியது. சூழ்ந்த வயற்காட்டில் மேவிவந்த தென்றலில் கந்தகநெடி நிலைத்து நஞ்சூட்டியது. நீரோடை காய்ந்து வாய்க்கால்களில் குறுமணல்கள் குருதி குடித்தன, பிணங்களைத் தின்றன. மணியோசை கேட்ட குலதெய்வங்கள் பீரங்கிகளின் வெறிமுழக்கத்தில் நெஞ்சதிர்ந்து நிலம்விட்டுக் குடிபெயர்ந்தன. முடிவிலாத் துயரத்தில் நகரம் பாழில் வீழ்ந்தது.

இந்தக் கிளிநொச்சி படைத்தளத்தைத் தாக்கி அந்த நகரத்தை மீட்டுக்கொண்டால் 'ஜெயசிக்குறு' நடவடிக்கையை முறியடிப்பதற்கான தந்திரோபாய வழி பிறக்கும். மேலும் அரசியல் ரீதியிலும் அரச படைகள் தோல்வியடைவதை இது இலகுவாகக் காட்சிப்படுத்திவிடும். எதிரிக்கு மிகுந்த மனச்சோர்வைக் கொடுக்கக்கூடியதும்கூட. இதனால் விடுதலைப்புலிகள் இருமுறை இதைக் கைப்பற்ற முயற்சி எடுத்தனர். ஆனால் அது வெற்றியடையவில்லை.

இவன் மணி 'சாள்ஸ் அன்ரனி றெஜிமன்ட்'இன் ஒரு வேவுக்குழுவின் பொறுப்பாளர். இது ஒரு சிறிய அணி. மொத்தம் ஒன்பது பேர்தான். அதற்குத்தான் மணி லீடராய் இருந்தான். இருபத்தி ஆறு வயசுதான் இருக்கும். இருந்தாலும் அடர்த்தி இல்லாத மீசையும் சரித்திழுத்த தலைமுடியும் எப்போதும் எதையும் விகடமாக்கிவிடும் பேச்சும் அவனை மேலும் இளைஞனாகவே காட்டியது. இராணுவத்தின் மிகப்பெரும் படைத்தளங்களை வேவு பார்க்கும் காரியத்தில் வலு சுழுவான

ஆள் இவன். இந்தத் துறையில் பக்காவான அனுபவம் இவனுக்கு இருந்தது. இப்போது இந்தப் படையணியின் தளபதி, மற்றும் துணைத் தளபதியாக இருப்பவர்களிடத்தில் முன்பு வேவைப் பழகிக்கொண்டவன். இதனால் அவர்களுக்கு இவனின் திறன் மீது நம்பிக்கை அதிகம். இங்கே கூட இருப்பவர்களின் விசுவாசத்தால் நம்பப்படுபவர்களும் உண்டு, வினைத்திறனால் நம்பப்படுபவர்களும் உண்டு. இதில் மணி இரண்டாவது வகை.

கிளிநொச்சி நகரத்தில் இருந்த இராணுவத்தை முன்னேறவிடாமல் விடுதலைப் புலிகளின் பல படையணிகள் பாதுகாப்புப் போர்முறைக்குரிய தொடர் நிரந்தரக் காவலரண் அமைத்து நிலைகொண்டிருந்தன. ஏ9 வீதியால் முன்னேறுவதற்கு இரண்டு ஆண்டுகள் செய்த படை நடவடிக்கையால் இழப்புதான் ஏற்பட்டதே தவிர எந்த இறுதிவெற்றியும் படைக்குக் கிடைக்கவில்லை. அது இன்றோ நாளையோ நிறைவேறிவிடும் என்ற நம்பிக்கை இருக்கத்தான் செய்தது. தென்போர் முனையில் இராணுவம் மாங்குளத்திற்கு வந்துவிட்டது. இன்னும் அதிக தூரம் இல்லை இணைவதற்கு. இன்னும் பதினெட்டு கிலோமீற்றர் இருக்கலாம். ஒரே சமயம் பல முனை சண்டையை தொடுத்தது இராணுவம். நேர் கொள்ளாமல் சுற்றி வளைத்து முன்னேறி விட முயன்றன. இந்த வகையான முன்னேற்றம் பலதையும் இறுதி நேரச் சமரில் போராளிகள் முறியடித்திருந்தனர். இதன்பின் கிளிநொச்சி படைத்தளத்திற்கான விடுதலைப் புலிகளின் பாதுகாப்புப் பொறிமுறையை ஊரியான் கடற்கரையிலிருந்து குடமுருட்டிப் பகுதிவரை கிளிநொச்சியைச் சுற்றிவளைத்து நீட்ட வேண்டியதாயிற்று. இது ஏறத்தாழ 22 கிலோமீற்றர் நீளமுடைய பாதுகாப்புப் பொறிமுறையைக் கொண்டது. அதில் ஊரியான் பகுதியில் ஒரு 'பிளட்டூன்' அணி மூலம் 2 கிலோமீற்றர் நீளத்தைப் பாதுகாத்து நின்றவன் இந்த வீரன். அந்த இரண்டு கிலோமீற்றருக்கு அவன்தானே இராசா!

ஒருவகைத் துள்ளல் அல்லது துடுக்குத்தனம் முகத்தில் தெரியும். சமயத்தில் அது மறைந்தும் போகும். மெல்லிய தலைமுடியும் துறுதுறு கண்களும் உயரமில்லாத உருவமும் அவனை இளையவனாகவே எப்போதும் மற்றவருக்குக் காட்சிப்படுத்தும். அவனிடமுள்ள கூச்ச சுபாவமும் அவன் சிறுவன்போலத் தோன்றுவதற்குக் காரணமாயிருக்கலாம். ஆனால் சென்ற மார்ச் மாதம் 8ஆம் திகதி அன்று அந்த நிலை மாறிற்று. ம்ம்... அன்றுதான் நடந்தது. கிளிநொச்சியில் இருந்து இரணைமடுவுக்கு

முன்னேறும் அரச படை நடவடிக்கையை முறியடிப்பதற்காக முரசுமோட்டையில் நின்ற வசியினுடைய 'பிளாட்டூன்' அன்றைய சண்டையில் பங்கெடுத்தது. அந்த அணியில் ஒருவனாக இருந்தான் வீரன். அன்றுதான் அவன் பெயர் மட்டும் வீரன் அல்ல, அது அவனின் குணம் என்பதும் தெரியவந்தது. அதற்கு முன் தப்பி வந்த கதையையெல்லாம் எத்தனைபேர் நம்பினார்கள்?

கொடுங்களத்தில் பூமியதிர்ந்து நடுங்கியது. மரணத்தின் வலியறிய விரும்பாத வெறிகொண்ட போர். மனிதர்களையும் வாழ்வின் மகத்துவத்தையும் உருசித்துச் சுவைக்கும் போதைகொண்ட போர். வெற்றி! மகா வெற்றி! இதுதான் போதை! இது ஒன்றேதான் போதை! வாழ்வின் ஆதாரத்தோடு போராடுகின்றது ஒரு கூட்டம்.

இலங்கை இராணுவத்தின் ஐம்பத்தி மூன்றாவது டிவிசனின் ஒரு பிரிகேட்டும் ஐம்பத்தி ஐந்தாவது டிவிசனின் ஒரு பிரிகேட்டும் சமரில் பங்கெடுத்தன. இதில் சில பட்டாலியன்கள் முதற்சண்டையில் பங்கெடுத்தன. ஐம்பத்தி மூன்றாவது டிவிசன் அமெரிக்க பசிபிக் கட்டளைப் பிராந்தியத்தின் கீழ் 'கிறீன் பெறற்' அணியிடம் நவீனப் போர்ப் பயிற்சி பெற்று உருவாக்கப்பட்டிருந்தது. இந்த வன்னிப் போர்முனையின் நம்பிக்கை ஒளியாகவே அரச படைத்தரப்பு அதை உருவாக்கியது. மற்ற ஐம்பத்தி ஐந்தாவது டிவிசனும் கூட முன்னணிப் போர்களில் பங்குபற்றி வெற்றிவாகை சூடிய புகழூக்கும் அனுபவத்திற்கும் உரியதாக இருந்தது. இந்த இரு பிரிவும் இணைந்து விடுதலைப்புலிகளின் முன்னணிக் காவலரண் தொடரை உடைத்து வெற்றிகரமாக இரணைமடு நோக்கி முன்னேறின. டிப்போ சந்தியில் வைத்து அதை ஊடறுத்து முறியடிப்புத் தாக்குதலை நடத்த தளபதி மேலதிகமாக இறக்கிய முக்கிய இரு பிளட்டூன்களில் ஒன்று வசியினுடையது. முரசுமோட்டையில் நிலைகொண்டிருந்த இந்த அணி ஐந்து கிலோமீற்றர் ஓடிவந்து சண்டையில் குதித்தது ஆச்சரியம்தான். இதில் வீரனும் ஒருவன்.

இரண்டு பட்டாலியன் என்பது ஏறத்தாழ ஆறாயிரம் பேரை உள்ளடக்கியது. இரண்டு பிளட்டூன் என்பது தொண்ணூறு பேரைக் கொண்டது. அன்றுள்ள போர் உபாய நிலையில் இரணைமடுவைக் கைப்பற்றினால் ஏ9 வீதியைத் தொடுத்துவிடலாம். ஏ9 வீதியைக் கைப்பற்றிவிட்டால் விடுதலைப் புலிகளின் அழிவு பின் மெல்லென, ஆனால் நிச்சயமாக நிகழும்.

இதுதான் எதிர்பார்ப்பு. ஆக இந்தச் சமர் சாதாரண சமர் அல்ல. அதுபோலவே களத்தில் போரின் உக்கிரமும் சாதாரணமாக அன்று இருக்கவில்லை. கிளிநொச்சி என்ற அந்த இளம் பட்டினம் பூமி தாங்காத போரை அன்று கண்டது. வான்படையும் ஆட்லறிப் படைப்பிரிவும் முன்னேறும் இராணுவத்திற்கே வெற்றி நிச்சயம் என்று சொல்லுவதாய் புலிகளின் பகுதியைத் துவம்சம் செய்தபடியே இருந்தன.

போருக்கு மனசாட்சி இல்லை. ஆனால் மகிமை உண்டு. வெற்றியொன்றுதான் அங்கு சர்வ நிச்சயமான புனிதப்பொருள். அழிப்பதும் இழப்பதும்கூட அங்கு புனித காரியங்களே! புனித காரியங்களை நிறைவேற்றப் பின்நிற்பார்களா மனிதர்கள்? காக்கும் பொருட்டு ஒரு கூட்டம். அழிக்கும் பொருட்டு இன்னொரு கூட்டம். ஆனால் போர் ஒன்றுதான். மரணத்தின் நுகத்தடியில் பிய்ந்து கிழிகிறது வாழ்வின் பொன்னுடல்.

அந்தச் சண்டையில் லீடர் வசி வீரச் சாவடைந்துவிட்டான். வீரனின் 'செக்சன் லீடரும்' காயப்பட்டு வீழ்ந்தான். எதிரிப் படையை ஊடறுத்த இச்சிறு அணி வழிநடத்த ஆளின்றித் தனித்துச் சிக்கியது. எதிரியின் பட்டாலியனை திகைப்புக்குள்ளாக்கிப் போர் செய்த இந்த அணி இப்போது திகைத்து நின்றது செய்வதறியாது. நிலைமை திடீரென்று இப்படி சிக்கலாக மாறிவிட்டது. இந்த நேரத்தில்தான் வீரன் விழுந்த அணித் தலைவனின் தொலைத்தொடர்புக் கருவியை கையில் எடுத்தான். தன் செக்சனில் எஞ்சிய போராளிகளை இணைத்துச் சண்டை செய்தான். தன் பிளட்டூனை மறு இரண்டு செக்சன் லீடர்களுடனும் ஒருங்கிணைத்துச் சண்டைக்கான ஒருங்கிணைப்பை வழங்கி தலைமைத்துவம் கொடுத்தான். அவன் கட்டளைக்கு அபூர்வமாகக் கட்டுப்பட்டு அணித்தலைவர்களும் போராளிகளும் சண்டையை நடத்தினர். களத்தில் அவன் நின்ற விதம் ஏனைய போராளிகளைக் கட்டுப்படுத்தி உரம் வைத்தது நம்பிக்கையை.

போர்முனையின் கட்டளைத் தளபதி நடப்பதைத் தொலைத்தொடர்பில் கேட்டு ஆச்சரியத்தில் மூழ்கினார். யார் என்று அறியாத ஒரு போராளி எதிரிக்குள் நின்று சிதைந்த எங்கள் அணியை ஒருங்கிணைத்துச் சண்டை செய்கிறானே... யார் இவன்? மறுகணம், ஆச்சரியத்தில் இருந்து விடுபட்டு அவர் அவனை வழிநடத்தத் தொடங்கினார். என்ன செய்ய வேண்டும், எப்படிச்

செய்யவேண்டும் என வீரனுக்கு உத்தரவிட்டார். ஏனைய பிற முனைகளை இதனோடு ஒருங்கிணைத்து அந்தக் களத்தை வழிநடத்தினார். இறுதியில் அன்றைய மாலையில் சமர் முடிவுக்கு வந்தபோது அரசப் படைகள் பேரிழப்போடு தங்கள் ஐம்பத்து மூன்றாவது டிவிசன் வீரர்களின் உடல்களையும் கைவிட்டுப் பின்வாங்கிக்கொண்டன.

இழந்த உயிர்களின் வலிகளை மேவி நின்றது வெற்றி தந்த ஆசுவாசம். வெற்றி அனைத்திலும் மகத்துவமானது. பொதுப்புத்தியில் வெற்றியின் வலிகள் உறைவதில்லை. அதற்குக் கண்ணீரும் தெரிவதில்லை, செந்நீரும் தெரிவதில்லை. பிணமும் நிணமும் கூடத் தெரியாது அதற்கு. ஊர் விட்டோடி காடுகளில் உத்தரிக்கும் மக்களுக்கோ வெற்றி என்பது வெறும் சொல் அல்ல. வாழ்வு. வேறு வழியற்ற வாழ்வு. வெற்றியின் சாட்சியாய் எதிரி உடல்கள் சர்வதேச செஞ்சிலுவைச் சங்கம் மூலம் அரசுக்குக் கொடுத்து அனுப்பிவைக்கப்பட்டன.

கட்டளைத் தளபதி அன்றிரவு அந்த அணியைச் சந்தித்தார். யார் வீரன் என்புதைக் கேட்டுத் தெரிந்துகொண்டார். அவனிடம் அன்றிருந்த நிமிர்வும் தன்னம்பிக்கையும் அவன் ஒரு சாதாரணன் அல்ல என்று தெரிய வைத்தது. சாள்ஸ் அன்ரனியின் தளபதி சேராவிடம் கட்டளைத் தளபதி சொன்னார், உடனேயே வீரனை லீடராக்கிவிடும்படி. சில மாதங்களில் அவன் பிளட்டூன் லீடராகவும் ஆக்கப்பட்டான். வெறும் வீரன் செயல் வீரனான கதை இதுதான். இதுதான் அசலான திருப்புமுனை. இங்கிருந்துதான் தொடங்கப்போகிறது வீரனின் புதுக்கதை. ஆனால் வீரன் அதை அப்போது அறிந்திருக்கவில்லை.

உடலுக்கு வயதாவதுபோல மனதுக்கும் வயதாகிறது. இந்த இரண்டும் ஒன்றல்ல. ஆனால் பொதுவாக மனிதர்களின் வயது என்பது உடல்வயதைக் கணிக்கும் ஒரு சொல்தான். காலத்தை வைத்துக் கணிக்கும் முறையில் வயது என்பது உடலினுடையதாகவே இருக்க முடியும். உடலின் முதிர்ச்சி காலத்தால் நிர்ணயிக்கப்படலாம். ஆனால் மனமோ வாழ்ந்த காலத்தில் வசப்பட்ட அனுபவங்களின் கொள்ளளவால் தன் வயதை அல்லது மூப்பை உருவாக்கிக்கொள்கிறது. ஒருவேளை, ஒரு நெருக்கடி நிலையில் - கொடும் யுத்தக் களத்தில் வீரனின் முதிர்ச்சி ஒரு தலைமைத்துவமாக வெளிப்பட்டதற்கு அதுகூடக் காரணமாக இருக்கலாம்.

இயக்கத்திற்கு வருவதற்கு முன்னர் வீரனுக்கு இருந்த உலகம் அம்மாதான். அம்மா என்ற உலகை அவன் சுற்றிவந்தான். அம்மா என்பது வெறும் உலகு அல்லவே. அது சாதாரண உலகும் அல்ல. அம்மா என்ற சின்ன உலகைச் சுற்றிவந்த துணைக்கோள்தான் வீரன். அம்மாதான் எவ்வளவு அழகாய் இருந்தாள் அப்போது. பழைய அம்மாவை இப்போ காணக்கிடைப்பதில்லை. கோவில், கலியாண வீடு என்று அம்மா வெளிக்கிட்டால் அம்மாவின் முகம் கொள்ளும் பொலிவு இன்னதென்று சொல்ல முடியாது. அம்மாவின் முகத்தில் எப்போதும் எல்லோருக்குமான குதுகலம் பொங்கிப் பெருகியபடியே இருக்கும். அம்மாவுக்கும் அப்பாவுக்கும் உள்ள அன்னியோன்னியம் போல் அவன் அயல் வீடுகள் எங்குமே கண்டதில்லை. சொந்தத்திலும் கண்டதில்லை. சண்டையும் சச்சரவும் வெறுப்பும் விரக்தியும் எங்கும் இருப்பதாகவே பட்டது. ஆனால் அம்மாவுக்கும் அப்பாவுக்கும் இடையில் எப்போதும் இனம்புரியாத நெருக்கம் இருக்கும். அப்பாவின் கிண்டல்களில் அம்மா கொள்ளும் முகம் அதை வெளிப்படுத்திய படியே இருக்கும். அம்மாதான் அதற்குக் காரணம்.

அம்மா இல்லாத வீடு கணத்தில் வெறுமையாகிவிடும். அப்பாவின் முகத்தில் கூட அது தெரியும். வீட்டு நாயின் முகத்திலும் அது தெரியும். அம்மா எப்போதுமே அப்பாவை எதிர்த்துப் பேசியதில்லை. அப்பா கோபம் கொள்ளும்போது அம்மா அமைதியாகிவிடுவாள். அவளுக்குக் காது மட்டுமே இருக்கும் வாய் இருக்காது. ஆனால் அவள் கேட்டதெல்லாம் பிறிதொரு நேரம் பார்த்துத் தன் வாதம் சொல்லத் தொடங்குவாள். ஆனாலும் முகம் சினம் கொள்ளாது. அப்போது அப்பா ஊமையாகி விடுவார். அம்மா பேசி முடிய அப்பா கொள்ளும் குழைவு அவர் செயலுக்கு மன்னிப்பு வேண்டுவதாய் இருக்கும். அப்படிப் பார்த்தால் அம்மாதான் வீட்டின் தலைவி. அவள் முடிவுதான் வீட்டில் முடிவு. விதைப்போ அறுப்போ அம்மாவை ஆலோசிக்காமல் அப்பாவால் முடிவெடுக்க முடிவதில்லை. ஆனால் வெளியே அப்பாவின் கம்பீரம் அம்மாவிடமிருந்து வெளிப்படுவதாய் இருக்காது. அம்மா கோபித்து கதைக்காமல் விட்டால் அப்பா இரண்டு நாளில் நிலைகுலைந்து விடுவார். வெட்கமின்றி சரணாகதியை அடைந்ததுபோல் ஒருநாள் காலை தெரியும்.

அம்மாவின் பெயர் வதனா. இவனுக்கு வதனன் என்று அப்பாதான் பெயர் வைத்தார். அம்மாவுக்குக் கடைசியாய்

கொள்ளி வைக்கவேண்டிய பிள்ளையல்லவா? அதனால்தான் அவளின் பெயரை இவனுக்கு அவர் வைத்திருக்கக்கூடும். அப்படி நினைப்பதும் சரிதான். ஆனால் அவரிடம் மிக அந்தரங்கமான வேறு காரணம் இருந்தது.

சிவகுமரன் என்ற வீரனின் அப்பா சிறுவயதிலேயே காதலித்துத் திருமணம் செய்துகொண்டார். அவருக்குத் தோட்டம்தான் தொழில். பரம்பரைத் தோட்டம் ஊரில் இருந்தது. ஊர் யாழ்ப்பாணம்; பண்டத்தரிப்பு. போட்டது பொய்க்காமல் விளையக்கூடிய பூமியது. பரம்பரை தந்த நிலம் மட்டுமல்ல, தந்த அனுபவமும் கூடவே இருந்தது. தோட்டத்தொழிலுக்கு அதுதான் அவருக்கு முதலீடு. அவரின் தகப்பன் காலத்தில் கட்டத்தொடங்கிய வீட்டை இவர்தான் கட்டி முடித்தார். இருந்தாலும் வீட்டுவேலை முடிந்ததாகச் சொல்லமுடியாது. குடியிருக்கக்கூடிய அளவுக்கு முழுமையிருந்தது. ஆனாலும் அது முடிவான முழுமையல்ல. வீட்டின் பூச்சுவேலை உட்பட கிணறு கட்டும் வேலையும் மீதியிருந்தது. இரு தலைமுறையின் உழைப்பை உறிஞ்சிய வீடது. அது மட்டுமல்ல, இரு தலைமுறையின் உத்தரிப்பும் அந்த வீட்டில் இருந்தது.

சீவியப்பாட்டுக்கு உழைக்கும் தோட்டக்காரன் குடும்பத்தில் வீடு என்பது வெறும் கற்களாலும் மரத்தினாலும் ஆனதா என்ன? அது தலைமுறைகளின் உழைப்பினாலும் உத்தரிப்பினாலும் ஆனது. கல்லூரியில் உயர்தரம் படித்து உயர்சித்தி பெற்ற வதனாவை இவர் கலியாணம் செய்தது மேற்படிப்பை இடைநிறுத்தித்தான். அதுபற்றி அவளுக்கு எந்த ஆட்சேபணையும் இருந்ததில்லை. பதினெட்டு வயதுவரை காத்திருந்து கலியாணம் செய்வதற்காகவே அவள் அதுவரை படித்துக்கொண்டிருந்தாள். ஆனாலும் அவன் குடும்பத்தில் படித்து அரச உத்தியோகம் பார்த்தவர்கள் பெரும்பாலும் இல்லை என்பதால் வதனா குடும்பம் முதுகுக்குப் பின்னால் குறை சொல்லித்தான் வந்தது. அவள் குடும்பத்தில் அதிகம்பேர் அரச உத்தியோகத்தர்கள். அவள் படித்திருந்தால் உயர் அரச பதவிக்கு வந்திருப்பாள் என்று குடும்பம் புரணி சொல்லித் திரிந்தது. கல்லூரியிலும் அந்த எதிர்பார்ப்புத்தான் இருந்தது. காதலுக்கு படிப்பா முக்கியம்? இல்லை, அரச உத்தியோகம்தான் முக்கியமா? இந்த நினைப்பில் இருவரும் கலியாணம் செய்துகொண்டனர்.

அப்பால் ஒரு நிலம் ❋ 201

பின்னாளில் சிவகுமரனுக்கு ஏற்பட்ட குற்றவுணர்வு காரணமாக அவளுக்குக் கொள்ளிவைக்கும் பிள்ளை அவள் கனவுகளை நிறைவேற்றிப் பெயர் சொல்லவேண்டுமென்று அவள் பெயர்கொண்ட ஓர் ஆண் பெயரைத் தெரிவுசெய்தார். வதனன் என்று பெயராகிற்று. முறைப்படி அவருக்கும் இவன்தான் கொள்ளி வைக்கவேண்டும். அவன் மட்டும்தானே குடும்பத்தில் ஆண்பிள்ளை? மூத்தது பெண்பிள்ளையாய் இருந்தாலும் அவள்தான் தனக்குக் கொள்ளி வைக்க வேண்டுமென்றும் அவர் சொல்லிவந்தார்.

'பொம்பிளைப் பிள்ளை சுடலைக்குப் போறதா?' என்ற கேள்விக்கெல்லாம் அவர் மறுகதை சொல்லும் ஆளில்லை. அவள் மீது அத்தனை பிரியம் இருந்தது. அவள்தான் அவருக்கு உயிராகி வந்த இன்னொரு ஜீவன் என்பது அவர் நினைப்பு. மகள் மேதா தாயின் சாயல் கொண்டிருந்ததும் அதற்குக் காரணமாய் இருக்கலாம். அல்லது காதலின் இனிய கனியாய்ப் பிறந்த முதற்குழந்தை என்பதும் காரணமாய் இருக்கலாம். குடும்பம் மூன்று பேரானபோது அவர் வாழ்வு காதலிலும் இனிதாய் மாறிப்போனது. பரவசத்தால் பொங்கிக் கழிந்த நாள்கள் அவை. மேதா என்ற பெயரும் விசித்திரமானதுதான். அவள் ஒரு மேதை ஆகப்போகிறாள் என்ற நினைப்புத்தான் குழந்தையை ஆஸ்பத்திரியில் இவர் கையில் நர்ஸ் தந்தபோது மனதில் படர்ந்தது.

காதலுக்குண்டான கனவுகள் முதற்குழந்தை வீட்டில் கை காலை அசைக்கும்போதும் வந்துவிடும். முடிவிலாது ஊற்றெடுக்கும் அன்பிற்கும் காதலுக்கும் வேறுபாடுதான் ஏதும் இருக்கக்கூடுமோ? காதலில் தனக்கென ஆகிய சகியின் வாசமும், முதற்குழந்தையின் பிஞ்சுடல் படர்த்தும் வாசமும் முடிவிலா ஆனந்த மோகத்தைக் கிளர்த்துவன. இரண்டுமே முகரும்தோறும் இந்தப் பௌதீக உலகிலிருந்து ஜீவனுக்கு முக்திபளிக்கக் கூடியன.

கடைசியாய்ப் பிறந்தது கலை. அவளுக்கு இப்போதுதான் பத்து வயது. அவளது உலகம் அண்ணாதான். அடிபட்டாலும் சரி, அணைத்துக்கொண்டாலும் சரி, உலகென்று ஆனது அண்ணாவைச் சுற்றிய உறவுதான். உலகென்று ஆவது அவரவர் ஊடாடும் உறவைவிட வேறென்ன? விதிவசத்தால் அவளுக்குத் தன் நாள்களை மற்றவரோடு ஊடாடிக்கொள்ள வாய்ப்பு வசப்படவில்லை. விதியின் வஞ்சனை இது என்றாலும்

அவளுக்கு இதுபற்றி ஆட்சேபணை இருந்ததில்லை. அண்ணா போதும், அவளே பெரிய உலகை உருவாக்கிக்கொள்வாள். அந்த உலகில் ஆயிரம் உன்மத்தமான வாழ்வோட்டங்கள் பொங்கிப் பெருக்கெடுத்து ஓடும். மாம்பழக் குருவியின் கூட்டில் பருந்து புகுந்தது ஒருநாள்.

05

பண்டத்தரிப்பை - அதுதான் இவர்களின் சொந்த ஊர். அதைத் தொண்ணூற்றி இரண்டில் ஒருநாள் இலங்கை இராணுவம் கைப்பற்றப் படையெடுத்தது. யாழ்ப்பாணத்தில் மையக்கேந்திர படைமுகாமாக இருந்த பலாலிப் படைத்தளத்தை விஸ்தரிப்பதற்காக இந்தப் படை நடவடிக்கை செய்யப்பட்டது. விமானத் தளம் கொண்ட பலாலியைக் காங்கேசன்துறை துறைமுகத்தோடு இணைத்து ஏற்கெனவே மூன்று படைகளினதும் வலுக்கொண்ட படைத்தளமாக இதை அரசு மாற்றிவிட்டது. படைமுகாம்களைத் தாக்கியழிக்கும் வலிமையைப் புலிகள் தொண்ணூறின் ஆரம்பத்தில் பெற்றபோது தனித்த படைமுகாம்களை அரசு இழக்க நேர்ந்தது. இந்தப் படைமுகாம்கள் தமிழ்நிலங்களில் ஆங்காங்கே அமைக்கப்பட்டிருந்த பேய்வீடுகள். ஒரு காலம் - எண்பதுகளின் முற்காலம், இந்தப் பேய்வீடுகளில் இருந்து நிசிகளில் வெளிவரும் பேய்கள் வீதிகளில் அலைந்து வீடுகளில் புகுந்து சன்னதமாடும். பேய்கள் வந்துபோன தடத்தை மறுநாள் காலையில் ஊரில் எங்கும் காணலாம். இரவில் பேய் புகுந்த ஊர் சுடலையாய் மாறும். பிணங்கள் தோட்டங்களில் இருக்கும். பெண்கள் பித்துப் பிடித்திருப்பர். பேயின் ஆவி குழந்தைகளில் குடியேறிவிட்டிருக்கும். இதெல்லாம் எண்பதுகளின் பிற்பகுதிகளில் புலிகள் அந்தப் பேய்வீடுகளைத் தங்கள் படைகொண்டு முற்றுகையிட்டதோடு கட்டுக்குள் வந்தது. தொண்ணூறுகளின் முன்பகுதியில் கடலினதோ விமானத் தளத்தினதோ தொடர்பற்றிருந்த படைமுகாம்கள் பலவும் புலிகளால் தாக்கியழிக்கப்பட்டன. கோட்டை, கொண்டச்சி, கொக்காவில், மாங்குளம் என நீண்டது இது.

கடலுடன் இணைந்த கூட்டுப் படைத்தளத்தை அமைத்து அரசு புலிகளின் வல்லமைக்கு அப்பாற்பட்ட சக்தி கொண்டதாகத் தனது இந்தப் படைத்தளங்களை மாற்றிக்கொண்டிருந்தது. தளத்தைக் கடலுடன் இணைத்து மேலும் பெரிதாக்கும்போது அது புலிகளின் தாக்குதல் வல்லமைக்கு அப்பாற்பட்டு அமையும்

என்பதுதான் படைத்துறை கணக்கு. தவிரவும் யாழ்ப்பாண நகர்ப்புறத்தை ஒருநாள் கைப்பற்றுவதற்கும் பண்டத்தரிப்பை நோக்கிப் படையெடுப்பது அவசியப்பட்டது.

அன்று தோட்ட மரக்கறிகள் பெரிதாக இல்லை. அதனால் சந்தைக்கு விற்கப்போகவேண்டி எதுவும் இல்லை. சிவகுமரனை வதனா சந்தைக்குப் போகவேண்டாம் என்று அன்றிரவே சொன்னாள். பிள்ளைகள் உறங்கி நெடுநேரம் கழித்துத்தான் இருவரும் உறங்கியிருந்தனர். சிவகுமரன் கொஞ்சம் அலுப்புத்தீர உறங்கட்டுமே இன்று என்பதும்தான் வதனாவின் அந்தரங்க நோக்கம். அது அன்பில் எழுந்த வார்த்தைகள்தான். இந்த அக்கறை அன்பில் சுருதி கொண்டிருந்தது. அன்போ காதலில் சுருதி கொண்டிருந்தது. காதலோ காமத்தில் சுருதி கொண்டிருந்தது. இரவு என்பது சூழலால் மட்டும் குளுமை கொண்டதல்ல மனதாலும் குளுமை கொள்வது. வானுயர்ந்து எழும் ஒல்லிப் பாக்குமரம் அதேயளவு நிலத்தில் ஆழ வேர் பாய்ச்சி அதன் ஆதாரத்தில் நிற்பதுபோலவேதான் வாழ்வில் இந்தச் சங்கதிகளும். இதில் வேர் எது? தலை எது? புரிந்துகொள்ளமுடியாத புதிர்கணக்கு. புரிய முயலும்தோறும் முட்டாளாக்கி முடிச்சில் மனிதரைச் சிக்க வைக்கும்.

விடியற்காலையில் சிவகுமரனுக்குப் படுக்கை கொள்ளவில்லை. எழுந்து வீட்டுத் தேங்காய்களைக் கொஞ்சம் உரித்துச் சாக்கில் கட்டினார். இருந்த தோட்ட மரக்கறிகளையும் கட்டினார். வதனா எழுந்து தடுத்துப் பார்த்தாள். போகவேண்டாம் எனப் படுக்கச் சொன்னாள். மனுசன் கேட்கவில்லை. அவள் அலுப்போடு எழும்பிக் கோப்பி வைத்துக்கொடுத்தாள். "வேண்டாம்... நீர் படும்... நான் சந்தியில குடிக்கிறன்" என்று சொல்லிப் பார்த்தார். வதனா அதைப் பொருட்படுத்தவில்லை. வீட்டு ஆம்பிளைகளுக்குப் பகலின் போதை வேலைதான். அந்தப் போதையையும் இழக்கமுடியாது. பழக்கப்பட்டுவிட்டால் அதுவும் தவிர்க்கவியலா போதை. சந்தைக்கு விடியற்காலையில் போய் நாலு பொருள் விற்று நாலு புதினம் தோட்டம் பற்றி, சந்தை நிலவரம் பற்றி, நாட்டு அரசியல் பற்றிப் பேசிவிட்டு வராவிட்டால் நாள் விடிந்ததாக இருக்காது அவருக்கு. அன்றும் இப்படித்தான் வெளிக்கிட்டுப் போனார்.

விடிவதற்குள் பூமியதிர பீரங்கிக் குண்டுகள் வந்து விழுந்தன. தாக்குதல் விமானங்கள் தாழப்பறக்கும் ஒலி எழுப்ப, மனதில்

மரணம் மோதும் திகிலுடன் குண்டுகள் வீழ்ந்தன. மரணம் துரத்த சனங்கள் விடியாதபொழுதில் ஊரை விட்டோடினர். பீரங்கித் தாக்குதலுக்கோ, விமானத் தாக்குதலுக்கோ ஊரை விட்டோடும் சனமல்ல இது. விடுதலைப் புலி போராளிகளின் முன்னணி நிலைகளைப் பிளந்து இராணுவம் முன்னேறிவிட்டதை அறிந்ததுதான் காரணம். சனங்கள் அவசியப்பட்டதை அவசரமாக எடுத்துக்கொண்டு ஊரை விட்டோடினர். சிலருக்கு அதையும் எடுக்க அவகாசம் கிடைக்கவில்லை.

சந்தைக்குப் போன சிவகுமரன் உயிர்க்குலையைப் பிடித்தபடி வீட்டுக்குத் திரும்பி ஓடிவந்து மனிசி பிள்ளைகளுடன் அடுத்த ஊரும் கடந்து சீரணிச் சந்திக்கு வந்துதான் மூச்சுவிட்டார். சீரணிச் சந்திக்கு வந்துதான் சனங்கள் தங்கள் உறவுகளில் யார் யார் வந்துவிட்டார்கள், யார் யார் வரவில்லை என்று கணக்கெடுத்துக் கொண்டிருந்தார்கள். அதைவிட முக்கியமாக எங்க இனி போறதென்ற முடிவையும் சீரணிச் சந்தியில் வைத்துத்தான் யோசிக்க அவகாசம் கிடைத்தது. முதல் வந்த சனம் சண்டிலிப்பாய் பள்ளிக் கூடங்களில் தஞ்சமடைந்தார்கள். அதனால் வதனாவின் யோசனைப் படி அங்கிருந்தும் இரண்டு ஊர் கழிந்து மானிப்பாய்க்கு நேரே சைக்கிளை விட்டார் சிவகுமரன். மானிப்பாயில் ஒரு பள்ளிக்கூடத்தில் வதனாவையும் பிள்ளைகளையும் விட்டுத் திரும்பிப் போனவர்தான். வதனா எவ்வளவோ மறித்தும் அவர் கேட்கவில்லை.

“சும்மா என்ன நிலைமையென்று சண்டிலிப்பாய்வரை போய் புதினமறிஞ்சிட்டு வாறனப்பா ஒருக்கா” என்று பொய் சொல்லி வெளிக்கிட்டவர்தான் சிவகுமரன்.

வதனாவுக்கு நல்லாத் தெரியும் ‘இந்த மனிசன் வீட்ட போய் சேர்த்துவைச்ச சில சாமானையாச்சும் கொண்டு வந்திடலாமெண்டு நினைக்கக் கூடிய ஆள்’ என்று. உழைத்து உடம்பை உருக்கிச் சேர்த்த பொருள்கள் ஒரே நாளில் இல்லையென்றானால் உழைத்தவன் செத்ததற்குச் சமன்தானே? காணாமல்போவது வெறும் பொருளா? இல்லையே... வாழ்வு முழுதும் காவி வந்த கனவல்லவா ஒற்றை இரவில் காணாமல் போய்விடும்? அதைத் தாங்க மாட்டாதவராய்த்தான் சிவகுமரன் திரும்ப வீட்ட போனார். சில சாப்பாட்டு சாமானையும், வீட்டு உறுதிப்பத்திரம், தோட்டத்து உறுதியையும், தோட்டத்துக்கு மருந்தடிக்கிற ‘பம்ப்’, தண்ணி இறைக்கிற பம்ப் இவற்றையும்

கொண்டுவந்திடலாம் என்றுதான் போனார். அவ்வளவுதான். ஆள் திரும்பி வரவே இல்லை. சிவகுமாரன் இல்லை.

தன்னந்தனியாக வீட்டை விட்டோடி ஊரை விட்டோடி வெறுங்கையோடு விட்டெறியப்பட்டாள் வதனா. பள்ளிக்கூடப் படலையைப் பார்த்துப் பார்த்து அழுது பத்து நாள் ஆனது. கேட்காத ஆட்களில்லை அவள். பிள்ளைகளைப் பக்கத்தில் இருந்த குடும்பத்திடம் பொறுப்புச் சொல்லி விட்டுட்டு மானிப்பாயிலிருந்து சீரணிச் சந்திவரை கால்நடையாய் வந்து வாறபோற சனத்திடம் விசாரித்துக் களைத்த அவளின் கோலத்தைக் கண்டு 'பைத்தியம்' என்று நினைத்து ஒதுக்கத் தொடங்கிற்று சனங்கள். அப்போதுதான் அதைக் கண்ட புலிகளின் சண்டிலிப்பாய் அரசியல் பொறுப்பாளர் அவளை விசாரித்து, திரும்பப் பள்ளிக்கூடத்தில் இருந்து வெளிக்கிட்டு அலையாதபடி ஆறுதல் சொல்லி, தான் தேடுவதாக வாக்குறுதி கொடுத்தான். தினமும் பள்ளிக்கூடத்தில் போய் தான் தேடியது பற்றி சில நாள் தகவல் சொன்னான். பொறுப்பாளர் இள வயதுதான். இருபத்தியொரு வயதுதான் இருக்கும். ஆனாலும் அவளை அவள் பிள்ளைகள் மீது பிடிகொள்ள வைத்தது அவன்தான். அவளை மெல்லென இழுத்துப்போன விசச்சுழியிலிருந்து நேரெதிரே நீந்த வைத்ததும் அவன்தான்.

வதனாவுக்கும் இயக்கப் போராளிகளுக்கும் இடையே உருவான முதல் உறவின் அனுபவம் இதுதான். இளையவள் கலைக்கு அப்போது ஐந்து வயது. மேதாவுக்குப் பதினாறு வயது. முதல் சில நாள்களின் நிவாரணத்தோடு அகதிமுகாமில் தொடங்கியது அவளின் தனித்த வாழ்க்கை. இன்று அவள் உழைத்துச் சம்பாதித்து, வீரன் வருவான் திரும்ப வீட்டுக்கு, அவனுக்கும் தொழில் செய்ய ஏதாவது சேர்த்துவைக்க வேண்டுமென்ற நிலைக்கு வந்துவிட்டது.

அன்று இந்த மனிசன் போயிராவிட்டால் அந்தச் சாமான்கள் பறிபோயிருக்கும் அல்லது ஆமியைப் போராளிகள் திருப்பித் தாக்கிப் பின்வாங்க வைத்தாலும் வீடு போகும்போது கள்ளரால் இந்தச் சாமான்கள் காணாமல் போயிருக்கக்கூடும். ஆனால் இப்பொழுது தன் மனிசனையே பறிகொடுத்தவளாக வதனா ஆகியிருக்கத் தேவையில்லை. அவளுக்கு அவரின்றி வேறேது சொத்து? காணாமல் போனவர்கள் பட்டியலுக்குள் சிவகுமரன் சேர்த்துக்கொள்ளப்பட்டுவிட்டார்.

06

ஊர் குலைந்து, வீடு குலைந்து, குடும்பம் குலைந்து பிள்ளைகளுடன் புருசனை இழந்து அகதியாக அன்று அவள் நின்றபோது கோயில் கோபுரத்தில் இடிவிழுவதுபோல அவளது வாழ்வும் கனவும் இடிந்து நொறுங்கின. கணவனும் காதலும் காலமும்கூட இனி இல்லை என்றானது.

சூழலுக்குள் தன்னைத் தப்பி வாழத் தகவமைத்துக்கொள்ளும், மனிதனுக்குள் இருக்கும் ஜீவ இயல்பினாலா? இல்லை, அவளிடம் இருந்த இயல்பான அறிவாற்றலினாலா? அல்லது பெண்களுக்குள் ஒளிந்திருக்கும் நெருக்கடியில் தீர்மானம் எடுத்தியங்கும் தனித்த திறமையினாலா? சரியாகச் சொல்லமுடியவில்லை. அவள் இருளில் இருந்தும் தன் கண்களைக் கொண்டே குழந்தைகளுக்கு ஒளியேற்றினாள்.

ஆனால் என்ன? கெடுகாலம் மனிதர்களைக் கண்டெடுத்து விட்டால் அவர்களைப் பந்தாடிப் பந்தாடி அவர்களின் உத்தரிப்பை உருசிக்காமல் விடாது. பள்ளிக்கூடத்திலிருந்து சில மாதத்தில் புனர்வாழ்வுக் கழகம் அமைத்த முகாமில் ஒரு குடில் வீடு கிடைத்து, அகதிமுகாமுக்குள் போய் வாழத் தொடங்கியபோது சில மாதங்களில பேரிடி விழுந்தது அவள் மீது. மேதா இயக்கத்துக்குப் போனாள் ஒருநாள். அப்பாவை எதிர்பார்த்து களைத்ததன் காயம்தான் அவளைக் கொண்டுபோய்ச் சேர்த்தது. ஆனால், முகாமில் கதை வேறாக இருந்தது. பெண் போராளிகளும், ஆண் போராளிகளும் முகாமில் உதவுவதற்காக வந்து நடமாடியதால் இளம்பிள்ளைகள் அந்தக் கவர்ச்சியில் இயக்கத்துக்குப் போனதாய்த்தான் கதையிருந்தது. வதனாவுக்குத் தெரியும், அதுவல்ல காரணம், அவளால் அப்பனைப் பிரிந்து ஒரு பொழுதேனும் இருக்க முடியாது. ஒரு நாளேனும் அவர் வேறு இடத்தில் தங்க நேர்ந்தால் இவள் வீட்டில் அமைதியிழந்து தவிப்பாள். அது சிறு வயதிலிருந்து பழக்கம். அவரும் அப்படித்தான். ஒட்டுப் பிறவிகள்போலத் தகப்பனும் பிள்ளையும்.

கணவனின் மரணமும் பிள்ளையும் பிரிவும் வாழ்வைப் பொருளற்றதாக்கியது. எஞ்சியுள்ள சீவன்களே இப்போது வாழ்தலுக்கான பிடிமானமவளுக்கு. அதனால் இதையும் தாங்கினாள். அல்லது தாங்க நேர்ந்தது. ஆழத்தோண்டிய தன் மனதில் தானும் அறியாமல் இதையும் புதைத்தாள். முகாமில் கழிந்த சில மாதங்களிலேயே வதனா மறுபடி நிமிர்ந்துவிட்டாள். காலம் அவள் கவலைகளைத் தேய்த்துக் குறுக்கியதனாலா? இல்லை, குடும்பப்பொறுப்பு தலையிலேறிக் கனத்ததனாலா? தன் பிள்ளைகளைக் காக்கும் தாய்மையில் தவிக்கும் நேசத்தினாலா? இல்லை, யதார்த்தத்தை ஏற்கும் அவள் அறிவினாலா தெரியவில்லை. ஆனால் துக்கத்தைப் புதைத்துவிட்டு வருவதை எதிர்கொண்டாள். வதனா தன் அக உத்தரிப்பை உதைத்துத் தள்ளித்தள்ளி வாழ முயன்று கொண்டிருந்தாள். அகதி முகாமில் தொண்டு நிறுவனங்களின் பதிவு வேலைகளில் பங்கெடுத்தாள். படித்த பெண் என்ற பெயர் அவளுக்கு முகாமில் கிட்டியது. பதிவுகளைத் தமிழிலும் ஆங்கிலத்திலும்கூட எழுதத் தெரிந்திருந்தது அவளுக்கு. சில நாள்களில் தொண்டு நிறுவனமான புனர்வாழ்வுக் கழகத்தில் சிறு ஊதியம் பெறும் ஊழியரும் ஆகியமை ஆசுவாசம்தான். உணவு, நிவாரணமும் அந்தச் சிறு ஊதியமும் மிகையான திறமையும் கொண்டு குடும்பம் நடத்தினாள், குழந்தைகளுக்காக.

அவள் கொண்டிருந்த இயல்பழகும், கூடப் புருசன் இல்லை என்ற நிலையும்தான் இப்போது அவளுக்கு அச்சுறுத்தலைத் தந்தன அந்த முகாமில். ஒழுக்கங்கள் அகதி முகாம்களில் தஞ்சமுறும் ஒழுக்குக் கொட்டில்களைப் பொதுவில் விட்டுவைப்பதில்லை. ஒழுக்குச்சட்டி வைப்பதற்குப் பதிலாய்க் கூரையை எப்படிச் சரிபண்ணுவது என்ற மார்க்கம் அவளுக்குத் தெரிந்திருந்தது. பண்பான மனிதர்களிடம் அவள் தன் பழக்கத்தால் ஏற்படுத்திக்கொண்ட மரியாதை எந்த மழைக்கும் ஒழுகாக் கூரையாக அவள் கொட்டிலை ஆக்கிக்கொண்டது. மரியாதையானவர் என்ற விம்பம் மனதில் எழுந்துவிட்டால் பொதுவில் இச்சை மனதில் துளிர் கொள்ளுவதில்லை. அவளுக்கு அதைவிட வேறு மார்க்கமில்லை.

நாள்கள் நஞ்சூறிக் கழிகிறது.

போரில் ஒரு சமர் வென்றாலும் தோற்றாலும் அது சனங்களின் சில வீடுகளைத் தின்னத் தேடிவரும். போர் சன்னதம்கொள்ளும் பூமியில் களத்தில் இரத்தம் பெருகும்போது அது களத்தோடு முடியும் காரியமாய் இருப்பதில்லை. அது வீடுகளின் வாசற்படி

தேடிவந்து உலுக்கும். இரத்தமா, கண்ணீரா எது சகிக்க முடியாதது? போர் தின்னும் எந்த பூமிக்கும் இதன் விடை துல்லியமாய்த் தெரியும். இந்தக் காலத்தில்தான் புலிகள் 'தவளைப் பாய்ச்சல்' என்ற பெயரிட்டு பூநகரி படைத்தளத்தைத் தாக்கி அழித்தார்கள். நிகழ்ந்த மகா வெற்றியின் குறியீடாய் நவீனப் போர் டாங்கியைக் கைப்பற்றி புலிக்கொடி பறக்க ஊருக்குள் அது வந்தபோது சனங்கள் வெற்றிப் பிரவாகத்தில் திளைத்துத் திமிறினர். அந்தத் திமிறலில் மேதாவின் உடல் அகதிமுகாமுக்கு வந்தபோது வெற்றியின், வீரத்தின் இன்னொரு குறியீடாக அது ஆனதே தவிர, ரத்தத்தின், துக்கத்தின், கண்ணீரின் குறியீடாய் அது ஆகவில்லை. ஆனால், அந்தக் குடும்பத்திற்கு இது வெற்றிப் பொருள் கொள்ளுமா?

ஆயிரமாயிரம் எதிரிகளை வீழ்த்திப் படைத் தளத்தையே கைப்பற்றிவிட்ட வெற்றி. மகாவெற்றி. பழிதீர்க்கும் மனம் ஆதிமனிதனின் சாபம்போல, பூமியெங்கும் யுகம் மாறிப் பின்தொடர்கிறது. அந்த மகா சாபத்தில் வந்த பெரு ராஜ்ஜியங்களே யுகம் மாறி அள்ளுண்டு போகும்போது சிறு பையன் வதனன் என்ன செய்வான்? அக்காவைத் துயிலும் இல்லத்தில் அடக்கம் செய்தபோது வாசிக்கப்பட்ட சத்திய உரையால் உத்தரித்து மறுவாரமே அவன் போராடப் போனான். வதனா தன் கடைக்குட்டியை நெஞ்சோடு அணைத்தவாறு தன் உயிரை உடலில் பிடித்து வைத்திருக்க சாமங்களில் தூங்காது உழன்றாள். அப்பா எங்கே என்ற கேள்விக்குப் பதில்சொல்ல முடியாது திணறியவள் இப்போ அக்க எங்கே என்ற கேள்விக்கும் பதில் சொல்ல வேண்டியிருந்தது.

இருளின் வர்ணம் கருமையன்று; அது உலர்ந்த ரத்தத்தின் ஆழ் சிவப்பை இரகசியமாய் உள்ளே வைத்திருக்கிறது. காற்றின் குணமும் இதம் தருவதன்று; அது உள் உறையும் சூன்யத்தைத் தன் ஓசையால் வெளிப்படுத்தும் வெறிக்குணத்தைக் கொண்டதொன்றே எனக் கண்டாள். நிலவின் ஒளியும் குளுமையன்று; அது பசிய மரங்களைப் பேயுருக்கொண்ட கரிய நிழல்களாக்கி பூமியில் வீழ்த்தவே வருகிறது என்றுணர்ந்தாள்.

பெண் ஜனாதிபதியாய் சந்திரிகா சிறீலங்காவின் ஆட்சிக்கு வந்தபோது 'நான் ஒரு விதவை. துப்பாக்கிக்குப் புருசனைப் பலிகொடுத்த தாய். ரத்தத்தின் நிறம் என்ன என்பதை நான் அறிவேன்' என்று அவள் சொன்ன சொல்லுக்குத் தமிழ்

நிலங்களிலும்தான் வீடுகள் விளக்கேற்றின. ஏற்றிய விளக்கே தீயாய்ப் பரவி வீட்டு முற்றத்தைச் சுடலையாக்கும் என யாரும் அப்போது நம்பியிருக்கவில்லை. போர் வந்தது மீண்டும்.

போர்... போர்... இறுதிப்போர், போர்... போர்... புனிதப்போர்... வெற்றி நிச்சயம் என முழக்கமிட்டன இரு தரப்பும். போராட்டம் இதுவரை கண்டிராத மகா போர் உருவாயிற்று. இடைவிடாத போர். ஓய்வில்லாத போர். பீரங்கிகளும் சுடலைகளும் செந்தணல் அடங்காத போர் வந்தது. சிவந்து மினுங்கிக் கண்களைக் கூசின அவை. அதன் வெக்கை காற்றில் பரவி குளுமையைத் தின்றது. வரண்டுபோன காற்றைச் சுவாசித்து வாழ்க்கை நெஞ்சினுள் திணறியது.

'ரிவிரச' என்று பெயரிட்டுப் போர் வந்தது. சூரியக் கதிர் என்பது அதன் அர்த்தம். சிங்களத் தரப்பினுடைய சூரியக்கதிர் இது. சுவாமி யோகர் சொன்னதுபோல யாழ்ப்பாணத்தை ஒற்றைப் பொழுதில் அது இருட்டாக்கிவிட்டது. இந்தப் பெருநகரம் ஒருநாள் ஒளியின்றி இருளில் மூழ்கிக்கிடக்குமென எப்போதோ முன் அறிவித்திருந்தார் யோகர். சன சமுத்திரமாய்ச் சனங்கள் யாழ்ப்பாணத்தை விட்டகன்றனர். ஒரு புராதன நகரத்தின் யுக துயரமாய் ஆனது அது. அந்தப் போரில்தான் வதனன், வீரன் என்ற பெயரோடு போய் திசையறியாது அபிமன்யுபோல நீசர்களின் கரத்தில் சிக்கிக்கொண்டான். அவனின் கிருஸ்ணனுக்கோ அர்ச்சுனனுக்கோ தர்மருக்கோ சிக்கியது அசகாய சூரன் அபிமன்யு என்று அப்போது தெரிந்திருக்கவில்லை.

அவர்கள் இழந்தது ஒரு சாதாரணப் போராளி. அதுவும் சிக்கினான் என்றும் தெரிந்திருக்கவில்லை. உண்மையில் இவன் அபிமன்யுவும் இல்லையே. அப்படியானால் மீண்டும் வந்திருக்க மாட்டானே... அந்தப் பாதக வியூகத்தை உடைத்தல்லவா வந்தான் முன்னெப்போதும் போர் தெரியாத இந்த வீரன்.

யுத்தத்தில் எதிரியிடம் அகப்பட்ட வீரன் மீண்டுவந்த கதையெல்லாம் படையணியில் பலருக்கும் தெரிந்ததுதான். இளைய புதிய போராளிகளுக்கு இது ஒரு அமானுஸ்ய கதைபோலப் பிரமிப்பூட்டுவது. சண்டை தெரிந்த போராளிகளைப் பொறுத்தவரை அது ஒரு தற்செயல் நிகழ்வென்றுதான் கொண்டிருந்தனர். ஆனால், கிளிநொச்சியில் 8ஆம் திகதி நடந்த சமரின் பின் தளபதியிடமே இந்த அபிப்பிராயம் முதலில் மாறிற்று. வீரனுக்குள் ஆபத்தில் இயங்கும் ஒரு மாவீரன் ஒளிந்திருக்கிறான் என்றே அவருக்குத் தோன்றிற்று.

07

பரந்தன் சந்தியில் இருந்து முரசுமோட்டைப் பக்கமாய் இரண்டு கிலோமீற்றர் முன்வந்து இராணுவம் தன் முன்னணிக் காவலரண்களை அமைத்திருந்தது. அதேபோல வீதிக்கு இதன் எதிர்திசையான பூநகரிப் பக்கமாய் இரண்டு கிலோமீற்றர் தள்ளி முன்னணிக் காவலரண் இருந்தது. ஏ9 வீதிக்குச் சமாந்தரமாக உள்ளன இந்த இரு பக்கக் காவலரண் தொடர்களும் கிளிநொச்சி நகர்வரை நீண்டு முன்வளைந்து முடிந்திருந்தன. இதை வெளிச் சுற்றி விடுதலைப் புலிகளின் காவலரண் தொடர் அமைக்கப்பட்டிருந்தது. இந்த முரசுமோட்டைப் பக்கம் நோக்கிய காவலரணிலிருந்து மேலும் ஒன்றரை இரண்டு கிலோமீற்றர் முல்லைத்தீவுக்குப் போகும் வீதியின் பின்னால் வந்தால் வலப்புறம் பத்து நிமிட மணல் பாதையின் நடையில் இந்த வீட்டை வந்தடையலாம்.

சனங்கள் விட்டோடிய காணிகளில் ஏழை விவசாயியின் வீடாக இருக்கலாம் இது. இரண்டு அறையும் ஒரு விறாந்தையும் கொண்ட, சீமெந்தால் கட்டப்பட்டு பனையோலையால் வேயப்பட்ட வீடு. குசினி பெரிதாகப் பக்கவாட்டில் இருந்தது. அந்தக் கிணறு மட்டும் அத்தனை குளுமை கொண்ட தண்ணீராய் இருக்கும். சுற்றியுள்ள மரச் சோலையே அதற்குக் காரணம். இந்த வீட்டை மணி தெரிவு செய்ததற்கு, இது மரங்கள் கொண்ட, வேவு விமானம் அவதானிக்க முடியாத வீடென்பது மட்டும் காரணமல்ல. அந்தக் கிணத்துத் தண்ணியும்தான். அத்தனை குளுமையும் உருசியும் கொண்டது அது. வேவுக்குப் போய் இரண்டு மூன்று நாள் எதிரிப் படைத்தளத்தில் மறைந்து இருந்துவிட்டு உயிர் களைத்து வரும்போது இந்தக் கிணற்றில் இழுகயிறு வாளி போட்டு அள்ளித் தலைமுழுகித் தண்ணீர் குடித்துச் சாப்பிட்டுப் படுத்தால் உயிர் மீண்டு வரும்.

முற்றத்தை மேல் மூடியபடி இரண்டு மாமரங்கள் முக்கியமானவை நடமாட்டத்தை வேவு விமானத்திடமிருந்து மறைக்கவல்லவை

அவைதான். கிணற்றடியில் ஒரு பக்கம் அத்திமரம் நல்லதுதான். மறுபக்கம் தென்னைகள். முன்னால் பெரிய தேசி மரம் காய்த்தபடி. வீட்டைச் சுற்றித் தென்னைகள் பின்வழிப் பாதையில் சிறு மரங்கள் என்று சிறு சோலையே பாதுகாப்பாய் இருந்தது அங்கு. படலை முகப்பில் நின்ற தென்னைமட்டும் 'செல்' பட்டுத் தலையறுந்து நின்றது. இந்தச் சூழலில் செல் அதிகம் விழாத இடம் இதுவென்பதும் மணிக்கு மனதில் உள்ளூறையும் காரணத்தில் ஒன்று. 'நல்ல மனிசர் இருந்த வீடு. நல்லபடி இருக்க விதி விட்டுவைச்சிருக்கும்போல' என்று மனதில் எண்ணியதும் உண்டுதான்.

பாதுகாப்புப் போர்முனையின் முன்னணி நிலையில் இருந்து சற்றுப் பின்தள்ளிய களத்தில் வேவு வீரர்களை நிலைகொள்ள வைப்பதற்குக் காரணம் உண்டு. இவர்கள் எப்போதும் எதிரியின் தளத்தில் தம் வாழ்நாளைக் கழிப்பவர்கள். அதிகமான நாள்கள் இவர்களுக்கு எதிரியின் குகையில்தான் வாழ்வு கழிந்துபோகும். எதிரி தம்மைப் பாதுகாத்துக்கொள்ள அமைக்கும் கனகச்சிதமான பாதுகாப்பு ஏற்பாட்டில் உள்நுழைவதும் அதனுள்ளே அலைந்து தகவல் கொண்டுவருவதும் சாதாரணமானதல்ல. புலிகளின் வேவுத் திறன் பற்றி இலங்கைப் படை நன்கு அறியும். வேவு வீரர்களை உள்நுழைய விடாமலும் உள்நுழைந்தால் நிலைகொள்ளவோ நடமாடவோ திரும்பி மீளவோ முடியாதபடி உள்ளே பாதுகாப்புப் பொறிமுறை அமைந்திருக்கும். தன் படைத் தளத்துக்குள்ளேயே ரோந்தில் ஈடுபடுகிறது இராணுவம் என்றால் அது புலிகளின் வேவுத்திறன் மீது கொண்ட பீதியுணர்வினாலேயே.

எதிரித்தளத்தில் உள்நுழைந்து தகவல் திரட்டி மீண்டும் வெளியேறிவருவது அமானுஸ்ய செயல் கொண்டவர்களாலேயே முடியும். இந்த வேவு வாழ்க்கையில் பதட்டம், மனஅழுத்தம், பசி, தாகம், நித்திரையின்மை போன்ற வலுவாய் வருத்தும் விடயங்கள் மனிதனை வதைத்துக்கொண்டே இருக்கும். இதனால் அவர்கள் தளத்திற்கு மீண்டதும் கொஞ்சமேனும் களத்தின் பின்பகுதியில் நிலைகொள்ள வைத்து ஓய்வுகொடுக்க வேண்டியிருக்கிறது. இங்கு குளிப்பதும், உண்பதும், உறங்குவதும்கூட மிக முக்கியமான முதலீடு.

மனம் அடையும் களைப்பால் உடல் பலவீனப்பட்டுவிடுகிறது. உடல் பலவீனமடையும்போது அது மன ஆக்கத்தைக் கெடுத்துவிடுகிறது. மன ஊக்கம் கெட்டுப்போன நிலையில்

ஒருவனால் தன் உடலை எங்கிருந்து எதன் மூலம் இயக்குவது? இந்த அனுபவம் கட்டளைத் தளபதி றோமியோவுக்கும் தளபதி சேராவுக்கும் நிறையவே உண்டு. அதனால்தான் மனதாலும் உடலாலும் சில நாளேனும் இவர்களுக்கு ஓய்வளிக்க விரும்புகின்றனர். இங்கு ஓய்வும் ஒரு முதலீடுதான்.

இதைவிட வெளிச்சொல்ல முடியாத சூக்கும காரணமும் இதற்குண்டு. முடிவிலாத போர் அனுபவத்தின் பெருந்தோட்டமாய் இருப்பவர் கட்டளைத் தளபதி றோமியோ. அந்தத் தோட்டத்தில் விளையும் கனிகள் மகத்துவமான சக்தி கொண்டவை. அந்தக் கனி ஒன்றில் இருந்துதான் இவர்களைப் பின்தளத்தில் தனியான இடத்தில் ஓய்வெடுக்க விடுவதற்கு மற்றொரு காரணம் பிறக்கிறது.

வேவு வீரர்கள் எந்த எதிரிப் படைத்தளத்தை இப்போது வேவு பார்த்துக்கொண்டிருக்கிறார்கள் என்பது படையில் சக போராளிகளுக்குத் தெரியக்கூடாது. தெரிந்தால் எமது அடுத்த சமர் எந்தப் படைத்தளத்தை நோக்கியது என்பது தெரிந்துவிடும். அப்படிப் பலருக்கும் தெரிந்தால் அது இரகசியம் அல்ல. இரகசியத்தை இழக்கும் எந்தப் போர்த்திட்டமும் அடிப்படையிலேயே பலவீனத்தைக் கொண்டிருக்கும். வித்திலேயே உயிர்ப்பிழந்தால் அது மரமாக முடியாது. அதைவிட ஆபத்தானது வித்திலேயே விசம் பாய்தல். வித்திலேயே விசம் பாய்ந்தால் அது பெருநாசத்தைத் தரும் பொறியைத் தன்னுள்ளே கொண்டிருக்கும். இதனால் களமுனையில் நிற்கும் மற்றைய போராளி நண்பர்களிடமிருந்து இவர்களைப் பிரித்து வைத்திருக்கவேண்டியதும் அவசியமானது. போரில் உறவும் பிரிவும்கூட தந்திரமாகிப் போகும் தருணங்கள் உண்டு.

மணிக்குத் தெரியும் வேவுவீரர்களை எப்படிப் புத்தூக்கம் செய்ய வைப்பதென்று. அல்லது தளபதி சேராவுக்கோ றோமியோவுக்கோ தெரியும் இது மணியினால்தான் தலைமைத்துவம் கொடுக்கக் கூடியதென்று. பகிடியாலும் பம்பல்களாலும் கூட்டு வாழ்வுணர்வினாலும் வேறொரு உலகத்திற்குத் தளம் திரும்பிய வீரர்களைக் கொண்டுவந்து விடுவான் மணி. நொதித்த சோற்றைப் புதிதாய் ஆக்கி அதற்கு அக்கம்பக்கத்தில் உள்ள பச்சை இலைகளைப் பிடுங்கிப் பச்சடி செய்து புது உணவாய் ஆக்கி சாப்பிட வைக்கத் தெரிந்தவன் அவன். சாப்பாட்டையா இதில் புதிதாய் ஆக்குகிறான்? கள்ளன்... பழுதடையும் மனங்களையல்லவா இதில் புதிதாய் ஆக்குகிறான்!

வேவுக்குப் போன நிலவனும் நல்லவனும் சாவடைந்து இத்தோடு ஆறு நாள்கள்தான் ஆகிறது. வேங்கையும் இதயனும் நேற்று இங்கிருந்து புறப்பட்டார்கள். கட்டளைத் தளபதியின் இடத்தில் தங்கி திட்டத்தை விளங்கிக்கொண்டு இன்றுதான் அவர்கள் உள்ளே போவதற்கான முயற்சிகள் எடுக்கப்படக்கூடும். கிளிநொச்சியில் அரச படைத்தளமோ வேவு வீரர்களைப் பலி கேட்கும் படைத்தளமாகிவிட்டது. பசியடங்காமல் இந்தப் படைத்தளம் தின்ற வேவு வீரர்கள் கொஞ்சமல்ல. கடந்த ஆறு மாதத்தில் மணியின் அணியே பலிகொடுத்த வீரர்கள் அதிகம்தான். மணி நான்கு மாதங்கள் முன்தான் இந்தப் பொறுப்பிற்கு நியமிக்கப்பட்டிருந்தான். மணிக்கு முன் பொறுப்பிலிருந்த குகனைக் கிளிநொச்சி பலிகொண்டுவிட்டது.

போர்முனையின் பின்தளத்தில் இவர்கள் தங்க வைக்கப்படுவதற்கு மற்றொரு காரணமுமுண்டு. முன்னணி நிலைகளுக்கு அருகில் தங்க வைத்தால் எதிரியின் களைப்புற வைக்கும் தாக்குதல்களால் இவர்களை வீணாக இழக்க நேரலாம். அனுபவமுள்ள வேவு வீரர்களை இழப்பது சாதாரண இழப்பல்ல. இதுபற்றி றோமியோ ஒருமுறை சேராவுடன் கதைக்கும்போது சொன்னார். 'சேரா, வேவுலயும் வேவுப்போராளிகளிலயும் அதிக அக்கறை கொள்ளவேணும். உனக்கு இது தெரியாததில்ல. இருந்தாலும் சொல்லுறன். நல்ல வேவுப் போராளியை இழப்பது நல்ல வேவுத் தகவலை இழப்பதற்குச் சமன். நல்ல வேவுத் தகவலை இழப்பது நல்ல சமர்திட்டத்தை இழப்பதற்குச் சமன். நல்ல திட்டத்தை இழப்பது, சமரை இழப்பதற்குச் சமன். ஆக ஒரு வேவுப் போராளியை அநாவசியமாய் இழக்கிறது சமரை இழக்கிறதிலயும் போய் முடியலாம். உனக்கு அதில கவனம் வேணும்" என்றார்.

சாள்ஸ் அன்ரனி றெஜிமன்ட்டில் இன்னொரு வேவுக்குழு தென் போர்முனையில் இயங்கிக்கொண்டிருக்கிறது. அது திறமைவாய்ந்த ஒரு மூத்த கொம்பனி அணித் தலைவனால் வழிநடத்தப்படுகிறது. இவன் சண்டைகள் மூலம் எதிரியின் தொலைத்தொடர்பு ஒட்டுக்கேட்கும் பிரிவால் இராணுவ மட்டத்தில் திறமையானவனாகப் பிரபலம் பெற்றிருந்தான். அதனால் அவனைத் தென் போர்முனையில் இயங்கச் செய்வதன் மூலம் எதிரியின் ஒட்டுக்கேட்கும் பிரிவைப் புலிகளின் தாக்குதல் எண்ணம் தென் போர்முனையிலேயே உள்ளது எனத் திசைதிருப்பலாம் என்பது றோமியோவின் உத்தி. மணி அதிகப் பிரபலமில்லாதவன். ஆனால், அதி திறமைசாலி என றோமியோ கணக்கிட்டிருந்தார்.

08

பின்னேரப் பொழுது இருளில் மயங்கும் நேரம் மணி, கவியை அனுப்பிவைத்தான் தளபதி சேராவின் இடத்திற்கு. அங்கு இவர்களுக்கு கொம்பாஸ் (திசையறி கருவி) ஜிபிஎஸ் (குளோபல் பொசிசன் சிஸ்ரம் - புவி ஆள் கூறை சற்றிலைட் உதவியுடன் கணித்துக்கொள்ளும் கருவி) பற்றி வகுப்பு எடுப்பதற்கு மாஸ்ரர் வருவார். அவரை இங்கு அழைத்து வரவேண்டும்.

இந்த அணியில் உள்ள அனேகருக்கும் இவை பற்றிய அறிவுண்டு. கவியும் வீரனும் புதியவர்கள். அதனால் சேரா மீண்டும் ஒருமுறை இதுபற்றி நினைவூட்டல் வகுப்பொன்றுக்கு ஒழுங்கு செய்திருந்தார். விடுதலைப் புலிகளின் படைத்துறை தந்திரோபாயப் பயிற்சிப் பிரிவிடம் இன்றைய வகுப்புக்காக ஒரு மாஸ்டரைக் கேட்டிருந்தார். அதற்காகத்தான் கவி தளபதியின் இடத்திற்குப் போகிறான்.

வீரன் முன்னர் செக்சன் லீடராக்கப் பட்டது கடைசியாக நடந்த இரண்டாம் மாதம் 8ஆம் திகதி சண்டையின் பின்தான். அதன்பின் சில மாதங்களிலேயே அவன் பிளட்டூன் லீடர்களுக்கான பயிற்சிக் கல்லூரிக்குச் சேராவால் அனுப்பி வைக்கப்பட்டிருந்தான். அங்குதான் இவன் வரைபடம், கோட் சீற் (இரகசிய சங்கேதச் சொல்), கொம்பாஸ், ஜிபிஎஸ் போன்றவற்றைக் கற்றறிந்தான். போர்த் தந்திரோபாயப் பயிற்சியுடன் இந்தப் பாடங்களும் இடம்பெறும். மேலும் படைத்துறைக் கல்விக்குழுவின் தலைமைத்துவப் பயற்சி நெறியிலும் பங்குபற்றியிருந்தான்.

இவன் அங்கு படித்திருந்தாலும் கொம்பாஸ் பற்றி அதிகம் விரிவாகப் படிப்பித்திருக்க மாட்டார்கள் என்பது சேராவுக்குத் தெரியும். இப்போதெல்லாம் ஜிபிஎஸ்தான் முக்கியமானது. அந்த நவீனக் கருவி இந்தக் காலத்தில் அறிமுகப்படுத்தப்பட்டு மோட்டார், பீரங்கித் தாக்குதல் அனுபவத்தை அணித் தலைவர்கள் பெற்றுக்கொள்வதற்குப் போரில் பயன்பட்டது. மிகத் துல்லியமான தாக்குதலை இதன் மூலம் நிகழ்த்தலாம்.

இலங்கை இராணுவம் இதுபற்றி அறிய முதலே விடுதலைப் புலிகள் இதனைப் போரில் பயன்படுத்தத் தொடங்கிவிட்டனர்.

போன கவி வோக்கி ரோக்கியில் (தொலைத்தொடர்புக் கருவி) மணியை அழைத்தான்.

"மைக் நைன்... மைக் நைன், கவி ஓவர்."

இருமுறை அழைப்பு வந்தது. மைக் நைன் என்பது மணிக்கான சங்கேதப் பெயர்.

"ஹலோ... கவி... கவி... மைக் நைன்... ஓவர்."

மணி பதில் குரல் கொடுத்தான்.

"ஹலோ அண்ணை... சாப்பாடு இண்டைக்கு இரவுக்கு வராதாம்."

"சரி."

"கிச்சினில கேட்டுப் பிறகு சொல்லுறதாம், எப்ப வருமெண்டு."

"சரி சரி... இருக்கிறத சாப்பிடுவம்... வா."

இதன் அர்த்தம் இன்றிரவு வகுப்பெடுக்க மாஸ்ரர் வரமாட்டாராம். பிறகு படைத்துறை பயிற்சிப் பிரிவிடம் கேட்டுத் தளபதி அறிவிக்கிறாராம் என்பதுதான்.

"ஹலோ... அண்ணை... ஹலோ..."

"ஓமடா... சொல்லு."

"அண்ணை, வாற வழியில வகுப்பெடுக்க ஒராள் நிக்குது... கூட்டிற்று வரட்டே?"

மணி இதைக் கேட்டு முதலில் குழம்பினான். என்னத்தையடா இவன் சொல்லிக் குழப்புறான்?

"என்னடா கவி... எந்த வகுப்பு?"

"அண்ணை அண்டைக்கு நிலவன் அண்ணா கூட்டிக்கொண்டு வந்தார் வகுப்பெடுக்க..."

மணிக்குப் பொத்துக்கொண்டு சிரிப்பு வந்தது. வீரச் சாவடைந்த நிலவன் அன்றொருநாள் கோழி ஒன்றைக் கண்டுபிடித்துக் கொண்டுவந்தான். தளபதிக்குத் தெரியாமல் அதைச் சமைத்துச் சாப்பிட்டார்கள் எல்லாரும்.

அப்பால் ஒரு நிலம் ◆ 217

மணி சிரித்தபடியே சொன்னான்.

"சரியடா... கூட்டிற்று வா. படிக்கத்தானே வேணும் நாங்களும் நல்ல படிப்பு" மணி சிரிப்படக்காமல் குமுட்டிச் சிரித்தபடியே சொன்னான்.

மறுமுனையில் கவி "அண்ணை மாஸ்ரர் இல்லை, ரீச்சர்தான் நிக்கிறா. கூட்டி வரவே?"

மணிக்குத் திரும்பவும் குழம்பிற்றுது. "என்னத்தையடா இவன் சொல்லித் துலைக்கிறான். நான் தப்பாப் புரிஞ்சிட்டனோ? யாரடா பொம்பிளையக் கூட்டிற்று வரப்போறன் எண்டுறான்" மணி திரும்பவும் கேட்டான்.

"ஹலோ கவி... சேராவோ தந்தவர் ரீச்சரை?"

என்ன எது என்று அறிய இப்படிக் கதையைப் போட்டான்.

"இல்லையண்ணை. வழியில சேரன்ர பழைய இடத்தில... ஓவர்."

"சரி... சரி... என்ன பாடம்? ஓவர்."

இந்தக் கேள்வி சந்தேகத்தைத் துலக்கிவிடுமென்று மனதில் ஓடிவர மணி கேட்டான்.

"நிலவனண்ணை கூட்டிவந்து எடுத்த பாடம்தான். நல்ல படிப்பு."

"அதுக்கு ஏன் ரீச்சர்? ஓவர்."

"அண்ணை... அண்டைக்கு நிலவண்ணை கூட்டிற்று வந்தது மாஸ்ரர். இது ரீச்சர்தான் நிக்கிறா."

"ஹி...ஹி...ஹி" மணிக்குக் கதைக்கமுடியாமல் சிரிப்பு வெடித்துக்கொண்டு வந்தது. கேட்டுக்கொண்டிருந்த றாகுலனும் சிரிப்புத் தாங்காமல் அப்படியே கீழே இருந்துவிட்டான். அன்றைக்கு நிலவன் பிடிச்சுக்கொண்டு வந்தது சேவல். இது பேட்டுக் கோழி என்பதைத்தான் கவி 'ரீச்சர்' என்று சொல்கிறான் என்பது இப்போதுதான் புரிந்தது. இதற்கு அவன் பாவித்த சங்கேதச் சொல்லுதான் வலு நூதனம். மணி சிரிப்படக்க மாட்டாமலே சொன்னான்.

"ஹலோ கவி... மாஸ்ரரோ ரீச்சரோ கூட்டிற்று வா. படிக்கிறதுதான் முக்கியம். யாரிட்டப் படிச்சால் என்ன? ஓவர்."

மறுமுனையில் கவி சொன்னான் 'ஹி...ஹி...ஹி... சரியண்ணை சரியண்ணை. கூட்டியாறன்" இதற்கிடையில் வீரன் என்னென்று தெரியாமல் விழிக்க ராகுலன் அதை விளக்கிச் சொல்ல வயிறு குலுங்கச் சிரிக்கிறான் வீரன்.

"டேய் தம்பி, இருட்டிடப் போகுது. பச்சை மிளகாய்... தேசிக்காய் பிடுங்கி வையடா... ரீச்சர் வாறாவெல்லோ வகுப்புக்கு." மணி குதூகலத்துடன் சிரிப்பும் பேச்சுமாய் வீரனுக்குச் சொன்னான்.

கவி ஒரு கொழுத்த கோழியுடன் வந்தான். அதை ராகுலன் வாங்கி அறுத்து உரித்து கழுவியெடுத்துக்கொண்டிருந்தான். "அண்ணை தூள் இல்லை. என்ன செய்யிறது... குழம்பு வைக்கேலாது."

"கொஞ்சமும் இல்லையே?" ராகுலன் கவியைக் கேட்டான்.

"கிச்சினில கொஞ்சம்தான் அண்டைக்கு எடுத்துவந்தம். முடிஞ்சதுபோக மிச்சத்தை இதயனும் நல்லவனும் மாங்காயில உப்புத்தூள் பிரட்டித் திண்டு முடிச்சிட்டாங்கள்."

"படுபாவியள்... இப்ப என்ன செய்யிறது?" ராகுலன் கேட்டான்.

"டேய், உப்பவியல் போடுவம். பிரச்சினை இல்லை" மணி சொன்னான்.

"அண்ணை, எனக்கு உப்பவியல் வைக்கத்தெரியாது."

"நிறைய வெங்காயம் உரிச்சு வை. பச்சை மிளகாயும் நிறைய எடு. வாறன், துவக்கை கிளீன் பண்ணிற்று."

"சரியண்ணை. நான் வெட்டி வைக்கிறன் இறைச்சியையும்..."

கவி இறைச்சியை வெட்ட, வீரன் பச்சைமிளகாய், வெங்காயத்தை வெட்டினான். இறைச்சியை வெட்டியபின் மறுபடி கழுவக் கொண்டுபோகவும் அதைக் கண்டு மணி கேட்டான் "என்னடா செய்யப்போறாய்?"

"வெட்டிற்றன்... கழுவப் போறனண்ணை."

"உரிச்ச பிறகு கழுவினதுதானே?"

"ஓமண்ணை."

"பிறகென்னத்துக்குத் திரும்பி கழுவிற மடப்பயலே... கழுவிக் கெட்டது இறைச்சி. கழுவாமல் கெட்டது மீன்."

“என்னண்ணை?”

“அடேய்... இறைச்சிய கழுவினியோ உருசி கெட்டுப்போகும். கழுவ இல்லையோ மீன் கறி கெடும். மீனை நல்லாத் திரும்பத் திரும்ப மண்சட்டியோட அலசிக் கழுவவேணும். இல்லையோ மீன் குழம்பு ருசி கெடும்.”

மணிக்கு நல்லா சமையல் தெரியும். றோமியோ சொல்லுவார், “தலைவர் சொல்லுறவர் சமைக்கத் தெரிந்தவனுக்குத்தான் சண்டைய நடத்தத் தெரியும் எண்டு. ஏனென்டால் அவனுக்குத்தான் கணிக்கத் தெரியும் எண்டு.”

மணி தன் கீழ் உள்ள போராளிகளுக்குத் தானே சமைத்துக் கொடுப்பதில் சந்தோசமும் அடைபவன். அக்கம்பக்கத்தில் ஏதாச்சும் சாப்பிடத் தேடிக்கொண்டு வருவான். இப்போது இந்தக் குழுவின் மனநிலையும் வேறு.

மணி சமையலைத் தொடங்கினான். “டேய், ஒருத்தரும் சத்தம் போடாதையுங்கோ. அடுப்பு மூட்டப்போறன். ‘வண்டு’ வருகுதோ எண்டு நல்லா காதைக் குடுத்துக் கேட்டுக்கொண்டிருங்கோ. அப்பிடியே பெரிய வண்டும் வந்தாலும் வரும். அதையும் பாருங்கோ” என்றான் சிரித்தபடி மணி.

மணி ‘வண்டு’ என்று சொல்வது சிறீலங்கா விமானப் படையின் ஆளில்லா வேவு விமானத்தைத்தான். நெருப்பு மூட்டும்போது ‘வண்டு’ வெளிச்சத்தைக் கண்டால், கதை அவ்வளவுதான். அது இந்த இடத்தின் நிலையைக் கணித்துவிடும். சில நிமிடங்களிலேயே கொழும்பிலோ அனுராதபுரத்திலோ இருக்கும் ‘கொன்றோல் றூமில்’ இந்தத் தகவல் விமானப்படைக்குப் போக மறுகணமே ‘கிபீர்’ குண்டுவீச்சு விமானங்கள் துல்லியமாக இந்த இடத்தைத் தாக்கிவிடும். மணி ‘பெரிய வண்டு’ என்று சொன்னது சிலவேளை தளபதி சேரா வரக்கூடும். அல்லது அவருடைய ஆட்கள் யாராவது வரக்கூடும் என்பதைத்தான். அதுவும் ஆபத்துதான். சனம் கைவிட்டு ஓடினாலும் இது சனத்தின் கோழிதானே. இதைப் பிடித்துக் காய்ச்சினதுக்குப் பிறகு ‘பனிஸ்மென்ற்’ கிடைக்கிறது உறுதி. அந்தாள் பிறகு முகம்கொடுத்துக் கதைக்காது. மூஞ்சிய நீட்டும். சிலநேரம் படையணி மானம் போகுமென்றும் கத்திச் சத்தம் போட்டுத் திட்டுவார்.

சட்டியில் வெங்காயத்தை நிறையப் போட்டு, நிறையப் பச்சை மிளகாயும் போட்டு, உப்பும் அளவாய்ப் போட்டு கொஞ்சம்

தேங்காய் எண்ணையையும் விட்டு தூக்கி அடுப்பில் வைத்தான் மணி.

"இவ்வளவும்தானா?" வீரன் கேட்டான்.

"இவ்வளவும்தான். ஆனால் மிச்சம் வாறது கைப்பக்குவத்தில. அடுப்பு நல்ல நெருப்பு வர எரிக்கக்கூடாது. தணலில கொஞ்சம் நெருப்போட விடவேணும். இஞ்ச பார் இப்பிடி. நெருப்பு எரிஞ்சா கறி கெட்டுப்போகும். வெக்கையில வேகவேணும் கறி. கண்டியோ?" வீரன் ஆவென்று பார்த்துக்கொண்டிருந்தான். அவனுக்கு ஏனோ அம்மா நினைவுக்கு வந்தாள். 'அவளிடம்தான் எத்தனை கைப்பக்குவம் இருந்தது. அம்மா மெலிந்திருப்பாளோ? இப்பவும் நான் இயக்கத்துக்கு வந்ததை எண்ணிச் சாப்பிடாமல் அழுவாளா?'

'அக்கா இயக்கத்துக்குப் போனபோது எத்தனை நாள் சாப்பிடாமல் சமைத்து வைத்துவிட்டு அழுதிருக்கிறாள் அம்மா. பாவம் எத்தனை துயரத்தைத்தான் அவள் தாங்கிக்கொள்வாள்? நான் அவளைவிட்டு வந்திருக்கக்கூடாதோ? சரி இந்த யுத்தம் முடியட்டும். இப்ப சனமே சண்டைக்கு வாற காலமாயிற்றுது. நான் என்ன செய்யிறது?' வீரன் நெருப்புத் தணலை வெறித்துப் பார்த்தபடி அம்மாவின் நினைவில் உழன்றான். வெக்கை முகத்தில் அறைய தணல் சிவந்து மினுங்கிக்கொண்டிருந்தது அடுப்பில்.

எவ்வளவோ நாள்கள் அம்மாவும் தங்கையும் என்ன ஆனார்கள் என்றே தெரியாமல் வீரன் யாருமறியாத் துன்பத்தில் உழன்றிருக்கிறான். யாழ்ப்பாண இடப்பெயர்வு நிகழ்ந்தபோது அம்மாவும் தங்கையும் யாழ்ப்பாணத்தில் அகப்பட்டுக் கொண்டார்களா, வன்னிக்கு வந்துவிட்டார்களா என்று கூடத் தெரிந்திருக்கவில்லை. அப்போது அதனை வெளியே அறியும் வாய்ப்பும் அவனுக்குக் கிட்டவில்லை. அந்த நேரத்தில் முல்லைத்தீவு 'ஓயாத அலைகள் - 1' நடவடிக்கைக்காக விடுதலைப் புலிகளின் படையணிகள் பூநகரியில் கடும் பயிற்சியில் ஈடுபடுத்தப்பட்டிருந்தனர். தளத்தின் மையத்தை ஊடுருவித் தாக்குவதற்காக சாள்ஸ் அன்ரனி றெஜிமன்றில் ஒரு கொம்பனியும், அரசியல்துறையில் ஒரு கொம்பனியும் சேராவின் தலைமையில் பயிற்சியில் இருந்தன. முன்னேறிப் பாய்ச்சல் நடவடிக்கையை முறியடித்த சமரில் அரசியல் துறையின் இந்த

அணி நல்ல மதிப்பும் பெற்றிருந்ததால் அது இந்த நடவடிக்கையில் ஈடுபடுத்தப்பட்டிருந்தது.

முல்லைத் தீவை மீட்ட பெரும் சமர் முடியவும், இராணுவம் கிளிநொச்சியைக் கைப்பற்றிவிட்டது. ஒரு நகரம் கைவிட்டுப்போக மறு நகரத்தைப் பிடித்தார்கள் போராளிகள். ஆனால், அடுத்த நகரம் கைவிட்டுப் போனது. அடுத்தடுத்து நகரங்கள் கை மாறின. சனங்களுக்கோ தீராப் பாடு. போராளிகளுக்கோ முடிவுறாத போர். நிலங்களும் மனங்களும் புண்ணாகின போரால்.

வீரன் தன் அணிகளுடன் வன்னியின் தென்போர் முனை தாண்டிக்குளம் பக்கம் போய்விட்டான். சில மாதங்களின் பின் மீண்டும் வடபோர்முனைக்கு வந்தபோதுதான் அம்மாவும் தங்கையும் வன்னிப் பக்கம் வந்துவிட்டதை அறிந்தான். ஏதோ இந்தளவில் மகிழ்ச்சியை அது தந்தது உண்மைதான். அம்மாவும் தங்கையும் விசுவமடுவில் இருக்கிறார்கள். அவன் முன்பொருமுறை போய்ப் பார்த்துவிட்டு வந்திருக்கிறான். அம்மாவைப் பார்க்கவே முடியவில்லை. பூத்துக் குலுங்கி பொலியும் அம்மாவின் முகம் காணாமல் போய்விட்டது. அம்மா பொலிவிழந்து தேய்ந்துவிட்டிருந்தாள். தாடை எலும்பு பிறிதாய்த் தெரிந்தது. பெண் கூலித்தொளிலாளியின் உருவம் கொண்டுவிட்டாள் அவள்.

"தம்பி, இங்க பார்... இறைச்சியில் இருந்துவந்த தண்ணி. இனி வத்தும் வரைக்கும் சட்டியை மூடாமல் திறந்துவிடவேணும். மூடினால் புழுங்கிப்போகும். பதப்படாது. இறைச்சி இப்ப முக்கால் பதம் அவிஞ்சிருக்கும்."

"ம்ம்..." என்றான் வீரன்.

வீரன் நெருப்பின் தணலை வெறித்தபடி நாடியில் கை வைத்துப் பார்த்துக்கொண்டே இருந்தான். மணிக்கு அவன் ஏதோ கடுமையாக யோசிக்கிறான் என்பது புரிந்தது. சமையலால் ஏற்பட்டது என்பதால் அது வீட்டு யோசனைதான் என்பதை ஊகிக்க மணிக்கு நேரமாகவில்லை.

"வீரா, ரீச்சர் கொஞ்ச நேரத்தில் உனக்கு சொல்லித் தரப் போறா பாடம்... பார். இதல்லோ படிப்பு என்றிருக்குமடா வீரா." மணி அந்த ரீச்சர் பகிடியையே வைத்துச் சிரிப்புக்காட்டி வீரனின் சிந்தனையைத் திசைதிருப்ப முயன்றான்.

“இப்ப நான் பாடம் சொல்லிக்குடுக்கிறன் ரீச்சருக்கு. இந்தப் பாடத்திலதான்ரா ரீச்சருக்கு அறிவு வாறது” மணி சொன்ன சாங்கத்தில் வீரன் சிரித்தேவிட்டான்; கவியும் ராகுலனும்தான்.

தன் சமையலில் கறி உருசி கூடுதல் என்பதை அந்த ரீச்சர் பகிடியை வைத்தே மணியண்ணை ஓட்டுகிறார் என்றுதான் மற்றவர்கள் நினைத்தார்கள்.

“இந்தா... இப்ப தண்ணி வத்தீற்றுது பார்த்தியா? இப்ப அகப்பையைத் துளாவிப் பிரட்டிக்கொண்டே இருக்கவேணும். அப்பதான் இறைச்சியின்ர கொழுப்பு நெய்யாக உருகத் தொடங்கும். சேவல் கோழியில அதிகம் கொழுப்பிருக்காது. அது ஒரு நாளைக்கு பல தடவை மற்ற அலுவலில நின்றால் எங்கயிருந்து கொழுப்பு வரும்... ம்ம்...”

‘மற்ற அலுவல்’ என்று மணி அழுத்திச் சொல்ல குந்தியிருந்த வீரன் மண்ணிலிருந்து குண்டியை விழுத்திச் சிரித்தான்.

“ஓமடாப்பா... பேட்டுக் கோழி கொழுப்பு. முட்டை இட்டு ஓய்ஞ்ச கோழி இது. அதுதான் நல்ல கொழுப்பு. இந்தக் கொழுப்பு உருகின அந்த நெய்யில இந்த இறைச்சியைப் பிரட்டிப் பிரட்டி சாதுவா பொரியிற மாதிரி விடவேணுமடா வீரா” சொல்லியபடியே இறைச்சியைத் தணலில் வைத்துச் சட்டிக்குள் துளாவிப் புரட்டினான்.

நன்றாக இருட்டிப்போனது. இரவு இதயனும் வேங்கையும் வேவுக்கு உள்ளே போக இருக்கிறார்கள். ரோமியோ அவரின் இடத்திற்கு மணியையும் கூப்பிடக்கூடும், என்ன நடக்கும் என்பதைச் சொல்ல முடியாது.

“அண்ணே அடுப்பு நூந்திட்டுது” என்றான் வீரன்.

“இல்லையடா இப்ப வெறும் தணல் போதும்” மணி சொன்னவாறு, “இந்தா வாயில வச்சுப்பார். உப்பு சரியா இருக்கா எண்டு.” அகப்பையில் ஒரு துண்டு இறைச்சியை எடுத்து வீரனிடம் குடுத்தான். வாயில் போட்டு நாக்கால் உழட்டிச் சூட்டைத் தணித்தவன் மெல்ல சப்பி “ஆ... ஆகா... சூப்பர் அண்ணை... கொண்டு எழுப்புது...” வீரன் மெய்யாகவே அதன் உருசியில் உணர்ச்சிவசப்பட்டுச் சொன்னான்.

‘ரீச்சர் எண்டதால உனக்கு எழுப்புதுபோல வீரா... ஹி...ஹி... ஹி” மணி இரட்டை அர்த்தம் வைத்துச் சிரித்தான். அணியின்

தலைவனே இப்படி நட்புணர்வோடு பகிடி பம்பல் விட்டுப் பழகுவது எல்லோருக்கும் வாய்ப்பதல்ல. இதனால்தான் கூட்டுணர்வு அதிகம் உருவாகும் என்று நம்புபவன் மணி.

கொழுப்பு நெய்யில இறைச்சி உருண்டு கொஞ்சமாய்ப் பொரிந்துவிட்டது.

“இப்ப கறிவேப்பிலையோ, றம்பை இலையோ, மிளகுத் தூளோ போட்டால் கறி கணகணப்பாய் இருக்கும்” வாயை உறிஞ்சியபடி சொன்னான் மணி.

”அண்ணை, மிளகு இருக்கு கொஞ்சம்.”

“இருக்காடா? குத்தடா கொஞ்சம். அடி சக்கையெண்டானாம்.”

குத்திய மிளகைப் போட்டுக் கறியை இறக்க வாசம் கிளம்பியது.

சட்டியைச் சுற்றி எல்லாரும் கூடிவிட்டார்கள்.

உடுப்புத் தோய்த்து காயப் போட்டுவிட்டு கோபியும் ஓடிவந்தான். “அடேய் என்னை விட்டுட்டு அலுவல முடிச்சிடாதைங்க.”

ஆளுக்கொரு துண்டு வாயில் எடுத்துப் போட்டுக்கொண்டார்கள்.

“அமிர்தம் அண்ணை அமிர்தம்” றாகுலன் சொன்னான்.

“என்னண்டு அண்ணை தூள், சீரகம், கடுகு, பால் ஒண்டுமே இல்லாமல் இப்பிடி ருசி?” கவி கேட்டான்.

“அதுதான்ரா மணியின்ர கைப்பக்குவம். உப்பிருந்தாப் போதும். மணிக்கு மிச்சம் தெரியும். சண்டையண்டாலும் சரி, சட்டி எண்டாலும் சரி... சரிடா தேசிக்காய் வெட்டு பாதி.”

வெட்டிய தேசிக்காயில் பாதியைப் பிழிந்து இறக்கிய இறைச்சியில் விட்டான். அடுப்பில் உள்ளபடி புளிவிட்டால் கெட்டுப்போய்விடும். இறங்கிய சூட்டில் விட ஒரு வாசமும் கூடவே வந்தது.

“அண்ணை, இனிமேல் படிக்கிறதுக்கு மாஸ்ரர் வேண்டாம். ரீச்சரிட்டத்தான் நான் படிப்பன்.”

கவி சொல்ல கோபி கவி முதுகில் அடித்துச் சிரித்தான்.

சுற்றியிருந்து சிரட்டையில் கறியை எடுத்துச் சாப்பிட்டுக் கொண்டிருந்தனர். சுடு கறியைத் தேங்காய்ச் சிரட்டையில்

விடும்போது குழம்பு இறுகி ஒரு வாசமும் வரும். அது ஒரு தனிவகை. மாலை வந்த புட்டிலும் பெருங்கட்டிகளைத் தெரிந்தெடுத்து எறிந்துவிட்டுத் தூள் புட்டாகக் கொஞ்சத்தைச் சேர்த்துக்கொண்டனர்.

சாப்பிடும்போது மணிக்கு, நல்லவனும் நிலவனும் ஞாபகத்துக்கு வந்தனர். கடைசியாய்க் கோழி சாப்பிட்டது நிலவன் கொண்டுவந்து அவனே சமைத்த கோழிதான். இன்று நிலவனும் இல்லை, நல்லவனும் இல்லை. அவர்களின் உடலைக் கூட மீட்க முடியாமல் போனமை வலியாகக் குத்தியது இப்போது. மௌனம் உறைந்த அந்தச் சூழல் மற்றவர்களும் அதைத்தான் நினைக்கிறார்கள் என்பதை மணிக்கு ஊகிக்க முடிந்தது. மணி சுதாகரித்துக்கொண்டு அடுத்த பகிடியைத் தேடிப் பிடித்து விட்டான்.

"விஞ்ஞானக் குளத்துக்கு நான் வேவுக்குப் போகேக்க ஆமியின்ர பங்கர் பொயின்ற்றுக்க பண்டி மூசுற சத்தம். என்னடா ஆமியின்ர பொயின்ற்றுக்க பண்டி புகுந்திட்டுது எண்டு உள்ள எட்டிப்பார்த்தால், சனி பிடிச்சவன் ஜீன்ஸ்ச முழங்கால்வரை கழட்டி விட்டுட்டு ஒரு அம்மணமான பொம்பிளை போட்டோவைக் கையில பிடிச்சுப் பார்த்தபடி மூசுறான்."

சாப்பிட்ட சாப்பாடு வாயிலிருந்து தெறிக்க சுத்தியிருந்த பெடியள் வெடியாய்ச் சிரித்தாங்கள். அந்தச் சூழலே சிரிப்பு வெள்ளமாய் மாறிற்று.

09

இரவு பதினொரு மணிக்கு, றோமியோவின் கட்டளை நிலையத்திற்கு மணி அழைக்கப்பட்டான். தொலைத்தொடர்புக் கருவியைப் பயன்படுத்தாமல் கூட்டிப்போக ஒருவன் நேரிலேயே வந்தான். றோமியோவின் தொலைத்தொடர்பு எதுவாயினும் எதிரியின் ஒட்டுக்கேட்கும் பிரிவு மிக நுணுக்கமாக ஆராய்ந்துகொண்டே இருக்கும். சங்கேதச் சொற்களைப் பயன்படுத்தினாலும் கூடச் சில சமயங்களில் அதன் முடிச்சு அவிழ்க்கப்பட்டுவிடும். நீண்ட காலத்தின் பின் களம் வந்திருக்கும் றோமியோவின் ஒவ்வொரு அசைவுகளையும் ஆராய்வது இராணுவத்தின் பாதுகாப்புக்கு அவசியமானது என அவர்கள் கண்டிப்பாய் எண்ணுவர். அநியாயத்திற்குத் தங்கள் படைத் துருப்புகள் றோமியோவை அஞ்சுகின்றன என உயர் இராணுவ அதிகாரிகள் பேசிக்கொண்டாலும் அவர்களுக்குள்ளும் றோமியோ குறித்த அச்சம் இருக்கத்தான் செய்தது.

மணி, றோமியோவின் கட்டளை நிலையத்திற்குப் போனபோது அங்கே தளபதி சேராவும் இதயனும் வேங்கையும் கூடவே நின்றிருந்தனர். உயர்ந்து மெலிந்த, கன்ன எலும்புகள் துருத்தித் தெரிந்த சேராவின் உருவத்திலும் நடத்தையிலும் அத்தனை எளிமை வெளிப்படும். போர் நடக்கையில் மட்டும் அந்த எளிமை தீவிரம் கொண்டு கண்டிப்பான பேர்வழியாய்க் காட்சி தரும். 'ஸ்போட் கொமாண்டர்' என்பதற்கு மிகச் சரியான உதாரணகாரர்களில் இவன் முக்கியமானவன்.

"மச்சான் நீ போறாய் இந்தமுறை, சும்மா அதிரப் போகுது கிளிநொச்சி" மணி இதயனைப் பார்த்துக் கூறியவாறே ஒரு கையால் தோளில் அணைத்தான். இவனை விட வேங்கை கொஞ்சம் வளர்ந்த உருவம். பார்த்ததும் எவருக்கும் தோழமை உணர்வு தோன்றும் முகம் அவனுக்கு. மணியுடன்தான் பலமுறை வேறுபகுதிகளுக்கு வேவு பார்க்கப் போயிருக்கிறான்.

“அடேய்.. மணியண்ணையின்ர கதையக் கேட்டு அங்க அதிர வச்சிடாதை மச்சான். மூக்குக்க பஞ்சுதான் வரும். கமுக்கமாய் போய் கமுக்கமாய் வரணும்டா. போறது வேவுக்கிடா” வேங்கை வழமை போலவே தன் கையை முறுக்கி நெட்டி முறித்தவாறே தலையையும் சரித்து நெட்டி முறித்தபடி சொன்னான். எந்தக் கதைக்கும் ஓர் எதிர்க்கதை சொல்லாமல் விடான் இவன். நல்ல திடமான உடல். உடற்பயிற்சியில் ஒரு போதை இவனுக்கு. முற்றிய முகம்.

“சரிடா சரி, சென்று வாடா தகவல் கொண்டு வாடா” மணி விகடமாய்ச் சொன்னபடி வேங்கையின் கையைப் பிடித்து இறுகப் பற்றினான்.

காக்கா கடைச் சந்தியில் இருந்து திருவையாறு போகும் செம்மண் வீதியில் உள்ளிறங்கிய ஒரு தென்னை மரக் காணியின் வீட்டில் இருந்தது கட்டளை நிலையம். ஆனால் வீட்டில் தொலைத் தொடர்புக் கருவிக்கான ‘அன்ரனா’ கட்டப்பட்டிருந்த போதும் மறுகாணியின் மூலையில்தான் தாளப் பதிந்த கொட்டில் ஒன்றின் கீழ் நான்கடி பதிவாக வெட்டப்பட்டிருந்த நிலத்தில் அகன்ற மேசையும் அதன்மேல் வரைபடமும் விரிக்கப்பட்டிருந்தது. பக்கவாட்டுச் சுவரில் மிக அகன்ற 20:20 வரைபடம் தொங்கியது. அது எதிரி நிலைகள், புலிகளது நிலைகள் என இருதரப்புப் பாதுகாப்பு ஏற்பாட்டையும் துலக்கமாகக் காட்டியது. அதில் புலிகளதும் எதிரியினதும் முன்னணிக் காவல் நிலைகளுக்கான தொடர் இலக்கங்களும் குறிக்கப்பட்டிருந்தன. அந்தக் கொட்டிலின் முடிவில் தொடங்குகிறது பதுங்கு குழிக்கான வாசல். இதுதான் வலிந்த தாக்குதல் நடவடிக்கைக்கான கட்டளைத் தளபதி றோமியோவின் கட்டளைமையம். சற்றுநேரத்தில் வட போர்முனைக் கட்டளைத் தளபதி கில்மனும் அந்த இடத்திற்கு வந்தார். தனது களமுனை வாகனத்தில் இருந்து இறங்கும்போதே நட்பான சிரிப்பை இதழில் தவழவிட்டபடி வந்தார். இன்றைய நிலைமையில் போரில் மிக நம்பிக்கை தரும் தளபதி இவர். பாதுகாப்புச் சமரின் துணைத் தளபதியும் இவரே. பிரதம தளபதி தென் போர்முனையில் உள்ளார். கடின உழைப்பாளி. அதன் மூலம் திறமையை நிருபித்தவர் தளபதி கில்மன்.

உள்ளே நுழைந்த வட போர்முனைக் கட்டளைத் தளபதிக்கு விடுதலைப் புலிகளின் மரியாதை சல்யூட் வழங்கினர் அங்கிருந்தவர்கள். பதிலுக்கு மரியாதையாக அதை ஏற்று சல்யூட்

வழங்கினார் அவர். றோமியோ சக தளபதி என்ற வகையில் வரவேற்று "வாங்க கில்மன்" என்று மட்டும் அழைத்தார். ஒரு காலத்தில் கில்மன் றோமியோவின் கீழிருந்து போரைக் கற்றுக் கொண்டவர்தான். அதனால் கில்மனுக்கு இன்றளவும் றோமியோவிடத்தில் பெரிதான மரியாதை இருந்தது, இன்று அவர் சமனான நிலையை அடைந்துவிட்டபோதும் கூட.

கையில் ஊன்றுகோலுடன் றோமியோ மிடுக்காக வரைபடம் விரித்த மேசையின் முன் நின்றிருந்தார். அந்த ஊன்றுகோல் அவர் ஊனத்தை வெளிக்காட்டுவதற்குப் பதிலாக அவரின் மிடுக்கையும் நிமிர்வையுமே வெளிக்காட்டியது. சேர்ட்டை வெளியே விட்டு இடுப்பில் கைத் துப்பாக்கி கட்டியிருப்பது இவருக்குத் தனி அடையாள மிடுக்கு. யூனிபோர்ம் சேர்ட்டை வெளியே விடும் முறை படைத் துறையில் உயரதிகாரிகளுக்கான சீருடை முறை. விடுதலைப் புலிகள் இயக்கத்தில் தலைவரும் இவரும் மட்டுமே அவ்வாறு அணிய முடியும். மணிக்கு அவரைப் பார்க்க பிரமிப்பாக இருந்தது. அவர் அருகே தன்னடக்கமும் கம்பீரமும் ஒருங்கே கொண்டு கில்மன் நின்றார். இவர்களுடன் இன்று தானும் சேர்ந்து இந்த இடத்தில் நிற்கிறோம் என்பது மணிக்கு உள்ளூரக் கம்பீரத்தைக் கொடுத்தது. தன்னைக் கொஞ்சம் நிமிர்வாக ஆக்கிக் கொள்ளவேண்டும் என்று மனசு சொல்லிற்று.

"வாங்க வரைபடத்தைச் சுற்றி நில்லுங்கோ" என்றார் றோமியோ. சுற்றி நின்றார்கள். அவர் ஒரு கையில் ஊன்றுகோலும் மறுகையில் வரைபடத்தைச் சுட்டும் நீளக் குச்சியையும் வைத்திருந்தார். பற்றியில் இயங்கும் மின்சார விளக்கொளி வரைபடத்தில் குத்தி நிக்குமாறு சரி செய்யப்பட்டிருந்தது. றோமியோ கதைக்கத் தொடங்கினார். வரைபடத்தில் குச்சி இடங்களைச் சுட்டிச் சுட்டி ஓடியது. சூழல் நிசப்தமாகி ஒருவகைத் தீவிரத் தன்மையைக் கொண்டது. நிசப்தம் பலவேளைகளில் சப்தத்தை விடத் தீவிரமானது. யுத்தக் களத்தில் இது இரட்டிப்புத் தீவிரத்தைத் தரவல்லது. அந்த மனத் தீவிரத்தை மேலும் இரட்டிப்புச் செய்தது றோமியோவின் கனத்த குரல்.

"இன்றைக்கு நாங்கள் கரடிப்போக்கு சந்திக்கு இருநூறு மீற்றர் பின்தள்ளி ஏ9 வீதிக்கு மேற்குப்புறமாக உள்ள பகுதிக்கதான் உள்நுழையவேணும். இதில எங்கட நிலைகள் கிளிநொச்சியின்ர முன்பகுதியில் இருக்கிற மாதிரி நெருக்கமாய் இல்லாமல் எதிரியின்ர நிலைகளில இருந்து இருநூறு மீற்றர் பின்தள்ளி

இருக்கு. நடுவில வெட்டை வெளியான பிரதேசம் எண்டதால இங்கால பின்தள்ளி அமைச்சிருக்கிறம். ஆமியின்ர இந்த நிலைக்கு ஏ41 என்று குறிச்சிருக்கிறம். எங்கட நிலைகளில டி35 என்று இருக்கு பாருங்கோ. இந்தப் பகுதியிலதான இன்றைக்கு முயற்சி செய்யப்போறம்" தன் கையிலுள்ள நீளக் குச்சியால் வரைபடத்தில் சுட்டிக்காட்டிச் சொல்லிவிட்டு அவர் சுற்றியுள்ளவர்களைப் பார்த்தார். பிரதிபலிப்பு எப்படியென அறிவதற்காக போலும்.

எதிர்மறையாகப் பிரதிபலிப்பு எதுவும் இல்லையெனக் கண்டு மீண்டும் வரைபடத்தைப் பார்த்துச் சொல்லத் தொடங்கினார். மணி தானும் அர்த்தத்துடன் கேட்பதாகக் காட்டி நின்றான். அமைதி ஒருவகை மனக்குமைச்சலைத் தந்தது. வரைபடத்தை விடப் புறச்சூழல் இருள் சூழ்ந்திருந்தது. இருட்டில் மெய்ப் பாதுகாவலர்கள் நின்றார்கள். வண்டையும் முக்கியமாய்க் கவனிக்க வேண்டும் அவர்கள்.

"கடைசித் தடவை எங்கட நிலை சி 28 பகுதியில இருந்த எதிரியின்ர நிலை பி57, 58, 59 பகுதியில நாங்கள் முயற்சி செய்திருந்தம். இது வீதிக்குக் கிழக்காகக் கரடிப்போக்கு சந்திக்கு முன்னுக்கு இருக்கு. கில்மன் தந்த ஒரு செக்சன் போராளிகளை வைச்சு மணியின்ர நிலவனையும் நல்லவனையும் ஆமியின்ர தளத்துக்குள்ள அனுப்ப முயற்சி செய்தம்.

"வழமையான எங்கட இரகசிய நகர்வு மூலம் இந்தத் தளத்துக்க போகமுடியாது என்றபடியால்தான் சின்னதா சண்டையத் தொடக்கி இந்த மூன்று பொயின்ரையும் ஒரு செக்சன் போராளிகளை வைச்சுக் கைப்பற்றி அதுக்கூடாக வேவுக்காரரை உள்ள தள்ள முயற்சி செய்தம். கிளிநொச்சியப் பொறுத்த வரை முன்பகுதி 'z' ல பதினைஞ்சு மீற்றருக்கு ஒரு பொயின்ற்றை ஆமி போட்டிருக்கிறான். பின்பகுதியில முப்பது மீற்றருக்கொன்று. 'ஃபோர்வர்ட் ஸ்லோப்' என்று சொல்லப்படுகிற மரபுசார்ந்த இந்தப் பாதுகாப்பு ஏற்பாட்டு முறையில இது உச்ச அமைப்பைக் கொண்டிருக்கு. சுற்றி 'பண்ட்'. இடையில 'சென்றி பொயின்ற்'றுகள். அதுவும் சரியான நெருக்கமாய். முன்னுக்கு முள்ளுக்கம்பி றோல். ஐம்பது மீற்றருக்கொரு 'போக்கஸ் லைற்' இருக்கு. இந்த ஏற்பாட்டில இரகசிய நகர்வு சாத்தியமில்லை. கடந்த ஒரு வருசத்தில இந்தத் தளத்தின்ர மையப் பகுதிக்கு எந்த வேவுக்காரராலும் போக முடியேல. கடந்த ஆறு மாதத்தில தளத்துக்குள்ளேயே போக முடியேல."

றோமியோ சொல்லிச் செல்லவும் மணியின் மனதுக்குள் அது விசித்திரமாய் இருந்தது. 'அட... றோமியோ ஒரு காலமும் முடியேல்ல... முடியேல்ல என்றே சொல்லமாட்டாரே... இன்றைக்கு என்ன ஆச்சரியமாய் இருக்கு. இப்பிடிச் சொல்லுறார் என்டால் சுளுவான திட்டம் ஏதோ தீட்டீற்றாரோ? அல்லது வேங்கை, இதயன்ர மனதில பொறுப்பையும் நம்பிக்கையையும் கொடுக்கிறதுக்காக மனுசன் இப்படிச் சுத்திவந்து விளக்குதோ?' மணியின் மனதில் அது என்னவாய் இருக்கும் என்ற அவா உள் எழுந்தது. வேங்கையும் இதயனும் அவரின் அடுத்த வார்த்தைகளுக்காய்க் காத்திருக்கும் தீவிர முகபாவத்தோடு இருந்தார்கள். றோமியோ விளக்கிப்போகவும், மணி ஆர்வத்தோடு அவரைப் பார்த்தான். பின்னாலுள்ள வரைபடத்தைப் பார்த்தான். அதிலே விழுகிறது றோமியோவின் நிழலுருவம்.

அந்தக் கொட்டிலின் நடுவில் பொதுவான வெளிச்சத்திற்காகத் தொங்கவிடப்பட்டிருந்த 'லாந்தர்' விளக்கு அதனுள்ளே மெல்லிய மஞ்சள் ஒளியைப் பத்திரமாய்ப் பிரகாசிக்க வைத்துக்கொண்டிருந்தது. சுவாலை ஆடாமல் வான் குத்தாய் நிமிர்ந்து எரிகிறது. றோமியோவின் திட்டம் கேட்க வெளியே காற்றும் உறைநிலைக்கு வந்துவிட்டது. அந்த விளக்கின் ஒளி வரைபடத்தின் பக்கவாட்டில் றோமியோவின் நிழலைப் பெரிதாக விழுத்தியது. ஒரு கையில் ஊன்றுகோலும் மறு கையில் வரைபடத்தைச் சுட்டும் குச்சியுமாய்த் தெரிந்த அந்த நிழலின் வர்ணமோ, அல்லது இயல்பை மீறிய அதன் உருவ மாற்றமோ அத்தனை கவர்ச்சியாய் உள்ளது. நிழலின் கம்பீரமும் அதன் அசைவும் மணிக்குப் பிரமிப்பை ஊட்டின. ஊன்றுகோலும் குச்சியும் கூட றோமியோவின் சேர்ந்த அங்க நிழலாகும்போது வீரத்தின் திமிராய் மாறிப்போகிறது. றோமியோ தீர்மானகரமான குரலில் தொடர்ந்து விளக்கினார்.

"கடைசியா நாங்கள் செய்த முயற்சி: எதிரியின் இந்த பி 57, 58, 59 பொயின்றுகளை கில்மன்ர ஆக்கள் சண்டையத் தொடக்கிக் கைப்பற்றித் தர எங்கட வேவுக்காரரை உள்ள தள்ள முயற்சித்தம். 'ஆட்லறி யுனிற்' றின்ர முயற்சியோட இது வெற்றி அளிச்சது. ஆனால் நல்லவனும் நிலவனும் உள்ள போக முயலவும் உள்ளுக்கு இன்னுமொரு இதே மாதிரி பாதுகாப்பு அமைப்பு இருந்திருக்கு. உள்ள இருந்த இரண்டாவது பாதுகாப்பு வரிசையின்ர அந்த முள்ளுக்கம்பிகளைக் கடக்க முயற்சிக்க அவங்கள் சுடப்பட்டிருக்கிறாங்கள். சுட்டது உள்ள இருந்த காவலரணில்

இருந்துதான். இதை இந்த முதல்வரிசைக் காவல்நிலைகளைக் கைப்பற்றிய எங்கள் செக்சன் போராளிகள் உறுதிப்படுத்தியினம். அப்படியெண்டால் இந்த முன்வரிசை காவலரண் தொடர்போல உள்ளே இன்னொரு அடுக்கு ஏற்பாடு இருக்கு. இது நாங்கள் கிளிநொச்சி நகர் சந்தி வரையில் மாசி மாதம் கைப்பற்றினபிறகு எதிரி செய்துகொண்டதாக இருக்கலாம். ஏனெண்டால் என்னுடைய அனுபவத்தில இப்பிடி 'ஃபோர்வர்ட் ஸ்லோப்' பாதுகாப்புப் பொறிமுறையில் இலங்கை இராணுவம் இன்னொரு அடுக்கு பாதுகாப்பு அரண்தொடரை அமைக்கிறதில்ல. ஆக உள்ள இன்னொரு அடுக்குத் தொடர் காவலரண் இருக்கு என்று ஊகிக்கலாம். இது எதுக்காக இருக்கலாமெண்டால் ஒருவேளை நாங்கள் முன்னணி நிலைகளைக் கைப்பற்றினாலும் உள்ளே நுழையமுடியாது. உள்ளே பாதுகாப்பாக இருக்கும் கட்டளை மையம் திரும்பவும் படையை ஒருங்கமைச்சு முன்னணி நிலைகளைக் கைப்பற்றிவிடும். ஜெயசிக்குறு ஒப்பறேசனில் ஒரு முனையின் 'லோன்சிங் பாட் 'ஆக இந்தத் தளம் இருக்கிறதால கட்டளை மையம் அதிகப் பாதுகாப்போட இருப்பது அவனுக்கு அவசியம்தான்."

"அல்லது இன்னொரு விசயமும் இருக்கலாம். இந்த முன்னணிக் காவலரண் தொடருக்குப் பின்னால் நெருக்கமாகக் கொம்பனி அல்லது பிளட்டூன் தலைமையகங்கள் இருக்கலாம். அந்த மையத்தைச் சுற்றி ஒரு பாதுகாப்பு அரணை வேலிபோல அமைச்சிருக்கக்கூடும்."

சேராவுக்கு, முன்னர் தான் முல்லைத்தீவுத் தளத்தை வேவு பார்த்தபோது அந்தத் தளம் இருந்த அமைப்பு மனதில் விரிந்தது. அவர் பட்ட பாடும் மனதில் எழுந்தது. மறுகணமே அந்த வேவு முல்லைத்தீவை மீட்பதற்கு வழி திறந்தது மட்டுமல்ல, தான் இந்த தளபதி என்ற உயர்நிலையை அடையத் திருப்புமுனையாக இருந்தது என்பதும் மனதில் உறைத்தது. மனதால் எதையும் இன்னொன்றோடு ஒப்பிட்டுத்தான் பார்க்க முடியும். அதற்கு வேறு வகையில் புரிந்துகொள்ளத் தெரியாது. அனுபவம் என்பதே அளவுகோல் ஆகிவிடுகிறது.

றோமியோ தொடர்ந்தார். "ஒரு வலிந்த தாக்குதலில நாங்கள் முன்னணி நிலைகளைக் கைப்பற்றினால் கொம்பனி 'றிசேர்வ் ஃபோர்ஸ்' இதை மீளக் கைப்பற்றும். அப்பிடி என்றால் உள்ள சிறு சிறு முகாம் முகாமாக முன்னணி நிலைகளைச் சுற்றி

அமைக்கப்பட்டிருக்கவேணும். இப்ப வரைக்கும் எங்களால் இதை உறுதி செய்ய முடியேல்ல. இது என்ர ஊகம்தான். ஆனால் இது சொல்லுற செய்தி என்னெண்டால் முன்னணி நிலைகளைக் கைப்பற்றி வேவுக்காரரை உள்ள அனுப்பமுடியாது என்றதுதான்."

றோமியோ சொல்லிவிட்டு அனைவரையும் பார்த்தார். அந்தப் பார்வை கடைசியில் தளபதி கில்மனில் வந்து நின்றது. அவரின் அபிப்பிராயத்தைக் கேட்பதுபோல இவரின் பார்வை இருந்தது.

'ம்ம்... அப்படி இருக்கத்தான் வாய்ப்பு இருக்கு. பொயின்றை அடிச்சுப் பிடிச்சு உள்ள வேவுக்கு அனுப்ப ஏலாது" கில்மன் சொன்னார்.

"அப்ப இரகசிய நகர்வும் இந்த அமைப்பில எப்பிடிச் சாத்தியப்படும். வேறு வழி தேடினால்தான் முடியும்" சேரா சொன்னார்.

அனைவரையும் கூர்ந்துபார்த்த றோமியோ, தன் திட்டத்தை விளக்கத் தொடங்கினார்.

"இண்டைக்கு நாங்கள் எதிரியின்ர ஏ 41, 42, 40 பொயின்ர தாக்கப்போறம். ஆனால் கைப்பற்றப் போறதில்லை. இஞ்ச நாங்கள் தாக்குகிற அதேநேரம் 38, 39 பகுதிக்குள்ளால இதயனும் வேங்கையும் இரகசிய நகர்வில உள்ள போகோணும்."

வரைபடத்தில் அவர் குச்சியால் சுட்டும்போது வேங்கையும் இதயனும் உள்ளார்த்தமாக ஒருவிதக் கிளர்ச்சியை அடைந்தனர். மறுகணம் அது தீவிரத்தனமாய் மாறியது. அடுத்த கணமே உள்ளே எதிரியின் நிலைகள் பற்றிய காட்சி கற்பனையில் விரியச் சங்கடமான மனஓட்டம் மனதில் தோன்றியது. றோமியோவின் திட்டத்தில் கவனமூன்ற வேங்கை தன்னைத்தானே தூண்டிக் கொண்டிருந்தான்.

றோமியோ திரும்பவும் நிமிர்ந்து பார்த்தார். வேங்கையையும் இதயனையும் கூர்ந்து பார்த்தார். அந்தப் பார்வையில் அவர்களிடத்தில் நம்பிக்கை தெரிகிறதா பதட்டம் தெரிகிறதா என அவதானிக்க முயன்றார். அதை வேங்கை சரியாக உணர்ந்தான். எதையும் வெளிக்காட்டாமல் இருக்க முயன்றான். ஆனால் மனதில் துளியும் நம்பிக்கை இல்லை. அதை றோமியோவும் புரிந்துகொண்டார். மீண்டும் கதைத்தார்.

"கரடிப்போக்குச் சந்திக்கு முன்னுக்குத்தான் இதுவரை நாங்கள் எல்லா முயற்சியும் செய்திருக்கிறம். ஆனால் இந்த சந்திக்குப்

பின்னால எதிரியின்ற காவலரண்கள் நெருக்கமாக இல்லை. முப்பது மீற்றருக்கு ஒன்று என்றுதான் இருக்கு. இதிலயும் ஒன்றுவிட்ட ஒன்றிலதான் ஆமி நிக்கிறான். மற்றது 'டம்மி பொயின்ற்.' ஆக அறுபது மீற்றருக்கு ஒன்றுதான் சென்றி பொயின்ற் இருக்கு. முன்னுக்கு உள்ளதைவிட இங்க நாங்கள் ஒரு நகர்வைச் செய்ய வாய்ப்பிருக்கு. அதைவிடக் காவலரண் நெருக்கமில்லாமல் இருக்கிறபடியால உள்ள இருக்கக் கூடிய பாதுகாப்பும் நெருக்கமில்லாமத்தான் இருக்கும். நாங்கள் நினைக்கிறது சரியென்றால் உள்ளே ஊடுருவி நகர இடைவெளி இருக்கும். ஒருவேளை உள்ள இன்னொரு அடுக்கு தொடர் காவலரண்கள் இருந்தால் அதில் ஆமி இருக்க வாய்ப்பில்லை. இருந்தாலும் ஒரு ரகசிய நகர்வில அந்த முள்ளுக் கம்பிய வெட்டி ரகசியமா உள்நுழைய வேணும். உள்ள மைன்ஸ் இருக்க வாய்ப்பில்லை" முடித்தவர் மீண்டும் நிமிர்ந்து பார்த்தார்.

அந்தச் சூழல் மாய அமைதியைக் கொண்டிருந்தது. நம்பிக்கையின் ஒளியைக் காணவில்லை. நடவடிக்கையில் தீவிரம் இல்லாத செயல் வெற்றிபெறாது என்பது றோமியோவின் அனுபவ அறிவாக இருந்தது. அவர் தன் வெளிப்படுத்தலில் தனக்குள்ள சந்தேகங்கள்தான் அந்த நிலைமையை உருவாக்குகிறதா என்றும் எண்ணிக்கொண்டார். தன் திட்டத்தில் தன்னிடமே உள்ள கேள்விகளை மனதில் இருந்து விரட்டி ஒதுக்கினார். பிறகு தொடர்ந்தார், சுதாகரித்த மனதோடு.

"நாங்கள் கில்மன் தருகிற இரண்டு பேர எங்கட டி35இல் இருந்து ஆமியின்ர ஏ40க்கு இரகசிய நகர்வு போல அனுப்பப் போறம். நூறு மீற்றர் முன்னுக்குப் போனதும் ஆமி காணக்கூடியவாறு அவர்கள் தற்செயலாக வெளிப்படவேணும். ஆமியின்ர தாக்குதல் ஏ40இல இருந்தும் ஒன்றுவிட்டதாய் இருக்கிற ஏ38 மற்றது ஏ42இல இருந்தும் இருக்கும். ஏ38இல ஆமி இல்லை. 39ஆமியின்ர பார்வை 40க்கு முன்னால இருக்கிற இந்த இரண்டுபேர் மேலயும் இருக்கும். இரண்டு பேர் என்றதால ஆட்டிலறி தாக்குதலோ வேறு தாக்குதலோ நாங்கள் செய்யப்போறது இல்லை. ஆனால் இவங்களை வேவுக்காரர் என்றுதான் எதிரி நினைப்பான். இந்த இடைவெளியப் பயன்படுத்தி 37 பகுதிக்குள்ளால வேங்கையும் இதயனும் உள்ள போகவேணும்" சொல்லிவிட்டு நிமிர்ந்து பார்த்தார். முகங்கள் முன்னரைவிட கொஞ்சம் திருப்தி அடைந்திருப்பதை அவர் அனுபவத்தில் உணர்ந்தார். "நீங்கள் என்ன நினைக்கிறீங்கள்... சொல்லுங்கோ" என்றார்.

மேசையைச் சுற்றி அமைதிதான் இருந்தது. அவரவர் தங்கள் தங்கள் அனுபவ வலைக்குள் சிக்கி இழுவுண்டு போயிருந்தனர். கில்மன் மௌனமாய் இருந்தார்.

"சொல்லுங்க... எங்களுக்கு இந்தப் பகுதியில உள்ள எங்கட காவலரண் போராளிகளின்ர தகவலை வைச்சு ஒன்றுவிட்ட ஒரு பொயின்ற்றிலதான் ஆமி இருக்கிறதை அறிஞ்சன். கடந்த பத்து நாள் இந்த முன்னணி நிலையில தங்கி நான் இரவு அவதானிச்சதிலயும் இதை உறுதிப்படுத்த முடிஞ்சுது." அவர் மேலும் இந்தத் திட்டத்திற்கு நம்பிக்கையூட்ட முனைந்தார்.

இந்த வேவு தவிர்க்க முடியாதது. தலைவரின் இறுக்கமான கட்டளை என்பதையும் புரிந்துகொண்டனர் இவர்கள். அதைவிட இந்த இடத்தில் வேறு தெரிவுகள் றோமியோவுக்குக் கிடையாது. ஒரு இந்தப் பணியைச் செய்ய வேண்டும். இல்லையேல் வெறும் பயலாக ஒதுங்கி மூலையில் இருக்கவேண்டும். அது முடியவே முடியாது. அவருக்கான இக்கட்டான நிலை அது.

'அட இந்த மனிசன் முன்னணி நிலையில போய் இருந்திருக்கிறாரே. விசர் மனிசன்... ஏதும் நடந்திருந்தால்...' இப்படித்தான் சேரா நினைத்தார். மணிக்கும் அப்படித்தான் இருந்தது. வேங்கையும் இதயனும் திகைத்துவிட்டனர். 'தங்களுடைய பாதுகாப்புக்காக இந்த மனிசனே முன்னணி நிலையில போய் நின்றிருக்கு. நாங்கள் உள்ள போறதில் என்ன மறுப்பிருக்கேலும்' என்று நினைத்துக்கொண்டனர். ஆக கில்மனுக்கு மட்டும்தான் றோமியோ முன்னே போனது தெரியும். எவ்வளவோ சொல்லி மறுத்தும் அவர் கேட்கவில்லை. கடைசியில் தளபதி கில்மன் தனது போராளிகளை மேலதிகமாக அந்த இடத்திற்கு அனுப்பி அப்பகுதியில் பாதுகாப்பை மேலும் பலப்படுத்தியிருந்தார்.

றோமியோ அங்கு போயிருந்தபோதுதான் வன்னியின் மேற்குப் பிரதேசத்தில் சில மக்கள் அமைப்புகள் ஒன்றிணைந்து போர்க்களத்திற்குப் போராளிகளுக்கான உலர் உணவுகளை அனுப்பி வைத்திருந்தனர். பொது அமைப்புகளைச் சார்ந்த ஊர்ப்பெரியவர்களும் கூடவே கல்லூரி மாணவர்களும் களமுனைப்பகுதிக்கு வந்திருந்தனர். ஜெயசிக்குறு என்ற சமர் சனங்களுக்கு வெறும் யுத்தமல்ல. ஊர்களை விட்டுக் காடுகளில் தஞ்சம் புகுந்த மக்களுக்கு யுத்தம்தான் விதி செய்தது. யுத்தம் துரத்திய மக்கள் யுத்தத்தைத் துரத்த எதுவும் செய்வது என்ற வாழ்வின் நிர்ப்பந்தத்துக்குள் இறுக்கப்பட்டிருந்தனர். ஒருநாள்

யுத்தம் வெல்லப்பட்டுவிடும் என்ற நப்பாசையில்தான் ஊர் விட்டு ஊர் பெயர்ந்து, காடு விட்டுக் காடு பெயர்ந்து நாள்களைக் கடந்துகொண்டிருந்தனர்.

வடக்கைச் சிங்களப் பகுதியோடு இணைத்துவிடும் இந்த வீதியைப் பிடிக்கும் பெருஞ்சமர் சிங்கள தேசத்தில் எவ்வளவுக்கெவ்வளவு சாகச அரசியலானதோ அவ்வளவுக்கவ்வளவு இங்கே சாவோடும் வாழ்வோடும் பிணைந்துவிட்ட ஒன்றானது. அங்கே தெற்கில் 'வேண்தாமரை இயக்கம்' என்ற அமைப்பை உருவாக்கிப் போருக்கு ஆதரவு தேடியும் ஊக்குவித்தும் மறைமுகமாக இயங்குகிறது அரசு. அதனால் இங்கே எதிரி முயற்சியைத் தடுத்து நிறுத்திய ஒவ்வொரு சமர்ச் செய்தியும் சனங்களின் காட்டு வீடுகளில் கோலம் போட்டது. வெற்றிக்காக வீழ்வது பெரு வணக்கத்துக்குரியதாகியது. வெற்றியின் சாட்சியமாய்க் கைப்பற்றப்பட்ட எதிரி ஆயுதங்கள் பத்திரிகையில் கொண்டுவரப்பட்டபோது அவை பழி உணர்வின் பசி தீர்க்கும் பண்டங்களாகின. வெற்றியின் மாயத் திறவுகோலாக அதைச் சனங்கள் கொண்டாடினர். வாழ்வு சலிக்காத மக்கள் என்பதற்கு, காடுறைந்த அவர்களின் வாழ்வு மட்டுமல்ல, களம் தேடி வரும் அவர்களின் மனமும்தான் சாட்சியாயிற்று.

வந்த சனங்களை றோமியோ சந்தித்தார். சனங்களுக்கோ தீராத திமிர் ஏறியது. களத்தில் போய் றோமியோவைக் கண்டு கதைப்பதென்றால் சும்மாவா? ஊர் மனைகளிலும் காட்டின் சிறுபட்டணங்களிலும் றோமியோ போர்க் களத்திற்கு மீண்டும் வந்துவிட்டார் என்ற கதை பரவியது. செய்தியறிந்து அடுப்பில் வைத்த சிறட்டை கூடச் சீறி எழுந்துதான் எரிந்தது.

சேரா கதைத்தார் "அண்ணை, நாங்கள் இன்னும் இரண்டு பேரை ஏ34 இல நகர வைச்சால் 36இல உள்ள ஆமியின்ர கவனமும் மற்றப்பக்கம் திரும்பும். நடுவில வெளிக்கிற 37க்குள்ளால நகர வசதியா இருக்கும்" சொல்லிவிட்டு றோமியோவையும் கில்மனையும் பார்த்தார்.

"இல்லை. சேரா, இரண்டு நகர்வு இருந்தால் அதை ஆமி வேவு என்று எண்ணமாட்டான். தாக்குதலோ, களைப்பூட்டும் தாக்குதலோ என்றுதான் நினைப்பான். அப்பிடி நினைச்சால் அந்தப் பகுதி முழுதுமே அலேட் ஆகிடும். பிறகெப்படி 37க்குள்ளால இரகசிய நகர்வு செய்யிறது?" கில்மன்தான் இதைச் சொன்னார். அவரது தோற்றம் எடுப்பான தோற்றம் இல்லைதான்.

அப்பால் ஒரு நிலம் ❀ 235

குரலும் மெல்லியதுதான். ஆனால் அனுபவ அறிவைக் காட்டும் அவரது யோசனை கம்பீரத்தை எப்போதும் கொண்டிருக்கும்.

'சரியாய்ச் சொன்னியள். அது சாத்தியமில்லை..." என்றார் றோமியோ. அது புரியவும் சேராவுக்கு இதை ஏன்தான் கவனிக்காமல் விட்டேன் என்று கூச்சமாக இருந்தது. அவர் கில்மன் என்ன நினைக்கிறார் எனக் கமுக்கமாகப் பார்த்தார். மணி அதை எப்படிப் புரிந்துகொண்டான் என அசட்டுத்தனமாய் அறிய முயன்றார். அவரின் சங்கடச் சூழலை றோமியோ புரியாமல் இல்லை.

"சேரா, நீ சொல்லுறதும் சரிதான். ஆனால், நாங்கள் தொடர்ந்து இந்தப் பகுதிகளில முயற்சித்து வந்ததால இப்ப அது சரிப்பட்டு வராது" றோமியோ இப்படிச் சொன்னார். இந்த இடத்தில் சேரா தன் கருத்தால் கூச்சப்பட ஏதும் இல்லை என்பதை அவர் காட்ட விரும்பினார். அது உண்மையில் சேராவுக்கு ஆறுதலாகவும் இருந்தது. சேரா ஒரு திறன் மிக்கத் தளபதி என்பதை றோமியோவும் அறிவார்.

இந்த நேரத்தில் மணி ஏதோ சொல்ல எத்தனிப்பதையும் சொல்லாமல் தவிர்ப்பதையும் தன் இரகசியக் கண்களால் றோமியோ கண்டார்.

"சரி ஏதாவது சொல்லப் போறீங்களா?..."

அமைதி.

"மணி, சொல்லு உன்னோட அபிப்பிராயத்தை" என்றார் றோமியோ மறுபடி.

"இல்லையண்ணை..." அவன் முடிக்காமல் இழுத்தான். ஏதோ சொல்ல விரும்புகிறான் என்பதை உணர்ந்து றோமியோ "சொல்லு மணி..." என்றார். "இல்லையண்ணை... சிலவேளை ஒன்றுவிட்ட ஒரு பொயின்ற்றில ஆமி இருந்தாலும் தொடர்ந்து அதே பொயின்ற்றிலதான் இருப்பான், இருக்காமல் விடுவான் என்று நம்பமுடியாது. ஒவ்வொரு நாளும் மாறி மாறி இருக்க வாய்ப்பிருக்கு."

மணி இப்படிச் சொன்னாலும் தான் சொன்னது தவறோ இந்த இடத்தில் என்று சங்கடப் பட்டது மனம். ஆனால், றோமியோ அந்த விசயத்தால் கொஞ்சம் திகைத்துத்தான் போனார். அவருக்கு அதற்கு வாய்ப்பிருக்கு என்றுதான் பட்டது. அந்தக் கேள்வி அவரிடமும் இருந்தது. கடந்த நாள்களில் அவர் அதை

அறிய முன்னணியில் முயன்றுதான் இருந்தார். ஆனால் அதை சொல்வது இங்கு போகிறவர்களுக்கு உளஉரனை தராது.

"சரிதான் மணி. ஆனால் எங்கட முன்னிலையில இருக்கிற போராளிகள் தாற தகவலின்படி அவன் அப்படி மாற்ற இல்லை. எங்கட போராளிகள் மாதக் கணக்கில் ஒரே இடத்தில இருக்கிறாங்கள். அவங்களுக்கு ஓரளவு இது பற்றித் தெரிந்திருக்கும். நானும் அவதானிச்சிட்டன். மாறி நிலை கொள்ளுறதக் காண முடியேல்ல. நான் அப்படி நினைக்கேல்ல" றோமியோ நம்பிக்கை ஊட்டினார். ஆனால் உள்ளூர ஒரு சந்தேகம், பயம் இருக்கத்தான் செய்தது.

"ஏ40இல் முன்னகருகிற போராளிகள் நூறுமீற்றர் நகர்ந்ததும் வெளிப்படுவினம். ஆமி தாக்குவான். சரியா இந்த இடத்தில ஒரு மண்பிட்டி இருக்கு. இதில தங்களைக் காப்பெடுத்துக் கொள்ளவேணும் அவங்கள். பிறகு எங்கட உதவித் தாக்குதல் சூட்டாதரவு கிடைச்சு பின்வாங்கிறமாதிரி அவர்கள் பின்னுக்கு வரவேணும். ஆனால் இவங்களுக்கு எங்கட வேங்கையும் இதயனும் உள்ளே நகருகிற விசயம் தெரிய வேண்டாம். அதை நீங்கள் பார்த்துக் கொள்ளுங்கோ கில்மன்."

"ம்ம்..."

"கடைசியா நான் உங்களுக்கொரு கதை சொல்லுறன்" றோமியோ சிரித்துக்கொண்டே வேங்கையையும் இதயனையும் பார்த்தார். பிறகு ஒரு சிரிப்போடு மீண்டும் சொன்னார். "என்ர பாட்டன் நெடுகலும் கதையள் சொல்லுவார். அவர் ஒரு வேட்டைக்காரன். அந்தக் கதையில ஒண்டு. செண்பகம் எண்டு ஊரில அரிதா ஒரு பறவை இருக்கும். உங்களுக்குத் தெரிஞ்சிருக்கும். அந்தப் பறவை முட்டை இடுகிற காலத்தில கூடு கட்டும். அந்தக் கூட்ட யாராலயும் கண்டுபிடிக்க ஏலாது. அவ்வளவு இரகசியமா எங்கயோ கட்டும். அதைக் கட்டுறதுக்குப் பல்வேறு மூலிகைக் குச்சிகளக் கொண்டுவந்து சேர்க்குமாம். அந்தக் குச்சிகளில் ஒண்டு சக்திக் குச்சா இருக்குமாம். அந்தச் செண்பகக் கூட்டக் கண்டுபிடிச்சிட்டால் அந்த சக்திக் குச்ச மனுசன் எடுக்கலாம். அந்தக் குச்சுக்குத் திறபடாத இரும்புப் பூட்டே கிடையாது. அந்தக் குச்சும் மனுசக் கண்ணுக்கு அடையாளம் தெரியாது. ஆனால் அந்தக் கூட்டைப் பிரிச்சு ஓடுற ஆத்தில கொண்டுபோய்ப் போட்டால் ஆறு அத அள்ளிக்கொண்டுபோயிரும். ஆனால் அந்த ஒரு குச்சு மட்டும் ஆற்றை எதிர்த்து நிற்கும். அதுதான்

சக்திக் குச்சு. அந்தக் குச்சைக் கொண்டுவந்திட்டால் எந்த இரும்புப்பூட்டும் திறக்குமடா பேரா எண்டு சொல்லுவார். சின்ன வயசில மடத்தனமா செண்பகக் கூட்டைத் தேடியிருக்கிறன். பிறகு எனக்குத் தெரிஞ்சிதடா எது சக்திக்குச்சு எண்டு. இப்ப நீங்கள் உள்ள போய்க் கொண்டுவரப் போற தகவல்தான் இந்த ஜெயசிக்குறு சமரையே வென்று திறக்கக் கூடிய சக்திக் குச்சு. அதுதாண்டா உண்மையில சக்திக் குச்சு" அவர் சிரித்துச் சொன்னாலும் மனதில் தீவிரத்தைக் கிளப்பியது அது அப்போது.

10

இரவு இரண்டு மணிக்கு நகர்வு தொடங்கியது. திட்டம்போல் எல்லாம் நடந்தது. நடவடிக்கையின்போது றோமியோவுக்கு ஓர் அச்சம் இருக்கவே செய்தது உள்ளூர; மணி சொன்னதுபோல ஆமி ஒவ்வொரு நாளும் பொயின்றறை மாற்றி நிலைகொள்ளக்கூடும் என்று.

நடவடிக்கைக்காக தளபதி றோமியோ அந்தப் பகுதிக்கு நேரில் சென்றுவிட்டார். அந்தப் பகுதி கொம்பனி லீடருடைய நிலையத்தில் இருந்து இந்த நடவடிக்கையை வழிநடத்தினார். கிளிநொச்சி தளத்தின் உள் அமைப்பை, அதன் வடிவ ரகசியத்தைக் கண்டுபிடித்து விடுவிக்காமல் அதனைத் தாக்க முடியாது. மாங்குளத்தை அண்மித்திருக்கும் இலங்கை இராணுவம் அதைக் கைப்பற்றுமுன் கிளிநொச்சியைக் கைப்பற்றியாக வேண்டும். தவிர றோமியோ தனது வீழ்ந்த போராற்றலை மீண்டும் நிரூபித்துமாக வேண்டியுள்ளது இயக்கத்திற்குள்.

யாழ்ப்பாணத்தைக் கைப்பற்றுவதற்காகக் கடந்த வருடம் முன்னெடுக்கப்பட்ட புலிகளின் ஒரு சமர் முயற்சி தோல்வியடைந்ததனால், பிரதம தளபதி என்ற பொறுப்பில் இருந்து றோமியோ விடுவிக்கப்பட்டிருந்தார். ஒன்றரை வருடம் ஒரு பெரும் தளபதிக்குக் கிடைத்த ஓய்வு உண்மையில் ஓய்வல்ல. அது ஒரு வதை. ஒரு செயல்வீரனுக்குச் செயலற்ற நீண்ட ஓய்வு ஒரு வதையன்றி வேறென்ன? அதிலும் போரின் நாயகன் ஒதுக்கப்பட்டு கட்டாய ஓய்வளிக்கப்படும்போது அந்தப் படைக்குள்ளும், மக்களுக்குள்ளும் உருவாகும் அபிப்பிராயம் பற்றிய நினைவுகளால் அவர் அலைக்கழிக்கப் படுகிறார். அது பெரும் மன அவசமாக மாறிவிடுகிறது. அந்த அவசம் தரும் வேதனை போர்க்காயங்களை விடவும் வலிதாய் இருந்தது றோமியோவிற்கு.

பின்னர் சாதாரண ஒரு கொம்பனி லீடராக இளநிலைத் தளபதியின் கீழ் தென் போர்முனைக்கு அனுப்பப்பட்டிருந்தார்.

அவருக்கு எப்படி இளநிலை தளபதி கட்டளை வழங்குவது என்பது பெரும் சங்கடம். அவரை முன்னணியில் விடாமல் பாதுகாக்க முயன்றனர் இளைய தளபதிகள். ஒரு சமரில் அவரின் அணிப் போராளி ஒருவன் முன்னணிக் களத்தில் தன்னுயிரைக் காவு கொடுத்து எதிரியின் டாங்கியில் ஏறி குண்டு போட்டு நிறுத்திய அந்தச் சம்பவம் களமுனையையே அதிர வைத்தது. அந்தப் போர்முனையின் முன்னிலைக்கு றோமியோ அடம்பிடித்து நேரில் வந்தது போர்முனை போராளி மனங்களில் றோமியோவின் வீரத்தை விஸ்வரூபம் கொள்ளவைத்தது. அது அனுதாபமாகவும் மாறியது. தம் தளபதிக்காக வீரர்கள் மனம் கசிந்துருகினார்கள்.

இப்போது மறுபடி ஒரு பணிக்காக றோமியோவுக்குச் சந்தர்ப்பம் கிடைத்திருக்கிறது. அவர் இந்த நடவடிக்கையில் தன்னை நிரூபித்தாக வேண்டும். இது அசாதாரணப் பணி. தலைமைப்பீடத்தில் உள்ளவர்களின் திறனே இதுதானே. இந்தத் தருணத்தில் றோமியோவுக்கு வழங்கப்படும் பொறுப்பு அதிக உழைப்பை உறிஞ்சி வினைத்திறனைக் காட்டும் என்பது தான் அனுமானம். போரின் தர்மம் வெற்றிதான். அதன் பொருட்டு எல்லாம் நியாயம்தான். றோமியோவுக்கு இப்போது வேறுவழியில்லை. தன் முழு ஆற்றலைக் காட்டி வழி கண்டுபிடித்தேயாக வேண்டும்.

அவரது அந்தத் திட்டம் வெற்றியளித்தது. பிற தாக்குதல்கள் இராணுவத்தை ஏமாற்ற ஏ37 எதிரிநிலைக் கூடாக அன்றிரவு வேங்கையும் இதயனும் உள்ளே நுழைந்துவிட்டார்கள். இனி தகவலுக்காகக் காத்திருக்க வேண்டியதுதான். மணி தன் குழுவின் முரசுமோட்டை நிலைக்குத் திரும்பினான். இச்செய்தி அறிந்து ஓர் ஆறுதல் இப்போதைக்கு நிலவியது.

காலையில் வேவு வீரர்கள் தங்கியிருந்த அந்தச் சிறிய வீட்டில் சந்தோசம் அசாதாரணமாய் நிலவியது. வேங்கையும் நிலவனும் உள்ளே நுழைந்துவிட்டமை ஒரு சாதனையாகத்தான் இருந்தது. இத்தனை காலம் எவ்வளவு முயன்றும் முடியவில்லையே, எத்தனை பேரை இழந்துவிட்டது அந்த வேவு அணி. அதற்கு அர்த்தமில்லையென்றால் துக்கம் துரத்தாமல் விடுமா? வெற்றியின்போது வீரர்கள் இழப்பைப் பற்றி அதிகம் சிந்திப்பதில்லை. தோல்வியின்போது நிலைமை அதுவல்ல.

தொடர்தோல்வி படையை மனதளவில் சாய்த்துவிடும், சிறு அணி தாங்குமா என்ன.

“அடேய், இந்தக் கிளிநொச்சியை வேவு பார்த்து அதுகின்ர ரகசிய முடிச்சை நாங்கள் அவிழ்க்கயில்லை என்டால் துரத்தித் துரத்தித் துப்புவாங்கடா மற்றப் படையணிகள். சாள்ஸ் அன்டனி படையணி மானம் கப்பலேறாதுடா பிளேனில ஏறும்” மணி தன் துவக்கை கழட்டிப் பூட்டிக்கொண்டே சொன்னான்.

“எங்களால முடியாததை மற்றப் படையணிகளால புடுங்கிட ஏலுமோ மண்ணாங்கட்டி” முற்றத்தைத் தென்னம்பாளையால் கூட்டித் துப்புரவு செய்துகொண்டிருந்த ராகுலன் சொன்னான்.

“அடேய், மேல உள்ளவங்கள் செக் வைச்சு விளையாடுவாங்கள். அடுத்த படையணி வேவுக்காரரை இறக்கேக்க அவங்களுக்குப் புதுத்தெம்பு வரும். ‘தாங்கள் இதைப் புடுங்கிக் காட்டினா தாங்கள் தான் சாள்ஸ் அன்ரனி றெஜீமன்ட்டை விடப் பெரியாக்கள்’ என்று. இப்படி உருவேத்தி விட்டால் வருவாங்களடா. அவங்கள் இறங்கிப் பாத்திட்டாங்களோ எங்கள துப்பாமல் விடமாட்டாங்கள்.”

“சும்மா போண்ணை! வந்து மூக்குக்கதான் பஞ்சு வைக்கலாம். வந்து முக்கிப் பார்த்தாத்தான் தெரியும். மூக்குக்குப் பஞ்சுதான் வருமெண்டு” அடுப்பில் தேத்தண்ணிக்குத் தண்ணி கொதிக்க வைத்தபடியிருந்த கவி சொன்னான்.

“அடேய், மாலதி படையணியில மைதிலியக்கா நல்ல வேவுக்காரி என்று பேர் எடுத்த ஆள். மகளிர் படையணியும் துப்புமடா பார். ஹி ஹி” சொல்லிவிட்டு மணி கெக்கட்டம் விட்டுச் சிரித்தான். தேத்தண்ணி கொண்டுவந்து கவி எல்லாருக்கும் கொடுத்தான்.

“ராகுலன், விட்டுட்டு வந்து தேத்தண்ணி குடி. அங்காலப் பக்கம் கூட்டாதை. அங்க மேல மரங்கள் இல்லை. ‘வண்டு’ வந்தா வலு கிளியரா படமெடுத்திடும்.”

மனிதர்கள் புழக்கத்தில் இல்லாத இடமாக இந்தச் சூழலைப் பேண வேண்டியது பாதுகாப்புக்கு மிக முக்கியம். ‘வண்டு’ வேவு விமானம் இன்றைய நவீனத் தொழில்நுட்பம் கொண்டது. மனிதர்களால் வானத்திலிருந்து களைப்பில்லாமல் தொடர்ந்து நிலத்தை அவதானிக்க முடியாது. ஆனால் இயந்திரம்

சலிப்பில்லாமல் வேலை செய்யும். அதற்குக் களைப்புமில்லை. சலிப்புமில்லை.

"என்னடா வீரா... துள்ளித் துள்ளி நடக்கிறாய்?" மணி கேட்டான்.

"ஒண்டும் இல்லை. கொஞ்ச நாளா குதிக்காலில் குத்துது."

"இஞ்ச வந்தாப் பிறகுதானோ? குத்தும் குத்தும்" றாகுலன் நக்கலாகச் சொன்னான். அதன் அர்த்தம் புதிதாய் வேவுக்கு வந்திருக்கும் காரணத்தால் வீரன் பயம் பிடிச்சு நடிக்கிறான் என்றதாகத்தான் இருந்தது.

"விசர்க்கதை கதையாதண்ணை" வீரனுக்குக் கோபம் வந்தது. எல்லாப் போராளிக்கும் வேசிமகன் என்று சொல்வதற்கு ஒப்பான கோபம் வரும் சக போராளிகள் முன்னிலையில் தன்னைச் சண்டைக்குப் பயந்தவன் என்று சுட்டுவது.

மணி கதையை மாற்றினான் "வீரா, நீ அந்த எட்டாம் திகதி சண்டை கதையச் சொல்லடா ஒருக்கா. என்ன மச்சான் நடந்தது. அடிச்சனியோ ஆமி சாப்பாட்டுக்கு நேரம் ஆச்சு எண்டு திருபிட்டானோ."

"சும்மா போண்ணை."

"இல்லையடா. எனக்கு வேவுதான்ர தெரியும் அந்த மாதிரி சண்டையெல்லாம் சும்மா இலேசுப்பட்டதில்லை. நாங்களும் ஆமியின்ர தளத்திலதான் திரியிறனாங்கள். ஒருவேளை உன்ர கதை உதவுமல்லேடா. சொல்லடா" இறைஞ்சிக் கேட்பதுபோலக் கேட்டான். அதன் மூலம் அணியின் தலைவன் என்ற நிலையிலிருந்து நட்பையும் அவனுக்கு ஒரு மரியாதையையும் சக போராளிகள் முன் அவன் கொடுத்தான். றாகுலனின் நக்கல் தந்த மனநிலையை மாற்றத்தான் அவன் அப்படிச் செய்தான். இந்த அணுகுமுறையெல்லாம் கற்று வந்ததல்ல. இல்லை, கற்றுத்தான் வந்தது. ஆனால் நூலிலிருந்தல்ல, வாழ்விலிருந்து. போரின் புதிரான வாழ்வு தந்த முடிவிலா அனுபவத்தின் ஒரு துளி.

"பெடியள், இரவைக்கு கொம்பாஸ் உம் ஜீ.பி.எஸ் உம் படிப்பிக்க மாஸ்ரர் வருவார் என்று சேரா சொல்லிவிட்டவர்" மணி எல்லாருக்கும் கேட்கச் சொன்னான்.

வீரன் நடக்கும்போது தன் குதிக்கால் வலியை வெளியே காட்டாமல் நடக்க முயற்சி செய்தான். இருந்தாலும் குதியில் வலி

சுண்டிச் சுண்டி இழுக்கிறது. எதனால் என்று தெரியவில்லை. குதிக்காலில் ஏதாவது குத்தியிருக்குமா என்றால் எதையும் காணோம். அடையாளம் கூட இல்லை. ஆனால், சூரை முள்ளு உள்ளிருந்து குத்துவதுபோல வலி.

11

விசுவமடுவில் வீரனின் அம்மா வதனா தன் கொட்டில் வீட்டைப் பிரித்து புதிதாய் ஒரு மண் வீடு போடும் முயற்சியில் இருந்தாள். இந்த இடத்திலும் வாழ்வு நிச்சயமில்லைதான். இருந்தாலும் அவள் வாழ்ந்த சூழலில் இப்போ அவளுக்கு ஒரு மரியாதை வரத்தொடங்கியதால் இது அவசியமென்று நினைத்தாள்போலும்.

அதைவிடவும் ஒரு ரகசியமான காரணம் அவளிடம் இருந்தது. ஒருவேளை தன் மகன் வதனன்... அவன்தான் வீரன் இயக்கத்தில் இருந்து விலகி வீட்டுக்கு வந்தால் இந்த வீட்டில் எப்படி இருப்பது எல்லாரும்? அவன் விலகக் கேட்டால் இயக்கம், தண்டனை இல்லாமல் வீடிற்கு விட்டுவிடும் என்று எதிர்பார்த்தாள். காரணம் ஏற்கெனவே ஒரு பிள்ளை மாவீரர், மற்றது அப்பாவும் காணாமல் போய்விட்டார். இந்தக் காரணங்கள் போதும், அவன் வீட்டுக்குப் போக விரும்பினால் இயக்கம் அதை அனுமதிக்கும் என்று அவள் எதிர்பார்க்க.

இப்போது அவள் சுயமாகச் சம்பாதித்துக் கொஞ்சம் காசு வேறு வைத்திருந்தாள். முன்னர் இருந்தது வீடென்று சொல்லக்கூடியதல்ல. அது ஒரு குடில். யாழ்ப்பாணத்திலிருந்து இடம்பெயர்ந்து வந்தபோது கிளிநொச்சியில் இருக்காமல் நேராக விசுவமடு வந்தது ஒரு புத்திசாலித்தனமான முடிவென்று இப்போது தெரிகிறது. கிளிநொச்சியில் இருந்திருந்தால் ஆமி கிளிநொச்சியைப் பிடிக்கும்போது இன்னொரு இடப்பெயர்வைக் கண்டிருக்க வேண்டியிருந்திருக்கும். யுத்த பூமியில் எதுவும் நிச்சயமற்றவைதான். ஊகிக்கவும் முடியாதவைதான். யுத்தத்திற்கே யுத்தத்தின் போக்கு தெரிவதில்லை. அது அநிச்சயமான பாதைகளின் ஊடாகப் பயணம் செய்யும், பயணவெளி எங்கும் பெருநாசத்தைப் பரவ விட்டபடி.

விசுவமடுப் பள்ளிக்கூடத்தில் இருந்த சனங்களை வேறு இடத்தில் குடியமர்த்த இயக்கத்தின் அரசியல்துறை முயற்சி எடுத்திருந்தது.

பள்ளிக்கூடத்தையும் நடத்தவேண்டுமே! தவிர இடப்பெயர்வால் நிறையச் சிறுவர்கள் கிராமத்தில் இருக்கிறார்கள். பள்ளிக்கூடம் போகாமல் இருப்பது சிறுவர்களுக்கு நல்லதல்ல. இருக்கிற பள்ளிக்கூடத்தைப் பெருப்பிப்பதற்காக இயக்கத்தினுடைய கல்விக் கழகம் நீளக்கொட்டில் போட்டு வகுப்பறையை உருவாக்குகிறது. இந்த நேரத்தில்தான் கைவிடப்பட்ட காணிகளை இந்த இடம்பெயர்ந்த குடும்பங்களுக்குக் கொடுத்து குடியமர்த்த அரசியல் துறை முயற்சித்தது. தொடர்போர் நிகழ்ந்த போதும் கல்விக் கட்டமைப்பைக் குலையாமல் பாதுகாக்கும் புலிகளின் நோக்கத்திலும் கல்விக்கழகத்தின் திறனில் வெளிநாட்டுத் தொண்டு நிறுவனங்களே ஆச்சரியப்பட்டுத்தான் போயின.

வதனா மாவீரர் குடும்பம் என்பதாலும், குடும்பத் தலைவன் இல்லாத ஒரு குடும்பம் என்பதாலும் மகன் போராளி என்பதாலும் அவளுக்கு முன்னுரிமை வழங்கப்பட்டது. இதனால் விசுவமடுவில் இருந்து தர்மபுரம் போகிற வீதியில் சுண்டிக்குளம் சந்திக்கு அருகில் வதனாவுக்கு நீண்ட காலம் கைவிடப்பட்ட காணி ஒன்று கிடைத்தது. அந்த நேரம் இந்தப் பகுதியில் சனங்கள் அவ்வளவாக இல்லை. ஆனால் இப்ப கிளிநொச்சி இடப்பெயர்வுக்குப் பிறகு இந்த இடமும் சனங்கள் நிறைந்த இடமாகியது மட்டுமில்லை, முக்கியமான போக்குவரத்து வீதியாகியும் விட்டது. இதனால்தான் அவளால் சோளம், வேர்க்கடலை அவித்து விற்கும் கடை போட்டுப் பிழைப்பு நடத்தவும் முடிந்தது.

காணி எடுத்து, துப்புரவு பண்ணி, அரசியல்துறை தந்த கிடுகு, காட்டுமரம், வளை, தடி கொண்டு ஒரு கொட்டில் போட்டிருந்தாள். சுற்றிவரக் கிடுகால் தட்டி கட்டி சுவருக்குப் பதிலாக வைத்திருந்தாள். வேளைகளில் தானும் ஒரு கூலியாய் நின்றாள். மண்சுவர் வைக்க அப்ப வசதியில்லை. சிலநாள் பிறகு, சுற்றிவர தண்ணி உள்ளே வராமல் இருக்க இரண்டடி உயரத்தில் வீட்டைச் சுற்றி தானே மண் அணை வைத்தாள். சீவியத்திற்கு நிவாரணத்தில் தங்கியிருந்த நிலை மாறிய சில மாதங்களில் காணி முகப்பில் ஒரு பத்தி இறக்கினாள். அது மழைக்குத் தாங்காது. ஆனால் வெயிலுக்குத் தாங்கும். அந்த இடத்தில் சோளம் அவித்து விற்கத் தொடங்கினாள். விற்றது போக எஞ்சும் சோளம் சாப்பாட்டுக்கு. அதிலும் மிஞ்சினால் அக்கம்பக்கக் குழந்தைகளுக்கு.

அப்பால் ஒரு நிலம் ✸ 245

நாளாந்த வாழ்வு உத்தரிப்பாகும்போது அந்த நித்தியப் போராட்டத்தின் துயரங்களை மீட்டுத் துய்ப்பதற்கும் அவளுக்கு அவகாசம் இருப்பதில்லை. அவள் ஓயாது உழன்று கொண்டிருந்தாள். இந்த நிலையிலும் தன் பிள்ளைகளின் கௌரவமான வாழ்வுக்காக அவள் ஏதாவது செய்யும் உந்துதலைக் கொண்டிருந்தாள். இதை அவளின் கொடை என்பதா, இல்லை திறன் என்பதா, இல்லை பழி என்பதா? அவள் இருந்த நிலைக்கு இது இழிநிலைதான். ஆனால் சொந்தக்காலில் சீவியம் என்ற திருப்தியில் வாழ்வைக் கடத்தினாள் வதனா.

வீட்டைப் புதுப்பிக்க வேண்டும். பழைய கொட்டில் போட்டு இரண்டு வருடமாகி விட்டது. ஓலைக்கொட்டில் ஒழுகவும் தொடங்கிற்று. கூரைத்தடிகள் கூட உளுத்துக் கொட்டத் தொடங்கிவிட்டன. அவை வெடுக்குநாரி மரத்தடிகள். கிராம அபிவிருத்திச் சங்கத்தின் மூலம் அரசியல்துறை கிடுகு வழங்கியது. அதைப் பெற்றுக்கொள்வதில் இவளுக்குச் சிரமம் இருக்கவில்லை. ஏனென்றால் இவள் இப்போ கிராமிய அபிவிருத்தி சங்கத்தின் உறுப்பினரும் கூட. ஆனாலும் தந்த நூறு மட்டை கிடுகு போதுமானதல்ல. தவிரவும் அவை ஒழுங்கற்று அலங்கோலமாய் இருந்தன. இதைவிட அவை வட்டக்கச்சி கிடுகுகள் போல இருந்தன.

உப்புக் காற்றுப் பிடிக்காத ஊர்க்கிடுகுகள் ஒரு வருடத்தில் நீர்த்துப் போய்விடும். ஓலை வைரிப்பது உப்புக்காத்தில்தான். உப்புக்காத்து படாத ஓலைக்கிடுகுகள் நீண்ட நாள் நின்றுபிடிக்காது. இவள் தன் வீட்டுக்கு முன்னுள்ள தென்னங்காணியில் முன்னர் கிடுகு இழைத்திருந்தாள். காணிக்காரன் ஒரு மட்டைக்கு ஒரு ரூபா கொடுப்பார். ஐம்பது மட்டை இழைப்பாள். ஆனால் இப்போது போவதில்லை.

ஒருநாள் காணிக்காரன் கேட்டன் "தனிச்சிருக்கிறது கஷ்டம்தானே?"

"பின்ன என்ன, சொந்த ஊரில எண்டால் வேற. இன சனம் இருக்கும் சுத்தி... இஞ்ச..." அவள் அப்பாவித்தனமாய்ப் பதில் சொன்னாள்.

"யாருக்கும் ஒரு துணை வேணும். இல்லையோ?" கிடுகு பின்னிக் கொண்டிருந்த வதனா அவன் இதை சொன்னபோதுதான் அவனின் முகத்தைப் பார்த்தாள். அது வேறு பொருள் கொண்டிருந்தது. இப்படித் தொடங்கியதுதான் அந்த தொழில்

மீதான சங்கடம். அது மெல்லென பெருகிப்போனதே தவிர குறையவில்லை.

உடனடியாய் வேலையை விட முடியவில்லை. அவன் அநேக நாள்கள் வேலை தந்தான். வேலை கிடைப்பது இங்கே பெரும்பாடு. வயிறு கழுவ அகதி வாழ்வில் வழிவேண்டுமே.

பிறகுதான் இந்தக் கடை வைச்சு பிழைக்க முடிவுசெய்தாள்.

இப்போது கிளிநொச்சி இடப்பெயர்வின் பின் இந்தப் பகுதியில் போக்குவரத்தும், சனமும் அதிகரித்துவிட்டதால் வியாபாரம் நன்றாய் ஓடுகிறது. வேர்க்கடலையும் சேர்த்து அவித்து விற்கிறாள். வேறு சில தின்பண்டங்களும் உள்ளன. இதனைப் பலசரக்குக் கடையாக்க முடியும்தான். அதற்கு அவளின் ஆண்பிள்ளை வதனன் வீடு வரவேண்டும். அதனை எதிர்பார்த்துத்தான் பல காரியங்கள் அத்திவாரமாய்ப் போடப்பட்டிருக்கின்றன அவளால்.

கிடுகு இழைக்கப்போன இடத்தில் காணிக்காரன் கண் இவளில் மொய்த்ததனால்தானே அது இவளைக் கடை வைத்துப் பிழைக்கத் தூண்டியது. காணிக்காரன் தாரமிழந்து தாயோடு ஒண்டிவிட்ட தனிக்கட்டை. முன்ன பின்ன தெரியாத ஆள். ஊருக்குள்ள என்ன கதை உருக்கொள்ளும் என்றும் தெரியாது. இந்தத் தொழிலும் இவளின் ஓர்மைதான். சுதந்திரமான பிழைப்பு. அவள் ஊரில் வாழ்ந்த வாழ்வுக்கு இது கௌரவமான பிழைப்பில்லை. ஆனால் தன்மானம் கெடாத பிழைப்பு.

இந்த வீடு கட்டுவது, சிறு தோட்டம் வைத்தது, சீட்டு பிடிப்பது, கிராமிய அபிவிருத்திச் சங்கத்தில் சேர்ந்தது, எல்லாமே வதனன் வீடு வந்தால்... என்ற எதிர்பார்ப்பில் நடப்பவைதான். ஆசைதானே மனித வாழ்வை உந்தித் தள்ளுகிறது. இவளுக்கு இந்தச் சிறு ஆசை.

கிராமிய அபிவிருத்திச் சங்கத்தில் ஊர்ச்சனமெல்லாம் அவளை உற்சாகப்படுத்தி உறுப்பினராகத் தெரிந்தெடுத்துவிட்டனர். இதனால் இங்கும் அவளுக்கு ஒரு சமூக கௌரவம் கிடைக்கத் தொடங்கிற்று. படித்தவள் என்பது இதற்கு ஒரு காரணம், மற்றது கடை வைத்தமை. அதைவிட அவளறியாத ஒன்றும் உள்ளது.

விசுவமடுப் பள்ளிக்கூடத்தில் அகதியாக வந்திருந்தபோது இயக்க அரசியல்துறை காணி தரும் சமயத்தில் அவள் செய்த காரியம் சனங்களுக்கு முக்கியமானது. மாவீரர், போராளிக்

குடும்பங்களுக்கும் அரச உத்தியோகத்தர்கள் வன்னியை விட்டு வெளியேறாமல் இருப்பதற்காக அவர்களுக்கும், காணி வழங்குவதில் முன்னுரிமை கொடுக்கப்பட்டது. மற்றவர்களுக்கு முகாம் அமைக்கப்பட்டது. பள்ளிக்கூடத்தில் கண்தெரியாத ஒரு முன்னாள் போராளி தன் மனைவியுடன் இருந்தான். அவனுக்குக் காணி வழங்குவதில் தயக்கம் காண்பித்தார்கள். அவர்களின் பார்வையில் இவர்கள் போராளி, மாவீரர் குடும்பம் அல்ல. அதனால் வழங்க முடியாது. இவள் வதனா காணி வழங்குபவர்களோடு சண்டை போட்டாள் இவர்களுக்காக, "போராளி போராளி தானே? முன்னாள் என்ன பின்னாள் என்ன? அவர் முன்னாள் விடுதலைப் புலி உறுப்பினர். ஆனாலும் இன்றும் அவர் போராளிதான். உங்களுக்குப் பாரமாக இல்லாமல் அவர் விலகி வந்து தன் பாட்டைத் தானே கவனிக்கிறார். இந்த நிலையில அவரால் போராட முடியாது. இவரை நீங்கள் பாராட்ட வேணுமோ அவமதிக்க வேணுமோ?" என்று கேள்வி கேட்டு காணி வழங்குபவர்களைச் சங்கடத்தில் ஆழ்த்திவிட்டாள். முன்னர் முகாம் நிர்வாகத்தில் வேலைசெய்த அனுபவம்தான் இவளுக்கு இப்படியெல்லாம் கதைக்க தைரியம் தந்திருக்க வேணும்.

இதை எல்லாச் சனங்களும் பார்த்திருந்தனர். அந்தக் கணத்தில் சுற்றியிருந்த சனங்களுக்கு அவள் மீது ஏற்பட்டது சாதாரண மரியாதை அல்ல. காணி வழங்குபவர்களின் முகத்தில் சங்கடத்தைக் கண்ட தருணம் சனங்களுக்கு ஒரு சந்தோசம் உள்ளூறியது. தனக்கு ஒருவர் மீதுள்ள கோபத்தை மற்றவர் தீர்த்துக் கொள்ளும்போது ஒரு ஆசுவாசம் உருவாகிறது. தவிரவும் தீர்த்துக் கொண்டவரைத் தன் தலைவனாக ஏற்றுக்கொள்ள மனம் இசைந்தும்விடுகிறது.

காணி வழங்க வந்தவர்களுக்கு அது நியாயம் என்று தெரிந்துவிட்டது. ஆனாலும், அந்தச் சனங்களின் முன் தங்கள் அதிகாரம் அவமதிக்கப்படுவதான உணர்வு அநியாயத்துக்கு அவர்களுக்குக் கிளம்பியது. அதனால் அவர்கள் மறுத்தார்கள். அதிகாரம் அவமதிக்கப்படக் கூடாது எச்சமயத்திலும் எனக் கருதினார்கள் போலும்.

இறுதியில் வதனா "எனக்குத் தந்த காணி ஒரு ஏக்கர் நிலம். அதில ஒரு துண்டை அவையளுக்கு வீடு போடக் குடுங்கோ" என்றாள்.

இந்த வாதத்திற்கு அந்தச் சபையின் ஆதரவு திடீரெனக் கொண்ட அமைதியினூடாக வெளிப்பட்டது. அவர்கள் மௌனித்து விட்டார்கள். கலைந்த குளவிக்கூட்டின் இரைச்சலில் இருந்த சபை அமைதியாகி அவள் பக்கம் திரும்பியதால் காணி வழங்க வந்தவர்கள் இனியேனும் ஒரு காணியைக் கொடுத்துவிடுவார்கள் என்றுதான் பட்டது. ஆனால் அது நடக்கவில்லை. அவர்கள் ஒரு பெண்ணிடம் இந்தச் சபையில் தோற்றுப்போக விரும்பவில்லை. சபையைப் பார்த்தார்கள். சனங்களும் அமைதியாகினர். ஒரு சாங்கமாய் கழுத்தைத் திருப்பினான் அவன் அங்கும் இங்கும். தன் கர்வம் குறுகிப் போகாதவாறு உடலை நிமிர்த்திக் கண்களை மேல்நோக்கிப் பார்த்தான். குரலைக் கொஞ்சம் தடிமனாக்கிப் பேசினான். 'அது உங்கட விருப்பம்'. தங்கள் மதிப்பு இறங்கிப்போகாமல் சமரசம் கண்ட திருப்தி அந்தப் பணியாளர்களுக்கு.

அன்று முதல் அந்தக் குடும்பம் இவள் காணியின் பின் துண்டில் தான் இருக்கிறது. இவள் அரை ஏக்கர் பிரித்து எடுக்குமாறு சொல்லியும் அவர்கள் மறுத்துவிட்டார்கள். பின்னாளில் அந்தக் காணியில் இருந்த ஒரு மண் கிணறை தூர்வாரி ஆழவெட்டித் தண்ணி கண்டபோது அந்தக் குடும்பமும் அதைப் பகிர்ந்துகொண்டது. அவர்கள் இவளை அக்கா என்றுதான் அழைத்தார்கள். போரில் கண் தெரியாமல் போன அந்தப் போராளியை அவனின் சொந்த மச்சாள் திருமணம் செய்திருந்தாள். அவனுக்குக் கண் தெரியாவிட்டாலும் ஒரு கண்ணால் பகல் பொழுதில் நிழலாக உருவங்களை அடையாளப்படுத்தக் கூடியதாக இருந்தது. அதை வைத்து அவன் பகலில் வீட்டினுள் உதவியின்றி உலவினான். அவனை வள்ளிபுனம் 'இனிய வாழ்வில்லம்' என்று விடுதலைப் புலிகள் இயக்கம் அமைத்த விழிப்புலனற்றவருக்கான கல்விக் கூடத்தில் விரல்களைத் தடவி எழுத்தை வாசிக்கப் பழக வதனாதான் கொண்டுபோய்ச் சேர்த்துவிட்டாள். அவர்களுக்கு இவள்மீது அன்பு மட்டுமல்ல, மரியாதையும் அதிகம்.

வதனா விசுவமடுவில் உள்ள மரக்காலையில் போராளி குடும்பத்துக்கான கழிவு விலையில் மரங்களை வாங்கினாள். காசுக்கு வாங்குவதால் நல்ல மரங்களை வாங்க முடிந்தது. முன்பு மரங்களின் தன்மை பற்றித் தெரிந்திருக்கவில்லை. இப்போது வன்னி மக்களின் உறவும் அனுபவமும் மரங்களைப் பற்றியும்

அறிய வைத்தன. கப்புக்காலுக்கு முதிரை மரத்தையும், வளைக்கும் பாய்ச்சுதடிக்குக் காய மரத்தையும் தெரிந்தெடுத்துக்கொண்டாள்.

முன்காணியில் இருநூறு மட்டை கிடுகு வாங்கினாள். “கிடுகை தெரிஞ்சு எடுக்கவோ நான்” வதனா கேக்கவும் அவன் முகத்தில் சந்தோசமாய் வார்த்தையில் வேறாய் பதில் சொன்னான்.

“நீங்கள் நல்ல கிடுகை தவத்தி எடுத்தால் சொத்தை கிடுகை நான் யாருக்கு விக்கிறதாம். சரி சரி எடுங்கோ. பழகிற்றியள் பக்கத்தில இருக்கிறியள் பகைக்க ஏலுமே.”

அவள் அவனை ஏனோ பார்க்க விரும்பவில்லை. வீண் சங்கடம். வேறு இடத்தில கிடுகு எடுத்தால் ஏத்துக்கூலி உட்பட பல சிரமம். அவளே கிடுகுகளைத் தெரிந்தெடுத்துக் கொண்டாள். அசலான அகலக் கிடுகுகள் அவை. காணிக்காரன் “பணத்தை இப்ப அவசரமாகத் தரத் தேவையில்லை வதனா” என்று சொல்லிவிட்டார். அந்த மனுசனும் இவளின் மனதைக் கரைய வைக்க முடியாதா என்றுதான் ஏங்கித் தவிக்குது. கிடைத்த சந்தர்ப்பத்தைப் பயன்படுத்த வேண்டாமா! இவளும் முதலில் மறுத்தவள் பிறகு என்ன நினைத்தாளோ அரைவாசிப் பணத்தைக் கொடுத்துவிட்டு வந்தாள். பணத்தைக் கொடுக்கும் போது பார்த்தள். முன்போல அவர் கண்கள் திருட்டுத்தனமாக மொய்க்கவில்லை, இருந்தாலும் ஒரு தவிப்பு இருக்கத்தான் செய்கிறது என்று பட்டது வதனாவுக்கு. அது எரிச்சலைத் தராதளவில் சரிதான்.

ஒரு கூலியாளைப் பிடித்து சுவருக்குக் கல்லு- அறுத்தாள். இப்போதெல்லாம் யாழ்ப்பாணத்தில் இருந்து வந்த சனங்கள் அப்படித்தான் செய்கின்றனர். சீமெந்துக் கல்லு அரிவது போல மண்ணைக் குழைத்து அச்சில் போட்டு அறுக்கின்றனர். அது வெயிலில் காய்ந்ததும் சீமெந்து கொங்கிறீற் கற்கள்போல அழகாக இருக்கின்றன. பின்னர் அவற்றைப் பாவித்து சிமெந்துக் கட்டடம் கட்டுவதுபோல கட்டிப் பூச்சும் பூசி, சுண்ணாம்பால் வெள்ளையும் அடித்து விடுகின்றனர். அசல் கல் கட்டடம் போல இருக்கும் மண் கட்டடங்கள்.

போர் தந்த முறையிது. சனங்கள் போரால் துரத்தப்படும்போது காடுகளில் மண்ணால் வீடு கட்டினர், கடைகள் கட்டினர், அலுவலகம் கட்டினர், பள்ளிக்கூடமும் கட்டினர். கவிஞன் ஒருவன் சொன்னதுபோல இவை ‘மண் பட்டினங்கள்.’ சரிதான். போர் துரத்தும் மக்களின் பட்டினங்கள் இவை.

வாழ்வின் அடங்காத சுதந்திர இச்சையைக் காட்டி நிற்கும் மண் பட்டினங்கள் இவை. வாழ முடியாமல் ஆனாலும் வாழத்துடிக்கும் போர்நிலத்து மக்களின் மனமாய், வாழ்வாய் எழும் மண் பட்டினங்கள். அதிசயமான இந்த வாழ்வின் காட்சிக்கோலங்கள் இந்த மண் பட்டினங்கள். இதற்குச் சாட்சிகளும் இந்த மண்பட்டினங்கள்தான்.

காணியின் பின் துண்டில்தான் கொஞ்சம் களித்தனத்திற்கான பசைப்பிடிப்பு இருக்கிறது என்று கல் அறுக்க வந்தவன் கண்டு சொன்னான். முன்பகுதியில் றோட்டு இருப்பதால் மழை வெள்ளம் காணியில் வழிந்து ஓடும். வழிந்தோடும் இடத்தில் களித்தன்மை மண்ணில் இருக்காது. அடுத்த காணிக்கு அப்பால் ஒரு வாய்க்காலில் இந்த வெள்ளம் போய் விழும். எனவே இவளின் பின்துண்டுக் காணியில் கொஞ்சம் பசைப்பிடிப்பு இருந்தது. ஆனால், அது கண் தெரியாத அந்தக் குடும்பத்தினுடையது. மண் வெட்ட அவர்களிடம் இவள் சங்கடத்துடன் அனுமதி கேட்டபோது அவர்கள் பதைபதைத்துவிட்டார்கள்.

"என்னக்கா இது... உங்கட மண், நீங்க தந்த மண், அதை எடுக்க ஏன் கேக்கிறீங்கள்" என்றாள் அந்தப் பெண். போதாததற்குக் கல் அறுக்கச் சின்னவள் கலை தண்ணி சுமந்து வந்து ஊற்றுவதைப் பார்த்துவிட்டு அந்தப் பெண்ணும் தண்ணி சுமந்தாள். அன்று வதனா சோளக்கடையைக் கவனிக்க வேண்டியிருந்தது.

அறுத்த கல் மூன்று நாளில் காய்ந்தது. வெயிலில் காய்ந்தால் ஒரு நாளில் காயும். ஆனால் வெடிக்கும். நிழலில் காய்ந்தால் மூன்று நாளாகும். ஆனால் வெடிக்காது. இரவு நிலவு காய்ந்ததால் வதனா கற்களை கருக்குவெட்டி வைத்து வீடு போடும் இடத்திற்கு அருகாய் அடுக்கினாள். ஒரு தச்சுக் கூலியாளை வைத்துக் கடையைப் பூட்டிவிட்டுத் தானும் மகளுமாய் உதவிக்கு நின்று வீடு கட்டினாள். கண் தெரியாத புருசனுக்குக் காலையிலேயே சமைத்து வைத்துவிட்டு அந்த இளம் பெண்ணும் உதவிக்கு வந்தாள். அட... முன் காணிக்காரனும் உதவிக்கு வந்தார். வதனாவுக்குச் சங்கடமாகிவிட்டது. அவர் கண்களில் கள்ளத்தனத்தை இப்போ அவள் காணவில்லை. காணவில்லையா? தெரியவில்லையா? இருந்தாலும் 'கிடங்கு கிண்டவும் மரங்களை எடுத்துக்கொடுத்து உதவவும்தானே! உதவி தேவையில்லை' என்று மறுத்துவிட்டாள். ஆனால் பண்பாகத்தான் மறுத்தாள்.

உதவிக்கென்று வந்தவரை வீட்டினுள்ளே அழைக்கவும் முடியவில்லை. முற்றத்தில் வைத்துக் கதைக்கவும் முடியவில்லை. வந்தவர் எவராயினும் வீட்டினுள்ளே அழைத்துப் பேசும் பண்பாடு ஊர்ப்பண்பாடு. அதற்கு முரணாக நடக்க மனம் கூசியது. இன்னொரு மனம் அப்படிச் செய்யாதே இங்கு என்று தடுத்தது. மற்றொரு மனம் இந்தச் சங்கடச் சூழலில் இருந்து உடனே விலகிவிடு என்றது. ஆனால் அந்த மனுசன் நாளைக்குத் தானும் இன்னும் இருவரும் வந்து கூரையை வேய்ந்து கொடுப்பதாகச் சொன்னான்.

"இல்ல இல்ல. நான் காசு கொடுக்கிறன், வேயுறதற்கு ஆள் பிடித்துத் தாருங்கோ போதும்" என்றாள்.

"இந்த யாழ்ப்பாணத்துக்காரர் வந்துதானே இதுக்கெல்லாம் கூலி கொடுத்து காரியம் பார்க்கிறாங்கள். இதுவரைக்கும் இங்க வன்னியில வீடு வேயக் கூலி கொடுக்கிறதில்லை யாரும்." காணிக்காரன் 'உதவிக்கு வந்தாலும் சந்தேகப்படுவியா' என்பதுபோல முகத்தோரணையை வெளிப்படுத்தி இயல்பாகச் சலித்துக் சொன்னான். வதனாவுக்கு அசட்டுத்தனமான சங்கடம் மனதில் உருவாகிற்று.

இவள் ஆச்சரியத்தில் கேட்டாள் "அப்ப எப்படி நடக்கும்?"

"இதெல்லாம் மனிசன் சக மனிசனுக்கு செய்யிறதுதான். பிறகென்ன? சுற்றமும் உற்றமும் நாளைக்கு வீடு வேயிறம் என்று அக்கம்பக்கத்தில் சொன்னாச் சரி. எல்லாரும் வருவாங்கள். வீட்டுக்காரர் காலைச் சாப்பாடும் தேத்தண்ணியும் தரவேணும். அவ்வளவுதான் எங்க ஊர் முறை" என்றார்.

'அட' அவள் ஆச்சரியத்தில் விழியுயர்த்தி இருந்தாள். காணிக்காரன் அவளை நேர்கொண்டு பார்த்தான். அந்தப் பார்வையின் நேர்மையில் அவளுக்கு ஒரு வித குற்றவுணர்வாகிற்று.

சிவகுமரனும் சொல்வார். 'நான் சின்னவயதில் இருக்கும்போது தோட்டத்தில் அனேகமாய்க் கூலிக்கு ஆள் பிடிப்பதில்லை. குடும்பமே செய்வதுதான். நாற்று நடுதல், புல்லு புடுங்குதல், வெங்காயம் கிண்டுதல் போன்ற பெரிய வேலைக்கு அக்கம்பக்கத்துத் தோட்டக்காரருக்குச் சொன்னால் சரி, எல்லாரும் வந்து செய்து கொடுப்பார்கள். அப்படித்தான் அவங்கட தோட்டத்திற்கு நாங்கள் போவம்.'

வதனாவுக்கு இந்த வீடு போடத் தொடங்கியதில் இருந்து ஏதோ சிவகுமரனின் ஞாபகம் வந்துகொண்டே இருந்தது. கூடவே ஊரின் ஞாபகமும் அந்த வாழ்வும் வந்து தொந்தரவு தந்தன. ஊரில் அந்தப் பெரிய கல்வீட்டைக் கட்ட அத்தனை பாடுபட்டார்கள். மன உளைச்சலும், உடல் உழைப்பும் சாதாரணமானது அல்ல. ஆனால் வீடு எனும் கட்டுமானம் எழுப்பும்தோறும் மனம் கொள்ளும் பூரிப்பு இருக்கிறதே, அதை இன்னதென்று சொல்லமுடியாது. முதல் குழந்தையின் ஒவ்வொரு அங்கத்தையும் ஒவ்வொரு அசைவையும் பார்க்க ஆசைகொள்ளும் தாயின் அடங்கா மனத்தின் தவிப்பு அதில் இருக்கும். அதன் பூரிப்பும் அப்படி இருக்கும்.

நகை விற்று, சீட்டு கட்டி, தாலிக்கொடி அடைமானம் வைத்து, போதாதற்குக் கடனும் பட்டுக் கட்டிமுடித்தும் எச்சவேலைகள் உள்ள வீடு அவர்களின் ஊர்வீடு. மாமனார் தொடங்கிய வேலை அது. இரு தலைமுறையின் உழைப்பும் கனவும் அது. ஒற்றை நாளில் ஊர் ஓலமிட்டோட கலைந்துபோனதே! வீட்டையா இழந்தேன்? குடும்பமே குலைந்துபோனதே. அந்த வீட்டுக்காக அவர் பட்டவையும் அதைச் சுற்றித் தன் தொடக்க காலத் திருமண வாழ்வும் வரிசையிட்டு முட்டிமோதி வந்தன.

ஆயிரம் வகைத் துன்பங்கள் இருந்த அந்த வீட்டைச் சுற்றி ஆயிரம் வகை இன்பங்களும் இருந்தன. கடன் தந்தவர்கள் வீடு எழும்பும்தோறும் கசப்பைக் காட்டினார்கள். வட்டி மட்டும் ஒழுங்காய் வாங்கினார்கள். சொந்தமும் பந்தமும் அழகான வீடு என்றார்கள். ஆனால் அவசரப்படக்கூடாது, அகலக்கால் வைக்கப்படாது என்றார்கள். அநியாயத்திற்கு வீடு கட்டி நொடிந்து போனதாய் எப்பவோ வாழ்ந்தவர்களின் வரலாறு வேறு சொன்னார்கள். சுற்றமும் உற்றமும் இவர்களைக் கருமிகள் என்றார்கள். 'கஞ்சன், மாங்காயையும் ரகசியமாய்ச் சந்தையில் விற்று வீடு கட்டுறான் பாருங்கடா' என்று குசுகுசுத்தார்கள். ஆனால், இவையெல்லாம் ஒருவிதத்தில் தங்கள் சமூக அந்தஸ்து உயர்கிறது என்பதைத்தான் சிவகுமரன் தம்பதியை உணரவைத்தது. மாமனாரும் சரி, சிவகுமரனும் சரி, வதனாவும் சரி அந்த வீட்டைப் பார்க்கும்தோறும் பெருமிதம் தோன்றாமல் போவதில்லை அவர்களுக்கு. மாமனாருக்கு அவர் பேச்சில் கர்வமும் வெளிப்படும். பட்ட தோல்விகளின் வலிகள் ஒருநாள் வெற்றிகாணும்போது தகமை உள்ளவனுக்குத் தோன்றும் கர்வம் இது.

ஒருபுறம் ஞாபகங்களை எழுப்பித் துக்கிக்க வைக்கிறது மனம். மறுபுறம் தனக்குள்ள பொறுப்பில் எழுந்த நம்பிக்கை துளிர்த்து முன்தள்ளுகிறது இன்னொரு மனம். சிவகுமரனுடனான ஊர்வீட்டின் ஞாபகங்கள் மட்டும் என்றுமில்லாதவாறு இந்த நாள்களில் அவளைத் துன்புறுத்தின. இரவுகளில் குளிரை மீறிய வெம்மையை அவள் உடலில் உணர்ந்துகொண்டே இருந்தாள். அவள் தூங்காது உழன்றாள். ஒருபொழுது துக்கம் தின்றது தூக்கத்தை. இன்னொரு பொழுது தாய்மை தின்றது தூக்கத்தை. மற்றொரு பொழுது தனிமை தின்றது தூக்கத்தை.

அன்று மாலையே வீடு மரத்தினால் ஆகி ஒரு பெரிய மிருகத்தின் எலும்புக்கூடு போலவோ அல்லது குழந்தை கீறிய கோட்டோவியம் போலவோ இருந்தது. மறுநாள் முன் காணிக்காரன் தன் இரு அயலவருடன் வந்து வீட்டை வேய்ந்து கொடுத்தான். கீழே இருந்து பெண்கள் கிடுகுகளை மேலே எறிந்து உதவி செய்தனர். ஒருவன் றேடியோவைக் கூரைமேலே வைத்துப் பாட்டும் போட்டபடியே வேய்ந்தான். பகிடியும், பம்பலும், நையாண்டிக் கதையுமாக வேலை ஓடியது.

இவளைச் சிரிக்க வைக்கத்தான் அந்தக் காணிக்காரன் எத்தனை பாடுபட்டான்! அவன் சொல்லும் கதை தனக்காகத்தான் என்று இவள் மட்டும் அறியும்போது இவளையறியாமல் இவள் நாணிச் சிரிப்பது இவளுக்குத் தெரியவே இல்லை. அவன் இவளிடம் முன்னெப்போதும் கண்டிராத இந்த நாணச் சிரிப்பு கணப்பொழுதில் தோன்றி மறையும்போது களிவெறி கொண்டான். அதில் விரசம் இல்லை. அறியாதோர் இன்பம் இருந்தது. அது அவன் கண்ட காமம் தராத இன்பம். பக்குவம் விரித்த மனப்பாயிலும் காதல் ஒருநாள் படுத்துறங்க வரலாமென்ற தவிப்போ என்னவோ?

அவளின் பின்கழுத்தின் எஞ்சிய முடிகள் முன்கழுத்து வேர்வையில் ஒட்டிச் சிறிதும் பெரிதுமான கரிய சித்திரக் கோடுகளாய்த் தெரிந்தன. அவை அந்தக் கழுத்தின் மோக வாளிப்பை மேலும் துருத்திக் காட்டிற்று. வெய்யிலில் மினுங்குகிறது கழுத்தின் வேர்வை. அவள் இடையினில்தான் இன்னும் எத்தனை இளமை மிச்சமாய் இருக்கிறது.

சட்டென மற்றவர் அறியாவேளையில் அவன் பார்வையில் தோன்றி மறையும் திருட்டுத்தனத்தை இவள் கண்டாள். கள்ளன்! அதில் காமத்தின் வாடை கொஞ்சமும் இல்லை. மீண்டும் அவன்

அப்படிச் செய்கிறானா என்று இவளின் உள்மனக்கண் ஒன்று இவளை அறியாமல் இரகசியமாய் ஆராய்ந்தது.

பின்னேரப் பொழுதுக்கிடையில் வேய்ந்து முடிந்தது. இருநூறு மட்டையில் அழகாக நேர்த்தியாக வேய்ந்துவிட்டார்கள். அபிவிருத்திச் சங்கம் தந்த கிடுகுகள் மிச்சமிருந்தன. அழகான கொட்டில் ஒன்று உயர்ந்து நின்றது. முன்காணிக்காரன் சொன்னான் "வதனா, இந்தக் கிடுகையும் பழைய வீட்டைப் பிரிச்சு எடுக்கிற சில நல்ல தடிகளையும் வைச்சு உன்ர முன் கடையை ஒழுங்கான கொட்டிலாய்ப் போடலாமே..."

"இதுக்கே செலவு தின்னுது" இவள் சொன்னாள்.

"என்ன செலவு? அதுக்கு மரம் நட்டு பாய்ச்சுத்தடி இறுக்க அரைநாள் கூலி நூற்றம்பது ரூபா போதும். நாங்கள் சும்மா தானே வேய்ஞ்சு தரப்போறம். இரண்டு மணித்தியாலம் போதும் எங்களுக்கு. பிறகு வசதிப்படுற நேரம் சுத்தி நாலு சுவர் வைச்சிட்டாய் என்றால் ஒரு கடையாயிரும். மழையெண்டாலும் பிரச்சினை இல்லை. இரவில வீட்டுக்குச் சாமானுகளைச் சுமந்து விடிய திரும்ப கடைக்குச் சுமக்கிற வேலையும் இல்லை."

அவன் சொல்லவும் இவளுக்கு மௌனமாய்ச் சிந்தனை ஓடிற்று.

அவன் மேலும் அக்கறை காட்டினான். முகத்தில் பொறுப்பான பார்வை கொண்டிருந்தான். போக்கிரித்தனம் அதில் இல்லவே இல்லை என்று பட்டது.

முன் வேலியோரத்தில் நின்ற முதிர் பாலை மர நிழலில் இவள் கொடுத்த தேநீரைக் குடித்த படியே அவன் சொல்லிக்கொண்டிருந்தான். இவள் அதை அசட்டையாய்க் கேட்டபடி கையில் தேநீர் கேற்றிலோடு நின்றாள். வெயிலின் புளுக்கதிற்கும் களைப்பிற்கும் அந்த நிழல் இதமாய் இருந்தது.

"ஒரு நேரம் சுவரும் வைச்சிட்டாய் என்றால் நாலு சாமான் வாங்கிப் போட்டு கடை நடத்தலாம். நெடுகலும் சோளனும் வேர்க்கடலையும் அவிச்சு விக்க ஏலுமே? சனம் ஒருநாள் வாங்கும், ஒருநாள் விடும். தோதா நாலு சாமான் கூடப்போட்டால் வியாபாரம் நடக்குமே!"

இவள் மௌனமாக நின்றாள். ஆனால் அவன் சொல்வது சரி என்றுதான் பட்டது. இப்போதைக்கு இந்த மீதமாகிற கிடுகையும் தடிகளையும் வைத்து அதைச் சரிப்படுத்தி விடுவதுதான் என்று

தீர்மானித்தாள். அதற்குச் சம்மதித்தாள். அவனுக்குப் பெரிய சந்தோசம். ஏன் என்று தெரியவில்லை. தன் கருத்து கேட்டு நடக்கின்றாள் என்றா?

ஒரு கருத்து கருத்துக்காக மட்டும் கேட்கப்படுவதில்லை, உறவுக்காகவும்தான் கேட்கப்படுகிறது. உறவு சொந்தத்தால் மட்டும் வருவதில்லை, கொள்ளும் பந்தத்தாலும்தான் வருகிறது. பின்வீட்டுப் பெண் இவளை அக்கா என்று கொண்டதுபோல...

வீடு கட்டி முடிந்தது. இரண்டு சிறு அறை மண்வீடு. மேற்குவாசல் வீடு. முன்னுக்கும் பக்கவாட்டிலும் பத்தி இறக்கிய வீடு. முன்பத்தியில் இருப்பதற்குச் சிறு குந்து திண்ணைபோல. ஏனென்றால் இப்போ வீரனின் பெயரைச் சொல்லி, போராளிகள் வருகிறார்கள். வீட்டுக்கு வரும் விருந்தினர்கள் அவர்கள்தான். உறவும் அவர்கள்தான்.

பாழாய்ப்போக! அவர்கள் அம்மா என்று வேறு கூப்பிட்டுத் தொலைக்கிறார்கள். 'வீரனம்மா' என்று அவர்கள் வட்டத்தில் இவளுக்குப் பெயராகிற்று. 'அம்மா' என்கிற சொல்லில்தான் எத்தனை வாஞ்சையிருக்கிறது. அதுவும் தங்கள் தாயைப் பிரிந்து போராட வந்த இந்த இளையவர்கள் 'அம்மா' என்று அழைத்தால் அதில் அத்தனை வாஞ்சை இருக்கும். அதுவும் தன் பிள்ளையும் தன்னைப் பிரிந்து களத்தில் நிற்கும்போது, களத்தில் நிற்கும் இன்னொரு பிள்ளை அவன் பெயர் சொல்லி 'வீரனம்மா' என்றால் இவள் கரைந்துபோகாமல் என்னதான் செய்வாள்! இப்போ தாய்மை கொண்ட அழகும் கூடிவந்தது அவளிடம். அவர்களிடத்தில் அவள் காட்டும் வாஞ்சையே தனி.

வேரைப் பிடுங்கி போர் விசுக்கி எறிந்துவிட்ட இந்த ஜீவன்களுக்குச் சாப்பிடுவதும், சாப்பாடு கொடுப்பதும் வயிறு நிறைக்கும் காரியம் அல்ல. மனதில் வாழ்வாகி வரும் அரிதான தருணம் அது. வாஞ்சை கொள்வதும் வாஞ்சை துய்ப்பதும் போர் குலைத்த வாழ்வில் பேரின்பம் தரும் பொருள்.

பக்கவாட்டுப் பத்தியை சமையல் கட்டாக ஆக்கிக்கொண்டாள் வீரனம்மா. முன்காணிக்காரன் வீடு கட்டிய நான்கு ஐந்து நாள்களும் காலை மாலை வந்து பார்த்துவிட்டுப் போனான். வீட்டுக்குத் தன்னிடமிருந்த ஒரு ஜன்னல் நிலையையும் கொண்டுவந்து கொடுத்தான்.

"வைத்துக்கொள் வதனா. சும்மா அங்க இருக்கிறதுதானே! உன்ர வீட்டுக்குக் காத்து வரட்டும். உள்ள காத்து பிடிக்காமல் அது என்ன வீடு?"

மறுக்க முயன்றும் முடியாமல் சங்கடத்தோடு அவள் இருக்க, கூலிக்கு வந்தவர் அதை வாங்கி வைத்துக்கொண்டார். "இருக்கட்டும் பிள்ளை, அது நல்லதுதானே" என்றார்.

எஞ்சிய பொருட்களில் கடைக்கு ஒரு சிறு கொட்டில் தயாராகிவிட்டது. வாய்ப்பு வசதி கிடைக்கும்போது சுவர் வைத்துக்கொண்டால் அது கடையாகிவிடும். அவள் நினைத்ததுபோல ஒருவேளை வீரன் இயக்கத்தை விட்டு விலகி வீட்டுக்கு வந்தால் அவனுக்கு ஒரு கடையைத் தொழிலாக்க வேண்டுமென்ற அவளின் கனவுக்கு இதுவொரு முதற்படியாக அமையும்.

முன் காணிக்காரன் வீட்டுக்கு வெள்ளையடிக்கச் சொல்லி வற்புறுத்தினான். இவள் அத்தனை சொல்லியும் அவன் விடுவதாயில்லை. இந்தளவு வேலை முடிந்த வீட்டுக்கு ஐம்பது ரூபாக்கு வெள்ளை அடிக்கவேண்டாமா?

"அதெல்லாம் வேணாம். சனங்களுக்கு கண்ணுக்க குத்தும். அகதியாய் வந்து தேவையா இது."

அவன் விடுவதாயில்லை "போர் இது முடியிற போரில்லை இருந்து பார். எங்க பிழைப்ப நாங்கதான் பாக்கவேணும்."

அவள் வேறு காரணம் சொன்னாள் "சுண்ணாம்புக்கு எங்க போறது? காசும் வேணும் இனி" அவள் மறுத்தாள்.

"கடையில சுண்ணாம்பு 'பைக்கற்' வாங்கினால்தான் நிறைய காசு முடியும். உதுல உடையார்கட்டில சுண்ணாம்பு சூளையிருக்கு. ஐம்பது ரூபாக்கு அரைவாசி உரப்பையில தருவான். கொண்டுவந்து இரண்டு நாள் தண்ணில ஊறவைச்சால் திறமான வெள்ளை ஆகிடும். நான் அதை வீட்டுக்கு அடிச்சு விடுறன். சின்னவள் உதவி செய்வாள். இரண்டு மணித்தியால வேலை."

சொன்னவர் சொல்லோட நிறுத்தாமல் செய்தும் விட்டார். சிறு வீடொன்று தயாராகிவிட்டது.

முதல் நாள் வீட்டுக்குப் பால் காய்ச்சி குடிபுகப் பின்வீட்டுப் பெண்ணும், முன்காணிக்காரனும், அபிவிருத்திச் சங்கப்

அப்பால் ஒரு நிலம் ❋ 257

பெண்ணொருத்தியும் தற்செயலாய் ஒரு போராளியும் உறவென்று வந்தனர்.

அன்றிரவு புதிய வீடு நிறைவையும் கிளர்த்தியது, சிவகுமரனின் நினைவையும் கிளர்த்தியது. தூங்கமுடியாது உழன்றாள் அவள். மனம் உள்ளே புரளும்போது தூக்கம் எங்கிருந்து வரும்?

புதிய வீட்டின் கூரைக் கிடுகின் ஓலைவாசம் வீட்டினுள்ளே பரவிக்கொண்டிருந்தது. வகையறியாத காம உணர்வை அது தூண்டித் துன்புறுத்தியது. கலியாணம் நிச்சயிக்கப்பட்ட முதற் கிழமையிலிருந்து நினைவுகள் அடுக்காய்க் காட்சிகளாகி மனதில் விரிந்தன. நாணம், இன்பம், ஊடல், கோபம், சோகம், துக்கம் என விரிந்தெழுந்து வந்தன அடுக்கடுக்காய்.

பட்டென எதிர்காணிக்காரன் கூரையிலிருந்து அந்த மாலை வெய்யிலில் கூரை வேயும் காட்சி தோன்றி மறைந்தது. வெறும் மேனியில் மடித்துக் கட்டிய சாரத்தோடு அவன் கூரையிலிருக்கிறான். மாலை வெயில் அவன் தேகத்தில் பட அவனின் கருமை நிறம் மினுங்குகிறது. எண்ணைப் பற்றான தேகத்தின் மார்பில் அடர்ந்த ரோமங்கள், கைகளிலும்தான். ஏதோ சொல்லியபடி கிடுகைத் தூக்கிப் புரட்டும்போது இவளை அவன் பார்க்கும் ஒளி மனதில் கடக்கிறது.

அவள் படுக்கையைவிட்டு எழுந்துபோய் வெளிக்குந்தில் இருந்தாள். குளிர்ந்த இரவின் காற்று தொட்டுப்போகிறது அங்கே. இரவின் ரகசிய ஒளி அங்கும் அவளை விடுவதாயில்லை. பழைய வேலியோரப் பாலை மரம் கருமையாய்த் தெரிந்தது. அங்கும் புதிய ஓலையின் வாசம் நாசியில் ஏறுகிறது. 'சிவகுமரன், என் இனியவன் எங்கே இருப்பான்? இருப்பானா? ரகசிய முகாம்களில் இப்படிக் கைதான பலர் இருப்பதாகச் சொன்னார்களே! என்னை ஆற்றுவதற்காகத்தானா? இப்படி இருந்தவர்கள் யாரோ பின்னர் விடுதலையானதாகவும் சொன்னார்களே' அவள் அதனை மனதில் ஓட்டி மீட்டாள். சின்னவள் அம்மாவின் வாசம் அருகில் அற்றுப்போனதை உணர்ந்து தூக்கம் கலையாத நடையில் வெளியே வந்தாள். தாயின் மடியிலமர்ந்தாள்.

12

காலை பத்துமணியளவில் ஏ31 பகுதி எதிரியின் காவலரண் அருகே போராளிகள் சூட்டுச் சத்தத்தைக் கேட்டனர். அடுத்தடுத்து இரண்டு கைக்குண்டுகளின் வெடியதிர்வு. உசாரடைந்த போராளிகள் தங்கள் காவல் நிலையில் தாக்குவதற்கு ஆயத்தமாகினர். அந்தத் துப்பாக்கிச் சூடேதும் தங்களை நோக்கி வரவில்லை என்றுணர்ந்தனர்.

சில விநாடிகளில் இருவர் எதிரியின் காவலரணைக் கடந்து ஓடி வருகின்றனர். ஒரு போராளி சுடுகிறான் மற்றவன் "டேய் சுடாத சுடாத. எங்கட ஆக்களடா" என்று கத்தினான்.

இவர்கள் ஓடிவருவதற்குப் பக்கவாட்டில் இரு காவலரண்கள் தள்ளி இடப் புறமாக இங்கே ஓடி வருப்வர்களை நோக்கி ஆமிக்காரர்கள் சுடுகிறார்கள். துப்பாகிகள் முழங்குகின்றன. இப்போ வலப் புறமாக ஒன்றுவிட்ட காவலரணில் இருந்தும் சுடுகிறார்கள்.

"டேய் முள்ளுக் கம்பியால பாயடா பாயடா" என்று கத்துகிறான் இதயன்.

போராளிகளின் காவலரணில் "டேய் அது எங்கட ஆக்கள். வலப் பக்கம் சூடு வாற பொயின்றுக்கு அடிடா அடிடா" என்று கத்திக்கொண்டே இடப் புறம் இருந்து வருபவர்களைத் தாக்கும் ஆமி பொயின்றை நோக்கிச் சரமாரியாகச் சுட்டான் மற்றவன்.

இப்போ எதிரியின் சூடு மேல்நோக்கிப் போகிறது. நிலைதளம்பி இலக்கற்றுச் சுடுகிறார்கள் என்பது தெரியவந்தது. "அடிடா... தொடர்ந்து அடி... அவங்கள் இஞ்சால வரும் வரைக்கும் அடி" கத்துகிறான் போராளி ஒருவன்.

குனிந்தபடி ஓடிவந்த வேங்கை முள்ளுக் கம்பி றோளைப் பாய்ந்து கடக்க முயற்சிக்க கம்பியில் சிக்குப்பட்டு உடல் தரையோடு மோத விழுகிறான். இதயன் பாய்ந்து கடந்து விட்டான்.

திரும்பிப் பார்க்கவும் வேங்கை வீழ்ந்தது தெரிந்தது. ஆனாலும் அவகாசமில்லை; ஓடிவந்தான். நாலு எட்டு ஓடியவன்தான், ஏதோ உணர்வு உந்தவும் திரும்பி வேங்கையைத் தூக்க ஓடினான். போராளிகள் சூட்டாதரவு வழங்கி எதிரியைத் தடுக்கிறார்கள் என்பதால் இருக்கலாம். அல்லது விட்டு வருகிறோமே என்ற குற்ற உணர்வு மேலெழுந்ததால் இருக்கலாம். அல்லது மூளை நிலைமையைக் கிரகித்து முடிவெடுக்கச் சில கணங்களை எடுத்துக்கொண்டதன் காரணமாய் இருக்கலாம். இதில் ஏதோ ஒன்று.

இதயன் வேங்கையை முள்ளுக் கம்பியில் இருந்து இழுத்தெடுக்க அவனது ஜீன்ஸ் முள்ளுக் கம்பியில் சிக்குப்பட்டுக் கிழிந்து தொங்கியது ஒரு துண்டு. நிலத்தில் கிடந்தவனை இழுத்துவிட்டுத் திருப்பி ஓட இதயன் எத்தனிக்க முதுகில் பாய்கிறது ஒரு சன்னம். இதயன் தரையில் தன் வசமிழந்து விழுந்தான். சரமாரியான சூட்டுச் சத்தம். குனிந்தபடி இரண்டு எட்டு ஓடிய வேங்கை, இதயன் விழுந்ததை உணர்ந்து அந்த இடத்தில் விழுந்து படுக்கிறான்.

முன் அரணில் இதைப் பார்த்தபடி இராணுவ அரண்களைத் தாக்கும் போராளிகளின் மனதில் பதட்டம் பரவுகிறது. தளபதி கில்மனின் கட்டளை மையத்தில் பரபரப்பு. முன்னணி நிலைகள் D30-40 பகுதிக்குரிய செக்சன் லீடர் நிலைமையைத் தொலைத்தொடர்பு மூலம் கில்மனுக்கு அறிவிக்கிறான்.

“வருவது எங்கட வேவுக்காரர். அவங்களுக்குச் சூட்டாதரவு குடுத்து அவங்களை வெளியே எடு” என்று கில்மன் உத்தரவிடுகிறார். மேலும் பிளட்டூன் லீடருக்கு அறிவித்தார். “கிட்டு பீரங்கி மோட்டார் படையணியின் எறிகணைத் தாக்குதலை அந்த எதிரி நிலைகள் மீது ஒருங்கிணைத்து தாக்கு.” அவர் நிலைமையை உடனே தளபதி றோமியோக்கு அறிவிக்க, றோமியோ மறுகணம் பரபரப்போடு அந்த இடத்திற்கு எவருக்கும் சொல்லாமல் தன் மெய்ப் பாதுகாவலரின் மோட்டார் சைக்கிளில் ஏறிப் போகிறார்.

றோமியோ அந்த இடத்திற்குத் தனியே போகிறார் என்பதை றோமியோவின் மெய்ப் பாதுகாப்புக்குப் பொறுப்பானவன் கில்மனின் கட்டளை மையத்திற்கு அறிவிக்கிறான். இது அவருக்கு ஆபத்தானது.

வேங்கை படுத்தபடியே பின்னால் நகர்ந்து போகிறான். முன்னால் இருந்த காவலரணில் இருந்து "போகாதை வாடா... போகாதை வாடா! நாங்கள் அடிச்சுத் தாறம் வாடா" என்று தொண்டைகிழியக் கத்துறார்கள் போராளிகள். வேங்கை பதட்டமில்லாமல் தரையோடு தேய்ந்து பின்னால் நகர்ந்து போகிறான்.

"விசரன் போறான்... டேய் அந்த *60mm* மோட்டரால போடடா இரண்டு போடு அந்த ஆமி பொயின்றுக்கு. அவங்கள இவனுக்கு அடிக்க விடாதை, அடிடா அடிடா டேய்" செக்சன் லீடர் பக்கத்து அரணில் ஒரு மோட்டார்காரனுக்குக் கட்டளை கொடுக்கிறான். அடுத்தடுத்து நான்கு குண்டுகளை அவன் ஏவினான். பிளட்டுன் லீடர் கிட்டு பீரங்கிப் படையணி மோட்டார் அணிக்கு அறிவித்தும் இன்னும் உதவி கிடைக்கவில்லை.

இந்த *60mm* மோட்டார் எதிரி நிலையில் விழுந்து வெடிக்க வேங்கை இதயனுக்கு அருகில் சென்று இதயனை இழுத்தான். அசைவில்லை. இழுத்துப் புரட்டினான்.

மார்பால் கனரகத் துப்பாக்கியின் குண்டு தசைகளை அலங்கோலமாய்ப் பிய்த்து வெளியேறி இருந்தது. முதுகில் சிறு ஓட்டைதான். மார்போ பிய்த்து பிளந்து இருந்தது.

இதயன் இறந்துவிட்டான்.

உடலை இழுத்துக் கொண்டுவர முயற்சித்தான். ஒருவேளை உயிர் இருக்குமோ, வாய்ப்பே இல்லையென்று தெரியும். இழுக்க முடியவில்லை.

எதிரியின் எறிகணை வீழ்ந்து வெடித்த அந்த இடத்தில் மறுபடி இன்னொன்று.

"டேய் வாடா, வாடா ஓடி வா" முன் காவலரணில் இருந்து கத்துகிறார்கள்.

இப்போ வேங்கை குனிந்தபடி எழும்பி ஓடத்தொடங்கினான்.

இதைக் கண்டுவிட்டு எதிரியும், எதிரிக்கு இவனது சகபோராளிகளும் தாக்கினர். வேட்டோசையில் சூழல் அதிர்கிறது அருகே சீறும் சன்னங்கள் காற்றைக் கிழிக்க காது கூசுகிறது. வேங்கை ஓடிவந்த வேகத்தில் புலிகளின்

காவலரண்களை இணைத்துப்போகும் நகர்வுஅகழிக்குள் ஒற்றைப் பாய்ச்சலில் குதித்தான்.

போராளிகள் தாக்குதலை நிறுத்திக்கொண்டனர். ஆமி இப்போதும் சுடுகிறான். இப்போதான் ஆமியின் நிலைமீது அடுத்தடுத்து கிட்டு பீரங்கிப்படையணியின் இரண்டு எறிகணைகள் வீழ்ந்து வெடிக்கின்றன.

"டேய், அந்த விசரங்கள நிப்பாட்டச் சொல்லி அறிவியடா" பிளட்டூன் லீடர் கத்துகிறான். பிறகு தானே கிட்டு பீரங்கி படையணியை மோட்டார் தாக்குதலை நிறுத்தச் சொல்லி அறிவித்தான்.

சிறு மோட்டார் போலக் கனரக மோட்டார்களையோ பீரங்கிகளையோ வேகமாக இயக்கிவிட முடியாது. தேவையான இடத்தில் புவியாள்கூறு எடுத்து, காற்றின் வேகம் அறிந்து, கருவியில் எறிகணை கோணம் தீர்மானித்து 'ஷெல்'லை 'லோட்' பண்ண நேரம் எடுக்கும். அடுத்தவருக்கு இது விளங்காது.

றோமியோ அந்தப் பகுதி கொம்பனி கொமாண்டரின் கட்டளை நிலைக்கு வரவும் வேங்கை வந்துவிட்ட செய்தியும் இதயன் வீழ்ந்து விட்ட செய்தியும் கொம்பனி கொமாண்டருக்கு வந்தது. அதை அவன் றோமியோவுக்குத் தெரிவித்தான். றோமியோவைப் பதுங்கு குழியின் உள்ளே போகுமாறும் கேட்டுக்கொண்டான். ஆமி ஷெல்லடிக்கிறான் என்றும் சொன்னான்.

இதயன் வீரச்சாவு என்று கேட்டதும் கொம்பனி கொமாண்டர் மீது றோமியோ கடும் கோபமுற்றார். "நீர் இங்க என்ன செய்து கொண்டிருக்கிறீர்? முன்னுக்கு இவ்வளவு நடக்குது. உமக்கு இங்க என்ன வேலை வேண்டியிருக்கு? ஏன் நீர் முன்னுக்குப் போகேல்லை?"

"இல்லையண்ணை; வோக்கி தொடர்பிலதான் இருந்தனான்" பயத்துடன் வெளிவந்தன வார்த்தைகள்.

"எனக்கும் இங்க தொடர்பிருக்கு தம்பி" கடும் சொற்களாக றோமியோவின் வார்த்தைகள் வந்து விழுந்தன. அவர் கோபமடைந்தால் "நீர்" என்று விழித்துக் கதைப்பார் என்பது அவனுக்குத் தெரியும். மற்றும்படி 'நீ' என்றே விழிப்பார். 'நீர்' என்று அந்நியத்தனமான சொல் றோமியோவின் வாயில் இருந்து வந்தால் போராளிகளது, அணித்தலைவர்களது மனதைக் குத்தும்.

அவன் மௌனமாக அவர் முகத்தைப் பார்க்க மாட்டாதவனாய் நின்றான்.

அவரும் மேற்கொண்டு எதுவும் பேசவில்லை. அவனைக் கண்டிக்கும் அதிகாரம் தனக்கு இல்லை என்பதை அந்தக் கணத்தில் உணர்ந்தார். இவர்களுக்கான அதிகாரமுடையவர் வடபகுதிப் போர்முனைக் கட்டளைத் தளபதி கில்மன்தான். அவரது அதிகாரத்திற்கு உட்பட்டதுதான் இந்தப் பாதுகாப்புப் பொறிமுறையும் அதன் போராளிகளும்.

இதற்கிடையில் றோமியோ அங்கு போவதை அறிந்து கில்மன் அந்த இடத்திற்கு வந்துவிட்டார். றோமியோ கில்மனுக்கு குருவைப் போன்றவர். கில்மன் வந்ததும் நிலைமையை அறிந்து அவரும் கோபத்தில் கொம்பனிக் கொமாண்டரைக் கேள்வி கேட்டார். கேள்வியில் கடுமையிருந்தது.

“நீ ஏன் முன்னுக்குப் போகாமல் இஞ்ச நிண்டனி? பிளட்டூன் லீடரின்ர இடத்திற்கு நீ போனால்தானே அவன் முன்னுக்குப் போவான்?” ஆனால் அவன் முன்னுக்குப் போய்விட்டான்தான்.

“இல்லையண்ணை! எனக்கு எங்கட ஆக்கள் உள்ள இருந்து வாறாங்கள் எண்டது தெரியாது. வழமையான ஆமியின்ர தொல்லைத் தாக்குதல் எண்டு நினைச்சிட்டன் முதலில.”

“ஏன் தெரியாது உனக்கு? உன்ர பிரதேசத்துக்குள்ளாலதானே இரவு அவங்களை உள்ள விட்டது” கோபமடைந்தார் கில்மன்.

கில்மனின் இந்த வார்த்தைகளைக் கேட்க றோமியோவுக்கு ஆறுதலாக இருந்தது.

“நீ என்ர இடத்திற்குப் போ துவக்கைக் கொண்டு! விசாரணை அறிக்கை எடுத்ததும் பார்க்கலாம். நான் விமலை இஞ்ச பொறுப்பெடுக்கக் கூப்பிடுறன்” முகத்தைப் பார்க்காமலேயே கில்மன் உத்தரவிட்டார்.

இவன் கில்மனின் கட்டளை நிலையத்திற்குப் போனான். விமல் புதிதாய் வந்து இந்தக் கொம்பனியை உடன் பொறுப்பெடுத்தான். இதயனின் உடல் இரு பகுதி முன்னணி நிலைகளுக்கிடையில் மாட்டிக்கொண்டது. வேங்கையும் கட்டளை நிலையத்திற்குக் கூட்டி வரப்பட்டான். நடந்தவற்றைச் சொன்னான் வேங்கை.

கில்மனும் றோமியோவும் கொம்பனி கொமாண்டரின் நிலையில் நின்றுவிட்டனர். திரும்பித் தங்கள் இடத்திற்குப் போகவில்லை.

மணிக்கு நிலைமை என்னவென்று அறிவிக்க, அவன் முரசுமோட்டையில் இருந்து ஒரு சைக்கிளை எடுத்துக்கொண்டு வந்துவிட்டான். கோபியும் கூடவே வந்தான். உடலை எப்படியாவது எடுக்க வேண்டுமென்றார் றோமியோ. கில்மனும் அதற்கு உடன்பட்டார்.

இந்த வேவுத் திட்டம் முழுமையானதில்லை என்ற உறுத்தல் றோமியோவுக்கு முன்னரே இருந்தது. ஆனாலும் இதைவிட வேறு மார்க்கம் ஏதும் அப்போது இருந்திருக்கவில்லை. மேலிருந்து வேவை முழுமைப்படுத்தித் தாக்குதல் திட்டத்தைத் தயார் செய்யுமாறு கடும் அழுத்தம் இருந்தது. தவிரவும் சென்ற வருட தை மாதம் நடத்தப்பட்ட ஆனையிறவுத் தளம் மீதான தாக்குதலில் பரந்தனில் ஆட்லறிகளைக் கைப்பற்றியும் முன்னேற முடியாமல் போன தவறுக்காகத் தண்டிக்கப்பட்டு போர்க்களத்தில் இருந்து விலக்கி வைக்கப்பட்டிருந்தவருக்கு வேறு தெரிவையோ அவகாசத்தையோ பெறமுடியாதபடி கொடுக்கப்பட்ட அழுத்தத்தின் துர்விளைவோ இது என்ற எண்ணம் அவருக்கே இருந்தது.

பெரும் செயல்வீரர்களை, புகழின் மகுடத்திற்குச் சொந்தக்காரர்களைச் செயலற்று வெறுமனே விட்டுவைப்பது போல அவர்களுக்கு அளிக்கக்கூடிய பெருந்தண்டனை வேறு எதுவாகவும் இருக்கமுடியாது.

ஒரு வருடம் இந்தச் செயலற்ற உத்தரிப்பிலும் அவமானத்தின் உத்தரிப்பிலும் இருந்து இப்போதுதான் சிறு மீட்சி கிடைத்திருக்கிறது. அவர் இந்தத் தாக்குதல் திட்டத்தை முழுமைப்படுத்தித் தன்னை மீண்டும் நிரூபிக்கவேண்டியிருந்தது. தன்னால்தான் இன்று இதயன் வீழ்ந்தானோ என்ற ஒரு குற்ற உணர்வு குறுக்கறுத்து ஓடியது அவர் மனதில்.

எதிரியின் எறிகணை வீச்சுகள் அங்கொன்றும் இங்கொன்றுமாய் வீழ்ந்து கொண்டிருந்தன. இவர்கள் நிற்கும் இடத்திற்குப் பின்னால் உள்ள வீதியில் அவை விழுந்து வெடிக்கிறது. மோட்டார் அணி நிலை கொண்ட இடத்தின்மேல் அடுத்தடுத்து மூன்று செல் வீழ்ந்தன. அவர்களைச் செயல் இழக்கப் பண்ணுவதற்காக இப்படிச் செய்வது படைத்துறை தந்திர வழக்கம். இதை

'கௌண்ட பற்றிக்' என்பார்கள். படைத்துறையில் ஒரு மோட்டார் அல்லது ஒரு பீரங்கி யுனிற்றைப் 'பற்றிக்' என்பார்கள். எதிரி 'பற்றிக்கை' தங்களது படை மீது தாக்கவிடாமல் செயலிழக்கப் பண்ண பரஸ்பரம் இப்படித் தாக்குவார்கள். ஆனால் இத்தகைய சிறிய மோதலுக்கெல்லாம் 'கௌண்ட பற்றிக்' பண்ண விடுதலைப் புலிகளின் மோட்டார், பீரங்கி அணியிடம் வசதி கிடையாது. உலகக் கடல்வழிப்பாதையால் ஷெல்களை வன்னிக்குக் கொண்டுவந்து சேர்ப்பது சாகசப்போர் போன்றது. அது இலகுவான காரியமல்ல. எத்தனை நாடுகளின் கடற்படைகளின் கண்ணில் மண்ணைத் தூவி வரவேண்டும்.

பகலில் இதயனின் உடலை எடுப்பது பற்றி ஆராயப்பட்டது. எப்படி யோசித்தாலும் அது சாத்தியப்படக் கூடியதல்ல. எதிரிக்குப் பொதுவில் தெரியும், புலிகள் தங்கள் போராளிகளின் உடலையும் இலகுவில் கைவிடமாட்டார்கள் என்று. எதிரிகள் மேலதிகத் தாக்குதல் வலுவை அந்த இடத்தில் ஒருங்கிணைத்து இப்போது காத்திருப்பார்கள். இதற்கு முயன்று போராளிகளை இழக்க நேர்ந்தால் மேலே பதில் சொல்லிக்கொள்ள முடியாது.

"ஸ்மோக் (புகைக்குண்டு) அடிச்சு முயற்சி செய்து பார்ப்பமா" என்றான் விமல்.

"அதுதான் வழி. நான் போறன், இதயனை எடுத்திட்டு வாறன்" என்றான் மணி. கில்மன் எதுவும் பேசாமல் றோமியோவைப் பார்த்தார். அவரின் உடல் அசைவு எந்த உணர்வையும் தீர்மானத்தையும் வெளிக்காட்டக் கூடாதென்பதாக இருந்ததை றோமியோ புரிந்துகொண்டார். றோமியோவுக்கு மிக நெருக்கமாக இருந்த சீடர் அவர். கில்மனின் ஒவ்வொரு அசைவின் அர்த்தத்தையும் அவர் அறிவார். அந்த முயற்சி சாத்தியமில்லை, வீண் இழப்பைச் சந்திக்க நேரும். ஆனால் அதைச் சொல்லி எவர் மனதையும் புண்படுத்தக்கூடாது என்பதுதான் அதன் அர்த்தம் என்று றோமியோவுக்கு விளங்கியது.

"இல்லை, இரவு வரைக்கும் பொறுத்திருப்பம். ஆமின்ர நடவடிக்கைகளைக் கவனிச்சுக் கொண்டிருப்பம். விடிய இரண்டு அரைக்குத் தூக்குவம். நான் என்ர பெடியள் இரண்டு பேரை விடுறன். இரண்டு பி.கே(கனரக ஆயுதம்)யை அந்த இடத்துக்கு விட்டு அடிச்சுத் தாங்கோ கில்மன்! நாங்கள் எடுக்கிறம்" றோமியோ தீர்மானமாகச் சொன்னார்.

"இல்லை. நாங்கள் அதை எடுத்துத் தாறம். விமல், இரவு எடுக்கிறதுக்கு ஒழுங்குபடுத்து" கில்மன் மறுத்துத் தான் 'பொடி'யை எடுப்பதாய்ச் சொன்னார். அவருக்குத் தெரியும் றோமியோவிடம் இப்போது அணிகள் ஏதும் இல்லை என்பது. அவரது உதவியாளர்களையும், பாதுகாப்பு சிறு அணியையும் தவிர அவரிடம் எந்தப் படையும் இல்லை இப்போது.

"இல்லையண்ணை, அதை நான் எடுக்கிறன். நானும் கோபியும் போறம்" மணி அதை மறுத்துச் சொன்னான். கோபி அவசரமாய்த் தலையாட்டிச் சம்மதித்தான், தாங்கள்தான் செய்யவேண்டும் என்பதுபோல.

"இல்லை மணி, நீ போகவேண்டாம்" தீர்மானமாய் மறுத்தார் றோமியோ. அதன் அர்த்தத்தை கில்மன் அறிவார். வேவுக்காரர்களை இழப்பது சாதாரண இழப்பல்ல. அனுபவம் வாய்ந்த வேவுக்காரர்களை உருவாக்கிக்கொள்ள முடியாது. தவிரவும் மணி ஒரு கொம்பனி கொமாண்டராக இருக்கத் தகுதியானவன். பிளட்டூன் லீடராக வழிநடத்திச் சாகசச் சண்டையெல்லாம் பிடித்திருக்கிறான். மேஜர் நிலைக்குரியவன். வீணாக அவனை இழக்க நேரக்கூடாது.

"விமல் நீதான்"... கில்மன் சொல்ல முனையவும் 'டொம்ம்மீர்ர்...' அருகே ஒரு ஷெல்லொன்று வீழ்ந்து வெடித்தது. "அண்ணை, உள்ள போங்கோ. உடன போங்கோ. இன்னும் மூன்று 'ஷெல்' வரும்" அங்கிருந்த பிளாட்டூன் லீடர் ஒருவன் கத்தினான். அதட்டும் தொனி கூடக் குரலில் இருந்தது அந்த இளைஞனிடம். அதன் அர்த்தம் பங்கருக்குள் போகவேண்டியது கட்டாயம். ஒருவகைக் கட்டளையும் கூட. இப்படியான தருணத்தில் சிறியவர்கள் பெரியவர்களுக்கு இடும் கட்டளை அது.

மறுபேச்சில்லாமல் இரண்டடி ஆழமும் மூன்றடிக்கு மண்மூட்டையும் கொண்டு உருவாக்கப்பட்டிருந்த அந்த கொம்பனி நிலையில் இருந்த அதன் பதுங்கு குழிக்குள் சென்று இருந்துகொண்டனர். விமல் உள்ளே போகவும் அடுத்த ஷெல் வீழ்ந்து வெடித்தது. மறுபடி இன்னொன்று முன்பகுதியில் வீழ்ந்தது.

றோமியோவும் கில்மனும் பங்கருக்குள் வரைபடத்தை விரித்துப் பார்த்துக்கொண்டிருந்தனர். "தம்பி உள்ள வாடா!" விமல் அந்த பிளட்டூன் லீடரை அழைத்தான். "ஓம் ஓம்" என்று சொல்லியபடி

அவன் பங்கர் வாசலில் நின்றபடி ”ம்ம்... மோட்டார் இல்லை, ஆட்லறிதான். அனேகமாய் இன்னொன்று வரும்” சொல்லிவிட்டு அந்தப் பங்கரை ஒருமுறை பார்த்தான். உறுதியானதுதான். இருந்தாலும் றோமியோவும் கில்மனும் அங்கிருப்பது பதட்டமாக இருந்தது.

அடுத்த ஷெல் வந்து அருகில் இருந்த மரத்தில் பட்டு வெடித்திருக்க வேண்டும். மண்ணில் விழுந்து வெடித்த சத்தம் அல்ல அது. சன்னங்கள் இவர்களின் பங்கர் மீது விழுந்து தாக்கின.

“அநேகமாய் இவ்வளவுந்தான்” சொல்லியபடி மூச்சை இழுத்து விட்டான் அந்த பிளாட்டூன் லீடர். அவன் முகத் தோற்றத்தில் திறமைசாலிக்குரிய கூர்மை இருந்தது.

நல்ல உயரமும் திடமான உடலும் கொண்ட சிவலை நிறம் இந்த பிளட்டூன் லீடர். கோபியைப் போல இருப்பான். ஆனால் கோபி கறுப்பு. இந்தக் கொம்பனியின் தலைமையகத்தில் இருக்கும் மேலதிக பிளாட்டூன் லீடர் இவன். ஆமி முன்னணி நிலைகளை உடைத்து முன்னேறினால் கொம்பனி ‘றிசேர்வ் ஃபோர்ஸ்’ஐக் கொண்டு முறியடிப்புத் தாக்குதலில் ஈடுபடவேண்டியது இவன்தான். பொதுவில் நல்ல சண்டைத்திறனுடைய அனுபவசாலிகளைத்தான் கொம்பனி கொமாண்டர்கள் தங்கள் தலைமையகத்தில் மேலதிக பிளட்டூன் லீடராக வைத்துக் கொள்வார்கள்.

‘ஸ்குவார்ட்’ டில் மூன்று சேர்ந்து ஒரு செக்சன். மூன்று செக்சன் ஒரு பிளாட்டூன். மூன்று பிளாட்டூன் ஒரு கொம்பனி. மூன்று கொம்பனி ஒரு பட்டாலியன். விடுதலைப் புலிகளின் படையில் பட்டாலியன் கொமாண்டர் எனப்படுவது அந்தப் பகுதி களமுனைத் தளபதியைத்தான் குறிக்கும். வடபோர்முனை பாதுகாப்புப் பொறிமுறை *D, Z, B* என்று மூன்று பகுதிகளைக் கொண்டது. இந்தப் பகுதி *D* இல் வருகிறது. இந்தப் பகுதி புலிகளின் கொமாண்டர் போனவாரம் கடும் காயச்சலால் பின் தளத்திற்கு கில்மனால் அனுப்பி வைக்கப் பட்டிருந்தார். முன்னணிக் காவலரண் தொடரில் இது ஒரு பகுதித் துண்டு. களமுனைத் பகுதி தளபதிகளை ஒருங்கிணைப்பவராகக் கட்டளைத் தளபதி இருப்பார். பிரதம தளபதி என்பவர் வட, தென் போர்முனைகளை ஒருங்கிணைப்பவர். வட போர்முனைக் கட்டளைத் தளபதிதான் கில்மன்.

இலங்கை இராணுவக் கட்டமைப்பில் பட்டாலியன்களும், பட்டாலியன்களை இணைத்து பிரிகேட்களும், அவற்றை இணைத்து டிவிசன்களும் இருந்தன. ஒவ்வொரு அலகுக்கான ஆள்தொகை கணக்கும் அதிகம்.

அதிர்ந்த செல் தாக்குதல் ஓய்ந்துவிட்டது.

"என்னடா தம்பி, முடிஞ்சுதோடா? அதென்ன கணக்கு நாலு செல்?" றோமியோ கேட்டார்.

"இந்தப் பகுதிக்கு ஆமி ஒருங்கிணைச்சு வச்சிருக்கிற ஆட்லறி 'பற்றிக்'கில நாலுதான் நிக்குதுபோல. நாலடி அடிப்பான். மோட்டார் செல் என்றால் ஆறு வரும்." அந்தப் பிளாட்டூன் லீடர் சொன்னான். இவன் பெயர் கதிர்.

இது கொம்பனி தலைமையகம் என்றதால் இந்தப் பகுதியின் சண்டைகளுக்கான கட்டளை வழங்கும் மையம் இது. இந்தப் பகுதியில் ஏதாவது என்றால் எதிரியின் தொல்லைத் தாக்குதல் இந்தக் கொம்பனி தலைமையகம் மீது கண்டிப்பாய் இருக்கும்.

வரைபடத்தைப் பார்த்துக்கொண்டிருந்த றோமியோ சொன்னார். "எங்கட நிலைகளின் படி D38க்கு முன்னால் பொடி இருக்கு. ஆமியின்ரயில A31..." சொன்னபடி யோசித்தார்.

"விமல், நீ ஆட்களை ஒழுங்கு செய்" கில்மன் சொன்னார்.

'யோசிக்காதைங்கோ அண்ணை. விமலண்ணையும் இப்பதான் வந்தவர். நான் ஒழுங்கு செய்து பொடியைக் கொண்டுவாறன். நானே போறன்." பிளாட்டூன் லீடர் கதிர் சொல்ல கில்மன் எதுவும் பேசவில்லை. இவன்தான் பொருத்தமானவன் என்று தெரிந்தது.

"சரி... அந்தப் பகுதி செக்சன் லீடர் யாரால்?"

"சத்தியன்."

"அவனும் நீயும் இதைச் செய்யுங்கோ. இப்பிடி வா" கில்மன் கட்டளையிட்டார். வரைபடத்தின் அருகே வருமாறு அழைத்தார். பங்கருக்குள் புழுக்கம் அதிகமாக இருந்தது. அவர் விளக்கத் தொடங்கினார். பங்கர் துவாரத்தினுடாக வரும் ஒளி போதாமல் இருப்பதால் விமல் வரைபடத்தில் 'ரோச்' அடிச்சு வெளிச்சமாக்கினான். லேசர் ரோச்சால் இடத்தைச் சுட்டிக்காட்டி வரைபடத்தில் விளக்கினார் கில்மன். அந்தச்

சிவப்பு வர்ண லேசர் கதிர் கம்பீரமாய் வரைபடத்தில் ஓடித் திட்டத்தை விளக்கியது.

"செக்சனில இருக்கிற இரண்டு போராளிகளை முதலில 'பொடி'யிருக்கிற இடத்துக்கு அனுப்பவேணும். சும்மா போகேலாது. அதுக்கு எங்கட $D38$இல் இருந்து இவங்கள் ஓடிப்போறதுக்கு 15 செக்கன் ஆகக்கூடியது போதும். கொம்பனியில இருக்கிற இரண்டு 'ஹெவி வெப்பன்சை' $D36$ லயும் $D40$லயும் நிலைப்படுத்து. ஒன்று ஆமியின்ர மூன்று பொயின்ர கவர் பண்ணி பதினைந்து செக்கன் செறிவாகத் தாக்கவேணும். ஆமின்ர $A31, 33$ லை ஒரு ஹெவி வெப்பனும் மற்றது $A30, 29, 28$ஐயும் கவர் பண்ணட்டும். இந்தத் தாக்குதல் சூட்டாதரவு கிடைக்கிற நேரம் அந்த இரண்டு பேரும் ஓடிப்போய் 'பொடி'க்குப் பக்கத்தில நிலையெடுத்து முன்னால உள்ள பொயின்ர குறிபார்த்துச் சுடக்கூடிய தூரத்தில படுப்பினம். அடுத்த பதினைந்து செக்கனில நீயும் செக்சன் லீடர் சத்தியனும் ஓடிப்போய்ப் பொடிக்குப் பக்கத்தில நிலையெடுத்து முன்னால உள்ள பொயின்ற் இரண்டையும் குறிபார்த்துச் சுட்டுக்கொண்டு இருக்கவேணும். அவங்கள் இரண்டுபேரும் உங்கட கவர் 'ஃபயறிங்'கில எழும்பி பொடியை தூக்கிக்கொண்டு ஓடி வருவாங்கள். அதுக்கு இருபது செக்கன் ஆகும். இந்த நேரத்தில ஆமின்ர $A31$ க்கு ஆர்.பீ.ஜீயால ஒரு ஷெல் அடிப்பம். $A30, 32$க்கு $60mm$ மோட்டாரால மூன்று மூன்று செல் போடுவம். 'கெவி வெப்பனாலயும்' சூட்டாதரவு கிடைக்கும். ஆமி நிமிர்ந்து குறிபார்த்துச் சுடக்கூடிய சூழல் அங்க இருக்காது. நீங்கள் திரும்ப ஓடிவரவேணும். இதுக்கு ஆகக்கூடினது 15 செக்கன் ஆகும். மொத்தம் 65 செக்கன். இது ஆகக்கூடிய கணக்கு 55 செக்கன் போதும் வேகமாக இயங்கினால்... விளங்கிற்றா... சரியா 2.30க்குத் தொடங்க வேணும்."

மிகத் தெளிவாகக் கதிருக்கு விளக்கினார் கில்மன். கேட்டுக் கொண்டிருந்த றோமியோவுக்குத் திருப்தியாய் இருந்தது.

"இந்த நடவடிக்கைக்கு நீதான் பொறுப்பு" கில்மன் பிளாட்டூன் லீடர் கதிருக்குக் கூறினார்.

"விமல் உங்களுக்கு நடவடிக்கையை ஒருங்கிணைச்சு கட்டளை வழங்குவான். விளங்கிச்சா? ஏதாவது குழப்பம் இருக்கா?"

‘சரியண்ணை, ஆனால்... இவ்வளவு பேரையும் பகல் பின்னுக்கு எடுத்து ஒரு ஒத்திகைப் பயிற்சி குடுத்தால் நல்லது” பிளாட்டூன் லீடர் கதிர் சொன்னான். முறியடிப்புத் தாக்குதலுக்கான பிளட்டூன் லீடர் என்பதால் பயிற்சியில் அதிக அக்கறை எப்போதும் இவனிடம் இருக்கும்.

“சரியாய்ச் சொன்னாய். ஒத்திகை பார்த்திட்டால் நடவடிக்கை பழகிடும். பிறகங்க பயத்துக்கோ பதட்டத்துக்கோ இடமில்லை” றோமியோ தன் கையை உயர்த்தி ‘மிகச் சரியான சொல்லு’ என்பதுபோலச் சொன்னார் கதிரிடம். அதில் உற்சாகம் அடைந்தான் கதிர். ஒரு பெரும் யுத்தத் தளபதியிடம் இருந்து நேரில் பெற்ற அரிதான பாராட்டு அது. றோமியோ பாராட்டினால் சும்மாவா!

தான் பெற்றுக்கொண்ட பெருமிதத்தை மறைக்க முடியாதவனாய்த் தன் தோளை அசைத்தான் கதிர்.

“அண்ணை, நான் அந்த செக்சன் லீடரின்ர பங்கரில நிண்டு சூட்டாதரவைக் கவனிச்சுக் கொள்ளுறன்” மணி சொன்னான்.

“இல்லை தேவையில்லை. விமல் அந்த இடத்துக்குப் போவான்” கில்மன் சொன்னார்.

‘சரி. கோபி நின்று கொள்ளட்டும் அங்க” றோமியோ சொன்னார். கில்மன் மறுக்கவில்லை.

தளபதி கில்மனுக்குத் தெரியும், இந்தச் சிறு நடவடிக்கைக்கு ஒரு பிளாட்டூன் லீடரை ஈடுபடுத்த வேண்டிய அவசியம் இல்லை என்பது. ஆகக்கூடினது ஒரு செக்சன் லீடர் போதும். ஆனால் இந்த விடயத்தில் தாங்கள் அத்தனை அக்கறையாக இருக்கிறோம் என்பதை றோமியோவுக்குக் காட்ட விரும்பினார். றோமியோவும் வேவுப் போராளிகளுக்கு அவர்களின் விடயத்தில் விசேட கவனம் தாங்கள் எடுப்பதைக் காட்டியாக வேண்டும் என்பதை கில்மன் அறிவார். தவிரவும் இந்தப் பகுதி கிளிநொச்சியின் முன்பகுதி போலப் பதட்டமானது அல்ல. எனவே இப்பகுதியில் சண்டையில் பழக்கமில்லாத புதிய போராளிகளைத்தான் கில்மன் ஈடுபடுத்தியிருந்தார். இந்தச் சந்தர்ப்பத்தில் தங்களுக்குத் தலைமை தாங்கும் அணித்தலைவர்கள் துணிச்சலும் அர்ப்பணிப்பும் திறமையும் கொண்டவர்கள், தங்களுக்கு முன் செல்லக் கூடியவர்கள் என்பதைக் காட்சிப்படுத்தி இப்பகுதிப் போராளிகளுக்கு நிரூபித்துவிடமுடியும். இது ஓர் அரிதான

சந்தர்ப்பம். அவர்களின் நம்பிக்கையை, மனோதிடத்தை இந்தச் சிறு நடவடிக்கை மூலம் ஒரே கணத்தில் இது கட்டி எழுப்பிவிடும். அதற்காகத்தான் பிளாட்டூன், செக்சன் லீடர்களையும் இறக்குகிறார். கொம்பனி கொமாண்டரை முன்னிலைக்கு அனுப்புகிறார். இவரைப் போலச் சாமர்த்தியசாலிகளால்தான் பெரும்போரைச் சிறு படைகொண்டு எதிர்கொள்ள முடிகிறது. ஒரு கல்லில் பல மாங்காய்கள்.

"அண்ணை, கொஞ்ச நேரத்தில திரும்பி ஷெல் அடிப்பான். நீங்கள் இந்த இடைவெளிக்குள்ள போறது நல்லது. சாப்பாட்டு நேரம் வந்தால் றோட்டால சாப்பாட்டு வாகனம் வர ஷெல்லடிப்பான். வெளிக்கிடுங்கோ இப்ப" பிளாட்டூன் லீடர் கதிர் சொன்னான்.

"சரிதான்... வெளிக்கிடுவம்" கில்மன் சொல்ல...

"மணி நீ என்ர மோட்டார் சைக்கிளில வேங்கைய கூப்பிட்டு ஏத்திக்கொண்டு போ. அவன் இங்க நிக்க வேண்டாம். நான் கில்மனோட போறன். உன்ர சைக்கிளைப் பிறகு கோபி கொண்டு வருவான்" றோமியோ சொன்னார்.

வேங்கை முன்னணி நிலையிலிருந்து வந்து அடுத்த அகழியில் இருந்தான். அவன் மனதில் பதட்டம் இருந்ததை றோமியோ உணர்ந்தார். சண்டையின் கணத்தில் பொங்கும் வீரம், சண்டையின் முன்னோ பின்னோ இருப்பதில்லை. இழப்பு, மரணம் மனத்தில் தாக்குவது அந்தச் சூழலைவிட்டு விலகிய பின்தான். அபாயம் சூழ்ந்து ஒரு வீரனைத் தன்னுள் இழுக்கும்போது அதை நீந்திக் கடப்பது ஒன்றுதான் மனதின் வேட்கையாக இருக்கும். வேங்கை இப்போதான் நிகழ்ந்த மரணத்தின் விளைவாய்ப் பதட்டத்தை உணர்ந்தான். அந்த மரண நெருக்கடியான நிமிடங்களில் ஒரு போராளியிடம் செயல் தீவிரம் பொங்கும். ஆனால் அதே நிலை பின் அமைதி நேரத்தில் பதட்டத்தின் மனத்தீவிரமாக மாறலாம். அபாயத்தின் தீச்சுழியை, அதை நீந்திக் கடந்த பின்தான் மனம் அசை போடுகிறது.

கில்மனின் 'ஜீப்' இல் ஏறி றோமியோவும் போனார். மணி வேங்கையை ஏற்றிக்கொண்டு தனது தளம் திரும்பினான். 'ஜீப்'; கட்டளை நிலையத்திற்குப் போனபோது கதவைத் திறக்கவும் கந்தக வெடியின் மருந்து வாசம் நாசியில் அறைந்தது. இராணுவத்தின் ஷெல் ஒன்று அப்போதுதான் சரியாக வாசலில் விழுந்து வெடித்திருந்தது. கொஞ்சம் முன்னர் வந்திருந்தாலும்

அப்பால் ஒரு நிலம் ❋ 271

இவர்கள் ஜிப் நிறுத்தும் வழமையான இடத்தில் விழுந்திருப்பதால் உயிர்கள் போயிருக்கும். விலைமதிப்பற்ற உயிர்கள்.

தமிழர் தரப்பின் யுத்த நாயகர்கள் இவர்கள். இவர்களின் இருப்பே மறுதரப்புக்கு ஒரு அச்சுறுத்தல்தான். சாதாரண சனங்கள் இவர்களைக் கண்டாலே உற்சாகம் கொள்வர். ஒரு மனத் தீவிரம் பொங்கி வரும். கண்கள் அறியாத ஒளி இவர்களைச் சூழ்ந்திருப்பதுபோலப் பிரமை இருக்கும். உள்ளே இருந்து கில்மனின் உதவியாளன் ஓடிவந்தான்.

"அண்ணை, உள்ள ஓடியாங்கோ. இந்தப் பக்கம்தான் அடிக்கிறான்." அவர்கள் நடந்தே கட்டளை பங்கருக்குள் போனார்கள். மேலும் இரண்டு ஆட்லறி ஷெல் அருகே எங்கோ வீழ்ந்து நிலம் அதிர்ந்து வெடித்தது. போராளிகளின் முன்னிலையில் ஆபத்தை ஒரு பொருட்டற்றதாக ஆக்கினாலே தவிர ஒரு யுத்தத் தளபதி போர் வீரர்களின் நம்பிக்கையைப் பெற்ற யுத்தகள நாயகன் ஆகமுடியாது.

கில்மன் கட்டளை நிலையத்திற்கு வந்து விமலுக்கு அறிவித்தார். "அந்த நடவடிக்கையில் ஈடுபடும் நால்வரில் யாராவது ஒருவேளை காயப்படக்கூடும். அப்படி நடந்தால் அவர்களை மீட்கவும் ஆயத்தமாக உன் ஆட்களில் இருவரைத் தயார் செய்" என்று. கில்மன் நடவடிக்கையில் ஈடுபடும் போராளிகளின் மனதில் எதிர்மறை உணர்வை விதைக்க அந்தக் கணத்தில் விரும்பவில்லை. அதனால்தான் அது பற்றிக் கதைக்கவில்லை என்பதை றோமியோ அங்கு நின்றிருந்தபோது தனக்கு எழுந்த சந்தேகத்திற்கு விடையாகக் கொண்டிருந்தார். அது சரிதான் என்பது அந்தக் கணத்தில் நிச்சயமானது. குரு அறியாத சீடனா?

13

மணியும் வேங்கையும் தங்களிடத்திற்குப் போனபோது அந்தச் சிறிய வீடு சோகத்தில் மண்டிக் கிடந்தது. சுற்றியிருக்கும் வெளிகளால் சுழன்றடிக்கும் காற்று வீசவில்லை. அனல் வெக்கையால் புழுக்கம் தாங்க இயலவில்லை. அந்தச் சிறு வீட்டின் முற்றத்தில் சிறு மரங்களின் துயர் நிழல் விழுந்து பரவிக்கிடக்கிறது. கருமை வர்ண நிழலில் இலைச்சருகுகள் வர்ணம் இழந்து தெரிகின்றன. மணியை அழைத்து அவன் போனபின்பே ராகுலன் வடபோர்முனைக் கட்டளை மையத்துடன் தொடர்புகொண்டு தளபதி கில்மனின் உதவியாளிடம் விபரத்தை அறிந்துவிட்டான். யாரும் யாருடனும் பேசவில்லை.

முற்றத்தில் கூட்டாமல் விட்ட மரச்சருகுகள் காற்றின் சிறு அசைவுக்கும் உருண்டு புரண்டு இருப்பற்று அலைகின்றன.

“இதயன் இனி வரமாட்டான்” என்றான் மணி திண்ணையில் சாய்ந்தபடி.

“.......”

எதுவும் கதைக்க எவருக்கும் விருப்பமில்லை.

கரும்பாறையைத் தவறி விழுங்கிவிட்டதுபோல வேங்கை தன் நெஞ்சடைப்பை உணர்ந்தான். வேங்கை உள்ளே போய் படுத்துக்கொண்டான்.

‘போர் என்பது நிச்சயம் என்றாகிப்போன இந்த மண்ணில் வாழ்வென்பது அநிச்சயமானதுதான். போரில் உழலும் வீரர்களுக்கோ அனுதினமும் அல்லது அணுக்கணமும் வாழ்வு அநிச்சயமானதுதான். ஆனால் போர்வீரர்களும் சாதாரண மனிதர்கள்தான். மனித மனம் எப்போதும் நித்தியத்துவத்தையே அவாவுகிறது. சர்வ நித்தியத்துவத்தை! துப்பாக்கி தூக்கினால் மட்டும் இந்த மனதின் நியதியை விட்டு விலக முடியுமா, விடுதலை கொள்ள முடியுமா? இதைக் கடக்க முடியாது போனால்

பின்னென்ன போர்வீரனவன்! போர்வீரன் நியதிகளைக் கடந்தவனா?' மணியின் மனதில் விசாரம்.

கூரையின் கீழ் தொங்கவிட்ட துவக்கொன்று ஊசலாடிக் கொண்டிருந்தது. காற்றின் இரைச்சல் கூட இல்லாமல் நிலைக்கும் பிரபஞ்ச அமைதி அந்தச் சிறுதளத்தின் மூலை முடுக்கெல்லாம் படிந்து உறைந்தது.

மறு திண்ணையில் கவி நெற்றியையும் இமைகளையும் சேர்த்துச் சுருக்கிப் பிடித்தவாறு வெளியே விரியும் தரிசு நிலத்தை வெறித்துப் பார்த்துக்கொண்டிருந்தான். வெளியே கொளுத்தும் அனல் வெக்கையினாலா? உள்ளே கனலும் சிந்தையினாலா?

மணி சுதாகரித்துக்கொண்டு எழுந்தான். உள்ளே போனான். "வேங்கை எழும்பு. வா குளியடா. முதலில குளி... குளிச்சிட்டுப் படு" மணி சத்தம் போட்டு எழுப்பினான். மணி எப்போதும் கலகலப்பானவன். அவன் பேசாதிருந்தால் சூழலே ஊமையாகிவிடும்.

"வாடா... எழும்பு! நானும் குளிக்கப்போறன்" மணி வேங்கையைக் கட்டாயப்படுத்தி எழுப்பிக் கூட்டிவந்தான். விட்டால் இவன் குளிக்கமாட்டான் என்று தெரிந்து விருப்பமில்லாமலே தானும் குளிக்கப்போனான்.

தலையில் குளிக்கும்போதுதான் மனதின் பாரம் கழுவி விடப்படுகிறது. மனச் சூழலை உடனடிக்கு மாற்ற வேண்டுமென்றால் தலையில் குளிப்பதுதான் சிறந்த வழி. அதனால்தான் மணி வேங்கையைக் கட்டாயப்படுத்தி அழைத்துப் போனான்.

"கவி, எழும்பி தேத்தண்ணி வை உடன" மணி கட்டளையிட்டான். தொனியில் இருப்பது வேண்டுகோளல்ல, கட்டளை!

"வீரன், சாப்பாடு வந்திருக்கும். வாளியைக் கழுவி எடுத்துக் கொண்டு றோட்டுக்குப் போ! சாப்பாட்டை எடுத்திட்டு வா" இதுவும் கட்டளை.

"றாகுலன், நீங்க மெடிசின்காரரற்ற இடத்துக்குப் போய் 'பரசிற்றமோல்' குளிசையும் புண்ணுக்கு ஒட்டுற 'பிளாஸ்ரரும்' 'கோர்ஸ்'சும் அதோட 'டேற்றோ'லும் வாங்கிற்று வாங்கோ! வேங்கைக்குக் கம்பி கீறின காயங்கள் இருக்கு" மணி எல்லாருக்கும் கட்டளையிட்டான். இவற்றின் நோக்கம் தேவைகள் மட்டுமல்ல. தேங்கிய உளநிலையை உடைப்பதாயின் மனிதர்களை எழும்பி நடமாட வைக்கவேண்டும் என்பதை அவன் அறிவான். மனதில் வேறொரு செயலுக்குத் திருப்பவும் வேண்டும்.

14

நள்ளிரவு கடந்து ஒன்று முப்பது மணிக்கு கில்மன் றோமியோவையும் அழைத்துக்கொண்டு C 1 பகுதி கொம்பனி தலைமையகத்திற்கு வந்துவிட்டார். அங்கு நின்ற விமல் அவர்களை அருகில் வேறொரு இடத்தில் நிற்குமாறு சொன்னான். பகல்பொழுதே புதிதாய் அமைக்கப்பட்ட 'மெடிசின்' பங்கர் ஒன்றைப் பூர்த்தி செய்வித்திருந்தான். அவனுக்குத் தெரியும் இவர்கள் இங்கு வரக்கூடும். நடவடிக்கையின்போது எதிரியின் தாக்குதல் கண்டிப்பாய் இந்தக் கொம்பனி தலைமை நிலை மீது இருக்கும். அதனால் இதுவரை பாவித்திருக்காத இடமாயின் அதை எதிரி அறியமாட்டான் என ஊகித்து, புதிதாய் ஒரு இடத்தைத் தெரிவு செய்துகொண்டான். இந்த இடத்தில் இருந்து அது ஐந்நூறு மீற்றர் பக்கவாட்டாக இருந்தது.

கில்மன் இரண்டு ஷெல்களை இந்த நடவடிக்கைக்குப் பாவிக்க கிட்டு மோட்டார் பீரங்கிப் படையணியிடம் வேண்டிக்கொண்டார். அவர்களும் சம்மதித்திருந்தார்கள். தாக்குதலைத் தொடங்கும் போது 'பொடி'க்கு நேர் எதிரே உள்ள எதிரிநிலை மீது ஷெல்லால் தாக்கி நிலைகுலைய வைத்துவிட்டுப் பொடியைக் கொண்டுவரலாம் என்றார்.

விமல் சொன்னான், "தொடங்கும்போது தாக்காமல் பொடி எடுத்தபின் கதிரும் செக்சன் லீடரும் திரும்பி வருவதற்காக அதைப் பாவித்தால் நல்லது. ஏனென்றால் முதலே 'ஷெல்'லை அடித்தால் ஆமி பெரிய தாக்குதல் என எண்ணி அந்த இடத்திற்குத் திருப்பி 'ஷெல்'லடிக்கக் கூடும். அப்படி நடந்தால் இவங்கள் திரும்பி வருவது கடினமாகியிருக்கும். மற்றது, தொடங்கும்போது ஆமி திகைப்பில் இருப்பான், சில நொடிகள் ஆகும் திகைப்பில் இருந்து மீண்டுவர. அந்த நேரம் ஷெல் பாவித்தால் நல்லது."

அதை மறுத்த கில்மன், "இல்லை விமல், நாங்கள் 55 செக்கனில வேலைய முடிக்கப்போறம். ஆமி தன்ர ஆட்லறி 'பற்றிக்'குக்கு அறிவிச்சு ஷெல் வர குறைஞ்சது மூன்று தொடக்கம் நாலு

நிமிடம் ஆகும். குடுக்கிற திகைப்ப முதலே ஒழுங்காகக் குடுத்தால் 55 செக்கன் தாக்குப்பிடிக்கும்."

அது சரிதான் என்பதை விமல் உணர்ந்துகொண்டான். நேரம் நெருங்கியது. சின்னஞ்சிறு நடவடிக்கைதான். ஆனால் துல்லியம் இல்லாவிட்டால் வீணான உயிரிழப்பு இன்னும் வரலாம். பொடி எடுப்பதற்கு மேலும் உயிர்களை இழந்தால் பின்னர் சமராய்வுப் பிரிவின் விசாரணையில் பதில் சொல்ல முடியாது.

நேரம் சரிய நிலம் அதிர்ந்தது. நிச்சயித்தபடியே இதயனின் உடல் எடுக்க சிறு மோதல் நடந்தது. கிட்டு பீரங்கிப் படையணியின் அந்தப் பகுதி 'பற்றிக்' கொமாண்டர் செந்நிலாவால் ஏவப்பட்ட மோட்டார் மிகத் துல்லியமாக எதிரி அரணில் வீழ்ந்தது. மற்றது சற்று அருகில். அவ்வளவுதான் சில விநாடியில் காற்றலையே அதிர்ந்தது.

போரின் மொழியாய் ஆயுதங்களின் முழக்கம். காற்று அதிர்கிறது. கில்மன் மௌனமாக இருந்தார் சில விநாடிகள்.

செய்தி வந்தது 'கொண்டுவந்துவிட்டோம். யாருக்கும் சேதம் எதுவுமில்லை.'

றோமியோ ஆசுவாசமாக மூச்சை இழுத்துவிட்டார். ஓர் உடலை எடுக்கப்போய் இன்னும் உயிர்களை இழந்துவிடக்கூடாது என்பது சிறு மன அலைச்சலைத் தந்திருந்தது.

துப்பாக்கிச் சத்தங்கள் ஓய்ந்துவிட்டன. ஆனால் ஆமியின் 'ஷெல்'கள் அந்தப் பகுதியெங்கும் வீழ்ந்து வெடித்தன. ஒரே முழக்கம். பூமி அதிர்ந்தது. புலிகளின் தாக்குதல் ஒற்றை நிமிடத்தில் நின்றுவிட்டது. காரியம் முடிந்தது.

"ஆமி இப்பதான் சண்டையத் தொடக்குகிறான்போல" கில்மன் நையாண்டியாய் முகத்தைச் சுழித்துச் சிரித்துக்கொண்டே சொன்னார்.

"நாங்கள் ஒரு ஷெல் பாவிக்க எவ்வளவு யோசிக்கிறம். எங்கட பீரங்கிப் படையணி தரவே மாட்டுதாம். ஆமி அநியாயத்திற்குச் சரவெடி கொளுத்துறான்" றோமியோ சொல்லியபடி சிரித்தார். "யுத்தத்தில சத்தவெடி போடுறது முக்கியமில்ல. சத்தவெடிக்குக் கலங்காமல் இருக்கிறதுதான் முக்கியம்." மறுபடி சொன்னார் தன் எதிரியை எள்ளி.

இதயனின் இறப்பு தந்த துக்கம் போய் இப்போ இழப்பில்லாமல் உடலைக் கொண்டுவந்துவிட்ட வெற்றிதான் அங்கே மனதில் நின்றது.

வெளியே போர் நிலத்தின் வானத்தில் சிறு முகிலை மூடிமறைத்த பெருமுகில்கள் அள்ளிப் போகின்றன. இருளைக் கலைத்து நிலவு காய்கிறது.

இரண்டாம் நாள் இதயனின் வீரச்சாவு நிகழ்ந்தது. வீடு உடையார்கட்டில். வீரச்சாவுக்குப் போவதற்கு வேவுக் குழு கேட்டதற்கிணங்கி சேரா சம்மதித்தார். 'உடல் விசுவமடு துயிலும் இல்லத்தில் அடக்கம் செய்யப்படுவதால் துயிலும் இல்லத்திற்கு மட்டும் போய்வாருங்கள். வீட்டிற்கு வேறொரு நாள் போகலாம்' என்ற செய்தியையும் சேர்த்தே தெரிவித்தார். வீட்டில் உறவினர்களின் அழுகையும் வீட்டின் துயரநிலையும் சிலவேளை வறுமையும் கூட இவர்களின் மனதைப் பாதித்துவிடும் என அஞ்சினார். அதுதான் இந்த முடிவு. இவர்கள் ஒருவேளை மனம் குழம்பி யாராவது விலகிக்கொண்டால் அதன் பாதிப்பு அவருக்குத்தானே. மனக்கணக்கு எல்லா மனிதர்களிடமும் இருக்கத்தான் செய்கிறது. அவரவர் நிலையில் அவரவர்க்கென ஆகும் மனக்கணக்கு. ஆனால் தங்களைத் துயிலும் இல்லம் போகச் சம்மதித்ததே பெரிய விடயம் எனக் கொண்டனர் இவர்கள். போர்முனையில் இருப்பவர்களைப் பொதுவாக இப்படிப் போக அனுமதிப்பதில்லை. அது எப்போதும் சாத்தியமும் இல்லை.

மறுநாள் மாவீரர் பணிமனையுடன் தொடர்புகொண்டு சரியான நேரம் அறிந்து 'துயிலும் இல்லம்' எனப்படும் போராளிகளுக்கான மயானம் போனது அந்த வேவுக்குழு.

சூழ உள்ள காடு வளர்கிறதோ இல்லையோ கல்லறைகள் மட்டும் படர்ந்து பரவி வளர்கின்றன. வெப்ப வலயக் காடுகளை விடவும் போர் வலயக் கல்லறைகள் வளர்வது இயற்கையின் நியதிதானே.

துயிலும் இல்லத்தில் இவர்கள் காத்திருக்க 'உடல்' அலங்கரிக்கப்பட்ட வாகனத்தில் கொண்டுவரப்பட்டது. பின்னால் ஒரு 'பஸ்'ஸில் பெற்றாரும் உறவினரும் அழைத்து வரப்படுகின்றனர். துயிலும் இல்லத்தைக் கண்டதும் உள்ளே அழுகை ஒலி. குரல்கள் மோதி இரைகின்றது சூழல். துயிலுமில்லத்தில் ஒலிக்கவிடப்பட்ட பாடல் ஒலிபெருக்கியில்

அப்பால் ஒரு நிலம் ❋ 277

நிறுத்தப்படுகின்றது. அது மயானம் மௌனத்தில் துயருற்று மற்றொரு உடலை வரவேற்பதாய் அந்தரங்கக் கதி கொள்கிறது.

அந்தச் செம்மண் வீதியிலிருந்து துயிலும் இல்லத்தினுள்ளே போராளிகள் பெட்டியைச் சுமந்து வந்தனர். மரியாதைக்கு மலர் போடும் பீடத்தில் வைத்துத் திறக்கின்றனர். வந்த சனங்கள் சூழ்ந்து நிற்கின்றன. இதயனின் அம்மாவும் தங்கையும் கதறியழுது பெட்டி மேல் விழுகின்றனர். இரு பெண் போராளிகள் அவர்களைத் தாங்குகின்றனர். இழப்பின் துயரை ஆசுவாசப்படுத்த இவர்களால் முடியுமா? அதில் ஒருத்தி என்ன நினைத்தாளோ அந்தக் கணத்தில் அவளும் கூடவே கண் கலங்குகிறாள்.

பெட்டி வைக்கப்பட்டதற்குப் பக்கவாட்டாகப் போய் இந்த வேவு வீரர்கள் நின்றுகொண்டார்கள். சாய்வாக உயர்த்தி வைக்கப்பட்ட பெட்டியில் சீருடையில் இதயன் படுத்திருக்கிறான்.

வானம் மூட்டமாய் இருக்கின்றது. மயானம் சூழ்ந்த காட்டிலும் ஓர் ஆதி மௌனம் உறைகிறது. மனங்கள் குமைகின்றன.

அந்த உறவினரும் மக்களும் மலர் தூவி வணங்கி அப்பால் செல்கின்றனர். இயல்பு மீறி இதயன் அந்த ஒடுங்கிய பெட்டிக்குள் அடங்கிப் படுத்துக் கிடக்கிறான். இப்போது அவன் பெயர் உடல்.

மூட்டமாய் இருந்த வானம் கருமை கொள்கிறது. மழை மெல்ல துமிக்கிறது. சனங்கள் சட்டை செய்யாமல் மழைத் துமியில் நனைந்தபடி மலர் தூவி விலகுகின்றனர்.

மழையின் தூறலை இப்போதுதான் உணர்ந்த இதயனின் அம்மா தன் முந்தானைத் தலைப்பைப் பிடித்தபடி இதயனின் தலைமாட்டிற்கு ஓடிப்போகிறாள். 'எங்கடா ஓடுகிறாள் திடீரென' என்று எண்ணவும் சேலைத் தலைப்பை விரித்து மகனின் முகத்தில் தூறல் விழாமல் பிடித்தாள். தாய்க்குத் தெரியுமா உடலுக்கும் உயிருக்கும் வித்தியாசம். சனங்கள் இதைக் கண்டு திகைப்படைந்தன.

வெடிக்கக் காத்திருந்த இலவங்காய்போல இதைக் கண்ட மாத்திரத்தில் போராளி என்ற மிடுக்கழிந்து கவி குமுறி வெடித்து அழுதான். அதைப் பார்த்த மாத்திரத்தில் வேங்கை தான் அடக்கிய அத்தனை துயரத்தையும் இதனால் கைவிட்டுக் குமுறினான். இந்த இடத்தில் இப்போ மரண நிகழ்வு வேங்கைக்குத்தான் நிகழ்ந்திருக்கவேண்டும். இவனைக் காப்பாற்ற வந்தல்லவா இதயன்

இறந்தான். இதோ இந்தக் கணத்தில் இவனின் சீவிதம் இதயன் உயிர் துறந்து கொடுத்த பிச்சை. பிச்சையா... அல்லது வரம்? அல்லவே அல்ல. அப்படியா அவன் நினைத்தான். தோழமை என்றொரு சொல். அது வெறும் சொல்லல்லவே.

இந்த நினைவின் உத்தரிப்பு, இரு நாள் பட்ட அவஸ்தையின் பெருவெடிப்பாய் ஆனது இப்போது. மயான வெளியில் சூழ்ந்த மற்றவர்களையும் அழத் தூண்டிற்று இவர்களின் கோலம். இந்தப் போராளிகள் அழவும் கூடி நின்ற சனங்களில் இதுவரை அழாதவர்களும் அழுதார்கள். அது விரிந்து சூழ்ந்து இந்தப் போராளிகள் மீதான அன்பாகி அகமனங்களைக் கசிந்துருக வைத்தது. மரணத்தின் முன் நிற்கும் இளைய மனிதர்கள் இவர்கள்.

இங்கே நிற்கும் இவர்கள் அழுவதைக் கண்டதும் இதயனின் அப்பாவும் தங்கையும் இவர்கள் இதயனுடன் கூட நின்ற போராளிகளாய் இருக்கவேண்டுமென உணர்ந்து கொண்டனர். கூட்டமும் அதை ஊகித்துவிட்டது. இல்லாவிட்டால் போராளிகள் இப்படி அழ வாய்ப்பில்லை. அப்பாவும் தங்கச்சியும் ஓடிவந்து இவர்களைக் கட்டிப்பிடித்து அழுதனர். தங்கச்சி சின்னவன் கவியைக் கட்டி அழுதாள். அப்பா, மணிதான் இதன் தலைவன் என்று ஊகித்திருக்கவேண்டும். அவனைக் கட்டி அழுதார். கூட்டமே அழுகிறது. பொல்லாக் காட்சியது. மரணத்திலும் கொடிய பொல்லாக் காட்சியது.

மலர்தூவி முடிந்து போர்ப் பாடலுடன் மேடைக்கு உடல் கொண்டுவரப்பட்டு மையப் பீடத்தில் வைக்கப்பட்டது. அங்கே சத்திய வசனத்தை வாசித்தார் ஒரு போராளி. மிடுக்கான குரலில் சரளமாக வாசித்தார். புதிதாகத் துயிலும் இல்லம் வந்தவர்கள் மனதில் அது ஒரு வீரியத்தைக் கூட்டுவதாய் இருந்தது. முடியவும் மரியாதை வேட்டு தீர்த்தார்கள் போராளிகள். மையப் பீடத்தின் நான்கு மூலையிலும் மேடையில் நின்று மரியாதை வேட்டுத் தீர்த்தது வேங்கை, மணி, கவி, றாகுலன்தான்.

இதயனின் அம்மா சேலைத்தலைப்பால் தன் பிள்ளையின் முகத்தை மழைத்தூறலில் இருந்து காத்தபோது கவி அடக்க முடியாமல் அழுததற்கு வேறொரு காரணம் இருந்தது. நிலவன் வீரச்சாவடைந்தபோது அங்கு போயிருந்தான் கவி. கவியும் நிலவனும் சாக்கும் சக்கரையும் போல வலு ஒட்டுறவானவர்கள். நிலவனின் இழப்பு கவியை ஆட்டுவித்தது. இப்படியிருக்க, துயிலும் இல்லத்தில் நிலவனின் அப்பா கொளுத்தும் வெயில்

காலைச் சுட திடீரெனத் தன்னுணர்வு பெற்று நிலவனின் முகத்தில் வெயில் பிடிக்காமல் தன் இரு கைகளையும் அணைத்து நிழல் கொடுத்த காட்சி இன்று மனதில் ஓடி வந்திருக்கும் கவிக்கு. அந்த அழுகையின் வெடிப்பு இதயனுக்கானது மட்டுமல்ல, அது நிலவனின் நினைவைக் கிளறியும் வந்ததுதான்.

குழியில் மண்தூவும்போது துயிலும் இல்லத்தின் ஒலிபெருக்கியில் 'எங்கள் தோழர்களின் புதைகுழியில் மண்போட்டுச் செல்கின்றோம்' பாடல் இசைத்துக் கொண்டிருந்தது. வானத்தில் கருமுகில் கூட்டம் கலையவில்லை. காட்டில் சூழ்ந்த மௌனமும் கலையவில்லை.

விடுதலைப் புலிகளின் இராணுவ மரியாதையுடன் உடல் அடக்கம் செய்யப்பட்டது. அதுவும் ஒரு சடங்குதான். இராணுவச் சடங்கு. இதற்கும் ஒரு சம்பிரதாயம் இருக்கத்தான் செய்கிறது. சடங்குகளையும் சம்பிரதாயங்களையும் நிறைவேற்றும்போது ஒரு முழுமை அந்நிகழ்வுக்கு உருவாகிவிடுகிறது. துயர நிகழ்வின் சடங்கும் சம்பிரதாயமும் துக்கத்தின் உடனடி வடிகாலாகி விடுகின்றன. அந்தத் துக்கத்தை மனம் ஏற்றுக்கொள்ளும் நூதன அமைப்பை இது கொண்டிருக்கிறது போலும். உருவாகும் முழுமை எஞ்சிய மனிதர்களுக்கு ஒருவகையில் துக்கத்திற்கான பரிகாரம்தான், சடங்கும் சம்பிரதாயமும் நூதன இழை கொண்ட மனிதனின் அனுபவக் கண்டுபிடிப்புகள். அதனால்தானோ என்னவோ மதமற்ற அமைப்பிலும் ஏதோ சடங்கும் சம்பிரதாயமும் உருவாகிவிடுகிறது எங்கும். அல்லது இவையெல்லாம் வேண்டியிருக்கிறது.

சனங்கள் இந்த வேவுப் போராளிகளின் மீதுதான் கவனம் கொண்டார்கள். இதயனின் குடும்பத்தின் அன்பு அவர்கள் அங்கிருந்து பிரியும்போது இவர்களிடத்தில் வெளிப்பட்டது. சனங்களிடம் இந்த வேவுக் குழு மீது அன்பு சுரந்து வந்தது. ஏதோ ஒரு பிரிவுத் துயர் அவர்களுக்கு.

தாய் இவர்களின் முகத்தைத் தடவித்தடவி அழுதாள். அந்தத் தாயின் வியாகுலத் தோற்றம் ஒரு உயிருள்ள சித்திரமாய்ப் படிந்தது வேங்கையின் மனதில்.

15

அடுத்து வந்த நாள்கள் வேவு அணியின் அச்சிறு வீட்டில் அமைதி நிலவியது. மணி மீண்டும் கலகலப்பை உருவாக்க முயன்றுகொண்டிருந்தான். அதில் மெல்லென வெற்றியும் கண்டு வந்தான். மாங்காயில் கறி வைத்தான். ஆமை பிடித்து வந்து கறியாக்கினான். சேர்ந்து சதுரங்கம் விளையாடினான். நித்தம் ஏதோ ஒன்று.

அங்கே றோமியோ மிகுந்த சலிப்பை நீக்க முயன்று கொண்டிருந்தார். ஏதாவது முற்றும் புதிதான திட்டத்தை உருவாக்கவும் அதில் வெற்றி பெறவும் வேண்டும் அவர். இது அவருக்குக் கடைசிக் கட்டம் போன்றது. உயிர்கள் போனதே தவிர சில மாதங்களாக ஒரு இஞ்சிதானும் திட்டம் நகரவில்லை.

வீரனுக்குச் சில நாளாகவே குதிக்கால் வலிப்பதை உணர முடியாதளவு நினைவுகள் வலி தந்தன. இதயனின் தாய் துயிலும் இல்லத்தில் இவர்களின் முகத்தை மீண்டும் மீண்டும் தடவிப் பிரிய மனமின்றிப் பிரிந்த காட்சி மனதில் ஓடிக்கொண்டே இருந்தது. அந்தத் தாயின் உள்ளங்கையின் ஸ்பரிசம் முகத்தில் ஒட்டிவிட்டதுபோன்ற பிரமை வீரனுக்கு.

அவள் காட்டியது அன்பா, இரக்கமா, பரிதாபமா? ‘ப்ச்...’ சொல்லத் தெரியவில்லை. இனி தன் மகன் மீது காட்டமுடியாத அன்பை இவர்கள் மீது காட்டத் தூண்டியதா அந்தத் தவிப்பு? இல்லை, தன் பிள்ளை போல இவர்களும் தங்கள் பெற்றவரை சகோதரத்தைப் பிரிந்து எப்படியெல்லாம் கஸ்டமும் துன்பமும் கொண்ட வாழ்வை அனுபவிக்க நேர்கிறது என்ற நினைவின் இரக்கமா அது? இல்லையெனில் அநியாயத்திற்கு இவர்களும் ஒருநாள் தங்கள் இளமையில் இறந்துதானே போவார்கள், அது நாளையோ நாளை மறுதினமாகவோ கூட இருக்கலாமென்ற நினைப்பின் பரிதாபமா? எதுதான் அது? அந்த ஸ்பரிசம்...

கவி குமுறி வெடித்து மெய்மறந்து அழுதபோது வடிந்த கண்ணீரை உணராமல் அவன் இடுப்பைக் கட்டி அழுதாளே இதயனின் தங்கச்சி! அண்ணன் என்றால் அத்தனை உயிரோ அவளுக்கு? வீரன் பாடாய்ப் படுத்தும் அந்த நினைவுகளை உதறித்தள்ளி உருப்படியாக ஏதாவது செய்யலாமென நினைத்தான். ஆனால் முடியவில்லை.

தளபதி சேரா புதிதாக ஒருவனை வேவு அணிக்கு அனுப்பிவைத்தார். அவன் பெயர் தசன். வேவு அணிக்குப் புதியவர்களை இணைத்துப் புது இரத்தம் பாய்ச்சவேண்டும் என அவர் எண்ணினார். ஏற்கெனவே ஒன்றாக நெடுநாள் வாழ்ந்த அந்தச் சிறு அணியில் பலர் வீரச்சாவடைந்துவிட்டதால் அது அணியை மோசமாகப் பாதித்திருக்கும் என்று உணர்ந்தார். அந்த இழப்போடு தொடர்பற்ற புதியவர்களை இணைத்தால் அணியில் துவளும் சோகமோ, நம்பிக்கையீனமோ திசைதிரும்பும் என அவர் எண்ணினார். பெரும் படையணியை நிர்வகிக்கும் அவரிடம் சில காலமாக இந்தச் சிறு வேவுக்குழு பற்றிய கரிசனை அதிகரித்து வந்தது. வேவு என்பது வாளின் கூர்முனை போன்றதல்ல. போர்வாளின் கைப்பிடி போன்றது அது என்பதை அறிவார் அவர்.

படைத்துறைப் பயிற்சிப் பிரிவில் இருந்து வந்து கொம்பாஸ் மற்றும் ஜீ.பி.எஸ் பற்றி வகுப்பு எடுத்தார்கள். படையணித் தளபதி சேரா அடிக்கடி இவர்கள் தளத்திற்கு வந்து போனார். றோமியோ சேராவிடம் சொல்லியனுப்பினார். அதிகாலை இவர்கள் உடற்பயிற்சி கண்டிப்பாகச் செய்ய வேண்டும். மூன்று கிலோ மீற்றராவது ஓடவேண்டும் என்று. அதன் அர்த்தம் சேரா அறிவார். உடற்பயிற்சி துயரம் துய்க்கும் மனதின் தூங்குநிலையை மாற்றித் திசை திருப்பவல்லது என்று.

சேராவின் அறிவுறுத்தலின் படி, உடற்பயிற்சி மற்றும் படைத்துறை வகுப்புகள் அல்லது அணித் தலைவர்களுக்கு நடக்கும் படை த்துறைக் கல்விக்குழுவின் தலைமைத்துவப் பயிற்சி நெறி என மாறி மாறி இவற்றில் தன் போராளிகளை ஈடுபடுத்தினான் மணி. தளத்தில் எஞ்சிய நேரத்தை ஏதாவது சமைத்துச் சாப்பிட அது இலைகுழையோ அல்லது பூச்சி பறவையோ முக்கியத்துவம் கொடுத்து ஈடுபடுத்தினான். சேரா சமையல் பகுதியிலிருந்து கொஞ்சம் மிளகாய்த்தூளும் வெங்காயமும் உப்பு போன்றவையும் கொடுத்தனுப்பினார். இது வழமைக்கு மாறானது. ஆனால் இது அவர்களுக்கு அவசியமென அவர் கருதினார். புதிய சதுரங்கப் பலகையும் வந்தது. நாளின் முழுநேரத்தையும் ஏதோ ஒன்றில்

ஈடுபடுத்தி வைத்திருப்பது அவசியம் என்பதைக் கற்றறிவாலும் பட்டறிவாலும் தெரிந்து வைத்திருப்பவர் அவர்.

வந்த மூன்றாம் நாளே தசன் என்ற அந்தப் போராளி தான் வேவு அணியில் நிற்கப்போவதில்லை, தனக்கு விருப்பமில்லை என்று மணிக்குச் சொன்னான். மணி தளபதியுடன் கதைக்குமாறு சொன்னான். தசன் கதைக்கத் துணிவற்றுக் கடிதம் மூலம் எழுதி மணியிடம் கொடுத்தான். தளபதியின் முகத்தை முறித்து முடியாது என்று சொல்ல அவனால் இயலாது. தசன் மீது தளபதி சேராவுக்கு மிகுந்த நம்பிக்கை இருந்தது. அதனால்தான் தன்னை வேவுக்குத் தெரிவு செய்தார் என்றும் அவன் அறிவான். ஆனால் வேவு அணியில் இருக்கக்கூடாது என்பதில் உறுதியாக இருந்தான்.

படையணியிலும் வேவு அணி பற்றி பீதி எழுந்துவிட்டதை இது சேராவுக்கு உணர்த்தியது. கல்விக்குழுவின் தலைமைத்துவப் பயிற்சிநெறியில் மனோதிட வகுப்பில் முன்னேற்றமில்லாத, வெற்றியில்லாத இழப்புகள் வீரர்களின் மனோதிடத்தைப் பாதிக்கும் என்று சொன்னபோது சேரா தனது கேள்வியாக மாற்று அபிப்பிராயத்தைத் தெரிவித்திருந்தார். "நாட்டு இராணுவங்களுக்கு இந்த விதி பொருந்தலாம். ஆனால் போராட்டத்தில் ஈடுபடும் போராளிகளுக்கு இழப்புகள் மேலும் மன ஓர்மத்தை அதிகரிக்கும்" என்றிருந்தார்.

மாஸ்ரரோ "இப்போ நாங்களும் பேணிக்கொள்வது முறைசார் இராணுவக் கட்டமைப்பின் இன்னொரு வடிவமே, தவிரவும் வீரர்கள் எங்கும் வீரர்கள்தான். எனவே இந்த விதியைக் கவனத்தில் கொள்ளத்தான் வேண்டும்" என்றிருந்தார். இப்போ சேராவுக்கு அதன் மெய்யைப் பச்சையாக - இரத்தமும் தசையுமாக உணர முடிந்தது. மனோதிடத்தை வீழ்த்தும் பிற காரணிகளும் சூழலும் கூட நினைவுக்கு வந்து வகுப்பை ஞாபகமூட்டியது.

தசனை மீள எடுத்து, ஆனால் அவனது அணியில் மீண்டும் விடாமல் தனது கட்டளை மையத்தில் வைத்துக்கொண்டார். அவன் வேவுக்கு மறுத்த கதை படையணியில் பரவிவிடக் கூடாது என்பதனாலாக்கும். ஒரு படையணியின் தளபதியாக இருப்பதற்கு வெறும் போர்த் தந்திரமும் வீரமும் மட்டும் போதாது. படைய முகாமைத்துவம், ஆளணிகளைக் கையாளும் கலை, தீர்மானம் எடுக்கும் திறன் என்பனவும் கூடிவரவேண்டும். வகுப்பில் கற்றுக்கொண்டவை பட்டுக்கொள்ளும்போது அவை புதிய ஒளி தருகின்றன.

16

றோமியோ தன் தளத்தில் இரவும் பகலுமாய்ச் சிந்தித்துக் கொண்டே இருந்தார். வேவுக்கு எப்படிப் புதிய பாதையைத் திறப்பது என்று. பதிந்த அந்தக் கொட்டிலில் மேசையில் விரித்த வரைபடத்தைச் சதா பார்த்துக்கொண்டே இருப்பார். ஒரு நாளிரவு திடீரென ஒரு திட்டம் உதித்தது.

தாக்கியழிப்பு சமர் போல முன்னரங்குகளில் போலியான ஒரு சண்டையை நிகழ்த்தி விடுபடும் சில காவலரண்கள் ஊடாகச் சில வேவுக்காரரை உள்ளே அனுப்பி சில நாள்கள் உருமறைப்பில் பதுங்கி இருந்துவிட்டுப் பின்னர் எழுந்து வேவில் ஈடுபட்டால் ஒருவேளை சாத்தியமாகக்கூடும். பல திசையால் சில வேவுக்காரரைத் தனித்தனியே உள்ளே விடும்போது ஒருவராவது வெற்றியுடன் வரக்கூடும். ம்ம்... சரிதான். இதுதான் சிறந்த திட்டம். கடைசி வழியும் இதுதான். வேங்கை தப்பி வந்து சொன்ன தகவலின்படி இது சாத்தியம்தான்.

வேங்கை ஆமித்தளத்தில் தானும் இதயனும் உள்ளே போனதில் இருந்து தப்பி வந்ததுவரை தன் அவதானத்தைத் தளபதி றோமியோவிடம் ஒப்புவித்திருந்தான். அதன்படி அவர்கள் அன்றிரவு வெற்றிகரமாக உள்ளே போய்விட்டார்கள். நுழைந்த பகுதிக் காவலரணில் ஆமி இல்லை. ஆனால் நுழைந்த இடத்தின் பின்னால் இன்னொரு காவலரண் வரிசை இருந்திருக்கிறது. ஆனால் முன்னணி நிலைபோல காவலரண்கள் செறிவாக நெருக்கமாக இல்லை. சுற்றி முள்ளுக்கம்பி றோல்கள் அதிகமாய்ப் போட்டிருக்கிறார்கள்.

அதனால் விடியும் தறுவாய்வரை உள்ளே இவர்கள் இந்த இரண்டுக்கும் இடைப்பட்ட நிலத்தில் வளர்ந்த புற்களும் செடிகளும் உள்ள இடத்தில் படுத்து மறைந்துகொண்டார்கள். அதிகாலை கொஞ்சம் வானம் வெளிச்சம் தந்த தருணத்தில் அவதானித்தபோது அந்த இரண்டாவது வரிசை ஒரு முகாம் அமைப்பாகவே இருக்கும் போலப்பட்டது. இரண்டாவது

இந்தக் காவலரண் வரிசை இருக்க வாய்ப்பில்லை. அப்படி என்றால் கொஞ்சம் பக்கவாட்டாக நடந்தால்? ஒருவேளை ஊகித்ததும் சரியென்றால் மேற்கொண்டு தளத்தினுள் நுழைந்து விடலாம். உள்ளே நுழைந்துவிட்டால் பாதுகாப்புத் தேடிப் பதுங்கிக்கொள்ளவும் முடியும்.

றோமியோ வேங்கை சொன்னவற்றை மேலும் அசை போட்டார். "வானம் வெளிக்கிறதுக்கு முன்னம் இதயனின்ர யோசனைப்படி மெல்ல இடப்புறம் பரந்தன் பக்கத்திசையில் நடந்தம். கொஞ்சதூரம்தான் நகர முடிஞ்சுது. ரோந்துபோன இரண்டு ஆமிக்காரர் நடந்து வந்தாங்கள். ரோந்துதான் அது. நாங்கள் பதுங்கிற்றம், பக்கத்தாலதான் நடந்து போனாங்கள். எங்களைக் காணேல்லை. நாங்கள் பதுங்கினதுக்கு அடுத்த அரணில ஆமி இருக்கிறான். இந்த நேரம் மெல்ல விடியவும் தொடங்கிற்று. மேல நகர முடியேல. அந்த இடத்திலேயே பதுங்கிற்றம்.

"விடிஞ்சதும் நாங்கள் நிலையெடுத்துப் பதுங்கிய இடம் பாதுகாப்பில்லை என்பது புரிஞ்சது. ஆனால் நகர முடியாது. திரும்பவும் எட்டு மணியிருக்கும் அதே மாதிரி வந்தாங்கள் இரண்டு ஆமிக்காரர். காணுவாங்கள் கண்டிப்பாய் என்று சுட வெளிக்கிட்டம். ஆனால் அவங்கள் கதைப்பிராக்கில எங்கள காணேல்லை. திரும்பவும் பின்னுக்கிருந்து மதியம்போல இரண்டு பேர் வந்தாங்கள். அவங்கள் எங்களக் கண்டுட்டு தூரத்திலயே ஏதோ சிங்களத்தில கேக்க நாங்கள் அசைய இல்லை. பின்னால இருந்து வந்தபடியால அவங்கள் எவ்வளவு தூரத்தில நிக்கிறாங்கள் என்றதை அவதானிக்கவும் முடியேல்லை. அவங்கள் ஏதோ கத்தினபடி 'ரைஃபிள் சேவ்ரி கிளிப்'பைத் தட்டுற சத்தம் கேக்க நான் எழும்பிச் சுட்டன். இதயன் குண்டைக் கழட்டி எறிஞ்சான். நாங்கள் முன்னால இருந்த காவலரணைக் கடந்து ஓடிவர முயற்சி செய்தம். அவன் சுட்டுக்கொண்டே இருந்தான். நாங்கள் ஓடிவந்தம். நல்லவேளை மைன்ஸ் ஏதும் வெடிக்கேல. ஆனால் முள்ளுக்கம்பி றோளைக் கடக்க நான் அதில சிக்கி விழுந்திட்டன்."

அவன் சொல்வதை நிறுத்தி மேற்கொண்டு சொல்ல முடியாமல் விக்கித்ததை றோமியோ ஞாபகம்கொண்டார்.

ஆக, தான் எண்ணியதுபோல கொம்பனி மற்றும் பற்றாலியன் தலைமையகங்களைச் சுற்றி காவலரண் உள்ளே இருக்கக்கூடும். இது இரண்டாவது முன்னணி நிலை என எண்ணத்

தேவையில்லை. அப்பிடி என்றால் இப்போதைய இந்தத் திட்டம் வெற்றியளிக்குமென்று அன்றிரவு எண்ணினார்.

மறுநாள் காலை தன் தளத்தின் முன்னுள்ள தொலைத்தொடர்புக் கருவிகள் கொண்ட சிறிய வீட்டின் அறையில் தொங்கிய வரைபடத்தைப் பார்த்துக்கொண்டிருந்தபோது தனது திட்டம் அபத்தத் திட்டமென்று அவரை எண்ண வைத்தது.

தனக்கு என்ன நடந்தது? உண்மையில் நான் திறமையிழந்து விட்டேனா? அதனால்தான் போரில் இருந்து ஒதுக்கி வைக்கப்பட்டேனா? புதிய போரின் போக்கை என்னால் விளங்கிக்கொள்ள முடியவில்லையா என்றும் ஒரு கணம் தன் மதியால் தாக்கப்பட்டார். அந்தக் கணத்தில் தன்னைப் பற்றிய சுயகர்வம் மழைக்கு அஞ்சி புற்றில் பதுங்கும் ஒரு கருநாகத்தைப் போலச் சுருண்டு படுத்தது.

தான் திறமையற்றவன் என்பதை மறுகணமே மனம் நம்ப மறுத்தது. தன்னிடம் போரைக் கற்றுக்கொண்ட கில்மன் இன்று புகழ்கொண்ட தளபதி. தன்னால் ஏன் முடியாது? தான் பிறர் வஞ்சகத்தால் தள்ளிவைக்கப்பட்டேன். அல்லது மேலும் வேறு காரணம் இருக்கலாம். இப்போ மீண்டும் நான் தேவைப்படுகிறேன். ஆனால் என்னை நான் நிரூபிக்கவேண்டும்.

அப்போதிருந்த அவருடைய திட்டம் - தாக்கியழிப்பு சமர் ஒன்றைப் போலியாக, ஆனால் உண்மையாக நடத்த வேண்டும். பிடிபடும் பாதைகளூடாகப் பல முனைகளில் பல வேவுக்காரர்களை அனுப்ப வேண்டும். உண்மைச் சமர் போன்ற ஒன்றைச் செய்யும்போது பல உயிரிழப்புகள் வரலாம். பெரும் ஆயுதத் தளபாட, வெடிபொருளைப் பயன்படுத்தவும் வேண்டும். உள்ளே போகும் வேவு வீரர்கள் திரும்பி வருவார்களா என்பது சந்தேகம். தவிரவும் இது ஒரு போலிச் சமர் என்பது வெளியே தெரியாததால் ஒரு சமரைத் தோற்கடித்துவிட்ட உளவுரன்தான் எதிரிக்கு உருவாகும். போராளிகளுக்குத் தோற்றநிலையால் உளவுரன் குறையும். எதிரியின் போர் அரசியல் வலுப்படும். மொத்தத்தில் இது அபத்தத் திட்டம். இதைத் தலைவரிடம் கொண்டுபோயிருந்தால் திட்டு வாங்க நேர்ந்திருக்குமென்றும் பட்டது.

திருவையாற்றில் றோமியோவின் கட்டளை நிலையம் இருந்த அந்தத் தென்னங்காணியில் யுத்தத்தின் வடுப் பட்டுத் தென்னைகள் காய்க்கவில்லை. சூம்பிச் சுருண்ட

மலட்டுக் காய்களையே வடுப்பட்ட தென்னைகள் தந்தன. கிளிநொச்சி வயல்கள் விதைக்கப்படாத போர் நிலமானதால் நீர்ப்பாசனத்திற்கு இரணைமடுக்குளம் திறந்துவிடப்படவில்லை. இதனால் காணியின் முன்னுள்ள திருவை ஆறு வற்றிக் கிடந்தது. காணியின் வெறுமையில் ஒண்டிக் கிடந்த றோமியோவின் தளம் விரக்தியைத் தருவதாய் இருந்தது. ஆறு பாயாததால் சுற்றிப் படர்ந்த பசிய புற்கள் காய்ந்து பழுப்பேறிவிட்டன.

மனம் அமைதியிழக்கும் அரிய தருணங்களில் அவர் ஓரிடம் போவதுண்டு. அது வன்னியின் அடர்ந்த காடொன்றில் இருக்கும் ஒரு சின்னஞ்சிறிய கோவிலும், அங்குள்ள பூசாரிக் குடும்பமும். இந்திய இராணுவக் காலப் பகுதியில் காடுகளில் அலைந்தபோது அந்தக் குடும்பம் பேருதவியாய் இருந்தது. வன்னிச் சனங்களிடம் ஒரு ஐதீகம் உண்டு. அந்தக் கோவிலில் விளக்கு வைத்து கண்ணீர்விட்டு வேண்டினால் துன்பம் விலகுமென்று. அதன் பெயர் மம்மில் காட்டுக்கோவில்.

இவருக்கென்னவோ அந்த ஆதிக்கோவிலும் சுற்றி ஆழக் காடமைந்த அதன் சூழலும் அதைப் பராமரிக்கும் ஒற்றைக் காட்டுக்குடும்பமும், அவர்களின் அன்பும் சூக்குமம் நிறைந்த சக்தி இரகசியம் கொண்டிருப்பதாய்த் தோன்றும். அந்த இடத்திற்குப் போய் அவர்களிடம் வாங்கிச் சாப்பிட்டு வருவதுண்டு. காடுகளில் அலைந்த, இந்திய இராணுவத்துடனான யுத்த காலத்தில் பசியாறிய இடமது.

மறுநாள் தன் சாரதியை மட்டும் கூட்டிக்கொண்டு அங்கு போய் வந்தார்.

இந்திய இராணுவப் போர் தலைமறைவுக் காலத்தில் உணவு தந்து உயிர்காத்து உதவிய குடும்பமல்லவா அது? தம் பிள்ளை வந்ததுபோலப் பூரிப்பு அதற்கு.

17

வேவுப் போராளிகளின் தளத்திற்கு சேரா அடிக்கடி போய்க் கதைத்து வந்தார். பயிற்சிகளும் வகுப்புகளும் நடந்தன. மணி தன் அணியைப் புத்தூக்கம் கொள்ள வைக்க முயன்று கொண்டிருந்தான். கொக்கு, அரிவாள்சொண்டன், கூழக்கிடாய் போன்ற பறவைகளைச் சுட்டுவந்து கறிசமைத்தான்.

மணி முன்பிருந்தே இலைகுழை தேடிப் பச்சடி செய்யப் போவதற்கும், பறவைகள் தேடிப்போவதற்கும் இரகசியமான வேறொரு அந்தரங்கக் காரணமும் இருந்தது. முரசுமோட்டைப் பின்பகுதியில் சனங்கள் இடம்பெயர்ந்து போய்விட்டாலும் தங்கள் வீடுகளை மாதத்தில் இருமுறையோ ஒருமுறையோ வந்து பார்த்து தேங்காய், மாங்காய் இருந்தால் அவற்றை எடுத்துக் கொண்டு போவதுண்டு. விறகுக்காக வருபவரும் உண்டு. இப்படி வரும் சனங்களைக் காண்பதில் மணிக்குப் படுஉற்சாகம். பொதுவாகவே போராளிகளுக்குப் போர்முனையில் நிற்பதால் சனங்களைக் காணும் வாய்ப்பு கிட்டுவது அரிது. அப்படிக் காணும்போது அது இயல்பு மீறிய சந்தோசம் தரும்.

மணி சைக்கிளை எடுத்துக்கொண்டு இப்படிப் போய் சனங்களைச் சந்தித்த இடத்தில் விழுந்து போனான். யாருக்கும் தெரியாது. ம்ம்... உண்மை. பாழாய்ப்போன காதலில் விழுந்து போனான். காதலில் வீழ்ந்தவன் கதை நல்லாவா இருக்கும்? ஆனால் காதல் நல்லாய் இருந்தது மணிக்கு.

மணியைப்போலவே அவளும் சிறு உருவம். மெல்லென நெளிந்து துவளும் முடி. பொது நிறத்தைவிடவும் கொஞ்சம் சிவலை நிறம். சிறியமுகம். எப்போதும் படபடத்துக் கதைக்கும் அவளியல்பு குறும்புத்தனமாய் வெளிப்படும். குரலின் படபடப்பு போல இமைகளும் எப்போதும் படபடக்கும். அந்தச் சிறிய அழகிய உருவம் நடக்கையில் இடையின் அசைவும் அதனால் அசையும் அரைப் பாவடையின் நுனிகளும் நளின நடனம்போல எப்பவும் இருக்கும். எப்போதும் மணியுடன் வம்புக்கு நக்கலும்,

நையாண்டியும், குத்தலுமாய்ப் பேசும் அவள் கண்களிலிருந்து இவனுக்கேயான அன்பும் காதலும் சுரந்துகொண்டே இருக்கும். அது ஒரு அட்சய சுனை. வற்றப்போவதில்லை.

அவள் பெயர் அருளினி. அப்பா பெயர் தியாகு. மாதம் இருமுறை வீடுபார்க்க வருவார்கள். வந்த இடத்தில் எதேச்சையாகச் சந்தித்து கதைத்துப் பழகி உறவாகிற்று. இவன் களமுனைப் போராளி என்று தியாகுவிற்கும் அன்பு அதிகம். நட்பாகிப் போனதால் இப்போது எதேச்சையாய் வருவதுபோல வந்து சந்திப்பான். சைக்கிளில் தாயையும் சிலவேளை அருளினி ஏற்றிவருவதுண்டு. குடும்பமே நட்பாயிற்று. தன்னை விரும்புகிறான் என்று அருளினிக்கு வலு தெளிவாக விளங்கியது; அதுபோலவே இவன் தன்னிடம் காதலைச் சொல்லவும் மாட்டான் என்பதும் விளங்கியது. அத்தனை கூச்ச சுபாவம் கொண்டவனாய் இருந்தான் மணி.

எத்தனை நாள் எத்தனைமுறை அவள் தன் அன்பை வேறு வேறு செய்கையால் வெளிப்படுத்தியிருப்பாள். அதற்காக அவள் சொற்களைத் தேர்ந்து உரையாடலில் கோர்த்து இவன் காதுகளுக்கு விட்டிருப்பாள். மக்கனுக்கு இது விளங்கவில்லையா. பெரிய போராளி வீரன் காதலைச் சொல்ல துணிவில்லாமல் நிற்கிறானே' என அவள் பலமுறை மனதில் செல்லமாய்த் திட்டினாள். தன் மீதுள்ள அன்பும் ஆசையும் அவனையும் அறியாமல் வெளிப்படுவதை அவள் ரசிப்பாள். சில நேரம் அவனின் இந்தத் தயக்கமும் அவளுக்குப் பிடித்தது. பலநாள் ஓடிற்று. தவிப்புதான் கூடியதே தவிர அவன் காதலைச் சொல்வதாய்க் காணோம். அவளுக்கோ காதலைத் துய்க்கும் ஆசை அடங்க மறுத்து பொங்கியது. கடைசியில் அவள்தான் தன் காதலைச் சொன்னாள்.

போராளியின் காதலி! சொல்லிலேயே எத்தனை செருக்கு இருக்கிறது. அன்றிலிருந்து அருளினி ஆளே மாறிப்போனாள். உற்சாகம் உள்ளூறிக் கொண்டேயிருக்கும் ஒரு போதை. போதை தவிப்பாய் எழுந்து சிலவேளைகளில் வீழ்த்திவிடும். உறவின் தித்திப்பை உணர்ந்தாள். பிரிவின் விசத்தையும் உணர்ந்தாள். காதல் ஒரு பொல்லாப் பிழைப்பு.

காதலித்தும் காதலைச் சொல்ல முடியாத கூச்ச சுபாவமுள்ள அல்லது சொல்லும் துணிவற்ற ஒருவனுக்கு அவன் விரும்பியவளே வந்து காதலிக்கிறேன் என்றால் எப்படி இருக்கும்? அவன் சைபீரியன் வாத்துபோல வானில் சிறகுகளை அகல விரித்து எங்கெங்கோ மிதந்து திரிந்தான். உறக்கம் கெட்டு மனதில்

சிரித்தான், கதைத்தான் அதை வெளியே காட்டிக்கொள்ளக் கூடாதென்றும் தவித்தான். ஓர் அழகி தேர்ந்தெடுத்த காதலன் அவன். போர்முனைப் போராளி. கர்வம் உள்ளூறுகிறது. காதலின் கர்வம்!

இவன் வவுனியா குஞ்சுக்குளத்தைப் பிறப்பிடமாகக் கொண்ட விவசாயக் குடும்பம், பல அண்ணன்மார் கொண்ட கூட்டுக்குடும்பம். குஞ்சுக்குளம் ஒரு காடு சுற்றிய கிராமம். பெரும் வயல்கள் இவர்களின் குடும்பச் சொத்து. எல்லா அண்ணன்மாரும் சேர்ந்து ஒன்றாய் விதைத்து ஒன்றாய் அறுவடை செய்யும் குடும்பம். சேனைப்பயிர்ச் செய்கையால் காட்டில் குடியேறி இவன் தாத்தாமார் சேர்த்த சொத்துகள் அவை.

இவள் அருளினி ஒரேயொரு பெண்பிள்ளை தியாகுவுக்கு. மற்றது முகிலன். நெடுநாள் விட்டுப் பிறந்த ஆண்மகன். அவர்கள் கிறிஸ்தவக் குடும்பம். தியாகு தமிழ்ப்பற்றாளர். அவரின் அப்பா அந்தக் காலத்து தமிழரசுக் கட்சி போராட்டக்காரர். அதனால் வந்ததோ வளர்ந்ததோ மட்டுமல்ல தமிழ்ப்பற்று. விவசாய மண்ணின் வாழ்வும் வாசமுமாய் வந்தது இந்தத் தமிழ்ப்பற்று. அதனால்தான் தன் பிள்ளைக்குத் தமிழ்ப்பெயர். அருளினி என்பது வெறும் பெயராகவா இருக்கு மணிக்கு?

அடுப்படியில் பூனை நுழைவதுபோலச் சத்தம் சலனமின்றி நுழைவது தெரியாமல் மனதில் நுழைந்துவிட்டிருந்தது காதல். எல்லா வாசல்களும் திறந்துவிட்டதுபோல ஓர் உணர்வு. அவளோடிருந்த காட்சிகள் வசப்படாமல் காற்றாடிப் பறந்தன. அதன் சிறகுகளில் இவனையும் அள்ளிப்போனது அது. வர்ண வர்ணமாய் மனவெளியில் பறந்தன பட்சிகள். வசந்த காலத்தில் ஊருக்குள் வரும் மாம்பழக் குருவியின் மூவர்ணமாயும் அதன் மென்மையாயும் ஆனது மனம்.

அருளினியின் அப்பாவோ அம்மாவோ எந்தச் சந்தேகமும் கொள்ளவில்லை. போராளிகள் மீது கொண்ட இரக்கமாகவோ அன்பாகவோதான் மகள் மணியுடன் பழகிக்கொள்வதைப் புரிந்து கொண்டனர். இது பொதுப் பண்பாகச் சமூகத்தில் புழக்கமாகி விட்டது. காதலாய்க் கருதாததற்கு வேறு இரு காரணங்கள் இருக்கலாம். ஒன்று இவர்களுக்கும் மணிமீது இனம்புரியாத பற்று வந்துள்ளமை, மற்றொன்று அருளினி தன் ஊர்ப் பையன்கள் பலர் காதல் கடிதம் கொடுத்தபோதெல்லாம் உடனேயே தாயிடம் வந்து சொல்லிவிடுவாள். அது மட்டுமில்லாமல் அந்தச்

செயலை வீட்டில் சொல்லிச் சிரிக்கவும் செய்வாள். "அவனுக்குச் சொன்னியா?" என்று தாய் கேட்டால் "அவனுக்கு உடனயே சொல்லிற்றன், ஆனால் கடிதத்தைக் கிழித்தோ எறிந்தோ அவனுக்கு அவமானத்தைத் தரக் கூடாதென்று கொண்டுவந்தன்" என்பாள். இதனால் தன் பிள்ளை காதலுக்குள் சிக்கமுடியாத 'விபரமான' பிள்ளை என்ற திடம் பெற்றவருக்கு வந்துவிட்டது. இதுதான் இப்போ காதலுக்கு வசதியாகிவிட்டது. பெற்றவர்கள் நினைப்பது போலக் காதல் என்பது வெறும் பருவத்தின் தடுமாறலா என்ன?

மணி எப்போதாவது அவர்கள் வீட்டிற்கும் போவதுண்டு. கண்டாவளையில்தான் அவர்கள் இடம்பெயர்ந்து இருந்தார்கள். இவர்கள் ஊருக்கு அடுத்த ஊர் அது. இதனால்தான் சொந்த வீட்டை அடிக்கடி வந்து கவனித்துக்கொள்ளவும் வளவு வரும்படிகளைக் கொண்டுசெல்லவும் முடிந்தது. இது மாதச் செலவின் ஒரு பகுதிக்கு உதவியது பெரும் ஆறுதல்.

அருளினிக்கு மணி தன்னை விரும்பியது அடங்காத பெருமிதத்தைத் தந்தது. அவன் ஒரு அணித் தலைவன் என்பது வேறு அவளுக்குத் தெரிந்திருந்தது. அம்மாவுக்கு அவன்மீது பற்று வந்ததும், அப்பா அவனை ஆதரித்துப் பேசுவதும் அவளுக்குப் பெரும் ஆறுதலைத் தந்தது. அநியாயத்திற்குப் போராளிகள் பற்றி சர்ச்சையைத் தொடக்கிவிடுவாள் வீட்டில். மணி பற்றி யார் கதைத்தாலும் அது உள்ளூரக் கள்ளூறும் போதை தரும். ஒருநாள் இல்லை ஒருநாள் இந்தக் காதலுக்கு அனுமதி பெற்றுவிடலாம் என்றுதான் தோன்றியது. ஒரு களமுனைப் போராளியின் காதலி என்பது உள்ளூர அவளுக்குக் கர்வத்தைக் கொடுத்ததும் ஒருவகையில் உண்மைதான்.

இப்போதெல்லாம் மணி தன் அணிப் போராளிகள் மீது அதிக அன்பு காட்டினான். அதிகச் சுதந்திரம் வழங்கினான். அதிக நட்போடு பழகினான்.

வீடு பார்க்க அருளினி வரும்போதெல்லாம் அப்பாவும் அம்மாவும் வளவு வேலைகளைக் கவனிக்க, அருகிலுள்ள தேவாலயத்திற்கு அவள் வந்துபோவது வழக்கம். அந்தத் தேவாலயம் யுத்தத்தால் பாழில் விழுந்த கோவிலாக இருந்தது. ஆனால் அதுதான் அருளினிக்கும் மணிக்கும் தனிமையில் கதைக்கும் வாய்ப்பைத் தந்த ஒரே இடமாக இருந்தது. மணி உள்ளே போவதில்லை. அவள் உள்ளே போய் பத்துநிமிடம் பிரார்த்தனை செய்வாள்.

அவள் செபிக்கும் குரல் அமைதியான அந்தச் சூழலில் அந்தப் பாழ் கட்டடத்தை மெல்லென அதிரவைத்து இவன் காதில் இனிமையாக விழும்.

அவள் உள்ளே போய் வந்ததும் அந்த வீதியில் எதேச்சையாகச் சந்தித்ததுபோல நின்று கதைப்பதுதான் இவர்கள் கண்டுபிடித்த உத்தி. இப்படிப் பத்து நிமிடம். பின்னர் சைக்கிளில் அருகருகாய்ப் போனபடி ஐந்தோ பத்தோ நிமிடம். முடிந்தளவு சைக்கிளை எவ்வளவு மெதுவாய் ஓட்டமுடியுமோ அவ்வளவு மெதுவாய் ஓட்டினார்கள். அட நாசம்! இத்தனை இடைவெளியிருந்தும் மின்சாரம் போல ஏதோ அலைகள் பாய்ந்துகொண்டே இருக்கும். அவளின் வீடு வரப்போகிறதென்று தெரிந்ததும் விட்டுவிலக முடியாதபடி அந்தப் பாயும் அலைகள் பிணைந்து நிற்கும். பெரும் துன்பம் அதையறுத்து விலகுவது என்பது.

அருளினிக்கு இருபத்தியொரு வயசு. மிடுக்கான சுபாவம் ஆனாலும் தனிமையில் தன்னுடலைத் தானே பார்க்கும் ஆர்வம் முன்னெப்போதும் இல்லாதளவு பொங்கிப் பிரவாகித்து வந்தது. குளிக்கும் போது உடலில் ஒட்டும் உடை தன் உடலின் அந்தரங்க நெளிவுகளைக் காட்டும். அப்போதெல்லாம் தானே தன்னையறியாமல் தனக்குள் நாணமுற்றாள். நாணம் அவளை அள்ளிச்செல்லும் வேளையில் உள்ளூர அத்தனை சுகம் பிறக்கும்.

பரந்தன் பக்கம் தாக்குதல் சத்தம் வெடியாய் அதிரும்போது நிலைகொள்ள முடியாத பதட்டத்தில் உத்தரிப்பாள். கெட்ட நினைவுகளில் உழலுவாள். போராளியின் காதலே எத்தனை அவஸ்தை என்பதை அந்தக் கணங்கள் அவளின் அனுமதியின்றி மனதில் குத்தும். ஆனால் மறுபடி பார்க்கக் கிடைத்தால் அதன் நிலை வேறு.

அன்றும் ஒருநாள் தியாகு வீடுபார்க்க வந்த சமயத்தில் மணிக்கு ஒரு குலை செவ்விளநீர் வெட்டிக் கொடுத்துவிட்டார். அன்றும் அருளினியின் அம்மா சோற்றுப் பழந்தண்ணி கொண்டு வந்திருந்தார். பச்சைமிளகாய், சின்னவெங்காயம் நறுக்கிப்போட்டு தேங்காய்ப்பாலும் கொஞ்சம் ஊறுகாயும் சேர்த்துப் பிசைந்த பழந்தண்ணீர் சொல்ல முடியாதளவு சுவையைத் தரும். கொளுத்தும் வெயிலில் எடுக்கும் தாகத்திற்கு அது அமிர்தமாகிவிடும். வயிறு குளிரும். ஆனாலும் இது மற்றவருக்கு. மணிக்கும் அருளினிக்கும் இதன் சுவை வேறு கதை.

தென்னை மரம் சூழ்ந்த அந்தக் கிணற்றுக் கட்டில் இருந்து இந்த நிழலையும் அதன் குளுமையையும், இதம் தரும் வயற்காற்றையும் வாங்கிக்கொண்டு காதலின் அந்தரங்கச் சுரம் மீள பழந்தண்ணி குடிக்கும் பரவசம் வாழ்க்கையில் முன்னெப்போதும் வாய்க்காத சுகானுபவம். தற்செயலாய் அந்த இடம்விட்டு அம்மாவோ அப்பாவோ விலக நேர்கையில் கிடைக்கும் இருவருக்குமேயான தனிமை இருக்கிறதே - இன்னதென்று சொல்லமுடியாது அந்தக் கணத்தில் பரவும் பரவசத்தை. அவளது ஒரு பார்வையே வாழ்வின் முடிவான சுகமென்று ஆகிவிடும் கணங்களும் உண்டு. உருசிப்பது பழந்தண்ணீரை மட்டுமல்ல.

அன்று தியாகு வெட்டிக் கொடுத்த செவ்விளநீர் குலையைக் கொண்டு மணி போனபோது பெடியளுக்கு அது சந்தோசம். “எங்கையண்ணை வெட்டிக்கொண்டு இப்பிடி றோட்டால கொண்டுவரியள்?”

அப்போதுதான் மணிக்குத் தன் மடத்தனம் உறைத்தது.

“சேராவுக்குத் தகவல் போய்ச்சுதோ… இல்லை அவரே கண்டாரோ இண்டைக்கு இரவே காத்துப்போகும் உங்களுக்கு” கோபி சொன்னான்.

“காத்துப்போகும்” என்று போராளிகள் சொல்வது அவர்களின் அதிகார நிலை பறிபோகும் என்பதுதான். ‘அட இவங்களே போட்டுக் கொடுப்பாங்கள் போல இருக்கு.’

“அடே! அது அங்க வீடுபார்க்க வந்த சனம் நான் அதால போகேக்க தந்துவிட்டது” மணி தான் களவாய் வெட்டவில்லை என்பதைச் சொன்னான். காரணம் நாளைக்கு இவங்களும் அக்கம்பக்கம் வெட்டிக்கொண்டு வரத்தொடங்கினால் பொறுப்பாளர் என்ற வகையில் தன்னால் கேள்வி கேட்கவோ கண்டிக்கவோ முடியாது போகும்.

“இந்தப் பக்கம் எங்கயண்ணை சனம் வருகுது வீடு பார்க்க? அது அங்க பின்னுக்குப் போகவேணுமே. அங்க அந்தளவு தூரமா போயிற்று வாறிங்க? அடி சக்கையெண்டானாம்” கோபி கையைத் தட்டி உள்குத்து வைத்துச் சொன்னான். மணிக்குச் சிரிப்பு வந்துவிட்டது, தான் மாட்டிக்கொண்டேன் என்று.

“அடேயப்பா, அந்த வெட்டையில் கொக்கு நிக்கும் எண்டு துவக்கோட இப்பிடியே தேடித் தேடிப் போனன். சனம் கண்டுட்டு தந்துவிட்டுதுகள் இதை” மணி சப்பைக்கட்டுக் கட்டினான்.

“அண்ணை, சரி... சரி சரி கொக்கு தேடிப்போறியள். நீங்க வைச்ச குறியில சூடு பிடிக்காமல் கொக்கு சிரிச்சுப்போட்டு காத்தில எழும்பி பறந்திச்சோ, அப்ப தெரியும் கொக்குவேட்டைக்குப் போற வலி” சில நாளாய் தனக்குள் தாண்டுபோன வேங்கை திடீரென்று படுத்திருந்த திண்ணையிலிருந்து எழுந்து சொன்னான் இரட்டையர்த்தம் வைச்சு.

‘என்ன வேங்கையண்ணை ஊர்ல ஒரு கொக்கு டட்டா டட்டா’ காட்டிற்று எழும்பிப் பறந்திட்டு போல! உணர்ச்சி வசப்படுறியள்” இளநீரை வெட்டியபடியே கவி சொன்னான். தான் உணர்ச்சி வசப்பட்டது அப்போதுதான் வேங்கைக்குத் தெரிந்தது.

“கொக்கு எழும்பிப் பறக்கவில்லையடா! அறுவார் ஆரோ கலைச்சுவிட்டுட்டாங்கள்.” வேங்கை சொல்ல வெடியாய்ச் சிரித்தார்கள் அவன் சொன்ன சாங்கத்தைக் கேட்ட வீரனும் மணியும் கவியும்.

“இஞ்ச கொண்டாடா... எனக்கு முதலில இளநியை” மணி வாங்கிக் குடித்தான்.

“இந்த இளநியை நான் தொட்டு நீட்டினாலும் இப்ப அது தங்கத் தண்ணிதானோ” குத்துக் கதைக்குரிய குறும்பு முகச் சுழிப்பு றாகுலனிடம்.

“கவனம் அண்ணை. கொக்கு உங்களைச் சுட்டிடும்” சொன்னபடியே விலகினான் கவி.

“மணியை ஆமியால இத்தனை வருசமா சுடமுடியேல்ல. கொக்கு சுடுமோ?” மணி பொத்திய கையால் நெஞ்சில் குத்தி அட்டகாசமாய்ச் சொன்னான். நாடியால் இளநீர் வழிந்தது.

“வழியுதண்ணை துடையுங்கோ” என்று கோபி சொல்ல வெடித்துச் சிரித்தார்கள் பெடியள்.

“என்ன வழுக்கல் பதமோ, குரும்பையோ” வேங்கை நமட்டுச்சிரிப்போடு மணியைப் பார்க்காமல் தன் இளநியைக் குடித்தபடியே கேட்டான்.

"முட்டுக்காயடா" வேங்கையிடம் அவனின் உள்குத்து முகபாவத்தைக் கவனிக்காத மணி அப்பாவித்தனமாய்ப் பதில் சொல்ல அந்தச் சூழலே வெடித்துச் சிரித்தது.

"அட நாசமாய்ப்போக! முட்டுக்காயா வாய்ச்சுது?" வேங்கை நிலத்தின் திண்ணையில் அறைந்து சிரிக்க வீரன் குடித்த இளநீர் வெளியே சீறிச் சிந்தச் சிரித்தான். சூழலே கும்மாளமாய் மாறியது.

மணிக்குத் தான் அப்பாவித்தனமாய் இவங்களின் இரட்டை அர்த்தக் கேள்விக்குள் மாட்டிவிட்டது தெரியவும் அசடு வழிந்தது. இவர்களின் முன்னிலையில் முகத்தை எப்படி வைத்துக் கொள்வதென்றே தெரியவில்லை. முகம் கட்டுக்குள் நிற்காமல் தன்னிச்சையாய்க் கோணியது.

18

றோமியோ இரவு தூக்கம் வராமல் வரைபடத்தைப் பார்த்தபடியே கதிரையில் சிந்தனையில் மூழ்கிவிட்டார். சில நாள்களாகவே இவர் இப்படித்தான். உதவியாளர்களிடம் அடிக்கொருதரம் தேநீர் கேட்டுக்கொண்டே இருந்தார். சீனி போடாமல் தேநீர் கொடுக்க வேண்டும். அவர் தனக்குள் உழன்று கொண்டிருப்பது வெளிப்படையாய்த் தெரிந்தது. சிங்கம் குகைக்குள் அலைந்து திரிவது போல அந்தச் சிறு கொட்டிலில் நடப்பதும் வரைபடத்தைப் பார்ப்பதும் தேநீர் குடிப்பதுமாய் இருந்தார்.

சிலநாள் முந்திப்பெய்த மழையில் இரணைமடுக்குளம் நீர்மட்டம் கூடிவிட்டதனால் கலிங்கைத் திறந்து நீர்மட்டத்தைக் குறைக்க தண்ணியை ஓடவிட்டார்கள். நீர் அடித்துப் பாய்ந்து முன்னே உள்ள திருவையாற்றில் சலசலத்து ஓடியது. இரவின் அமைதியில் நீர் உற்சாகம்கொண்டு துள்ளி ஓடியது.

இரவு ஒரு மணியளவில் திடீரென றோமியோ பெடியனை அழைத்துத் "தம்பி ஒரு தேத்தண்ணி தாடா. என்ன இவனொருத்தன் தேத்தண்ணி கேட்டுத் துன்பப்படுத்திறான் என்று நினைக்கிறியோ?" தன்னைத் தாழ்த்தி உரையாடினார். உற்சாகம் கொண்டால்தான் இவர் இப்படிக் கதைப்பது வழமை. "இல்லையண்ணை" சிரித்துக்கொண்டு சொன்னான். "கொண்டா கொண்டா" புது உற்சாகம் இந்த மனிசனில தெரிய பொடியளுக்கு படுசந்தோசம். இப்படி இந்த மனிசன் கதைத்து எத்தனை நாளாகிற்று.

வந்த தேத்தண்ணியைக் குடித்தபடியே வரைபடத்தைப் பார்த்தார். ம்ம்... சரிதான், மனிசனுக்கு வேவுப் பாதைக்கு வெளிச்சம் கிடைத்துவிட்டது மனதில். மீண்டும் மீண்டும் பல கேள்விகளைத் தன் திட்டத்திற்கு எதிராய் எழுப்பிப் பார்த்தார். கேள்விகள்தான் பலவீனமாய் இருந்தன. திட்டம் பலம் கொண்ட காட்டுக் குளுமாடு போல கேள்விகளைத் தட்டி உடைத்துத் திமிறியது.

பிடி கொள்ளாத சந்தோசம் குகையில் நித்திரை இல்லாமல் அலைந்த சிங்கத்துக்கு! சேராவுக்குத் தொலைத்தொடர்பில் செய்தி அனுப்பினார். நாளை காலை மணியையும் கூட்டிக்கொண்டு தனதிடத்திற்கு வருமாறு.

இரவு அந்தத் தென்னஞ்சோலை முற்றத்தில் நிலவு காய நெடுநேரம் ஊன்று கோலுடன் நடந்து திரிந்தார் ரோமியோ. இனம்தெரியாத பறவைகள் உயர வானத்தில் பறப்பதைக் கண்டார். இப்போ சனங்களின் சஞ்சாரமற்று நிசியில் உறைந்த அந்த நகரம் ஒருநாள் மீண்டும் உயிர் பெற்றுவிடும். சேரவுக்கு அறிவித்தல் போயிருக்கும் நாளை விளக்க வேண்டியவற்றை அசைபோட்டார்.

இந்த அறிவித்தல் வரும்போது சேரா தென் போர்முனையில் உள்ள பாதுகாப்புப் போர் நடவடிக்கையின் பிரதம தளபதி கூட்டிய அவசரக் கலந்துரையாடலில் இருந்தார். விடுதலைப் புலிகளின் எட்டுப் படையணிகள் மற்றும் சிறப்பு அணிகள், போரின் உபநிர்வாகப் பிரிவுகள் ஆகியவற்றின் தளபதிகள், பொறுப்பாளர்களுக்கான அவசரக் கலந்துரையாடல் அது. முதல் நாள் தென் போர்முனையில் இராணுவத்தின் பெரும் முன்னேற்ற முயற்சி நிகழ்ந்தது. அதில் பங்கெடுத்தது ஜயந்தன் படையணி, சோதியா மற்றும் அன்பரசி படையணிகள்தான். ஒரு பிளாட்டூன் சாள்ஸ் அன்ரனி அணியும் முறியடிப்பில் கலந்துகொண்டிருந்தது. நடவடிக்கை வெற்றிகரமாக முறியடிக்கப்பட்டு விட்டது. புலிகளின் தரப்பில் அறுபத்தியொருவர் வீரச்சாவு. சிறிதும் பெரிதுமாக முன்னூறு பேர் காயம். இராணுவத்தில் நூற்றியெண்பது பேர் உயிர் இழந்ததாக நம்பப்படுகிறது. கைப்பற்றப்பட்ட ஆயுதத்தளபாடங்கள் பட்டியலாய்ப் பத்திரிகையில் வந்தது. இராணுவ உடல்கள் சர்வதேச செஞ்சிலுவை சங்கத்திடம் ஒப்படைக்கப்பட்ட காட்சியும் வந்தது. ஊரெல்லாம் ஒரே உற்சாகம். புதல்வர்களின் வெற்றிப்பெருமிதம் மக்கள் மனங்களில் பொங்கி நுரைக்கிறது. தெருவெல்லாம் இது பற்றியே பேச்சு. ஒருநாள் மீண்டும் ஊர் போய்விடலாம் எனும் நம்பிக்கை அகதி மனங்களில். போராளிகளுக்கு இரத்ததானம் கொடுக்க வரிசையில் நிற்கிறது சனம். பல வீடுகளில் களமுனைக்கு அனுப்ப உலர் உணவுப் பண்டங்கள் தயாராகின்றன.

இது மாங்குளத்தைக் கைப்பற்றுவதற்கான இராணுவத்தின் நான்காவது முயற்சி. அறிவித்தல் வந்தபோது சேரா பிரதம

தளபதிக்கு றோமியோ அழைக்கிறார் என்பதைச் சொல்லாமல் மறைத்துத் தன் துணைத்தளபதியிடமிருந்து தகவல் என்றே சொன்னார்.

சமரின் பிரதம தளபதிக்கும் றோமியோவுக்கும் வெளிப்படையாக எதுவும் இல்லை. ஆனால் உள்ளூர உறவு மோசமாக இருந்தது. றோமியோவின் வீழ்ச்சியின் பின் எழுந்தவர் இவர் என்பதால் றோமியோ மீண்டும் களம் வந்திருப்பதும் அவரின் பணிகள் முன்னேற்றம் காண்பதும் இவருக்கு உவப்பானதாய் ஒருவேளை இருக்காதோ என்ற சந்தேகம் சேராவுக்கும் இருந்தது. பிரதம தளபதியைப் பொறுத்தவரை இந்த வேவு நடவடிக்கை முழுமையாகச் சாத்தியப்படாத ஒன்று; எனவே அரைகுறைத் தாக்குதல் திட்டம் மீண்டும் ஒரு தோல்வியிலேயே போய்முடியும். றோமியோ காலாவாதியாகிவிட்ட தளபதி என்பது நிரூபணமாகும் என்ற மனக்கணக்கு அந்தரங்கமாய் இருக்கக்கூடும். றோமியோவின் நடவடிக்கைகளின் முன்னேற்றத்தில் இவரும் ஒரு கண் வைத்துத்தான் உள்ளார்.

தென் போர்முனையில் அன்று நின்ற சேரா இரவே திரும்பி வந்தார். காலையில் மணியின் இடத்திற்கு மோட்டார் சைக்கிளில் போய் மணியையும் ஏற்றிக்கொண்டு வந்தார் றோமியோவின் இடத்திற்கு. றோமியோ ஏதோ வழி கண்டுபிடித்து விட்டார் போலும் என ஊகித்தார் தளபதி சேரா.

றோமியோவின் மெய்ப் பாதுகாவலன் சேராவைக் கண்டு சல்யூட் பண்ணினான். நடந்தபடியே பதில் சல்யூட் பண்ணியபடி உள்ளே போகிறார் சேரா. உதவியாளன் இருக்கச் சொல்லிவிட்டு, முன்னால் தொலைத்தொடர்புக் கருவிகள் பயன்படுத்தும் வீட்டில் இருந்த றோமியோவை அழைத்து வருவதாகச் சொல்லிச் சென்றான்.

வளைந்து சொத்தியாகிவிட்ட தன் காலை எறிந்து நடந்தபடி தன் ஊன்றுகோலுடன் வந்தார் றோமியோ. இருவரும் எழுந்து சல்யூட் பண்ணினார்கள். அதை ஏற்று சல்யூட் பண்ணினார் றோமியோ. சல்யூட் கையசைத்த சாயலும் வேகமும் அவரின் உற்சாகத்தைக் காட்டுவதாக இருந்தது. இருவரையும் மகிழ்ச்சியாகக் கண்கொண்டு பார்த்தார் றோமியோ. பிறகு "இந்தக் கிளிநொச்சித் தளத்தை வேவு பார்க்க உங்களிடம் ஏதாவது திட்டமிருக்கிறதா?" என்று வினவினார். தலையைத் திருப்பி இவர்களைப் பார்த்தார். குரலில் வழமை மீறிய ஒரு துடுக்கு இருந்தது.

இருவரும் மௌனமாக இருந்தனர். மணி எதையோ சொல்ல முனைந்து சொல்லாமல் விழுங்கிக் கொண்டான். அதையுணர்ந்த றோமியோ “சொல்லு மணி. உனக்குத்தான் இப்ப அனுபவம் அதிகம். நாங்கள் பழைய தளபதியாகிட்டம் போல” தன்னைத் தாழ்த்திச் சிரித்தார். மணியும் கூச்சத்தோடு சிரித்தான். யுத்தத்தின் பெரும் தளபதியின் முன்னிலையில் கதைப்பதே இலகு அல்ல. கருத்துச் சொல்வது எப்படி? இருந்தும் அவர் முகபாவம் கண்டு சொல்லத் துணிந்தான் அவன். அவனைத் தூண்டுவதுபோல அவரின் முகபாவம் இருந்தது.

“அண்ணை, நாங்கள் ஏதாவது புதுசா யோசித்து புதிசா வழி பிடிச்சாலே தவிர சரியான கஸ்ரமாகத்தான் இருக்கும்” மணி சொன்னான்.

‘இவன் நம்பிக்கையீனமாய்க் கதைத்து தன் மரியாதையையும் இழந்து படையணி மானத்தையும் வாங்கப் போகிறான்’ எனச் சேரா எண்ணினார். ஆனால்...

“சரியாய்ச் சொன்னாய் மணி. புதிசா யோசிக்க வேணும். எதிரிக்கு மட்டுமில்லையடா. எங்களுக்கும் புதிசா யோசிக்கவேணும். இதையொருக்கா பார்” என்று சொல்லியபடி சுவரில் இருந்த அகன்ற வரைபடத்தின் மீது ‘லேசர்’ ரோச்சை அடித்து இடத்தைக் காட்டினார்.

“கிளிநொச்சியில் இருந்து எங்கட முன்னணி நிலைத்தொடர் பரந்தன் தாண்டி ஒரு கிலோ மீற்றர் போகுது. பிறகு நாங்கள் கண்டாவளைக்கு மேல் பக்கமாக இருக்கக் கூடிய பகுதியில் ஊரியான் வெளி வரை நிலைகள் போட்டிருக்கிறம். இதில பாருங்கோ, பரந்தன் சந்தி தாண்டி ஒரு கிலோ மீற்றருக்குப் பிறகு எங்கட ‘லைனை’ப் பின்னோக்கி இழுத்துப் போட்டிருக்கிறம். இந்த இடத்தில எங்களுக்கும் எதிரிக்குமான இடைவெளி ஐந்து கிலோ மீற்றருக்கு மேல...” அவர் சொல்லிக்கொண்டே இவர்களைப் பார்த்தார். கூரிய சிவந்த ஒளிக்கற்றை வரைபடத்தில் இடங்களைச் சுட்டிக்காட்டியபடி ஓடியது.

“இந்த இடத்தில ஆமியின்ர லைனுக்கு (முன்னணிக் காவலரண் தொடர்) நெருக்கமாக எங்கட லைன் இருக்கத் தேவையில்லை. காரணம் அவனுக்குக் கிழக்கு நோக்கிய நகர்வு தேவையில்லை. அதால அவன் இந்தப் பகுதியால வந்து எங்களைப் பின்பக்கமாக சுற்றி வளைக்கக்கூடாது என்றதுக்காகத்தான் இந்த இடத்தில

எங்கட லைன் தேவைப்படுது. மற்றது பரந்தனுக்கு வடக்கே உள்ள இந்தப் பிரதேசம் வெட்டைவெளிப் பிரதேசம். நிலைகளை அமைக்க அவங்களால முடியாது. தேவையும் இல்லை" இப்படிச் சொல்லும்போதே மறுகாரணம் அவரின் மனதில் வந்தது. அதைச் சொல்லாமல் மறைத்துக்கொண்டார். காரணம், அக்காரணத்தை அவரும் ஊகித்துக்கொண்டதுதான். இல்லையென்றால் கண்டாவளைக்கு முன்பகுதியில் ஊரியான்வரை எங்களுக்கு லைன் தேவையில்லை. தலைவர் அப்படிப் போடச்சொல்லி கில்மனுக்குச் சொன்னதற்கு வேறு காரணம் இருக்கக்கூடும். அவர் காரணம் இல்லாமல் எதையும் சொல்லமாட்டார்.

சுண்டிக்குளம் கடற்கரையில் கடற்புலிகளின் கடற்தளம் உண்டு. அந்தப்பகுதி கடல்வழித் தாக்குதலுக்கும் விநியோகத்திற்கும் மிக முக்கியம். இந்தப் பகுதியில் பொருத்தப்படும் 'றாடார்' கருவி பெருங்கடலைக் கண்காணிப்பதற்கு ஏதுவான புவியமைப்பைக் கொண்டதும் கூட. எனவே இந்தப் பகுதிக்குப் பரந்தன் ஆனையிறவுத் தளத்திலிருந்து இராணுவச் சிறப்பு அணியை அனுப்பித் தாக்குதல் நடத்த முடியும். இந்த அச்சம் காரணமாகவும் இந்த ஊரியான் பகுதியில் செறிவற்ற கண்காணிப்பு நிலைகளை அமைக்கத் தலைவர் கட்டளையிட்டிருக்கக் கூடும். அவர் இரகசியங்களை உடனிருக்கும் தளபதிக்கும் சொல்ல விரும்பாதவர். இதை அவர் சொல்லவில்லை. இந்த இரகசியம் தனக்கே மறைக்கப்படும்போது படையணிப் போராளிகளுக்குத் தெரியவேண்டியதில்லை என்பதும் மனதில் எழுந்து அடங்கியது. இருவரையும் ஆழ்ந்து பார்த்துவிட்டு மீண்டும் சொல்லத் தொடங்கினார்.

"எங்கட லைனுக்கும் எதிரியின்ர லைனுக்கும் மூன்று கிலோமீற்றர் இடைவெளி இருக்கிற இந்தப் பகுதியில இராணுவம் உசார்நிலையில இருக்க எந்த வாய்ப்பும் இல்லை. நாங்கள் அவனையோ அல்லது அவன் எங்களையோ பார்க்க முடியாத இடம் இது. எந்த அச்சுறுத்தலும் இல்லாத பகுதியில ஆமி உசாரா இருக்கமாட்டான் என்றதோட, பாதுகாப்பு ஏற்பாடுகளும் பெரியளவில இருக்காது. இந்தப் பிரதேசம் முழுவதும் வெட்டைவெளிப் பிரதேசமாய் இருந்த காரணத்தால இந்தப் பகுதியில இருந்து நாங்களொரு தாக்குதலை ஒருபோதும் தொடுக்கவே முடியாது என்று ஆனையிறவில் இருக்கிற ஆமி கொமாண்டருக்கு நல்லாத் தெரியும். இது போருக்கு உரிய இடமில்லை. அதனால தன்ரை பலத்தை இந்த இடத்தில நிறுத்தி அவன் மொக்கு வேலை பார்க்கமாட்டான்." அவர் இவர்களைத்

திரும்பிப் பார்த்தார். தன் திட்டத்தின் மீது நம்பிக்கை வருகிறதா, இல்லையா என்று. சேரா உற்சாகமாக இருந்தார். மணி உற்றுக் கேட்டுக்கொண்டிருந்தான். அவரின் உடல் அசைவில் திருப்தி தெரிய மேலும் விளக்கினார்.

“ஆனால் இந்தப் பகுதியில் இருந்து ஒருபோதும் தாக்குதல் வராது என்று தெரியிற கொமாண்டருக்கு இந்தப் பகுதியால வேவுப் புலி நுழைஞ்சு கிளிநொச்சியை வேவு பார்க்குமெண்டு தெரிஞ்சிருக்காது” சொல்லிவிட்டுச் சிரித்தார் அவர்களைப் பார்த்து. அதில் தன் திட்டம் மீதான அவரது நம்பிக்கை வெளிப்படுவதாய் இருந்தது. அது குறித்த பெருமிதமும் எஞ்சி நின்றது முகத்தில்.

சேராவின் முகத்தில் மலர்ச்சியைக் கண்டார் றோமியோ. மணிக்கு இது சரியென்றுதான் பட்டது. அவன் இன்னும் ஆழ்ந்த சிந்தனைக்குள் மூழ்கினான்.

“அண்ணை, இது முயற்சிசெய்து பார்க்கக்கூடிய திட்டம்தான். ஆனால் இந்தப் பகுதியில தாக்குதல் வராது என்றதுக்காக வேவுப் போராளிகள அவன் எதிர்பார்க்க முடியாதெண்டு சொல்ல முடியுமா?” மணி சொல்லிவிட்டு சேராவைப் பார்த்தான். தான் பணிவாகத்தான் சொன்னேனா என்பதை மீள மனநினைவில் ஓட்டினான். பணிவாக அது பதிவாகவில்லைதான்.

சேரா முந்திக்கொண்டு பதில் சொன்னார். “இல்லை. நாங்கள் இதுவரை காலமும் முன்னணி ‘லைன்’ஐ தாக்கிறதுக்காகத் தான் வேவு பார்க்கிறம். முன்னணிக் காவலரணைக் கைப்பற்றுறதுக்கூடாக அவன்ர பாதுகாப்பு ஏற்பாட்டை குலைச்சு அழிக்கிறம். நாங்கள் தாக்க முடியாத இடத்தில எங்களுக்கு வேவும் தேவையில்லை என்றுதான் அவன் நினைக்க வாய்ப்பிருக்கு.” இப்படிச் சேரா சொன்னதற்குக் காரணம் வேவு அணித் தலைவனே நம்பிக்கை இழந்தால் காரியம் மேற்கொண்டு நடக்காது என்பதை உணர்ந்ததாலேயே. தவிரவும் இது ஒரு நல்ல உத்தியென்று அவருக்குப் பட்டது.

“சரியாய்ச் சொன்னாய் சேரா! ஆமியின்ர கவனம் முழுவதும் கிளிநொச்சியில இருக்கு. அந்த முன்னணி சண்டைப் படையணியைத் தகர்த்து உள்ளே பின்னுக்கு நாங்கள் நுழைய முடியாது. ஆனால் இங்க வேவுக்கு இறங்கி கிளிநொச்சி தளத்தை வேவு பாப்பாங்கள் என்று அவன் எதிர்பார்க்க வாய்ப்பே

இல்லை.” இந்தக் கூர்மையான உத்தியில் இராணுவத்தை ஏமாற்றிவிடலாமென்று தெரிந்திருந்தது. ஆனால் நுழையும் வேவுப் போராளி நகர்ந்து கிளிநொச்சி வருவதும் வேவு பார்த்துத் தளம் திரும்புவதும் சாதாரணமானது அல்ல என்பதை அவர் உணர்ந்துதான் இருந்தார். அவரின் முழு நம்பிக்கை மணிதான். மணியே இதில் பெரும் முதலீடு.

அந்தக் கொட்டிலின் வாசல்புறம் கிழக்குப் பார்த்து இருந்ததால் காலை வெயில் தென்னை மர ஓலைகளையும் ஊடுருவித் தரையில் இருந்து மூன்றடி பதித்து வெட்டப்பட்ட நிலத்தில் தாராளமாய் விழுந்தது. வாசலின் முன்னால் நின்ற அலரி மரத்தை நேற்றுத்தான் வெட்டச்சொல்லி வெட்டுவித்தார் றோமியோ. வாசலின் முன்னால் மரத்தில் ஷெல் விழுந்தால் சன்னங்கள் கீழ்நோக்கிக் கொட்டிலுக்குள் வர வாய்ப்புண்டு. நிலத்தில் வீழ்ந்தால், நிலத்தில் இருந்து பதிந்திருக்கும் கொட்டிலுக்குள் சன்னங்கள் வராது. நிலத்தில் விழும் ‘செல்’ இல் இருந்து பிரியும் துண்டுச் சன்னங்கள் மேல் நோக்கியே எழும்பும். இந்த அலரி மரம் அகற்றப்பட்டதால் என்றுமில்லாதவாறு ஒளி பாய்ந்து வந்தது அங்கே.

“நான் என்னோட ஆளை அனுப்பி இந்தப் பகுதி முன் பிரதேசத்தைப் பார்த்திட்டன். ஐம்பது தொடக்கம் நூறு மீற்றருக்கொரு காவலரண் தான் இருக்கு. கிளிநொச்சி மாதிரி நெருக்கமாய் இல்லை. ஃபோக்கஸ் லைற் இல்லை. தூரத்திற்கு ஒன்றுதான் இருக்கு. இந்த இடத்தில நுழையிறது கஸ்ரமா இருக்காது. அங்க இருந்து கிளிநொச்சிக்கு நகர்ந்து வாறதுதான் மிச்சமுள்ள பிரச்சினை” பார்க்கப்பட்ட பகுதியைச் சிவப்புக் கதிர் சுட்டிச் சுட்டிக் காட்டியது. காவலரண்களை வரைபடத்தில் குறித்து ஒட்டியிருந்தார்.

“மணி, நீ நாளைக்கே இந்தப் பகுதி முன்னணி நிலைகளை ஒருக்கால் பார். நான் திருப்பிக் கூப்பிடுறன்” றோமியோ சொல்லவும் மிகப் பணிவாக மணி சொன்னான். “ஓமண்ணை, நாளைக்கே பார்க்கிறன். இந்த முறை நானே வேவுக்கும் போறன். அதுதான் நல்லதண்ணை...”

கண்கள் மினுங்க மணியைக் கூர்ந்து பார்த்த தளபதி றோமியோ “நீ உண்மையில சரியான வீரன்தான்ரா... களைப்பும் நம்பிக்கையில்லாத்தனங்களும் கீழவுள்ளவர்களுக்கு வரேக்க நாங்கள்தான் முன்னுக்கு நிக்கவேணும். இல்லாட்டி ஒரு

காரியமும் நடக்காது. அழிவுதான்” எழும்பி வந்து மணியின் முதுகில் தட்டித் தோளில் அணைத்து வெளியே நடந்தவர்,

“இந்தத் திட்டத்தை உன்னை நம்பித்தான் உருவாக்கி இருக்கிறன். உன்னை மட்டும்தான். உன்னால மட்டும்தான் முடியும், உனக்கு சிங்களம் தெரியுமல்லே” என்று கேட்டார்.

மணி, ஒரு பெருந்தளபதி தன் தோளில் கைபோட்டு நடக்கும் அந்தக் காட்சியைத் தானே ரசித்தான். இனம்புரியாத வேகம் உள் பாய்ந்ததாய் உணர்ந்தான். அவர் கொடுத்த மரியாதை ஒரு பெருமித உணர்வைக் கிளர்த்திக்கொண்டே இருந்தது.

மணிக்கு நன்றாகத் தெரியும் ‘இந்த மனிசன் உசார் ஊசி அடிச்சு கீழ உள்ளவர்களிட்ட வேலை வாங்கிறதில வலு மன்னன்’ என்று. இருந்தாலும் ஊசி ஏறும்போதும் உசார் ஆகாமல் இருக்க முடியாது. றோமியோவின் ஈர்ப்பு அப்படிப்பட்டது.

“கொஞ்சம் கதைப்பன் அண்ணை சிங்களம்” மணி சொன்னான். ஆனால், அவனால் நன்றாகவே கதைக்க முடியும். அதை அவன் இயக்கத்தில் எப்போதும் சொல்வதில்லை. சொன்னால் தொலைத்தொடர்பு ஒட்டுக்கேட்கும் பிரிவில் இவனைச் சேர்த்துக்கொண்டுவிடுவார்கள். பின்னர் கதிரையில் இருந்து ‘கொம்யுனிகேசன் செற் கெட்ஃபோனை’ தலையில் மாட்டிக்கொண்டு இரவும் பகலும் இருப்பதுதான் போராட்டமாகிவிடும். யாருக்கு வேணும் அந்தப் பாழாய்ப்போன உத்தியோகம். ‘போராளி என்றால் சண்டையில இறங்கவேணும், சாதிக்கவேணும், நாலு சனத்துக்குத் தெரியிற மாதிரி என்ர பெயர் அடிபடவேணும். பங்கருக்குள்ள கதிரையில் இருந்தா... ச்சா நரக வாழ்க்கையாய்ப் போயிரும்.’ இப்படித்தான் மணி நினைத்தான்.

மணி சின்ன வயதில் அண்ணன்மார்களால் வவுனியா நகர்ப் பகுதிக்கு அனுப்பிப் படிப்பிக்கப்பட்டவன். இவனது பள்ளிக்கூடத்திற்கு வவுனியாவில் புதிய சிங்களக் குடியேற்றப் பகுதியில் இருந்தும் மாணவர்கள் வந்ததனால் அவர்களுடன் பழக்கம் வந்தது. பள்ளிக்கூடத்திலும் சிங்களம் ஒரு பாடமாக இருந்தது. இதனால் மணி சிங்களமொழியைத் தெரிந்துகொண்டிருந்தான். ஆனால் கொஞ்சம் தெரியுமென்று மட்டும் சொல்லிக்கொள்வான்.

“அது போதும். நான் பிறகு கூப்பிடுறன். உன்ர அணியில இந்தத் திட்டம் இப்ப யாருக்கும் தெரிய வேண்டாம். அந்தப் பகுதியைப்

பார்க்கவும் என்ர ஆள் ஒருவனை அனுப்பிறன். அவனோட நீ மட்டும் போ. மிச்சம் சேரா மூலம் சொல்லியனுப்புறன்" சொல்லி வெளியே வந்து வழியனுப்பினார்.

சேரா, மணியைக் கூட்டிவந்து அவன் தளத்தில் இறக்கி விட்டுச் சென்றபோது வேங்கை திண்ணையில் படுத்திருந்தான். வீரன் மாமரத்தில் இருந்தான். கவி உடுப்புத் தோய்க்கப் போய்க் கொண்டிருந்தான். ராகுலன் கேட்டான்,

"என்னவாம் புதினம்?"

எல்லாரிடமும் இந்தக் கேள்வி இருந்தது. இரண்டு வாரமாகப் போகிறது, வேவு பற்றி எந்த முடிவுமில்லாமல் இருந்ததால் அதுபற்றிக் கதைக்க அழைத்திருக்கக்கூடும் என்ற அனுமானம் அணியில் எல்லாரிடமும் இருந்தது.

"றோமியோ முடிவு செய்திட்டார் மணிக்கு மூக்குக்குப் பஞ்சு வைக்கிறதெண்டு. இனி ஒண்டும் செய்யேலா" மணி அட்டகாசமாய்ச் சிரித்தபடி, போலிச் சலிப்போடு தன் துவக்கைத் தோளில் இருந்து கழட்டித் திண்ணையில் வைத்தான். அவன் உடலசைவு சலிப்பின் போலியைக் காட்டியது.

"ஆகா... மணி இஞ்ச இருந்து கொக்குச் சுடுறான் எண்டது தெரிய வந்திட்டுபோல..." ராகுலன் சொன்னான். இந்த அணியின் இரண்டாவது பொறுப்பாளன்தானே ராகுலன். மணி இல்லாவிட்டால் அணிக்குத் தலைவன் ராகுலன்தான். இந்த முடிவு குறித்து ராகுலனுக்கு மகிழ்ச்சி. வலிந்து அடித் தொண்டையில் தன் கீழுள்ள போராளிகளிடம் கதைக்கும் ஆள் இவன். அதில் ஒரு அதிகாரம் வெளிப்படுவதாக இருக்கும். மற்றவர்களைக் கட்டுப்படுத்த இது அவசியம் என எண்ணுகிறான் இவன். மணி சில நாளேனும் எங்காவது போனால் அந்த நேரத்தில் மற்றவர்களுக்குக் கட்டளை இடும் தருணம் வாய்க்கும்; இதுவரை வாய்க்காத அந்தத் தருணத்தால் யாரும் இவனை ஒரு அணித் தலைவனாக உணரவில்லை.

கவி மறுபடி கேட்டான் "சொல்லுங்கண்ணை என்னவாம்?"

மணி "இதை முடிச்சுக் காட்டவேணும், இல்லையெண்டால் மூக்குக்க பஞ்சு வச்சுக் காட்டவேணுமாம்" திண்ணையில் இருந்து தொடையில் தட்டிச் சிரித்தான். எல்லாரும் கூடிவிட்டார்கள்.

“எதுக்குள்ளாலயாம் போறது? உந்தப் பாதைகளுக்குள்ளால துயிலும் இல்லம்தான் போகலாம்.” எழுந்து சப்பணம் கொட்டி இருந்த வேங்கை சொன்னான்.

“எனக்குத் திட்டம் சொல்லேல்ல... வெறும் உசார் ஊசி மட்டும்தான் போட்டு விட்டிருக்கிறார்.”

மணி வந்ததும் தன்னைத்தான் அடுத்ததாக வேவுக்குப் போகத் தெரிவு செய்திருக்கிறார் றோமியோ என்ற செய்தியைச் சொன்னதற்குக் காரணம் இருக்கு. எதையுமே விகடமாகச் சொல்லும் இவனுக்குள்ளே மிக சீரியசான ஆள் இருக்கிறான். அணியில் உள்ளவர்கள் இந்த வேவில் என்றுமில்லாதவாறு சலிப்படைந்துவிட்டார்கள் என்பதை அவன் அறிந்துதான் இருந்தான். அவர்கள் தாங்கள் அடுத்து அனுப்பப்படக் கூடுமோ என ஊகிக்க முன்னர் முந்திக்கொண்டு தானே தான் போகிறேன் என்று சொல்லி அதற்கு முற்றுப்புள்ளி வைத்துவிட்டான்.

எதையும் முன்யோசிக்காமல் கதைப்பவன் போலத் தோன்றும் மணியோ உண்மையில் மிகவும் முன்யோசனையுடன் நடந்து கொள்ளும் அதீத திறமைசாலி என்பதைச் சேரா மட்டும்தான் அறிவார். அவருடன் வேலை பழகிய நாள்களிலே இவனைத் துல்லியமாக அறிந்து வைத்திருந்தார் சேரா.

19

மறுநாள் காலை விடிந்தும் விடியாத பொழுதில் பூமியதிர காதைப் பிளக்கும் பேரொலி கேட்டு பதைபதைத்து எழுந்தனர் அந்த வேவுப்போராளிகள். காற்று கனதியாகத் திரண்டு நெஞ்சில் உதைத்ததுபோன்ற உணர்வு. பேரிடியாய் வெடியதிர்வு. காதைக் கிழிக்கும் 'கிபிர்' யுத்த விமானம் குண்டைப் போட்டுவிட்டு மேலெழுந்தது. முதலில் தங்களுக்குத்தான் அடி விழுகிறது என்றுதான் எண்ணினார்கள். வீட்டை விட்டு வெளியே பயந்து ஓடி பங்கருக்குள் போய் நிதானித்ததும்தான் தெரிந்தது, அருகே எங்கோ தாக்கப்படுகிறது என்று. குண்டுச் சிதறல்கள் வீட்டுக்கூரை, மரங்களில் பாயும் சத்தம் கேட்கிறது. நான்கு விமானங்கள் பறந்து பறந்து பல குண்டுகளைப் போட்டன. தாக்கப்படுவது அருகே முன்னுக்குள்ள களமுனைப் பிரதான மருத்துவத் தளம். கிபிர் விமானங்கள் திருப்தியோடு திரும்புகின்றன.

களமுனை மருத்துவத்தளமே சின்னாபின்னமாய்ப் போனது. அந்த நிலத் தோற்றமே மாறிவிட்டிருந்தது ஒவ்வொரு குண்டும் *250Kg* எடையுள்ளவை. நிலமே பெரும் கிடங்காகிக் கிடங்குகள் நெருப்பில் எரிந்ததுபோலச் சாம்பல் பூத்தும் இருந்தன. மரங்கள் முறிந்து அவலமாய் வீழ்ந்து கிடந்தன. விமானம் திசை திரும்பித் தளம் மீளும் சத்தத்தை வேறுபடுத்தி உணர்ந்த மணி எழுந்து "வாங்கடா மெடிசினுக்குத்தான் அடி விழுந்திட்டுது. காயக்காரரைத் தூக்குவம்" என்று ஓடினான்.

"திருப்பி அடிப்பாங்கள். கொஞ்சம் பொறுத்துப் பார்ப்பம்" என்று கத்தினான் ராகுலன்.

மணி யாரையும் பார்க்கவில்லை. அவன் ஓடவும் கோபியும் வீரனும் பின்னால் ஓடினார்கள். ஆறு பேர் அங்கு இரத்தமும் மண்ணும் கந்தக மணமும் அப்பியவாறு காயத்தில் கிடந்தார்கள். மரங்கள் முறிந்தும் கட்டடக்கூரை இடிந்தும் அந்தச் சிதிலங்களுக்குள் சிலர் சிக்கிக் கிடந்தார்கள். மூன்று பேர் இறந்துவிட்டார்கள். காயப்பட்டவர்களைத் தூக்கிக்கொண்டு

அருகே இருந்த மகளிர் மிதிவெடிப் பிரிவின் தளத்திற்கு ஓடினார்கள். அங்கே நல்ல பங்கர் உண்டு என்பதை மணி அறிந்திருந்தான்.

அங்கிருந்த பெண் போராளிகள் நால்வரும் இவர்களும் இரண்டாம் முறை எஞ்சிய காயக்காரரைத் தூக்க வந்தபோது ராகுலனும் வேங்கையும் கவியும் இரண்டு காயக்காரரைத் தூக்கினார்கள். "மிதிவெடி நீ‌ம் பங்கருக்குள்ள கொண்டு போங்கடா" என்று கத்தியவாறு எஞ்சிய காயக்காரரையும் இறந்தவர்கள் உடலையும் தூக்கிக்கொண்டு இவர்களும் ஓடினார்கள்.

"டேய், மேல வண்டு சுத்துதடா. கிபிர் திரும்பி வருமடா. ஒருத்தரும் நிக்காதேங்கோ ஓடுங்கோ" மணி கத்திக்கொண்டே காயக்காரரைக் கொண்டு ஓடினான்.

அங்கு போய்ச் சேர்ந்ததும் சேராததுமாய் நான்கு குண்டுகள் வீழ்ந்து அதிர்ந்தது நிலம். அதே இடத்தில்தான் தாக்குதல். கிபிர் விமானம் மேலெழும்புகிறது. காது கிழிபடும் இரைச்சலுடன் ஒலியை விட வேகம் கூடிய இந்தப் போர் விமானம் தாக்கிய பின்தான் அதன் வருகை ஒலி கேட்கும். காயக்காரரை எடுக்க ஆட்கள் வருவார்கள் என்ற ஊகத்தில்தான் கிபிர் மறுபடி தாக்க வந்தது. மயிரிழையில் அவர்கள் தப்பினார்கள்.

இவர்கள் மருத்துவப் பிரிவுக்கு அறிவித்து அவர்கள் உடனே வந்து வாகனத்தில் காயக்காரரை ஏற்றிச் சென்றதும் தளம் திரும்பும் வழியில் சேரா வந்துவிட்டார். அவர் எண்ணியது வேவு அணியின் வீட்டுக்குத்தான் அடி வீழ்ந்துவிட்டது என்று. வோக்கி ரோக்கியில் தொடர்பு எடுத்திருக்கிறார். தொடர்பு இல்லை என்றதும் இங்குதான் அடி வீழ்ந்துவிட்டது என்றெண்ணி உடனே வந்துவிட்டார். மணி அவசரத்தில் 'வோக்கி ரோக்கி'யை எடுக்காமல் ஓடிவிட்டான்.

சேரா வேவு அணியின் தளத்தைச் சுற்றிப் பார்த்துவிட்டு மணியைத் திட்டினார். "இதுவா உங்கட பங்கர்? இது என்ன பங்கரா? ஒன்றுதானா இருக்கு அதுவும்? ஏன் எல்லாரும் ஒன்றாய்ச் சாகவா?" மணி எதுவும் திருப்பிக் கதைக்கவில்லை.

"இன்றைக்கே இரண்டு பங்கர் கிபிர் குண்டு அடிச்சாலும் தாங்கக் கூடிய மாதிரி 'சொக் அப்சோவர்' பங்கராக அடியுங்க. இப்பவே வேலையைத் தொடங்கவேணும். சுற்றிவரப் பாருங்க. முகாம்

அப்பால் ஒரு நிலம் ✸ 307

இருக்கிற மாதிரி ஏதாவது தடயம் வெளிப்படுதா என்று. தடயச் சாமான் இருந்தா உடன பொறுக்கி அப்புறப்படுத்துங்கோ" சுற்றும் முற்றும் கண்களால் பார்த்தார். அந்த விடயத்தில் மணி கவனமாகத்தான் இருந்தான்.

"இனிமேல் இதைவிட்டு வெளியே சாப்பாடு எடுக்கவோ வேறு என்ன அலுவலுக்கோ போறதா இருந்தாலும் சரி, உள்ள வாறதெண்டாலும் சரி... நின்று 'வண்டு' மேல சுத்துதா என்டதைப் பார்த்த பிறகுதான் உள்ள வரவேணும், வெளிய போகவேணும். 'வண்டு' செய்த வேலையைப் பார்த்திங்களா இப்ப..."

முகத்தில் தீவிரம் வெளிப்படும் வண்ணம் வைத்துக்கொண்டு திட்டினார். இந்த விடயத்தில் தான் மன்னிப்பு வழங்கப்போவதில்லை என்பதை வெளிக்காட்டும் அவரின் உடல் தோரணையது. 'இந்த மனுசன் இஞ்ச அடி விழுந்திட்டுது எண்டதும் தனிய வெளிக்கிட்டு வந்திட்டுதே' என்று எண்ணினான் மணி.

நாளையில் இருந்து காலையில் ஐந்து கிலோமீற்றர் வேக ஓட்டம் ஓடிப் பயிற்சி செய்யுமாறும், இலங்கை இராணுவத்தின் படைத்துறைச் சின்னங்கள் பற்றி வகுப்பு எடுப்பதற்குப் படைத்துறை பயிற்சிப் பிரிவில் இருந்து மாஸ்ரர் வருவார் என்றும் சொன்னார் சேரா. றோமியோ இந்த அறிவுறுத்தல்களைச் சேராவுக்கு வழங்கியிருக்கிறார்.

20

மணி அன்றிரவு பரந்தன் பகுதியில் இருந்த துணைத் தளபதியின் கட்டளை நிலையத்திற்கு அழைக்கப்பட்டான். அங்கு றோமியோ தனது ஒரு போராளியை மணியுடன் இணைத்துவிட்டார். பரந்தன் புதுக் குடியிருப்பு வீதிக்கு வடக்கே ஒரு கிலோமீற்றர் அப்பால் சென்று அந்தப் பகுதி முன்னணி நிலைகளை அவதானித்து வரச் சொன்னார்.

அடுத்தடுத்து மூன்று நாள் அந்தப் பகுதி நிலைகளை அவதானித்து றோமியோவுக்குத் தெரிவித்தனர் இருவரும். நாலாம் நாள் மணி யாருக்கும் சொல்லாமல் தான் தனியே போய் நிலைமையை அவதானித்து விடியும்போது தளம் திரும்பினான்.

இந்த வேவில் நீண்ட பிரயாணத்தை எதிரித் தளத்திலேயே நிகழ்த்தவேண்டி இருக்கிறது. உள்ளே ஆபத்தில் சிக்க நேர்ந்தால் அந்த இடத்தைவிட்டுச் சொற்ப நேரத்தில் வேறு தூர இடத்தை ஓடிக் கடந்து நிலைகொள்வதொன்றே பாதுகாப்பானதாக இருக்க முடியும். எனவே ஓடும் பயிற்சியை வேக ஓட்டமாகவும், தோளில் இராணுவ 'பாக்', துவக்கை அணிந்தவாறு ஓடிப் பயிற்சி செய்யுமாறும் றோமியோ மீண்டும் மணிக்கு அறிவுறுத்தினார். வகுப்புகளும் நடந்தன. இலங்கை இராணுவக் கட்டமைப்பில் உள்ள படைப் பிரிவுகள், அதன் வகைகள், அதன் சின்னங்கள், குறியீடுகள், வர்ணங்கள் என்று இவர்களைக் குறிப்பெடுத்து ஞாபகப்படுத்தச் சொன்னார் மாஸ்ரர். எதிரித் தளத்தில் பறக்கும் கொடி, பாவிக்கும் சின்னம், அதிகாரிகளின் உடையில் உள்ள பட்டி என்பவற்றைக் கொண்டு எந்த இடத்தில் என்ன படைப் பிரிவு நிற்கிறதென்று விளங்கிக்கொள்ள வேண்டும்.

இந்தச் சமயத்தில்தான் தளபதி சேராவின் நம்பிக்கையில் மண்ணள்ளிப் போட்டான் வேங்கை. வேங்கை, தான் வேவு அணியில் இனிமேலும் இருக்க விரும்பவில்லை என்று கடிதம் எழுதினான் சேராவுக்கு. சேரா அவனைக் கூப்பிட்டுத் திட்டினார், விளங்கப்படுத்தினார், புரியவைத்தார், மிரட்டினார். அவன்

விடாப்பிடியாக நின்றான். “உன்னை மூன்று வருசமா வேவுக்குப் பழக்கி இருக்கிறம். இப்பிடித் திடீரெண்டு விட்டிட்டு நீ சண்டையணிக்குப் போறதெண்டால் உன்ர இடத்திற்கு ஓராளைப் பழக்கி எடுக்க முடியுமோ? சரி ஒரு வருசம் நின்று இரண்டு போராளிகளைப் பழக்கீற்றுப் போ” என்றார். அவன் சம்மதிக்கவில்லை.

“உன்னைத் தன்ர உயிரைக் குடுத்து காப்பாற்றினவன் இதயன். அதுக்கு அர்த்தமில்லாமல் விட்டுட்டுப் போனால் நட்புக்கு என்னடா அர்த்தம்” என்றும் சொல்லிப் பார்த்தார். ம்கூம்... அவன் கேட்பதாயில்லை.

“நீ போக ஏலாது இப்ப” என்றார் கோபமாக.

“அப்ப நான் இயக்கத்தை விட்டு விலகிறன்” என்றான்.

அதுக்குப் பிறகு எதுவும் பேசாமல் அவனை ஊரியான் பகுதி நிலைகளுக்கு ஒரு செக்சன் லீடராக அனுப்பினார். கடும் தண்டனை கொடுக்க நினைத்தார். காயப்பட்ட போராளிகளைப் பராமரிக்க அனுப்பத்தான் இருந்தார். ஆனால் இறுதியில் முடிவை மாற்றிக்கொண்டார். அப்படிச் செய்தால் இவன் இயக்கத்தை விட்டே விலகிவிடக்கூடும் என நினைத்ததுதான் அதற்குக் காரணம். ஆனால், இதுவும் ஒரு தண்டனைதான். அவன் ஒரு பிளட்டூன் லீடருக்கு உரிய தகுதி நிலை உடையவன். தன்னைவிட இளைய லீடர்களோடு அவனை விட்டுவிடுவதன் மூலம் தண்டனையை உணர்த்தினார். அவருக்குத் தெரியும் சக தோழர்கள் மத்தியில் மரியாதை தாழ்ந்து போவதோ, அவமானப்படுவதோதான் சரியான வீரன் ஒருவனுக்குக் கொடுக்கக்கூடிய கடுந் தண்டனை என்று.

சேரா எண்ணியது மணியுடன் வேங்கையை இந்த வேவுக்கு அனுப்ப முடியும் என்றுதான். காரணம் வேங்கை வேவு அனுபவம் உள்ளவன். தவிரவும் ஒருமுறை உள்ளே சென்று சில விடயங்களை அவதானித்தவன். அதைவிட இதயனின் இழப்பு இந்தப் பணியை எப்படியும் தானே முடிக்க வேண்டுமென்ற ஓர்மத்தை இவனுக்குக் கொடுத்திருக்கும் என்று அவர் மனது கணக்குப் பண்ணியது. சேராவின் மனக்கணக்கும் வேங்கையின் மனக்கணக்கும் இந்த இடத்தில் முரண்பட்டுப் போயிற்று.

மனம் எல்லோருக்கும் இலட்சியங்களால் மட்டும் அமைவதில்லை. இலட்சியங்கள் மட்டுமே மனக்கோலத்தைத் தீர்மானிப்பதில்லை.

மனதின் போக்கை ஆக்கிக்கொள்ள அப்பாலும் வேறு காரணிகள் குறுக்கிடுவதுண்டு. நிலைமாறும் திசைமாறும் மனதிற்கு ஆகக் கடைசி உதாரணமாய் சேராவுக்கு வேங்கை இருந்தான்.

மணியோடு யாரை அனுப்புவதென்று தன் மீசை நுனியை இரு விரலால் இழுத்தபடி சேரா தன் தளத்தில் மரக் கதிரையில் இருந்தபடி சிந்தனையில் இழுபட்டார். சில நேரத்தில் மேல்சொண்டில் வலி எழும் வண்ணம் அவர் மீசை நுனியைத் தன்னிலை மறந்து இழுந்தார். கவி சிறியவன். அனுபவம் இல்லை. அவனிடம் இன்னும் வேவுக்கான துணிவும் போதியளவு வரவில்லை. கோபியை விடமுடியாது. எதிர்காலத்தில் மணியைப் போலத் திறமைசாலியாக வேவில் வளர்ந்து வரக் கூடியவன்தான் கோபி. இப்போ இழப்பு வந்தால் இருவரையும் இழக்க நேர்ந்துவிடும். றாகுலனை அனுப்பலாம். உடனடிக்கு வேவு அணியைத் தளத்தில் கட்டுப்படுத்த அவன்தான் அனுபவம் உள்ளவனாக இப்போ இருக்கிறான். வீரன் வேவு அணிக்கே புதியவன். வேவு தெரியாதவன். என்னதான் செய்வது? இராணுவம் ஏவும் செல் விழுந்து தூரத்தில் வெடிக்க நிலம் அதிர்கிறது.

மறுநாள் இதுபற்றி மணியைத் தனதிடத்திற்கு அழைத்துக் கதைத்தார் தளபதி சேரா. றாகுலனையோ அல்லது தென்போர் முனையில் இருக்கும் வேவு அணியிலிருந்து ஒருவனையோ தரட்டுமா உனக்கு என்று கேட்டார் சேரா. அப்படித் தேவையில்லை என்று மறுத்தான் மணி.

“சரி வேறு வழியில்லை கோபியைக் கூட்டிக்கொண்டு போ” என்றார்.

‘இல்லையண்ணை. வீரனைக் கூட்டிக்கொண்டு போறன்.”

“வீரனையா?” அவர் ஆச்சரியமாகக் கேட்டார், விளங்கித்தான் சொல்கிறாயா என்பதுபோல. பிறகு,

“வீரன் வேவுக்குப் புதுசு. முன்னனுபவம் எதுவும் இல்லை. இது விளையாட்டான வேவு வேலை இல்லை மணி. உனக்குத் தெரியும் ஆமியின்ர தளத்துக்குள்ளாலயே நீண்ட தூரம் நகர்ந்து கிளிநொச்சிக்கு வரவேண்டியிருக்கும். அதுக்குச் சில நாள்கள்தான் ஆகும் என்றும் சொல்ல முடியாது, சில வாரங்கள் ஆகலாம்.”

“இல்லை அதைப்பற்றிப் பிரச்சினை இல்லை. அவன் நல்ல சண்டைக்காரன் எண்டதைக் காட்டியிருக்கிறான்.

யாழ்ப்பாணத்தில் ஆமியிட்ட மாட்டித் தப்பிவந்த ஆள் அவன். எனக்கு அவன் போதும். கூட்டிக்கொண்டு போறன். கோபி இருக்கட்டும். இன்னொரு முயற்சி செய்ய வேண்டி வந்தால் கோபி முக்கியம்" பொறுப்பான முகபாவத்தோடு நம்பிக்கையாகக் கதைத்தான் மணி. தான் ஒருவேளை இந்த நடவடிக்கையில் இறக்க நேர்ந்தால் அடுத்து அவருக்கு கோபி முக்கியம் என்பதைத்தான் சுட்டினான்.

சேரா சம்மதித்துவிட்டார். சம்மதம் மட்டுமில்லை, அவருக்குப் பெரிய ஆறுதலும் கூட. மணியின் தன்னம்பிக்கையும் துணிச்சலும் அவருக்குப் பெருமிதத்தைக் கொடுத்தன. தான் வேவு பழக்கியவன் என்ற பெருமிதமும் அது.

வீரனை விடுமுறையில் வீட்டிற்கு அனுப்பி எடுக்க அனுமதி கேட்டான் மணி. முதலில் அதற்குத் தயக்கம் காட்டிய தளபதி பின்னர் மணியின் மீதான நம்பிக்கையில் சரி என்று சம்மதித்தார். "மூன்று நாளில் திரும்ப வேணும் என்று சொல்லியனுப்பு" என்றார்.

மணி வந்து வீரனை விடுமுறையில் வீட்டிற்குப் போய்வரச் சொன்னபோது வீரனுக்குச் சந்தேகம் எழுந்தது. 'என்ன திடீரென்று?... கேட்டாலே லீவு தரமாட்டாங்கள். இப்ப என்ன அதிசயம்! கேட்காமலே தாறாங்கள் லீவு? ஒருவேளை அடுத்த வேவுக்கு நான்தானோ? மூக்குக்கு பஞ்சுதானோ?' என்றும் மனதில் ஓர் எண்ணம் ஓடியது. இருந்தாலும் விடுமுறையில் வீட்டிற்குப் போவது தலைகால் புரியாத இன்பத்தைத் தந்தது வீரனுக்கு.

அன்றிரவு வீரனுக்கு நித்திரை வரவில்லை. அம்மாவின் நினைவெழுந்து சன்னதம் ஆடியது. ஒருகாலம் அம்மா இல்லாமல் ஒருநாள் கூடத் தன்னால் வாழ்ந்துவிட முடியாதென்று திடமாய் நம்பிய நாள்களை நினைத்தான். காலம் எப்படித் தன்னை மாற்றிவிட்டது என நினைக்க ஆச்சரியமாக இருந்தது. ஒருசமயம் குற்றவுணர்வொன்று மனதில் எழுந்து குறுகுறுக்கவும் செய்தது. போகும்போது தங்கைக்கு எல்லாம் சொல்லி அவளை எப்போதும் அம்மாவை விட்டுப்பிரியாமல் அம்மாவைப் பார்த்துக்கொள்ளச் சொல்லவேண்டும். அக்கா மட்டும் இருந்திருந்தால் வீடு எவ்வளவு அழகாய் இருந்திருக்கும் என்ற எண்ணம் எழ, தானே அந்த எண்ணத்தை விரட்டியடித்தான். அவனால் இப்படியான நினைவுகளைத் தாங்க முடியவில்லை.

21

அன்று காலை வீரனம்மா முகம் கழுவி முடித்து, கிணற்றில் தண்ணீர் எடுத்துக்கொண்டு முற்றத்திற்கு வந்தபோது கவனித்தாள், இங்கு வந்தபோது வைத்த மாமரக் கன்று பூத்திருப்பதை! சின்னஞ்சிறிய கன்றில் பூத்திருக்கிறது முதல் பூ. மனதில் ஏதோ சிறு சந்தோசம். மறுகணமே 'முதல் பூ காய்க்காமல் உதிர்ந்து விடும்' என்று ஊரில் தன் பாட்டன் சொல்லும் சொல் நினைவுவர வந்த சந்தோசத்தை அடித்துப் புரட்டிப் போட்டது அது.

அத்தோடு விட்டதா அது? அநாவசியமாய் மகளின் நினைவை இழுத்து வந்து மனம் உத்தரித்துக் கூத்தாடியது. அவளின் முதல் பூ அது. தேநீருக்குத் தண்ணி வைத்த அடுப்பில் சிரட்டை இரைந்து எரிந்தது. உள்ளும் வெளியுமாகச் சீறுகிறது தீச் சுவாலை.

பட்டி சாயும் பொழுதில் வீரன் வீட்டுக்கு வந்தான். தோளில் உடுப்பு 'பாக்' கனமின்றித் தொங்கியது. வெளிப் படலையைத் திறந்து உள்ளே நுழையும்போதே அம்மா நிற்பாளென எதிர்பார்த்தான். ஏனெனில் காணி முகப்பில் சோளக்கடைக் கொட்டில் வெறுமையாய் இருந்தது. இது எங்கள் வீடுதானோ? அதிர்ந்துதான் விட்டான்.

சிறுகுடிலாய் இருந்த கொட்டில் சின்னஞ்சிறிதென்றாலும் வீடாய் ஆகியிருந்தது. வெள்ளையடித்திருந்த சுவர்கள் அது மண்வீடென்ற தோற்றத்தை மறைத்திருந்தன. திண்ணையில் யாரோ ஒருத்தி. அட அக்காவா?...ச்சா என்ன நினைவிது? யாரோ ஒரு பெண் போராளி. இடுப்பில் கறுப்புப்பட்டி கட்டி முடியை இரட்டைப் பின்னலாய்க் குறுக்கோடிக் கட்டியிருந்தாள் அவள்.

வெளியே எட்டிப் பார்த்துவிட்டு, "அம்மா... யாரோ வந்திருக்கிறாங்க" உள்ளே பார்த்து குரல் கொடுத்தாள் அவள்.

அவளுக்கு அம்மாவா? அட.... நான் யாரோவா? அந்தச் சொற்கள் தன்னை அந்நியனாய் உணரவைத்துக் கடப்பதை வீரன் உணர்ந்தான்.

அவள் மறுபடி "வீரனம்மா... இஞ்ச யாரோ உங்களிட்ட வந்திருக்கிறாங்கள்" குழையும் குரலில் அவள் "வீரனம்மா" என வாஞ்சையோடு அழைத்த விதத்தில் மனம் பூரித்து அடங்குகிறது. அவனை அறியாமல் வாலிபத்தின் முன்பருவம் கொண்ட அவன் முகத்தில் புன்னகை ஓடி நிலைக்கிறது. அதைக் கண்டு அவள் எழுந்து "வீரனம்மா..." என்று கூப்பிட்டபடி உள்ளே போனாள்.

"வாறன் பிள்ளை" அம்மாவின் குரல் உள்ளிருந்து கேட்க மனம் குமுட்டிக் குதூகலித்துத் துள்ளுகிறது. குறும்பு செய்யத் தூண்டுகிறது அம்மாவின் குரல் கேட்ட மாத்திரத்தில்.

"வீரனம்மா... வீரனம்மா..." வீரன்தான் இப்படிக் கூப்பிடுகிறான். பதில் உடன் வராததைக் கண்டு அடித்தொண்டையால் கூப்பிட்டான் "பயத்தில வெளிய வராம நிக்கிறீங்களே கோழையம்மா... கோழையம்மா..."

சட்டையில் தன் கைகளைத் துடைத்தபடி வெளியே வந்த வதனா பார்த்த மாத்திரத்தில் மலைத்து நிற்கிறாள் செய்வதறியாது. எல்லை தாண்டிய சந்தோசமும் சில நேரங்களில் செயலற்று இருத்தி விடுவதுண்டு. அத்தனை திகைப்பு..

அதிலிருந்து மீண்டு, குரல்மாறி, வளர்ந்து, விரிந்த தோளுடன் ஆண்பிள்ளையாக நிற்கும் தன் குழந்தையை அணைத்து நெற்றியில் முத்தமிடுகிறாள் வதனா. இரு உள்ளங்கையாலும் அவனின் முகத்தைத் தடவித் தடவி, தடவிய தன் கைகளைத் தானே மோர்ந்து கொஞ்சி மீண்டும் தடவுகிறாள்.

'வீரனம்மாக்கு வேண்டிய போராளிபோல இருக்கு' அந்தப் பெண் போராளி மனதில் எண்ணவும் உள்ளேயிருந்த கடைக்குட்டி இவனைக் கண்டுவிட்டு ஓடிவந்து "அண்ணா" என்று கையைப் பிடித்தாள்.

அப்போதான் உண்மை மனதில் வெளிக்க அந்த மிடுக்கான பெண் போராளியின் முகத்தில் நாணம் ஓடுகிறது. அதை வீரன் கண்டான். தங்கை "அண்ணா" என்று கூப்பிட்ட தருணத்திலேயே வீரன் அவளைப் பார்த்தான். கூச்சத்துடன் அந்த இடத்தில் நிற்காமல் வீட்டின் திண்ணையில் போயிருந்து கொண்டாள்.

வீரனின் இரு கையிலும் தாயும் தங்கையும் பிடித்திழுத்து உள்ளே அழைத்துப் போனார்கள். வீரன் அந்தக் குந்தின் அல்லது திண்ணையின் மறுநுனியில் இருந்துகொண்டான்.

"லீவிலயா வந்திருக்கிறாயண்ணா?" தங்கை கேட்டாள்.

"ம்ம்..."

அனிச்சையாக வீரன் திண்ணையில் இருந்த பெண் போராளியைத் திரும்பிப் பார்த்தான். அவன் கண்ணைப் பார்த்தவள் கூச்சத்துடன் பல்லைக் கடித்து மறுபக்கம் திரும்பினாள். பிறகு இதிலென்ன கூச்சப்பட எனத் தன்னிலை உணர்ந்து நிமிர்ந்திருக்க முயன்றாள்.

உள்ளே இருந்து தேத்தண்ணி கொண்டுவந்து வீரனுக்குக் கொடுத்தாள் அம்மா. "அவவுக்கு..." வீரன் திரும்பி அந்தப் பெண் போராளியைச் சுட்டினான்.

"குறிஞ்சி இப்பதான் குடிச்சவள். தரட்டா பிள்ளை?" சொல்லிவிட்டுக் குறிஞ்சியிடம் கேட்டாள் அம்மா.

'ஓ... இவளுக்குக் குறிஞ்சிதான் பெயரா?' மனதில் பெயர் ஓடிக்கடந்தது வீரனுக்கு.

"இல்லையம்மா. இப்பதானே தந்தீங்கள்..." குறிஞ்சி சொன்னாள்.

அம்மா வீரனின் காலின்கீழ் தரையில் இருந்து கொண்டாள். வீரனின் முழங்கால் இரண்டையும் ஒருகையால் அணைத்தவாறு அந்த ஸ்பரிசம் தரும் தாய்மையின் ஆறுதலில் திளைத்திருந்தாள்.

இதைப் பார்த்திருந்த அந்தப் பெண் போராளி குறிஞ்சி, "அம்மா நான் போயிற்று வாறன்... என்ன?" என்று சொல்லியவாறு எழுந்தாள். முகத்தில் முதிர்ச்சியும் மிடுக்கும் இப்போது குடிகொண்டிருந்தது. "இரு பிள்ளை... சாப்பிட்டுப் போகலாம்" அம்மா சொன்னாள். "இல்லை அம்மா... நான் போய் அங்க சாப்பிடுறன். வேலை இருக்கு." அவள் சொல்லவும், 'இருங்கோ... சாப்பிட்டுப் போகலாம்' என்று மறிக்க எழுந்த குரலை வீரன் அடக்கிச் சொற்களை விழுங்கினான்.

எழுந்து நின்றபோது அவள் மிடுக்கிலும் கூடத் தெரிந்த அழகு இவனைத் தடுத்ததா? மிடுக்குக் கூட எத்தனை அழகாய் இருக்கிறது இவளுக்கு? பொதுநிறமும் மெல்லிதழும் கூரிய மூக்கும் உருளும் கரு விழிகளும் கிராமத்துப் பெண்ணின் மிடுக்கழகோடு அந்த இயக்க யுனிபோமில் இருந்து வெளிப்பட்டன. அவள் முற்றத்தில் நின்றபோது அவளின் மிடுக்கான முகத்தில் முன்னர் ஓடிமறைந்த ஒரு கணக் கூச்சத்தை மீள நினைக்க முயன்றான் வீரன்.

அவள், "பிறகு வாறன் அம்மா... நெடுகலும்தானே உங்களிட்ட சாப்பிடுறன்" சொல்லியபடி வெளியே போனாள். அந்தச் சொல் வீரனுக்கும் சேர்த்திருந்ததாய் அவன் ஏனோ உணர்ந்தான். சைக்கிளை எடுத்து வெளியே போகவும், "தங்கச்சி படலையைத் திறந்துவிடுங்கோ" என்று சொல்ல கலை திறந்துவிட அவள் போய்விட்டாள். கலையின் வர்ணம் நரைத்த சட்டையைப் பார்க்க வீரனுக்கும் அப்பா ஞாபகம் வந்தார். அவர் இருந்திருந்தால் இப்படியா இருந்திருப்பாள் இவள்.

இரவுச் சாப்பாடு றொட்டி. மரவள்ளிக்கிழங்குக் கறி இருந்தது. பின்வீட்டில் போய் இரண்டு முட்டை வாங்கிக்கொண்டு, அந்தக் கண்தெரியாத கணவனைக் கொண்ட பெண்ணிடம் தன் பிள்ளை வந்திருக்கும் செய்தியையும் சொல்லிவிட்டு வந்தாள் அம்மா. "நாளைக்குக் காலையில தோசைக்குப் போட்டிருக்கிறன். தம்பிக்குக் கொண்டுவாறன் அக்கா" என்றாள் அவள்.

இரவு, மூவருக்கும் ஒன்றாகத் தானே படுக்கப் பாய் விரித்தாள் கலை. அவளுக்கு அடங்காத சந்தோசம். நடுவில் அம்மா. அருகில் தான், மறுபக்கம் கொஞ்சம் தள்ளி அண்ணா. இரண்டு பாய்தானே இருந்தது அந்த மண் வீட்டில்.

இரவு யாருக்கும் நித்திரை உடனே வரவில்லை. மனதில் தாங்க இயலாத பூரிப்பு ஒரு நொடியும், துக்கம் மறுநொடியுமாக மாறி மாறித் தாக்கியது எல்லா மனங்களையும்! வீட்டில் இல்லாது போன உயிர்கள் ஒருபுறம். தூரம்போன உயிர் திரும்பி வந்திருப்பது மறுபுறம், வந்திருக்கும் பிள்ளை நாளை திரும்பிப் போகப் போறானே என்ற நினைவு இன்னொருபுறம். ச்சா... எண்ணங்கள் உள்ளே உருண்டுகொண்டே இருந்தன வீரனம்மாவுக்கு.

சில வருடங்களின் பின் இன்றுதான் 'சென்றி' பார்க்க எழும்பாமல் படுத்தான் வீரன். ஆனால் மனம் விழித்த நிலையிலேயே உறங்காது அல்லாடுகிறது. அம்மாவின் அருகாமை அணைந்து படுக்கும் ஆசையைத் தூண்டுகிறது. அணைந்து படுத்திருக்கும் தங்கையைப் பார்க்கிறான். ஒருகணம் வளர்ந்த தன் உருவத்தை அம்மாவின் தோளுக்கும் காலுக்கும் இடையிலான நீளமளவுக்கேனும் குறுக்கிவிட்டால் எவ்வளவு நல்லாய் இருக்கும் என்றும் எண்ணினான்.

'அந்தப் பிள்ளையின் பெயர் என்ன? குறிஞ்சியா?' அநியாயத்திற்கு அந்த முகம் வந்து மறைந்தது மனதில்.

வீரன் இயக்கத்திற்குப் போனபோது இருந்த மனநிலை வேறு. இப்போதுள்ள மனநிலை வேறு. வாழ்வு கணம்தோறும் மாறிக்கொண்டே இருக்கிறதா? கூரைக்கிடுகின் புது ஓலை வாசனை நூதனமாய் இருந்தது வீரனுக்கு.

அம்மா காலையில் எழுந்து சோளப்பொத்தி அவியப்போட்டாள் அடுப்பில். மறு அடுப்பில் வேர்க்கடலை அவியப் போட்டாள். இந்த அடுப்புகள் இவற்றை விற்கும் வீதியோரக் கொட்டிலின் பின்புறமுள்ளன. அருகே சாம்பல் குவியல். எரிந்துபோன விறகின் சாம்பல். வீரனம்மா முகம் கழுவிவிட்டு வந்து வீட்டின் பத்தியாய் இறக்கப்பட்ட குசினிக்குள் போய் கூட்டித் துப்புரவு செய்து தேத்தண்ணிக்குத் தண்ணி வைத்துவிட்டு வந்து சின்னவளை எழுப்பினாள். வீரன் காலையில்தான் தூக்கம் இழுக்க நித்திரையாகியிருந்தான்.

சின்னவளை எழுப்பிய குரலில் வீரன் விழித்துவிட்டான். தான் சத்தம் போட்டு நித்திரைகொள்ளும் பிள்ளையைக் குழப்பிவிட்டேனே என அம்மா நொந்தாள். அவன் சத்தத்திலா விழித்தான்? இல்லவே இல்லை. குரல்... அந்தக் குரல்... அம்மாவின் குரல். அதற்குத்தான் எத்தனை வசீகரமிருக்கிறது.

'அன்பு கசிந்துருகும் - இல்லை வாழ்வே அதன் அழகிய பொருளுடன் கசிந்துருகும் குரலாய் அம்மாவின் குரல் இருக்கும் என்று முன்னர் ஏன் நான் உணர்ந்ததில்லை? இழக்காமல், இருப்பதை உணரமுடியாதா? பிரியாமல், உறவைப் புரிந்துகொள்ள முடியாதா?' புரண்டு மறுபடி படுக்க எத்தனிக்க, கேள்விகள் உறக்கத்தைப் புரட்டி எழுப்பின. எழும்பி வெளியே போனான்.

மலம்கழித்து வந்து முகம் கழுவியவன் அடுப்பில் அவியும் சோளப்பொத்தியையும் கச்சானையும் வெளியிலேயே நின்று பார்த்துக்கொண்டிருந்தான். பனிப்புகார் காலைச்சூழலில் இன்னும் மறையவில்லை. 'தெருவில் கடையிலிருந்து கூவி விற்றுத்தானா அம்மா வயிறாறுகிறாள்? அதுவும் தனக்காகவா?' அடுப்பின் அருகே போயிருந்தான். குளிருக்கு எரியும் தணல் உடலுக்கு வேண்டியிருந்த சூட்டைத் தந்தது.

அப்பா நினைவுக்கு வந்தார். 'அப்பா எப்போதுமே தன்னுடன் அக்காவையும் என்னையும் எங்கும் அழைத்துப் போவார். எந்த விடயத்திற்கும் காரணகாரியத்தோடு பதில் சொல்வார். அப்பாவிடம் எனக்கு ரொம்பப் பிடித்ததும் அதுதானே?'

அப்பால் ஒரு நிலம் ❈ 317

நினைத்தபடி விறகை அடுப்பில் தள்ளி நூர்ந்து போகும் நெருப்பைப் பற்றியெரியவிட்டான். ஈரமுகத்தில் வெக்கை பிடித்தது.

தேத்தண்ணியுடன் உழுத்தம்மாவும், பொரி அரிசிமாவும், தேங்காய்ப்பூவும், சர்க்கரை போட்டுக் குழைத்துத் திரணையாக்கி இருவருக்கும் கையில் கொடுத்தாள் அம்மா. "கலை, இண்டைக்கு பள்ளிக்கூடம் போகத் தேவையில்லை நில்லு" என்றாள் அம்மா.

"ஏனம்மா? அவள் போகட்டும்."

"இல்லை... கடையில யாரும் இல்லை. அவிச்சுக் குடுத்திட்டா அவள் கடையப் பார்ப்பாள். நான் உனக்குச் சமைக்கிறன்."

தங்கையைக் கடையைப் பார்ப்பதற்காக அம்மா பள்ளிக்கூடத்தை விட்டு நிறுத்தவேண்டியிருப்பது வலியைத் தந்தது.

"இல்லை... நான் பாக்கிறன் அம்மா" வீரன் சொன்னான்.

"இல்லையடா. அவள் அண்ணா வீட்ட வந்திருக்கத் தன்னைப் பள்ளிக்கூடம் அனுப்பிற்றன் என்று கவலைப்படுவாள். அவளின்ர ஆசைக்கு நிக்கட்டுமன் உன்னோட" அம்மா சொன்னபோது அவன் தான் ஏன் இதை நினைக்கவில்லை என்று மனம் கூசினான். இவன் வந்ததில் இருந்து அவள் இவனை ஒட்டிய படியே இருக்கிறாள்.

சாப்பிட்டதும் தங்கையையும் கூட்டிக்கொண்டு காணி மூலையில் பழைய வீட்டைப் பிரித்துக் கழித்த கிடுகுகள் போடப்பட்டிருந்த இடத்திற்குப் போனான். அவற்றைக் கிளறி அவற்றில் இத்துப் போகாமல் ஓரளவு நன்றாய் இருக்கும் கிடுகுகளைத் தவத்தி எடுத்துத் தங்கையிடம் கொடுத்தான் அவற்றை மறுகரையில் அடுக்குமாறு.

"என்னடா வதா செய்யிறாய்?" அம்மா குரல் கொடுத்தாள். அம்மா வதனனை வதா என்று வாஞ்சையாய் அழைப்பது வழக்கம். வீரனுக்கு நெடுங்காலத்தின் பின் அம்மா அழைத்த 'வதா...' என்ற சொல் மனதில் ஓடியது.

"ஒண்டும் இல்ல... இந்தக் கிடுகை தவத்தினால் இருக்கிற புதுக் கிடுகையும் சேர்த்து கிணற்றடியை வேலி அடைக்கலாம். கச்சூசையும் தான்" இவன் இங்கிருந்து குரல் வைத்தான். அம்மா சோளப்பொத்திகளைச் சரிபார்த்தாள்.

யுத்தம் மனிதர்களை விரட்டி விரட்டிப் பந்தாடும் போர் வாழ்க்கையில் வதனா இந்த அளவுக்குத் தன் வாழ்க்கையை உருவாக்கி ஒழுங்கமைத்துக்கொண்டதே ஆச்சரியம்தான். வாழ்வு நெருக்கடிக்குள் அகப்பட்டுத் தவிக்கும்போது உள்ளிருக்கும் ஆளுமை செயற்படத் தொடங்குகிறது. அம்மாவின் உழைப்பு இன்று தங்கையையாச்சும் நல்லபடி வைத்திருக்கிறதே என எண்ணினான் வதனன்.

கழிப்பறையைப் புதிதாய் உருவாக்கும் வேலையைத் தொடங்கினான். காணி மூலையில் ஒரு கிடங்கு வெட்டி, வெட்டிய மண்ணை நீர் விட்டு அப்பால் இழுத்துக் குழைத்து வைத்தான். கிடங்கைச் சுற்றி கிடுகைக் கொண்டு அடைத்து மறைத்தான். தங்கை உதவி செய்தாள். வீடு போட்ட எஞ்சிய மரத்தில் இரண்டை வாசலில் ஊன்றினான். ஒருசில தடிகளைக் கொண்டு சதுரம் செய்து அதை உரப்பையால் மூடித் தைத்து கழிப்பறைக்குக் கதவாக்கிக் கொண்டான். தாயிடம் ஐந்நூறு ரூபா பணம் வாங்கி விசுவமடு சந்தியில் கழிப்பறைக்கு வைக்கும் தகரத்தாலான கோப்பையும் நீர் கிடங்கிற்குப் போகும் குழாயும் வாங்கி வந்தான். அதைக் கிடங்கின் முன்பகுதியில் வைத்துப் பொருத்திக் கிடங்கின் குறுக்கே தடிகள் போட்டு மேலே பொலித்தீன் விரித்து மூடி அதன்மேலே மண் போட்டான். கச்சிதமாக ஒரு கழிப்பறையை உருவாக்கிக் கொண்டான். சின்னவளுக்கு வியப்பாக இருந்தது.

"அம்மா இஞ்ச வந்து பாருங்கோ... அம்மா... அம்மா..." சின்னவள் கலை காணி மூலையில் நின்று கத்தினாள்.

"என்ன குஞ்சு? இஞ்ச விட்டிட்டு வர ஏலாது. நீ வா! கடையப் பார். நான் சமைக்கவேணும்" அவள் மறுகுரல் கொடுத்தாள்.

"இங்க வாங்கோ ஒருக்கா."

வதனா வந்து பார்த்ததும் ஆச்சரியப்பட்டுத்தான் போனாள். முறையாக ஒரு கழிப்பறைபோல அமைப்பாக இருந்தது அது. அவளுக்கென்னவோ சிவகுமரனின் நினைவுதான் வந்தது. கலங்கிய கண்ணீரை வெளியே விழுந்துவிடாமல் காப்பாற்ற கதையை மாற்றினாள்.

"அடேயப்பா திறமா இருக்கடா வதா! அதுசரி... இது என்னத்துக்கு மண் குழைச்சு வைச்சிருக்கிறாய்..."

"இரவைக்குக் கடைக்குக் குந்துவைச்சு சுவர் ஆக்கலாம். மூன்று நாளில சுவர் வைச்சிடலாமம்மா" வதனன் சொன்னான்.

"வதா, சும்மா இரடா. வந்தனி தங்கச்சியின்ர சைக்கிளை எடுத்துக்கொண்டு வெளிய போய்வாவன். அங்க உடம்பு முறிச்சு வேலை செய்து லீவில வந்தும் கஸ்ரப்படுறாய். அதெல்லாம் தேவையில்லை."

"இல்லை, நான் எங்கையும் போக வரேல்லை. வீட்ட நிற்கத்தான் வந்தனான்."

"சரி உன்ர விருப்பம்."

'அண்ணா, முன்காணிக்காரனிட்ட கல்லு அரியிற அச்சிருக்கு! வாங்கி அதால கல்லு அறுத்துக் கட்டுவமா" சின்னவள் கேட்டாள்.

'ம்ம்... அது சுகமடி. போய் வாங்கியாறியா?"

சின்னவள் முன்காணிக்காரனிடம் கல்லு அரியும் அச்சு வாங்கி வந்து கொடுத்துவிட்டுக் கடையில் நின்றுகொண்டாள்.

வதனா பின்வீட்டுப் பெண்ணிடம் காலையிலேயே கோழிக்குச் சொல்லியிருந்தாள். அந்தப் பெண் கோழி வளர்த்து முட்டையும் கோழியும் விற்பது வழக்கம். அவளோ ஒரு விடலைப் பருவச் சேவலை உரித்து இறைச்சி வெட்டியும் வைத்திருந்தாள். வதனா நன்றிப் பெருக்கோடு வாங்கி வந்து கோழிப்புக்கை சமைத்தாள். வதனனுக்குக் கோழிப்புக்கை என்றால் அப்படி விருப்பம். தகப்பன் மாதத்தில் ஒருமுறையாவது கோழிப்புக்கை தானே வைப்பார்.

அரைக் கிலோ சின்னவெங்காயம் அரைக் கிலோ அரிசி, பச்சை மிளகாய், ஒரு விடலைச் சேவலின் எலும்புகளைத் தவத்தி எஞ்சிய இறைச்சி, கொஞ்சம் தேங்காய்ப் பால், மிளகாய் சரக்குத் தூள் இவை போதும் ஒரு கோழிப்புக்கைக்கு. இறக்கும்போது றம்பை இலை அல்லது கறிவேப்பிலை போட்டு இறக்கவேண்டும். எல்லாவற்றையும் ஒன்றாய்ப் போட்டு நெருப்பைத் தணலில் விட்டுப் பக்குவமாய் ஆக்கி எடுக்க உருசி என்றால் அத்தனை உருசியாக இருக்கும். குளித்துவிட்டு வந்த வதனன் சாப்பிட இருந்தபோது, 'என் பிள்ளை என்னுடனேயே இருந்துவிடானா?' என்று ஏங்கியது வதனாம்மாவின் மனம். அவன் அதை 'பொச்... பொச்' என்று வாயில் சத்தம் வரச் சாப்பிடும்போது அவளுக்கு

அழுகையே வந்துவிட்டது. தன்னை அறியாமல் 'என் பிள்ளைக்கு ஆக்கிப்போடும் கொடுப்பினை கூட இல்லையே எனக்கு" என்று மனம் அரற்றியது.

அடுத்து வந்த இரண்டு நாளில் தங்கையைக் கூட உதவிக்கு வைத்து கிணற்றடிக்கு மண்போட்டு உயர்த்தி நீர் வழிந்தோட வாய்க்கால் வெட்டி அமைத்தான். நின்று குளிப்பதற்கும் அம்மா உடுப்பு தோய்ப்பதற்குமாக நூறு ரூபாய்ப்படி மூன்று எண்ணை பெரல்களை வாங்கி வந்து அதை வெட்டி நிமிர்த்தி பின் அவற்றை ஒன்றுடன் ஒன்று கொழுவி கிணற்றடியில் நின்று குளிக்க நிலமாக ஆக்கிக்கொண்டான். தவத்தி எடுத்த கிடுகுகளைக் கொண்டு கிணற்றைச் சுற்றி வேலியாக்கிக் கொண்டான். இந்தக் கிணற்றைப் பார்த்தபோது அந்தப் பின்வீட்டுப் பெண்ணுக்கு வீரன் மீது அளவில்லா நேசம் வந்தது. அவள் அன்றிரவு வடை சுட்டுவந்து கொடுத்தாள்.

இரண்டு நாளும் மாலை கடை பூட்டியதும் அறுத்த கல்லைக் கொண்டு கடை போட்ட புதிய கொட்டிலுக்குச் சுவர் வைச்சு எழுப்பினான். அம்மாவிடம் மேலும் ஐந்நூறு ரூபாய் பணம் இருக்குமா என்று கேட்டான். இவனும் ஏதோ கேட்கிறான் என்று அவளும் கொடுத்துவிட்டாள். அவன் மூன்று தகர எண்ணை பெரலும் மரக்காலையில் ஆறு அடி நீப்பைகளும் வாங்கி வந்தான். நான்கு கதவுப் பிணைச்சலும் வாங்கினான். மேலும் நூறு ரூபாய் செலவாயிற்று. ஆனால் கடைக்கு ஓர் அருமையான கதவைச் செய்து முடித்தான். போன மாதம் ஒரு குடிலும் சோளம் விற்க ஒரு பத்தியும் இருந்தது. இந்த மாதமோ வீடு, கழிப்பறை, கிணறு என்று முறையானபடி வாழ்விடம் வந்துவிட்டது மட்டுமல்ல, ஒரு கடையே அருமையாக உருவாகிவிட்டது.

இரவு வதனா அரிசியை ஊறவைத்து இடித்து அதை வறுக்காமல் மாவை அவித்துப் புட்டவித்தாள். மாலை நேரச் சந்தையில் கும்பிளா மீன் வாங்கி வந்து குழம்பும் வைத்துப் பொரியலும் வைத்தாள். தேங்காய் போட்டு அம்மா அவித்த புட்டில் அத்தனை வாசம். சாப்பிடாதவர்க்குக் கரைவலை மீன்குழம்பு, பொரியலுடன் புட்டின் சுவை இன்னதென்று சொல்ல முடியாது. நேற்றும் இப்படித்தான் அம்மா நண்டுக்குழம்பும், வெங்காயம் போட்டு றாலும் பொரித்திருந்தாள். சொர்க்கம் மேல் லோகத்தில் இல்லை, அம்மா இருக்கும் இடத்தில்தான் என்று அன்றிரவு நித்திரை இன்றித் தவித்தபோது வதனன் நினைத்தான். அம்மா

தங்கையுடன் வாழ அவனையறியா ஆசை எழுந்தது. கலை தனிமையில் தவிக்கிறாள் என்பதையும் அவன் நினைத்தான்.

மறுநாள் பின்னேரம் தான் மீண்டும் போகவேண்டுமென்று வதனன் சொன்னபோது அன்றிரவு முழுவதும் அம்மா அவனுடன் கதைத்தாள். அவள் முகம் மாறிப்போனது. முகக்கோடுகள் கீழ் நோக்கி வளைந்து விழுந்தன. அந்தப் புதிய வீட்டின் வெளித்திண்ணையில் தாயும் மகனுமாக இருந்து நெடுநேரம் கதைத்தனர்.

நிலவின் ஒளிபட்ட முற்றம் வெளிப்பாக இருந்தது. காற்றில் பனியின் ஈரம். இரவின் குளுமையைக் காற்று சுமந்து வந்தது. இது என் குடும்பம், இது என் வீடு, இங்கு நான் இருக்கிறேன் என்ற உணர்வு ஒரு ஆனந்தராகம் போல மனதில் மீண்டும் மீண்டும் ஓடிக்கொண்டிருந்தது. எங்கோ ஒரு மரத்தில் இருந்து ஊமத்தை ஒன்று கேவியது. இரவின் அமைதியைக் கிழித்து மனதைக் குலைக்கும் அதன் ஒலி சகிக்கவியலாத சஞ்சலத்தைத் தந்தது.

வதனா எழுந்து வெளியே போய் முற்றத்தில் இருந்த கற்களைப் பொறுக்கி வேலிகளை நோக்கி எறிந்தாள். ஊமத்தை எங்கே இருக்கிறதென்று தெரியவில்லை. அதன் குரல் திசைகளை ஏமாற்றி வந்தது. அதன் திசையறியாதவள் நான்கு புற வேலிக்கும் கற்களை விட்டெறிந்தாள். அச்சமூட்டும் அதன் ஒலி எங்கிருந்தோ இடையிடையே கிளம்பியபடி இருந்தது.

திண்ணையில் இருந்தபடியே வதனன் சொன்னான், "அம்மா இந்த சோளன் கச்சான் அவிக்கிறதோட சந்தையில் கொஞ்ச மரக்கறி எடுத்துக் கடையில் போட்டு வில்லுங்களன். அப்படியே கொஞ்சம் கொஞ்சமாய்ப் பலசரக்குச் சாமானும் போட்டு அத கடையாக்கிடலாம்."

தருணம் பார்த்திருந்தவள்போல அம்மா சொன்னாள் "நீ வீட்டை வந்தாயெண்டால் இதைக் கடையாக்கலாம் என்றுதான் இருக்கிறன். ஒரு சீட்டு கட்டிக்கொண்டு வாறன். கொஞ்சம் மிஞ்சிற காசை தமிழீழ வைப்பக சேமிப்புக் கணக்கில போடுறனான். நீ வந்தால் அந்தக் காசை எடுத்துக் கடை வைக்கலாம். அரசாங்க வங்கிகள் கடன் தராது. எங்களுக்குத் தமிழீழ வைப்பகம் தரும். கடை வைச்சால் உனக்கு ஒரு தொழிலாகும். இப்பவே நாளுக்கு நூறு ரூபா உழைக்கிறன். நீ கடை வைச்சால் நல்ல காசு வரும்" மகனின் முகம் பார்க்காமல் சொன்னவள், சொல்லி முடிந்ததும்

பார்த்தாள். பிறகு "அம்மாவால எவ்வளவு காலத்துக்கு ஏலும்? அம்மாவுக்கு ஏதும் ஒண்டு நடந்தால் தங்கச்சியின்ர நிலை என்ன?" இப்போது முகம் பார்த்துத் தழுதழுக்கும் குரலில் சொன்னாள்.

இயக்கத்தை விட்டு விலகி வரச்சொல்வதால் மகன் இனி வீட்டுக்கே வராமல் விட்டுவிடுவானோ என்ற அச்சம் எழுந்ததால் தன்னிலையை வைத்து இரக்கம் தேடினாள் வதனா. அவளுக்குத் தெரியும் வதனன் அம்மாவின் மனம் நோகக்கூடாது என்று நினைக்கும் ஒரு அம்மாப்பிள்ளை என்று. ஆனால் இன்று நாளாந்தம் பிள்ளைகள் போர்முனைக்குப் போய்க்கொண்டிருக்கும் இந்தச் சூழலில் தான் கேட்பது முறையல்ல என்றும் மனம் குத்தியது.

அவள் எதிர்பார்த்ததற்கு மாறாய் அவன் எதுவும் திரும்பி மறுபேச்சு பேசவில்லை. அதனால் அவள் உற்சாகமடைந்தவளாய்க் கேட்டாள். "அக்கா இயக்கத்தில இருந்து செத்திட்டுது. நாட்டுக்காக எங்கட குடும்பம் ஏதோ செய்திட்டுது. அப்பா இருக்கிறாரா இல்லையா என்று எதுவும் தெரியாது. நீயும் இவ்வளவு காலம் உன்னால முடிஞ்சத செய்திட்டாய். இனி நீ வரலாம்தானே?" அவனின் முகத்தைத் தடவியபடியே கேட்டாள். இதயனின் அம்மா ஞாபகம் வந்தது.

அவன் ஏதும் இதற்கு மறுபேச்சு பேசவில்லை. இவள் மகனின் தலையை வருடிவிட்டாள். தாய்ப் பாசத்தின் தவிப்பை, அந்தத் தவித்த மனதிற்கு உணர்த்த விரும்பினாள் போலும்.

"அக்கா செத்தோடனை உணர்ச்சி வசப்பட்டுப்போனாய் சரி, இப்ப நாங்கள் இடம்பெயர்ந்து அலையிறம். தங்கச்சிய ஒருக்கா யோசிச்சுப்பார்... இவளையாச்சும் படிப்பிச்சு ஒரு ஆளாக்கிடவேணும் எண்ட என்ர கனவில என்ன இடி வந்து விழுமோ எண்டு நித்திரை இல்லாமல் தவிக்கிறன்" அவள் கண்ணீர்விட்டாள். கழுத்தின் கீழ் எலும்பு இரு கோடாய்த் துருத்தியது.

இதற்குமேல் பொறுத்தால் தானே நிலைதளம்பி விடுவேன் என்று தெரிந்தோ என்னவோ வதனன் சொன்னான். "அம்மா இப்ப என்னால வரமுடியாது. சண்டை... தொடர் சண்டை நாளாந்தம் இயக்கத்துக்கு ஆக்கள் சேர்ந்து களமுனைக்கு வந்தபடி இருக்கினம். போறபோக்கில எல்லாரும் ஆயுதம் தூக்கிற நிலமை வரும்போல இருக்கு..."

"இல்லை வதா... நான் உன்னை உடன வரச்சொல்லி சொன்னனா" அம்மா சொன்னாள். "இதை நீ மனசில வைச்சுக்கொள். தங்கச்சிய நினை. உனக்கு சரி எண்டு படேக்க வா" அவள் பக்குவமாகச் சொன்னாள்.

இந்த நிலைமையை அவனும் விளங்கித்தான் வைத்திருந்தான். நாளாந்தம் பொடி, பெட்டையள் சண்டைக்குப் போய்க்கொண்டுதான் இருக்குதுகள். ஆனால், நாளாந்தம் வீரச்சாவும் வந்து கொண்டுதானே இருக்கு. அந்தப் பிள்ளை குறிஞ்சி இந்தப் பிரதேச மாவீரர் பணிமனைப் பொறுப்பாளர் தான். அவள் வந்து ஒவ்வொரு நாளும் வீரச்சாவு கதைகளைச் சொல்ல வதனா மனதுக்குள்ள செத்துச் செத்துப் பிழைப்பாள்.

"அம்மா, சண்டை தீவிரமாய் நடக்கு. இதில ஒரு வெற்றி வந்தால் பிறகு ஒரு சமாதானம் வரும். அப்பிடி ஒரு சமாதானம் வரேக்க நான் வீட்ட வாறன். வெறும் பேச்சுவார்த்தைதான் வரும். ஆனால் நான் வீட்ட வருவன் அம்மா" என்றான் தாய்க்குச் சத்தியம் கொடுப்பதுபோல.

அவனுடைய தீர்மானமான பேச்சும் அந்தக் குரலின் திண்ணியமும் அது முடிவான கதை, இதற்குமேல் தான் பேசக்கூடாது, பேசவும் தேவையில்லை என்பதை வதனாவுக்கு உறுத்தியது. மறுகரையில் சுற்றி வைக்கப்பட்ட சுவரால் ஒரு கொட்டில் கடையாகிவிட்டதைப் பார்த்தபடி இருந்தாள் வதனா.

மறுநாள் காலையில் எழுந்து விசுவமடுவுக்குப் போய் 'சூட்டடுப்பு' என்று சொல்லப்படுகின்ற அடுப்பில் பெரியது ஒன்றை வாங்கிவந்தான் வீரன். குறைந்த விறகோடு கூடிய வெக்கையைத் தரக்கூடியது இது. இதை விடுதலைப் புலிகளின் பொருண்மிய மேம்பாட்டுப்பிரிவு உற்பத்தி செய்து சந்தைப்படுத்தி ஊக்குவிக்கிறது. அரசின் பொருளாதாரத் தடையை எதிர்கொள்வது அவர்களின் நோக்கம். கடையின் பின்கட்டில் அதை வைத்துச் சுற்றிக் களிமண் குழைத்து அடுப்புக் கட்டினான். இன்று மாலை அவன் போகவேண்டும். பிள்ளை இந்த வேலைகளை எவ்வளவு சொல்லியும் கேளாமல் செய்துகொண்டிருப்பது வதனாவுக்குத் தாங்க இயலாமல் இருந்தது.

வீரன் சொன்னான் "அம்மா இரவு படுக்கப் போகேக்க நாலு விறகுதடி வைச்சு சோளனை, கச்சானை இதில அவிய வைச்சால்

அது சூடு நிண்டு விடிய அவிஞ்சிருக்கும். வேலையும் இல்லை உங்களுக்கு விறகும் தேவையில்லை கனக்க" சொல்லி முடிய முன்காணிக்காரன் வந்தார்.

"உங்கட சின்னவள் சொன்னாள் 'இண்டைக்கு அண்ணா போறான்' எண்டு. அதுதான் பார்க்க வந்தன். இந்தாங்கோ தம்பி" என்று ஒரு பையைக் கொடுத்தார். அதில் ஒரு சேர்ட் இருந்தது.

வதனாவுக்கு அதை வாங்குவதில் மனம் அந்நேரம் உடன்பாடாயில்லை, ஆனால் எப்படி மறுப்பது என்று தெரியவில்லை. அவன் ஒரு போராளிக்குக் கொடுக்கும் உணர்வுடனேயே கொடுத்திருக்கக்கூடும். அவனுக்குப் போராளிகள் என்றால் பிரியம். களமுனைப் பின்தள வேலைகளுக்கும் போய் வருகிற ஆள் அவன். பிரதேச அரசியல் துறைப் பொறுப்பாளருடனும் உறவுண்டு. கண்ணியமாகக் கொஞ்சநேரம் கதைத்துவிட்டுப் போய்விட்டார். 'கிடுகு வாங்கிய காசில் மிச்சம் ஆயிரம் ரூபா இன்னும் கொடுக்க இருக்கிறது. அதைக் கொடுத்துவிடவேண்டும் நாளையே! வீண் கடன்களை வைத்திருந்தால் வீணா சோலிவரும்' என்று வதனா மனதுள் எண்ணினாள். 'நாளை காசுக்கு எங்கே போவது? சரி பார்க்கலாம்.'

மதியம் கணவாய்க்கறி வைத்து மகனுக்குச் சோறு கொடுத்தாள். மகன் மற்றப் போராளிகளுக்குக் கொடுப்பதற்காக 'வேர்க்கடலை பிஸ்கற்' செய்திருந்தாள். அதைப் பார்சல் பண்ணிக் கொண்டிருக்கும்போது அந்தப் பெண்போராளி குறிஞ்சி வந்தாள். அன்று கண்டதைவிட அழகாய் இருந்தாள். எந்தப் பெண்ணும் தோய்ந்துவிட்டு வரும்போது புதுப்பொலிவு வந்துவிடுகிறது என்று மனதில் எண்ணம் ஓடி மறைந்தது வீரனுக்கு.

"என்ன வீரன் அம்மாட்டையா? கோழை அம்மாட்டையா வந்திருக்கிறியள்?" கதைக்க வேணும் போலத் தோன்ற வீரன் கதைத்தே விட்டான்.

"நீங்கள் கோழையா இருந்தாலும் அம்மாட்ட வீரம் இருக்கு. அம்மா வீர அம்மாதான்."

"ம்ம்..." அவள் அம்மாவைப் பெருமையாகப் பேச, இன்னும் ரசிக்கத் தூண்டியது.

"துயிலும் இல்லத்தில அழுததைக் கண்டன் அதுவும் சனங்களுக்குள்ள."

‘ஒ இவள் இதயனின் வீரச்சாவு நிகழ்வுக்கு வந்திருக்கிறாள் போலும். ஒ... இவள் தான் இதயனின் அம்மாவைத் தாங்கி கண்ணீர் துடைத்து அழைத்துப் போனவள்’ வீரனுக்கு மங்கலான நினைவு.

“ஆனால் அம்மா அழுததை நான் காணேல்ல. அம்மா வீர அம்மா தானே ம்ம்...” அவள் நளினமாய்க் கேலி செய்தாள். இவனுக்குத் தான் அழுததை இவள் பார்த்தது கூச்சமாய் இருந்தது. அவளின் தன் அம்மா மீது அன்புதொனிக்கும் வார்த்தை பிடித்தும் இருந்தது.

“அரசாங்க உத்தியோகக்காரராலேயே இப்ப சீவிக்க முடியேல்ல. அம்மா தன்ர முயற்சியில் ஒரு உதவி இல்லாமல் பாருங்க எப்பிடி உழைச்சு வீடு போட்டு இருக்குறா எண்டு. போராடுறது அம்மாவோ? நாங்களோ?”

அவனுக்கு அது உறுத்தினாலும் ஆர்வமாய் இருக்கிறது குறிஞ்சியின் பேச்சு.

“நீங்கள் அரசியல் பேசுறீங்கள். விடுங்க. எனக்கு விளங்காது” அவன் நக்கலாய்ச் சொல்லிக் கதையை ஊக்கினான்.

அவள் அன்று அங்குதான் சாப்பிட்டாள். மறுப்பெதுவும் சொல்லவில்லை. அம்மாவுக்கும் கணவாய்க் கறியோடு அவளுக்குச் சாப்பாடு கொடுக்கக் கிடைத்த வாய்ப்பு நிறைவைத் தந்தது. அந்த மிடுக்கழகுக் குறிஞ்சி கதைத்துக் கொண்டிருந்துவிட்டு விடைபெற்றுப் போனாள். வீடு வெறுமையானதுபோல ஓர் உணர்வு உடனேயே தொற்றிக்கொள்வதாய்ப் பட்டது வீரனுக்கு. அவனுக்கே அது விநோதமாய் இருந்தது.

மாலை பட்டி சாயும் நேரம் வீரன் விடைபெற்றான். கலை அவனையே சுற்றிச்சுற்றி வந்தாள். தங்கைக்கு எவ்வளவோ புத்திமதிகளை இந்த மூன்று நாள்களும் வதனன் சொல்லிவிட்டான். இப்போ அவளைப் பிரிய முடியாமல் நிற்கிறான். தான் சின்னவள் இல்லை, அதனால் அழக்கூடாது, அது வெட்கம்கெட்ட செயலென்று எண்ணியது அந்தக் குழந்தை.

வீரனுக்கு உடுப்பு, ‘பாக்’ எடுத்துக்கொடுத்த தன் கையால் அவன் முகத்தைத் தடவித் தடவி விட்டபடி முற்றத்திற்கு வந்தாள் வீரனம்மா. அந்த ஒழுங்கையால் பட்டியை அணையாமல் சிதறி ஓடும் ஒரு எருத்துமாட்டைப் பட்டியில் அணைக்கத் துரத்தியபடி

ஓடினாள் ஒரு பெண். அது திமிறியபடி ஓடியது அவள் குரலையும் கேட்காமல்.

வதனா வழியனுப்பும்போது அழக்கூடாது என்பதில் உறுதியாக இருந்தாள். தவிரவும் வாழ்வு அவளை முடிந்தவரை பந்தாடிப் பார்த்துவிட்டது. வென்றதா அது? முடிந்ததா அவளை வெல்ல? ஆனால் இப்போ தன் அத்தனை பலமும் உடலில் இருந்து வடிந்துவிடுவதுபோல உணர்ந்தாள். அழுதால் கொஞ்சம் சுகமாய் இருக்கும் போலவும் பட்டது. தன் சக்திகொண்டு அவள் அதை அடக்கினாள். வீரனால்தான் அது முடியாமல் போயிற்று. பிரிந்து விடைபெற்று ஒழுங்கையில் இறங்கி நடக்கவும் அடக்கி வைத்த கண்ணீர் வழிந்தது அவனை அறியாமல். அவள் ஒழுங்கையைப் பார்த்தபடியே நின்றாள் மகனின் கண்கள் வடித்த கண்ணீரை அவள் காணவில்லை. அவன் போய்விட்டான்

வதனா வெளிக்குந்தில் அப்படியே இருந்துவிட அவள் மடியில் இருந்த கலை கேட்டாள் "அம்மா, அண்ணா இனி எப்ப வாறதெண்டு சொல்லிச்சு?" சின்னவள் கலை கேட்டாள். பிறகு "அம்மா, நீங்க அண்ணாவை வீட்ட வரச்சொல்லிக் கேட்டீங்களா? அண்ணா என்ன சொல்லிச்சு?" அவள் கேட்ட கேள்விகளுக்கு அம்மா பதில் சொல்லாமல் தனக்குள் உழன்றாள்.

அப்பால் ஒரு நிலம் ❈ 327

22

இரணியப்பொழுது சாய்ந்து இருளும் வேளையில் வீரன் தன் தளத்திற்கு வந்தான். தளத்தில் புதியவர்கள் இருவரும் கூட இருந்தார்கள். இவர்களும் இதே படையணியின் வேவுப் போராளிகள்தான். ஆனால் தென் போர்முனையில் இயங்கிக் கொண்டிருந்தவர்கள். இவன் உள்ளே போகவும் "ஆகா வந்தாச்சசா... வீரா" என்று அட்டகாசமாய் வரவேற்றான் மணி.

"கொண்டுவா... கொண்டுவா... என்ன கொண்டுவந்தாய் எங்களுக்குச் சாப்பிட..." என்று கவி ஓடிவந்து இவனின் பையைப் பறிப்பதுபோல வாங்கினான்.

"அடேயப்பா வேர்க்கடலை பிஸ்கட்" பண்டத்தரிப்பல்லா சொந்த இடம்? வேர்க்கடலை பிஸ்கட் அந்த மாதிரி இருக்கும்... நான் பலாலி 'பொயின்ற்'இல் நிக்கிற நேரம் பண்டத்தரிப்பில் இருந்த சனங்கள் செய்தனுப்புற சாப்பாடு களமுனைக்கு வரும். அதில வேர்க்கடலை பிஸ்கட் வரும் பண்டத்தரிப்பில இருந்து... ச்சா... அந்த மாதிரி இருக்கும் அது" கோபி பொச்சுக்கொட்டி சொன்னான்.

"இதென்னடா இது? சாப்பாடா..." கவி இரண்டு பார்சலைத் தூக்கிக் கேட்டான்.

"தெரியேல்லடா. அம்மா வைச்சிருக்கும் ஏதாவது."

பிரிச்சுப் பார்த்தான் "என்னடா புக்கை மாதிரி இருக்கு இது."

அதை எட்டிப் பார்த்து "அட கோழிப்புக்கை" என்றான் வீரன். வீரனம்மா கோழிப்புக்கை செய்து வைத்தது இவனுக்கே தெரியாது. பின்வீட்டுப் பெண் தானே ஒரு சேவல் பிடித்து வதனாவின் உதவியோடு கோழிப்புக்கை செய்து இவனுடன் இருக்கும் போராளிகளுக்காகக் கொடுத்துவிட்டது இவனுக்கே தெரியாது. ஏதோ சாப்பாடு செய்து தாறன் என்று சொன்னாள்தான் முதல் நாள். இவன் அவர்களின் வறுமை நிலையைப் பார்த்து

‘அதெல்லாம் வேண்டாம் அக்கா’ என்று மறுத்திருந்தான். விடுதலைப் புலிகளின் தமிழீழக் காவல்துறையில் ரைப்பிஸ்ற் ஆக வேலைக்கு விண்ணப்பித்து இருப்பதாக அவள் சொன்னது ஞாபகம் வந்தது.

“கோழிப்புக்கையா... அமிர்தம் மாதிரி இருக்குமடா... எங்கட ஊரில இதெல்லாம் கிடையாது” என்றான் றாகுலன். றாகுலனின் சொந்த ஊர் கல்வியங்காடு.

ஒரு பார்சலைத் தூக்கிக்கொண்டு கவி, கோபி, மணி இருந்தார்கள் வட்டமாக. மறு பார்சலைத் தூக்கி றாகுலன் மற்ற புதிய இருவரையும் அழைத்து வட்டமாக இருந்தான்.

“வீரன் வாவன்டா சாப்பிட” மணி அழைத்தான்.

“இல்ல, நீங்க சாப்பிடுங்க. நான் வீட்டிலும் சாப்பிட்டன்.”

“நல்லது மச்சான்... பந்தியில் இருந்து அப்பிடி விலகணும். படையில முன்னுக்கு நிக்கோணும்...” கவி நையாண்டியாய்ச் சொன்னான்.

“என்ன சாப்பாடடா இது? அப்பிடி ருசியா இருக்கேடா. வீரா! கொண்டெழுப்புதடா சாப்பாடு... ச்சா” றாகுலன் சொன்னான். பொதுவில் றாகுலன் இப்படிக் கதைக்கும் ஆளில்லை. அவன் எப்போதும் கீழுள்ள போராளிகளோடு கொஞ்சம் அதிகாரத் தொனியோடு நடந்து கொள்பவன். அவன் சொன்ன வார்த்தைகள் வீரனுக்கு நிறைவைத் தந்தன.

மணி ஒரு பிடி அள்ளிவந்து வீரனுக்குத் தீத்திவிட்டான். “என்னண்ணை காகத்திற்கு வைச்சிட்டு வரிங்களா” கவி கேட்டான் நையாண்டிக் குணத்தோடு.

“அன்படா அன்பு அது!”

“கோவில் மணி சும்மா அடிக்காதே பூசையில்லாமல்! வேவு மணி சும்மா அடிக்குமா?” கோபி நமட்டுச் சிரிப்பு சிரித்து வீரனைப் பார்த்தான்.

“டேய் வீரா, இது பிரியாவிடை விருந்தடா... நாளைக்கு என்னை வவுனிக்குளம் போகச்சொல்லிட்டார் சேரா” கோபி சொன்னான்.

தளபதி சேரா தென் போர்முனையில் இயங்கிய இரு வேவுக்காரர்களை இங்கே அழைத்துவிட்டு பதிலாக அந்தப்

பகுதிக்குக் கோபியை அனுப்புகிறார். ஒரு காரணம் கோபியை வளர்த்தெடுக்கவேண்டும் என்பது. தென் போர்முனை காடு சார்ந்த சூழல் என்பதால் வேவு இது போன்ற கடினத்தைக் கொண்டிருக்கவில்லை. கோபிக்குச் சில வெற்றிகளைச் சேர்த்தால்தான் எதிர்காலத்தில் அவனை வேவு அணித் தலைவனாக்க முடியுமென்று கணக்குப் பண்ணினார். மற்றது புதிதாக இருவரை இங்கு கலந்துவிட்டால் இந்த அணி கொஞ்சம் மீட்சி பெறும் இழப்பின் துயரிலிருந்து என்று எண்ணினார்.

மணியின் நடவடிக்கைகளை வைத்தும் விடுமுறையில் வீரனை அனுப்பியதை வைத்தும் அடுத்து வேவுக்கு மணி கூட்டிப் போகப்போவது வீரனைத்தான் என்று கோபி ஊகித்திருந்தான்.

இரவு மணி தன் போராளிகளை அழைத்துப் பொதுவாகக் கதைத்தான் புதியவர்கள் வந்ததால் எல்லாரையும் கூட்டிக் கதைக்க வேண்டியிருந்தது. அது முடியவும் வீரனைக் கேட்டான் மணி.

“நீ லீவில போயிற்று வந்த புதினத்தைச் சொல்லடா. சனங்கள் எப்பிடி இருக்கு?”

“யாரண்ணை சனத்திட்டப் போனது? சும்மா போச்சு” வீரன்.

“பின்ன வீட்டுக்க சென்றி இல்லாமல் படுத்துக் கிடந்திட்டு... இண்டைக்கு எழும்பி வாறியோ?” றாகுலன் கேட்டான். வெட்டிப்பயல் என்பதுபோன்ற பாவனையோடு.

“அம்மா தனிய இருக்கிறா. இடம்பெயர்ந்து இருக்கிறம். உதவி இல்லை. இன சனமும் இல்லை. இருக்கிறதும் உதவுறதா இல்லை... ப்ச்...” வீரன் துக்கச்சலிப்போடு சொன்னான்.

அந்தக் கதையை மேலும் கேட்க அங்கிருந்த யாரும் விரும்பவில்லை. வீரன் அதைச் சொல்லத்தொடங்கிய முகக்கோலம் கண்டு மற்றவர்களின் முகமும் மாறிவிட்டது. போர் தன் விசநாக்கால் தீண்டாத வீடுகள் இல்லை. ஒவ்வொரு குடும்பத்திலும் ஒவ்வொரு துயர்கதை சுழன்றுகொண்டிருந்தது. தவிரவும் ஆண்பிள்ளைகள் இவர்கள் போருக்கு வந்துவிட்டால் வீட்டின் நிலவரம் தாழ்ந்துதான் போகும்.

மறுநாள் காலையில் மணி குளித்துவிட்டு வந்து முற்றத்தில் நின்று விகடமாகக் கேட்டான். “போராளிகளே... புலிகளே, யார்

வரிங்கள் மணியோட வேவுக்கு? விரும்பின ஆக்கள் வரலாம். வேலைய முடிச்சும் காட்டலாம், இல்லை வேளைக்கு முடிஞ்சும் காட்டலாம்” அவன் தலை துவட்டியபடி கேட்டான்,

உடனே வீரன் “அண்ணை, நான் வாறன். ஒரு கை பார்க்கலாம்” என்றான்.

மணிக்கு இனம்புரியாத ஒரு திருப்தி எங்கிருந்தோ வந்தது. உள்ளே ஒரு உற்சாகமும் எழும்பியது. கவி சொன்னான் “அடேய் அந்த மனிசன் புலியக் கேட்டால், நீ எலி வாறன் எண்டு சொல்லுறாய். நான் வாறன் அண்ணை.”

மணிக்கு தாமதமாய் வரும் குரலிலேயே நம்பிக்கை இல்லை. அதைவிடக் கவி மீது துணிந்த ஒருவன் என்ற மதிப்பீடு மணிக்கு இன்னும் உருவாகவும் இல்லை. வீரன் முன்னர் தன்னை ‘எலி எலி’ என விளித்துச் சொன்னதை நக்கலடிக்க விட அவன் விரும்பவில்லை. முன்னர் வீரனை ஆமியிடமிருந்து தப்பிய அந்தக் கதையை மணி சொல்ல வைத்ததற்குக் காரணமே அவனுக்கான அங்கீகாரத்தை மற்றவர்கள் கொடுக்கவேண்டும் என்பதற்குதானே. வீரனுக்கே அவனை ஒரு சாகசக்காரன்தான் என்பதை உணரவைக்க முடிந்த மணியின் உத்தி இது.

மணி சொன்னான் “வேவுக்குப் புலி வேண்டாமடா, எலியா மாறக்கூடிய புலி வேணும். அப்பதான் அது எலியாத் திரிஞ்சு வேவு பாக்கும். நெருக்கடி வந்தால், புலியாப் பாய்ஞ்சு காரியத்தை வெல்லும். அவன்தான் எனக்கு வேணும்.”

மணியின் இந்த வார்த்தைகளைக் கேட்டு றாகுலன் ஒரு நக்கல் இதழில் ஓடத் தனக்குள் சிரித்தான். இந்தக் கதையில் தான் பங்குகொள்ளவில்லை என்பதுபோல.

அன்று பின்னேரம் சேரா வந்தார். மணியுடன் கதைத்தார். பிறகு வீரனைக் கூப்பிட்டுக் கதைத்தார். வீரன்தான் அடுத்து மணியுடன் போகவேண்டும் என்றும் இந்தச் சமருக்கே பெரிய திருப்புமுனையை இந்த வேவுதான் நிகழ்த்தும் என்றும், அது வீரனாலும் மணியாலும்தான் முடியும் என்றும் தான் நம்புவதாகச் சொன்னார்.

அடுத்தநாள் இருவருக்கும் இலங்கை இராணுவத்தின் உடுப்பு தைக்க படைத்துறை விநியோகப் பிரிவு தையல் பகுதியில் இருந்து அளவெடுப்பதற்கு ஆள் வரும் என்றும் சொன்னார். இராணுவ

முதுகு 'பாக்' வேணும் என்று மணி சொன்னான். அதையும் குறித்துக்கொண்டார். தவிரவும் தன்னிடம் உள்ள கைக்குண்டு கோல்சர் போலப் புதிதாகப் பின்னுக்குப் பெரிய பொக்கற் வைச்சு முன்னுக்குப் பதினாறு குண்டு வைக்கக்கூடிய மாதிரி கோல்சர் வேணும் என்றான். அதையும் குறித்துக்கொண்டார். இரண்டு இராணுவச் சப்பாத்தும் வரும் என்றார். உருமறைப்பு நெற் வேணும் என்று மணி கேட்டான். அது கிடைக்குமோ தெரியேல அல்லது அதைப்போல ஒன்று தயார் செய்யச் சொல்வதாகச் சொன்னார் சேரா.

23

இரவு மணி உற்சாகத்தில் இருந்தான். அதுக்கு வேறு காரணம் இருந்தது. நாளைக்கு அருளினி வீடுபார்க்க வரக்கூடும். சனிக்கிழமையல்லவா? போவதற்கிடையில் அருளினியை ஒருமுறை பார்த்துவிட வேண்டும். ‘ஒரு முத்தம், ஒரே ஒரு முத்தம் கொடுத்துவிடலாமா நாளைக்கு?’ என்று அநியாய ஆசை மனதில் ஓடியது. ‘நினைக்க நல்லாத்தான் இருக்கு. அதுக்குத் துணிவு எங்க இருந்து வரும்... ச்சா’ என்று அலுத்துக்கொண்டான்.

காலையில் வீரன் தென்னம்பாளையால் முற்றம் கூட்டிக் கொண்டிருந்தான். நடக்கும்போது குதிக்காலை ஊன்ற முடியாமல் தெத்தித்தெத்தி நடந்தான். மணி அதைப் பார்த்துவிட்டுக் கேட்டான் “என்னடா வீரா தெத்தித்தெத்தி நடக்கிறாய்?”

“ஒண்டும் இல்லையண்ணை. இடக்காலை ஊன்ற குதியில வலிக்குது. கொஞ்சநாள் குறைவா இருந்திச்சு. இப்ப திரும்ப வலிக்குது.”

றாகுலன் குறுக்கிட்டு நையாண்டியாய் பொடிவைத்துச் சொன்னான். “வலிக்கும் வலிக்கும்... இப்ப வலிக்கும்.”

இந்த வார்த்தைகளால் வீரன் குறுகிப்போனான். அந்த வலியை அவன் முடிந்தவரை வெளியே காட்டிக்கொள்ளாமல் இருந்ததே தன்னைப் பயந்தவனென்று பட்டம் கட்டி அவமானப்படுத்தி விடுவார்களோ என்றுதான். இந்த வார்த்தை அதைவிட வலித்தது.

மணி குறுக்கிட்டுக் கேட்டான். “அந்த வலி இன்னும் போகேல்லையாடா? என்னெண்டு பார்த்தியா? மெடிசின்காரனிட்ட கேட்டியா?”

வீரன் பதில் சொல்லமுன் றாகுலன் பதில் சொன்னான். “இப்பதான் வலி கூடியிருக்கு. இல்லையாடா வீரா. இது மருந்துக்கு மாறாது. ஹிஹிஹி” அவனின் எள்ளி நகைக்கும் முகம் வீரனுக்கு

வெறுப்பைத் தந்தது. கோபமும் பொத்துக்கொண்டு வந்தது. கோபத்தை வெளிக்காட்டவில்லை. வெளிக்காட்டவும் முடியாது.

“அது ஒன்றும் பிரச்சினை இல்லை. வலிதானே இருந்திட்டுப் போகட்டும். வெளிய இருந்தும், உள்ள இருந்தும் வாற வலியை நினைக்காமல் விட்டால் வலிக்காது. நினைச்சாதான் பிரச்சனை” வீரனின் வார்த்தையில் றாகுலனுக்கு ஏதோ பதிலிருந்தது. அது அவன் முகத்தில் வார்த்தையைவிடத் துல்லியமாகத் தெரிந்தது.

“இஞ்ச வா வீரா...” மணி கூப்பிட்டான். “இப்பிடி இரு” தான் இருந்த திண்ணையில் இருக்கச் சொன்னான். அவனின் காலைத் தூக்கி மடியில் வைத்துக் குதியைப் பார்த்தான்.

“விடுங்கண்ணை... அது ஒண்டும் இல்லை” வீரன் காலை இழுத்தான்.

“பொறடா. கொஞ்சம் பாப்பம் ஒருக்கா.”

வீரன் பக்கத்தில் மிலிட்டரி தண்ணீர் ‘கான்’இல் இருந்த தண்ணியால் வீரனின் காலைக் கழுவினான். குதியை உரைஞ்சிக் கழுவிவிட்டு மறுபடி பார்த்தான். அந்த நேசம் மணியின் கை வழியாகப் பரவி வீரனின் மனதைப் பிசைந்தது.

“ஒண்டும் குத்த இல்லையாடா, இப்ப வலிக்குதா? இப்ப... இப்ப...” மணி குதிப் பாதத்தில் பல பகுதிகளைக் கையால் அழுத்தி, அழுத்திக் கேட்டான்.

“இல்லையண்ணை.”

“இப்ப?”

“ஆஆ...” வீரனின் உடல் குறுகுகிறது.

“இப்ப?” மறுபடி மணி அழுத்தவும், “ஆஆ...” கத்தினான்

“எழும்பி நில் ஒருக்கா பாப்பம்.” எழும்பி நின்றான் “வடிவா ஊன்றி நில்லடா” மணிக்கு வீரன் சரியாக ஊன்றி நிற்கவில்லை என்று தெரிந்தது.

“வீரன், குதிக்காலை மட்டும் ஊன்றி நில் பார்ப்பம்.”

வீரன் நுனிக்காலைத் தூக்க முயன்று நிலைதளம்பினான்.

“முடியேல. அப்பிடி ஊன்றினா வலிக்குது.”

“சரி விடு! இது குதிவாதமடா. ஏன் இவ்வளவு நாளும் பேசாமல் இருந்தனி” மணி சொல்லிவிட்டு றாகுலனைப் பார்த்தான். அதன் அர்த்தம்... ‘அவனுக்கு உண்மையில் வலியிருக்கு. நீ வாயைப் பொத்திக்கொண்டு பேசாமல் இரு’ என்பதாக இருந்தது. மணி இப்படியெல்லாம் நடந்து கொள்பவன் அல்ல. அதனால் இந்த வார்த்தை றாகுலனைச் சங்கடப்படுத்தியது.

“வீரா, இதுக்கு மெடிசின்காரரிட்ட மருந்து இருக்காது. நான் செய்யிறன் வைத்தியம். இந்தக் குதிக்கால் வாதம் எங்கட பெரியண்ணாவுக்கும் இருந்தது. அது சரியான வலியா இருக்குமேடா... சரி விடு...” மணி அக்கறையோடு சொன்னான்.

பதினொரு மணியளவில் மணி தன் சைக்கிளை எடுத்துக்கொண்டு வெளியே போனான். போகும்போது வீரனை அந்தப் படைத்துறைச் சின்னங்கள், குறியீடுகள் பற்றிய பாடத்தை எடுத்து மீளப்படித்து மனப்பாடம் ஆக்கிக்கொள் என்று சொல்லிவிட்டுப் போனான். “உனக்கு மருந்து கொண்டுவாறன்டா யோசிக்காதை... இப்ப” என்றான்.

மணி சைக்கிளை வேகமாக ஓட்டிக்கொண்டு முரசுமோட்டை பின்பகுதியிலுள்ள அருளினியின் வீட்டுக்குப் போனான். இன்று அவள் வந்திருக்கக் கூடும். மனம் பரபரத்துக் கொண்டிருந்தது. யுத்தத்தில் மனிதர்களால் கைவிடப்பட்ட ஊர் தன் தனிமையில் வியாகுலமுற்றிருந்தது. பிள்ளைகள் பிரிந்துபோன தாயின் வியாகுலமது.

வீதியால் போகும் போது தளபதி குறுக்கே கண்டுவிடக்கூடாது என்ற மனக் குறுகுறுப்புடன் போனான் மணி. அவன் வீட்டை அண்மிக்கும்போது மனம் துள்ளிக் குதித்தது. ஆனால் தூரப்போன அம்மா திரும்பிவரும்போது காணும் குதூகலம் போலக் குதிக்கும் மனதை மறைக்கும் அருளினியை இன்று முன்னே காணவில்லை.

சைக்கிளை முன்னுக்குள்ள செவ்வரத்தம் பூ மரத்தின் கீழ் நிறுத்திவிட்டு வெளியே நிறுத்தப்பட்டிருந்த அவர்களின் சைக்கிளையும் தூக்கி மரத்தின் கீழ் நிறுத்தினான். பூக்கள் உதிர்ந்து சுருண்டு நிலத்தில் கிடந்தன.

“சைக்கிளை வெளிய விடாதையுங்க எண்டு எத்தனை தடவை சொன்னன். வண்டு கண்டுதெண்டா திரும்பிப் போகமாட்டிங்க வீட்டுக்கு... ஹிஹிஹி...”

வழமைபோலவே கலகலத்துக் கொண்டுதான் மணி போனான். ஆனால் அங்கே இருந்தவர்களின் முகங்கள் அதைப் பிரதிபலிக்கவில்லை. உள்ளே படபடப்பு. மணிக்குச் சங்கடமான சூழல் உருவாகிற்று. மணியின் முகத்தில் அசட்டுத்தனமான உணர்வு இழையோடுவதை அருளினியின் அப்பாதான் கண்டார். விறகுக் கட்டையைக் கோடரியால் இரண்டாகப் பிளந்தவர், அதை அருகே போட்டுவிட்டு "வாங்க தம்பி" என்றார். அது கொஞ்சம் ஆறுதலாக இருந்தபோதும் மணிக்கு ஏதோ சூழல் சரியாக இல்லை என்பதையே உணர்த்தியது. அம்மா முகம் கொடுக்கவில்லை. அருளினியும் தேங்காய் பொச்சு மட்டைகளை எடுத்து உரப் பையில் போட்டுக் கட்டிக்கொண்டிருந்தாள். அவளுடன் உதவி செய்வதாய் ஒரு பையனும் கூட நின்றான். அவன் அருளினியின் சித்தி மகன். அவர்களது வீடும் அருகில்தான் இருக்கிறது. பெரியம்மாவோடு கூடவந்தான், அவர்கள் காணியில் உள்ள தேங்காய்களைக் கட்டிக்கொண்டு போவதற்காக.

'நல்லவேளையாகப் போனவாரம் இங்கு வரவில்லை' என்று மணி மனதில் எண்ணினான். தான் ஒரு அலுவலாக வந்ததாய்க் காட்டுவதற்காக "ஒரு செங்கல்லு வேணுமம்மா... இருக்குதா. ஒண்டு எடுக்கலாமா?" என்றான் மணி

அப்பாதான் பதில் சொன்னார். "பின்னுக்கு இருக்குத் தம்பி எடுங்க. என்னத்துக்கு ஒண்டு?"

"ஒரு பெடியனுக்குக் குதிவாதம். அதுக்கு மருந்து செய்ய ஒரு செங்கல்லு வேணும்."

"செங்கல்லில மருந்தா?"

"ம்ம். குதிவாதத்துக்குச் செய்யிற மருந்து இது. செங்கல்லைச் சூடுகாட்டி அதில எருக்கலம் இலைய வைச்சுட்டு அந்தச் சூட்டில குதிக்காலை வைச்சு ஒத்தடம்போலச் சூடுபிடிச்சால் குதிவாதம் காணாமல் போகும்."

"அட அப்பிடியெல்லாம் இருக்கா?"

"ம்ம்... நாட்டு வைத்தியம். நாட்டு வைத்தியம் அனுபவத்தில உறுதிசெய்த வைத்தியம். பிழைக்காது."

"ம்... சரிதான்."

மணி வீட்டின் பின்னே போனான். வீட்டின் மறைவில் நின்று அருளினியைப் பார்க்க முடிந்தது. அவளும் களவாய் இவனைப் பார்த்தாள். அந்தப் பார்வை ஒரு ஆறுதலாய் இருந்தது. ஆனாலும் அதில் இருந்த திருட்டுத்தனம் அவனுக்கு அச்சத்தை மறுகணமே கொடுத்தது. 'தங்கள் விவகாரம்தான் ஏதும் பிரச்சினையோ?' என்று எண்ண வைத்தது.

"அந்தக் கல்லுக்குள்ள பாம்பு இருக்கும். கவனம். மேலால உள்ளதைப் பாத்து எடுங்கோ" அம்மா அங்க இருந்து குரல் வைத்தாள். அவளின் அம்மா கதைத்தது மணிக்கு ஆறுதலாய் இருந்தது. அருளினிக்கும்தான். ஆனால் அருளினியின் அம்மா வழமைபோல நடந்துகொள்ளவில்லை என்பது குரலில் வெளிப்படத்தான் செய்தது.

மணி ஒரு கல்லை எடுத்துக்கொண்டு திரும்பும்போது அருளினி பார்த்தாள். இமைகளைத் தூக்கி அவள் ஏதோ சைகை காட்டுவது போலிருந்தது. அருகே நின்று தம்பியும் மணியைப் பார்த்ததனால் மணி அருளினியின் சைகையைக் கவனிக்காமல் கண்களை எடுத்துவிட்டான். அவள் அதை உணர்ந்து 'ஆ' என்று வலி எழும்பியதுபோலச் சத்தம் வைக்க இவன் பார்த்தான். அவள் கண்களையும் இமைகளையும் சேர்த்து ஒரு நெற்றி மூலையாய் அசைத்துக் காட்டினாள். இவனுக்குக் கொஞ்சம் புரிந்தது. அந்தக் கிறிஸ்தவ கோவிலுக்கு வரச்சொல்கிறாள்போல என்று. அவள் அதை உணர்ந்ததும் "ஏண்டா காலில தேங்காயைப் போடுறாய்?" என்று தான் கத்தியதற்குக் காரணம் சொல்வதுபோலத் தம்பியைத் திட்டினாள். அம்மாவோ அப்பாவோ அதைக் கேட்டிருந்தாலும் அவர்களுக்காகத்தான் இந்தக் காரணம். சின்னவன் நமட்டுச் சிரிப்பு சிரித்தான்.

மணி கல்லை எடுத்துக்கொண்டு வந்து, தான் போயிற்று வருவதாகச் சொல்லி சைக்கிளை எடுத்தான். "தேத்தண்ணி வைக்கேல்ல. இளநீ இருந்தா ஒண்டு வெட்டிக் குடுங்களன்" அம்மாதான் கணவனிடம் சொன்னாள். அவளுக்கு ஏதோ ஒரு குற்றவுணர்வு இப்படிச் சொல்லத் தூண்டியிருக்கக்கூடும்.

"இல்லை. அவசரம். போகவேணும். வேலை இருக்கு. இந்தப் பக்கம் எருக்கலம் இலை கண்டனீங்களா?"

"இல்லை தம்பி. தரிசு நிலங்களிலதான் இருக்கும்" என்றார் அவள் அப்பா.

"சரி நான் பாக்கிறன்" சொல்லிக்கொண்டு அவன் போய்விட்டான்.

மணி அந்த 'சேர்ச்'சையே சுற்றிச் சுற்றி வந்தான். அருளினியைக் காணவில்லை. அவனின் மனம் அமைதியிழந்து தவித்தது. 'எவ்வளவு நேரம் காத்திருக்க வேண்டுமோ தெரியவில்லையே. அவள் கண்ணைக் காட்டியது இங்கு போகச் சொல்லத்தானா?' மீண்டும் அவளின் அந்த முகத்தையும் அந்தக் கண் அசைவையும் மனதில் ஓட்டிப்பார்த்தான். அப்படித்தான் தெரிகிறது. 'ச்சா... அவள் தன் கண்களைத் திருட்டுத்தனமாய் அசைக்கும்போது எவ்வளவு அழகாய் இருந்தாள். கள்ளி வருவாளா?' மீண்டும் மீண்டும் அந்தக் காட்சியை மீட்டுமீட்டுப் பார்த்தான். தவிப்பை ஊட்டும் அவள் அசைவு மோகமுள்ளாய்க் குத்தியது.

'காணவில்லையே... இவ்வளவு நேரமாச்சு. போய்விடலாமா? போனால் இனி என்றுமே சந்திக்க முடியாமலும் போகுமோ?' வேவுக்குப் போகும் பயணம் மனதில் தோன்றி கூர்முள்ளாய்க் குத்தியது. இது வேறு வலி.

அவன் போய்விடலாம் என்று சலித்து இரண்டுமுறை போக எத்தனித்தான். ஏதோ ஒன்று போகவிடாமல் 'நில்லடா மணி' என்று தடுத்து ஏமாற்றியது. இம்முறை தீர்மானமாய்ப் போய்விடுவதென்ற முடிவோடு வெளிக்கிட்டான். முடியவில்லைதான். ஆனாலும் சைக்கிளை மெதுவாக மிதித்தான். அவளில்லை. திரும்பிப் பார்த்தான் வீதியை. ம்கூம்... அவள் இல்லை. கையில் செங்கல்லும் நெஞ்சுள்ளே பெரும் கருங்கல்லும் கனக்க மனமின்றிப் போனான். அந்தப் போர்முனை வானத்திலும் தனித்தொரு கொக்கு காற்றில் மிதந்தலைவதைக் கண்டான்.

கொஞ்சத்தூரம் போனவன் உள்ளுணர்வு தூண்ட திருப்பிப் பார்த்தான் ம்... ம்... தூரத்தில் மிகத் தூரத்தில் வீதியால் யாரோ வருகிறார்கள். நடந்துவருகிறார்களா? சைக்கிளில் வருகிறார்களா? சைக்கிளேதான். ஒருவேளை அருளினிதானோ? இருக்காது. இரண்டு சைக்கிள் வருகிறதே. யாரோ போராளிகள்தான்.

அட... இல்லை. ஒரு பெண்தான் வருகிறாள். அரைப்பாவாடையின் அசைவு தெரிகிறது. அவளேதான். அருளினிதான் வருகிறாள்.

சைக்கிளைத் திருப்பினான். மனம் பொங்கிப்பூரித்துக் கொப்பளிக்கிறது. முகத்தில் தன் சந்தோசத்தை மறைக்க முயன்றான். முடிந்தால் தானே. காதலையும் விக்கலையும் அடக்க

இயலாது என்று யாரோ சொன்னது சரிதான். இதை நினைக்கச் சிரிப்பு வந்தது.

'சேர்ச்'க்கு இரண்டு வளவு தள்ளித் தன் சைக்கிளை நிறுத்திவிட்டு நடந்தே போனான். யாராவது கண்டால் வில்லங்கம் ஆகிவிடும் என்ற பயம் அவனுக்கு. அருளினி சைக்கிளை சேர்ச்இன் வேலிக் கரையோரம் சடைத்து நின்ற தேமா பூமரத்தின் கீழ் நிறுத்தினாள். அவள் தம்பியும் கூட வந்திருந்தான். இவனை எதுக்குக் கூட்டி வந்தாள்? மணிக்குச் சலிப்பாக இருந்தது. கொண்டுவந்த முத்தம் கைநழுவிப்போனது என்ற ஆத்திரத்திலும் அந்தச் சலிப்பு வந்திருக்கலாம். 'அதுக்கெல்லாம் என்னிடம் துணிவு ஏது? நினைக்க மட்டும்தான் நான் தோது' என்று மற்றொரு மனம் சமாதானம் சொல்லிற்று.

அருளினி எதுவும் கதைக்கவில்லை. "நில்லுங்க. மன்றாடிட்டு வாறன்" என்று உள்ளே போனாள்.

"வாங்க. நான் போகவேணும் அவசரமா" மணி சொன்னான்.

அவள் அதைப் பொருட்படுத்தாமல் உள்ளே போனாள். அவள் முட்டுக்காலில் இருந்து அந்தப் பாழ் மண்டபத்தில் தன் குரலைத் தானே கேட்க நேரும்படி செபித்தாள். இவன் காதுகளிலும் அது விழுந்தது.

"எம்மைக் காக்க வல்லவராக நீரே இருக்கிறீர் ஆண்டவரே! உமது பேரன்பினால் எம்மைக் காத்தருளும் ஆண்டவரே! உமது பெரும் கருணையினால் போராளிகள் உயிரைக் காத்தருளும் கர்த்தரே! ஆற்றல் உள்ள நீரே, அன்புள்ள நீரே இந்தப் போரை வென்று சமாதானத்தைத் தரவல்லவர் என்று விசுவாசிக்கிறோம் ஆண்டவரே" அவள் குரலில் இந்த வசனம் காதில்விழ 'புடுங்கினார் போ!' என்று மணிக்குச் சிரிப்புப் பொத்துக்கொண்டு வந்தது. அவன் முழங்காலைத் தன் இரு கைகளால் ஊன்றியபடி குனிந்து குலுங்கிக் குலுங்கிச் சிரித்தான்.

'அதுக்குள்ள வெளவாலும் புறாவும்தான் இருக்குது. இந்த லூசு முட்டுக்காலில இருந்து போரை வென்று சமாதானத்தைத் தாரும் ஆண்டவரே என்றால் புறாவெல்லாம் எழும்பிப் பறக்குது. அதில வெளவாலோ புறாவோ ஒன்று அம்பிட்டாலும் இரவு கறிக்கு உதவும்.' மனதில் நினைக்கச் சிரிப்பை அடக்கமுடியவில்லை. அவள் செபித்தபடிதான் இருக்கிறாள். தேவதூதன் இவளின் வேண்டுதலைக் கேட்கப் போரில் பாழ்பட்ட அந்த ஆலயத்தின்

எங்கோ ஒரு மூலையில் இருக்கிறார் என்பதான விசுவாசிப்பு அவளுக்கு.

"போரை ஏவிய கொடியவர்களை மனந்திரும்பப் பண்ணும் ஆண்டவரே! பாவிகளான எங்களை இரட்சித்துக் காக்க வல்லவர் நீரே..."

மணி மெல்ல றோட்டுக்கு நடந்துபோய் நின்றான். அவனுக்குச் சிரிப்பை அடக்கமுடியவில்லை. தம்பியார் வேறு அங்கு நின்றுகொண்டிருந்தான்.

அருளினி வெளியே வரவும் இவன் போனான். தம்பியார் நடந்து றோட்டில் போய் நின்றான். அவனுக்கு அந்தச் சூழலில் இருந்து விலகி நிற்க வேண்டுமென்று தெரிந்திருந்தது.

"என்ன ஏதும் பிரச்சினையோ?" மணிதான் கேட்டான். அவள் செபித்து முடிந்து வந்தபோது கண்ணீர் ஓடிய கன்னம் துருத்திக்கொண்டு தெரிந்தது.

அவள் பதில் சொல்லாமல் குனிந்தபடி நின்றாள். "என்ன... என்னென்று சொன்னால்தானே..." பதட்டத்தோடு மணி.

"வீட்டில தெரிஞ்சு போச்சு. அதால பிரச்சினை" அவள் சொல்லிவிட்டு வெறுமையில் பார்த்தாள்.

"என்னது? எப்பிடித் தெரியும்... ப்ச்" மணி உண்மையில் பதட்டப்பட்டான்.

"அம்மா. அன்றைக்கு இரவு வீட்டில உங்கட போட்டோவை வைச்சு நான் பார்த்துக்கொண்டிருக்க உள்ள வந்திட்டா. நான் போட்டோவைப் 'படக்'கென்று புத்தகத்துக்குள்ள வைச்சிட்டன். அம்மா அதைக் கண்டிருக்கவேணும் அல்லது சந்தேகம் வந்திருக்கும்போல. அடுத்த நாள் மனிசி எல்லா இடமும் என்ர முழுச் சாமான்களையும் சோதிச்சு இருக்கு. என்ர 'பேர்ஸ்'க்குள்ள தான் உங்கட படத்தைப் பிறகு வைச்சனான். அதைக் கண்டு எடுத்திட்டா" அவள் இவனின் முகத்தைப் பார்க்காமல் சொல்ல இவன் பதட்டத்தில் அலுத்துக்கொண்டான்.

"நான் அப்பவே சொன்னனான்... போட்டோ தரமாட்டன் என்று. நீங்கதான் சும்மா அடம்பிடிச்சு வாங்கினீங்கள். எனக்கு அப்பவே தெரியும், இது ஏதாவது சிக்கல்ல போய் முடியும் எண்டு. ச்சா..."

“அம்மா கேட்டா - நீ மணிய விரும்புறியோ?’ என்று. நான் உடன ‘உங்களுக்கென்ன விசரே?’ என்று மறுத்தன். மனிசி போட்டோவை எடுத்து வைச்சிருக்கும் என்று நான் எதிர்பார்க்கேல்லை. பிறகுதான் அதைச் சொன்னா...” அவள் நிறுத்த மணி பதட்டம் தாங்காமல் கேட்டான்.

“பிறகு?”

“பிறகென்ன செய்ய, நான் பேசாமல் இருந்ததுதான். அம்மா சத்தம் போட்டிச்சு. அவன் இயக்கம். போராளி. வீண் கற்பனைகளை வளர்த்து வாழ்க்கையை நாசம் பண்ணாத. சண்டையில நிக்கிற பெடியனுக்கு என்ன நேரம் என்ன நடக்கும் எண்டு சொல்லேலாது. புத்திகெட்டுத் தலையில மண்ணள்ளிப் போடாத என்று சொல்லிச்சு.”

“ம்ம்...” மணிக்கு வார்த்தை வராமல் தொண்டை கட்டியது. தானறியாத் துக்கம் தன்னை விழுங்குவதை உணர்ந்தான்.

“நீங்கள் என்ன சொன்னீங்கள்?” மணி கேட்டான்.

அவள் அம்மாவிடம் ‘நான்தான் இயக்கத்துக்குப் போராடப் போகேல்லை. ஒரு இயக்கப் போராளியையாச்சும் கலியாணம் கட்டி துணையா இருக்கிறன்’ என்று சொல்லிச் சண்டை பிடித்ததை மணிக்குச் சொல்லவில்லை. பதிலாக அவள் சொன்னது. “நான் என்ன சொல்ல? பேசாமல் நிண்டன்.”

“இப்ப வீட்டில என்ன மாதிரி இருக்கு?” மணி ஒருவித பயம் உறையக் கேட்டான்.

“என்ன மாதிரி எண்டால்? எல்லாத்தையும் விட்டிடவேணும் எண்டு சொல்லியாச்சு.”

“ம்ம்... அப்பாக்கும் தெரியுமோ?”

“பெரிய சண்டை... ப்ச்... அம்மா அவருக்கும் சொல்லிற்று.”

“அடிச்சவரே அப்பா?”

“ச்சீ... அப்பா அடிக்கமாட்டார். ‘யோசிச்சு நட பிள்ளை’ எண்டார். ‘இயக்கத்தை விட்டு அவன் விலகி வந்தால் பரவாயில்லை. இல்லையெண்டா உன்ர வாழ்க்கையை நீயே கெடுத்துக் கொள்ளுறதாய் முடியும். அனுதாபப்படுறதைக் காதல் எண்டு எடுத்துக்கொள்ளாதை’ எண்டார்.”

“ம்ம்” மணிக்கு எதுவும் பேச வரவில்லை.

“அப்படியெண்டால் அவையளும் அனுதாபப்பட்டுத்தான் சாப்பாடு தந்திச்சினமோ, அன்பென்று ஏதும் கிடையாதோ? பலி ஆடு, பாவம். ஒரு வாழைப்பழம் தீத்துவம் என்ற கணக்கா இது?... சரி.”

அவளுக்கு எதும் கதைக்க வரவில்லை. அவனின் சொற்கள் தன் வலியைத் தாங்காத சொற்களாய் இருந்தன.

“அப்ப... நீர் இப்ப பிரியாவிடைக்கு வந்தனீரோ... சரி சரி” அவன் கூரிய கண்களால் அவளைப் பார்த்துக் கேட்டான்.

“இல்லை. நீங்கள் இயக்கத்தை விலத்தி வாங்கோ. பிறகு வீட்டில என்ன பிரச்சினையெண்டாலும் நான் பார்த்துக்கொள்ளுறன்.”

“என்ன? விலத்தி வாறதோ?” அவன் சொற்களில் கோபம்.

“அம்மா சொல்றதும் நியாயம்தானே. உங்களுக்கு ஏதும் சண்டையில நடந்தால் நான் நடுத்தெருவிலதானே...”

“இது அம்மா சொன்னதுக்குப் பிறகுதான் உமக்குத் தெரிஞ்சுதோ?”

வார்த்தைகளில் கோபம் கொப்பளிக்கக் கேட்டான். பிறகு “அப்பிடியென்டால் முதலில நீர் போராளி என்று தெரியாமல் இருந்தீராக்கும். சண்டையில நிக்கிறன் என்றும் தெரியாமல் இருந்தீராக்கும். அம்மா இப்ப சொன்னவுடனே தெரிஞ்சுபோச்சு.”

“இல்லை, வாழ்க்கை எண்டு வந்திட்டால், எல்லாத்தையும் யோசிக்கவேணும்தானே.”

“அப்படியெண்டால் முதலில இது பொழுதுபோக்கு எண்டு நினைச்சீரோ?”

“வார்த்தையை அளந்து பேசுங்கோ!” அருளினி கோபமடைந்தாள்.

“ஓ... இப்ப அளந்துதான் பேசவேணுமோ. முந்தி எனக்கு நேரம் போகுது, போகவேணும் எண்டாலும் விடமாட்டீர். அப்பவெல்லாம் நான் பேசிக்கொண்டே இருக்கவேணும், இப்ப அளந்து பேசவேணும்?”

“அது வேற இது வேற.”

“அதைத்தான் நானும் சொல்றன். உமக்கு அது பொழுதுபோக்கு. இது வாழ்க்கை.”

“நீங்கள் என்னை உண்மையாய்க் காதலிச்சா உங்களுக்கு விளங்கும். போராளியாய் இருக்கிற உங்கள நான் விரும்பியிருக்க உங்களுக்கு ஏதும் சண்டையில நடந்திட்டால் என்ர நிலமை என்னவாகும் என்டு உங்களுக்குப் புரியும். உண்மையாக் காதலிச்சு இருந்தா புரியும்” அவள் குரல் தளுதளுக்க அழுகையை அடக்கிச் சொன்னாள். அவனின் முகம் பார்க்க விரும்பவில்லை அல்லது முடியவில்லை. கண்ணீர் தணலாய் வழிகிறது தானாய்.

வார்த்தைகள் இவனைச் சிதறடித்தனவா? இல்லை, அவள் கண்ணீர் இவனைத் சிதறடித்ததா? இல்லை, இரண்டுமேதானா? இவனுக்குத் தெரியவில்லை. அவள் வார்த்தைகளின் மெய் இவனைக் கூறுபோட்டுச் சாய்த்தது.

அவளது நியாயத்தை ஒத்துக்கொள்ளவும் முடியாமல் அவளது கோரிக்கையை ஒப்புக்கொள்ளவும் முடியாமல் போராளி மனம் வந்து குறுக்கே நின்று தடுத்தது. ஆனால், காதலனின் மனமோ உள்ளே மறுகிக் குடைந்து கண்ணீர்விட்டது. தான் இதில் எந்த மனம் என்று காணமுடியாமல் தவித்தான். எதை விலக்கிவைக்க? எதை விரும்பி ஏற்க?

நிலை மாற முடியாதென்று மனம் சொல்ல அவளைப் பிரிய முடியாதென்று இன்னொரு மனம் உள்ளே கதறுகிறது. கடைசியில் மீண்டும் வாதம் செய்யவே அவனை அது தூண்டியது.

“நீ விரும்பியது ஒரு போராளியைத்தானே அருளினி.”

“நான் போராளியை விரும்பேல்ல. உங்களைத்தான் விரும்பினனான்.”

“நான் போராளிதானே.”

“நீங்க போராளி, ஆனால் நான் விரும்பினது போராளியை இல்லை.”

“என்ன சொல்ல வாறீங்க இப்ப? என்னை உங்களுக்கு பிடிக்கேல்லை.”

“உங்களைப் பிடிச்சிருக்கு. நீங்க போராளியாய் இருக்கிறதுதான் பிடிக்கேல்லை” அருளினிக்குத் தன் வார்த்தைகளே தனக்கு

அந்நியமாய் இருப்பதாய்ப் பட்டது. அவள் விரும்பாதபோதும் வாதம் வாயில் வந்து தொலைத்தது.

மணிக்குத் தீர்மானமாய் இந்தக் கணத்தில் மனம் சலித்தது. வாதமும், வாதம் தரும் முகபாவமும், அது தரும் சொற்களும், சொற்களை வெளிப்படுத்தும் வாதத்தொனியும், அந்தத் தொனி கொள்ளும் முகக்கோணலும் என எல்லாம் சேர்த்து காதலையும், அதன் சூட்சும மனத் தித்திப்பையும் அழித்து இழுத்து அள்ளிக்கொண்டு போனது எங்கோ.

"சரி அப்படியெண்டால் இதோட முடிச்சுக் கொள்ளுவம்" என்றான் விசித்திரமான குரலில் மணி.

"முடிச்சுக் கொள்ளுவம் எண்டால்?" அருளினி வினாவாய் நின்றாள்.

"இதோட, இந்த இடத்தில கைவிட்டுவிடுவம்."

"அப்ப எனக்காக உங்களால எதுவும் செய்ய ஏலாது என்ன?"

"நீர் எனக்காக என்னை விரும்பேல்ல. உமக்காக நான் என்ன செய்ய வேணும்?"

அருளினிக்கு இந்த வார்த்தைகளின் கூர்மை மட்டுமல்ல, அந்த நியாயமும் சேர்ந்து குற்றவுணர்வாய்க் குத்தியது. அவனின் முகமும் வலியைத் தந்தது.

"உங்களால புரிஞ்சுகொள்ள முடியாது."

"எல்லாம் புரிஞ்சிட்டு. எல்லாம் உனக்காக. சரி விடு..."

"......."

பதிலின்றித் தவித்தாள் அருளினி. தனக்கு என்ன ஆகிற்று என்று அவளுக்குத் தெரியவில்லை.

"சரி போறன், நீ வெளிக்கிடு" மணி சொன்னபடியே நடந்து போனான்.

நெஞ்சுக்கூட்டுக்குள் கனத்து உருள்கிறது காதல் எனும் இரும்புக்குண்டு. தாங்கவியலாக் கனமாய் அழுத்துகிறது. ஒரு வெடிகுண்டுபோல வெடித்துச் சிதறிவிட்டால் மனம் இலேசாகிவிடும்போல பிரமை. துக்கம் ஓர் உணர்வுபோலன்றி திண்மச் சுழியாகச் சுழல்கிறது நடுநெஞ்சில்.

அந்த 'தேமா' மரத்தின் கீழே நின்றபடி மணி போவதையே பார்த்துக் கொண்டிருந்தாள் அருளினி. தேமா மரத்தின் வெள்ளைப் பூக்கள் உதிர்ந்து நிலத்தில் கொட்டிக் கிடந்தன. ஆனாலும் அவை சுருங்கியோ வாடியோ விடவில்லை. அதன் வெண்மையும்... அதன் மென்மையும்... இன்னும் வதங்கிப்போய்விடாத பூக்களாய் இருந்தன.

அவன் வீதியில் ஏறி நடந்தான். அருளினி தன் சைக்கிளை எடுத்துக்கொண்டு ஏறி மிதித்தாள். 'இவ்வளவும்தானா இவன் என் மீது வைத்த காதல். எனக்காக இவன் இழக்கக்கூடியது என்று எதுவும் இல்லையா. இழக்கவும் போவதில்லையே விட்டுத்தருவது. அதுவும் இல்லை தன் உயிரைப் பாதுகாப்பது. அதனால் என் வாழ்வைப் பாதுகாப்பது. அது இவனுக்கு வேண்டியதில்லையா. இதைக்கூட நான் எதிர்பார்க்கக் கூடாதா? கோபம் குமைந்து ஒரு கணத்தில் காதலைத் தூக்கி எறிந்தது. வீதியில் சித்தியின் மகன் காத்துக்கொண்டிருந்தான் இவளுக்காக. அவனுக்கு எல்லாம் தெரியும். முகத்தை மறைக்க அவசியமில்லை. சைக்கிளை மிதிக்கக் கால்களுக்குச் சக்தியில்லாமல் மிதந்தன. கை பிடிகொள்ள மறுக்கிறது. மணியோ திரும்பிப் பார்க்காமல் போகிறான். அவள் சைக்கிளை மறுதிசையில் திருப்பி ஓடினாள், வீடு நோக்கி.

'அவ்வளவுதான். இத்தோடு முடிந்தது. இவ்வளவும்தானா? இனி இல்லவே இல்லையா?'

இந்த அற்பத்திலும் அற்பக் கேள்விகள் எங்கிருந்தோ மனதில் முட்டிமோதி எழுந்தன.

மிதித்த கால்கள் நழுவிக் குதித்தனவா? இவள் குதித்தாளா? திரும்பிப் பார்த்து "மணீஈஈ..." என்று கூப்பிட்டாள். வீரிட்டு அழைத்த அந்த அழைப்பில்தான் எத்தனை தவிப்பிருந்தது? பிரியமுடியாத மனம் தர்க்கத்துக்குள் அடங்குமா. போக மனமின்றித் தடுமாறிய கால்களுக்கு அவள் கதைப்பாள் என்று தெரிந்ததா? எதிர்பார்த்தானா? அசட்டுத்தனமாய் மனம் அவள் தன்னை அழைக்க வேண்டுமென்று ஆசைப்பட்டதா? இல்லை எதிர்பார்த்ததா? பொங்கி வந்ததே ஒரு காதல் அதுதான் காதல். ஆனால் அதை அசட்டை செய்து உடைத்த இன்னொரு மனத்தோடு மணி திரும்பி நடந்து வந்தான். அவள் சைக்கிளில் ஏறி மிதித்து இவனை நெருங்குகிறாள். மனதிலும் பெரிய தாமரை மொட்டவிழ்கிறது மணியினுள்ளே.

அப்பால் ஒரு நிலம் ❈ 345

“போயிருவியா... போயிருவியா மணி... என்னை விட்டுட்டுப் போக ஏலுமா உன்னால?” அவள் சைக்கிளைப் பிடித்தபடியே சூழல் பற்றிய பிரக்ஞை இன்றி அழுதாள்.

அவனால் அழ முடியவில்லை. நெருங்காமல் நெருங்கி நிற்கும் அவளைக் கட்டித்தழுவி உச்சியில் முத்தமிட்டு நெஞ்சோடு அணைத்துக்கொள்ளத் தவிப்பாய் இருக்கிறது.

வரட்டுக் கௌரவங்கள் எல்லாம் வழிந்து ஓட, வீழ்ந்த வார்த்தைகளெல்லாம் விட்டோட, நிறுத்திய தர்க்கமெல்லாம் பின்னோட, நேசத்தின் திவ்விய சுனை முகத்தில் சுரந்து எழுந்தது காதலின் தவிப்பு! அடங்காத் தாகத்தில் தவிக்கிறது நெஞ்சு. மௌனமே காதலின் மெய்யான மொழி. ஆதி மொழியும் அது. அனாதி மொழியும் அது. அடுத்தவர் அறியா அபூர்வ மொழியுமது.

வார்த்தைகளின் துணையின்றி எவ்வளவோ பேசிக்கொண்டன மனங்கள். புரிவதற்கும் தெரிவதற்கும் ஆயிரம் சங்கதிகள் இருந்தன. இடையில் நின்ற மௌனக் கணங்களின் துணையில் இனி பிரிவதற்கு உயிரின் அழிவிலும் இடமில்லை என்றானது. “வாற சனிக்கிழமை வருவியா?” அருளினிதான் கேட்டாள். குரலில்தான் எத்தனை குழைவிருந்தது இப்போது. எவ்வளவு அழகாய் இருந்தாள் அப்போது.

“இல்லை” அவன் பயணம் ஞாபகம் வந்து அடித்துப்போனது அத்தனை இன்பவூற்றையும்.

“ஏன்... கோபமா?”

“இல்லை, நான் தூரப் போறன். அதைச் சொல்லத்தான் வந்தனான்.” கோபித்ததர்க்கு மன்னிப்பு வேண்டுவதாய் அவனின் தொனி தாழ்ந்திருந்தது. அவனில் ஆசை பெருகிவருகிறது அதைப் பார்த்த மாத்திரத்தில்.

“சத்தியமா?” அவள் கைகளை நீட்டினாள். அது சத்தியத்திற்காக மட்டும் நீட்டப்பட்ட கையல்ல.

தொடலாமா? அதற்காகத்தான் நீட்டுகிறாளா? மனம் பதற அதுவே ஏதோ ஒரு அசட்டுத் துணிவு தர அவள் கையில் இவன் கை வைத்தான் சத்தியம் என்பதுபோல.

அந்த ஸ்பரிசம் தந்த காதலின் களிவெறி கேள்வியையே அடித்துக்கொண்டு போய்விட்டது. கையெடுக்காமல் நின்ற அவனைப் பார்த்து அவள் கொண்ட இரகசிய நாணம் மின்னலையாய் பாய இன்னும் தவிப்பைத் தந்தது அவனுக்கு. இந்த யுகத்தில் இப்படியொரு தித்திக்கும் கணம் இனி வாய்க்கப்போவதில்லை. தித்திப்பின் உக்கிரத்தில் மனம் பதறுகிறது.

அவளுக்கோ மனம் வேறொரு கேள்வியைக் கேட்க அருட்டிய படி இருந்தது.

"எங்க போறாய்?"

"படிக்கப் போறன்."

"என்ன படிக்க?" அவள் ஆச்சரியமாய்க் கேட்டாள்.

"ப்ச்... சேவையறிங்."

"அது எதுக்கு? என்ன புலுடா கதை விடுறாய்?"

"சேவையறிங் வரைபட அறிவில்லாமல் செல் அடிக்கிறது என்னெண்டு..."

அவனுக்குப் பொய் ஓடி வந்தது அவ்வளவு துணிவாக! போன வாரம்தான் எல்லாப் படையணிகளில் இருந்தும் இரண்டு இரண்டு பேர் படைத்துறை சேவையறிங் கல்லூரிக்கு எடுக்கப்பட்டிருந்தது ஞாபகம் வந்திருக்கலாம். அல்லது தானும் வேவு பார்த்து எதிரியின் தளத்தை வரைந்து தானே கொடுக்க வேண்டும். இதனால் இப்படி சொல்லத் தூண்டப்பட்டிருக்கலாம். ஒருவேளை அவளைச் சமாதானம் செய்வதற்காகவும் மனம் இப்படிப் பதிலை தேடிப்பிடித்திருக்கலாம்.

"பொய் சொல்லாத, சண்டைக்குத்தானே போறாய்?"

"சொல்லிற்றன். இனி திருப்பிக்கேட்டால் என்ன சொல்ல?"

"ஆமிய சுடுவியா நீ?" அவள் குழந்தைத்தனமாய்க் கேட்டாள்.

"இல்லை சூ...சூய் என்று கோழி கலைக்கிறமாதிரி கலைச்சு விடுவன்" அவன் நடிச்சுச் சொன்ன விதத்தில் அவள் கெக்கட்டம் விட்டுச் சிரித்தாள்.

“ஆமிக்காரனும் யாரையும் ஒருத்திய விரும்பி இருப்பானில்லையா?” பரிதாபமாய்க் கேட்டு மாறியது அவள் முகம்.

“அதுக்கு?”

“அவனையும் ஒருத்தி விரும்பி இருந்தால் அவளுக்கும் என்ர நிலைதானே வரும்.” அவள் மீண்டும் இந்தக் கதையைத் தொடங்கும் மன உறுத்தலுடன் தரையைப் பார்த்தாள். அவனை நேர் கொண்டு பார்க்க மனம் அஞ்சியது.

“அப்ப, அவளிட்டச் சொல்லிவிடு. என்னைச் சுடவேண்டாம் எண்டு அவனுக்குச் சொல்லிவிடச் சொல்லு.” முகத்தில் விகடம்தான் இருந்தது. அவன் அவள் முகத்தை இந்தப் பதிலின் பிரதிபலிப்பாய்ப் பார்க்க விரும்பினான்.

“நீ சாகத் தக்கனையாச் சுடாத” குழந்தை போலச் சொன்ன அவளின் வெகுளித்தனம் அவனுக்கு அவள்மீது அளவில்லா அன்பைத் தந்தது. அது கணத்தில் அவளை அள்ளிக்கொள்ளும் ஆசையையும் தந்தது.

“பொம்பிளப்பிள்ளையள் அங்க சண்டையில நிக்குதுகள். நீ இஞ்ச ஒரு லூசு மாதிரி கதைக்கிறாய்” அவன் நையாண்டி பண்ணினான்.

“நீயாத் தேவையில்லாமல் யாரையும் சாகிறமாதிரி சுடாத... என்ன?” முகம் பார்த்துச் சொன்னாள்.

“நான் படிக்கத்தான் போறன். வந்தபிறகு சந்திப்பன். சரி உன்ர போட்டோ கொண்டுவந்தனியா?”

“இல்லை.”

“என்னட்ட என்ன சொல்லி என்ர போட்டோ வாங்கினனி? உன்ர போட்டோ அடுத்தமுறை தருவன் தருவனெண்டுதானே. சரி... போ. நீ முறிச்சிட்டுப் போகத்தானே வந்தனி. எப்பிடிக் கொண்டுவருவாய்? நான் ஒரு முட்டாள்.”

அந்த வார்த்தையைத் தாங்க முடியாதவளாய் “இந்தா பிடி... நான் கொண்டுதான் வந்தனான்” என்று தன் ‘பேர்ஸ்’இல் இருந்து எடுத்துக்கொடுத்தாள். ‘பாஸ்போர்ட்’ சைஸ் படம். இவனுக்கு அவளையே கூட்டிக்கொண்டு போகப்போவது போலக் குதிக்குது மனசு. தன் பொங்கும் மனதை மறைக்கத் தெரியாத மணியின் முகத்தைப் பார்க்க அவளுக்கு ஆசை ஆசையாய் வந்தது. அதில் ஏதோ ஒரு குழந்தமையின் சாயல்

இருக்கக் கண்டாள். முதல் முறையாய் முத்தமிடத் தவிக்குது மனசு. காமம் வரை தகிக்கும் முத்தத்தில் என்ன காதல், காமம் கடந்தபின்னும் முத்தமிடத் தவிக்கும் மனசே காதல். தருவானா அப்போதும். பெற தவிப்பானா அப்போதும். கள்ளன்! என் ஒரு போட்டோவுக்கே இப்படி சந்தோஷப்படுவானா இவன்? இவனோடுதான் வாழ்ந்தால் வாழவேணும். இல்லையெண்டால் செத்துப்போகலாம். கிடைக்கும் நாள்களே போதும். ஒரு துன்பமும் இல்லை.'

அந்த நினைவுவரவும் தன் 'பேர்ஸ்'இல் இருந்து அவள் இன்னொன்றையும் எடுத்தாள். யேசுநாதரைச் சிலுவையில் அறைந்த குருசு அது. மணி ஆச்சரியமாகப் பார்த்தான். "நீ இதை உன்ர கழுத்தில போட்டிரு மணி" அருளினி சொன்னாள் அன்பொழுக.

"இதையா? எனக்கு வேண்டாம்" மணி சொன்னான் எடுத்தெறிந்து சொல்வது போல.

அருளினி முகம்கோணி வெறுப்புற்றாள். 'தன்னைப் புரிந்து கொள்ள மாட்டாதவள் இவள்' என்று அவன் சொன்ன தொனி இவளை அப்படி நினைக்க வைத்தது.

"மாட்டீங்களா... எனக்காக இது கூட முடியாதா?" விம்முது மனசு.

"நான் கிறிஸ்ரியன் இல்லை. எதுக்கு இது?" மணி அவளைப் புரிந்துகொள்ளாமல் கேட்டான்.

"ஆனால் நான் கிறிஸ்ரியன்தானே?"

"எனக்குக் கடவுள் எதிலும் நம்பிக்கை இல்லை."

"எனக்கு இருக்கு. என்ர பிரார்த்தனை மேல நம்பிக்கை இருக்கு."

"ப்ச்... சொன்னால் விளங்கிக்கொள்ளு அருளினி."

"நாங்கள் இயக்கத்தை விட்டு விலகி வரச் சொன்னால் உங்களுக்கு அது விளங்காது. நீ எங்கயோ போறாய். இதைப் போட்டுக் கொள்ளச் சொன்னால் அதுகூட முடியாது. ஆனால் உனக்காக நான் எல்லாத்தையும் இழக்கவேணும்" அருளினிக்குக் கோபமும் அழுகையும் வார்த்தையில் சேர்ந்து வந்தது.

"ப்ச்... இதில என்ன இருக்கு... மொக்கு மாதிரி..." மணி சலித்தான். சலிப்பில் அன்பிருந்தது.

"என்ர அன்பாச்சும் இதில இருக்கெண்டு உனக்கு நினைக்கத் தெரியுதா? நான் பிரார்த்திப்பன். இதப் போட்டிரு. வேற என்ன கேட்டன் உன்னட்ட. நீ எனக்குப் பத்திரமா கிடைப்பாய். இதுவும் முடியாட்டி உன்னால எதுவும் முடியாது. இதோட விட்டிடுவம்" அருளினி மெய்யாகவே சொன்னாள். கொஞ்சநேரத்துக்கு முன்னம் இவனோடு மட்டும்தான் வாழ்வதாய் இருந்தால் வாழவேண்டுமென்று நினைத்தவள் இவள்.

"சரி, தா" இமைகளை மேலே தூக்கிச் சலித்துக் கைநீட்டினான். அந்த சலிப்பிலும் அவள் ரசிக்க ஏதோ ஒன்றிருந்தது. அவள் தன் கழுத்தில் இருந்த கறுப்பு நூலைக் கழட்டி இதைக் கோர்த்து கையில் கொடுத்தாள். அவளுக்குத் தெரியும் இல்லையென்றால் இவன் போகிறபோக்கில் எங்கயாவது எறிந்துவிடுவான், அல்லது தவறவிடுவான் என்று. அவள் கழுத்தில் இருந்து கழட்டிய நூல் மெய்யாகவே மணிக்கு மனக் கிளர்ச்சியைத் தந்தது. அவள் முன்னாலேயே தன் கழுத்தில் போட்டான். அதன் ஸ்பரிசம் வினோத உணர்வைத் தந்தது. ஒரு விநாடி கண்கள் மோதித் திரும்பின காதலின் சுகம் கண்டு.

அன்றைய பிரிவு உயிரை விஷம் தீண்டும் நச்சு வலியை உணரச்செய்தது. பிரிவின் முன்னால் உறவெதற்கு. போரும் காதலும் என ஒவ்வாமை முனைகளின் சங்கமத்தில் சிக்கி நசிகின்றனவா மனங்கள். இதுவென்ன சாபம். பிரிவை விட வாழ்வின் பெரு நிந்தனை வேறென்ன. அவனறியா மனமொன்று போரைச் சபிக்கிறது. முரணில் உழலும் வாழ்வைச் சலித்தபடி போகிறான் மணி.

'நாட்டுக்காகப் போராடாத ஒவ்வொரு பொழுதும் பொருளற்ற வீண் பொழுதாக இருந்த என் வாழ்வில் அவளுக்காக மனம் உருகாத எந்தப் பொழுதும் நியாயம் அற்ற பொழுதாக உருமாறியது எப்படி? எப்போது? எதனால்? எதற்காக? ...ச்சா இது என்ன மாயச் சுழி? மணி எண்ணியபடியே சைக்கிளை மிதித்தபடி போனான்.

24

முகாமுக்குத் திரும்பும்போது மணி வழியில் பத்து எருக்கலம் இலை புடுங்கிக்கொண்டு வந்தான். வீரனைக் கூப்பிட்டு கால் கழுவி வரச்சொன்னான். கொண்டுவந்த செங்கல்லை அடுப்பில் போட்டுச் சுட்டு சூடாக்கினான். அதன் மேல் ஏழு எருக்கலம் இலையை வைத்து வீரனைக் குதிக்காலை அதன் மேல் வைத்து ஊன்றச் சொன்னான். காலில் சூடு பிடித்தது மிதமாக.

ஒரு வித்தைக்காரனின் பாவனையோடு மணி அதைச் செய்த விதமே ஒரு தனி ரகம். இலையில் சூடு குறைய மேல் இலையை அகற்றி ஆறாவது இலையில் காலை வைக்கச் சொன்னான். இப்படி ஒவ்வொன்றாகச் சூடு குறைய அகற்றி அகற்றி கடைசியில் முடித்தான். எத்தனை பொறுமையோடு அதைச் செய்தான். "சரி, நாளைக்கும் அடுத்த நாளைக்கும் இப்பிடிச் சூடு பிடிக்கக் குதிவாதம் இருந்த இடம் தெரியாமல் ஓடும்" நம்பிக்கை கொடுத்தான் மணி.

இரவு மணியின் மனதில் அருளினியைத் தவிர வேறெதுவும் இல்லை, எவரும் இல்லை. களவாய் அந்தச் சிறுகுப்பி விளக்கில் அடிக்கடி அவளது போட்டோவைப் பார்த்தான். இரவு சென்றிக்கு எழும்பியபோது அந்த போட்டோவையே பார்த்தபடி இருந்தான். அருளினி கொடுத்த அந்தக் கறுப்புக் கயிறும், குருசும் மணிக்கு அவளின் நிழல்விம்பம்போல இருந்தது. அவள் கழுத்தில் இருந்த கயிறு இவன் கையில் ஸ்பரிசிக்க கிறக்கம் தந்தபடி இருந்தது. 'அந்தக் குருசை என்ன செய்ய?' என்று யோசித்தான். பின் தன் கழுத்தில் இருந்த சயனைற் நச்சுக் குப்பியின் கீழே அதைக் கோர்த்து மார்பில் தொங்கவிட்டான். சயனைற் நச்சுக் குப்பிக் கயிறில் தொங்கும் அருளினியின் கயிறு நெஞ்சில் பட்டு வருடியபடி இருந்தது. அவளின் குழந்தைப் பேச்சும் அன்பின் ஆவேசமுமாய் அவள் முகம் தித்தித்துக்கொண்டே இருந்தது மனதில்.

ஆச்சரியம்போல வீரனுக்கு மறுநாள் காலையிலேயே குதியின் வலி குறைந்து போயிற்று. அவனால் காலை ஊன்றி ஓரளவு

நிற்க முடிந்தது. இன்னும் இரண்டு தடவை இப்படிச் செய்ய வேண்டியிருக்கிறது என்று சொன்னான் மணி. தன் வலி போய்விடும் என்றே நம்பினான். வீட்டிற்கு விடுமுறையில் போயிருந்தபோது மூன்று நாள் தொடர்ந்து கடுமையாய் நின்றபடி வேலை செய்ததுதான் வலி கூடுவதற்குக் காரணமென்று நினைத்திருந்தான்.

மத்தியானம் சேரா வந்து கதைத்துவிட்டுப் போனார். இரவு றோமியோவின் இடத்திற்கு வீரனையும் கூட்டிக்கொண்டு மணியை வரச்சொன்னார். அன்று பின்னேரமும் இந்த எருக்கலம் இலை வைத்தியத்தைச் செய்துவிட்டான் மணி.

இரவு வீரனையும் அழைத்துக்கொண்டு றோமியோவின் இடத்திற்கு மணி போனபோது அங்கே வட போர்முனைத் தளபதி கில்மனும் சாள்ஸ் அன்ரனி படையணித் தளபதி சேராவும் உடனிருந்து கதைத்துக் கொண்டிருந்தனர். அந்தச் சிறு தாளப்பதிந்த கொட்டிலின் விரிந்த மேசையில் பரப்பி இருந்தது பெரிய வரைபடம். போர்முனையின் தீவிரம்போல அவர்களின் முகங்களும் தீவிரமாய் இருந்தன.

மணியும் வீரனும் சல்யூட் அடித்தனர். ஆனால் றோமியோ எழுந்து வந்து, “வாடா மணி. இந்தச் சம்பிரதாயமெல்லாம் இப்ப தேவையில்ல. நாங்கள்தான் உனக்கு சல்யூட் அடிக்க வேண்டிவரப்போகுது. இந்த வேலைய மட்டும் நீ முடிச்சுத் தந்தால் இந்தக் கிளிநொச்சியை நாங்கள் மீட்டுத்தருவம். தலைவர் இந்தக் கிளிநொச்சித் தளத்தை அகற்றித் தந்தால் ‘ஜயசிக்குறு’ என்று இஞ்ச வந்த சிறிலங்காவின்ர முழுப் படைக்கும் ஒருவழி பண்ணித் தவிடுபொடி ஆக்குவன் என்று சொல்லியிருக்கிறார். எல்லாம் உன்ர கையிலதான் இருக்கு. தமிழன்ர தலைவிதியே உன்ர கையிலதான்ரா மணி இருக்கு” கையைப் பிடித்துத் தோழமையோடு சம மரியாதை கொடுத்து அழைத்துப் போய் கதிரையில் இருவரையும் சரியாசனம் கொடுத்து இருத்தினார். கில்மனும் சேராவும் உற்சாகமாகச் சிரித்தார்கள்.

வீரனுக்குப் பரசவத்தில் மிதக்கும் உணர்வு பற்றிக்கொள்கிறது. தளபதி றோமியோவையோ, தளபதி கில்மனையோ கூட இவ்வளவு நெருக்கத்தில் அவன் கண்டதில்லை. மிக அருகில் நின்று ஒரு தனித்த சந்திப்பில் இவர்களைக் காணக் கிடைக்கப் போகிறது இன்று என்பதே அவனைப் பரவசப்படுத்தியிருந்தது ஏற்கனவே.

ஆனால் இப்போது றோமியோ எழும்பி வந்து கையைப் பிடித்து அழைத்துப் போய் இருத்திவிட்டதும், வீரனின் முதுகில்கூடக் கைவைத்து “நீங்கதான் வீரனா” என்று கேட்டு இவன் கண்களைக் கூர்ந்து பார்த்தபோது அடைந்த பரசவமும் ஒருவகைப் பதட்டமும் இருக்கிறதே... அதை இன்னதென்று சொல்லமுடியாது.

இந்தப் போரையே நடத்துகின்ற மகா தளபதிகள் இவர்கள். இவர்களைக் காண எதிரித் தளபதிகள்கூட விரும்புவர். இன்று இவர்களுடன் ஒரே மேசையில் மிக அருகாக அமர்ந்திருக்க முடிந்ததே ஒரு வரம்தான் என எண்ணங்கள் ஓடிக்கொண்டிருந்தன அவனுள். மணி அடிக்கடி சொல்வான்தான், “றோமியோ உசார் ஊசி போட்டுவிட்டார் எனக்கு இன்று” என. மணியின் எள்ளலில் தளபதிகள் கூடத் தப்புவதில்லை. அவனுக்கு சுற்றியுள்ள சூழலைச் சிரிக்க வைக்கவேண்டும், அதுதான் முக்கியம் எப்போதும். தன் செயலையும் எள்ளி நகைப்பான். அது இன்னும் கூடுதல் சுவாரசியமாக இருக்கும். இதெல்லாம் தெரிந்தும் வீரனுக்குத் தன்னுள் எழும் ஒரு பரவச உணர்வைக் கட்டுப்படுத்த முடியவில்லை. அந்தக் கட்டளை நிலையமும் அந்தத் தளபதிகளும் எங்கும் பரந்து விரிந்த போர்க்கள வரைபடங்களும் பிரமிப்பூட்டிக்கொண்டிருந்தன. வசீகரம் மிக்க தளபதிகள்.

அவர்களுக்குச் சமதையான ஒருவன்போலப் போடப்பட்ட கதிரையில் வீரன் இருக்கிறான். தான் எப்படி இருக்கவேண்டும், நடக்கவேண்டும் என்று அவனுக்குத் தெரியவில்லை. திரும்பத் திரும்பச் சிந்திக்கிறான். கதிரையும், சூழலும் கூட அசௌகரியமாக இருக்கிறது. மறுகணமே சிம்மாசனம் போலப் பெருமிதமாகவும் இருக்கிறது. றோமியோ சொன்னார் “தம்பி... வீரன், உங்களைப் பற்றி நான் கேள்விப்பட்டிருக்கிறன். ம்ம்... வீரன் வீரன் என்றுதான் சொல்லிச்சினம். இவ்வளவு சின்னாளாய் இருப்பீர் என்று நான் நினைக்கேல்ல. வேவுக்குப் புதிசு நீங்கள் என்ன? இருந்தாலும் மணி தெரிவு செய்தால் அது சரியாத்தான் இருக்கும். உங்களைப் பார்க்க எனக்கு நம்பிக்கை வருது தம்பி... ம்ம்... ”

இதைச் சொல்லும்போதும் றோமியோ கொள்ளும் கண்விரிவும் இதழ்நெளிவும் சைகையும் என மொத்த உடல்மொழியே அவருடன் பழகியவர்களைக் கூடப் பரவசப்படுத்திவிடும். இவன் வீரன் ஆகாயத்திலல்லவா பறக்கப் போகிறான் என்று எண்ணி மணி தனக்குள் சிரித்தான். ‘ஏத்துறார்ரா உசார் ஊசி.

அவ்வளவுதான். வீரன் இன்றைக்கு உசாரிலேயே சாகப்போகிறான் போல' மணியின் மனதில் வார்த்தைகள் ஓட சிரிப்பு முகத்தில் ஓடுகிறது. வெளிக்காட்ட முடியாமல் கூச்சத்தோடு அமர்ந்திருந்தான். ஆனால் உண்மை என்னவென்றால் மணியும்தான் பரவசத்தில் இருக்கிறான். 'உன்னால்தான் இந்தப் போரின் போக்கே மாறப்போகிறது' என்று அவர் சொன்ன சொல்லினால். அது வெறும் சொல்லல்ல.

றோமியோ மேலும் கதைத்துக் கொண்டிருப்பதில் கருத்தூன்றியது. "இந்தக் கிளிநொச்சி தளத்தை நாங்கள் அகற்ற இல்லையெண்டால் ஜயசிக்குறு நடவடிக்கையென்று வாற ஆமி இந்த ஏ9 வீதியைக் கைப்பற்றிடுவான். இது அரசியல் வெற்றி மட்டுமில்ல; அவனுக்குப் பெரிய இராணுவ வெற்றியாகவும் இது மாறிவிடும். வன்னி இரு கூறாகப் பிரிக்கப்பட்டிடும். அப்பிடிப் பிரிக்கப்பட்டால் எங்களால படையணிகளை ஒருமுகப்படுத்த முடியாமல்போகும். ஒருமுகப்படுத்துகிற ஆற்றலை இழந்தமோ ஒரு ஒஃவ்வென்சிவ், அதாவது ஒரு வலிந்த தாக்குதலைச் செய்ய சக்தியில்லாமல் போயிடுவம். அங்க தொடங்கும் எங்களுக்கான அழிவு. எதிரியின்ர மூலோபாய நோக்கம் இதுதான்."அவர் சொல்ல மணிக்குப் படைத்துறை கல்விக்குழு தலைமைத்துவ பயிற்சிநெறியில் இந்தச் சமரின் மூலோபாய நோக்கம் அதன் அரசியல் குறிக்கோள் பற்றி சொன்னவை பொருள்கூட்டி எழுந்தன மனதில்.

றோமியோ எழும்பி அந்த மேசையில் இருந்த வரைபடத்தைக் காட்டிக் காட்டிக் கதைத்தார். கண் வரைபடத்திலேயே ஊன்றி நின்றது. "தென்முனையில ஆமி மாங்குளத்துச் சந்திக்கு வராட்டிக்கும் மாங்குளம் சுற்றுப் பகுதிக்கு வந்திட்டான். இந்த மாங்குளம் பிடிபட்டு பனிச்சங்குளம் வந்திட்டான் எண்டால் பிறகு இங்கால நாங்கள் முன்னணி நிலைகளை அமைக்கக்கூடிய சூழல் இந்தப் பகுதியில் இல்லை. பாதுகாப்புப் போர் முறைக்குப் பொருத்தமான இடமில்லை. இந்த இடத்தில தண்ணி இல்லை. எங்கட படைகளைத் தண்ணிவசதி இல்லாமல் நிறுத்த முடியாது. முறிகண்டிக்குக் கிட்டத்தான் தண்ணி வசதி நிலத்தில இருக்கும். முறிகண்டிக்கு எங்கட முன்னணி நிலைகளைக் கொண்டு வந்தால் முதுகுக்கு பின்னால இருக்கும் கிளிநொச்சித்தளம். இந்த நிலையில நாங்கள் இந்தச் சமரை இழக்க வேண்டிவரும். இந்தச் சமரை இழந்தால் இந்தப் போரையே நாங்கள் இழக்க வேண்டிவரலாம். ஆக எங்களுக்கிருக்கிற ஒரே வழி: ஆமி மாங்குளத்தைக் கடக்க முன்னம் கிளிநொச்சித்தளத்தை

நாங்கள் அகற்றவேணும். அப்படிச் செய்தால் ஒரு வருடமா இழுபடுகிற இந்தச் சமரின்ர இலக்கை இழந்த மனோதிட வீழ்ச்சி எதிரியின் படைக்கு வரும். அங்கதான் இருக்கு எங்களுக்கான வெற்றியின்ர தொடக்கப்புள்ளி. விளங்குதா உங்களுக்கு? இதை ஏன் உங்களுக்குச் சொல்லுறன் எண்டால் நீங்கள் செய்யப்போற காரியம், அதனோட பெறுமதி உங்களுக்குப் புரியவேணும். உங்களால் முடிஞ்சால்தான் இந்த யுத்தத்தையே திசை மாத்தலாம். இல்லையெண்டால்..." அவர் முடிக்காமல் இவர்கள் இருவரையும் பார்த்தார். மணி தீவிரத்தோடு இருந்தான். நிறைவான ஒரு மனநிலை றோமியோவுக்குத் தோன்றியது. குரலில் திடம்கொண்டு நம்பிக்கையூட்டிப் பேசினார்.

உண்மையில் மணி மனதில் திடசங்கற்பம் கொண்டுவிட்டான், உயிரே போனாலும் இந்த நடவடிக்கையைத் தானே தான் முடிக்க வேண்டும் என்று. இந்த நடவடிக்கையை மட்டும் வெற்றியாக முடித்தால், அதன்பின் வெறும் மணியல்ல, வீரமணி. மணி என்ற பெயர் விடுதலைப் புலிகளின் அனைத்துப் படையணிக்கும் பரவும். அது சாள்ஸ் அன்ரனி படையணிக்கு மட்டும் தெரிந்த பெயராக இருக்காது. ஆறு தாக்குதல் படையணிக்கும், அதைவிட பீரங்கிப் படையணி, மோட்டார் படையணி, மிதிவெடி அணி, ராதா வான்காப்பு அணி, விமானப்படை, கடற்புலிகளின் படையணிகள், கள மருத்துவப் பிரிவு, விநியோகப் பிரிவு என இந்த மாதிரி போர்முனையோடு சம்பந்தப்பட்ட அனைத்துப் படையணிக்கும் என் பெயர் தெரியவரும் என்ற எண்ணம் எழுந்து வீறாப்புக்கொள்ள வைத்தது மணியை. றோமியோவின் கதைதான் இதுக்குக் காரணம். அதிலிருந்த உண்மையும் கூட.

மணி எப்பவும் சொல்லுவான். 'இந்த மனிசன் றோமியோ உசார் ஊசி அடிப்பார் என்று. தெரிஞ்சுகொண்டு போனாலும் அந்தாளின்ர ஊசி வேலை செய்யத்தான் செய்றது. தெரிஞ்சால் உசார் வரக் கூடாதல்லோ? ஆனால் றோமியோ போட்டால் வரும் உசார். பொத்துக்கொண்டுவரும்.' இன்றும் அதுதான் நடந்தது. இவர்களின் முகங்களைப் பார்த்து அவற்றின் மாறுதலைக் கண்டு திருப்தி வரத்தான் தன் பேச்சை நிறுத்தினார் றோமியோ. சாப்பாட்டை எடுத்துவரச்சொல்லி உதவியாளனுக்குச் சொன்னார். இவர்களுடன் கூடவே இருந்து சாப்பிட்டனர் றோமியோவும் கில்மனும் சேராவும்.

மணி ஏற்கெனவே சொல்லியிருந்தான் வீரனுக்கு, "இண்டைக்குத் திட்டம் விளங்கப்படுத்தக் கூப்பிட்டாலும் திட்டம் எதையும் றோமியோ சொல்லப்போறதில்லை. வெறும் உசார் ஊசி மட்டும்தான் போட்டு அனுப்புவார்." இதைச் சொல்லும்போதே மணிக்குச் சிரிப்புத்தான். வேவு வீரனாகப் பல தளபதிகளை நன்கு அறிந்தவன் அவன். றோமியோவைப் பற்றிச் சரியாக எடைபோட்டிருந்தான் என்பது இப்போ சரியாகிவிட்டதே. 'அட திட்டம் ஒன்றையுமே சொல்லேல்லை இந்த மனிசன்' என்று வீரனுக்கு ஞாபகம் வந்தது. ஆனாலும் வீரன் சொல்லமுடியாத ஒரு சாதனை உணர்வை உள்ளூர உணர்ந்துகொண்டிருந்தான்.

சாப்பாடு வழமையாக வரும் வழங்கல் சாப்பாடு. அந்தக் கத்தரிக்காயை வெறுமனே அவிச்சு கறி என்று சொல்லி அனுப்பியிருந்தார்கள். 'அட! எங்கட இடத்தில இருந்தால் அங்க ஏதாவது வெங்காயத்தைக் கடிச்சுக்கொண்டாவது சாப்பிட்டிருக்கலாம்' என்று நினைத்தாலும் வீரனுக்கு இனம்புரியாத ஒரு பெருமையுணர்வு இந்தத் தளபதிகளோடு சேர்ந்து சாப்பிடும்போது வந்தது. அந்தக் கணத்தில் தோன்றியது. 'நானும் ஒரு நாள் ஒரு இளநிலைத் தளபதியாகவாவது ஆகிவிட வேண்டும்' என்று. அதற்கு இந்த வேவு தனக்குத் தகுதியைத் தருமெனவும் நம்பினான். தளபதிகளின் கவனத்திற்குரியவனாக இதன்பின் தான் மாறிவிடுவேன் என்றும் எண்ணினான்.

சாப்பிடத் தொடங்கவும் உதவியாளன் ஒரு குவளையில் சொதி கொண்டுவந்து வைத்துவிட்டுச் சிரித்தான்.

"இதென்னடா இது?" றோமியோ கேட்டார்.

"ஜப்பான் மீன் சொதியண்ணை" கொண்டுவந்தவன் சொன்னான்.

"அடேயப்பா, சொல்லத் தேவையில்லை. ருசி அப்படி இருக்கும். சாப்பிடுங்க தம்பி" என்று தானே வீரனுக்கும் மணிக்கும் மீனையும் சொதியையும் கோப்பையில் விட்டுக் கில்மனின் பக்கம் நகர்த்திவிட்டார் குவளையை.

றோமியோ இரவில் யாரையாவது சந்திக்கக் கூப்பிட்டால் உதவியாளர்களுக்குத் தெரியும். கூப்பிடுபவர்களுடன் அநேகமாகச் சேர்ந்து சாப்பிடுவார் என்று. அவரின் மரியாதையைக் காக்க ஏதாவது ஒரு விசேட கறியோ உணவோ வைத்துவிடுவார்கள். றோமியோ சொல்லாவிட்டாலும் மனதில் ஒரு நம்பிக்கை

அவருக்கும் உண்டு, ஏதாவது செய்து வைப்பார்கள் என்று. அதனால் அவர் கேட்பதோ காட்டிக்கொள்வதோ இல்லை

றோமியோவின் 'செற்' கொமினியுகேசன் தொடர்பாளன் சிலம்பு. றோமியோவின் படைத்துறை நிர்வாக அலுவல்களைக் கவனிப்பவனும் இவன்தான். மட்டக்களப்புப் போராளி. அவன் சண்டையில் மட்டும் திறமைசாலியல்ல. சமையலிலும்தான். மட்டக்களப்புக்கே உரித்தான சொதி வைப்பான். அத்தனை உருசி அதில் இருக்கும். பின்குளத்தில் பிடித்துக்கொண்டுவந்து கொடுத்த ஜப்பான் மீனைத் தோல் உரித்து வெட்டி அவன் வைக்கும் சொதி அப்படி ஒரு சுவை தரும். சாப்பிட்டுக்கொண்டே றோமியோ கதைத்தார். அந்தக் கதையில் இராணுவத்தினுடைய நிலைகள், இராணுவத்தின் மனநிலை, இராணுவத்தைத் திகைப்பில் தள்ளித் தப்பிக்கும் வழி எனத் தன் அனுபவத்தைப் பகிர்வதுபோல் சாதாரணமாகக் கதைத்தார். வீரனுக்கு எல்லாமே புதுமையாய் இருந்தது.

போராளிகளைப் பணிக்கு முன் விழிப்பூட்டுவது முக்கியம். அதை சீரியசாகக் கதைத்தால் அச்சமூட்டுவதாகத்தான் அமையும் என்பதைத் தன் அறிவில் அவர் தெரிந்து வைத்திருந்தார். இவர்களைக் கூப்பிட்ட இன்றைய நாளின் முக்கியமான உரையாடல் இப்போதுதான் நிகழ்கிறது. வரைபடத்தை வைத்து முதலில் கதைத்தது வெறும் பணி மீதான பெறுமதி ஊட்டலே. இப்போதான் விடயத்தைப் பேசுகிறார். இவரின் அணுகுமுறையே தனி ரகம். அதனால்தான் இத்தனை உயரத்திற்கு அவரால் வரமுடிந்தது. களத்தில் எதிரித்தளபதியும் அச்சமுறும் அபூர்வ ஆளுமையவர். கில்மனிடமும் இதே அணுகுமுறை இருக்கிறது.

அத்தோடு முடிந்தது அன்றைய சந்திப்பு. நீண்டதூரம் நடப்பது, ஓடுவது, மற்றும் முதலுதவிப் பயிற்சி, கொம்பாஸ், ஜி.பி.எஸ், குறிபார்த்துச் சுடுவது போன்ற பயிற்சிகளைத் தொடரும்படியும் வற்புறுத்தி அனுப்பினார். மிகுதி விடயங்களைச் சேராவிடம் சொல்லி அனுப்புவதாகக் கூறினார். இருவரையும் முதுகில் தட்டி அணைத்தவாறு வெளியே வாசல்வரை வந்து அனுப்பி வைத்தார்.

வானத்தில் ஆயிரம் நட்சத்திரங்கள் இருந்தாலும் ஒன்றிரண்டுதான் ஜொலிக்கிறது. வானத்தைப் பார்த்தபடியே சைக்கிளின் முன் 'பாரி'ல் இருந்தான் வீரன். நிலாவைவிடச் சில நட்சத்திரங்களின் ஒளியில் கூர்மையும் மினுக்கமும் உண்டு. அதன் ஒளி

சுயம்புவானது என்று பள்ளிக்கூடத்தில் படித்ததும் ஞாபகத்திற்கு வந்தது.

"வீரா, சாதிச்சுக் காட்டவேணுமடா" மணி சொல்லிக்கொண்டே சைக்கிளை ஓட்டினான். அடர்ந்த நீல வானத்தில் துலங்கும் நட்சத்திரங்களைவிட வேறெதுவும் தெரியவில்லை.

25

இரண்டாவது நாள். நல்ல வெயில் நேரம் தளபதி சேரா தனது மெய்ப்பாதுகாவலன் ஒருவனோடு போர்முனை வாகனத்தில் வந்தார். அடுப்பில் வேகிக்கொண்டிருந்த சைபீரியன் வாத்து கறிச்சட்டியைத் தூக்கிக்கொண்டு கவியும் வீரனும் வீட்டின் உள்ளே ஓடினார்கள். அவர் கண்டால் வீண் பிரச்சினையாகிவிடும். இதை எங்கு சுட்டாய்? ஏன் சுட்டாய் என்று பிரச்சினை வரும். தண்டனையும் கிடைக்கும்.

பின்னாலிருந்து இறங்கிய மெய்ப் பாதுகாவலன் இரண்டு இராணுவப் பைகளை வைத்திருந்தான். கோபியும் மணியும் சல்யூட் பண்ணினார்கள். பதிலுக்கு சல்யூட் பண்ணிய சேரா கேட்டார் "எங்கடா மற்றாக்கள்?"

"இங்கதான் இருக்கிறாங்கள். வாங்கண்ணை" என்று பதில் சொன்னான் மணி.

சேரா திண்ணையில் இருந்துகொண்டார்.

"குடிக்க ஏதாச்சும் இருக்காடா?"

"பழஞ்சோத்து தண்ணி கரைச்சிருக்கிறம் வேணுமாண்ணை?" என்றான் கோபி.

"கொண்டுவா... கொண்டுவா."

கோபி எடுத்துவந்து கொடுத்தபடி சொன்னான். "வெங்காயம் பச்சை மிளகாய் இல்லையண்ணை. ஆனால் தேங்காய்ப்பாலும் தேசிக் காயும் சேர்த்துக் கரைச்சது. நல்லா இருக்கும். காலைச் சாப்பாடு இன்னும் வரேல்ல. அதுதான் பழஞ்சோறு இருந்ததைக் கரைச்சம்."

"ம்ம்... திறமா இருக்கடா..." சப்பி உறிஞ்சிக் குடித்தார்.

“மணி, வீராவைக் கூப்பிடு... சாமான்கள் வந்திருக்கு. வெளிக்கிட வேணும்.”

உள்ளே இருந்து வீராவும் வந்தான். பையில் இருந்து சிறிலங்கன் ஆமி யூனிபோர்ம், உருமறைப்பு நெற், சப்பாத்து, முள்ளுக்கம்பி வெட்டும் புதிய கூரான பொடிவெட்டி, அவசர முதல் உதவிக்கெனச் சில உயிர்காப்பு மருந்துப்பொருள்கள், மணி முன்னாள் கள மருத்துவ உதவியாள் என்பதால் சில விசேட மருந்துகளும், அத்துடன் ‘பற்றி.’ மணியிடம் இருப்பதால் வீராவுக்கு மட்டும் புதிய வோக்கி ரோக்கி, மணி கேட்ட வோட்டர் பூறூவ் கைக்குண்டுகள்... இப்படிப் பல பொருட்கள் இருந்தன. முக்கியமான பொருளைக் கடைசியாய்க் கொடுத்தார். ஒரு பையில் சொக்லேற் மற்றும் சீஸ் ரின். “என்னண்ணை இவ்வளவு? உங்களுக்குப் பிறந்த நாளா?” மணி கிண்டலாகக் கேட்டான். அவனுக்குத் தெரியும், இது வேவுக்கு உரியதென்று. இருந்தாலும் இவ்வளவு அதிகமாக இருக்கிறதே.

“எங்களுக்கு எங்கையடா பிறந்த நாள்? இறந்த நாள் மட்டும்தான் கொண்டாடுவாங்கள். அதுவும் நாடு கிடைச்சாத்தான் உறுதி. இல்லையெண்டால் எல்லாம் போச்சு. சனங்கள் மறந்திடும்” சேரா பகிடியாகச் சொன்னார்.

அங்கே நின்ற நாய் ஒன்று சேராவையும் கூட வந்தவனையும் மூக்கால் மோந்து பார்த்துவிட்டுப் போனது.

“நாளைக்கு வேவுக்கு நீங்கள் போகவேணும். இரவு ஏழு மணிக்குப் பரந்தன் றோட்டுக்கு இடப்பக்கமாய்ச் சோதியா படையணி கொம்பனி கழிய இருக்கிற கிட்டு பீரங்கிப்படையணி மோட்டார் றீமின்ர நிலைக்கு வாங்கோ! அங்கே கேட்டால் காட்டுவாங்கள். பக்கத்திலதான் புதிசா ஒரு நிலையம் அமைச்சிருக்கிறம். அங்க றோமியோ வருவார்.” அமைதியாகப் பேசினார்.

“சரியண்ணை” மணி தன்னடக்கமாய்ச் சொன்னான்.

“என்ன வீரா, உன்ர முதல் வேவு இது. சாதிச்சுக் காட்ட வேணுமடா” வீராவைக் கூர்ந்து பார்த்துச் சொன்னார். வீராவின் முகத்தில் ஏதாவது பயத்தின் அறிகுறி தெரிகிறதா? என்று பார்ப்பதும்தான் அந்தப் பார்வையின் நோக்கம்.

“ஓமண்ணை, செய்வன்” தளபதி முன்னிலையிலான தனது கூச்சத்தை வெளிப்படுத்தியவாறு சொன்னான் வீரன். சேரா

மேலும் கீழும் தலையாட்டினார். “இது கொஞ்சம் நீண்ட பயணம். ஆனால் திரும்பி வந்தால் வெற்றியோடதான் வரவேணும்.” அந்தத் தொனியில் ‘செய் அல்லது செத்துமடி’ என்ற செய்திதான் இருந்தது.

கோபியை இப்போதே புறப்பட்டு வரச் சொன்னார், தென் போர்முனைக்கு வேவுக்குப் போவதற்காக.

“உடுப்பு தோய்ச்சுப் போட்டனான். வெயிலில காயட்டும். இரண்டு மணித்தியாலத்தில வாறன் அண்ணை” கோபி சொன்னான். அவருக்குத் தெரியும் மாற்று உடுப்பெல்லாம் இப்போ போராளிகளிடம் அதிகமில்லை என்பது. ஆனால் அவருக்குத் தெரியாது கோபி வாத்துக்கறி தின்றுவிட்டுப் போகத்தான் அப்படிச் சொல்கிறான் என்று. கோபி சொல்ல மணி புரிந்துகொண்டு நமட்டுச் சிரிப்பு சிரித்தான்.

வீரனுக்கு உண்மையாகவே உற்சாகமும் வந்துவிட்டது. காரணம் அவனது குதிக்கால் வலி மூன்று நாளில் இல்லாது போய்விட்ட உணர்வு. அவன் மெய்யாகவே நன்றி சொன்னான் மணிக்கு. “எனக்குத் தெரியுமடா வீரா... உனக்குக் கடுமையான வலி இருக்கு. நீ உன்னை வேவுக்கு எடுத்ததால பயம் என்று நாங்கள் நினைப்பம் எண்டதுக்காக வலியை மறைக்கிறாய் எண்டு” மணி சொன்னபோது வீராவுக்குக் கண் கலங்கிவிட்டது. இப்படிப் புரிந்துகொள்ளக் கூடிய பொறுப்பாளருடன் இருப்பதே ஒரு கொடுப்பினைதான்.

சேரா போனதுமே மணி எல்லாரும் வாங்கடா என்று சொல்லி சொக்லேற்றை எடுத்துக் கொடுத்தான்.

“அண்ணை, வேவுக்குக் கொண்டு போகவேணும் வையுங்கோ” என்றான் றாகுலன்.

“இப்ப பெடியள் சாப்பிடட்டும். இப்பிடிச் சாப்பிடக் கிடைக்குமா? ஆமியின்ர பொயின்ர தாண்டேக்க வெடி விழுந்து மூக்குக்க பஞ்சு வச்சால், இதைச் சாப்பிடத் தருவாங்களோ உங்களுக்கு? சாப்பிடுங்க இப்ப. உள்ள போயிற்றமென்டால் அங்க இருக்குமடா ஆமியின்ர சாப்பாடு எடுத்துச் சாப்பிடலாம். ஹிஹிஹி” மணி சொல்லிக்கொண்டே சிரித்தான். அவற்றில் ஒரு பகுதியை எடுத்து றாகுலன் இவர்கள் கொண்டுபோகும் வேவுப் பைக்குள் வைத்தான். விளையாட்டுத் தனமாய் இங்கயே திண்டு விடுவாங்கள் என்ற எச்சரிக்கை அவனிடம்.

அன்றிரவு இருவருக்கும் சென்றி போடவேண்டாம் என்று ராகுலன் சொல்லிவிட்டு அவர்களின் நேரத்தை மற்றவர்கள் பகிரும்படி பிரித்தான். இன்றுதான் முழுமையான அமைதி நித்திரையை அவர்கள் கொள்ள முடியுமென்பதைக் கவனம் எடுத்தான். மறுநாள் விடிந்தது. ஆனால் இன்று விடிவது முக்கியமல்ல சரியாக இருள்வதுதான் முக்கியம். மாலை ஆறு மணியளவில் கிளம்பவேண்டும். வீரன் எல்லாவற்றையும் சரி பார்த்தான்.

"துவக்குக்கு ஒயில் நல்லாப் போட்டியா?"

"பறலுக்கு உள்ள போடேல்ல."

"மடையா, போடடா."

"சுட்டால் புகைக்கும் அண்ணை."

"நீ போடு, நான் சொல்லுறன். நான் துவக்குக் கொண்டு வரேல்ல. உன்னை நம்பித்தான் வாறன்."

மணி பதினான்கு கைக் குண்டுகள் கொண்ட ஜக்கற் மட்டும்தான் அணிந்திருந்தான். துவக்கு இல்லை. வீரனுக்கு ஆச்சரியம்தான். 'துவக்கில்லாமல் ஆமியின்ர தளத்துக்குள்ள வாறானே. என்ன இது... ஒன்றுமே விளங்குதில்லை.' சேராவும் ஒரு காலத்தில் இப்படித்தான் சில நேரங்களில் போவார். இது வேவுக்குப் புதியவனான வீரனுக்குத் தெரியாது.

மணி தளபதி சேராவிடம் வேவைக் கற்றுக்கொண்டவன். அவனுக்குக் கைக்குண்டுதான் ஆமித்தளத்தினுள் இயங்குவதற்கும் ஆபத்தான சூழலைக் கையாள்வதற்கும் பலம் என்று தெரியும்.

காலையில் வீரனும் மணியும் கொண்டு போவதற்கான பொருள்களை அடுக்குப்பண்ணி சரிபார்க்கும் வேலையில் இருந்தார்கள். மற்றவர்களின் முகத்தில் வெளிக்காட்ட முடியாத ஏதோ ஒரு பிரிவுத்துயர் மனதை அறுத்தபடி இருந்தது. இப்படி இந்தச் சிறிய குழுவில் பலர் புறப்பட்டுப் போனார்கள். சிலர்தான் திரும்பி வந்தார்கள். மணியும் வீராவும் புறப்படுவதற்கான வேலைப் பரபரப்பில் இருந்தார்கள். இருந்தாலும் மணிக்கு மற்றவர்களின் மனநிலை மனதில் பட்டபடியே இருந்தது.

மாமரத்தில் இருந்த செம்மஞ்சள் பழம் ஒன்றை வீரன் ஏறி புடுங்கினான். உயரகொப்பில் எங்கோ எவரும் காணா மறைப்பில் இருந்தது. அதை வெட்டி எல்லோருக்கும் சாப்பிடக்கொடுத்தான்.

"இந்த ருசியில ஞாபகம் வையுங்கடா என்னை" சொன்னவன் தொடர்ந்து "ஆனால் போயிடுவன் என்று நினைக்காதையுங்கோ வருவன். வரும்வரைக்கும் இது."

யாரும் எதுவும் கதைக்கும் நிலையில் இல்லை.

நிலவரம் உணர்ந்து கதைப்போக்கில் மணி சொன்னான். "வீரத்தையும் தியாகத்தையும் கொண்டாடாத போரும் இருக்கோடா? உலகத்தில போர் எண்டு வந்தால் வெற்றிதான் சரி. மற்றதெல்லாம் பிழை. வெற்றிக்கு என்ன வழி இருக்குதோ அதெல்லாம் நியாய வழி தான் கண்டியோ? இல்லையெண்டால் போர் வெல்லாது. பாவம் எண்டு எதுவுமில்லை கண்டியோ? மணி மூக்குக்க பஞ்சு வைச்சால் வெற்றி வரும் என்றால் அதுதான் ஒரே ஒரு சரி. சரி, பிழை இடத்துக்கிடம் வேறுபடுமடா. போரில சரி இதுதான்."

"சரியும் பிழையும் கடவுளுக்குத் தெரியும் அண்ணை" சின்னவன் கவி சொன்னான்.

"ஹி ஹி ஹி குழம்பாத. நீயும் கடவுளைக் கும்பிடுற. ஆமிக்காரனும் கும்பிடுறான். கடவுள் இருந்தால் அவரின்ர சரி எது? இஞ்ச கடவுளும் இல்லை ஒண்டுமில்லை. போரில வீரம்தான் கடவுள். தியாகம்தான் பக்தி. பக்தியில கலையாடினபடி பரவசம் கொள்ள கடவுள் கடாட்சம் கிட்டுமடா. மண்டையப் போட்டால் நீயே சனங்களுக்குக் கடவுள். யுத்தம் வென்றிட்டால் நீயே காலத்துக்கும் கடவுள் மாதிரி. இல்லையெண்டால் மண்தான்." மணிக்குத் தன் மனநிலையின் சுழிப்பும் சேர்ந்து வார்த்தைகளாய்க் குழம்பி வெளிவந்தன. அசட்டுத்தனமாய் அவனே பின் அதை உணர்ந்து நிறுத்தினான்.

26

அன்று மாலை அந்தச் சிறிய வீட்டிடமும் தோழர்களிடமும் முற்றத்து முதிர் மாமரத்திடமும் இளநீர் தந்த தென்னைகளிடமும் கூடவே வாசலில் நின்ற தலையறுத்த தனித் தென்னையிடமும் விடைபெற்றுப் புறப்பட்டனர் மணியும் வீரனும்.

அவர்கள் போனபின் பிரிவின் விஷம் மெல்லெனப் படர்ந்து தீண்டுகிறது, போர்க்களத்தின் அச் சிறுவீட்டையும், முற்றத்தையும், மற்றவரையும்.

இருவரும் புறப்பட்டுச் சேரா சொன்ன போர்முனையின் புதிய நிலைக்கு வந்தனர். மனதில் அடுத்து வரப்போகும் நாள்கள் பற்றிய அறியாப் பரபரப்பு.

சிறிய பதுங்கு குழியில் கட்டளை நிலையம் ஒன்று புதிதாய் அமைக்கப்பட்டிருந்தது. மண் சுவரில் வரைபடம் தொங்கியது. உள்ளே சிறிய மேசையும் நான்கு கதிரைகளும், 'கொமினியுகேசன் செற்' உம் இருந்தன. சேராவும் றோமியோவும் இருந்தனர். கில்மன் இன்னும் வரவில்லை.

றோமியோ இருவரையும் கட்டியணைத்து வரவேற்றார். வீரனின் உடலில் றோமியோவின் அணைப்பு மின்சாரம்போல அதிர்ந்து உள்பாய்ந்தது. மணிக்கும் இனம் புரியா உற்சாகம்தான். கொஞ்ச நேரத்தில் கில்மனும், கிட்டு பீரங்கிப்படையணித் தளபதியும், கிளிநொச்சி தளத்தின் மேற்குப் புற (c பகுதி) பகுதி தளபதியும், மாலதி படையணி கொம்பனி லீடர் வளர்மதியும் வந்தனர். அவர்களைக் கண்டவுடன் மணி குழம்பிப்போனான். 'என்ன நாசமடா இது! இவங்கள் எல்லாம் எதுக்கு வாறாங்கள்? றோமியோ திரும்பவும் பெரிய திட்டங்கள் போட்டு எல்லாத்தையும் குழப்பப் போறாரா? பெரிய திட்டங்கள் சிலவேளைகளில் சொதப்பலாக முடிந்துவிடுமே' மனதில் ஓடிய சந்தேகத்தை முகத்தில் காட்டாமல் இருக்க மணி முயன்றான்.

கதிரைகளைப் பங்கருக்கு வெளியே எடுத்துவிட்டு மேசையைச் சுற்றி நின்றார்கள் எல்லோரும். ஒரு சமருக்கான ஆயத்தம் போலச் சூழல் பொருள்கொண்டது. றோமியோ தன் திடமான குரலில் நம்பிக்கையில் வார்த்தைகளைத் தோய்த்துத் திட்டத்தை விளக்கினார். அவரது கையிலுள்ள 'மிலிட்டரி ரோச் லைற்' மிகப் பிரகாசமாக வரைபடத்தை வெளிச்சமாக்கியிருந்தது.

'ஏ9 றோட்டுக்கு மேற்குப் பக்க எதிரி நிலைகளில நாங்கள் ஒரு சின்னத் தாக்குதலை இரவு இரண்டு மணிக்குத் தொடுக்கப்போறம். இதில கிட்டு பீரங்கிப் படையணியோட 'ஷெல்' சப்போர்ட் எங்களுக்கு அவசியம். தளத்தின்ர மையப் பகுதியில இந்த ஷெல் தாக்குதலைப் பயன்படுத்தப்போறம். ஆமியின்ர கட்டளை நிலையம், தொலைத்தொடர்பு நிலையம், இதனால் கொஞ்சமாவது பதட்டத்திற்குள்ளாகும். அதோட முன்னணி நிலைகளில அந்தப் பகுதிக் கட்டளைத் தளபதி தன்ர மூன்று செக்சன்களை வைச்சு தாக்குதல்களை நடத்தி நாங்கள் தாக்கப்போறம் என்ற தோற்றத்தை உருவாக்கவேணும். இந்த விசயங்களை கில்மன் கவனிச்சுக் கொள்ளுவார்."

சொன்னவர் நிமிர்ந்து எல்லாரையும் ஒருமுறை பார்த்தார். அமைதியாகக் கேட்டுக்கொண்டிருந்தனர் அனைவரும். மணி மட்டும் உள்ளே அமைதியிழந்துகொண்டிருந்தான்.

"நாங்கள் வழமையாக இப்படித் தாக்கி வேவுக்காரரை உள்ள அனுப்ப முயற்சி செய்திருக்கிறம். அதனால இந்த முறையும் இப்பிடித் தாக்குதல் மாதிரி நடத்தி உண்மையா இந்தப் பகுதிக்குள்ளால வேவுக்காரரை உள்ள அனுப்பப்போறம் என்றுதான் ஆமி கொமாண்டர் நினைப்பான். அவன் அதைத் தடுக்கிறதுக்கான முயற்சியிலதான் இறங்குவான். அல்லது நாங்கள் உண்மையா தாக்குதல்தான் தொடுக்கிறம் என்று நினைச்சாலும் அதை முறியடிக்கிறதுக்கான முயற்சியில இறங்குவான். ஆனால் மேற்குப்பகுயில மட்டும் தாக்குதல் நடத்திற படியால இப்பிடி அவன் நினைக்க அனேகமாய் வாய்ப்பில்லை.

"தளத்தின்ர மையப் பகுதிக்குள்ள செல் அடிக்கிறதால அவன்ர 'டிறக்சன் ஃபைன்டர்' நிலையத்தைக் குழப்புறதும் எங்கட முக்கியமான நோக்கம். இந்த நிலையம் குழம்பினால் மணி உள்ள போகேக்க எங்களோட தொடர்புகொள்ள வசதியாய் இருக்கும். 'டிறக்சன் பைன்டர்' ரெக்னிசியன் ஆமி சரியா வேலை செய்யாட்டி மணி போற இடத்தில மணியின்ர வோக்கி வேலை

செய்யிறதை அவங்களால கண்டுபிடிக்க ஏலாமல் போகலாம். இருந்தாலும் மணி ஐந்து செக்கனுக்கு மேல அதில தொடர்ந்து கதைக்கப்படாது. அது முக்கியம்."

றோமியோ மறுபடி நிமிர்ந்து மற்றவர்களைப் பார்த்தார். அமைதியாகக் கேட்டுக்கொண்டிருந்தார்கள். 'டிறக்சன் ஃபைன்டர்' என்பது புலிகளினுடைய அணி வோக்கி ரோக்கியைப் பாவிக்கும்போது அதிலிருந்து வெளிப்படும் அலைக்கதிர்களை வைத்து அதன் திசையை அறிந்துகொள்ளும் கருவி. இப்படி இரண்டு இடத்திலிருந்து இக்கருவி தொழிற்படும்போது இரண்டு திசையும் சந்திக்கும் புள்ளிகொண்டு 'வோக்கி ரோக்கி' வேலை செய்யும் இடத்தை அது கணித்துவிடும். மூன்று இடத்திலிருந்து இதன் திசை கணிக்கப்படுமானால் மிகத் துல்லியமாக அந்த இடம் அறியப்பட்டுவிடும். இத்தகைய கருவி கொண்ட நிலையம் கண்டிப்பாக கிளிநொச்சி முன்தளத்தில் ஒன்று இருக்கும், பரந்தன் சந்தியில் ஒன்று இருக்கும், ஆனையிறவில் ஒன்று இருக்கும். இதைவிட மேலதிகமாகவும் இருக்கக்கூடும்.

கிளிநொச்சி முன்தளத்தில் உள்ள கருவியை அல்லது அந்தத் தளத்தைக் குழப்பிவிட்டால் பரந்தன் பின்பகுதியில் உள்நுழையும் மணியின் இடத்தை அவர்களால் கண்டுபிடிக்கமுடியாமல் போகலாம். தவிர அவர்களின் கவனம் தாக்குதல் தொடுக்கப்படும் பகுதி நோக்கித்தான் இருக்கும். மேலதிகப் பாதுகாப்பாக இன்னொன்றையும் கொள்ளலாம். ஐந்து செக்கன் மட்டுமே கதைக்கும்போது அதற்கிடையில் அந்த அலைவரிசையை அக்கருவி 'ஸ்கேன்' பண்ணாது. இதற்கும் மேலதிகப் பாதுகாப்பாக இதுவரை பயன்படுத்தாத ஒரு அலைவரிசை இலக்கத்தை மணிக்கு பயன்படுத்தக் கட்டளையிட்டார் றோமியோ. அது 14112 என்று வழங்கப்பட்டிருந்தது றோமியோ மேலும் விளக்கினார்.

"இஞ்ச தாக்குதல் நடத்திற நேரத்தில மணியும் வீரனும் பரந்தன் சந்தியில் இருந்து இரண்டு கிலோமீற்றர் வடக்குப் பக்கமாக இருக்கிற ஆமியின்ர நிலைகளுக்குள்ளால உள்ள நுழையவேணும். உள் நுழைஞ்ச உடன மணி என்னோட தொடர்புகொள்ள வேணும். நீ உள்ள போயிற்றதை எங்களுக்கு உறுதிப்படுத்தவேணும். கண்டிப்பாய் 'கோட்சீற்' (சங்கேத மொழி அட்டை) பயன்படுத்தி அறிவி. புதிசா உருவாக்கின மூன்று 'கோட்சீற்' தாறம். அதைத்தான் பயன்படுத்தவேணும்."

“மணி இந்தப் பகுதியில் இருந்து நகர்ந்து பரந்தன் கடந்து இந்தக் கிளிநொச்சி படைத்தளத்தை வந்தடைய வேணும். இதுக்குச் சில நாள்கள் ஆகலாம். நினைச்ச மாதிரி வேகமாக இத்தனை கிலோ மீற்றர் தூரத்தைக் கடந்து வர ஏலாது. இஞ்சதான் மணி நிறைய சவால்களைச் சந்திக்கவேண்டி வரும். நீ உள்ள நுழைஞ்சதும் நாங்கள் தாக்குதலை நிறுத்துவம். உன்ர அறிவிப்பு கிடைக்க ‘ஷெல்’ தாக்குதல் நிற்கும். எங்களிட்ட கனக்க ‘ஷெல்’ இல்லை. பயன்படுத்தவும் முடியாது. ஒரு வேவுக்காக எங்கட ‘ஷெல்’ பவர் பாவிக்க வேண்டியிருக்கு. இந்த நடவடிக்கை அவ்வளவு முக்கியமானது.”

அவர் நிமிர்ந்து பார்க்க முகங்களில் கொஞ்சம் பிரகாசம் இருந்தது. மணிக்கும் கொஞ்சம் ஆறுதல் வந்தது. இந்த மனிசன் ஏதாவது மறுபடி சொதப்பல் திட்டம் போட்டிடுவாரோ என்ற பதட்டத்தில் அவன் இருந்தான். ஆயினும் இதுவும் அவனுக்குத் திருப்தியாக இல்லை. அவன் வேறு யோசனையோடு இருந்தான். அதற்காகத்தான் அன்று யாருக்கும் தெரியாமல் அந்தப் பகுதியைப் பார்த்து வரப் போயிருந்தான்.

“மணி, நீ உள்ள போனதும் உன்னோட திறமையிலதான் மிச்சப்பணி இருக்கும். உள்ள எப்பிடி நகர்ந்துபோறது, எங்க தங்கிறது, எல்லாம் உன்னைப் பொறுத்தது. நீதான் அதைத் தீர்மானிச்சு நடக்கவேணும். எங்களுக்குத் தேவையானது - உள்ள இருக்கிற பாதுகாப்புப் பொறிமுறை என்ன? மற்றது அவன்ர கட்டளைத் தலைமையகம் எங்கெங்க என்ன ஏற்பாட்டோட இருக்கு, என்ன படையணிகளை எங்க நிறுத்தியிருக்கிறான் எண்டதையும் அந்தச் சின்னங்களில இருந்து அறிஞ்சு எடுத்தால் நல்லது. உன்ர ஜீ.பி.எஸ் கருவியைப் பாவிச்சு இடங்களைக் கணிச்சுக்கொள். ஒரு நாளைக்கு ஒரு தடவை தொடர்புகொள். முக்கிய விசயத்தைக் கண்டுபிடிச்சால் அதுவின்ர அமைவிடத்தைக் கோட்சீற்றைப் பயன்படுத்தி எங்களுக்கு அறிவிக்கவேணும். எவ்வளவு முடியுமோ அவ்வளவுக்கு எடுத்து அனுப்பு.

“நீங்கள் ஒன்றை எதிர்பார்க்கவேணும். இதில இரண்டு பேரில யாரும் ஒருவருக்கு ஏதாச்சும் ஒன்று நடந்தாலும் அடுத்தாள் இந்தப் பணியைச் செய்து முடிச்சுத்தான் திரும்பி வரவேணும். ஒருவேளை யாரும் ஒருவர் காயப்பட்டால் அவர் சயனைற் குப்பி கடிச்சு சாக வேணும். ஓடக்கூடிய நிலைமையில காயம் இருந்தால் நீங்கள் வேலையை முடிச்சுத் திரும்பலாம். அதைக்

காயப்படுறவர் தீர்மானிக்க வேணும். இல்லையெண்டால் குப்பி கடிக்கிறதவிட இங்க வேற வழியில்லை. ஏனென்டால் அவரைக் கொண்டு திரும்பி மற்றாள் வரேலாது. முக்கியமான விசயம் பணியை முடிக்காமல் திரும்ப ஏலாது எண்டதுதான். அதால காயப்பட்டால் சயனைட் குப்பி கடிக்கிறது இந்த நடவடிக்கையில தவிர்க்க ஏலாது."

அவர் சொல்லிவிட்டு மறுபடி நிமிர்ந்தார். அவரின் பார்வை அங்குள்ளவர்களில் ஓடி கடைசியில் வீரா, மணியில் வந்து நின்றது. இந்த விசயம் பற்றி அவர்கள் மனதில் என்ன தோன்றுகிறது என்பதை ஆராய முனைந்தார். வீரனும் மணியும் எந்தச் சலனமும் இல்லாமல் தங்கள் முகங்களை வைத்திருக்க முயன்றனர்.

"இரண்டு பேருக்குமே ஏதாவது நடந்துவிட வாய்ப்பிருக்கு. அதனாலதான் கிடைக்கிற தகவல்களை எப்படியாச்சும் ஒரு நாளைக்கு ஒரு தடவை நீங்கள் அனுப்ப முயல வேணும். இந்தப் புதுக் கட்டளை நிலையம், இந்த நடவடிக்கைக்காகத்தான் அமைக்கப்பட்டிருக்கு. இஞ்ச நானோ சேராவோ இருபத்தி நாலு மணி நேரமும் மாறி மாறி இருப்பம். எந்த நேரம் வாய்க்குமோ அந்த நேரத்தில நீங்கள் தொடர்புகொண்டு தகவல் தரலாம். ஒருவேளை நீங்கள் அரைவாசித் தகவலைத் திரட்டின பிறகு நீங்கள் சண்டையில சாகவேண்டி வந்தாலும் உங்கட தகவல் எங்களுக்கு வெற்றியைத் தரும். அதனாலதான் கிடைக்கிற தகவலை உடனுக்குடன் அனுப்பக் கேக்கிறன்."

றோமியோவின் வார்த்தைகளிலேயே ஒன்று புலனாகியது. இந்தப் பணிக்குப் போய்த் திரும்பி வருவது இலகுவானதல்ல என்று. இந்த இருவரையும் பயன்படுத்திப் பெறக்கூடிய தகவல்களைப் பெற்று விடவே நினைக்கிறார். வேறு வழியும் இல்லைதான். ஆனால் எதிரியின் தளத்தில் ஒவ்வொரு நாளும் 'வோக்கி ரோக்கியை' ஆன் பண்ணிக் கதைக்கும்போது 'டிறக்சன் ஃபைன்டர்' மூலம் தங்களை அவர்கள் அறிந்துவிட வாய்ப்புண்டு என்பதை மணி அறிவான். இது ஒரு மிக ஆபத்தான விளையாட்டு. ஆனால் தளபதி சொல்வதுபோல முழுத்தளத்தையும் வேவு பார்த்து வெற்றியாக முடித்தாலும் திரும்பி வரும்போது ஏதாவது நடந்தால் எல்லாமே வீணாகிப்போகும் என்பதையும் உணர்ந்தான்.

அந்த வில்வ மரத்தின் கீழான கட்டளை நிலையத்திலிருந்து அவர்கள் புறப்படும் நேரம் வந்தது. றோமியோ இருவருக்கும்

புதிய சங்கேதப் பெயரிட்டார். மணிக்கு 'விக்ரர் வண்', வீராவுக்கு 'சீரோ வண்.' 'கோட் சீற்' எனப்படும் சங்கேதச் சொல் குறிகளைக் கொண்ட அட்டையை மூன்று குழாயில் அடைத்தபடி கொடுத்தார். கொடுக்கும்போது சொன்னார். 'எந்தக் காரணம் கொண்டும் இது எதிரியின்ர கையில அகப்படக்கூடாது. ஒருவருக்கு ஏதாவது நடந்தால் மற்றவர் அதை எடுக்க வேணும். அதுவும் முடியாட்டி அதை எரிச்சுப் போட்டுத்தான் சாகவேணும்."

றோமியோ இரு இரவுத் தொலைக்காட்டி ('நைற்ஸ்கோப்') கொடுத்தார். எதிர்பாராமல் கோல்ட் வகை துவக்கு ஒன்றும், ஒரு cz வகை கைத்துப்பாக்கியும் கொடுத்தார். மணி பிஸ்டலை இடுப்பில் கட்டிக்கொண்டான். வீரா அந்தத் துப்பாக்கி வேண்டாம் தன்னிடம் இருப்பதே தனக்குக் கையாளப் பழக்கமானது என்றான். ஆனால் தான் திரும்பி வந்ததும் அதைப் பெற்றுக்கொள்வதாகச் சொன்னான். அவர் சொன்னார், "கண்டிப்பாக இந்த இரண்டும் உங்களுக்குத்தான். நிரந்தரமாக உங்களுக்குத்தான்."

பிஸ்டல் தளபதிகளுக்கு மாத்திரம் வழங்கப்படுவது. இதன் மறு அர்த்தம் இந்தப் பணியை முடித்தால் மணி தளபதி நிலைக்குரியவன் என்பதையும் கொள்ள முடியும்.

அந்த நவீன வகைத் துப்பாக்கி பொதுவில் படையணிகளில் இல்லாதது. அதை வைத்திருந்தால் அவன் புகழுக்கு உரியவன் என்பது அடையாளமாகிவிடும் என்பது வீராவுக்கும் புரிந்தது.

றோமியோ வெளியே இருவரையும் இறுக அணைத்துக் கட்டித்தழுவி, குரலில் உறுதிகாட்டி, தழுவலில் அன்பு காட்டி "வென்று வாங்கடா" என்றார்.

கில்மனும் பீரங்கிப் படையணி தளபதியும் கைகொடுத்துத் தோளில் அணைத்து உற்சாகம் காட்டினர். புறப்பட்டு விட்டார்கள்.

தளபதி சேரா இவர்கள் கூடவே பரந்தன் கடந்து ஊரியான் பிளாட்டூன் தலைமையகம் வரை வந்து இறுதி வழியனுப்பினார் கட்டித்தழுவி.

27

இன்று முன்நிலவு. வெட்டைப் பிரதேசத்தில் அத்தனை வெளிச்சமாக இருக்கிறது. நிலவு சாய்ந்து கொண்டிருக்கிறது. நேரம் 12.30. இரண்டு சிங்கள இராணுவத்தினர் போலவே பார்வையில் தென்பட்டனர் இருவரும். இருவரும் தங்கள் அரும்பு மீசையை வழித்துவிட்டிருந்தனர். சிங்கள இராணுவம் அனேகமாக மீசை வைத்துக்கொள்வதில்லை. உள்ளே நுழைந்தால் சிங்கள இராணுவம் போலவே நடமாடவேண்டிய தேவை ஏற்படலாம். இக்கட்டான நேரத்தில் மணியின் சிங்கள மொழி அறிவு அதற்கு உதவுமென்பது மணியை இந்தப் பணிக்குத் தேர்வு செய்ய முக்கிய காரணம். நீளமாக உரையாடினால் உச்சரிப்பு மாறுபாட்டில் ஆமிக்குச் சந்தேகம் வரும். ஆனாலும் குறுகிய உரையாடலை மணியால் சமாளிக்க முடியும்.

பசுமைப் புற்கள் ஏதுமற்றுக் கட்டாந்தரையாக இருந்தது நிலம். சப்பாத்தில் மிதிபட்டுக் காய்ந்த புற்கள் நொறுங்கும் ஒலி எழுகிறது. தூரத்தில் இராணுவ நிலைகளில் வெளிச்சம். தோளில் வேவுக்கான பயணப் பை கனக்கிறது. தங்கள் தோளிலும் முதுகிலும் அதை உணர்ந்தபடி நடக்கிறார்கள் இருவரும். வெட்டை வெளியில் வரும் புதிய காற்று முகத்தில் படுகிறது. நெஞ்சில் கனமா? சாதனை வெறியா என்றுணரமுடியாத ஒரு அழுத்தம்.

மணி உள்ளே நுழைய வேண்டிய இடத்தையும் தாண்டி நடந்துகொண்டிருந்தான். வீரனுக்குக் கேட்க சங்கடமாக இருந்தது. நேரம் நெருங்குகிறது. மணி எங்கதான் போறான் என்று வீரன் குழம்பிவிட்டான். இவர்கள் நுழையும் இடத்திற்கு வந்துவிட்டார்களா என்பதை றோமியோ தொலைத்தொடர்பில் கேட்டார். “சரி, வந்திட்டம்” என்று ஒற்றைச் செக்கனில் பதிலளித்தான் மணி.

அவ்வளவுதான். கிளிநொச்சியின் மேற்குப்புறக் காவல் தொடர் அரண் மீது சண்டை தொடங்கியது. கிளிநொச்சி மையத்தளம் மீது

கிட்டு பீரங்கிப் படையணி ஏவிய ஷெல்கள் வீழ்ந்து வெடித்தன. ஒரு தாக்குதல் போலவே களம் அமளியாய் அதிர்ந்தது. மணியோ எதையும் சட்டைசெய்யாதவனாய்த் தன்பாட்டில் நடக்கிறான்.

"அண்ணை, நாங்கள் நுழையவேண்டிய 'பொயின்ற்' கடந்துபோறம் போல இருக்கு" வீரன் பொறுக்கமுடியாமல் கேட்டான். இதுக்குமேல் அவனால் கேட்காமல் இருக்கமுடியாது.

மணி அநாயசமாய்த் தன்னுடைய பகிடியைத் தொடங்கினான். அவனது இயல்பான எள்ளலும் நகைப்பும் முகத்தில் வந்தது.

"வீரா... நீ பேசாமல் எனக்குப் பின்னால வா. அவங்கள் வெடி கொளுத்தட்டும். சந்தோசம். பேசாமல் கேட்டுக்கொண்டு வா, வெடிச்சத்தம் நல்லா இருக்கு. கொளுத்தட்டும் கொளுத்தட்டும் ஹி ஹி ஹி" நடவடிக்கைக்குப் போகிறவன் போலவே இல்லை மணியின் வார்த்தையும் முகமும். என்ன நாசமடா!

இன்னும் நடக்கிறான் மணி. வீரனுக்கு எல்லாம் குழப்பமாய் இருந்தது. கேட்கவும் முடியவில்லை. என்ன செய்வதென்று தெரியவில்லை. கேள்வி தொண்டை வரை வந்து உள்விழுகிறது.

சற்றுநேரத்தில் றோமியோ தொடர்புகொண்டார் தனது உதவியாளன் மூலம். "ஹலோ விக்டர் வன் விக்டர்வன். பல்லக்கு ஒன்றில எழுதியாச்ச."

உள்ளே நுழைந்துவிட்டோம் என்பதைச் சங்கேதமொழியில் அறிவித்தான் மணி. "ஹலோ... பல்லக்கு ஒன்று. பேனையால எழுதீற்றம்." சுருக்கமாய்ச் சொன்னான்.

"எழுதேக்க ஏதும் எழுத்துப்பிழை வந்ததோ" றோமியோவின் இடத்திலிருந்து.

"இல்லை... ஒழுங்கான எழுத்து."

"சரி எழுதினதைப் புத்தகமாகக் கட்டியாச்சா?" றோமியோவின் ஆள் கேட்கிறான் இப்படி. இதன் அர்த்தம் உள்ளே நுழைந்துவிட்டீர்கள் சரி, பாதுகாப்பான இடமொன்றில் பதுங்கிக் கொண்டீர்களா என்பதுதான்.

"இல்லை. இப்பதான் எழுதி முடிஞ்சது. இனித்தான் புத்தகமாகக் கட்டி வைக்கப்போறம். முடிஞ்சுது. ஓவர்" மணி சொன்ன இந்தப் பதிலின் அர்த்தம் இப்பதான் உள்ள போயிருக்கிறம் இனித்தான்

உள்ள பதுங்கிக் கொள்ளவேணும் என்பதுதான். இது பல்லக்கு என்ற சங்கேத அட்டவணையின் படியான உரையாடல்.

மணியின் பதிலைக் கேட்டு றோமியோ குழப்பத்திற்குள்ளானார். கதிரையை விட்டு எழுந்து அந்தச் சிறிய அகழிக்குள் நடக்க இடமின்றி முட்டிமோதினார். சேராவுக்கு எதுவும் புரியவில்லை. 'இந்த மனிசன் ஏன் இப்ப அந்தரத்தில திரியுது? எல்லாம் நல்லபடியாத்தானே போய்க்கொண்டிருக்கு.

றோமியோ கண்களை அங்குமிங்கும் உழட்டி விட்டுச் சொன்னார். "அவங்கள் உள்ள போகேல்லை... ம்ம் பொய் சொல்றான்... சேரா, இப்பிடி எப்பவாவது மணி நடந்திருக்கிறானா?"

"இல்லை. அவன் இப்படித்தான் சுருக்கமாகக் கதைப்பான். அவன் போயிட்டான் அண்ணை."

"இல்லை... சேரா. உள்ள நுழைஞ்சிருந்தால் அவன்ர குரலில பயம் தெரியும். அந்தக் குரலில மாற்றம் இல்லை."

"அவனுக்குப் பயமில்லையண்ணை. அவனுக்கு நிறைய அனுபவமிருக்கு."

"சேரா! குரலை வடிவாக அவதானிக்க வேணும். எங்களுக்குக் கீழ இருக்கிறவன் சொல்ற வசனத்தில களநிலைமையைப் புரிஞ்சுகொள்ள ஏலாது. அவன்ர குரல்தான் முக்கியம். ஒருத்தனை ஒரு பணிக்கு அனுப்பமுன்னம் அவன்ர சாதாரண குரலைப் பழகி எங்கட மனசில பதிஞ்சு வைச்சிருக்க வேணும். அதுதான் முக்கியம். எந்த வீரனுக்கும் இந்த இடத்தில உளூர ஒரு பயம் இருக்கும். ஆனால் பதட்டம் வராது, அவன் திறமையான வீரனாக இருந்தால்" அவர் தன் இடக்கையால் முன்நெற்றியை இறுக்கி அழுத்தி அழுத்திவிட்டார். அவர் சிந்திக்கும் தருணங்களில் இதுவும் ஒன்று.

அங்கே மணியைப் பின்தொடரும் வீரன் குழப்பத்திற்குள்ளானான். மணி என்ன நோக்கத்திற்காக உள்ளே போகவில்லை. பயந்துவிட்டானா? போகாமல் இருந்துவிட்டு நாளைக்கு உள்ளே போக முடியவில்லையென்று கதையளக்கப் போறானா என்று சந்தேகம் தோன்றியது. இவன் வெறும் கதைகாரன்தானா. ஆனால் அவன் ஏன் வடக்கு நோக்கி நடக்கிறான்?

கட்டளை நிலையத்தில் சேரா சொன்னார். "அவன் உள்ள போயிற்றதாயும் இனித்தான் நிலையெடுத்துப் பதுங்கவேணும் எண்டும் சொன்னானே அண்ணை."

"சேரா... அது நான்தான் கேட்ட கேள்வி. குரலில சந்தேகம் வர, அந்தக் கேள்வியக் கேட்டன். ஒருவேளை உள்ள போய் நிலையெடுத்து மறைவா பதுங்கீற்றால் குரலில பயம் இல்லாமல் போகக் கொஞ்சம் வாய்ப்பிருக்கு. ஆனால் இவன் நிலையெடுக்கேல்ல. உள்ள போயிருக்கிற அந்தச் சூழலில எதுவுமே தெளிவில்லாமல் மனம் தத்தளிக்கக் கூடிய நேரம் இது. ஆனால் குரலில அந்தப் பயத்தைக் காணேல்லை."

"உடனை ஷெல் அடிக்கிறத நிப்பாட்டச் சொல்லு. சும்மா அநியாயம்" பீரங்கிப் படையணிக்குக் கட்டளை பிறப்பிக்க உத்தரவிட்டார்.

"சேரா, நான் ஒருக்கால்தான் தொடர்பு எடுப்பன் என்று சொன்னன். பரவாயில்லை. இன்னொருக்கா மணிக்கு எடுத்துப்பார் தொடர்பு" சேரா மணியைத் தொடர்புகொள்ள முயற்சித்தார். முடியவில்லை.

"வோக்கி ரோக்கியை ஓஃப் பண்ணிற்றான் அண்ணை."

சேரா சொல்லவும் றோமியோ தன்மண்டை கலங்குவது போல யோசிப்பதாய்ப் பட்டது செராவுக்கு. அவர் பதில் சொல்லாது நேத்தியை விரல்களால் அழுத்தி அழுத்தி யோசித்தார். பிறகொரு தீர்மானத்திற்கு வந்தவராய்ச் சொன்னார்.

"ம்ம்... அவன் இன்னும் உள்ள போகேல்ல. ஆனால், போகத்தான் போறான். அவன் வேற ஏதோ திட்டம் வச்சிருக்கிறான்" சொல்லிவிட்டு வரைபடத்தையே கூர்ந்து பார்த்தார் றோமியோ.

28

வீரன் இதன்மேலும் பொறுக்காமல் மணியிடம் கேட்டான் "எங்கண்ணை போறம்?"

"நீ வாடா. அவங்கள் வெடி கொளுத்திறதையும் நிப்பாட்டிப் போட்டாங்கள். றோமியோவுக்கு நான் பொய் சொல்றன் எண்டு தெரிஞ்சிட்டுபோல இருக்கு. ஏன் 'ஷெல்'லைத் திடீர் எண்டு நிப்பாட்டினவர்? மனிசன் பின்னாலயும் ஆக்களை விட்டுத் தேடுவார்ரா ஹி..ஹி..ஹி" மணி சிரித்தான் எந்தக் குறுகுறுப்பும் இல்லாமல்.

வீரனுக்கு வினோதமான வியப்பாகத்தான் இருந்தது. புரிந்துகொள்ள சிரமப்பட்டான். மணி சொன்னான். "டேய் வீரா, இந்தா... நிலவு சாயுது. இதுதான் நல்ல நேரம். நாங்கள் இன்னும் கொஞ்சம் வேகமாக நடந்து ஊரியானைத் தொடுத்து வாற ஆனையிறவு உப்புத் தண்ணிக்க இறங்கவேணும். தண்ணி இந்தக் காலத்தில இடுப்பளவுகூட இருக்காது. தண்ணிக்குள்ளால கொஞ்சம் நடக்கவேணும். அப்படி நடந்து இந்தக் காவலரண்தொடர் போய் முடியிற தண்ணிக்கரையை மேவி அவனுக்குப் பின்னால போய் ஏறவேணும். தண்ணிக்க பொயின்ற் இல்லை. ஆனையிறவு றோட்டிலதான் பொயின்ற் (காவலரண்) அடிச்சிருப்பான். நாங்கள் தண்ணிக்குள்ளால போய் இடையில இடப்பக்கம் திரும்பி ஆமியின்ர முன்னணி காவலரணுக்குப் பின்னால எந்தக் கஸ்ரமும் இல்லாமல் ஏறலாம்."

"அண்ணை, தண்ணிக்குள்ளால போறது ஆபத்தில்லையே? ஏதும் பிரச்சினை என்றால் கொக்கைச் சுடுறமாதிரி சுட்டுப்போடுவான். ஒன்றும் பண்ண ஏலாது" வீரன் றோமியோவின் திட்டத்தை மீறி மணி போவதை எண்ணி அஞ்சினான்.

"டேய், இந்தப் பகுதியில இத்தனை வருஷமா எந்தப் புலியும் வந்ததில்லை. ஆனபடியால் ஆமிக் கொமாண்டர் இந்த இடத்தில பெரிய அக்கறை எடுத்திருக்கமாட்டான். சென்றில

நிக்கிற சிப்பாயளும் எந்தக் கவனமும் இல்லாமல் இருப்பாங்கள். சண்டை அச்சுறுத்தல் எதுவுமே இதுவரைக்கும் இந்த இடத்தில இருந்ததில்லை. இதால இயல்பாயே சுமுகச்சூழல் இருக்கிறமாதிரி மனம் அவனுக்கு வந்திடும். முன்னுக்குப் பார்க்கக்கூட மாட்டாங்கள். நீ என்னை நம்பி வா! பயப்படாத! தண்ணில சத்தம் போடாமல் நடந்தால் சரி. மனசில ஒரு பாட்டை வேணுமெண்டால் பாடிக்கொண்டுவா. மனசுக்க பாடுறதுதானே காதல் பாட்டும் பாடலாம். இயக்கத் தடையில்லை" மணி தணிந்த குரலில் குமுட்டிச் சிரித்து மிகச் சாதாரணமாகப் பேசினான்.

கட்டளை நிலையத்தில் றோமியோ சொன்னார், "முன் காவலரண்ல அடிக்கிறதையும் நிப்பாட்டச் சொல்லு. மணி ஒருவேளை இந்தச் சத்தங்கள் நிண்டு, ஆமி பதட்டத்தில இருந்து மனம் ஆறியபிறகு உள்ள போவம் என்று யோசிச்சு இருக்கலாம்.

"இந்தச் சண்டையும் ஷெல்லடியும் மணிக்கு ஒரு மனத்துணிவு தரும் என்றுதான் ஏற்பாடு செய்தன். இதால வேற பிரியோசனம் இல்லை. ஆனால் அவன் இந்த ஏற்பாட்டால ஆமி அந்தப் பகுதியிலயும் அலேட் ஆகியிருப்பான் என்று நினைச்சிருக்கக் கூடும். இது நின்றபிறகு ஆமிக்கு ஒரு ஆசுவாசம் வந்து அலட்சியம் வரும். அந்த நேரத்தில உள்ள போகலாமென்று மணி நினைச்சிருப்பான்." சந்தேகத்துடன் கூடிய தீர்மானமாய் ரோமியோ சொன்னார்.

றோமியோ சொன்னதற்கு சேரா எதுவும் மறுத்துப் பேசவில்லை. சேராவிற்கு அந்த வரைபடத்தைப் பார்த்துக் கொண்டிருக்கும்போது ஒரு சந்தேகம் வந்தது. மணி அந்தப் பகுதியைக் கைவிட்டு வேறு பகுதியால் போவதற்கு முயற்சி எடுக்கக்கூடும். அப்படி இருந்தால் அது வடக்குப் பக்கமாகத்தான் இருக்க வேண்டும். அல்லது அவன் ஏதோ காரணத்துக்காகப் பயந்துவிட்டான். போகவே இல்லை. போறான் என்றால் எதற்காக வடக்குப் பக்கம்? புரியவே இல்லை. ஆனால் அதை அவர் றோமியோவுக்குச் சொல்லவும் இல்லை.

வானத்தில் வெளிச்சம் இல்லை. நிலவின் ஒளி கொஞ்சமும் இல்லை. நட்சத்திரங்கள் மட்டும் மின்னுகின்றன. ஆனாலும் அதன் ஒளியில் தண்ணீரின் நெளிவு தெரிகிறது. இப்போது நீர் வற்றிப்போய் காய்ந்து உலர்ந்து வெடித்த நிலப்பகுதிக்கு

வந்துவிட்டனர். இதோ இன்னும் சிறிது நேரத்தில் தண்ணீரில் இறங்கிவிடலாம்.

மணி சொன்னான், "வீரா, நீ உன்னை ஒரு ஆமிக்காரன் என்றே நினைச்சுக்கொள். நாங்கள் போற இடம் ஆமியின்ர இடமில்லை. அது எங்கட இடம். என்ன பிரச்சினை எண்டால் அங்க இருக்கிற மற்ற ஆமிக்காரரோட நாங்கள் கொஞ்சம் கோவம். கதைக்கமாட்டம். அவ்வளவுதான்" மணி சுருக்கமாகச் சொல்லிச் சிரித்தான். வீரனை மனப் பதட்டத்தில் இருந்து முதலில் விடுவிக்கவேண்டும். இடம் நெருங்கிற்று. இனி கதைக்க முடியாது என்பதுதான் காரணம்.

"வீரா என்ன பாட்டு... மனதுக்க பாடுகிறாய்? 'நான் வெற்றி பெற்ற மனிதரெல்லாம் புத்திசாலி இல்லை, புத்தியுள்ள மனிதரெல்லாம் வெற்றி காண்பதில்லை' இதத்தான் பாடிற்று வாறன். உங்க காதல் எதுவும் ஓடுதோ."

வீரனுக்கு வியப்பாகவும் பரபரப்பாகவும் இருந்தது. இப்படித்தான் வேவுக்குப் போவானா இவன்? என்ற கேள்வியும் மனதில் எழுந்தது. எரிச்சலும் வந்தது. ஆனாலும் மணி கதைக்காமல் விட்டால் கொஞ்சம் பதட்டமாக இருக்கிறது என்பதும் மனதில் தெரிந்தது.

கருமை நிறமாக இருந்த தண்ணீரின் மேற்பரப்பு சிறு ஒளி அலைபோல அங்காங்கே மினுங்கி நெளிந்தன. "வீரா, சப்பாத்தைக் கழட்டி நூல்களை இணைச்சுக்கட்டி கழுத்தில போடு. இந்தா... இப்பிடி கழுத்தச் சுத்தி நெஞ்சில தூங்கட்டும் சப்பாத்து. தண்ணிக்குள்ள எங்காவது குழி இருந்து 'டக்'கென்று தாண்டாய் என்றால் பயந்து சத்தம் போட்டிடாதை. அப்படி இருக்கும் எண்டு நினைச்சுக்கொண்டுவந்தால் உன்னை அறியாமல் கத்தமாட்டாய்."

"ம்ம்... சரியண்ணை இதுக்குள்ள எவ்வளவு தூரம் வரும்?"

"தூரம் முக்கியமில்லையடா. விடியுறதுக்கிடையில உள்ளபோய் நிலையெடுக்க வேணும். முன் பொயின்றில இருந்து ஒரு கிலோமீற்றர் முன்னுக்கு இருக்கிறம். றோட்டுக்கும் அவன்ர முன்னணி நிலைக்கும் இடையில இரண்டு கிலோமீற்றர் இருக்கலாம். நாங்கள் சரியாய் நடுவில போய் ஏறினால் நல்லது. ஆக இரண்டு கிலோமீற்றர் தண்ணிக்குள்ள நடக்கவேணும் ம்ம்."

ஆரம்பத்தில் தண்ணீருக்குள் இறங்கியபோது முழங்கால் அளவுகூட நீர் இருக்கவில்லை. நீரில் காலைத் தூக்கி வைக்கமுடியாது காலை இழுத்து இழுத்து நடந்தனர். அப்படிச் செய்தால் சத்தம் கேட்க வாய்ப்பில்லை. மணி சொன்னான். "இப்ப விளங்குதோ வீரா, துவக்குக்கு ஏன் உள்ளயும் ஓயில் போடச் சொன்னனான் என்று. இஞ்ச குழிக்குள்ள விழுந்தால் துவக்குத் தண்ணியில் நனைய வாய்ப்பிருக்கு. ஓயில் போட்டு வைச்சால் பிறகு துடைச்சுக் கொள்ளலாம். உப்புத்தண்ணி சும்மா உள்ளாகப் பட்டுதோ பிறகு சுடுறதே பிரச்சினை குடுக்கும்" அவன் சொல்லவும் வீரா நினைத்தான் 'ஓ... இவன் முன்னரே முடிவெடுத்துவிட்டானா? இப்ப எடுத்த முடிவில்லையா இது?'

அரை மணி நேரம் நடந்திருப்பர். பக்கவாட்டாக ஆமியின் முன்னணிக் காவலரண் தெரிகிறது. 'றியூப் லைற்' திருவிழாவுக்குக் கட்டியதுபோல கட்டியிருக்கிறார்கள். இந்தப் பகுதியைக் கடப்பதற்கு மிகுந்த அவதானம் வேண்டும். பக்கவாட்டாகக் காவலரணில் இருந்தும் அவதானிக்கக் கூடும். இவர்கள் போய்க்கொண்டிருந்தனர். "என்ன நாசமடா இது? கடலுக்க முள்ளுக்கம்பி றோள் போட்டிருக்கிறான்" மணி மெதுவாகச் சத்தமின்றி வீராவுக்குச் சொன்னான். வீராவும் இப்போதுதான் அதைப் பார்க்கிறான். காவலரண் தொடர் கரையில் முடிந்த இடத்தில் இருந்து தண்ணீருக்குள் முள்ளுக்கம்பி றோள் அடித்திருக்கிறார்கள்.

மேலும் பதினைந்து நிமிட நடையில் முள்ளுக்கம்பி இடத்திற்கு வந்துவிட்டார்கள். "டேய் வீரா, இதைப் பிடி. நான் வெட்டுறன். கவனம் வேணும். வெட்டேக்க முள்ளுக்கம்பி அதிர்ந்திதோ அந்த அதிர்வு சில நேரம் அங்க காவலரண் வரைகூட வெளிப்படுமடா. அதோட வெட்டினதும் சில நேரம் அந்த இழுவைத்தன்மை தொய்யுமடா 'பட்'டென்று. அதுவும் பிரச்சினை. இறுக்கிக் கம்பியை இழுத்துப் பிடி."

மணி கச்சிதமாக வெட்டினான். வெட்டும்போது ஒரு பதட்டம் வந்தது. இந்த அதிர்வு கடத்தப்பட்டு காவலரண் ஆமி திரும்பிப் பார்த்தால் ஏதோ கறுப்பு உருவம் கடலில் இருப்பது புரியும். நகரும்போது மனிதர் என்பதைக் கண்டுபிடித்துவிடுவான். ஆனால், மணியின் முன்னனுமானம் வேலையைச் செம்மையாக நிறைவேற்ற உதவியது. அங்கிருந்து இன்னும் அரைமணி நேரம் நீருக்குள் நடக்கவேண்டும். மணி அறிவுறுத்தியதுபோல இருவரும்

ஒட்டினாற்போலக் காலை இழுத்து இழுத்துக் கவனத்துடன் நகர்ந்தனர். காரணம் தண்ணீரில் பழைய மரக்கட்டைகள் குத்தாகச் சில இடங்களில் நின்றன. அதனால் தூரத்தில் இருந்து பார்க்கும்போது இவர்கள் இருவரும் ஒரு மரக்கட்டைபோல் தோன்றலாம். தண்ணி இடுப்பளவுக்கும் கொஞ்சம் குறைவு.

நடந்து இப்போது கரையேறும் நேரம் வந்தது. விரிந்த வானம் மேலும் பரந்த தண்ணீர் கீழும் இருக்க இருவரும் போகிறார்கள் யாரும் அறியாமல். உப்புத் தண்ணீருக்கு உண்மை தெரியும். அது அனைத்தையும் பார்த்திருக்கிறது. தண்ணீரில் நிற்கும் கரிய முதிர் மரக்கட்டைகளும் பார்த்தபடியிருக்கின்றன. ஆனாலும் அவை சொல்லப்போவதில்லை. அந்தப் பரவைகடலுக்கும் முதிர் கட்டைகளுக்கும் இவர்களின் பாட்டன்களுக்கும் முன்னொருகாலம் உயிர்பிணைந்த உறவிருந்திருக்கலாம்.

போகிறார்கள் போராளிகள் இந்தக் கடலுக்கும் மண்ணுக்கும் சொந்தமில்லதவர்களைத் தேடி என்ற நினைப்புடன். வீரா அசையாமல் நின்றான். மணி முதலில் கரையை நன்றாக அவதானித்தான். தண்ணியைப் பார்த்த மாதிரி ஏதும் காவலரண் போட்டிருக்கிறார்களா என்று. அப்படி எதுவும் தெரியவில்லை. 'நைற்ஸ்கோப்'ஐ எடுத்துக் கரையைப் பார்த்தான். காவலரண் தொடர் இல்லை. ஆனால் சும்மா காவல் நிலைகள் போன்ற தோற்றத்தில் இரண்டு உருவங்கள் இருக்கின்றன.

நகரத் தொடங்கினார்கள். கரையை அண்மித்தபோது தெரிந்தது அவை காவலரண்கள்தான். ஆனால் முன்னணிப் பாதுகாப்பு ஏற்பாட்டோடு இணைந்த செயற்பாட்டில் இல்லை. பாவனையிலும் இல்லை போலும். இரண்டுக்கும் இடையில் ஒரு கிலோ மீற்றர் இடைவெளி இருக்கும். அங்கிருந்து இவர்களை அவதானிக்க முடியும்தான். ஆனால் ஆளிருக்க வாய்ப்பில்லை. இருந்தாலும் அங்குள்ளவனுக்கு மனம் எப்போதும் அத்தகைய விழிப்பில் இருக்காது என்பது மணிக்குத் தெரியும். கரையிலும் முள்ளுக்கம்பி போடப்பட்டிருந்தது. அதை வெட்டி உள்ளே நுழையும்போது மணிக்கு உற்சாகம் வந்தது. இந்தப் பகுதி அச்சுறுத்தல் இல்லாத பகுதி என்று. காரணம் அந்த முள்ளுக்கம்பி போடப்பட்டிருக்கும் விதம் அப்படி. வெட்டிய கம்பியை மீண்டும் இழுத்துப் பிணைந்து கொழுவிவிட்டான். தடயம் விடக்கூடாது. இந்தப் பகுதியில் முதன்முதலில் பாதுகாப்பு ஏற்பாடு செய்யப்பட்டபோது இது போடப்பட்டிருக்கலாம்.

பராமரிப்போ அது பற்றிய சிரத்தையோ இன்றி சும்மா கிடந்தது. அதை வைத்து மணி ஊகித்தான், இந்த இடத்தில் ஆமி விழிப்பாக இல்லை என்பதை. வீரனுக்கு முதல் அனுபவம் இது. நெஞ்சில் இனம்புரியாத கூச்சம் ஒன்று... அதில் அறியாப்பயம் அடங்கியிருக்கிறது.

மணி முன்நடக்க, வீரா பின்னால் நடந்தான். நெஞ்சில் பரபரப்பு. மெய்யான பரபரப்பு. கொஞ்சத்தூரம் போனதும் சப்பாத்தை அணிந்து கொண்டனர். மணி நடக்கத் தொடங்கினான். கழுகின் கண்களைக் கடன் வாங்கி வந்தவன் போல அவன் சூழலைப் பார்க்கிறான். 'நிலையெடுக்கவேண்டும் இப்போது. அதன்பின் அறிவிக்கலாம் றோமியோவுக்கு' என்று எண்ணினான். இந்த இடத்தில் வோக்கியைப் பயன்படுத்துவது ஒப்பீட்டளவில் ஆபத்து அற்றது என்பதும் முக்கியக் காரணம். 'டிறக்சன் பைன்டர்' கண்டிப்பாக கிளிநொச்சி, பரந்தன், ஆனையிறவு ஆகிய மூன்றிடத்திலும் இருக்கும். இந்த இடத்தில் ஒருவேளை 'ஸ்கேன்' பண்ணினாலும் பரந்தன், ஆனையிறவுதான் ஸ்கான் பண்ணும். ஆனால் துல்லியமிருக்காது. அதோடு முன்பகுதிபோல ஆனையிறவு விழிப்பாய்த் தொழிற்படாது. பரந்தன் மட்டும் ஸ்கேன் பண்ணினால் அதனால பிரயோசனமில்லை ஆமிக்கு.

மெல்ல மெல்ல நடந்து முன்னேறினான் மணி. பின்னால் வீரன். இராணுவ நிலைகள் ஏதும் இந்த இடத்தில் இல்லை. முன்னாலுள்ள வீதியை அண்டிய சில கட்டடங்களில் இராணுவம் இருக்கிறது தெரிகிறது. 'லைற்' பிரகாசமாய் அங்கு போடப்பட்டிருக்கிறது. இதற்கும் முன்னணிக் காவலரணுக்கும் இடையே இவர்கள் நடந்து போனார்கள். இவர்களில் இருந்து இரண்டுமே வெகுதொலைவில் இருக்கின்றன. புற்களும் சமமற்ற தரையும் கொண்ட பகுதி இது. வீதியை அண்மித்து அதே நேரம் பரந்தன் பகுதியை நெருங்கி நிலையெடுத்துப் பதுங்கவேண்டுமென்று மணி உத்தேசித்தான். அப்படியே பரந்தனை அண்மித்த பகுதி ஒன்றில் தூரத்தே ஒரு இராணுவநிலை தெரிந்தது. அதனையும் வீதியையும் அவதானிக்கக் கூடியவாறு வளைந்த புற்களும் சிறு முட்செடிகளும் கொண்ட இடத்தில் நிலையெடுத்தான். வீரனுக்கு தான் ஆமியின் தளத்தில் இருக்கிறேன் என்பதை நம்பவே முடியவில்லை. 'ஒரு நகரமே இராணுவத்தளமாய் மாறிவிட்டிருந்தது. ஒளிரும் மின்விளக்குகளில் படை நகரமாய்க் காட்சி தருகிறது அது. இதற்குள் உலாவித்திரிவது எப்படி, வேவு பார்ப்பது எப்படி...'

29

அங்கே கட்டளை நிலையம் சலித்து விரக்தி மண்டிக் கிடந்தது. அப்போது மணி றோமியோவுக்குத் தொடர்பெடுத்தான். திடீரெனக் குரல் வந்ததால் உயிர்ப்புற்றது கட்டளை நிலையம்.

'தென்னவன் தென்னவன்... விக்ரர் வண்' மணி அழைக்கிறான். றோமியோவின் தொலைத்தொடர்பாளனை. பரபரப்பான உற்சாகம்.

"விக்ரர் வண், விக்ரர் வண்...தென்னவன்... குரல் தெளிவாய் இருக்கு சொல்லுங்கோ" தென்னவன் ஆர்வம் கரை புரள பதில் கொடுத்தான். றோமியோவும் சேராவும் காதை அகலவிரித்து ஏங்குகின்றனர் குரலுக்கு.

"பேருந்து இரண்டு. காவடியை இறக்கி வைச்சாச்சு. பேருந்து இரண்டு. காவடியை இறக்கி வைச்சாச்சு." இதுதான் அவனிடமிருந்து வந்த தகவல். அவ்வளவுதான். மேற்கொண்டு எதுவும் இல்லை. 'விக்ரர் வண் விக்ரர் வண் தென்னவன்' அழைத்துப் பார்த்தனர் மணியை. ஆனால் அவனோ தொலைத்தொடர்பை நிறுத்திவிட்டான். றோமியோவுக்கு இனம்புரியாத உற்சாகம். முகமெல்லாம் துடிப்புக்கொள்ள அவரது ஊன்றுகோலிலேயே தெரிந்தது அந்த உற்சாகம்.

"இப்பதான் அவன் போயிருக்கிறான், புலிதான்ரா அவன்" என்றார் சேராவைப் பார்த்து. சேரா தன் படையணி மானமும் தான் சிபார்சு செய்ததால் தன் நற்பெயரும் நாசமாய்ப் போய் விடுமோ என்ற அச்சமும் நீங்க ஒரு புதிய நிமிர்வோடு முகத்தை வைத்துக்கொண்டார்.

பேருந்து இரண்டு என்பது 'கோட்சீற் 2.' அதிலுள்ள சங்கேத மொழியின் படி 'காவடியை இறக்கியாச்சு' என்பது உள்ளே நுழைந்து பாதுகாப்பாக நிலையெடுத்துவிட்டோம் என்று அர்த்தம்.

றோமியோ சொன்னார். "அவனுக்கு இப்ப குரலில மட்டும் இல்லை செயலிலும் பயமிருக்கு பார். மூன்று செக்கன், இரண்டு வார்த்தை, உடன ஓஃப் பண்ணிற்றான். ஆனால், செயலில பதட்டம் இல்லை. பார்த்தியா? இப்படித்தான் இருப்பான் ஒரு சரியான வீரன்." மணி சொன்ன தகவல் முழுமை இல்லாவிட்டாலும் புரிந்தது. முழுமையாக இருந்தது.

நைற்ஸ்கோப் வைத்து மணி பார்த்தான். பரந்தனை அண்டிய பகுதியில் ஏ9 வீதிக்குக் கிழக்குப்பக்கம் முள்ளுக்கம்பிகளால் சுற்றிவளைக்கப்பட்டு சிறிய முகாம் அமைப்பு ஒன்று தெரிகிறது. வீதியில் நடமாட்டம் எதுவும் இல்லை. வீதியின் மறுபுறம் பார்க்கத்தான் முயன்றான். முடியவில்லை. சரியாகத் தெரியவில்லை. 'இந்த இடத்தில் இருந்து மாறிக்கொள்வது நல்லது' மணி தீர்மானித்தான். பரந்தன் 'கெமிக்கல்' தொழிற்சாலை இருந்த பெரிய மாடிக்கட்டடத்தில் பெரியதளம் இருக்க வாய்ப்பிருக்கிறது. அங்கும் ஒரு 'டிறக்சன் ஃபைன்டர்' இருந்தால் இந்த இடத்தில் இருந்து நான் கதைத்தது ஸ்கான் பண்ணப்பட்டிருக்குமென்றால் இந்த இரு தளங்களின் பாதுகாப்புக் கருதி கண்டிப்பாக இந்தப் பகுதியில் காலையில் தேடுதல் நடத்துவார்கள். உடனே மாறிவிடுவது நல்லது.

எங்கே போவது? வீதியைக் கடக்கவேண்டும். குறைந்தபட்சப் பாதுகாப்பு வீதியைக் கடந்துவிடுவதுதான். விடியப்போகிறது. மணி சொன்னான் "வீரா நாங்கள் எழும்பாமல் தவழ்ந்தபடி அந்தா... அங்க இருக்கிற முள்ளுக்கம்பிக்குக் கிட்ட போகவேணும். அதில ஒரு சின்ன தளம் இருக்கு. அந்த இடத்தை ஜீ.பி.எஸ்ல குறிச்சிட்டு திரும்பிக் கொஞ்சம் பின்னுக்கு நகர்ந்து இந்த றோட்டைக் கடக்கவேணுமடா. றோட்டுக்கு மற்றப் பக்கத்திலதான் பகலுக்குத் தங்க இடம் பாக்கவேணும். விடியப்போகுது. கெதியா நகருவம்" மணியிடம் பதட்டம் எதுவும் இல்லை. பயமும் இல்லை. அவனின் நிதானமான குரல் கேட்டு வீராவுக்கு ஆறுதலும் தென்பும் வந்தது. நகரத் தொடங்கினார்கள். புற்களினூடாகத் தவழ்ந்து பன்றிகள் போல நகர்ந்தார்கள்.

"ம்ம்... இவ்வளவு தூரம் போதும் ஜீ.பி.எஸ்ஸை எடு. ஃபிக்ஸ் பண்ணு" வீரன் அதைச் செய்ய மணி இரவு தொலைக்காட்டியால் சிறுதளத்தைப் பார்த்தான்.

“டேய் பெரிய முகாமடா. ஒரு மினி முகாம் அமைப்புக்குரிய பாதுகாப்பு ஏற்பாடு. சுற்றிக் காவலரணும். பட்டாலியன் அல்லது றெஜீமண்ட் தலைமையகமாக இருக்கலாம். நோட் புக் எடுத்துக் குறியடா, இதை.”

வீரன் புவி ஆள்கூற்றினை ஜீ.பி.எஸ்ஸில் இருந்து பெற்று அதில் இருந்து நூற்றைம்பது மீற்றரில் இந்த முகாம் இருப்பதாகக் குறித்துக்கொண்டான்.

‘திரும்பி முன்னூறு மீற்றர் பின்னுக்குத் தவழடா வீரா. போ போ! விடியப்போகுது... கிளியர் பண்ண வரப்போறாங்கள்” மணி வேகப்படுத்தினான். வானம் வெளிப்பதற்கான அறிகுறி தெரிகிறது.

மேலும், நூறு மீற்றர் கூடுதலாக நகர்ந்து இரவுத் தொலைக்காட்டியை வைத்து அவதானித்தான். பதினைந்து நிமிடம் அவதானித்திருப்பான். “சரி கொஞ்சம் தண்ணி குடிப்பம் வீரா. அங்கால நிலமை எப்பிடி என்று தெரியேல்ல”

தண்ணி கான் எடுத்துக் கொஞ்சம்போலக் குடித்தனர். பிறகு மீண்டும் தவழ்ந்தபடி வீதிக்கு நகர்ந்தனர். இப்போ மணி சொன்னான் ‘நெருங்கீற்றம். தவழாமல் நிலத்தோட அரைந்துகொண்டு ‘குறோளி’ல போ” காட்டு உடும்புபோல ஊர்ந்தனர் அந்த வீதியை நோக்கி.

வீதிக்குக் கிட்ட வரவும் மணி மறுமுனையைத் தன் இரு உள்ளங் கைகளையும் குழாய்போல் உருவாக்கி அதனூடாகப் பார்த்தான். வீராவுக்கு விசித்திரமாக இருந்தது. அப்படிப் பார்த்தால் காட்சி கொஞ்சம் கூடுதல் துல்லியத்துடன் தெரியும் என்பது அனுபவம். அது வீராவுக்குத் தெரியாது. இந்த இடத்தில் நைற்ஸ்கோப்பை வெளியே எடுக்கமுடியாது.

மணி முன்பொருமுறை வீராவுக்குச் சொன்ன சொல்லின் பொருள் அதிக அர்த்தத்துடன் நினைவுக்கு வந்தது. ‘இருளில ஒளியைக் காணக் கூடியவன்தான் வேவுக்காரன். மட்டுமில்ல, ஒளியில் இருளையும் காணக்கூடியவன் தான் திறமையான வேவுக்காரன்.’ மனிதக் கண்களில் தெரியும் பொதுவான காட்சிகளில் விலகி அதைத் தவிர்த்துப் பார்க்கத் தெரிய வேண்டும். பார்க்கப் பழக வேண்டும். வீரன் தூரத்தில் ஒளிரும் ரியூப் லைற் மற்றும் ஃபோக்கஸ் லைற்றினைத் தவிர்த்து இருளில்

கசியும் ஒளி வேறுபாடுகளை வைத்து உருவங்களைப் பார்க்க முயற்சித்தான்.

“வீரா, இப்ப றோட்டைக் கடக்க வேணும். பன்றியோ நாயோ றோட்டக் கடக்கிற மாதிரி தவழ்ந்து, ஆனால் தாவி ஓடிக்கடக்க வேணும். தூரத்தில இருந்து யாராவது கண்டால் அதுவொரு காட்டுமிருகம் என்று நினைக்கவேணும். எங்க ஓடுடா பாப்பம் பண்டி” குசுகுசுக்கும் குரலில் சொன்னான்.

மறுகரையை அடைந்து ஒரு புதர் ஒன்றுக்குள் மறைந்து சுற்றும் முற்றும் அவதானித்தன இரு பன்றிகளும். நடமாட்டங்கள் எதுவும் இல்லை. “நாய் வேசம் போட்டால் குரைக்கோணுமடா. வேவுக்காரன் வேசம் போட்டா பல மாதிரிப் பண்ணவேணும்... இப்ப பார் நாய் மூத்திரம் கழிக்கிற மாதிரித்தான் கழிக்கவேணும். எழும்ப ஏலுமோ இந்த இடத்தில” சொல்லிக்கொண்டே நாய் போல மூத்திரம் கழித்தான். கழித்தபடி சொன்னான்:

“நாய் கையில்லாமலேயே வலு சூப்பரா மூத்திரம் அடிக்குது. எங்களுக்குத்தான் ஒரு கை தேவைப்படுகிது. ஹிஹிஹி.”

மணி சிரிக்க வீரனுக்குப் பதட்டமாகியது. ‘இங்கயாவது தன்ர குணத்தை மாத்தி கொஞ்சம் சீரியசா இருக்கமாட்டானா மனிசன்’ வீரன் எண்ணினான். ஆனால் இந்த அபாயமான மரணக் கிடங்கில் நின்றுகொண்டு மணி இப்படிச் செய்வதற்கான காரணமே முதன்முதல் வேவுக்காக எதிரித்தளத்திற்கு வந்திருக்கும் வீரனைப் பதட்டத்தில் இருந்து விடுவித்து ஒரு சாகச நிலைக்குக் கொண்டுவர வேண்டுமென்பதற்காகத்தான் என்பதை வீரன் அறிவான். அதன் மூலம் தன்னையும் மணி விடுவித்துக்கொள்கிறான்.

வேவு அனுபவம் இல்லாத வீரனை இந்த நடவடிக்கைக்கு மணி தேர்ந்தெடுத்த காரணமே இதுதான். வேவு பற்றித் தெரிந்தால் முன் கற்பிதங்களோடு அவர்கள் வருவார்கள். இது மிகக் கடினமான வேவு. பல நாள் பயணம். இதற்கு முன்கற்பிதம் இல்லாத ஒருவனைத் தேர்ந்தெடுத்தால் தன்னால் அவனைக் கையாண்டுவிட முடியுமென்று நம்பினான்.

சுற்றும்முற்றும் இரவுத்தொலைக்காட்டியை வைத்துப்பார்த்தான். அக்கம்பக்கம் நகர்ந்து பார்த்தான். தென்திசையில் ஒரு சிறிய இராணுவக் காப்பரண் தெரிவதாகப்பட்டது. ஆனால், அது மிகத் தூரத்தில் இருக்கிறது. வீதியை அண்டிய பகுதியைக் காலையில்

ரோந்து வந்து 'கிளியர்' பண்ண வாய்ப்பிருக்கு. இந்த இடத்தில் இருந்து உள்ளே மேற்குத் திசையில் ஐந்நூறு மீற்றர் நகர்ந்து விடுவதாக முடிவுசெய்தான் மணி.

வானம் வெளிக்கிறது. மணி ஒரு புதரைக் கண்டுபிடித்து அதற்குள் நுழைந்தான். வீரனும் நுழைந்தான். தலைக்கறுப்பு தூரத்திற்கும் சூழலை வேறுபடுத்திக் காட்டும். சாக்குத் தொப்பியைப் பயணப் பையில் இருந்து எடுத்து அதன் மறுபக்கம் பச்சைப் புல் வர்ணத்தைப் புரட்டி அணிந்துகொண்டார்கள்.

"சொக்லற் எடடா வீரா, சாப்பிடுவம். இந்த வெற்றிய முதல்ல கொண்டாடுவம்."

"அண்ணை, அது இருக்கட்டும். எத்தனை நாள் இருக்க வேண்டி வருமோ தெரியா இங்க..." வீரா சாப்பாட்டைச் சேமிக்க நினைத்தான்.

"மொக்கா, காலமை விடிய கக்கூசுக்கு வரும். எங்க போறது? இதிலயே மலத்தை இருந்திட்டு நாள் முழுக்க மணந்து கொண்டிருப்பியா? பீக்கு மேல இருக்கப் போறியா. அதைவிடப் பெரிய பிரச்சினை அக்கம்பக்கம் ஆமி இருந்தால் மணந்தே காட்டிக் குடுத்துடுமடா. உன்னைக் காட்டிக் குடுக்க 'டிறக்சன் ஃபைண்டர்' தேவையில்லை. அவன்ர மூக்கு போதும். உன்ர பீயே உன்னைக் காட்டிக் குடுக்கும். ஹி ஹி ஹி... இந்த சொக்லேற்றில் கொக்கோ இருக்கு. இதத் திண்டால் கக்கூசுக்கு வராது" மணி சொன்னான்.

"இயக்கத்துக்குத் தெரிஞ்ச விசயம் - இதில நிறைய சத்திருக்கு, வேவுக்காரர் இதைச் சாப்பாட்டுக்குப் பதிலாகச் சாப்பிடலாம் எண்டதுதான். வேவுக்காரனுக்குத் தான்ரா தெரியும் இதுக்குப் பீயை அடக்கும் சக்தி இருக்கு எண்டது. வேவுக்காரன் பீய்ச்சினாலும் அவன்ர உயிர் போகும் எண்டது அவையளுக்குத் தெரியாது."

வீரன் கொஞ்சம் அதிர்ந்துதான் போனான், இதையெல்லாம் தான் யோசிக்கவே இல்லையேயென்று வெட்கமாகவும் இருந்தது. அந்த நேரத்தில் மணி வேவுக்கு என்றே பிறந்தவன் என்று பட்டது வீரனுக்கு.

30

காலைச் சூரியன் இருளை உறிஞ்சி வந்தான். வேவுக்காரரைக் கட்டிப்போட வருகிறான். அல்லது காட்டிக் கொடுக்க வருகிறான். எதிரித் தளத்தின் முதற்காலை அது.

அன்று பகல் அந்த இடத்தை விட்டு எங்கும் நகரவில்லை. காதுகளை மிகக் கூர்மையாக்கிக் கொண்டான் மணி. வீரனுக்கும் அதைத்தான் சொல்லிக்கொடுத்தான். “பகலில சாதாரண மனிதருக்குக் காது கூர்மை இல்லை, கண் கூர்மை. நாங்கள் பகலில் நடமாடாமல் காதைக் கூர்மையாக்கி அவதானிக்க வேணும் காதால. இரவு மனிசருக்குக் கண் கூர்மை இல்லை. காது கூர்மை. நாங்கள் அப்ப கண்ணைக் கூர்மையாக்கி நடமாடலாம். ஆனால் கதைக்கப்படாது. சூழலுக்கு ஒவ்வாத சத்தத்தைப் போடக்கூடாது.”

தூரப் பார்க்க முடியாத அந்த மறைவிடத்தில் பகலில் காது அறிந்த தகவலைக்கொண்டு இரவுபோகும் பாதையைத் தீர்மானித்து மணி நகர்ந்தான். பரந்தன் திசை முதலில். நேற்று வந்தவுடன் அவதானித்த முகாம் பரந்தன் சந்தி வடகிழக்கு மூலையில் இருக்கிறது. ஒரு கிலோமீற்றர் சுற்றளவு கொண்டது. அதைக் குறித்துக் கொண்டான். பிறகு பின்னோக்கி நகர்ந்தான். நகர்ந்த வழியில் குறுக்கிடுகிறது சிறிய இராணுவ அமைப்பு. அலட்சியமான பாதுகாப்பு அமைப்பு. கிணற்றைச் சுற்றி அமைக்கப்பட்டிருக்கிறது. எதிரியின் ‘றிசேவ் ஃபோர்ஸ்’ இதுவாக இருக்கலாம். அல்லது விநியோக முகாம். அலட்சியப் பாதுகாப்பு அதைத்தான் காட்டுகிறது. குறித்துக் கொண்டான். மேலும் மேற்காகக் குமரபுரத்தைக் கடந்து பின்னகர்ந்து போனான். பாழில் கிடக்கிறது அச்சிறிய சிவன் கோவில். முன்னணிக் காவலரண் தொடரின் தன்மையைப் பார்த்தான். அறுபது மீற்றருக்கு ஒன்று. பின்னால் இருநூறு மீற்றர் தள்ளி அவற்றுக்கான பிளட்டூன் தலைமையகம் சின்னஞ்சிறிய முகாம் வடிவில் இருக்கிறது. அதைச் சுற்றி முட்கம்பிச்சுருள் பாதுகாப்பு.

முன்னணி அரண்களை அண்டி ஐந்நூறு மீற்றர் தெற்குப்புறம் நகர்ந்தான் கிளிநொச்சி திசைநோக்கி. அளவில் பெரிய ஒரு முகாம் ஏற்பாடு. ஆனாலும் முதலில் பரந்தனில் பார்த்ததுபோல இல்லை. அதில் முன்னே கொடிகள் பறக்கவிடப்பட்டிருந்தன. அது றெஜீமண்ட் தலைமையகம் என்று வைத்துக்கொண்டால் இப்போ தெரிவது கொம்பனித் தலைமையகம். இந்தப் பகுதிக்குரியது. முள்ளுக்கம்பியைச் சுற்றி வளைத்துக் காவலரண்களும் உண்டு. முன்னணி நிலையிலிருந்து முன்னூறு மீற்றர் இடைவெளி இருக்கலாம். ஆக இதுதான் எங்களுக்கு இரண்டாவது காவலரண் தொடர்போல முன்னைய வேவுகளில் தெரிந்திருக்கிறது. இரண்டாவது முன்னணி அரண் என்று ஒன்றில்லை. ஆனால் இந்தக் கொம்பனி தலைமையகம் ஐந்நூறு மீற்றர் விட்டம் கொண்ட நீள்வட்ட வடிவம். ஜீ.பி.எஸ்ஸில் அதன் அமைவிடத்தை அறிந்து வீரன் குறித்துக்கொண்டான். பிளாட்டூன் தலைமையகங்களையும் குறித்தெடுத்தான்.

"வீரா! பாத்தியா இரண்டாவது 'லைன்' என்று ஒண்டு இல்லை இஞ்ச. குருடன் யானை பார்த்த மாதிரி முன்னம் பார்த்திருக்குது எங்கட வேவுக்குழு. உள்ள கொம்பனி பிளாட்டூன் தலைமையகங்கள முன் 'டிஃவன்சிவ்' லைனுக்குப் பின்னால நீள்வட்ட வடிவில ஒரு மினிமுகாம்போல அமைச்சிருக்கிறாங்கள். இந்தப் பகுதியால நாங்கள் உடைச்சு உள்ள வரேக்க இந்த மினி முகாம்களில் மாட்டிக்கொள்ள வேண்டி இருக்கு. கொம்பனி தலைமையகத்தைச் சுற்றிக் காவலரண் இருக்கடா. அதுதான் இன்னொரு லைன் போலத் தெரியுது. முன்னணி நிலைகளை நாங்கள் பிடிச்சாலும் இந்த முகாம்களைப் பிடிக்கேலாது. அவன் இஞ்ச ஸ்ரோங்கா இருந்து திருப்பி அடிச்சுப் பிடிப்பான். றோமியோ அப்ப ஊகிச்சது சரிதான்."

அன்று பகல் கரடிப்போக்கிற்கு ஒரு கிலோ மீற்றர் முன்னே ஒரு பற்றையில் மறைந்திருந்தனர். இதனைக் கடந்தால் இனி பற்றைகளோ புதர்களோ கிடைக்காது. வெட்டைவெளிப் பிரதேசம்தான். இங்கிருந்து கரடிப்போக்குப் பகுதியை முதலில் அவதானிக்க வேண்டும். கிளிநொச்சி பிரதான தளம் அங்கிருந்துதான் தொடங்குகிறது.

கரடிப்போக்குப் பகுதியை நெருங்கும்போது அன்றிரவும் பார்க்கக் கூடியவற்றைப் பார்த்துக் குறிக்கக் கூடியவற்றைக் குறித்தனர். இந்தப் பகுதியின் முன்னணி நிலைகளுக்குப் பின்னால் முன்னர்

கண்டதை விடப் பெரிய தளமாய் அமைத்திருப்பதைக் கண்டனர். இது கொம்பனி தலைமையகத்திற்குப் பதிலாக பட்டாலியன் தலைமையகமாக இருக்கக்கூடும். முன்னிலையிலிருந்து ஐந்நூறு மீற்றர் பின்தள்ளி இருக்கிறது. அன்று பகல் பெரும் புற்கள் வளர்ந்த ஒரு வயல்வெளியில் படுத்து பகலைப் போக்கவேண்டும். உருமறைப்பு 'நெற்'றை போர்த்துக் கொண்டனர். இருளும் வரை இப்படியே ஆடாமல் படுத்திருக்கவேண்டும். மதிய வெயிலின் கொடுமை தாங்காமல் இருவரும் துடித்துப்போனார்கள். ஆனால் இந்த இடத்தில் வேறு வழியில்லை. இரவுக்காகக் காத்திருப்பதைவிட வேவுக்காரனுக்கு வழியேது?

மதியம் கழிந்த நேரம் வீரன் "கக்கூசுக்கு வருகுது" என்றான்.

"என்ன நாசமடா இது? இதுதான் அப்பவே சொன்னனான் ஒழுங்கா கக்கூசுக்குப்போய் பழகாதையெண்டு. அப்பிடிப் போனால் ஒழுங்கா வரப்பாக்கும் ஹிஹி..."

வீரனும் குப்புறப் படுத்த படுக்கையில் சிரித்தான். "அண்ணை, மூன்று மணித்தியாலமா சொல்லாமல் அடக்கிக் கொண்டிருக்கிறன். நேற்றும் இருக்கேல்ல. இனி ஏலாது, வெளிய வரப்போகுது."

"சரி இரு. அங்கால போனால் சரியான சிரமம் இருக்குமடா."

"எப்பிடி எங்க போய் இருக்கிறது?"

"எங்கயோ இப்பிடியே இரு."

"விசர் கதை கதைக்காமல் சொல்லுங்கோ."

"வானத்தைப் பார்த்தபடி படு திரும்பி. முதுகு 'பாக்'கை கழட்டி வை. டேய் எழும்பாதை. ஜீன்ஸ் ஐ முழங்காலுக்கு இழுத்துவிட்டுட்டு இரு கக்கூசுக்கு."

"மல்லாக்காப் படுத்தபடியேவா?"

"ம்ம்... பின்ன..."

"என்ன நாசம்... என்னால ஏலாது."

"இரடா மொக்கா. இண்டைக்கு இருந்தால் இனி தனிச் சொக்லேற்றுக்கு வராது. சாப்பாடு இல்லதானே. கிளிநொச்சிக்க இறங்கிற்றம் எண்டால் பிறகு இருக்கேலா."

"அண்ணை, என்னால ஏலாது."

அப்பால் ஒரு நிலம் ✿ 387

“இரடா பார்... நான் இருந்து காட்டுறன். நானும் இருக்கத்தான் வேணும் கஸ்ரப்பட்டாச்சும் இதைக் கழிக்கவேணும். பிறகு சந்தர்ப்பம் கிடைக்காது” மணி படுத்தபடி மறுபக்கம் புரண்டான்.

சொன்னதுபோலவே மல்லாக்காய் படுத்தபடி மலம் கழித்தான். புற்களால் துடைத்தான். தண்ணிய செலவழிக்க முடியாது. கையை மண்ணில் பிசைந்து துடைத்துக்கொண்டான். அப்படியே அங்கிருந்த மலத்தை வெளியே மணம் வராமல் மண்தூவி மூடினான். உருண்டுபோய்த் தள்ளிப்படுத்தான். பிறகென்ன? வீரனும் அதையே செய்தான், வேறு வழியின்றி. முழங்கையை ஊன்றி இடுப்பைத் தூக்கி மலம் கழிக்கப் போதும் போதும் என்றாயிற்று. கழித்து முடிந்ததும் இதுவும் ஒரு சாகசப்பணியில் இருக்கும் வதையின் மனக்கிளர்ச்சியைத் தந்தது.

இரவு தொடங்கவும் நகர்ந்து வயல்வெளி முடியும் இடத்திற்கு வந்தனர். கிளிநொச்சிப்பக்கம் போகாமல் மேற்காக உள்ள முன்னணி நிலைகளை அவதானிக்க முயற்சி செய்தான் மணி. வயல் முடிந்து வீதி. வீதி வருவதற்கிடையில் மரங்கள் நின்றன. அதில் மறைந்து கொஞ்சம் சாப்பிட்டனர். எஞ்சிய கொஞ்ச தண்ணியையும் குடிக்கச் சொன்னான் வீரனை. வீதிக்கு அருகே உள்ள வாய்க்காலில் தண்ணி இருக்கும். எடுத்து நிறைத்துக் கொள்ளவேண்டும் என்பதை விளக்கினான்.

“எப்பிடித் தெரியும்? இதையும் குடிச்சிட்டுப் பிறகு தண்ணி இல்லாமல் சாகவேணுமா?”

“குடியடா நீ... திருவையாறு றோமியோன்ர கட்டளை நிலையத்திற்கு முன்னால தண்ணி ஓடுது. கண்டனியா... அங்க தண்ணி பாய்ஞ்சா இதாலதான் ஓடும்.”

‘அட இதெல்லாம் எப்படித்தான் கவனிச்சு வைச்சு ஞாபகப்படுத்துகிறானோ தெரியவில்லை இவன். இவனிடம் இருந்து வேவு பார்ப்பதை மட்டுமல்ல, சாப்பிடுவதில் இருந்து மலம் கழிப்பதுவரை கற்றுக்கொள்ளவேண்டும்’ வீரன் தனக்குள் எண்ணினான்.

மணி நைற்ஸ்கோப் வைத்துப் பார்த்தான். பூநகரி வீதிக்கு மறுபக்கம் பெரியவளவில் மாடிவீடு தெரிகிறது. பெரிய இராணுவத்தளம் ஒன்று இருக்கிறது அதில். அதைப் பார்க்க வேண்டுமென்று எண்ணினான். போய் வாய்க்காலில் தண்ணி எடுத்துக்கொண்டு

முகமும் கழுவி குண்டியும் கழுவிக்கொண்டு வந்தான். வீரனைப் போகச் சொன்னபோது வீரன் அவசியமில்லை என்றான். மணி வற்புறுத்திப் போகவைத்தான். இயல்பு வாழ்க்கைபோல இந்த இடத்தில் இருக்கப் பழக்கி எடுப்பதுதான் நோக்கம். அப்போதுதான் பதட்டமும் களைப்பும் நீங்கும். இதையும் நாளாந்த வாழ்வாகக் கொஞ்சமேனும் பழகவேண்டும்.

அந்த மாடிவீட்டையும் அதன் அயல் சூழலையும் பார்த்தனர். ஜீ.பி.எஸ் மூலம் புவியாள்கூற்று அமைவைக் குறித்தனர். இதுவும் ஒரு பட்டாலியன் தலைமையகம். சிங்க றெஜிமெண்ட் இன் மூன்றாவது பட்டாலியன் என்பது அதன் சுவரில் பொறிக்கப்பட்ட சின்னமும் எழுத்தும் லைற்றில் படுவதன் மூலம் தெரிந்தது. பின்னால் மேலும் சற்றுதூரம் நகர்ந்து காவலரண் தொடர்களைக் கவனித்தனர். அன்று அதற்குமேல் நகரமுடியவில்லை. அதைவிட இந்தப் பகுதி இன்றைய இரவைக் கழிப்பதற்குப் பாதுகாப்பான இடம்போல உணர்வு தந்தது மணிக்கு. மீளவந்து வீதியை அண்டிய பகுதியிலுள்ள மரங்கள் நிறைந்த பற்றைக்குள் பதுங்கிச் சூழலைக் கவனிக்க மணி முடிவு செய்தான்.

“அண்ணை, றோமியோவுக்குத் தொடர்பு எடுக்க இல்லையா?”

“தொடர்பெடுத்தா எங்கட தலை போகும். ஆமி கண்டிப்பாய் இடத்தைக் கண்டுபிடிச்சிடுவான். வேலைய வெற்றிகரமா முடிச்சுக்கொண்டுபோனால் பிறகு ஏன் தொடர்பு எடுக்கேல்ல எண்டதுக்குக் காரணம் சொல்லிக்கொள்ளலாம்” ‘ம்ம்... அது நல்லது’ என்றுதான் வீரனும் உணர்ந்தான்.

அன்றிரவு மேற்குப் பகுதி காவலரண் தொடர்களைப் பின்னாலிருந்து அவதானித்தான் வீரன். காலையில் வீதியின் அருகே பதுங்கிய இடத்தில் இருந்து ஒரு கொம்பனி தலைமையகத்தை அவதானித்தபோது புரிந்தது, காலையில் முன்னணி நிலைகளுக்குப் பின்னால் ரோந்து விடுகிறார்கள் என்று. ஐந்து மணி, ஏழு மணி, ஒன்பது மணி என மூன்று தடவை ரோந்து போனார்கள். இரவும் வரலாம். இதுதான் இதயனும் வேங்கையும் உள்ளே வந்து அடிவாங்கிய இடம். இந்த ரோந்துக்காரனிடம்தான் அவர்கள் மாட்டியிருக்கவேண்டும். அந்தப் பகுதி முழுவதையும் வரைபடத்தில் எழுதிக் குறிப்பெடுத்தான். மணியுடனும் அது பற்றிக் கதைத்தான். மணிக்குச் சந்தோசம். அடுத்தநாள் கரடிப்போக்குச் சந்திப் பகுதிக்குப் போக முயற்சி செய்தனர்.

முடியவில்லை. முகாம்களை நெருங்க முடியவில்லை. இந்தப் பகுதியில் செறிவாகப் பல முகாம்கள் இருக்கக்கூடும் என்று நடமாட்டத்தை வைத்து ஊகித்தனர். சூழலை முழுமையாகப் பல்வேறு விதமாய் அணுகி அணுகி ஆராய்ந்தான் மணி.

வாகனங்களின் இரைச்சல் கேட்கிறது. ஆனால் மணி சொன்னான் "மனிசர் நடக்கும் அதிர்வு பாதத்தில தெரியுதடா பார்."

மணியின் மனம் நிலத்தோடும் பிணைந்திருந்தது. மணியின் நிதானமும் நிலத்தின் அமைப்புகள், அதை உணரும் முறை, ஊகிப்பு என எல்லாமே வீரனுக்கு ஆச்சரியத்தையும் அறிவின் இன்னொரு நூதனத்தையும் கிளர்த்தியது. அவன் முன்னர் மணி தன் அணிப் போராளிகளோடு கதைத்ததை ஞாபகம் கொண்டான். 'தம் தடங்களை அறிவதில்லை பாதங்கள். ஆனால் தடங்களை அறியாத வேட்டைக்காரப் பாதங்களும் வேவுக்காரப் பாதங்களும் வீடு வந்து சேர்ந்ததில்லை. கண்ணும் மூக்கும் காதும் கூட அவர்களின் பாதங்களுக்குள் உண்டு. பூமியின் சிறு அதிர்வையும் பாதங்களின் காதுகள் கேட்கும். தன் தடத்தையும் பிறர் தடத்தையும் அது பார்க்கும். சூழலின் வாசனையை அது நுகர்ந்தறியும்' என்றானே.

31

அதற்கு அடுத்த நாள் மீண்டும் கிளம்பினர் இருவரும். கரடிப்போக்குச் சந்தியில் இருந்தும் அதைச் சூழ்ந்தும் பாதுகாப்பு ஏற்பாட்டு நிலைமை வேறாக இருப்பதாக உணர்ந்தான் மணி. அதிகமாகப் படையினர் நடமாட்டம் இருந்தது. இதற்குள் இலகுவாக நுழைந்து நிலை கொள்ளவோ அவதானிக்கவோ முடியாது என்றுணர்ந்தான். இதற்குள் நுழைவதற்குப் புதிதாகச் சிந்திக்கவேண்டும். ஒரு இராணுவ நகரம் போல் இருக்கிறது இது. இதனை வழமைபோன்ற உத்தியில் வேவு பார்க்க முனைந்தால் திரும்பிப் போகமுடியாது என்பது உறுதி. மோட்டார் சைக்கிள்களும், வாகனங்களும் சரளமாக உலாவுகின்றன. சூழலின் பகல் நேர இரைச்சலின் அளவைக் கொண்டு சொல்லிவிடலாம் அங்கு மனிதர்களின் செறிவு எத்தகையதென்று.

கரடிப்போக்கில் உருத்திரபுரம் வீதியைக் கடந்து புகையிரதத் தண்டவாளத்தை ஒட்டிய பற்றை ஒன்றுக்குள் பதுங்கி அன்றிரவு நடமாட்டத்தை அவதானிக்க முற்பட்டனர். அந்தத் தளமே பெரும் வெளிச்சத்தில் இருந்தது. இங்கு நடமாடுவதும் எளிதல்ல. இனி தண்ணி, சாப்பாடு கூட மருந்தாகத்தான் பாவிக்கவேண்டும். இரவு இரண்டு மணிபோல் வீரனை அங்கேயே இருக்கச் சொல்லிவிட்டு மணி தான் மட்டும் எழுந்துபோனான். போகும்போது ஜீ.பி.எஸ்ஸை மட்டும் கொண்டுபோனான்.

'அடப்பாவி, எழும்பி றோட்டால நடந்துபோறானே.' வீரனுக்கு அடிவயிறு கலங்கியது. தனக்கு ஏதாவது நடந்தால், அதாவது இறந்தால் இருக்கிற தகவலுடன் திரும்பிப் போய்ச் சேர்ந்து விடுமாறு சொல்லியிருந்தான். வீரன் இரவுக்காற்று ஏதும் இன்றி அந்தப் பற்றைக்குள் வேர்த்து உடல் பிசுபிசுக்க இருந்தான். மணி போனதும் 'திரும்பிப்போவது சாத்தியந்தானா' என்ற கேள்வி திடீரென்று மனதில் எழுந்தது.

மணி திரும்பி வரும்போது வீரன் அது ஒரு ஆமிக்காரன் என்றுதான் நினைத்தான். வீதியைக் கடந்து வந்தவன் திடீரென்று

இறங்கி ஓடிவந்தான். இவன் திகைத்துப் பின் புரிந்துகொண்டான். பற்றைக்குள் நுழைந்தாலும் மணியின் இதயம் படபடப்பது வீரனுக்கே புரிந்தது. அசாதாரணமாக மாறிவிட்டிருந்தது மணியின் முகம். பற்றைக்குள் இருந்தபடி ஜீ.பி.எஸ்ஸில் பெற்றுக்கொண்ட நிலைகளை வீரனின் குறிப்பேட்டில் எழுதி அதன் அளவையும் வரைந்தான்.

ஐந்தாம் நாள் ஆகியும் மணியினுடையதோ வீரனுடையதோ எந்தத் தொடர்பும் றோமியோவுக்குக் கிடைக்கவில்லை. றோமியோ சோர்வடையத் தொடங்கினார். சேரா முழுமையாய் நம்பிக்கை இழந்தார். புதிதாக இந்த நடவடிக்கையை வழிநடத்துவதற்காகப் பரந்தன் பகுதியில் அமைக்கப்பட்ட கட்டளை நிலையம் சூனியத்தில் மண்டியது. றோமியோ கில்மனுடன் நிலைமையை ஆராய்ந்தார். 'எதிரியின் தொலைத்தொடர்பை ஒட்டுக்கேட்கும் பிரிவைத் தொடர்புகொண்டு உள்ளே இருவர் அகப்பட்ட மாதிரியோ, இறந்த மாதிரியோ, மோதல் ஏதும் நடந்தமாதிரியோ தகவல்கள் பரிமாறப்பட்டதா என்று கேட்கலாம். இந்த விடயத்தைக் கவனப்படுத்தி எதிரியின் உரையாடல்களைக் கேட்கச் சொல்லலாம்' என்றார் கில்மன். வேறு மார்க்கம் இன்றி றோமியோ சம்மதித்தார். அவர் முடிந்தவரை இந்த நடவடிக்கையை இரகசியமாக வைத்திருக்கவே விரும்பினார். இப்போது வேறு வழியில்லை. பிடிபட்டனரா? இறந்தனரா? என்று தெரியாமல் அடுத்த முயற்சிகள் எதுவும் எடுக்கமுடியாது.

'அதற்கான தகவல் ஏதும் இதுவரை இல்லை. ஆனால் அந்தக் கண்ணோட்டத்தில் உரையாடலைக் கேட்கவில்லை. ஆனால் அப்படி நிகழ்ந்ததற்கான தடயம் ஏதும் இல்லை' என்றார் ஒட்டுக்கேட்கும் பிரிவுப் பொறுப்பாளர். றோமியோ வேறு வழியின்றி அவருக்கு உள்ளதைச் சொன்னார். இரு வேவு வீரர்கள் உள்ளே போயிருப்பதையும் அவர்களின் தொடர்பு ஏதும் இப்போது இல்லை என்பதையும் சொன்னார். எதிரியை ஒட்டுக்கேட்கும் விடயத்தில் அவன் ஒரு அசாதாரண திறமைசாலி. பெயர் சாந்தன்.

சாந்தன் என்ற அந்தப் பொறுப்பாளருடன் மணிக்கு உறவுண்டு. மணி இரகசியமாகப் போனவாரம் இவனிடம் போய் பரந்தன் பகுதி பற்றியும் ஆனையிறவுப் பகுதி படையினர் பற்றியும் கேட்டறிந்துகொண்டிருந்தான். பல தகவல்களை நட்புக்காக பரிமாறியிருந்தான். இவனின் ஊகத்தின்படி பரந்தன் கழித்து

ஆனையிறவுப் பக்கக் காவலரணில் இலகு காலாட்படையே நிற்பதாகச் சொல்லியிருந்தான். இப்போது சாந்தனால் ஊகிக்க முடிந்தது 'உள்ளே போனது மணி என்றும், அவன் பரந்தன் பகுதியைத் தவிர்த்துக் கீழே ஆனையிறவின் முன்பகுதியில் இருந்து இங்கே கிளிநொச்சிக்கு இறங்குகிறான்' என்பதையும். ஆனால் இது பற்றி சாந்தன் றோமியோவுக்கு எதுவும் சொல்லவில்லை. ஒட்டுக்கேட்கும் பிரிவு மிகமிக இரகசியமான ஓர் அமைப்பு. அது தகவல்களை அதிகாரம் படைத்த தளபதிகளுடன் மட்டுமே பகிர முடியும்.

றோமியோவுக்கு இருக்கும் ஒரேயொரு நம்பிக்கை மணி உள்நுழையும்போது பொய் சொல்லி தன் இஸ்ரப்படி நடந்து கொண்டதைப்போல இப்பவும் நடந்துகொள்ளக்கூடும் என்பதுதான்.

இருந்தாலும் இது ஒரு குருட்டு நம்பிக்கை என்பது அவருக்கே தெரிந்தது. இரவில் உறக்கமின்றி உழலும்போது தன் இயலாமைதான் அவ்வாறு மூடத்தனமாய்த் தன்னை நம்பவைக்கிறதோ என்றும் எண்ணி அவதியுற்றார். நிலைகொள்ளமுடியாத அலைச்சல். அடுத்தடுத்த நாளில் தன்மீது அவருக்கே வெறுப்பு அதிகமாயிற்று. பாதுகாப்புச் சமரின் பிரதம தளபதி நினைவில் வந்து சினமூட்டினார். கடைசியாக நடந்த தளபதிகளுக்கான சந்திப்பு ஒன்றில் அவர் கர்வத்துடன் நடந்து கொண்டதும் தன்னை அலட்சியப்படுத்துவது போன்ற பாவனையும் நினைவில் மீண்டுகொண்டே இருந்தன. முன்னர் தானும் அப்படித்தான் நடந்தேனா என்றும் ஒரு பொழுது எண்ணினார். மனம் அதை ஏற்கவில்லை.

ஒட்டுக்கேட்கும் பிரிவில் சாந்தனை அடிக்கடி சந்தித்தார் றோமியோ. ஏதாவது தகவல் உண்டா என்று அறிய அவசரப்பட்டார். எதுவுமே துலங்கவில்லை.

கில்மன் 'ஆக்கள் இனி இருக்க வாய்ப்பில்லை' என்றார். வீரச்சாவு என்று அறிவிக்க வேண்டும். ஆனால், எந்த உறுதியும் இல்லையே. என்ன செய்வதென்று அறியாமல் மணியையும், வீரனையும் அனுப்பியவர்கள் குழம்பிப் போயிருந்தனர்.

32

எட்டாம் நாள் மணி தன் தொடர்முயற்சியால் புதிய விடயத்தைக் கண்டுபிடித்தான். இரவு ஒரு நாயுண்ணிப் பற்றைக்குள் வந்து பகற்பொழுதைக் கழிக்கப் பதுங்கிக்கொண்டு படுத்தபோதுதான் அவனுக்கு அந்தத் தளத்தின் அமைப்பு மனதில் விரிந்தது. உதிரி உதிரியாக எங்கு பார்த்தாலும் முள்ளுக்கம்பிகளும் காவலரண்களும் இருக்கின்றன. எந்த இடத்தைக் குறித்து எடுத்தாலும் அந்தத் தளத்தின் பாதுகாப்பு அமைப்பு குழப்பமாக இருந்ததே தவிர அது என்ன வடிவமென்று பிடிபடவே இல்லை. ஆனால், வீரனைப் பொறுத்தவரை கொஞ்சத் தகவல்கள் வெற்றிகரமாகச் சேகரிக்கப்பட்டுக் கொண்டிருக்கின்றன என்றே பட்டது.

இரவு மணி எங்கோ பிடுங்கித் தன் கோல்சர் பொக்கற்றுள் வைத்த செவ்வரத்தம் பூக்களை எடுத்துத் தின்னத் தொடங்கினான். வீரனுக்கும் கொடுத்தான். நாக்கு நீரின்றி வறண்டு உலர்ந்துவிட்டால் சாப்பாட்டை மென்று விழுங்க முடியாது. முயற்சிக்கும்தோறும் அது ஒரு அவஸ்தையாகவே இருக்கும். ஆனால் இந்தச் செவ்வரத்தம் பூக்களைத் தின்னும்போது அந்த அவஸ்தை இருக்காது. அதிலுள்ள நீர்ப்பற்று உடம்புக்குக் கிடைக்கிறது. அதில் பல ஊட்டங்கள் உண்டு. அதே நேரம் அதன் வழுவழுப்புத்தன்மை விழுங்குவதற்கு வசதியாக வழுக்கிக்கொண்டு போய்விடுகிறது. சிறிய புளியமரம் ஒன்றிலிருந்து அதன் தளிர்களையும் பிடுங்கி வைத்திருக்கிறான் மணி. அதுவும்கூட இங்கே உணவாகியிருந்தது.

மணி சொன்னான், “வீரா, இப்பிடியே ஒவ்வொரு இராணுவ நிலையையும் பார்த்துக் குறிச்சால் ஒரு மாதம் ஆகினாலும் முடியாதடா. எங்களால அப்பிடிப் பார்க்கவும் முடியாது. இங்க இருந்து தப்பிப் போகவும் முடியாது. இந்தத் தளத்தின்ர பாதுகாப்புப் பொறிமுறைக்கு ஒரு வடிவம் இருக்கும். அதை உணர்ந்து கண்டுபிடிச்சிட்டம் என்றால் பிறகு வேலை

முடிஞ்சமாதிரி. அதுவே போதும். பிறகு அந்த வடிவத்தை மனதிலகொண்டு அந்த அந்த இடத்திற்குப் போனால் வடிவம் ஊகிச்ச மாதிரி இருக்கா, இல்லையா? என்றதை உறுதிப்படுத்திடலாம். அதுதான்ரா சரியான வழி. இந்த மாதிரி ஓர் இராணுவ நகரம் போல இருக்கிற இடத்தை வெறும் வேவுத் தகவலால பூரணப்படுத்தேலாதடா" என்றான்.

வீரனுக்கு வியப்பு தாங்க முடியவில்லை. மணியிடம் இத்தனை நுணுக்கமும் அறிவும் இருக்குமென்று அவன் எதிர்பார்க்கவில்லை. மணி ஒரு சிறந்த வீரன், துணிச்சல்காரன், அனுபவசாலி என்று மட்டும்தான் வீரன் இதுவரை விளங்கி வைத்திருந்தான். ஆனால், அதெல்லாம் அடியோடு மாறியது. அப்போது, தாம் பெற்ற தகவலை வைத்து வீரன் அதன் வடிவத்தைச் சிந்தித்துக் கண்டுபிடிக்க முனைந்தான். அதன்பால் ஒரு அடங்கா ஆர்வம் எழுந்தது.

மணி சொன்னான் "இந்த இடத்தில கிளிநொச்சிக்கு மட்டும் இரண்டாவது முன்னணிக் காவலரண் தொடரொன்றை ஆமி போட்டிருக்கிறான். நாங்கள் நினைச்சதுபோல வெறும் மினிமுகாம் மட்டும்தான் அப்பிடிக் காட்சி தருகுது என்றில்லை. கிளிநொச்சிக்கு இரண்டு சுற்றுக் காவலரண் போட்டிருக்கிறான். அந்த இரண்டுக்கும் இடையில கொம்பனி, பிளாட்டூன் தலைமையகங்கள் இருக்கு. அது மினிமுகாம்போல இருக்கு. ஆனால், அது கரடிப்போக்குக்குப் பின்னுக்குள்ளதைவிட அளவில சின்னதாயிருக்கு. இதை இப்படியே எழுதிவை வீரா! எனக்கு ஏதும் நடந்தாலும் இந்தக் குறிப்பேட்டைக் கொண்டுபோய்ச் சேர்."

வீரனுக்குப் பகல் முழுதும் இருந்த பதட்டம் இப்போ நீங்கி ஒரு விடயம் முழுமைபெறுவது போன்ற சாகச உணர்வு மேலெழுந்தது. ஆனால் அவன் குறிப்பேட்டை எடுத்து அதை எழுதாமலே சொன்னான் "நான் அப்பிடி நினைக்கேல்லையண்ணை" தம் எதிரித்தளத்தின் மையத்தில் நாயுண்ணிப் பற்றைக்குள் கிசுகிசுக்கும் குரலில் பொருட்டற்ற சாதாரண போராளிகள் போரின் போக்கையே தீர்மானிக்கும் ஒரு நடவடிக்கை பற்றி ஆராய்கின்றனர்.

"அப்ப எப்படியடா சொல்லன். இந்த இடத்தில இரண்டாவது லைன் இருக்குதானே"

"இல்லையண்ணை, இது இரண்டாவது லைன் மாதிரி இருக்கிற இன்னொரு பெரிய முகாமின்ர சுற்றுக் காவலரண். மையத்தளத்தை நாங்கள் இன்னும் காணேல்லை, வாகனச் சத்தங்களை வைச்சு யோசிச்சால் இந்தத் தளத்தின்ர கட்டளை அதிகாரி மற்றும் றெஜீமண்ட் கட்டளைத் தலைமையகங்கள், 54ஆவது டிவிசன் கட்டளைத் தலைமையகம், றிசேர்வ் ஃபோர்ஸ் எதையும் இன்னும் நாங்கள் காணயில்ல. அது ஏ9 வீதியை அண்டிய நடுப்பகுதியில இருக்கும். கொம்பனி மற்றது பட்டாலியன் தலைமையகங்களைச் சுற்றி காவலரண் அமைச்சது மாதிரியே இந்த மையத்தளத்தைச் சுத்தியும் ஒரு தொடர் காவலரண் ஒன்றைச் சுற்றி அமைச்சுப் பாதுகாக்க முயன்றிருப்பான். அதுதான் நாங்கள் பார்த்த இரண்டாவது காவலரண் வரிசை. ஆனால் உண்மையில இது மையத்தளத்தைப் பாதுகாக்கும் காவலரண் தொடரே தவிர இரண்டாவது அல்லது பதில் முன்னணி நிலையில்லை. அப்பிடி இருந்திருந்தால் முதல் நிலையில இருந்து குறைஞ்சது ஐந்நூறு மீற்றருக்குள்ள இதை அமைச்சிருக்கவேணும். ஆனால் அப்படி இல்லை. இது ஏ9 வீதியை அண்டித்தான் வருகுது. ஆனபடியால் இது மையத்தளத்தைப் பாதுகாக்கும் பொறிமுறையென்றுதான் நினைக்கிறன்."

கிசுகிசுக்கும் குரலில் வீரன் இதைச் சொன்னபோது மணிக்கு ஆச்சரியமாகவே இருந்தது. இந்த ஏழுநாளில் தான் சொல்லிக் கொடுத்தவற்றிலிருந்து எப்படித் திறமையாக இவனால் ஊகித்து அறியமுடிகிறது. ஒலிகளைக் கேட்டு அதிலிருந்து மையத்தளம் எங்கே என்பதையும் இருக்கின்ற கொம்பனி, பட்டாலியன் தலைமையகப் பாதுகாப்புப் பொறிமுறையில் இருந்து இதன் வடிவத்தை இராணுவம் இப்படித்தான் அமைத்திருக்க வாய்ப்பிருக்கிறது என்றும் அவன் சிந்தித்த முறை ஆச்சரியம். பெருமிதம் அடைய வைத்தது. இந்த இடத்தில் இந்தக் கணத்தில் மணி துணிந்தான், தான் இறந்தாலும் இவனால் இந்தக் குறிப்புப் புத்தகத்தைக் கொண்டுபோய்ச் சேர்க்க முடியும் என்று.

"வீரா, சரியாச் சொன்னாய்டா. அதுதான்ரா இந்த அமைப்பாய் இருக்கும். பார்ப்பம்... அப்படியே எழுதிவை. இரண்டுக்கும் இடையில மினி முகாம்கள் இருக்கு. அந்த நிலையையும் குறிச்சு வை. இந்த அமைப்பின்ர தடத்தைப் பின்தொடர்ந்து பார்ப்பம்."

அன்று பகல் பத்து மணியிருக்கும். திருநகர் மஞ்சுளா பேக்கறி சந்திக்குத் தென்கிழக்குக் காணியில் நாயுண்ணிப் புதர்களின்

நடுவே படுத்திருந்தனர் இருவரும். இரவு முழுவதும் அலைச்சலும் பதட்டமும். இப்போ தூக்கம் தூக்கமாய் வந்தது. ஒரு டிரக்ரர் ஒன்று வந்து சந்தியில் திரும்பி இவர்களின் பக்கம் வர வீரன் மணியைத் தட்டினான். திடீரென்று அந்த டிரக்ரர் நிறுத்தப்பட ஆமிக்காரர் கீழே குதித்தார்கள். ஐந்து பேர் வரும். வீரன் துவக்கை எடுத்துச் சுடுவதற்கு ஆயத்தமானான். மணி அதைத் தடுத்துக் கையால் அந்தத் துவக்கை அமத்திக்கொண்டு "நாசமறுவார், நிம்மதியா நித்திரை கொள்ளவும் விடாங்களாம்" என்று குசுகுசு குரலில் புறுபுறுத்தான்.

வீரனுக்கு ஆத்திரந்தான் வந்தது மணியின் மீது. 'எந்த நேரம் என்ன பகிடி விடுறதெண்டு ஒரு விவஸ்தை கிடையாதா' என்று எண்ணவும், மணி தன் கைக்குண்டின் கிளிப்பைக் கழட்டியபடி பார்த்தான். வீதியில் இறங்கியவர்கள் நேராக இவர்கள் இருந்த பற்றையை நோக்கி வந்துகொண்டிருந்தார்கள். 'கொமினியுக்கேசன் செற்'றில் கதைக்க இல்லை. தடயத்தைப் பின்தொடர்ந்து வாறமாதிரியும் அவங்கள் வாற விதம் இல்லை என மணியின் மூளையில் ஒரு ஒளிவெட்டுப்போல தகவல் தந்தது புத்தி. மணி குண்டை எறியாமல் அமைதி காத்தான். வீரனுக்கு இதயமே நின்றுவிடும்போல இருந்தது. இந்தத் துவக்கால் ஐந்து பேரையும் சுட்டுவிட முடியும். மணி ஏன் பொறுமை காக்கிறான்?

'அட! வந்த ஐந்து எருமைகளும் அந்தப் புதர்கரையில் இருந்த இரு காய்ந்த வேலி மரக்கட்டைகளைத் தூக்கிக்கொண்டு போகுதுகளே. இதுக்குத்தானா குதிச்சு ஓடிவந்தாங்கள்?' வீரன் பெருமூச்சுவிட்டான். ஆனால் இதயம் இப்போதும் எகிறித் துடிக்கிறது. 'ஓ...! இதுதான் இந்த மனிசன் கைக்குண்டடிக்காமல் இருந்தானோ? என்னெண்டு ஊகிச்சுப் பிடிச்சான்? அவங்கள் வந்த வரத்தப் பார்த்தால் எங்களிடம் நேராக வருவது போலல்லவா இருந்தது.' வீரனுக்கு ஆச்சரியம்.

அன்றிரவு கிளிநொச்சியின் முன்னணி நிலைகளைப் பார்த்து வருவதற்காக நகர முடிவு செய்தனர். அதன் நோக்கம் இந்தப் பாதுகாப்புப் பொறிமுறை தாங்கள் கருதியது போன்ற அமைப்பில் தான் இருக்கிறதா என்பதை உறுதிசெய்துவிட வேண்டும் என்ற துடிப்பே. வீதிக்கு இந்தப் பக்கம் உள்ள வடிவத்தைத் தீர்மானித்துவிட்டால் வீதியின் மறுபக்கம் அதே வடிவில்தான் இருக்குமென்று ஊகிக்கலாம். மனதில் வரைந்த சித்திரத்தை அடிப்படையாகக் கொண்டு நகர்ந்தனர்.

சரிதான். மையத்தளத்தைச் சுற்றி ஒரு காவலரண் தொடர் இருக்கிறது. இது முன்னணிக் காவலரண் போலவே 'ஃபோவார்ட் சிலோப்' என்று படைத்துறைக் கல்வியில் சொல்லப்படுவதுபோல 'முன்சரிவுக்காப்பு' பாதுகாப்புப் பொறிமுறை வடிவத்தில் அமைக்கப்பட்டிருக்கிறது. சுற்றி மண் அணை. இடையிடையே காவலரண். முன்னால் முட்கம்பிச் சுருள். இருந்தாலும் இது இரண்டாவது முன்னணி நிலையென்ற அர்த்தத்தில் இல்லை. மையத்தளத்திற்கான பாதுகாப்புப் பொறிமுறை. முன்னணி நிலைகளைக் கைப்பற்றுவதன் மூலம் மையத்தளத்தைக் கைவிட்டு ஓடச்செய்வது புலிகளின் கடந்த காலப் போர் உத்தியாக இருந்தது. அந்தப் படிப்பினையின் அடிப்படையில் உருவானதே இந்தப் பாதுகாப்புப் பொறிமுறை.

இப்படியான பாதுகாப்பு ஏற்பாட்டில் முன்னணி நிலைகள் பறிபோனாலும் மையத்தளம் பலமாக நிலைகொள்ள முடியும். அதேநேரம் மோட்டார், பீரங்கி மற்றும் வான் தாக்குதல் உதவியுடன் அந்த நிலையைப் படையினரால் மீளக் கைப்பற்றிவிடவும் முடியும். அந்த நோக்கம் கொண்டதாகவே இந்தத் தளத்தின் பொறிமுறையினுடைய அனைத்து அம்சமும் அமைக்கப்பட்டிருக்கிறது. ஆக ஆமி கட்டளை நிலையத்தையும், அதன் இயங்குதிறனையும் பாதுகாத்தால்... முன்னணி நிலைகளைக் கைப்பற்றித் தளத்தை வெற்றிகொள்ள புலிகளால் ஒருபோதும் முடியாது. இதனால்தான் இருமுறை கிளிநொச்சிமீது புலிகள் பெரும் தாக்குதலைத் தொடுத்தும் அது வெற்றியளிக்கவில்லை. அப்படித்தான் மணி இப்போது விளங்கினான்.

எண்ணியது போலவே மையத்தளத்தின் பாதுகாப்பு அரண்வருகை முன்னே வளைந்து மறுபக்கமாய்த் திரும்பியது. ஆக, கரடிப்போக்கின் முன்பகுதியில் இருந்து தொடங்கும் இந்த மைய ஏற்பாடு காக்கா கடைச் சந்திக்கு அருகாக வளைந்து மீண்டும் கரடிப்போக்கு வரை நீளும். ஒரு நீள்வட்ட வடிவமிது. ஆங்கில U எழுத்து வடிவத்தைக் கொண்டிருந்தது இந்த வெளிப்பாதுகாப்பு அமைப்பு. இது பரந்தனில் இருந்து நீளும் ஒரு U வடிவம். பின்பகுதி சற்று அகலமானது.

முன்னணிக் காவலரண் தொடருக்கும் மையப் பாதுகாப்புப் பொறிமுறைக்கும் இடையில் பிளாட்டூன், கொம்பனி தலைமையகங்கள் உண்டு. இதேவேளை பட்டாலியன் தலைமையகமும் றெஜிமண்ட் தலைமையகமும், டிவிசனின்

தலைமையகமும் மையத்தில் இருக்கின்றன என்று இன்றோடு தீர்மானமாகியது. எல்லா நிலைகளும் ஜீ.பி.எஸ் மூலம் கண்டு குறிக்கப்பட்டன.

சாப்பாடு ஏறத்தாழத் தீர்ந்துவிட்டது. மஞ்சுளா பேக்கறி சந்தியில் இராணுவ வாகனம் சாப்பாட்டுப் பெட்டி ஒன்றை வைத்துவிட்டுப் போனதையும் அதைச் சிப்பாய்கள் நடந்துவந்து எடுப்பதையும் மணி நேற்றுப் பகலில் அவதானித்திருந்தான். எனவே, நேற்றைய இடத்தில் இன்றும் படுத்துவிட்டு விடியும்போது அந்தச் சாப்பாட்டில் நாலு பார்சல் எடுத்துவருவது என்று முடிவு செய்தான்.

அடுத்த நாள் காலையில் வீரனைப் பின்னால் வரச்சொல்லி தான் முன்னே நடப்பதாகச் சொன்னான். அங்கே உலாவும் சிப்பாய்கள்போல இவர்களும் றோட்டால் நடப்பதுதான் திட்டம். வீரனுக்கு இந்தத் தருணத்தில் மட்டும் இதயம் வசமிழந்து துடிக்கத் தொடங்கிவிடுவதை உணர்ந்திருக்கிறான். யார் வந்தாலும் தானே பேசுவதாக மணி சொல்லியிருந்தான்.

திட்டப்படி மணி வேகமாக ஓடிப்போய் வீதியில் ஏறினான். பின் விடுமுறையில் போகும் இராணுவச் சிப்பாய் போலக் காட்டிக்கொண்டு நடந்து போனான். சந்தியில் இறக்கி வைத்த சாப்பாட்டுப் பெட்டியிலிருந்து நாலைத் தூக்கினார்கள். பதட்டம்கொள்ளத் தொடங்கியது மனம். எதிரே உள்ள சிறு ஒழுங்கையால் இறங்கி கரடிப்போக்குப் பக்கம் நடந்தனர். காவலைக் கடந்து நடக்க அங்கே ஒரு பெரிய இராணுவத்தளம் இருப்பதைக் கண்டனர். ஜீ.பி.எஸ் இல் அதைக் குறிக்க முடியாது இப்போது. திரும்பி ஓடவும் முடியாது. நடந்துதான் ஆகவேண்டும். போகும்போது ஒரு சிப்பாய் இவர்களை நோக்கி "கொய்தயன்னே" (எங்க போறது) என்று சிங்களத்தில் கேட்டான்.

"யாளுவ பலாண்ட" நண்பனைப் பார்க்க என்று மணி சொன்னான்.

வீரன் முழியை உருட்டின உருட்டில அவனுக்குச் சந்தேகம் வந்துவிட்டது. "மொனவத றெஜீமெண்ட?" எந்த றெஜீமென்ட் என்று கேட்டான். "கயபாகு றெஜீமெண்ட்" என்று சொன்னான் மணி. எத்தனையாவது பட்டாலியன் என்று சொல்லவில்லை. ஆனால் அது முக்கியம். அவன் துவக்கை இறுகப்பற்றுவதை மணி தன் உள்ளுணர்வால் உந்தப்பட்டுக் கண்டுகொண்டான்.

“அத்த உசப்பாங்” உயர்த்தடா கையை என்று கத்திய மணி கைக்குண்டைக் கழட்டி முன்னே நீட்டினான். சிப்பாய் தடுமாறிய கணத்தில் கைக்குண்டை வீசிவிட்டான். எறிந்த வேகத்தில் அது அதிர்ந்து வெடித்தது. அதற்குள் “ஓடடா வீரா” என்று மணி கத்தவும், அந்த மதிலின் மேலால் தெரிந்த காவலரணில் சென்றி நின்ற சிப்பாய் மணியைச் சுட முயன்றான். வீரன் அதே கணத்தில் அவனை நோக்கிச் சுட்டான். அவ்வளவுதான், அங்கிருந்து பதில் சூடு இல்லை. தலைதெறிக்க ஓடினார்கள். உண்மையில் மணி மேலிருந்த சிப்பாயைக் காணவில்லை.

ரயில் தண்டவாளத்தைத் தடமாக வைத்து அருகாலே ஓடத்தான் மணி முயன்றான். பிறகு, மனதில் ஏதோ மின்னித் தோன்றவும் ரயில் தண்டவாளக் கற்களின் மீது ஏறி ஓடினான். சப்பாத்துத் தடயத்தைப் பின்தொடர்ந்து வருவார்களென்று அவனுக்குத் தெரியும். ஆக எப்படியும் கண்டுபிடித்துவிடுவார்கள். இந்தத் தண்டவாளக் கற்களின் மீது ஏறி ஓடினால் கால் சப்பாத்துத் தடயத்தைப் பிடிக்க முடியாது.

ஓடுகிறார்கள்... கிளிநொச்சி கந்தசாமி கோவிலுக்கு முன்னால் கணேசபுரம் றோட்டைக் கடக்கவேண்டி வரும்போது ஓடிய வேகத்தில் அங்கே ஒரு காவலரண் இருப்பதைத் தூரத்திலேயே கண்டான் மணி. “சுடடா வீரா அவனுக்கு” என்று கத்தியவாறு இன்னும் வேகமாக ஓடினான். வீரன் சுட ஆமி திருப்பிச் சுட எத்தனிப்பதற்கு இடையில் மணி ஓடிய வேகத்தில் கைக்குண்டை அந்தக் காவலரணுக்குள் எறிந்துவிட்டான். அதிர்ந்து முழங்கியது. அவ்வளவுதான் “ஓடடா ஓடடா” என்று கத்திக்கொண்டு மணி தண்டவாளத்தை விட்டு இப்போ கீழே இறங்கி உள்நோக்கி ஓடினான். அப்படியே ஓடி கரடிப்போக்குச் சந்திப்பாலத்தின் கீழால் உருத்திரபுரத்திற்கு ஓடும் பரவிப்பாஞ்சான் வாய்க்கால் தண்ணீரில் விழுந்து நீந்தினான். தண்ணி ஆழமாக இல்லை.

கொஞ்சதூரம் போய் எழுந்து வீரனுக்குச் சொன்னான். “மேல ஏறி பின்வளமா ஓடவேணுடமா வீரா... ஓடு” கத்தியபடியே எழும்பி காலைப் பின்னால் வைத்து முன்னே பார்த்தபடி ஓடினான். வீரன் புரியாமல் மிலாந்தி அதுபோலவே பண்ணினான். ஒரு புல்தரையில் ஏறியதும் பக்கவாட்டாகத் திரும்பி பின்னர் புற்தரை உள்ள இடத்தில் முன்னோக்கி ஓடத் தொடங்கினான் மணி. வீரனும் ஓடினான். கால் தடத்தைப் பின்பற்றிவரும் இராணுவத்தினரைத் திசை திருப்புவது மணியின் நோக்கம்.

33

கட்டளைத் தலைமையகத்தில் ஒன்பது நாளாகியும் இன்னும் எந்தத் தொடர்பும் மணியிடம் இருந்து இல்லாததால் வீரச்சாவு என்று அறிவித்துவிடலாமா என்று சேரா றோமியோவைக் கேட்டபோதுதான் இந்தக் குண்டுச்சத்தம் கிளிநொச்சி மையத்தளத்தில் கேட்டது. இது ஒரு எதிரிப் பயிற்சி நடவடிக்கை போலவும் இல்லை என றோமியோ ஊகித்தார். இதே செய்தி கில்மனிடம் இருந்தும் வந்தது. அதே நேரம் எதிரியை ஒட்டுக்கேட்கும் பிரிவில் இருந்து சாந்தன் அறியத்தந்தார் 'உள்ளே வேவுக்காரர் இறங்கி இருக்கிறாங்களாம்... அந்த இடத்தைக் கிளியர் பண்ணச் சொல்லி டிவிசன் கொமாண்டர் சிங்க றெஜிமெண்ட் 4வது பட்டாலியன் கொமாண்டருக்குக் கட்டளை குடுத்திருக்கிறார்' என்று.

வீரனும் மணியும் உயிருடன் இருப்பது உறுதியாகிவிட்டது. மகிழ்ச்சிதான். அதேநேரம் றோமியோவுக்குப் புதிய கவலை தொற்றிக்கொண்டது. அவர்கள் இனித் தப்பிவர வாய்ப்பிருக்கிறதா என்று. நேற்றுவரை அவர்கள் பிடிபட்டுத் தன் கடைசித் திட்டமும் பாழாகி, தான் ஒரு திறமையற்றவன் என்ற அவமானத்தைச் சந்திக்க நேருமோ என்ற பதட்டத்தில் இருந்த றோமியோவுக்கு இப்போ வேறு பதட்டம் உருவாகிற்று. கடந்த மூன்று நாள்களாக றோமியோ மாற்றுத்திட்டம் பற்றி யோசிக்கத் தொடங்கியிருந்தார். இந்த வேவு நடவடிக்கையைப் பூர்த்தி செய்யாமல், வலிந்த தாக்குதல் தளபதியாகவேனும் தான் ஆகிக்கொள்ளமுடியாது என்ற சூழல் தன்னைச் சுற்றி உருவாவதை உணர்ந்தார்.

தன் தொலைத்தொடர்பாளனுக்குச் சொன்னார். "ஒரு மணித்தியாலத்துக்கு ஒருமுறை தொடர்பு எடு. எப்படியாச்சும் தொடர்பு கிடைச்சிட்டால் என்ன விதப்பட்டும் இதுவரை பார்க்கப்பட்ட விடயங்களைக் கேட்டு உடனே குறிப்பெடு. அவங்கள் இனித் திரும்பி வாறது கஸ்ரம். எடுக்கக்கூடிய தகவலை எடுத்துவிடு."

மணி நிலைமையின் தீவிரத்தைப் புரிந்துகொண்டிருந்தான். ‘றோமியோவுடன் தொடர்பு எடுத்துத் தகவலைக் கொடுக்கலாமா? இங்கிருந்து தப்புவதற்கான வாய்ப்புகள் இனி மிக மிக அரிதானது’ என்று எண்ணிக்கொண்டிருந்தான். ஆனால், தன் முகத்தில் இருந்து அதை வீரன் பார்க்காவண்ணம் மறைக்க முயன்றான். அது முடியவில்லை. றோமியோவுடன் தொடர்புகொண்டால் இந்தத் தகவல்களை அவர் கேட்கக்கூடும். இங்குள்ள நிலமையைச் சொன்னால், அவர் நாங்கள் உயிருடன் வரமுடியாது என்பதைப் புரிந்துகொள்வார். தகவலைத் தரச் சொல்வார். மற்றது ஏதாவது ஒரு காவலரண் ஊடாக உடைத்துக்கொண்டு வெளியே எங்களை எடுப்பதற்கு ஏதாவது ஏற்பாடு செய்வார்.

மணியை முடிவெடுக்கவிடாமல் சூழலின் பதட்டம் ஆட்டுவித்தது. மணிக்குத் தெரியும் இந்நேரம் இந்தப் பிரதேசத்தையே கிளியர் பண்ணுவதற்கு அணிகளை டிவிசன் கொமாண்டர் இறக்கியிருப்பான். அல்லது இன்னும் சொற்பநேரத்தில் இறங்குவார்கள். ஒவ்வொரு நிமிடமும் மரணத்திற்குரியதாய் மாறப்போகிறது. அதற்கிடையில் முடிவு செய்தாக வேண்டும். மனமோ புத்தியை இயங்கவிடாமல் மறித்து விளையாடுகிறது. புத்தி பிறழுகிறது.

தகவலைக் கொடுத்ததால் எதிரியின் தொலைத்தொடர்பு ஒட்டுக்கேட்கும் பிரிவு அதனை அறிந்துகொள்ளும். சங்கேதமொழியைப் பாவித்தாலும் ஜீ.பி.எஸ் ஃபிக்ஸ் (புவிஆள்கூறு) கொடுக்கும்போது இது தங்கள் தளத்தின் அமைவிடங்கள் என்று அவன் அறிந்துகொள்ளக்கூடும். அதனால் இந்த அமைவிடங்களைக் கண்டிப்பாக மாற்றிவிடுவான். மாற்றினால் கொடுக்கப்பட்ட தகவலில் எந்தப் பயனும் இல்லாமல் போய்விடும். தவிரவும் இந்தத் தகவலோடு போர் உத்தி தீட்டப்பட்டு தொடுக்கப்படும் ஒரு சமர் பேரழிவைத் தந்து தோல்வியில் முடியும். எனவே கொடுப்பதால் பயன் ஏதும் இல்லை. தவிரவும் இப்போ வோக்கி ரோக்கியை ஓன் பண்ணி இவற்றை வழங்க நேரம் எடுத்துக்கொண்டால் ‘டிறக்சன் ஃபைன்டர்’ மூலம் நாங்கள் நிற்கும் இடம் துல்லியமாகத் தெரியும். எங்களை இந்தப் பிரதேசத்தில் சுற்றிவளைத்து விடுவார்கள். சாவு சர்வ நிச்சயம். எனவே, இங்கிருந்து தப்பிப்பதுதான் ஒரே வழி. முடியுமா? முயற்சி செய்தாகவேண்டும்.

றோமியோ தன் புதிய கட்டளை நிலையத்தில் ஒவ்வொரு கணமும் எதிர்பார்ப்பின் அவஸ்தையால் நிலைகொள்ளல் இழந்து தவித்தார். அவர் ஏற்கெனவே ஆட்லறி மோட்டார் படையணிக்கு அறிவித்துவிட்டார். ஏதாவது ஒரு காவலரணின் மூலம் இப்போ மணி வெளியே வர முயற்சிக்கக்கூடும். அந்த இடத்திற்கு 'ஷெல்' தாக்குதல் நடத்தி அவர்களுக்கு உதவுவதன் மூலம் அவர்களைப் பாதுகாப்பாக வெளியே எடுக்கவேண்டும். அதற்காகத் தேவையான 'ஷெல்'களைப் பயன்படுத்துமாறும் அப்படிப் பயன்படுத்தியதற்குத் தான் பொறுப்பேற்று பின் நடக்கக்கூடிய எந்த விசாரணைக்கும் பதில் சொல்வதாகவும் கூறியிருந்தார். அத்தோடு கில்மனுக்கு 'கிளிநொச்சியின் எல்லா அரண்களிலும் முன்னறிவிப்பு கொடுக்குமாறும், உள்ளே இருந்து இரண்டு போராளிகள் வரக்கூடும், வந்தால் அந்தப் பகுதி எதிரியின் அரண்களின் இலக்கத்தை பீரங்கிப் படையணிக்கு அறிவித்து செல் தாக்குதலை நடத்துமாறும் அறிவித்தார்.'

கில்மன் C, D மற்றும் Z பகுதிகளின் கட்டளைத் தளபதிகளுக்கு அறிவித்தார். சிறப்பு அணியொன்றை உடனே தயார் நிலையில் வைக்குமாறு கட்டளையிட்டார். அந்த அணி கனரக ஆயுதங்களை அதிகம் கொண்டிருக்கட்டும் என்றும், உள்ளே இருந்து வரும் இரு போராளிகளை மீட்க அந்த இடத்திற்குத் தாக்குதலுக்கு விரையவேண்டும் என்றும் அறிவுறுத்தினார்.

வட போர்முனையின் கட்டளை நிலையங்கள் பரபரப்பாகின. மணி கொண்டுவரக் கூடிய அல்லது தரக்கூடிய எந்தவொரு தகவலும் இந்த வன்னிச் சமரின் போக்கிற்கு மிகப் பெறுமதியானது. அது இரத்தத்திற்குச் சமமானது என்பதை கில்மன் அறிவார். தவிரவும் அவர் றோமியோவுக்கு உதவுவதை மானசீகமாகத் தன் கடமையாகக் கொண்டிருந்தார். போரைப் பொறுத்தவரை றோமியோ கில்மனுக்கு குரு.

இங்கிருந்து தப்பவேண்டும். ஆனால் எப்படி என்று புரியாமல் தான் மணி தவித்தான். வேவுக்கு இறுதியாக வழியனுப்பும்போது றோமியோ சொன்ன வார்த்தைகள்தான் மணிக்கு நினைவுக்கு வந்தன. 'மணி, வீரா, நல்லா விளங்கிக்கொள்ளுங்க! ஒரு வேவு வீரனாலதான் நல்லதொரு வேவுத் தகவலைக் கொண்டுவர முடியும். நல்லதொரு வேவுத்தகவல் இருந்தால்தான் சரியான ஒரு திட்டம் உருவாக முடியும். சரியான தாக்குதல் திட்டமிருந்தால்தான் சமரில் வெற்றியைப் பெறமுடியும்.

ஒரு மூலோபாயச் சமரின் வெற்றி போரின் வெற்றியைத் தீர்மானிப்பதாகவும் மாறும். ஆக ஒரு வேவு வீரனால் ஒரு போரின் வெற்றிகூடத் தீர்மானிக்கப்படலாம்.'

மணி தீவிரமானான். மீண்டும் மனதில் உற்சாகத்தை வரவழைக்க முயன்றான். பதுங்கியிருந்த பற்றைக்குள் இருந்து அவதானித்ததில் ஒரு வீட்டில் கைவிடப்பட்ட கழிப்பறை தெரிந்தது. அந்த இடத்திற்கு நகரவேண்டும்.

வீரனுக்கு சைகைமூலம் அதனை விளக்கினான். முதலில் தான் போவதாகவும் பின்னர் அவனை வரவும் சொன்னான். அப்படியே போய்விட்டார்கள்.

அந்த ஒடுங்கிய இடம் இருவரும் நிற்கப் போதுமானதாக இல்லை. முதுகில் இருந்த 'பாக்' இன்னும் இடையூறாக இருந்தது. அப்போதுதான் நினைவு வந்தது, இந்தத் தோள்பை ஒரு அடையாளமாக இருக்கப் போகிறது. இனிமேலும் இதனைச் சுமக்கமுடியாது. இதை இங்கிருந்து வெளியேறியதும் எறிந்துவிட வேண்டுமென்பதை வீரனுக்குச் சொன்னான்.

அட, இப்பதான் மணிக்குச் சிரிப்பு வந்தது, தன் கையிலுள்ள பொருளைப் பார்த்ததும். கையில் இன்னும் ஒரு சாப்பாட்டு பார்சல் இருக்கிறது. தண்ணீரில் நனைந்து ஊறிப் போய்க் கிழிந்து கிடந்தது. மணி அதைத் தூக்கி வீரனுக்குக் காட்டினான். வீரனுக்கு ஆச்சரியம் தாங்கமுடியவில்லை. 'என்ன மனிசன் இவன்? உயிர் போற வேளையிலும் இத்தனை நிதானமாக இருக்க முடியுமா ஒருவனால்? அதுவும் சாப்பாட்டுக்காக!' என்று நினைத்தான். ஆனால் உண்மை என்னவென்றால் மணிக்கும்தான் ஆச்சரியமாக இருந்தது... 'இது எப்படி என் கையில் இன்னும் இருக்கிறது' என்று. அவனுக்குப் புரியவே இல்லை, 'எப்படி மற்ற பார்சலைக் கீழே போட்டேன்? இதையெப்படி வைத்துக்கொண்டேன்? இதனைக் கொண்டா ஓடிவந்தேன்? இது என்ன மாயம்' என்றே நினைத்தான்.

ஆனால் மணி வீரனிடம் சைகையால் கேட்டான் 'எங்கடா உன்ர சாப்பாட்டு பார்சல்? வீரனுக்குக் கோபம் பொத்துக்கொண்டு வந்தது. அவன் 'உங்களுக்கு விசரா?' என்பதுபோலக் கையைக் காட்டினான். மணி தன் நெற்றியில் அடித்து 'நாசம்! சாப்பாட்டைக் கீழே போட்டுட்டியா மடையா' என்பதுபோல பாவனை பண்ணினான். அவனுக்கே சிரிப்பு வந்தது, தன்னைப்

பெருவீரன் போலக் காட்டிக்கொள்ளும் இந்தப் பாவனையால். முழங்காலில் கையை ஊன்றிச் சத்தம் வராமல் குலுங்கிச் சிரித்தான். வீரனுக்குச் சிரிப்பு வரவில்லை. மணியை ஒரு குத்து குத்தவேண்டும் போல இருந்தது.

அவர்கள் விடும் மூச்சு அவர்களுக்கே கேட்கிறது. ஆமி கிளியர் பண்ண வருவான். இதைத் திறப்பானா? இல்லையா? மூன்று பலகை இணைத்துச் செய்த அந்தக் கதவின் நீக்கல் வழியாக வெளியே பார்க்க முடிந்தது. வீரனுக்கு ஏனோ தன் அப்பா ஞாபகத்திற்கு வந்தார்.

றோமியோவும் சேராவும் கட்டளை நிலையத்தில் பரபரப்பாக இருந்தனர். இந்த வேவுத் தகவல் மட்டும் வந்துவிட்டால் கிளிநொச்சி படைத்தளத்தை இல்லாமல் செய்துவிட முடியும் என்று நம்பினார் றோமியோ. 'ஏ9 வீதியைப் பிடிக்கும் அரசின் மூலோபாயமே சிதைந்து சின்னாபின்னமாகிவிடும். ஒன்றரை வருடமாகத் தொடரும் நீண்ட இந்தச் சமரை முடிவிலும் முடிவாகத் தோற்கடித்துவிட முடியும்.' நம்பிக்கையில் ஓர்மை கொள்கிறது மனம். கூடவே அந்தரங்கமாய் மனதின் அசைவு. 'அதன் காரணமாகவும் கர்த்தாவாகவும் நானே இருப்பேன். அதன் மதிப்பை இயக்கம் எனக்குத் தருமா? தந்தாலும் தராவிட்டாலும் என்னை நான் மீண்டும் நிரூபித்துவிடுவேன்.' எண்ணிக் கொண்டிருந்தார்.

சேரா சொன்னார் "அண்ணை, மணியும் வீரனும் ஒருவேளை வெளியேவர முயன்று இதயனைப்போல வெளியே வீழ்ந்திட்டால் அல்லது ஆமி பொயின்ற்றிலேயே விழுந்திட்டால் அவங்கட 'பாக்' 'கோல்சர்' ஐ மீட்க வேணும். ஒரு றீம் இறக்கி அடிச்சு உடனேயே அதை எடுத்தால்தான் தகவலை நாங்கள் மீட்கலாம். அதுக்கு ஆயத்தமா ஒரு அணியை றெடி பண்ணட்டா? இல்லாட்டி அர்த்தமே இல்லாமல் போயிடும்."

றோமியோ தன் மனதில் இந்த எச்சரிக்கை உணர்வு உதிக்காததையிட்டு வெட்கப்பட்டார். மறுகணமே குட்டி எட்டடி பாய்வதில் ஒரு அசட்டுப் பெருமிதமும் வந்தது.

"சரியாய்ச் சொன்னாய் சேரா. என்ன விலை குடுத்தும் அதை நாங்கள் மீட்கத்தான் வேணும். பிறகு நடக்கப்போற விசாரணைக்குப் பயப்பட்டால் உருப்படியாய் ஒரு காரியம் பண்ணேலா. தற்துணிவான முடிவுதான் முக்கியம். நீ மணியைப்

பார்த்தியா? என்ர திட்டத்தைக் கூடத் தூக்கி எறிஞ்சிட்டு தற்துணிவாய் முடிவெடுத்துத் தன்ர திட்டப்படி உள்ள போனான். விசாரணைக்குப் பயப்பட்டானா அவன்? நாங்கள் பயப்பட்டால் மணியைவிட நாங்கள் சின்னாக்கள்தான். நீ றெடி பண்ணுறியா? நான் கில்மனோடயும் கதைக்கிறன்."

"ஓமண்ணை. கவுன்டர் அற்றாக் றீம் இல இருந்து இரண்டு செக்சனை இதில இறக்கிறன்."

"நல்லது சேரா. ஞாபகம் வைச்சுக்கொள் – ஒரு வேவுத் தகவலை இழக்கிறது ஒரு தாக்குதல் திட்டத்தை இழக்கிறதுக்குச் சமனானது. ஒரு தாக்குதல் திட்டத்தை இழக்கிறது ஒரு சமரை இழக்கிறதுக்குச் சமனானது. ஒரு சமரை இழக்கிறது போரை இழக்கிறதுக்குச் சமனாகலாம்."

போகும்போது மணிக்குச் சொன்னதை இப்போ மறுவளமாகப் புரட்டி அதன் முக்கியத்துவத்தைச் சேராவின் மனதில் இடித்துரைத்தார் றோமியோ. சேராவின் மனதில் ஒருவித வேகம் பிறந்தது.

கழிப்பறையில் இருந்த மணி சொன்னான். 'டேய், ஆமிக்காரர் வாற சத்தம் கேக்குது. நீ சுடவேண்டாம். குண்டைக் கழட்டி இந்தா... இருக்கிற இந்தப் பின் ஓட்டைக்குள்ளால வெளிய போடு. அதுவும் நான் முதல் குண்டை அடிக்கேக்கதான் நீயும் அடி. இந்தக் கதவைத் திறக்கவோ உள்ள சுடவோ அவங்கள் முயற்சி செய்தால் மட்டும்தான் நான் குண்டடிப்பன். அடிச்ச வேகத்தில வெளிய பாய்ஞ்சு ஓடவேணும். வாய்க்கால் பக்கம் தான் திரும்பி ஓடவேணும். ஞாபகம் வைச்சிரு" சொல்லிவிட்டுக் கையில் இருந்த சாப்பாட்டுப் பார்சலை அந்தக் கழிப்பறை நிலத்தில் வைத்தான். சுற்றியிருந்த தாள் சிதைந்துவிட்டது. ஆனாலும் உள்ளே பொலித்தீனில சாப்பாடு அப்படியே இருக்கிறது.

இதயம் எகிறி எகிறித் துடிக்கிறது. ஆமி கிளியர் பண்ணத்தான் வாறான் என்பதை மணி சத்தத்தில் இருந்து புரிந்துகொண்டான். பல கால்கள் பரந்த திசைகளில் நடக்கும் சத்தம். காதை முடிந்தளவு கூர்மையாக்கிக் கொண்டான்.

சத்தம் நெருங்குகிறது. கதவின் நீக்கல் வழியாக வெளியே பார்த்தான். அடுத்த வீட்டுப் பின் கோடிப்புறத்தில் இருந்து இருவர் வருகிறார்கள். மிகுந்த முன் எச்சரிக்கையாக வருகிறார்கள்.

துவக்கை நெஞ்சுக்கும் வயிற்றுக்கும் இடையில் பிடித்து நீட்டியவாறு வருகிறார்கள். மணி கண்ணசைத்தான். காரணம் அருகே உள்ள கிணற்றை ஒருவன் எட்டிப் பார்க்கிறான், அதற்குள் இவர்கள் இறங்கி இருக்கக்கூடும் என்று. ஆக, இந்தக் கதவையும் திறப்பார்கள். மணி குண்டின் 'கிளிப்'பைக் கழட்டிவிட்டான். வீரனும் குண்டைக் கையில் எடுத்தான். கிளிப்பைக் கழட்டி விட்டான். நெருங்கிவிட்டார்கள். எறிய வேண்டியதுதான்.

'அட... இரு செம்மறிகளும் கழிப்பறையைச் சுற்றி இரு பக்கமாகப் போகுதுகள்.'

'அவர்கள் மண்டையில் கழிப்பறைக்குப் பின்னால் நாங்கள் இருக்கக்கூடும் என்ற அச்ச எண்ணம் தோன்றியிருக்கவேண்டும்' என மணி ஊகித்தான். 'பின்னாலிருந்து குண்டைக் கழட்டி உள்ளே போடுவார்களோ?" பட்டென்று உதித்த இந்த யோசனையில் மனம் பதைபதைத்தது. எங்கிருந்தோ உள்மனம் அடித்தது. 'அப்படிப் போடுவதென்றால் இதற்குமுன் பல கட்டடங்களில் அந்தச் சத்தம் கேட்டிருக்குமே' என்று மணி அமைதியானான். ஆனாலும் இதயம் எகிறித் துடித்தபடிதான் இருக்கிறது.

அவ்வளவுதான்... அவர்கள் போய்விட்டார்கள். பத்து பதினைந்து நிமிடம் எந்தச் சிக்கலும் வெளியே இல்லை. மணி குண்டில் இருந்து கழட்டிய 'கிளிப்'பை மீளவும் மிகப்பத்திரமாகக் கொழுவினான். வீரனையும் கொழுவச் சொன்னான். அடநாசம்! வீரனின் கையில் கிளிப் இல்லை. சைகையால் கேட்டான், 'எங்கடா கிளிப்?' என்று. வீரன் முழுசினான். கீழே பார்த்தான். மணி தன் நெற்றியில் அடித்துக்கொண்டான். இந்தக் கிளிப் இல்லையோ சாவு நிச்சயம். இந்தக் குண்டை இப்படியே கொண்டு திரியமுடியுமா கையில்.? கைவிட்டால் வெடிக்கும். வெடிக்க வைத்தால் அந்த இடத்திற்கு வருவான் ஆமி. சுற்றி வளைப்பான். 'கிளிப்'பைக் கீழே காணவில்லை. அது மலக் குழிக்குள் விழுந்துவிட்டது.

மணி கீழே குந்தியிருந்தான். பார்வையால் துழாவினான். மலக்கோப்பையிலும் 'கிளிப்' இல்லை. குழியில் சருகுகள் அடைத்துக் கிடந்தன. கழிப்பறை பாவிக்காமல் கைவிடப்பட்டதால் வெளியில் இருந்த இலைகளின் சருகுகள் பறந்து குழியை அடைத்திருந்தன. ஆனாலும் U வடிவக் குழாயில் நீர் இருக்கவே வாய்ப்பிருக்கிறது. பத்திரமாக ஒவ்வொரு

சருகாகத் தானே தூக்கினான். இரண்டு விரல்களால் அத்தனை நுணுக்கமாகச் சருகைப் பொறுக்கினான். ஒன்று, இரண்டு, மூன்று... ஆறாவது சருகை எடுத்தபோது 'கிளிப்' இருப்பதைக் கண்டான். அப்பாடா! உயிர் மீண்ட உணர்வு. இருந்தாலும் உள்ளே அது சென்றுவிடாமல் தூக்கவேண்டும். மிகமிக நிதானமாக விரலைச் செருகினான். மூச்சை இழுத்து நிதானித்து கிளிப்பைப் பிடித்தான். வெற்றி! வெற்றி!

எடுத்த அந்த 'சேவ்ரி கிளிப்'பை வீரனிடம் கொடுத்தான். 'இதைத் திருப்பிக் கொழுவு!' என்று சைகை காட்டினான். மணிக்கு ஆசுவாசமாய் இருந்தது. வீரன் இன்னும் பதட்டத்தில் இருந்தான். வீரன் அதை வாங்கிக் கொழுவ முயற்சிக்க அவன் கை பதறியது. அவன் முன்னெப்போதும் இப்படி 'சேப்ரி கிளிப்'ஐக் கழட்டி மீளக் கொழுவ நேர்ந்ததில்லை. தவறு நேர்ந்தால் இருவரும் இந்தக் கழிப்பறையில் சிதறிச் சாகவேண்டியதுதான். அது மனதில் தோன்ற கை இன்னும் பதறியது. இப்படி ஒரு சந்தர்ப்பம் போரில் வருமென்று வீரன் எண்ணியிருக்கவே இல்லை. இது வேவு நடவடிக்கையில் அதுவும் மிகமிக அரிதாக வாய்க்கக் கூடிய ஒரு தருணம்.

மணி அதனைப் புரிந்துகொண்டு குண்டைத் தான் வாங்கி கொழுவ முயன்றான். ஆனால், அந்தச் சிறிய குண்டைக் கைமாற்றும்போது பதட்டத்தில் 'லிவர்' விடுபட்டால் குண்டு வெடித்துவிடும். மனதில் இது தோன்றவே, குண்டை அப்படியே வீரனைப் பிடிக்கச்சொல்லி இவன் அந்தத் துவாரத்தில் கிளிப்பைக் கொழுவினான். கெட்டிக்காரன். கொழுவிவிட்டான்.

ஆறுதல் பெருமூச்சு இருவருக்கும் வந்தது. தங்களையே தாங்கள் சாகடித்திருக்கக் கூடிய தருணம் இது.

மணி சொன்னான்: 'இதைச் சாப்பிடுவம், ஒன்பது நாளாய் சாப்பாடில்லை. இடையில ஒரு நாள் அம்பிட்ட ஒரு தேங்காய் மற்றும்படி கொஞ்சம் சீஸ், சொக்லேற்தான். அதுவும் நாளுக்கு ஒன்று, இரண்டு. இன்னும் ஒவ்வொன்றுதான் கைவசம் இருக்குது." குண்டு கோல்சருக்குள் வைத்த மேலதிக இரண்டும் இருக்கிறது என்று மனம் தகவல் தந்தது. இருவரும் கீழே குனிய இடம் போதவில்லை. ஒவ்வொருவராகக் குனிந்து பிரித்த அந்த பார்சல் சோற்றைத் தின்றனர். வெள்ளைச்சோறும் கட்டைச்சம்பலும். மணி மலக்குழிக்குள் கை வைத்துவிட்டதால் இடது கையால் சாப்பிட முயற்சித்தான். மூன்று வாய் முழுசாய் வைக்க

முடியவில்லை. பழக்கப்படாத கை வேறு ஒருவரின் கைபோல ஒத்துழைக்காமல் அந்நியப்பட்டது. பிறகு வலக்கையால் சாப்பிட்டான். இதெல்லாம் பார்த்தால் முடியுமா?

இருளும்வரை இங்குதான் இருக்கவேண்டும் என்பதையும் இருண்டதும் வெளியேறுவோம் என்பதையும் வீரனுக்குச் சொன்னான். இன்றிரவு கரடிப்போக்குச் சந்தியிலைக் குறுக்கறுத்து உருத்திரபுரப் பக்கம் ஓடும் பரவிப்பாஞ்சான் வாய்க்காலின் தண்ணிக்குள்ளதான் இறங்கி இருக்க வேண்டுமென்று சொன்னான். வாய்க்காலின் கரையாகப்போகும் வீதியில் நாங்கள் இந்தப் பகுதியில் இருந்து தப்பிவிடக்கூடாது என்பதற்காகச் ‘சென்றி’ விட்டிருப்பார்கள். நாங்கள் இந்த வீதியைக் கடக்காதுவிட்டால் அழிவுதான் என்பதை வீரனுக்கு விளக்கினான். “அந்த வீதியைக் கடந்த பின்னர் வந்த பாதைகளின் வழியாகத் திரும்பிப்போகவேண்டும். எனக்கு ஏதாவது நடந்தால் இந்த வகையாகத் தப்பிப்போக நீ முயற்சி செய்யவேண்டும். இந்தப் பகுதிக்குள் எக்காரணம் கொண்டும் நிற்கக்கூடாது” என்று சொன்னான் மணி.

இருளும் சமயம் வெளிக்கிடலாமா இந்த இடத்தை விட்டு என மணி எண்ணவும் வெளியே சத்தம் கேட்டது. அசையாமல் நீண்ட நேரம் நின்றதால் கால்கள் கடுத்தன. அசட்டையாக மணி கதவின் நீக்கல் வழியே வெளியே பார்த்தான். யாருமில்லை. காதைக் கூர்மையாக்கினான். சத்தம் நெருங்குகிறது. ‘திரும்பி கிளியர் பண்ணுறாங்களா ம்ம்... அதுவேதான். பக்கவாட்டாக வருகிறவர்களைப் பார்க்க முடியவில்லை. சத்தம் நெருங்குகிறது.’

இதோ அருகே காலடி ஓசை.

மணி அனிச்சை உணர்வினால் உள்வளமாய்க் கதவில் சாய்ந்தான். ஒருவேளை ஆமி திறக்க முயற்சிக்கக் கூடுமென்று. அதே சக நேரத்தில் வெளியே இருந்து ஒரு ஆமிக்காரன் கதவைக் காலால் உதைந்தான். கணப்பொழுதில் மணியின் கை கைக்குண்டைக் கழட்டி பக்கவாட்டு ஓட்டைக்குள்ளால் போட்டது. முன்பக்கம் எறிந்தால் அதன் சன்னங்கள் பலகை கதவைத் துளைத்து இவர்களைப் பதம் பார்த்திருக்கும்.

வெடிகுண்டின் அதிர்வில் உள்ளே ஒடுங்கிய கழிப்பறையில் காதுகள் கணீர் என்றன. “ஓடடா வீரா” மணி பாய்ந்து ஓடினான். வெளியே இரு உடல்கள் கிடந்தன. வீராவும் பின்னால் ஓடினான்.

இவர்கள் கொஞ்சத்தூரம் ஓடியதும்தான் மற்ற இராணுவத்தினர் சுதாகரித்து சரமாரியாய்ச் சுடத்தொடங்கினர். புலிகள் சடுதியான எலிகளாக மாறி ஓடின.

மணி சுற்றிவளைத்து ஓடினான். பின்னால் வீரன் வரும் காலடி ஓசையை மணியின் உள்மனக் காது தொடர்ந்தது அந்தக் கணத்திலும். ஓடும்போதே மனதில் பாதையையும் பதுங்கிடத்தையும் தீர்மானித்தான். கணேசபுர வீதியில் ஒரு வீட்டினுள் புகுந்தவன், பின் அங்கிருந்து பின்வழியால் கால்தடம் தலைகீழாய் நிலத்தில் பதிய வேண்டும் என்பதற்காகப் பின்வளமாய் நடந்து ஒரு புற்தரையில் ஏறினான். அப்படியே உருத்திரபுரம் பாயும் பரவிப்பாஞ்சான் கால்வாயில் வந்து இறங்கினார்கள் இருவரும். அந்த வீதி இராணுவ நடமாட்டம் அதிகமாக உள்ள வீதி. இராணுவத்தின் காலடியில் பதுங்குவதுதான் இப்போது பாதுகாப்பானது என்பதே மணியின் மனக்கணக்கு. இது அனுபவக் கணக்கு.

எங்கும் சிப்பாய்களின் நடமாட்டம் இருக்கத்தான் செய்தது. கால்வாயை நெருங்கிய இடத்தில் இருந்து நூறு மீற்றர் வலப்பக்கம் ஒரு இத்திமரம் கரையில் நின்றது. அதன் கிளைகள் கால்வாயை நோக்கிக் கீழ் வளைந்து தூங்கிக்கொண்டிருந்தன. அதுவொரு மறைப்பு. அதன் கரைகூட அடர்ந்த புற்களால் நிறைந்திருந்தது. அதிலுள்ள வீதியின் றியுப் லைற் வெளிச்சத்தை இந்த இடத்தில் இத்தி மரக்கிளை மறைத்து நின்றது. மெல்ல நகர்ந்து அந்த இடத்தில் தண்ணீருக்குள் இறங்கினர் இருவரும்.

வயிற்றளவு தண்ணீர் இருக்கிறது. நல்லவேளை குண்டு கோல்சர் நனையவில்லை. முயலைப் போலக் காதுகளையும் ஆந்தையைப் போலக் கண்களையும் பாம்பைப் போல உடலையும் கூர்மையாக்கிக்கொண்டான் மணி. வீரனுக்கும் அந்தக் கலை இப்போது முன்னேற்றமாகக் கை கூடுகிறது.

மணி எண்ணியது போலவே அந்த வீதியில் மேலதிகப் படையினரை நிறுத்திச் சென்றி விட்டிருக்கிறார்கள் என்பதைச் சுமார் மூன்று நான்கு மணிநேர அவதானிப்பில் உறுதி செய்துகொண்டான்.

இரண்டு முறை சற்று தூரத்தே நிற்கும் ஆமிக்காரர் சென்றி மாறியிருக்கிறார்கள். அதேநேரத்தில் பல காலடி உரசல்கள் அந்தச் செம்மண் வீதியில் ஒலி எழுப்புவதையும் தன்

முதுகைச் சாய்த்திருக்கும் நிலத்தில் சிறு அதிர்வு நிகழ்வதையும் உணர்ந்துகொண்டான். சரிதான், சென்றி மாற்றமேதான் அது. இந்த வீதி நீளத்திற்கு நிற்கிறார்கள் போலும்.

பின்னால் பல இராணுவத்தினர் இவர்களைத் தேடும் ஓசை கேட்டுக்கொண்டே இருந்தது. இப்போது அடங்கிவிட்டது. காலையில் மீண்டும் தேடக்கூடும். அவர்களுக்குக் கால்வாயில் வந்து பார்க்கத் தோன்றவில்லை. கால்வாயின் கடைசிக் காணிவரை வந்து போனார்கள். கால்வாயைப் பார்க்கவில்லை. காரணம் இந்தக் கால்வாய்க் கரை வீதியில் இராணுவம் நிறுத்தப்பட்டுள்ளது. அது இவர்களை வீதியைக் கடக்க விடாமல் தடுப்பதற்கானது.

மணியின் மண்டையில் திட்டம் உருவாகிவிட்டது. எப்படி இந்த வீதியைக் கடப்பது என்பதற்கான திட்டம் அது. சென்றியை மாற்ற வரும் படைச்சிப்பாய்போல எழுந்து வீதியால் நடக்க வேண்டும். இரகசியமாக நகரமுடியாது. ஆனால் ஒரு ஆமிக்காரன்போல நடந்துகொண்டால் அவர்கள் அதை எதிர்பார்க்க மாட்டார்கள். ஆனால் இரண்டு மணியளவில் இதைச் செய்வதுதான் உத்தமம். இரண்டு மணிக்குச் சென்றிக்கு நித்திரையால் எழுந்துவரும் சிப்பாய் என்றாலும் சரி, சென்றியிலிருந்து படுக்கைக்குப்போகும் சிப்பாய் என்றாலும் சரி, தூக்கத்தின் இச்சைச் சுழிக்குள் இழுக்கப்பட்டுக் கொண்டே இருப்பர்.

வீரனால் தன் துப்பாக்கியை இதற்குமேல் தூக்கிப்பிடித்து வைத்திருக்க முடியவில்லை. கைமாற்றிக் கைமாற்றிக் களைத்துவிட்டான். புஜத் தசையும் விரல்களும் இனி முடியவே முடியாது என்று கெஞ்சி அடம் பிடித்தன. வீரனுக்குக் கண்கள் கலங்கும் அளவுக்கு வலி எடுத்தது. தாங்க இயலாத வலி.

மணி அதைப் புரிந்துகொண்டு துவக்கை வாங்கித் தான் வைத்திருந்தான். கைகளை வீரன் கீழே விட்டபோது தமிழீழமே கிடைத்த விடுதலை உணர்வு பொங்கி வந்தது. இரவு இரண்டு மணிக்கு வீதியைக் கடக்கவேண்டும் என்று மணி சைகையில் சொன்னான்.

அந்தப் புற்களில் வந்து பறந்து பறந்து விளையாடின இரு மின்மினிகள். மணி அதை எட்டிப்பிடிக்க முயன்றான். அது தாவிப் பறந்தது. வீரனைப் பிடிக்கச் சொல்லி சைகை காட்டினான். ஏற்கெனவே இதைக் கண்டு கடுப்பில் இருந்த வீரனுக்கு இன்னும்

கோபம் பொத்துக்கொண்டு வந்தது. 'உண்மையிலேயே மணி 'சீரியசான' ஆள்தானா, இல்லை சிறுவன் போன்ற இவன் குணவியல்புதான் இத்தனை சாகசத்தையும் செய்ய வைக்கிறதா' என்று அந்தக் கணத்தில் எண்ணினான் வீரன்.

மணி 'அதைப் பிடி பிடி' என்று சைகை காட்ட வீரன் தெரியாததுபோல் நின்றான். தண்ணீரில் கால் விறைத்துச் சூம்புகின்ற நிலைக்கு வந்துவிட்டது. ஆமி கண்டுபிடிக்கத்தான் போகிறான். சாவின் விளிம்புக்கு வந்துவிட்டோம். இவனுக்கு விளையாட்டு வேண்டிக் கிடக்கிறது. ஆனால் அதிர்ஸ்டம் மணிக்கு வந்தது. அவை தத்திப்பறந்து மணிக்குக் கிட்டவாக வந்தபோது ஒரு எட்டு எட்டி அதைப் பிடித்துவிட்டான் மணி. தண்ணீர் அவன் எட்டிய எட்டில் சலசலத்துவிட்டது. வீரனுக்குத் திகில் எழுந்தது. சென்றி நிற்கும் ஆமிக்கும் இது கண்டிப்பாய்க் கேட்டிருக்கும்.

மணி துவக்கை வீரனிடம் கொடுத்துவிட்டுத் தன் 'கோல்சரி'ல் இருந்து காயத்திற்குக் கட்டுப்போடும் ஃபீல்ட் கொம்பிறசரில் சுற்றி இருந்த பொலித்தீனைக் கிழித்து அதில் தனித்தனியாக இந்த மின்மினிப் பூச்சிகளைக் கட்டினான். அதில் ஒன்றை வீரனை வைத்திருக்கச் சொல்லிக் கொடுத்தான். 'என்ன நாசமடா இது? இந்த விசரனோட வந்தன் நான்' என்று வீரன் நினைத்தான்.

மணி சொன்னான். 'இதைத் தேவைப்படும்போது உன் முன் கோல்சரில் கட்டு. இருட்டில் நீதான் என்று இந்த மின்மினியை வைத்து அடையாளம் கண்டுகொள்வேன். நானும் முன்நெஞ்சில் இதைக் கட்டியிருப்பேன். இப்போ உள்ளே வை இதை. கவனம். மிக முக்கியமான பொருள்' என்று கிசுகிசுத்தான் அருகில் வந்து.

'அடக்கடவுளே! இவன் மணி தாயின்ர வயித்துக்குள்ளேயே வேவு பார்த்திருப்பான் போல இருக்கே. என்ன வகையான மனிசன்ரா இவன்?' வீரன் ஆச்சரியத்தில் இருந்து மீளவே இல்லை. இவனிருக்கும் வரைக்கும் திரும்பிப்போவது உறுதி என்று இந்தக் கணத்தில் நினைத்தான் வீரன்.

மணி தன் குறிப்பேட்டை எடுத்துக் கரடிப்போக்குச் சந்தியின் தென்மேற்கு மூலையில் உள்ள கட்டடத் தொகுதியில் ஒரு 'றிசேவ் ஃபோர்ஸ்' நிறுத்தப்பட்டிருப்பதைக் குறித்துக்கொண்டான். அவன் இந்த இடத்திற்கு ஓடி வரும்போது இடப்புறம் இராணுவத்தினரின் நடமாட்டத்தை அவதானித்தான். இந்த இடத்தில் இருந்து அந்தச்

சூழலை அவதானித்ததில் இருந்து அதுவொரு மேலதிகச் சேம இருப்பு அணியின் தளம் என்பதைப் புரிந்துகொண்டிருந்தான். தவிரவும் முன்னால் நிற்கும் சென்றிக்காரன் வலப்புறம் திரும்பிப் பரந்தன் பக்கம் திரும்பும் கணேசபுரத்தின் முதலாம் குறுக்குத்தெரு பணக்காரன் வீதியில் போவதைக் கண்டான். எனவே அங்கு ஒரு கொம்பனி தளம் இருக்க வாய்ப்புண்டு அல்லது அதுவும் 'றிசேவ் ஃவோர்ஸ்' தளம்... ம்ம்... வரும்போது குறித்த 'றிசேர்வ் ஃபோர்ஸ்' தளமேதான் அது. அதையும் குறித்தான். போதியளவு தண்ணீர் குடித்தார்கள். தண்ணீர் கானுக்குள்ளும் எடுத்துக்கொண்டார்கள்.

34

நேரம் நெருங்குகிறது. இந்த முறை சென்றி மாறும் நேரம் எழுந்து நடக்கவேண்டும். மனம் படபடத்தது வீரனையும் தயாராகுமாறு சொன்னான். இதை மட்டும் கடந்துவிட்டால் இந்த ஆபத்தில் இருந்து தப்பியதற்குச் சரி. 'கோட் சீற்' அடங்கிய ஒரு குழாயை நீரில் அமிழ்த்தினான். தாள்கள் நீரில் ஊறியதும் அவற்றைக் கிழித்து மீண்டும் அடைத்து அந்தப் புற்களின் அடியில் செருகினான். 'அவை காட்டிக் கொடுத்துவிடும். ஒன்று கையில் இருந்தால் போதும்' என்று எண்ணிக்கொண்டான்.

மணி எழுந்து நடக்க வீரனும் எழுந்து நடந்தான். வாழ்வில் என்றுமே உருவாகாத பதட்டத்தை இந்தக் கணத்தில் வீரன் உணர்ந்தான். யாழ்ப்பாணத்தில் ஆமியிடம் அகப்பட்டுத் தப்பியபோது கூட இத்தனை பதட்டம் இருந்ததில்லை.

சென்றி நின்றவன் முன்னே நடந்து திரும்பவும் இவர்களும் அதே வழியால் நடந்தனர். புதிதாக அந்த இடத்திற்கு வந்தவன் இவர்களை வெறுமனே பார்த்துவிட்டுத் தன் மணிக்கூட்டைப் பார்ப்பதில் அக்கறையாக இருந்தான். அந்த றியூப் லைற்றின் கீழ்ப் பிரதேசம் தவிர்த்து ஏனையவை இருளை மேலும் இருட்டாகக் காட்டின. இவர்களின் ஈர உடையை மங்கிய ஒளியில் அவன் கவனிக்கத் தவறினான்.

குறுக்கு வீதியில் இறங்கிக் கொஞ்சதூரம் நடந்த மணி நடையை மிதப்படுத்தினான். சுற்றும்முற்றும் பார்த்துவிட்டு இடப்புற வயலுக்குள் திடீரென இறங்கி சடுதியாகத் தவழத் தொடங்கினான். வீரனும் பின்னால் தவழ்ந்தான். வயலின் நடுப் பகுதிக்குப் போய் பரந்தன் பக்கம் வடக்காக வயலின் வரம்பின் மறைவில் தவழ்ந்தனர். சரிதான், அவன் எண்ணிய இடத்தில் ஒரு தளம் இருந்துதான் இருக்கிறது. இங்கிருந்து பார்க்க அதன் வெளிச்சம் அதனை உறுதிப்படுத்தியது.

“வென்றிட்டமடா வீரா! இனி பிரச்சினையில்லை. அவங்கள் விடிஞ்சதும் அந்தப் பகுதியிலதான் எங்களைத் தேடுவாங்கள். நாங்கள் ஒரு கிலோ மீற்றர் நகர்ந்து றோட்டைக் கடக்கவேணும். அடுத்த கரைக்குப் போய் அந்தப் பக்கம் உள்ள அமைப்பை மேலோட்டமாகப் பாக்கலாம்.”

“அண்ணை, இனியும் இந்தத் தளத்தில் இருந்தால் கிடைச்ச தகவலையும் இழக்க நேரும். சாப்பாடும் இல்லை.”

“வாய்க்காலில் தண்ணி குடிச்சிட்டம். ‘கானி’ல தண்ணி நிரப்பிட்டம். இது போதும். மூன்று நாளைக்குச் சமாளிக்கலாம்.”

“இல்லையண்ணை, முட்டாள்தனம்.”

“என்ன பயக்காய்ச்சலா?”

வீரன் எதுவும் பேசவில்லை.

சொன்னதுபோலவே வீதியைக் கடந்து மறுகரைக்குப்போய் மீண்டும் தென்திசையில் நகர்ந்து கிளிநொச்சி நகரின் மறுபக்கமான பரவிப்பாஞ்சான் பகுதியைப் பார்ப்பதற்காக நகர்ந்தனர்.

கரடிப்போக்குச் சந்தியின் தென்கிழக்கு மூலையிலுள்ள கடைப்பகுதியில் இன்னொரு றிசேர்வ் ஃபோர்ஸ் தளமிட்டிருப்பதை அதன் பின்பகுதியில் இருந்து நைற்ஸ்கோப் மூலம் அவதானித்தான் வீரன். மணிக்குச் சொன்னான். அதை நெருங்கி ஜீ.பி.எஸ்ஸில் ஃபிக்ஸ் அடித்துக் குறிப்பேட்டில் குறித்துக் கொண்டான். சேம இருப்புப் படைத்தளம் மிக முக்கியம். அங்கிருந்துதான் முறியடிப்பிற்கு ஆமியை இறக்குவார்கள் என்பதை மணி அறிவான். ஆக மூன்று சேம இருப்புப் படைத்தளம் இருக்கிறது. சந்தியின் வடகிழக்கு மூலை வயல்வெளியாக இருப்பதால் அங்கில்லை.

மேலும் நகர்ந்து இரண்டாவது காவலரண் தொடர் என்று நினைத்த அமைப்பைக் கண்டுகொண்டனர். ஆக அவர்கள் ஊகித்தது போலவே ஆங்கில *U* வடிவில் அல்லது நீள்வட்ட வடிவில் மையத் தளப் பாதுகாப்பு ஏற்பாடு இருக்கிறது. கிளிநொச்சிக்குளம் அலைகரைப் பகுதியின் மேல்திட்டில் ஒரு பெரிய தளம் இருக்கிறது. சூழல் வெளிச்சத்தில் அப்படித்தான் ஊகிக்க முடிகிறது. பட்டாலியன் தலைமையகமாக இருக்கலாம். அருகே இருக்கும் பள்ளிக்கூடத்தின் மாடிக் கட்டடத்திலும் ஆமி

நிலைகொண்டிருக்கக் கூடும். அதை நெருங்கி 'ஃபிக்ஸ்' அடிக்க முடியாது. அந்த இடத்தை நெருங்குவதாக இருந்தால் செறிவாக இராணுவம் உள்ள இந்தப் பிரதேசத்தைத் தாண்டவேண்டும். வீரன் சொன்னதுபோல அது முட்டாள்தனமாக முடியக்கூடும். அந்த இடத்தைத் தன்னால் பின்னர் வரைபடத்தில் றோமியோவுக்குக் குறித்துக் கொடுக்க முடியுமென்று நம்பினான் மணி.

அன்று பகல் வசதியான ஒரு புதருக்குள் படுத்துக்கொண்டனர். இரவாகியதும் மறுபடி பார்க்கத் தொடங்கினார்கள்.

மணி தனது குறிப்பேட்டில் இப்போது இருக்கும் இடத்தில் இருந்து 'நைற்ஸ்கோப்'பில் பார்த்துக் குறிக்கக் கூடியவற்றைக் குறித்துக்கொண்டான். மேலும் நகர்ந்ததில் ஏ9 வீதியின் உள்வளமாகப் பறக்கும் இரு கொடிகளை ஃபோக்கஸ் லைற்றில் கண்டனர். கயபாகு றெஜிமெண்ற் உடையது ஒன்று. சிங்க றெஜிமென்ற் உடையது மற்றையது. அவை இரு பட்டாலியன்கள். அதையும் குறித்தான். மறுகரை போலவே இக்கரையின் இராணுவ அமைப்பும் உள்ளது ஊர்சிதம் ஆகியது. விடியப்போகிறது. இராணுவம் செறிவாக உள்ள இந்த இடத்தை விட்டு மீண்டும் பன்னகுளம் வீதியைக் கடந்து வயல் வெளிக்குள் இறங்கி மீண்டும் றோட்டைக் கடக்க வேண்டும். வீதியின் மறுபுறம்தான் பற்றைகள் உண்டு. இந்தப் புறம் வெறும் வயல்வெளி. ஆமி கிளியர் பண்ண வந்தால் மாட்டிக்கொள்ள நேரும். தப்பி ஓடிவிடவும் முடியாது. பன்றியைச் சுடுவதுபோலச் சுட்டு வீழ்த்திவிடுவார்கள்.

எண்ணியதுபோலவே பன்னகுளம் போகும் வீதியைக் கடந்து வயல்வெளிக்குள் பன்றிகள் போலத் தவழ்ந்து, இடப்புறமாக மீண்டும் ஏ9 வீதியைக் கடந்து மேற்குப்புறம் நகர்ந்து ஒரு பற்றைப் புதருக்குள் மறைந்து கொண்டபோது விடியத் தொடங்கிவிட்டது. கையும் முழங்கால்களும் வலியெடுத்தன. சில கிலோமீற்றர் பன்றிகள் போலத் தவழ்ந்திருந்தார்கள்.

பகல் முழுவதும் அந்தப் பற்றைக்குள்தான் இருந்தனர். மணி வெற்றிக் களிப்புடன் சொன்னான். "வீரா வென்றிட்டோமடா. இப்ப இந்தத் தகவலை ஒருவர் மிச்சமிருந்தாலும் கொண்டுபோய்ச் சேர்க்க வேணும்."

"ம்ம்..."

“நீ அந்த ஆமி சென்றில நின்டதைக் கவனிச்சு அவனைச் சுட்டு வீழ்த்தியிருக்காட்டி இந்த நேரம் நாங்கள் இரண்டுபேரும் உயிரோட இல்லை. முக்கியமா நான் இருந்திருக்கமாட்டன். மணியையே காப்பாற்றிட்டாய்... ம்ம் கெட்டிக்காரன். அந்தப் பதட்டத்தில அவனை எப்பிடிக் கண்டாய்? நான் உண்மையாக் காணவே இல்லை. குண்டடிச்சிட்டு ஓடிடலாம் என்றுதான் நினைச்சன். நாயைச் சுடுற மாதிரி அந்த சென்றிக்காரன் சுட்டிருப்பான் எங்களை.”

“ம்ம்” வீரனுக்கு அந்தப் பாராட்டு அளவிலாத மகிழ்ச்சியைத் தந்தது. தான் செய்தது எவ்வளவு பெரிய சமயோசிதக் காரியம் என்பதை இப்போதுதான் நினைத்துப் பார்க்கிறான். எப்படித் தன்னால் அந்த நேரத்தில் முடிந்ததென்று இப்போகூட நம்பவே முடியவில்லை. ‘மனிசனுக்கு நெருக்கடியைக் கையாளக்கூடிய அசாத்திய உள்சக்தி இருந்துகொண்டுதான் இருக்கும்போல’ என்று நினைத்தான். யாழ்ப்பாணத்தில் தப்பிய சம்பவம் மனதில் மீண்டு வந்தது. உயிருக்குத் தெரியும் தன்னைப் பாதுகாக்க இந்த உடலை எப்படி இயக்கவேண்டும் என்று. உண்மைதான். அதுதான் சரி! வீரனின் அகம் அப்படி அவனுடன் பேசிற்று.

உள்ளாடை உரசி இரு தொடைகளும் புண்ணாகிவிட்டன. தண்ணீரில் நனைந்த பின்பு தவழ்ந்ததில் கத்தியின் கூர்மையுடன் உள்ளாடை இரு தொடைகளையும் அறுத்துவிட்டது. தாங்கவியலாத எரிச்சல். “அண்ணை, இனித் தவழவோ ஓடவோ ஏலாது என்னால. துடை இரண்டும் புண்ணாகிற்று” வீரன் சொன்னான். “டேய், இப்ப கக்கூசுக்கு இரு. அந்த ஜட்டியால துடைச்சிட்டு மற்றதை மாத்து.”

“அண்ணை, ஒன்றை நாயுண்ணிப் பத்தைக்குள்ள இருக்கேக்க மாத்திற்றன். வேற இல்லை. இரண்டுதான் இருந்தது என்னட்ட” மணிக்குத் தெரியும் காவலரணில் உள்ளாடை கூடப் போராளிகளுக்கு ஒழுங்காக இல்லை என்பது. மணியிடம் மூன்று இருந்தது.

மணி வலுக்கட்டாயமாக ஒரு குழி தோண்டி மலம் கழித்தான். அதை மண்ணால் மூடிமறைத்து அதன் மேல் சருகுகளை அள்ளிப்போட்டான். தன்னிடம் இருந்த உள்ளாடையை மாற்றினான். மாற்றும்போது கேட்டான்.

"வேணுமென்டால் இதப் போட்டுக் கொள்ளுறியா வீரா" நமட்டுச் சிரிப்பு.

"சும்மா போங்கண்ணை."

"கலியாணம் கட்டினால் தெரியாத பொம்பிளையோட கண்ட காரியமும் செய்யப் போறாய். இந்த ஜட்டிய போடேலாதா இப்ப?" குமுட்டிச் சிரித்தான் மணி.

வீரன் எதுவும் சொல்லாமல் இருந்தான்.

"சரி விடு, நான் போடுறன். என்ர தொடையும் புண்ணாப் போச்சு."

மத்தியான வெக்கை. கடுந் தாகம் எடுத்தது. கொஞ்சம், இன்னும் கொஞ்சம் என்று தண்ணீரில் பாதியைக் குடித்துத் தீர்த்துவிட்டனர்.

கட்டளைத் தளத்தில் றோமியோவும் சேராவும் இவர்கள் ஏதாவது ஒரு பாதையால் வருவார்கள் என எதிர்பார்த்துச் சோர்ந்து விட்டனர். உள்ளே நடந்த மோதலில் அவர்கள் சுடப்பட்டிருக்கக் கூடுமென்ற முடிவுக்கு வந்தனர். சலிப்பும் சோர்வும் ஒருவித விரக்தியும் சூழ்ந்துகொண்டது அந்தக் கட்டளைத் தளத்தில். மணி மீது அடங்காத ஆத்திரம் வந்தது, தொடர்புகொண்டு தகவலை அவன் தந்திருக்கலாம் என்று. றோமியோவின் முகத்தில் விரக்தியின் கோடுகள். வேறு திட்டம் பற்றி யோசிக்க முனைந்தார்.

35

இரவு சூழும் நேரம் ஆகியது. பகல் வெக்கையில் அதிகம் வேர்த்ததால் தாகம் தணியவில்லை. குடித்த தண்ணீரும் போதவில்லை. இன்னும் கொஞ்சத் தண்ணீர்தான் எஞ்சியிருக்கிறது. அதைக் குடிக்கவேண்டாம் என மணி அறிவுறுத்தியிருந்தான். புலிகளின் பகுதி மீது மோட்டார் தாக்குதலை நடத்தினர் இராணுவத்தினர். அதன் ஒளிப்பிளம்பு அது இயங்கும் இடத்தைக் காட்டியது. அந்த இடத்தை அண்ணளவாகத் தனது குறிப்புப் புத்தகத்தில் எழுதிக்கொண்டான். ஏற்கெனவே இரு மோட்டார் நிலைகளை ஜீ.பி.எஸ் மூலம் குறித்துக்கொண்டிருந்தனர். எதிரி மோட்டார் நிலைகள் மீது 'கவுண்டர் பற்றிக்' தாக்குதலுக்கு இது அவசியமானது.

மணி இரவு செய்யப்போகும் திட்டத்தை விளக்கினான். "இங்க இருந்து நகர்ந்து U பகுதி எதிரி நிலைகளின் முன்பகுதிக்குப் போகப்போகிறோம். அங்கே இருந்து அவதானித்து நாங்களும் சிப்பாய்கள் போலக் காவலரண்களை நெருங்க முடியுமா என்று பார்ப்போம். ஓரளவு நெருங்கினால் கூடப்போதும், மிகுதியை ஓடிக் கடந்துவிடப் பார்க்கலாம். இல்லாவிட்டால் இரகசிய நகர்வின் மூலம் நெருங்கி இருவரும் இரண்டு காவலரணுக்குக் குண்டு அடிக்கவேணும். அதில் ஒன்றில் ஆமி இருக்க வாய்ப்பில்லை. ஆனாலும் நாங்கள் அதைப் பொருட்படுத்தாமல் குண்டை அடிக்க வேணும். அடித்துவிட்டு எங்கள் பைகளைக் காவலரணுக்கு வெளியே எறியவேண்டும்" சொல்லிவிட்டு வீரனைப் பார்த்தான். வீரன் உன்னிப்பாகக் கேட்டுக்கொண்டிருந்தான்.

பிறகு மணி சொன்னான். "குண்டை அடிச்ச வேகத்தில் 'பாக்'கை வெளியே எறிஞ்சுவிட்டு இராணுவம் பாவிக்கும் பாதை வழியாகத் திரும்பி இஞ்ச ஓடிவரவேணும். இந்த இடத்தில் வேகமாயும் ஓடவேணும் மறைவாயும் ஓடவேணும். இது வலு முக்கியம். ஆமி பாவிச்ச இடத்தை பாவிச்சால்தான் எங்கட

சப்பாத்து அடையாளம் வித்தியாசம் தெரியாது. இல்லாவிட்டால் புல்லுத்தரை இருந்தால் அதனால ஓடிவரலாம். எதுக்கும் இரண்டு குண்டை அடி. அது நல்லது. நாங்கள் இந்தப் பகுதிக்கூடாக வெளியே ஓடிவிட்டம் என்றுதான் ஆமி நினைப்பான். அப்படி நினைச்சால் உள்ளே தேடுவதை நிறுத்துவான்." மணி தொடர்ந்து விளக்கினான்.

"இன்று நாங்கள் முதலில் நின்ற பகுதி முழுவதும் சல்லடை போட்டுத் தேடியிருப்பான். அங்கு கிடைக்காததால் நாளைக்கு இந்தப் பகுதியைத் தேடுவதற்குக் கண்டிப்பாக ஆக்களை இறக்குவான். அப்படி இறக்கினால் எங்கள் சப்பாத்துத் தடயங்களை வைத்து எங்களைப் பின்தொடரமுடியும். அதே நேரம் நேற்று அல்லது இன்று நாங்கள் எப்படியும் தப்பித்து வெளியே போக முயற்சி செய்வோமென்று அந்தப் பகுதி காவலரண்களை 'அலேட்' பண்ணியிருப்பான். இந்தப் பகுதியை அண்டித்தான் முன்னர் வேங்கையும் இதயனும் உள்ளே வந்து வெளியேபோனது. ஆனபடியால் நாங்களும் இந்த இடத்தில் குண்டை அடித்துவிட்டுத் தப்பித்துக்கொண்டோம் என எண்ண வாய்ப்பிருக்கிறது. எங்களது பைகளை முன்னால எறிந்தால் அது நாங்கள் ஓடேக்க விழுந்த தடயம் எண்டுதான் எண்ணுவான். நான் ஒரு பழைய கோட்சீற் கொண்டு வந்தனான். அதைப் பைக்குள்ள வைச்சு எறிவம். அப்படியெண்டால்தான் அவன் உண்மையாவே பை தவறி விழுந்துவிட்டது என்று நம்புவான். அதோடு நாங்கள் எறிந்ததை எடுத்து அதன்படிதான் தகவலை ஒட்டுக்கேட்பான்."

மணி சொல்லச் சொல்ல வீரன் வாய்பிளந்து கேட்டுக் கொண்டிருந்தான்.

தங்கள் படையணியில் எதற்காக வேவுப் போராளிகளே பின்னாளில் தளபதிகள் ஆகினர் என்பதன் காரணம் இப்போதுதான் வீரனுக்குப் புரிந்தது. எதிரியைப் பற்றியும், தன்னைப் பற்றியும் அறிந்து துல்லியமாகத் திட்டத்தை வேவு வீரர்களால் மட்டுமே உருவாக்க முடியுமென்று இந்தக் கணத்தில் அவனுக்குத் தோன்றியது. தானும் ஒருநாள் தளபதியாகிவிடுவேன் என்று எண்ணினான். பிறகு இதென்ன அபத்தம் இந்த நேரத்தில் என்று நினைத்து அதை ஒதுக்கினான்.

"வீரா, நாங்கள் போகேக்க இந்த 120 விவி மோட்டார் வேலை செய்யுற இடத்திற்கு அருகால போவம். அதையும் ஜி.பி.எஸ்இல

'ஃபிக்ஸ்' அடிச்சிடுவம். சண்டைக்கு இத அடிச்சுச் செயலிழக்க வைக்கிறது மிக முக்கியமடா. எங்கட பல பொடியளின்ர உயிரிழப்பைத் தடுக்கலாம். களைச்சிட்டியோ... என்னடா?"

"இல்லையண்ணை. ஜட்டிதான் துடைய வெட்டுது. நாசம், எரியுதண்ணை."

"சமாளியடா... நாளைக்குப் போயிடலாம் எப்படியும். சமாளி" வீரனுக்கு நாளைக்குப் போயிடலாம் என்று மணி சொன்ன சொல், முடிவிலாத உற்சாகத்தைத் தந்தது. வெற்றியாகப் போய்விட்டால் எங்களுக்கு இருக்கக்கூடிய புகழ் படையணியில் யாருக்கும் கிடைக்காது என்பதை மட்டும் உறுதியாக நம்பினான். அந்த நவீன கோல்ட் அமரிக்கன் வகை துப்பாக்கியும் ஞாபகம் வந்து கடந்தது. 'இந்த சமரையே மாற்றிவிடப் போபவர்கள் நாங்களா' வீரனுக்கு றோமியோவின் சொற்கள் அருட்டின.

"வீரா, இந்த நேரம் றோமியோ செத்துப்போன நாங்கள் சாக இல்லை, உயிரோடதான் இருக்கிறம் என்டதை அறிஞ்சிருப்பார்."

"எப்பிடித் தெரிஞ்சிருக்கும்... நாங்கள் தொடர்பெடுக்கேல்லையே?"

உள்ளே குண்டடிச்ச சத்தத்தை வச்சு ஊகிச்சிருப்பார். சாந்தன் வலு கெட்டிக்காரன். ஆமியின்ர தொடர்புகளை ஒட்டுக்கேட்டுச் சொல்லியிருப்பான்.

"ஓ..."

"நேற்று நாங்கள் வெளில வருவம் எண்டு எதிர்பார்த்திருப்பார். வராதபடியால் இண்டைக்கும் பார்த்திட்டு வீரச்சாவு எண்டு முடிவெடுப்பார்."

வீரனுக்கு இதைக் கேட்டதும் அம்மாவின் நினைவு வந்தது... 'அறிவிச்சிடுவாங்களோ!' 'வீட்ட அறிவிச்சால் அம்மாவின் நிலை?' அம்மாவுக்கு இனி ஒரு சமாதானம் வந்தால் இயக்கத்தை விட்டு விலகி வந்துவிடுவதாகவும் சொல்லியிருந்தான். 'அம்மாவால தாங்க முடியுமா?' மனதில் நினைவுகள் கடந்தன.

"டேய், இப்ப வீட்ட அறிவிக்க மாட்டாங்கள். நீ என்ன கூட யோசிக்கிறாய் போல" இப்படிச் சொன்ன மணி தனது கதை முட்டாள்தனமான கதை என்று வீரனின் முகத்தைப் பார்த்துப் புரிந்துகொண்டான். "உன்ர றாங்க் என்னெண்டு தெரியும்... நாங்கள் போக" சொல்லிவிட்டுச் சிரித்தான்.

“சரி ஆமி பொயின்ற்றுக்குக் கிட்டப்போனதும் அந்த மின்மினிப் பூச்சியை எடுத்து நெஞ்சு கோல்சரில் கட்டு. அதுதான் அடையாளம். இரண்டு பேரும் பிரிஞ்சு போகப்போறம். பிறகு சேரவேணும்.”

வீரன் மின்மினியை வெளியே எடுத்துப் பார்த்தான். அது ஒளிர்ந்துகொண்டிருந்தது. எத்தனை பிரகாசமாக இருக்கிறது.

“டேய், அதை லூசாத் தான் கட்டினனான். எதுக்கும் ஒரு ஓட்டைபோடு. சின்னதாய்ப் போடடா.”

முன்னிலவு சாய இன்னும் நேரம் இருக்கிறது. இன்று ஒன்பது மணியளவில் நிலவு போய்விடும். பின்னர் நகரலாம். குறிப்புப் புத்தகம், ஜீ.பி.எஸ் கோட்சீற், குறடு, மீதமாய் உள்ள ஒரு சொக்லற், மற்றும் சில உயிர்காப்பு மருந்துப் பொருட்கள் போன்றவற்றை எடுத்துக்கொண்டு பையை எறிவதற்குத் தயாராகிக் கொண்டனர்.

கட்டளை நிலையத்தில் றோமியோ திடீரென்று உற்சாகம் கொண்டவராய்த் “தம்பி! ஒரு பிளேன் டீ போடடா” என்றார். பிறகு “சேரா, இண்டைக்கு அவங்கள் ஏதாவது ஒரு பாதையால வருவாங்களடா. மணி பயந்து பதட்டப்பட்டிருந்தால்தான் நேற்று வர முயற்சி செய்திருப்பான். அப்படிச் செய்திருந்தால் சாகவேண்டி வந்திருக்கும். ஆமி அதை எதிர்பார்த்து ‘அலேட்’ பண்ணி வைச்சிருப்பான். ஒரு முட்டாள்தான் அப்படி வருவான். மணி உண்மையான திறமைசாலி எண்டு நினைக்கிறன். நான் நினைக்கிறது சரியெண்டால் அவன் இண்டைக்குத்தான் வெளிய வர முயற்சி செய்வான். அதுவும் வேங்கை வந்த பகுதி பக்கமாகத்தான் வரமுயற்சி செய்வான்.” சேராவுக்கு அவர் சொல்வது சரிதான் என்றும் பட்டது. மிகையான கற்பனையோ என்றும் பட்டது. தானும் முன்னர் முல்லைத்தீவில் வேவுக்குப் போனபோது இவ்வாறு நடந்துகொண்டது ஞாபகம் வந்தது. அப்போது வேவுப் பொறுப்பாக கில்மன் இருந்தார்.

“சேரா, நீ உன்ர அணியை றெடியாய் இருக்கச் சொல்லு. கில்மனுக்கும் அறிவி. மோட்டார் றீமுக்கும் அறிவியடா, ஆயத்தமா இருக்கச் சொல்லி” றோமியோ உற்சாகம் கொண்டார் மறுபடி. அந்த அகழியில் வரைபடத்தின் மீது விழுந்துகொண்டிருந்த வெளிச்சம் பிரகாசமானதாகத் தோன்றியது. வரைபடம் இன்னும் தெளிவாகத் தெரிவதாகப் பிரமை அவருக்கு.

“மணியண்ணை, என்னெண்டு நிலவு சாயுற நேரத்தைக் கண்டுபிடிக்கிறீங்கள்?” வீரன் கேட்டான். இந்த நாள்களில் எவ்வளவோ விசயத்தை அவன் கற்றறிந்துவிட்டான். இதையும் அறிய ஆவல் வந்தது. மணி ஒரு நடமாடும் வேவுக்கல்லூரி.

“டேய் வீரா, இப்ப வளர்பிறை. நாங்கள் வந்து பதினொரு நாளாயிற்று. இண்டைக்கு நிலவு சாயுற நேரத்தில இருந்து சரியா நாற்பத்தியஞ்சு நிமிசம் அடுத்த நாள் பிந்திச் சாயும். தேய்பிறை காலமெண்டால் பின்நிலவு. முதல் நாளில இருந்து அடுத்தநாள் நாற்பத்தியஞ்சு நிமிசம் முந்தி நிலவு வரும். வெள்ளி சரியிறதை வைச்சும் நேரம் பார்க்கலாம். அங்க வா, காட்டிச் சொல்லித்தாறன்... ம்ம் வெளிக்கிடு, போவம்.”

போரின் பெரும் திருப்புமுனையை நிகழ்த்தவல்ல தகவலை ஒரு சிறு குறிப்புப் புத்தகத்தில் கொண்டு இரு போராளிகள் நகரத் தொடங்கினர். ஒரு குறிப்பேட்டில் அடங்கியிருக்கிறது அரிய தகவல். உயிரினும் அரிய தகவல். இது மட்டும் கை நழுவினால் தற்கொலையே செய்து கொள்ளலாம். அதுவொன்றும் இதைவிட வலிக்கப்போவதில்லை.

ஒரு மணித்தியாலம் நடந்து காவலரண் கரையைப் பார்க்கக்கூடியவாறு ஒரு பற்றைக்குள் பதுங்கினர். அங்கிருந்து வடிவாக நிலைமையை அவதானிக்கவேண்டும். மிக முக்கியம், திரும்ப வரும்போது யாரும் காணக்கூடாது. நைற்ஸ்கோப்பை வைத்து அந்தச் சூழலைப் பார்த்தான் மணி. பிறகு வீரனும் பார்த்தான். அதிர்ஸ்டவசமாக இவர்கள் வந்து சேர்ந்த இடத்தில் பிளாட்டூன் அல்லது கொம்பனி தலைமையகம் இல்லை.

“அண்ணை! முன் சென்றி பொயின்றில் இருந்து மூவிங் பங்கர் ஒண்டு பின்னுக்கு வருது பாருங்கோ. அதுக்குள்ளால ஓடிவந்து புல்லுக்க ஏறிடலாம். இலேசில தெரியாது.”

“பார்ப்பம் ம்... வாச்சுதடா” மணிக்கு சந்தோசம். ‘முன்னுக்கு வெட்டை, எழும்பி ஆமிக்காறன் மாதிரி நடந்துதான் போகவேணும். மணி சொல்லவும் வீரனுக்குப் பயம் தொட்டது. ஆமிக்காறன் போல இப்படி உலாவுவதுமட்டும் பெரிய நெஞ்சிடியான வேலையாக இருந்தது வீரனுக்கு.

நேரம் ஒரு மணி இருக்கும். “வீரா, மின்மினியை எடுத்து முன்னுக்குக் கட்டு. இப்ப மறைச்சு கோல்சருக்க செருகு. திருப்பி ஓடி வரேக்க எடுத்து வெளியவிடு. இதை வச்சுத்தான் பிறகு

உன்னைப் பத்தைக்குள்ள தேடிப்பிடிக்கவேணும். தவறினால் கடைசியா இருந்த இடத்துக்கு வா, விளங்கிற்றா?”

“ம்ம்” வீரனுக்குப் படபடத்தது.

“சரி நட.”

இருவரும் பிரிந்து அந்தப் பற்றைக் கரையாக நடந்து ஐம்பது மீற்றர் தள்ளிப்போனதும் தமக்கு நேர் எதிரே உள்ள காவலரணுக்கு நடக்கத் தொடங்கினர். மணி சைகை காட்டினான்.

ஓர் இராணுவச் சிப்பாய் போல அதை நோக்கிப் போகிறார்கள். மணி போவதைத் திரும்பிப் பார்க்க வேண்டும்போல இருக்கிறது வீரனுக்கு. அந்த உணர்வை அடக்கிக்கொண்டு நடக்கிறான். மிகச் சாதாரணமாக நடப்பதுபோல நடந்தாலும் மனம் உள்ளே வாழ்க்கையின் மிக அரிதான தீவிரத்தைக் கொண்டிருக்கிறது. குண்டின் சேவ்ரி கிளிப்பைக் கழட்டிவிட்டு குண்டைக் கைக்குள் அடக்கி வைத்திருக்கிறான்.

இந்தா நெருங்கிவிடப் போகிறான்.

இதயம் எகிறிக் கீழே விழுந்துவிடும் போலிருக்கிறது. நெஞ்சுக்கூட்டுக்கு இதற்குமேல் அதன் துடிப்பைத் தாங்கச் சக்தியில்லை.

மணி ஓடும் சப்பாத்து ஓசை...

அவ்வளவுதான் வீரன் பாய்ந்து ஓடினான் அந்தக் காவலரணை நோக்கி. ஒரு சிப்பாய் எழுந்து எட்டிப்பார்க்கவும் பாய்ந்து குண்டை எறிந்துவிட்டான். குண்டு முழங்கி வெடித்த அதிர்வு. ஆனால் அது நடந்தது பக்கத்து அரணில்.

நாசமாய்ப் போக. இவன் எறிந்த குண்டு வெடிக்கவில்லை.

பக்கத்து அரணில் வெடித்த குண்டுச்சத்தம் கேட்டும், வீரன் ஓடிவந்ததைப் பார்த்த திகைப்பில் இருந்தும் அந்தச் சிப்பாய் மீண்டு சில நொடியில் தன் துவக்கை எடுக்க வீரன் குண்டு வெடிக்கவில்லை என்ற திகைப்பில் இருந்து மீண்டு அடுத்த குண்டை எடுத்து வீசினான். காது அதிர்ந்து முழங்க, சமநேரத்தில் பக்கத்து அரணிலும் அடுத்த குண்டும் வெடித்தது. பையை அரணுக்கு முன்னால் கழட்டி வீசவும் சூட்டுச் சத்தம் கேட்கிறது.

அட நாசம்! சுடத்தொடங்கீற்றாங்கள்.

வீரனும் மணியும் திரும்பி மூவிங் பங்கர் வழியாகக் குதித்து பற்றைக்குள் பாய்ந்து ஓடினர். பத்து நிமிசம் ஓடியிருப்பான் வீரன். மணியைக் காணவில்லை. வீரனின் படபடப்பு அதிகமானது. தனிமை எப்போதும் அதிக பயம் தருவது.

'திருப்பி ஆமிக்காரன் நாங்கள் ஓடியபக்கம் சுட்டானே... மணிக்கு சூடு பிடித்திருக்குமோ' மின்மினியின் ஞாபகம் இப்போதுதான் வருகிறது. அதை எடுத்து வெளியேவிட்டான்.

மீண்டும் மீண்டும் யோசித்துப் பார்த்தான். சரிதான்! தங்களை நோக்கித்தான் சுட்டார்கள். சுற்றும்முற்றும் மற்றொரு மின்மினியின் அசைவு தெரிகிறதா எனப் பார்த்தான். பொட்டு ஒளியும் இல்லை. 'மணி இல்லையோ?' நினைத்த நேரத்தில் தன் நெஞ்சில் தீராத கனத்தை உணர்ந்தான். குறிப்பேட்டை 'இருக்கிறதா?' எனச் சோதித்தான். இருக்கிறது. நேரம் கழிந்து கொண்டிருந்தது. இனிப் பொறுக்க ஏலாது. தாகம் எடுத்தது. இனிப் பொறுக்க ஏலாது. எஞ்சிய தண்ணி முழுவதையும் குடித்தான். இதைக் கொண்டுபோய்ச் சேர்க்கவேண்டும். தனித்து இயங்குவதில் உள்ள அச்சத்தை உணர்ந்தான். மணியின் நிலையறியாது திரும்பிப்போகவும் மனம் ஒப்பவில்லை. மனமோ திருகித்தின்றது தீர்மானம் எடுக்க விடாமல்.

முன்னால் இருந்த பற்றைக்குள் ஏதோ சத்தம். வீரன் உசாரானான்.

'என்னது?'

'அட... அது மணிதான். சந்தேகமே இல்லை.'

மணி நடந்து வாறான். இவன் ஓடும்போதே மணி இவனைப் பின்தொடர்ந்து ஓடி வந்தான். மணிக்குத் தெரியும், தவறினால் ஒன்றுசேர்வது சாதாரணமல்ல. ஆனால், இந்த அருகுச்சூழலில் தான் வீரனை அவன் தவறவிட்டான். மின்மினியின் ஒளியைத் தேடித்தேடி இறுதியில் கண்டுபிடித்துவிட்டான். இந்தப் பற்றைக்குள் இருந்து ஒளிர்கிறது அந்த மின்மினி.

'என்னடா பயந்திட்டியா?' மெதுவாகக் கேட்டான். கேட்கவும் சரமாரியாக செல் வந்து விழத் தொடங்கியது. 'என்னது உள்ள வந்து விழுகிது?' வீரன் நினைக்கவும் மணி சொன்னான். 'எங்கட ஆட்கள் அடிக்கிறாங்கள். நாங்கள் வாறம் எண்டு நினைச்சு 'சப்போர்ட்'க்கு அடிக்கிறாங்கள். சொல்லவும் இவர்களுக்குப் பக்கவாட்டாக ஐம்பது மீற்றரில் வந்து விழுந்து

முழங்கியது ஒரு ஷெல். "நாசம்! நம்ம ஆக்களே நம்மளைக் கொன்னுடுவாங்கள்போல இருக்கு. படு! குப்புறப் படு!" குப்புறப் படுத்தபடியே சத்தத்தைக் கேட்டான். முன்னால் காவலரணில் பெரிய சண்டையே நடக்கிறதுபோல சத்தம்.

"நீ வெடியக் கொளுத்திப் போட்டுட்டு வந்திட்டாய்! அங்க பார்! இரண்டு பகுதியும் சண்டை பிடிக்கிறாங்கள். இது றோமியோன்ர ஏற்பாடா இருக்கும். இல்லையெண்டால் எங்களுக்காண்டி ஷெல்லடிப்பாங்களோ எங்கட ஆக்கள்? பாத்தியாடா உன்ர முக்கியத்துவம் எப்பிடி எண்டு. உனக்காகத்தான் இவ்வளவு ஷெல் செலவாகுது" மணி சொல்லிக்கொண்டே சிரிக்க இன்னொரு ஷெல் இவர்களுக்கு முன்பகுதியில் விழுந்து வெடித்தது.

"எழும்படா கொஞ்சம் தள்ளிப்போவம். கொஞ்ச நேரத்துக்குப் படுப்பம் எண்டால் எங்கட கிட்டு பீரங்கிப் படையணி விடுதில்ல" மணி போலி நையாண்டிச் சிரிப்போடு எழுந்து குனிந்து நகர்ந்தான். அவன் நகைச்சுவையாக்கி மனதைச் சுமுக நிலைக்குத் திருப்ப விரும்பினான். முன்போல இப்போது நிலைமை ஆபத்தானதல்ல.

வேறோரு பற்றையைத் தேடி மீண்டும் பதுங்கிக்கொண்டனர். "எங்கயண்ணை உங்கட மின்மினி? அதைத்தானே நான் தேடினன்" வீரா கேட்க அப்போதுதான் குனிந்து தன் நெஞ்சில் பார்த்தான் மணி. அது ஒளிரவில்லை.

"அது செத்திட்டுதடா. விடு."

"நல்ல காலம். என்ர செத்திருந்தா என்னைக் கண்டுபிடிச்சிருக்க மாட்டியள்."

"ஏன்ரா வீரா? ஒரு குண்டு மட்டும் அடிச்சனி?"

"அண்ணை! நாசமாப் போக... முதலடிச்சது வெடிக்க இல்லை. அவன் சுட துவக்குத் தூக்க நல்ல காலத்துக்கு அடுத்தது அடிச்சன். அதுவும் வெடிச்சிரிக்காட்டி... சரித்திரம் துலைஞ்சிருக்கும் இந்த நேரம்" வீரன் சொன்னான்.

மணிக்கு இனி எப்படியும் தப்பிவிடலாம் என்று மனம் சொல்லிற்று. வானம் மிகத் தெளிவாக இருந்தது. அத்தனை வெள்ளிகள் ஆழ்ந்த நீலத்தில் கொட்டிக் கிடந்தன.

36

முன்னணி நிலையில் ஏற்பட்ட பதட்டம் றோமியோவைப் பரபரப்புக்குள்ளாக்கியது. அவர் எதிர்பார்த்ததுதான். ஆனால் முடிவென்ன? றோமியோ கட்டளை நிலையத்தில் இருந்து மோட்டார் சைக்கிளில் வெளிக்கிட முனைந்தார். மெய்ப்பாதுகாவலர்கள் மறித்தார்கள். "D பகுதி முழுக்க ஆமியின்ர செல்லடி. விமலன்ணையின்ர இடத்திலயும் வீழ்ந்து வெடிக்குது. இப்ப போகவேண்டாம்" பாதுகாப்புக்குப் பொறுப்பானவன் சொன்னான். சேராவும் மறித்தார். தான் போய் நேரில் நிலைமையைப் பார்ப்பதாகச் சொன்னார் சேரா.

விமலின் இடத்தில் இருந்து வந்த தகவலின்படி ஆமியின்ர A51, 52 காவலரணில் எங்கட ஆக்கள்தான் குண்டு அடிச்சிருக்கிறாங்கள். உள்ள இருந்தே அந்தப் பொயின்றுக்குத் தாக்குதல் நடந்திருக்கு. அது மணியாக இருக்கவேண்டும். ஆனால் வெளியே யாரும் வரவில்லை. விமலுடைய பகுதியில் இருந்து இராணுவத்தின் D பகுதி நிலைகளுக்கு மிகக் கடுமையான தாக்குதலை உடனேயே தொடுத்து இருக்கிறார்கள். கொஞ்ச நேரத்தில் அந்தக் காவலரண்கள் மேல் மோட்டார் தாக்குதலை ஒருங்கிணைத்து அடித்தும் இருக்கிறார்கள். ஆனாலும் அதைப் பயன்படுத்தியும் மணியோ வீரனோ வரவில்லை. ஆனால் இறுதியாக இராணுவத்தினது காவலரணுக்கு முன்னால் இரண்டு 'பாக்' கிடக்கு என்று விமல் அறிவித்தார். இதைக் கேட்டதும்தான் றோமியோ அங்கே போக வெளிக்கிட்டார்.

சேரா அங்கு போய்ப் பார்த்து அதை உறுதி செய்தார். அந்த 'பாக்'கை எப்படியாவது எடுக்கவேண்டும் என்று அறிவித்தார் றோமியோ. றோமியோவின் எண்ணப்படி, 'வீரனோ மணியோ வெளியே வரமுயற்சித்து ஆமியின் காவலரணுக்கு முன்னால் வைத்துச் சுடப்பட்டுவிட்டார்கள். இறந்த நிலையில் உடலையோ அல்லது காயப்பட்ட நிலையிலோ ஆமி அவர்களை உள்ளே எடுத்துவிட்டான். முன் அரணில் இருக்கும் போராளிகள்

தங்களால் அவர்களை மீட்கமுடியாமல்போனதை மறைக்க 'யாருமே வரவில்லை' என்று பொய் சொல்கிறார்கள்.'

கொஞ்ச நேரத்தில் றோமியோ விமலின் இடத்திற்கு வந்துவிட்டார். அவரால் பொறுக்கவே முடியாது. அந்த 'பாக்'கில் குறிப்பேடு இருக்கும். அதை மீட்டே ஆகவேண்டும். அதுவும் உடனடியாக. சேரா இங்கு வந்த உடனேயே அந்த இடத்திற்கு மேலதிகக் கனரக ஆயுதங்களை அனுப்பி இராணுவம் அந்த 'பாக்'கை எடுக்க முடியாதபடி காவல் நிற்கச் சொல்லியிருந்தார். முயன்றால் கடுமையாகத் தாக்க உத்தரவிட்டிருந்தார். இது றோமியோவுக்கு ஆறுதல் அளித்தது.

றோமியோ கில்மனிடம் கலந்து பேசி ஒரு அணியை இறக்கி அடிச்சு அந்தப் பையை மீட்டே ஆவது என்று முடிவு பண்ணினார். அது வெறும் 'பை' அல்ல என்பதை மூவரும் உணர்ந்தே இருந்தனர். அதை மீட்காவிட்டால் மணியும் வீரனும் பட்ட பாடுகளுக்கு அர்த்தம் இல்லாமல் போய்விடும். அந்தப் பை 'ஜெயசிக்குறு' என்ற இரண்டாம் உலகமகா யுத்தத்தின் லெனின்கிறாட் முற்றுகைச் சமரைவிட நீண்ட இந்தச் சமரையே முடிவுக்குக் கொண்டுவந்துவிடக் கூடும் என்பது இவர்களின் கருத்தாக இருந்தது. அதை மீட்பதற்கான ஒரு திட்டத்தை வகுத்தனர். எல்லோர் மனதிலும் பரபரப்பு. அதுதான் இப்போதுள்ள பெருநம்பிக்கை ஒளி.

சேராவின் சிறப்பு அணி ஒன்று விடிவதற்கிடையில் சண்டையில் இறங்கியது. கடுமையான ஷெல் மற்றும் கனரக ஆயுதங்களின் சூட்டு வலுவைப் பயன்படுத்தி இறங்கிய அந்த அணி, அந்த 'பாக்'கை மீட்டு வந்தது.

அந்த முயற்சியில் ஒருவர் வீரச்சாவு! மூவர் படுகாயம் அடைந்தனர். வந்த பையைச் சோதனையிட்டால் அதற்குள் எதுவும் இல்லை. குறிப்பேடும் இல்லை. ஜீ.பி.எஸ்ஸூம் இல்லை.

விமலின் கட்டளை நிலையமே துயரத்தில் ஆழ்ந்தது. அது ஏமாற்றம் தரும் துயரத்தின் வலி. முயற்சி இழப்புகளைத் தந்து தோல்வியையும் தருவது விரக்தியாய் இருந்தது.

மனம் உத்தரிக்கச் செய்வதறியாது நின்றார் றோமியோ. வீரச்சாவடைந்த உடல் பின்னுக்குக் கொண்டுவரப்பட்டது. அடுத்தது என்ன? றோமியோவின் மனதில் எழுந்த மிகப் பெறுமதியான கேள்வி இது.

37

அங்கே மணி கொஞ்சநேரத்தில் எழுந்து ஏ9 வீதியை அண்டிப்போக முடிவுசெய்தான். அங்கிருந்து அவதானித்துவிட்டு றோட்டைக் கடந்துவிடுவது நல்லது. வீரன் பசிக்குது என்றான். கடைசியாக இருந்த ஒரு சொக்லேற்றையும் சாப்பிட்டனர். பசியும் தாகமும் பதைபதைப்பும் எப்போதும் செயலின்மைக்குள் உடலை இழுத்துவிடுகின்றன.

வீதியைப் பார்க்கக் கூடிய தொலைவில் நிலையெடுத்தபோதுதான் மணி அதிர்ந்து போனான். அந்த ஏ9 வீதி முழுவதும் நீளமாக சென்றி விடப்பட்டிருக்கிறது. 'அப்படியென்றால் நாங்கள் எங்களின் இடத்திற்குத் தப்பிப் போகவில்லை என்று எதிரித் தளபதி முடிவு செய்திருக்கவேண்டும்' என்று எண்ணினான் மணி.

"எல்லாம் நாசம். அங்க நாங்கள் அகப்படயில்ல என்றதால எங்களைப் பின்தொடர்ந்து இருக்கிறாங்கள்போல இருக்கு. இந்தப் பகுதியை கிளியர் பண்ணுவதற்கு விடிந்ததும் ஆக்கள் வருவாங்கள். தப்ப ஏலாது. சுற்றி வளைச்சிட்டாங்கள்." நிலைமையை வீரனுக்குச் சொன்னான் மணி. வீரன் ஏற்கெனவே மணியின் முகமாறுதல் கண்டு திகிலடைந்திருந்தான்.

ஒரு மணித்தியாலம் ஆகவில்லை. ஆனையிறவில் இருந்து கிளிநொச்சிக்குத் தொடராக இராணுவ வாகனங்கள் போகின்றன. இரவு தொலைக்காட்டியில் பார்த்தபோது அவை சிப்பாய்களை ஏற்றிச்செல்கின்றன எனத் தெரிந்தது. 'கிளிநொச்சியில் இருந்து ஒரு இராணுவ நடவடிக்கையை ஆமி ஆரம்பிக்கப்போகிறான் போலும்' என்று மணி எண்ணிக்கொண்டான். அதற்கான துருப்புகளைக் கொண்டு செல்வதற்காக வீதியில் பாதுகாப்புப் போட்டிருக்க வாய்ப்புண்டு.

அரை மணித்தியாலத்தில் மீண்டும் கிளிநொச்சியிலிருந்து ஆனையிறவுக்கு வாகனங்கள் திரும்பிப் போயின. அதிலும்

சிப்பாய்கள். ஓ! துருப்புகளை மாற்றிக் கொள்கிறான் என்று புரிந்தது. அதற்குத்தான் இந்தப் பாதுகாப்பு.

வீரன் கேட்டான், "அண்ணை, வோக்கி ரோக்கியில் விபரத்தைக் குடுப்பமே? பிறகு எங்களுக்கு ஏதும் நடந்தால் பட்ட கஸ்ரம் எல்லாம் வீண் போயிடும்."

"ம்ம் சரிதான்ரா வீரா. இன்னும் ஒரு மணித்தியாலம் பொறுப்பம். பிறகு அறிவிப்பம். அறிவிச்சால் அதோட அனேகமாக சாவுதான்ரா. இந்த இடத்துக்கு வருவான் ஆமி."

படைகளை ஏற்றுவதும் இறக்குவதுமாக வாகனங்கள் ஓடிக்கொண்டே இருந்தன. விடிந்தபோது றோட்டில் நின்ற ஆமிக்காரர் தங்களுடைய தளத்திற்குத் திரும்பினார்கள். அந்தப் பரிமாற்றத்தைப் பாதுகாக்கவே அவர்கள் சென்றிக்கு வந்திருக்கிறார்கள். இது உறுதிப்படவும் மணிக்கு அந்தரங்கத்தில் அடித்துக்கொண்ட பயம் விலகியது. மணி இனித் தப்பவியலாதபடி சாவு நெருங்கிவிட்டது என எண்ணியிருந்தான். தகவலை அனுப்ப முயற்சி செய்வது என்றும் முடிவு செய்திருந்தான். ஆனால் இப்போ மனதில் தென்பு பிறக்கிறது.

விடிந்துவிட்டது. வீதியைக் கடக்க முடியாது. அங்கேயே தங்கிக் கொண்டனர் இருவரும். மறுநாள் இரவுவரை இருந்துதான் ஆகவேண்டும்.

காலை பத்துமணி போல் பின்னால் படையினரின் சத்தம் கேட்டது. புதருக்குள் பதுங்கிக்கொண்டனர். பையை எறிந்துவிட்டதால் உருமறைப்புச் செய்யும் 'நெற்'றும் கைவசம் இல்லை. 'சந்தேகமே இல்லை. அவங்கள் இந்தப் பிரதேசத்தைக் கிளியர் பண்ணுறாங்கள்.' வீரன் புரிந்துகொண்டான்.

பரந்து ஆனால் ஒரே வரிசையில் பக்கவாட்டாக நகர்ந்து வருகின்றனர் இராணுவத்தினர். ஆனால் ஐம்பது மீற்றருக்கு ஒருவராய்த்தான் வந்துகொண்டிருந்தனர். அருகே வருவார்களா தெரியவில்லை... சுடுவதற்கு ஆயத்தமாக இருந்தான் வீரன். மணி சைகை காட்டினான் 'சுடவேண்டாம். நான் குண்டு அடிப்பன்' என்று. மேலும் ஆமியைக் கண்டால் கண்களால் நேர்கொண்டு அவன் கண்களைப் பார்க்கவேண்டாம். அப்படிப் பார்த்தால் அவன் உள்ளுணர்வு பெற்று உன்னைப் பார்ப்பான் என்பதைச்

சைகையில் காட்டினான். இதுபற்றி ஏற்கெனவே மணி வீரனுக்குச் சொல்லியிருப்பதால் அவன் சைகையைப் புரிந்துகொண்டான்.

இந்தா வந்துவிட்டார்கள்! அருகே நெருங்குகிறது படையினரின் காலடி ஓசை. இவர்கள் இருந்ததற்குச் சரி நேராக ஒருவன் வருகிறான். வீரன் படபடப்புத் தாங்கமாட்டாமல் இருந்தான். மணி இதயம் அடிக்க குப்புறப் படுத்தபடி ஆமியின் கால்கள் மட்டும் தெரியக்கூடியாறு பார்த்துக்கொண்டிருந்தான். ஆமி நெருங்கவும்; ஆமியின் கண்களைப் பார்க்கக்கூடாது என்பது ஞாபகம்வர வீரன் அதை அடக்கமாட்டாதவனாய்ப் பார்த்துவிட்டான். அவ்வளவுதான். அதே சமநேரத்தில் அந்தச் சிப்பாயும் திரும்பி வீரனைப் பார்த்தான். நிச்சயமாகப் பார்த்தான். வீரன் குண்டை எறிவதற்கு மனதில் தயாரானான். அந்தக் கணத்தில் ஆமிக்காரன் பட்டென்று முகத்தைத் திருப்பி அப்பால் நடந்தான். சுடவில்லை.

அவங்கள் கடந்துபோனதும் அந்த வியப்புத் தாங்க முடியாமல் வீரன் மணிக்குச் சொன்னான். "நீ உண்மையா கண்டிருந்ததை அவன் பார்த்திருந்தான் எண்டால் சுடமாட்டான்."

"ஏன்?"

"அவன் உன்னைச் சுட வெளிக்கிட்டால் நீ முந்திக்கொண்டு அவனைச் சுடுவாய். ஆக தான் சாவது நிச்சயம் எண்டு அவனுக்குத் தெரியும். ஆனால் உன்னைக் கடந்துபோனால் நீ அவனை எந்தக் காரணத்துக்காகவும் சுடமாட்டாய். அப்பிடிச் சுட்டால் உன்ர இடத்தை நீ காட்டிக் குடுத்திடுவாய். மற்ற ஆமியால நீ சுடப்படுவாய். அது அவனுக்குத் தெரியும். தான் பேசாமல் காணாததுபோலப் போனால் நீ தன்னையும் சுடப்போறதில்லையெண்டும் அவனுக்குத் தெரியும். தவிர இது ஒரு பரஸ்பர புரிந்துணர்வுதான். இரண்டு எதிரிகளுக்கிடையில விநோதமா வாற புரிந்துணர்வடா இது. அதோட நீ வேவுக்காரன் எண்டதும் விளங்கும் அவனுக்கு. வேவுக்காரன் நல்ல பாம்பு மாதிரி தனக்கு ஆபத்து என்றால் மட்டும்தான் மற்றவனைக் கொத்துவான். மற்றும்படி மறைஞ்சு தப்பிப்போகத்தான் விரும்புவான்."

மணியின் அனுபவமா அறிவா இது? அல்லது இரண்டுமேதானா? கல்லிலும் முள்ளிலும் இருந்துகூட மனிதன் கற்றுக்கொள்வதற்கு முடிவே இல்லையென்று வீரன் இந்தக் கணத்தில் எண்ணினான்.

மணியின் பேச்சு சில சமயங்களில் இப்படி முடிவிலாத ஆச்சரியமாய் மாறிவிடுவதுண்டு.

மீண்டும் அந்தப் பிரதேசத்தைக் கிளியர் பண்ண ஆமி வருவான் என்று மணி அச்சத்தில் இருந்தான். ஆனால் வரவில்லை. அன்று பகல்பொழுது தாகத்திலும் பசியிலும் அச்சத்திலும் கழிய மறுத்துக் கழிந்தது.

தாகம்! தீராத தாகம்! இருந்த ஒரு சொட்டுத் தண்ணீரை நாக்கு நனைக்கப் பாவித்துக் கொண்டனர். வியர்வை சுரக்கச் சுரக்கத் தாகம் நாக்கை வறட்டியது. பசியெடுத்தது. எழும்பி எங்கும் போகமுடியாது. இவர்கள் இன்னும் இந்தத் தளத்தைவிட்டு வெளியேறவில்லை என்று தெரிந்தால் கண்டிப்பாக இவர்கள் இருவரும் கிடைக்கும் வரை இந்தத் தளம் முழுவதும் தேடுவார்கள். வீட்டிற்குள் புகுந்த சர்ப்பத்தை யாரும் காணவில்லையே என்று விட்டுவிடுவார்களா என்ன?

இருள் சூழத்தொடங்கிற்று. உப்புக்காற்று இரைந்து மோதியது. வீரனின் முகத்தில் தாகத்தின் வலி. தாகத்தின் வலி எல்லாப் புலன்களையும் சாகடிக்கவல்லது. உப்பு வெளியில் புலன்கள் செயலிழந்து கொண்டிருந்தன.

இரவு பதினொரு மணிபோல் வீதியைக் கடந்தனர். அங்கிருந்து தவழ்ந்து மறுகரையில் வெட்டைப் பிரதேசத்திற்குச் சென்று மீண்டும் பரந்தன் பக்கம் தவழத் தொடங்கினர். இருவராலும் முடியவில்லை. இது பதின்மூன்றாவது நாள்! ஒழுங்கான சாப்பாடு இல்லை. தண்ணீரும் இல்லை. இடைவிடாத களைப்பு. வாழ்வதே சலித்து இது நரக வாழ்க்கை என்பது போலப்பட்டது. இந்த முறையுடன் வேவுத் தொழிலையே கைவிட்டுவிடவேண்டும் என்று உண்மையாகவே மணி எண்ணினான். ஆனால் முகத்தில் அதைக் காட்டிக்கொள்ளவில்லை. காட்டிக்கொண்டால் அடுத்த கணமே வீரன் செயலிழந்துவிடுவான். வீரன் தன் கடைசித்துளி சக்தியைப் பயன்படுத்தித் தவழ்கிறான். ஜட்டி வேறு அரிவாள்போல தொடையை அறுக்கிறது. வேர்வை படிந்து ஊத்தை பிடித்த ஜட்டி உண்மையில் அரிவாளுக்குச் சமமானது. அது தொடையை அறுக்க உருவாகும் வலி மீதமுள்ள சக்தியைத் தின்றுவிடுவதாக இருக்கிறது.

வீரன் அடிக்கடி கேட்டான். "இன்னும் எவ்வளவு தூரம்? எவ்வளவு தூரம்" என்று. மணி ஒரு கிலோமீற்றரில் இருந்து

குறைத்துக் குறைத்துச் சொல்லி வந்தான். ஆனால் உண்மையில் மூன்று கிலோ மீற்றருக்கும் அதிகமாகத் தவழ்ந்துவிட்டனர். இதற்கு மேல் இயலாது. முடியவே முடியாமல் உள்ளது, இந்த உடம்பில் உள்ள சக்தியைக் கொண்டு மேலும் நகர்வதற்கு. மணி தான் வகுத்த திட்டத்தைக் கைவிட்டு இந்தப் பகுதியால் வெளியேறிவிடலாமா என்று யோசித்தான்.

மறுகணமே 'கூடாது இதற்குள்ளால் போகவே முடியாது. ஆமியின் காவலரணுக்குப் பின்னால் இருப்பது வெட்டைப் பிரதேசம். நகர்ந்து அருகே போவதுகூடச் சாத்தியமில்லை. போனாலும் ஒரு சண்டையைச் சந்திக்க வேண்டியிருக்கும். மோதல் ஒன்றைச் சந்திக்காமல் இதனைத் தாண்டிவிட முடியாது. ஆனால் மீதமுள்ள குண்டும் ஒரு துவக்கும் போதுமானது அல்ல.'

மீண்டும் தன் சக்தியையெல்லாம் திரட்டி வீதியைக் கடந்து மறுபக்கம் போக நினைத்தான். ஆனால் பரந்தன் சந்தியை வீதியின் கிழக்குப் பக்கமாகக் கடக்கமுடியாது. முழுதும் வெளிப்பிரதேசம். ஏ9 வீதியை மேற்குப்புறமாக இனிக் கடந்துதான் ஆகவேண்டும். இந்த இக்கட்டான நிலையை வீரனுக்கு விளக்கினான். வீரன் தலையாட்டினான். முதல் முறையாக அழுதான். மணி அதைக் காணவும் தாங்கமுடியாமல் தத்தளித்தான்.

"வீரா, மனதை விட்டுடாதை, மனதை விட்டுடாதை வீரா" சொல்லிக்கொண்டே வந்தான் மணி.

பரந்தன் சந்தியில் இருந்து ஒரு கிலோமீற்றர் முன்னே வீதியைக் கடந்தனர். மீண்டும் தவழ்ந்து கொஞ்சம் உள்ளே போனதும், அந்தப் பகுதியில் சில பற்றைகள் வெட்டை வெளியில் இருந்தன. அதில் ஒன்றில் புகுந்து ஓய்வெடுத்தனர்.

தாங்க முடியாத உடல் வலி. முழங்கால் தேய்ந்து இரத்தம் கசிந்தது. கையில் மூட்டு வலி எடுத்தது. தாகம்! உலகையே வெறுக்க வைக்கும் தாகம்.

"அண்ணை... தண்ணி... அண்ணா... தண்ணி" வீரன் தவித்தான். மணி பயந்தான், வீரன் மயங்கப்போகிறான் என்று. "வீரா வீரா" என்று முகத்தில் தட்டினான். கன்னத்தில் அடித்தான். வீரன் ம்... ம்...ம்ம் என்றான். எதுவும் கதைக்க அவனால் முடியவில்லை. தண்ணியைத் தவிர இந்த உலகில் எதுவும் மனிதனுக்கு முக்கியமல்ல என்ற ஓர்மை பிறந்தது.

அப்பால் ஒரு நிலம் ✹ 433

அந்தக் கணத்தில் வீரனுக்கு யாழ்ப்பாணத்தில் தன்னருகே காயப்பட்டு "தண்ணி தண்ணி" என்று இவனிடம் கைகூப்பி இறந்த தோழனின் ஞாபகம் வந்தது. 'ச்சா நான் கொடுக்காமல் விட்டனே' மனம் தன்னையே கொல்கிறது. மீண்டும் "தண்ணி... தண்ணி... அண்ணை" என்றான். அவனது குரலே அவனுக்கு விசித்திரமாகக் கேட்கிறது. அது அவனின் தோழனின் குரலைக் கேட்டது போன்ற பிரமை தந்தது.

மணியாலும் நகரமுடியவில்லை. இந்த இடத்தில் எங்கும் தண்ணி தேடமுடியாது. "வீரா... எழும்பு. மயக்கம் வருதா? மயக்கம் வருதா?" பதில் இல்லை.

"டேய் மயக்கம் வந்தால் ஒன்றும் செய்ய ஏலாது. என்னால தூக்கிக்கொண்டு போகேலாது. வீரா வீரா..." மணிக்குப் புதிய அச்சம் சூழ்ந்து மிரட்டியது.

"டேய், எழும்பி மூத்திரம் பெய்து அதை ஏந்திக் குடியடா. டேய் அது ஒண்டும் பிரச்சினை இல்லை. மயக்கம் வராது. பாம்பு கடிச்சால் வைத்தியர்மார் மூத்திரம் குடிக்க குடுக்கிறவையள். குடியடா. எழும்பு."

முடியவில்லை. அவனால் எழுப்ப முடியவில்லை.

மணி ஏதாவது இலைச்சாற்றைப் பிழிந்து வாயில் ஊற்ற முடியுமா என்று பார்த்தான். எதுவுமே இல்லை.

ஏதோ உணர்வு உந்த "வீரா இந்தச் சந்தியக் கடந்தால் தண்ணியிருக்கும். வா போவம். அங்க தண்ணி இருக்கு வா... வாடா" என்று சொல்லிப்பார்த்தான். இனி இங்கிருக்கும் ஒவ்வொரு வேளையும் அதி ஆபத்தானது.

அவன் சொன்ன சொல்லுக்கு சக்தியிருந்தது போலும், வீரன் கண் திறந்தான். எழுந்தான். அதைப் பார்த்ததும் மணிக்கு உடலில் தென்பூறிப் பாய்ந்தது. மீண்டும் வரம்பு மறைப்பில் குனிந்தபடி ஓடினார்கள். முழங்காலை ஊன்ற முடியாது. அது புண்ணாகிவிட்டது. வீரன் தன் உயிரின் இறுதி சக்தியைப் பாவித்து உடலை இயக்கினான். மணியின் நிலைமையும் அதுதான்.

பரந்தன் சந்திப் பகுதியை மேற்குப்புற பக்கவாட்டாகக் கடந்து ஆனையிறவுப் பக்கம் முன்னேறினார்கள். உள்ளே வந்த வழியால் திரும்பிப்போவதே இலகுவானது.

அந்த இடத்தில் வீதிக்கரையை அண்டி ஒரு சிறு கட்டடம் இருக்கிறது. முன்னர் கடையாக இருந்திருக்கலாம். பின்னால் சிறிய மண் வீடு. அது உருக்குலைந்து சிதைந்துவிட்டது. அதன் அருகே ஒரு தென்னங்கன்று. அதை நைற்ஸ்கோப்பில் பார்த்தான் மணி. ஆமியின் நடமாட்டம் எதுவும் இல்லை. வெட்டையில் வீரனை விட்டு மெல்லென நகர்ந்துபோனான். அதில் இளநீர் இருக்கக்கூடும்.

நெருங்கி தென்னங்கன்றைப் பார்க்கையில் வெறும் குரும்பை மட்டும் இருந்தது. இன்னும் நீர் சுரக்காத இளம் குரும்பைகள். ஆனாலும் அவற்றிற்குள் கொஞ்சமேனும் இளநீர் இருக்கலாம். இருக்கவேண்டும் என்று நம்பினான். அவற்றைப் புடுங்கிக்கொண்டு போனான். அதை வாயால் பிய்த்தான். பிய்ப்பதற்குச் சக்தியில்லை. சக்தி மனதில் இருக்குமளவுக்கு மணியின் உடலில் இல்லை. குறட்டை எடுத்துக் குத்தினான். குத்தவும் கையில் பலம் இல்லை. இந்தச் சிறு குரும்பையைக் குத்த முடியவில்லை என்பது அவனுக்கு ஆச்சரியமாய் இருந்தது. மரங்கொத்திப் பறவைபோலப் பலமுறை குத்தி உறிஞ்சிப்பார்த்தான். ஏதோ நீர் கசிகிறது. பொச்சின் நீர்த் தன்மையா...? இல்லை, இளநீர் கொஞ்சமேனும் இருக்கிறதா? குடைந்து உறிஞ்சினான். ஏதோ நாக்கு நனையும் அளவுக்கு வருகிறது. குடிக்கமுடியாது உறிஞ்சமுடியும்.

இரண்டு குரும்பைகளைக் குத்தி வீரனுக்குக் கொடுத்தான். வீரன் வெறிகொண்டு தன் சக்தியையெல்லாம் திரட்டி உறிஞ்சினான். ஏதோ நீர் வருவதுபோலத்தான் இருக்கிறது. ஆனால் வரவில்லை. கொஞ்சம் நாக்கு நனைகிறது. இரண்டாவதில் கொஞ்சம்போல நீர் வந்தது. குடிக்க முடியவில்லை. உறிஞ்சும்போது நாக்கு போதுமாய் நனைந்து தொண்டைக்குள் நீர் நிச்சயமாக ஊறிப்போகிறது. விழுங்க முயற்சித்தால் அதற்குப் போதுமானதாய் நீர் இல்லை. தவிப்பு, தாளாத தவிப்பு. மணி மற்றதை உறிஞ்சினான்.

விடியும் தருணம் வந்தது. அன்று அந்தப் புதருக்குள் மறைந்தனர். அன்று போக முடியவில்லை என்பது வீரனுக்கும் ஏமாற்றம் தந்தது. வாழ்வில் இத்தனை கனதியான ஏமாற்றத்தை முன்னெப்போதும் பட்டிருக்கவில்லை. ஆமியிடம் அகப்பட்டபோதும் கூட இத்தனை ஏமாற்றம் இருந்ததில்லைபோல் இப்போது பட்டது. மணி தனது விடாத உற்சாகத்தால் அவனைத் துடிப்புடன் வைத்திருந்தான். அப்படிச் செய்யாவிட்டால் மணி தானே செயலிழந்துவிடுவேன் என்று எண்ணினான். அதற்கும் அஞ்சினான்.

அன்றைய பகலில் துரத்தே தெரிந்த ஈச்சம்பற்றை ஒன்றில் சிகப்புப் பழங்களைக் கண்டு மணி உற்சாகம் கொண்டான். ஆபத்தைப் பொருட்படுத்த தாகம் அனுமதிக்கவில்லை. போனான். குலையாகச் சிலதைப் பிடுங்கி வந்தான். அதைச் சப்பித் தின்றனர். அதில் கறுத்த பழங்களில் கொஞ்சம் நீர்ப்பற்று இருக்கிறது. ஆனால் அதன் கயர் தன்மையால் நாக்கு துவர்க்கிறது. துவர்க்கும் நாக்கு மேலும் வறட்சியானதாய் உணரவைக்கிறது. ஆனால் ஈச்சங்காய்களின் நீரை உடல் உறிஞ்சியிருக்கும். அது இப்போதைக்கு நல்லது.

தரிசாகிப்போன நிலத்தில் சூழல் தகித்தது. விரக்தி கொண்ட விழிகளில் இராணுவ வாகனங்களின் இராட்சத இரைச்சல் சினமேற வைக்கிறது. ஒருகாலம் இது குமரபுர கிராமத்தின் வயல் நிலங்களால் செழுமை கொண்டிருந்தன. பச்சை வயல்களில் அப்போது இளங்கனவு குடிகொண்டிருந்தது. ஒருவேளை செத்துக்கொண்டிருக்கும் அந்த வயல் நிலங்கள் தங்கள் மீட்பர்களைத்தான் இப்போ தம் மடியில் எஞ்சிய இருள் பச்சைக்குள் மறைத்து வைத்துக்கொண்டிருக்கின்றனவோ? தம் உயிர்ப்பில் எஞ்சிய கடைசிநீரையும் உணவையும் இவர்களுக்கு ஊட்டிக் கொண்டிருக்கின்றனவோ?

38

பகல் முடிந்து இருளும் தருணம் தாகம் மீண்டும் தவித்தது. இங்கிருக்கும் ஒவ்வொரு நிமிடமும் ஆபத்தானது என்று மணி உணர்ந்தான். நள்ளிரவுவரை காத்திராமல் இருண்டதும் புறப்பட்டான். மெல்ல வடக்கே நகர்ந்து ஏ9 வீதியை அவதானித்துக் கிழக்குப்புறமாக அதை வெற்றிகரமாகக் கடந்தனர். இந்தத் திசையால்தான் உள்ளே வந்திருந்தார்கள். கிழக்குப்புறம் நகர்ந்தால் ஆனையிறவு நீரேரி ஊரியான் பக்கம் போகும். காத்திருப்பதில் பயனில்லை. இங்கிருந்து மீண்டும் இரு பன்றிகள்போலத் தவழ்ந்து தண்ணீர் இருந்த இடத்தை அடையவேண்டும்.

உப்புவாடை முகத்தில் குளிர்மையாய் அறைந்தது. அது ஒரு சுகம்போல, ஒரு சக்தி போல இருந்தது. சோர்வுற்று இயங்க மறுக்கும் உடலுக்கு இது ஓர் அற்ப ஆதாரமாய் இருந்தது. முழங்கால்களில் பன்றிகள் போலத் தவழ முடியாது. குரங்குகளைப் போலக் கைகளை ஊன்றி தாவித் தவழ்ந்தார்கள். இதோ இன்னும் கொஞ்சத்தூரம்...! இதோ இன்னும் சில தூரம்...! அதோ தெரிகிறது நீர்க்கரை...! என்ற உந்துதலில் உடல் இயங்குகிறது. நீர்க்கரையோ இரங்க மறுத்து ஏமாற்றிச் சுழித்து அப்பால் விலகுகிறது. இரக்கம் கெட்ட நீர்க்கரை!

இறுதியிலும் இறுதியாய் அவர்களைக் கரை சேர்த்தது எதுவென்று உணராமல் இதோ கரையை அண்மித்துவிட்டனர். மலையில் உறைபனி உருகி நீர்ச்சுனையாவது போல மனதில் நம்பிக்கை சுனைகொள்கிறது.

அட...! ஐயோ!

அதன் அருகே சென்றபோதுதான் மணி கவனித்தான்: ஏ9 வீதியில் இருந்து காவலரண் தொடர் தொடங்கும்வரை வெறும் தண்ணீராய் இருந்த பகுதிக்கும் காவலரண்களைப்

புதிதாய்ப் போட்டுவிட்டார்கள். அரண்களால் வெற்றிடம் தொடுக்கப்பட்டுவிட்டது. ஐயோ! சர்வநாசம்.

மனதில் சாவை நோக்கி இழுபடும் உபாதை... பட்டாம்பூச்சியின் நைந்த சிறகுகளில் பேரிடி... மின்மினியின் தலையில் பெருமின்னலின் பாரம்.

இவர்கள் இந்தப் பகுதியால் நுழைந்து வந்ததை இராணுவம் ஊகித்திருக்கக் கூடும். கிளியர் பண்ணியதால் தடயத்தைக் கண்டிருப்பார்களோ? அல்லது ‘வோக்கி ரோக்கி’யில் முதல் நாள் கதைத்தபோது இராணுவத்தின் ஒரு டிறைக்சன் ஃபைன்டர் திசையைக் காட்டியிருக்கக்கூடும். இரண்டின் வெட்டுப்புள்ளி கிடைக்காவிட்டாலும் திசை கிடைத்திருக்குமே. அதுதான் இந்த இடத்தில் பாதுகாப்பு நிலைமாறுதலுக்குக் காரணமாக இருக்கக்கூடும். அல்லது வேறாகவும் இருக்கலாம்.

இப்போது நிச்சயமாக இதைக் கடக்க முடியாது. ஒருவேளை காவலரணைக் கடந்தால் மறுபக்கம் தண்ணீர்! ஓடமுடியாது. பன்றியைச் சுடுவதுபோலச் சுட்டுவிடுவார்கள். இதை வீராவுக்கு எப்படிச் சொல்ல? நயமாகச் சொல்ல மூளைக்கு சக்தியில்லை. மணி சொன்னான். “இதுக்குள்ளால போக முடியாது வீரா! வேற இடம் பாக்கவேணும்” சொன்னானே தவிர மணிக்கு சக்தியில்லை. மூளை எதையும் சிந்திக்கும் நிலையில் இல்லை. தாகம் வந்துவிட்டால் அது தவிப்பை மட்டுமே உணரும். தவிப்பு எல்லை மீறிவிட்டால் மூளை வேறெதையும் சிந்திக்காது. அதற்கு நீர் வேண்டும். நீர் மட்டுமே வேண்டும். மனம் தண்ணீரைத் தவிர வேறு எதன்மீதும் திரும்ப மறுத்தது. ஏங்கித் தவித்தது. தவிப்படங்காத மனம் எதனிலும் நிலைகொள்ளாது.

மணி அப்படியே வானத்தை மல்லாக்காகப் பார்த்தபடி படுத்துவிட்டான். வீரன் அசைவின்றிக் கிடந்தான். கடைசித் துளி இயலுமையையும் உடல் கைவிட்டுக்கொண்டிருந்தது. நிலம் உடலைக் கனத்து இழுக்கிறது. இழுத்த இழுப்பில் சுகம் பரவும் ஒரு போதையை மனம் உணர்கிறது.

சூழ்ந்த வானமும் வயல்நிலமும் மேய்ச்சல் தரையும் சர்வ சாட்சியமாய் இந்தத் துயர்ப்பாடுகளைப் பார்த்திருந்தனவே தவிர தாங்கிக்கொள்ளவோ இவர்களைத் தத்தெடுக்கவோ வரவில்லை. இரட்சிக்க மனமின்றி வீணில் கிடந்தனவோ! கடலும், வயல் கனவும் கைவிட்ட தனித்த மனிதர்கள் இவர்கள்.

கனவின் மீட்பர்களாய் வந்து கனவின் சூட்சுமச் சுழிக்குள் அகப்பட்டுவிட்ட மனிதர்களாய்த் தரையில் கிடந்தனர்.

உயிருக்கு வாழ்வின் மீது இருக்கும் இச்சைபோல வேறெதற்கும் எதனிலும் இருப்பதில்லை. சாவின் கணம் நெருங்குகையில் மட்டும் எவர் ஒருவருக்கும் உயிர்கொள்ளும் வாழ்வின் மீதான இச்சை உக்கிரமாய் வெளிப்படும். ஆயினும் அந்த இச்சை அவனது அன்று. அது அனிச்சையாய் வெளிப்படுவது. உயிர்ப்பொறியின் சூக்கும இச்சை அது. அந்தச் சூக்கும இச்சையின் உக்கிரமே இப்போது சக்திமுனை. அதுவன்றி வேறேது சக்தி இப்போது இவர்களிடம்?

திடீரென்று மணி எழுந்தான். 'இந்த நிலையில் படுத்தால் உறக்கமோ மயக்கமோ இழுத்துப் போய்விடும். அது கொண்டுபோய்ச் சேர்க்குமிடம் நிச்சயம் மரணம் என்ற மா கடலாகத்தான் இருக்கும்.' இது ஒன்றுதான் ஆழ்மனதில் மின்னலாய்ப் பட்டது.

"எழும்படா வீரா! எழும்பு வீரா... எழும்பு" மணி முயன்றான். புதிரான மணியின் பதட்டத்தை வீரன் உணரவில்லை. ஆனால் உயிர்ப்புலன்கள் உணருகின்றன. அது வீரனை அசைக்கிறது.

"எழும்படா வீரா? வீரா... எழும்பு..."

"அண்ணை முடியேல்லை. என்னால முடியேல" வெளிவர முடியாமல் வார்த்தைகள் ஓசையிழந்து வெளிவந்தன.

மீண்டும் தொடக்கப்புள்ளிக்கு வந்துவிட்ட உணர்வு மனதில் படர மனம் நம்பிக்கையின் பிடியை நழுவவிட்டது. மனதிடம் இருந்து நம்பிக்கை பிடிநழுவிவிட்டால் மீதமுள்ள சக்திதான் என்ன? உடல் மனதிடம் இருந்து முற்றாய் விலகிவிடப் போகிறது. விலகினால் இது வெற்று உடல்.

"எழும்படா இந்தா... இதுக்குள்ளால போவம் எழும்பு" மணியின் குரலில் பதட்டம் இருந்த அளவுக்கு ஓசை இருக்கவில்லை.

"என்னால முடியேல... சுட்டுப்போட்டு போங்கோ என்னை... சுட்டுப்போட்டு போங்கோ..." இயங்கமறுக்கும் உடல் சாவை விரும்பும் தருணம் இது. அதுவே விடுதலை என நம்பும் தருணம் இது.

ஆனால் மணிக்கு இது சக்தியைக் கொடுத்தது. மணி அடித்து எழுப்பினான். “என்ன நடந்தாலும் பரவாயில்லை. இந்தா... இதில இருக்கிற பொயின்றுக்குக் குண்டடிச்சிட்டு ஓடுவம்.”

வீரன் மறுபடி கண்விழித்து அசைந்து நிமிர்ந்து பார்த்தான். சாத்தியத்தின் ஒரு பொறி மனதை அசைத்ததோ?

மணிக்கு அதைக் கண்டு வேகம் பிறந்தது. “அந்தா இருக்கு! அந்த ‘பொயின்ற்’க்குப் போனால் போதும். அங்க முன்னால ‘மைன்ஸ்’ இருக்காது. ஏனெண்டால் அது தண்ணி நிக்கிற ஏரி, இப்ப தண்ணி இல்லை. நாங்கள் வரேக்க அதைக் கடந்துதான் வந்தம். இந்தப் பகுதியில ஐந்நூறு மீற்றருக்கு ஒரு பொயின்ற்தான் இருக்கு. சிலவேளை எல்லாத்துக்கயும் ஆமி இருக்கவும் மாட்டான்” மணி உற்சாகம் ஊட்டினான். வேறென்ன இருக்கிறது கொடுப்பதற்கு? இருந்தும் சொற்களில் வெளிப்படும் உற்சாகம் மணியின் தொனியில் வெளிப்படவில்லை. ஆனால் ஒருவகை மனத் தீவிரம் இருந்தது.

ஒரு மண் வரப்பைத் தவிர வேறெந்த மறைப்பும் அந்தப் பிரதேசத்தில் இல்லை. வரப்பில் கொஞ்சம் புற்கள் உயர்ந்து நிற்கின்றன. அதுவும் உலர் புற்கள். உரு மறைப்பு ‘நெற்’ இப்போது இவர்களிடம் இல்லை. மணி ஒலி வெளிப்படாது ஆனால் தீவிரத்துடன் சொன்னான். “வீரா, இப்ப வேற வழியில்ல அந்த இடத்துக்கு நாங்கள் நகர வேணும். ஆமி கண்டால் சுட்டுட்டு எழும்பி ஓடு! தப்பினால் தப்பிறம். நான் செத்தால் இந்தக் குறிப்பேட்டைக் கொண்டு போ. உன்னட்டயும் உன்ர இருக்கு. இதுதாண்டா எங்கட சொத்து.”

பட்டபாடுகளின் கடைசிப்புள்ளி இது.

அவர்கள் மெதுவாக நகர்ந்து போனார்கள். கையில் விலைமதிப்பற்ற தகவல். காவலரணை அண்மித்துவிட்டார்கள். இருளின் அப்பால் மின்விளக்குகளின் ஒளி தெரிகிறது. காவலரண் அமைதியில் தோய்ந்து கிடக்கிறது. யாரும் உரையாடும் குரல் எதுவும் இல்லை. கீழே குழிவெட்ட முடியாத பகுதியிது. வெட்டினால் தண்ணீர் வந்துவிடும். நிலத்தின் மேல் ஆறடி உயரம் வரை மரக்குற்றிகளால் அந்தக் காவலரண் ஆக்கப்பட்டிருந்தது. இருட்டின் கருமை குறைந்து சாம்பல் வர்ணமாய்ப் படர்ந்து கிடந்தது.

மணி சைகையில் வீரனை முள்ளுக்கம்பியை வெட்டச் சொன்னான். தான் குண்டை அந்தப் பொயின்றுக்கு அடித்ததும் ஓடச் சொன்னான். மணி தான் பின்னால் வருவதாகவும் சொன்னான். அவனது சைகையைப் புரிந்துகொண்டதைப் பதில் சைகையால் காட்டினான் வீரன். வீரனின் முகத்தில் ஒரு பிரகாசம்.

முழு இருள் என்று சொல்லமுடியாது. இருந்தாலும் யாரும் காணாத வரம் கிடைத்திருக்கிறது. அதைப் பயன்படுத்தி வீரன் நகர்ந்தான். கெட்டிக்காரன், இடத்தை அடைந்துவிட்டான். நம்பிக்கை சுடர தன் சக்தியையெல்லாம் திரட்டி முள்ளுக் கம்பியை குறட்டால் வெட்டினான்.

ச்சா... வெட்டுவிழவில்லை. அவனால் முடியவில்லை. வெட்டும் பலம் கைகளுக்கு இல்லை. மறுபடி சக்தியையெல்லாம் திரட்டி முயன்றான். பலமிழந்த கைகள் பயத்திலும் பதறுகின்றன. இது மீட்சியின் கடைசிப் புள்ளி. ஆனாலும் முடியவில்லை. மூன்றாம் முறை... ம்கூம் முடியவில்லை. நான்காம் முறை... வெற்றி! மகா வெற்றி. முயற்சி திருவினையாகி உப்புக்காற்றில் துருப்பிடித்த கம்பி முறிந்தது.

அதேநேரம் மணி அங்கே மெல்ல நகர்ந்து காவலரணை அடைந்து விட்டான். எட்டி உள்ளே குண்டை அடிக்கப் போனான். ஏதோ ஒன்று தடுத்தது.

'ஒருவேளை ஆமி யாரும் இல்லையோ? அதுதான் தான் நகர்ந்து வந்ததை அவதானிக்கவில்லையோ?' வீணாகக் குண்டை அடித்துச் சத்தம் எழுப்பினால் அடுத்த பொயின்றில் இருந்து சுடுவார்கள். பின்னர் தப்புவதும் சாவதும் இவர்கள் கையில் இல்லை. இது தேவையின்றி ஆபத்தை உருவாக்குவதாகி விடும். ஒருவேளை இதற்குள் ஆமி இல்லையென்றால் இரகசியமாகச் சுலபமாய் நகர்ந்து தப்பிவிடலாம். இறுதிப் புள்ளியின் வெற்றிவாசல் சுலபமாய்த் திறந்துவிடும்.

மரக்குற்றிகளின் கீழடுக்கிலிருந்து சாய்ந்தவாறு மெல்லென நிமிர்ந்து பட்டென எட்டிப்பார்த்துவிட்டு மீண்டும் கீழிருந்தான் மணி. அட.... யாருமில்லை! மனம் பூரித்துக் குதூகலித்தது. அந்தக் குதூகலிப்பு எழுந்த அதே வேகத்தில் உள் மனம் குறுகுறுத்தது. உள்ளே ஏதோ ஒரு ஒளிப்பொட்டைக் கண்டதாய் உறுத்துகிறது மனம். மணியோ காணவில்லை. ஆனால் மனம் கண்டதுபோல பிரமை தருகிறது. மறுபடி மரக்குற்றிகளில் சாய்ந்து மெல்லென

நிமிர்ந்து உள்ளே பார்த்தான். சரிதான். அங்கே ஒரு ஒளி நிலத்தைக் குத்தியவாறு...

நிலத்திலிருந்து ஒரு சிப்பாய் ஒரு பெண்ணின் படத்தை வைத்து ரோச்லைற் அடித்துப் பார்த்தபடி ஏதோ எழுதிக்கொண்டிருந்தான். வெளிச்சம் தாளில் மட்டும் நின்றது. 'பட்'டெனக் கீழே குனிந்த மணி குண்டை அடிப்பதற்கு மறுபடி நிமிர்ந்தும் ஏதோ தன்னை அறியாமல் தடுக்க மறுபடி எட்டிப்பார்த்தான். அந்தச் சிப்பாய் படத்தையே பார்த்தபடி இருக்கிறான். அவன் ஏதோ எழுதுகிறான்.

ஒரு மின்னல் பொறியாய் அருளினியின் சாயலை நினைவுக்குக் கொண்டுவந்து திரும்பியது அது. இந்தக் கணத்தில்தான் அங்கே முள்ளுக் கம்பி முறிந்தது.

மணி கைக்குண்டை அடிக்கவில்லை. கீழே குனிந்தான். மறுபடி திரும்பித் தவழ்ந்தான். வீரனுக்குக் குழப்பம். வீரன் 'என்ன?' என்று கேட்டான். மணி கையால் சைகை காட்டினான். 'ஆமி இல்லை... தவழ்ந்து போ' என்று. வீரன் எழுந்து ஓடப்போனான். மணி சைகை காட்டினான் 'ஓடாத... தவழ்ந்து போ... தவழ்ந்து போ...' அவன் அதை அசட்டை செய்ததாய்ப் பட்டது. பதட்டத்தில் மணி மெல்ல குரலும் வைத்தான். வீரன் அதைக் கேளாது அதற்கு அவசியம் இனி இல்லையென்றெண்ணி எழுந்து ஓடினான்.

அட நாசம்! வேறு வழியின்றி மணியும் குனிந்தபடியே ஓடினான். நெஞ்சு பதறுகிறது. ஆனாலும் எதுவும் நடக்கவில்லை. ஓடுகிறான். இதோ... வென்றுவிட்டோம். இதோ எதிரியைக் கடந்துவிட்டோம். முள்ளுக்கம்பி தாண்டி நூறு மீற்றர்போல் கடந்திருப்பார்கள். பாழாய்ப்போக... முழங்குகிறது 'பட்பட்பட்...' என்று சூட்டுச்சத்தம் பின்னிருந்து... அதே காவலரணில் இருந்து!

தாயே! ஓடிய வேகத்தில் வீரன் விழுந்தான் நிலத்தில்.

பாய்ந்து அருகே விழுந்து படுத்தான் மணி. குண்டு துளைத்துவிட்டது எங்கோ. வீரனை இழுத்தான். வீரன் முயற்சிசெய்து முனகுவது கேட்டது. "ஓடடா ஓடு" மணி கத்தினான். வீரனை உலுப்பினான். முடியவில்லை. திரும்பிப் பார்த்தான். அருகே இல்லாவிட்டாலும் ஆமியின் சூட்டெல்லைக்குள் வரக்கூடிய இடத்தில்தான் விழுந்து கிடக்கிறார்கள். மணி வீரனை "வீரா... வீரா" என்று பதட்டமாய்த் தட்டினான்.

அடி தாயே! மணியே எதிர்பாராதவாறு அனிச்சையாய் வீரன் மறுபடி எழும்பி ஓடினான். இன்னும் கொஞ்சத்தூரம் சில காலடிகள் குனிந்து ஓடி மறுபடி குப்புற நிலத்தில் மோதி விழுந்தான்.

மணி தவழ்ந்துபோய் அவனருகே படுத்தான். எப்படியாவது இன்னும் சற்று தூரம் போய்விடவேண்டும். ஆனால் முடியவில்லை. வீரனை இழுத்து இழுத்து நகர்த்தினான். வீரனோ அசைவின்றிக் கிடக்கிறான். வீரன் உடல் அசாதாரணமாய்க் கனக்கிறது. கொஞ்ச தூரத்தில் பட்டுப்போன மரமொன்று விழுந்து கிடந்தது. அது நீரில் ஊறி இந்தக் கோடை வெயிலில் காய்ந்து வைரம் பாரித்துக் கிடந்தது. அதனைத் துப்பாக்கிச் சூட்டுக்குக் காப்பாக்கி அப்பால் படுத்துவிடவேண்டும். துப்பாக்கிக் குண்டுகளைத் தடுக்க இது போதுமானது. மணி ஆவேசமாய் ஒவ்வொரு அடியாக இழுத்தான். தன் சக்தியையெல்லாம் திரட்டி இழுத்தான். இன்னும் கொஞ்சத் தூரம். இன்னும் சற்று தூரம். இதோ அருகே இருக்கிறது மரம். பின்னால் சுட்டுக்கொண்டே இருக்கிறான் எதிரி. சன்னங்கள் அருகருகே மண்ணில் குத்தியும் மிதந்து காற்றைக் கிழித்தும் சீறுகின்றன. இதோ அடைந்துவிட்டான். மணி மரத்திற்கு மறுபுறம் வீரனை இழுத்துப்போட்டுத் தானும் படுத்துக்கொண்டான். சாதாரண துப்பாக்கிச் சூட்டைத் தடுக்கக் கூடியது இந்த மரம். போதும். இனி முடியாது. அவ்வளவுதான். இதற்கு மேல் ஏலாது.

நெஞ்சுக் குழிக்குள் இதயம் முன்னரிலும் உக்கிரமாய்ப் படபடக்கிறது. நெஞ்சுச் சுவர்களை அது முட்டி இடிக்கிறது. கொண்டுவந்த தகவல் கையில் இருக்கிறது. மறு கையில் வீரன் இருக்கிறான். பின்னால் இராணுவம் இருக்கிறது. இராணுவம் தன் நிலைகளைத் தாண்டி வரப்போவதில்லை. ஆனால் தாக்காமல் இருக்கவேண்டுமே... துப்பாக்கிச் சூட்டினால் முடியாது போனாலும் செல் தாக்குதல், விமானத் தாக்குதல் என எதுவாயினும் நடத்தக்கூடும்.

இருள்தான் இப்போதைக்குப் பாதுகாப்பைத் தந்து கொண்டிருக்கிறது. இவர்கள் எங்கே என அவனால் காணமுடியாது. இருளின் துணையில் இருக்கமுடிகிறது. ஆனாலும் இது நீடிக்காது. இந்த வெளியின் இருளைச் சில மணித்தியாலயத்தில் தின்ன வந்துவிடும் சூரியன். இந்த இருள்

அதனிடம் பலியாகிவிடும். இவர்களைக் கைவிட்டு அது பலியாகிவிடும்.

மனம் இப்போது செயலில் நிலைகொண்டது. முதலில் ஜீ.பி.எஸ் எடுத்து தாங்கள் இருக்கும் இடத்தை ஃபிக்ஸ் பண்ணி அதை றோமியோவின் கட்டளைத் தளத்திற்கு அறிவித்தான். ‘இக்கரைக்கு வந்துவிட்டோம்’ என்றதும் சக்தி முழுதும் உடலில் இருந்து வடிந்துவிட்டது. கோட்சீற்றைப் பார்க்க சக்தி இல்லை.

‘இந்த இடத்தில் செத்தாலும் ஆமி முன்னே வந்து எங்கள் உடல்களை எடுக்கமாட்டான். எப்படியும் நம்மவர்கள் இந்தக் குறிப்பேட்டை எடுத்துவிடுவார்கள்’ என்ற நம்பிக்கைதான் கடைசித் துளி சக்தியையும் மனதில் இருந்து உறிஞ்சி அகற்றியது.

மணி வானத்தின் நட்சத்திரங்களைப் பார்த்தபடி குசுகுசுக்கும் குரலில் வோக்கி ரோக்கியில் கூப்பிட்டான். ‘தென்னவன்... தென்னவன்... விக்டர் வண்... தென்னவன், தென்னவன்... விக்டர் வண்...”

39

றோமியோவின் தொலைத்தொடர்பு உதவியாளன் தென்னவன் கட்டளை நிலையத்தில் மணியின் குரல் கேட்டுத் திகைத்து மனம் பொங்கினான். சேரா அங்குதான் அப்போது நின்றிருந்தார். அவசரமாய் வெளியே பாய்ந்து சேராவை அழைத்தான் தென்னவன். அதே நேரம்... "விக்டர் வண் விக்டர் வண்... தென்னவன்" என்று பதில் கொடுத்தான். சில நாள்களின் முன்னரே செத்துப்போயிருந்த அந்தக் கட்டளை நிலையம், சடுதியாய் அதிசயித்து உயிர்பெற்று உத்வேகம் கொண்டது. மணியின் குரலோ பாழ்கிணற்றினுள் வீழ்ந்து நாளாகிப் போனவனின் இறுதிக்குரல் கேட்பதுபோலக் கேட்கிறது. சேராவின் மனதில் தீராத பரபரப்பு. சேராவால் நம்பவே முடியவில்லை. இத்தனை நாள்களின் பின்னுமா மீண்டு வரமுடியும்?

கிளிநொச்சியின் நிலைமை அவருக்குத் தெரியும். உள்ளே ஆமி கண்டுவிட்டால் மீண்டுவருவது சாத்தியமில்லாச் செயல். அதுவும்... இத்தனை நாள்களின் பின்.

"இந்த இடத்தில மணி அடிச்சிருக்கு. வந்து பூசை வையுங்கோ. பிரசாதம் வாங்குங்கோ" என்று அறிவித்தான் மணி. தாம் இருக்கும் இடத்தின் ஃபிக்சையும் கொடுத்தான். அவ்வளவுதான்.

எதிர்முனையில் "அப்பா கும்பம் தூக்குவார்" தென்னவன் கோட்சீற் இல்லாமலேயே மணி அறிவித்த சங்கேத மொழியைப் புரிந்துகொண்டான். கட்டளை நிலையம் அதைப் புரிந்துகொண்டமை மணிக்கு ஆசுவாசமாய் இருந்தது. அந்த ஆசுவாசமே மறுவளமாய்ச் செயலறும் மனதைத் தந்தது.

"விக்டர் வண்... விக்டர் வண்... தென்னவன்" கட்டளை நிலையம் மணியை அழைக்கிறது. ஆனால், மணியிடம் இருந்து பதிலில்லை. மணி நிறுத்திவிட்டான். சேரா துடிப்பானார். அவசரமாக இயங்கி, முறியடிப்பு அணியொன்றைத் தன் கட்டளை நிலையத்திற்கு

உடன் வருமாறு கட்டளையிட்டு, மணி கொடுத்த ஃபிக்சை வரைபடத்தில் தேடிப்பிடிக்க முயன்றுகொண்டிருந்தார்... அந்த அணியுடன் தானே நேரில் போய்விடும் உத்தேசத்துடன் அவசரமாய்த் தேடுகிறார் இடத்தை. அவரது போராளிகள் அவர்கள்.

தகவல் றோமியோவுக்குப் போனது. அதைக் கேட்டதும் றோமியோவால் தன் நிலையை உணரமுடியவில்லை. அவரின் அனுபவத்திற்குள் சிக்காத படைத்துறை அற்புதம் இது. அச்செய்தியே அவருள் சக்திமூலமாகிப் பிரவாகிக்கிறது உடலெல்லாம். றோமியோ ஊன்றுகோலை ஊன்றி காலை உதறி நடந்தார், தன் வாகனத்தை நோக்கி. மிடுக்கேறிய நடையில் ஒரு தீவிரமும்... தன் மருத்துவப் போராளியையும் மெய்ப்பாதுகாவலர்களையும் அழைத்தபடி நடக்கிறார். அவரின் அசாதாரண அவசரக்குரல் கேட்டு ஓடிவந்து வாகனத்தில் ஏறினர் அவர்கள். இறுதியாக அவசரமாய் ஏறிய மருத்துவப் போராளியிடம் "எல்லாம் எடுத்தியா?" எனக் கேட்கிறார். வாகனம் மண்ணைக் கிளறிச் சீறிப் புறப்படுகிறது.

தகவலறிந்த கில்மன் அங்கு நிகழக்கூடிய ஆபத்தை உணர்ந்து பீரங்கிப் படையணியையும் விமான எதிர்ப்பு அணியையும் தாக்குதலுக்கு தயார் நிலையில் இருக்குமாறு கட்டளையிட்டபடியே சேராவின் இடத்திற்கு விரைகிறார்.

40

மணி வீரனைப் புரட்டிப் பார்த்தான். முதுகில் வெடி விழுந்திருக்கிறது. வெடி நெஞ்சுப் பகுதி முடிந்து வயிறு தொடங்கும் இடப்பக்க கீழ் விலாப்பகுதியில் பட்டு வயிற்றைப் பிரித்து வெளியேறி இருந்தது.

பச்சை இரத்தம் ஊறிக்கொண்டு வெளியே வந்தது. மணியின் கையெல்லாம் இரத்தம். இரத்தத்தின் நெடி விரக்தி உணர்வைத் தந்தது. சிதைந்த தசை கொழுப்புடன் வெளிப் பிதுங்கி நின்றது. வீரன் அசைவற்றுக் கிடந்தான். மூச்சு விடுகிறான் வீரன். வேறு எந்த உணர்வும் இல்லை. அசைவும் இல்லை.

மணி கைக்குண்டு ஹோல்சரிலுள்ள காயத்திற்குக் கட்டுப்போடும் ஃபீல்ட் கொம்பிறசரை எடுத்து அந்த மரத்தின் அணைவில் படுத்த நிலையில் பதுங்கியபடியே வீரனின் காயத்தைக் கட்டிவிட முயல்கிறான். இவனின் அசைவு இப்போதைக்காயினும் எதிரிக்குத் தெரியக்கூடாது. முயன்று கட்டுப்போட்டுவிட்டான். கட்டுப்போட்டு மணி மண்ணில் சாய்ந்தபின்னும் அது ஒப்புக்குப் போட்ட கட்டோ என மனம் உறுத்துகிறது. மணியின் மனம் மரணத்தைச் சுற்றிச்சுற்றி வந்தது.

அந்த உப்புவெளியில் உதவிக்குக் காத்திருக்கின்றன ஒரு உயிரும் இன்னொரு பாதி உயிரும். அந்த மனித சஞ்சாரமற்ற உப்புத் தரையில் இதோ இருக்கிறது எதிரிப் படைத்தளத்தின் வரைபடம். இந்தப் போரையே திசைமாற்றிவிடக்கூடிய மாயத் திறவுகோல். இதுபோதும் காடுகளில் மேலும் உத்தரிக்க முடியாத மக்களுக்கு ஊர் திரும்பும் ஒளிப்பாதையைத் திறந்துவிட.

இருள்... எப்போதும் போராளிகளின் பக்கம் இருக்கும் இருள் இப்போதும் இவர்கள் பக்கம்தான் இருந்தது. இன்றைய மீதமுள்ள அதன் அழிமுகம்வரை அது அடைகாத்திருக்கும், ஒன்றரைப்பாதி உயிரையும் அதைவிட மேலாய் ஒப்பில்லாத ஒரு சாவியையும்.

மணி வீரனின் காயத்தில் போட்ட கட்டில் கைவைத்துப் பார்த்தான். அது ஈரலித்துப் பிசுபிசுத்தது. மெல்லிய இளஞ்சூட்டில் இருக்கிறது. இரத்தம் கட்டுப்பட்டுவிட்டதா? இல்லையா? இருட்டில் எதுவும் சரியாகத் தெரியவில்லை. மேலும் தாகம் மணியையும் கொன்றுகொண்டிருந்தது. வீரனோ அசைவில்லை. ஏதோ நினைவுவர மணி எட்டி வீரனின் கையைப் பிடித்து நாடித் துடிப்பைப் பார்க்கிறான். துடிப்பு இருக்கிறது. அது குறைவாய் இருப்பதாகவே பட்டது. வீரனின் நெஞ்சில் கைவைத்துப் பார்த்தான். ம்ம்... துடிப்புக் குறைந்துவிட்டதாகவே படுகிறது. குறையும் இதயத் துடிப்பை ஊக்கி அதிகரிக்கப்போடும் 'புறப்பிறனோல்' ஊசியைப் போட முடிவுசெய்தான். கைக்குண்டு 'ஹோல்சரின்' பின் பொக்கற்றில் இருந்து அதை எடுத்தான். வீரனின் புஜத் தசையில் நடுங்கும் கையோடு அதைப் போட்டுவிட்டான். வேறு வழியில்லை.

இப்போதிருக்கும் அடுத்த கேள்வி ஒன்றுதான். 'முதலில் வரப்போவது யார்? சூரியனா... இல்லை றோமியோவா?' மணியின் மனம் அந்தக் கேள்வியின் சுருக்கில் தொங்குகிறது.

தன் உயிரை எதிரியின் தளத்தில் காத்த வீரன் தன்னால் வீழ்ந்து கிடக்கிறான். தொடர்பில்லாமல் மனதில் இதயனின் தாய் மயானத்தில் தன் பிள்ளை பிணத்திற்கு முகத்தில் மழைத்துளி பிடிக்காமல் சேலைத் தலைப்பைக்கொண்டு மறைத்த காட்சி அபத்தமாய் வந்துபோகிறது. அசட்டுத்தனமாய் வீரனின் அம்மா எப்படியிருப்பாள் என்று ஒரு தாய் முகத்தைக் கற்பனை செய்ய வைத்தது மணியை.

மணிக்குக் குற்றஉணர்வு விசமுள்ளுப்போல் குத்தியது. அது தன்மீதான ஆத்திரமாய் ஆகியது. தன் தவறின் விளைவு, தன் தடுமாற்றத்தின் விளைவு, தன் காதலின் விளைவு, தன் சுயநலத்தின் விளைவு, தன் அயோக்கியத்தனத்தின் விளைவு எனத் தீராத தன் நிந்தனையால் தன்னைத்தானே வெறிகொண்டு தன் அகத்தில் தாக்கினான்.

திடீரென்று வீரனின் கழுத்திலிருந்த சயனைட் குப்பியைக் கழற்றி எடுத்தான். ஒருவேளை வீரன் விழித்துக்கொண்டால் அதைக் கடித்துவிடக்கூடும் என அஞ்சினான். குப்பியைக் கழற்றியவன் தன் கழுத்தில் அதைப் போட்டான். அவன் கழுத்தில் தொங்கிய நச்சுக்குப்பியின் கீழே முடியப்பட்டிருந்த கறுப்பு நூலில் அருளினியின் சிலுவை தொங்கி நெஞ்சை

உரசியது. இப்போதுதான் அதை உணர்கிறான். ஆத்திரம் கொண்டவனாய் அதைப் பிடுங்கினான். அதுவோ அந்த நச்சுக்குப்பியில் இருந்து விடுபட்டுவர மறுத்தது. பிடுங்கி எறிந்துவிட ஆவேசம் கொள்கிறான். முடியவில்லை. பதறும் கைகளுடன் கழற்றிப் பிரித்துவிட முயன்றான். அந்தச் சிலுவையோ நச்சுக்குப்பியிலிருந்து முடிச்சவிழ மறுத்தது. பதறும் கைகளால் எத்தனை முயன்றும் முடியவில்லை. தரையிலிருந்த தன் தலையைத் தூக்கிக் கழற்றி அதை அப்பால் போட்டான்.

அழுகை வந்தது. அந்தப் போர்க்களத்தில் கூடியிருந்த அமைதி விரக்தி தந்தது. வானம் தன் கனம் தாங்காமல் நான்கு புறமும் தூரத்தே சரிந்து விழுந்துவிட்டது. ஒரு கோளத்தின் உள்ளே வீரனை வைத்தபடி மணி தனித்து விடப்பட்டிருப்பவனாய் உணர்ந்தான். வீரனின் உடலில் சூடு இருக்கிறது. நெஞ்சில் கை வைக்க அது மேலும் கீழும் அசைந்து இன்னமும் மூச்சிருப்பதை உணர்த்துகிறது.

அந்த உப்புவெளியில் தாகத்தைவிடக் கொடுமையாய் இருந்தது மணியின் மன உத்தரிப்பு. 'வந்துவிடுவார்களா?'

ஏதோ மனம் உந்த மணி எறிந்த சிலுவையைத் தவழ்ந்து எடுத்து வீரனின் கழுத்தில் கொழுவினான்.

மல்லாந்து படுத்தான் மணி. இனி ஒரு துளியும் இயலாது. நாக்கு வறண்டுவிட்டது. ஈட்டிய அற்புத வெற்றியோ இதயத்தில் நிறையாமல் தன் குற்றத்தின் குரூரம் கொல்கிறது அவனை. அருளினியின் பிரார்த்தனை மொழி அநியாயமாய் ஞாபகம் வந்தது. அது எரிச்சலூட்டியது. ஆனால் மனம் அதை விடாமல் பின்தொடர்ந்தது. வீரனின் தலையைத் தடவினான். மீண்டும் தடவினான். அழுதான்.

அபத்தமாய்ப் பிரார்த்தனை அருளினியின் மொழியுடன் கூடியும் விலகியும் மனதில் வந்தது. மல்லாக்காய்ப் படுத்தபடி ஒரு கையால் வீரனின் தலையைத் தடவ மனம் அசட்டுத்தனமாய் அருளினியின் மொழியைப் பின்தொடர்ந்து அசைகிறது.

'ஜீவன்களிடத்தில் அன்பு கொண்ட கர்த்தரே... பாவப்பட்ட எம் மக்களை இரட்சித்து அருளும். பிதாவே... அகதியாகி அலையும் எம் மக்களுக்கு அமைதியை அருளும். சுதந்திரத்தைத் தாரும் ஐயனே... எம்மிடத்தில் அன்புகொண்டு உண்மையில் நீர் இருப்பீராயிருந்தால் படைத்தவர் நீராகவே இருந்தால் உம்மால்

இரட்சித்துக் காக்கவும் முடியும். கடவுளே! போராளியாகிக் களத்தில் நிற்கும் எம் உறவுகளை உமது கிருபையால் காத்தருளும் கர்த்தரே... விடுதலையை உணர்ந்தவர் நீரே... முடிவிலாத உம் அன்பினால் பாவங்களை மன்னிக்க இயலும். முடிவிலாத உம் கருணையால் வீரனை இரட்சிக்க முடியும். கடவுளே... உமது அன்பை நான் கண்டுகொள்ள வீரனை இரட்சியும். என்னிடம் அடைக்கலம் புகுந்த வீரனை என் பாவத்தால் நிந்தித்துவிட்டேன்...' மணியின் மொழி அவனுக்கே அபத்தமும் அர்த்தமுமாய் அவனோடு பேசியது.

காலம் கசங்கிக் கருமையாய் அந்த வெளியில் அலைகிறது. ஓசை கரைந்து ஊமையாய் அலறுகிறது. எரிச்சலை வெளியெங்கும் பரப்பிக் கடக்கிறது குளிர்காற்று. குருட்டு அமைதியில் மனம் குமைந்து தன்னைத் தான் கொல்கிறது. காத்திருக்கும் ஒரு மணித்துளியில் யுகவெளியைக் கண்டதுபோல உணர்வு.

அருளினியின் முகம் எழுந்தும் அழிந்தும் உச்சுகிறது. தன்மீதும் ஆவேசம் அவனுக்கு. மணி திரும்பி ஆற்றாமையோடு அந்த எதிரி அரணைப் பார்த்தான்.

'உனக்குச் சொல்லவில்லையா உன்னவள்?' எனக் கேட்டது மணியின் அந்தரங்க மனம்.

மணியின் குரல் உவர் பிடித்து வெயிலில் வெடித்த கட்டாந்தரைக்குக் கேட்டிருக்கும். உப்புக் காற்றின் உள்மனதிற்கும் கேட்டிருக்கும். வர்ணம் இழந்து சரிந்து விழுந்த வானத்திற்குக் கேட்டிருக்கும். காப்புத் தந்து இப்போது காப்பாற்றி நிற்கும் காய்ந்த மரத்திற்கும் கேட்டிருக்கும். தூரக் காடுகளுக்குக் கேட்டிருக்கும். மௌனத்தில் உறைந்த மலைகளுக்குக் கேட்டிருக்கும். எங்கோ ஊமையாய்க் கிடக்கும் பாலை நிலத்திற்கும் கேட்டிருக்கும். ஆதி உயிரை உலகுக்கு அளித்த ஆழிக்கும் இது கேட்டிருக்கும். கர்ப்பத்தில் ஜனித்த கருவுக்கும் கேட்டிருக்கும். அவனுக்கு மட்டும் கேட்கவில்லை 'உனக்குச் சொல்லவில்லையா உன்னவள்?' என்று மணி சொல்லிய சொல்.

அவனோ இருளில் தவறவிட்ட தனது இரையைத்தேடி இடையிடையே சுட்டபடி இருக்கின்றான் இலக்கின்றி.

❁ ❁ ❁

விடமேறிய கனவு

வாழ்வறிந்ததெல்லாம் வலிகளைத்தான்.

கதைகள் கண்டெடுத்த சொற்களோடுதான் வந்தேனா உங்களிடம்?

இல்லவே இல்லை. வலியறிந்த சொற்களோடுதான் வருகிறேன் உங்களிடம்.

வலிகளுக்கு வல்லமை உண்டு எனக் காட்டுவீரா?

இல்லை, வீணில் விழுந்தவன் என்றென்னைத் தூற்றுவீரா என் சனமே? நானறியேன். காலம் மட்டுமே அறியும் அதை. கதைசொல்லிப்போவதே என் கடன்.

01

"தீதும் நன்றும் பிறர்தர வாரா." ஏன் இந்த வாக்கியம் இன்று திரும்பத் திரும்ப மனதில் ஓடிக்கொண்டிருக்கின்றது? ஓடிக்கொண்டிருக்கிறதா, இல்லை... ஓட்டிக்கொண்டிருக்கிறேனா? சரியாகத் தெரியவில்லை. இப்பொழுதெல்லாம் இப்படிப் பல விடயங்கள் சரியாக உறுதியாகத் தெரியவராமல் வழுக்குகின்றன. விடாப்பிடியாக நானும் எல்லாவற்றுக்கும் உரித்தான நியாய காரணங்களைக் கண்டுபிடித்துவிடத் துடிக்கின்றேன்.

இழப்பதற்கும் ஏதுமில்லாமல் எதிர்ப்பதற்கும் சக்தியில்லாமல் பொட்டு ஒளிவரத் துவாரமுமின்றி நரகத்துழலும் இந்த வாழ்விற்கு மரணங்கூட ஒரு விடுதலையாகும். அந்த மரணத்தை நோக்கித்தான் நான் நிறுத்தப்பட்டுள்ளேன். ஆனால் அந்த மரணம் சாதாரணமாக வரப்போவதில்லை. ஆனால் என்ன... மரணித்துக்கொண்டிருப்பதை விட எப்படியாயினும் மரணித்துவிடுவது மேலானதில்லையா?

எனது இந்த நிலைக்கு எது காரணம்? யோசித்து யோசித்து மூளை கசங்கிக் களைத்துவிட்டது. ஆனாலும், இந்த நான்கு நாள்களில் உச்சயோகம் வாய்த்த மகா யோகிபோல மனம் ஆழத்தே, ஆழத்தே பயணித்து ஞானத்தை அடைந்ததுபோல ஓர் உணர்வு. காரணத்தைக் கண்டுபிடித்துவிட்ட திருப்தியோ?

அப்படித்தான் நினைக்கிறேன். கண்டுபிடித்துவிட்டேனா?

காரணம் ஒரு நோய். இதை நோய் என்றுதான் சொல்லவேண்டும். இது எப்படி என்னைப் பீடித்தது? எப்போது பீடித்தது? எங்கிருந்து இது என்னை விடாது துரத்தி வருகின்றது?. சரியாகத் தெரியவில்லை. நான்

வளரவளர அதுவும் கூடவே வளர்ந்திருக்கின்றதுபோலும். இல்லாவிட்டால் நான் அதிலிருந்து விடுபட்டிருக்கமுடியும். ஒருவேளை இந்த நோய் சிலரைப் பீடித்தும் பலரை விட்டுவைத்து மிருப்பது சமூகத்தின் இயற்கைச் சமநிலைக்கு வேண்டியதாகவும் இருக்கலாம். சமூக இயக்கத்தின் விதி இதுதானோ? அதுதான் எனில், விடுபடுவது என்பது வெறும் வார்த்தைகள்தான். வார்த்தைகள் வல்லமைபெற்றுவிடுமா என்ன? யார் அறிவார்? காலந்தான் அறியும். அல்லது காலமெனவாகிய ஒரு கடவுள் அறியக்கூடும், இதன் சூட்சுமத்தை.

இதன் தொடக்கம் எதுவாக இருக்குமென்றால், ஒருநாள் - 25 வருடங்களுக்குமுன் - கெலிகொப்ரரிலிருந்து இலங்கை இராணுவம் சுட்டுக்கொண்டிருந்தபோது நான் பள்ளிக்கூடத்திலிருந்து வீதியால் வந்துகொண்டிருந்தேன். சூட்டுச்சத்தம் கேட்டு வானத்தைப் பார்த்தவன்தான், கெலிகொப்ரரின் விரிவுகண்டு நிலைதடுமாறி அருகிலிருந்த வேலியோரத்தில் பதுங்கிக்கொண்டேன். சில மணித்துளிகளில் வீட்டின் நினைவு எழ வீதியால் ஓடியேன். அல்லது பறந்தேன் என்றும் சொல்லலாம். காதுகளில் சூட்டுச் சத்தமும் கெலிகொப்ரரின் அச்சமூட்டும் பறப்பின் படபடப்பும் பீதியெழுப்பியபடியிருந்தன. ஆனால் இவை இன்னுமென்னை வேகப்படுத்தின. வீட்டில் அம்மா தனியே. அப்பா வேலைக்கு. அக்கா பாடசாலைக்கு. நான்தான் இப்போ அம்மாவைக் காப்பாற்றியாக வேண்டும்.

ஓடிய வேகத்தில் முதலில் நான் அருகிலுள்ள அம்மம்மா வீட்டில்தான் அம்மாவைத் தேடினேன். அங்கு இல்லை. கிணற்றடிக்கு ஓடினேன். அங்கும் இல்லை. ஆக, அம்மா கெலிகொப்ரர் தாக்குதலிலிருந்து தப்புவதற்காக ஒழுங்குசெய்து வைக்கப்பட்ட வீட்டின் நடுப்பகுதியிலுள்ள ஓடையில்தான் பதுங்கியிருக்கக்கூடும். மனதில் ஆறுதலும் அதை உறுதிசெய்யும் ஆர்வமும் மின்னல்போல வந்துபோகின்றது. குசினியின் பின்வழிப்படியால் தாவிப் பாய்ந்து குசினிக்குள் பார்க்க, அங்கே இல்லை. வீட்டின் நடுப்பகுதி ஓடைக்குள் ஓடினேன். அம்மா அங்கே பத்திரமாகப் பதுங்கியிருந்தாள்.

என்னைக் கண்டு அம்மா பாய்ந்து கட்டியணைத்தாள். நெஞ்சோடு முகத்தைப் புதையவைத்து முதுகையும் தலையையும் வருடியபடியிருந்தாள். டொப் டப்... டொப் டப்... அம்மாவின் நெஞ்சாங் கூட்டிலிருந்து வரும் விநோத ஒலி. கெலிகொப்ரர்

சரிந்து சுழன்று பறந்து சுடுகின்றது. அம்மாவின் வாசம் எனக்கு ஏதோ ஒன்றிலிருந்து விடுதலையளிக்கின்றது. இந்த விடுதலை அம்மாவின் வாசத்திற்கு மட்டுமே உண்டு. சில நிமிடங்கள் கழிய அம்மா தனக்குள் சொல்லிக்கொண்டாள். "பொடியங்கள் வந்திட்டாங்கள். திருப்பி அடிக்கத் தொடங்கிட்டாங்கள். பிள்ளையாரப்பா." அம்மா பெருமூச்சாக இழுத்துவிட்டாள். இப்போ வேறு வகையான சூட்டுச்சத்தமும் சில்லறையாக என் காதுள் விழுவதை உணர்ந்தேன். கெலிகொப்ரர் பறக்கும் சத்தம் குறைந்து, தூரப்போகின்றது.

"அழிவார் போறாங்கள். பொடியள் வந்தவுடனே ஓடிட்டாங்கள்" அம்மா சபித்தாள். எழுந்து சமையல் வேலைகளைக் கவனிக்கத் தொடங்கினாள். அடுப்பில் உலை பொங்கி வழிந்து நெருப்பை அணையவைத்துவிட்டது.

இரவு, மாமா வீட்டிற்கு வரவும் எல்லோரும் கூடிக் கதைத்துக் கொண்டிருந்தார்கள். அன்றைய தாக்குதலைப் பற்றி அம்மா சொன்னாள்.

"உருத்திரன் பள்ளிக்கூடத்தில என்று நினைச்சன். பிள்ளை வழியில வந்துகொண்டிருந்திருக்கு. பயத்தில ஓடிவந்து அணைஞ்சிட்டான் என்னிலை. நல்ல நேரம் நான் எங்கேயும் வெளியில போகேல்ல. பிள்ளை ஏங்கியிருப்பான்."

அப்பா சொன்னார் என்னைப் பார்த்து,

"இனி, வழியில இப்படி நடந்தால் ஓடிவரக்கூடாது. முதலில குப்புறப் படுக்கவேண்டும். கெலிகொப்ரர் போனபிறகுதான் ஓடி வரோணும்."

மனதில், குப்புறப்படுக்கிறது என்ற சொல்லு நினைவுவர இப்போது சிரிப்பு வருகின்றது. சிரிப்பா? அழுகையா? அப்போது அந்தத் தாக்குதலுக்குப் பயந்து என்னைப் பாதுகாக்கக் குப்புறப்படுக்க எண்ணினேன். ஆனால் இப்போதோ குப்புறப்படுக்க ஆசையாகவே இருக்கின்றது. முடிந்தால்தானே! யேசுநாதரைச் சிலுவையில் அறைந்ததுபோல் என் கைகளை விரித்து முழங்கையுடன் மேற்புறமாகக் கையை மடித்து சிமெந்து நிலத்துடன் விலங்குபோட்டிருக்கின்றார்கள். ஏன், இப்படி நின்றபடி கையைச் சரணடையத் தூக்குவதுபோலப் படுக்கவைத்து விலங்கு போட்டிருக்கிறார்கள்? யேசுநாதரைப் போல விலங்குபோட்டிருந்தாலும் கைவலி கொஞ்சம் குறைவாக

இருக்குமே என்று எண்ணினேன். அப்படிப் போட்டால் படுக்கை அதிக இடத்தைப் பிடித்துக்கொள்ளும் என்பதனால்தான் இந்தச் சிறையை இப்படித் தயாரித்து இருக்கிறார்கள். இந்த நாய்க்கு ஏன் இத்தனை இடமென்று நினைத்தார்களோ? இருக்கலாம். ஆனால் நான் புலியல்லவா?

அட...! சொல்ல மறந்திட்டேனே உங்களுக்கு... இந்தக் கதை ஓடிக்கொண்டிருப்பது சிறையில்தான். இராணுவத்தினுடைய சிறை. பொலிஸ் சிறையை உங்களில் யாரும் பார்த்திருக்கக்கூடும். இராணுவச் சிறையைப் பார்த்திருப்பீர்களா? சரி விடுங்கள். இரு நாள்கள் விழுந்த அடியில் உடல்வலி தாங்க முடியவில்லை. குப்புறப்படுக்க முடிந்தால் சுகமாக இருக்கும். 'ச்சா...' பாழாய்ப் போக... அதுவும் முடியவில்லை. காலுக்கும் விலங்கு வேறு.

ஆனால் நான் முதலில் நினைத்தது இதற்கான முதற் சம்பவம் பள்ளிக்கூடத்திலிருந்து இரத்ததானம் செய்யப்போன சம்பவம்தான் என்று. அப்போது நான் ஒன்பதாம் வகுப்பில் படித்துக் கொண்டிருந்தேன். இரத்ததானம் கேட்டுச் சிலர் பள்ளிக்கூடத்திற்கு வந்திருந்தார்கள். தென்மராட்சிப் பகுதியில் எங்கோ தாக்குதலுக்குள்ளான மக்கள் காயத்துடன் வைத்தியசாலையில் உயிருக்குப் போராடுவதாகச் சொன்னார்கள். இரத்தம் அவசரமாக வேண்டுமாம். நான் அப்போது மைதானத்தில் நின்றிருந்தேன். உயர்தரம் படிக்கும் மாணவர்களும் மைதானத்தில்தான் நின்றிருந்தார்கள். அவர்கள் மைதானத்தைத் துப்புரவு செய்துகொண்டிருந்தார்கள். நான் அணிவகுப்பு ஒன்றின் தலைவன் என்பதால் மைதானத்தின் ஒரு மூலையில் அணிவகுப்புப் பயிற்சியில் இருந்தேன்.

வந்தவர்கள் கேட்டதைப் பார்த்து உயர்தர மாணவர்கள் எல்லாம் இரத்த தானத்திற்குப் போய்விடுவார்கள் என்றுதான் நினைத்தேன். அட... பாடையில போக! மிகச் சிலரே முன்வந்தார்கள். நான் அணித் தலைவன் என்பதால் வெள்ளைநிற நீளக் காற்சட்டைச் சீருடை போட்டிருந்தேன். அது உயர்தர வகுப்பு மாணவர்களுக்குரியது. அதனால் என்னைச் சிறியவனாக அடையாளம் காட்டாமல் நானும் இரத்ததான வாகனத்தில் ஏறிச் சென்றுவிட்டேன். வைத்தியசாலையில் என் உடலின் எடை இரத்தத்தை எடுக்கப்போதாது என்று திருப்பி அனுப்பிவிட்டார்கள். அப்போது நான் 38 கிலோ என்று ஞாபகம். என்னால் எவர் உயிரையாவது அன்று

காப்பாற்ற முடியாமற்போன ஏமாற்றம் எப்படியோ என்னைத் தாக்கியது. அதுதான் முதற்காரணம் என்று நான் இப்போது யோசிக்கின்றேனோ?

இல்லை. இதைவிட முதல் நடந்த சம்பவம் ஒன்றுதான் தொடக்கமாக இருக்கும். அது வகுப்பில் நடந்த ஒரு அசம்பாவிதத்தை வாத்தியார் விசாரித்த சம்பவம். வகுப்புத்தோழர்கள் சிலர் செய்த தவறு வாத்தியாரைச் சினம்கொள்ள வைத்திருந்தது. அவரின் அடிக்குப் பயந்து வகுப்பே உறைந்துவிட்டது. தவறுக்குப் பொறுப்பானவர்களோ மிகவும் பயந்தாங்கொள்ளிகள். அவர்களுக்காக அந்தத் தவறை நான்தான் அன்று ஏற்றுக்கொண்டேன். எனக்கென்றால் வாத்தியார் அவ்வளவாக அடிக்கமாட்டார் என்றும், தாங்கிக்கொள்ளலாம் என்றும் நினைத்ததன் காரணமாக இருக்கலாம். ஆனால் வழமைக்கு மாறாக அன்று வாத்தியார் என்னை நையப்புடைத்துவிட்டார். வகுப்பிலுள்ள எல்லோருக்கும் தெரிந்திருந்தது அந்தக் குற்றத்திற்கும் எனக்கும் எந்தத் தொடர்பும் இல்லையென்று. அது போதுமானதாக இருந்தது எனக்கு. அது மட்டுமல்ல, எல்லோர் பார்வையும் - அது என்ன? கருணையா, மதிப்பா, மரியாதையா? என்ன வகையது…? தெரியாது - அது என்மீது விழுந்தது.

ஆனால் இன்னும் பின்னோக்கி யோசித்த போதுதான் அம்மாவைக் காப்பாற்றுவதற்காக ஓடிய சம்பவம் நினைவுக்கு வந்தது. ஆனாலும் அதற்கு முன்னரும் ஒரு சம்பவம் நடந்திருக்கின்றது. அதுதான் தொடக்கமாக இருக்கவேண்டும். இந்த நோயின் சுனைமுகம் அதுவாகத்தான் இருக்கலாம். அங்கிருந்துதான் இது என்னைத் துரத்திவருகின்றது. நான் பாலர் வகுப்பில் சேர்ந்து மூன்றாவது நாள். அப்போதுதான் அந்தச் சம்பவம் நடந்தது.

பள்ளிக்கூடத்தில் சேர்க்கும்போது, முதலில் பாலர் வகுப்பில்தான் சேர்ப்பார்கள். முதல்நாள் கூடப்படிக்க வந்தவர்கள் அழுது கொண்டுதான் அநேகமாக இருந்தார்கள். அவர்களைப் பார்க்க எனக்கும் அழுகை வந்துவிடும் போல்தான் இருந்தது. ஆனாலும் நான் அழுவதாய் இல்லை. அறிமுகம் இல்லாதவர்கள்முன் அழுவதா? நடக்காது. அப்பா பள்ளிக்கூடத்துக்கு வெளியே வீதியில் நின்றுகொண்டிருந்தார். வேறு பல பெற்றோரும் நின்றனர். வகுப்பறையின் வெளிமுற்றத்தில்தான் எங்களை

வைத்திருந்தாள் ஆசிரியை. பய உணர்வு வந்தபோதெல்லாம் அழுகையை அடக்க அப்பா வெளியே நிற்பதை அவ்வப்போது உறுதிசெய்து கொண்டிருந்தேன்.

மூன்றாம் நாள் எங்களை அருகிலிருந்த மிகச்சிறிய மைதானத்தில் விளையாட விட்டிருந்தாள் அந்த ஆசிரியை. அது இடைவேளை நேரம். இப்போதும் அழுதுகொண்டிருப்பவர்கள் மீது ஆசிரியையின் கவனம் இருந்தது. அவர்களுடன் தனியே கதை சொல்லிக் கொண்டிருந்தாள் அவள்.

ஓடி விளையாடிக்கொண்டிருந்தபோது ஒரு பெண்பிள்ளை தரையில் குப்புற விழுந்துவிட்டாள். ஒரு பையன் அவளைத் தள்ளிவிட்டிருந்தான். அது ஓடிப்பிடித்து விளையாடும்போது தவறுதலாக நடந்ததுதான். அவள் கைகளிலும் முழங்கால்களிலும் புழுதி. புழுதியில் கசிந்து வெளியே வருகின்றது சிவந்த இரத்தம். கூட்டம் கூடிவிட்டது அவள் அழுகையால். இப்போது முழங்கால் பீற்றூட் கிழங்கை வெட்டியதுபோல் வட்டமாகச் சிவந்துவிட்டது. எல்லாரும் ஓடிவிட்டார்கள். நான் மட்டும் தனியே. என்ன செய்ய?

"அழவேண்டாம். அழவேண்டாம்" என்று அவளிடம் சொன்னேன். அவளைப் பிடித்து அணைத்துக்கொண்டு தண்ணீர்ப் பைப் இருக்கும் இடத்திற்குக் கூட்டிவந்தேன். தண்ணீரைத் திறந்து முழங்காலைக் கழுவிவிட்டேன். அவள் மேலும் அழுதாள். தண்ணீர் படும் சுகம் இதமளித்திருக்கவேண்டும் அவளுக்கு. அவளுடைய அழுகையின் சுரம் இப்போது மாறிவிட்டிருந்தது. அவளை அழைத்துக்கொண்டு ஆசிரியை இருக்கும் இடம் நோக்கிப்போனேன். அவள் நடக்கமுடியாமல் தாண்டித்தாண்டி என் கைகளைப் பிடித்தவாறே வந்தாள். அவளால் அழுகையை நிறுத்த முடியவில்லை. ஆசிரியை - இவரை நாங்கள் ரீச்சர் என்றுதான் கூப்பிடுவோம் - ரீச்சர் இதைக் கண்டுவிட்டு எழுந்து அவசரமாக வந்தாள். மாணவர்கள் தூரத்தில் நின்று எங்களையே பார்த்துக்கொண்டிருந்தார்கள். ரீச்சரின் முகத்தில் திகைப்பின் அறிகுறிதான் தெரிந்தது. இரத்தத்தைப் பார்க்க அவள் மேலும் திகைப்படைந்துவிட்டாள். 'என்ன நடந்தது?' என்று கேட்க அந்தப் பெண்பிள்ளை மேலும் அழுதது. ஆனால் இப்போது வேறு சுரங்கொண்ட அழுகை. ரீச்சர் என் முதுகில் இரண்டு விளாசு விட்டாள். எனக்கு நெஞ்சாங்கூட்டை உடைத்துக்கொண்டு அழுகை பொங்கியது. பொங்கிவந்த அழுகையை விட்டேனா

வெளியே? தொண்டையில் வைத்து அமுக்கிப்பிடித்தேன். திமிறியது அழுகை. உள்தொண்டையில் வலி எழுந்தது. இன்னொரு அடி மேலதிகமாக விட்டாள். "போ... போ... உள்ளே" என்று கடிந்தாள் ரீச்சர். நான் வகுப்பறைக்கு உள்ளே போனேன். மற்றவர்கள் வெளியே. இப்போ அழுதேன்.

ஓ! இந்தப் பயிற்சிதானோ என்னவோ இப்போதும் 'அவர்கள்' அடிப்பார்கள். வதைப்பார்கள். நான் உள்ளே என் சிறையறைக்கு வந்தபிறகுதான் அழுவேன் எல்லாவற்றையும் சேர்த்து. ஒருவேளை இந்தப் பயிற்சியின் தொடக்கமும் அங்கிருந்துதான் ஆரம்பித்ததோ? நினைவறிந்து மூன்றாம் நபர் ஒருவரிடம் முதல் வாங்கிய அடியும் அந்த ரீச்சரிடம் வாங்கியதுதான்.

அந்தப் பெண் பிள்ளையின் பெயர் வத்சலப்பிரியா. உச்சரிக்க முதலில் கடினமான பெயராக இருந்தது. புதுமையான பெயர். வேறு யாருக்கும் அப்படியில்லை. வத்தலப்பிரியா என்று கூப்பிடக் கூப்பிட சிலநாள்களில் எல்லோருக்கும் பழகிவிட்டது. ஆனாலும் நான் அவளைப் பிரியா என்றுதான் கூப்பிட்டேன். இப்போது இருக்கும் 'பார்பி' பொம்மை போல இருப்பாள். அப்போதெல்லாம் பார்பி பொம்மை கிடையாது. அவள் மட்டும்தான்.

மேல்நோக்கி விரிந்த கண்களும் கீழ்நோக்கி விரிந்த அவளது பாவாடையும் எவ்வளவு நளினமாக இருந்தன. கண் இமைகளை வெட்டிக் கதைக்கும் அவள் கண்களில் இருந்து அழகும் அன்பும் பொங்கி வந்ததே. 'ச்சா...' இப்போது எதற்கு அதுவெல்லாம்?

இந்தச் சம்பவத்திற்குச் சில நாள் கழித்து வந்த அவளின் பிறந்தநாளுக்கு வகுப்பில் எல்லோருக்கும் 'சொக்கிளேட்' வழங்கினாள். ரீச்சர், "எல்லாரும் ஒவ்வொன்றுதான் எடுக்கவேணும் பிள்ளையள்." என்று கண்டிப்புத் தொனியில் அறிவுறுத்தினாள். பிரியா எனதருகில் கொண்டுவந்தபோது என்னைப் பார்த்தாள். பார்வையில் ஒரு விசேடம் இருந்தது. "உருத்திரன், ரண்டு எடுங்கோ." என்றாள். நான் ஒன்றுதான் எடுத்தேன். அவள் இன்னொன்றை எடுத்து யாருக்கும் தெரியாமல் என் மேசையில் வைத்தாள். அப்போது எழுந்த உணர்வை... ச்சா இன்னதென்று சரியாகச் சொல்லமுடியாது.

இடைவேளையின்போது அவள் என்னிடம் வந்து கைமுட்டச் சொக்கிளேட் எடுத்து என் புத்தகப் பையுள் போட்டாள். அன்று

அவளுக்கு நான் உதவியதற்காகவோ, மற்றவர்கள் கைவிட்டு ஓடும்போது நான் துணைநின்றதற்காகவோ, அல்லது அவளுக்காக நான் தண்டனை பெற்றதற்காகவோ எனக்கு இந்த மேலதிக சொக்கிளேட்கள் கிடைத்தன.

அந்தச் சொக்கிளேட்தான் என் மண்டைக்குள் கிறுக்கேற்றியது. அந்தக் கிறுக்கு விட்டதா என்னை இன்றளவும்? சொக்கிளேற்றின் சுவையா? ...ச்சா இல்லவே இல்லை. சொக்கிளேற்றை விரும்பும் வயதில் நான் இருந்தாலும் கிறுக்கேற்றியது சொக்கிளேற்றின் பின்னால் இருந்த வேறு விடயங்கள். அவளுக்கு உதவியதற்காகக் கிடைத்த நன்றி, எல்லோரும் கைவிட்டு ஓடும்போது, அவள் கைப்பிடித்து துணை நின்றதற்கான சிநேகம், அதற்காக நான் தண்டனைபெற்று துன்பப்பட்டதற்கான மரியாதை, ஆம்... எல்லாம் சேர்ந்து எனக்கு அவளிடத்தில் கிடைத்த முக்கியத்துவம். நான் தனித்துவமானவன் என்ற முக்கியத்துவம். எனக்கே எனக்கெனவாகிய அவள் பார்வையில்கூட எல்லாமும் இருந்தது. இதைத்தான் அன்று நான் பெற்றுக்கொண்டிருக்கிறேன். இதுதான் தொடக்கம். இதுதான் அந்தச் சுனைமுனை. இதுதான் முதற்போதை.

இடைவேளை நேரங்களில் பிரியா தனது அழகிய போத்தலில் இருந்து எனக்குப் பழரசம் வார்த்துத் தந்தாள். இது அவ்வப்போது நடந்தது. அது மிகவும் உருசியாக இருந்தது. அந்த அழகிக்கு நான் முக்கியத்துவமானவன் ஆகியதும் நிகரற்ற நேசத்தைப் பொழிய நான் தகுதியானவன் ஆகியதும் அவளுக்காக நான் பட்டவைதான். இந்த விச வித்து அன்றுதான் என் மனதில் ஊன்றப்பட்டிருக்கவேண்டும்.

மற்றவர்களின் மனதில் இடம்பிடித்ததால் என் உள்ளார்ந்து எழக்கூடிய மனக்கிளர்ச்சியின் போதையை அன்றுதான் நான் முதலில் உணர்ந்தேன். கிடைக்கும் முக்கியத்துவம், நேசம், என் அகத்தில் உருவாகும் பெருமை, துணிவு, அகங்காரம் என்ற விசயங்களின் தாக்கத்தைச் சொல்லவே தேவையில்லை. அது ஒரு போதை. இந்தப் போதையிலிருந்து மீளமுடியாமல் அதற்காக எத்தனிக்கும்போது அது ஒரு நோய் என்று அழைக்கப்படத் தகுதியாகின்றது.

கைகளும் கால்களும் படுக்கவைத்தபடியே விலங்கிடப்பட்டிருக்கும் இந்த நிலையில் என் கேள்விகளுக்கெல்லாம் மனம் விடைகளைத் தேடி அலைகின்றது. நான் திரட்டிய அறிவு, அனுபவம் இன்று

என் தவறுகளை, என்னைச் சூழ்ந்தவர்களின் தவறுகளை, என் சமூகத்தின் தவறுகளைப் பகுத்தும் தொகுத்தும் ஆய்கிறது. எல்லாவற்றுக்குமான வேர்களைத் தேடிப் பிடித்துவிடவும் முடிந்தால் வித்தைத் தேடிப் பிடித்துவிடவும் மனம் ஆவேசமாக இயங்குகின்றது. ஏன்? மரணம் அருகே வந்துவிட்டதை உணர்ந்ததனாலா? இருக்கலாம். தன் வாழ்வு முடிவுக்கு வந்துவிட்டதை உணரும் ஒரு வயோதிகன் தன் வாழ்வின் சாரத்தை எண்ணிப் பார்ப்பது இயற்கையானது. இதிலிருந்துதான் பலருக்குத் துறவு தொடங்குகின்றது.

மரணம் என் முன்னே நிறுத்தப்பட்டிருக்கின்றது. அதற்கு முன் எழும் தத்துவ விசாரங்கள் மனத்தை ஒருநிலைப்படுத்தி வைத்திருக்கின்றன போலும். அந்த ஒருமைதான் எல்லாவற்றுக்கும் தேவையான பதில்களை இலகுவில் கண்டுபிடித்து எனக்குத் தந்துகொண்டிருக்கிறதோ?

அடுத்தவர்களுக்காக எதையாவது செய்வதும், அதற்காகத் தனக்கு ஏற்படக்கூடிய இழப்பைப் பொருட்படுத்தாமல் இருப்பதும் ஒரு பழக்கம் அல்ல. அது ஒரு போதை. பின் போதை பழக்கமாகிவிடுகிறது. இதிலிருந்து விடுபடவே முடியாது. முடியவே முடியாது.

மற்றவர்களிடமிருந்து கிடைக்கும் மரியாதை, முக்கியத்துவம், நேசம். இவற்றுக்காகத்தான் மற்றவர்களுக்காக ஏதும் செய்ய நினைக்கின்றேனா? இல்லை... மற்றவர்களுக்காக ஏதாவது செய்வதில்தான் வாழ்வின் அர்த்தம் அடங்கியிருப்பதாக நினைப்பதாலும் செய்வதாலும் அந்த நேசமும் மரியாதையும் கிடைக்கிறதா? சரியாகக் கண்டுபிடிக்க முடியவில்லையே.

இது மிகச் சிக்கலான கேள்வி. 'கோழியிலிருந்து முட்டை வந்ததா, முட்டையிலிருந்து கோழி வந்ததா?' என்ற கேள்விக்கு ஒப்பானது. இந்த நோய்க்கு ஆட்பட்ட எல்லா மனிதரும் மரணத்தை எதிர்நோக்கும்போதும், அல்லது வாழ்விலிருந்து மற்றவரால் கைவிடப்படும்போதும், வாழ்ந்த வாழ்வு அர்த்தமிழந்து அசிங்கப்படும் போதும், தம் அகத்தை நோக்கி இத்தகைய கேள்விகளைத் தொடுக்கக்கூடும்.

வெளியே சப்பாத்துக் கால்களின் ஓசை கேட்கின்றது. இராணுவத்தினர் இருவர் நடந்து வருகிறார்கள் என்று அனுமானித்தேன். நித்திரைபோலக் கிடப்பது நல்லதா?

விழித்திருப்பதாய் இருப்பது நல்லதா? முடிவு காணமுன் வந்தே விட்டார்கள். எழுப்பிக் கூட்டிக்கொண்டு போவார்களோ... விசாரணைக்கு? ...ச்சா இருக்காது. இப்போது இரவு இரண்டு மணியிருக்குமா?

"டோ என்ன நித்திரையில்லை?" ஆமிக்காரன்.

"இல்லை."

"சொன்ன பொய்யளுக்கு என்ன விளக்கம் சொல்லலாம் என்டு திட்டம் போடுறியா?"

"..." நான் மௌனமாக இருந்தேன்.

"நாளைக்கு நீ சொன்ன பொய்யள் எல்லாத்தையும் ஆதாரத்தோட நிரூபிப்போம். நீ யாரு. இயக்கத்திலை என்ன வேலை செய்ஞ்சாய். எல்லாம், எல்லாம் நிரூபிப்போம். உன்னைக் காட்டித்தாறதுக்கு ஆளை நேர கொண்டுவரப் போறோம். புரிஞ்சதா? அதுதான் உன்னை இண்டைக்கு இரவு விசாரணைக்கு எடுக்கேல்ல தெரிஞ்சுகொள்ளு."

நான் எந்த உணர்ச்சியையும் வெளிக்காட்டவில்லை, அவனது பேச்சுக்குப் பதிலாக. உடலில் வலியை மட்டும் வெளிக்காட்ட முனைந்துகொண்டிருந்தேன். தத்துவத்தனமான விசாரங்களால் என் மனம் வலியை மறந்துபோய் கடந்தகாலத்தில் சிக்குண்டு கிடந்தது. அதனால் வலியை வலிந்து வெளிக்காட்ட நேர்ந்திருக்கிறது.

"நாளைக்கு நீ செத்தாயடா பள்ளா!" என்று மிரட்டினான். பள்ளா என்றது சிங்களத்தில் நாயைக் குறிக்கும்.

அவனது ரோச் வெளிச்சம் என் கண்களைக் கூசவைத்தது. அவன் நிற்பதே எனக்குத் தெரியவில்லை. ஆனாலும் அவன்தான் விசாரணை அதிகாரியின் உதவியாளன் என்பது எனக்குத் தெரிந்திருந்தது.

அவன் கையிலிருந்த ஒளி இருளை அறுத்தது. அவனுக்குப் பார்வை கிடைத்தது. எனக்கோ பார்வை கூசியது.

"நாளைக்கு நீ..." அவன் சொன்ன இந்த ஒரு சொல் போதுமே... எனக்குள் எழும் கேள்விகளால் நானே மரணத்தை நோக்கி இழுபட.

02

இருளின் கருமை கசியும் சுவர்களைப் பார்த்துக் கொண்டேயிருந்தேன். நேரம் என்ன...? மீண்டும் சப்பாத்துக் கால்களின் ஒலி. 'டொடக்... டொடக்... டொடக்..." என் அறையை நோக்கித்தான் வாறான். சந்தேகமே இல்லை. இங்குதான் வாறாங்கள். ஒலி நெருங்கி வருகிறதிப்போது.

"டொப் டப். டொப் டப். டொப் டப்" இது என்ன? என் நெஞ்சாங்கூட்டிலிருந்து எழும் ஒலி. இதயம் எம்பிக் குதித்துவிடும் போலிருக்கிறது. ஒரு வீரன் இந்தளவுக்குப் பயப்படலாமா? பயம் வருமா? நீங்கள் யாராவது கேட்கலாம்.

கேள்விகளை எழுப்பிவிடுவது சுலபமையா. ஆனால் பதில்களை அவ்வளவு சுலபமாக எழுப்பிவிடமுடியாது.

வருமையா பயம். ஆனானப்பட்ட அசகாய சூரனுக்கும் வருமையா பயம். பயமறியாப் பெருவீரர்கள் இதை வாசிக்க நேர்ந்தால் 'கும்பிடுறேன் சாமி என்னை மன்னிக்க வேணும்.'

எனக்கு வந்தது பயம். அதற்காக அவன் சப்பாத்தை நக்குவேன் என எண்ணவேண்டாம். கண்ணில் மரணபயத்தைக் கண்டாங்கள் என்றால் கோவணம் நக்கிகளை அனுப்பி வைப்பார்கள்; குசலம் விசாரிக்க.

அவர்கள் வந்து எங்களுக்கு எடுத்துச் சொல்வார்கள். கோமகாராசனின் கோமணத்தின் மகிமையையும் அதை நக்கினால் சொர்க்கவாழ்வு எவ்வளவு பலாப்பழச் சுளையாக உள்ளங்கைக்கு வரும் என்றும்.

கடவுளே! இந்தப் பயத்தை எப்படி வெளிக்காட்டாமல் இருப்பது? 'பளிச்' என்ற ரோச்லைட் வெளிச்சம் என் அறைக்குள் வரும் ஓடைப் பகுதி நிலத்தில் ஆடுகின்றது. வருகின்றார்கள். ஒருவர்? இருவர்? மூவர்? இருக்கலாம். நிறையக் கால்களின் நடை ஒலிகள் கேட்கின்றன.

'கிறீச்...' கம்பி இழுக்கப்படும் சத்தம். சிறையறைக் கதவைத் திறக்கிறார்கள். கண்ணைக் கூசும்படி ரோச் வெளிச்சத்தை என் முகத்தில் அடித்தார்கள். நான் கூச்சம் தாங்காமல் கண்ணை இறுகப் பூஞ்சி விழிக்க முயன்று முடியாமல் மறுபடி இறுகப் பூஞ்சினேன். கண் கூசியதற்காகவா செய்தேன்? என் முகத்தில் தெரியக்கூடிய எந்த உணர்வையும் மறைப்பதற்கு இதைவிடத் திறமான உத்தி என்னிடம் அப்போது இருக்கவில்லை. வந்தவர்கள் எதுவும் கதைக்கவில்லை. என் அருகே இருந்த மேலதிகச் சிறைப் படுக்கையில் புதிதாக இருவரைப் படுக்கவைத்து நிலத்துடன் பிணையும்படி கைகால்களுக்கு விலங்கிட்டார்கள். அவ்வளவுதான். மீண்டும் சென்றுவிட்டார்கள். எந்தவொரு உரையாடலும் இல்லாமல்.

இருளழுத்தும் அந்த அறையில் யாருக்கும் யாரையும் பார்க்க முடியவில்லை. அவர்கள் கதைக்க முயலவில்லை. நான் கதைக்க விரும்பவில்லை. அவர்கள் யார் என்று எனக்குத் தெரியாது. அடுத்தது அவர்கள் இராணுவப் புலனாய்வாளர்களின் முகவர்களாகவும் இருக்கக்கூடும். அடுத்த வழிமுறையைத் தொடங்கிவிட்டார்களோ? இருக்கலாம். ஒருவேளை நான் யாரென்று நிரூபிக்கும் சாட்சிகள் இவர்கள்தானோ? '...ச்சா' இருக்காது. அப்படியென்றால் என்னுடன் சேர்த்து இவர்களையும் அடைத்திருக்கமாட்டார்கள். 'ஏன் மாட்டார்கள்?' விடியவும் எமக்குள் என்ன கதைக்கிறோம் என்பதை அறிய வழிசெய்வதாக இருக்கும். இந்த அறையில் எங்காவது ஒட்டுக்கேட்கும் கருவி இருக்கக்கூடுமோ? கூடும். மனத்திடம் ஆயிரம் கேள்விகள். கேள்விகளை எழுப்பாமல் என்னால் இருக்கவும் முடியவில்லை. கேள்விகளற்றிருந்தால் மனம் பதைக்கின்றது. இந்த இருளின் தனிமைக்கு என்கூட இருப்பது இக்கேள்விகள்தானே?

முள்ளிவாய்க்காலிலேயே செத்திருக்கலாமோ? இந்த உத்தரிப்பு இருந்திருக்காதே. ஏன் சாகாமல் இருந்தேன். ...ச்சா! இதற்கு விடை கண்டுபிடிப்பது இப்போது முடியாத காரியம். வீணான காரியமும்கூட. முதல்நாள் முதல் பதிவில் நான் கொடுத்த வாக்குமூலத்தையே விடாமல் தொடரவேண்டும். இனி அதை மாற்றினால் பல வில்லங்கம் வந்துசேரும்.

என்னுடைய அறிவுக்கு அவர்கள் நாளைக்குச் சாட்சியம் கொண்டு வருவதென்று சொன்னது வெறும் பொய். அது இன்னொரு உத்தி. அப்படி இருந்திருந்தால் அவர்கள் என்னை இந்தமாதிரிக்

கையாண்டிருக்கமாட்டார்கள். இது புரிந்தாலும் அறிவை வென்று மனம் பயத்தில் என்னை நிலைகொள்ளவிடாமல் பண்ணுகிறது. முதல்நாள் என்ன விபரங்கள் கொடுத்தேன். ஒவ்வொன்றாக மீட்க வேண்டும். போரின் இறுதி நாள்களுக்கு இழுபட்டது என் மனம்.

போர்க்கைதிகள் எல்லோரையும் முள்ளிவாய்க்காலில் இருந்து வாகனங்களில் ஏற்றி முதலில் ஓமந்தைப் பகுதிக்குக் கொண்டு வந்திருந்தார்கள். 18ஆம் திகதி பொழுது புலராத ஒரு விடியற்காலையில் நானும் கொண்டுவரப்பட்டிருந்தேன். என்ன நடக்கப் போகிறது? ஒன்றும் தெரியவில்லை. விடிய ஒன்பது மணிக்கு நான்கு புறமும் முட்கம்பி வேலிகளுக்குள் விடப்பட்டிருந்த எம்மில் சிலரை அழைத்து முதற்பதிவுக்காகக் கொண்டுவந்திருந்தார்கள். அருகிலிருந்த திறந்த கொட்டிலில்தான் பதிவு தொடங்கியது. வீதியின் மறுபக்கம் சனங்களைக் கொண்டுவந்து இறக்கியிருக்கிறார்கள். எங்கும் ஒரே இரைச்சல். சூழ முட்கம்பிகளும் அச்சமூட்டும் சீருடை கொண்ட இராணுவமும்.

ஒரு வெள்ளைநிற வாகனம் வந்து நிற்கின்றது. அதிலிருந்து பெட்டிபெட்டியாக ஏதோ இறக்குகின்றார்கள். அருகிருந்த மேசை களில் அவற்றைக் கொண்டுவந்து வைத்துக்கொண்டிருந்தார்கள் சிப்பாய்கள். ஒரு இராணுவ அதிகாரி - இளநிலை அதிகாரிதான்- அந்த மேசையொன்றில் ஏறி நின்றான். பெட்டிகளிலிருந்து வெளியே உணவுப் 'பைக்கற்றுகளை' எடுத்து அருகிலிருந்த கைதிகளைக் கூப்பிட்டுக் கொடுத்தான். அவர்கள் பெற்றுக்கொண்டதைக் கண்ட கைதிகள் பலர் அந்த இடத்திற்கு விரைந்தார்கள்.

இப்பொழுது பெருங்கூட்டமாகிவிட்டது. ஆரம்பத்தில் ஏதோ அவன் சொல்லிச் சொல்லிக் கொடுத்தது காதுகளில் விழவில்லை. இப்போது அவன் 'பைக்கற்று'க்களைக் கூட்டத்தை நோக்கி வீசி எறிகின்றான். அதைப் பாய்ந்து பிடிப்பதில் கூட்டம் நெரிகிறது. கூட்டம் இரைந்து ஓடுகிறது. நானும் போக முயற்சித்தேன். கொச்சைத் தமிழில் அவன் அகங்காரமும் ஏளனமும் மிகுந்து கத்துகின்றான் ஏதோ. கூட்டம் முண்டியடித்து அலைமோத அவன் முகத்தில் இன்பவெறி. எள்ளலும் ஆணவமும் முகத்தில் பெருகுகின்றது. அது அருகே இருந்த சிப்பாய்களையும் தொற்றிக்கொள்கிறது. நான் காதுகளைக் கூர்மைப்படுத்தினேன். இரைச்சலை மீறி பெருங்குரலெடுத்து அவன் கத்துகின்றான் ஏதோ.

"டோ கொண்டாடுங்கடா கொண்டாடுங்க. உங்கள் தலைவர் செத்தாச்சு. டோ டோ இந்தா இந்தா பிரபாகரன் செத்தாச்சு. "ஒயட்ட 'பிரபாகரனை'..." சிங்களத்தில் ஏதோ கத்துகிறான் புரியவில்லை. அவன் காக்கைகளுக்கு எச்சில் சோறெறியும் ஆனந்தத்துடன் அதைச் செய்துகொண்டிருந்தான். பக்கத்தில் நின்ற சிப்பாய்களுக்கும் அவன் ஏதோ சொல்ல அவர்களும் பைக்கற்றுக்களை எடுத்து அக்கம் பக்கம் எல்லாம் சென்று எறிந்தார்கள். "ஒயட்ட பிரபாகரன் மரண..." ஏதோ சொல்கின்றார்கள் சிங்களத்தில், புரியவில்லை. நெஞ்சுக்கும் அடிவயிற்றுக்கும் இடையில் ஏதோ கூச்சம்.

வீதியின் மறுபக்கமும் இப்போதும் ஒரு 'கன்ரர்' வாகனத்தில் இருந்து பொதுமக்களின் கூட்டத்தை நோக்கிப் பொதிகளை எறிகிறார்கள். அதே ஆனந்தம். அதே இன்பவெறி.

கூட்டம் கத்தியது. "தண்ணி தண்ணி" தண்ணிப் போத்தல்கள் இறக்கப்படுவதைக் கண்டு கூட்டம் கத்துகிறது. இப்போது தண்ணிப் போத்தல்களை எறிகிறார்கள். மரங்களின் கீழே இருந்த கைதிகள் எழுந்து ஓடுகிறார்கள். கூட்டம் கூடு கலைந்த தேனீக்கள்போல மொய்க்கின்றது தண்ணீரைச் சுற்றி. தண்ணீருக்கு ஆசை பொங்குது என் மனதில். தண்ணி என்ற சொல்லிலேயே எத்தனை சுவை இருந்தது அப்போது. உயிரும்கூட.

'எழும்பிப் போய் ஒரு தண்ணீர் பிடிப்பம்' இப்படி நினைக்கவும் ஏதோ ஒரு மனக்கீறல் தடுக்கின்றது. 'ச்சா. நான் யார்? இந்த நாய்கள் யார்?' தண்ணீரைப் பிடித்தவர்கள் வெற்றிக் கிண்ணத்தைக் கொண்டுவரும் வீரர்கள்போலக் கூட்டத்தை விலக்கிக்கொண்டு வருகின்றார்கள். மூடியைத் திறந்து மளமளவென்று ஒருவன் குடிக்கின்றான் தண்ணீரை. வாயால் வழியும் தண்ணீர் நாடியால் ஒழுகுகிறது. 'ச்சா.' என்னால் முடியவில்லை. எழுந்து ஓடினேன். ...ச்சா இடுப்பிலிருந்த சாரம் நழுவுகிறது இந்த நேரம். ஒற்றைக் கையால் பிடித்தும் பிடிக்காததுமாக எதையும் நினைக்காமல் ஓடினேன். கூட்டத்தின் விளிம்பில் இப்போது நானும் நின்று இரண்டு கைகளையும் தூக்கித் "தண்ணி தண்ணி... இஞ்சை தண்ணி தாங்கோ" என்று கத்தினேன். அவன் என்ன சொல்லிக்கொடுக்கின்றான் என்பது எதுவுமே இப்போது - என் காதுகளிலும் விழவில்லை.

கூட்டத்தில் என்னருகில் ஒருவன் 'அய்யோ அம்மா' என்று வீரிட்டுக் கத்தினான். 'தண்ணீ தண்ணீ' கூட்டம் அலை

மோதிக் கத்துகின்றது. “ஓயட்ட பிரபாகரன் மரண...” அந்த நாய் மறுபுறம் சிங்களத்தில் ஏதோ கத்துகின்றது. நான் ‘அய்யோ’ எனக் கத்தியவனைப் பார்க்க அவன் ஒரு கையை மறுகையால் பிடித்துக்கொண்டு குளறிக் கீழே இருந்தான். கடவுளே... ஒரு கையில் கட்டுப்போட்டபடி பெரிய காயம். முறிந்த கைபோல. கழுத்தில் தொங்கவிட்டிருக்கின்றான். கூட்டம் அவனை மிதித்துவிடப் போகின்றது. ‘மிதிபட்டுச் சாகப்போகின்றான்... விசரன்’ அவனைத் தூக்கி நிறுத்தினேன். முடியவில்லை. மறுபடி இருந்தான்.

“அண்ணை விடுங்கண்ணை. என்னால ஏலாது. அய்யோ அம்மா. என்னால ஏலாதடி.”

“எழும்பும்... மிதிக்கப்போறாங்கள். எழும்பும்.” நான் அவனைத் தூக்கி நிறுத்த முயற்சித்தேன். என்னால் உறுதியாக நின்று அவனைத் தூக்க முடியவில்லை. என் காலிலிருக்கும் காயம் ஒத்துழைக்க மறுத்தது. அவனது கமக்கட்டுக்குள் என் கைகளைக் கொடுத்து நெஞ்சோடு கோர்த்து வெளியே இழுத்துவந்தேன். கூட்டம் மிதிக்காதளவு இழுத்துவிட்டேன். இதற்கு மேல் என்னால் முடியாது. என் கால்காயத்திற்குப் போட்ட கட்டிலிருந்து இரத்தம் கசிகின்றது. மீண்டும் தூக்கி எழுப்பினேன்.

“எழும், அந்த மரத்தடியில போய் இரும்.”

அவனும் ஒத்துழைத்துக் கொஞ்சம் முயற்சித்தான். அவனது காலிலும் ஏதாவது காயமா? பார்த்தேன். இல்லை. அப்படியேதும் இல்லை. ஆனால் எல்லைமீறிய வலியெதுவுமே குறிப்பிட்ட உறுப்புக்கு மாத்திரமானது அல்ல. அது உடலின் முழுப் பாகத்தையுமே செயலற்று இருத்திவிடுகின்றது. வலியை உணர்வது மனந்தான். எல்லைகடந்த வலியை மனம் உணரும்போது அதனால் பிற உறுப்புக்கள் மீது அதிகாரம் செலுத்த முடிவதில்லை. செயலின்மை ஒன்று உடல் முழுவதிலும் பரவி விடுகின்றது. ஆணையின்றி உறுப்புக்கள் தனித்து விட்டுவிடப்படுகின்றனபோலும்.

நான் அவனை அணைத்தபடி நடக்க கொஞ்சம் உதவினேன். இப்போ இன்னொருவன் கூட வந்தான். “விடுங்கண்ணை, நான் பிடிக்கிறன்.” இவன் இளைஞன். கட்டுமத்தான உடல். அலட்சியமான பார்வை. இவன் பிடித்து நடக்க முயலவும் அவன் மீண்டும் கத்தினான். “அய்யோ” என்று. மறுபேச்சில்லாமல்

அவனைத் தன் இருகைகளில் ஏந்தித் தூக்கிக்கொண்டுபோய் சிறு மரம் ஒன்றின் கீழிருந்த மணலில் வைத்துவிட்டான். நான் திரும்பி கூட்டத்தைப் பார்த்து நடந்தேன்.

"எங்கையண்ணை போறியள்? இந்த நாதாரி மக்களிட்டை நீங்கள் தண்ணி வாங்கிக் குடிக்கப்போறியளோ?" அவனைத் தூக்க உதவிக்கு வந்தவன் கேட்டான். எனக்குள் ஒரு அவமான உணர்வு கட்டுப்பாடில்லாமல் எழுந்து என்னைக் குறுக்கியது. நின்றேன். மறுபடி என்ன எண்ணினேனோ தெரியவில்லை. அல்லது எதுவுமே எண்ணாமல் திரும்பவும் நடந்தேன் தண்ணிக்கு.

"போய் அங்க இருங்கண்ணை." அவன் அதிகாரத் தோரணையில் சொல்லிவிட்டு வேகமாய் நடந்தான். என் வெட்கங்கெட்ட செயலை ஒருவன் பார்த்து நேரடியாக முகத்துக்கு நேரே குத்திக் காட்டும்போது அதை மீறியும் போகமுடியாக் கௌரவம் எம்பி எழுந்து தண்ணீரின் மீதிருந்த என் மோகத்தைத் தடுத்து நிறுத்தியது. போய் இருந்தேன்.

அட! பாடையில போவான்... சொன்னவன் கூட்டத்தை நோக்கிப்போய்க் கூட்டத்துக்குள் கலந்தான். என்னைச் சொல்லிவிட்டுத் தான் போறானே? என்னை முட்டாள் ஆக்கிவிட்டான் என்றுதான் நீங்கள் நினைப்பீர்கள். இல்லையா? அப்படித்தான் யாருக்கும் எண்ணத் தோன்றும். ஆனால் நான் அப்படி எண்ணவில்லை. என் கடந்தகாலப் போர்வாழ்க்கை என்னை அப்படி எண்ணத் தூண்டவில்லை. அல்லது என் அனுபவத்தில் அவன் சொல்லிய சொல்லிலிருந்த தொனியும் அந்தச் சொல்லுக்குரிய அவன் முகபாவமும் என்னை அப்படி எண்ணத் தூண்டாமல் செய்திருக்கக்கூடும். 'என் இந்தக் கணிப்பு ஒருவேளை என்னை முட்டாள் ஆக்கிவிடுமோ?' கொஞ்ச நேரத்தின் பின் இப்படியும் எண்ணினேன். 'எழுந்து எப்படியாவது தண்ணி எடுத்துவிடலாம்.' மனம் சுண்ட மறுபடி எழுந்தேன்.

"எங்கேயண்ணை எழும்பிட்டிங்கள். இந்தாங்கோ குடியுங்கோ" அவன் ஒரு தண்ணீர்ப்போத்தலை நீட்டியபடி வந்தான். அட... நான் எண்ணியது சரி. அப்போதுதான் பார்த்தேன் அவனை. மணிக்கட்டில் ஒரு காயம் போல் இருக்கின்றது. கட்டுப்போட்டிருந்தான். கையில் தண்ணீரை வாங்க கண்ணில் நீர் கட்டியது. "நன்றி" சொன்னேன். போத்தலைத் திறந்து கீழே இருந்தவனுக்கு நீட்டினேன். "இந்தா, இந்தா தம்பி குடியுங்கோ."

"இல்லையண்ணை குடியுங்கோ." மனமின்றி ஆட்சேபித்தான்.

"ச்சா குடி."

"இல்லையண்ணை முதலில குடிச்சிட்டுத் தாங்கோ."

அவன் குடிக்கான் என்பதை உணர்ந்து முதலில் நான் குடித்தேன். தாகம். மகா தாகம். நான்காம் ஐந்தாம் முடர் குடிக்கவும் நெஞ்சுக்குள் பொறுத்தது. நெஞ்சை அடைக்குமாப் போல் வலி, நெஞ்சுக்குள் ஓர் உருளைபோல. மூச்சுத் திணறியது. விக்கல் எழுந்து விக்கி வெளியேற முடியாமல் அமுங்கி மூச்சுக்குழாயை அடைப்பதுபோன்ற திணறல். போத்தலைக் கீழே வைத்து நெஞ்சைப் பிடித்தேன். தலையைத் தூக்க முடியவில்லை.

"என்னண்ணை என்னண்ணை..." தண்ணீர் தந்தவன் பதைத்தான். "இப்ப சரியா?" அவன் கேட்டான். கீழே இருந்தவனும் எழும்பி விட்டான். நான் சுதாரித்தேன். "இல்லை இப்ப சரியாயிட்டு..." மூச்சை அடைக்கிற மாதிரி ஒரு விக்கல். "ம், இப்ப பரவாயில்லை" சொன்னேன். ஆனாலும் என் கண்ணில் நீர் கட்டியிருந்தது.

"இப்பக் குடியுங்கோ ஆறுதலா." தண்ணீர் தந்தவன் சொன்னான். கொஞ்சம் கொஞ்சமாகக் குடித்தேன். மோகப்பட்ட அளவுக்குத் தண்ணியைக் குடிக்க முடியவில்லை. மற்றவனுக்கு நீட்டினேன். "ஆறுதலாக் குடி. கவனம்." என் அனுபவத்தால் அவனுக்கும் அப்படி நேர்ந்துவிடுமோ என அஞ்சினேனாக்கும். அவன் "மடக்.. மடக்.. மடக்.." என்று சத்தம் வரக் குடித்தான். பிறகு போத்தலை என்னிடம் நீட்டினான். அவனுக்கு இன்னும் தாகம் என்று தெரிந்தது. "இல்லை குடி இன்னும் கொஞ்சம். இனி எப்ப தண்ணியோ தெரியாது." சிரித்துக்கொண்டே சொன்னேன். அவன் இன்னும் கொஞ்சம் குடித்துவிட்டுத் தந்தான்.

மறுபடி நான் குடித்தேன். தண்ணீர் தந்தவன் கேட்டான் "என்னண்ணை நேற்றும் தண்ணி குடிக்கயில்லை போல?"

"இல்லை. மூன்று நாள் ஆ... மூன்று நாளாகுது. ஆனால் நேற்று ஒரு அரைக்கிளாசு தண்ணி கிடைச்சதுதான்."

"அப்ப சாப்பாடு?" அவன் கேட்டான்.

"இல்லை" அதிக வசனம் என்னிடம் இருக்கவில்லை, இந்தக் கேள்விக்கு.

“பேரிச்சம்பழப் பைக்கற் இருக்கு. அதைத்தான் இந்த நாதாரிகள் எறியிறாங்கள் எங்களுக்கு. சாப்பிடாமல் இருந்திட்டு, அதைச் சாப்பிட்டால் கொஞ்ச நேரத்திலை குமட்டும். பிறகு வயிறு பத்தியெரியும். எதுக்கும் இருங்கோ வாறன்.” சொல்லியபடி அவன் போய்விட்டான்.

கொஞ்ச நேரத்திலே அவன் திரும்பி வந்தான். அதற்கிடையில் நான் என் சந்தேகங்களுடனும் எழுந்த கேள்விகளுடனும் மோதிக்கொண்டிருந்தேன். குடித்த தண்ணீர் சிந்திப்பதற்குக் கொஞ்சம் தெம்பைத் தந்திருந்தது. மக்கள் இராணுவ எல்லைக்குள் புகும் இடத்தில் ஐக்கிய நாடுகள் அமைப்பு நின்று பொறுப்பேற்கும் என்று எண்ணியிருந்தேன். கூடவே சர்வதேசச் செஞ்சிலுவைச் சங்கமும் நிற்கலாம். போர் நேற்றுடன் முடிந்துவிட்டது. கட்டாயம் போர்க்கைதிகளைப் பதிவுசெய்யவும், துஸ்பிரயோகம் செய்யாமல் கண்காணிக்கவும் முல்லைத் தீவில் சர்வதேசச் செஞ்சிலுவைச் சங்கம் நிற்கலாம். இல்லாவிட்டாலும் ஓமந்தையில் மிக நிச்சயமாக நிற்பார்கள் என்று முன்னர் நம்பியிருந்தேன். ஆனால், இங்கும் அந்த அமைப்புகள் இல்லையென்பது அதிர்ச்சியைத் தந்தது. அச்சம் எழுந்து உயிரின் மீதான ஆசையை வலுப்படுத்தியது. அல்லது உயிரின் மீதான ஆசைதான் அச்சத்தை வலுவாக்குகிறதோ. ச்சா... ஏதோ ஒன்று.

வந்தவன் கையில் பிஸ்கற் வைத்திருந்தான். மூன்று மூன்றாக இருவருக்கும் தந்தான். “இதுதானண்ணை இருக்கு. பசிக்கு இது சாப்பாடில்ல. உயிரைப் பிடிச்சு வைக்க உடனடிக்கு இது உதவும்.”

“உமக்கு?” நான் கேட்டேன்.

“நான் வயித்துக்குக் கொஞ்சம் போட்டுட்டன். இன்னும் இரண்டு நாளைக்குச் சாப்பாடு இல்லாட்டியும் மயங்கமாட்டன். பாப்பம். இரண்டு நாளைக்குள்ள இவங்கள் என்னைச் சுடாட்டிக்கு எப்படியும் சாப்பாடு தருவாங்கள்” அவன் குமிட்டிச் சிரித்துக்கொண்டே சொன்னான்.

நான் இயல்பாகச் சிரிப்பு வராமலே சிரித்துக்கொண்டு வாயில் பிஸ்கற்றை வைத்தேன். அவனுக்கு நன்றிகூடச் சொல்ல வாய் வரவில்லை. மனம் சம்பிரதாயங்களைப் பின்பற்றும் நிலையில் இல்லை. அது மரணமென்ற சொல்லோடு மிக அலுவலாக இருந்தது. இந்த நேரத்தில் அவன் சொன்னான்: “நான் ஆறு பிஸ்கற் சாப்பிட்டன். நாளைக்குச் சாப்பாடு கிடைக்காட்டிக்குமென்று

ஆறு வைச்சனான். அதைத்தான் இப்ப தந்தன் உங்களுக்கு. மூன்று போதும்... எப்பிடியும் உங்களைச் சுட்டாப் பிறகுதானே என்னைச் சுடுவாங்கள்." வாய்க்குள் இருந்த பிஸ்கற் துகள்கள் வெளியே பறக்கச் சிரித்தேன். அவனும் சிரித்தான். கீழே இருந்தவனும் வலியை மறந்து சிரித்தான்.

"அப்ப, வாய்க்கரிசிக்குப் பதிலாய் வாய்க்கு பிஸ்கற் போட்டு விட்டிருக்கிறாய்" நான் சொல்லவும் அவன் வெடிச் சிரிப்புச் சிரித்தான். சிரித்து எத்தனை நாள்கள் - இல்லை - மாதங்கள் ஆயிற்று. இது மரணத்துக்கு முந்தைய சிரிப்போ? ஆமிக்காரன் ஒருவன் கூட்டத்தைப் பார்த்துச் சொன்னான் பதியவருமாறு. "இருங்கண்ணை, ஒருக்கா வாறன்" அவன் போய்விட்டான். முதல் ஒரு முப்பது வரையான ஆட்களை அருகிலிருந்த கொட்டிலுக்குள் இருத்தினார்கள் சில சிப்பாய்கள். ஓரளவு கூட்டத்தின் இரைச்சல் ஒலி அடங்கிவிட்டது. அவரவர் தன் தன் மனதுக்குள் புதைந்து சுழியோடத் தொடங்கியிருந்தார்கள். என்ன சொல்வது? எப்படிச் சொல்வது? அவன் என்ன செய்வான்? நான் என்ன செய்யவேண்டும்? இப்படி மனக்கணக்குள் அலைச்சலுற்றேன். என்னுடைய நிலையும் இதுதான். இதனால் வெளியே சத்தம் அடங்கிப்போயிற்று. மனத்துக்குள் ஒரே இரைச்சல். ஆனால் சிப்பாய்கள் சிலர் தமது கைத்தொலைபேசியைப் பார்த்து ஆரவாரித்துப் பொங்கிக்கொண்டிருந்தனர்.

அவர்களது கைத்தொலைபேசிக்குப் புகைப்படங்களும் சிலருக்கு வீடியோத் துண்டுகளும் வந்துகொண்டிருந்தன. தலைவர் பிரபாகரனின் உடலம் படமாகவும் வீடியோவாகவும் வந்துகொண்டிருந்தது. அவை இலங்கை ஒளிபரப்புக் கூட்டுத்தாபனத்தின் செய்தியிலிருந்து பெறப்பட்டவை. இராணுவத்தினர், முகங்களில் கர்வமும் எள்ளலும் தொனிக்க நடந்து திரிந்தார்கள். காட்டிக் கொடுப்பதற்காகக் கூட்டி வந்திருந்தவர்களுக்குச் சிப்பாய்கள் அந்தச் செய்தியைக் காட்டினார்கள். கதை கூட்டத்துக்குள் பரவியது.

இராணுவ அதிகாரி முதலில் இந்தச் செய்தியைச் சொல்லியபோது கைதிகள் யாரும் அதனைச் செவிமடுக்கும் நிலையிலில்லை. பசி உயிரை உறிஞ்சிக்கொண்டிருந்தது. தாகம் காதுகளையும் அடைத்திருக்கும். கூட்டத்தின் இரைச்சல் வேறு. எல்லாவற்றையும்விட முன்னால் தின்பதற்கும், குடிப்பதற்கும் ஏதோ கிடைக்கப்போகின்றது. இழந்துவிடக்கூடாது என்ற

அவாதான் இருந்தது. அதை மீறி அதிகாரி சொன்னது யாருடைய காதுக்குமே விழாது விட்டிருக்குமா? இருக்காது! ஆனால் அதை நம்பத் தயாரில்லாமல் இருந்திருப்பார்கள். ஒருவேளை நம்பியிருந்தாலும் தனக்குள்ள இந்தச் சூழ்நிலையில் அது யாருக்கும் முக்கியம் இல்லையோ?

ஆனால் இப்போது ஒன்று தெரிந்தது: அந்தச் சிப்பாய்கள் எவரும் தம் அதிகாரி முதலில் சொன்னபோது அந்தச் செய்தியை மனதார நம்பவில்லை. அவர்கள் தங்கள் தொலைபேசிக்கு வந்த செய்திக் காட்சிகளை கைதிகளுக்குக் காட்ட முயன்றார்கள். தலைவர் பிரபாகரனைத் தெரிந்த கைதிகள் மூலம் அப்படங்கள் உண்மைதானா என்பதை உறுதிப்படுத்தும் ஓர் உள் அவா அவர்களிடம் இருந்தது. ஆனாலும் அவர்கள் அதனை வெளிப்படுத்தாமல் கர்வத்துடன் நடந்துகொள்வதாய்ப் பாவனைசெய்து இதனை உறுதிப்படுத்த முயற்சித்தார்கள். இது சாதாரண மனித உணர்வு. எங்கோ ஒரு கிராமத்து மூலையிலிருந்து இராணுவத்தில் இணைந்து காடுகளுக்குள் கட்டளைக்காகக் காத்திருக்கும் சாதாரண சிப்பாய்கள் இவர்கள். பிரபாகரன் என்பது வெல்லப்பட முடியாத ஒரு மகா சக்தி. அவரையா கொன்றிருப்பார்கள் என்ற மனப்பதிவு இவர்களிடத்திலும் இருந்தது. தவிரவும் இங்கு நிற்கும் சிப்பாய்கள் கடைசிப் போரில் பங்கு பற்றாதவர்களும்கூட. இவர்களுக்கு அங்குள்ள நிலைமையும் தெரியாது.

காட்டிக்கொடுக்க வந்தவர்கள் மூலம் புகைப்படங்களைப் பார்த்தவர்கள் இது தலைவர்தான் என்று தலையசைத்துவிட்டு வந்தார்கள். ஆனால் கூட்டத்திற்குள் அந்தப் படம் பற்றிப் பேசியபோது தமக்கு நம்பிக்கையான நண்பர்களுக்குச் சொன்னார்கள், அது தலைவர் இல்லையென்று.

அதைப் பார்த்தவர்களுடன் கதைத்தவர்களுக்கு ஒரு விசயம் தெரிந்திருந்தது பார்த்தவர்கள் யாரும் தலைவரை நேரில் பார்த்தவர்கள் இல்லையென்று.

நானோ 'என்ன பதிவு? என்ன கேள்விகள்?' என முன்கூட்டியே அறியமுடியுமா என்று முயற்சிக்க விரும்பினேன். அந்தக் கொட்டிலின் அருகே போகமுடியுமா என முயற்சித்தேன். அப்போதுதான் என்னைக் கண்டுவிட்டு ஒரு வயதானவர் என்னிடம் வந்தார். 'ஓ... அடக் கடவுளே!' அடையாளமே தெரியவில்லை. இயக்கத்தின் மிக மூத்த உறுப்பினர். போராட்டத்தைத்

தொடங்கியவர்களில் ஒருவர் என்று சொல்லலாம். கடைசிக் காலங்களில் அவருக்கு எந்த முக்கியத்துவமும் இல்லை. என்றாலும்கூட மூத்த உறுப்பினர்தான். "என்ன, சுடுவாங்களோ? விடுவாங்களோ?" எப்போதும் அவரது பேச்சுத்தொனி இருப்பது போலவே இப்போதும் இருந்தது எள்ளலுடன்.

"அண்ணை கீழ இருப்பம்" நான் பதிலுக்குக் காத்திருக்காமல் இருந்துவிட்டேன். எழும்பி நின்றால் எங்கள் முகம் மற்றவர்களின் கண்ணில் எளிதாகப் பட்டுவிடும் என்பதுதான் காரணம். இவரோடு என்னைச் சேர்த்துக் கண்டால்...? சொல்லமுடியாது எதுவும் நடக்கலாம். கீழ இருந்ததும் சொன்னார் "பார்த்தீங்களோ? நாய்க்குக்கூட நாங்கள் இப்படிச் சாப்பாடு போடமாட்டம். என்ன சொல்லிப் போட்டான் பாத்தீங்களோ? பொடியளும் சனங்களும் அடிபட்டு வாங்கிக்கொண்டாடிச்சுதுகள் பாத்தீயளோ?" அவர் மேற்சொண்டு மேலெழும்பி வாய் படபடக்கக் கண்கள் சிவந்து நீர்கட்ட தன்னை அடக்கமுடியாத பதட்டத்துடன் கதைத்தார்.

"இல்லை இதையும் பெரியவர் இருந்து பார்த்திட்டுப் போயிருக்கணும்... இல்லை... இல்லை... இல்லை..." அவரால் நினைப்பதைக் கதைக்க முடியவில்லை. உள்ளெழும் கோபமும் அதற்கு விடுவதாய் இல்லை. அந்தச் சூழலும் விடுவதாய் இல்லை. கைகளை அவர் முன்தூக்கி ஆட்டிக் கதைக்கும்போது கண்டேன். கைவிரல்கள் பதறுகின்றன. சினம்! அவரால் தாங்கவொண்ணா சினம்.

தானும் சேர்ந்து வெறுங்கையுடன் தொடங்கிய போராட்டம் மலையாக எழுந்ததையும் மண்ணாகச் சரிந்ததையும் கண்டவர் இவர். போரின் கடைசி நாள்களில் போராளியான தனது மகளையும் பாலகனான தனது மகனையும் இழந்தவர் இவர். இப்போது இவரை உயிருடன் வைத்திருப்பார்கள் என்று இவர் நம்பமாட்டார் என எண்ணுகின்றேன். எனக்கும் அந்த நம்பிக்கையில்லை.

"அண்ணை நாங்கள் இதில இருக்கிறத கண்டாங்கள் என்டால் பிரச்சினை. முடிஞ்சளவு சாவை ஒத்திப்போடுறதுதான் எங்களுக்கு இப்ப உள்ள ஒரே வழி. எழும்புவம்." சிறிது நேரத்திலேயே அவரது உரையாடலை நீளவிடாமல் முறித்துக்கொண்டேன். கடந்த இரண்டு மாதத்தில் இருபது வயது கூடியவராகத் தோற்றமளித்தார். வயோதிகத் தோற்றம். ஒருவேளை இதுதான் அவரைக் காப்பாற்ற உதவக்கூடும், மனதில் எண்ணினேன்.

ஏதோ ஒரு எண்ணம் உதிக்க பதிவுக்கு அடுத்த குழுவை எடுக்கும்போது நானும் உட்சென்றுவிடவேண்டும் என முடிவுசெய்தேன். பதிவு எடுத்தவர்களை முதலில் அவர்கள் இங்கிருந்து ஏற்றக்கூடும். இங்குள்ள சூழல் நல்லதல்ல. ஒருவேளை அடுத்தகட்டம் பாதுகாப்பானதாக அமையக்கூடும்.

தண்ணீர் தந்தவன் தேடிவந்து ஒரு பேரீச்சம்பழப் பைக்கற்றைத் தந்தான். “இதை வைச்சிருங்கோ. வெறுவயித்தில சாப்பிடாதேங்கோ. நல்லதில்ல. வாந்தியும் வரலாம். சண்டையில நிற்கேக்க என்ர அனுபவம் இது. இந்த நாதாரியள் தெரிஞ்சுதான் தந்தாங்களோ என்னவோ? பிஸ்கற் சாப்பிட்டனியள்தானே. இதிலையும் இப்ப கொஞ்சம் சாப்பிட்டு வையுங்கோ.” அவன் போய்விட்டான்.

யார் இவன்? தெரியாது. அவனுக்கு என்னைத் தெரிந்திருக்கிறது. இந்த நேசிப்பும் மரியாதையும் கூட்டுவாழ்வும்தான் கட்டறுத்து வரமுடியாமல் என்னைப் பண்ணியதா? போர் முடியப்போவதை நான் முன்னுணர்ந்திருந்தேனே!

வந்த இராணுவத்தினர் பதிவைத் தொடங்கிவிட்டபோது கூட்டத்தின் இரைச்சல் வேறுமாதிரியானதாகத் தொனிக்கத் தொடங்கியது. பலர் குசுகுசுக்கும்போது எழும் அமுங்கிய ஒலிக் கற்றைகளாக ஆகியது சூழல். அவரவர் தம் மனக்கணக்கிற்குள் சுழன்று அல்லாடினர். ‘என்ன சொல்வது?’ ‘எப்படிச் சொல்வது?’ ‘சொல்வது பொய்யென்று தெரிந்தால்... ஆமிக்காரன் என்ன செய்வான்? எதைச் சொல்வது உயிர்தப்ப உசிதமாக இருக்கும்?’ இப்படிக் கேள்விகளின் தொடர். இதில் விசித்திரம் என்னவென்றால் தான் என்ன சொல்லவேண்டும் என்பதைச் சிந்திக்க முன் மற்றவர்கள் என்ன சொல்லப்போகிறார்கள் என்பதைத் தெரிந்துகொள்வதில்தான் மனம் கவனமூன்றி நின்றது. சந்தேகங்களும் ஆர்வமும் அடுத்தவர் எடுக்கப்போகும் முயற்சியைச் சுற்றித்தான் எல்லாருக்கும் சுழன்றுகொண்டிருந்ததாகப் பட்டது எனக்கு.

பொறுக்கவொண்ணா அவாவிற்தான் மற்றவர்களிடத்தில் விசாரிக்கின்றார்கள் கமுக்கமாக. ஆக, எனக்கொன்று விளங்கியது. மனதை இதிலிருந்து மீட்டு நான் என்ன செய்யவேண்டும், என்ன சொல்லவேண்டும் என்பதில் நிலைப்படுத்தாவிட்டால் என் அழிவு சர்வ நிச்சயந்தான்.

எப்போதுமே அறிவுக்கு விளங்கும் அளவுக்கு உணர்வுக்கு விளங்குவதில்லை. அது பிரச்சினைகளைச் சுற்றி அல்லாடிக் கொண்டேயிருக்கும். பெரும் உத்தரிப்பு இது. அனேகர் குடும்பத்தில் யாரையாவது மரணத்திடம் பறிகொடுத்திருந்தார்கள். பலர் குடும்பத்தில் யாராவது காயமுற, செஞ்சிலுவைச் சங்கக் கப்பலில் ஏற்றி அனுப்பி வைத்திருந்தார்கள். அவர்கள் பற்றி எந்தத் தகவலும் இவர்களுக்குத் தெரியவில்லை. சிலர் குடும்பத்தைக் கண்டுபிடிக்க முடியாதவாறு பிரிந்துவிட்டார்கள். மனைவி பற்றிச் சிலர், குழந்தை பற்றிச் சிலர், அக்கா, தங்கை பற்றிச் சிலர், வயதான அம்மா, அப்பா பற்றிச் சிலர். இப்படிப் பல ரகத்தினர் இதற்குள் அடக்கம்.

"ஒரு நாள் பணி செய்திருந்தாலோ உறுப்பினராக இருந்தாலோ அவர்கள் கையைத் தூக்கி வரவேண்டும். பதிந்துவிட்டு மீண்டும் குடும்பத்தோடு முகாமுக்குள் அனுப்பி விடுகின்றோம்" என்று சொல்லிக் கொண்டுவரப்பட்டவர்களும் இங்கு பலர் இருந்தனர். இவர்களில் வடக்கில் புலிகளின் நிழல் அரசின் நிர்வாகப் பணியாளர்களும் இருந்தனர். ஆனால் இதுவே இப்போது கைதாகிய புலி உறுப்பினர்களுக்கு ஒப்பீட்டளவிலான பாதுகாப்பைத் தரக்கூடும் என நான் உணர்ந்தேன்.

மூன்றாவது தடவை கூட்டத்தை விசாரணைக்கு உள்ளே எடுத்தபோது ஒருவாறு நானும் உள்ளே நுழைந்துவிட்டேன். ஐந்து வரிசை நிரல்களாக இருத்தினார்கள். இரண்டாவது வரிசையில் மூன்றாவது ஆளாக நான் இருந்தேன். ஐந்து மேசைகளில் பதிவுகள் நடந்தன. நான் முதலாவதாள் போனபோது அவனுக்கு என்ன நடக்கின்றது என்பதைக் கவனிக்க, என் புலன்களைக் கூர்மையாக்கினேன். காதை எவ்வளவு கூர்மைப்படுத்தியும் கேள்விகள் விளங்கவில்லை. ஆனால் மூன்றாவது கேள்விக்கு அவன் பதில் சொன்னபோது கன்னத்தில் ஓங்கி அறைந்து திட்டினான். பின் ஏழாவது கேள்விக்கும் இதேபோல. எழும்பி இராணுவத்தினன் ஆக்கிரோசமாக சேட்டுக் கொலரைப்பிடித்து உலுப்பினான் கைதியை. நான் குறிப்பெடுத்துக்கொண்டேன். மூன்றாவது கேள்வியும் ஏழாவது கேள்வியும் முக்கியமானவை. பதிவு முடித்தவர்கள் மறுகரைக்குக் கொண்டுசெல்லப்பட்டார்கள்.

எனது அடையாளத்தை மறைத்தாலே தவிர உயிர் தப்புவது இயலாத காரியம். கண்டுபிடித்துவிட்டால் உயிரைப் பறிக்கக்கூடும். உள்ளதைச் சொல்லிவிட்டால் அதற்கும் உயிரைப் பறிக்கக்கூடும்.

ஆக அடையாளத்தை மறைப்பதுதான் கையிலுள்ள ஒரே தெரிவு. நான் தெளிவாகிவிட்டேன்.

அடையாளத்தை மறைப்பதென்றால் குணவியல்பை மறைத்தாக வேண்டும். வாழ்வில் சந்திக்கமுடியாத இத்தகைய உணர்ச்சிப்பூர்வமான சமயத்தில் அனிச்சையாக வெளிப்படக்கூடிய குணவியல்பை மறைப்பது இலகுவானதல்ல. ஆனால் என் திறமை - திறமை என்று சொல்வதைவிட என் உயிரின்மீதான பிடிமானம் - இதில்தான் அடங்கியிருக்கின்றது. மறைத்தேயாகவேண்டும்.

எனது முறை நெருங்க நெருங்க என் மூச்சுக்காற்றை நானே இழுத்து விடவேண்டியிருந்தது. நீங்கள் யாரும் கேட்கக்கூடும், 'இதுவரை வேறு யாருமா உனக்காக மூச்சுவிட்டார்கள்' என்று. சுவாசிப்பது சுமையாக உணரும் தருணம் வாழ்வில் சிலருக்கு மிக அரிதாகவே வாய்க்கிறது. நானோ மிக விசித்திரமான தருணத்தில் உள்ளேன். உடல் மீதான பூரண அதிகாரத்தை ஆத்மா கொண்டிருக்கின்றது. உடலில் அகவயமானதும் அந்தரங்கமானதுமான அத்தனை தொழிற் பாடுகளையும் அதுவே செய்விக்கின்றது. உடலில் ஆத்மாவினால் நிகழ்த்தப்படும் தொழில்கள் இந்த உடலுக்குச் சுமையாகத் தெரிவதில்லை. ஆனால் இம்மாதிரி மரணம் எதிரே வந்துவிட்டதை உணரும் ஓர் அரிதான தருணத்தில் ஆத்மா தன் உடல்மீது கொண்ட அதிகாரத்தை நழுவவிடுகின்றது. அச்சமயத்தில்தான் இந்த உடலைக்கொண்டு ஆத்மாவைப் பிடித்துவைத்திருக்க வேண்டியிருக்கின்றது. உடலுடனான தொடர்பாடல் வலுவிழப்பதே நழுவும் ஆத்மாவின் முதற்குறியீடு. உடலைக் கொண்டு அந்தத் தொடர்பாடலை வலுவூட்டி ஆத்மாவை அதன் உயிர்ப்பு நிலையில் இருத்தாவிட்டால் மரணம் மெல்லப் படர்ந்து விழுங்கும். நான் மூச்சை இழுத்து, இழுத்து விட்டேன். எத்தனை சிரமமான வேலையிது. மிகுந்த களைப்பூட்டுவதும்கூட.

என்னை அழைத்தான் இராணுவத்தினன். இது எனது முறை. ஏற்கனவே தலைமுடியை நெற்றியை நோக்கிக் கீழ்ப்புறமாகக் கலைத்துவிட்டிருந்தேன். இப்போது தோள்களையும் முடிந்தளவு ஒடுக்கினேன். முதுகில் கொஞ்சம் கூனல் விழுத்திக்கொண்டேன். மிகக் கவனமாக என் நிலை மறந்தேன்.

உயரம் குறைந்த சிறிய மேசையின் பின்னால் கதிரையில் கர்வம் தொனிக்க அமர்ந்திருந்த ஓர் அற்பன் சம்மணம் கொட்டியிருந்த

என்னைப் பார்த்தான். ஒரு அற்பனின் முன்னால் அற்பனாக நடிப்பது இலகுவானதல்ல. அவன் சொன்னான் "உண்மை பேசினால் உன்னைப் படிச்சுக்கொடுக்கிற பள்ளிக்கு அனுப்புறது. இல்லையெண்டால்..." சுட்டுவிரலைக் காட்டினான். நான் தலையாட்டினேன். கேள்விகள் வந்தன. "பெயர்."

"ருத்திரா." மிகத் திருத்தமாக உச்சரித்தேன். இதயம் எகிறுகிறது.

"இயக்கப்பெயர்."

"கோமகன்."

மூன்றாவது கேள்வி வரப்போகின்றது. பதட்டம்... "இயக்கத்தில எப்ப சேர்ந்தது?"

ஓ இதுதானா அந்தக் கேள்வி. "தொண்ணூற்று ஐந்து."

அவன் பார்வையை உயர்த்திக் கூர்ந்து பார்த்தான். "பொறுப்பாளனோ?" இது விண்ணப்பத்திற்குத் தேவையில்லாத கேள்வி.

நானும் தலையைக் குனிந்து மௌனமாக இருந்தேன். 'ஆம்' என்று எடுத்துக்கொள்ளலாம். ஆனால் என்னை எந்தவிதத்திலும் அவனது ஆளுமைக்கு மேம்பட்டவனாகக் காட்டிக் கொள்ளாதவாறு இருந்தேன். நான் உண்மை சொல்வதான உணர்வு அவனுக்குள் பரவியது. நான் உற்சாகம் அடைந்தேன். பொய்களை அவிழ்க்க மேலும் துணிவு பெற்றேன். சுமார் நாற்பது கேள்விகள் இருக்கலாம். அப்போது என்னமாய் செய்து முடித்தேன்!

இப்போது இந்தச் சிறையிலிருந்து அவை எல்லாவற்றையும் மீட்டுப் பார்க்கின்றேன்... நாளை விசாரணைக்குத் தயாராக வேண்டும். விடியப் போகின்றது. நித்திரை இனி வராது.

மகத்துவம் நிறைந்ததாக நான் எண்ணிய வாழ்வு சபிக்கப்பட்ட வாழ்வாக என்னைத் திருகும் இந்த நிலையின் வலி, கடந்த மூன்று நாள்களில் நான் வாங்கிய சித்திரவதைகளின் வலியைவிட என்னை ரணப்படுத்துகின்றது. இதை உங்களுக்கு எப்படிப் புரியவைப்பது என்று தெரியவில்லை.

ஒரு கூட்டு வெற்றியில் தனிமனிதப் பங்காளர்களுக்கு உரித்தான பங்கு கிடைப்பதில்லை. ஆனால் கூட்டுத் தோல்வியில் தனி

மனிதனுக்கு உரித்தானதற்கும் அதிகமான பங்கின் விளைவை அவன் சுமக்க நேர்கிறது.

திண்ம இருள் மேலிருந்து கனங்கொண்டு கீழ் நிலம் நோக்கி அமுக்குகின்றது. இருளுக்கும் கனதியுண்டோ?

ஓர் அழகிய குடும்பவாழ்வை விட்டுப் பொதுவாழ்வில் அர்த்தம் நிரம்பியிருப்பதான என் மன உந்துதல் இன்று என்னை அழகும் இழந்து அர்த்தமும் இழந்து அசிங்கப்படுத்தி அவமானப்படுத்தி அவலத்துக்குள் தள்ளிவிட்டது. தர்மம் என்பதன் சாரம்தான் என்ன? மனிதன் சமூகமாதலுக்கும் கூட்டு வாழ்விற்கும் தேவையான கருப்பொருள்தான் தர்மமே தவிர, அதன் ஜீவனில் எந்தப் பரிசுத்தமும் இல்லை. தனிமனித வாழ்வுக்குத் தர்மம் தருகின்ற பரிசு வேறு.

நடைபாதையில் யாரோ வருகிறார்கள். ரோச் வெளிச்சம் சப்பாத்துத் தாளத்திற்கேற்ப ஓடையில் ஆடுகின்றது, வந்தவன் உள்ளே ரோச் அடித்துக் காட்டி மற்றவனுக்கு ஏதோ சிங்களத்தில் சொன்னான். காவல் கடமையை மாற்றிக்கொள்கிறார்கள். கைதிகள் எவரும் தன் கடமை நேரத்தில் தப்பிக்கவில்லை என்பதை உறுதிப்படுத்தி மற்றவரிடத்தில் காவல் பொறுப்பை ஒப்படைக்கும் செயலிது. என் காலின் காயத்தை உறுத்துகிறது காலில் போட்டுவிட்ட விலங்கு.

நான் ஏன் தப்பிக்க முயற்சிக்கக்கூடாது? முடியாதா என்ன? இங்கிருந்து முடியவே முடியாது. இதுதான் வடக்கின் போர் நடவடிக்கைக்கான கூட்டுப்படைத் தலைமையகம். அதிக அதிகாரம் பெற்றது. எனவே அதிகப் பாதுகாப்பைக் கொண்டது. ஒரு சிறு கிராமத்துக்குண்டான விஸ்தீரணம் வரக்கூடும் இந்த முகாம். அப்படித்தான் கேள்விப்பட்டிருந்தேன். முப்படைகளும் காவல்துறையும் உளவுத்துறையும் இங்கு இயங்குகின்றன. படைத்துறையில் இதனை 'மிலிட்டரி கொம்பிளக்ஸ்' என்பார்கள். ஐயாயிரம் தொடக்கம் பத்தாயிரம் படையினர் இங்கிருக்கக்கூடும்.

முதலில் இங்கிருந்து அறிவால் தப்பவேண்டும். தப்பினால் திரும்பவும் வேறு முகாமிற்கு அனுப்புவார்கள். அங்கு உடலால் தப்புவதற்கான வசதி வாய்க்கக்கூடும்.

03

இங்கு ‘காலை’ எனப்படுவது தரையோடு எங்கள் உடலைப் பிணைத்திருந்த கை, கால்களுக்கு உண்டான சங்கிலியைக் கழற்றிவிடுவதாகும். மாலை எனப்படுவது மீண்டும் தரையோடு மல்லாக்க எம்முடலைப் பிணைத்துவிடுவதாகும். இப்போது எனக்குக் காலையாகிற்று.

மற்ற இருவரையும் ஏற்கனவே என் முகத்தைத் திருப்பிப் பார்க்கக்கூடியளவு பார்த்திருந்தேன். இருப்பினும் படுத்தபடி பார்வை சரியாகக் கிடைக்காததாலும், உள்ளே கசியும் ஒளி போதியளவு இல்லாததாலும் தோற்றம் சரியாகத் தெளிவாகவில்லை. இப்போதுதான் எழுந்துநின்று ஒருவரையொருவர் கவனிக்கின்றோம். பேசமுயலும் மௌனம் எங்களுக்கிடையில். ஆனால் இராணுவத்தினன் தான் - நாங்கள் ஆமிக்காரன் எண்டுதானே சொல்லுவோம் - அவன்தான் கதைத்தான்.

“உங்க மூஞ்சி கழுவி, பல்லைத் துலக்கிக்கிங்கடா. சேர் வர்றதுக்கிடையிலும் நீங்க ரெடி ஆகிக்கிடணும். விளங்கிச்சா?” சுட்டு விரல் காட்டிக் கொச்சைத் தமிழில் சொல்லிவிட்டுச் சிறைக் கதவை அடைத்தான்.

நாங்கள் தலைதூக்கிப் படுப்பதற்கு மேற்புறத்தில் மலங்கழிப்பதற்குரிய இடமும் அதற்கு நேரெதிராக முகம் கழுவுவதற்குரிய தண்ணீர்க் குழாயும் ‘பேசினும்’ இருந்தன. அந்த ஒடுங்கிய அறையில் இவையும் உள்ளடக்கம். நான் வந்ததிலிருந்து மலங்கழிக்கவில்லை. ஆனால் இன்று கழித்துத்தான் ஆகவேண்டும். கெடுகாலம் இன்றைக்கென மேலும் இருவர் கூட இருக்கின்றார்கள். நான் மலங்கழித்தேன். எங்கள் இளம் பெண்கள் போரின் இறுதிக் காலத்தில் பொக்கணை மாத்தளன் பகுதிகளில் அத்தனை சன நெரிசலுக்குள் தம் அரைப்பாவாடையை அகல விரித்து, தலையோடு அணைத்து தம்மானத்தைக் காத்து மலங்கழித்தார்களே! அலையும் சனக்கூட்டம் அதைப் பார்க்காமல் நடந்து தம் சிந்தனையில் மூழ்கியபடியோ,

மூழ்கியதான பாவனையிலோ போய்க்கொண்டிருக்குமே! அந்த நாகரீகம் வேறு சமூகத்திடம் வருமா?

கோடீஸ்வரப் பெண்பிள்ளைகளும் கூலித்தொழிலாளிப் பிள்ளைகளும் அரச பெருஅதிகாரிகளின் பிள்ளைகளும் ஒரே இடத்தில் ஒரேவிதமாக கடல் மணலின் நடைபாதையில் மோதும் சனக்கூட்டத்திற்குள் மலங்கழித்தார்கள். மறைக்கமுடியா வாழ்விலிருந்து தம்முகங்களை மறைத்தபடி…! காட்சிகள் காட்சிகளாக மனதில் ஓடுகின்றது. இந்தா… இவர்களைக் கொன்றுகுவிக்கவேண்டும். கொன்றே தீரவேண்டும். மனம் விகாரமுற்றது. கூடாது, இந்தச் சிந்தனையே கூடாது. நான் நடிக்கவேண்டும். உணர்ச்சிகளை மாற்றவேண்டும். அதுவே மெய்யென என் முகத்தில் வெளிப்பட வேண்டும்.

மற்றைய இருவரும் மறுபுறம் திரும்பி நின்றார்கள். நான் இருந்தபடியே சொன்னேன். "முகத்தைக் கழுவுங்கோ கெதியா. அவங்கள் இப்ப வந்திடுவாங்கள்."

ஒருவன் மெல்ல அசைந்துபோய் முகத்தைக் கழுவினான். நான் பிளாஸ்டிக் போத்தலில் எடுத்த தண்ணீரால் கழுவி முடித்தேன். அந்த மலத்தையும் பார்த்தேன். உடனே திரும்பிக்கொண்டேன். நாற்றமெடுக்கும் தன் மலத்தை ஒரு கணமேனும் பார்க்காமல் மனம் திரும்புவதில்லை.

அவர்கள் முகம் கழுவுவதற்கிடையில் நான் சிறையை மிகக் கூர்ந்து அவதானித்தேன். அத்தோடு அவர்களின் ஒவ்வொரு உடல், முக அசைவுகளையும் மிக அலட்சியமான பாவனையையும்… ஆனால், மிகுந்த கூர்மையான கவனமும் கொண்டு பார்த்தேன். சிறையில் எங்காவது ஒட்டுக்கேட்கும் கருவியோ கமராவோ இருக்கக்கூடும். கமுக்கமான பார்வைகொண்டு தேடினேன். எங்கும் தென்படவில்லை. சுவரில் வைத்து பேப்பர் கொண்டு ஒற்றி பெய்ன்ட் அடித்துவிட்டிருப்பார்களோ? ஒலி தடைப்படுமே! ஒருவேளை துல்லியம் கொண்டு நவீன கருவியாக இருக்கக்கூடும்.

சுவரைப் பின்னர் சுண்டிப் பார்க்கவேண்டும். நடக்குமா? முயற்சிக்கலாம். அதுவரை இவர்களுடன் தேவையற்ற உரையாடல் வைத்துக்கொள்ளக் கூடாது. மீதமிருப்பது முகம்கழுவும் 'பேசினின்' பின்புறத்தில் ஏதாவது கருவி ஒட்டப்பட்டிருக்கின்றதா என்று பார்த்துவிடுவதே. முகம் கழுவும்போது இவர்களுக்குத் தெரியாமல் பார்த்துவிடவேண்டும்.

"அண்ணை இவங்கள் இப்ப என்ன செய்வாங்கள் எங்களை?'" அவனில் ஒருவன் கேட்டான்.

'கொல்லப்போறாங்கள். அதுக்கு முன்னம் சிலரையாவது நீங்கள் கொண்டிடுங்கோ.' வசனம் மனதில் வந்தது. ஆனால் நான் சொன்னது வேறு.

"விசாரிப்பாங்கள்."

"கடுமையா இருக்குமோ?"

"..." திரும்பிப் பார்த்தேன்.

"இது எந்த இடம்?" மற்றவன் கேட்டான்.

"தெரியேல்ல."

அவர்கள் ஒன்றிரண்டு கேள்விகளை மேலும் கேட்டுக்கொண்டிருந் தார்கள். நான் அவர்களின் கேள்விகளின் பின்னால் அவற்றின் தொனியையும் மொழியையும் அதற்குண்டான மனத்தையும் ஆராய்ந்தபடி என் பதிலில் மிகக் கவனமாக இருந்தேன். அளித்த என் பதில்களையும் மீள ஆராய்ந்தேன், ஏதாவது தவறு இருக்கின்றதா என்று. அவர்களை யார் எனத் தெரிந்துகொள்வதற்கு அவர்களின் இச்சிறு கேள்விகளே இப்போதைக்கு உதவும்.

முகம் கழுவும் சாட்டில் அந்த 'பேசினின்' பின்புறம் ஏதாவது கருவி இருக்கின்றதா என்று சோதனையிட்டேன். மிகக் கவனமும் திறமையும் கொண்டு சோதித்தேன். எதுவுமில்லை. கழுவும்போதே விசாரணையாளனின் உதவியாளன் வந்தான். என்னை வரும்படி உத்தரவிட்டான். நெஞ்சுக்குள் துடிதுடிப்பு அசாதாரணமாக ஆகிவிட்டிருந்தது. நான் அவனுடன் போனேன்.

சுவர்களின் இடுக்கில் நடந்து இருளின் மூலையில் திரும்பி ஒரு விஸ்தீரணமான அறையை அடைந்தேன். அகன்ற மேசை முன்னால் அங்கு இருத்தப்பட்டேன். விசாரணை அதிகாரி இன்னும் வரவில்லை. கூட்டிவந்தவன் சென்றுவிட்டான். அறையை நோட்டமிட்டேன். நான் என்ன செய்கின்றேன் என்று கமரா மூலம் பார்ப்பார்களோ? இருளுமற்று ஒளியுமற்று இருக்கின்றது அந்த அறை. வர்ணங்களே இல்லாத சுவர். எனினும் ஏதோ ஒரு வர்ணம் இருக்கத்தான் செய்கின்றது. கரியின் கருமை

ஆங்காங்கே பிரண்டு கிடக்கின்றது. கருமை கொண்ட செந்நிறமும் தெரிகின்றது. காய்ந்துபோன குருதியின் வர்ணமோ இது?

மேற்சுவரில் இருந்து மூலையில் கயிறு ஒன்று தொங்குகின்றது. அசைவில்லாத அந்தக் கயிறைக் காண மனம்கொள்ளும் அசைவு விசித்திரமான சுழற்சிகொண்டிருந்தது. இதுவரை என்னை விசாரித்த அறையிலிருந்து இது வேறுபாடானது. சுவரில் தெரியும் விசித்திரக்கோடுகள், அவை உருவாக்கிய வர்ணங்கள் நூதனமான சித்திரங்களாகச் சிதறி வெளிப்பட்டன. அவற்றில் ஏதோ உருவங்கள் தோன்றி மறைகின்றன. அவற்றைக் கண்ணுற மனம் விரும்பாதபோதும் கண்ணின் பார்வையோ அதையே நாடிச் செல்கிறது.

சப்பாத்துக் கால்களின் சத்தம். 'ம். வருகின்றார்கள்." என்னை நிதானப்படுத்திக் கொள்ளவேண்டும். மூவர் வந்தார்கள். ஒருவன் மேலதிகாரி என்று பார்த்த மாத்திரத்திலேயே தெரிந்தது. இராணுவத்தில் அதிகாரி யார் என்பதை அவர் பக்கத்தில் இருப்பவர்களைப் பார்த்தால் சுலபமாய்ப் புரிந்துவிடலாம். இன்னொரு சிப்பாய் முகமூடி போட்ட ஒருவனைக் கொண்டுவந்தான். இவர்கள் ஏதோ சிங்களத்தில் சொல்ல அவன் முகமூடிக்காரனை அங்கு விட்டுவிட்டுத் திரும்பிச் சென்றுவிட்டான்.

எனது சூழலையும் இந்தச் சூழலில் என்னையும் புரிந்துகொள்ள வேண்டிய தருணம் இது. பதைக்கும் நெஞ்சைக் கட்டுப்படுத்த முயன்று தோற்றுக்கொண்டிருந்தேன். முகமூடிக்காரனின் உருவம் மனதில் விழுந்துகொண்டே இருந்தது; நான் பார்க்காமல் இருந்தபோதும்கூட.

மிக நாகரீகமாக, கதிரையில் என்னை அமரச்சொன்னான் அங்கே வந்த அதிகாரி. எதிரே தான் அமர்ந்துகொண்டான். கேள்விகள் தொடுக்கப்பட்டன. அவன் மேசையிலிருந்த கோவைகளையே - ஃபைல்களையே - புரட்டிப் புரட்டிப் பார்த்துக்கொண்டு என்னிடம் கேள்விகளைக் கேட்டான். கோவைகளுடன் பதில்களை ஒப்பிட்டுப் பார்க்கிறானோ? எனது விசாரணைக் கோவையாக இருக்கலாம் அவை. ஆரம்பத்தில் சாதாரணமாக இருந்த கேள்விகள், மெல்ல மெல்ல அசாதாரணமாக மாறி வந்தன. ஆனால், அந்தச் சாதாரணக் கேள்விகள் என்னை நிதானப்படுத்திக்கொள்ள உதவின. நான் என்னை மிகத் திறமையாக நிதானப்படுத்திக்கொண்டேன்.

இது ஒரு யுத்தத்தில் பங்குபற்றும்போது தாக்குதல் தொடங்குமுன் இருக்கும் பயம், நடுக்கம். பின்னர் ஒரு நிதானத்தை அடைந்து நிலைமைக்கேற்ப தொழிற்படும் திறமைக்கு மனம் வந்துவிடும் தொழிற்பாட்டை ஒத்திருந்தது. ஒருவேளை நான் பங்குகொண்ட போர் நடவடிக்கைகளினோடு மனம் பெற்ற பயிற்சியாகவும் இது இருக்கக்கூடும். ஆனாலும் ஒரு கேள்வியில் மனம் தடுமாறிற்று.

“இயக்கத்தில உன்ட ராங் என்ன?” என்னுடைய அதிகாரத் தரநிலையைக் கேட்கின்றான். நான் சொன்னேன் “தெரியாது. இயக்கத்தில இறந்த பிறகுதான் ‘ராங்’ கொடுப்பாங்கள்.”

“அப்ப பிரிகேடியர் சொர்ணம். பிரிகேடியர் தீபன், பிரிகேடியர் பானு இதெல்லாம் என்னடா?” சினந்தான். “இல்ல. மூத்த தளபதிகள், அதுவும் படைத்துறையைச் சேர்ந்தவர்களுக்கு மட்டும் இயக்கம் இப்புடிக் குடுத்திருந்திச்சு.” நான் சொன்னேன்.

“அது எங்களுக்கும் தெரியும். ஆனால் உன்னால நீ செய்த வேலை, நீ இயக்கத்தில இருந்த காலத்தின்ட அளவு, உன்னை மாதிரி சம வேலை செய்தவங்கள் செத்தப்ப அவங்களுக்குக் கொடுத்த ராங். இப்படி இதுகளை வச்சு உனக்கு என்ன ராங் தருவாங்கள் எண்டு உனக்குத் தெரியுமோ இல்லையோ? ம்ம்! சொல்லு.”

எனக்கு எதுவும் சொல்லவரவில்லை. நெஞ்சுக்குள் இதயம் மோதிக்கொள்ளத் தொடங்கிற்று.

“சொல்லடா.” விரிந்த கண்ணின் சிவப்புடன் அவன்.

“லெப்ரினன்ட்.”

ஒற்றை வார்த்தையில் சொன்னேன்.

எழும்பி விட்டான் அடி; நிலை குலைந்துபோனேன். இழுத்து மறு கன்னத்தில். மீண்டும் அடுத்த கன்னத்தில். அடியின் அசாதாரண வேகமும் ஆவேசமும் எனது நிதானத்தை அடியோடு குலைத்தன. மூன்றாம் அடியுடன் கதிரையை விட்டுக் கீழே விழுந்த நான் எழுந்து குனிந்தபடி நின்றிருந்தேன், ஒரு அற்பனைப்போல. எனது சட்டைக்கொலருடன் சேர்த்துப் பொத்திப்பிடித்து தூக்கி நிறுத்தி, மறுகையால் மீண்டும் ஓங்கி அறைந்தான்.

“சொல்லு. எங்களுக்கு எல்லாம் தெரியும். சொல்லு...” படபடத்தான் அவன்.

“எனக்குச் சரியாத் தெரியாது. நான் சண்டைகளில அதிகம் பங்குபற்றயில்ல. அதால எனக்குப் பெரிய றாங் இல்லை. நான் பெரிய பதவிகளில இல்லை. கனதடவை தவறுகளுக்குத் தண்டனை கிடைச்சிச்சு. அதாலதான் சொல்லுறன்... லெப்டினன்தான் எனக்குக் கிடைக்கும் என்டு.” நான் சாதுரியமான காரணங்களைச் சொல்லி எனது பதிலுக்கு வலுச்சேர்த்தேன். இந்தக் காரணங்களைக் கண்டுபிடித்த உடனேயே கொஞ்சம் நிதானப்பட்டிருந்தது மனம். ஆனால் நடந்தது வேறு.

இறுகப் பொத்திய எனது சேட்டைப் பிடித்துக்கொண்டே சொன்னான் அவன். “நீ ஒரு கேணல். நீ இயக்கத்தில செல்வாக்குள்ள பொறுப்பாளன். நீயாக ஒத்துக்கொண்டால் ஒரு பிரச்சினையும் வராது. எங்களுக்குத் தேவை தகவல்தான். எல்லாம் முடிஞ்சுபோச்சு. யுத்தம் முடிஞ்சுது. எதையும் ஒளிக்காத. உனக்கு ஒரு பிரியோசனமுமில்ல அதால. நீ உள்ளதச் சொல்லு. உன்ன நான் பாதுகாப்பன்.” திண்ணியமான பேச்சாக இருந்தது அது.

சொல்லிவிடலாமோ என்றிருந்தது. சொன்னால் என்ன, அவன் சொல்வதும் சரிதானே! எல்லாம் முடிந்துவிட்டது. மண்ணாங்கட்டி. சொன்னால் என்ர சரித்திரம் சரி. விசாரணை நான் யார் என்ற கோணத்திலிருந்து வேறு முக்கிய கோணங்களுக்குத் திரும்பிவிடும். ‘மடையா சொல்லாதையடா. எல்லாத்தையும் தாங்கிக்கொள். நடி. நடி, நடி’ என்று மனம் சொல்லிற்று. நான் துணிந்தேன்.

“இல்லை. நான் பொய் சொல்லேல்ல.” மிகப் பணிவாக ஒரு அற்பனுக்குரிய பாவனைகளுடன் அவனையும் பார்த்தேன்.

அற்பனாக நடிக்கலாம். அற்பனாக ஆகிவிடமுடியாது. அற்புதமான நடிப்பை ரசிக்கலாம். நம்பிவிடமுடியாது. இந்த உண்மையை நான் பின்னாளில் உணர்ந்ததற்கு இந்தத் தருணம் முக்கியமானதாக இருந்தது. ஒருவனின் இயல்பு அவனது பழக்கதோசங்களால் உருவாகின்றது. பழக்கதோசமோ அவன் வாழ்ந்த புறச்சூழலால் நிர்ணயிக்கப்படுகின்றது. அவனது சூழல் என்னவாக இருந்தது என்பதை விடவும் ஆழமானது சூழலில் அவன் என்னவாக இருந்தான் என்பது. இதுவே ஒருவனின் இயல்பை உருவாக்கிக்கொள்கின்றது. அவன் சூழலில் என்னவாக இருந்தான் என்பது அவன் பிறிதொரு சூழலுக்குச் சென்றுவிட்டபோதும் ஏதோ விதத்தில் வெளிப்பட்டுக்கொண்டே

இருக்கும். காற்றடைத்த பலூனை நீரில் அமிழ்த்திப் புதைப்பது போல எம்பிக் குதிக்கக்கூடியதே குணவியல்பு.

முதன்முறை அவன் என் கன்னத்தில் அறைந்து தரையில் என்னைச் சாய்த்தபோது மானம் என்னும் பொருள் எம்பி என் அறிவின் கட்டுப்பாட்டை அறுத்து நாசம் செய்தது. உடலில் ஏற்பட்ட அதிர்வும் கண்கள் கொண்ட வெப்பமும் அவன் கண்களுக்குப் புலப்படாமல் இருந்திருக்காது. அப்போது திரட்டிய முஷ்டியால் நான் ஒருவேளை ஓங்கிக் குத்தியிருந்தால் அவனது முகத்தை அவனைப் பெற்றவளே அடையாளம் கண்டிருக்கமாட்டாள்.

ஆனால் அப்போது அந்தச் சில நொடிப்பொழுதில் காற்றடைத்த பலூனை நான் மீண்டும் நீரில் அமிழ்த்திவிட்டிருந்தேன். பயனென்ன? ஒரு நொடிப்பொழுது எதிரிக்குப் போதுமானதே. அவன் என் சுயத்தைக் கண்டிருப்பான் நிச்சயமாய்.

அவன் முகமூடிக்காரனைப் பார்த்துக் கேட்டான் "இவன் உங்கட இயக்கத்தில ஒரு கேணல்தானே?"

முகமூடிக்காரன் மில்லியன் டொலர் பெறுமதிமிக்க தன் தலையை மேலும் கீழும் ஆட்டினான். 'ஆம்' என்று அதற்குப் பொருள். 'இயக்கத்தில பெரிய பொறுப்புத்தானே இவன்?.' அவன் மீண்டும் தன் தலையை ஆட்டினான். ஓங்கிக் காலால் ஒரு விசுக்கு விசுக்கினான் என்மீது. கனத்த சப்பாத்தின் உதை என் அக்குளுள் விழுந்தது. உதவியாளனிடம் முகமூடிக்காரனை அனுப்பிவிடச்சொன்னான் சிங்களத்தில். இந்தக் கணத்தில் நான் ஒன்றை விளங்கிக்கொண்டேன். நான் யார் என்று இவர்களுக்குத் தெரியாது. முகமூடிக்கும் தெரியாது. முகமூடிக்குத் தலையை ஓம் என்று ஆட்டவேண்டும் என்பது கட்டளையாக இருக்கலாம். ஒருவேளை முகமூடி ஒரு சிங்களச் சிப்பாயாகவும் இருக்கக்கூடும். ஒரு நாடகந்தானே?

என்னை முகமூடிக்காரனுக்குத் தெரிந்திருந்தால் என் பெயர், நான் என்ன பொறுப்பு வகித்தேன் எனப் பல விபரங்களை மெய்ப்பித்திருப்பான். ஆனால் என் பெயர்கூடத் தெரிந்திருக்கவில்லை. ஆக முகமூடி என்பது ஒரு நாடகம். ஆயினும் எனக்கு முக்கியமானது இப்போது அதுவல்ல.

இந்த நாடகத்திலிருந்து என் விசாரணை அதிகாரியின் விசாரணைத் திறனின் எல்லையை நான் கணித்துக்கொண்டேன்.

பயமுறுத்தல், நம்பவைத்தல், சித்திரவதை செய்தல், இவைதான் இவனது உத்தியாக முடியும். திறனற்றவர்களிடமிருக்கக் கூடிய பொறிமுறையே இவை. ஆக எனக்கு இன்னும் வாய்ப்புள்ளது, நடிப்புக்கும். உயிர் பிழைப்பதற்கும். இப்போதைக்கு பலூனை நீருள் அமிழ்த்தியவாறு வைத்திருக்கலாம். ஆயினும் சித்திரவதைக்கு வாய்ப்பிருக்கின்றது என்று அறிவு உணர்த்தும்போது மனதில் ஒரு கிலேசம் பரவுகின்றது.

இந்த அவதானிப்புக்கள், கணிப்புக்கள், சுதாரிப்பு, தீர்மானம் இவையெல்லாம் சில கண்ணிமைப்பொழுதுகளில் மூளையில் நிகழ்ந்த பதிவுகளேயன்றி வேறல்ல.

"ஓகே. இனி நீயாக உன்னோட வேலை செய்தாக்கள், யாரார் செத்தாச்சு, இப்ப இருக்கிறது யார், உன்ட தலைவரிட்ட இருந்து உனக்கு எப்பிடி, யார் மூலமா, கடைசி நேரத்தில கட்டளைகள் வரும். இதுகளச் சொல்லு. உன்னோட இருந்தவர்தான் இப்ப வந்து தலையாட்டினது. நீ இனி மிச்சத்த சொல்லு. அவன் தனக்கு மிச்சம் தெரியாதெண்டு சொல்லுறான்" நிதானமாகச் சொன்னான் அந்த அதிகாரி.

இவன் மடையன் இல்லை. புத்திசாலி. ஆனால் விசாரணைக்கு உண்டான தொழில் திறன் இவனிடம் கிடையாது. நான் என்னளவில் மதிப்பிட்டுக்கொண்டேன். இவனிடம் நான் எச்சரிக்கையாக இருப்பதைக் காட்டிக்கொள்ளக் கூடிய உடலசைவைக்கூட வெளிப்படுத்தி விடக்கூடாது என்பதில் கவனமாக இருக்கவேண்டும்.

அவனது கர்வத்துக்கு அடங்கியவனாக நான் பாவனை பண்ணியபடி சொன்னேன் "நான் பொய் சொல்லேல. நிர்வாகத்துக்கு உதவியா இருந்து பொறுப்பாளர் தந்த வேலைகளைப் பொறுப்பாச் செஞ்சன். மற்றபடி நான் ஒன்றும் பொறுப்பாயில்ல" சொல்லியபடி அவனைக் கவனித்தேன். பிரதிபலிப்பு எப்படி இருக்கின்றது என்று.

"நீங்கள் வேணும் என்டால் உங்களிட்ட சரணடைஞ்ச நிறையப் பேருக்கு என்னைத் தெரிஞ்சிருக்கும். கேட்டுப் பாருங்கோ" சொல்லிவிட்டு அவனைக் கவனித்தேன். எனது வார்த்தைகளையும் மறுபரிசீலனை செய்து ஆராய்ந்தேன். 'ச்சா..." திறமான பதில்கள்தான். தொடர்ந்தேன்.

"நான் ஒரு பெரிய ஆளென்றால் உங்கட புலனாய்வுப் பிரிவு ஃபைல்ல நிச்சயம் என்ட விபரம் இருக்கும். அவையளிட்ட கேட்டுப்பாருங்கோ." சபாஸ்! நானே என்னைக் கண்டுபிடிக்க வழி சொல்வதன் மூலம் நான் முக்கியமானவன் என்பதை... ச்சா... நான் ஒரு முக்கியமற்றவன் என்பதை நிறுவிவிட்டேன். அப்படியா நினைக்கிறீர்கள்? நினைப்பீர்கள். நானும் அப்போது அப்படித்தான் நினைத்தேன்; என்னை அங்கு கப்பியினோடு கயிற்றில் தலைகீழாகத் தொங்கவிடும் வரை.

வார்த்தைகளை வைத்து யாரும் மற்றவர்களை எடைபோடுவ தில்லை. நடத்தைகளே எதிரே உள்ளவர்களின் ஆழ்மனதில் எங்களைப் பிரதிபலிக்கிறது. எனது பதில்களும், அந்தப் பதில்களில் பிரதிபலிப்பை அவனுள் கண்ணுறும் எனது ஆவலும், எனது பதிலின்மீது நான் கொள்ளும் திருப்தியும் என் கண்களினூடு வெளிப்பட்டுக்கொண்டே இருக்கும். முதலில் என் கண்களை அவன் கண்களிலிருந்து ஒளித்திருக்கவேண்டும். இதை நான் உணரும்போது காலம் என்னைக் கடந்துவிட்டிருந்தது. நான் கப்பியில் தொங்கிக்கொண்டிருந்தேன் தலைகீழாக.

பீதியாலும் தலைகீழாகத் தொங்குவதாலும் இரத்தம் மண்டைக்குள் இறங்கிக் கனத்து வலித்தது. அறைச்சித்திரங்கள் தலைகீழாகத் தெரியும்போது வேறு வகை விம்பங்களைத் தந்தன. மனம் அதில் போய்ப் படிகின்றது, நான் தவிர்க்க நினைத்தாலும்கூட.

"உனக்குக் கடைசிச் சந்தர்ப்பம் இது. தப்ப விரும்பினாச் சொல்லு. என்ன நான் சொல்லுறது புரிஞ்சுதா?" நேர்த்தியாக இல்லாத சீருடையில் இருந்த அந்த அதிகாரி சொன்னான். தலைகீழாக அவனைப் பார்க்கையில் அவனது பருத்த மூக்கும் தடித்த முகத்தசையும் இன்னும் அதிக விகாரமாகத் தெரிந்தன. நான் கொடுப்புக்குள் இருக்கும் என் உயிர்ப்பொருள் மீது கவனம் கொண்டேன். நாக்கால் தட்டிப் பார்த்துக்கொண்டேன். இத்தனை நாள் அதனை என் கொடுப்புக்குள் பாதுகாத்து வருகின்றேன். இப்போது அதற்கு எதுவும் ஆகிவிடக் கூடாது. அதன்மீது மனத்தின் கவனம் அதிகமாக இருப்பதை உணர்ந்தேன். சாவதற்காகவா? வாழ்வதற்காகவா?

மனதைத் திருப்பி புத்தியின் பிடியில் கொடுத்தேன்.

"இல்லை நான் சொன்னதெல்லாம் உண்மைதான். நீங்கள் வேற ஏதாவது தெரியவேணுமெண்டாக் கேளுங்கோ நான் சொல்றன்.

எல்லாம் முடிஞ்சுது. இனி மறைக்க என்ன தேவையிருக்கு. கால் ரொம்ப வலிக்குது. இறக்கிவிடுங்க. உங்களுக்குத் தேவையானதக் கேளுங்க." முகத்தைக் கோணலாக்கி வலியை வெளிக்காட்டி, வார்த்தைகளை வெளியே விட்டேன். இம்முறை அவன் கண்களை நான் பார்க்கவேயில்லை. வலியைவிடப் பீதியில்தான் மனம் சிக்குப்பட்டுக் கிடந்ததப்போது. ஆனால் நான் மாற்றியே காட்டினேன். என் வார்த்தைகளோ சுவரில் பட்டு மீண்டும் என்னிடமே வந்தன.

வலிக்கான முகக்கோணலோடு, வேண்டுகோளுக்கான பாவனையோடு அவனைப் பார்த்தேன். அவனது இப்போதைய மாற்றம் பற்றி ஆராய மனந்தாவியது. பரவாயில்லை. அவன் தடுமாறுகின்றான்போல் பட்டது. அவனது கண்களைச் சந்திக்கக்கூடாது என்ற என் முடிவு கைமேல் பலன் தந்ததோ? அனுபவம் போலக் கற்றுத்தரக் கூடிய பேராசிரியன் கற்க விரும்பும் மாணவனுக்கு வேறு யாருமல்ல.

ஆனாலும் அவனது வார்த்தைகள் வேறுவிதமாக விழுந்தன. "எங்களுக்கு இப்ப தேவை நீ சொன்ன பொய்யென்ன? நீ யாரு உண்மையில? செய்த வேலையென்ன?"

"நான் ஏன் பொய் சொல்லணும்..." சொல்லி முடிப்பதற்கிடையில் அவன் தன் கைப்பிடியிலிருந்து கயிற்றைப் பிடித்து இழுத்தான். நான் மேல் நோக்கி இழுபட்டேன். தொப்பென்று கைவிட்டான். நெஞ்சுக்கூடு கூச நான் தலைகீழாக விழுந்துகொண்டிருந்தேன். அவன் கயிற்றைப் பிடித்தான். காலில் வலி. ஆனால் தரையில் தலை அடிபடவில்லை. முன்னரைவிடத் தாழ்வாகத் தொங்கிக்கொண்டிருந்தேன்.

அடக்கடவுளே! ச்சா... வலியால் கத்த மறந்துவிட்டேனே. எதிர்பாராத அவனது செயலாலா? இல்லை மனம் வாயின் கொடுப்பில் தன் கவனத்தைச் செலவழித்துக் கொண்டிருந்ததனாலா? தெரியவில்லை. அடுத்த முறை கத்தவேண்டும்.

"சொல்லுறியா? கழுத்தாங்குத்தி முறிஞ்சு சாகிறாயா?" மிரட்டினான் தீர்மானமாக.

நான் பயந்து காட்டினேன். "இல்ல, நான் என்ன வேணுமெண்டாலும் சொல்லுறன். வலி தாங்க முடியல்ல. காலில காயம் தாங்க முடியாம வலிக்குது. பிளீஸ்."

அவனது கண்களை ஆராயும் வேலைக்கு மட்டும் நான் போகவில்லை. ஆயினும் மனம் அடித்துக்கொள்கின்றது. 'பார் பார்' என்று.

தன்னை 'அந்த மோன்' ஆக்கிறியோ என்று கேட்டுக்கொண்டே மீண்டும் இழுத்தான் கயிற்றை. இழுத்த வேகத்தில் கைவிட்டான். மேலெழுந்து கீழ்விழும் தலை தரையைத் தொடமுன் பற்றிப் பிடித்தான் கயிற்றை, ஒரு வித்தைக்காரன் போல. அத்தனை இலாவகம். இவன் என்னைப் பயமுறுத்துகின்றான் என்று மட்டும் தெரிந்தது. தெரிந்தால் பயப்படக்கூடாதல்லவா? அப்படித்தான் நினைப்பீர்கள். உங்களுக்கு என்ன? ஒரு கோப்பைத் தேநீரோடு கதை படிப்பீர்கள். ஆனால் எனக்குப் பயமாக இருந்தது. காலிலுள்ள காயத்தின் மீது நிஜ வலி. ஆயினும் கொடுப்பிலிருக்கும் சயனைட் குப்பி உடைந்துவிடுமோ என்ற கவனம். அடுத்தது என்னவென்ற கேள்விமீது அச்சம்.

இப்படி அவன் நான்காம் முறை கயிற்றை இழுத்து விட்டபோது நான் அதிகம் மேல்நோக்கி அம்முறை தூக்கப்பட்டதாக நினைவு. கீழ்நோக்கி விழும்போது நெஞ்சுக்கூடு கூசுவது குறைந்துவிட்டது. மூன்றுமுறையின் பழக்கமாக இருக்கலாம். ஆயினும் பீதி குறைந்திருக்கவில்லை. ஒரு கண்ணிமைப் பொழுது மனதில் ஏதோ ஒரு மூலையில் ஒரு ஒளி வெட்டுப்போல உணர்த்தியது, 'வழமையைவிட நீ கீழ்நோக்கி விழுகின்றாய்' என்று. அவ்வளவுதான். 'நங்க்' என்ற ஒரு ஓசை! மண்டை சிதறிவிட்டதைப்போல ஒரு உணர்வொளி. எனக்கு என்ன நடந்தது? சரியாக உணரமுடியவில்லை.

தரையில் விழுந்துகிடக்கும் என்னை நானே பார்த்தேன். சத்தியமாகப் பார்த்தேன். பார்ப்பவன் நானா? விழுந்து கிடப்பவன் நானா? ஒரேயொரு ஒளி வெட்டும் கணம் பார்த்திருக்கக் கூடும் என்னை நானே! ஆனால் காட்சி மனதில் தெளிவாகப் பதிவாகியிருந்தது. ஆயினும் காதுக்குள் மீண்டும் வலி. பேரிரைச்சல் காதுக்குள். மண்டையில் தாங்கமுடியாக் கனம். வலியென்று பெரிதாக ஏதுமில்லை. வலியும் நானும் சங்கமமாகிவிட்டோம். தாங்க இயலாக் கனம் மட்டும். முடியவே முடியாது.

ஈரச்சாக்கைத் தெருவில் போட்டதுபோலக் கிடக்கிறேன். மண்டையின் கனம் இறங்கிக் குளிர்கிறது உடல். முதலில் கால்கள். பின் குளிர் மேல்நோக்கிப் பரவுகின்றது. முள்ளந்தண்டு வழியாகப்

பரவுகையில்தான் எனக்கு விளங்கியது உயிர் என்னைவிட்டு நழுவுகிறது என்று. எந்த வலியும் இப்போது இல்லை. சூழல் பற்றிய கவனமும் இல்லை. குளிர்மையின் வழி ஒரு சுகம் பரவுகின்றது. கைகள் குளிர்கின்றன. வியர்க்கிறதா? ஆம். அப்படியும் நினைக்கின்றேன். வியர்த்த உடலில் மாலைப்பொழுதில் குளிர்ந்த காற்றுத் தடவும் சுகம்போல் இருக்கிறது இது. இந்த அறையில் ஏது காற்று? சுகமான நினைவு...

இதோ நழுவிவிடப்போகின்றது உயிர். அதை நினைக்கையில் உயிரை இழுத்துப் பிடித்துவிட முயல்கிறேன்.

எதைக்கொண்டு? தெரியவில்லை.

உயிரைக் கொண்டு உயிரையா? எதையோ கொண்டு முயற்சிக்கிறேன். ஆனால் ஏதோ ஒன்று உயிர் நழுவும் அந்தச் சுகத்தை அனுபவிக்க ஆசைகொள்கிறது. பரமசுகம். விடுதலை என்பது இதுதானா?

உயிரை இழுத்துப் பிடிக்க இயலாமல், சுகத்தில் திளைக்கின்றேன்.

முடிந்தது கதை.

கௌதமனின் கதை இத்தோடு சரி.

04

சிறுகதையின் முடிவில்தான் பெருங்கதையின் விரிவிற்கான ஊற்று முகம் இருக்கும். பிரபஞ்சம் நோக்கி அலையலையாக விரியும் கேள்விகள் நிஜத்தைப் பிடித்துவிடத் துடிக்கும். முன்னர் பிடித்த நிஜத்தை பின்னால் வரும் அனுபவம் தட்டியுடைத்துச் சுழிக்கும். முடிவுறாப் பயணம். முடிவுறா விசாரம். என் கதையும் இப்போ அதுதான்.

இருள் விழுங்கிய சூழலில் கசியும் குருட்டு வெளிச்சத்தில் பார்க்கின்றேன். ஊமையொலி சூழ்ந்திருக்கின்றது. என்னையும் என் இருப்பையும் உணர்கின்றேன். ஓ...! நான் இருக்கிறேனா உயிருடன்? சாகவில்லையா! செத்து வேறெங்கோ வந்துவிட்டேனா? எதுவும் புரியவில்லை. பிரக்ஞை பிடிபடுவதும் பிடி நழுவுவதுமாக இருந்தது. நிலைத்து நிறுத்த முடியவில்லை. ஏதேதோ சம்பவங்கள் எல்லாம் நிகழ்கின்றன. நினைக்கின்றேனா? இல்லை நிகழ்கின்றனவா ஒன்றுக்கொன்று தொடர்பற்றவை. நான் எங்கே? பிரக்ஞை தவறியது மறுபடியும். அவ்வளவுதான். மீண்டும் எப்போது திரும்பினேன் என்று தெரியாது. காலமற்ற பொழுதது.

மீண்டும் குருட்டு வெளிச்சத்தில் கண்விழித்து என் சூழலைக் காணத் துடிக்கின்றேன். காலங்கள் புரியவில்லை. ஆனால் இந்த விழிப்பில் மெல்லப் பிரக்ஞை பிடிகொள்கின்றது. இது வேறு உலகமா? இல்லை மீண்டும் பிறந்துவிட்டேனா? ச்சா... என்ன அபத்தம். உயிருடன்தான் இருக்கின்றேன். உடலை அசைக்க முடியும்போது அபத்தத்திலிருந்து விடுபட்டு பிரக்ஞை நிலைகொள்கின்றது.

என்ன நடந்தது? ஒவ்வொன்றாக ஞாபகப்படுத்த விழைகின்றேன். தலைகீழா... விசாரணை... கைது... ஓ...! இப்போ நான் எங்கே இருக்கின்றேன்? இருள் விழுங்கிய அறையொன்றின் உயரக் கட்டிலில் படுக்க வைக்கப்பட்டிருக்கின்றேன். மிக ஒடுங்கிய கட்டில். மெத்தை ஏதும் இல்லை. முதுகின் கீழே தகரம் குளிர்கிறது.

உயிர் பிரிந்ததாக ஞாபகம் வருகின்றது. அந்தப் பிரிதலின்போது வாய்த்த சுகமும் ஞாபகம் வருகின்றது. உயிரைப் பிடித்து வைத்திருக்க நான் எத்தனித்ததும் அதேநேரம் அதைப் பிரியும் சுகத்தில் திளைக்க மனம் ஆசையுற்றதும், இறுதியில் ஆசையில் நான் அள்ளுண்டு போனதும் நினைவுக்குத் திரும்பின. ஆ... ஆனால் அப்போதுதானே நான் காதலியைச் சந்தித்தேன். பிரிந்தேன். அது நிகழ்ந்ததா? நினைவா?

சரிதான்... உயிரை நழுவவிடுவதாக முடிவு செய்த கணத்தில் உடல் முழுதும் ஒரு சுகம் பரவியது. பிறகு உடல் தன் கனத்தை இழந்தது. உடல் மீதான உணர்வை ஆத்மா இழப்பது போலும் அது. நான் அவளைச் சந்தித்தது இதற்கு முன்பா, பின்பா? தலைகீழாகக் கீழ்நோக்கி வருகிறேன். கடைசித் துளி நொடியில் நெஞ்சுக்குள் விசித்திரக் கூச்சம். 'நொங்'... அப்படியே தரையில் விழுந்துகிடக்கும் என்னைக் கண்டேனே!

இல்லை – முன்பில்லை. உயிரை நான் நழுவவிடுவதாக முடிவுசெய்த பின்புதான் – அதுவும் அந்தச் சுகம் பரவியபொழுதுதான் நான் அவளைச் சந்தித்தேன். பொற்சுடர்போல ஒளிர்ந்தது நினைவு.

ஒரு சொர்ண மாலைப் பொழுதது. குளத்தின் அலைகரையை அணைத்தவாறு பசிய புற்தரையைச் சிறகுகளாய் விரித்து நடுவோடும் கரிய சாலை. மழை மெல்லெனத் தூறுகிறது. காற்று அதைச் சாரலாக்கிப் போகிறது. மழைச்சாரலில், சரியும் சூரியனின் பொற்கதிர்கள் பட்டுத் தெறிக்கின்றன பூமி எங்கும். அவளின் இயல்பான மஞ்சள் முகம் பொன்வர்ணமாய் ஒளிர்கிறது. காற்றில் கலையும் ஈரச்சேலையை ஒரு கையால் ஒதுக்கி நடக்கிறாள். மௌனத்தில் பேசியவாறு அணையாமல் அணைந்து நடக்கின்றோம் சாலை வழியாக.

படாமல் பட்டுவந்த அவள் கைகளினாலா? இல்லை காற்றில் பறந்த அவள் முடி என் காதோரக் கன்னத்தில் முட்டி முட்டித் திரும்பியதனாலா? இல்லை மழைச் சாரல் என் கைகளின் உரோமத்தில் படியும் சிலிர்ப்பினாலா? ஜென்ம ஞாபகங்களால் சுவாசிக்கப்பட்ட எனக்கெனவாகிய ஒரு வாசத்தை அவள் அருகில் உணர்ந்தேனே... அதனாலா? உள்ளூறுகின்றது அத்தனை குளுமைகொண்ட கள்ளூறும் மாய உணர்ச்சி. மனம் தாவுவதற்கு வேறு பொருளின்றி நிலைபெற்ற அரிய கணம். அனைத்தினின்றும் விடுதலை. இதுதான் யோக நிலையோ? இல்லை போகநிலையோ?

அவள், தான் நான் எனவாகிய நீ நான் எனச் சொல்லும் கண்களால் பகிர்கிறாள் அனைத்தையும். ஆத்மா நாங்கள் அரூபமாய் அணைந்தே நடப்பதாய் உணர்கிறது. அவளிடம் இருக்கக்கூடிய அனைத்தும் அவள் கண்களின் வழி எனக்கெனவாகிறது. ஐயோ... முக்தி! மகா முக்தி!

உடலின் கனம் நழுவிவிடுகின்றது. அதுவே சுகம் எனவாகிறது. சுகத்தில் திளைத்தபடி ஜீவன் தன் உடலின் நினைப்பின்றிப் போனது எங்கோ.

ஆ... அப்படித்தான் நடந்தது. பின்னர் எப்படி உயிர்பிழைத்தேன்?. ஓ... ஒருவேளை அது வெறும் மயக்கந்தானா? மயங்கும் நிலை இப்படித்தான் இருக்குமோ? கைகளை அசைத்துத் தூக்கி இப்போ நெஞ்சில் வைத்தேன். நிச்சயமாக உயிருடன்தான் இருக்கின்றேன். என் இருப்பை ஊர்ஜிதம் செய்யும் உணர்விது.

மயக்கம் என்பதும் மரணத்தின் ஒருவகை நிழல்பிரதிதானே? நித்திரைகூட மயக்கத்தின் நிழல்பிரதியாகத்தானே இருக்கின்றது?. ஆனால், முன்பு சத்திர சிகிச்சைக்காக என்னை வைத்தியர்கள் மயக்கியிருக்கின்றார்கள். அந்த மயக்கம் உடலில் படரும் விதம் வேறு. அதன் உணர்வும் வேறு. அது உடல் கனத்துப் பரவும் உணர்வற்ற நிலை. இதுவோ கனத்தை இழந்து பரவும் இன்னொரு நிலை. ஆக அப்போது நிகழ்ந்தது சாவுதானா? இல்லை இயற்கையான மயக்கம் இப்படியிருக்குமோ? யாரறிவார்? செத்தவன் பிழைத்தால்தானே சாதலின் நிலைதெரியும். பிழைத்தவன் சொல்வது சாவின் நிலையென நம்பிவிடவும் முடியாதே!

யாரோ நடக்கும் காலடி ஓசை. ஒருவரல்ல சிலர். நான் என் சூழலைப் பார்த்தேன். சுவர் ஓரமாக உயர்ந்த நீள மேசை. அருகில் இன்னொரு சதுர வடிவிலான சிறிய மேசை. அவற்றில் ஏதேதோ பொருள்களும் இருக்கின்றன. அந்தச் சிறிய அறையில் வேறெதுவும் அந்தக் குருட்டு வெளிச்சத்தில் புலப்படவில்லை. கண்களை மூடினேன். காலடி ஓசை அதிகரித்தது. என் அறைக்குள்தான் வருகின்றார்கள்.

'லைற்'றைப் போட்டார்கள். அறை பிரகாசமானது அவர்களுக்கு. என் மூடிய கண்களுக்குள்ளே சிவந்த ஒளி கசிகிறது. நான் கண்களைத் திறக்கவில்லை.

வந்தவரில் ஒருவன் என் நெஞ்சில் கை வைத்தான். கன்னத்தில் தட்டினான். நான் கண்விழிக்கவா? வேண்டாமா? விழித்தேன் புதிதாய் மெல்ல. வந்தவர்கள் ஒருவரையொருவர் பார்த்தார்கள். சிவில் உடையிலிருந்த ஒருவன் 'ஸ்டெதஸ்கோப்'பை எடுத்துத் தன் காதில் பொருத்தி என் நெஞ்சில் வைத்தான். ஓ... இவன் டொக்ரரோ? என் கையில் துணி சுற்றிக் காற்றடித்து, இரத்த அழுத்தம் பார்த்தான். மண்டையின் உச்சியில் தொட்டுப்பார்த்தான். அப்போதுதான் உணர்ந்தேன். உச்சந்தலையில் ஏதோ கட்டியிருக்கிறார்கள். பக்கத்தில் நின்ற ஆமிக்காரன் ஏதோ கதைத்தான் இவருடன். பிறகு மூன்றாமவனிடம் ஏதோ சொன்னார். அதுவும் சிங்களத்தில்தான். அவன் என்னிடம் தமிழில் கேட்டான். "சுகமா?"

"..." எதைக்கேட்கிறான்.

நான் எதுவும் பேசவில்லை. மருள மருள விழித்தேன். திரும்பவும் கேட்டான். "எப்படி இரிக்கு?"

"..."

"பெரியதுரை கேக்கிறாரு சொல்லு."

நான் தலையை ஆட்டினேன். அதைச் சரியென்றும் புரிந்துகொள்ளலாம் சரியில்லையென்றும் புரிந்துகொள்ளலாம். மண்டைக்குள் கிறுகிறுப்பு இருந்துகொண்டே இருந்தது. அவர்கள் தங்களுக்குள் ஏதோ சிங்களத்தில் கதைத்தார்கள். கதைக்கும்போதுதான் கவனித்தேன் டொக்ரருடன் வந்தவன் சட்டைக் கை மடிப்பில் 'எம்.பி.' என்ற பட்டி கட்டியிருந்தான். இதன் அர்த்தம் 'மிலிட்டறி பொலிஸ்.' அவர்கள் போய்விட்டார்கள்.

மிலிட்டறி பொலிஸ் என்பது இராணுவத்தினரின் ஒழுக்கப் பிரச்சினைகளைக் கட்டுப்படுத்தும் ஓர் இராணுவ அலகு. எல்லா நாட்டு இராணுவத்திலும் இத்தகைய பிரிவு உண்டு. இராணுவத்தினரின் அத்துமீறல்களை இராணுவப் பொலிஸ் கண்காணிக்கும். தவறுகளுக்குத் தீர்ப்பு வழங்க இராணுவ நீதிமன்றமும் உண்டு.

என் விடயம் மிகப் பாரதூரமாக அமைந்துவிட்டதுபோலும். அதனால்தான் இராணுவப் பொலிஸ் வந்திருக்கின்றது என நினைத்தேன். அது மரணம் வரையிலாக இருக்கலாம்.

மரணித்திருந்தால் விசாரணையின்போது மரணம் என்ற நிலையை அது அடைந்திருக்கும். ஆனால் பொதுமக்களுக்கு அச்செய்தியை வெளியிடமாட்டார்கள். வெளியே வேறு செய்தி வரும். உள்ளளவில் விசாரணைகள் நடக்கும். இந்த விசாரணைப் பொறிமுறைகூட பாதிக்கப்பட்டவர்களுக்காக என எண்ணவேண்டாம். அதிகாரத்தில் உள்ளவர்கள் இராணுவத்தைத் தம் அதிகாரத்தின் பிடியில் கீழ்ப்படிய வைப்பதற்காகவே இந்தப் பொறிமுறையை உருவாக்கிப் பேணுகிறார்கள். இது அவர்களின் அதிகாரத்தை அச்சுறுத்தாமல் இருப்பதற்கும் பாதுகாப்பதற்கும் அவசியமானதும்கூட.

சிந்தித்துக்கொண்டிருந்தபோதுதான் ஒரு விடயம் தெளிவானது. அந்தச் சம்பவம் மரணத்தை அண்மித்துத் திரும்பியிருக்க வேண்டும். மற்றது இனி என்மீது விசாரணை இருக்காது. இப்போதுதான் வாய்க்கொடுப்புக்குள் இருக்கும் என் உயிர்ப்பொருள் மீது ஞாபகம் திரும்பியது.

ஆ... என்ன ஆச்சரியம்? நான் என் நாக்கால் கொடுப்பில் தடவுகிறேன். 'குப்பி' அங்கேயே இருக்கிறது. கடவுள் நான் இன்னும் உயிர்வாழவேண்டுமென்று விரும்புகிறான் போலும். யார்... கடவுளா?

சயனைட் அடைத்த குப்பி கொடுப்புப் பற்களுக்கும் சொக்கைத் தசைக்கும் இடையில் இருக்கக்கூடியவாறான சற்று வளைந்த சிறிய குப்பி அது. முன்சொண்டின் உள்புறமும் வைக்கலாம். அது பற்களுக்கு இடையில் வந்து கடிபட்டிருந்தால் என் உயிர் பிரிந்திருக்கும். இத்தனை நடந்தும்கூட அது ஏனோ சேதாரமின்றி இருக்கிறதே.

யுத்தம் மாத்தளன் பகுதிக்கு வந்த இறுதி நாள்களில் இயக்கத்தின் புலனாய்வுத்துறையின் நண்பன் ஒருவன் நான் கேட்டுக்கொண்டதனால் எனக்கு அதை அன்பளிப்பாகத் தந்திருந்தான். இம்மாதிரிக் கொடுப்பில் வைக்கக்கூடிய குப்பி அவர்களிடம் மட்டுமே உண்டு. இதைக் கொடுப்பில் வைத்தபடியே சாப்பிடவும் தண்ணி குடிக்கவும் பயிற்சி எடுக்கவும், கதைக்கவும் பயிலவேண்டும். இது ஒரு பெரும் பயிற்சி.

ஆரம்பத்தில் சயனைற் அடைக்காத வெறும் குப்பியை வாய்க்குள் வைத்துப் பழகுவார்கள். அதில் தேர்ச்சி அடைந்தபின், வாயின் கொடுப்பிலோ, முன் மேல்சொண்டின் கீழோ வைத்திருப்பார்கள்.

அவர்களின் வாழ்க்கை எப்போதும் எதிரியின் பிரதேசத்தில் இருப்பதனாலும் வெளிப்படையாக எந்த உறுப்பினர் அடையாளமும் தெரியக்கூடாது என்பதனாலும் இத்தகைய குப்பியைப் பயன்படுத்தினர். மற்றைய பிரிவிலுள்ள இயக்க உறுப்பினர்களுக்குக் கூட இத்தகைய சயனைட் குப்பியைப் பற்றித் தெரிந்திருக்கவில்லை.

முதலில் நான் கேட்டபோது நண்பன் இதைத் தரமறுத்தான். முறையான பயிற்சி இல்லாமல் இதனை வாய்க்குள் வைத்திருப்பது அபாயமானது என்றான். நானோ இது இல்லாதிருப்பது எனக்கு அதைவிட அபாயமானது என்றேன். தந்துவிட்டான். நானும் பழகிக்கொண்டேன். தேவை வரும். மரணம்கூட அவசியத் தேவையாக அமையும் என்று மரணத்தை வாயின் கொடுப்புக்குள் பாதுகாத்துத் திரியும் வாழ்வே எமக்கு வாய்த்தது.

யார் சபித்தார்கள் என்பதைவிட ஏன் சபித்தார்கள் எங்களை? விலக்கப்பட்ட எந்தப் பழத்தையும் நாங்கள் உண்டதில்லையே!. மரணம் எங்களை எதிர்கொள்வதைவிட நாமே மரணத்தை எதிர்கொண்டுவிடலாம். உத்தமம் அதுவே. கடித்துவிடலாம் குப்பியை. 'கௌதமா கடித்துவிடு! முடித்துவிடு உன் கதையை கௌதமா! முடித்துவிடு!... போதும்." உள்ளிருந்து சாவுக்கழைக்கும் என் ஊத்தைக் குரல்.

பரவசமூட்டும் எந்தக் கதையும் முடிவதில் யாருக்கும் விருப்பம் இருப்பதில்லை. எனக்கும் அதுதான் போலும். ஏதோ இன்னும் தடுக்கிறது. இன்னும் கொஞ்சத்தூரம் போகலாம் என்று ஓர் ஆசை. ஆசைக்கும் நிராசைக்கும் இடையிலான போரில் ஆசை வெல்லும்வரைதான் வாழ்தல் சாத்தியமாகும். வாழ்வைச் சாத்தியப்படுத்துவதுதானே வாழ்தலின் தர்மம்.

நான் கொடுப்புக்குள் மரணத்தை நாக்கால் தள்ளி மறைத்தேன். நான் கோழையா? வீரனா? ஒரு கோழைபோல மரணத்தை அஞ்சுகிறேனா? இல்லை, பெரும் வீரனாக மரணத்தை எதிர்க்கிறேனா? என்ன நாசமாகவேனும் இருந்துவிட்டுப் போகிறேன். இப்போ எனக்கு எதற்கு இந்தக் கேள்விகள்?

என் தலையில் கைவைத்துப் பார்த்தேன். உச்சந்தலையில் கட்டுப்போட்டு சுற்றிக் கட்டியிருந்தார்கள். வலி அவ்வளவாக இல்லை. ஏன்...? மயக்கம் பூரணமாகத் தெளியவில்லை போலும்.

அல்லது வலி நிவாரணி எதனையாவது ஊசிமூலம் எனக்கு ஏற்றியிருக்கக் கூடும்.

“வாழ்ந்தென்ன செய்யப்போகிறேன் நான்? சாகலாமா? சரி செத்தென்ன சாதிக்கப்போகிறேன் நான்? வாழலாமா?” கேள்விக்குள் அகப்பட்டுப் பட்ட உத்தரிப்பில் மறுபடி உறங்கிவிட்டேன். உறக்கம் என்னை இழுத்து அணைத்துக் கொள்ளும்போது அத்தனை சுகம் பரவுகிறது. இருள்மை என் நோக்கிச் சூழ்ந்துகொண்டது.

என்னை யாரோ வந்து எழுப்பினார்கள். எத்தனை முறை என்னைத் தட்டிக்கூப்பிட்டார்கள் என்று தெரியவில்லை. எழுந்திருக்கும்போது, ஆழ்ந்த உறக்கத்திலிருந்து விடுபடுகிறேன் என்று மட்டும் புரிந்தது. அதே ஆமிக்காரன். நடுத்தர உயரமும் சிவலை நிறமும், போதைமுறியாத பூஞ்சிய கண்களும் கொண்டவன். இவன்தான் தமிழில் மொழிபெயர்த்தவன். இவனது தமிழே ஒரு தனித்தினிசு. இது இரவா? பகலா?

“எழும்பு, உன்னைக் ‘காம்பிறாவில’ விடச் சொல்லியாச்சுடா. சேர் சொல்லி இரிக்காரு.”

காம்பிறாவா? அடக்கடவுளே... பாடையில போவான்... சுடப்போறானா? அதைத்தான் எள்ளலுடன் சொல்லுறானோ? பிடரியில் சுடுவார்களா? நெத்தியில் சுடுவார்களா? எதுக்குத் திடீரெண்டு இந்த முடிவு எடுத்தார்கள்? உடனே நினைவுக்கு வந்தது கொடுப்புக்குள் இருக்கும் குப்பி. இப்போதே கடித்து விடலாமா?

ம்ஹூம். பார்க்கலாம் என்ன செய்கிறார்கள் என்று. எப்படிக் கொல்கிறார்கள் என்று. சயனைட் கொடுப்பில் இருக்கும்வரை பயமில்லை. கடித்ததும் மறுநொடியே சாவு. அவர்கள் கொல்லும் இறுதி நிமிடம்வரை பொறுத்திருக்கலாம். கடிக்கும்போது நாக்கில் குப்பியைத் தூக்கிப் பற்களுக்கு இடையில் சேர்த்து வைத்து, நாக்கில் அதன் பிசிங்கான் வெட்டும் வகையில் கடிக்கவேண்டும். நினைவுறுத்திக்கொண்டேன். அந்தக் கணத்தில் மரணிப்பதற்கு இத்தகைய தொழில்முறைக் கடிப்பு அவசியம். சயனைட் நேரடியாக இரத்தத்தினூடு உடலில் பரவ வேண்டுமே தவிர, சமிபாட்டுத் தொகுதிக்குப் போயல்ல.

அந்தச் சிப்பாய் என்னை நடத்திக் கூட்டிச்சென்றான். ஒடுங்கி உயர்ந்த சுவர்களுள்ள பாதையால் சென்றுகொண்டிருந்தோம்.

மேல் சுவரிலிருந்து ஒரு சிலந்தி ஒரு நூலில் விழுந்து என் முன்னே தொங்கியது. வலைபின்ன எங்கோ பாய்ந்திருக்கிறது. அடி சறுக்கி விட்டதுபோலும். நான் அதை விலத்தி நடந்தேன். இரண்டாம் வளைவின் முடிவில் எனக்கு அறிமுகமாகிய இடம் தெரிந்தது. அதேதான் சிறைப்பகுதி. அவன் முன்னே சென்று எனது 'செல்லைத்' திறந்துவிட்டான். மீண்டும் பூட்டிவிட்டு, "காம்புறாவுக்குள்ள இரிந்துகொண்டு கத்துறது, குழறுறதுன்னு சேட்டை பண்ணக் கூடாது. புரிஞ்சிதா?" ஓர் அதிகாரி போலப் பாவனை பண்ணிச் சொல்லிவிட்டுப் போனான்.

அடக் கடவுளே! நாசமாய்ப் போனவன். இந்த 'செல்'லையா 'காம்பறா' என்றான். இப்போதான் நினைவு வந்தது. சிங்களத்தில் அறையை 'காம்பறா' என்றுதான் அழைப்பார்கள். எங்கள் ஊரில் 'காம்பறா' என்பது பிணங்கள் வைக்கும் அறை.

சற்று நேரத்துக்கெல்லாம் ஒளி மங்கி அறையில் மேலும் இருள் பரவத் தொடங்கிற்று. ஆக, இது பின்னேரப்பொழுது. இப்போதுதான் இரவு வருகிறது என்று புரிந்துகொண்டேன். என் அறையில் வேறு எவரும் இல்லை. முன்னர் இருந்தவர்களும் இப்போது இல்லை. அவர்கள் என்ன ஆனார்கள்? என்னை இங்கிருந்து அழைத்துப்போய் எத்தனை நாள் ஆயிற்று? எதுவும் தெரியவில்லை. இரவு நித்திரையில்லை. உறக்கம் என்னைத் தீண்டவில்லை. சிந்தனைக்குள் அகப்பட்டிருந்தேன். ஒரு பெரும் சாம்ராஜ்ஜியம் அழிவதுபோல உலகின் சக்திவாய்ந்த விடுதலைப் போராட்டம் கண்முன்னே சில நாட்கணக்கில் பெருநாசத்துடன் அழிந்துபோயிற்றே. இந்த மகா தோல்வியின் ஆணிவேர் எது? இத்தோல்வியின் விளைவு எத்தனை தலைமுறைகளை வஞ்சிக்கும்? முடிவாக என் இனத்தையே வஞ்சித்துவிடுமா...?

ச்சா... இப்போ எதற்கு இந்தக் கேள்விகள்?. எனக்கு என்ன நடக்க இருக்கிறது? நான் என்ன செய்யவேண்டும். இதுவே இப்போது தேவையான கேள்விகள். சாகும் தறுவாயில் என் காதலியை எப்படிக் கண்டேன்? அது நிஜமாக நிகழ்ந்ததுபோலல்லவா இருந்தது? பல வருடங்களின்முன் இதையொத்த ஒரு சூழலில் அவளை நான் பிரிய நேர்ந்தது. உயிரைப் பிரிவது என்ற தருணத்தில் அதற்கு இணையான பிரிவொன்று ஞாபகத்தில் எம்பி வந்ததா? இல்லை, வாழ்தலில் அதிகப்படியாக நான் அனுபவித்த சுக அனுபவம் வாழ்வைப் பிரியும் தருணத்தில் நினைவுக்குக் கொண்டுவரப்பட்டதா?, இல்லை... ஜீவன் ஒரு மோகநிலையை

அடையும் அனைத்திலிருந்துமான விடுதலை உணர்வு சாகும் தருணத்தில் வாய்த்தபோது அதையொத்த மோகத்தில் திளைத்த தருணம் கோர்வையாகி மேலெழுந்ததா? ச்சா... ஒரு நாள்... ஒரேயொரு நாள், அவளுடன் வாழ்ந்திருக்கலாம். ஒரு முழு நாளின் தருணம் முழுதும் அவள் அன்பு எப்படியெல்லாம் வெளிப்பட்டிருக்கும்!

நினைவுகள் என்னைப் பந்தாடிப் பந்தாடிக் களிப்புற்றன. நானோ நரகத்துள் உழன்றுகொண்டிருந்தேன். தலையில் வேதனை தாங்க முடியாதவாறு என்னைத் தாக்கிக்கொண்டிருந்தது.

காலை மீண்டும் டொக்ரர் வந்தார். அவருடன் மொழிபெயர்ப்பாளரும். முன்பிருந்த அறைக்கு அழைத்துச் செல்லப்பட்டேன். உடலைச் சோதனையிட்டார் அந்தப் படைத்துறை டொக்ரர். காய்ச்சல் இருக்கிறதா எனப்பார்க்க தேர்மா மீட்டரை வாய்க்குள் வைக்க "ஆ" எனச் சொன்னார். நெஞ்சு 'திக்' என்றது. குப்பி! என் குப்பி!. நான் கடிக்காமலேயே நஞ்சாகப்போகிறதே எனக்கு. காட்டிக் கொடுத்துவிடப்போகிறதா? வாயைத் திறக்காமல் தயங்கித் திறந்தேன். அவரோ அலட்சியமாக தேர்மா மீட்டரை வாய்க்குள் வைத்தார். அந்த அலட்சியம்தான் அப்போது எனக்கு அதிஸ்டத்தைத் தந்திருந்தது. இரத்த அழுத்தம் உட்பட அனைத்தையும் சோதனையிட்டுக் குறிப்பெழுதிக்கொண்டார். அவ்வளவுதான்.

மீண்டும் என் 'செல்'லிற்குக் கொண்டுவரப்பட்ட நான், ஒரு முக்கிய முடிவை எடுத்தேன். இந்த 'சயனைட் குப்பியை' இனியும் வாய்க்குள் வைத்திருப்பது முடியாத காரியம். என்ன செய்ய? எறிந்துவிடலாமா? ம்கூம். என் மரணத்தைத் தொலைத்துவிட எனக்கு அச்சமாக இருந்தது. கடித்துவிடலாமா குப்பியை? ம்கூம். மரணத்தை அணைத்துக்கொள்ளவும் அவசியம் இல்லையென்று மனம் அடித்துக்கொண்டது. வைத்துக்கொள்ளலாமா? மரணத்தைப் பாதுகாப்பது நல்ல வழியா? இப்போதைக்கு அதுவே உத்தமம். மரணத்தை நான் பத்திரமாகப் பாதுகாத்து வரவேண்டும். அது எந்த நேரத்திலும் எனக்கு அவசியப்படலாம்.

05

புலனாய்வு அதிகாரியின் உதவியாளன் என்னை வந்து அழைத்தான். அப்போது காலை எட்டு முப்பதாக இருக்கலாம்.

"உன்னைக் கொழும்புக்கு அனுப்ப இரிக்கம்."

"..."

"நீ உண்மை சொன்னதில்லத்தானே. அதுதா சேர் முடிவு செஞ்சிட்டாரு. உன்னய கொழும்புக்கு அனுப்பிறதென்னு." அவன் தன் தமிழில் சொன்னபடியே 'செல்' கதவைத் திறந்து என்னைக் கூட்டிப்போனான். என்னைக் கூட்டிப்போய் விட்ட அறை வேறானதாக இருந்தது. இவன் வழமையாக அழைத்துப்போகும் அறையல்ல இது. இதற்கு வர நீண்டதூரம் நடந்திருந்தேன். நடக்கும்போது படும் வெளிக்காற்று மிக இதமாக இருந்தது. இந்த இதம் அச்சமூட்டும் தன்மையை ஏன் தருகிறது எனக்கு?.

அறை விசாரணைக்கு உரியதென்று அதனைப் பார்த்த ஒற்றைக் கணத்தில் கணித்துக்கொண்டேன். இத்தனை நடந்தும் இவர்கள் ஒரு கைதிமீது இரக்கம் காட்டமாட்டார்களா? இரக்கம்... அது யாருக்கு வேண்டும். மனிதர்களுக்கு வேண்டியதெல்லாம் வெற்றி! தன் சொந்த வெற்றி! கூட்டுவெற்றி! நாட்டுவெற்றி! வெற்றி தரப்போகும் போதைக்கு முன்னால் இரக்கத்திற்குப் பொருளில்லை. வெற்றியின் பின்னால் எனக்காகும் இலாபம் இன்னது என்பதுதான் கணக்கு. இக்கணக்கில் தர்மம், அதர்மம் என்பன சேர்த்தியில்லை. எங்கும் எப்போதும் இதுவே விதியாகி வருகிறது. விலக்காகிய விதியென்று எதுவுமில்லையோ. ஜனநாயகம் என்பதும் புரட்சி என்பதும்கூட விதிக்குள் விழும் சாதாரணச் சொல் மட்டும்தானோ?

நடுத்தர உயரத்துக்கும் குறைவான, என்னைவிட வயதில் மூத்த, அழுத்தமான சிவில் உடையில் ஒருவர் வந்தார். அவருடன் ஒரு பொலிஸ்காரனும் வந்தான். இந்தச் சிப்பாய் அவர்களிடம்

ஏதோ சொன்னான். இவனது பணிவும் அவரது விறைப்பும் எனக்கு ஒன்றை விளக்கின: வந்திருப்பவன் அதிகாரி. பொலிஸ் அருகிலிருப்பதால் சிவில் உடுப்பில் இருப்பவன் பொலிஸ் அதிகாரியாக இருக்கலாம். டொக்ரராக இருக்குமோ என்று மனதில் தோன்றிய எண்ணத்தை அவனது குரல் கொண்டிருந்த அதிகாரத்தொனி சிதைத்துவிட்டது. என்னை ஏற இறங்கப் பார்த்தான். தான் பார்ப்பதை நான் பார்க்கவேண்டும் என்றும் விரும்புகிறான். அத்தனை கூர்மை தன் பார்வையில் இருக்கிறதாம். தூசணம்தான் என் வாயில் வருகிறது.

மிக அகன்ற மேசையின் மறுமுனையிலிருந்த கதிரையில் என்னை இருக்கச் சொன்னான். மேசையின் பக்கவாட்டாக அந்தப் பொலிஸ்காரன் இருந்தான். "உன் பெயர் என்ன?"

"ருத்திரா." ஓமந்தையில் சொன்னதுபோலவே 'உ' வையும் விட்டு 'ன்' ஐயும் விட்டு உச்சரித்தேன்.

"இயக்கப் பெயர்?"

"கோமகன்." பொய்யை மிகத் தெளிவாகச் சொன்னேன். இந்தப் பெயரில் நான் அறியப்பட்டிருக்கவில்லை. என் பெயரோ கௌதமன்.

"சரி நான் கேட்கிறதுக்கு உன்னால் பதில்சொல்ல முடியுமா?"

"ஓம்."

"நல்லது, நாங்கள் ரி.ஐ.டி... புரியுதா? பயங்கரவாத விசாரணைப் பிரிவு. உன்னை மிலிட்டரி எங்களிட்ட ஒப்படைச்சிருக்கு."

நான் எதுவும் பேசவில்லை. ரி.ஐ.டி பற்றி என் மூளை அறிந்த தகவல்களை ஒன்று சேர்த்தது ஒற்றைக் கணத்தில்.

புதிய விசாரணைக்குள் விழுந்துவிட்டேன். வியூகம் அமைத்தாக வேண்டும். வந்திருப்பது பொலிஸ் பிரிவு. ஆனால் விசேட உளவுப் பிரிவு இது. கொழும்பின் நாலாம் மாடி எனப்படும் சித்திரவதைச் சிறைக்கு இவர்கள் பெயர் பெற்றவர்கள். செயல்திறன் கொண்டவர்கள். வெளிநாடுகளில் பயிற்சி பெற்றவர்கள். தலைநகரின் பாதுகாப்பு, ஜனாதிபதிப் பாதுகாப்பு எல்லாம் இவர்களை நம்பித்தான். இராணுவத்தை நம்பியல்ல.

அவன் ஒரு கோவையை மேசையில் எடுத்துவைத்தான். கேள்விகளைக் கேட்டுப் பதில்களை எழுதத் தொடங்கினான். மீண்டும் பெயர்களைக் கேட்டான். சொன்னேன்.

“பிறந்தது.”

“யாழ்ப்பாணத்தில.”

“நான் திகதியக் கேட்டன்.” மேல்கண்ணால் என்னைப் பார்த்தான்.

“1973.06.27.”

“அப்பா பெயர்.”

“இரட்னசோதி.” திருத்தமாக இதையும் உச்சரித்தேன். இந்தத் திருத்த உச்சரிப்பில் பல விளையாட்டுக்கள் உண்டு. அது சிங்களத்தில் மிக நெருக்கமான உச்சரிப்பு. தமிழில் அப்படி எழுதுவதில்லை. அப்பாவின் பெயர் அமைப்பு உதவியது.

“இயக்கத்தில சேர்ந்தது.”

“ஓம் சேர்ந்தது.” நான் ஒத்துக்கொண்டேன்.

“நான் கேட்டது நீ சேர்ந்த திகதிய.” முறைத்து ஏற இறங்கப் பார்த்தான்.

நான் தன்னைக் கேலி பண்ணுவதாக அவன் நினைத்தானோ? ஆனால் நான் புரிந்தது விரும்பிச் சேர்ந்ததா அல்லது கட்டாய ஆட்சேவைக்கு அழைக்கப்பட்டதா என்பதைக் கேட்கிறானென. அவனது தமிழோ கொச்சையாக இருந்தது.

“1994.09. திகதி ஞாபகம் இல்லை” இதெல்லாம் ஏற்கனவே தயார் செய்த பதில்கள்தான்.

“சரணடைந்தது இல்லை கைதுசெய்யப்பட்டது?”

“17ஆம் திகதி ஐஞ்சாம் மாசம்.”

“எங்க?”

“முள்ளிவாய்க்கால், முல்லைத்தீவு.”

“படித்தது?”

எதைக் கேட்கிறான், படித்த இடமா? பாடமா? காலமா? ,நான் அவனையே பார்த்தேன். என் பதில் அவனைக் கேலி செய்வதாக இருக்கக்கூடாதல்லவா... மறுபடியும்.

"படித்ததா?" என் மௌனத்தால் சினம் அடைந்து மீண்டும் கேட்டான். என் மனமோ இந்தக் கேள்வியால் வேறு ஆய்வுகளில் அலுவலாக இருந்தது.

"ஓம்." சொன்னேன்.

"எங்க?"

"கொலிச்சில. இல்ல சென் ஜோன்ஸ் கொலிச்."

கண்ணை உயர்த்திப் பார்த்தான். "என்ன பொறுப்பு?"

எதைக் கேட்கிறான். நான் கேள்வி விளங்கவில்லையெனப் பார்வையால் கேட்டன். புரிந்துகொண்டான்.

"இயக்கத்தில என்ன பொறுப்பு?"

"ஒன்றுமில்ல."

சட்டென்று எழுந்து முகம்சிவக்க என் கன்னத்தில் அறையக் கையோங்கினான். நான் அனிச்சையாகக் கையால் தடுத்த மாதிரி குனிந்துகொண்டேன். அவன் அடிக்கவில்லை. அவன் கன்னத்தில் அறைந்திருந்தால் கொடுப்பிலிருக்கும் என் சயனட் குப்பி உடைந்து, செத்திருப்பேன் இந்நேரம். மனம் குப்பியைச் சுற்றி வந்தது. பேசாமல் என் கர்வத்தோடு இவன் மூஞ்சையில் ஓங்கி ஒரு குத்துக் குத்திவிட்டு சயனைட்டைக் கடித்துவிடலாமா? மனம் பாய்ந்தது. என் கர்வமாயினும் எனக்கென எஞ்சும்.

"என்ன செய்தனி இயக்கத்தில?"

"நிருவாக உதவியாளன்."

"முதல் படிச்ச பள்ளி என்னது?"

"விநாயகா வித்தியாலயம்."

"கடைசியா நீ கண்ட பொறுப்பாளர்?"

எதைக் கேக்கிறான். நான் படிச்ச முதல் பள்ளிக்கூடம் அடுத்தது கடைசியாக் கண்ட பொறுப்பாளர்? இந்தக் குப்பியை வாய்க்குள் வைத்திருப்பது பெருந்தவறு. மனம் குப்பியைச் சுற்றுகிறது. பதிலில்

கவனம் இழக்கிறது. அவன் கன்னத்தில் அறைந்தால் குப்பி உடைந்துவிடுமோ என்ற அச்சம் போலும்.

"நீ கடைசியில எந்த இயக்கப் பொறுப்பாளரக் கண்டது?"

இவனது எல்லா வசனமும் 'து' விலதான் முடியும்.

"சிவிச்செல்வன்."

"எங்க?"

"மாத்தளன்."

"சகோதரங்கள்?"

மறுபடி குழம்பினேன். எதைக் கேக்கிறான்?.

"உனக்குச் சகோதரம் இருக்கா?"

"ஓம்."

"பெயர்?"

நான் பெயர்களைச் சொன்னேன்.

"சிவிச்செல்வன் உனக்கு அப்ப என்ன சொன்னார்?"

அட நாசம். இவன் என்னைக் குழப்புறான்.

"லைனுக்குப் போகச் சொன்னார்."

"புரியச் சொல்லு."

"என் காயம் மாறினதால இனி மீண்டும் சண்டை நடக்கிற இடத்துக்குப் போகச் சொன்னார். அங்க எனக்கு என்ன வேலையெண்டு சொல்லுவினம் எண்டார்."

"இயக்கத்தில சேந்த திகதி."

அட, பாடையில போவான். இவன் சும்மா ஆளில்லை... நான் சொன்னேன். மரியாதையாக "முன்னுக்கு எழுதீட்டீங்கள்."

"சொல்லு நீ."

"1994.09. திகதி தெரியா."

"பிறந்த இடம்?"

"யாழ்ப்பாணம்."

"படிப்ப விட்டது எப்ப?"

கேள்விகள் காலங்கடந்து பாய்ந்து வந்தன. என்னை நிலைகுலைய வைப்பதற்கானவை. ஒரே பதில் வரவேண்டும். ஆனால் கேள்வி வேறுவேறானதாக இருக்கும். இதனைக் கொஞ்ச நேரத்தில் நான் புரிந்துகொண்டுவிட்டேன்.

பொய்யான பதில்கள் இறுதியில் ஒன்றுடன் ஒன்று முரண்பட்டேயாகும். இங்கு முதலில் முரண்படுவது காலமாக இருக்கும். அதிலிருந்து கேள்விகளைத் தொடுக்கும்போது எல்லாம் நூலிலிருந்து அவிழும் குண்டுமணி போல, சிதறி விழுந்துவிடும் உண்மைகள். இது ஒரு நுட்பமான பொறிமுறை. வந்திருப்பவன் சாதாரணமானவன் அல்ல. உளவுப் பிரிவில் நன்கு பயிற்றப்பட்ட அதிகாரி. நானோ வாழ்வில் முதன்முறையாக விசாரணை ஒன்றை எதிர்கொள்கிறேன், எந்த அனுபவமும் இல்லாமல். முதல் நடந்த விசாரணை அணுகுமுறையுடன் ஒப்பிட்டால் இது முற்றிலும் வேறுபட்டிருந்தது. கேள்விகளால் சுற்றிவளைத்து என் பதில்களையே தூண்டிலாக்கி மாட்டிவிடக்கூடியது இது. சர்வ நாசம். இறுதியில் நடந்ததும் அதுவே.

அவனது தொழில்முறைத் தேர்ச்சியின் முன்னால் தான் பெரிய 'பருப்பு' என்று நினைத்த கௌதமன் - அதுதான் என்னைத்தான் சொல்கிறேன் - கவிழ்ந்துபோனான். வெறும் பயல் இவன்.

அவன் கேட்டான் "நீ ஏ எல் ரெஸ்ட் எழுதிட்டு, இயக்கத்தில சேந்தது, இல்லையா?"

"ஓம்."

"நீ பிறந்தது 73. அப்பிடீண்டா ரெஸ்ட் எடுக்க வேண்டியது 92இல. ரெஸ்ட் எடுத்திட்டு இயக்கத்தில சேந்தினி. ஆனால் 94 இல அது நடந்திருக்கு. அது எப்புடி. எப்புடீடா?" அவன் மேற்கண்ணை உயர்த்தி பல்லை நெருமி முறைத்தான். தான் பொய்யைக் கண்டுபிடித்து விட்டேன் என்ற கர்வம் தெரிந்தது. நானோ எனக்குள் சிதறிப்போனேன்.

அடக் கடவுளே! என்னைச் சுற்றி வளைத்துவிட்டான். யோசித்தேன். நான் யோசிப்பதை அவன் கண்டுகொள்கிறான் என்பதை நான் கண்டுகொண்டேன். அவகாசம் எடுக்கக்கூடாது.

உண்மையை ஒப்புக்கொண்டுவிடலாமா? ச்சா. கூடாது. கூடவே கூடாது கௌதமா!

“இல்லை இடையில நான் இந்தியா போனனான்.” நான் சொன்னேன்.

“இந்தியா போனதா நீ...?” குழம்பிற்றான் அவன். இப்போ நான் கதையை வளர்த்தாகவேண்டும்.

“இந்தியாவிலயா ட்றெய்னிங் எடுத்தது நீ?” ஆச்சரியமும் முறாய்ப்புமாகக் கேட்டான். பிறகு அவன் சொன்னான் “பரவாயில்ல சொல்லு. எல்லாருக்கும் ஒரே தீர்ப்புத்தான். உண்ம சொன்னா, உன்ன நாங்க முதலாளா விடுதலை பண்ணுறது.”

“இல்ல பள்ளிக்கூடத்தில படிக்கேக்க எண்பத்தி ஆறாம் ஆண்டு பிரச்சினை எண்டு, என்னை மாமா மாமியோட அப்பா இந்தியாவுக்கு அனுப்பிவிட்டவர். திரும்பி 88ஆம் ஆண்டுதான் வந்தனாங்கள் ஊருக்கு. அதால இரண்டு வருசம் பிந்திப் படிச்சன்.”

“சபாஸடா கௌதமா” எனக்கு நானே சொல்லிக்கொண்டேன்.

எனக்குள்ளேயே அப்படியொரு உற்சாகம். ஏன்? இப்படி ஒரு பதிலைக் கண்டுபிடித்ததனால்தான். இந்தப் பதில் எங்கிருந்து எப்படி வந்ததென்று எனக்கே தெரியவில்லை. அவன் கேட்டான். “அங்க ரண்டு வருசமும் படிச்சது இல்ல?”

“படிச்சனான்.”

“பின்ன ஏன் ரண்டு வருசம் குறைஞ்சு படிச்சது” வெருட்டலுடன் கேட்கிறான்.

“அங்க இந்தியாவில இலங்கைப் படிப்பு தரம் சரியில்ல எண்டு ஒரு வருசம் பள்ளிக்கூடத்தில குறைச்சுச் சேர்த்தாங்கள். திரும்பி இங்க வர இந்தியாவின்ட படிப்பு சரியில்ல எண்டு இங்க ஒரு வரிசம் குறைச்சுச் சேத்தாங்கள். அதோட அங்க யூன் மாதம் பள்ளிக்கூடம் தொடங்கும். இங்க ஜனவரியில தொடங்கும். இந்தக் குழப்பமும் காரணம்.” நான் மூச்சு விடாமல் சொன்னேன். இந்த விளக்கங்களால் அவன் எனது பொய்யின்மீது இருந்த சந்தேகத்தை நீக்கிக்கொண்டான் என நினைக்கிறேன். அதுசரி, எனக்கு எங்கிருந்து இத்தனை கோர்வையாகப் பொய்கள் காரண காரியத்துடன் வருகின்றன?.

என்னுடன் 1988இல் படித்த ஒரு பெண், இந்தியாவில் படித்துவிட்டு வந்திருந்தாள். அவள் இங்கு ஒரு வருடம் குறைந்து படிக்க நேர்ந்தது. அவள் அசாதாரணமான பேரழகியாக இருந்ததால் மனதில் ஊன்றியிருந்தாள். அவள் அறிவாளியும்கூட. நட்புறும் கண்கள் அவளுக்கு. இப்போது ஆபத்துக்கு உதவியிருக்கிறாள் போலும். பருவமாற்றத்தில் வேர்க்கிழங்குகள் அழுகாத துலிப் கன்றுகள்போல காலத்தில் கரையாது, உறைந்துகிடக்கின்றன இளவயது ஞாபகங்கள்.

"சண்டையில உன்ர பணி என்னது?"

"விநியோக அணியொன்றுக்குப் பொறுப்பு."

"அது என்ன செய்யும்?"

"விநியோகஞ் செய்யும்."

நான் மொட்டையாகச் சொன்ன பதிலில் அவன் கோபம் அடைந்தான்.

"என்ன விநியோகம், எப்படி நடந்த, சொல்லு."

"காயப்படுற போராளிகளை களத்திலிருந்து அகற்றி, மருத்துவ அணியிட்ட சேர்ப்பம். போர்முனைக்குச் சாப்பாடு, தண்ணி, இப்படியானதுகள கொண்டுபோய்ச் சேர்ப்பம்." புரிய வைத்தேன்.

"உன்ரை 21 வயசில எங்க இருந்தது? என்ன செஞ்சு கொண்டிருந்தது?"

அவன் காலக் குத்துக்கரணம் அடிக்கிறான். எனது குத்துக்கரணம் பிழைக்கப்போகிறது. யோசித்துச் சொன்னால் பிழைக்கும். யோசிக்காமல் சொன்னாலும் பிழைக்கும். ஒரு உத்தி மண்டையில் உறைத்தது.

"என்ன? விளங்கேல்ல... நீங்கள் கேக்கிறது."

கேள்வியை அவனுக்குத் தொடுத்துவிட்டு நான் அவனுக்குச் சொன்ன பிறந்த ஆண்டிலிருந்து 21 வயது எத்தனையாம் வருடம் என்று கணக்கிட்டேன். 1994 வருகிறது. ஏன் கேட்கிறான்? ஓ. இயக்கத்தில சேர்ந்த ஆண்டு இதுதான். எண்ணவும் அதற்கிடையில் அவன் திருப்பிக் கேட்டான்.

"உன்னோட 21 ஆவது பிறந்த நாளுக்கு எங்க இருந்தது? என்ன செய்துகொண்டிருந்தது?"

எனக்கு மூச்சு வாங்கியது. அவனது கடுமையான தொனி, என்னைச் சிந்தித்துக் கணக்குப் போடவிடாமல் குழப்பிற்று. திகைத்துப்போனேன். என் குழப்பம் முகத்தில் தெரியத்தான் போகிறது. கடவுளே என்ன சோதனை? யாழ்ப்பாணத்திலிருந்து வன்னிக்கு இடம்பெயர்ந்தது, 1994 இற்கு முன்பா பின்பா? பின்பு. மூளை ஒத்துழைத்தது. கொஞ்சம் உற்சாகம் அடைந்தேன். பதில் சொல்லப்போகவும் ஒரு மின்னல்போல மூளை தடுத்தது. 'பொறடா கௌதமா! நீ பிறந்ததாகச் சொன்னது ஆறாம் மாதம். இயக்கத்தில் சேர்ந்ததாகச் சொன்னது ஒன்பதாம் மாதம்.' உற்சாகம் அடைந்தேன். சர்வ சாதாரணமாகச் சொல்ல முயன்றேன் இப்போ.

"யாழ்ப்பாணத்தில படிச்சுக்கொண்டிருந்தன். ஏ.எல் சோதனைக்குக் கடுமையாப் படிக்க வேண்டியிருந்தது." 'நீ கெட்டிக்காரன்டா கௌதமா' மனம் சொல்லிற்று எனக்கு. மறுகணமே மனம் பதைபதைத்தது. இதற்குள் ஏதோ முரண்பாட்டைக் கண்டுபிடித்து விட்டான்போல. ஆனால் அவனது முகத்தில் எதுவும் தெரியவில்லை. அவன் ஏதோ எழுதிக்கொண்டிருந்தான். அறையில் ஒளி மங்கி ஒரு விதக் குருட்டு வெளிச்சமே எஞ்சியது. ஒளி கசிகிறதா? இருள் கசிகிறதா? ஆட்டுக்கல்லில் அகப்பட்ட உழுந்துபோல மனம் நசிகிறது. கிடைத்த சில நிமிடத்தில் நான் அடுத்த கேள்விக்குத் தயாராகலாமே என்றொரு ஆலோசனை என்னுள்ளே. அதற்கு நான் பலவிதத்தில் சிந்திக்கச் சில நிமிடங்களை எனக்காக வேண்டுமென்றே அவன் விட்டவன்போல மறு கேள்வியைத் தொடுத்தான் நான் சிந்தித்திருக்கவே முடியாத கோணத்தில்.

"சரி. நீ பிறந்ததிலிருந்து நீ செய்ததுகள் என்ன சொல்லிட்டு வா?"

"பிறந்ததிலிருந்தா? விளங்கல்ல" என்றேன்.

ஆனால் என் மனம் உணர்ந்தது 'அடுத்த சுருக்கு கழுத்தில் விழுகிறது. மாண்டாயடா கௌதமா' என்று.

கேள்வியைப் புரிந்துகொள்ளாவிட்டால் பதிலளிக்க முடியாதல்லவா? அந்த வகையில் நான் திருப்பிக் கேள்வி என்னவெனக் கேட்கமுடியும். அந்த அதிகாரத்தில்தான் கேட்டேன். ஆனால் உண்மை என்னவெனில் ஒரு விசாரணையில்

கேள்வி என்ன என்பதல்ல முக்கியம். கேள்விக்கான நோக்கம் என்ன என்பதுதான் முக்கியம். நோக்கத்தைப் புரியாது என்னால் பதிலை உருவாக்கிவிட முடியாது.

"நீ பிறந்ததிலிருந்து நடந்த விடயங்கள எல்லாம் சொல்லுறது." அவன் அறுத்து உறுத்துச் சொன்னான்.

எனக்கு விளங்கியது. ஏற்கனவே சுமார் ஐந்து மணித்தியாலங்கள் வரைக்கும் என்னை நோக்கி எறியப்பட்ட கேள்விகளில் நான் சிக்குண்டிருப்பேன். அந்தக் கேள்விகள் காலங்களும் காரணங்களும் இன்ன பிறவும் சம்பந்தமற்றே இருந்தன. ஒரு கேள்வி பல உருவம் கொண்டு வரும். பல உருவத்தில் ஒரு கேள்வியும் வரும். பதில்கள் ஒரே ரூபம் கொண்டு இருந்தனவா? எனக்கே தெரியாது. ஒருவேளை அவனுக்கும் இப்போ தெரியாது. இவற்றைக் கொண்டுபோய், நுணுகி ஆராயும்போது பல பொய்கள் பல்லிளித்துக்கொண்டு உண்மை முகம் காட்டும். இப்போது கேட்கப்படுவது என் கதைகளுக்கு முதுகெலும்பு போன்றது. இதனோடு அவை பொருந்தாவிட்டால், அல்லது பொருந்தாத இடம் எதுவோ அதுவே அவனுக்குச் சிகரத்தின் வாசல். அது எனக்கு மரணத்தின் வாசல்.

அவன் தன் மேசைமேல் இலத்திரனிய ஒலிப்பதிவுக் கருவி ஒன்றைத் தூக்கி வைத்து 'ஆன்' பண்ணினான். எனக்குத் தொண்டை அடைத்துவிட்டது. மனதில் பீதி உணர்வு வயிற்றிலிருந்து நெளிந்து வளைந்து தலைக்கு ஏறுகிறது. 'காட்டிக் கொள்ளாதே கௌதமா' மனம் புலம்புகிறது. தண்ணி கேட்கலாம். ஆயத்தமாவதற்குக் கொஞ்சம் அவகாசம் கிடைக்கும். ம். ஊகூம். உடனேயே மனம் மறுத்தது. கூடாது. இந்நேரத்தில் கூடவே கூடாது. முன்னே இருப்பவன் சாதாரணமானவன் அல்ல. உன் அசைவின் மனவிளக்கம் அறிந்தவன். அவனுக்குத் தேவையானதும் அதுவே.

நான் மெய்யாகவே களைப்புற்றுவிட்டேன். தொடர்ச்சியாக ஐந்து மணித்தியாலம் விசாரணைக்குப் பதிலளிப்பது முடியாத காரியம். அதுவும் தூக்குமரத்தின் கீழிருந்து பதிலளிப்பது இலகுவானதல்ல. உண்மையைப் பதிலாக்குவதே இயலாதிருக்கக் கூடிய தருணம் இது. நானோ பொய்யைப் பதிலாக்க வேண்டும்.

"சம்பவங்கள் என்டால், அதில எத நான், எப்படியான சம்பவங்கள சொல்லவேணும்?" திருப்பிக் கேட்டேன்.

“நீ எத முக்கியம் எண்டு நினைக்கிறாய்? அத சொல்லுறது. தேவையானத நான் பிறகு கேக்கிறது. அத நீ பின்ன சொல்லுறது.”

இதற்குமேல் இனி என்னால் அவகாசம் எடுக்க முடியாது. என்னைக் குழப்பி, களைப்புறப் பண்ணி, நிலையிழந்ததை உணர்ந்துதான் இதைக் கேட்கிறான். இதுதான் அவனுடைய பொறிமுறை. இனி நான் தாமதிக்கக்கூடாது. வெளியிலிருந்து அடித்த காற்று ஓடைப் பகுதிக்குள் இரைச்சலாக வந்து. அந்த அறைக்கதவை டமார் என்று அடித்துச் சாத்தியது.

“நான் பிறந்தது யாழ்ப்பாணத்தில. வீட்டில நான் நாலாவது பிள்ள. 1973ஆம் ஆண்டு பிறந்தனான். முதல் போன பள்ளிக்கூடம் விநாயகா வித்தியாலயம்...” நான் கதை சொல்லத் தொடங்கினேன்.

மனம் அல்லது புத்தி இரண்டாகப் பிளவுற்றது. ஏற்கனவே அவனுக்குக் கொடுத்த தகவல்களையே முன்னிறுத்தி, புள்ளிகளிட்டு, அவற்றை இணைக்கும் கோடுகளாக இடைக்கதையை வளர்த்தேன். ஒரு மனம் ஏற்கனவே சொன்னவற்றைக் காலவரிசைப்படுத்தி முன்னிறுத்தும். மறுமனமோ அவற்றை இணைத்துக் கதை சொல்லும். ஓ... இன்னொரு மனமும் தொழிற்படுகிறது. அது சொல்லும் கதையின் சரி, பிழையை ஆராய்ந்துகொண்டு என்னைப் பின்தொடரும். ‘சபாஷ்’ என்றும் ‘நாசமடா’ என்றும் என்னை விழிப்பூட்டும். வாழ்வின் மிக மிக நூதனமான அனுபவம்.

இப்போது இடையில் தண்ணீர் கேட்டேன். இடையில் சாப்பிட வடைகூடத் தந்தான் அந்த அதிகாரி. தேநீரும் கிடைத்தது. இடையிடையே கேள்விகளைத் தொடுத்தான். அவை கடினமானவை அல்ல. அப்படியென்றால் அதன் நோக்கம்? என்னைக் கட்டுமீறி ஆர்வத்துடன் கதைசொல்லத் தூண்டுவது. இப்படி என்னைத் தூண்டி, ஆர்வத்துடன் ஒரு ரசிகன்போலக் கதை கேட்டான்.

ஆர்வத்தினால் உந்தப்பட்டுக் கதை சொல்லும்போது, உணர்ச்சிகளுக்கு அடிமையாகி உண்மை மிக இயல்பாக வெளிவந்துவிடும். சிலவேளைகளில் உண்மையான ஆர்வமும் வந்துவிடும்போதுதான் இதன் மீதுள்ள நச்சுப்பொறியை நான் உணர்ந்துகொண்டேன். கதை சொல்லச் சொல்ல அவனுடன் ஓர் உறவு உருவாகிவிடுவதான உணர்வு என்னுள் பரவியதை ஒரு மடையன்போல காலதாமதமாய்த்தான் உணர்ந்தேன். அத்தனை

திறமை கொண்டு என்னை ஊக்கி, கதை கேட்டான். அவன் தன் அதிகாரத் தோற்றத்தைக் கைவிட்டு, நட்பு முகம் போட்டிருந்தான். இது இலகுவானதல்ல. பார்வைக்கு இலகுவானதாகத் தெரியும் இந்தத் தருணம் மிகவும் சிக்கலான பொறியை விரிக்க வல்லது.

அன்று பின்னேரம்வரை கதைசொல்லலில் கழிந்தது. எனது 'செல்'லில் கொண்டுபோய் விடப்பட்டேன். அங்கு போனதும், 'காம்பிறா' என்ற சொல் என்னுள் கனத்துக்கொண்டிருந்தது. கனத்த இரும்புக் கதவைப் பார்த்தேன். வெறுமைச் சுவர்களைப் பார்த்தேன். அதில் புதைந்திருக்கும் ஊத்தை வர்ணம் கொண்ட ஓவியங்களை என்னால் புரிந்துகொள்ள முடியவில்லை. ஆனால் அந்த வெறுமையில் ஏதேதோ உருவங்கள் உதித்து மறைகின்றன. ஊத்தையில் உருவாகிய சித்திரங்கள்.

இரவு சூழ்ந்ததும் படுத்தபடியே மனதில் புரண்டுகொண்டிருந்தேன். உடல் அசைவற்று இருந்தது. விசாரணைகளில் மனம் சிக்குப்பட்டது. இனி அதை மீட்பதில் பயனில்லை. அச்சமே உருவாகும். கைவிட்டு விடவேண்டும் என எண்ணினேன். எனக்கு நித்திரை முக்கியம். உடல் பலமிழந்துவிட்டது. உடல் பலமிழந்தால் புத்தி நிலைகொள்ளாது. நிதானப்படாது. நினைவுகளைக் கைவிட்டால்தான் நித்திரை வரும்.

இப்போதான் உச்சந்தலைக் காயம் உறுத்திக்கொண்டிருக்கின்றது. இவ்வளவு நேரம் எங்கே போயிற்று இந்த உணர்வு. எண்ணவும் ஒருவன் வந்து என்னைக் கூட்டிப்போனான். "சேர் உன்னைக் கூப்பிடுறாரு" இதயம் அடித்துக்கொள்ளத் தொடங்கியது மறுபடியும். ச்சா. விடாங்கள் போல. நான் நாக்கால் என் குப்பியைத் தடவிப் பார்த்துக்கொண்டேன். ஓர் அறையில் அவன் போதிய வெளிச்சம் தரும் ஒளிவிளக்கில் அமர்ந்திருந்தான்.

சார்ந்திருக்கக்கூடிய மிக வசதியான கதிரைகள் அங்கிருந்தன. ஒன்றில் அவன் இருந்தான். மற்றைய ஒன்றில் என்னை இருக்குமாறு சொன்னான். அவனுடன் விசாரணையின்போது அருகே இருந்தவனும் அங்கு வந்தான். அவனையும் இருக்குமாறு இவன் வரவேற்றான். அவனோ கொஞ்சம் மரியாதையுடன் அதை ஏற்று இருந்து கொண்டான். ஓ... அவன் இவனுக்குக் கீழ்ப்பட்டவன் போல.

"கொஞ்சம் குடிக்கிறதா?"

“என்னது?” நான் விளங்காமல் கேட்டேன். அப்போதுதான் உள்ளே ஒரு பொலிஸ்காரன் அனுமதி பெற்று உள் நுழைந்தான். ஒரு தட்டில் மதுப் போத்தல்கள், கிளாசுகள், சிகரட் பெட்டி, இறைச்சிக் கறி, பொரியல் என்று இருந்தன. இப்போ எனக்கு விளங்கியது.

“கொஞ்சம் குடிக்கிறீங்களா?” நட்பும் மரியாதையும் கொண்டு கேட்டான்.

“இல்ல. பழக்கமில்ல?”

“பறவாயில்ல. பின்னே பியர் குடிக்கிறது.” சொல்லிவிட்டு வந்தவனிடம் பியர் எடுத்து வரச்சொன்னான். அவன் சிங்களத்தில் சொன்னதை அப்படித்தான் நான் புரிந்துகொண்டேன்.

“சிகரட் பத்திறது?” கேட்டான் அவன்.

“இல்ல. பழக்கமில்ல, நன்றி” என்றேன்.

இவன் விசாரணையின் அடுத்த கட்டப் பொறிமுறையைத் தொடக்குகிறான் போல. இவனுடைய அம்புறாத் தூளியில் இன்னமும் எத்தனை வகையான அம்புகள் இருக்குமோ! மனம் சுழன்று வந்தது. வாயில் ஒரு பொரியலை எடுத்து வைத்தான். என்னையும் எடுக்கச் சொல்லிக் கைகாட்டினான் இறைச்சியை மென்றுகொண்டே. அந்த அசைவில் அத்தனை நட்பு இருந்தது. நான் மறுக்காமல் எடுத்துக்கொண்டேன். சுழலும் காத்தாடியில் நல்ல காற்று வருகிறது. இது இறால் பொரியல். பல மாதங்களுக்குப் பிறகு நாக்கு சுவையை உணருகிறது. அத்தனை சுவை அதில். ஆனால் அச்சமோ அடுத்து வரப்போவதைப் பற்றி மனதில் முன்னிறுத்தி அந்த அருமையான சுவையை வீணடித்தது. மேலே காற்றாடி படபடக்கிறது.

பியர் வந்ததும் குடிக்கச்சொன்னான். நான் இல்லை வேண்டாம் என்றேன். “இனி இயக்கமில்ல. எல்லாம் முடிஞ்சுதானே. போரில்ல. பயப்பட வேணாங். குடிங்க” என்றான். நட்பைப் பகிர்ந்து கொள்ளுங்கள் என்பதே அவனது பாவனை. அல்லது இயக்கக் கொள்கையுடன் இன்னமும் இருக்க முயற்சிக்கிறோம் என்பதை அறிய முயல்கிறானா? நோக்கம் என்ன?

ஒருவேளை கொஞ்சம் குடித்ததும் மது தரும் போதையிலும் அவன் நட்பு தரும் போதையிலும் நான் பாதுகாப்பாகி விட்டேன் என்ற போதையிலும் நான் கதைக்கத் தொடங்கக்கூடும். அதில்

அவன், கனிகள் பறிப்பான். இதுவாகத்தான் இருக்கும் இதன் உள்நோக்கம். ஏனெனில் அந்தச் சூழல் அவ்வளவு இதமாக இருக்கிறது.

"தலையில வலி இருக்கா?" பரிவுகொண்ட தொனி.

"ஓம்." தலையைத் தொட்டேன்.

"கொஞ்சங் குடிங்க. வலி தெரியாது." அட! இப்படிச் சுற்றிவாறான்.

"இல்ல. சோடா கொஞ்சங் குடிக்கவோ?" என்று சொல்லியவாறே சோடாப் போத்தலை எடுக்கப் போனேன். "விரும்பினா குடிங்க. நாங்க எங்க டியூட்டியைத்தான் செய்யுறது. இப்ப டியூட்டி முடிஞ்சு. இது என்னோட சொந்த ரைம். அதுதா உங்கள கூப்பிட்டது. நான் வேறு உதவி உங்களுக்குப் பண்ண முடியாதே." அவன், தான் மனிதாபிமானம் உள்ளவனாம்.

'மண்ணாங்கட்டி. டியூட்டி முடிஞ்சுதாம். என்ன சிறையில இருந்து வெளியில கூப்பிட்டு நட்புக் கொண்டாடுறானாம். இதை நம்பணும். ஆனால் இதை நம்புறமாதிரி நடிக்கணுமடா கௌதமா.' மனம் சொல்லவும், நான் பொரியலையும் கறியையும் கூச்சப்படாமல் எடுத்துத் தின்றேன். சோடா குடித்தேன். அவன் நிதானமாக மதுவைக் குடித்தான். நான் மிகச் சகஜமாக வந்துவிட்டமை அவனுக்குத் திருப்திதந்தது போலும். அப்போது கேட்டான். "உங்களுக்கு நான் உதவுறது. எனக்கு நீங்க உதவுறது. உங்க மேல எந்தப் பிரச்சினையும் இல்ல என்டு நா எழுதி விடுறன். நீங்க எனக்கு விசாரணைக்கு ஒத்துழைச்சது என்றும் நா எழுதவேணும். அதுக்கு ஏதாவது சொல்லுங்க. நீங்க அரசாங்கத்துக்கு ஒத்துழைச்சது என்று நா எழுதக்கூடிய மாதிரி ஒரு விசயம் காட்டித்தாங்க. நானும் எதையாவது கண்டுபிடிச்சன் என்டு புறமோசனுக்கு பொய்ன்ட் வாங்கணும். இல்லையா... யோசிங்க. யோசிங்க..." அவன் சொல்லிக்கொண்டே கிளாசை வாயில் வைத்தான். பின் சிகரட் பற்ற வைத்தான். அவன் உள் இழுத்து வெளிவிட்ட புகை எனக்கும் போதை ஊட்டுவதாய் ஒரு பிரமை. அதன் நெடியில் ஏதோ போதையுறுகின்றேன் போலும்.

"உங்க ஆக்களில கனபேரு அப்படித்தாங் எங்களுக்கு உதவினது. நாங்க அவங்களுக்கு உதவினது. அவங்க இப்ப விடுதலையாகி ஊர் போயாச்சு. அவங்களுக்குச் சந்தோசம்." அவன் விட்டு விட்டு வார்த்தைகளை உதிர்த்தான்.

“நீங்களும் விடுதலையாகிப் போகணும்தானே. நீங்க ஒண்ணும் பெரிய பிரச்சினையில்லதானே. தெரிஞ்சது ஒண்டைச் சொல்லிட்டு உங்க பிரச்சினையை முடிங்க. நமக்கு அதுதானே முக்கியம். நம்ம மனுசங்கதானே. எனக்கு என் வாழ்க்க. உங்கள்கு உங்க வாழ்க்கதானே முக்கியம்...?” அவன் கொச்சைத் தமிழில் எனக்கு ஆசையூட்ட முயற்சித்துக்கொண்டிருந்தான்.

வெறி போட்டதாய் பாவனை பண்ணுகிறான். ஆனால் நிதானமாக இருக்கிறான். விடுதலை எனும் அவன் சொல்லிய சொல்லில் என் மனம் சிக்குண்டு நிற்கிறது.

“உங்களுக்கு உங்க குடும்பம் முக்கியம். மற்றவன் சோறுபோட மாட்டான்தானே? எனக்கு எங்க குடும்பம். நீங்க யோசிங்க. நான் உதவி பண்ணுறது.”

இந்த அசாதாரணச் சூழலில் எமக்கு எம் சூழலாலும் எம் உறவுகளாலும் சில வேளைகளில் சக போராளிகளாலும்கூட ஏற்படக் கூடிய விரக்தியை அவன் இலாபமாகப் பயன்படுத்துகிறான்.

எங்கள் சாதாரணப் போராளிகள் இந்த விச வலையைக் கடப்பது எளிதன்று. இவனுக்கு ஒத்துழைத்தவர்களைப் பரலோகம் அனுப்பியிருப்பான். விசாரணையின் இன்னொரு வடிவத்தை என்ன அழகாய் முன்னிறுத்துகிறான்? இதற்கு நான் முகம் கொடுக்கவேண்டும். இந்த அறையில் வீடியோ இருக்கவும் வாய்ப்புண்டு. நான் மனதை நட்பாக்கிக்கொண்டு, சோடாவை அருந்தி, மேலும் ஒரு கோழித்துண்டை எடுத்து வாயில் வைத்தேன். எந்தச் சுவையும் தெரியவில்லை. அதை மெல்லும்போது முகத்தின் கோடுகளை மறைத்துக்கொள்ளலாம் அல்லவா! நான் என்ன நினைக்கிறேன் என்பதை வெளிக்காட்டாமல் இருக்க அப்போது நான் கண்டுபிடித்த எளிய வழி அது ஒன்றே. என் வாயின் தாடையை அசைப்பதிலேயே கவனம் கொண்டேன். உள்ளே குப்பி வேறு இருக்கிறது. இவற்றினாலும் மேலும் உன் நட்பை ஏற்றுக்கொள்கின்றேன் என்பதை அறிவிக்கவும் நான் அந்த இறைச்சியை மென்று தின்றேன்.

“எனக்குத் தெரிஞ்சத சொல்லியிருக்கிறன். உங்களுக்கு வேறு ஏதாவது தேவையென்றால் நீங்க கேளுங்க. சொல்லுறேன்.” என்றேன்.

"யோசிங்க. யோசிங்க. பிறகும் சொல்லலாம். ஒண்ணும் அவசரம் இல்லத்தானே?" என்றான். சுமார் ஒன்றரை மணித்தியாலத்தின் பின் என் 'செல்'லில் கொண்டுபோய் மறுபடி விட்டார்கள்.

கைகளும் கால்களும் விலங்கிடப்பட்டன. எனக்கு முன்னரே மற்ற இருவரையும் கொண்டுவந்து விலங்கிட்டு விட்டிருந்தார்கள். அவர்கள் வலியால் முனகிக்கொண்டிருந்தார்கள். இல்லை நடிக்கிறார்களா? தெரியாது. இந்த இடத்தில் நான் சகபோராளியைச் சந்தேகப்படுவது சரியா? அயோக்கியத்தனம் இல்லையா? மனம் அரட்டியது. அறம் பற்றிய உசாவல் இப்போது அவசியம்தானே எனக்கு? நாசமாய்ப்போக. சந்தேகத்தில் இருந்துதான் எச்சரிக்கை அடைய முடியும். எச்சரிக்கையில் இருந்துதான் பாதுகாப்பை உருவாக்கலாம். நான் சந்தேகப்படக் கூடாதா?

தலையில் வலி தாங்கமுடியாதவாறு உறுத்துகிறது. பற்களைக் கடித்துச் சமாளிக்க முயல்கிறேன். அருகே படுத்தவர்கள் முனகியபடி இருந்தார்கள். ஒரு சிப்பாய் என் 'செல்'லிற்கு வந்து இரண்டு மருந்துக் குளிசைகளைத் தந்தான். அவை வெவ்வேறு வகையானவை. இவர்களின் முனகல் சத்தம் என்னுடையது என எண்ணி காவல்காரன் முறையிட்டிருப்பான். இது வலிநீக்கி மருந்தாக இருக்க வேண்டும். சரி மற்றது வழமையானதுதான். 'அன்ரிபயோற்றிக்' குளிசையாக இருக்கவேண்டும். காயத்தில் தொற்று வராமல் இருப்பதற்காகத் தந்தார்கள். கூட இருப்பவர்களின் முனகல்தான் ஆமிக்காரனுக்கு என் குளிசையை ஞாபகமூட்டியதோ? நன்றி தோழர்களே! மனதில் சொன்னேன். குளிசையை அண்ணாந்து விழுங்க முடியவில்லை. காரணம் பயம். எதுக்கு என எண்ணுகிறீர்கள். வாயினுள்ளே குப்பி. நான் சொக்கிளேட் சாப்பிடுவதுபோல வாய்க்குள் மாத்திரையை வைத்துத் தண்ணீர் குடித்தேன். கசப்பும் இனிப்பும் ஏது மரணத்தின் முன்னுள்ள கைதிக்கு? வாழ்தலும் சாதலும் மட்டுமே இப்போது உணரக் கூடிய சுவை.

வலியை மறக்க எதை நினைக்கலாம். விசாரணை பற்றி...? கூடாது. அது அச்சத்தை உருவாக்குகிறது.

'ஓ... என் பிரிய காதலி...'

அவளின் பெயரை அறிய ஆவலாய் இருக்கிறதா? நான் சொல்லப்போவதில்லை. எதற்கு வீண் வம்பு?

அந்தப் பிரிவு வலியா? சுகமா? பிரிவு எப்படிச் சுகமாக முடியும்? பிரியும்போதுதான் கொண்டிருந்த நேசம் மனதில் உறைக்கிறது. பிரிவு இல்லையென்றால் உறவுக்குப் பொருளில்லை. கொண்டிருந்த உறவின் ஆழம் உக்கிரமாய் வெளிப்படும்போது அதை விடச் சுக அனுபவம் உலகில் வேறெதுவும் இல்லை. பிரிய நேர்பவரிடத்திலும் இந்த உக்கிரத்தைப் பார்க்கும்போது அதன் தீவிரம் என்னவென்று சொல்வது? அந்த உறவின் உணர்வு சுகமா? வலியா? அப்போது வலியாக இருந்தாலும் இப்போது எத்தனை சுகம் அந்த நினைவுகளால் பரவுகிறது?

இப்போதும் பாருங்கள் உயிரைப் பிரிய நேரும்போதுதான் வாழ்வின் சுகம் மனதில் உறைக்கிறது? அப்படியும் சொல்லமுடியாது. போர்க்களத்தில் உயிரைப் பிரியும் கணத்தை எதிர்நோக்கித்தானே போர் செய்திருக்கிறேன்? அப்போது அவ்வுணர்வுகள் இல்லையே. கேள்விகளில் மனம் சுழன்றது. ஆனால், போரில் உயிரின் பிரிவு பற்றிய எண்ணம் உதிப்பதில்லை. உதித்தால் அவன் பிழைப்பதில்லை. போரில் தேவையானது வீரம், விவேகம், செயற்றிறன். இவற்றை மனம் வெளிப்படுத்தவில்லை என்றால் மரணம். இம்மூன்றுமே போரின்போது மனதில் வெளிப்பட்டுக்கொண்டிருக்கும் உணர்வுகள்.

இப்படியே எண்ணங்கள் சுழித்து என்னைப் பந்தாட உறங்கிப்போனேன். மறுநாள் காலையில் மற்றைய இருவரும் என்னுடன் கதைத்தார்கள். என்னைத் தெரியும் என்றும் சொன்னார்கள். இதற்குமேல் அவர்களுடன் கதைக்காமல் இருக்க முடியாது. பகல்பொழுது விசாரணைக்கு எவரையும் அழைக்கவில்லை. "எங்கள என்னண்ணை செய்யப்போறாங்கள்?" அவர்களில் ஒருவன் கேட்டான். முகத்தின் கன்னம் கன்றியிருந்தது. அவன் கீழ்ச்சொண்டு உப்பிப் பெருத்து அவன் கதைப்பதற்குத் தடையாக இருந்தது. அடி வாங்கியிருக்கின்றார்கள். மனதில் அவர்கள் கொள்ளும் பீதி மெய்யானது. அவர்களைச் சந்தேகிக்கவேண்டியதில்லை.

"ஆருக்குத் தெரியும். நடக்கிறதக் கண்டுகொள்ளவேணும்" சொன்னேன்.

"சுடுவாங்களோ? சிறையில போடுவாங்களோ?" பீதியுடன் அவன்.

"பயப்படாதேயுங்கோ. எல்லாம் முடிஞ்சிட்டுது. 15,000 போர்க் கைதிகளையும் சுடவோ போறாங்கள்! பயப்படாமல் இருங்கோ.

நிதானமா இருங்க. அவங்கள் தங்களுக்குத் தேவையானத எடுத்துக்கொள்ளப் பாக்கிறாங்கள். அவங்களுக்கு அறிவுறுத்தின கடமைய அவங்கள் செய்யுறாங்கள். நீங்கள் நிதானமாகப் பயப்படாமல் இருங்க.” நான் ஆறுதல் சொன்னேன்.

ஆனால் அது ஆறுதல் அல்ல. என்னால் செய்ய முடிந்த உதவி. புத்தியிருந்தால் அவர்கள் புரிந்துகொள்வார்கள். கைதிகள் அனைவரையும் சுட முடியாது. தேவையானவர்களைத் தெரிவுசெய்ய வேண்டும் அவர்கள். நாங்கள் பயத்தை நீக்கி நிதானமாக இருந்தால், உளவுப் பிரிவு விரிக்கும் வலையில் விழாமல் தப்பலாம். நிதானமே முதற்பலம் இங்கு. இதுவே என் செய்தி அவர்களுக்கு.

நான் பார்வையால் என் மொழிதலுக்கு அர்த்தமூட்டினேன். அவனும் தலையாட்டினான். விளங்கியோ, விளங்காமலோ நான் சிறையறையின் கதவுகளைப் பார்த்தேன். நேர்கொண்ட கம்பிகள் குத்திட்டுச் சமாந்தரமாய் இருக்கின்றன.

சுவாசிக்கும் காற்றில் கனம். நிலத்தில் அழுக்குக் கசிகிறது. சுவரில் சாய்ந்தபடி அருகே இருந்த மலக்கூடக் கோப்பையை அர்த்தமின்றிப் பார்த்துக்கொண்டே இருந்தேன். அப்போது மாலை நேரம். ஒரு சிப்பாய் வந்து என்னைக் கூட்டிப்போனான் என்னை விசாரித்த அதிகாரி அறைக்கு.

“எப்பிடியிருக்கு.”

“நல்லம்.”

அவனைப் போலவே எனக்கும் ஒரு தினுசாய்த் தமிழ் வருகிறதே.

“நீங்க ஏதாவது சொல்ல விரும்புறது, சொல்லுங்க. பயப்பிடுறது ஏன்?”

“எந்த விசயத்தக் கேக்கிறீங்க?” நான் கேட்டேன்.

“இப்ப உங்களுக்கு ஆயுதங்கள் தாட்டு வைச்ச இடம் தெரிஞ்சிரிக்கிறது. உங்க பெரியாக்கள் எங்ககிட்ட சரணடைஞ்சது சில நேரம் தெரிஞ்சிருக்கிறது. உங்க புலனாய்வுத் துறை ஆக்கள் முன்ன கொழும்புக்கு வேலைக்கு வந்ததுதானே. அவங்க பற்றித் தெரிஞ்சிருக்கிற... இப்பிடி...” அவன் உதாரணங்கள் சொன்னான்.

“நான் அந்தத் துறைகளில வேலை செய்யல்ல. அதால எனக்கு அதப் பற்றித் தெரியா.”

"அந்த துறையில வேலை செய்தாக்கள தெரிஞ்சா சொல்லுங்க. இப்ப அவங்க எங்ககிட்ட இருக்காங்களா?"

"எனக்கு அந்தத் துறையில அதிகம் பழக்கமில்ல. மூண்டு நாலுபேர் சும்மா பழக்கம்..."

"என்ன பேர்."

நான் இறந்தவர்கள் சிலரின் பெயரை எடுத்துவிட்டேன். "சந்திரன், கதிரவன், ராகவன்..."

அவன் மேலும் சில கேள்விகளுடன் குறிப்பெடுத்துக்கொண்டு போனான்.

மறுநாள் பின்னேரம்வரை யாரும் வரவில்லை. ஒரு நாள் கழிய ஒரு வருடம் கழிவதுபோல உணர்வு. பின்னேரம் இரு சிப்பாய்கள் வந்தார்கள். சிங்களத்தில்தான் கதைத்தார்கள். என் கைகளைப் பின்னோக்கி விலங்கிட்டார்கள். கறுப்புத் துணியால் என் கண்களைக் கட்டினார்கள். மற்ற இரு கைதிகளும் என்னைப் பரிதாபமாகப் பார்த்தார்கள். அதன் அர்த்தம் என்னை இவர்கள் கொல்லப் போகிறார்கள் என்பதுதான். சுடப்போகும் கைதிகளை இவ்வாறு கட்டுவது வழமை. உயிர் பிரியப்போகும் கணம் மனிதனுக்குத் தெரிந்தால் தப்பிக்க எத்தனிக்கும் அவனின் வலிமை சிங்கத்தின் வலிமைபோன்று வெளிப்படும். அதனால் எங்கும் எப்போதும் சுடப்படுமுன் இவ்வாறு கட்டிவிடுவார்கள். வாகனத்தில் என்னை ஏற்றிச் செல்கிறார்கள்.

இனி என்ன? செய்வதற்கு எதுவுமில்லை. முடிந்தளவு முயற்சித்தேன். முடியவில்லை. அவ்வளவுதான். போய் வருகிறேன் என் தாய்நாடே! போய் வருகிறேன் நான் நேசித்த மக்களே! போய் வருகிறேன் நீ விரும்பாமல் உனைப் பிரிந்த என் பிரிய காதலியே! இதோ கௌதமனும் வருகிறேன் மாண்ட என் தோழர்களே! உங்களைப் போலக் கௌரவமான சாவு எனக்கில்லை.

06

அதிர்ஸ்டமா? துரதிர்ஸ்டமா? யாருக்குத் தெரியும். அதிர்ஸ்டமும் துரதிர்ஸ்டமும் நிகழ்காலத்தின் அளவு கோல்களாலேயே எப்போதும் அளக்கப்படுகின்றன. ஆனால் நிகழ்காலத்தின் அதிர்ஸ்டம் எதிர்காலத்தின் துரதிர்ஸ்டமாகி விடுவதுண்டு. நிகழ்காலத்தின் துரதிர்ஸ்டம் கூட எதிர்காலத்தின் அதிர்ஸ்டமாகிவிடுவதுண்டு. காலமே அறியும் அதை. காலமின்றி விதியறிய யாரால் கூடும்?.

வெளவால்களின் இரைச்சல். அவை பெருவிருட்சங்களில் மோதிப் படபடக்கும் சத்தம். தொடர்ந்து பல வெளவால்கள் கீச்சிடும் ஒலி. என் வாகனம் நிறுத்தப்பட்டபோது என் காதில் கேட்டவை இவையே. மூடிய வாகனத்தின் பின்பகுதியைத் திறந்து கைப்பிடியாக என்னை இறக்கிவிட்டார்கள். நான் நாக்கால் கொடுப்பிலிருந்த என் மரணத்தைத் தடவிப்பார்த்தேன். அது சௌக்கியமாக இருக்கிறது. நல்லவேளையாக இரு நாள்களின்முன் இந்தக் குப்பியை இடம் மாற்றி வைக்கத் தீர்மானித்திருந்தேன். ஆனால், அதற்கு நேரமும் சூழலும், சரியாக வாய்க்கவில்லை. பின்னர் மற்ற இரு போர்க் கைதிகள் என்னுடன் இருந்ததால் அதை இடமாற்றம் செய்ய என்னால் முடியாமற் போனது. அப்போது அது என் துரதிர்ஸ்டம் என நினைத்தேன். இப்போது அதுவே என் அதிர்ஸ்டம் என ஆகிற்று என உணர்ந்தேன். ஏனெனில் இடமாற்றம் செய்ய இருந்த இடம் என் மலவாசல் வழியாகக் குதத்தினுள் ஆகும். தேவைக்கு உடனே எடுத்திருக்கமுடியாத இடம் அது.

ஆனால் வாகனத்திலிருந்து இறக்கி விட்டவன் என் கண்கட்டை அவிழ்த்தான். குறிப்பாக எதனையும் காண முடியவில்லை. பூமியை விட்டு ஒளி விலகிவிட்டிருந்தது. வானத்தில் இருந்தும் ஒளி மெல்ல நழுவிக்கொண்டிருக்கின்றது. இப்போ கண்களுக்குள் புறச்சூழலை உள்ளிழுக்க முயற்சிக்கிறேன். அது ஒரு காட்டுப்பகுதி. மைதானத்தின் சுற்றாடலில் நீளமாய்க் கட்டடங்கள். வேறு

சில கட்டடங்களும் தெரிகின்றன. இரு சிப்பாய்கள் என்னை அழைத்துக்கொண்டு போய், ஓர் அதிகாரியின் அறையில் விட்டு அவருக்கு ‘சலூட்’ பண்ணி ஒரு தாளையும் கொடுத்தார்கள். வெளியே சிலர் நடந்து போனதைக் கண்டேன். நிச்சயமாக அவர்கள் போர்க் கைதிகள்தான் என்பதை உணர்ந்தேன். எனக்குத் தெரியாதா எங்களவர்களை? உள்ளூறுகிறது ஒரு வினோத உணர்வு. நான் சுடப்படப் போவதில்லை இப்போது. மனதில் ஒரு சிலிர்ப்பு. பின்னே, மரணத்திலிருந்து மீண்டால் வராதா என்ன? அதிகாரி வேறு ஒரு சிப்பாயுடன் ஏதோ சிங்களத்தில் சொல்லி என்னை அனுப்பி வைத்தான். அவன் என்னை அழைத்துப்போய் கே.என்.-2 அறையில் விட்டான்.

நான் கொல்லப்படுவது இரத்து செய்யப்பட்டுவிட்டதா? இல்லை ஒத்திப்போடப்பட்டுவிட்டதா? அல்லது இப்போதுதான் நிச்சயிக்கப்பட்டுவிட்டதோ? இந்த இடம் எதற்கானது என்று புரியவில்லை. அந்தச் சிறிய அறையில் நான் 11ஆவது நபர். மற்றவரின் முகங்களில் தேடினேன் என் மரணம் குறித்த பதில்களை. ஆனால், அவர்களின் இருபது கண்களும் என் தேகத்தில் மொய்த்தன. எதையெதையெல்லாமோ கேட்டுக் கண்டுபிடித்துவிட அவாவும் கண்கள் அவை.

மலையில் உற்பத்தியாகும் நதியொன்று தன் பயணத்தின் விதிபற்றி அறியுமா? பாறைகளில் தலைமோதி காடுகளில் கரைபுரண்டு பெரும் பள்ளத்தாக்குகளில் தலைகுத்தெனச் சிதறி, தன் வாழ்வின் வழிபற்றி அறியாத் திருப்பங்கள் அதற்கு. முடிவு! உப்புச் சமுத்திரத்தில் அது தன் ஜீவனை இழந்துவிடுவதுதான். நதியெனும் நாமத்தையும்கூட. வாழ்வின் வழியும் அதன் அழிவும், வலி நிறைந்த வறண்ட தருணங்களே! அது பயணித்த வழியெங்குமோ பசிய ஈரம் பரவியபடி. அதனாலோ என்னவோ பரமசிவனின் தலையிலும் அதற்கு ஒரு பவித்திரம் கிடைத்தது.

“நீங்கள் கௌதமன்தானே?” இரு கண்கள் என்னைக் கேட்டன.

ஓம்... என்று சொல்வதா? இல்லையென்று சொல்வதா? குழப்பமான தருணம்.

“இப்ப ருத்திரன்.” சிரித்துக்கொண்டு சொன்னேன். அனேகமான கண்கள் சிரித்தன.

வெளியேதான் ஒளியிருக்கிறது. அறையின் உள்ளே லைட் எதனையும் அவர்கள் போடவில்லை. கைதிகள் தற்கொலை

செய்ய மின்சாரத்தைப் பயன்படுத்தக்கூடாது அல்லது தப்பும் தேவைகளுக்குப் பயன்படுத்திவிடக் கூடாது என்பதற்காக இவ்வாறு இருப்பது வழமைதான். பின்புற ஜன்னலை மூடி அடைத்துவிட்டிருந்தார்கள். அதைத் திறக்க முடியாது. முன்புறம் உள்ள ஜன்னல் வழியாக வெளிப்புற வெளிச்சம் கொஞ்சமாய் வரும்.

"சாப்பாடு எடுக்கப் போங்கடா, மணியடிக்குது." ஒருவன் சொன்னான். வளர்த்தியாகப் பொதுநிறம் கொண்ட சதுர முகத்துடன் இருந்தான்.

"எங்க போனாலும் மணியடிச்சுத்தான் எங்களுக்குச் சாப்பாடு." சொல்லிக்கொண்டே இரு வாளிகளைத் தூக்கினான் ஒருவன்.

"மணி அடிச்சுச் சாப்பாடு கொடுத்தனியளல்லோ? மணியடிக்க இப்ப சாப்பிட்டுப் பாருங்கோ மாஸ்டர்." அர்த்தம் புரிபடாத சிரிப்புடன் சொன்னான் ஒருவன்.

"அதுதான் எங்களுக்கு உத்தரவு. ஆனால், சாப்பாடு குடுத்திட்டுத்தான் சாப்பிட்டனாங்கள். அது உத்தரவில்லை. புரிஞ்சுதோ பெரியண்ணை." போட்ட மறுத்தானில் நக்கலும் குத்தலும் காரமாய் இருந்தன.

"குழம்பு முடியப்போகிது. இவன விட்டிட்டுப் போங்க மாஸ்டர். வரேக்க சமையல் கட்டில போத்தல் இருந்தா ரண்டு போத்தல் எடுத்தாங்கோ. இந்த அண்ணைக்கு குடிதண்ணி எடுக்கவேணும்" அந்த வளர்ந்தவன் இந்தப் பகிடிக் கதைகள் வெற்றியாகிவிடாமல் தன் பேச்சில் முற்றுப்புள்ளி வைத்தான். கூடவே கதையை காரியத்தோடு திசைதிருப்பி எனக்காகப் போத்தல் எடுத்துவரச் சொன்னான். மறுபேச்சில்லாமல் மாஸ்டர் போய்விட்டார்.

"மாஸ்டருக்குக் கோபம் மூக்கில வருது. குழம்பில்லாட்டில் ஆமிக்காரனோட வருமோ கோவம். ம்... கார்த்திகேசு?" நக்கல் கதையைத் தொடக்கியவன்தான் மறுபடி நமட்டுச் சிரிப்புடன் மற்றவர்களைப் பார்த்துச் சொன்னான். சுமாரான குண்டன் இவன். வயதிற்கேற்றளவு மீசையில்லை. மிக ஐதான தலைமுடி. நக்கல் சிரிப்பு உறையும் சொண்டு அவனுக்கு. அது அவனது நக்கலை மேலும் மெருகூட்டுகிறது போலும்.

"ஜான், நீ போனியெண்டால் குழம்பில்லாட்டி அடுத்தவன் வாளியை மாற்றித் தூக்கியந்திடுவாய். அந்த 'ட்றிக்ஸ்'

உனக்குத்தான் தெரியும். வாத்தி அதச் செய்யாது.” இன்னொருவன் குண்டனுக்குக் கதையைத் தொடுத்தான்.

“கொண்டுவாற குழம்பு கூட இருக்கிறவனுக்குத்தானே! என் குடும்பத்துக்கில்லையே!” குண்டன்.

“வாளியைக் கைவிட்டவன் வெறுஞ்சோறே தின்னுறது?” மற்றவன்.

“கூட இருக்கிறவனுக்குக் குழம்பூத்துறன் இல்லா?” குண்டன்.

“ஊத்தின குழம்பு உடம்பில சுவரணுமே!” கடுக்கிறது பேச்சு.

“சுவராமலா இந்தச் சுவத்துக்க ஆச்சும் உசிரோட இருக்கிறியள் தளபதியாரே?” குழம்புக் கதை குழம்பத் தொடங்கிற்று.

“பொத்து ஜான். சும்மா இருங்க. பகிடி வெற்றி தெரியாம...” அந்த வளர்ந்தவன்தான் இருவரையும் பார்த்து இப்படிச் சொன்னான். ஒரு கட்டளைபோல இருந்தது அது.

“குழம்புக் கதை வெளிய கேட்டால் போதும். கொழும்புக்குப் போயிடும். பிறகு நீங்கள் யாரார், என்னென்ன வேலை செய்தனியள் எண்டு விசாரணை தேவைப்படாமலே கொழும்புக்கு விளங்கிடும். தேவையோ இது?” அறையிலிருந்த வயதில் சிறியவன் சொன்னான். அரும்பு மீசையும் துள்ளும் வாலிபத் தோற்றமும் இவனது. படம் போட்ட ரீ சேர்ட் போட்டிருந்தான்.

உண்மைதான். எனக்கே இப்போது விளங்கியது. மாஸ்டர் பயிற்சி முகாமில பயிற்சி ஆசிரியராக இருந்திருக்கலாம். குண்டன் ஜான் நிதித் துறையில் ஏதோ ஒரு பொறுப்பாளன் போல. இத்துறையின் பணி உழைத்துப் போராளிகளுக்கு உணவு மற்றும் பிற தேவைகளையும் பூர்த்தி செய்வதே. ஆனால் மக்களிடமிருந்துதான் உழைக்க வேண்டும். வேறு வழியென்ன அவர்களுக்கு? ஆயினும் போரின் இறுதிக் காலத்தில் மக்களின் பசி முக்கியமில்லையா? அவர்களின் இயலாமையை உறிஞ்சிவிடுவது எப்படிச் சரியாகும்? மறுவளமாக எப்படியாயினும் போரில் சண்டையிட்டுக் கொண்டிருப்பவனுக்கும் காயமுற்றுக் கிடப்பவனுக்கும் ஒரு வேளையாவது கஞ்சி ஊற்றாவிட்டால் அவனது இயலுமையை எப்படிக் காப்பது? குண்டனைச் சீண்டியவன் படைத்துறையைச் சேர்ந்தவன். ஒரு அணித் தலைவனாக இருக்கக்கூடும். மற்றையவன் குண்டனையும் தர்க்கப்பட்டவனையும் அடங்கிப்போகச் செய்தவன் - இன்ன துறையென்று விளங்கவில்லை. ஆயினும்

பெரிய பொறுப்பை வகித்திருக்கக்கூடும். கதையிலும் செயலிலும் முதிர்ச்சி. வயதிலும்தான்.

சாப்பாடு வந்தது. எனக்கு இன்று கொஞ்சம் பசியெடுத்தது. கடந்த நாள்களில் இருந்த என் மனத்தீவிரம் கொஞ்சம் அடங்கிவிட்டிருந்த தனாலாக்கும். அல்லது சக போராளிகளுடன் சேர்ந்திருக்கும்போது கிடைக்கும் ஆசுவாசமாகவும் இருக்கலாம். சாப்பிட்டு முடித்து அந்த அறையின் மூலையில் இருந்த வாளியில் எனது கையையும் கோப்பையையும் கழுவினேன். மலக்கூடம் இங்கு வெளியே. இந்தக் கழிவு வாளியைப் பின்னேரப் பொழுதில் இராணுவ அதிகாரி கைதிகளின் எண்ணிக்கையைச் சரிபார்க்க வரும்போது அனுமதி பெற்று வெளியே கொண்டுபோய் ஊற்றவேண்டும். ஊற்றுவதற்கு அவர்கள் காட்டிய இடம், நாற்றமெடுத்துக்கொண்டிருந்தது. அதுவா முக்கியம்? இங்கு கைதிகளுக்கு ஆணைகள்தான் முக்கியம்.

அடுத்தடுத்த சில நாள்களிலேயே தெரிந்துகொண்டுவிட்டேன். ஏறத்தாழ நான் எண்ணியது சரிதான் என்று. வித்தியாசம் என்னவெனில் அணித்தலைவன் என நான் எண்ணியவன் போரின் கடைசிக் காலத்தில் இளநிலைத் தளபதியாக இருந்திருக்கிறான். பெயர் சுரேன். அவனுக்கு என்னைத் தெரிந்தும் இருந்தது. மற்ற வளர்ந்தவர் பெயர் பசீலன். பல வருடங்கள் திருகோணமலை மாவட்டத்திற்குப் பொறுப்பாக இருந்தவர். இயக்கத்தின் பழைய உறுப்பினர். வயதைவிட இளமையான தோற்றம் கொண்டிருக்கிறார். பிற்காலத்தில் அவர் இயக்கத்தில் எந்தப் பொறுப்பிலும் இருக்கவில்லை. அவருக்கு எந்த முக்கியத்துவமும் இருந்ததில்லை. குண்டன் ஜானுக்கு இருந்த முக்கியத்துவம்கூட அவருக்கு இருந்ததில்லை. ஆனாலும் இந்த அறையில் அவரின் பேச்சுக்குத்தான் அனைவரும் கட்டுப்படுகிறார்கள். யாரை எப்படிக் கையாள்வது என்று அவருக்குத் தெரிந்திருக்கிறது என்றே எனக்குப் பட்டது. அவரது குரலிலேயே ஒரு மிடுக்குள்ளது. இயல்பான தலைமைத்துவம் இருக்கிறது அவரிடம்.

அந்த அறையில் எனக்கு ஏற்கனவே தெரிந்தவன் ஒருவன் இருந்தான். பெயர் தரணி. அரசியற்றுறையில் மாவட்டப் பொறுப்பாளராகக் கடைசி இரு ஆண்டுகள் இருந்தவன். பெரிய பொறுப்புத்தான். ஆனால் எதார்த்தத்தில் அவனுக்கு இயக்கத்தில் பெரிதாக முக்கியத்துவம் இல்லை. முகத்தில் பருக்களும் கம்பித்

தலைமயிரும் ஒருவிதமான தோற்றத்தைக் கொடுக்கும். இடுப்பை ஆட்டி நடக்கும் இயல்பு மிடுக்கான ஆளுமையை அவனுக்குத் தருவதில்லை.

என்னை வெளியே வரச் சொல்லி ஓர் இராணுவச் சிப்பாய் வந்தான். அப்போதுதான் 'மிலிட்டரி டொக்ரர்' வந்து என் தலைக் காயத்திலிருந்த தையலை அவிழ்த்து மருந்து கட்டிப்போயிருந்தார். உச்சியில் கொஞ்சம் வலியுடன் படுத்திருந்தேன். வந்தவன் என்னைக் கூட்டிப்போய் ஓர் இளநிலை அதிகாரிமுன் நிறுத்தினான். உறுதியான உடல்தோற்றம் கொண்ட, சிவலை நிறமுடைய தடித்த முகத் தசைகளுடன் கூடிய தோற்றம் கொண்டிருந்தான். அந்த அதிகாரி என்னைத் தன் கூரிய கண்களால் பார்த்தான். என்னை இருக்கச் சொல்லி கேள்விகளைத் தொடுத்தான்.

"பெயர் என்ன?"

"கோமகன்." கௌதமனைக் கோமகன் என்று உச்சரிக்கும் ஒவ்வொரு தருணத்திலும் உடலில் ஒரு நடுக்கம் பரவத்தான் செய்கிறது.

"சொந்தப்பெயரா?"

"இல்லை. சொந்தப் பேர் ருத்திரா."

"இயக்கத்தில சேந்தது எப்ப?"

அதே கேள்விகள்தான். ஆனால் அதே பதில்களைச் சொல்வது சுலபமானதல்ல. மிகுந்த கவனமும் நிதானமும் ஞாபகமூட்டலும் வேண்டும். ஒவ்வொரு பதிலுக்குப் பின்னாலும் அவன் தன் கண்களை என்மீது வீசியெறிந்தான். என் பிரதிபலிப்பு எப்படி என்பதைக் காண்பதே நோக்கம். நான் பயந்து காட்டினேன். இவன் ஓர் இராணுவ உளவுத்துறை இளநிலை அதிகாரியாக இருக்கலாம் என ஆரம்பத்திலேயே ஊகித்துக்கொண்டேன். பின்னர் அவனே சொன்னான். "நாங்க 'மிலிட்டரி இன்ரெலியன்ஸ் கோப்ஸ்.' உங்களப் பத்தி நாங்க எடுக்கிறதுதான் முடிவு. நீங்க எங்க கூட ஒத்துழைச்சா உடன வீட்ட போகலாம்." நான் சிரத்தையோடு கேட்டும் பயந்தும் காட்டினேன். அவனுக்குள் ஒரு கர்வம் மூண்டது. அதுதான் எனக்குத் தேவை. அந்தக் கர்வம் என்னைப் பொருட்டற்றவனாக அவன் மனதில் தோன்ற வைக்கும். ச்சா...

இந்த உத்தியை நான் முதலே பயன்படுத்தியிருக்கவேண்டும். ஒருவேளை என் மண்டை உடையாமலும் தப்பியிருக்கலாம்.

அப்போது ஒருவன் உள்ளே வந்தான்... "மன்னிக்கோணும்" என்று சொல்லியபடி.

"என்னது?" அதிகாரி அவனைக் கேட்டான்.

"இல்ல, வரச் சொன்னீங்களாம்." அவனது தமிழில் நான் அவனும் கைதிதான் என்பதைப் புரிந்துகொண்டேன்.

"ஆ... பின்னே கூப்பிடுறது. இப்ப போங்க."

"சரி சேர்."

"ஆ... கொஞ்சந் தண்ணி குடிக்க எடுத்திட்டு வாங்க, அங்க."

வந்தவன் தலையை ஆட்டிவிட்டுப் போனான். அதிகாரி என்னை நோட்டமிட்டவாறே சில அர்த்தமற்ற அல்லது அவசியமற்ற கேள்விகளைக் கேட்டான். அவனது நோக்கம் அவற்றிற்கான பதில்கள் அல்ல. வந்துபோன அந்த நபர் பற்றி என் மனவோட்டம் எப்படியிருக்கின்றது, நான் கவனித்தேனா அவனை? அதனால் என் மனதில் என்ன தோன்றியது, பதட்டமா? பயமா? அலட்சியமா? எதுவுமில்லையா? இவை பற்றியே அறியத் துடித்தது. அவனது பார்வை. அதற்குத் தேவையான நேரத்தை எடுத்துக் கொள்வதற்காகக் கேட்பதற்குச் சுலபமான கேள்விகளை அவன் கேட்டுக்கொண்டிருந்தான். கேள்விகளில் கவனம் இல்லை.

"தண்ணி," போனவன் தண்ணீர் எடுத்துக்கொண்டு வந்தான்.

"நாலு மணிபோல கூப்பிடுறது என்ன?"

"சரி சேர்." அவன் போய்விட்டான்.

வெளியே வானம் மூட்டமாக இருந்தது. வெயிலும் மழையுமற்ற சூழல். வானம் மூட்டமாக இருந்ததால் உள்ளே புழுக்கம். வியர்த்து வடிந்தது எனக்கு. வியர்வையின் பிசுபிசுப்பு என்னை மேலும் அசௌகரியப் படுத்தியது.

"உங்க பொறுப்புக்குக் கீழ இருந்தாக்களோட பேரச் சொல்லுங்க."

'ஏதோ அறிஞ்சு கதைக்கிறானா. திடீரெண்டு இப்படிக் கேட்கின்றான். சொன்னதையே சொன்னால் எழும்பி அடிப்பானோ! சொல்லிடலாமா உள்ளது? ஊகூம். கூடாது.'

விடமேறிய கனவு ✤ 529

இமைகளைச் சுருக்கி அது என்ன? என்பதுபோல "என்ட பொறுப்பில யாரும் இல்லையே." சொன்னேன்.

"உனக்கு யார் பொறுப்பு?"

"சிவிச்செல்வன்."

"உன்னோட இருந்த மற்றாக்களின்ட பேர் சொல்லு" அவன் தன் விழிகளை மேலுயர்த்தி, பக்கவாட்டாகப் பார்த்து, என்னில் நிறுத்தினான்.

'எனக்கே கயிறு விடுறாயா?' என்பது போலிருந்தது அதன் அசைவு. எனக்குள் ஓர் அச்சம் மேலெழுந்து வந்தது. கால்கள் ஊன்றப் பலமிழப்பதாக உணர்ந்தேன். பயம் என்னை ஆட்கொள்கிறது என்பதைப் புரிந்துகொண்டேன். எப்படி இதை மறைப்பது? 'ச்சா.' இப்படிப் பயந்து பயந்து சாவதைவிட உள்ளதைச் சொல்லிவிட்டு, என்ன நடக்கிறது என்பதைப் பார்த்துவிடலாம். இல்லாவிட்டால் செத்துத் தொலையலாம். விரக்தி மனம் என் வாழும் இச்சையை அறுக்க முயன்றது. நான் விடவில்லை. பெயர்கள் சில சொன்னேன்.

"மலரவன், மணிமேகன், தயாமாறன்."

"வேற ஆக்கள்?" அவன் இன்னும் கேட்டான்.

"அன்புராஜ், விதுரன். இவர்கள் என்னோட வேலை செய்யல்ல. ஆனால், ஒரே பிரிவிலதான் வேலை செய்தவையள்." முதலே இவர்களைச் சொல்லாததற்குக் காரணத்தையும் சேர்த்து விட்டேன்.

இப்படிக் கேள்விகள் மாறுபட்ட கோணங்களில் வரத் தொடங்கின. இம்மண்டைக்குள் வலி காயத்தினாலா, கேள்விகளினாலா? ஆனால் என்னவோ குறுகிய நேரத்திலேயே அவன் என்னைப் போகச் சொல்லிவிட்டான். எனக்கு அச்சம் எழத் தொடங்கிற்று. தொடர்ந்தும் என்னைக் காப்பாற்றிக்கொள்வது இலகுவான காரியம் இல்லையென்று பட்டது. நான் அறைக்குத் திரும்பியவுடன ஒரு முக்கிய முடிவை எடுத்தேன். வாய்க்குள் இருந்த சயனைட் குப்பியை என் குதத்திற்குள் மாற்றுவது என்று.

அன்று நானே சாப்பாடு எடுக்கப் போவதாகச் சொல்லிக் கிளம்பினேன். வளர்ந்தவர் - அவர்தான் பசீலண்ணை - என்னை விடவில்லை. "உங்களுக்குக் காலிலை காயம், தலையிலும் இப்ப

காயம். வடிவா மாறல்ல. எதுக்கு இப்ப நீங்கள்...? நாங்கள் செய்யுறம்" என்றார் மரியாதையாக.

"இல்ல பரவாயில்ல" மறுத்தேன்.

"இல்ல தேவயில்ல. நீங்கள் விடுங்கோ" அவர் என்னை விடமாட்டார் போல இருந்தது.

"இல்ல. எனக்கும் விசரா இருக்கு உள்ள இருக்க. கொஞ்சம் வெளிக்காத்துப் பட்டாலே சுகமாய் இருக்கிற மாதிரி இருக்கு. அதுதான்..."

"சரி. அப்ப போய்ட்டு வாங்க ஒருக்கா." அவர் அமைதியானார்.

நான் போனது சமையல் கட்டில் ஒரு பொலித்தீன் பை எடுப்பதற்காகத்தான். அரண்மனையில் இருந்து மகாராணியின் ஒட்டியாணத்தைக் களவெடுப்பதற்கு உண்டான பதட்டம் எனக்குள் இருந்தது. சமையல் அறையில் பதினொரு பேரளவில் உணவெடுக்க வந்திருந்தார்கள். மணியடித்ததும் நான் திட்டமிட்டபடி அவ்விடம் போய்விட்டேன். அப்போது நால்வர் மட்டுமே அங்கிருந்தார்கள். பலரும் என்னைக் காண்பதைத் தவிர்ப்பதையே நான் எப்போதும் விரும்பினேன். ஆயினும் இன்று எனக்குப் பொலித்தீன் வேண்டும். சிப்பாய்கள் வேறு அங்கு நிற்கிறார்கள். வேறு வழியின்றித்தான் போனேன்.

ஒருவாறு 'ஒட்டியாணத்தை'க் களவெடுத்து வந்தேன். சாப்பிட்ட உடனேயே கக்கூசுக்குப் போனேன். முயற்சித்துப் பார்க்கலாம். என் வாயிலிருந்த குப்பியைப் பொலித்தீனைக் கிழித்து, அதனுள் வைத்துச் சுற்றினேன். மிகுதிப் பொலித்தீனை அருகிலிருந்த மரத்தின் இடுக்கில் வைத்தேன். சிறு பொலித்தீனும் மரணத்துக்கு உதவலாம் இல்லையா?

மலம்கழித்த பின் குப்பியைக் குண்டி வழியாக உள்ளே வைக்க முடிவுசெய்ததேன். கழித்தபின் வைத்தால், அதை எடுத்துத் திரும்பி வைக்கும் வேலை ஒரு முறை குறையும் அல்லவா! இன்று மலம் கழித்தால் நாளை போகாமல் விடலாம். அடுத்து முக்கியமானது, மலம் கழித்தபின் மலவாசல் ஒப்பீட்டளவில் விரிவடைந்திருக்கும். மலம் கழிப்பதற்காக உடலில் சுரக்கும் ஒருவகை 'ஜெலி' குப்பியை உள்ளே வைப்பதற்கு வழுக்கிக் கொடுத்து உதவும். ஆனால் இன்று மலம் கழிப்பது இலகுவானதாக இருக்கவில்லை. சிந்தனைக்

குப்பி மீதும் அதை அங்கு வைப்பதால் உருவாகக்கூடிய அபாயம் பற்றியுமே இருந்தது.

ஒருவாறு நீண்ட நேர முயற்சியின் பின் மலம் கழிந்தது. கழுவிய பின் 'சயனட்' குப்பியைக் கீழிருந்து மேலாக உள்ளே செருகினேன். அதன் தூண்டலால் என் குதத் தசைகள் சுருங்கி விரிந்தன. அதன் நுட்பத் தசையசைவு குப்பியை வெளித்தள்ளுவதாகவே இருந்தது. நாசமாய்ப் போக!

போதை மருந்து கடத்துபவர்கள் இவ்வாறு செய்வதைக் கேள்விப் பட்டிருக்கிறேன். ஆனால் என் குதம் இதை வெளித்தள்ளுகிறதே! குதமே என் குதமே எனக்கு உதவாயோ? பாவம் அது என்ன செய்யும்? எப்போதும் பொருளை வெளித்தள்ளியே பழக்கப்பட்டு விட்டது. அதற்கு என் நிலை புரியுமா என்ன? இனிப் பொருளை உள்ளிழுக்கவும் பழக்கப்படுத்திக்கொள்ள வேண்டும். நான் வன்மையாக மீண்டும் முயற்சித்தேன். இதோ... இதோ... நுழைகிறது. மறுபடி கீழ்நோக்கி வர முயற்சிக்கும் என் குப்பியை விரல் மேலும் தள்ளுகிறது. தசை கீழ்நோக்கித் தள்ள என் விரலோ மேல்நோக்கித் தள்ள... ஆ! என்ன அற்புதம். குதத்தசைகள் இப்போது தாமாக மேல்நோக்கி இழுக்கிறது குப்பியை. அது தோல்வியை ஒப்புக்கொண்டுவிட்டது போலும். அவ்வளவுதான். குப்பி சௌகரியமாகப் போய் இருந்துவிட்டது. எழுந்து நின்றேன். அட! எதுவுமே உறுத்தலாய் தெரியவில்லை. மனதில் மட்டும்தான் குப்பி உறுத்துகிறது.

யமதர்மராசா இப்போ என் குண்டி வழியாகக் குதத்திற்குள் சென்று உட்கார்ந்துகொண்டார். வைக்க வேண்டிய இடத்தில், அவரை வைக்க வேண்டும். மலங்கழிக்கும் போது வெளியே வந்து, சிலவேளை குளித்துவிட்டு உடையும் மாற்றிக்கொண்டு உள்ளே போவார். இது வழக்கமாகிவிட்டது சில நாள்களில்.

நான் இவ்வாறு முடிவு செய்ததற்கு இரு காரணங்கள் முக்கியமானவை. நான் மரணத்தை என்னுடன் பேணிப் பாதுகாத்து வரவேண்டும். மற்றது எனது அபாயகரமான இந்த விளையாட்டில் மேலும் அடி வாங்கவோ சித்திரவதைக்கோ சந்தர்ப்பம் இருக்கிறது. அதனால் அடிவாங்கும்போது அடிப்பவன் மூஞ்சையில் குத்தவே ஆசைப்படுகிறான். மூஞ்சையில் அறையும்போதுதான் ஆத்திரம் தீருகிறது. அடுத்தவனை அவமதிக்க முடிகிறது. தன்னைப் பற்றிக் கர்வம் கொள்ள முடிகிறது. அவனுக்கு இவையே தேவையானவை

அடிவாங்குபவர்கள் முகத்தை அனிச்சையாகத் திருப்ப நேருகிறது. எனவே வாயில் இனியும் குப்பியை வைக்கலாகாது.

ஒவ்வொரு நாள் இரவும் மிக நீளமாய் இருந்தது. தாங்க இயலா மனப் போராட்டங்கள் உள்ளே நிகழ்ந்துகொண்டிருந்தன. மனதின் தாக்குதலைச் சமாளிக்கவே பல சமயம் முடிவதில்லை. ஒரு நாள் பொழுது கழிய ஒரு மாதம் ஆகிறது. மனத் தீவிரத்தால் உடல் நித்திரையை நழுவவிட்டுக் கொண்டிருந்தது. கூட இருப்பவர்களது நிலையும் இதுதான். நடந்தவற்றை ஒவ்வொன்றாக மீட்டுப் பார்த்துக் காரண காரியங்களை அறிய முயன்றேன். நித்திரையில்லை. வேறென்ன வேலை?

அதிகாரி அந்தக் கைதியை வரச் சொல்லி அழைப்பு விடுத்திருக்கவேண்டும். என்னை அவனுக்குக் காட்டுவதற்காக இருக்கலாம். அல்லது அவனை எனக்குக் காட்டி என்னில் என்ன மாறுதல்கள் இருக்கிறது எனப் பார்க்க முயன்றிருக்கலாம். தண்ணி கொண்டுவரச் சொன்னது, வந்த கைதி என்னைச் சரியாகப் பார்க்கவில்லை என்பதால் இன்னொரு சந்தர்ப்பம் வழங்கவாகத்தான் இருக்கும். ஏனெனில், அதிகாரி அந்தத் தண்ணியைக் குடிக்கவேயில்லை. ஒருவேளை அந்தக் கைதி அவர்களுக்கு ஒத்துழைப்பவனாக இருக்கலாம். நிகழ்ந்ததை மதிப்பிட்டால் அதற்குத்தான் சந்தர்ப்பம் அதிகம் என்று தோன்றுகிறது. யாரவன்? தெரியவில்லையே! அவனுக்கு என்னைத் தெரிந்திருக்குமோ? காட்டிக் கொடுப்பானா? மாட்டானா? மனதில் ஒரே போராட்டம்.

அடுத்து வந்த சில நாள்களுக்கு நான் விசாரணைக்கு அழைக்கப்பட்டிருக்கவில்லை. அறையில் வேறு இருவர் அழைக்கப்பட்டனர். அதிலொருவர் பசீலண்ணை, மற்றவன் தரணி. அங்கு போய் வந்ததும் பசீலண்ணை பேயறைந்தவர் போல இருந்தார். "என்னவாம்?" குண்டன் கேட்டான்.

"25 வருசம் இயக்கத்தில இருந்தனி, 10 வருசமாச்சும் சிறையில இருந்தால்தான் எல்லாத்தையும் மறக்கலாமாம்."

"மறக்கலாமாமோ?" குண்டன் ஜான் தன் நக்கல் சொண்டால் வியந்து காட்டினான்.

"ம்... முன்ன சிங்கள மக்கள் திருகோணமலையில கொலை செய்யப்பட்டதுக்கும் எனக்கும் என்ன சம்பந்தம் எண்டு எனக்கு விசாரணை இருக்காம். அரசாங்கத்துக்கு ஒத்துழைச்சா

எனக்குச் சலுகை இருக்காம்.” அவர் சொல்லிவிட்டு நிராசையாக மேல்முகட்டைப் பார்த்தபடி இருந்தார். யாரையும் நேராகப் பார்த்துக் கதைக்கவில்லை. இவருக்கு என்னைப் பற்றியோ மற்றவர்கள் பற்றியோ அதிகம் தெரிந்திருக்கும் என்பதால் உளவுக்காரன் மிரட்டி அணைக்கும் உத்தியில் இறங்குகிறான் என்று நான் எண்ணிக்கொண்டேன்.

என்னதான் எங்கள் அறையில் கூட்டுணர்வு இருந்தாலும் விசாரணைக்கு இருவர் போய் வந்ததும் அசாதாரணச் சூழல் உருவாகிறது. அது விசாரணைக்குப் போனவர்கள் மீது எழும் சந்தேகம். உள்ளூறும் சந்தேகத்தை வெளிக்காட்டாமல் மறைக்க எடுக்கும் எத்தனிப்பே அசட்டுத்தனமாக அமைதியை அறையில் கொண்டு வந்தது. இவர்கள் அவன் வலையில் விழுந்திருப்பார்களா, இல்லையா? எங்களை உளவு பார்க்கிறானா இவர்கள் மூலம்? தாங்கள் இராணுவத்திடம் நல்ல பெயர் வாங்க எங்களை வம்பில் மாட்டிவிட்டார்களா? இப்படி எண்ணங்கள் உள்ளூறிக்கொண்டே இருக்கிறது ஒவ்வொருவரிடத்திலும். எனக்கும் கூட தரணிமீது சந்தேகம் உருவாகிற்று. அவன்தான் என்னை ஏற்கனவே தெரிந்தவன். அன்று நான் விசாரணைக்குப் போய்வந்தபோதும் அறையில் இந்நிலைமை இருந்திருக்கும். என்னையும் சந்தேகித்திருப்பார்கள். நான் கவனிக்கத் தவறிவிட்டேனோ?

ஒருவேளை இராணுவப் புலனாய்வுக்காரன் கோமகனைத் தெரியுமா? என்று கேட்டிருந்தால், இவன் ‘கோமகனா?’ என்றிருப்பான். பிறகு ‘ஓ... கௌதமனையா?’ என்று விழித்துவிட்டிருந்தாலே போதும்! இவன் ஏதும் அறிந்து காட்டிக்கொடாமலேயே நான் சிங்கத்தின் வாய்க்குள் மாட்டிவிடுவேன். பெயரை ஏன் பொய் சொன்னாய் என்று தொடங்கி மரணம்வரை கூட்டிச் சென்றுவிடுவான். இருக்கட்டும். பார்க்கலாம். இத்தகைய சூழலை எதிர்பார்த்துத்தானே கோமகன் என்று பெயர் சொன்னேன். நான் கௌதமன் என்று பெயரைச் சொல்ல, நீங்கள் கோமகன் என்று எழுதிவிட்டீர்கள் எனச் சாதிக்கலாம். ஆனால் விட்டுவிடுவானா என்ன? இயக்கத்தில் தமிழ்ப் பெயர் புதிதாக வைத்தார்கள், அதுவே என் பதிவுப் பெயர் என்றும் சாதிக்கலாம். ‘ச்சா... இப்ப எதுக்கு இவை?’ இந்த எண்ணங்கள் அச்சத்தை ஊட்டுகின்றன. எனது உறுதியை வெடிகுண்டில் சிதையும் கட்டடம் போலக் குலைக்கின்றன.

நான் மாலை நேரத்திலேயே கக்கூசுக்குப் போய் வந்தேன். அவசரத்திற்கு இவ்வாறு அனுமதியுண்டு. தொடர்ந்து இவ்வாறு செய்வது பிரச்சினைக்குரியது. அதனால், எனக்குச் சோறு சாப்பிட்டால்தான் கக்கூசுக்கு வரும், இப்படிப் பழக்கமாகிவிட்டது என்று அறையில் கதை சொன்னேன். காலையில் அடுத்தவர் வெளியே காத்திருப்பதால் யமதர்மராஜாவை வரவேற்று அவரைக் குளிப்பாட்டி மீண்டும் பள்ளியறை அனுப்ப அவகாசம் இல்லை.

பசீலண்ணை மீது எனக்கு அசட்டுத்தனமாக நம்பிக்கை இருந்தது. ஏனென்று தெரியவில்லை. மறுநாள் காலை பல் துலக்க வெளியே சென்றபோது இரகசியமாக அவரிடம் பேச்சுக்கொடுத்தேன்.

"தரணியைப் பிறிம்பா விசாரிச்சவங்களோ அண்ணை?"

"இல்ல. அண்டைக்கு என்னோடதான் விசாரிச்சவன்."

"தரணீட்ட என்ன கேட்டவன்."

"ஒண்டுமில்ல. 'அரசாங்கத்துக்கெதிரா சனங்கள சண்டை பிடிக்கவச்ச குற்றச்சாட்டு உனக்கிருக்கு. ஆமியச் சுட்ட பெடியங்கள விட இது சட்டத்தில பெரிய பயங்கரவாதக் குற்றம் தெரியுமா? பிறகு உங்கட சனங்கள நீ சுட்டதென்றும் வழக்குப் போடுவம். நீர் மாவட்டத் தலைவர் சும்மாவா?'... இப்படி அப்படியென்று வெருட்டினான். அரசாங்கத்துக்கு ஒத்துழைச்சா மன்னிப்பிருக்காம்..."

வசனத்தின் முடிவில் தூசணத்தால் திட்டினார். 'சென்றி'யில் நின்ற ஆமிக்காரன் நாங்கள் கதைப்பதைக் கவனித்தான். "ஏ போ... போ." என்றான். நாய் ஒன்று அவனைப் பார்த்துக் குரைத்தது. அவன் துப்பாக்கியைத் தோளில் வைத்துக் குறி பார்த்தான். நாய் எத்திச் சுழற்றி ஓடியது. நாங்கள் அறைக்கு வந்துவிட்டோம்.

காட்டின் நடுவிலிருந்த இந்தக் கட்டடத் தொகுதி இராணுவத்தின் முன்னைய பயிற்சி முகாமாகவோ இரகசிய நடவடிக்கைக்கோ பயன்படுத்தப்பட்டிருக்கலாம் சுற்றிவர உயர முட்கம்பி வேலி. அதன் வெளியே முட்கம்பிச் சுருள் கொண்டு ஒரு சுற்று வளையம் மேலும் இருந்தது. சுற்றிவரக் காவலுக்குச் சிப்பாய்கள். மூன்று இடத்தில் 'ஓ.பி' என்று சொல்லப்படும் உயரமான அவதானிப்பு நிலைகள் இருந்தன. இது வயலில் இருக்கும் பரண்போல 25 அடி உயரத்தில் கட்டப்பட்டிருக்கும். சமையல் கட்டு, மலக்

கூடம், தண்ணிக் குழாய் இந்த இடங்களிலும் சிப்பாய்கள் காவல் நின்றார்கள்.

இங்கிருந்த இத்தனை நாள்களில் ஒன்றைத் தெரிந்து கொண்டேன். இயக்கத்தில் முக்கியமானவர்கள் என்று இராணுவம் நினைத்தவர்களை இங்கே கொண்டுவந்திருக்கிறார்கள். சாப்பாட்டு இடத்தில், மலக் கூடத்தில், தண்ணிக் குழாயடியில் பிற அறையைச் சேர்ந்தவர்களைக் கண்டதிலிருந்தும் அவர்களுடன் கூடவிருக்கும் மற்றவர்கள் பற்றி விசாரித்ததிலிருந்தும் இதனை ஊகித்துக்கொண்டேன். ஆனால், இவர்களை விடவும் முக்கியமானவர்கள் பலர் இருக்கிறார்கள். ஒருவேளை அவர்கள் வேறெங்காவது வைக்கப்பட்டிருக்கக் கூடும். அவர்களில் சிலர் தப்பியிருக்கவும் கூடும். அல்லது சுடப்பட்டிருக்கவும் கூடும். எங்களை யாருக்கும் தெரியாமல் இப்படித் தனிமைப் படுத்தியிருக்கிறார்களோ? என்ன செய்யப்போகிறார்கள் எங்களை? யாரும் அறியவில்லை. தங்களுக்குத் தேவையானதை எங்களிடமிருந்து எடுத்ததும் முடிவு செய்வார்களாக்கும். மரணமா? விடுதலையா?

07

ஒருநாள் சுரேன் - அவன்தான் படைத்துறையில் ஒரு அணித் தலைவன், கடைசி நேரத்தில் களமுனையில் ஒரு பகுதித் தளபதியாக நியமிக்கப்பட்டவன் - தன் தலையை முழங்கால்களுக்கிடையில் செருகி, குனிந்தபடி குந்தியிருந்தான் அறையின் ஒரு மூலையில். காலையில் எழுந்திருக்கவும் இல்லை. யாருடனும் பேசவுமில்லை. நித்திரையிலிருந்து எழும்பப் பிந்தியதால் முகம் கழுவும் நேரத்தையும் தவறவிட்டிருந்தான். சாப்பிட மறுத்தான். அட யாரையும் நிமிர்ந்துகூடப் பார்த்துக் கதை சொல்லமாட்டானாம்.

இங்கு வந்து ஒன்றரை மாதம் ஆகிறது. இப்படி யாராவது சிலர் ஒவ்வொரு நாளும் 'மட்டையாகி' விடுவது வழக்கம். பின்னர் அவர்கள் சுதாரித்துக்கொண்டுவிடுவார்கள். ஆனால், சில நாளில் மீண்டும் அவர்களை இந்நிலை தின்னும். என்னையும் கூடத்தான். ஆனால், சுரேன் இன்று மோசமான நிலையிலிருக்கிறான். முன்னர் இந்தளவுக்கு இருந்ததில்லை. குண்டன் ஜான் அவனைக் கிண்டல் செய்து பகிடிவிட்டு, வப்புக்கதை சொல்லி எழுப்பிவிட முயற்சிசெய்தான். ஆயினும் முடியவில்லை. பசீலண்ணையும் முயற்சிசெய்தார் முடியவில்லை. அவன் நிமிர்ந்து கதை சொல்லமாட்டானாமே!

மதியம் கழித்து அறையில் பலர் நித்திரையாகிவிடவோ அல்லது படுத்தபடி தங்கள் விதிகளில் மூழ்கிவிடவோ செய்வார்கள். அந்த நேரம் பார்த்து, நான் முயற்சித்தேன். அவன் தலை நிமிர்ந்தான்.

“ஒண்டுமில்லையண்ணை! பிரச்சினையில்லை. தலைக்குள்ள ஏலாமல் இருக்கு.”

“எழும்பி, ரொய்லட்டுக்குப் போற மாதிரி, அங்க முகத்தைச் சும்மா கழுவீட்டு வாங்கோ, கொஞ்சம் சரியாயிடும்.” நான் சொன்னேன். பசீலண்ணையும் குரல் கொடுத்தார்.

"எழும்புங்கோ சுரேன். யோசிச்சா உங்கட ஆளுமைய இழந்திடுவீங்கள். பிறவு இந்தச் சூழலில இருந்து தப்பிப் பிழைக்கேலாது."

"ஓமண்ணை." அவன் மரியாதையாகச் சொன்னான்.

பசீலண்ணை அன்று விசாரணைக்குப் போய்வந்ததிலிருந்து இவனுக்கும் அவர்மீது சந்தேகம். ஆனால் இந்த வார்த்தைகள் அந்தச் சந்தேகத்தைப் போக்கடித்துவிடும் என்று உணர்ந்தேன்.

"இல்லையண்ணை, தங்கச்சி செத்தது... நான்..."

சொல்ல முயற்சித்தான் ஏதோ. ஆனால், துக்கம் அவன் தொண்டையை நெருக்கி வார்த்தைகளை நெரித்தது. நெஞ்சைத் தடவினான். தலையைத் தலையை ஆட்டினான். அருகே படுத்திருந்த பசீலண்ணை எழுந்து "என்ன தங்கச்சி? சொல்லு, சொல்லு. சுரேன் என்ன தங்கச்சி...?" அவர் அவனை விடாது தூண்டினார்.

"தங்கச்சி செத்தது... அவள் செத்துப் போட்டாள். இனிக் காணேலாது." அவன் விம்மி அழத் தொடங்கினான். முதல் கண்ட சுரேன் இல்ல... இப்போது அழும் சுரேன். பசீலண்ணை அவனை அழவிட்டுச் சுவரில் சாய்ந்தார் ஆசுவாசமாக. இழுத்து மூச்சை வெளியே விட்டார்.

அழுகை ஓயும் நேரம்,

"உருத்திரன், சுரேனை முகம் கழுவ வெளியே கூட்டிப்போய் வாங்க" பசீலண்ணை சொன்னார். இருவருமாக மலக் கூடத்தடிக்குப் போனோம். மலக் கூடத்திற்குத் தண்ணீர் பிடிக்கும் இடத்தில், அவன் முகம் கழுவி, வாயில் விரலை விட்டுக் கொப்பளித்துத் துப்பினான். இங்கு பல் துலக்க முடியாது. ஆமிக்காரன் கண்டாலும் பிரச்சினை. சுரேன் மலக் கூடம் போனான். அதன் கதவு கழன்றுவிட்டிருந்தது. பொருத்த முயற்சித்து முடியவில்லை. தகரத்தினாலான கதவு கன்னா பின்னா என்று நெளிந்திருந்தது.

வெளியே நின்ற என்னை சென்ரியில் நின்ற ஆமிக்காரன் பார்த்தான். அலுப்புக் குடுக்கப்போறானோ என்று நினைத்தேன். முன்னரும் சிலருக்கு இந்த இடத்தில் வைத்து அடி விழுந்திருக்கிறது. நான் என்ன செய்ய? என்று யோசிப்பதற்கிடையில், அவன் "அய்யே, எப்படி சுகந்தானே மிச்சம்?" என்றான். வயதில் மிக இளையவன். அய்யே என்று சிங்களத்தில் விளிப்பது, 'அண்ணா'

என்பதைத்தான். இருபத்து மூன்று வயதிருக்கலாம். வளராத மீசையை மழித்திருந்தான். வாய்க்கு வராத தமிழில் அவன் தமிழை உச்சரித்தான். "கொந்தாய், கொந்தாய், ஓயகே" என்றேன். அதாவது "நலம், நலம். நீ எப்படி?" என்றேன் எனக்குத் தெரிந்த சிங்களத்தில்.

"பொய் பேசுறதுதானே, இங்க நல்லமில்லத்தானே அய்யே?"

"..." நான் அசட்டுத்தனமான சிரிப்புடன் சமாளிக்க முயன்றேன்.

"பயம் வேணாங். எல்லாம் முடிஞ்சி. கதியா வீட்ட போகலாம். இங்க நம்ம ஆக்கள் அடிக்கும்தானே. நீங்க பெரிய சேர்கிட்ட போய்ச் சொல்றது. சரியா? பயம் வேணாங்."

"நல்லது, நன்றி." என்றேன். அவன் தனது ஆட்கள் 'இங்க உங்களுக்கு அடிக்கிறாங்கள்.' அதை முகாம் அதிகாரி மேஜரிடம் முறையிடச் சொல்கிறான்.

"நான் யாப்பா பட்ணாவில ரண்டி வரிசம் நின்னது. நல்லா தமிழ் பேசிம் முடியும்" என்றான்.

"ஓ" உரையாடிக்கொண்டிருந்தபோது சுரேன் வெளியே வந்தான். நான் சிப்பாய்க்கு நன்றி சொல்லி வெளிக்கிட்டேன். சுரேனுக்கு அவன் கதைத்தவை பற்றிச் சொன்னேன். சுரேன் சொன்னான் "அண்ணை பகையையும், குரோதத்தையும் ஒருவன் விலக்கிப் பார்த்தால் நாங்களும் அவனும் ஒரே சாதிதானேயண்ணை? போரின்ட வெற்றிய பிறர் அனுபவிப்பினம், போரின்ரை வலிய அனுபவிக்கிறது நாங்கள் ரண்டுபேரும் தானேயண்ணை." நான் வேறு அபிப்ராயம் சொன்னேன்.

"தோற்றவன் மேல இரக்கம் காட்டுறதும், வென்றவனோட கர்வத்தின் ஒரு வெளிப்பாடுதானே சுரேன்?"

சுரேன் விழியுயர்த்தி என்னைப் பார்த்தான்.

"அந்தப் பொடிப் பயல் என்னிலை இரக்கம் காட்டுறது எனக்கு அவமானமா இருக்கு. அவனார், நானார் அவன் எனக்குக் கருணை தர?" சொல்லும்போது அநியாயத்திற்கு என் சொண்டுகள் துடித்தன. ஆனால் உண்மையில் நான் விளங்கித்தான் இருந்தேன். இது விபரமில்லாத அப்பாவிச் சிப்பாய். ஒருவேளை விபரமில்லாமல் கருணை காட்டுவதுபோல விபரம் இல்லாமல் குரூரக் கொலைகளையும் செய்திருக்கும்.

சுரேன் திடீரென்று கேட்டான் "அண்ணை இயக்கம் ஏன் கடைசி நேரத்தில் எல்லாரையும் கட்டாயப் படைக்குப் பிடிச்சது?"

இந்தக் கேள்விக்கு விபரம் அறிந்த பலரைப் போலவே என்னிடமும் பதிலில்லை. மௌனமாக இருந்தேன். சுரேன் மேலும் சொன்னான் "அதால களத்தில தோல்விக்கு வழி பிறந்ததே தவிர, வெற்றிக்கு வழி பிறக்கேல்ல. வந்த வெள்ளம் நிண்ட வெள்ளத்தை அடிச்சுக்கொண்டு போன கதையாப் போச்சு."

"இல்ல. ஜெயசுக்குறுச் சண்டை மாதிரி இல்லையே சுரேன் இது. வன்னியின்ட நாலு திசையாலும் ஆமி முன்னேறினான். இயக்கத்துக்கு முன்னரங்க நிலைக் காவலரணுக்காச்சும் ஆக்கள் வேணுமே!"

"அதுதானே அண்ணை பிரச்சினை. பயந்து வீட்டுக்க ஒளிச்ச பெடியளையும், பொம்பிளப் பிள்ளைகளையும் போர்ப் பயிற்சி இல்லாமல், உடற்பயிற்சியுமில்லாமல், மனப்பயிற்சியுமில்லாமல் நெருப்புக் குழம்பாய்க் கொதிக்கிற யுத்தக் களத்தில கொண்டுவந்துவிட்டால் என்ன நடக்கும்? ஆமி வந்தால் இதுகள் நிக்காதுகள். பலது கொண்டுவந்து விட்டவுடனேயே ஓடிடுங்கள். வேவுக்காரன் அதையறிஞ்சிடுவான். ஆமி அந்தப் பகுதியால சும்மா சாதாரணமாக முன்னேறி வந்திடுவான். அடுத்த காவலரண்ல நாங்கள் எவ்வளவு பெரிய வீரர் சண்டைக்குத் தயாரா இருந்தாலும் பிரயோசனமில்ல. உடன பின்வாங்க வேண்டியதுதான். உப்பிடியே மன்னாரில இருந்து முள்ளிவாய்க்கால் வரைக்கும். 'ச்சா...' நிலத்தையும் இழந்து அதுகளையும் பலிகொடுத்து, கடைசியா அழிஞ்சதுதான் மிச்சம்."

"ஏனண்ணை? யாரண்ணை இதுக்கெல்லாம் காரணம்?"

அவன் வலியும் விரக்தியும் கொண்டு தலையைத் தலையை ஆட்டினான். பிறகும் சொன்னான்

"நேரம் புரியாமல் காவடியைத் தூக்கினால் இந்த வில்லங்கம் வந்துதான் சேரும். ஆடவும் முடியேல்ல... இறக்கி வைக்கவும் வன்மம் விடேல்ல. உலகம் தருணம் பார்த்து எங்களை விழுங்கிற்றுது."

என்னுடன்தான் கதைத்தானே தவிர அவன் அகமுகமாய்ச் சுழன்றுகொண்டிருந்தான் போலும். தொடர்ந்து கதைத்தான்.

"இயக்கம் மடத்தனமண்ண பண்ணிவிட்டுது. இரணைப்பாலையில வச்சு இயக்கம் தங்கச்சிய கட்டாயச் சேவைக்குப் பிடிச்சிட்டுது. விசயம் அறிஞ்சதில இருந்து என்னால களத்தில நிக்கமுடியேல்ல. இரண்டு மாசம் முன்னம்தான் அண்ணன் சுதந்திரபுரத்தில வச்சு செல்விழுந்து செத்தவன். அதுவரைக்கும் அவன்தான் அம்மா, அப்பா, தங்கச்சிய கூட்டிக்கொண்டு ஒவ்வொரு இடமா இடம்பெயர்ந்து வந்தவன். அவன் செத்ததோட, அண்ணி, பிள்ளையும் சேர்ந்து தனிச்சுப் போட்டினம். சாப்பாடு தேடுறது எண்டாலும் சரி, இடம்பெயரக் கொட்டில் போடுறது எண்டாலும் சரி, பங்கர் வெட்டுறது எண்டாலும் சரி, தங்கச்சிதான் பாக்கவேணும். பிள்ளை இந்த அலுவலுக்கு வெளிக்கிட்டு வெளியில திரிய இயக்கம் பிடிச்சிட்டுது. நீங்க சொல்லுங்க வீட்டப் பாதுகாக்கத்தானே நாட்டுக்காகப் போராளியானம்? பிறகு இயக்கத்தாலேயே வீட்டுக்குப் பாதுகாப்பு இல்லையென்டால் என்னண்டண்ணை களத்தில நிண்டு சண்டை பிடிக்கிறது? யாரோட சண்டை பிடிக்கிறது? பிள்ளை நாப்பது நாளில களத்தில வீரச்சாவடைஞ்சிட்டாள். என்ன பாடுபட்டாளோ...?" அவன் நடந்துகொண்டே அழத் தொடங்கினான் மறுபடியும்.

"சுரேன் அழாதே. மனச விட்டிடாத. சுரேன் அது நடந்து முடிஞ்சுது. ஆக்கள் பார்க்கப் போறாங்கள்."

அவன் மூக்கைச் சிந்தி தன்னை ஆசுவாசப்படுத்த முயன்றான். வெளியே எந்தக் காற்றுமில்லை. ஓர் ஊமை அமைதி எங்களுக்குள். நான் அதை உடைத்தேன். "இப்ப அப்பா அம்மா அண்ணியாக்கள் எங்க?"

இருப்பவர்கள் பற்றி அக்கறைகொள்ள வைத்தால் இல்லாதவர்கள் பற்றிய துயரத்திலிருந்து விடுபடலாம். இதுதான் இப்போதைக்கு எனக்குத் தெரிந்த உத்தி.

"தெரியாதண்ணை. எங்க, என்ன என்று ஒண்டுமே தெரியாது. நான் கடைசியா நந்திக்கடல் கரையில பிடிபட்டன். செத்திருக்கலாம். ஒரு பிரியோசனமும் இல்லை." அவன் மறுபடி விம்மினான். நான் கதையை மாற்றினேன். முகாம் அதிகாரி பற்றிக் கதைத்துக்கொண்டே எங்கள் அறைக்கு வந்து சேர்ந்தோம். சுரேன் இப்போ காலையில் இருந்ததை விடத் தேறிவிட்டான். அறையைக் கூட்டி வெளியே தள்ளியபடியிருந்தார் பசீலண்ணை.

"அறையில் விசித்திர அமைதி நிலவியது. குண்டன் ஜான் தன் நக்கல் முகம் குலைந்திருந்தான். அட, அவனது கன்னம் சிவந்து கன்றியிருக்கிறது. கீழ்ச்சொண்டு வலப்பக்கமாக வீங்கியிருக்கிறது. அருகே இருந்த ரகு, கடற்புலியில் இருந்த ஒரு பொறுப்பாளன். அவனும் முகம் சிவக்க கண்சிவக்க இருந்தான். ரகுவின் கண்களில் அடங்காக் கோபம்.

வயதில் சிறியவனான கலை சொன்னான் "மலிங்க வந்து, விளாசிட்டுப் போய்ட்டான். நீங்கள் அருந்தப்பு" நான் பசீலண்ணையைப் பார்த்தேன். "கோப்ரல் மலிங்கவும் அவனோட இன்னொரு புது நாயும் வந்து, சும்மா எத்தின வரிசம் இயக்கத்தில இருந்ததெண்டு கேட்டு அடிச்சாங்கள். என்ன செய்தது எண்டு கேட்டு அடிச்சான், என்னத்தையாச்சும் கேட்டான். எதைச் சொன்னாலும் அடிச்சான். இது இஞ்ச வழமை. ஆரம்பத்தில ஒவ்வொரு நாளும் யாரோ ஒருவன் புகுந்து அடிச்சுக்கொண்டே இருப்பான். இப்ப குறைஞ்சிட்டுது."

ரகு கோபத்தோடு சொன்னான் சாரத்தைத் தூக்கி மடித்துக் கட்டி.

"ஒருத்தரும் என்னக் குறை நினைக்காதேங்கோ, இனிக் கை வைச்சாங்கள் எண்டால் என்ன நடந்தாலும் பறவாயில்ல. அவங்கட மூஞ்சை உடைக்காமல் விடமாட்டேன்." சுட்டு விரலை அசைத்துக் கண்கள் சிவக்கக் கத்தினான்.

பசீலண்ணை பிறகு விளக்கமாகச் சொன்னார். "இவங்கள் இப்படி அறையளுக்க புகுந்து அடிப்பாங்கள். இதுக்கும் விசாரணைக்கும் ஒரு சம்பந்தமும் இல்லை. விசாரணை அடி வேற. இந்த அதிகாரப் பூர்வமில்லாத அடி அவங்கட தனிப்பட்ட சந்தோசத்துக்கு. இப்ப இருக்கிற ஆக்களில மலிங்கவும் ரூபசிங்கவும் மோசமான ஆக்கள். எல்லாருக்கும் அறையில அடிதான். ஜானுக்கு அடிக்க அவன் முகத்தத் திருப்பிக் கையைக் குறுக்கக் குடுத்தான். அதுதான் ஜானில கடுப்பாகி அறைஞ்சான். ரகுவுக்கு அடிக்க முன்னமே ரகு தடுக்கிற மாதிரிக் கையைத் தூக்க, அவன் சிங்களத்தில ஏதோ திட்ட, ரகு முறைக்க, அவன் திருப்பி அடிச்சான்." இப்படி நடந்ததைச் சொன்னார் பசீலண்ணை.

கூடவே புதிதாக ஒரு கோப்ரல் தரச் சிப்பாய் வந்தது மலிங்க தன்ர 'ஸ்ரன்ட்' காட்ட காரணமாய் இருந்தது என்று விளங்கினேன். எதிர்ப்பவனை அடித்துத் தலைகுனிய வைப்பது ஒரு சுவையான சமாச்சாரம். தற்பெருமை, அதனால் தோன்றும் அகங்காரம் என

இதன் உருசியே தனி. ரகு பார்ப்பதற்கு எழுப்பமான தோற்றம். அந்தத் தோற்றத்திற்கு உரியவனைத் தலைகுனிய வைக்கும்போது அந்தக் கர்வத்தை அனுபவிக்க மலிங்க விரும்பினான் போலும். கைதியாக நிற்பவனிடத்தில் கிட்டாத வாய்ப்பு அந்த நாய்க்கு வேறு எப்போது கிட்டும்?

அன்று முழுதும், இயக்கம் ஏன் தோற்றுப்போனது என்ற விவாதம் மீண்டும் பிறந்தது. இப்படி அடிக்கடி தோற்றதற்கான காரணங்கள் பற்றிய சர்ச்சை எழுந்துகொண்டே இருக்கும். இன்று மீண்டும் சூடு பிடித்தது. அவரவர் அறிவுக்கும் அனுபவத்திற்கும் ஏற்ப இதன் வட்டம் அமைந்திருக்கும். அடிப்படையில் இந்த உரையாடலில், தோற்றுப் போனதற்கான கொதிப்பே உள்ளூறைந்திருக்கும். எங்கள் இழி நிலைக்குக் காரணம் தோல்வியல்லவா?

"சண்டைக்குப் போதிய ஆயுதம் இல்ல. ஆக்களும் இல்லயெண்டால் இயக்கம் சண்டையைத் துவங்கியிருக்கக் கூடாது. கட்டாய இராணுவச் சேவையில ஆக்கள் திரட்டலாம். திரட்டிய ஆக்களை வச்சு யாழ்ப்பாணத்தைப் பிடிக்கலாம். பிடிக்கிற யாழ்ப்பாணத்தில ஆயுதத் தளபாடங்கள் போதியளவு ஆமிட்ட எடுக்கலாம். அத வச்சுச் சண்டையைத் தொடரலாம். இப்படிக் கற்பனையில கணக்குப் போடலாம். கணக்கு களத்தில சண்டை பிடிக்காது. களத்தில கையில இருக்கிற துவக்காலதான் சண்டை பிடிக்கோணும்." சுரேன் சொன்னான். இந்த மையத்தைச் சுற்றித்தான் அவனின் விவாதம்.

ரகுவோ வேறு விதமாகச் சொன்னான், "இயக்கம் முதலே ஒழுங்கு படுத்தி, அவனுக்கு அடிச்சிருக்கவேணும். வேறு இடத்தில அவனுக்கு அலுப்பைக் குடுத்திருக்கவேணும். குடுக்கத் தவறினமோ, அவன் முந்திக்கொண்டு எங்கட மடியில கைய வச்சு அலுப்பக் குடுத்திட்டான். இதைச் சிக்கெடுக்கேலாது. இதுக்கு ஒரே வழி, அவனுக்கு முறையா சிங்கள எல்லைப் புறங்களில குடுத்திருந்தா அவன் தன்ட மடியில கவனமா இருந்திருப்பான். நாங்கள் பாதுகாப்புச் சண்டையில தொடர்ந்து நிண்டது பெரிய தப்பு. நாங்கள் தாக்குகிற ஆக்களா இருந்திருக்க வேணும்." ரகு இப்பவும்கூட இதைத்தான் சொன்னான். மலிங்கவுக்கு ஒன்று முறையாகக் கொடுத்தால் சொறிய வரமாட்டான் என்று.

சின்னவன் கலையும் சொன்னான் "அண்ணை எனக்கொண்டும் விளங்கேல்ல. இயக்கம் எப்பவும் பலந்தான் வெல்லும். பலந்தான் வெல்லும் எண்டு சொல்லிச்சுது. பலந்தான் வெல்லுமெண்டால்

சிங்களப்படை, சர்வதேச நாடுகள், எங்களவிட எத்தின நூறு மடங்கு, இல்ல ஆயிரம் மடங்கு பலம். இந்தக் கேள்விய நான் யாரிட்டயும் கேட்டதில்ல. இப்ப உங்களிட்டக் கேக்கிறன்.”

ஜான் கிண்டலைத் தொடங்கினான் “உன்ர விதியடா அது. நீ அப்ப அதைப் பொறுப்பாளரிட்டக் கேட்டிருந்தால், உன்ட பொறுப்புப் பறிபோயிருக்கும். இப்ப நீ இஞ்ச வந்திருக்கத் தேவையில்லை. உன்னை ஆமிக்காரன் செல்லாக் காசெண்டு, சனங்களின்ட தடுப்பு முகாமுக்கு அனுப்பியிருப்பான்.”

“கீ...கீ...கீ...” ஒருவரல்ல. எல்லாருக்கும்தான் சிரிப்பு.

“உலகம் எங்கட போராட்டத்த அழிக்கிறது எண்டு முடிவு செய்திட்டு, நாங்கள் தப்பேலுமோ? கடலில வச்சு, அடுத்தடுத்து எங்கட 11 ஆயுதக் கப்பல அடிச்சுத் தாக்கேக்குள்ளேயே விளங்கியிருக்க வேணும். உது சிங்களவன்ட வேலையில்ல. உலக நாடுகள் எங்கள விடாங்கள் எண்டு. சும்மா இயக்கம் திட்டமிருக்கு திட்டமிருக்கு எண்டு... ச்சா.” நக்கல் கதை பேசும் ஜானும் தன் பங்குக்கு இப்படி ‘சீரியசாக’ச் சொன்னான்.

“ஜானண்ணை. திட்டமிருக்கு. பொறுத்திருந்து பார். இதில்லை இன்னும் அடியிருக்கு. எது?” கலை சிரித்துக்கொண்டே திரும்பவும் சொன்னான். “இண்டைக்கு விழுந்ததில்ல இது ஆசாரி கையால் வாங்கினது. பூசாரி கையால வாங்க இருக்கு ஜானண்ணை. பொறு பொறு. வீரர்கள் ஓய்வதெல்லாம். மரணத்தின் பின்புதான்.” சின்னவனுக்குச் சிரிப்பைத் தாங்க முடியவில்லை.

தங்கள்மீது தாங்களே சுயஎள்ளல் புரிவதுதான் இந்த மரணவாசல் சிறையில் ஒரு சுய பரிகாரமாக இருந்தது. இந்தச் சுய எள்ளலில், சிரிப்பில், உறையும் குரூரமான துயர்தரும் வலியை வெளியே இருக்கும் பார்வையாளரால் சுரம் பிரித்து அறிய முடியாது.

“சர்வதேசம் சமாதானமெண்டு ஒரு சதிவலை விரிக்குதெண்டு இயக்கம் பயந்திது. அது பொய்யில்லை. இவங்கள் உதத்தான் செய்வாங்கள். சரி, ஆனால் சர்வதேசத்துக்கெதிரா நாங்கள் என்ன செய்ய முடியுமென்ற கேள்வி முக்கியம். சரி எதிர்க்கிறது என்று முடிவு செஞ்சா இயக்கம் அதுக்குத் தன்னத் தகுதிப்படுத்திக் கொண்டிருக்க வேணும், அடிப்பம், பிடிப்பம் எண்டால் வேலைக்காகுமோ? சிலநேரம் பழைய இந்திய ஆமிகாலக் கதையும் உதாரணத்துக்கு வந்தது. அந்தச் சண்டையும் இந்த யுத்தமும் ஒண்டே! என்ன சொல்லுறது. தெரிஞ்சும் தெரியாம விட்ட

தவறெண்டா? பக்கத்தில யாரை வைக்கவேணும்? தூரத்தில யார வைக்கவேணும் எண்டு இயக்கத்துக்குத் தெரிஞ்சிருக்க வேணும். குழப்பியடிச்சுப் போட்டாங்கள். பெரியவற்ற கண்ணைக் குருடாக்கிப் போட்டாங்கள். ச்சா. கண்ணுக்கு முன்னால மலையொண்டு மண்ணாப் போச்சு. உலகத்திலேயே பெரிய ஒரு விடுதலை அமைப்பு எங்கட. சும்மா இல்லையடாப்பா! ஒவ்வொரு கல்லாய் எடுத்துக் கட்டின மலை இது. ச்சா..." குனிந்தபடியே பசீலண்ணை தலையத் தலையை ஆட்டினார். விரக்தி தொனிக்கும் அவரின் இந்தச் சொல்லாடல் அறையிலிருந்த பகிடிச் சூழலைக் குழப்பிற்று.

சின்னவன் கலை இறுகிய சூழலைக் குழப்பினான். திடீரென்று இப்படி இந்த அறை நிசப்தத்திலும் சீரியசிலும் இழுபட்டுப் போய்விட்டால் அது மரணவாசலின் முகப்பறையாக உறைந்து, இதயத்தை இறுக்குகிறது. அந்த அறையில் ஏதாவது ஒன்றை நாங்கள் உருவாக்கவில்லை என்றால் அது எங்களுக்கு நாங்கள் விரும்பாத ஒன்றை உருவாக்கிவிடுகிறது. சிலவேளைகளில் எங்கள் ஒலிகளையே பேயுருவாக்கி அறை அதை எமக்கே எதிரொலித்துவிடுகிறது.

"பசீலண்ணை, வருத்தப்படாதேங்கோ! திட்டமிருக்கு. திருப்பி மணலைப் பொறுக்கி மலையக் கட்டுவம்" கலை சொல்லவும், குண்டன் ஜான் கலைக்குப் பகிடி உறையும் கோபத்துடன் அல்லது கோபம் உறையும் பகிடியுடன் கையை ஓங்கி அடிக்கப் போனவனாக "முதலில உன்ர குலையைக் கட்டுறதுக்கு ஒரு கோவணத்துக்கு வழி பார். 'சைட் டிஸ்' வேணுமென்று அதையறுத்துப் பொரிக்கப் போறாங்கள். இரவு தண்ணியடிக்க." மறுபடியும் சிரித்தோம். அல்லது மறுபடி சிரிப்பைக் கொண்டு மரண வீச்சம் பரவும் அந்த அறையை எதிர்த்தோம் என்று இப்போது தெரிகிறது.

"அறுக்கிறதெண்டால் முதலில பெரிய குலயத்தான் பாத்து அறுப்பாங்கள், கவனம் ஜான் அண்ணை. எனக்குப் பிரச்சினையில்ல."

"உண்ட பெரிய குலையெண்டு நம்பித்தானே இங்க கொண்டு வந்து வச்சிருக்கிறாங்கள். நம்பீட்டாங்களோ? கண்டிட்டாங்களோ? யாருக்குத் தெரியும்." ஜான் கலைக்குச் சொன்னான் இரட்டை அர்த்தம் கொண்டு.

“அவங்கள் விட்டாலும், நீங்கள் விடமாட்டீங்கள்போல கிடக்கு. இது பாவப்பட்ட சீவன். பழியறியாச் சீவன். இந்தப் பால் முகத்த பந்தாடிப் போடாதேங்கோ. வாழ்க்கையில முக்கியமான விசயம் ஒன்றும் நான் இன்னும் பண்ணேல்ல” கலை நளினம் கொண்டு பேதையாக நடித்தான்.

இந்த அறைகளில் ஒருவர் மற்றவரின் கதையையோ அவர்களின் விசாரணையைப் பற்றியோ கேட்கக்கூடாது. கேட்பது நியாயமல்ல என்று தெரியும். ஆனாலும் அடுத்தவன் என்ன திட்டத்தோடு தன் விடுதலைக்கு முயற்சிக்கிறான் என்பதற்காகவோ அல்லது புலனாய்வு அதிகாரியின் சூழ்ச்சி வலையை அறிந்துகொள்வதற்காகவோ அடுத்தவர் கதையை அறிவதில் ஆர்வம் கட்டுமீறிப் பொங்கி வழியும். அப்படியான தருணங்களிலிருந்து இந்தச் சின்னவன் கலையைப் பற்றி அறியப்பட்ட விடயம் பரிதாபத்திற்குரியதாகவே தோன்றியது.

கலை வன்னியில் ஜெயசிக்குறு சண்டைக் காலத்தில், விடுதலைப் புலிகளில் இணைந்து இரண்டு வருடம் இருந்தான். ஓயாத அலைகள் நடவடிக்கைக் காலத்தில் அமைப்பை விட்டு விலகிவிட்டான். பின்னர் சமாதான காலத்தில் உயர்தரப் பரிட்சை எழுதி, கொழும்பிலுள்ள தொழில்நுட்பக் கல்லூரி ஒன்றில் பட்டப்படிப்பைத் தொடர்ந்தான். மீண்டும் யுத்தம் தொடங்கி, வன்னியின் கழுத்தை நெரிக்கும் காலம் வந்தபோது, இவன் வன்னிக்கு வந்துவிட்டான். இவனது தாயும் தகப்பனும் தங்கையும் விசுவமடுவிலிருந்தார்கள். இவையெல்லாம் கலை சொல்லித்தான் தெரியும். இது விசாரணையில் சொல்லப்பட்ட கதை.

விசாரணைகளால் ஏற்பட்ட வில்லங்கம் என்னவென்றால், உளவுத்துறைக்காரன் கேட்டிருக்கிறான், ஏழு வருடம் இயக்கத்தில் இருக்காமல் யாரும் விலத்த முடியாதே என்று. அப்படி விதி இருந்தாலும் போராட விரும்பவில்லை என்றால் தண்டனைச் சேவையைப் பெற்று விலத்த முடியுமென்று கலை சொல்லியிருக்கிறான். ‘கொழும்புக்குப் படிக்க வந்தனி, படிப்பு முடிஞ்ச பிறகும் ஏன் கொழும்பில இருந்தனி’ இது மற்றக்கேள்வி. ‘வேலை தேடினான்’ இது இவனின் பதில். ‘வேலை தேடினனி ஏன் கிற்றார் பழகப் போனனி’ ‘வேலை கிடைக்கேல்ல... சும்மா இருந்த நேரம், கிற்றார் பழக ஆசைப்பட்டேன்’ இது கலையின் பதில். ‘இரண்டு வருசம் வேலை கிடைக்கேல்ல, நீ

ஏன் வன்னிக்குத் திரும்பிப் போகேல்ல. அங்க நிறைய வேலை இருந்திச்சே' அவனின் கேள்வி. 'வன்னி பிடிக்கேல்ல. கொழும்பு பிடிச்சிருந்தது' இவனின் பதில். 'கொழும்பு பிடிச்சிருந்தது அப்ப ஏன் யுத்தம் மோசமாய் நடக்கேக்க திரும்பப் போனனீ' 'அம்மா, அப்பாவுக்காகத் திரும்பிப் போனேன்' இது பதில். 'அப்ப ஏன் முதலே போகேல்ல?' இது கேள்வி. 'முன்னம் சண்டையில்லை. அப்பா அம்மாக்குப் பயம் இல்லை' இப்படிக் கேள்விகளும் பதில்களும் நியாயமாகத்தான் இருந்தன. ஆனால் உளவுத்துறைக்காரன் கேட்ட ஒரு கேள்வி 'உனக்கு எப்படி வன்னியை விட்டு வெளியேற புலிகள் அனுமதி தந்தாங்கள்? அந்த நேரம் இளையவர்கள் யாருக்கும் வெளியேறும் அனுமதி கொடுப்பதில்லையே?' 'உயர்படிப்புக்குப் போறவர்களுக்கு அனுமதி கொடுப்பார்கள்.' இவன் சொன்ன பதில் இது. 'அது பல்கலைக்கழகத்துக்கு மட்டும்தான்.' அவனின் கேள்வி. ஆனால் 'இதுவும் பட்டப்படிப்பு அதால தந்தாங்கள்.' இந்தப் பதிலில் அவனுக்குத் திருப்தி வரவில்லை. ஏன் எங்களுக்கும்கூட இதில ஒரு சந்தேகம்தான்.

அடுத்தது 'வன்னிக்குப் போனனி, எப்படி உன்னைக் கட்டாய ஆட்சேர்ப்பில இயக்கம் விட்டுவச்சிது.' 'நான் பிடிபடாமல் ஒளிச்சிருந்தேன்.' அவன் இந்த ஒளிச்சிருந்த கதையை நம்பவில்லை. எங்களிலும் பலர் நம்பவில்லை. ஆமிக்காரனுக்கு வலுவாகச் சந்தேகம் வந்தது இவனது கொழும்புப் பயணம், பின்னர் சொல்லப்பட்ட காரணங்கள் எல்லாம் சேர்ந்து புலிகளின் உளவுத்துறை உளவாளி. திறமைமிக்க உளவாளி. ஏனெனில் இவனது கல்வித்தகமை ஒரு சான்று. அடுத்தது மிகப் புத்திசாலித்தனமான பதில்கள்.

புத்திசாலித்தனமான பதில்கள் கூட இந்த மரண அறைக்கு ஆட்களைக் கூட்டுகின்றன. சிலவேளை உண்மையான பதில்களும் அவனுக்குப் புத்திசாலித்தனமாகத் தோன்றுவதால் அவர்கள் இங்கு வரவும் கூடும்.

"கலை இண்டைக்கு உன்ர ரேண். மணி அடிக்குது. சாப்பாடு எடுக்கப்போகேல்லயோ?" தரணி கேட்டான்.

சோடியாள் ஜான், "சாப்பிட்டவனும் சாகத்தான் போறான். சாப்பிடாதவனும் சாகத்தான் போறான். சாப்பிட்டென்ன, சாப்பிடாமல் என்ன?"

“ஏனண்ணை சாவு சாவு எண்டு சாவடிக்கிறியள். மகிந்த எல்லாரையும் விடுதலை செய்யப்போறான். ஐக்கிய நாடுகள் சபை வருகுதாம்.” தரணி சொல்லவும் பேசாமல் இருந்த மாஸ்டர் பாய்ந்தார் “கொண்டவங்களே அவங்கள்தான். மகிந்தவால புலியின்ர மயிரையாச்சும் பிடுங்க ஏலுமோ? இப்ப பிணமெண்ண வருவாங்களாக்கும் ஐ.நா சபை?”

“எள்ளுக் காய வச்சிருக்கிறாங்கள் செக்குக்கு அனுப்ப. இந்த எலிப் புழுக்கைகளை ஏன் காயவச்சிருக்கிறாங்கள்?” சின்னவன் கலை நடிப்புத்தனமான அழுகையுடன் நகைச்சுவையூட்டினான். சுய எள்ளலே அதில் சிரிப்பைக் கொடுக்கிறது.

ஜான் கேட்டான் “இந்தக் தமிழ்க் கட்சித் தலைவர்கள் ஐநா சபையோட, ஐசிஆர்சியோட சரணடைஞ்ச ஆக்கள் பற்றிக் கதைக்காதோ? விடுதலைக்கு ஏதாவது செய்யமாட்டாங்களோ? சட்டப்படி சரணடைஞ்ச ஆக்கள குடும்பத்துக்குக் காட்டத்தானே வேணும்?”

“ஆ... ‘நைனா செத்தது நமக்கு நல்லது. நல்லது, நல்லது, நல்லது. நைனா செத்தது நமக்கு நல்லது’ என்று தமுக்கடிப்பாங்களோ? உன்னை மீட்டுக்கொண்டு போவானுகளோ சொல்லு?” பசீலண்ணை பதில் சொன்ன விதத்தைக் கேட்டு அறையே சிரித்தது. சிரிப்படங்க அதில் உறையும் உண்மை விரக்தியைத் தருகிறது. சாப்பிட்டுப் படுத்திருந்தோம். வியர்வையில் உடல் பிசுபிசுத்தது. மூடிய அறையின் அமுக்கம், கொஞ்சம் காற்றுக்காக மனத்தை ஏங்க வைத்தது. ஒரு சிறு காற்றால்கூட எவ்வளவு உற்சாகத்தைத் தரக்கூடும் இப்போது. கிடைக்கவில்லையே! இரவு கைதிகளை எண்ணுவதற்காக முகாம் அதிகாரி மொழிபெயர்ப்பாளனுடன் வந்தான். அவர்களுடன் இன்னொரு அதிகாரியும் வந்தான். அறையில் பதினொரு பேர் இருக்கிறார்களா என்பதை எண்ணிவிட்டு “இவர்தான் இனி இந்த முகாம் பொறுப்பதிகாரியாக நியமிக்கப்பட்டிருக்கிறார். பெயர் மேஜர் டயஸ். நீங்க இவ்வளவு நாளும் எனக்கு ஒத்துழைத்ததுக்கு நன்றி.” என்று விடைபெற்று அடுத்த அறைக்குச் சென்றான் தன் கூட்டத்தோடு அதிகாரி.

இரவு படுத்திருந்தோம். நித்திரை கொள்வதுதான் மிகவும் கடினமான காரியம். யுத்த காலத்தில் படுக்க நேரமில்லாமல் தவித்தோம். இப்போது தூக்கமில்லாமல் நேரம் கழிய மறுக்கிறது.

நீண்ட இரவுகள் நினைவுகளை இழுத்துவந்து, மீன்களைத் தண்ணீரில் அழவைத்தன.

தலையிலிருந்த என் காயம் ஆறிவிட்டது. நான் அறிந்தவரை படுகாயமுற்று, சத்திர சிகிச்சை செய்யவேண்டியவர்கள் இந்த சிறைமுகாமில் பலர் இருந்தார்கள். யாரையும் சிகிச்சைக்காக வெளியே அனுப்பவில்லை. 'வெளியே என்ன நடக்கிறது என்பதை எப்படியாவது அறியவேண்டும்.' நான் எண்ணினேன். தமிழில் கதைத்த அந்தச் சிப்பாயை இனிக் கண்டால் அவனிடம் கேட்டு ஏதாவது தெரிந்துகொள்ள முயற்சிக்கவேண்டும்.

தூக்கமில்லாமல் உழலும் மனதை, ஒவ்வொருவரும் தோல்வியின் காரணங்களைச் சொன்னவைகளை நோக்கித் திருப்பிவிட்டேன். ஒவ்வொன்றும் மனத்தில் குடைபோல விரிந்தன. அவற்றைப் பகுத்துப் பார்க்கலாமா? இல்லை தொகுத்துப் பார்ப்பதே நல்லது.

ஏன் தோற்றுப்போனோம்? தமிழர் தரப்பிடம் அறம் இல்லையா? வீரம் இல்லையா? திறன் இல்லையா? இவை எதிலும் எங்களைவிட எதிரி மேம்பட்டு இருந்தான் என்று சொல்லமுடியாது. சொன்ன காரணங்கள் சரியாகக் கூடியவைதான். ஆனால் தோல்வியின் அடிப்படை எது என்றும் அதன் ஊற்றுமுகம் எது என்றும் கண்டறிய ஆவல் விளைகிறது.

எங்கள் இயக்கம் எப்போதும் அனுபவவாதத்தால்தான் சவால்களைக் கையாண்டிருக்கிறது. முன்னேறியும் வந்திருக்கிறது. கோட்பாடுகளின் துணைகொண்டு எதனையும் இயக்கம் கையாண்டதில்லை. முன்னேறுவதற்குப் பயன்படுத்தியதும் இல்லை. அனுபவவாதத்தினால் ஒரு கோட்பாடு செழுமைப்படுத்தப்படலாம். அதை அடுத்த பரிணாமத்திற்கு இட்டுச்செல்லலாம். ஆனால், அறிவுவாதத்தினாலேயே கோட்பாடு உருவாக்கப்பட வேண்டும். அனுபவம் அறிவாக்கப்படாவிடின் அது...

ஜான் இருமவும் நான் திடுக்கிட்டு விழித்தேன். பின்னர் அது ஜான் என அறிந்து அமைதியானேன். அறை முன்னரைவிட வெளிச்சமாக இருந்தது. கண்களை மூடிவிட்டுத் திறக்கும்போது கண்மணிகள் விரிவதனால் சிறு ஒளியைக் கூட அதனால் துல்லியமாக உள்வாங்க முடிகிறது. பார்வையில் அதிக வெளிச்சம் தோன்றுகிறது.

நான் மீண்டும் யோசித்தேன். ஆனால் கோட்பாட்டிற்கு அனுபவம் அவசியம் இல்லையா? ம். அவசியம்தான். ஆனால் அனுபவம் அறிவாக்கப்படும் பரிவர்த்தனம் நிகழவேண்டும். அல்லாவிடின் அனுபவம் ஒருபோதும், கோட்பாட்டை உருவாக்காது. அனுபவம் வெறும் தகவல் மட்டுமே! அனுபவத்தால் ஒருவனின் முகம் துலங்கலாம். ஆனால் ஒருவன் அனுபவத்தை அறிவாக்கும் பரிவர்த்தனத்தை நிகழ்த்தினால் ஒழிய அவனது பார்வை துலங்காது.

மனம் ஒன்றிலிருந்து ஒன்றுக்குத் தாவியும் பிணைந்தும் அலைக்கழிந்துகொண்டிருந்தது. நித்திரை மட்டும் வராதாம். இந்த ஆய்வு எனக்கு அவசியமா இப்போது? என் காதலி, என் பிரிய காதலி, அவளைப் பற்றி நினைத்தால் நினைவுகளின் சுகத்திலாவது நித்திரை வரக்கூடும். காலங்களின் அடுக்கில் கீழே போய்விட்ட நினைவுகளை மேலெழுப்பி சுகம் காண முயன்றேன். நளினம் கொண்டு இடையசைத்து நடக்கிறாள் கோவில் வீதியில். கூட நான் நடக்கும் சுக அனுபவம் அவள் முகத்தில் ஒளிர்ந்ததே! அவள் முகத்தில் ஏன் பெருமையும்... நான் கூட நடப்பதாலா...? முருகா! இப்படியே எனக்கு நித்திரையைத் தாடா!

08

"பயப்படவேணாம். நிதானமா இருக்கச் சொன்னியாம். நீ பெரிய பொறுப்போ அங்க? என்ன லீட் பண்ணுறியா மத்தாக்களை?" விட்டான் அடி என் செவிட்டில் அந்த இராணுவ உளவுத்துறை அதிகாரி.

எனக்கு எது, என்ன என்று ஒன்றும் புரியவில்லை. அதை மறுக்கச் சொற்கள் வரமுடியாமல் என்னுள் எழுந்த கோபம் தடுத்தது. அவமானத்தில் இருந்து பிறக்கும் கோபம். தன் வரையறைகள் விளங்காது பொங்கி நுரைத்தது. கன்னம் விறைத்துவிட்ட மாதிரியான உணர்வு. காதடைத்து உள்ளே ஒலிக்கிறது. பலமான அடியில் மண்டைக்குள் வலி. அது தலையிலிருந்த என் காயத்தினாலாக இருக்கலாம். உள்காயம் இன்னும் இருக்கக் கூடுமோ!

காயம் ஆறியதும் கூட நான் அடிவாங்கக் காரணமாக இருந்திருக்கலாம். காயம்தான் இத்தனை நாள் அடிகளிலிருந்து என்னைத் தக்கவைத்ததோ என்னவோ? "என்ன நான் கேட்கிறது. நீ சும்மா இருக்கெ?" மறுபடி தன் கீழ்ச்சொண்டைக் கடித்தவாறு மறு கன்னத்தில் அறைந்தான். கட்டப்படாத என் கைகளை எது கட்டி வைத்திருக்கிறதென்று எனக்கே தெரியவில்லை.

வலி! தீரா வலி! கன்னங்களா வலிக்கிறது? இல்லை உள்ளே வேறொரு இடத்தில் வலிக்கிறது. அவமானம். தீரா அவமானம். அவமானத்தின் வலியைத் தாங்க இயலவில்லை. மானம் நிலைகொள்ளும் இடம் ஜீவனில் எதுவோ அந்த இடத்திலிருந்து எழுகிறது இந்த வலி. இந்த வலி தரும் கோபத்தின் சக்தியைத் திரட்டி, ஓங்கி அவன் மூஞ்சையைப் பிளந்துவிடுமாறு குத்த ஆசை. ஆனால் அதைச் செய்யமுடியாமல் தடுப்பது எது? தப்பிப் பிழைப்பதன் மேலுள்ள என் ஆசையா? ச்சா. வெக்கக்கேடு. எங்கிருந்து எனக்குள் வந்தது இந்தக் கேடுகெட்ட ஆசை. அவமானம். ஒரு போராளிக்கு நேரக் கூடிய மகா அவமானம். சூழலில் தன்னைத் தக்கவைத்துக்கொள்வது, உயிரின் ஜீவ

இயல்பல்லவா? ஜீவனில் உறையும் இந்த இயல்பை நான் எப்படிப் புறந்தள்ள முடியும்? எனது இயல்பு என நான் கொண்டவையும் இப்போ எழும் ஜீவ இயல்பும் தமக்குள் மோதி அதுவே வென்றது. நான் தலைகுனிந்து நின்றேன். மானங்கெட்ட பிறப்பாய்.

மீண்டும் நான் அறையில் கூட்டி வந்து விடப்பட்டபோது, அறையில் என் சகாக்கள் என்ன நடந்ததென அறிய முயன்றனர். என் முகம் கொண்ட குலைவு ஏதோ விபரீதத்தை அவர்களுக்கு உணர்த்தியதாய் அவர்களின் முகப் பிரதிபலிப்புக்கள் இருந்தன. ஆனால், நான் யாருடனும் எதுவும் பேசவில்லை. மலைபோல எழும் மௌனத்தின் உள்ளே குழம்பாய்க் கொதிக்கிறது கோபம் எனும் வஸ்து. 'சுதந்திரமாய் இருந்துகொள்ளுங்கள் நாய்களே! நான் சிறையில் இருக்கும்வரை' ஒரு குரல்.

ஜன்னலின் நீக்கல் வழியே உள்பாயும் ஒளியின் பாதையில் அலையும் தூசித் துகள்களைக் காண்கிறேன். நிலையில்லாத, வழி தெரியாத, அலைச்சல் அவற்றிற்கு. ஏதோ ஒரு உணர்வு எழுந்தது. அவற்றிற்கும் உயிர் இருக்குமோ? ஞாபகங்கள், உணர்வுகள் இருக்கக் கூடுமா? மனம் ஊன்றி சிறுபொழுது அதில் நிலைபெற்றது.

அவன் கேட்டது 'யோசப் காம்ப்'பில் நடந்த சம்பவம் பற்றி. எனக்கே மறந்துவிட்டிருந்தது. இவனுக்கு எப்படி அந்தத் தகவல் கிடைத்தது? அங்கிருந்து அனுப்பியிருக்கிறார்களா என்ன? அங்கு என் சிறையறையில் இருவரைக் கூட விட்டார்களே, அவர்களுடன் கடைசி நாளோ, முதல் நாளோ நான் கதைத்தபோது சொல்லப்பட்ட வசனம்தான் இது. 'பயப்படத் தேவையில்லை. நிதானமாய் இருங்கோ.'

அவர்கள் விடுத்துவிடுத்து அதிகம் கேட்டதனால், எவ்வளவு முன்தீர்மானமாக எதுவும் பேசக்கூடாதென்று நான் இருந்தும், இறுதியில் முடியாமல் உதிர்த்த வார்த்தைகள் அவை. அவன் போராளிதான் என்று மனம் நம்பியபின், உதிர்த்த வார்த்தைகள். அதில் உட்பொருள் இல்லாமல் நான் அந்த வார்த்தைகளை உதிர்க்கவும் இல்லை என்ற உண்மை மீண்டும் என்னுள் உறைக்கிறது. உதவ விரும்பினேனோ?

அடுத்தவருக்கு உதவுவது என்ற செயலில் இருந்து மட்டுமல்ல: எண்ணத்திலிருந்தே விடுபட விரும்பினேன். ஆனால் மறுபடியும் அது என்னை வீழ்த்திவிட்டது. எவ்வளவு முன்தீர்மானமாக

இருந்தேன். ஆயினும் அள்ளுண்டு போனேனே! வாழ்வில் நான் கண்ட பாடுகள் போதாதா என்ன? எதற்கும் எந்த அர்த்தமும் அதனால் விளைந்ததில்லையே! அறம் யாருக்கு வேண்டும்? எவனிடம் அது இல்லையோ அவனுக்கு அது பயன்பட்டுப்போன துர்விதியையே நான் கண்டேன்.

அந்தப் போராளி என்னைக் காட்டிக்கொடுத்துவிட்டானா? இல்லை மற்றவன்? 'ச்சா...' இருக்காது. 'என்ன கதைத்தது?' என்று கேட்டிருப்பாங்கள். இவன் இதுதான், வேறொன்றும் இல்லையெனச் சொல்லியிருப்பான். ஒருவேளை அடித்திருக்கவும் கூடும். இதனால் என்ன வரப்போகிறது என்று அவன் சொல்லியிருக்கக்கூடும். இதற்கு உள்ளர்த்தம் இருக்கிறதா எனப் பார்க்கவோ அல்லது இதை வைத்துப் போட்டெடுக்கவோ இந்த அதிகாரி முயன்றிருக்கலாம். அல்லது இவன் அங்கு போன இடத்தில் என் பற்றித் தற்செயலாகக் கதைக்கப்பட்ட வெறும் உரையாடலாகவும் இருந்திருக்கலாம். மனம் அடித்துக் கொண்டே இருந்தது. விடயத்தை இலகுவாக்கவே நான் விரும்பினேன்.

"அண்ணை, இங்க வந்த புதுசில சிலருக்கு அடியெண்டா கேக்கத்தேவேல்ல. கடற்புலி சீலனுக்குப் படுக்க வச்சு குதிக்கால் இரண்டிலையும் அடியடியெண்டு அடிச்சு மனிசன் எழும்பி நிக்கமாட்டான். கக்கூசுக்குப் போகமாட்டான். அப்பிடித்தான் ஜீவாவுக்கும். இன்னும் கனபேருக்கும். ஆனால், சீலன் இப்ப இங்கயில்ல. அந்த அறையில இருந்தவங்களுக்கு ஆமிக்காரங்கள் சொல்லியிருக்கிறாங்கள் வேற அறைக்கு மாத்தினதெண்டு. ஆனால் விசாரிச்சா, இந்த முகாமிலேயே ஆள் இல்ல." அச்ச உணர்வுகொண்டு தரணி சொன்னான்.

அறையில் விசித்திரமான அமைதி உருவாகிற்று. மலையின் உறைபனி உருகி, வெள்ளமாய்ப் பெருகுவது போல அச்சம் தன் உறைநிலை உடைத்துப் பெருகுவதால் உருவாகும் அமைதி இது. அவரவருக்கு நிகழ்ந்தது பற்றியும், இன்னும் நிகழுமா என்ற கேள்வி பற்றியும் கிளர்த்தும் எண்ணங்கள் தரும் அமைதி. இந்த முகாமிலிருந்து முன்னர் சிலர் வெளியே கொண்டு செல்லப்பட்டிருக்கிறார்கள். எங்கே, எதற்கு - திட்டமாகத் தெரியாது. மனம் தன் சூழலுக்கேற்ப ஊகித்துக் கொள்பவையே இப்போதைக்கானது.

இந்த அறையில் நான் இன்னும் அறிமுகப்படுத்தாத ஒருவர் ராசு அண்ணர். இவர் இந்த அறையில் இருந்தாலும்

இங்கு ஜீவிப்பதில்லை. அறையின் எள்ளலோ, துக்கமோ, கிண்டலோ, எதுவும் இவரைப் பாதிப்பதில்லை. என்னைப் பொறுத்தளவில், அதன் காரணம் அவரின் ஜீவிதம் இங்கு இல்லை. பிறிதொரு இடத்தில், பிறிதொரு காலத்தில் - அது இறந்த காலமாய் இருக்குமோ? எதிர்காலமாய் இருக்குமா? - சிக்கிக்கொண்டுவிட்டது. அவர் அங்கேயே இருந்துவிட்டார். திடமான தோள்களின் விரிவு இன்னும் குறுகவில்லை. கனத்த முகமும், ஏறு நெற்றியும், அகலக் கைகளும் அழுத்தமான மௌனமும் அவருடையது. ஐம்பதுக்கு மேல் வயது. இருபது வயதிலிருந்து இடதுசாரி இயக்கத்தில் தீவிரமாகச் செயற்பட்டவர். பின் சமூக விடுதலைக்கும் இலங்கையின் தமிழ்த்தேசியப் போராட்டம் தவிர்க்க முடியாது என்ற தீர்மானத்துடன் விடுதலைப் புலிகளோடு இணைந்துகொண்டவர்.

விடுதலைப் புலிகள் இயக்கத்தின் தலைமைப் பீடம் அந்தக் காலத்தில் இந்தச் சமூக இடது இயக்கத்தவர்களைத் தேசியப் போராட்டத்தோடு இணையுமாறு வேண்டிக்கொண்டது. சமூக விடுதலைக் கொள்கைக்குத் தாம் உத்தரவாதம் வழங்குவதாயும் வாக்குறுதி அளித்தனர். இந்த இசைவான கொள்கையின் பொருட்டுப் பலர் இணைந்தனர். அவர்களில் ஒருவரே ராசு அண்ணர். இயக்கத்தில் முக்கியமானவர் இல்லை. ஆனால் சிலரால் மதிக்கப்படுபவர்.

அறையில் இந்த வினோத அமைதி நிலவியபோதுதான், மலிங்க உள்ளே வந்தான். கூடவே புதிதாய் ஒரு இராணுவச் சிப்பாயும். அவனுக்கு உடலிலும் மனதிலும் திடமில்லை. அவனோடு வருகையில் மலிங்க எடுப்பாய்த் தோற்றமளிக்கிறான். இதற்காகவோ என்னவோ மலிங்க கூட்டிவரும் சிப்பாய்கள் இப்படித்தான் அனேகமாய் இருந்தனர்.

அன்றும் ரகுவிடம்தான் மலிங்க சொறியப் போறானோ? விளைவு என்ன ஆகுமோ? என்று அறையே அச்சத்தில் மூழ்கியது. முன்னர் ரகு சொன்ன வார்த்தை அறையில் எதிரொலிப்பதாய்ப் பிரமை. 'மலிங்கவுக்கு முறையா ஒன்று கொடுத்தால், இனிச் சொறிய வரமாட்டான்.' வந்தவன் அன்று ராசு அண்ணரைச் சீண்டினான். ரகுவின் முறைப்பான முன்னைய பார்வை அவனுக்கு அச்சத்தைத் தந்ததோ என்னவோ?

"உனக்கு எந்த ஊர்?" ராசு அண்ணரிடம் மலிங்க கேட்டான்.

"எல்லா விபரமும் கொடுத்திருக்கு. உங்கட கோவைகளில போய்ப் பாருங்கோ." அவரின் தடித்த குரலில் உதிர்த்த வார்த்தைகள் மேலும் தடிப்பாக இருந்தன.

"நாங்க கேட்டா நீ சொல்லணுமடா. சண்டையில நிண்டதா? முள்ளிவாய்க்கால் மாத்தளனில."

"ஓம்" கர்வத்துடன் சொன்னார். அவரை 'நீ' என்றோ, 'டா' என்றோ இதுவரை யாரும் விளித்திருக்க மாட்டார்கள் என்று நினைக்கிறேன். அவரது வயதும் முதிர்ச்சியும் பண்பும் அதற்குக் காரணமாகலாம்.

"சண்டையில நிண்டது. ஓமாடா சொல்லுறது?" சொல்லிக் கொண்டே அடிக்கக் கை ஓங்கினான். ஆனால், ராசு அண்ணர் எந்த அசைவுமற்று அவனை உற்றுப் பார்த்தார். அவன் அதை எதிர்பார்க்கவில்லை. தனக்குப் பயந்து வெளிப்படும் அனிச்சையான எந்த உடல் அசைவும் ராசு அண்ணரிடம் எழாததும் அவரின் திண்ணியமான பார்வையும் அவனை நிலைகுலைய வைத்ததை நான் கண்டேன். அவன் திரும்பித் தன் சகாவைப் பார்த்தான். பிறகு ஏதோ எண்ணியவனாகத் தானும் முறைத்துப் பார்த்தான் ராசு அண்ணரையும் பிறரையும். மீண்டும் தன் சகாவைப் பார்த்தான். அவன் அந்தச் சூழலை விரும்பாதவன் போல நின்றிருந்தான். மலிங்க அவனுக்குத் தன் பெருமைகள் பேசிக் கூட்டிவந்திருக்கக் கூடும். மலிங்கவின் சுபாவமே கர்வம்தான். தன் கர்வம் சுருண்டுபோவதை உணர்ந்த அவன் தன் சகா முன்னிலையில் கைதிகளால் அவமானம் நேர்வதை விரும்பவில்லை போலும்.

"நீ பெரிய ஆளாடா அங்க?" மலிங்க தலையைச் சரித்து எள்ளலுடன் கேட்டான்.

"போராளி." கர்வத்தொனி கொண்டு தடித்த வார்த்தைகளில் ராசு அண்ணர்.

இந்த வார்த்தையை எதிர்பார்க்கவில்லையோ ராசு அண்ணரிடமிருந்து. தன் சகாவைத் திரும்பிப் பார்த்தவன் சிங்களத் தூசண வார்த்தையோடு "சண்டை பிடிச்சியா? உங்க பொண்ணுகளுக்கு அலுவலக் கொடுத்தியா." முடிவில் சிங்களத்தூசணத்தோடு அவர் முகத்தில் ஓங்கி அறைந்தான். மறு கை அறைய உயரவும் ராசு அண்ணர் அதைப் பிடித்து, தன் பருத்த உள்ளங்கையில் அடக்கி அதை முறுக்கியபடி, ஆனால்

இறுக்காமல், பற்களை நெருமி முறைத்துப் பார்த்தார். விழிகளில் கனல். கணப்பொழுதுதான். அவன் சட்டென்று அவர் மார்பில் எட்டி உதைத்து விடுபட முயன்றான். ராசு அண்ணர் நிலை தளம்பியதாய்த் தோன்றவில்லை.

ஆனால், அவர் கை விடுபட்டது. விடுபட்டதா? விட்டாரா? தெளிவாக உணர முடியவில்லை. கணப்பொழுதில் இலாவகமாக திமிறிச் சுழன்ற அவன் மறுகரத்தைப் பிடித்துப் பின்வளமாக மடித்துத் தன் அதே கரத்தால் அவன் கழுத்தை வளைத்துப் பிடித்தார். அவர் கால்கள் அவன் தொடை இடுக்குகளில் சொருகி, நெம்புகோல் போல நின்றது. மலிங்க திமிறினான். எச்சரிப்பது போல அவனை மேலும் பிடியிறுக்கித் தன் முழங்காலை மடித்தார். விசித்திரமான விலங்கின் ஊளை ஒலிபோல மலிங்க குழறினான். திமிற முயலவும் அசாதாரணமாகப் பிடியை இறுக்கித் தன் காலைக் கொஞ்சம் மடித்து எச்சரித்தார். அவனது உணர்வு கசாப்புக் கடைக்காரனின் கையில் தன் நெஞ்சின் சுவாசம் இறுகும் வெள்ளைக் கோழியின் கம்மல் போல இருந்தது. அவன் விழிகள் செருகி மேலுயர்ந்தன.

அடுத்தவன் அடியெடுத்து பின்னகர்ந்து வாசலில் திகைத்து நின்றான். கண்களில் வெருட்சி. அறை, அந்தக் கணத்தைப் பிடித்துத் தன்னில் உறைய வைத்தது. சில நிமிடம் பிடியைப் பேணியவர், பிறகு கைவிட்டார். அவர் கைகளுக்கு அவனின் உடல் இரைஞ்சிக் கேட்டது தெரிந்திருக்கும். உடல்வழி மொழிப்பரிவர்த்தனை நிகழ்ந்திருக்குமோ என்னவோ? அவன் நேராக நடக்க முயன்று அறையை விட்டு வெளியேறினான். யாரையும் திரும்பிப் பார்க்கவில்லை. அவன் வெளியேறுவதையே ராசு அண்ணர் எச்சரிக்கையுடன் பார்த்துக்கொண்டிருந்தார்.

அவனது பிடியை இறுக்கியபோது, ஏதோ சிங்களத்திலும் ராசு அண்ணர் சொன்னார் என்பது என் நினைவில் இப்போது உறைக்கிறது. மிக அழுத்தமான வார்த்தையாகவும் இருந்தது. ராசு அண்ணருக்குச் சிங்கள மொழி தெரியுமோ?

முன் ஜன்னல் வழியே வெளியே பார்த்தேன். முட்கம்பி வேலிக்கு உட்புறமாய் நின்ற தடித்த பட்ட மரம் ஒன்று, கொப்புகளை இழந்து நின்றது. மயங்கும் மாலை நேரத்தில் வீசிய அடர்ந்த காற்றுக்கும் அது அசைவு காணாது நின்றது. கீழே ஒரு சிப்பாய் தன் துப்பாக்கியுடன் நிற்கிறான்.

அறையின் உறைநிலை அகாலமாய் நிலைத்தது. பின் இந்த நிகழ்ச்சியை மனம் கொண்டாடவும் செய்கிறது. பிறகு கண்டிக்கவும் செய்தது. ஆனால், எதையும் வெளிப்படுத்த இயலவில்லை. அறை உறைந்துபோனது. அடுத்து நிகழப்போகும் ஆபத்தான நிகழ்ச்சிகள் பற்றியே அறையின் மனக் களைப்பு இருந்தது. ஆமிக்கு அடித்தால் என்ன நடக்கும்? பலிமேடையைச் சுற்றியிருக்கும் சுவர்கள் போல அறையின் சுவர்கள். அதிகாரி கைதிகளைப் பார்வையிட்டு, எண்ணிக்கைளை உறுதி செய்யும் நேரம் நெருங்கி வருகிறது. எடுத்து வந்த சாப்பாட்டில் பாதி எஞ்சிப் போனது.

அடுத்த அறையில் தன் சகாக்களுடன் நுழைந்த காலடிச் சத்தம் கேட்கிறது. அறையில் மௌனம் மேலும் கனத்தது. என் இதயம் உடலை விட்டு வெளியேறி வெளியே துடிப்பதுபோல உணர்ந்தேன். அடுத்து எங்கள் அறைதான். அசம்பாவிதங்கள், முகாம் விதிமுறை மீறல்கள், விசாரிக்கப்படுவது இந்த வருகையில்தான். இப்படியொரு சம்பவத்தை இந்த முகாம் கண்டிருக்காது என எண்ணினேன். ரகு நகங்களைச் சப்பித் துப்பிக்கொண்டிருந்தான். “இப்ப முழியைப் பிரட்டிப் பிரயோசனம் இல்லை. அப்பவே யோசிச்சிருக்கணும். இப்ப எல்லாற்ற கதையும் முடியப்போகுது.” ரகு அச்சத்தைக் கக்கினான். அட இவன் அல்லவா மலிங்கவுக்கு ‘மூஞ்சையை உடைக்காமல் விடமாட்டன்’ என்று முன்னர் சொன்னவன்?

பசீலண்ணை சொன்னார். அல்லது அடக்கினார் “அழிஞ்சது இயக்கம்தான். நாங்கள் போராளிகள்தானே. என்ன வந்தாலும் பார்க்கலாம்.” இந்தப் பசீலண்ணைதான் அன்று ரகு கொந்தளித்து மலிங்கவுக்கு அடிக்கச் சபதம் செய்தபோது புத்திசொல்லி அடக்கியவர்.

அதிகாரி தன் சகாக்களுடன் வந்தான். வழமையான முகத்தைக் காண்பிக்க சப்பாணி கட்டி அமர்ந்திருந்த நாங்கள் முயன்று கொண்டிருந்தோம். “எக்காய், தெக்காய், துனாய், கத்தறாய், பகாய்.....” உளவுத்துறை அதிகாரி மனதில் எண்ணினாலும் எப்போதும் சொற்கள் வெளியே துப்பத்தான் செய்கிறது. இந்த மேஜர் தன் கண்களாலே எண்ணி முடித்தான். எங்களை நோட்டம் விட்டவன், சிங்களத்தில் ஏதோ கேட்டான். அவன் முகம் சாதாரணமாகத்தான் இருந்தது. ஆனால் எங்கள் முகம் அப்படியில்லையே! நாங்கள் தமிழில் மொழிபெயர்க்கப்போகும்

அந்தப் புலனாய்வு அதிகாரியைப் பார்த்தோம். “ஏதாச்சும் சொல்ல இருக்கா?” அவன் கேட்க நாங்கள் மருள விழித்தோம். ராசு அண்ணரில் அசைவு தெரிந்ததை என் விழிகள் உணர்த்தின. அதற்கிடையில் அவன் “சாப்பாடு, தண்ணி எல்லாம் சரிதானே?” என்றான்.

நான் துணிந்தேன். இதற்கு உள்ளர்த்தம் இருக்குமா? இல்லையா? என்று பார்த்துவிடவேண்டும். இல்லாவிட்டால் அச்சத்திலேயே மனம் செத்துவிடும். “ரொய்லட்டுக்குச் சில நேரத்தில தொட்டில தண்ணி இருக்கிறதில்ல.” உளவுத்துறைக்காரன் மேஜருக்கு இதைச் சிங்களத்தில் சொன்னான். அவர் திருப்பி ஏதோ பதில் சொன்னார். மேஜரின் தொனியும் உடல்மொழியும் எனக்குச் சொன்னது ‘அதைக் கேட்கும் உரிமை உனக்கு இல்லை’யென்று உளவுத்துறைக்காரன் மொழிபெயர்த்தான். “காலையில மட்டும் நீங்கள் ரொய்லட்டுக்குப் போகலாம். மற்றும்படி போகமுடியாது. சொல்லியிருக்கு. காலையில தண்ணி இருக்கா? இல்லையா?”

“இருக்கு.” என்றேன்.

“ஹரி” என்றான் மேஜர். சரியென்றுதான் அதற்கு அர்த்தம். அவர்கள் போய்விட்டார்கள். என் கேள்வியின் உள்நோக்கத்திற்குப் பதில் கிடைத்துவிட்டது.

கை கழுவும் வாளி புளித்து நுரைத்து நாறியது. ஜான் அதை எடுத்துக்கொண்டு வெளியே ஊற்றப் போனான். இல்லாவிட்டால் இரவு நித்திரை வராது. இந்தச் சாப்பாடு யாருக்காவது வேணுமா? இல்லையா? அன்றைய எஞ்சிய சாப்பாட்டைக் கேட்டான். அமைதியின் பின், பசீலண்ணை சொன்னார். “வேண்டாம் ஜான், கொண்டுபோய்க் கொட்டு!”

விசித்திரம்தான். மறுநாளும் எதுவும் நடக்கவில்லை. ராசு அண்ணரை நசித்துவந்த குற்ற உணர்வு மெல்லக் குறைந்ததாய்ப் பட்டது. தன்னால் எங்களுக்கு ஆபத்து நேர்ந்ததோ என்று மறுகிக்கொண்டிருந்தார். முகத்தில் அச்சமில்லை. ஒரு குறுகலே இருந்தது.

எங்கள் விதி விசித்திரமான பாதைகளினூடு பயணிக்கவே ஆவல் கொண்டு நின்றது. சாமானியர்களாகப் பிறந்த எங்களாலோ விதியின் பாதைகளை முன்னுணர முடியவில்லை. ஆக, அசாதாரணமாக எங்கள் வாழ்விலிருந்து பெற்றுக்கொண்ட சக்தியை இத்தருணத்தில் இழக்கக் கூடாது. இழக்க நேர்ந்தால்

விதியின் விநோதப் பாதைகளில் பயணிக்கவும் முடியாது என்று பட்டது. போர் தந்த அசாதாரண வாழ்வே இப்போதும் எமக்குத் துணை நிற்கக் கூடியது.

அறையில் மலிங்கவுக்கு அடித்ததற்கான எதிர்வினை எதுவும் இராணுவம் ஆற்றாததற்கான காரணங்கள் பற்றிய ஆராய்வுக் கதை நிகழ்ந்தது. பல கோணத்துப் பார்வைகள். அவரவர் மனநிலைக்கேற்ப கோணங்களும் மாறுபடுகின்றதோ?

சுரேன் அன்று மலக்கூடத்தடியில் என்னுடன் கதைத்த சிப்பாய் சொன்னவற்றை நினைவு கூர்ந்தான். நான் அந்தக் கருத்துடன் ஒத்துப்போனேன். நான் மீள அந்த வசனத்தை நினைவுபடுத்தினேன். "எங்கட ஆக்களால பிரச்சினைதானே! மேஜர்கிட்ட சொல்லுங்க." மேலும் நான் சொன்னேன், "மலிங்க, அதிகாரப்பூர்வமில்லாமல்தான் அறைக்கு வாறான். வாறதுக்கு அனுமதி இருக்காது. அப்படி இருந்தால் துவக்கோடதான் வந்திருப்பான். அடுத்து, இதற்காக அவன் தனிப்பட எங்களைப் பழிவேண்ட ஏதாவது செய்யக்கூடும்."

"ஒருவேளை நாங்கள் இந்தப் பிரச்சினையை வெளியில சொன்னால், தனக்குக் கைதிகளின் அறைக்குப் போனதற்கும் கலகத்தை உண்டாக்கியதற்கும் மிலிட்டரி பொலிசால் கைதுசெய்யப்படக்கூடும் எண்ட பயத்திலயும் அவன் இருக்கக்கூடும்" பசீலண்ணை சொன்னார். அதுவும் சரிதான்.

மறுநாளுக்கு அடுத்தநாள் பசீலண்ணை விசாரணைக்கு அழைக்கப்பட்டிருந்தார். விசாரணைக்குப் போனவர் பின்னேரப் பொழுதாகியும் அறைக்குத் திரும்பவில்லை. இரவு தொடங்கையில் கைதிகளை எண்ணிட அதிகாரி வந்தான். கூடவே உளவுத்துறைக் காரனும் வந்தான். எண்ணிக்கை சரியென்ற முகபாவம்தான் அவர்களிடம் தெரிந்தது. நாங்கள் பதட்டத்தில் கேட்கலாமா கூடாதா என்று எண்ணிக்கொண்டிருக்க அவனே சொன்னான். "உங்க அறையில ஒருவர புனர்வாழ்வுக்கு அனுப்பியிருக்கம். வேற ஆக்களையும் அனுப்பியிருக்கம். கொஞ்சம் கொஞ்சமென்று உங்களையும் அனுப்புவம். விசாரணைக்கு உண்மை சொல்லணும். அரசாங்கத்திற்கு உதவி செய்யணும், புரிஞ்சிதா?"

அறையில் மௌனம் கனத்து, நெஞ்சை அமிழ்த்தியதில் அன்று இரவு யாருக்கும் நித்திரை வரவில்லை. நான், அதிகாரி போனதன் பின்னான நிலைமைகளில் சிக்குண்டு போயிருந்தேன்.

மறுநாள் எனக்குத் துலக்கமாகத் தெரிந்தது. அறையில் சிலரின் கண்கள் என்னில் ஊர்வது போன்ற உணர்வினால் அருட்டப்பட்டுக் கொண்டே இருந்தேன். அவர்களின் என்னுடனான உறவிலும் அதைக் காணமுடிந்தது. அறையில் கடைசியாக விசாரணைக்குப் போய் வந்தவன் என்ற வகையிலும், அறைக்கு நான் புதியவன் என்ற வகையிலும் நான்தான் பசீலண்ணையைக் காட்டிக்கொடுத்து விட்டேன் என்ற எண்ணம் சிலருக்கு உருவாகிற்று. அதிகாரி போனதும் 'புனர்வாழ்வுக்கு அனுப்பிய கதை' என்று நான் சொன்னதை மறுஅர்த்தம் கண்டு இவருக்கு எப்படித் தெரியும் என்று சந்தேகத்துக்கு வலுவும் சேர்த்துக்கொண்டனர்.

மலிங்கவுக்கு அடித்த பிரச்சினைக்கு எதிர்வினைதான் இதுவென்ற பார்வையும் சிலரிடம் இருந்தது. ஆனால் மறுநாளே முகாமில் வேறு சிலரும் கொண்டுசெல்லப்பட்டுவிட்டதை மலக்கூடத்தடியிலிருந்து நான் அறிந்துவந்து சொன்னேன். அதனால் இதற்கும் மலிங்க விவகாரத்திற்கும் சம்பந்தம் இல்லையென்றாகிற்று. ராசு அண்ணர் மீது சிலருக்குத் தோன்றிய எரிச்சல் இதனால் இல்லாது போயிற்று. ஆனால், இதை அறிந்துவந்து ஊர்ஜிதப்படுத்தியதால் என்மீது சந்தேகம் தோன்றிற்று. இதை சாடைமாடையாகத் தன் கதையில் எனக்குச் சொல்லிவைத்தவர் ராசு அண்ணர்தான். மலிங்கவுக்கு அடித்த பிறகுதான் ராசு அண்ணரின் மௌனம் கொஞ்சம் இளகத் தொடங்கியிருக்கிறது. "ஆமிக்காரன் பலவித வெறியில நிதானமில்லாமல் இருக்கிறான். எங்கடையள், பயத்தில நிதானிக்கேலாமல் இருக்குதுகள்" என்று ராசு அண்ணர் சொன்னதை நான் திரும்பவும் மீட்டுப் பார்த்தேன்.

இரண்டு நாள்களின்பின், அறையில் நிலைமை தலைகீழாக மாறியது. தரணி சொன்னான் "பசீலண்ணை வெளியில இருந்து ஆக்களை வச்சு அலுவலப் பாத்திட்டார். அல்லது எம்.ஐ.சி காரனோட டீல் பண்ணிற்றார்."

"நானும் அப்படித்தான் கேள்விப்பட்டன்" என்றான் அறையில் மற்றொருவன்.

"பசீலண்ணையோட அனுப்பின ரண்டு பேருக்கு ஏற்கனவே வவுனியாவில குடும்பம் இருந்ததாம். மாற்று அரசியல் கட்சிக்காரரோடையும் நெருக்கமாம். அதுதான் அலுவலப் பார்த்து புனர்வாழ்வுக்குப் போயிட்டாங்கள்" மாஸ்டர் சொன்னர்.

இப்படிப் பலர் முகாமில் நம்பத் தொடங்கினர். வெப்பியாரத்தில் கதைகள் குரூரமாகவும் வெளிப்பட்டன. ஒரு சிலர் இதை நம்பத் தயாரில்லை. ஆனால் இவர்களோ மௌனிகள்.

இரவுகளில் பசீலண்ணை இல்லாத அறை குடும்பத்தில் ஒருவர் குறைந்ததுபோன்ற வெறுமையைத் தந்தது. பசீலண்ணை தன் குடும்பம் பற்றிப் பகிர்ந்த மிகச் சில வார்த்தைகளை மீட்டேன். எதற்காக...? அவர்மீது கொண்ட இரக்கத்தினாலா? இல்லை. அவர்மீது எழுப்பப்படும் சந்தேகங்களுக்கு விடைதேடவா? மனம் அதிகமும் இரக்கம்தான் கொள்கிறது என்று எண்ணுகின்றேன்.

அவரது மனைவி, பிள்ளைகளின் கடைசி நிலைமை பற்றி அவர் ஏதும் அறிந்திருக்கவில்லை. இரணைப்பாலையில் அவர் ஏழு வயது மகனை இழந்துவிட்டார். மனைவி சிறு காயத்துடன் உயிர்தப்பியிருந்தார். மேலும் ஒரு பெண் பிள்ளையும் அதற்கு அடுத்ததாய் ஒரு ஆண் பிள்ளையும் உண்டு. இறந்தது கடைசிப் பிள்ளை என்ற வகையில் வலி அதிகமாய் இருந்திருக்க வேண்டும். அவர் அப்போது போரின் முன் களத்தில் இருந்தார். வீட்டிற்கு வந்து, மகனை ஒரு மண்பிட்டியில் அடக்கம் பண்ணிவிட்டு மறுநாளே களத்திற்குப் புறப்பட்டுவிட்டார். அந்த நேரத்தில் சுடலைகளில் எல்லாம் மக்கள் குடியேறிவிட்டிருந்தனர்.

அடக்கம் பண்ணிய அன்றிரவு, பங்கர் ஒன்றை வெட்டிக் கொடுத்துவிட்டுப் போகும் முயற்சியில் இருந்தார். மகள் மண் மூட்டைகளை அடுக்க உதவினாள். ஆறாத துயரையும் வலியையும் ஆக்ரோசமாக பூமியை மண்வெட்டியால் பிளந்து போக்கினார். விடியும்வரை ஓயாது வெட்டினார். துயர்கொள்ள முடியாமல் மனம் தன் சக்தியை இழக்கும்வரை பூமியைப் பிளந்தார். மூவர் படுத்துறங்க முடியும் அளவுக்கான பங்கர் அது. எட்டுக்கு ஐந்து அடி என்று இருந்தது அதன் அளவு. யாரிடமோ கடன்வாங்கிப் பத்தாயிரம் பணமும் மூன்று கிலோ மாவும் மனைவியிடம் அன்றே கொடுத்தார். இது எத்தனை நாளைக்குப் போதும்? ஆனால் போதும்வரை உயிர் வாழ்வதே பெரும்பாடு என்ற நிலைமையே இருந்தது. இரணைப்பாலையில் மூன்று மாவட்ட மக்கள் ஒரு ஊரில் நசுங்கிய நேரம் அது.

பிறகு இரணைப்பாலையை இராணுவம் விழுங்க மாத்தளனில் அவர்கள் இடம்பெயர்ந்துவந்து ஊரின் அயலவர் குடும்பத்துடன் இருந்ததைக் கடைசியாக அவர் அறிந்திருந்தார். அவ்வளவுதான். அதன் பின்னர் அவர்களுக்கும் இவருக்கும் எந்தத் தொடர்பும்

இருந்ததில்லை. என்ன நடந்தது? எங்கிருக்கிறார்கள்? யார் யார் இருக்கிறார்கள்? எதுவுமே தெரியாது. இதை அவர் சொல்லும்போது இதுதான் மொத்தத் தமிழனின் கதி. இதில் நானும் ஒருவன் அவ்வளவுதான் என்ற தோரணையையே வெளிப்படுத்தினார். ஆனால் அப்படி வெளிப்படுத்துவதன் மூலம் தன் தாளாத் துக்கத்தை முழு வீச்சுடன் புதைக்க முயன்றார் என்றே எனக்குப் பட்டது. மூத்தவர், முதிர்ந்தவர் இளைய போராளிகளின் முன்னிலையில் அப்படித்தானே நடக்க இயலும்!

சமயங்களில் இதயத்தின் வெம்மை விழிகளின்வழி சூடாக இரு சொட்டு நீராய் இரவுகளில் வெளியேறும். ஊமை இருளும் குருட்டு அமைதியும் மனதினை வியாகுலமுற வைக்கும். இன்னும் என் கன்னத்தில் சுடுநீர். காரணம் இந்த ராசு அண்ணரின் பாட்டு. இந்த மனிசன் மெல்ல மௌனம் கரைத்து, முணுமுணுத்து ஏதோ இசைக்க சுரேன், “பாடுங்க ராசு அண்ணை, பாடுங்க ராசு அண்ணை.” என்று வற்புறுத்தினான். கசிந்த வெள்ளம் அணையுடைத்துப் பாயத் தொடங்கிற்று. அவர் தன் தடித்த குரலால் சுருதி குலையாது உச்ச ஸ்தாயியில் பாடினார்.

“தர்மம் ஒரு வாழ்வின் பொய்யோ
சூதே அதன் உள்ளின் மெய்யோ
பொய்யே அதன் பொருளும்தானோ - இல்லை
பொருளே பொய்தானோ?
பொய்யும் மெய்யும் பொருளும் வாழ்வின்
மாயை மாயை மாயை தானோ?
தர்மம் ஒரு வாழ்வின் பொய்யோ...”

அவர் பாடலின் வரிகளுக்கு உண்டான அழுத்தம் காரணமாகவோ என்னவோ நெஞ்சு விம்மிவிடும்போலிருந்தது. வாழ்வில் நான் கொண்ட நியாயங்களுக்காக நான் சிறைவைக்கப்பட்டிருக்கிறேன். அதுவும் மரணத்தின் விச நிழலில். எங்கள் நியாயங்களுக்காக எதையெல்லாம் இழந்தோம்? அடுத்தவருக்காக உயிரை இழக்கச் சித்தமாகவே வாழ்ந்தோம். இன்னும் நான் உயிருடன் இருப்பது என் குற்றமல்லவே. குற்றம்தான் என்றால் அது விதியின் குற்றம். ஒரு கோடி குண்டுகளால் என் உடலைக் களத்தில் சாய்க்க முடியவில்லை. ஆனால் வாழ்வனைத்தும் மரணத்தின் எதிரேதான் நின்றோம். இன்றது விசமுண்ட வாழ்வாகிப் போனதேன்?

துக்கித்த வாழ்வொன்றின் வலியும் வெம்மையும் ராசு அண்ணரின் குரலில் அடர்ந்துகிடந்தது. மகாப் பிரளயத்தில் மரணம் செரிக்காது துப்பிவிட்ட பாக்கியமற்ற மனிதன். ஒரு யுகப் பாடகன். காலத்தைக் கைம்மாறு செய்யப் பிழைத்த கால தூதனோ இவன்?

“அறம் என்ற பொருளும் பொய்யோ
பொருள் என்ற சொல்லும் பொய்யோ
பொய்யொன்றே வாழ்வின் மெய்யோ - இல்லை
பொய்யே விதிதானோ?
அகமும் புறமும் அறமும் திருவும்
மாயை மாயை மாயைதானோ?
தர்மம் ஒரு வாழ்வின் பொய்யோ...!”

படுத்திருந்த சுரேன் எழும்பிக் கத்தினான், “ராசு அண்ணை பாடாதேங்கோ. குறை நினைக்காதேங்கோ! எனக்கு நெஞ்சுக்க வலிக்குது.” ராசு அண்ணை எழுந்து தன் அகல நெஞ்சில் பெரிய அகன்ற தன் கைகளால் சுரேனைக் கட்டி முதுகில் தடவினார். அவன் அழுதான். சிலர் அழக்கூடாது என்று முயன்றுகொண்டிருந்தனர். “அடுத்தவனை களத்தில் வழிநடத்திய வீரனடா நீ. அழுது அவங்களை அவமானப்படுத்துவியா...?” ராசு அண்ணர் கர்வம் தொனிக்கும் குரல் கொண்டு, சுரேனைக் குத்திய துக்கமுள்ளைப் பிடுங்கி எறிந்தார்.

ராசு அண்ணரின் பாடல் வரிகள் மனதில் இருந்து போகுமுன்னே ரகுவும் சின்னவன் கலையும் அழைத்துச் செல்லப்பட்டார்கள். அவ்வளவுதான். எதுவும் தெரியாது. முகாமில் வேறு சிலரும் காணாமற்போனார்கள். புனர்வாழ்வுக்கு அனுப்பியதாக அதிகாரிகள் சொன்னார்கள். எண்ணிக்கைக் கணக்கெடுத்து அறையை விட்டு அதிகாரி அகலவும் ஜான் சொன்னான், “அது சரி. செத்தாத்தானே திரும்பிப் பிறக்கலாம். புனர்வாழ்வுக்கு அனுப்புறாங்களாம். என் இனிய போராளிகளே! தயாராகுங்கள் புனர்வாழ்வுக்குப் போக.” ஜான் தனது நக்கல் சொண்டை ஒரு சாங்கமாக வைத்து அந்தச் சூழ்நிலையின் இறுக்கத்தை உடைத்த உடைப்பில் சிரிப்புப் பொத்துக்கொண்டு வந்தது.

தம் மரணத்தைத் தாமே எள்ளலுடன் எதிர்கொள்வது புதுமையான அனுபவம் இல்லையா? இந்த விச நிழலில் மரணம்கூட எள்ளலாகி விடுகிறதே.

உளவுத்துறை அதிகாரி திரும்பிவந்தான், "என்னது சிரிக்கிற?" மடையுடைந்த வெள்ளம் திரும்ப குளத்தின் உள்நோக்கிப் பாய்ந்தது. அவன்போக ஜான் மீண்டும், "அருமையாத்தான் 'அண்ணை' வளர்த்திருக்கிறார். இந்த வயதிலையும் என்ன மாதிரிச் சொல்லுக் கேக்கிறியள் பொடியள்." வாயைப் பொத்தி ராசு அண்ணர் குலுங்கக் குலுங்கச் சிரித்தார். ஜானின் முகபாவனையும் ராசு அண்ணரின் குலுங்கலும் எல்லாரையும் நிறுத்த முடியாது சிரிக்க வைத்தது.

"சரியடாப்பா, சிரிச்சிட்டுச் சாவுங்க என்று ஆமிக்காரன் சொல்லிட்டுப் போறான். நீங்க பயப்படாம சிரியுங்க" என்று ஜான் திரும்பவும் சொன்னான். மாஸ்டர் கேட்டான், "எங்கடா சொன்னான்?"

"உனக்குக் கேக்கேல்லை?... எனக்குக் கேட்டிச்சே. வாத்தி உனக்கு விசில்சத்தம் மட்டும்தான் கேக்கும். உன்னைச் சுடேக்க விசில் அடிச்சிட்டுச் சுடச் சொல்லுறன்." மீண்டும் அறையில் சிரிப்பு.

இரவு படுக்கும்போது மனம் என் குதத்தைச் சுற்றிச் சுற்றி வந்தது. அங்கு என்ன இருக்கிறது? என் மரணம் இருக்கிறது. யமனை வைக்க வேண்டிய இடத்தில் வைத்தவன் நான் ஒருவன்தான். நாளை காலை அது வெளியே வரும்போது எடுத்து, பழுதடைந்திருக்கிறதா, உள்ளே நீர்க் கசிவு இருக்கிறதா என்று சோதித்துவிட்டு உள்ளே திருப்பி வைக்கவேண்டும்.

நேரம் ஆக ஆக இருள் தன் கருமை வர்ணத்தைத் திரட்டி ஒரு திண்மமாக்கி என் நெஞ்சை நோக்கி அமிழ்த்துவது போன்ற ஒரு பிரமை தோன்றிற்று. கிழக்கின் காடுகளில் ஊற்றெடுத்த விசம் மெல்ல வடக்கின் காடுகளில் பரவி வயல், வாய்க்கால், கழனி, கிராமம், பட்டினம், நகரம் என்று துரத்தித் தின்றது மனிதர்களை. இன்னும் பசி அடங்காமல் தப்பிய பலி உயிர்களைத் தேடி வருகிறது. இனிச் செய்வதற்கு எதுவுமில்லை. விதியை அதன் போக்கில் விட்டுவிட வேண்டியதுதான். ராசு அண்ணரின் பாடல் இதயத்தில் ஆதார லயமாகிவிட்டது போல. "தர்மம் ஒரு வாழ்வின் பொய்யோ...?"

09

இப்பவெல்லாம் சுரேனை மௌனம் இழுத்துத் தனக்குள் புதைத்து வைத்திருந்தது. யாராலும் அதை விடுவிக்க முடியவில்லை. எனக்கோ பசீலண்ணைதான் ஞாபகத்திற்கு வந்தார். முன்னொரு தடவை இவன் இப்படியானபோது ஒரு வித்தைக்காரனைப் போல இவனைக் கதைக்கத் தூண்டி அழுகையை வரவைத்தாரே! அவ்வளவுதான் இவன் மீண்டுவிட்டிருந்தான்.

பசீலண்ணை 'அலுவல்' பார்த்துத் தப்பி இருப்பார் என்று நான் நம்பவில்லை. அவரின் கண்களில் பிழைத்தல்மீது கொள்ளும் நம்பிக்கைக்கான சிறு ஒளித் துலங்கலும் இருந்ததில்லையே. மரணம் அவரை விழுங்கியிருக்கும். வதை இல்லா மரணம் அவருக்கு வாய்த்திருக்க வேண்டும் என மனம் வேண்டிக் கொண்டது. நான் என் மனதை இதில் பின்தொடர விடாமல் இழுத்தேன்.

சுரேனை மௌனத்தின் பிடியில் இருந்து மீட்க முடியாமல்போக, அதன் மறுவிளைவு மௌனம் தன் ஆழச்சுழி நோக்கி மற்றவர்களையும் இழுத்தது. ஜான் பலமுறை பிரயத்தனப்பட்டு முயற்சித்தது இதற்காகத்தான். ஒவ்வொரு முறை தோல்வியிலும் ஒவ்வொரு முழம் எல்லோருமே புதைந்துபோய்க் கொண்டிருக்கிறோம். ஆழமறியா மௌனச்சுழி கொண்ட கிடங்கில். இந்தச் சிறையறையில் ஒருவரின் உணர்வு மற்றவரைச் சுலபமாகப் பீடித்துக் கொள்ளும். தோல்வியின் துக்கமோ, சிறையிருத்தலின் வெட்கமோ குடும்பத்தின் ஏக்கமோ எதுவாயினும் சரி தப்பவியலாது. இயலவே இயலாது.

தப்பி வாழ்ந்தவர்கள் அந்த அறையில் மீதமாய் இருந்த இருவர். அவர்களை ராசு அண்ணர் இரட்டையர் என்றுதான் அழைப்பார். அவர்கள் எதிலும் பங்கெடுப்பதில்லை. அவர்கள் பற்றியும் யாருக்கும் விபரம் தெரியவில்லை. ஆரம்பத்தில் இருந்தே அவர்கள் யாருடனும் கதைத்ததும் இல்லை. அவர்களின் உலகம் தனியாய் இருந்தது. அவர்களின் இருமைத் தனிமை

மற்றவர்களைப் பாதித்ததில்லை. மற்றவர்களின் நிலைமை அவர்களைப் பாதித்ததில்லை.

எதற்காக அப்படி இருக்கிறார்கள்? பாதுகாப்புக்காகவா? ச்சா... இதுவென்ன என் மடமை.

அறையில் தனித்தனி உலகம் உருவாகத் தொடங்கிற்று. இது மரணத்தின் நிழலை அத்தனைச் சுமையாக எங்கள் மேல் வீழ்த்தியது. முன்னர் தன் உலகத்தில் வாழ்ந்த ராசு அண்ணர் இப்போது தன் மௌனம் குலைத்து இந்தத் தனியுகங்களை உடைக்க முயன்றுகொண்டிருந்தார். ஜான் துணை நின்றான். பசீலண்ணை இல்லாததால் அந்த இடத்தை இட்டு நிரப்பவேண்டும் என்று ராசு அண்ணா எண்ணியிருக்கக் கூடும். ஆனால், அது அத்தனை சுலபமாக இருக்கவில்லை அவருக்கு.

நிகழ்காலம் நம்பிக்கையற்றதாகும் போது மனிதர்கள் கடந்த காலத்தின் துக்கச் சுழிக்குள் மாட்டிவிடுகிறார்கள். அல்லது எதிர்காலத்தின் அச்ச வலைக்குள் சிக்கிவிடுகிறார்கள். ஆனால் நானோ மனிதர்கள் கடந்த காலத்தின் துயரிலோ எதிர்காலத்தின் அச்சத்திலோ அகப்பட்டுக்கொள்ளும்போதுதான் நிகழ்காலத்தின் மீது நம்பிக்கையை இழக்கிறார்கள் என்றே புரிந்துகொள்ள முயன்றேன்.

எனக்கு ராசு அண்ணரின் பாடலின் மறுபல்லவி வரிகள் நினைவுக்கு வந்தன. எத்தனை வலிய வார்த்தைகள் அவை.

சாவுகள் சலிக்கக் கண்டேனே
சலிப்பது சாகவும் கண்டேனே
உயிர்த்தலின் மரணம் கண்டேனே
மரணத்தின் உயிர்ப்பையும் கண்டேனே
அகமும் புறமும் அறமும் திருவும் - அழியக்
கண்டேனே கண்டேனே!

சிறையை இருள் விழுங்கிவரும் மாலைப்பொழுதில் ஒரு அகத் தூண்டுதலாலோ அல்லது ஒரு மாறுதல் வேண்டியோ நான் ராசு அண்ணரைப் பாடச் சொன்னேன்.

அவர் நிமிர்ந்து மற்றவர்களைப் பார்த்தார். அதன் அர்த்தம் மற்றவர்களை அது இடையூறு செய்யக்கூடும் என்றிருந்தது. ஆனால், அவர் பாட ஆர்வமாக இருப்பதன் வெளிப்பாடும் அதுவாகும். ஜான் அதைப் புரிந்துகொண்டு, "அண்ணை எம்

ஜி.ஆர் படப்பாட்டு வேண்டாம். பாடுறதெண்டால் உங்கட பாட்டைப் பாடுங்கோ. தர்மம் ஒரு வாழ்வில் பொய்யோ... சூதே அதன் உள்ளின் மெய்யோ...” முதலடியைப் பாடிவேறு காட்டினான். “நீயே நல்லாய்ப் பாடுறாய்... பாடன்ரா” ராசு அண்ணர் சொன்னார். “இல்லையண்ணை நீங்களொருக்காப் பாடுங்கோ” மாஸ்ரர் சொன்னார். சுரேன் கூட சப்பணம் கட்டிக் கொண்டு நிமிர்ந்தான். பாட்டைக் கேட்கும் ஆர்வம் தூண்டப்பட ராசு அண்ணர் பாடினார். அவர் தன் தொண்டையை முழுமையாகத் திறந்து தன் தடித்த குரலில் பாடினார். அந்தப் பாடல் எங்களை ஆக்கிரமிப்பதன் காரணம் அது அவருடைய பாடல் அல்ல. அது எங்களுடைய பாடலாய் இருந்தது.

“தர்மம் ஒரு வாழ்வின் பொய்யோ
சூதே அதன் உள்ளின் மெய்யோ
பொய்யே அதன் பொருளும்தானோ - இல்லை
பொருளே பொய்தானோ
பொய்யும் மெய்யும் பொருளும் - வாழ்வின்
மாயை மாயை மாயைதானோ!”

தொடர்ந்து பாடிய ராசு அண்ணர் இன்று ஒரு பல்லவியையும் சேர்த்துக்கொண்டார்.

“கண்டவை பொய்யென்று ஆகாதோ
நடந்தவை இல்லையென்று போகாதோ
மாண்டவர் மீளவந்தே சேராரோ
என் ஞாபகம் அது செத்தே தொலையாதோ?
அகமும் புறமும் அறமும் திருவும் - ஒளிரக்
காணேனோ? காணேனோ!”

முதல் பல்லவியின் முடிவில் எங்கும் அறமும் திருவும் அழியக் கண்டனே என்று துக்கித்தவர், இன்றைய இறுதிப் பல்லவியில் அறமும் திருவும் ஒளிரக் காணேனோ? என அங்கலாய்த்தார். மரணத்தின் முன்னைய அங்கலாய்ப்பா இது?

‘ச்சா... ஏன் தேவையில்லாத யோசனை...’ நான் இப்படி நினைக்கவும் ஒரு ஆமிக்காரன் வந்து கதவைத் திறந்தான்.

“என்ன போடுறது சத்தம்.”

“.....” யாரும் எதுவும் பேசவில்லை.

“பாட்டுப் பாடுறதா...?” அவன் கேள்வியின் முகத்தில் கோபம் இல்லை.

“எல்லா பேரும் உடுப்பு சாமான்களை எடுத்து றெடியா நிக்கிறது. நான் திரும்பவும் வாற.”

“விளங்கேல்ல... எதுக்கு?” அச்சம் கொண்ட முகத்துடன் தரணி கேட்டான்.

“எல்லாம் நல்லம்.” சொல்லிவிட்டு அவன் போய்விட்டான்.

“எல்லாம் நல்லமா? யாருக்கடா கழிசடை மோனே? ஒண்டும் புரியுதில்லை.” ஜான் புலம்பினான்.

அதிகாரியின் அறைக்குக் கொஞ்ச நேரத்தில் எங்களைக் கொண்டுபோனான். நாங்கள் மூன்று பிரிவாக்கப்பட்டோம். எதுக்கு மூன்று பிரிவு? புரியவில்லை. என் மூளையோ சக்திகொண்டு ஆராய்ந்து கண்டுபிடித்துவிடத் துடித்தது. முடியவில்லை. பசீலண்ணை மற்றும் ரகு, கலைதான் நினைவுக்கு வந்தார்கள்.

என் பிரிவில் ராசு அண்ணரும், ஜானும் சுரேனும் இருந்தனர். தரணியும் இரட்டையில் ஒருவனும் தனிப்பிரிவு. மற்றவனும் மாஸ்ரரும் மறு பிரிவு. விம்மலாகத் தொடங்கிய இரட்டையர்களது அழுகை உரத்தது. அழுதபடியே மாஸ்ரரோடு விடப்பட்ட தனியன் தானும் மற்றவனோடு சேர்கிறேன் என்றான். அதிகாரி மேலும் கீழும் அவனை ஒரு தினிசாய்ப் பார்த்துவிட்டு முடியாதென்றுவிட்டான். என் பிரிவைத் தனித்த அறைக்குக் கூட்டிச் சென்றபோதுதான் தெரிந்தது. சிறைமுகாமே இப்படி பிரிக்கப்பட்டிருக்கின்றதென்பது. ஏனெனில் அந்த அறையில் தங்கள் உடுப்புடன் மேலும் பலர் நின்றுகொண்டிருந்தனர்.

உலகின் கண்களில் இருந்து மறைக்கப்பட்ட ரகசியச் சிறை முகாம் இது. பாதுகாப்பு அமைச்சருக்கும் அவரது விசுவாசிகளுக்கும் மட்டுமே இது தெரியக்கூடும். இப்போது எங்களை எங்கேதான் கொண்டுபோகப் போகிறார்கள்? யாரும் யாருடனும் கதைக்க இயலவில்லை. மனமும் இல்லை. வாழ்வறியா நிலைக்குச் சொற்கள் இல்லை. தன் கூட்டத்தைத் தொலைத்த காட்டின் குட்டிவிலங்கு கொள்ளும் மனநிலையை ஒத்திருந்தது எங்கள் நிலை. வெளியே காற்று பெருவிருட்சங்களை அசைத்துச் சுழித்து முன்முற்றத்தில் சுழன்றெழுந்து போகிறது. சருகுகள்

காற்றின் சுழிப்பில் அள்ளப்பட்டு அந்தரத்தில் சுழற்றப்பட்டு விசிறப்பட்டன. மக்கி மண்ணாகும்வரை அவற்றின் நிலை இதுதான்.

மற்றவர்கள் எங்கே சஞ்சரித்து உள்ளார்கள் என்று தெரியவில்லை. சிலர் தங்களுக்குள் ஏதோ கதைக்கிறார்கள். என் மனமோ என் குதத்தைச் சுற்றிச் சுற்றி வந்தது. பீயைச் சுற்றும் ஈ போல. யாரும் யாருடனும் எதுவும் பேசவில்லை. மரணம் அவர்களுடன் பேசிக் கொண்டிருந்தது.

நான் மற்றவர்களை விட ஆறுதலுடன் இருந்தேன். எப்படி என்றா கேட்கிறீர்கள்? அங்கே கடைசி நேரத்தில் வயிற்றைப் பிசைகிறது என்று நாடகம் போட்டு கக்கூசுக்குப் போக அனுமதி பெற்றிருந்தேன். ஒரு துப்பாக்கிச் சிப்பாயின் பாதுகாப்புடன் அதிகாரி என்னை அனுப்பி வைத்தான்.

'கெட்டாலும் மேன்மக்கள் மேன்மக்கள்தான்.' பாருங்களேன். இப்போது எனக்கு கக்கூசுக்குப் போகவும் 'பொடிகார்ட்' உண்டு. தந்திருக்கிறார்கள்.

அங்கே என் குப்பியை எடுக்கப்பட்ட பாடு இருக்கிறதே அதை இன்னதென்று சொல்ல முடியாது. சிறுநீர் கழிப்பது போல மலத்தை உடனே வரவழைத்துவிட முடியாது. அந்த இரட்டையர்போல மலம் வந்தால்தான் என் குப்பியும் வரும். எப்படியோ இந்தக் கட்டத்தில் விதி என்னை நேசித்தது. வெளியே வந்த குப்பியைக் கிளறி எடுத்து கொண்டுபோன தண்ணீரில் கழுவி வாய்க்குள் வைத்துவிட்டேன். இனி, வதை இல்லாத ஒரு மரணத்தை நானே நிகழ்த்துவேன். இந்தக் கழிசடை மக்கள் என்னைக் கொல்ல முடியாது. இந்த அகங்காரம் கடைசி நேரத்தில் என்னுள் எங்கோ ஒரு மூலையில் இருந்தது.

எங்களை ஏற்றிக்கொண்டு ஒரு வாகனம் புறப்பட்டது. காவலுக்கு நின்ற இராணுவச் சிப்பாய்கள் எங்களைப் பரிதாபமாகப் பார்த்தார்கள். அதிகாரியோ பரபரப்பாக இருந்தான். நாங்கள் விடைபெற்றோம். சபிக்கப்பட்ட எங்கள் வாழ்விலிருந்து.

இன்னொரு முகாமில் எங்களை ஏற்றிவந்த வாகனம் நிறுத்தப்பட்டு அந்த முகாம் அதிகாரி எங்கள் பெயர்களைப் பதிவு செய்து பொறுப்பேற்கும்வரை நாங்கள் எங்களை மரணத்தின் கையிலேயே ஒப்படைத்துவிட்டு அமைதியாகிவிட்டோம். அல்லது மரணித்து விட்டோம்.

ஆனால், சாவு அவ்வளவு சீக்கிரம் வந்துவிடாது என்பது இந்த முகாமில் மீண்டும் எங்கள் பெயர்களைப் பதிவு செய்தபோதுதான் தெரிந்தது. வந்து சேர்ந்த இடத்தை அகவிழியும் புறவிழியும் ஆராய்ந்தது. இரவு நேரம் என்பதால் சுற்றுச்சூழல் துல்லியமாகப் புலப்படவில்லை. அன்றைய இரவின் வானம் வெளிப்பாகவே இருந்தது. அதன் ஒளியே பார்வைக்கு ஓரளவு போதுமானதாக இருந்தது.

பக்கவாட்டாய் நீளமான மேல்மாடிக் கட்டடம். அதன் பின்புறம் நடுப்பகுதியில் தொடங்கி பின்னோக்கிப் போகிறது வேறு மாடிக்கட்டடம் ஒன்று. இரண்டையும் இணைத்து நோக்கினால் ஆங்கில 'ஜி' எழுத்துப் போல வரும். நாங்கள் பதிவுசெய்யப்படுவது தனித்த வேறொரு கட்டடத்தில். சிறு அரசாங்க அலுவலகம் போன்ற அமைப்பு. உள்நுழையும் வாசலுக்கு நேர் எதிராக இருக்கிறது இது. இந்த மேல் மாடிக் கட்டடம் கட்டி முடிக்கப்படவில்லை என்பதை கிடைத்த ஒளியில் கண்டுகொண்டேன். முடிவு பெறாமல் பாழாகிப் போகும் கட்டடம் இது. அதன் மாடியைச் சுற்றிக் கட்டியதுபோல வெளியே முட்கம்பிச் சுருள்கள் போடப்பட்டிருக்கின்றன.

முகாமின் முன்வாயிலினுள் பதினைந்து அடி உயரத்தில் முட்கம்பி வேலி சுற்றிவருவதைக் கண்டேன். அதன்கீழே முட்கம்பிச் சுருள் கொண்ட வேலி இன்னொன்று. வெளிப்புறமும் இத்தகைய சுருள் கம்பி வேலி இருந்தது. பதிவு செய்யும் இடத்தில் பொலிஸ் அதிகாரிகளும் நின்றிருந்தார்கள். பொலிசில் பதிவு செய்யப்பட்டோம். பின்னர் இராணுவ அதிகாரி எங்களைக் கூட்டி வந்த அதிகாரியின் ஆவணக்கடிதத்தில் ஒப்பமிட்டு எங்களைப் பொறுப்பேற்றுக் கொண்டான். நாங்கள் யாரிடம் கையளிக்கப்படுகிறோம். தெளிவாயில்லை. எங்களில் பதினாறு பேர் இருந்தோம். அதிகாரியின் உதவியாளர் சொன்னார் நாங்கள் வந்திருப்பது புனர்வாழ்வு முகாமாம், போர்க் கைதிகளுக்கான சிறப்பு முகாமாம்.

எங்களை இரண்டு இரண்டு பேராக அறைகளுக்கு அழைத்துச் சென்றார்கள். நானும் ஜானும் ஒரே அறை. சுரேன் பக்கத்து அறை. எங்கள் அறைகள் இரண்டாம் மாடியில் இருந்தன. படியால் ஏறி வலப் பக்கம் திரும்பியவுடன் எங்கள் அறை. எங்கள் அறையின் ஓரத்தால் நடந்தால் மற்றதொரு அறை வரும்.

சுரேன் படியால் ஏறி இடப்பக்கம் திரும்பியதும் வரும் அறையில். மொத்தம் இந்தத் தளத்தில் நான்கு அறைகள்.

எங்களை அறைக்குக் கூட்டி வந்தவன் அங்கு ஒருவனை நித்திரையில் எழுப்பினான். அந்த அறையில் பிணங்களை அடுக்கிவிட்டது போலக் கைதிகள் படுத்திருந்தனர். ஒரு கால் வைக்கக்கூட இடமில்லாதவாறு உடல்கள் அடுக்கப்பட்டு இருந்தன. 'விமல் எந்திரிடா... ஏய்... ஏய்..." எழுப்பும் இவனின் குரலில் ஒரு அதிகாரத்தொனி இருந்தது. தவிரவும் இவனது தமிழ் வடமாகாணத்தில் பரிச்சயமானது அல்ல. கிழக்கிற்கும் சரியாகப் பொருந்தி வரவில்லை. கண்ணின் கீழே வெளித்தள்ளி தடித்த தசையும் காட்டுப் பூனையின் முகமும் கொண்ட இவன் ஒருவேளை ஆமிக்காரன்தானோ? சிவில் உடையில் அல்லவா நிற்கிறான்?.

"ஓமண்ணை!" அவன் எழும்பி கைகட்டி நின்றான்.

"இவிங்க ரெண்டு பேரு உன் அறைக்குத்தான். இவிங்களைப் படுக்கவிடு. புரிஞ்சிதா?"

"இங்க இடமில்லையண்ணை."

"ஏய்... பாத்து படுக்க உடுடா... ஹொட்டலுக்கா வந்திருக்கிங்க இங்க."

"எங்கயண்ணை விடுறது நீங்களே பாருங்க."

கூட்டி வந்தவன் சுற்றிலும் பார்த்தான். உடல்கள் அடுக்கடுக்காய்க் கிடந்தன. அதில் சில உடல்கள் விழித்துவிட்டன. ஆயினும் எழும்பவில்லை.

"ஏய்... எத்தினை பேரு உன் அறையில...?"

"நாப்பத்தி ஒன்பது."

"ம்ம்..."

"ஏய்... இந்த இதில படுங்கடா... படுக்க விடு இவிங்களை இதில." அடுத்த அறைக்குப் போகும் நடைபாதையில் படுக்கச் சொல்லிவிட்டு அவன் அடுத்த அறைக்கு வேறு இருவரைக் கூட்டிக்கொண்டு போய்விட்டான்.

"அவங்கள் இஞ்சால திரும்பிப்போன பிறகு இதில படுங்க. நாளைக்குப் பாப்பம்..." நடுத்தர உயரமும் தமிழ் சராசரி முகமும் கொண்ட இவன் சொன்னான். இருபத்து ஏழு வயதிருக்கலாம். பொது நிறமும், தடித்த மீசையும் கொண்டு நேர்த்தியாக இருந்தான்.

கூட்டி வந்தவன் "ஏய்... படுடா... படுடா..." என்று சொல்லிக் கொண்டு மற்ற அறையிலிருந்து திரும்பிப் போய்விட்டான். இந்த அறையில் பலரும் இப்போது விழித்துவிட்டார்கள். "மோகண்ணை உங்கட இடத்தில ஓராளைப் படுக்கவிடலாமோ?" விமல் கேட்டான்.

"இங்க எங்க படுக்கிறது? எனக்கு மேலதான் படுக்கோணும்."

"அந்த வாளியைத் தூக்கி இடம் மாத்திற்று ஓராள் படுக்கலாம். வேறென்ன செய்யிறது?" இவன் இடம் இரந்தான்.

"ஆ... அப்ப உன்ர வாளியைத் தூக்கிற்று விடு, படுக்க." அலட்சியமாக எடுத்தெறிந்து சொல்லிவிட்டு அவர் திரும்பிப் படுத்துவிட்டார்.

"ஒண்டும் செய்ய ஏலாது இப்ப. இந்தப் பாதையில படுங்கோ. பிறகு பாப்பம்."

"அடுத்த அறைக்கு ஆக்கள் எப்பிடிப் போறது?" நான் கேட்டேன்.

"விலத்தி நடந்து போவாங்கள். அங்க பாருங்க அறையில கடைசி வரிசையில படுக்கிறவன் எப்பிடி வாறது, போறது...? இதுக்குள்ளதான் எட்டி விலத்தி நடக்க வேணும். ம்ம்... நாளைக்கு யோசிப்பம் இப்பப் படுங்கோ."

"என்னத்தில படுக்கிறது?" ஜான் கேட்டான்.

"எங்க இருந்தண்ணை வரியள்... செட்டிக்குளம் தடுப்பு முகாமில இருந்தா?" கேட்டுவிட்டு அவன் எங்களைப் பார்த்தான். அதன் அர்த்தம் 'பொத்திக்கொண்டு வெறுந் தரையில் படு' என்பதுதான். அத்தனை எள்ளல் அவன் சொல்லிலும் தொனியிலும் இருந்தது.

மற்றவர்கள் ஏதோ கீழே விரித்துக்கொண்டுதான் படுத்திருந்தார்கள் என்பது தெரிந்தது. அதனால்தான் ஜான் கேட்டான் என்று நினைக்கிறேன். தவிரவும் கட்டி முடிக்கப்படாத இந்தக் கட்டடத்தில் நிலமும் வெறும் காமற யட்டுமே போடப்பட்டிருந்தது. இதன் மேலே சீமெந்து கொண்டு

அழுத்தமான நிலம் போடப்படாமலே கைவிடப்பட்டுவிட்டது. எங்கள் படுக்கை இதன் மீதுதான்.

ஒருவனின் கால்மாட்டில் அடுத்தவர் என்று நடைபாதையில் படுத்தோம். தலைமாட்டில் கை கழுவும், சாப்பாடு கொட்டும் வாளி கெட்ட மணத்தை என் நாசியில் ஏற்றியது. நீட்டிப் படுக்க முடியாததால் நான் படுத்தபடி கால்களைச் சப்பணம் கொட்டும் சாக்கில் மடித்துக்கொண்டேன். அறையில் ஒருவன் கேட்டான். “எங்க இருந்து வரியள்” இந்தக் கேள்வியோடு மேலும் இரண்டு உடல்கள் தலை நிமிர்த்தின: பதிலை அறியும் பேரவா அவற்றிற்கு.

“ம்... செட்டிக்குளம்” ஜான் சொல்லிவிட்டுப் படுத்தான். இவன் சொன்ன விதத்திலும் படுத்த விதத்திலும் யாரும் மேற்கொண்டு எதையும் கேட்கத் துணியமாட்டார்கள். அத்தனை கடுப்பு ஜானின் சொல்லில் இருந்தது. ஆவல்கொண்ட உடல்கள் விருப்பை அடக்கிக்கொண்டு மீண்டும் படுத்தன.

நானோ நிலத்துடன் பொருந்த முடியாமல் படுத்தேன். முதுகின் எலும்பையும் தலையின் பிடரிப் பகுதியையும் கற்கள் குத்தின. பக்கத்து அறையில் இருந்து ஒருவன் வந்தான். அவன் செருப்பணித்த தன் பாதத்தை என் கழுத்தின் இடையில் பதித்து என் இடுப்பின் அருகே மறுபாதம் வைத்து, கவட்டின் இடையே அடுத்த மிதி வைத்துத் தாவி நடந்தான். அவன் கடந்து போகையில் கெட்ட வெடில் நாற்றம் அடித்தது. மீண்டும் சற்று நேரத்தில் திரும்பிவந்தான். அதே தாவலில் என்னைக் கடந்து சென்றான்; எந்த உறுத்தலும் இல்லாமல்.

இப்போது கடக்கையில் மூத்திர நாற்றம் நாசியில் ஏறியது. ‘ஓ... மூத்திரம் பெய்திட்டு வாறான்போல” ஊகித்துக்கொண்டேன். செருப்பில் அத்தனை நாற்றம். இந்த நடைபாதையிலா படுத்திருக்கிறேன்? ‘ம்ம்...’ திரும்பி குப்புறப் படுத்தேன். நெஞ்சு, வயிறு, முகத்தில் இன்னமும் கொஞ்சம் தசை மீதமிருப்பதால் எலும்பை காறைகள் உறுத்தாதல்லவா? அது நல்ல யோசனையாய்த்தான் இருந்தது. ஆனாலும் மூக்கைக் கடவுள் முகத்தில் படைத்ததால் முடியவில்லை. பிடரியில் படைத்திருந்தால் நாற்றத்தை முகராது படுக்க வசதியாக இருந்திருக்கும். “ஓ... நாளை என்னை முகாமதிகாரி விசாரணைக்குக் கூப்பிடலாம். காலை எழுந்ததும் முதல்வேலையாகக் குப்பியை மீண்டும் இடம் மாற்றியாக வேண்டும்...” யோசித்தபடியே இருந்தேன்.

புனர்வாழ்வு முகாம் ஒரு கல்லூரி 'ஹொஸ்டல்'போல இருக்கலாம் என்றுதான் கற்பனை செய்திருந்தோம். ஆனால் அப்படிக் கற்பனை செய்த முட்டாள்தனத்தை எண்ணி இப்போ வெட்கப்பட்டேன். நடந்த யுத்தம் “பயங்கரவாதிகளிடம் இருந்து மக்களை மீட்கும் மனிதாபிமான நடவடிக்கை.” என்று அறிவித்த அரசு 'பயங்கரவாதிகளுக்குப் புனர்வாழ்வு' என்று சொன்னால் அது எப்படி இருக்குமென்று உணர்ந்தல்லவா இருக்க வேண்டும். இது மனத்தை உறுத்தும்போது சுயவெட்கம் கொள்ளாமல் இருக்க முடியுமா?

தமிழ் மக்களால் இத்தனை ஆண்டுக் காலம் தங்கள் மீட்பர்களாக மதிக்கப்பட்ட போராளிகளுக்கு, அவர்களை அவர்களின் பயங்கரவாதச் சிந்தனையில் இருந்து இயல்பு மனிதராக்கும் புனர்வாழ்வு, அரசால் ஆரம்பிக்கப்பட்டுவிட்டது.

தவறுக்கான வரலாற்றின் தண்டனையா இது? இல்லை வஞ்சிக்கப்பட்ட மக்களின் சாபமா? அல்லது வாழும் காலத்தில் தியாகிகளும் தீர்க்கதரிசிகளும் படவேண்டிய நியதியான கால நிந்தனையா இது? யோசித்துக்கொண்டே இருந்தேன். இரவு முழுவதும் இருள் தோய்ந்த மனதின் அலைச்சலில்... இப்போ உடல்கள் எழுந்துபோகத் தொடங்கிவிட்டன மலம் கழிக்க. நானும் எழுந்துபோனேன். என் குப்பியை மீண்டும் பழைய இடத்திற்கு மாற்றிக்கொண்டேன்.

மறுநாள் அறையில் உள்ளவர் பலரும் தனியாகவும் கூட்டாகவும் ஒருபாட்டம் எங்களை விசாரித்தார்கள். முதிர்ந்த முகங்களிலும் விடுப்பறிவதை அடக்க முடியாமல் தவிக்கும் சாயலைக் கண்டேன். ஆனால் நான் மட்டும் திறமா என்ன? நானும் செய்தது அதுதானே! சுடுகாட்டில் வாழ்ந்திருந்தாலும் சுதந்திரமாக இருந்தோம். மரணம்வரை அங்கு பாடலும் பறத்தலும் எம்முடையதே. இப்போ இப்படி கூடுகட்டி அடைத்தால் வெளியுலகம் அறிய ஆவல் பிறக்காதா என்ன? தவிரவும், வெளியே தம்மைப் போன்றவர்களுக்கு என்ன நடக்கிறது என்பதை அறிந்து கொண்டால்தான் தமக்கான அடுத்த நாள்கள் பற்றி ஊகிக்கமுடியும்.

எங்களுக்கு நாங்கள் இருந்து வந்த இடத்தின் முகாம் அதிகாரி சொல்லிவிட்டான், நீங்கள் போகும் இடத்தில் எங்கிருந்தீர்கள், எப்படி இருந்தீர்கள் என்பன பற்றி சக கைதிகளுடன் எதுவும் பேசத் தேவையில்லை. இதுவும் ஒரு புனர்வாழ்வு முகாம்தான்.

ஆனால், உங்களுடைய நன்மைக்காக அரசாங்கம் உங்களை உங்கள் குடும்பங்கள் வந்து சந்திக்கக் கூடிய புனர்வாழ்வு முகாமுக்கு மாற்றச் சொல்லியிருக்கிறது. அதனால் உங்களை இங்கிருந்து அங்கு மாற்றுகிறோம்.

இந்த விடயத்தை மனத்தில் கொண்டு நாங்கள் வேறு புனர்வாழ்வு முகாமில் இருந்து வருவதாகச் சொன்னோம். ஜான் இரவு செட்டிக்குளம் மக்கள் புனர்வாழ்வு முகாமில் இருந்து தான் வந்ததாகச் சொல்லி சககைதிகளிடம் மாட்டிக்கொண்டான். அவர்கள் செட்டிக்குளம் முகாமில் உள்ள தங்கள் குடும்பங்கள்பற்றி விசாரிக்கத் தொடங்கிவிட்டனர்.

சக கைதிகளின் விசாரணை முடிய முன்பே இராணுவப் புலனாய்வு அதிகாரிகளிடம் இருந்து அழைப்பு வந்தது. விசாரணைக்கு வரட்டாம். விமலிடம் வந்து ஒரு சிப்பாய் சொல்ல விமல் எங்கள் இருவரையும் அனுப்பி வைத்தான். விமல் இந்த அறைக் கைதிகளுக்குத் தலைவனாக நியமிக்கப்பட்டிருக்கிறான் என்பதை ஊகித்துக்கொண்டேன். விசாரணைக்குப் போனபோது தெரிந்தது இரவு எங்களை அறையில் கூட்டிப்போய் விட்டவன்தான் விசாரணை அதிகாரி என்று. அட நம்மவர்கள் இவனை 'அண்ணை' என்றல்லவா விளித்தார்கள்? அறையின் வாசலில் நாய் ஒன்று வாலைச் சுருட்டி பின்புறத்தை ஆட்டிக் குழைந்தவாறு உள்நுழைய இவன் அதைத் துரத்திவிட்டு எங்களை மேலும் கீழும் பார்த்தான். தமிழை அவன் சரளமாகவே பேசினான். ஆனால் உச்சரிப்பு வடக்கு கிழக்கைச் சார்ந்ததல்ல. இவன் தமிழைப் படித்து, கற்றறிந்தும் இப்படிக் கதைக்க முடியாது என்றும் மதிப்பிட்டேன்.

முப்பத்தைந்து வயதிருக்கலாம். வெகுவிரைவில் சொட்டைத் தலையாகப் போகிறது. என்னை விடக் கட்டையாக இருந்தான். கண்கள் நிரந்தரமாகவே சிவப்பேறிவிட்டன. விசாரிக்கத் தொடங்கிய உடனேயே சிகரட்டைப் பற்றவைத்துக் கொண்டான். இப்போதும் சிவில் உடையில்தான் இருந்தான். காலுக்குமேல் கால் போட்டு ஓர் அலட்சிய பாவனையை முகத்தில் காட்டி, புகையை ஒரு சாங்கமாக வெளியே ஊதி தனக்குத்தானே திமிர் ஏற்றிக்கொண்டு அந்த விசாரணையை நடத்தினான். அனேகமாக அது ஆரம்பக்கட்டப் பதிவுக்காகத்தான் என்று தோன்றியது எனக்கு. நாங்கள் இடம் மாற்றப்படும்போது எங்கள் கோவைகளையும் - அதுதான் ஃபைல்களையும் சேர்த்து

அனுப்பமாட்டார்களா என்ற கேள்வியும் மனதில் எழுந்தது. தேவையா இப்போதிந்தக் கேள்வி எனக்கு?

அறையில் இன்னொருவன் இருந்தான். அவனது நடவடிக்கையைப் பார்த்தால் இவனது அல்லக்கை போல் தென்பட்டது. ஆனால் தமிழ் எங்களுடைய பேச்சு வழக்கில்தான் இருந்தது. பின்னர் தெரிந்துகொண்டேன் அவனும் கைதிதானென்று. அதிகாரி தான் குறித்த எங்கள் பதில்களை அவனிடம்தான் கொடுத்தான். ஒரு விண்ணப்பத்தில் முறையாக அதைப் பதியுமாறு. முடிவில் கேட்டான். “ஏய் உங்க றாங் என்ன இயக்கத்தில?”

“...” நாங்கள் பதிலேதும் சொல்லவில்லை. இங்கயும் பழைய கதை தொடங்குதே. அடிக்கப் போறானோ என்றுதான் மனம் ஓடியது.

“இயக்கம் உங்களுக்கு ‘றாங்’ தரும்தானேடா! கப்டன், மேஜர் எண்டுட்டு... அதைச் சொல்லு.” திரும்பவும் கேட்டான். “செத்தாத்தான்...” ஜான் முடிக்காமல் இழுத்தான். அடியை எதிர்பார்த்து நெளிபவன் போலப் பட்டான். விசித்திரமாய் எனக்குச் சிரிப்பு வந்தது.

“டேய் நானும் முன்ன இயக்கத்தில இருந்ததுதான. எனக்கு வுடுறியா நீ...? உனக்கு உன் ‘றாங்’ தெரியும்தானே...?”

“சரி... வுடு, கேணல் எண்டு போட்டுக்க இரண்டையும்.”

எழுதியவனைப் பார்த்துச் சொன்னான். ஆனால் அதில் சிரிப்பும் விகடமும்தான் அவனிடம் இருந்தது.

“என்னெண்டாலும் வந்து என்கிட்டக் கதையுங்க. எப்ப வேணும்னாலும் நீங்க வந்து என்னைச் சந்திக்கலாம். நான் பிறவு கூப்பிடுறன்.” என்று அனுப்பி வைத்தான்.

இராட்சத மிருகம் ஒன்றின் மக்கிப்போகாத எலும்புக்கூடுபோல இருந்த அந்தக் கைதிகளுக்கான கட்டடத்தின் கீழ்த்தளம் மட்டும் பூர்த்தியடைந்து கைவிடப்பட்ட கட்டடமாக இருந்தது. அதன் பின்புறத்தில் பக்கவாட்டாக உள்ள கட்டடத்தில் வெளிப்பக்க வாசலைக் கொண்ட அறையில்தான் எங்கள் விசாரணை முடிந்து வெளியேறினோம். அது ஒரு பெரிய அறை. அதில் பாதியைத் திரைச் சீலையாலும் ஒரு அலுமாரி கொண்டும் பிரித்து வைத்திருந்தான். ஒன்று அவன் படுக்க. மற்றது அவன் கைதிகளைக் கூப்பிட்டுக் கதைக்க என்றிருந்தது. பாழாகும்

அந்தக் கட்டடத்தின் எங்கள் அறையில் என்னைப் பொருத்திக் கிடத்தியவாறே யோசித்துக்கொண்டிருந்தேன்.

எப்படியோ புனர்வாழ்வு தொடங்கிவிட்டது போராளியாகப்பட்ட எங்களுக்கு, ச்சி... போர்க் கைதியாகப்பட்ட எங்களுக்கு, ச்சி... பயங்கரவாதியாகப்பட்ட எங்களுக்கு.

இந்தப் புனர்வாழ்வு முகாம் என்ற போர்க் கைதிகள் சிறைமுகாம் பற்றிய சித்திரத்தை உங்களுக்குத் தரத்தான் வேண்டும்.

'பயங்கரவாதி'யாகப்பட்ட எங்களுக்குப் பாவ மன்னிப்புத் தந்து புனர்வாழ்வு அளிக்கக்கூடிய ஒரு முகாம் எப்படியிருக்கும் என்பது மிக அரிதான அனுபவம் இல்லையா? அதை எட்டி அறிந்துகொள்ள நீங்களும் ஆவலாய் இருப்பீர்கள் என்பது எனக்குத்தெரியும்.

மக்களை முதலில் எங்களிடம் இருந்து மீட்டெடுத்து விட்டார்கள். முப்பது வருடம் இடையறாது நடத்திய போரின் முடிவாக இது வெல்லப்பட்டது. மீட்கும்போது வன்னியில் இருந்த மக்கள் தொகை மூன்று இலட்சத்து ஐம்பதாயிரம் பேராம்.

பயங்கரவாதிகளான எங்களிடம் இருந்து மீட்கும்போது அறுபதாயிரம் மக்கள் இறந்துபோனார்கள். ஒரு இலட்சத்திற்கும் சற்று அதிகமானோர் காயமுற்றார்கள். அதில் பாதிப்பேர் ஊனமடைந்து போனார்கள். எஞ்சியோர் செட்டிக்குளம் காட்டில் இராணுவப் பாதுகாப்பில் முகாம் அமைத்துத் தடுத்து வைக்கப்பட்டிருக்கிறார்கள். மக்கள் நலன்புரி முகாம் என்று பெயரிட்டிருக்கிறார்கள். தொண்டு நிறுவனங்களும், உலக ஊடகங்களும் வெட்கம்கெட்டு அப்படித்தான் அதை அழைத்தன.

போர்க் கைதிகளுக்கான எங்கள் சிறைமுகாமுக்கும் ஒரு நற்பெயர் கொடுத்தார்கள். புனர்வாழ்வு முகாம் என்று. நானிருக்கும் முகாம் அமைந்திருப்பது வவுனியாவில் இருந்து திருகோணமலைக்குப் போகும் வீதியில் கிராமங்களும் காடும் மருகும் ஓர் இடத்தில். இந்தக் கட்டடத் தொகுதி கைவிடப்பட்ட அரச பள்ளிக்கூடமாக இருக்கலாம். அல்லது படையினரின் தேவைக்குப் பெற்றுக்கொள்ளப்பட்டதாகவும் இருக்கலாம். நாங்கள் இருக்கும் மாடிக் கட்டடம் பல காலம் முன் கட்டத் தொடங்கி பின்னர் முடிக்கப்படாமலே கைவிடப்பட்டதாக இருந்தது. கட்டடத்தின் 'பிறேம்வேர்க்" மட்டும்தான் முடிக்கப்பட்டிருந்தது. கீழ்த்தளம் பாவனைக்குரியதாக முழுமையடைந்திருந்தது.

இந்தக் கட்டடத்தில்தான் கைதிகளாகிய நாங்கள் வைக்கப் பட்டிருந்தோம். சுவரில்லாத இந்தக் கட்டடத்தின் மேல்தளத்தில் இருக்கும் எங்களை முகாம் சூழலில் எங்கிருந்துகொண்டும் பார்க்கக் கூடியதாக இருந்தது. கைதிக் காவலுக்கு இது ஒரு வசதி. சுவருக்குப் பதிலாக முட்கம்பிச் சுருளைக் கீழிருந்து மேற்கரை வரைக்கும் நான்குபுறமும் போட்டுக் கட்டியிருந்தார்கள். அறைகள் மட்டும் சீமெண்ட் பூசாத சுவர்களால் பிரிக்கப்பட்டிருந்தன. ஒரு தளத்தில் நான்கு அறைகள். மொத்தம் பன்னிரண்டு அறைகள் மூன்று தளத்திலும். ஒரு அறையில் அண்ணளவாக ஐம்பது கைதிகள். ஆக, தோராயமாக இங்கு அறுநூறு கைதிகள் இருக்கலாம். இந்தச் சுவரில்லாத தளங்கள் நாங்களும் வெளிநோக்கிப் பார்க்க வசதி செய்தன.

முகாம் நுழைவாசலுக்கு நேர் எதிராகவும் இந்தக் கட்டடத்திற்குப் பக்கவாட்டாகவும் அதோ தெரிகிறதே ஒரு சிறிய கட்டடம். அதுதான் இந்தச் சிறை முகாமுக்கான காவல்துறை அலுவலகம். ஐம்பதடி நீளம் வருமா? ம்ம்... இருக்கலாம். அதன் பின்னால் ஒரு வில்வ மரம் விஸ்வரூபமாய் எழுந்து நிற்கிறது. எங்கள் மாடிக்கு வலது புறம் பாருங்கள். நுழைவாயில் இருக்கிறது. அருகே வயல்காவல் பரண்போலச் சற்று அதிக உயரமாக அமைக்கப்பட்டிருக்கிறதே! அது ‘தூர அவதானிப்பு நிலை’ என்று படைத்துறையில் சொல்வார்கள். தெரிகிறதா... மேலே ஒரு சிப்பாய் நிற்கிறான். கீழே பாருங்கள், மற்றொருவன் காவல் நிற்கிறான். நுழைவாயிலில் காவல்துறைக்காரனும் ஒருவன் நிற்கிறான். இப்படி தூர அவதானிப்பு நிலைகள் இந்த முகாமைச் சுற்றியுள்ள முட்கம்பி வேலி ஓரத்தில் வேறு பலவும் இருக்கின்றன.

எங்கள் கட்டடத்திற்கு நேர் எதிரே ஒரு கொட்டில் இருக்கிறது. பார்த்தீர்களா? அதுதான் சமையல்கூடம். இரண்டுக்கும் இடையில் நுழைவாயில் பக்கமாக ஒரு சிறிய கொட்டில் இருக்கிறதே. சுற்றி அடைக்கப்படாத இந்தத் திறந்த கொட்டிலின் நடுவே முட்கம்பிச் சுருள்களை உயரே அடித்து இரண்டாகப் பிரித்திருக்கிறார்கள். இதுதான் கைதிகள் தங்கள் குடும்பத்தவர் வந்தால் சந்திக்க ஒதுக்கப்பட்ட இடம். முட்கம்பிச் சுருளுக்கு இப்புறம் அப்புறமாக இரு தரப்பும் நின்று கதைக்க வேண்டும். முட்கம்பி சுருள் மூன்று அடி அகலம் வருமா? கொஞ்சம் அதிகமாகவும் இருக்கக் கூடும். திங்கட்கிழமையும் வியாழக்கிழமையும் சந்திப்பு நடக்கும். ஒருவருக்குப் பதினைந்து நிமிடம் ஒதுக்கீடு.

சமையல்கட்டுக்குப் பின்புறமாகச் சேற்று நிலமாகத் தெரிகிறது பாருங்கள். பரண் அமைத்து இரண்டு தண்ணீர்ப் பீப்பாய்கள் ஏற்றிவிடப்பட்டிருக்கின்றன. ஒரு நாற்றம்கூட வருகிறதே! அதுதான் கைதிகள் குளிக்கும் இடம். அங்கும் காவல் பரண் ஒன்று இருக்கிறது. மேலே சிப்பாய் பார்த்தீர்களா?

சமையல்கட்டின் மேற்கு மூலையில் ஒரு அலரிமரம் அருகே காவல் பரண். காவல்துறை விடுதியின் பின்னால் ஒரு காவல் பரண். எங்கள் கட்டடத்தின் தொடக்கப் பகுதிக்கு நேர்பின்னால் மலக்கூட வரிசை. எண்ணிப் பாருங்கள். எட்டு இருக்கின்றனவா? ம்ம்... சரிதான். தகரத்தால் அடைக்கப்பட்டிருக்கின்றன இல்லையா? அருகே ஒரு காவல் பரண். மறுகரையில் அருகே சிறு தட்டியில் தூக்கி வைக்கப்பட்டிருக்கிறது தண்ணீர்ப் பீப்பாய். இது மலக் கூடத் தேவைக்கு உரியது. இப்போது இதில் தண்ணீர் இல்லை. காலையில் மட்டும்தான் தண்ணீர் நிறைப்பார்கள். மற்ற நேரத்தில் தண்ணீருக்கு என்ன செய்வதென்று கேட்கிறீர்களா? ஒன்றும் செய்வதற்கில்லை. சும்மா மலத்தைக் கழித்துவிட்டு வரவேண்டியதுதான். பலவேளைகளில் அதிகாலையிலும் தண்ணீர் இருக்காது. காவல் பரணில் மேலும் கீழும் மீசை மழித்த சிப்பாய்கள் எதன் மீதோ வெறுப்புக்கொண்டவர்களாக நிற்கிறார்கள் பாருங்கள்.

எங்கள் கட்டடத்தின் முடிவுப் பகுதிக்குப் பின்புறமாக இருக்கிறதே ஒரு கட்டடம். அறுபது அடி நீளம் வருமா? வரலாம். வேலிக் கரையைப் பார்த்தபடி வாசல்கள். இதில் ஒரு அறைதான் புலனாய்வு அதிகாரியுடையது. அடுத்தது அதிகாரியின் உதவியாளர்களுடையது. அடுத்தது முகாம் அதிகாரியினுடையது. அருகே உள்ள சிறிய அறை இராணுவக் காவல்துறை அதிகாரிக்கு உரியது. எங்கள் கட்டடத்தின் கீழ்த்தள அறைகள் இரண்டு உணவுக் களஞ்சியமாக்கப்பட்டிருக்கிறது இப்போது. அருகே இன்னொரு காவல்நிலை. முகாம் அதிகாரியின் அறை வாசலில் ஒருவன் காவல் நின்றால் அதிகாரி உள்ளே இருக்கிறான் என்று அர்த்தம்.

இந்தச் சிறிய சிறைமுகாமை அமைக்கச் சுற்றிவர முட்கம்பி வேலி. அதன் இருபுறமும் சுருள் முட்கம்பி வேலி தரையில். இரண்டுக்கும் இடையில் மிதிவெடி இருப்பதாகப் படையினர் சொன்னார்கள். ஆனால் கைதிகள் பலரும் இதை நம்பவில்லை. எங்கள் கட்டடத்தின் பின்புற நடுப் பகுதியைத் தொட்டாற்போல ஒரு

மாடிக் கட்டடம் கிடையாகப்போகிறதே! இதை வெளியே விட்டு கம்பி வேலியை உட்புறம் வளைத்துப் போட்டிருக்கிறார்கள். இந்தக் கட்டடத்தில் யாரும் இல்லை. கீழ்த்தளத்தில் சிப்பாய்கள் தங்குகிறார்கள். இந்த இடத்தையும் கைதிகள் தங்க ஏன் பயன்படுத்தக் கூடாது? எனக்கும் அது விளங்கவில்லை. இந்தச் சிப்பாய்கள் போய்வர பின்புறத்தில் கம்பிவேலியின் நடுவே முட்சுருள்களை அகற்றிவிட்டிருக்கிறார்கள்.

அறைக்கு ஒரு கைதித் தலைவன் இருப்பதுபோலவே முகாமுக்கும் ஒருவன் கைதிகளின் தொடர்பாளனாக அதிகாரியால் நியமிக்கப் பட்டிருந்தான். இவன் பெயர் பாலன். இவன் ஒரு தலைவனாகவே பாவனை பண்ணுவான். அதுவும் ஒரு பதவிதானே இல்லையா? மனிதன் தான் வாழும் சூழலில் தன் தலையில் ஒரு கோழி இறகாயினும் மற்றவர்களுக்கு இல்லாதது தனக்கு இருக்கவேண்டும் என விரும்புகிறான் போலும். அது சொர்க்கமாயினும் சரி, நரகமாயினும் சரி. தலைவனாகியதற்கான விசேடத் தகைமைகள் சில உண்டு. முதலாவது சிங்கள மொழி தெரிந்திருந்தமை. அதனால் மொழிபெயர்க்க உதவ முடியும். மேலும் தன் விசுவாசத்தைச் சிப்பாய்களிலிருந்து அதிகாரி வரைக்கும் நிரூபிக்க முடிந்தமை. அடுத்து விடுதலைப் புலிகளுக்குரிய தோற்றமோ குணநலமோ அவனிடம் இல்லை என புலனாய்வு அதிகாரி கண்டமை. வளர்ந்த சுருள் முடிக் கேசமும், தாடியும் பள்ளிப்பெண்கள் அச்சமடையும் கண்பார்வையும் கொண்டிருந்தான் அவன். இந்த அல்லக்கைக்கும் ஒரு அல்லக்கை இருந்தது. அவன் பெயர் மூர்த்தி. இதுவும் ஒரு பதவிதானே! புலனாய்வு அதிகாரியின் முழு ஆசீர்வாதம் இவர்களுக்கு இருந்தது. மூர்த்திக்கு இன்னும் அதிகமாக. இது பாலனை எப்போதும் பதவி அச்சம்கொள்ள வைத்தபடியும் இருப்பதாய் எனக்குப் பட்டது.

காலையில் 'பௌசர்'இல் வரும் தண்ணீரைப் பிரித்து வழங்கும் அதிகாரம் என் பக்கத்து அறையில் இருக்கும் மதனுக்குரியது.

இது ஒரு சர்வ அதிகாரம் போன்றது. அது நாட்டின் உள்துறை அமைச்சுக்கு ஒப்பானது. ம்ம்... உண்மையாகவேதான். இங்கு தண்ணீர்தான் மகத்துவமான பொருளாக்கப்பட்டிருக்கிறது. இதிலிருந்துதான் புனர்வாழ்வு தொடங்கப்படவேண்டுமோ என்னவோ?

தண்ணீரைப் பொறுக்கவென அதன் முன்னுரிமைப்படுத்தல் முகாம் அதிகாரியால் பின்வருமாறு வகுக்கப்பட்டிருந்தது.

முதலில் சமையல் கூடத்திற்கு, அடுத்து அதிகாரிகளுக்கு, பின் சிப்பாய்களுக்கு, பிறகு காவல்துறையினருக்கு, அதன்பிறகு கைதிகளின் குடிதண்ணீர் தாங்கிக்கு, அடுத்து மலக்கூடத்திற்கு, எஞ்சுவது முகம் கழுவவும், கைதிகள் குளிக்கவும். இவை எல்லாவற்றையும் தாண்டி குளிக்கத் தண்ணீர் கிடைப்பது நடக்கக் கூடிய காரியமல்ல. குடிதண்ணீருக்கு ஒரு நாளைக்கு இரண்டு சோடா போத்தல். மூன்று லிட்டர். சாப்பிட்டபின் கைகழுவுவதும் இதில்தான். இந்தக் கைதிகளின் தண்ணீரில் பெரும் ஊழல் நடக்கும். பணம், பண்டம் என்றும் கைமாறும். தரகர்கள்கூட இருக்கிறார்கள். ம்ம்... உண்மைதான். இந்த சர்வ அதிகாரமும் மதனிடம் இருந்தது.

சமையல்கட்டின் தலைவன் வெடி பாலன். ஏற்கனவே ஒரு தலைவன் பாலனாய் இருப்பதால் சமையல்கட்டு பாலனுக்கு ஒரு அடைப்பெயர் சேர்க்க வேண்டியதாயிற்று. நீங்கள் கேட்கக்கூடும் ஏன் 'சமையல் பாலன்' என்று வைத்திருக்கக் கூடாதென்று. என்னிடம் அதற்கு பதிலில்லை. நான் அறிந்தவரை இவன் அண்டப் புளுகன். இயக்கத்தில் எல்லாத் தளபதிகளுடனும் தனக்கு உள்உறவு இருக்கிறது என்பதைப் போலக் கதைப்பான். அதேபோல இப்பவும் இந்த முகாம் அதிகாரிகளுடனும் தனக்குக் குடும்ப உறவு இருக்கிறதைப் போலக் கதைக்கிறான். ஐம்பது வயது வரும். மன முதிர்ச்சி எதுவும் கிடையாது. குள்ளமான தடித்த உடல்வாகு. ஊரில் தொழில் வேட்டையாடுவதுதான். முன்னர் கள்ளமரம் அரிந்தானாம். பிறகு இயக்கம் வன்னியில் காடுவெட்டுவதை முழுமையாகக் கட்டுப்படுத்தியதும் அந்தத் தொழில் கைவிட்டுப்போனது. அதனால் முதல் இயக்க உறவு வனத்துறைப் பொறுப்பாளர் ஒருவருடன் வந்தது. உதிரி லாபங்களை அடையும் வழிமுறையை இங்கிருந்துதான் இவன் தொடங்கினான். இவன் ஏன் கைதியாகப் பிடிபட்டான் என்பது மட்டும் எனக்கு விளங்கவில்லை.

இந்த வெடிபாலனுக்கு ஏழு உதவியாளர்கள் நிரந்தரமாகச் சமையலுக்கு விடப்பட்டிருந்தார்கள். இவர்கள் சமையல்காரர்கள். இதைவிட ஒரு அறை ஒரு நாளைக்குப் பத்துபேரை காலை ஆறுமணிக்குச் சமையலுக்கு உதவிக்கு அனுப்பவேண்டும். இது சுழற்சிமுறையில் வரும். இப்படி வேலைக்குப் போகிறவர்களுக்குப் பதினைந்து லீட்டர் தண்ணீர் குளிக்கக் கொடுப்பார்கள். இதற்காகச் சமைக்க விரும்புபவர்களும் அறையில் உண்டு.

காரணம் குளியலுக்கான தண்ணீர் ஒருவருக்கு இருபது லீட்டர் என வரையறுக்கப்பட்டிருந்தது.

ஒரு வாளி தண்ணீர் கிடைக்க அறுநூறு பேரின் முறை கடந்து திரும்பிவரப் பத்து நாள்களுக்குமேல் ஆகும். ஐம்பதுபேர் கொண்ட அறையில் அவிச்சல், வெக்கையில் உடல்கள் சாகும்முன்னே நாறின. இனி இருபது லீட்டர் தண்ணீரில் ஒரு முழுக்குப் போடுவது சுலபமான காரியமல்ல. தேத்தண்ணி கோப்பையால் முழுகுவதற்கு விசேடப் பயிற்சி வேண்டும். நாளடைவில் பல நுணுக்கங்களைக் கண்டுபிடித்தோம். தலையை முதலில் தண்ணீரால் தோயவேண்டும். குனிந்தபடி இப்படித் தலையை மட்டும் தோய்ந்து கீழே விழும் தண்ணீரைச் சிந்தாமல் சிதறாமல் மற்றொரு வாளியில் ஏந்தவேண்டும். இப்படிச் செய்து இரு மடங்கு ஆக்குவோம் குளிக்கும் தண்ணீரை. சூடு இறங்கும். பிறகு ஒரு நடனவித்தைபோல முழு உடம்பும் படும் வண்ணம் தண்ணீரை வார்ப்போம். பிறகென்ன புனர்வாழ்வு என்றால் சும்மாவா? முன்னர் நாம் வைக்கப்பட்ட முகாமில் இந்த உத்தரிப்பு இல்லை. சுடலைக்கு அனுப்புவதற்கு வைத்த ஆக்களை நன்கு குளிப்பாட்டினார்கள்போலும்.

உணவுக் களஞ்சியம் தர்மு அண்ணரின் கட்டுப்பாட்டில். ஐம்பது வயது வரலாம். அதிகம் கதைக்காதவர். நல்ல உயரமும் நிமிர்ந்த நெஞ்சும் கொண்டவர். கொஞ்சம் நேர்மையும்தான். இவரை எப்படி இந்தப் பணிக்குத் தேர்ந்தெடுத்தார்கள் என்று புரியவில்லை. வயதா? இல்லை மௌனமா? இல்லை நேர்மையா? ஏதாவது ஒன்றாக இருக்கலாம். அதிகாரி இதற்குப் பொறுப்பான ஒருவர் வேணுமென்று உணர்ந்திருக்கக்கூடும்.

வெடிபாலனின் இந்தப் பதவிக்கு அவனது சமையல் கலையும், வாலைச் சுருட்டும் குணமும் மட்டும் காரணமில்லை. அவனது மனைவி ஒரு பேரழகி. காட்டழகி. சிறு பெண்போலத் துள்ளும் கண்களுடன் இருப்பாள். இதுவும் ஒரு காரணம் என்று அறைகளில் கதையிருந்தது.

உறவினர் கைதிகளைப் பார்வையிட வரும்போது, அவர்கள் எழுதிக்கொடுக்கும் கைதியை அறையில் தேடிப் பிடித்துக்கொண்டு வரவேண்டியது வண்ணனின் அதிகாரம். இருபது வயதே இருக்கக் கூடிய சிறியவன். புலனாய்வு அதிகாரியின் அசத்தலான எடுபிடி. பொடியள் எல்லாத்துக்குமான எடுபிடி இவன் என்று சொல்வாங்கள். சமையல்கட்டில் இருக்கக்கூடிய எல்லாருக்கும்

இராணுவம், பொலிஸ் இந்த இரு பகுதியுடனும் நல்லுறவு உண்டு. அறைத் தலைவர்களும் புலனாய்வுக்காரனுக்கு அல்லக்கைகளாய் இருந்தார்கள். மேற்சொன்ன இவர்கள் அனைவரும்தான் கைதிகளில் அதிகாரம் படைத்தவர்கள்.

இங்கு சாப்பாடு எனப்படுவது, களஞ்சியத்திற்கு வரும் சிங்கள நாட்டு இலைகுழைகளையும், கிழங்கையும் உப்பும் தண்ணீரும் போட்டு அவிப்பதுதான். வேறு எதுவும் அனேகமாகப் போடுவதற்கு இல்லை. பச்சைக் கோதுப்பருப்பும் நித்தம் அவித்து வைப்பார்கள். இது மேற்கு நாடுகளில் உற்பத்தி ஆகிறது என்று நினைக்கிறேன். சோறு குழைந்துவிடும். ஆனால் உள்ளே அரிசித்தனம் மிடுக்காக அவியாமல் நிற்கும். இது சாப்பாடு.

இந்தப் பச்சைக் கோதுப்பருப்புத்தான் இரணைப்பாலை மாத்தளன் வரை போரில் அள்ளுப்பட்ட மக்களுக்குச் சாப்பிடக் கொஞ்சம் கிடைத்தது. கூட்டுறவுச் சங்க நிவாரணப்பருப்பு இது. இதைச் சாப்பிட ஒரு வயிற்றோட்டம் வரும். பல குழந்தைகளும் வயோதிபர்களும் இறந்தது இந்தப் பருப்பால்தான். தவிர்க்கவும் முடியாது. சாப்பிட வேறு எதுவும் இல்லை.

வயிற்றோட்டத்தில் சனங்கள் இறந்தாலும் காரணம் வயிற்றோட்டம் இல்லை. சாப்பாடில்லாமல் 'அனீமிக்' ஆகியவர்கள் இந்தப் பருப்பைச் சாப்பிட்டதும் அது செரிக்க முடியாமலோ என்னவோ வயிற்றோட்டம் ஆகியது. அந்த வயிற்றுப்போக்கைத் தாங்க சக்தி இல்லாமல் உடனேயே உயிர் பிரிந்தது. இதில் அதிகம் உயிர் பிரிந்தவர் குழந்தைகளும் வயோதிபர்களும்தான். கூடவே சில கர்ப்பிணிகளும்.

இந்த முகாமில் மழையில் நனைந்த அரிசிச் சோற்றைத் தின்றதினாலோ, அல்லது சிங்கள நாட்டு இலை குழையைத் தின்றதனாலோ, இல்லை பச்சைக் கோதுப்பருப்பினைத் தின்றதாலோ இங்கு வந்து மூன்றாம் நாள் ஒரு விபரீதம் நடந்தது எனக்கு. முதல் இருநாளும் அதைச் சாப்பிட முடியாமல் தவிர்த்துவிட்டேன். பசி பொறுக்காமல் இறுதியில் இரவு சாப்பிட்டுவிட்டேன்.

அதிகாலையில் வயிறு கலக்க வலி தாங்க முடியாமல் ஒரு போத்தல் தண்ணீரைத் தூக்கிக்கொண்டு மலக்கூடம் ஓடினேன். தண்ணீர்கூட வந்திருக்காது. நான் போய் சாரத்தைக் கிளப்பினேனா இல்லையா வயிற்றில் இருந்த அனைத்தும்

சீறியபடி நுரை எழுப்பிப்போனது. போச்சா...? ஐயோ! என் உயிரே வழுக்கி மலக் குழிக்குள் போயிற்றே. குப்பி ஐயோ...! என் சையனைட் குப்பி! மலம் தண்ணீர் போல பீய்ச்சி வெளியேறிய வேகத்தில் என் குப்பியும் மலக்கூடக் கோப்பையில் நிற்காமல் குழிக்குள் விழுந்ததே ஐயோ!

இன்னும் சரியாக விடியவில்லை. உள்ளே இன்னும்தான் பெரும் இருட்டு. உள்ளே எதையும் பார்க்க முடியவில்லை. இந்த நேரத்தில் போச்சே என் குப்பி.

இன்றுவரை நான் பாதுகாத்துவந்த என் அருமை மரணம்! என் வாழ்வோடு துணைநிற்கும் என் அருமை மரணம்! என்னைக் காக்கும் என் பிரிய மரணம்! என் அச்சங்களைப் போக்கவல்ல என் அருமை மரணம்! கொடும் விசாரணைகளில் சுழித்தோட வல்லமை தந்த மரணம்! மகத்தான மரணம் என் மகத்தான மரணம்! இறுதி நம்பிக்கையாய் இன்றுவரை - ஏன் இப்போதுவரை - என்கூடத் துணை நின்ற மரணம் என்னுயிர் மரணம் அது போயே விட்டதே! ஐயோ போயே விட்டதே!

இந்தத் தருணத்தில் மரணம் என்னைக் கைவிடவேண்டுமா? நான் அதைக் கைவிட்டு விட்டேனா? இந்தச் சம்பவிப்பு எதைக் குறிக்கிறது? என் மரண அலைச்சல் இதைச் சுற்றியே இருந்தது. நித்திரையில் பின் தொடரும் கனவின் குரலாக. இனி நடக்கவிருப்பது என்ன? மரம் அசையக் கிளம்பிவரும் காற்றுப்போல நினைவெழ இக்கேள்வி என்னை மோதிக்கடக்கிறது அனுகணமும். ஐயோ...!

10

போர்க் கைதிகளின் சிறைவைப்பில் அதிகம் தாக்கும் ஒரு விடயம் இருக்கின்றதென்றால் அதன் பெயர்தான் சந்தேகம் எனக் கண்டுகொண்டேன். அது இங்கும் தொடர்ந்தது. புதிதாக வந்த எங்கள் பதினாறு பேர்மீதும் எல்லாருக்கும் சந்தேகம். “இவங்கள் ஆமின்ர பக்கம் மாறிற்றாங்கள். எங்க இருந்து வந்ததெண்டும் குழப்பமாக் கதைக்கிறாங்கள் பார்த்தியா? அதுதான் அறைக்கு இரண்டு பேர் படி பிரித்துவிட்டிருக்கிறாங்கள். இனி அலுப்புதான் இவங்களிட்ட இருந்து தப்ப ஏலாது.” கைதிகளின் இந்த வகையறாக் கதைகள் என் பிடரி மயிரைக் கூசச் செய்தன.

ஜானையும் என்னையும் அறையில் மிகக் கவனமாக அணுகினார்கள். சிலர் ‘நாங்கள் இயக்கத்தில முக்கியமானவர்கள் இல்லை... உங்களுக்குத் தெரியும்தானே’ என்று வலிய வந்து கதைத்தார்கள், ஏதோ நாங்கள்தான் அவர்களின் விடுதலை அல்லது மரணம் குறித்து தீர்மானிக்கப்போவது போல.

நான் விழிப்பாக இருக்கவேண்டும் என ஓயாமல் என் அகத்தைத் தீண்டிக்கொண்டே இருந்தேன். இந்த அறையில் உளவுத்துறைக்கு ‘வேலை பார்க்கும்’ கைதி இருப்பான். அவன் இப்போது புதிதாக வந்த எங்கள்மீது முழுக் கவனம் கொண்டு இருப்பான் என்று மனம் அடித்துக்கொண்டே இருந்தது. யார் அந்தக் ‘கறுப்பாடு’ என்று நான் ஒவ்வொருவராக ஆராய்ந்தேன். சந்தேக விசத்தைச் சக போராளிகள் மீதே பாயவிடுவதா? களத்தில் அடுத்தவருக்காக உயிர்கொடுத்துத் தோழமைக்கு உயிர் தந்தவர்கள் இவர்கள். நான் காயமுற்றுக் களத்தில் வீழ்ந்தபோது சண்டையிட்டு என்னைக் காப்பாற்றிக் காவி வந்தவர்கள் இவர்களில் யாராகவும் இருக்கக்கூடும், இவர்கள்மீது சந்தேகம் எனும் விசத்தைப் பாய்ச்சுவதா? என்ன தர்மம் இது? மற்றொரு மனம் அடித்துக்கொண்டது.

குற்றம்கொண்ட மனம் எப்போதும் தன் அகத்தை அந்தரங்கமாகத் தாக்கிக்கொண்டே இருக்கும். குற்றத்தை ஒருவன் தன்மீது

கண்டால் அவனால் தன்னிடமிருந்து தப்பவே இயலாது. அடுத்தவரிடம் இருந்து தப்பித்துக் கொள்வது இலகு. ஆனால் அதுபோல இலகுவானதல்ல அவன் தன்னிடம் இருந்து தப்பித்துக்கொள்வது.

இந்தத் தாக்கங்கள் தற்செயலானவை அல்ல. இதுவே 'புனர்வாழ்வின்' ஆழமான அம்சமாய் அரசு வைத்துக் கொண்டிருக்கிறது. உலகளாவிய போர்க் கைதிகள் பற்றிய படிப்பினையில் இருந்துதான் அரசாங்கம் தன் வழியை வகுத்துக்கொண்டிருக்கும். ஒருவரை ஒருவர் சந்தேகம் கொள்ளும் சூழலை உருவாக்கி அதற்குள் போர்க் கைதிகளை வைக்கவே அரசுகள் விரும்புகின்றன. அத்தகைய சூழலில்தான் சிறைப்பட்ட வீரர்கள் தங்கள் கூட்டுணர்வைக் கைவிடுவர். கூட்டுணர்வைக் கைவிட்ட ஒருவன் தன் பாதுகாப்புக்காக எதிராளியையே சரணடைந்துவிட வேண்டியிருக்கும்.

இதுதான் சூழல் என்று ஆகும்போது எவர் முந்திக்கொண்டு அதிகாரியின் அனுசரணையைப் பெறுவது என்ற மன உந்துதலே உருவாகும். இப்போட்டியில் பங்கேற்பவர்களும் பங்கேற்காதவர்களும் கூட தமக்குள் ஒருவரை ஒருவர் பகைத்துக்கொள்ள நேரும். எதிரிக்குத் தலைகுனிதல், தம் தோழர்களுடனேயே பகைமையுறுதல், கூட்டுணர்வை இழத்தல், சகதோழர்கள் காட்டிக்கொடுத்துவிடக் கூடுமோ என அஞ்சித் தாமே சென்று எதிரியிடம் பாதுகாப்புத் தேடுதல் இவையே அரங்கேறும் முதல் காட்சிகள்.

வழி நடத்தியவர்களையும் வழி நடந்தவர்களையும் இத்தகைய நச்சுச் சூழலுக்குள் வைத்திருப்பதன் மூலம் அவர்களுக்குள் பகைமை மூட்டித் தம்மை வழி நடத்தியவர்களிடத்தில் எந்த மகிமையும் இல்லை என இழிவுபெற வைத்தல் ஒரு முக்கிய உபாயம். இதன் மூலம் போராளிகளைத் தமது போராட்டப் பயணத்தையும் வாழ்வையும் குறித்து விரக்தியடையச் செய்ய முடியும். இவை இந்தப் புனர்வாழ்வுப் பொறிமுறையின் சூத்திரமாக இருப்பதை இரவும் பகலுமாக என்னை அலைக் கழித்த கேள்விகளில் இருந்து விடையாகக் கண்டுகொண்டேன்.

இந்த முட்செடியில் சிக்கிய சேலையாகப் போராளிகளாகிய நாங்கள் இருந்தோம். இதிலிருந்து எங்களை விடுவிக்க இயலாது. முயன்றால் சேலை கிழியும்.

உலகம் ஒடுக்குமுறைக்குக் கண்டிருக்கும் நுட்பமான அறிவியல் பொறிமுறையை ஒடுக்கப்பட்டவர்கள் தம் சாதாரணக் கண்கொண்டு பார்த்துவிடமுடியாது. முடியவே முடியாதா? அங்கலாய்த்துக் கொண்டே இருக்கிறேன் இரவும் பகலுமாக. என் சக்தி அனைத்தும் குவிகிறது. அல்லது விரயமாகிறதோ இந்த சூத்திரத்தின் சூக்குமத்தை அறிந்திட.

மாடியில் இருந்து வெறுமையில் பார்த்து வெளியே நான் சஞ்சரித்து விட்டபோது கீழே முற்றத்தில் இராணுவப் பொலிஸ்காரன் அருளைப்போட்டு கன்னம் கன்னமாக அறைந்தான். மாடியில் இரைச்சல் அப்படியே நின்றுவிட்டது இந்தக் காட்சியால். இரைச்சல் நின்று போனமை அந்த நிகழ்வை மேலும் தீவிரத்தனம் கொண்டதாக ஆக்கியது. இந்த மடையர்கள் விடுப்புப் பார்ப்பதை விட்டுத் தமக்குள் கதைச்சு இரைந்தால் என் மனப் படபடப்பு குறையும் என்று எண்ணிக்கொண்டேன்.

என் ஞாபகத்திற்கு வருகிறது, இந்த மிலிட்டரி பொலிஸ்காரன் இப்ப ஒரு மணித்தியாலம் யாருடனோ கைத் தொலைபேசியில் தொடர்ந்து கதைத்துக்கொண்டிருந்தான். முதலில் அவன் உடல் அசைவு குழைவு, சந்தோசம் கொண்டிருந்தது. பின் அது வெறுப்பு, கோபத்திற்கு உரியதாக மாறி வந்ததை என் மனம் நினைவுக்குக் கொண்டுவந்தது. அந்த இடத்திற்கு வந்த இராணுவ உளவு அதிகாரி மிலிட்டரி பொலிசிடம் என்ன ஏதென்று கேட்டான். சிங்களத்தில்தான் உரையாடினார்கள்.

கேட்டுவிட்டு இராணுவப் புலனாய்வுக்காரன் அருளுக்கு மீண்டும் கன்னத்தில் தானும் அறைந்தான். ‘றாஸ்கல் சரத்தை மடிச்சுக் கட்டுவியா? உன்ட இயக்கத்தில தறுதலைப் பழக்கம்தானேடா... நீ உன் வீட்டிலயாவது நல்ல பழக்கம் பழகியிருக்கியா, இல்லையா?” கோபம் காட்டி மீண்டும் அறைந்தான். அருளுக்கு இப்பதான் ஏன் அடிக்கிறார்கள் என்று புரிந்திருக்கவேண்டும். பார்த்துக் கொண்டிருந்த எங்களுக்கும்தான்.

அருள் இன்று சமையல்கட்டு வேலைக்குச் சென்றவர்களில் ஒருவன். இரு வாளிகளில் தண்ணீர் பிடித்துக்கொண்டு சமையற்கட்டுக்கு எடுத்துச் சென்றான். சாரத்தை மடித்துக் கட்டாவிட்டால் நீர் ததும்பி வழியும்போது நனைந்துவிடும் என்பது ஒருபுறம், மறுபுறம் மடித்துக்கட்டாமல் பாரத்தோடு நடக்கவும் முடியாது. இப்போ மடித்த சாரத்தை அவிட்டுவிட்டு தண்ணியைச் சுமந்துபோனான்.

மிலிட்டரி பொலிஸ்காரனின் கோபத்தில் உள்ள நியாயத்தை ஆமோதித்து ஏதோ கதைக்கிறான் புலனாய்வு அதிகாரி என்பது புரிகிறது. அவனது வஞ்சக முகம் தெளிவாகத் தருகிறது சித்திரத்தை. ஓங்கி வளர்ந்த தென்னை மரம் காற்றுக்கு ஆடுகிறது பேயாட்டம். அதில் கழன்ற பன்னாடை ஒன்று காற்றில் மிதந்து வந்து முற்றத்தில் வீழ்ந்தது.

மிலிட்டரி பொலிஸ்காரனின் கடமை இங்கு இராணுவத்தினர் ஒழுக்கமீறல்களிலோ குற்றச்செயல்களிலோ ஈடுபடாமல் கண்காணிப்பதுதான். ஓர் உயர் அதிகாரி மீதுகூட நடவடிக்கை எடுக்கக் கூடியளவு சக்தி படைத்தவன். இராணுவக் கட்டமைப்பில் இந்தப் பொறிமுறையை வலுவாக்காவிட்டால் இராணுவம் அரசுக்கெதிராகவும் திரளும் என்ற அச்சமே இதற்குக் காரணம். பதினைந்து நாளுக்கு ஒரு முறை மாற்றமடையும் இந்த மிலிட்டரி பொலிஸ்காரனை வளைத்துப் போடாவிட்டால் வில்லங்கம். வளைத்துப் போடுவதில் புலனாய்வுக்காரன் கில்லாடி. அவனது தில்லுமுல்லுகளை மறைக்க வேண்டுமல்லவா? இப்போதும் அதற்கான முயற்சியே நடந்தது.

சுயமானத்தைக் கடந்து பொதுமானத்தைச் சிந்திக்க முடியாது. சுயமானம் நிறைவுற்றே அது பொதுமானம் நோக்கி விரிவடையும். பொதுமானத்தின் இழிவுகண்டு போராளியாகியவர், தாம் போராடியதற்காகச் சுயமானத்தையும் அற்பர்களின் காலடியில் இழக்க நேரிடும்போது உருவாகும் வலி இருக்கிறதே, ரணத்தில் காய்ச்சிய எண்ணெய் ஊற்றுவது போன்றது அது. நான் பெருமூச்சு விட்டு உள்நோக்கித் திரும்பினேன். மீண்டும் அருளைப் பார்க்க வெளியே திரும்பியபோது அவன் அடுப்பில் விறகுக் குற்றிகளை இழுத்துத் தணலில் இடித்துத் தள்ளிக்கொண்டிருந்தான். நெருப்பின் பொறி பறந்தது. சாம்பல் விலகத் தீயின் நாக்குகள் மேல்நோக்கி எழுந்து அடங்கின.

திங்கட்கிழமை வந்தால் ஒரு மகிழ்ச்சி இருக்கும். கைதிகளைத் தேடி உறவுகள் வரும். உறவுகள் வராத கைதிகளே அதிகம் என்றாலும் அவர்களுக்கும் அது ஒரு எதிர்பார்ப்பு மிக்க நன்னாளே! வெளியே நடக்கும் புதினங்களைச் சுமந்துவரும் உறவுகள் எங்கள் எல்லோருக்கும் தேவையானதாக இருந்தது. உறவு வந்த கைதிகளைச் சூழ்ந்து புதினம் அறிவோம்.

இப்போ புதிதாகக் கைதிகளுக்கு உணவுப்பொருள்களைக் கொடுக்க இராணுவம் அனுமதித்துவிட்டது. அதனால்

தின்பண்டங்கள் வரும். வரும் தின்பண்டங்களை அறையில் ஐம்பதாகப் பங்கிட முடியாது. தனியே தின்பது எங்கள் போராளிகளின் பழக்கமும் அல்ல. அதனால் வரும் உணவைச் சிலருடன் பகிர்ந்துகொண்டார்கள். இச்சமயம் மற்றவர்கள் அறையில் மறுபுறம் திரும்பிக்கொள்வார்கள். பார்த்திருக்க முடியாதல்லவா?

சில நாளில் யார் யாருடன் பகிர்ந்துண்டார்களோ அவரவர் ஒரு கூட்டாக, குழுவாக அடையாளம் ஆகினர். இதனால் அறையில் பல குழுக்கள் உருவாகின. இதற்கு அடிப்படை இந்த உணவுதான் என்று எனக்குப் பட்டது. ஒரு அறையில் பல சிறு அறைகள். இதுவரை தம்மை ஒன்றாக உணர்ந்தவர் இப்போ தம்மைத் தம் குழுவாக எண்ணத் தொடங்கினர்.

குழுக்களுக்கிடையே வெறுப்பும் சண்டையும் மூண்டது. இந்த இடைவெளிக்குள் தன் வண்டியை விட்டான் புலனாய்வுக்காரன். அது அவனுக்குக் கைமேல் பலனையும் கொடுத்தது. கூத்தாடி சும்மா இருப்பானா ஊர் துண்டுபட்டால்?

இந்த உணவு கொடுக்கும் விடயத்தைக்கூடத் திட்டமிட்டுத்தான் இராணுவம் அனுமதித்ததா? இத்தகைய பாரிய பலன் தங்களுக்குக் கிடைக்கும் இதனால் என்பது தெரிந்திருந்ததா? அந்தளவுக்கு இவர்கள் புத்திசாலிகளா? எனக்குக் குழப்பமாய் இருந்தது. இப்போதெல்லாம் எதற்கும் முந்திக்கொள்ளும் என் சந்தேகம் இந்த விடயத்தையும் விட்டு வைக்கவில்லையோ? இதுவொரு திட்டமிடப்படாத தற்செயல் விளைவாகவும் ஏன் இருக்கக்கூடாது?

இந்த உணவுதான் கைதிகளைக் குழுவாகப் பிரித்து எதிரிக்கு வாய்ப்பளிக்கிறது என்பதை என்னால் யாருடனும் பகிர்ந்துகொள்ள முடியவில்லை. ஏனெனில் என்னுடனும் ஜானுடனும் யாரும் தம் உணவைப் பகிர்ந்ததில்லை. இந்தக் கட்டத்தில்தான் அறையில் குழு அற்று இருந்த சஞ்சயன் எங்களோடு உறவுவைத்துக்கொள்ள வந்தார்.

இந்த அறையில் முதலில் எங்களைக் கைதியாக ஏற்றுக் கொண்டவர் அல்லது நம்பியவர் சஞ்சயன்தான். இதனால் இவர்மீது எங்களுக்கு மரியாதை மேலும் கூடியது. ஏற்கனவே இயக்கத்தில் அவரது அறிமுகம் எனக்கிருந்தது. ஆனாலும் அதிகப் பழக்கம் கிடையாது. என் வயதையொட்டியவர் என்றபோதும்

இயக்கத்திலேயே அவருக்கு மரியாதை கொடுத்துத்தான் பழகியிருந்தேன். மூத்த தளபதிகள், பொறுப்பாளர்களும் இவரை மரியாதையுடன் நடத்துவதைக் கண்டிருக்கிறேன். தீட்சண்யமான பார்வையும், அகச்செருக்கும் இன்னும்தான் அவரில் ஒட்டிக்கொண்டிருக்கின்றன. மற்றயவை எல்லாம் அவரைவிட்டுப் போய்விட்டன. அல்லது அவரே அதை அழித்துவிட்டிருக்கக் கூடும்.

தன் ஆளுமையால் வசீகரிக்கும் அழகும், மிடுக்கும் கொண்ட இளமைத் தோற்றம் முன்னர் இவருடையதாக இருந்தது. உரையாடும்போது வெளிப்படும் அறிவுத்தனமும், அதன் கூர்மையும் இவரது சிறப்பியல்புகளாய் இருந்தன. தன் அபிப்பிராயங்களைத் தர்க்கத்துடன் முன்வைக்கும்போது ஒரு அகச்செருக்கும் சேர்ந்தே வெளிப்படும். அது தர்க்க உரையாடலின் விளைவே தவிர அவரின் குறையல்ல என்றே நான் நம்பினேன். ஆனால் இவரது மதிப்பைக் கெடுக்க விரும்பியவர்கள் இதைத் தங்கள் ஆயுதம் ஆக்கிக் கொண்டனர். வன்னியில் சிலர் என்னிடமும் சொல்லியிருக்கிறார்கள். கர்வம் கொண்டவர் என்று. மற்றும்படி பார்த்தால் பிடித்துப்போகும் முகம் கொண்டவர். இப்போது மொட்டைத் தலையும், மழித்த மீசையும், உருக்குலைந்த மெலிந்த உடலும், நைந்த சாரமும் அழுக்குப் படிந்த வண்ணத்தில் வெள்ளை பெனியனுமாக இருந்தார். பார்வையில் எந்தக் கவர்ச்சியாலும் தன்னை ஈர்க்காதபடி வைத்திருக்கிறாரோ?

இப்போது இந்தக் குழுக்களை உள்ளூர வெறுத்தவர்கள் என்ற வகையில் நாங்கள் மூவரும் தவிர்க்கவியலாத ஒரு குழுவாகிவிட்டோம் என்றுதான் சொல்லவேண்டும். எனக்கும் ஜானுக்கும் நடைபாதையே படுக்கை இடமாகையால் பகலில் இருப்பதற்கு இடமில்லை. அதனால் படிகளை எங்கள் இருக்கை ஆக்கிக்கொண்டோம். சஞ்சயன் எங்களோடு அமர்ந்து பலவற்றைக் கதைத்தார். அவர் அந்தக் கைதிகளின் சிறைமுகாமை எமக்கு வெளிச்சமாக்க உதவினார்.

“எல்லாரும் உங்களில சந்தேகப்படுறாங்கள் என்டு யோசிக்காதையுங்கோ, சில நாளில அது மாறிடும். புதுச்சந்தேகம் வரேக்க அப்ப அதைப் பகிர்ந்துகொள்ள உங்களிட்ட வருவாங்கள். பிறகு நீங்களும் சந்தேகப்படுற ஆக்களின்ர ரீம் ஆகிடலாம்.” சொல்லிக்கொண்டே சிரித்தார். பிறகு சீரியசாகி "நீங்கள் அப்பவும் அதில பங்கெடுக்கவேண்டாம். ஏனென்டா

அதுவும் பிறகு மாறும்" என்றார். மனிசன் வலு தெளிவாத்தான் இருக்கிறான் என்று நான் மனதில் எண்ணினேன்.

"கவனமா இருங்கோ. இங்க இருக்கிற அறுநூறு பேரில ஒருவன் ஒரு மயிரைப் புடுங்கிக்கொண்டுபோய்ப் புலனாய்வுக்காரனிட்ட குடுத்தானோ அவன் அதை வச்சு தேர் இழுக்கிற வடம் அளவுக்குக் கயிறு திரிப்பான்." கண்டிப்பான குரலில் சொன்னார்.

"அவன்ர ஆக்களும் இதுக்குள்ள இருக்கோ?" ஜான் அடக்க முடியாமல் கேட்டான்.

"ம்ம்... இருக்கு."

"யாரு?" ஜான் பயத்துடன் கேட்டான்.

"நீங்கதான்." சஞ்சயன் சிரித்தார்.

"மற்றவங்கள் உங்களை அப்பிடித்தான் நினைக்கிறாங்கள். நீங்களும் யாரையாவது அப்பிடி நினைக்க வேண்டியதுதான்."

"உண்மையாவே இல்லையா?"

"அப்பிடியில்லை. அவனாகவே சிலரிட்ட தந்திர உறவு வைச்சுக் கதை கறப்பான். சில வெருளிகள் தங்களை அறியாமல் கதை கக்கிப்போட்டு வருங்கள். உசார் மடையன்கள், விளப்பம் கெட்டதுகள் அவனுக்கு வேலை செய்யுங்கள். வண்ணனும், சந்திரனும் இந்த அறையில அப்பிடியான பேர்வழிதான். இது எல்லாருக்கும் தெரியும். ஆனால் தெரியாமல் யாரையாவது புலனாய்வுக்காரன் விட்டிருப்பான். அவன் கெட்டிக்காரனாயும் இருக்கக் கூடும். கடும் கவனம் இருக்கவேணும்" அர்த்த பாவத்துடன் அவர் முகம் இருந்தது.

நான் முதலில் வண்ணனையும், சந்திரனையும் மனத்தில் குறித்துக்கொண்டேன். அவர் பிறகும் சொன்னார்.

"சமையல்கட்டில இருக்கிறவங்கள், தண்ணி குடுக்கிற வேலை பார்க்கிறவங்கள், இந்தமாதிரி வேலை பார்க்கிற ஆக்களோட பழக்கம் வைக்காதையுங்கோ. அதிகம் அவங்கட கண்ணிலயும் படாதையுங்கோ. இவங்களுக்கும் ஆமிக்கும் நல்லுறவு இருக்கும். ஆமிக்காரன் உங்களைப் பற்றி ஏதாவது கேட்டால் முகம் முறிக்கக்கூடாதென்று வேசையாடி விட்டுடுவாங்கள். அதுதான் சொன்னன். கவனம்." அகத்தில் உள்ளூறையும் கொதிப்பு முகத்தில் கொப்பளிக்கிறது அவரை அறியாமல்.

இப்படி இந்த முகாமில் உலையேற்றுவதில் இருந்து உறவுச்சந்திப்பு வரை உள்ள நீக்குப்போக்குகள் பலவற்றைக் காட்டித் தந்தார். இவர் எங்களுடன் பழக ஆரம்பித்ததும் வேலு அண்ணரும் வந்து எம்மோடு பழகினார். நாளடைவில் மற்றவர்களும் பழகத் தொடங்கினர்.

சூழலுக்குள் தன்னைப் பொருத்திக்கொள்ளும் உயிரே வாழும் என்று பட்டது. எந்த ஞானமும் இல்லாதவர்கள் மிக இலேசாக இதைப் புரிந்துகொண்டு, வென்றவன் தோற்றவனிடத்தில் எதிர்பார்க்கும் உறவின் தன்மைக்குள் தம்மைப் பொருத்திக்கொண்டு வாழத்தொடங்கினர். இந்தச் சிலரால் அறைகளில் உருவான புதிய சூழலுக்குள் மற்றையவர்கள் தம்மைப் பொருத்தியாக வேண்டியிருந்தது. இது பலருக்கு இலேசாக இருக்கவில்லை. பொருத்தித்தான் ஆகவேண்டும் என்று அறிவு சொன்னாலும் மனம் அதை ஏற்கவேண்டுமல்லவா?

ஒருவனின் நடத்தைக் கோலங்கள் அவன் செய்த தொழிலாலும் அந்தத் தொழிலுக்குண்டான சமூகநிலையாலும்கூடத் தீர்மானிக்கப் படுவதாகத் தோன்றியது எனக்கு. விடுதலைப்போராளி என்பது உள்ளூர கர்வம் தருவதாய் இருந்தது எங்கள் சமூகத்தில். மக்கள் தந்த மதிப்பு, உயர்நிலை என்பன அகத்தில் தன் கர்வம் ஊற வைப்பதாய் இருந்தன. அந்தக் கர்வத்தின் சுகிப்பில் ஒரு தன் அகங்காரம் உறைந்து கிடக்கிறது. இந்தச் சிங்கள இராணுவத்தை எம் உயிர்கொடுத்து எதிர்த்து நின்றதால்தான் ஓர் உயர்நிலை வழங்கி எம் வாழ்வு குறித்து கர்வமுற வைத்தனர் மக்கள். இன்று இவன் காலை நக்க அகங்காரம் விடுமா என்ன? இத்தனை வருடம் வாழ்ந்த கர்வத்தை, தன் அகங்காரத்தை ஒரே இரவில் ஜீவன் இழந்துவிடுமா? நிர்ப்பந்தச் சூழலுக்குள் எம்மைப் பொருத்திக் கொண்டால் வெளிப்படுவது நடிப்பாக இருக்குமே தவிர நடத்தையாகிவிடாது. இங்கு மெய்யில் தம்மைப் பொருத்த முடிந்தவர்கள், முன்னர் தம்மை மெய்யில் பொருத்தியிருக்க முடியாது என்று தோன்றியது.

நடிப்பும்கூட மனத்தினால் நிகழ்த்தப்படவேண்டியதே தவிர உடலினால் அல்ல. அனிச்சை அசைவுகளை உடலில் உருவாக்கக் கூடிய ஆழ்மனக் கட்டளைகளால் பிறக்கும் உடல்மொழியே மெய்யாகும் ஒரு நடிப்பைத் தரக்கூடும். கர்வம் கொண்ட மனத்தால் எதிரே நின்றவனின் காலை நக்கித் தப்ப முடியவில்லை. மனம் இசையா நடிப்பு வெறும் சொற்களாகவோ

உடலசைவுகளாகவோதான் பலருக்கும் வெளிப்பட்டன. சிலர் கர்வத்தை இழக்க முடியாமலும் அதைக் காட்டிக்கொள்ளக் கூடாதென்றும் பெரும் அவஸ்தைப்பட்டனர். அத்தகைய இயல்புதான் சஞ்சயனிடமும் இருந்தது. அவர் தன் நடத்தையால் இழக்க முடியாத கர்வத்தைத் தன் புறத்தோற்றத்தால் இழந்து காட்சிப்படுத்த முயன்றார் என்றுதான் நான் நம்புகிறேன். ராசு அண்ணரும்கூட இந்த வகையறாதான். ஆனால், சுரேன் அப்படியல்ல. அவன் இந்தச் சூழலுக்குள் தன்னைப் பொருத்தும் முயற்சிகூட எடுக்க மாட்டாதவனாய்த் திணறினான்.

அடுத்த அறை சுரேனுடையது என்பதால் அவனும் இந்தப் படிக்கட்டில்தான் பகலில் தஞ்சம் அடைவான். ராசு அண்ணர் எப்பவாவது என்னையும் சுரேனையும் ஜானையும் பார்க்க வருவார். படிக்கட்டில் எப்படியோ இப்போ நால்வர் கொண்ட குழு உருவாகிவிட்டிருந்தது.

இங்கு போராளிகள் இந்தச் சூழலுக்குள் தம்மைப் பொருத்திக் கொள்வது பற்றி நான் சொல்லிக்கொண்டிருக்கிறேன். நீங்கள் யாரும் கேட்கவில்லையே... 'இது போர்க் கைதிகளின் சிறை முகாம்தானே. எல்லோரும் போராளிகள்தானே... பொருத்திக்கொள்ள என்ன ஒவ்வாமை இருக்கிறது?' என்று. ஓ... சிலர் கேட்டீர்களா? அதுதான் இல்லை. கேளுங்கள். சிறைவைக்கப்பட்ட இந்தக் கைதிகளில் பல ரகம், பலவிதம் உண்டு.

போராளியாக இருந்ததினால் விடுதலைப் புலிகள் இயக்கத்தில் இணைந்துகொண்டவர்கள், இயக்கத்தில் இணைந்து கொண்டதனால் போராளி ஆகியவர்கள், போராளியாவதற்காக இணைந்து கொண்டவர்கள், கட்டாயப் படைச் சேவையில் இணைக்கப்பட்டவர்கள், நிர்ப்பந்தத்தால் தாமே இணைந்து கொண்டவர்கள் - இவர்களிலும் போராளியாகிக் கொண்டவர்களும் உண்டு. ஆகாதவர்களும் உண்டு. ஆச்சரியம் தரும் வகையில் கட்டாயத்தில் இணைக்கப்பட்டவர்களிலும்கூட போராளியாகியவர்களும் உண்டு. ஆகாமல் வன்மத்தோடு வாழ்ந்தவர்களும் உண்டு. இவர்கள் எல்லாரும் விடுதலைப் புலிகள் உறுப்பினரே.

இதைவிட முன்பொருகாலம் இயக்கத்தில் இருந்து பின்னர் விலகியவர்கள், ஊதியத்திற்குப் பணிசெய்த இயக்கம் உருவாக்கிய தேசிய இராணுவத்தின் உறுப்பினர்கள், காவல்துறையினர், தமிழீழப் பொதுநிர்வாகக் கட்டமைப்பிலும் வேறு

நிர்வாகங்களிலும் அதிகாரிகளாக இருந்தவர்கள், ஊடகங்களில் பணிசெய்தவர்கள் எனப் பல பொதுமக்களும் இங்கு போர்க் கைதியாக்கப் பட்டிருக்கிறார்கள். விடுதலைப் புலிகளுடன் சேர்ந்தியங்கியதால் இலாபம் ஈட்டிய பொதுநபர்களும் இப்போது இங்கே நஸ்டப்பட்டுக் கொண்டிருக்கிறார்கள். விடுதலைப் புலிகளின் காவல்துறையில் கைதியாக இருந்தவன் கூட இங்கே கைது செய்யப்பட்டிருக்கிறான். அங்கு அவனைக் கைது செய்தவனும் இங்கே இருக்கிறான். இது ஒரு கதம்பக் கைதிகள் சிறைமுகாம்.

ஆனால், என்னை முதல் வைத்திருந்த அந்த இரகசிய முகாம் இப்படியான சூழல் கொண்டதல்ல. அங்கிருந்தவர்கள் அனேகம் முதிர்ச்சியான போராளிகள். போராளியாக இருந்ததால் இயக்கத்தில் இணைந்தவர்கள், இயக்கத்தில் இணைந்து போராளியாகியவர்கள் என இரு வகைதான் அங்கு இருந்தனர். இந்த வகையில் இந்த முகாமில் போராளிகள் தப்பிப் பிழைப்பது உண்மையில் இலகுவானது அல்ல என்பது மட்டும் புரிந்தது.

சில நாள்களில் இந்தத் தடுப்பு முகாமே திடுக்கிடும்படி ஒரு சம்பவம் நடந்தது. கீழ்த்தளத்தில் ஓர் அறையில் இருந்த கைதி வயித்துக் குத்தென்று படுத்திருக்கிறான். சற்று நேரத்திற்கெல்லாம் அவன் முடியாமல் அந்த அறையின் தலைவனை முகாம் அதிகாரியிடம் போய்ச் சொல்லுமாறு வற்புறுத்தினான். முதலில் அசட்டை செய்த அறைத் தலைவன் இவன் முடியாமல் அழுகின்ற கட்டம் வந்ததும் போய்ப் புலனாய்வு அதிகாரியிடம் சொன்னான். புலனாய்வு அதிகாரிக்குத்தானே அறைத்தலைவன் கழுவிவிட்டுக் கொண்டிருந்தான். அதனால் உறவும் தொடர்வும் புலனாய்வுக் காரனோடுதான் இருந்தது. “போடா போ… வயித்துக் குத்துன்னு வாறே… யாருடா அவன் நாடகமா போடுறான் நம்மகிட்ட?” என்று சொல்லி அனுப்பியிருக்கிறான் அந்த அதிகாரி.

இவனோ “அழுகிறான் அண்ணை… அதுதான் வந்தனான்.” என்றான். இதில் அக்கறை இல்லை, தான் அந்த நாடகத்தோடு சம்பந்தப்படவில்லை என்று தப்பித்துக்கொள்ளும் முன்னெச்சரிக்கையே இருந்தது.

“போடா வாறன் பார்க்க…” என்று துரத்திவிட்டானாம். ஆயினும் அறைக்கு வரவில்லை. வயித்துக் குத்துக்காரன் குளறும் நிலைக்கு வந்துவிட்டான். அந்த அறையில் இருந்த இன்னொரு கைதி போய் புலனாய்வுக்காரனிடம் சொல்ல அவன் பார்க்க

வந்தான். புலனாய்வுக்காரனின் பெயர் ராகவன். இவனுக்குக் கழுவிவிடுபவர்கள் இவனை ராகவண்ணை என்றுதான் அழைக்கிறார்கள். ஆனால், இவனுக்குப் பெயர் றகீம். சொந்த இடம் கிண்ணியா என்றும், மட்டக்களப்பிலும் மன்னாரிலும் அதிகக் காலம் பணியில் இருந்திருக்கிறான் என்றும் சஞ்சயன் சொன்னார்.

புலனாய்வு அதிகாரி வந்து, "என்னடா... என்ன பிரச்சினை?" என்றான்.

"வயித்துக்க குத்துது... தாங்க முடியல..." என்றான் இவன்.

"எங்கடா குத்திது...?"

"இங்க." அவன் அடிவயிற்றைத் தொட்டுக் காட்டியிருக்கிறான். கண்ணை உயர்த்தி யோசித்துவிட்டு "நடிப்பு, கிடிப்பு வைச்சுக்காதே நம்மகிட்ட." என்றான்.

"குத்துதண்ணே..." கைதி நிமிர முடியாமல் குறுகினான்.

"டேய்... நீ போய் என்ர அறையில வண்ணன் நிப்பான் அங்க 'பனடோல்' இருக்கு எடுத்திட்டு வா... சரியா?" ஒருவனைத் துரத்தினான். 'பனடோல்' வந்தது. அக்கம் பக்க அறையெல்லாம் இவனின் கூச்சலில் கூடிவிட்டது. குளிசையைக் கொடுத்துவிட்டு அதிகாரி போய்விட்டான்.

பொழுதுபடும் தருணத்தில் ராசு அண்ணன் அவனைப் போய்ப் பார்த்திருக்கிறார். அவரும் கீழ்த்தளத்தின் கடைசி அறையில்தான் இருந்தார். அவருக்கு அவன் படும் அவஸ்தை சாதாரணமானதல்ல என்று புரிந்தது. அவர் நேரடியாக முகாம் அதிகாரியிடம்போய் முறையிட்டார். ராசு அண்ணருக்கு சிங்களம் தெரியும் என்பது அப்போதான் மற்றவர்களுக்குத் தெரியவந்தது. கையோடு முகாம் அதிகாரியைக் கூட்டி வந்தார். அதிகாரிக்கு வயித்துக் குத்துக்காரன் கூறியதைத் தமிழில் இருந்து சிங்களத்திற்கு மொழிபெயர்த்தார். எல்லாவற்றையும் கேட்டுவிட்டு அதிகாரி "பொறுத்திருந்து பாருங்கள்" என்று சொல்லிவிட்டுப் போய்விட்டான்.

இரவு ஏழுமணி தாண்டி அந்தக் கைதி அலறத் தொடங்கினான். உச்சவலியில் துடித்தான். அங்கு போன ராசு அண்ணர் அறைத் தலைவனைப் போய் முறையிடுமாறு சொன்னார்.

“நான் சொல்ல ராகவனண்ணை என்னோட ஏறிப்பாயுது” என்றான் அவன். ராசு அண்ணர் மறுபடியும் கோபத்தோடு போய் அதிகாரியிடம் முறையிட்டார். புலனாய்வு அதிகாரியையும் அழைத்துக்கொண்டு முகாம் அதிகாரி வந்தான். பொலிஸ் இன்ஸ்பெக்டருக்கும் அதிகாரி அழைப்பு விடுத்தான். பொலிஸ் இன்ஸ்பெக்டர் இவனை வைத்திய சாலைக்கு அனுப்பவேண்டும் என்றான். முகாம் அதிகாரியும் உடன்பட்டார். ராகவன் - அவன்தான் புலனாய்வு அதிகாரி றகீம் - முகத்தை மறுபக்கம் திருப்பிக்கொண்டான். ‘இது வெறும் நடிப்பு... இப்படி எத்தனை பேரை நான் பார்த்துவிட்டேன்’ என்று முன்னர் அதிகாரிக்கு இவன் சொன்னானாம் என்றறிந்தேன்.

இன்ஸ்பெக்டர் அம்புலன்சுக்கு அறிவித்து வரவழைத்தான். பொலிஸ் மற்றும் இராணுவப் பாதுகாப்புடன் கைதி கொண்டு செல்லப்பட்டான். ஆஸ்பத்திரியில் பார்த்துவிட்டு “சரி... ‘வார்ட்’ இல் நிற்கட்டும். பெரிய டொக்டர் வந்து பார்ப்பார்” என்றனராம்.

இரண்டாம் நாள் எங்கள் சமையல்வேலை முறைக்குப் போய் வாடிப்போன காய்கறிகளைக் கிடங்கில் கொட்டினேன். கூட வந்த சமையல்கட்டு வெடிபாலனின் கையாள் சொன்னான்... ‘வயித்துக் குத்துக்காரன் ஆஸ்பத்திரிக்குக் கொண்டுபோய் இரண்டு மணித்தியாலத்தில இறந்துபோனானாம். பொலிஸ் மூலம்தான் கதை கசிந்தது.’

இவனது மனைவி, பிள்ளை செட்டிக்குளம் காட்டில் தடுத்து வைக்கப்பட்ட வன்னி மக்களுக்கான ‘நலன்புரி முகாம்’ என்ற கதிர்காமர் முகாமில் இருந்தனர். இதுவரை அந்தக் குடும்பங்களைத் தங்கள் கணவரையோ, பிள்ளைகளையோ வந்து பார்க்க அரசாங்கம் அனுமதிக்கவில்லை. மக்களும் ஒருவகைக் கைதிதானே? கைதிகள் மற்றொரு கைதிகளைப் பார்க்க அனுமதிப்பார்களா என்ன?

இறந்தவன் உடலை வீட்டுக்குக் கொடுப்பதா? இல்லையா என்று சிக்கல் எழுந்ததாம். அதற்கான முடிவை எடுக்கமுடியாமல் தகவலை மேலே மேலே அனுப்பி இறுதியில் அரசாங்கத்திடம் இருந்து கொடுக்கவும் வேண்டாம், காட்டவும் வேண்டாம். ஆஸ்பத்திரி செலவில எரித்துவிடச் சொல்லி கட்டளை வந்ததாம். நாலாம் நாள் அனாதைப் பிணம் என்ற பதிவில் போட்டு எரித்துவிட்டார்களாம்.

அவனது பிள்ளைக்கு மூன்று வயசு. மனைவி கர்ப்பிணியாக இருந்ததாகவும் அவனது நண்பர்கள் சொன்னார்கள். இவளைத் திருமணம் செய்ததில் அவனது வீட்டாருக்கு உடன்பாடு இல்லாததால் அவளை வீட்டார் ஒதுக்கிவிட்டனர். பண உதவிக்கோ, மற்ற உதவிக்கோ மனைவிக்கு யாரும் இல்லை எனச் சொல்லி அழுதிருக்கிறான். இவன் போரில் முன்களத்தில் நின்றிருந்தான். தன் குடும்பத்திற்கு என்ன ஆனதென்று எதுவும் இவனுக்குத் தெரியாது. இப்போது ஒரு மாதம் முன்தான் உறவுச் சந்திப்புக்கு வந்த யாரோ மூலம் குடும்பம் உயிருடன் இருப்பதைத் தெரிந்துகொண்டானாம்.

இந்தச் சம்பவம் சிறை முகாமில் பரவிவிட்டிருந்தது. இச்செய்தி கேட்ட பாதிப்பில் எங்கள் அறை சுமந்திரன் அண்ணர் போய் 'நான் ஒரு டொக்டர்' என்று உண்மையை அதிகாரியிடம் சொல்லிவிட்டார். அவர் கொடுத்த வாக்குமூலம் திருத்தி எழுதப்பட்டது. அவருக்கு மீள் விசாரணையும் நடந்தது. ஆனால் அவர் வைத்த கோரிக்கை வேறு. 'என்னால் கைதிகளுக்கு வரும் இத்தகைய நோய்களைப் பார்த்துக்கொள்ள முடியும். அனுமதி தரவேண்டும். சில மருந்து வகைகளையும் தந்துதவ வேண்டும்' என்று அதிகாரியிடம் வேண்டுகோள் வைத்தார்.

"டேய் நீ டொக்டரா எழும்பு, எழும்புடா... நீ டொக்டரா? எங்கிட்ட நீ சொன்னியா? சொன்னியாடா?" அறைக்கு வந்த புலனாய்வுக்காரன் முகம் சிவந்து கத்தினான். அறையே திகிலடைந்தது. டொக்டர் எழுந்து தலைகுனிந்து நின்றார்.

"நீ வரணும் அங்க... பின்ன ஆளு அனுப்புறன்."

அறையே உறைந்துபோனது. டொக்டரும் பயந்துதான் போனார். அந்த அச்சம் அவனுக்கு ஒரு சுகிப்பைத் தந்தது. இமைகளை மேலே தூக்கி தூக்கி "எல்லாருக்கும் திருப்பி இரிக்கிடா... விசாரணை திருப்பி இரிக்கி." சுட்டுவிரலைக் காட்டி ஆணவத்தோடு சொன்னான். பயந்துபோன பலரும் டொக்டரை நிந்திக்கத்தான் செய்தனர். "இந்த மனிசனுக்குத் தேவையில்லாத வேலை" என்று.

டொக்டர் ஒரு சிறிய உருவம். வயது நாற்பது. மழித்த மீசை தன்னை அடையாளம் காட்ட உதவிவிடும் என்பதால் இங்கு மீசை வைத்துக்கொண்டார். அவரைத் தெரிந்திருந்தும் மீசையில் அவர் முகம் அதிகமாக மாறித்தான் போயிருந்தது. அறையை விட்டு

எங்கும் போகமாட்டார். பொதுவாக இப்படிச் சிலர் அறையில் இருந்தனர். சுமந்திரன் டொக்டர் மென்மையான சுபாவம் கொண்டவர். கதைப்பதும் கூட மிருதுவாகத்தான் இருக்கும். முதுகைக் கூனி இப்போ ஒரு மூலையில் அமர்ந்திருக்கும் இவர் இயக்கத்தில் ஒரு சத்திர சிகிச்சை நிபுணர். இறுதி யுத்தத்திலும் பல ஆயிரம் உயிர்களைக் காத்தவர். இயக்கத்தின் மருத்துவக் கல்லூரியில் ஏழு ஆண்டுகள் படித்துப் பின் பல களம் கண்டு உயர்ந்தவர் இவர்.

சுமந்திரன் டொக்டர் விசாரணையில் தான் ஒரு மருத்துவப் பிரிவுப் போராளி என்று சொல்லியிருக்கிறார். டொக்டர் என்பதைச் சொல்லவில்லை. இயக்க மருத்துவப் பிரிவில் படைத்துறையில் ஒரு பிளட்டூனுக்கு ஒரு மெடிசின்காரன் என்பதில் இருந்து சத்திர சிகிச்சை நிபுணர் என்பதுவரை பல தரநிலைகள் உண்டு. ஆறுமாதம், இரண்டு வருடம், ஏழு வருடம் என இவர்களுக்கான மருத்துவக் கல்வியும் வேறுபடும். சண்டைகளின் போது களத்திற்கு ஒரு தற்காலிகச் சத்திர சிகிச்சை நிலையமே வந்துவிடும். போர்க்களத்திற்குச் சத்திர சிகிச்சை நிலையத்தைக் கொண்டு வந்ததினால் பல உயிர்களைக் காக்க முடிந்தது. காயப்பட்டவர்களைக் கொண்டு ஆஸ்பத்திரிக்குப் போகும் நிலை மாற்றப்பட்டது. இந்த வசதி இராணுவத்திற்கு இருக்கவில்லை. போரில் கிழிந்துபோய் வரும் உடலில் ஊயிரைப் பிரியவிடாது களத்தில் வைத்தே தடுத்துப் பின் அவற்றைக் கட்டி மீள்உருவமும் செய்து அனுப்புபவர் இவர்.

சக கைதியின் மரணம் அந்த முகாமை எதுவும் செய்துவிடவில்லை. ஆனால் அரவம் இல்லாமல் கைதிகளின் மனதில் கரிய பூதமாய் நுழைந்தது. குறிப்பாகத் தம் குடும்பங்களைச் செட்டிக்குளம் மக்கள் தடுப்புமுகாமில் கொண்டிருந்த கைதிகளை இது வெகுவாகத் தாக்கியது. இந்த இருபகுதியை இணைத்து தொடர்பாடல் செய்யக்கூட ஆள் இல்லாத கைதிகளும் இருந்தனர். இவர்கள் துன்பச் சுமை தாங்க இயலாமல் நெஞ்சு கனக்க குப்புறப் படுத்தார்கள்: இரவும் பகலும்.

இறந்துபோன கைதி சில நாளாகச் சந்தோசத்தில் இருந்தானாம், இன்னும் தன் மனைவி, பிள்ளை உயிருடன் இருப்பதை அறிந்து. முள்ளிவாய்க்கால் கடந்தும் ஒரு குடும்பம் தன்னில் எவரையும் சாவிடம் கொடுக்கவில்லை என்றால் அது அதிசயம்தான். அர்திலும அர்தாய் இருந்தது. விதி ஒரு நீச விதி. அந்தக் கைதியின்

குடும்பத்தின் முழுமையை அதனால் சகிக்க இயலவில்லை போலும். வயிற்றில் குத்திக்கொன்று பிரித்ததே அந்தக் குடும்பத்தை. கைதிகள் குடும்பம் எனும் துன்பச் சுழிக்குள் இழுபட்டனர் இதனால்.

மரணத்திற்கான காரணம் சுமந்திரன் டொக்டர் சொல்லி அறைகளில் கமுக்கமாகப் பரவியது. என்னுடன் கதைக்கும்போது டொக்டர் சொன்னார் "அது ஒன்றும் இல்லை. சலம் வெளியேற முடியாமல் அடைச்சிட்டு. இதுக்குப் போய் ஓர் உயிர் சாக வேணுமோ?" என்றார் தீராத துயரத்துடன்.

"சலம் அடைச்சா ஆக்கள் சாவினமோ டொக்டர்?" கேட்டேன்.

"வெளியேறாவிட்டால் 'பிளாடர்' (சலப்பை) வீங்கிப் பெருக்கும். இறுதியில் வெடித்துவிடும். அப்படித்தான் அவன் செத்தான்." அதை விளக்க அவர் மனநிலை விடவில்லை. தலையை அங்கும் இங்கும் ஆட்டினார்.

"என்ன செய்திருக்கலாம்?"

"சின்ன விசயம் இது. எங்கட ஒரு மெடிசின்காரன் செய்வான் இதை. ஆணுடம்புக்குள்ளால ஒரு 'கலிட்டர்' (சிறு குழாய்) போட்டுவிட்டால் சலம் வெளியேறிவிடும் அதுக்குள்ளால. ஒரு வலி நிவாரணக் குளிசை குடுத்தால் அவனுக்கு வலியும் தெரியாது. அவ்வளவுதான்."

"ஓ..." நான் ஏங்கிப் போனேன். இது செய்யாமலா சாகக் குடுத்தார்கள் ஓர் உயிரை. றாஸ்கல்கள். நீசப் பிறப்புகள். சிங்கள ஊழியர்களைப் போட்டு நிறைத்த வவுனியா ஆஸ்பத்திரியில் பயங்கரவாதக் கைதியைப் படையினர் கொண்டுபோனால் என்ன மரியாதை கிடைத்திருக்கும்?

ஓர் அற்பக் காரணத்துக்காகத் தான் பார்த்திருக்க நிகழ்ந்த மரணம் தந்த வலியும் அது எழுப்பிய தன் தொழில் மீதான தார்மீகக் குற்றவுணர்வும் அவரை நிலைகுலைய வைத்துவிட்டன. இதன் விளைவுதான் அவர் தன்னை டொக்டர் என வெளிப்படுத்திக் கொண்டது. இப்போது விசாரணைக்காக அழைத்துச் செல்லப்பட்டுவிட்டார். மதியம் சாப்பிட அறைக்கு வந்தவரின் முகம் கன்றிச் சிவந்திருந்தது. சாப்பிடவில்லை. திரும்பியும் விசாரணைக்குச் சென்றுவிட்டார்.

இந்த நிகழ்ச்சியினாலோ என்னவோ இரவு கைதிகளின் எண்ணிக்கைக்கு வரும் அதிகாரி கூடவே ராசு அண்ணரைக் கூட்டிவந்தான். வழமையில் மொழிபெயர்க்கும் புலனாய்வு அதிகாரி சும்மா நின்றான். ராசு அண்ணரின் இந்த வருகையோடு முகாமின் பழைய அத்தியாயம் முடிந்தது. இனிய புதிய அத்தியாயம்.

11

“இவர்தான் புதிதாக வந்திருக்கும் முகாம் அதிகாரி மேஜர் ஸ்ரீபன் பெர்னாண்டோ. அவர் கோப்ரல் விஜயகுமார, இராணுவக் காவல்துறை அதிகாரி.” ராசு அண்ணர் பழைய முகாம் அதிகாரி சொல்வதைச் சொல்லச் சொல்ல மொழிபெயர்த்தார். புதிதாக இராணுவ அணி மாறுகிறது. புதியவர்களை அறிமுகம் செய்கிறார்கள். இந்த இடைப்பட்ட நாள்களுக்கிடையில் பழைய அதிகாரி ராசு அண்ணரைக் கைதிகளின் தொடர்பாளராக ஆக்கிவிட்டார். பழைய பாலன் ஓரங்கட்டப்பட்டான். ராசு அண்ணர் கிட்டத்தட்ட சிறை முகாமில் கைதிகள் தலைவர் ஆகிவிட்டிருந்தார்.

“எனக்கு நீங்கள் ஒத்துழைப்பு வழங்கியதற்கு நன்றிகள். புதிய அதிகாரிக்கும் ஒத்துழைப்பு வழங்கவேண்டும் என்று கேட்டுக்கொள்கிறேன். விரைவில் நீங்கள் விடுதலைபெற்றுக் குடும்பங்களுடன் இணையவேண்டுமெனப் பிரார்த்திக்கின்றேன்.” ஒவ்வொரு அறையாகச் சொல்லி நகர்ந்தார் பழைய அதிகாரி இப்போது வந்த புதிய அதிகாரிகளுடன்.

வந்திருக்கும் புதிய அதிகாரி இதுவரை வந்தவர்களில் வயதானவர். ஐம்பது வயதிருக்கலாம். கறுத்த மெலிந்த தோற்றம். தலைமுடிக்குக் கறுப்பு ‘டை’ அடித்திருந்தது தெரிந்தது. மிடுக்கில்லாத தோற்றமும் மனிதர்களைப் பார்த்து சம்பிரதாயத்திற்காகச் சிரிக்கவேண்டும் என்ற முகமும் கொண்டவர். மிலிட்டரி பொலிஸ்காரன் முப்பது வயது மதிக்கத்தக்க கட்டுமஸ்தான உயர்ந்த சிவந்த உருவம். அதிகாரத்தை வெளிப்படுத்தியவாறு கைதிகளைப் பார்க்கிறான். அதிகாரி மேஜரோ ஏதோ அலுவலக அதிகாரி போல நடந்துகொண்டார். வகுப்பாசிரியர் போல பிரமை தரும் நடத்தையும் தோற்றமும்.

புதிய அதிகாரி ராசு அண்ணரை நிர்வாக வேலைகளை சிறைமுகாமில் ஒருங்கிணைக்கப் பயன்படுத்திக்கொண்டார். சமையல் கட்டு, நீர் வழங்கல், துப்புரவுப் பணி, உறவுச்

சந்திப்பு இப்படிப் பல. இதுதவிர களஞ்சியத்தில் ஒரு பாதியில் டொக்டருக்கு இடம் ஒதுக்கப்பட்டு ஒரு சிறிய 'டிஸ்பென்சறி' ஆக அது இயங்க அதிகாரி வழிசெய்து கொடுத்தார்.

புலனாய்வு அதிகாரி ராகவன் மூன்று முறை விசாரித்த உள் விபரங்களைக் கொழும்பு அனுப்புகிறேன் என்றான். சுமந்திரன் டொக்டரும் பயந்துதான் போனார். ஆனால் சஞ்சயன் சொன்னார். "டொக்டர் பயப்படாதையுங்கோ, மருத்துவப் போராளி என்டதுக்கும் டொக்டர் என்டதுக்கும் இவங்கள் பெரிய வேறுபாடு காணமாட்டாங்கள். இந்தத் துறையில முக்கியம் - முக்கியமில்லை என்றது ஒரு பிரச்சினை இல்லை. உங்களுக்கு இனி இஞ்ச மரியாதை கூடலாம். விடுதலை செய்யவும் வாய்ப்பிருக்கு" என்று. உண்மையில் பின்னர் நடந்ததும் அதுதான். மேஜரும் மரியாதை கொடுத்தான். சிப்பாயும் மரியாதை கொடுத்தான். ஆனாலும் அந்த மரியாதை கைதிகளுக்குள் மரியாதையான கைதி என்றளவில்தான் அமைந்திருந்தது.

இராணுவ வைத்தியர் முதலும் பின்னர் அரச வைத்தியருடனும் வந்து சுமந்திரன் டொக்டரை அழைத்துக் கதைத்தார். இவரின் மருத்துவ அறிவை அளவிடவாக்கும். இவரளவு அறிவோ அனுபவமோ அவர்களுக்கு இல்லை. ஆனாலும் டொக்டர் கைகட்டித்தான் நின்றார். சுமந்திரன் டொக்டர் சொன்னார். "நாங்கள் கைதி மாதிரி இருக்க வேணும். அவன் எஜமானாய் இருக்கத்தான் ஆசைப்படுவான். தெரியாததுபோலக் கேட்டு தெரிஞ்சுகொண்டதா நடிக்கவேணும். ஓமடாப்பா... அப்பதான் அவனுக்கு தன்ர திமிரில திருப்தி வரும். ஒண்டுஞ் செய்ய ஏலா. நாயாய்ப் போனா நக்கித்தான் தண்ணி குடிக்கோணும்."

"டொக்டர் வலு தெளிவாயிற்றிங்கள். ராகவன் நல்ல போடு போட்டிருக்கிறான். மறைச்சிட்டியள் ஆ..." ஜான் கிண்டலடித்தான்.

"இல்லையடாப்பா. அதுதான் வெண்டவனுடைய உளவியல். இதை விளங்காட்டி நாங்கள் இஞ்ச வம்பில மாட்டோணும்."

"டொக்டர் தோத்தவன்ர உளவியல் எப்பிடி இருக்கும். பழி தீர்க்கோணும். டொக்டர் பழி தீர்க்கோணும்." போலி இறுமாப்போடு சுரேன் சொன்னான்.

"பாத்தியே... உது கூடாது இப்ப. இஞ்ச நாங்கள் நடிக்கவேணும். அண்டைக்கு இரண்டாம் மாடியில ராகவன் போக ஒருத்தன்

எழும்பி நிற்கேல்லை எண்டு பிரச்சினை. பிறகு ராகவன் தன்ர எடுபிடிகளை வச்சு தண்ணி குடுக்கிற இடத்தில அவனோட தகராறுப்பட வச்சிருக்கிறான். பிறகு தகராறுப்பட்ட ஆக்களை விசாரணை எண்டு கூப்பிட்டு அண்டைக்குத் தன்னைக் கண்டு எழும்பாத பெடியனுக்குச் சரியான அடி அடிச்சுப்போட்டான். அதுவும் பெரிய கொட்டனால. அவனுக்கு முதுகெல்லாம் கண்டிப்போச்சு. இவங்கள் எங்களைச் சும்மா விடாங்களடாப்பா." டொக்டர் சொல்லிக்கொண்டே இடத்தை விட்டு நகர்ந்தார். இது ஓர் ஆபத்தான கூட்டம் என்று எண்ணி.

பொலிசுக்கும் இராணுவத்திற்கும் இங்கு எப்போதும் ஒத்து வந்ததில்லை. வந்த எந்த இராணுவ அதிகாரியும் பொலிசோடு மதித்து நடந்ததில்லை. எந்த அதிகாரமும் இல்லாதவர்களாய்த்தான் இங்கு பொலிசின் பிரசன்னம் இருந்தது. இந்த முரண்பாட்டை மேலும் தூண்டி வளர்ப்பவன் ராகவன்தான். இதைவிட இராணுவத்திற்கும், இராணுவப் பொலிசுக்கும் முரண்பாடு இருக்கும். எல்லாரையும் பிரித்து வைத்து தன்ர வண்டில ஓட்டுறதில ராகவன் என்ற றகீம் விண்ணன்.

இப்போ புதிதாக வந்த அதிகாரியோ இன்ஸ்பெக்டருடன் நட்புறவு வைத்துக்கொண்டான். சம வயதினர் என்பதாலும் இருவரும் நீர்க்கொழும்புச் சிங்களவன் என்பதாலும் நான் அறியாத வேறு காரணிகளாலும் உறவாக இருந்தனர். சேர்ந்து தண்ணியடிக்க முடிந்தது. வழமையாக வரும் அதிகாரிகள் ராகவனின் வயதையொட்டி இருப்பதால் இரவு 'பார்ட்டி'க்குத் தண்ணியடிக்க அழைப்பு விடுத்து அவர்களை ராகவன் தன் வலையில் வீழ்த்திவிடுவான். தண்ணியடிக்க 'சைட் டிஸ்' செய்து கொடுப்பது வெடி பாலனின் கடமை. இந்த நாள்களில் கழுவிகள் வேலையாக ஓடித் திரிவார்கள்.

"இண்டைக்கு ராகவண்ணை கப்டனுக்கு பார்ட்டி வைக்கிறார். சாப்பாடு எப்பன் ருசி குறைஞ்சாலும் அந்தாள் தூசணத்தால் பேசுமடாப்பா." இப்படி அலுத்துக்கொள்ளும் வசனத்தின் மூலமே அகப்பெருமையை இந்தக் கழுவிகள் வெளிப்படுத்துவர். எங்கள் அறையில் வண்ணனின் கதை இப்படித்தான் இருக்கும். இதெல்லாம் இலவச இணைப்பாக நாங்கள் பெறும் அவமானம்.

இரவு பார்ட்டி நடக்கும் அறையே துவளும். பக்கத்து அறையில் சிப்பாய்கள் குடிக்கவென பிறிதொரு ஏற்பாடும் செய்திருப்பான் ராகவன். பாட்டும் கூத்தும் மட்டுமல்ல. போதையை மேலும்

கூட்ட நீலப் படம் முக்கிய இடம் பிடித்திருக்கும். குறிகளின் ஒளிச் சுகிப்பில் திணறும் மனதிற்கு மேலும் போதை தேவைப்படும். மதுவால் நிரம்பிய போதைக்கு மேலும் காமம் தேவையென ஆகும்.

கைத்தொலைபேசியை எடுப்பார்கள். அதில் உள்ள வீடியோ காட்சிகள் அளவிலாப் போதை தரும் அவர்களுக்கு. இந்தப் படங்களில் அவர்களே நாயகர்கள் ஆனவையும் உண்டு. அவர்களே கமராமேன், இயக்குநர், தயாரிப்பாளர் என எல்லாமும். வன்னிப் போரில் அவர்கள் தின்று தீர்த்த பெண்கள். எங்கள் இளம் பெண்கள். குரூரமாய்ப் பின் கொல்லப்பட்டு பல மாதங்கள் ஆகிவிட்டபோதும் மீண்டும் மீண்டும் குதறப்பட்டுக் கொண்டே இருக்கிறார்கள். இன்னும் இவர்களின் உடல் தின்னப்பட்டுக் கொண்டே இருக்கிறது. இத்தகைய பார்ட்டிகளிலும், தனிமை நிறைந்த இராணுவச் ‘சென்றி’களிலும். இது தொடருமா நூற்றாண்டுகளாய்?

சில வேளைகளில் வாந்தி எடுக்கும் சத்தமும் அதன் வீச்சமும் எங்கள் அறைகளை எட்டும். ச்சீஸ், கோழி இறைச்சி, மீன் பொரியல், பியர், சாராயம், கடலைப்பருப்பு, மிக்சர், சிகரட் எல்லாம் சேர்ந்து நுரைத்து ஓங்காளித்த வாந்தி முற்றத்தில் நாறும்.

கழுவிகள் காத்திருந்து வாந்தியெல்லாம் அள்ளிப்போட்டு கழுவித் துப்புரவு செய்து எஞ்சிய எலும்புகளையும் முட்களையும் நக்கித் தின்று அறைகளில் வந்து படுக்க விடியும் தறுவாய் ஆகிவிடும். ஆயினும் மறுநாள் நேரத்தோடு எழுவார்கள். நேற்றைய இரவுப் பார்ட்டியில் தாங்கள் அறுசுவை உணவை எப்படிச் சுகித்தோம் என்று சொல்ல வேண்டுமல்லவா? வாழ்வில எவருக்கும் கிடைக்காத அலாதியான உருசி அதற்கு இருக்குமாம். இந்தக் கழுவிகளிலும் பல ரகம். கௌரவமான கழுவி, கௌரவம் கெட்ட கழுவி. அறியாக் கழுவி, தெரியாக் கழுவி இப்படிப் பல.

கழுவி என்ற சொல் ஏன் வந்தது? சொல்லவே இல்லை நான். ராகவன் கக்கூசுக்குப் போறதுக்கு ஒருநாள் அவனுக்கு உளவு பார்க்கும் மூன்றாம் அறைக்காரன் ஒருவன் வாளியில் தண்ணீர் கொண்டுபோய் வைத்தான். இதை எங்களில் ஒருவன் கண்டுவந்து சொன்னான். அன்றிலிருந்து இம்மாதிரி ஆக்களுக்குக் கழுவி என்று பொதுப்பெயர் கொடுத்தான் ஜான். அது பிரபல சொல்லாகிற்று. வண்ணன் ராகவனின் அறைக்கு முன்னால் நிற்கும் பூக்கன்றுக்குத்

தண்ணி வார்ப்பது வழக்கம். அதற்குத் தண்ணி எடுக்கும் சாக்கில் பத்து லீட்டர் தண்ணியை மடக்கிடுவான்.

ஜான் கேட்பான். 'டேய் வண்ணன் இண்டைக்கு ராகவண்ணன்ர பூத்தடிக்கு தண்ணி வாத்தனியோ... மறந்திட்டியோ?"

"வார்த்தனான் காலமை", அந்த விசரும் பதில் சொல்லும்.

எல்லாரும் சிரிப்பார்கள். பூத்தடி ஜானின் பிரபலமான கண்டுபிடிப்பு.

இப்பவுள்ள புதிய அதிகாரியோட நட்பு வைக்க ராகவனால முடியேல. வயதாலும், அதிகாரத்தாலும், அனுபவத்தாலும் குறைந்தவர்களுடன் அவரால் தண்ணியடிக்கவும் முடியாது. இதனால் பொலிஸ் இன்ஸ்பெக்டருடன் வளர்ந்த உறவு இரவு கைதிகள் சந்திப்புக்கும், எண்ணிக்கைக்கும் அவரையும் கொண்டுவந்து சேர்த்தது. இதன் மூலம் பொலிசுக்கும் எங்களுக்குமான தொடர்பாடலுக்குச் சின்னஞ்சிறிய வழி தென்பட்டது. புலனாய்வுக்காரன் ராகவன் கடுப்பில் இருந்தான்.

சஞ்சயன் சொன்னார் "இதுதான் சரியான நேரம், பொலிசுடன் தொடர்பைப் பிடிக்க வேணும். வளக்க வேணும்."

"ஏன்?" நான் கேட்டேன்.

"இவ்வளவு காலமும் பொலிசோட யாரும் தொடர்பு வைக்க முடியாது. யாரும் கதைச்சது கண்டால் ராகவன் விசாரணைக்குக் கூப்பிடுவான்."

"ஓ... ஏன்?"

அவன் புதிசா வாற அதிகாரிகளை வெருட்டி வச்சான். கைதிகளைப் பொலிசோட தொடர்பு வைக்கவிட்டால் காசு குடுத்துத் தப்பிவிடுவாங்கள் எண்டு. கைதிகள் பற்றி ராகவன் பயங்கரமாக வர்ணிப்பான். தன்ர புலனாய்வு 'நெற்வேர்க்'கில் கைதிகளை அடக்கி வச்சிருக்கிறதா பிரமை காட்டுவான். வாற அதிகாரியும் பயந்துபோவான். புலனாய்வு அதிகாரிக்கு மாற்றம் வராது. தொடர் கண்காணிப்பு அவசியம் எண்டதால். முகாம் அதிகாரிக்குப் பதினைஞ்சு நாளில், மிஞ்சினால் ஒரு மாதத்தில் மாற்றம் வரும். தான் இருக்கிற காலத்தில ஒரு கைதியும் தப்பிக்கக் கூடாது. அதுபோதும் எண்ட நிலைமை வந்திடும். பிறகென்ன ராகவன்ர சொல்லுக்கு ஆடுவாங்கள் அதிகாரிகள்.

"பொலிசோட உறவு வைச்சு என்ன செய்யிறது?" நான் கேட்டேன்.

"தொடர்பும் உறவும் தேவை. என்னத்துக்காச்சும் உதவும். வாழ்க்கை முழுதும் இந்த நரகத்துக்க இருக்கப்போறிங்களா?" எனக்கு சஞ்சயன்ர கதையைக் கேட்க மண்டை குழம்பிற்று. உண்மைதான். புனர்வாழ்வு முகாமுக்கு வந்திட்டன் என்று கொஞ்சம் அசட்டையாக இருந்துவிட்டேன் போலும். இங்கு வந்த பின்பு மூன்று முறை விசாரணைக்கு அழைக்கப்பட்டிருக்கிறேன். ஆயினும் அச்சம் அதிகம் கொள்ளவில்லை...

மாடியின் படிக்கட்டு திரும்பும் முடக்கில் யன்னல் வைக்க வேண்டிய சிமெந்துக் கட்டில் அமர்ந்து வெளியே கால்களைத் தொங்கப்போட்டு தூரப் பார்வையில் மனம் லயித்திருந்தது. சிறையின் சுவர்களுக்குப் பதில் தூரப் பார்வை கிடைத்தால் அதுவே ஒரு விடுதலை உணர்வைத் தரும்.

மனித மனமே ஒரு விசித்திரம். அறிவின் பலத்தை இழந்து உணர்வு தீர்மானங்கள்மீது அதிகாரம் கொண்டுவருகிறது. பெரும் வதையில் இருந்து கொஞ்சம் தளர்ச்சி ஏற்படும்போது அதுவே விடுதலை போல மனம் ஆறுதல் கொள்ளத் தொடங்கிவிடும். தூரப் பார்வை கிடைக்கும் இந்த இடம் பெரும் ஆறுதல் ஆகிவிட்டதே! இங்கிருந்தபடி மனிதர்களை, வெளிச்சூழலைக் காண நேரும்போது பொங்கிவந்ததே ஒரு பூரிப்பு உள்ளம். முன்னர் 'யோசப்' சித்ரவதை முகாமின் சிறையை எண்ணிப் பார்க்கிறேன். இப்போது, இதுவே போதும் என்று அலட்சியமாகிவிட்டேனே மடத்தனமாய். மனத்திடமிருந்து தீர்மானத்தைப் பிடுங்கி எடுத்து அறிவிடம் ஒப்படைக்கவேண்டும். தூரப் பார்வையில் சஞ்சரித்தபோது கிடைத்த ஞானமாக விழிப்படைந்தேன்.

இரவு கைதிகளை எண்ண மேஜர் வரும்போது "நாங்க பேப்பர் வாசிக்கலாமா?" என்று சஞ்சயன் கேட்டார். ராசு அண்ணர் மொழிபெயர்த்தார்.

"ஓம். ஆனால் நாங்கள் அதை தருவதற்கு இப்ப வசதியில்லை"

"எங்கட உறவுகள் பாக்க வரேக்க கொண்டுவரலாமா?"

"ஓம் பிரச்சினை ஏதும் இல்லை" ராசு அண்ணர் மொழிபெயர்த்துச் சொல்ல மீண்டும் தான் சொன்னதை யோசித்த அதிகாரி "நாளைக்கு உங்களுக்குச் பதில் சொல்கிறன்" என்றான்.

மறுநாள் இரவு வரும்போது மறக்காமல் அந்த அதிகாரி சஞ்சயனைப் பார்த்துச் சொன்னான். ராசு அண்ணர் மொழிபெயர்த்தார்.

"நீங்கதானே பேப்பர் படிக்கக் கேட்டது. அரசாங்கப் பத்திரிகை மட்டும் எடுத்துப் படிக்கலாம். கொண்டு வரலாம். சரியா?"

"சரி" அவர் போய்விட்டார். சிலர் சஞ்சயன் மடையனுக்கு ஏன் தேவையில்லாத வேலை என்றும் எண்ணிக்கொண்டார்கள்.

தமிழில் 'தினகரன்'தான் அரச பத்திரிகை. ஒரு ஊதுகுழல் இது. தலைவர்களின் திறப்பு விழாக்களே முன்பக்கச் செய்தி. ஆனால் சஞ்சயன் வேறுவிதமாய்ச் சொன்னார்.

"ஐலண்ட் ஆங்கிலப் பத்திரிகையும் அரசாங்கப் பத்திரிகைதான். ஆனால், அது கொஞ்சம் மீடியா தர்மத்தோட வரும். வெளிநாட்டுத் தொடர்பகங்களும் பார்க்கிறதல்லா... அதில கொஞ்சம் வெளி அரசியலில் என்ன நடக்குதெண்டு அறியலாம்." சஞ்சயன் சொல்ல எனக்கும் அது திறமான உத்தி என்றுதான் தோன்றியது.

"வெளி அரசியலை அறிஞ்சு என்ன செய்யப்போறம் சும்மா...?"

ஜான் அலுத்தபடி கேட்டான்.

"உள்ள இருக்கிற எங்களுக்கு என்ன நடக்கும் எண்டு அறிய வேண்டாமா? தேவையில்லையா?"

"ஓ. .அதுவா?"

சஞ்சயன் புத்திக்காரன். பொலிஸ் விடுதிக்குச் சென்று சிங்களம் படிக்க என சிங்களப் பத்திரிகை எடுத்துவந்தார். 'ஐலண்ட்' பத்திரிகை பொலிசிடம் காசு குடுத்து வாங்கினார். மிச்சக் காசு வாங்க மாட்டார். புதினம், உறவு, பொலிசை நாடி பார்த்தல் என ஒரு கல்லில் பல மாங்காய் வீழ்த்தினார்.

சில நாள்களின் பின்னர் பல மாற்றங்கள் நடந்தன. உறவுச் சந்திப்பு நாலு நாள்களாக அதிகரிக்கப்பட்டது. மக்களைத் தடுத்து வைத்திருந்த செட்டிக்குளம் முகாமில் இருந்த கைதிகளின் உறவினரை அழைத்து வர ஏற்பாடு செய்தார்கள். சிலருக்குத் தங்கள் குடும்பம் எந்த முகாமில் இருக்கிறது என்பது தெரிய வந்திருந்தது. பலருக்குத் தெரியாது. பெயர்கள் பதியப்பட்டு தேடுதலுக்காக ஒவ்வொரு முகாமுக்கும் விபரங்கள் அனுப்பப்பட்டன.

எங்கள் சிறைமுகாமே ஏதோ விடுதலை பெறப்போவதான பூரிப்பில் பொங்கி வழிந்தது. இந்தப் பூரிப்பு முகாமில் நடந்த மரணத்தை அள்ளிக்கொண்டு போயிற்று. வன்னியின் போரில் செத்துப் பிழைத்த வாழ்வில் ஒருவரை ஒருவர் மீண்டும் சந்திக்கப்போகிறோம் என்ற அகம் பூரிக்கும் துள்ளலில் திளைத்தனர் கைதிகள். நித்திரை இழந்து மனம் அந்த நாளுக்காய்த் தவித்தது. காலையில் எங்கள் முகாம் சூழலிலும் புள்ளினங்களின் ஓசை கேட்கத்தான் செய்தது. இந்த மனம் துக்கத்திலும் நித்திரையிழக்கிறது. மகிழ்ச்சியிலும நித்திரையை நழுவ விடுகிறது. சிலர் தங்கள் குடும்பம் இருக்கிறதா இல்லையா, எங்கிருக்கிறார்கள், யார் யார் உயிருடன் இருக்கிறார்கள் என்பதை வருபவர் மூலம் அறிந்துவிடலாம் என்ற மனக் கிளர்ச்சியில் நித்திரை இழந்து தவித்தனர்.

உணவில் கைவைக்க முடிந்ததே தவிர வாய்வைக்க முடியவில்லை. நம்பிக்கை அலை உள்ளே பொங்கிக்கொண்டே இருக்கிறது. சடுதியாய் ஒரு மின்னல்போல மேலெழும் 'அவர்கள் இல்லை என்றால்?' என்ற கேள்வி. அவ்வளவுதான். அது தரும் பதட்டம், அகத் திணறலால் மலை ஒன்று மணலாய் உதிரும் மாயம்போல நொறுங்கிக் கொட்டுண்டு விடுகிறது போராளியாய் வாழ்ந்த தீரமெல்லாம்.

இரண்டுவாரம் ஆகியும் உறவுகளைக் கூட்டி வருவதாய்ச் சொன்னதற்கு முடிவில்லை. ஏமாற்றம் தரும் விரக்தியும் அறையில் காரை நிலத்தில் குரூரமாய்ப் படிந்தது. வழமையான சந்திப்பு நடந்து அறைக்கு யாரும் திரும்பினால் அவர்களின் குதூகல முகம் எங்களுக்கு ஒரு வெளிக்காட்ட முடியாத வெறுப்பையும் காழ்ப்புணர்வையும் கொடுத்தது. அவசியமற்று சக போராளிகளிடத்தில் - மன்னிக்க - சக கைதிகள் இடத்தில் நஞ்சைத் தீண்டுகிறதோ எங்கள் மனம். மனம் நடிக்கும் ஆற்றலைக் கூட இழந்தது சக கைதிகளிடம். ஆனால் ஆமிக்காரனிடம் மட்டும் என்ன அழகாய் நடிக்கிறது. நாசமாய்ப்போக...!

இரவின் காற்றில் இரைச்சல் கேட்டபடியே இருக்கும். இத்தனை நாள் இந்தக் காற்று வீசவில்லையா என்ன? அந்த இரைச்சலில் மனம் குத்திட்டு நிற்கும். அதை விலக்க முடியாமல். விலக்க எண்ணுந்தோறும் அந்த இரைச்சல் மேலும் வலுப்பெற்று உரக்கிறது. அது மனத்தின் சுமையாய் எப்படித்தான் மாறுகிறதோ? மனம் என்ன இதயத்திலா இருக்கிறது? ஏன் நெஞ்சு கனத்து நசிகிறது?

பகற்பொழுது ராகவன் ஓர் இலக்கத்தை எழுதிய கடுதாசித் துண்டை எடுத்துக்கொண்டு அந்த இலக்கத்திற்கான கைதி யார் என ஒவ்வொரு அறையாக ஓடி ஓடித் தேடினான்.

அவனது உதவியாளனும் ஒரு அல்லக்கையும் கூடவே ஓடின. காட்டிய பரபரப்பும், வேகமும் விடயத்தை மேலும் மனத்தீவிரம் கொண்டதாக்கின. பதட்டம் பொங்க எங்கள் அறைக்கு வந்தவன் "டேய் விமல் இந்த நம்பர் யாருண்டு பாரு. உன் அறையில இருக்கா பாரு" என்றான். கண்களைச் சந்தேகம் கொண்டு துழாவினான். "ஓமண்ணை இருக்கு" விமல் சொல்லவும் பெரும் நிசப்தம் மனங்களின் குண்டாய் வெடித்தது. பல இதயங்கள் துடிக்க மறுத்துவிட்டன. கொண்டு வந்தது கைதிகளுக்கான ஐ.சி. ஆர்.சி. (சர்வதேச செஞ்சிலுவைச் சங்கம்) நம்பர் ஒன்று. அறைத் தலைவனிடம் அடிப்படை விபரம் கொண்ட கைதிகளுக்கான குறிப்புப் புத்தகம் இருக்கும். அதில்தான் இந்த நம்பருக்குரிய ஆளைத் தேடினான். அவன் காட்டிய தீவிரத்தின்படி சுடுவதற்காக ஒருவனைத் தேடுவதுபோல்தான் இருந்தது. தலைவர் பிரபாகரனே வேறு பெயரில் இதற்குள் நுழைந்து, ஒளிந்துவிட்டார் போல இருந்தது அவனின் தீவிரம்.

"யாருடா... யாருடா...?" விரலை சொடுக்கி உற்சாகமடைந்தான்.

"சஞ்சயன் சூரியபாலன்." நான் நாடிகள் ஒடுங்கித் திகைத்தேன்.

சஞ்சயனைப் பார்த்து ஆவேசமாகக் கத்தினான். அவன் போட்ட சத்தத்தில் எனக்குக் கால் பதறியது.

"ஓ... நீயாடா... அது? நெனைச்சன். முன்ன இருந்தே எனக்கு உன் மேல டவுட். எழும்படா... எழும்படா... உன் சாமான் எல்லாம் எங்க...? தூக்கு... தூக்கு..."

சஞ்சயன் தன் ஊன்றுகோலுடன் எழும்பி நின்றார். காலில் அவருக்குள்ள காயம் பார்க்க பயங்கரமாக இருக்கும். சேற்றில் குழந்தைகள் விளையாடிய பின்னர் அது வெயிலில் உலர்ந்துவிட்டால் இருக்குமே ஒரு கோலம், அப்படி இருக்கும் காலின் காயம் பட்ட தசைகள். ஆனால் உண்மை என்னவென்றால் ஊன்றுகோல் இல்லாமலே சஞ்சயனால் நடக்கவும் - ஏன் கொஞ்சம் ஓடவும்தான் முடியும். ஆனாலும் சஞ்சயன் ஊன்றுகோலைக் கைவிட்டதே இல்லை. மேலும் சாரத்தை மடித்துக் காயம் பிறர் கண்ணில் படும்படியாகக் கட்டியிருப்பார். அப்பிடியேதான் இப்போதும் எழுந்து நின்றார்.

"வாடா இங்கால. நீயாடா அது. நீ ஒரு கேர்ணலா புலியில?" ஒரு சாங்கமாய்க் கேட்டான்.

"உங்க எல்லாருக்கும் இவனைத் தெரிஞ்சிரிக்கு. யாரும் சொல்லல. இந்த அறையில எல்லா பேருக்கும் விசாரணை இருக்கு" சுட்டுவிரலை நீட்டியவாறு ஆட்டி ஆட்டிக் கத்தினான். அகங்காரம்தான் வெளிப்பட்டது. சஞ்சயன் தனது சோப்பு டப்பாவையும், துவாய் என அழைத்த ஒரு துண்டையும், பல்லுமினுக்க பிரசையும் கையில் எடுத்துப் பக்கத்தில் இருந்தவர்களிடம் ஒரு பை கேட்டார், தன் இந்த உடமையைக் கொண்டு போக.

"வேணாம். அது கிடக்கட்டும். கீழே போடு. முதல்ல நீ வா." என்று சத்தம் போட்டான். உதவியாளனுக்குச் சொன்னான். "வசந்ததுங்க...! கொழும்புக்கு மெசேஜ் அனுப்பு. ஆள் இங்கதான் இரிக்கான்... கண்டுபிடிச்சிட்டோம் என்று."

இந்தக் கூத்தில் எங்கள் அறை மட்டும் அல்ல. அக்கம்பக்கத்து அறைகளும் உறைந்துவிட்டன. ஒரு சத்தம் இல்லை. இந்த நிசப்தம் மேலும் அச்சம் தருவதாய் இருந்தது.

எடுப்பதிலும் வைப்பதிலுமான தன் உடல் அசைவுக்குள் ஒளிந்தபடி ராகவனையும் அவனின் உதவியாளனையும் கவனிக்கிறார் சஞ்சயன் என்று தோன்றியதெனக்கு. நான் சஞ்சயனின் மரணம் நிச்சயிக்கப்பட்டுவிட்டது என்றுதான் எண்ணினேன். பலரும் அப்படித்தான் எண்ணினார்கள்.

ராகவன் அறையில் இருந்த மற்றவர்களையும் ஓநாயின் கண்கள் கொண்டு நோட்டம் விட்டான்.

நான் அறைவாசலில் இருந்தேன். முள்ளந்தண்டில் கூசியோடுகிறது ஏதோ! பக்கவாட்டில் திரும்பி எங்களில் அவன் பார்வை வந்து நின்றபோது, "டேய் நீங்க ரெண்டு பேரும் எழும்பு, வா."

அதிர்ச்சியில் அசைவற்று இருந்த என்னையும் ஜானையும் நோக்கி அவன் காலால் அடிக்க வந்தான்.

"நானுமா அண்ணா?"

ஜான் பலிக்கு இழுக்கப்படும் ஆட்டின் குரல் கொண்டு கேட்டான்.

அது அவனது குரலே அல்ல. கண்களும் முகமும் சிவந்தன. ஒருவேளை என் முகமும் அப்படித்தான் இருந்திருக்கக் கூடும். மூவரும் விசாரணை அறைக்குச் சாய்த்துச் செல்லப்பட்டோம்.

விசாரணை அறையில் ஏற்கனவே ஒருவன் முட்டுக்காலில் இருந்தான். எனக்கு அவனை ஏற்கனவே தெரியும். பெயர் நவம். ஆனாலும் இன்றுவரை இந்த முகாமில் கண்டதில்லை. அறையில் நுழையும்போதே அவன் சஞ்சயனைப் பார்த்தான். சஞ்சயன் அவனைப் பார்த்தார். பார்வைகள் மோதித் திரும்பின.

"இரிடா முட்டுக்காலில." ராகவன் பல்லை நெருமிக் கத்தினான்.

"என்னால முழங்காலில இருக்க முடியா... காயம்."

அடக்கத்தோடுதான் சஞ்சயன் சொல்ல முயன்றார். அது ஆத்திரத்தை அடக்கிய தொனியில்தான் வெளிப்பட்டது. இதைக் கேட்டதுமே பயந்து போனேன். "வில்லங்கத்தை விலை குடுத்து வாங்கிறானே இவன்." என்று நினைக்கவும் ஜான் இருந்துவிட்டான். நான் இருக்கவா பொறுக்கவா என்று நினைக்க பக்கத்தில் இருந்த மெத்தையைக் கிளப்பி சட்டத்தைப் பிடுங்கி குண்டியில் விட்டான் ஒரு அடி. முழங்காலில் இருந்துவிட்டேன். அதே நேரத்தில் ஜானின் தோள்பட்டையில் சட்டத்தால் விசுக்கினான் "அம்மா ஆஆ...!" ஊமையாய்க் கத்தினான் ஜான். அதே வேகத்தில் முழங்காலில் இருந்த நவத்திற்குத் தொடையில் பக்கவாட்டில் விழுந்தது அடுத்த அடி. நவத்திற்கு ஏற்கனவே ஒரு கண்ணில்லை. அந்தக் கண்ணிருந்த இடம் உட்குழிந்து மொண்ணையாக இருந்தது. அந்தக் கண்ணிலிருந்து நீர் வழிய கோரமாய் இருந்தது முகம்.

"சொல்லுடா இவன் யாருன்னு. உங்களுக்குச் தெரியுமா இல்லையா?"

மௌனச் சிலையாய் இருந்தோம் நாம்.

"சொல்லுடா நீங்கதானே கூட்டாளி."

"இங்க வந்துதான் தெரியும்... ஒரே அறையில..." நான் இழுத்தேன்.

"ஏண்டா நீ உண்மை சொல்லல. ஏன் மறைச்சாய் நீ...?"

"நான் எல்லாம் சொல்லிற்றன்" இமைகளைச் சுருக்கிக்கொண்டு சஞ்சயன் அலட்சியமாகச் சொன்னார். ராகவன் சட்டத்தை ஓங்கவும் சஞ்சயன் பக்கவாட்டாகத் திரும்பவும் அடி கையின்

புஜத்தில் வீழ்ந்தது. சஞ்சயன் அவனைக் கீழிருந்து மேலாக கிழிக்கும் கூர்மைகொண்டு பார்த்தார். அந்தப் பார்வையால் தடுமாறினான் ராகவன். சஞ்சயனின் ஊன்றுகோலையும் கண்கள் பார்த்துத் திரும்பின.

"உன் முழுவிபரம் கிடைச்சிட்டுது கொழும்புக்கு." ராகவன் சொல்லிவிட்டு சஞ்சயனைப் பார்த்தான்.

"செட்டிக்குளம் முகாமில ஒளிச்சிருந்த உங்க ஆக்கள் இரண்டு பேர் சொல்லிட்டாங்க உன்னை! உன் முழுவிபரம் கொழும்புக்குத் தெரியும். நீ ஒரு 'கேணல்' உடன உன்னைக் கண்டுபிடிச்சு அனுப்பச் சொல்லி எல்லாப் புனர்வாழ்வு முகாமுக்கும் தகவல் வந்திருக்கு." சொல்லிவிட்டு சஞ்சயனில் பார்வையை ஊன்றினான் ராகவன்.

"எடுடா இவன்ர ஃபைல" உதவியாளன் அலுமாரியில் இருந்து ஃபைலை எடுக்க 'லைற்'றைப் போட்டான். இருளில் புதைந்திருந்த அந்த அறையில் ஒளி பரவிற்று. ஃபைலைப் பார்த்தபடியே தொலைபேசி இலக்கங்களை அழுத்தினான். சிங்களத்தில் ஏதோ ஃபைல் பார்த்தபடியே உரையாடினான். பிறகு தன் மொபைலை வைத்துவிட்டுக் கேட்டான்.

"நீ முழு விபரத்தையும் சொல்லு. உன்னைப் பற்றியும் நீ செஞ்ச வேலை பற்றியும் சொல்லு. நான் அதை எழுதி அனுப்பிற்று உன்னை இங்கே என்ர பொறுப்பில வைச்சிருக்கன். நான் மேஜர்கிட்ட கேட்டுக்கிறன். இல்லைன்னா சொல்லு, உன்னை நாளைக்குக் கொழும்புக்கு அனுப்பிவிடுறன்." மேல் கண்ணால் பார்த்தான். பிறகு அலட்சியமான உடலசைவு காட்டினான்.

அறையில் ஓர் ஊமை அமைதி. மூச்சைச் சீராக இழுத்துவிட முடியாமல் அவ்வப்போது மறந்தேன். சஞ்சயன் ஒப்புக்கொண்டு விடுவாரா? அடுத்து எனக்கு என்ன நடக்க இருக்கிறது? மனதில் இது ஓடவே திரும்பி சஞ்சயனைப் பார்த்தேன். அவரது பார்வை பதிந்து சுவரில் குத்தியிருந்ததே தவிர முகம் வெளிப்படைந்துவிட்டது. எந்தச் சலனத்தையும் காண இயலவில்லை. முன்னர் இருந்த பதட்ட முகம் மாறி வேறு தினுசாய் ஆகிவிட்டது. ஆனால், ராகவனின் முகத்தில் நம்பிக்கைத் துளி தெரிகிறது. தளம்பிவிட்டான், யோசிக்கிறான் என்று ராகவனுக்கு நம்பிக்கை பிறந்திருக்கலாம்.

“நீங்க இரண்டு பேரும் எழும்புங்கடா, அறைக்குப் போங்க. திரும்பக் கூப்பிடுறன்” அர்த்த பாவத்துடன் சொன்னான். நானும் ஜானும் அறைக்கு வந்தோம். மனம் அங்கேயே தங்கிவிட்டது. மனம் கொஞ்சம் இலேசாகினது போலிருந்தாலும் அடுத்து நிகழப்போவதைப் பற்றி ஆயிரம் தெரிவுகள் மனதில் ஓடின. அறையில் எல்லாரும் எங்களைத்தான் பார்த்தார்கள். நான் எதுவும் பேசவில்லை. பேசவும் முடியவில்லை. வெளிநோக்கி ஆகாயத்தைப் பார்த்தபடி இருந்தேன். வானத்தில் முகில்கள் வேகமாய் ஓடின. ஒன்றிலிருந்து மற்றொன்று பிரிந்தும், ஒன்று இன்னொன்றுடன் பிணைந்தும் கொழுவியும் அள்ளுண்டு போகின்றன.

மதியம் கழித்து நான்கு மணியளவில்தான் சஞ்சயன் அறைக்குத் திரும்பினார். என்ன நடக்க இருக்கிறது என்று அறிய ஆவல் உந்தியது என்னை. தன்னைக் காப்பாற்ற உள்ளதைச் சொல்லியிருப்பார். ஒருவேளை என்னையும் காட்டிக் கொடுத்திருக்கக் கூடும். தன்னைப் பாதுகாக்க எந்த மனிசனும் விரும்புவான்தானே? என் சந்தேகம் போலவே அவர் முகத்தில் அச்சத்தைக் காண்கிறேன். அது அச்சமா?... ம்ம்... அது என்னை மேலும் அச்சுறுத்துகிறது.

அறையில் அவருக்கு எடுத்துவைத்த சாப்பாட்டைப் பிசைந்து பிசைந்து சாப்பிட்டார். உண்மையில் அந்தப் பிசையலும், சோற்றில் நிலை குத்திய பார்வையும் அவர் இந்த அறையிலேயே இல்லை என்று காட்டியது. ஆழச் சிந்திக்கும் முகக் குறிகளைக் கண்டேன். அது மேலும் பதட்டம் தருகிறது. ராகவன் அடுத்து என்னைக் கூப்பிடுவான் என்றே எதிர்பார்த்தேன். ஐந்து மணிவரை யாரும் கூப்பிட வரவில்லை.

அறையில் விழும் மாலை வெயில் சாய்ந்ததும் சஞ்சயன் என்னிடம் வந்தார். “உங்களுக்கு ராசு அண்ணர் பழக்கம்தானே?”

“ஓம்.” பதில் சொன்னாலும் எனக்குப் பதட்டம் கூடியது.

“ஒருக்கா வர முடியுமா?”

“...” ‘எதுக்கு?’ என்பதுபோலப் பார்வையை உயர்த்தினேன். ஆனால் வெளிப்பட்டது என் முகத்தில் அச்சம்தான் போலும்.

“பயப்படாதீங்க. இப்ப உங்களுக்கு என்னில சந்தேகம் வந்திருக்கும் இல்லையா?” சொல்லிக்கொண்டே சிரித்தார். எனக்கும் சிரிப்பு வந்தது. இந்தாள் அப்பவே சொன்னான். “நீங்களும் கொஞ்ச

நாளில வேறு ஆக்களைச் சந்தேகப்படுவீங்கள்” என்று. இப்ப இவர் மேலயே சந்தேகம் வந்துவிட்டது.

“ஐஞ்சு சதத்துக்கு பெறுமதியில்லாத மொண்ணைப் பயல் ஒரு மயிரையும் புடுங்கேலாது. இண்டையோட இவனுக்கு ஆப்பு வைக்கிறன் ஆப்பு. புடுங்கிப் பாக்கட்டும் இனி.” நாவும் சொண்டும் படபடக்கச் சொன்னார்.

“அமைதியா இருங்கோ... இப்ப ஒண்டும் செய்யாதையுங்கோ” நான் பொதுவாகச் சொன்னேன். எனக்கு எதுவும் வெளிப்பாகவில்லை. நாங்கள் வருவதற்கு முன்னிருந்தே ராகவன் தன்னை ஓயாமல் விசாரணைக்குக் கூப்பிடுவது பற்றிச் சொன்னார். தன்னை உளவு பார்க்க ஆக்களை விட்டிருப்பது பற்றியும் சொன்னார்.

ராசு அண்ணரைச் சந்திக்க வேண்டும் என்று கேட்டார். நான் தாமதிக்கவும் “வாறீங்களா நான் போகட்டா?” என்று கேட்க, நான் முகம் முறிக்க முடியாமல் திணறினேன். அவர் போகவும் நானும் பின்னால் எழுந்து போனேன் கூடவே.

“மேஜரோடு ஒருக்கா கதைக்க வேணும். வரமுடியுமா ராசு அண்ணா?” என்று ராசு அண்ணர் அறையிலேயே போய்க் கேட்டார். நான் ராசு அண்ணரைப் பார்த்தேன். அவர் மறுபேச்சில்லாமல் எழுந்து போனார். ஆச்சரியத்தை அசைபோட்டவாறு நான் அறைக்குப் போனேன்.

மேஜரிடம் போன சஞ்சயன், புலனாய்வுக்காரன் தன்னைத் துன்புறுத்துவதாக முறைப்பாடு செய்தாராம். அடிக்கடி விசாரணைக்கு அழைத்துத் தீராமல் துன்புறுத்துவதாகவும் சொன்னாராம். ராசு அண்ணர்தான் இதை எனக்குச் சொன்னார். அதற்கு அதிகாரி ‘யாரும் துன்புறுத்த முடியாது. அதற்கு அனுமதியில்லை’ என்று சொன்னானாம். ‘என் மனைவி பிள்ளைகள் எங்கே என்று எனக்குத் தெரியாது. வயதான எனது அம்மாவைச் சந்திக்க வரவழைக்க எனக்கு பயமாக இருக்கிறது. ராகவன் பயமூட்டுகிறார்’ என்றும் சஞ்சயன் சொன்னாராம்.

அதிகாரி கேட்டிருக்கிறான் ‘குடும்பத்தைத் தேடுறதுக்குப் பெயர் குடுத்தீங்களா?’ என்று. இந்தாள் அதுக்கு ‘இல்லை. சுதந்திர புரத்திலேயே மனைவி தன்ர பெற்றோரோட ஆமிட்ட சரணடையக் கேட்க தான் மறுத்ததால தன்னைப் பிரிச்சு பிள்ளைகளைக் கூட்டிக்கொண்டு போயிற்றா’ என்று பதில் சொல்லியிருக்கிறார்

நான் 'இந்தாளுக்குக்' கிறுக்கு முத்திப்போச்சு என்றுதான் நினைத்தேன். எல்லாக் கைதிகளும் இயக்கம் தங்களைக் கட்டாயமாக இணைத்துக்கொண்டது என்றுதான் சொல்லுறாங்கள். இந்த மனிசன் தான் சரணடைய மறுத்து போர்க்களத்தில நின்றன் என்று சொல்றானே. என்ன நாசமடா இது? ஆனாலும் இந்தாள் சும்மா சொல்லானே?

மேஜர் தன் தொலைபேசியைக் கொடுத்து அம்மாவைச் சந்திக்க வரச்சொல்லுங்கள் என்று சொன்னானாம். இவர் தயங்கவும் 'வேணுமென்றால் பேசிவிட்டு நம்பரை அழித்துவிடுங்கள்' என்றும், 'குடும்பத்துடன் நீங்கள் மறுபடி சேரவேண்டும்' என்றும் சொன்னானாம்.

சஞ்சயன், தனக்குப் பயமாக இருக்கிறது. விசாரணையால் நித்திரை கொள்ளமுடியவில்லை. சாப்பிட முடியவில்லை. என்னை விசாரணைக்குக் கூப்பிட வேண்டாம் என்று சொல்லச்சொன்னாராம். அதற்கு அதிகாரி, விசாரணைக்குக் கூப்பிட்டால் நாங்கள் அனுப்பி வைக்கத்தான் வேண்டும், ஆனால் நான் ஒன்று செய்ய முடியும். இனி உங்களைக் கூப்பிட்டால் தன்னிடம் வந்து சொல்லிவிட்டுப்போகுமாறு சொன்னாராம். சஞ்சயன் அதற்கு 'எனக்குப் பயமாக இருக்கிறது. ஒரு மிலிட்டரிக்காரரை விசாரணையின்போது கூட இருக்க அனுப்ப முடியுமா?' என்று கேட்டிருக்கிறார். அதற்கு மேஜர் 'ஒரு சிப்பாயையும் ஒரு பொலிஸ்காரரையும் சேர்த்தே அனுப்புகிறேன். அவர்கள் முன்னிலையில் உங்களை விசாரிக்கட்டும் அவர். நீங்கள் பயப்பட வேண்டாம். எதென்றாலும் வந்து கதையுங்க. அம்மாவையும் வந்து பார்க்கச் சொல்லுங்க' என்றானாம்.

இந்தச் சம்பவம் நடந்தபோது தற்செயலாக அங்கு வந்த புலனாய்வு ராகவனின் உதவியாள் வசந்ததுங்க அங்கே நின்றிருக்கிறான். ஆக, இந்தத் தகவல் ராகவனுக்கும் போயிருக்கும். இத்தோடு சஞ்சயனின் கதை முடியப்போகிறது என்றுதான் நம்பினேன் நான். நடந்ததோ வேறு!

ராகவன் அதன்பின் எப்போதுமே சஞ்சயனை விசாரணை என்று அழைத்ததே இல்லை. அது மட்டுமல்ல. முகாமிலேயே அனேகமாக யாரையும் விசாரணைக்குக் கொண்டு சென்றதில்லை என்றுதான் சொல்லவேண்டும். அதற்குக் காரணம் சஞ்சயனின் இந்த அதிரடி ஆட்டம்தான். ராகவன் கைதிகள் தனக்குத் தலைவணங்கவேண்டு மென்று விரும்பினானே அல்லாமல் கைதிகள் பாதுகாப்புக்குப்

பொலிசையும் இராணுவத்தையும் அழைத்துவந்து தன்னைத் தலைகுனிய வைக்கவேண்டும் என்றல்ல.

துலக்கமான வானம் மின்மினிகளைக் காட்டிய ஒரு நாள் இரவு துயிலாது மாடியின் ஜன்னல் கட்டில் இருந்து யோசித்துக் கொண்டிருந்தேன். வலியிலிருந்துதான் வாழ்வைக் கற்றுக்கொண்டோம். வாழ்விலிருந்து வலிகளைக் கடந்தாகவேண்டும். இல்லையேல் இந்தப் பாழ் கிணற்றிலிருந்து ஏறிக்கடக்க முடியாது. எண்ணவும், சஞ்சயன் வந்தார். பழைய சந்தேகத்தை இப்போது கேட்டேன்.

"கொழும்பில் இருந்து வந்து உங்கட நம்பரைக் கொண்டு தேடுறான். அகப்பட்டும் போனீங்கள். எப்படித்தான் நிதானமா இருந்தியளோ? பலமுறை யோசிச்சிட்டன்."

"அந்த முட்டாள், கையில வைச்சிருந்தது இயக்கத் தகட்டு இலக்கம் என்றால் தேடியிருக்கலாம். ஐசிஆர்சி இலக்கம் அதுவென்று தெரிந்ததும் அந்த முட்டாள் எங்களை வடிகட்டின முட்டாள் எண்டு நினைக்கிறான் எண்டது தெரிஞ்சிட்டு. ஐசிஆர்சி விபரம் கொழும்புத் தலைமையகங்களுக்குக் குடுக்கப்பட்டிருக்குமே. இந்த முகாம் கைதிகளின்ர பதிவும் அங்கதானே இருக்கு? இவன் நான் இஞ்ச இருக்கிறன் எண்டு கண்டுபிடிச்சிட்டானாம். மெசேஜ் அனுப்பச் சொல்லுறானாம். வெறும் பேயன்." சினமும் எள்ளலும் கொண்டு கதைத்தார் சஞ்சயன். நான் கேட்டேன்.

"உங்கட குடும்பத்தைத் தேட முகாம்களுக்கு ஐசிஆர்சி இலக்கத்தையும்தானே குடுத்திருப்பியள். செட்டிக்குளம் முகாமில குடும்பத்தைத் தேடும் உங்கட விபரத்தைப் பாத்து யாரும் காட்டிக் குடுத்திருக்கலாம்தானே?"

"ம்ம்... அந்த முட்டாள் அப்பிடியும் நினைச்சிருக்கக் கூடும். இருக்கலாம். ஆனால் நான்தான் குடும்பத்தைத் தேடவே இல்லையே."

"தேடக் குடுக்கேல்லையா?" அந்தச் சொல்லிலேயே நின்று கொண்டேன்.

"யாரோ காட்டிக் குடுத்திருந்தால் நான் ஆர், செய்த வேலை என்ன எண்டு சொல்லாமலா விட்டிருப்பான்?" சொண்டை பிதுக்கி மூச்சைத் தள்ளி வெளியே விட்டார்.

"ஏற்கனவே அங்க முழங்காலில இருந்த நவம் என்னைக் காட்டிக் குடுத்திட்டான் என்று என்னை நினைக்க வைக்கவே நவத்தை அங்க இருத்தி இருக்கிறான். ஆனால் என்னை வெருட்ட நவத்துக்கு விழுந்த அடி எனக்குச் சொன்ன செய்தி, அவன் காட்டிக் குடுக்கேல்லை எண்டதுதான். தனக்கு ஒத்துழைச்சவனுக்கு அடிப்பானா யாரும்?" பொருட்டின்றி ஏதோ வெளியே பார்த்தார்.

"கடைசியா கொழும்புக்கு ஒரு கேணலுக்கு ரெலிபோன் பண்ணினான் ஒரு சார்ஜன். அவ்வளவுதான் நூறு வீதம் தெளிவாகிவிட்டேன். முட்டாள் என்னை வடிகட்டின முட்டாள் என்று நினைக்கிறான். ஒரு கேர்ணலோட ஒரு சார்ஜன் நேரடியாக் கதைக்கமுடியாது. போதாததுக்குத் தன்ர மொபைலில நம்பர் அழுத்தேக்க எட்டு நம்பர்தான் அழுத்தினான். பத்து இலக்கம் அழுத்தாமல் எந்தக் 'கோல்' உம் போகாது. கதைக்கத் தொடங்கும்போது தான் யார் எண்டதைச் சொல்லிக் கதைக்கத் தொடங்க இல்லை. தன்ர மனிசிக்கா ஃபோன் பண்ணினான் பேயன்?" கதை சொல்லும்போது என்னுள் ஆச்சரியம் முடிவில்லாமல் விரிந்துகொண்டே போனது.

இதுவெல்லாம் ஒருவகையில் சாதாரணமானதுதான். ஆனால் அந்தக் கணங்களில் இருந்த பதட்டமும் திகைப்பும் முன்னால் நடப்பதையே மறைத்துவிடக் கூடியது. என்ன கேள்வி என்பதையே விளங்கக் கடினம். மரணம் துரத்தும் கணம் அது. நிலைகொள்ளலையே சூழலின் சுழி இழுத்துப்போய்விடும். அந்தக் கணத்திலுமா ஒருவன் இத்தனை நிதானமாய் இருப்பான்? மொபைலில் எத்தனை இலக்கம் அழுத்துகிறான் என்பதையும் ஒருவன் எண்ணமுடியுமா என்ன?

எனக்கு சஞ்சயன் மீதிருந்த மரியாதை இன்னும் கொஞ்சம் கூடியது. தருணம் பார்த்து ராகவனுக்கு அடிச்ச அடி முழுப் பெடியளையும் காப்பாத்திற்று. அவன்ர பொல்லைப் பறிச்சு அவனுக்கு அடிச்சதுக்குச் சமம், முகாம் அதிகாரியை சஞ்சயன் கையாண்ட இந்த விதம்.

வானத்தில் அம்புக்குறி ஒன்றைச் சில நட்சத்திரங்கள் உருவாக்கி இருக்கும். அதை வைத்துத் திசையையும் நேரத்தையும்கூட அறிய முடியும். இன்று அது முகாமின் வாயில்புறத்தைக் காட்டிக்கொண்டு நின்றது.

12

அன்று எங்கள் சிறை முகாமே இன்பவெறியில் நுரைத்துத் ததும்பியது. நுரைகட்டி எழும் ஒரு பொங்கல் பானைபோல புனர்வாழ்வு முகாம் எனப்பட்ட அந்தச் சிறை முகாம் செத்துப்போன மகிழ்வுணர்வுகளை உயிர்ப்பித்தபடி பூரித்து விடிந்தது. விமல் கூட விடிய ஆறுமணிக்கு முன்னரே பல்லுத்துலக்கி முகம் கழுவிவிட்டான் என்றால் பார்த்துக்கொள்ளுங்களேன். பலரும் முகம் கழுவி விடிந்த காலை இன்றுதான். ஏனென்று கேளுங்களேன்! மக்களைத் தடுத்து வைத்திருக்கும் முகாமிலிருந்து இன்று கைதிகளைச் சந்திக்க உறவுகளை அழைத்து வருகிறார்களாம். அடிடா சக்கை! வாரே வா!

மதியம் 11 மணிக்குப் பேருந்து நான்கு வந்து நின்றது. நிற்கமுன்னரே பேருந்தின் ஜன்னல் வழியாக உடல்கள் தலையை நீட்டி தூரத்தில் இருந்த எங்கள் கட்டடங்களில் தங்களுக்கு உரியவர்களைத் தேடுகின்றன. எங்கள் அறையில் இருந்து யாரும் அனுமதியின்றி வெளிவரக்கூடாது என்பது சார்ஜனின் உத்தரவு. ஆமிக்காரர்களும் முற்றத்தில் பரபரப்போடு திரிகிறார்கள். உளவுத்துறை ராகவன் சத்தம்போட்டு தன் கழுவிகளை ஏய்க்கிறான். தானே முகாமை நிர்வகிப்பவன் போல ஒரு பந்தா. இறங்கிவந்த மக்களை வாசலின் உட்புற முற்றத்தில் மண்ணில் அமரவைத்தார்கள். நேற்று முன்தினம் பெய்த மழைச்சேறு இன்னும் காயவில்லை. குழந்தைகளும் வந்த வயோதிபர்களும் கூடப் பொருட்டின்றி சேற்றில் இருந்தனர். ஜன்னலோ கதவுகளோ சுவரோ இல்லாத அம்மணமான எங்கள் குறைக்கட்டடம் இப்போது எங்கள் உறவுகள் யாராவது வந்திருக்கிறார்களோ எனத் தேட உதவியது. அறுநூறு பேரின் கண்களும் மாடியிலிருந்து முற்றத்தில் பார்த்தன.

மிலிட்டரி பொலிஸ்காரன் தன் புஜத்திலிருந்த 'எம். பி' என்கிற எழுத்தைச் சரிசெய்துவிட்டவாறே முற்றத்தில் உலவுகிறான். ஒரு நிமிர்வும், ஒரு திமிரும் அவன் முகத்தில்

வந்தவர்களைப் பார்க்கும்போது குடியேறுகிறது. முகாமதிகாரி தன் பாதுகாவலனைக் கையில் தொலைத்தொடர்புக் கருவியை ஏந்தியபடி வரச் சொல்லி நடந்து திரிகிறான். றகீம் ஒவ்வொரு அறையிலும் ஒவ்வொரு கழுவியை அழைத்து இங்கே வந்திருப்பவர்கள் கொடுத்த பெயர்களை அறைகளில் தேடவைக்கிறான். கழுவிகள் ஒரு மிதப்புடன் அறைகளில் அலைகிறார்கள். சந்திப்பு தொடங்கியது. இந்தக் குதூகலம் வெளியே நிகழ்கையில் அறையில் மோகன் குப்புறப் படுத்திருந்தார். கையை இழந்த சிரஞ்சீவியும் ஏறத்தாழ அப்பிடித்தான்.

மோகன் - இவர் என்னைவிட வயதில் மூத்தவர். மனைவியை இரணைப்பாலையில் பலிகொடுத்துவிட்டார். குழந்தைகள் ஏதும் இல்லை. அவள் இருந்திருந்தால் தன்னைப் பார்க்க வந்திருப்பாள் என்று நினைத்திருக்கக்கூடும். கையில்லாத சிரஞ்சீவியும் அதே நிலைதான். திருமணஞ்செய்த ஒரு வருடத்தில் மனைவி கர்ப்பிணியாகச் சுதந்திரபுரத்தில் உயிர் பிரிந்திருந்தாள். அப்போது அவன் புதுக்குடியிருப்பில் மேற்குப் புறக்காட்டில் களமுனையில் நின்றான். இரணைப்பாலையில் இருந்த இவன் மனைவி சுதந்திரபுரத்தைப் பாதுகாப்பு வலயம் என அரசு அறிவித்ததை ரேடியோவில் கேட்டுத் தன் பெற்றோரோடு சுதந்திரபுரம் போனாள். இவன் போகவேண்டாம் என மறித்தும் அவளின் பெற்றோர்கள் வற்புறுத்தி அழைத்துப் போனார்கள். இந்தியா ஏதோ அழுத்தம் கொடுத்து பாதுகாப்பு வலயம் உருவாக்கப்பட்டிருக்கிறதாம். இவன் சொல்வதை அவர்கள் கேட்கத் தயாராக இருக்கவில்லை.

பதினைந்து நாள்களுக்குப் பிறகுதான் தன் கர்ப்பிணி மனைவி இறந்த செய்தி அவனுக்குக் கிடைத்தது. அப்போது சுதந்திரபுரம் ரணகளமாகிவிட்டிருந்தது. புதுக் குடியிருப்பு வீதியைப் பாவிக்கவிடாமல் 24 மணிநேரமும் இடைவிடாது குண்டுமழை பொழிந்தது இராணுவம். சனங்கள், போன உயிர்போக மீதி உயிர்களைக் கொண்டு காடுகளுக்குள்ளால் ஒரு பாதை கண்டு தப்பி இரணைப்பாலைக்கு வந்தனர். வானிலிருந்து அதையும் கண்டு இடைவிடாது ஏவிய செல்லில் வழியிலும் பல உயிர்போனது. அவள் குடும்பம் மீண்டும் இரணைப்பாலைக்கு வந்தபோதுதான் இவன் செய்தி அறிந்தான். இப்போது அந்த நினைவுகள் உக்கிரம் கொள்கின்றன போலும்.

விடமேறிய கனவு ❋ 619

சந்திப்புக் கொட்டிலின் நடுவே இருந்த முட்கம்பிச்சுருளின் இருபுறத்திலும் நின்றபடி கட்டியணைத்து ஒன்றாகிடத் துடிக்கும் அப்பனும் பிள்ளையும் கணவனும் மனைவியும் அம்மாவும் பிள்ளையும் என நேசம் எனும் வஸ்து பெரும்பாறைகளில் மோதிச் சிதறும் பேரலையாய் உருக்குலைந்து நொறுங்கியது. சுருளும் முள்ளுக் கம்பிகளினூடு தன் குழந்தையின் கைகளைப் பிடித்து இடுக்குகளின் வழிபார்த்துக் கணவனை நோக்கி நீட்டுகிறாள் ஓர் இளம்பெண். அவள் புறங்கையைக் கீறிவிடுகிறது கம்பி. இரத்தத்தைக் கண்டு இவன் பதைபதைக்கிறான். அவளோ குழந்தையின் கையை மறுகரைக்கு நீட்டிவிட்டதை எண்ணி முகம் மலருகிறாள். பிஞ்சுக் குழந்தையின் கையின் மெதுமையைத் தொட்டுத் தொட்டுப் பூரிக்கிறான் இவன். பிறகு அழுகிறான். தன் கையைக் கம்பிகளின் இடுக்கில் நுழைத்துக் குழந்தையின் உடலைத் தடவுகிறான். முள்ளு சேர்ட்டில் கொழுவி இழுக்கிறது. குழந்தையின் ஸ்பரிசத்தில் அவனுள் ஏதோ பொங்கிவருகிறது. இன்பமா? துன்பமா? அழுகிறானோ? குழந்தையை முதன்முதல் இப்போதுதான் காண்கிறானோ? சந்தோசத்தில் அழுகிறானோ? மேல்மாடியில் இருந்து பார்க்கத் தெளிவாகவில்லை. அட... என் கண்கள் ஏன் பனிக்கின்றன?

ஒருவருக்குப் பதினைந்து நிமிடப்படி சந்திப்பு நேரம் வரையறுக்கப் பட்டது. மீண்டும் உயிருடன் பிள்ளையை, துணையை, தாயை, தங்கையைக் கண்ட இன்ப அதிர்ச்சியிலிருந்து மீள்வதற்கிடையில் நேரம் முடிந்ததென்று திருப்பியனுப்பிவிடுகிறார்கள். றகீம், அவன்தான் ராகவன், அவற்றை ஒரு ஜெனரலுக்கு உரித்தான பாவனையுடன் நிறைவேற்றுகிறான். கழுவிகள் சிலருக்கு இந்த நேரம் விலக்களிக்கப்பட்டது. பத்து நிமிடம் கூடுதல் அவர்களுக்கு. மீண்டும் முற்றத்துச் சேற்றில் போயிருக்கும் தன் குடும்பத்தோடு மாடிகளின் அம்மண வெளிகளினூடு கையசைவுகளின் மூலம் கதைக்க முயலுகின்றனர் பிரிந்துவந்த உயிர்கள். தம் உறவுகளில் இன்னும் யார் யார் உயிருடன் இருக்கின்றனர் என்றுகூட அறியமுன்னர் சந்திப்பு நேரம் முடிந்துவிட்டது.

விதி தன் வாழ்வில் இச்சை அடங்க சப்பி சலித்துத் துப்பிய இந்த ஜீவன்கள் தாம் தடுக்கப்பட்ட செட்டிக்குளம் காட்டுமுகாமிலிருந்து வெயிலில் வெந்து வரிசையில் நின்று மடியேந்தி வாங்கிய பச்சைமாவில் பலகாரம் சுட்டு எடுத்து வந்திருக்கின்றன, பாழாய்ப் போன எங்களுக்கு. அடையாளம் காணமுடியாமல் உருமாறிப்போன அரைப் பிணங்கள் கொண்டுவந்த வெறும்

பலகாரப் பண்டம்தானோ இது? வாழ்வெல்லாம் நெஞ்சுயர்த்தி நின்றோமே. விதியே நீசவிதியே! எம்மில் எதைக் காண மோகமுற்றாய்? ஐயோ ஐயோ வீழ்ந்தபோதும் காடுகளில் மாய்ந்த போதும் வஞ்சித்ததில்லையே விதியை! கர்வத்தோடுதான் காலத்தைக் கடந்தோம் முன்பெல்லாம். இப்போது, இல்லாது இழந்த எங்கள் கைகளைக்கூட எதிரியிடத்தில் ஏன் கூப்ப வைத்தாய்? விதியே! நீசவிதியே! இல்லாத எங்கள் கால்களில்கூட ஏன் மண்டியிடவைத்தாய் சீழ்விதியே!

அன்று மாலை ஐந்து முப்பதுக்குத்தான் சந்திப்பு முடிந்தது. பேருந்து புறப்படும் தருணம் மாடியிலிருந்த வெளிகளினூடு 600 தலைகளும் வெளியே நீட்டின. பேருந்திலிருந்து மேலுயர்ந்த கைகள் ஏதோ சொல்ல முயன்றன. அறையில் யாரோ குளறியழுகிறான். ஓ... இப்போதுதான் கேட்கிறது எனக்கும். போகும் பேருந்தில் அழுகை ஓலம். கூட்டாக அழுகையில் சூழலின் வெட்கம் அறுந்து மனம் சுயம்கொண்டு கதறியது. வெறும் கோழைகள்போல மாடிகளில் வீரர்கள் விசும்பியழுதார்கள். காவலுக்கு நின்ற சிப்பாய்கள் உறைந்துபோனார்கள். முகாமதிகாரிகூட முற்றத்தில் செய்வதறியாது திகைத்துச் சிலையானான். காவல்துறைக்காரர்கள் முன்னோடி வந்து விடுப்பாய்ப் பார்த்தனர். அவர்கள் போர்க்களம் அறியாதவர்கள். சார்ஜன்ட் முற்றத்தில் மறுபக்கமாய் நடந்தான் கண்களைத் துடைத்தவாறு.

றகீம் கழுவிகளை அழைத்துக் “கீழ ஒருத்தரும் வரப்பிடா... என்டு எல்லா அறைக்கும் சொல்லு” கட்டளை பிறப்பித்தான். சொறிநாய் ஒன்று ஊளையிட்டு முற்றத்தில் அலைகிறது. றகீம் இன்னும் போகாது நின்ற கடைசிப் பேருந்தை எடுக்கச்சொல்லி அவசரமாய் விரட்டினான். கடைசி அழுகையொலியும் காற்றில் கம்மித்தேய்ந்தபடி போகிறது. அவ்வளவுதான். அறைகளின் வெளிகளில் பேயுலவும் மௌனம்.

மறுநாள் சந்திப்புக்கொட்டிலில் இருந்த முட்கம்பிச் சுருள்களை அகற்றினான் சார்ஜன்ட். பள்ளிக்கூட வாங்குகளைச் சந்திப்பவர்கள் இருப்பதற்காகப் போட்டான். அப்போதுதர்ன் அங்கு வந்த றகீம் முட்கம்பிச் சுருள்களை அகற்றவேணாம் என வாதம் செய்தான். இது முகாமதிகாரியின் உத்தரவு என்று சார்ஜண்ட் சொன்னான். முற்றத்தில் ஒரு வாதம் நடந்தது. சிங்களம் தெரிந்த நம்மவர்கள் அதை எமக்கு மொழிபெயர்த்தனர்.

இறுதியில் றகீம் அதிகாரியோடு கதைத்து முட்கம்பிச் சுருளுக்குப் பதிலாக நடுவே முட்கம்பி நிரல்களை அடித்துவிட்டான். சந்திப்பவர்கள் நெருங்கியிருக்க முடியும், ஆனாலும் முள்ளு குறுக்கே இருக்கும்.

தங்கள் குடும்பத்தைக் கண்ட சந்தோசத்தில் நித்திரையிழந்தனர் சிலர். அடுத்த சுற்றில் தங்கள் குடும்பத்தைக் காணமுடியும் என்ற ஆதங்கத்தில் நித்திரையிழந்தனர் வேறு சிலர். என்னைப் போலச் சிலர் தங்களைப் பார்க்கவர யாரும் இல்லை என அலறும் மனத்துடன் நித்திரை இழந்தனர். ஆனால் நேற்றுத் தன் குடும்பத்தைச் சந்தித்துவிட்ட எங்கள் அறைத் தலைவன் விமல் தனித்துத் துயரில் அள்ளுண்டு போனதை யாரும் கவனிக்கவேயில்லை.

விமலின் முகம் நீளமாகிவிட்டிருந்தது. கண்களின் கீழ்த்தசைப் பகுதி தடித்துவிட்டிருந்தது. வாயின் கீழ்ச்சொண்டை நாடித்தசைகளுடன் சேர்ந்து உயர்த்திப் பிடித்து வைத்திருக்கிறான். முகத்தில் அத்தனை குலைவு. உள்ளே ஏதோ கொப்பளிக்கிறது வெளியேறத்துடித்து. கண்கள் சிவந்து வேர்பாய்ந்திருந்தன. காலையில் எழுந்திருக்கவுமில்லை. முகம் கழுவவும் இல்லை. யாருடனும் கதைப்பதாயும் இல்லை. மறுநாளும் இப்படியேதான் இருந்தான்.

அடுத்த நாள் மாலையில் வேலு அண்ணரும் சஞ்சயனும் மாடிக்கு வரும் திருப்பத்திலுள்ள சிமென்ட் கட்டில் அமர்ந்து கதைத்துக் கொண்டிருந்தனர். தூரத்தே குருவிச்சை மொய்த்த ஒரு மரம், மாமரமா, வில்வ மரமா... சஞ்சயன் வாதிட்டார்... அது மாமரந்தான். ஆனால் குருவிச்சைக் கொடி ஒட்டிப்படர்ந்துவிட்டதென்று. “மாவிலையைக் காணமுடியாவிட்டாலும் அதன் அடியையும் கொப்பையும் பாருங்கள் மாமரத்தின் சாயல்” என்றார். அப்போதுதான் அங்கு கீழிறங்கிப் போகும் விமலைச் சஞ்சயன் வழிமறைத்துக் கதைத்தார். கதை நெடுத்து நெடுத்து சுமார் மூன்று மணித்தியாலங்கள் ஆயின. இரவாகியதும் விமல் மேலேறி அறைக்குப்போனான். படிகளிலிருந்த என் காதுகளில் சில உரையாடல்கள் விழுந்தனதான். ஆயினும் அறையின் இரைச்சல் எதையும் கிரகிக்க விடவில்லை. அன்று இரவு சஞ்சயனும் வேலு அண்ணரும் என்னிடத்தில் நடந்ததைச் சொன்னார்கள்.

"விமலின்ர மனிசி பார்க்க வரேல்லியாம். அக்காக்காரியும் தாயும்தானாம் வந்தவேயாம்." வேலு அண்ணர் சொன்னார்.

"ஏனாம்? மனிசி இருக்குத்தானே?" நான் பதைப்புடன் கேட்டேன். சஞ்சயன் பதில் சொல்லாமல் வேலு அண்ணரைப் பார்த்தார்.

"ஏதும் துக்கமோ அண்ணை?"

நான் திருப்பிக் கேட்டேன். என் கேள்வியின் அர்த்தம் புரிந்து...

"சாச்சா... மனிசி கர்ப்பமா இருக்காம்."

"அதுக்கு...?" நான் அவசரப்பட்டுக் கேட்டேன். ஏதுமறியா அவசரம்.

"ம்ம்... மூன்று மாசக் கர்ப்பிணியாம்" வேலு அண்ணர் குரல்மாற்றிச் சொன்னார்.

"ஓ" நிலைமையின் நாசம் புரிந்துபோய்த் திடுக்கிட்டேன். அந்த வாரத்தில் சோளகக் காற்று மாறும்போது சுடலையில் எரியும் பிண வாடை ஊரில் கசிவதுபோல விமலின் மனைவி கர்ப்பிணியாகிவிட்ட கதை அறையில் கசிந்தது. தங்கள் விடுதலை பற்றி ஏதுமறியாக் கைதிகள் இக்கதையால் தம்முள்ளே ஈரல்குலையறுந்து போனார்கள். விமலுக்காகவா? ம்கூம்... விமலின் குடிலைச் செட்டிக்குளக் காட்டில் விழுங்கிய விசம் மெல்லெனத் தம் குடில்களை நோக்கிப் படர்வதைச் சாமங்களில் யாருமறியாக் கனவுகளில் கண்டு திடுக்குற்றனர் கைதிகள். விமலை மீட்கவே முடியவில்லை.

கொழும்பிலிருந்து குற்றப் புலனாய்வுப் பிரிவு விசாரணைக்கு வந்தது. மூன்று நாள்கள் தொடர் விசாரணை. எட்டு அதிகாரிகள் அனைத்துக் கைதிகளையும் விசாரித்து முடித்தார்கள். அநேகமாக இது ஒரு பதிவுதான். வெகுசிலரை பொலிஸ் விடுதிக்குள் கூட்டிக்கொண்டுபோய் அடித்தார்கள். சிறைமுகாமில் இந்த விசாரணை குடும்பச் சந்திப்பு கொடுத்த மனக் கிளர்ச்சிகளை நிர்மூலமாக்கிக் கைதிகளைப் பதட்டத்திற்குள் தள்ளியது. சஞ்சயன் எனக்கும் வேலு அண்ணருக்கும் ஒன்றைச் சொன்னார். "வந்திருக்கிறது. பொலிஸ் குற்றப்புலனாய்வுப் பிரிவு. நீங்கள் இயக்கத்தில என்னவாய் இருந்தியள் என்டது முக்கியமில்ல. சட்டப்படி வழக்குப்போடக்கூடிய காரணம் எதையும் உங்கட கதையில விட்டிடக்கூடாது. அதுதான் முக்கியம்."

"விளங்கேல்ல தம்பி" வேலு அண்ணர் பரிதாபமாகக் கேட்டார்.

விடமேறிய கனவு ❁ 623

"அண்ணே... அண்ணே... பொலிசால சட்டப்படிதான் எல்லாத்தையும் அணுகயேலும். ஆமி மாதிரி இல்ல. குற்ற வழக்குத் தொடுக்க நாங்கள் காரணம் விடக்கூடாது. இதில வச்சுக் கனக்க கதைக்க ஏலாது. நல்லா யோசியுங்கோ... விளங்கும்." சஞ்சயன் முகத்தைச் சாதாரணமாக்கி எங்கோ பார்த்தார்.

நான் வந்து சஞ்சயன் சொன்னதையே திரும்பத் திரும்ப மீட்டுப் பார்த்தேன். கொஞ்சம் வெளிச்சமாகியது. பின்னர் நான் யானுக்கு அறிவுறுத்தினேன்.

"ஜான்... நீ கொஞ்சக் காலம் சந்தைகளுக்குப் பொறுப்பல்லோ?"

"ஓ... ஏன்?"

"அதைச் சொல்லாத இவங்களுக்கு."

"ஏன்... ஏன்?"

"சந்தைவரி அறவிட்டது உங்களப் பொறுத்தவரை தமிழீழச் சிவில் நிர்வாகம். ஆனால் இலங்கைச் சட்டத்தில மிரட்டிப் பணம் பறிச்சது எண்டு குற்ற வழக்குப் போட்டிருவாங்கள் கவனம்."

"ஓ..."

அவன் திகைப்போடு ஏதோ யோசித்தான்.

"வடிவா யோசிச்சு சொல்லு."

இந்த விசாரணையில் விரல் அடையாளம் எடுத்தார்கள். படம் பிடித்தார்கள். நான் எதற்கும் எச்சரிக்கையாக அடுப்படியில் போய் தலையில் எண்ணை வைத்துவிட்டு விசாரணைக்குப் போனேன். விரல் அடையாளம் பெற அடுத்த மேசைக்குப் போனபோது... தலையில் விரல்களைத் தேய்த்து எண்ணையாக்கிக்கொண்டேன்.

ம்... நான் எண்ணியபடியே விரல் அடையாளம் கலங்கியபடியே பதிந்தது. ஆனால் நான் எண்ணாதபடி அவன் அந்தத் தாளைக் கசக்கியெறிந்துவிட்டு என் விரல்களை ஆராய்ந்தான். எனக்கு அடிவயிறு கூசியது. பிறகு அவன், ஒரு துணியைத் தந்து விரல்களைத் துடைக்கச் சொன்னான். நான் துடைத்துவிட்டு விரல் அடையாளம் கொடுத்தேன். சர்வ நாசம்!

சஞ்சயனும் சும்மா ஆளில்லை. அடுப்படியில் நெருப்புத் தணல்களைக் கையால் எடுத்து அடுப்பில் போட்டு சமையலுக்கு

உதவிசெய்யும் சாக்கில் ரேகைகளைச் சுட்டுக்கொண்டார். விரலைப் பார்த்தான் பொலிசுகாரன். அடையாளம் எதுவுமில்லை. ஆனால், ரேகை சேதமடைந்துவிட்டிருந்தது. இதனைப் பின்னாளில் சஞ்சயன் சொல்லித்தான் அறிந்தேன்.

'இவருக்கு மட்டும் எப்பிடித்தான் துல்லியமான திட்டங்கள் மூளைக்கு வருகுதோ?' எண்ணிக்கொண்டேன். அதே நேரம் இனம்புரியாத வெறுப்பும் அவர்மீது படர்ந்தது. 'ச்சா... எனக்கும் சொல்லியிருந்தால், நானும் செய்திருப்பேனே?'

இப்போது எங்களுக்குச் சந்திப்பு நாள்கள் நான்கு நாள்கள் ஆக்கப்பட்டன. மேலும் ஒரு தொண்டர்படைப் பெண் சிப்பாய்க் கடமைக்கு இணைக்கப்பட்டாள். அதுவும் ஒரு முக்கிய விடயந்தான். அழகென்று ஏதுமாய் இல்லை. ஆனாலும் அவளைக் கடக்கையில் தவிர்ப்பது கொஞ்சம் கடினம். உறவுச் சந்திப்புக்கு வரும் பெண்களைச் சோதனையிடும் கடமைக்காகவே இந்தப் பெண் சிப்பாய். இத்தோடு உறவுச் சந்திப்பு நேரமும் கொஞ்சம் கூட்டித் தரப்பட்டது. றகீம் தானேதான் நேரத்தைக் கூட்டியிருப்பதாக அறைகளில் வந்து கதையளந்தான்.

சஞ்சயனின் அதிரடி ஆட்டத்தைத் தொடர்ந்து றகீம் இப்போது மறுவளத்தில் தீவிரமாக வேலை செய்தான். விசாரணைக்கு அழைத்து மிரட்டுவதற்குப் பதிலாக கைதிகள் இடத்தில் உறவு வளர்த்து முகவர்களை அதிகரித்தான். தனக்கு வேலை செய்பவர்கள் பெயர் விபரங்களைப் புலனாய்வுத் தலைமையகத்திற்கு அனுப்பி விடுதலைக்கு முன்னுரிமை கொடுக்க சிபாரிசு செய்கிறானாம். முதற்பதிவில் பதினாறு பேரின் விவரங்கள் எடுக்கப்பட்டனவாம். அதில் பன்னிரண்டு பேர் ஆயுதங்கள் ஒளித்த இடங்களை, ஆவணங்கள் ஒளித்த இடங்களைக் காட்டித் தந்தவர்களாம்.

செட்டிக்குளத்தில் காடுகளில் தடுக்கப்பட்ட தம் குடும்பங்களின் அந்தரிப்பில் அலைச்சலுற்ற கைதி மனங்கள் விடுதலையை வேண்டின. விடுதலைக்குக் காண்பிக்கப்பட்ட மார்க்கம் றகீம் காட்டிய காட்டிக்கொடுப்பு மார்க்கமே. மீதமாய் உள்ள வாழ்வை விசம் தீண்டமுன் காத்துக்கொள்ள எத்தனித்தன மனங்கள். விடுதலையின் சுகிப்பை அனுபவிக்க இச்சைகொண்டு கட்டுத்தறித்தன சில மனங்கள். பழகிப்போன பொறுக்கி வாழ்வைப் பின்தொடர்ந்தன இன்னும் வேறு சில மனங்கள்.

இப்படி இந்த எண்ணிக்கை சில வாரங்களில் முப்பத்தாறாக உயர்ந்ததை அறிந்தோம்.

மேலும், இரு தடவை செட்டிக்குளத்தின் வேறு முகாம்களி லிருந்தும் உறவுகள் அழைத்து வரப்பட்டன. சந்தித்த குடும்பம் பகிர்ந்த துக்கத்தில் அறையில் சிலர் வீழ்ந்தனர். சந்திக்க முடியாத துக்கத்தில் சில கைதிகள் வீழ்ந்தனர். எங்கே உறவுகளைச் சந்திக்கப் பெயர் கொடுத்து தங்கள் குடும்பங்களை அடையாளம் கண்டுகொள்வார்களோ என்ற அச்சத்தில் சிலர் வீழ்ந்தனர். சந்திக்க யாருமற்றுப் போனதால் சிலர் வீழ்ந்தனர். இன்னும் சிலர், சந்திக்க வந்தவர்களின் வெறுப்பு உமிழ்ந்ததில் வீழ்ந்தனர். இத்தனை வீழ்ச்சிகள் ஒரே சமயத்தில் ஒரே சூழலில் ஒரே அறையில் நிகழ்ந்தன. ஆனால் வீழ்ச்சியின் மனங்கள்தான் வேறு வேறு. இந்தக் கழுவிகள் தங்கள் குடும்பங்களை றகீம் முதலில் வெளியே எடுத்துவிடப்போகிறான் என நம்பித் திரிந்தனர்.

சஞ்சயன் சொன்னார், "இதுகள் ஒரு லும்பனுகள். சீசன் என்னமோ அதற்கேற்ற மாதிரி மூஞ்சியைக் காட்டுங்கள்."

சிஐடி விசாரித்துப்போய் நான்காம் நாள், பதினாறு பேரை கொழும்பிலிருந்து வந்து கூட்டிப் போனார்கள். இப்படிக் கொண்டு போனவர்கள் இயக்கத்தில் முக்கியமானவர்கள் இல்லை என்பதால் கதை வேறுவிதமாகப் பரவியது. சிலரின் குடும்பங்கள் கொழும்பில் ஆட்களை வைத்துக் காசு கொடுத்து அலுவல் பார்த்திற்றுது என்றுதான் பொடியள் நம்பினாங்கள். ஆனால் நான் என்னமோ சஞ்சயன் எனக்கு அறிவுறுத்தியதையே எண்ணிக்கொண்டேன்.

மறுவாரம் தேசிய உளவுத்துறைப் பிரிவு (என் ஐ பி) விசாரணைக்கு வந்தது. இது அடுத்த விசாரணை. மீண்டும் விசாரிக்கப்பட்டோம். முகாமில் பதட்டம், இம்முறை யாரைக் கொண்டுபோவார்களோ என்று. ஐந்து நாள் விசாரணையின்பின் அவர்கள் மூவரைக் கொண்டு போனார்கள். இரண்டுநாள் கழித்து மேலும் இருவரைக் கொண்டுபோனார்கள்.

கூட்டில் அடைக்கப்பட்ட கோழிக்குஞ்சுகளை அடுத்தடுத்து வரும் சர்ப்பங்கள் விழுங்கிப்போகும் சூழல் கூட்டில் பரவியது. தொலைதூரச் செட்டிக்குளக் கூடுகளிலும் செய்தியறிந்து இதே பதட்டம் நிசிகளில் நிறைந்தது. தங்கள் கணவனை, தந்தையை, மகனை 'அவர்கள்' கொண்டுபோய் விடுவார்களா? யாரும் எதுவும்

அறியார். கடவுளாலும் கைவிடப்பட்ட சனங்கள் நாங்கள். கண்டுகொள்வதே கதியென்று கிடக்கும் சனங்கள் நாங்கள்.

கடும் மழை. மழைவிட்டுக் கூடக் காட்டாறு ஓடுகிறது, அகப்பட்ட எல்லாவற்றையும் அள்ளிக்கொண்டு! காட்டுவெள்ளத்திற்கு எதுவும் பேதமில்லை. அள்ளிப்போய்க் கடலில் கொட்டிவிடுவதே அதன் கடனென வெறியோடு ஓடுகிறது.

நோயில் விழுந்தனர் கைதிகள். ஜான் தான் உண்மையில் திருமணம் செய்துவிட்டதையும் ஆனால் ஆமிக்காரனின் எந்தப் பதிவிலும் அதைக் கொடுக்காததைப் பற்றியும் சஞ்சயனுக்கும் எனக்கும் இப்போதுதான் சொன்னான். போரின் கடைசிக் காலத்தில் திருமணம் செய்திருந்தானாம். பிள்ளைகள் இல்லை. அதனால் யாருக்கும் எதுவும் சொல்ல வேண்டாம் என்று அறிவுறுத்தி மனைவியைப் பெற்றோரோடு மாத்தளனிலேயே இருக்க வைத்துவிட்டான். மாத்தளன் பிடிபட்டபோது அவர்கள் கைதாகினர். அவர்கள் என்னவானார்கள் என்று தவிக்கிறான். ஆனால் அறிய முயற்சித்தால் அவர்கள் அகப்பட நேருமோ என்ற பயத்தில் மறுகுகிறான்.

இந்தக் காலத்தில் தொடரும் விசாரணையும் றகீம் அல்லது ராகவன் என்ற புலனாய்வுக்காரனின் புதிய முயற்சியும் அவனுக்குச் சேரும் கழுவிக் கூட்டமும் கண்டு ஒரு பகுதிக் கைதிகள் அச்சம் கொண்டனர். சஞ்சயன் தீவிரமாய்த் தன் நிலையைப் பறிகொடுத்தார் என்றுதான் எனக்குப் பட்டது. ஒரு கைதி இரண்டு கோடி பணம் புதைத்துவைத்த இடம் தெரியும் என்று போய் ராகவனுக்குச் சொன்னான். இரண்டு நாள், மூன்று நாள்கள் கழித்து அவனை ஏற்றிக்கொண்டு போனார்கள். அவன் விடுதலை செய்யப்பட்டு விடுவான் என்றுதான் பொதுவாகக் கைதிகள் நம்பினார்கள். சஞ்சயன் அதை அடியோடு மறுத்தார். "வெறும் விசரன், காசைக் காட்டிக் குடுத்தா விடுவாங்களா? முதல் வட்ட அதிகாரத்துக்குள்ளேயே அந்தக் காசப் பங்குபோடத்தான் இவங்கள் பார்ப்பாங்கள். தாங்கள் பங்குபோட்டதுக்குச் சாட்சி இவன்தான். எப்பிடியாச்சும் இவனைக் கொல்லத்தான் போறாங்கள். ஆனாப் பதிவுசெய்யப்பட்டிருக்கிற இவனை எப்பிடித் தந்திரமாகக் கொல்வாங்கள் என்டதுதான் எங்களுக்குத் தெரியாது." எனக்கு அது சரியென்று பட்டதால் காட்டிக்கொடுத்தவன் மீது அனுதாபமும் ஒருவகைக் கோபமும்

வந்தது. அந்த விசரன் ஒரு போராளிகூட அல்ல. தமிழீழ நிர்வாகச் சேவையில் வெறும் பணியாளன் என்பது எனக்குத் தெரியும்.

முகாமுக்குள் புதிய செய்தி பரவியது. சஞ்சயன் குதூகலத்தோடு வந்தார். இனிமேல் சாப்பாட்டுக்கு ஒரு நாள் மீனும் ஒரு நாள் இறைச்சியும் தருவதாக முகாமதிகாரி சொன்னாராம். எனக்குக் கோபம்தான் வந்தது. "இப்ப மீனும் இறைச்சியுமா முக்கியம்?" ஆனால் அவர் சொன்னது வேறு கதை.

"மீன், இறைச்சி வந்தால் குசினிக்குள் அதை வெட்ட இன்னும் ஆக்கள் தேவைப்படும். வெட்டத் தெரிஞ்ச ஆக்களக் கேப்பாங்கள். இதுக்குள்ள நாங்கள் எப்பிடியும் நுழைஞ்சிடவேணும்..." சஞ்சயன் சொன்னார். முகத்தில் ஒரு புதுமையான உற்சாகம்.

"ஏன் வம்பு?..." சுரேன் கேட்டான், அலுத்துப்போய்.

"இல்ல... இந்தச் சமையற்கட்டுக்குள்ள போனாத்தான் இஞ்ச என்ன நடக்குதென்டது தெரிய வரும். பொலிசுன்ர இந்த ஆமிச் சிப்பாய்களின்ர தொடர்புகள் லேசாக் கிடைக்கும். அவங்களோட உறவு வளரும். நாங்கள் இதுக்குள்ள போகத்தான் வேணும்" சஞ்சயன் சொல்லிவிட்டு எல்லாரையும் பார்த்தார்.

"ம்ம்..." நான் ஆமோதித்தேன்.

"நாங்கள் இயங்காட்டிக்கு இயக்கமா இருக்கேலாது. இஞ்சயும் இயக்கமா இருந்தாத்தான் தப்பிப் பிழைக்கலாம்." முகம் ஒரு தீவிரத் தன்மை கொண்டது. சஞ்சயனுக்குக் கால் ஏலாததாலும் எனக்கும் காயம் இருப்பதாலும், ஜானையும், சுரேனையும் மேலும் இரு இளைய குழப்படிப் பெடியளையும் கீழ்மாடியில் இருந்து ஒருவனையும் சஞ்சயன் கதைத்துச் சேர்த்து வைத்தார். ஜானிலும் சுரேனிலும் சந்தேகம் வராமலிருக்கவே மற்றவர்களை இம்மாதிரிக் கூட்டுச் சேர்த்தார் என்பது புரிந்தது. கீழ்மாடியிலிருந்து தெரிவுசெய்யப்பட்டவன் கையில் சிறு காயம். அவன் பெயர் வர்மன். இவனை எனக்கு ஞாபகம் இருக்கிறது. ஆமி ஓமந்தைக்கு எங்களைக் கொண்டுவந்த முதல் நாள் ஓமந்தையில் வைத்து எனக்குத் தண்ணீரும் பிஸ்கட்டும் தந்தானே அவன்தான் இவன்.

இந்தக் காலத்தில்தான் இன்னொரு சலுகையும் கைதிகளுக்குக் கிடைத்தது. கைதிகள் கடிதம் போடவும், கடிதம் பெறவும் அனுமதிக்கப்பட்டனர். ஆனால் எழுதும் கடிதம் உளவுத்துறை அதிகாரி றகீமிடம் கையளிக்கப்பட்டு அவன் வாசித்தே அனுப்பி

வைப்பானாம். அதேபோல உள்ளேவரும் கடிதங்களும் வாசித்த பின்னரே கைதிகளுக்குக் கொடுக்கப்படும். நிச்சயமாக அவனால் இதைச் செய்யமுடியாது. ஆகக் கழுவிகள்தான் இதைச் செய்து கொடுக்கவேண்டும். இதைக் கணக்கிலெடுத்துக்கொண்டு சஞ்சயன் காரியத்தில் இறங்கினார். மனுசன் ஒரு மூலையில் சப்பணம் கொட்டி இருந்தாலும் மூலைமுடுக்கெல்லாம் யோசித்துக்கொண்டே இருப்பார். இந்தக் கட்டத்தில் றகீமிடம் முகவராகப் போய்ச்சேருமாறு பள்ளிக் கூடத்தில் படித்துக் கட்டாய ஆட்சேர்ப்பில் இயக்கத்தில் இணைக்கப் பட்ட நம்பிக்கைக்குரிய இரு பெடியளை சஞ்சயன் அனுப்பிவைத்தார். அவரது கணக்குப்படி இப்படியானவர்களையே றகீம் கடிதம் பார்க்கத் தெரிவுசெய்வான் என்ற ஊகம் இருந்தது. எப்படித்தான் இந்த மனுசன் ஊகிக்கிறானோ தெரியவில்லை.

சொன்னபடி இருவாரத்தில் அனுப்பிய இருவரும் றகீமின் கடிதம் பார்க்கும் தொழிலில் நம்பிக்கைக்குரியவர்களாக அமர்த்தப் பட்டனர். அதே போலவே மீன்வெட்ட அனுப்பியவர்களும் அந்த வேலைக்கு எடுபட்டனர். இதற்கு ராசு அண்ணரின் சிபாரிசு முக்கியமானதாக இருந்தது. இப்படி வேலைக்குப் போன எட்டுப்பேரில் ஐவர் நம்மவர். பொறுக்கிக் கூட்டமாக அடையாளம் காணப்பட்ட இவர்களில் சுரேனும் ஜானும் இணைந்துகொண்டனர். இது முக்கியமான விசயம். உண்மையைச் சொன்னால் சில வாரங்களில் அவர்களின் நடத்தைகளும் கொஞ்சம் அப்படியே ஆகிற்றோ என்று எண்ணத்தோன்றியது. இதில் சஞ்சயன் எதிர்பாராத வாய்ப்பு என்னவென்றால் இந்த மீன்வெட்டும் வேலை இரவில்தான் வந்தது. இரவு வரும் மீனை விடிவதற்குள் வெட்டி முடித்துவிட வேண்டும். ஒன்பது மணியின்பின் அறையில் எழுந்துகூட நிற்கமுடியாத விதிமுறை இருக்கையில் இந்த வேலைக்காக இரவில் நடமாடவே ஒரு வழியைத் திறந்தது இந்தத் தொழில்.

நானும் சஞ்சயனும் மீன் வெட்டுபவர்களின் நண்பர்கள் ஆனோம். சஞ்சயன் தன் ஊன்றுகோலோடு உற்சாகமாக அலைந்தார்.

சமையலுக்குப் போடப்படும் ஒரு புதிய கொட்டிலில் வேலு அண்ணரும் பங்களித்தார். வேலு அண்ணரிடம் அந்தக் கொட்டிலில் இரண்டு நீள வளை மரத்தை மேலதிகமாகச் சேர்த்துக் கட்டக் கூடியவாறு செய்யச் சொன்னார் சஞ்சயன். வேலு அண்ணர்

"எதுக்குத் தம்பி?" என்றார் புரிந்தும் புரியாததுபோல. ஏதோ களவுக் குணம் என்பது மட்டும் அவருக்குத் துல்லியமாகத் தெரியும்.

"இல்லையண்ணே... ரெண்டு வளையை மேலதிகமாகக் கட்டுங்கோ... ஆனா, கொட்டில் அதில பொறுக்கக்கூடாது. தேவை வரேக்க அந்த ரெண்டு வளையையும் கழற்றி எடுக்கக்கூடிய மாதிரி இருக்கோணும்." சஞ்சயன் கொஞ்சம் வெளிப்படையாகவே சொன்னார். நான் பயந்துதான் போனேன். வேலு அண்ணர் பதட்டம் கொள்ளப்போகிறார் என்று. ஆனால் அவர் "செஞ்சிரலாம் தம்பி... இந்த முட்டாப் பயலுகளுக்கு என்ன விளங்கும்? இவங்களிட்ட தோத்தமே...! தமிழற்ற தலையெழுத்து" என்று ஒரு செருக்கோடு சொன்னார்.

நேரடியாக எமக்குள் இன்னும் எதையும் கதைக்காவிட்டாலும் நாங்கள் தொடங்கிவிட்டோம். நாங்கள் தப்பிப்பதற்கான முன் நடவடிக்கையைத் தொடங்கிவிட்டோம்.

13

கண்டல் நிலக்காடுகளின் முட்செடிகளில் கிழிபடும் காற்றின் ரீங்காரம் என் காதில் குடிகொண்டது. இரவுகளில் அது அதிகமாய் இருந்தது. காதினுள் இரையும் இந்த ஒலியுடன் மனம் போராடத் தொடங்கினால் அவ்வளவுதான் கதை. சர்வநாசம். மனத்தை அதனின்றும் விடுவிக்கவே முடியாது. ச்சா... முடியவே முடியாது.

மழைக்காலம் தொடங்கிவிட்டதனால் ஆரம்பத்தில் இதனைச் சில்வண்டுகள் கத்துவதால் கேட்கிறது என்றுதான் எண்ணினேன். சில்வண்டு என்பது ஒரு மழைப்பூச்சி. மரங்களில் ஒட்டி அதே வர்ணத்தில் மரப்பட்டை போலத் தன்னை உருமாற்றியிருக்கும். அது எழுப்பும் ஒலியிலும் இத்தகைய ரீங்காரம் உண்டு. மழைக்கு முன்னாலான மாலைப்பொழுதில் அநேகமாக இதைக் கேட்கலாம். ஆனால், மழையற்ற நாளிலும் மேலும் பகற்பொழுதிலும் கூட நான் அதைக் கேட்க நேர்ந்தபோதுதான் கொஞ்சம் சுதாரித்துக்கொண்டேன். இது வேறு ஏதோ என்று.

மற்றவர்கள் சிலரிடத்தில் அப்படி இந்தச் சூழலில் இப்படி ஒலி கேட்கிறதா என நான் விசாரித்தபோது வேலு அண்ணர் உட்பட சிலர் ஓமென்றுதான் சொன்னார்கள். இளையவர்கள் சிலர் இல்லையென்று சிரித்துக் கேலி பண்ணினார்கள். அவர்கள் சொல்வது உண்மையா இல்லையா என்று திடமாக எனக்குத் தெளிவு இல்லை. ஒருநாள் இன்னொரு பெடியனிடம் நான் கேட்கும்போது அதைக் கேட்டுக்கொண்டிருந்த டொக்ரர் சிரித்தார். நான் கேட்டேன்... "என்ன டொக்ரர் சிரிக்கிறியள்? இதுக்குள்ள ஏதோ விசயம் இருக்குப்போலக் கிடக்கு?"

"இல்ல... கொஞ்சம் கூடுதலான மன அழுத்தம் இருந்தா இப்படிக் காதுக்குள்ள இரைச்சல் கேட்கிற பிரமை வர வாய்ப்பிருக்கு. கதைக்கிறதக் கேட்கிறதில உங்களுக்கு கஸ்டம் இருக்கோ?"

"இல்ல டொக்ரர்... அது பிரச்சினையில்ல..."

“இல்ல... சிலவேளை பெரும் குண்டுவெடிப்பு அதிர்வுகளாலேயும் இந்தப் பாதிப்பு வந்திருக்கலாம். அப்படி நடந்திருந்தால் கேட்கிற தன்மையும் குறைஞ்சிருக்கவேணும்.”

“நல்லாக் கேட்குது டொக்ரர். அப்ப இதென்ன பிரச்சினை?”

“மனதை எதிலயாவது ஈடுபடுத்துங்கோ... இல்லையெண்டா இந்தச் சூழலில உங்களக் காப்பாத்திறது கஸ்டம்”

“என்ன டொக்ரர்? விசராக்குதெண்டா சொல்லுறியள்?” - என்னை முந்திக்கொண்டு ஜான் கேட்டான்.

“இல்லையடாப்பா... இது ஒரு மன அழுத்தம்தான். நடந்தது பேரழிவு. அதுவும் இன்னமும் ஓயவில்லை. இஞ்ச எங்களப் பொறுத்தவரைக்கும் அது இன்னும் எங்களுக்க உக்கிரம் கொண்டிருக்கு. தீர்க்கமுடியாத பிரச்சினைகளுக்க ஒவ்வொருத்தரும் அகப்பட்டுட்டம். தங்கட தங்கட பிரச்சினைகளில் மூழ்கிப்போறதால வரக்கூடிய மன அழுத்தம். பயப்படாதேங்கோ. உங்கட சஞ்சயனிட்ட கேளுங்க. அவருக்கும் இந்தச் சத்தம் நல்லாக் கேட்கும்” டொக்ரர் சொல்லிக்கொண்டே சிரித்தார்.

“என்ன டொக்ரர் சிரிக்கிறியள்?” கொஞ்சம் பயந்துதான் கேட்டேன்.

“பயப்படாதேங்கோ... பிரச்சினை ஒண்டும் இல்ல. முடிஞ்ச அளவு ஏதாவது செய்து உங்கட நேரத்தைப் போக்காட்டுங்கோ... தண்ணிக்குப் போய்ச் சண்டை பிடியுங்கோ... சின்னப்பிள்ளையள் மாதிரித் தாயம் விளையாடுங்கோ... தெரிஞ்ச பகிடிக் கதையளச் சொல்லுங்கோ... இப்பிடி... இப்பிடி ஏதாவது...”

சொல்லிவிட்டு மீண்டும் கொடுப்புக்குள் சிரித்தார்.

“அடேயப்பா... எனக்கும்தான்ராப்பா கேட்குது.” டொக்ரர் சொல்ல, அறியாமல் கையைத் தட்டிச் சிரித்துவிட்டோம்.

“இஞ்ச பிரச்சினையில்லாமல் யாரும் இல்லை. வண்ணன் கைலாசு மாதிரி இருந்தா அது வேற கதை. நாங்கள் நாளைல இருந்து தாயம் விளையாடுவோம். புளியங்கொட்டையும் கரித்துண்டும் உங்க குசினியில எடுத்திற்று வாங்கோ...”

நாங்கள் சில நாள்களில் தாயம் விளையாடத் தொடங்கினோம். ஏற்கனவே அறைகளில் கடதாசிக்கூட்டம் விளையாடத் தொடங்கி

விட்டார்கள். அதனால் அறைகளில் அடிக்கடி சண்டை மூண்டு விடுகிறது. எங்களுக்கு அது விளையாட சோடி போதாது. மற்றவர்களுடன் விளையாடி சண்டை பிடிபட்டு மரியாதையைக் கெடுக்க நாங்கள் விரும்பவில்லை. வேறு சில பெடியள் குசினியில் தேங்காய்ச் சிரட்டை எடுத்து வந்து பாழாகிப்போகும் அந்தக் கட்டடத்தூண்களில் தேய்த்து மோதிரங்களும் பென்டன்களும் சில குருவிகளும் செய்தார்கள். காலத்தை ஓட்டப் படாதபாடு பட்டோம்.

கடிதப்போக்குவரத்து பலருக்கு மன ஆறுதலைக் கொடுத்தது. அது ஒரு பொழுதுபோக்காயிற்று. கைதிகள் நீண்ட கடிதங்களை எழுதினார்கள். நீண்ட கடிதங்களை எதிர்பார்த்தார்கள். கடிதங்களில் துக்கமும் வலியும் மட்டுமல்ல, மாறாகச் சிலவற்றில் காதலும் காமமும் கூடப் பறந்து திரிந்தன. வேலு அண்ணர் சொன்னார். "தெறிச்சுத் திரியும் இந்த வயசில பொடியள அடைச்சு வச்சா வேற வில்லங்கம்தான் வரும்." எனக்கும் அப்படித்தான் தோன்றியது. ஆனால் கடிதங்களால் வீட்டு நிலைமையறிந்து பல அறைகளில் கைதிகள் வீழ்ந்தார்கள். பலிகொள்ளும் சேற்றுக் குழியாய்க் காகிதங்கள் பறந்துவந்தன.

தீர்க்க வழியற்ற கைதிகளிடம் பிரச்சினைகளைக் கையளித்தால் என்னதான் செய்வார்கள்... பாவப்பட்ட இந்த ஜென்மங்கள்...? மறுபுறம் அங்கே குழந்தைகளுடன் செட்டிக்குளம் காட்டில் தடுக்கப்பட்ட மனைவியர்கள், நோயிலும் வறுமையிலும் அச்சத்திலும் தனித்துவிடப் பட்ட மனதை யாரிடம்தான் பகிர்ந்து கதறுவார்கள்? அவர்கள் கடிதங்களில் கதறினார்கள். இவர்கள் காலமற்று சஞ்சரித்த தம் மனத்தில் கதறி வீழ்ந்தார்கள்.

வேறு சிலர் என்னைப் போன்றவர்கள். கடிதத் தொடர்பு ஆபத்தானது என்று அதை வைத்துக்கொள்ளவே இல்லை. ஆனால் மனமோ அவாவுகின்றது, தங்களுக்குரியவர்களுடன் உறவாட. கடிதங்கண்டு துள்ளிக் குதிக்கும் இந்தப் பெடியளப் பார்க்கையில் ஒருவித எரிச்சலும் அவர்கள்மீது நியாயமற்ற ஆத்திரமும் பரவுகிறது. வண்ணன் போன்றவர்களை மனதில் திட்டித் தீர்க்க முடிந்தது. ஆனால், இந்த இளையவர்களில் அப்பாவிகளும் இருந்தார்கள். ஒரு கடிதம் இவர்களுக்குப் பெரும் விடுதலை அளிப்பதாய் இருந்தது. பருவத்தின் தீரா வேட்கைகளை அவர்கள் சிலர் இந்தக் கடிதங்களில் தீர்த்துத் தள்ளினார்கள்.

முகாமுக்குள் வரும் ஒவ்வொரு சலுகையும் முதலில் ஒரு ஆறுதல்போலத் தோன்றினாலும் பின்னாளில் அதுவே கைதிகள் பலமடங்கு உக்கிரமாய் வீழ்வதற்குக் காரணமாயிற்று. உறவுச் சந்திப்பிலிருந்து கடிதத் தொடர்புவரை இதுவே நடந்த கதை. இவற்றினால் ஆறுதலடைந்தவர் சிலர் என்றால் அடுத்தவர் அறியாமல் தம் அகத்தில் அழிந்தவர் பலர். இதற்குக் குறிகாட்டியாய்ச் சில சம்பவங்கள் நடந்தன.

இரண்டாம் மாடியிலிருந்த மற்றவர்களால் ‘வெள்ளை’ என்று அழைக்கப்பட்ட ஒருவன் ஒருநாள் மாலைக் கருக்கல்பொழுதில் மாடியிலிருந்து குதித்தான் தற்கொலைக்காக. முகாமே திடுக்கிட்டுப் போயிற்று. காலொன்று முறிந்த நிலையிலும், மண்டை அடிபட்ட நிலையிலும் பொலிஸ் அம்புலன்சுக்கு அறிவித்து ஆஸ்பத்திரிக்குக் கொண்டுபோனார்கள். சுமந்திரன் டொக்ரர் முதலுதவி செய்துதான் அனுப்பிவைத்தார். சிறை முகாமே அதிர்ந்துபோனது. வெள்ளை யாருடனும் கதைப்பவன் அல்ல. அவனை நான் கண்டதுகூட இல்லை. சில நாளின்முன் அவனின் குடும்பம் கதிர்காமர் முகாமிலிருந்து வந்து சந்தித்துவிட்டுப் போனதாயும் சொன்னார்கள். அறைகளில் பல கதைகள் பரவின. டொக்ரர் சொன்னார். “கால் எலும்பு முறிஞ்சிற்றுது. அதனால் உசிருக்கு ஏதும் பிரச்சினை இல்லை. மண்டையில அடிபட்டிருக்கு. இரத்தம் வெளியேறயில்ல. சொல்லேலாது. ‘இன்ரேனல் பிளீடிங்’ இருந்துதெண்டா தப்பிறது கஸ்டம். மயக்கத்தில இருக்கிறான். மண்டை பலமா அடிபட்டிருக்கு...” சொல்லும்போதே முகம் மாறிக்கொண்டார். அவரது கண்கள் அகல விரிந்து விரக்தியை வெளிப்படுத்துவதாய் இருந்தன. வெள்ளை பற்றிப் பிறகு எந்தச் செய்தியும் கிட்டவில்லை.

மூன்றாம் நாள் டொக்ரர்தான் இரகசியமாக சஞ்சயனுக்குச் சொன்னார். “வெள்ளை செத்திட்டான் அடுத்த நாளே... ஒரு நாள் ஆஸ்பத்திரியில கோமாவில இருந்தவனாம். ‘பொடிய’ வீட்டுக்குக் கொடுக்கயில்ல... பொலிஸ் அறிக்கை எழுதி அனுப்பினத எனக்குச் சொன்னாங்கள்.”

சஞ்சயன் கேட்டிருக்கிறார். “இது ரெண்டாவது சாவு இந்த முகாமில என்ன டொக்ரர்?” என்று. டொக்ரர் சொன்னாராம்... ‘இல்ல சஞ்சயன், இது நாலாவது” என்று. நாங்களும் திடுக்கிட்டுத்தான் போனோம். இந்த முகாமுக்குக் கைதிகள் வந்த முதல் மாதத்திலேயே ரெண்டு சாவுகள் விழுந்துவிட்டனவாம்.

ஒருவன் வயிற்றுக் காயத்துடன் இருந்து சிகிச்சைக்கு அனுப்பாமல் சின்னக் காயந்தானே என்று ராகவன் மறித்து, கடைசியா செப்றிக் ஆக்கி ஆஸ்பத்திரிக்கு அனுப்பியதும் செத்தானாம். மற்றவன் காய்ச்சல் வயிற்றோட்டம் என்று கொண்டுபோய் ஆஸ்பத்திரியில் பதினான்கு நாள்கள் இருந்து செத்தானாம். இதெல்லாம் டொக்ரருக்கு இப்ப பொலிசுடன் ஏற்பட்ட உறவால் கசிந்த கதைகள். ராசு அண்ணருக்கும் இது பற்றித் தெரியுமாம்.

எங்கள் முகாமுக்கு வாய்த்த நல்ல மேஜருக்கும் அந்த அணிக்கும் மாற்றம் வந்தது. புதிய இராணுவப் பிளாட்டூனும் அதிகாரியும் வந்தார்கள். அநேகமாக எல்லாரும் மிக இளவயதினர். சார்ஜனுக்கு மட்டும் முப்பத்தைந்து வயது இருக்கலாம். குள்ளமான, சுருட்டை முடிகொண்ட கறுவல் தோற்றம். முகாமதிகாரி லெப்டினன்ட் தர நிலை கொண்டவன். மெலிந்த, சிவந்த ஆனால் இறுக்கமான உடல்வாகு கொண்டவன். கூர்மூக்கன். பெரிய வெள்ளைப் பற்கள். முள்ளிவாய்க்கால் வரை சண்டையில் நின்ற இராணுவ டிவிசனைச் சேர்ந்தவர்கள் இவர்கள். சார்ஜனுக்கு உடலில் பல காயங்கள் இருந்தன, எங்களைப் போலவே! லெப்டினன்ட் காலில் சிறு காயம் இருந்ததைக் காலையில் அவன் வெள்ளைக் காற்சட்டையும், சப்பாத்தும், பெனியனும் எனப் போட்டு உடற்பயிற்சி செய்யும்போது கண்டோம்.

அறிமுகத்திற்காகப் புது அதிகாரி அறைக்கு வந்தபோது அவனது உரை வழமைக்கு மாறாகவும் விசித்திரமாகவும் இருந்தது. ராசு அண்ணர்தான் மொழிபெயர்த்தார். “உங்களுக்கு என்ன வேணுமெண்டு கேளுங்கோ... நான் செய்யிறன் என்னால முடிஞ்சத. என்ர அதிகாரத்துக்குட்பட்டிருந்தா கட்டாயம் செய்வன். இங்க எந்தப் பிரச்சினையுமில்லாமல் நீங்கள் இருக்கவேணும். நீங்களும் நாங்களும் போரில அடிபட்டம் அதுவேற. வென்டது, தோற்றது வேற. ஆனால் இப்ப நாங்கள் ரெண்டுபேரும் போர் செய்த வீரர்கள் என்டத மறக்கக்கூடாது. நாங்கள் உங்கள எந்த விதத்திலும் துன்பப்படுத்தமாட்டம். எங்கட ஆக்களால இஞ்ச பிரச்சினை வந்தா சொல்லுங்க. கடுமையான நடவடிக்கை எடுக்கத் தவறமாட்டன்.” அவன் நிறுத்தி நிறுத்தி சபைக் கூச்சத்துடன் கோர்வையாகச் சொல்லமுடியாமல் சொன்னதை ராசு அண்ணர் கோர்வையாக்கி மொழிபெயர்த்தார்.

“எங்களை அரசாங்கம் இந்த டியூட்டிக்கு அனுப்பியிருக்கு. உங்களப் பாதுகாப்பா வைச்சிருக்கப் பணிக்கப்பட்டிருக்கிறம்.

மற்றும்படி நாங்கள் ரெண்டுபேரும் வீரர்கள்தான். களத்தில உங்கட சண்டைத் திறமைய நான் பார்த்திருக்கிறன். இப்ப நீங்கள் தோற்றது ஆச்சரியமாகத்தான் இருக்கு. அது முடிஞ்ச கதை. இப்ப நீங்கள் விரைவில வீட்ட போகவேணும். அதத்தான் நாங்கள் விரும்புறம். இப்பிடியான கேவலமான சூழலில உங்கள வைச்சிருக்கிறதுக்கு மனம் வருந்திறன். எனக்கு அரசியல் தெரியாது" - அவன் விட்டுவிட்டு மேலும் கதைக்கிறான். அந்தக் கதை எங்களுக்கு ஆச்சரியமளித்துக் கொண்டே இருக்கிறது.

"தயவுசெய்து உங்களிட்டக் கேட்கிறன். தப்பியோட முயற்சியா தேங்கோ... அது உங்களுக்கு நல்லதில்ல. நானும் கஸ்ரப்பட்டுத்தான் இந்த ராங்குக்கு வந்தனான். சாதாரணமாகச் சிப்பாயாகச் சேர்ந்த நான் இப்பிடி ஒரு அதிகாரியாய் ஆக முடியாது. ஜெனரல் சரத் பொன்சேகா கொண்டு வந்த புதிய நடைமுறைதான் சார்ஜன்டாக இருந்த நான் கட்டளை அதிகாரியாக ஆக வைச்சது. உங்கட இயக்கம் மாதிரி சண்டைத் திறமைக்கு முன்னுரிமை அளித்தார் ஜெனரல். நீங்கள் யாரும் ஓடினால் இந்தப் பதவி எனக்குப் பறிபோகும். உங்களுக்கும் நன்மை இல்லை."

அவனின் பேச்சு முதலில் வெளிப்படையாக இருந்து தந்திரத் தனமாக மாறியது. பின்னர் முதிர்ச்சியில்லாததைக் காட்டியது. ஆனால், உண்மையைக் கதைக்கத் தெரிந்த கிராமப்புறத்து இளம்படைவீரன் இவன். இவனை நம்பலாம் என்றும் எனக்குப் பட்டது.

மறுநாளே உறவுச் சந்திப்புக் கொட்டிலிலிருந்த முள்ளுக்கம்பி நிரலை அறுத்தெறிந்தான். கொட்டிலில் ஒரு பகுதி பொலிஸ் உத்தியோகத்தர்களுக்காகப் பிரித்து அடைக்கப்பட்டிருந்தது. அதையும் பிரித்தெறிந்து இதனுடன் இணைத்துவிட்டான். இருப்பதற்கு வாங்குகளை மேலும் கொண்டுவந்து போட்டான். சந்திக்க வருபவர்களைச் சோதனையிட்டபின் சுதந்திரமாக இந்தக் கொட்டிலில் எங்கும் இருந்து கதைக்கலாம் என்றான். போதாததற்குச் சந்திக்கும் நேரத்தை அதிகமாக்கினான். செட்டிக்குளம் முகாமிலிருந்து வந்தவர்களை நேரம் வரையறுக்காமல் கதைக்கவிட்டான்.

மலக்கூடத்தில் இரண்டு கோப்பை உடைந்து பழுதடைந்துவிட்டது. மீதி எட்டு மலக்கூடமும் அறுநூறு பேருக்குப் போதுமானதில்லை. சிறையில் ஒரு நாள் அல்லது இரண்டு நாள் நகரசபை வந்து மலமள்ளிப் போகும். அதற்கிடையில் மலக்குழி முட்டி

கோப்பையும் முட்டி மலம் நிலத்தில் படரத் தொடங்கிவிடும். அவசரமானவர்கள் அதன்மீதே போய் இருக்கவேண்டும். சிலருக்கு ஓரிருநாள் அடக்கும் கலை கைவந்தது. நான், நாள்பார்த்து சாப்பிடாமல் தவிர்த்துக் கொள்வேன். புதிய அதிகாரி உடனுக்குடன் அலுவல் பார்த்து அதை அகற்ற கிழமைக்கு மூன்று முறை அழைப்பு விடுத்தான்.

முழுமையாக இல்லாவிடினும் கொஞ்சம் முன்னேற்றம். இராணுவத்தினரது மலக்கூடத்திற்கு வரும் மருந்தும் பிரஸ்சும் எடுத்துத் தந்து ஒவ்வொருநாளும் கழுவித் துப்பரவு பண்ணத் தண்ணியும் தந்தான். இதுவே பெரிய விசயமாகத்தான் இருந்தது எங்களுக்கு.

வந்த கோதுமை மாவை களஞ்சியக்காரன் சார்ஜனுடன் கதைத்து வெளியே பேக்கரிக்கு அனுப்பிப் பாண் போட்டுத் தந்தார்கள். பேக்கரிக்குக் கூலியாக மாவே கொடுக்கப்பட்டது. பாண் ஒரு சுவைமிக்க சாப்பாடு ஆகியது எங்களுக்கு. வெறும் பாண்தான். இருந்தாலும் அந்தச் சிறை முகாமில் அது அமிர்தமாய் இருந்தது. இப்படிப் பல மாற்றங்கள். தண்ணீர்கூட ஐந்து லீட்டர் கூடுதலாகக் கிடைத்தது என்றால் பாருங்களேன்.

றகீமுக்கும் இந்தப் புதிய அணி உற்சாகத்தைக் கொடுத்தது என்பதுதான் எங்கள் கவலையாகிற்று. அவன் புதிய அதிகாரியைத் தன் வலையில் வீழ்த்தினான். 'தண்ணிப்பார்ட்டி' நடந்தது அடிக்கடி. றகீம் தான்தான் முள்ளுக் கம்பியை அகற்றச் சொன்னதாக அறைகளில் கதை விட்டான். அதிகாரிக்கு இருந்த, தன் பதவி கைதிகள் ஓடினால் பறிபோகும் என்ற அச்சத்தை றகீம் ஊதிப்பெருப்பித்தான். கைதிகள் பற்றி படுமோசமாக அச்சமூட்டினான். தானே தனது உளவு நடவடிக்கை மூலம் எல்லாவற்றையும் கட்டுப்படுத்துவதாக அதிகாரிக்குப் பாவனை பண்ணினான். பாவம்... அவனும் அதை நம்பினான். கழுவிகளுக்கு இதனால் அதிகச் சலுகைகள் பெற்றுக் கொடுத்தான் றகீம். அதிகாரியும் கழுவிகளின் வேலையால்தான் றகீம் இந்த முகாமைக் கட்டுப்படுத்துகிறான் என்று எண்ணிக்கொண்டான். இந்தச் சூழல் எங்களுக்கு நல்லதல்ல. றகீமின் கழுவிகளின் கையோங்குவது ஆபத்தானது என்றுணர்ந்த சஞ்சயன், ராசு அண்ணரோடு குளிக்குமிடத்தில் யாருமறியாமல் கதைத்தார். சஞ்சயன், ராசு அண்ணர் வெளிப்படையாக ஆளையாள் தெரியுமென்று காட்டிக்கொள்வதில்லை. ஆனால் சூத்திரங்களை வகுப்பவர்கள்

இவர்கள்தான். சார்ஜன் முதிர்ச்சியானவன். சார்ஜனை றகீம் அதிகாரியுடன் தனக்குள்ள நட்பைக் காட்டி மதிப்பதும் கிடையாது. இதைப் பயன்படுத்தி சார்ஜனுக்கு ராசு அண்ணர் மூலம் போதனைகள் நடந்தன. ராசு அண்ணரை முகாம் தொடர்பாளராக இருப்பதிலிருந்து தூக்கியெறிய றகீம் எடுத்த முயற்சியும் சார்ஜனால் தடுக்கப்பட்டது. பொலிசுடன் ராணுவம் பகைத்துக்கொண்டால் பொலிஸ்காரர் கைதிகளை ஓடவிட்டு விடுவார்கள் என்று ராசு அண்ணரே சார்ஜனை அச்சமூட்டி ராணுவத்துக்கும் பொலிசுக்கும் நல்லுறவை ஏற்படுத்தினார். இப்படிச் சிலபல காரியங்களால் றகீமின் பிடி கொஞ்சம் தளர நிலைமை சீரடைந்தது.

இந்தக் காலத்தில்தான் மக்களைத் தடுத்த கதிர்காமர் முகாமிலிருந்து பசீலனண்ணையின் மனைவி தன் தம்பிக்காரனைப் பார்க்க எங்கள் முகாமுக்கு வந்தாள் தன் பிள்ளைகளுடன். கண்டுவிட்டு நான் சார்ஜனிடம் அனுமதிபெற்றுப் போய்ச் சந்தித்தேன். "அக்கா... பசீலண்ணை எந்த முகாமில? சுகமா இருக்கிறாரோ?" நான் கேட்கவும், மனிசி அழத்தொடங்கிற்று. நான் திடுக்கிட்டுப் போனேன்.

"தம்பி, தேடாத இடமில்லை. ஐசிஆர்சி யில பெயர் குடுத்து எல்லாத் தடுப்பு முகாமிலயும் தேடியாச்சு. ஆனால் எங்கயும் இல்லையாம்." அவள் அழத் தொடங்கினாள்.

"அக்கா... அழாதேயுங்கோ..." என்றேன் திகைப்பில் இருந்து விடுபடாத நெஞ்சுடன்.

எனக்கு ஏதோ மண்டைக்குள் இறுக்குவதுபோல ஓர் உணர்வு மேலெழுந்து வந்தது.

"நீ அழாத... சும்மா இரு" என்று தம்பிக்காரன் அவளின் தலையைத் தடவினான். மருமகனை இழுத்து மடியில் போட்டுக்கொண்டான்.

"சிலர் இவர் முள்ளிவாய்க்கால்ல காயத்தோட இருந்தவர் செத்திற்றார் எண்டினம். சிலர் இல்லை, ஓமந்தையில கண்டது எண்டு சொல்லினம். உங்களுக்கு அவரைத் தெரியுமோ தம்பி? ஏதும் அறிஞ்சனியளோ?" மூக்கைச் சிந்தி புறங்கையால் துடைத்து விழிகளை உயர்த்தி என்னைப் பார்த்தாள். நான் எதிர்கொள்ள முடியாமல் உள்ளே தடுமாறினேன்.

"இல்லையில்லை... தெரியாது. அதுதான் கேட்டனான்."

பொய்யுரைத்த என் போலிமுகத்தைக் கண்ணுறும் நிலையில் அவளில்லை. அவள் அவரின் நினைவுகளில் பாதி மூழ்கியிருந்தாள்.

சின்னவன் கலை, ரகு, பசீலண்ணை என் நினைவுகளில் வந்து உறக்கத்தைத் தின்றனர். இரவுகளில் முள்ளில் கிழிபடும் காற்றின் ஓசை என் காதில் மேலும் அதிகமாயிற்று.

இந்த நாள்களில் சஞ்சயன் என் முகக்குலைவு கண்டு என்ன என்று விசாரித்தார். முதலில் ஏதுமில்லை என்று மறுத்த நான் பிறகு உண்மையைச் சொன்னேன். "ச்சா...தன் எஞ்சிய பிள்ளைகளும், மனைவியும் உயிருடன் இருப்பதையாவது பசீலனண்ணை அறிந்துவிட்டுச் செத்திருக்கலாம்." என்னுடன் அவர் கதைத்தவை மீண்டு எழுந்து வந்தன. கடைசிநாள் அந்த இரகசியச் சிறையில் ஆட்கள் பிரிக்கப்பட்டபோதும் சிலர் பலிக்களத்திற்குக் கொண்டுபோகப் பட்டிருக்கக்கூடும். இந்த நினைவுவர கூடவே அறையிலிருந்த மற்றவர்களும் ஞாபகத்திற்கு வந்தனர். மாஸ்டரையும் ரெட்டையரில் ஒருவனையும்கூட நாங்கள் ஏற்றப்பட்ட அன்று ஏற்றினார்களே? ஆனால் இப்போ அவர்கள் பற்றி எங்கும் அறியக் கிடைக்கவில்லை. மற்ற இருவரும் வேறு முகாமில் இருக்கிறார்களாம். இவர்களை எங்கே கொண்டுபோனார்கள்? ஒருவேளை அவர்களிருக்க வாய்ப்பில்லையோ?

அப்போதுதான் அறிய விரும்பினேன். என்னுடன் வந்தவர்கள் அனைவரும் ஓமந்தையிலிருந்து கொண்டுவரப்பட்டு முதல் கிழமை தடுத்து வைக்கப்பட்ட இடத்தில் ஐசிஆர்சி போர்க் கைதிகள் பதிவு எடுத்ததா இல்லையா என்று. நான் வவுனியாவில் ஒரு பாடசாலையில் படையினரால் முதற்கிழமை வைக்கப்பட்டிருந்தபோது ஐசிஆர்சி போர்க் கைதிகள் பதிவு எடுத்துக்கொண்டது. அங்கிருந்துதான் முதற்கட்ட ராணுவ உளவுத்துறையின் விசாரணையில் பிரிக்கப்பட்டு நான் ஜோசப் சித்திரவதை முகாமுக்குக் கண்கட்டி அனுப்பப்பட்டேன்.

விசாரித்ததில் சுரேன், ஜான், ராசு அண்ணர் எல்லாரும் இரகசிய முகாமுக்குக் கொண்டுவரப்படமுன்னர் ஐசிஆர்சியில் முதலே பதிவுசெய்யப்பட்டிருக்கிறார்கள். ஓ... ஒருவேளை பசீலண்ணர், ரகு, கலை போன்றவர்கள் ஐசிஆர்சியில் பதியமுன்னர் அங்கு கொண்டுவரப் பட்டார்களா? மாஸ்டரும் மற்றவனும்...? நாங்கள் பதிவுசெய்யப் பட்டதால்தான் புனர்வாழ்வு முகாமுக்கு அனுப்பினார்களா? அப்படியாயின் முக்கியமானவர்கள் என்று

கருதிக் கொண்டுபோன எங்களை ஐசிஆர்சியில் பதிந்ததால் மட்டும் சும்மா விட்டு விடுவார்களா? அப்போ என்னதான் நடக்க இருக்கிறது? பல கேள்விகள்.

நான் கேள்விகளால் உதைபட்டேன், எனது கேள்விகளாலேயே பந்தாடப்பட்டேன். யாருடனும் பகிர்ந்துகொள்ளவில்லை. என்ன நடக்கிறது... அரசாங்கத்தின் உள்நோக்கம் என்ன? அறிய முயன்று தோற்றுப்போய்க்கொண்டிருந்தேன். சாப்பிட முடியவில்லை. உறங்க முடியவில்லை. படிகளில் இரவு விடியும்வரை குந்தியிருந்தேன். அந்தப் பாழும் கட்டடத்தில் சுடலைக்காட்டு இருள் கனத்தபடி சுற்றி இந்தக் கைதியைக் காவல் நின்றது. படுத்தால் கனவு வரும். நினைவுபோல, அல்லது நிஜம்போல.

மேகத்திரள்கள் அதன் அச்சமூட்டும் வெண்மையுடன் என்னைச் சூழ்ந்துகொள்கிறது. அதன் கனதியில் நான் நசிகிறேன். அது மென்மையானதே அல்ல. கனதியும் அடர்த்தியும் மேகக் கூட்டத்திற்கு இருப்பதை அதன் அழுத்தத்தில் உணருகிறேன். தப்பிக்க முயலும் தோறும் புதிய மேகத்திரள்களுக்குள் சிக்குப்பட்டுக்கொள்கிறேன். நிஜம்போல நித்தம் தொடருகிறது இக்கனவு.

இந்த நாள்களில்தான் டொக்ரர் எனக்கும் சஞ்சயனுக்கும் குளிசை தந்தார். 'டயசஃபாம்' குளிசை. சஞ்சயன் கேட்டார். "என்ன டொக்ரர்... எனக்கு விசர் என்று முடிவு செய்ஞ்சிட்டீங்களோ?"

"இல்ல... இது சாதாரண மன அழுத்தத்துக்குப் போடுறதுதான். போடுங்கோ... நல்லது. சிலவேளையில நானும்தான் போடுறனான்." நாங்கள் மறுக்காமல் வாங்கிப்போடவேண்டித்தான் இருந்தது. காரணம் எங்கள் அறையிலிருந்த மோகன் அண்ணருக்கு நட்டுக் கழண்டுவிட்டது. நான் இங்கு வந்த முதல்நாள் இரவு விழித்திருந்த இவரிடம்தான் விமல் படுக்க எங்களுக்குக் கொஞ்சம் இடம்தரக் கேட்டான். உங்களுக்கு அது நினைவிருக்கலாம். எடுத்தெறிந்து பேசி மறுபக்கம் திரும்பிப் படுத்தவர் இவர். இப்போ தன்பாட்டுக்குக் கதைக்க ஆரம்பித்துவிட்டார். இவரின் நிலைப் மாறுதலை படிமுறையாக நான் அவதானித்துத்தான் வந்தேன்.

இவர் இயக்கத்தில் இருந்திருக்கவில்லை. மாறாக, தமிழீழக் காவல் துறையில் கைதிகள் சிறைச்சாலைக்கே காவலர் சார்ஜனாக இருந்தவர். 45 வயதிருக்கலாம். ஆனாலும் தலைமுடி நரைத்து

தடித்த முகத் தசைகளில் நீளமாய் வளைந்த கோடுகள். மார்பு ரோமங்களும் நரைத்து முதுமை காட்டின. நாங்கள் வந்த நாள்களில் திருநீறு பூசி காலை வழிபாடு செய்வார். விரதங்கள் பிடித்தார். தேவாரம் படித்தார். தனது பைக்குள் இருந்த முருகன் படத்தை வெளியே எடுத்து பூசை முடித்து உள்ளே வைப்பார். கந்தசஸ்டி விரதமும் இருந்தார். பக்தியில் மூழ்கியிருப்பதே இவர் பொழுதாய் இருந்தது.

சிலகாலம் பின் யாரும் எழமுன்னரே ஐந்து லிட்டர் தண்ணீரில் காலை ஐந்து மணிக்கே முழுகிவிடுவார். தியானம் செய்கிறாராம். சப்பணம்கொட்டி எட்டு மணிவரை இருப்பார் 'ஓம்ம்ம்... ஓம்ம்ம்...' என்று சொல்லியவாறே. அருகே படுத்திருப்பவர்கள் எரிச்சலுற்றார்கள். "காலையிலதான் மனுசன் கொஞ்சம் நித்திரை கொள்ள முடியுது... இந்த வெக்கையில புழுக்கம் தணியிறது காலையிலதான். இந்தப் பாடையிலபோவான் விட்டாத்தானே..."

"மோகன்ணை மற்ற ஆக்களையும் கொஞ்சம் யோசியுங்கோ... படுக்க விடுங்கோ... இரவில உதைச் செய்யலாம்தானே?" அடக்க மாட்டாமல் பக்கத்தில இருந்தவன் சொன்னான்.

"பிரமோத்சவ காலத்தில செய்யிறதுதான் பலிக்கும். காலை ஐந்து மணிக்குப் பிறகு ஆரும் இஞ்ச எழும்பலாம் எண்டதுதான் ஆமியின்ர உத்தரவு." இதுக்குமேல கதைச்சால் இந்த மனுசன் மரியாதையைக் கெடுத்திருவான் என்றெண்ணி விட்டுவிட்டான். சில நாளில் பகலிலும் மாலையிலும்கூட தியானத்திலிருந்தார், "ஓம்... ஓம்..." என்றபடி.

மீன் வெட்டிப்போட்டு அதிகாலையில் குளித்துவிட்டுப்போய் படுத்த சதன் என்ற பொடியன் ஒருநாள் காலையில திடுக்கிட்டு எழும்பி தூசணத்தால் திட்டினான். "மீன் வெட்டிப்போட்டு வந்து இப்பதான் படுத்தா... மயிர நீர் மோம்... மோம்... மோம்... என்று புடுங்கிறீர் காணும்... அறிவில்லையே? சுடலையில போயிருந்து மோம்... மோம்... மோம்... என்றும் ஐசே." அறையே வெடிச்சிரிப்புச் சிரித்துவிட மோகன் கடுப்பாகிவிட்டார். ஆனாலும் அந்த ஆள் பிறகும் விட்டபாடில்லை. விமல் சொன்னான். "இந்த மனுசன் அங்க எத்தினை கைதிகளுக்கு 'இல்லை... இல்லை...' எண்டிச்சோ தெரியேல்ல. இப்ப இஞ்ச இருந்துகொண்டு 'ஓம்... ஓம்...' எண்டுது."

சில காலத்தின் பின், பிடித்த விரதம் போலவே இதையும் கைவிட்டார். இப்போ கடிதங்கள் எழுதினார்.

‘மாண்புமிகு ஜனாதிபதிக்கு’,

‘மேன்மைமிகு சட்டமா அதிபருக்கு’,

‘மதிப்புக்குரிய இராணுவத்தளபதிக்கு’,

‘கௌரவமிகு பிரதம நீதியரசருக்கு’,

இப்படி இன்னபிறருக்கும்...

இரவில் எண்ணிக்கை சரிபார்க்க வரும் அதிகாரியிடம் கொடுத்து விடுவார்.

“இந்த மனுசனிட்டயும் முந்தி வன்னியில கைதிகள் மேதகு தேசியத் தலைவருக்கு என்டு கடிதம் கொடுத்திருக்கிறாங்கள் போல” என்றான் சதன் ஒரு கெக்கட்ட சிரிப்போடு. இதை விடவும் ஒரு காரியம் இந்தக் கட்டத்தில் நடந்தது. ஆன்மீகப் பெண்கள் சபையொன்று கைதிகளைச் சந்திக்க வந்திருந்தது. அவர்கள் சொன்னார்கள் “நீங்கள் கடவுளுக்குக் கடிதமெழுதி தலைமாட்டில வச்சுக்கொண்டு படுங்கோ!” என்று. சபாஸ்டா சங்கரா! கௌரவக் கடவுளெண்டு போடணுமோ? மேதகு கடவுளெண்டு போடணுமோ? தமிழ்ச் சாதியே முள்ளிவாய்க்காலில் அழியும்போது இவர்களொரு கடிதமெழுதி தலைமாட்டில் வைக்காமல் இருந்துவிட்டார்களே!

சில காலத்தில் இந்தக் கடிதமெழுதலையும் கைவிட்டு மோகண்ணர் ஓர் உறைநிலை அடைந்தார். கண்களில் வெளிநோக்கிய சஞ்சரிப்பு இருக்கும். யாருடனும் கதைப்பதில்லை. முகத்தில் கோடுகள் துலங்கித் துலங்கி மறையும். அது முகத்தை விகாரப்படுத்தியது. குளிப்பதில்லை. முகம் கழுவுவதுகூடக் குறைவு. மூலையில் பழைய துணிகளை மடியில் அணைத்தவாறு சுவரில் சாய்ந்திருப்பார். சாப்பிடுவதில்லை. கேட்டால் “இப்பதான் சாப்பிட்டுக் கைகழுவினனான்” என்று சொல்வார். இந்தக் காலத்தில்தான் பெடியளுக்கு முதல்முறையாய் இவர்மீது பரிதாபம் வந்தது. அவர் மெய்யாகவே தான் சாப்பிட்டு விட்டதாய் உணர்வதுதான் காரணம். இப்படிப் பல பொய்யை அவர் மெய்யென நம்பினார். இரவில் நித்திரையில் வாய் பிசத்துவார். ஆனால் மிகத் தெளிவான உரையாடல்களாக அவை கேட்கும். அதைக் காது கொடுத்துக் கேட்கும் நிலையில் எந்தக் கைதியும் இல்லை. ஒருவேளை பாழும் அந்தக் குறைக்கட்டடம் அவற்றைக் கேட்டுவைத்திருக்கும்.

மோகனண்ணர் வாய் பிசத்துகிறார் என முன்னர் நையாண்டி பண்ணியவர்கள் பலரும் இப்போ இரவில் வாய் பிசத்துகிறார்கள். சொன்னால் வெட்கக்கேடு, நானும்கூடத்தான் பிசத்துகிறேனாம். இதில் எனக்கென்ன வெட்கம். டொக்ரர் பிசத்துவதையே நான் கேட்டிருக்கிறன்.

இறுதியாக மோகனண்ணர் பகலில் தன்பாட்டுக்குக் கதைக்கத் தொடங்கிவிட்டார். ஒன்றோடு ஒன்று தொடர்பற்ற சம்பவங்கள் பற்றிய உரையாடலாக அவை இருந்தன. ஆனால் அவரளவில் அவற்றுக்கு ஒரு கோர்வை இருப்பதுபோலத்தான் முகபாவம் இருந்தது. முற்றத்தில் இறங்கினால் முன்னே நடப்பதும், பிறகு பின்னே வந்து மீண்டும் முன்னே நடப்பதுமாக விசர்த்தனமாக இருந்தார். அவ்வளவுதான். தன் இருத்தலை அவர் மறந்துவிட்டார். அதுவும் ஒரு விடுதலைதான் இல்லையா! இருந்தாலும் இது எங்களை மிகமோசமாக அச்சமூட்டியது.

'டயசஃபாம்' குளிசை எனக்குப் பயனளிக்கவில்லை. நித்திரை வரவில்லை. சஞ்சயனும் அப்படித்தான் சொன்னார். ஆனால் இதைச் சொன்னால் டொக்ரர் நட்டுக் கழறப்போகிறது என்று முடிவெடுத்துவிடுவார் என்ற அச்சத்தில் சொல்லவில்லை. இரவுகளில் நாங்கள் நித்திரை விழிப்பதற்கு வேறு காரணங்கள் இருந்தன. மீன்வெட்டு நாள்களில் இரவில் நம்மவர்கள்தான் சமையல்கட்டில் இருப்பார்கள். இந்த நேரத்தில் இருவரும் அங்கு சென்று ஏதாவது சமைத்து மீன்பொரித்து மீன்வெட்டுபவர்களுக்குக் கொடுப்போம். நாங்களும் சாப்பிடுவோம். மழையில் நனைந்துபோய் காவல்நிற்கும் சிப்பாய்களுக்குத் தேநீர் வேணுமா எனக் கேட்டு சார்ஜனுக்குத் தெரியாமல் தேநீரும் மீன்பொரியலும் ரொட்டியும் கொண்டுபோய்க் கொடுப்போம். சஞ்சயன் அவர்களுடன் மெல்ல உறவு வளர்த்தார். சிப்பாய்களுக்குத் தனிநேசம் வந்தது எங்களில். ஏனென்றால் இந்தச் சமையல்கட்டில் வெடி பாலனும் அவனது ஆட்களும் அதிகாரிகளைத்தான் தாஜா பண்ணி முறையாகக் கவனித்துக்கொள்வார்கள். இவர்களைத் திரும்பிப் பார்ப்பதில்லை. ஆனால் சஞ்சயன் அதிகாரிகளோடு முரண்பட்டார். சிப்பாய்களை அணைத்தார்.

சஞ்சயனின் திட்டப்படி மீன்வெட்டும் வேலை இரவில் நாங்கள் விழித்திருக்கக் காரணம் தந்து வாய்ப்பளித்தது. இரவில் முகாமின் நிலைமை எப்படி இருக்கிறதென அறையின்

வெளியே வந்து அவதானிக்க முடிந்தது. கீழ்மாடியில் இருந்து மீன்வெட்ட சஞ்சயன் சேர்த்த வர்மன் இருக்கும்வரை எங்கள் இரவு நடமாட்டம் எந்தப் பிரச்சினையும் இல்லை. ஏனெனில் இவனும் றகீமின் கழுவிதான். ஆனால் உண்மையில் கழுவி இல்லை என்பதே சஞ்சயனின் மதிப்பீடு. ஓமந்தையில் நடந்த என் முதல்நாள் சம்பவ அனுபவத்தைச் சஞ்சயனுக்குச் சொல்லி நானும் அதை ஏற்றுக்கொண்டேன். வர்மன் பகலில் ஒருமாதிரி இருப்பான். இரவில் வேறு மாதிரி இருப்பான்.

இந்த இரவு விழிப்பு முகாமின் பாதுகாப்பு நிலவரம் மட்டுமன்றி பல அறியாத இரகசியங்களை அறியத் தந்தது. சமையல்கட்டில் கள்ளு வடிக்கிறார்கள். இளநீருக்கு 'ஈஸ்ட்' போட்டு பிளாஸ்டிக் குடத்தில் வார்த்து மூடிக்கட்டி நிலத்தில் தாக்குறார்கள். மூன்று நாள்களின் பின் அது போதை ஏற்றும் கள்ளாக மாறிவிடுகிறது. பொலிஸ்காரர், றகீம் என எல்லாரும் இதைக் குடிக்கிறாங்கள். கசிப்புக் காய்ச்சவும் தன்னால் முடியும் என்று வெடி பாலன் சொன்னானாம்.

பொலிஸ் விடுதியிலும் அதிகாரி அறையிலும் நீலப்படம் பார்க்கிறார்கள். கீழ்த்தளத்தில் உள்ள ஒரு கழுவிதான் புதிய படங்களை வரவழைத்துக் கொடுக்கிறானாம். றகீமின் அறையில் கழுவிகள் கள்ளுண்டு கறிதின்று நீலப்படம் பார்க்கிறார்கள் போலும். சிலரை அங்கே மறித்துவிடுவதும் உண்டாம். சில நாள்களில் றகீம் களவாக இரவில் வெளியே போய்விட்டு விடியும் தறுவாயில் வருவானாம். கழுவிகளில் முக்கியக் கழுவிகள் றகீமின் மொபைலில் தம் வீட்டாருடன் கதைக்கிறார்களாம். வெடிபாலனின் சமையல் கூட்டாளிகள் பொலிஸ்காரரின் மொபைலில் கதைக்கிறார்களாம். இப்படி அந்தச் சிறைமுகாமில் எங்கள் இரவின் விழிப்பு பலவற்றை வெளிச்சமாக்கியது. சில விடயங்களைக் குறிப்பெடுத்துக் கொண்டோம்.

இரவு எங்கள் நேசத்துக்குரியதாகியது. நட்சத்திரங்கள் ஒளி தந்தன. சூழலின் வெக்கை தணிந்து குளிர்மை நிலவியது. சமையல் கட்டிலும் கழுவிகள் குளிக்கும் இடத்திலும்தான் உருவாகிய சேறு அடிக்கடி குமட்டும் நெடியுடன் நாசியில் அறைந்தது.

14

மனம் ஒரு நோக்கத்தோடு ஆர்வமுற்று இயங்கும்போது அந்த இயக்கமே ஒரு விடுதலை உணர்வைத் தருகிறது. முதல் விடுதலை உக்கிரமாய் அழுத்தப்படும் மனத்திலிருந்து கிடைக்கிறது. மேலும் வீணே மற்றவர்கள் மீது சினம், பொறாமை, வெப்பியாரம் கொள்ளும் மனதிற்கு உற்சாகமான வேலை கிடைத்துவிட்டால் அந்தச் சகதியைத் தவிர்த்து விடுதலை கொள்கிறது போலும்.

இரவில் நாங்கள் பல திட்டங்களைத் தீட்டினோம். ராசு அண்ணரும், சஞ்சயனும்தான் எல்லாவற்றிற்கும் சூத்திரங்களை வகுப்பது. முதலில் கழுவிகளுக்குப் பாடம் கற்பிக்கவேண்டும். முறையாக நையப் புடைக்கவேண்டும் என முடிவு செய்தோம். இதற்கு சார்ஜனின் ஆதரவு உண்டு என ராசு அண்ணர் சொன்னார். காட்டிக்கொடுப்பால் கைதிகள் விடுதலையாக முடியாமல் போவதை சார்ஜன் விரும்பவே இல்லையாம். தவிரவும் கைதிகள் பலர் றகீமுக்குப் பயந்து மரியாதை கொடுப்பதும் சார்ஜனுக்கு ஒரு காழ்ப்புணர்வை ஏற்படுத்தியிருக்கும் என்று சஞ்சயன் சொன்னார். எங்களுக்குத் தேவை சார்ஜன் எங்கள் பக்கம் நிற்கும்போது இந்தக் கழுவிகளை ஒரு கை பார்த்துவிட வேண்டும் என்பதுதான். வாய்க்கும்போதே அவர்கள் வாலை நறுக்கிவிடவேண்டும். இல்லாவிட்டால் ஆட்டிக்கொண்டு திரிவார்கள்.

மீன்வெட்டு இல்லாத நாள்களில் இரவு நித்திரை வரவில்லை. மூட்டைப் பூச்சிகள் பெருகி எங்கள் முதுகில் இரத்தம் குடிக்கின்றன. கட்டி முடிக்கப்படாமல் கைவிடப்பட்டுப் பாழடைந்த அந்தக் கட்டடத்தின் சுவரிடுக்குகள் மூட்டைப் பூச்சிகள் குடியேறவும், பெருகவும் வசதியாகிவிட்டது. எங்கள் இரத்தம் குடித்துப் பெருகின. நிலத்தின் ஓரத்தில் நான் படுப்பதால் விளிம்புகளில் இருக்கும் மூட்டைப் பூச்சிகள் என்னை உறங்கவிடவில்லை. பலருக்கும் இதுதான் நிலைமை. சஞ்சயன் இரவு சமையற்கட்டில் கொதிநீர் வைத்துக் கொண்டுவந்து

அறையில் இடுக்குகளில் இருக்கும் மூட்டைப் பூச்சிகளின்மீது ஊற்றினார்.

சில நாள்களில் வாய்த்த தருணத்தில் முதல் அடி பாலனுக்கு என முடிவாகியது. இவன்தான் ராசு அண்ணருக்கு முன்னர் கைதிகளின் தொடர்பாளர். அல்லது எஜமான். தானே ஒரு ஆமிக்காரன் என்பது போல அப்போது நடந்துகொண்டான். முதல் காட்டிக்கொடுப்பு இந்த முகாமில் இவனாலேயே நடந்தது. அதனால் இவனை முதலில் குறிவைத்தோம். பல வருடத்தின் முன் இயக்கத்திலிருந்திருக்கிறான். பின்னர் மன்னாரில் மண்ணெண்ணெய் கடத்தும் வேலை செய்துகொண்டிருந்தானாம் இவன்.

குளிக்கும் இடத்தில் தண்ணீர்ச் சண்டை வருவது வழக்கம். தண்ணீர் வழங்கும் மதனுக்கு நம்ம பெடியளில் ரெண்டுபேரைத் துணைக்கு விட்டு பாலனுடன் வாய்த் தர்க்கத்தை வளர்த்து அதை சாட்டாக வைத்து செம்மையாகப் போடச் சொன்னார் ராசு அண்ணர். இந்த வேலையை நம்ம முதலாம் அறைப் பெடியள் கனகச்சிதமாய்ச் செய்தார்கள்.

கடுதாசிக் கூட்டம் விளையாட வண்ணனைக் கூப்பிட்டு அவன் சோடிசேரும் சந்திரனும் சேர்ந்துவர விளையாட்டு வாய்ச்சண்டையை மூட்டி வளர்த்து முறையாகப் போட்ட போடுகையில் வண்ணனுக்குச் சொண்டு பிளந்தது. சந்திரனின் ஒரு கன்னம் வீங்கிப் புடைத்தது.

நீலப்படம் தன் தமையனின் மூலம் உறவுச் சந்திப்பில் பெற்று பொலிசுக்கும் றகீமுக்கும் விநியோகிக்கும் பொறுக்கிக்குச் சமையல்கட்டில் சாப்பாடு எடுக்க வரும்போது சண்டையை உருவாக்கி ஒரு வாங்கு வாங்கினாங்கள் நம்ம பெடியள். அவனால் காலை நிமிர்த்திச் சில நாள் நடக்கமுடியாமல் போனது. இந்தச் சண்டைகள் நடக்கும் இடத்தில் றகீமுக்கு முன் சார்ஜன் வருவான். விசாரணைக்கு அழைத்து சண்டை பிடிப்பவர்களை எச்சரித்து அனுப்பிவிடுவான். றகீமால் எதுவும் செய்யமுடியவில்லை. குசினியில் வைத்து வெடிபாலனுக்கு வர்மனே ஒருநாள் இரவு செமையாகப் போட்டான்.

இந்தக் கைங்கரியங்களால் நம்ம பெடியளுக்கு உசார் பொங்கி வந்தது. தாங்கள் அடித்தும் அதிகாரியோ சார்ஜனோ தங்கள்மீது எந்த நடவடிக்கையும் எடுக்கவில்லை என்பது

உற்சாகத்தைக் கொடுத்தது. சார்ஜன் விசாரணைக்கு அழைத்து றகீமின் கையை மடக்கி வைத்தது கூடுதல் உற்சாகம். றகீமால் தலையிடமுடியவில்லை. மறைமுகத்தில் நடப்பவை அவனுக்குத் தெரியாது. ராசு அண்ணர் சொல்வார்... "அடியுங்கோடா இவனுக்கு. மிச்சத்த நான் பார்க்கிறன்." சார்ஜனை எப்பிடிக் கையாள்வது என்று ராசு அண்ணருக்குத் தெரியும். சார்ஜன் சொன்னானாம், தான் மூன்று முறை எங்கள் போராளிகளால் சண்டையில் வைத்து சுடப்படாமல் தப்பியோட விடப்பட்டவன் என்று.

1996இல் கிளிநொச்சியிலும், 1999இல் ஒட்டிசுட்டானிலும், 2009இல் கைவேலியிலும் தன்னைச் சுட வாய்ப்பிருந்தும் உங்கள் போராளிகள் கொல்லாமல் விட்டனர் என்றானாம் சார்ஜன். சண்டையில் தனித்துப்போன தன்னை இப்படி விட்டார்களாம் மூன்றுமுறை. எங்களால் நம்பவே முடியவில்லை. மனிதன் எப்போது மிருக உருக்கொள்வான், எப்போது கடவுள் உருக்கொள்வான் என்று யாருக்குத் தெரியும்? அவன் நன்றி காட்டினான்போலும் இப்போது.

கழுவிகளில் மோசமான கழுவிகளுக்குப் பரவலாய் அடி விழுந்த இந்தச் சமயத்தில் றகீம் நிலைமையைப் புரிந்துகொண்டானோ என்னவோ ஒரு வேலை செய்தான். தனக்கு உளவுவேலை செய்பவரதும் மற்றும் ஆயுதத் தளபாடங்களைக் காட்டித்தந்த கைதிகளினதும் விவரக்கோவையைத் தயாரித்துத் தன்னுடைய தலைமையகத்திற்கு அனுப்பிவைக்கிறானாம். இவர்களுக்கு விடுதலையில் முன்னுரிமையும் அளிக்கப்படப்போகிறதாம். இவர்களில் முப்பத்தாறு பேரின் விவரங்கள் எடுக்கப்பட்டு அனுப்பப்பட்டன. பிறகு சொல்ல வேண்டுமா? கழுவிகள் படுஉற்சாகம் பெற்றார்கள். வண்ணன்தான் இந்தத் தகவலை அறைக்குக் கொண்டுவந்தான், தாங்கள் விரைவில் விடுதலையாகப் போகிறார்களாம்.

கும்பத்தில் நெருப்பு மூண்டது அறையில் கைதிகளுக்கு.

சஞ்சயன் சொன்னார், "றகீம் முட்டாள்தான். ஆனால் இந்தக் கழுவிகள் இருக்கிறாங்களே... வடிகட்டின முட்டாள்கள். இவங்கள் இருக்கும்வரைக்கும் அவனுக்கு வெற்றிதான்."

"ஏன்?" நான் கேட்டேன்.

விடமேறிய கனவு ◆ 647

"விடுதலை செய்ய தனக்கு சிபாரிசு செய்யிற அதிகாரம் இருக்கெண்டு அவன் காட்டிறான். இந்த வாலாட்டிகளும் நம்புதுகள். அவனுக்குத் தன்ர பிடி நழுவுது எண்டது தெரிஞ்சிற்று. ஆனால் இந்தக் கழுவிகளால அவன் பிடிய இறுக்கிறான். நாங்கள் ஒரு பக்கத்தால சுத்திவளைச்சா றகீம் மற்றப் பக்கத்தால சுத்திவளைக்கிறான். இந்தச் சிபாரிசு நாடகத்த பல விசருகள் நம்பப்போகுதுகள்... ச்சா... படிப்பிக்கவேணும்." ஆதங்கமும் ஆத்திரமும் கொண்டு சொன்னார் சஞ்சயன்.

சஞ்சயன் தான் அனுப்பிக் கடிதம் பார்க்கும் முகவர் பெடியளுக்கூடாக புதுக்கதையை அவிட்டுவிட்டார். அந்த முப்பத்தாறு பேரின் பெயரையும் யாரோ எடுத்து வெளிநாட்டில் உள்ள இயக்கத்திற்கு அனுப்பிவைத்துவிட்டார்கள் என்று. இவர்கள் வெளியே வந்தால் தண்டனை நிச்சயம் என்று ஒரு புரளியைக் கிளப்பினார். அடிசக்கை யெண்டானாம். இதெல்லோ ஐடியா? அடுத்த வாரமே சிலர் றகீமிடம் தாங்கள் வெளியே உளவுவேலை செய்யவில்லையென்று குடுத்த தங்கள் பெயர்களைப் பின்வாங்க நிற்கிறார்களாம். வெறும் விசர்க்கூட்டம்.

ஆனால் விடுதலைக்குச் சிபாரிசு செய்த இந்த முப்பத்தாறு பேரின் விவரம் கொழும்புக்கு அனுப்பப்பட்டதை நம்பிய சில பெடியள் இவங்களுக்கு அடிபோடத் திரிஞ்சாங்கள். இதில் பலர் முன்னர் நாங்கள் முடுக்கிவிட்ட பெடியள்தான். ராசு அண்ணரின் கட்டுப்பாட்டையும் மீறிக் காரியம் போனது. இது கடைசியில் போய் விபரீதமான இடத்தில் முடிந்தது. றகீம் கீழ்த்தளத்தில் ஓர் அறைக்குப் போய் பாலனுக்கு அடிக்கப்போன பெடியனை விசாரிச்சு கன்னத்தில அறைஞ்சிருக்கிறான். அதுக்கு இவனோ ஆத்திரம் பொங்க தன் சாரத்தை மடித்துக் கட்டினதுதானாம். மறுகணமே றகீமைக் கையில பிடிச்சு உள்ளே இழுத்துவிழுத்த யாரோ லைற்ற நிப்பாட்ட தண்ணிப்போத்தல்களால் எறிந்து றகீமைத் தாக்கியிருக்கிறார்கள். றகீம் பாய்ந்து விழுந்து வெளியே ஓடிவிட்டான்.

இந்தச் சம்பவத்தை வெளியே அப்படியே சொல்லாவிட்டாலும் முகாமதிகாரிக்கு ஏதோ ஒரு விதத்தால் றகீம் சொல்லியிருக்கிறான். சார்ஜன் உடனடியாய் இரவு கைதிகளை ஒன்று கூட்டினான். கைதிகள் முன்னிலையில் கதைத்தான். அதில் முக்கியமான விடயம், "நீங்கள் எண்ணிக்கொண்டிருக்க வேண்டாம்... உங்களை நாங்கள் ஒன்றும் பண்ணேலாதென்று. ஐசிஆர்சியில பதிஞ்சிற்றா

இனியொன்றும் செய்யேலாது என்று நினைக்கவேண்டாம்...” ராசு அண்ணர் அதை மொழிபெயர்க்க, சார்ஜன் அந்த இடைவெளியில் திமிர்கொண்டு எங்களை அச்சுறுத்தும் தோரணையில் பார்த்தான். தொடர்ந்து கதைத்தான். “ஆனால் உங்களச் சுடுறதுக்குச் சட்டத்தில எங்களுக்கு இடமிருக்கு. எனக்குத் தெரியும் என்ன செய்யவேணுமெண்டு...” எங்கள் பெடியளுக்குள் ஒரு பீதி பரவி, ஊமை அமைதி நிலவிற்று.

“உங்கள்ல சேட்டை விடுற ஆக்கள இரவுநேரம் எழுப்பி முள்ளுக்கம்பிக்கு வெளிய தள்ளிவிட்டுட்டுச் சுடுவம். தப்பி ஓடேக்க சுட்டதாகக் கணக்கு முடிச்சு அறிக்கை அனுப்பிவிடுவம். எங்களுக்கு அதுக்கு ஓடர் இருக்குது... புரிஞ்சுதா?”

இந்தக் கதையால் ராசு அண்ணரும் கொஞ்சம் கலங்கித்தான் போனார். இந்தக் கதை இவனுடையதல்ல. இது இராணுவத்தில் உள்ளூறையும் பொறிமுறையின் திட்டமாக இருக்கலாம் என்று சஞ்சயன் சொன்னார். எனக்கோ என்னை ரகசிய முகாமிலிருந்து இங்கு கொண்டுவந்ததே விடுதலைசெய்துவிட்டு வெளியே வைத்து சுடத்தானோ என்று நீட்டி எண்ண வைத்தது.

உறவினர்கள் வந்து கைதிகளைப் பார்த்துச் செல்லும்போது வயதான என் தாய் தந்தையரைப் பற்றிய எண்ணமில்லாமல் என் காதலி மீதே மனம் சுற்றிவந்தது. ஒருமுறை பார்க்க வரமாட்டாளா என்றிருந்தது. கடைசியாக 1996இல் தென்மராட்சிப் பகுதியில் கண்டதற்கு இன்னும் காணவில்லை. நான் உயிரோடு இருப்பதுகூட அவளுக்குத் தெரியாதிருக்கலாம். ஒருவேளை இப்போதுதான் எல்லாம் முடிந்துவிட்டதே... இனி நான் தன்னிடம் வரத்தானே வேண்டுமென்று ஆசையும் நம்பிக்கையும் கொண்டிருப்பாளோ? இயக்கத்தைவிட்டு விலத்திவந்தால்தான் திருமணம் செய்யத் தன் வீட்டார் சம்மதிப்பார்கள் என்றுதானே காதலை முறித்தாள்.

“முறித்தாளா? என்னைக் காப்பாற்றிவிடவேண்டும் என்றல்லவா, தன் முடிவிலாத நேசத்தையும் இணையில்லாத காதலையும் பணயம் வைத்து முயன்றாள்?” மனச்சாட்சி உள்ளிருந்து குரலெழுப்புகிறது. அவள் உணவைப் பரிமாறி சுழித்துத் திரும்புகையில் கொள்ளும் உடலசைவும் அந்தப் பார்வையும் போதும் வாழ்க்கையின் சுகம் என்ன என்றுணர.

ராசு அண்ணர் வேகம்கொண்டு நின்ற பெடியளைக் கட்டுப்படுத்தப் பெரும்பாடு பட்டார். கைமீறிச் செயல்கள் நடந்தன. இதனால் விபரீத விளைவுகள் நடந்துவிடக்கூடும்.

இந்தக் காலத்தில் ஒரு மாலைநேரம் ஒருவன் சிப்பாய்களின் தண்ணீர்க் குழாயில் தண்ணீர் பிடித்தான். அதை ஒரு சிப்பாய் தடுக்க இந்தக் கைதி சிப்பாய்க்கு அடித்தான். மிலிட்டரி பொலிஸ்காரன் வந்து நடந்ததைச் சிப்பாயிடம் கேட்டு கைதிக்கு அடித்தான். கைதியோ ஆவேசமுற்றுத் திருப்பியடிக்கவும் இரண்டு மூன்று சிப்பாய்கள் சூழ்ந்து தாக்கிவிட்டனர். ஆனால் ஒற்றையனாக அவன் தாக்கியது ஆக்ரோசமாய் இருந்தது. நடுவில் நிற்கும் கைதியின் வாயில் இருந்து இரத்தம் சொட்ட கன்னத்தில் உராய்ந்த காயத்தில் இரத்தம் கசிய, சேட்டு கிழிந்து தொங்க, அவிழ்ந்த சாரத்தைப் பொருட்படுத்தாமல் உள்ளாடையுடன், குரூரவெறி கொண்டு பாய நிற்கும் காட்டு விலங்குபோல எச்சரிக்கையுடன் சுழன்றும் தலையை முறுக்கித் திருப்பியும் சூழ்ந்து நின்ற சிப்பாய்களைப் பார்த்தான். மூன்று சிப்பாய்களுமே அருகில்போக அச்சம் கொள்கின்றனர். அதில் ஒருவன் ஒரு பொல்லாங்கட்டையைத் தூக்கிவரவும் கைதி முந்திக்கொண்டு தாக்கினான். அவர்கள் திருப்பித்தாக்க ராசு அண்ணர் அந்த இடத்துக்கு வந்துவிட்டார். மாடிகளின் இரைச்சல் குறைந்துவிட்டது. ராசு அண்ணர் ‘டேய் தம்பி, சும்மா இரு. சும்மா இரு.” என்று பணிவாய்ச் சொன்னார். மேலும் சூழ்ந்த சிப்பாய்கள் அவனருகே போக அஞ்சினர். காட்டு மிருகத்தின் குரூரத்தனத்தை அவன் கண்கள் கொண்டிருந்தன. ராசு அண்ணர் மெல்ல நெருங்கவும் அவனோ தன்னைத் தாக்க வரும் விலங்காகவே ராசு அண்ணரையும் கண்டான். அடியைப் பின் எடுத்துவைத்த ராசு அண்ணர், செய்வதறியாமல் இருந்தார்.

இப்பிடியே விட்டால் இந்தச் சிப்பாய்கள் அடித்துக் கொன்று விடுவார்கள். அடிவாங்கிய அவமானத்தில் அவர்களும் வெறிகொண்டு நின்றனர். நேரம் செல்லச் செல்ல அவனின் பரபரப்பில் தடுமாற்றம். மேலும் அந்த இடத்திற்குக் கூடுபவர்களையும் சந்தேகிக்கிறான். இந்தத் தருணத்தில் ராசு அண்ணர் உட்பாய்ந்தார். சிப்பாய்கள் எதிர்பார்க்கவில்லை கைதியின் குரூரக் கண்களுக்கு அவர்கள் அஞ்சி நின்றபோது ராசு அண்ணர் உட்பாய்ந்தது ஆச்சரியம்தான். ராசு அண்ணர் குனியவும் அவன் அவரின் தோளில் ஓங்கிக் குத்தினான். அவ்வளவுதான். அடுத்த கையை அவன் தூக்குமுன் ராசு

அண்ணர் அவனின் ஒற்றைக் காலையும் பின்னிழுத்து மடித்துக் கையையும் பிணைத்து வேட்டையாடப்பட்ட காட்டு உடும்பைப் பிடிப்பதுபோலத் தன் கையில் அடக்கினார். சிப்பாய்கள் பாய்ந்தனர் இப்போ அடிப்பதற்கு. அதைத் தடுத்த ராசு அண்ணர், "டொக்டரக் கூப்பிடு. கூப்பிடுங்கடா டொக்டர" என்று கத்தினார். ராசு அண்ணர் முன்னொரு காலம் ஜூடோ கலையில் கறுப்புப்பட்டி பெற்ற இளைஞன். முதல் ரகசிய முகாமில் அடிவாங்கிய மலிங்க என்ற ஆமிக்கும் அது தெரிந்திருக்காது.

டொக்டர் வந்து பின்னர் அம்புலன்சுக்கும் அறிவித்துக் கூடவே வந்த நர்ஸ் கைதிக்கு ஊசி போட்டு மயக்கவைத்து ஆஸ்பத்திரிக்குக் கொண்டுசென்றார்கள். நிலமெல்லாம் இரத்தம். டொக்டர் சொல்லித்தான் தெரியும் அவன் தன் மனம்மீதான பிடியைக் கைவிட்டுவிட்டான் என்று. மனத்தின் பிடி நழுவிய உடல் தானே இயங்கத் தொடங்கிவிட்டது. டொக்டர் சில வாரங்களுக்கு முன்னமே இதை அவதானித்து "உன்ர தலைமுடி கொட்டுதடா தம்பி... வாடா... கொட்டாமல் இருக்க மருந்து தாறன்" என்றாராம்.

"எதுக்கு டொக்ரர்? மானமே போட்டுதாம்... முடி இருந்து என்ன? இல்லாமல் என்ன?"

"ச்சா... உனக்கு வடிவான தலைமுடியடா... நாளைக்குப் பெட்டையள் பார்க்க வேண்டாமே?" என்று சொல்லி தோளில் கைபோட்டுக் கூட்டிப்போய் அவன் நித்திரைகொள்ளக் குளிசை கொடுத்திருக்கிறார். ஆனால் பலனளிக்கவில்லை.

டொக்டர் சொன்னார், மனநோயாளிகளுக்குரிய மருந்தை வைத்திருக்க மிலிட்டரி டொக்டர் அனுமதி தரவில்லை என்று. குடுத்த குளிசை சாதாரண மன அழுத்தத்திற்கானது மட்டுமே. ஆனால் அவனோ முன்னரே அந்த எல்லையைக் கடந்துவிட்டிருந்தான். யாரும் கவனிக்கவில்லை. டொக்டர் இதைச் சொல்லவும், "எப்பிடி டொக்டர் கவனிக்கிறது? எல்லாருமே இஞ்ச சுகமில்லாத ஆக்கள்தானே..." சஞ்சயன் சொன்னார். டொக்டர் சிரித்தார். சிரிப்பு, தனக்கும்தான் என்பதுபோல இருந்தது.

கொழும்பிலிருந்து கைதிகளின் விவரப் பதிவுக்கு ஒரு பிரிவினர் வந்தனர். வாகனங்களில் சிவில் உடையில் வந்தவர்கள் தடபுடலாக மேசைகள், கதிரைகள் என எல்லாம் கொண்டுவந்தனர்.

கணணிகளும் கொண்டுவந்தனர். இருபத்துநான்கு மேசைக் கணணிகளுடன் பதிவு எடுக்கத் தொடங்கினர். அரசாங்கம் உங்களுக்கு வேலைவாய்ப்புத் தர புனர்வாழ்வுக்கென ஒரு புதுப்பிரிவைத் தொடங்கியிருப்பதாகச் சொன்னார்கள். என்ன வேலை தெரியும்? என்ன படித்தது? என்ன வேலை செய்ய விருப்பம்? என்ன படிக்க விருப்பம்? போன்ற கேள்விகளும் அதில் இருந்தன. அந்தச் சிறைமுகாமே உற்சாகத்தில் துள்ளியது.

விடுதலை செய்வதற்குரிய நடவடிக்கைகள் எடுக்கப்படுகின்றன என்பது முதல் மகிழ்ச்சி. அடுத்தது அரசாங்க வேலைவாய்ப்பு கிடைக்கப்போகிறது என்றும் பலருக்கு மகிழ்ச்சி. வெளியே போனால் மனிசி, பிள்ளைக்கு, தம்பி, தங்கச்சிக்கு அடுத்தவேளை சாப்பாடு என்ன என்ற கேள்வி மனதில் இருக்கத்தான் செய்தது. போர்க் கைதிகளுக்கு வெளியே இலகுவில் வேலை தந்துவிடுவார்களா இந்த நாட்டில்! இதுதவிர, போன மாதம் எட்டுப் பேர் புதிதாக முகாமுக்குக் கொண்டுவரப்பட்டனர். அதிலொருவன் எங்கள் அறையில் விடப்பட்டான். பெயர் சுந்தரம். பரட்டைத் தலைமுடியும் நெடிய உயரமும் போதைக் கண்களும் கொண்டிருந்தான். வெளிப்பிதுங்கிய சொண்டால் சொன்னான், தாங்கள் அருணாச்சலம் செட்டிக்குளம் முகாமிலிருந்து வந்ததாக.

செட்டிக்குளம் முகாமில் பல போராளிகளை அடையாளம் கண்டு ஆமிக்காரன் பிடித்துவிட்டான். கடைசியாக உளவுத்துறைக்காரர்கள் சொல்லியிருக்கிறார்கள், இயக்கத்தோடு சம்பந்தப்பட்டவர்களும் இங்கே இருந்தால் வந்து சரணடையுங்கள். புனர்வாழ்வுப் போராளிகளுக்கு வேலைவாய்ப்பு கொடுப்பதுபோல அரசாங்கம் உங்களுக்கும் தரும் என்று. அதிலொருவன் கமுக்கமாக சுந்தரத்துக்குச் சொன்னானாம். டுபாயில் அரசாங்கம் வேலைபெற்றுத் தர இருக்கிறது என்று. அந்தக் கதை பரவி சும்மா நின்ற பெடியள் பலர், நானும் புலிதான் என்று பதிந்துவிட்டார்களாம். ஒருநாள் பஸ்ஸைக் கொண்டுவந்து பாஸ்போர்ட் எடுக்க என்று ஏத்திவந்து இங்கே இறக்கிவிட்டுட்டாங்கள் என்று சொன்னான் சுந்தரம். அப்போது அடக்கமுடியாமல் சிரித்த நாங்கள், இப்போது அந்தக் கதையையும் இந்தக் கதையையும் தொடர்புபடுத்தி உண்மைதான் என எண்ணிக்கொண்டோம்.

கீழ்மாடிப் பதிவுகள் முடிந்து எங்கள் மாடியைக் கூப்பிடுவதற் கிடையில் விசாரித்தவர்களிடம் கேட்கப்பட்ட கேள்விகளையும் பொலிசில் அறிந்த தகவல்களையும் வைத்து சஞ்சயன் முடிவுசெய்தார், வந்திருப்பவர்கள் யார் என்று.

"வந்திருக்கிறவங்கள் கைதிகள் விடுதலை செய்யப்பட்ட பிறகு அவங்களக் கண்காணிக்க ஆரம்பிச்சிருக்கிற படைத்துறை சிறப்பு உளவுப்பிரிவு இது" என்றார் சஞ்சயன்.

வந்திருப்பவர்கள் விரலடையாளம், கணணியில் பதிவுசெய்வதும் எங்கள் உறவினர், சகோதரர்கள் எங்கிருக்கிறார்கள், என்ன தொழில் செய்கிறார்கள் என்பது பற்றிய முழுமையான விபரங்கள் பெறுவதில் இருக்கும் அக்கறை இவற்றிலிருந்து சஞ்சயன் சொல்வது மெய்யென்ற முடிவுக்கு வந்தேன்.

"கவனம், ஒருவேளை நீங்கள் வெளிய போயிற்றா ஆபத்துக்கு ஒளிக்க இடம் வையுங்கோ. உங்கட இனசனங்களையும் காப்பாற்றிக்கொள்ளுங்கோ..."

சஞ்சயன் சொன்னார்.

எனக்குப் பிரமிப்பாக இருந்தது. இந்தச் சஞ்சயன் மட்டும் எப்பிடித்தான் ஓடிக் கண்டுபிடிக்கிறாரோ. எப்பவுமே யோசித்துக் கொண்டிருக்கும் இந்த மனுசனின் இயல்பு இப்போது புரிந்தது. நல்லவேளையாக இந்த அறையில் என்னை விட்டதால் இவரின் நட்பு கிட்டியது. இவருடன் சேர்த்து என்னை றகீம் விசாரிக்க அழைத்தபோது இவரின் உறவு குறித்து நொந்துபோன நான் இப்போது சந்தோசப்பட்டேன். மேலும் இந்த மனுசன் முதல் நாளன்று சொன்னது போலவே அருணாச்சலம் முகாமில் இருந்து வந்த சுந்தரம் எங்களறைக்குப் புதிதாக வந்த பின்னர் எல்லோருக்கும் சந்தேகம் சுந்தரம்மீதுதான். அவன் உளவாளியேதான் என்று அடித்துச் சொன்னார்கள் பலரும். சஞ்சயன் மட்டும் சொன்னார். "இவன் ஒரு வெறும் வெங்காயம்." என்று.

இந்தப் பதிவுக்குப் பின்னர் பொதுவாகக் கைதிகளிடத்தில் ஒரு தெம்பு பிறந்தது. அறைகளில் விடுதலைக்குப் பிறகு தாங்கள் என்ன செய்ய இருக்கிறோம் என்பது பற்றித்தான் கதை இருந்தது. வந்த உறவுக்காரர்களிடமும் இதுபற்றிக் கதைத்தனர். அவர்களும் உற்சாகத்துடன் திரும்பிப் போனார்கள்.

மழைவிட்டு வந்த வெயிலால் நிலத்தில் புதிய புற்கள் முளைத்துக் குருத்துவிட்டன. தூர நிலத்தில் பசிய நிறம் முளைத்துப் படர்ந்தது. இந்த நிறமே மனதுக்குச் சுகம்தான். ஆனால் குப்பையள்ள முனிசிபாலிரியிலிருந்து வந்த வாகனம் குறுக்கும் நெடுக்குமாக ஓடியதில் ஈரநிலம் கிளறி சேறாகிப் போனது. முற்றத்தில் நடக்கவே வழுக்கியது நிலம்.

நான் விடுதலைக்கு வாய்ப்பிருக்கிறது என்று மனதின் மூலையில் என்னையறியாமலேயே துளிர்த்த நம்பிக்கையினாலோ என்னவோ இன்னும் தப்பிப்பது பற்றித் திடமான முடிவில்லாமல்தான் இருந்தேன். இந்த நேரத்தில்தான் கொழும்பிலிருந்து அடுத்த விசாரணை வந்தது. ரிஐடி (பயங்கரவாதத் தடுப்பு உளவுப்பிரிவு) ஏற்கனவே யோசப் முகாமில் இவர்களால் நான் விசாரிக்கப்பட்ட அனுபவம் எனக்கிருந்தது. ஆனால் இங்கு இப்போதுதான் முதன்முறையாக வருகிறார்களாம். சஞ்சயனுக்கு இவர்களது திறன்பற்றியும் விசாரணைப் பொறிமுறையில் வேறுபாடு பற்றியும் சொன்னேன். சுரேன், ஜான் மற்றும் வர்மனையும் இந்த விசாரணை குறித்து முடிந்தளவு அறிவூட்டினேன். இரு நாள்களாய் விசாரணை நடந்தது. மறுநாள் மதியம் இந்த சிறை முகாமை உலுக்கிய ஒரு சம்பவம் நடந்தது.

விசாரணை முடித்து ஒருவன் அழுதுகொண்டு வெளியே வந்தான். மேல்மாடிகளிலிருந்தும் கீழே கொட்டிலில் இருந்தும் எல்லார் கவனமும் அவன் பக்கம் திரும்பியது. உளவுத்துறை றகீம் கண்டு என்னது, ஏது என்று கேட்டான். அழுதவன் எதுவும் சொல்லவில்லை. சார்ஜன் விமலதுங்கவும் கேட்டான். இவன் எதுவும் சொல்லவில்லை. அழுகையை நிறுத்தினான். அறைக்கு வந்தான். சுவரில் சாய்ந்தபடி முகட்டைப் பார்த்து மீண்டும் பற்களை நெருமி கண்கள் சிவக்க அழுதான். இவன் இருக்கும் அறையில்தான் ராசு அண்ணரும் இருந்தார். ராசு அண்ணர் அவரிடம் எதுவும் கேட்காமல் அவன் கைகளைத் தன் கைக்குள் அடக்கி வைத்திருந்தார். அகலப் பெருத்த அவர் உள்ளங்கைக்குள் அடங்கி இருந்தது அவன் கைகள். குழந்தைக்குச் செய்வதுபோல அவன் முதுகைத் தடவிவிட்டார். கொஞ்ச நேரத்தில் மெல்ல ஓய்ந்தது அவன் மனம். “சரி... போய்ச் சாப்பிடு...” என்றார் ராசு அண்ணர். அவ்வளவுதான், அவன் வாய்திறந்தான்.

“ராசு அண்ணை... இந்தத் தாயை விற்கும் நாயள் என்ர மனிசிய தனக்கொருக்காப் படுக்கத் தரட்டாம். என்ர விபரத்தை ஃபைலில

சிவப்புப் பேனையால எழுதாமல் விடுறானாம். நாய்ப் பிழைப்பு இதண்ணே...” நாடிகுவித்து கீழ்ச்சொண்டு உயர துக்கத்தில் தோய்ந்த சினத்துடன் இயலாமை கொண்டு கத்தினான்.

“மனிசின்ர சொந்த இடம் வவுனியா, வைரவ புளியங்குளம் அண்ணே. அதால மாத்தளன்ல பிள்ள காயப்பட கப்பலில மனிசியையும் பிள்ளையையும் ஐசிஆர்சி வவுனியாவுக்குக் கொண்டுவந்தது. ஆஸ்பத்திரியில வைத்தியம் பார்த்து இப்ப தாய் வீட்ட மனிசி, பிள்ளையள் இருக்கினம் என்டு சொன்னன், அவன் மனிசிய ஒரு நாளைக்கு படுக்க ஒத்துழைக்கச் சொல்லட்டாம். அவான்ர நம்பரத் தரட்டாம். அப்பிடி நான் செய்யாட்டி மனிசி வெளியில தாய் வீட்ட இருக்கிறது குற்றமாம். தடுப்பு முகாமுக்கு அவேயளக் கொண்டுவருவானாம். எனக்கும் கேஸ் இருக்காம்.”

அவன் இடைவெளி விட்டு அழுதழுது சொன்னான். மரணம் தின்னாத் துக்கம் அவனைத் தின்று தீர்த்தது. ராசு அண்ணர் அவனைக் கட்டி முதுகில் தடவிவிட்டார். ஆனால் அவனறியாமல் ராசு அண்ணர் அழுதது ஆச்சரியம்தான். சார்ஜனிடம் போனார். நடந்ததை சார்ஜனிடம் சொன்னார். முகாமே பெரும் களேபரம் ஆகிவிட்டது. பாழடையும் அந்த மாடியை ஒரு சூனிய ஒலி சூழ்ந்துகொண்டது.

சார்ஜன் விசாரணைக்கு வந்த குழுவின் அதிகாரியான பொலிஸ் அத்தியேட்சகரை அழைத்து விசாரணையை நிறுத்தச் சொன்னான். அவர்கள் முடியாது என்றார்கள். முற்றத்தில் ஏதோ தகராறு பட்டார்கள். சார்ஜன் திரும்பிப்போனான். நடையில் வேகமும் ஆத்திரமும். போனவன் கையோடு முகாமின் அதிகாரியை அழைத்து வந்தான். அந்த இளமதிகாரி கோபம் கொப்பளிக்க விசாரணையை நிறுத்தச் சொல்லிக் கதைத்தான். ஜனாதிபதியின் ஆணையின் பேரில்தான் தாங்கள் வந்திருப்பதாகச் சொன்னது உளவுப் பிரிவு. இந்த முகாமிற்கு முழுமையான அதிகாரம் கொண்டவன் தானேதான். உளவுத்துறை விசாரணையை உடன் நிறுத்தவேண்டும் இது தன் உத்தரவென்றான். விசாரணைக்கு அழைக்கப்பட்டுக் கொண்டிருந்த கைதிகள் வரிசை முன்னேறாது நின்றது.

றகீம் - அவன்தான் ராகவன், “விசாரணையை நிறுத்தத்தானே வேண்டும். கைதிகளும் மனிசர்தானே. அவர்களை அவமதித்தது பெரிய தவறுதானே” என்றானாம். அந்தச் சூழல் ஸ்தம்பித்து முகாம் ஒரு மாயக் காற்றுள் இழக்கப்படுவதான உணர்வு.

“என்னதான் நடக்குதிங்க?” ஜான், வேலு அண்ணாிடம் கேட்டபடி மாடியின் ஜன்னல் இல்லாத குறைக்கட்டில் இருந்த என்னைக் கொஞ்சம் தள்ளச் சொல்லி வந்திருந்தான்.

“ம்ம்... பொறுத்திருந்து பார். அம்மணதாரிகளுக்கு ஆடை கிடைச்ச சந்தோசம். உடுத்தி இருந்தவனுக்கு உரிஞ்சு போனதில் கடுப்பு...”

வேலு அண்ணர் சொன்னார்.

சிப்பாய்களும், பொலிஸ்காரரும் அமைதியில் உறைய றகீம் ஓடித் திரிந்தான். இருபகுதியையும் சமாதானம் செய்யும் தரகராக மாறினான்.

சார்ஜன் சொன்னான் “‘அந்தக்’ கைதியிடம் பகிரங்கமாக உளவுத்துறை அதிகாரி மன்னிப்பு கேட்கவேண்டும்” என்று. அவர்கள் சொன்னார்களாம் விசாரணையில் தாங்கள் பல உத்திகளைக் கையாள்வது வழமை என்று.

இறுதியில் இந்த விவகாரம் இரு தரப்புக்கும் சேதம் தரும் என்று றகீம் எடுத்துரைத்து, முகாம் அதிகாரியிடம் அந்தச் சம்பவத்திற்காக பயங்கரவாதத் தடுப்பு உளவுத்துறை அதிகாரி ‘சொறி’ சொல்லித் தீர்த்து வைக்கப்பட்டது பிரச்சினை. றகீம் நெஞ்சைத் தூக்கி நடக்க கஸ்டப்பட்டாலும் அப்படியே குறுக்கும் நெடுக்குமாக வெளியே நடந்து திரிந்தான். அந்த இளம் லெப்டினன்ற், உளவுத்துறை அதிகாரி தன்னிடம் ‘சொறி’ சொல்லியதும் கைதியின் மனைவியைப் படுக்க கேட்ட அந்தச் செயலுக்குப் பாடம் புகட்டிய திமிருடன் அறைக்குத் திரும்பினார்.

முகாம் முழுவதும் வெளியே நடந்த சர்ச்சைக்கான கதையின் மூலவிடயம் பரவியது. விசாரணை முடித்து வந்த சிலரும் இப்போ அறைகளில் ஆத்திரம் கொண்டு கத்தினர். சிலர் அழுதனர். இந்தப் போராளிகள் முன்னெப்பவாயினும் வாழ்க்கையில் அழுதிருக்கக் கூடுமோ என்றெண்ணினேன். இவர்களிடம் இவர்களின் மனைவியையோ சகோதரியையோ படுக்கவிடச் சொல்லி நாசூக்காகக் கேட்டார்களாம். தாங்கள் விசாரணையில் ‘சப்போர்ட்’ குடுக்கிறம் என்றார்களாம். சிலரை மிரட்டியும் உள்ளார்களாம். சாம, பேத, தான, தண்டம் என விசாரணையில் பல உத்தி போலும்.

இரண்டு வாரத்தின் பின் 113 பேருடைய பெயர் விபரம் கொழும்பில் இருந்து வந்தது. இவர்கள் மறுவிசாரணை

செய்யப்படவேண்டும் என்று அறிவுறுத்தலாம். அதில் எனது பெயரும் இருந்தது. வர்மனின் பெயரும் இருந்தது. இது விசித்திரம்தான். றகீமின் நம்பிக்கையான கையாளாக முகாமில் அறியப்பட்டவனல்லவா வர்மன்?

முகாம் கைதிகளிடையே ராகவன் ஒரு 'வெறும் பயல்' என்ற அபிப்ராயம் வர்மன் விசாரிக்கப்படும் பட்டியலில் வந்ததால் தோன்றிற்று. ஆனால் ராகவன் விடயத்தை மாற்றிப் போட்டான். "நாங்கள் மிலிட்டரி. நாங்கள் எடுக்கிறதுதான் இறுதி முடிவு. பொலிஸ் இங்க ஒண்டும் புடுங்க முடியாது. நாங்க உன்னை விசாரிக்கணும் என்று மறிப்பம். அதை மீறி அவங்க ஒண்ணும் பண்ணேலாது." றகீம் தக்க உடலசைவுகளுடன், தன்விரலைச் சுண்டிச் சுண்டிக் கதைத்தான் பலர் முன்னிலையில். இதன் விளைவு கொழும்பில் இருந்து பெயர் வந்த 113 பேரில் பலர் றகீமை அண்டி அவனுக்கு வேலை பார்த்துத் தங்களைக் காப்பாற்றிக்கொள்ள முயன்றனர். அச்சம் உருவாகிய மனதில் அறிவு தங்குவதில்லை. ஆனானப்பட்ட சில பொறுப்பாளர்களும் இந்த அலையில் அள்ளப்பட்டனர்.

நான் எழும்பி மூத்திரம் பெய்யுமிடம் போனேன். மலக்கூடம் ஒவ்வொன்றாகத் திறந்து பார்த்து முட்டிய மலத்தைக் காணமுடியாமல் மீண்டும் முதலிருந்து மூன்றாவதைத் தெரிவுசெய்தேன். மூத்திரம் கழித்ததும் மீண்டும் சிந்தனைவயப்பட்டபடியே மாடிக்கு வந்தேன்.

பெயர் வந்தவர்களில் கட்டாயப் படைச்சேவையில் இணைக்கப்பட்ட கைதிகளும் இருந்தார்கள். பொறுப்பாளர்களும் இருந்தார்கள். இவர்கள் எல்லாரும் தங்களைவிட முக்கியமானவர்களின் பெயர்கள் ஏன் வரவில்லை என்றுதான் கவலைகொண்டார்களே தவிர தங்கள் பெயர் வந்ததற்கான காரணத்தை அறியவோ, அலசவோ, அதிலிருந்து தப்பிக்க முயலவோ இல்லை. மாறாக மற்றக் கைதிகள்மீது கோபம் கொண்டார்கள். சிறைமுகாமில் சண்டைகளும் சச்சரவுகளும் உருவாகின. சண்டையின் நிமித்த காரணம் தண்ணி, படுக்கை இடம், சமையல் முறை, தாய விளையாட்டு என்று இருந்தாலும் நியாய காரணம் இந்தப் பெயர்களின் வரவாகத்தான் இருந்தது.

போரில் பெரும் பொறுப்புநிலையில் இருந்து போராளிகளை வழிநடத்தியவர்களைத் தெருச்சண்டையில் திட்டித் தீர்க்கும் கெட்ட வார்த்தைகளைக் கொண்டு அவமதித்தனர்.

பெருமனிதர்களாக இருந்த இவர்களிற் சிலரும் பள்ளிச் சண்டையில் ஈடுபடும் பதின்வயதினர் போலவே நடந்துகொண்டனர்.

இதனால் "அட இவங்களையா பெரியவர்கள் என்று எண்ணி இவர்களின் பின்னே நடந்தோம்" என்று 'சிறியவர்கள்' எண்ணினர். பெரியவர்களோ இவர்களுக்காகவா எங்கள் வாழ்வனைத்தையும் இழந்து போரில் நின்றோம் என்று சலித்தனர். இந்தப் போக்கு மேலும் சண்டைகளைத் தீவிரமடைய வைத்ததே தவிர தீர்த்து வைக்கவில்லை. இந்த நச்சுச் சுழி விசாரணையின் உத்திதானா? பயங்கரவாதத் தடுப்பு உளவுப்பிரிவு மேற்கு நாடுகளின் பயிற்சியைப் பெற்றது என்று அறிந்திருந்தேன்.

அறையில் வந்திருக்க எனக்கு மலக்கூடத்தின் நுரைத்துத் ததும்பும் மலத்தின் காட்சிதான் மனதில் வந்தது. வயிற்றைப் பிசைந்ததும் இந்த நிலைமைக்குக் காரணமாக இருக்கலாம். செருப்பைப் கழட்டிப் படியில் போட்டு வந்தேன். அதில் மலத்துணிக்கை ஒன்று ஒட்டிக் கிடந்தது. கழுவி எடுக்கவேண்டும்.

இந்த விசயம் பற்றிக் கதைக்கச் சபை கூடிவிட்டது. இது எங்கள் தாய விளையாட்டுச் சபை. சஞ்சயன் சொன்னார்...

"இதுதான் புனர்வாழ்வு."

"எது... பீச்ச முடியாமல் அடக்குவதா?" நான் கேட்டேன்.

ஏனெனில் மலக்கூடம் போக வெளிக்கிட்ட சஞ்சயனை நான் தான் இப்ப அங்க போகமுடியாது என்று தடுத்தேன்.

"அதுவும்தான். ம்ம்... எங்கட தலைமுறைக்காகவும், விடுதலைக் காகவும் உயிரை இழந்து போராட இணைஞ்சவங்களை இண்டைக்குப் படுக்கிற நிலத்துக்கும், குடிக்கிற தண்ணிக்கும் மோதவிட்டிட்டான் சிங்களவன். அதுகூடப் பெரிசில்ல, ஒருத்தன்ர கோவணத்தை மற்றவன் உருவி விளையாட விட்டிருக்கிறான் பார்த்தியளோ?" வேதனை கொண்ட எள்ளலோடு சொன்னார்.

தொடர்ந்து "அம்மணத்தை மறைக்க றகீமிட்டயல்லே போய் நிக்கிறாங்கள். 'பொறுப்பாளர் புடுங்கிட்டார்', 'பிடிச்ச போராளி புடுங்கிற்றார்' என்று முறைப்பாடு வேற. கார்த்திகேசு! இதுதான் புனர்வாழ்வுப் பொறிமுறை" வேதனையில் உதிர்ந்த வார்த்தைகள் என் மனதில் பாய மனம் அவமானத்தைத் துப்பியது என்

மூஞ்சையில். கைதிகளின் இரைச்சல் சுவரில் மோதிக் காதை வலிக்கிறது.

"இது பூரணப்பட்டாதான் புனர்வாழ்வு முடியுமோ?..."

"ம்ம்..."

"இந்த நச்சுப்பொறியை என்னமாய் உருவாக்கியிருக்கிறாங்கள்."

நாங்கள் கதைத்துக்கொண்டிருந்ததைக் கேட்டுக்கொண்டிருந்த வேலு அண்ணர் சொன்னார்.

"தம்பி கூந்தலுக்கு அழகு குடுமிதான். குலைஞ்சுதோ ஈரும் பேனும்தான் தெரியும். அள்ளி முடியோணுமடா தம்பி." சொல்லிக்கொண்டே தொடையில் அடித்துக் கெக்கட்டம் விட்டுச் சிரித்தார்.

"என்ன இங்க பொம்பிளைக் கதை போகுது. குடுமிதான் அழகு பொம்பிளைக்கு." சொல்லிக்கொண்டே வர்மன் வந்து ஜானுக்கு முதுகில் குத்தி நிலத்தில் இருந்தான்.

"ஓ அதுதான் நீ உன்ர மச்சாள்காரியக் கைவிட்டிட்டு அந்தத் தொண்டர்படை ஆமிக்காரிக்கு நூல் விடுறியா? கொண்டையப் பார்த்திட்டியா?" ஜான் தன் தொடையில் அடித்துச் சிரித்தான்.

"நான் நூல் விடேல்ல. என்ர குறிப்பு அப்பிடி. குட்டி தானா அணையுதண்ணை." வர்மன் தன் தொடையில தட்டிச் சிரித்தான்.

"பாத்தடா பாத்து, ஆமிக்காரியடா! பல பானை பொங்கிய அடுப்புப் போல..." ஜான்.

"கோயில் அடுப்பிலயும்தான் பல பானை ஏறுது. கண்ணுக்குத் தெரியுதோ. பொங்கல் பொங்கல்தானே! சுவாமி திருப்திப்பட்டாச் சரிதானே!"

எதையும் அலட்சியமாக விகடமாக்கிவிடும் 'சீரியசான ஆள்' இவன். காயம் இருப்பதால் கையைக் கோணிப்பிடிக்கும் இவன் தோற்றம் கதைக்கு மெருகூட்டுவதுபோல பிரமை. முதல்நாள் ஓமந்தையில் சரணடைந்த எனக்கு மூன்று பிஸ்கட் தந்து "உங்களுக்கு இது காணும். உங்களைச் சுட்டாப் பிறகுதானே என்னைச் சுடுவாங்கள்" என்று சொன்னதிலிருந்து இவனைக் கவனிக்கிறேன்.

“டேய் வர்மன் நீ உன்ர வலையில அவளை விழுத்தடா முதலில.” சஞ்சயன் படு சீரியசாகச் சொன்னார்.

“விழுந்ததைத் திரும்ப எப்பிடி விழுத்திறதண்ணை, அமைக்கச் சொல்லுறீங்களா?”

“டேய் அவள் பலபேருக்கு நூல் விடுவாள். நீ அதை சீரியசாக்கடா.”

வர்மன் பகிடி முகத்தைக் கைவிட்டு “என்னண்ணை சொல்லுறியள்?” என்றான்.

“சொல்லுறதைச் செய், கடிதம் குடு. இல்லையெண்டா முதலில உன்ர சிறட்டை மோதிரம் ஒன்றக் குடுத்துப் பார்” சிறட்டை மோதிரம் என்று சொல்லும்போதே சிரிப்பு வந்தது.

“குடுத்து...” வர்மன் இமைகளை மேலே தூக்கிக் கேட்டான்.

“டேய் அவளில ஒரு காமத் தவிப்பு மட்டுமில்லையடா. ஒருவிதத் தாய்மைத்தனமும் இருக்கு. நீ உன்ர குழந்தை மூஞ்சிய வச்சு வழியிறதாலதான் அவளுக்கு உன்னில ஏதோ ஒண்டு சுண்டி இழுக்குது.”

“என்னண்ணை அவனவன் காட்டிக் குடுத்தா நீங்கள் கூட்டிக் குடுக்கிறியள்...?”

“மற்றாக்களுக்கும் மின்னிற அவளின்ர கண்ணைத் திறமையிருந்தா நிப்பாட்டு. அதை உனக்கு மட்டும் என்றாக்கு. நாங்கள் தப்பி வெளிய போகலாம்.”

“வெளிய போகலாமா?...” வாயப்பிளந்து நையாண்டி ஆச்சரியத்தோடு வர்மன்.

“உன்ர சாவியாலதான் அந்தப் பூட்டைத் திறக்கவேணும். சொல்லுறதைச் செய். மிச்சம் பிறகு சொல்றன்.”

சஞ்சயன் சொன்ன தொனியில் பொத்துக்கொண்டு சிரித்தோம்.

ஆனால், படு உற்சாகம் வந்தது. சஞ்சயன் திட்டமில்லாமல் ஒரு தினையளவுகூட ஏதும் கதைக்கமாட்டார்.

“சண்டையில கண்டிருந்தா ஆமிக்காரிய சுட்டிருப்பாய்... இப்ப வழியிறாய் அவளிட்ட... என்ன நாசமடா.” ஜான் சொன்னான்.

"அண்ணை எப்பிடியண்ணை இயக்கம் தோத்தது... எனக்கு இயக்கம், போராளிகள் என்றால் உயிர். ஆனால், நான் இயக்கத்துக்குள்ள வரமாட்டன். இயக்கம் வலுக்கட்டாயமாகத்தான் என்னை இணைச்சது." வர்மன் அப்பாவியாய்க் கேட்டான்.

"அதுதான் காரணம். போராட்டம் நியாயமானது. நான் நேர்மையானவன் என்ற எண்ணம் வந்திட்டால் நான் எடுக்கும் முடிவைச் சனங்களுக்குத் திணிக்க நிப்பன். சனங்களின்ர முடிவை நான் கேட்கமாட்டன். என்ர நேர்மைமீது நானே கொள்ளும் கர்வம் இது. இது வந்தால் என்னுடைய தீர்மானம் அவர்களுக்கானதுதானே என்ற பெருமையுணர்வு எழும். இது பிழையா என்னை வழிநடத்தும்..." சஞ்சயன் கதைக்க ராகவன் வருவதைக் கண்ணால் காட்டினான் வர்மன். அவரவர் எழுந்து கலைந்தோம்.

"டோய் அவளுக்குக் கடிதத்தைக் குடு" சஞ்சயன் சொல்லிக் கொண்டு போனார். வர்மன் படியால் இறங்கிப்போனான் அவதானமான அலட்சியத்துடன்.

15

எது ஒன்றை நம் புலன்கள் தொடர்ந்து அனுபவிக்க நேர்கிறதோ அதன் மீதான உணர்நிலை மெல்ல மங்கிக்கொண்டே வந்துவிடுகிறது. நொதிக்கும் இந்த மலக்கூடங்களின் நாற்றமென்றாலும் சரி, இந்தக் கைதிச்சூழல் என்றாலும் சரி வாழ்வில் விலக்காகிவிடவில்லை.

இந்த அற்பர்களின் முன்னால் கைகட்டிக் குனியவேண்டி உள்ள கடை அவமானத்தின் வலி ஆரம்ப நாள்கள் போன்று கைதிகளுக்கு இப்போது இல்லை. இந்தச் சூழலுக்குள் வாழ்வமைத்துக்கொள்வது எப்படி என்பதில்தான் கைதிகளின் மனம் அக்கறைப்பட்டுக் கொண்டுபோனது. ஒரு சமயம் அதுவே வடிகாலாக அமைந்து நொறுங்கும் மனத்தின் துணையாகிக்கொள்கிறது என்றும் சொல்லலாம். அல்லாவிட்டால் தன் நிலை கண்டு தன்னைக் கொன்றுவிட மனம் உந்திவிடக்கூடும்.

உறவுச் சந்திப்பு, கடதாசி விளையாட்டு, கடிதப் போக்குவரத்து என்று பல சமாச்சாரங்கள் பலருக்கு உதவின. சிலரை அதுவே வீழ்த்தின. றகீம் நாங்கள் பொலிஸ்காரர்களிடம் காசு கொடுத்துப் பத்திரிகை வாங்குவதைக் கண்டு கடுப்பாகினான். போகாத பொழுதை பத்திரிகை பார்த்துப் போக்க சிலர் விரும்புவது இயல்புதானே? அப்போ றகீம் கழுவிகள் மூலம் ஒரு புதுப் பத்திரிகையை அறிமுகப்படுத்தினான். அதன் பெயர் 'ப்ரியா.' இது ஒரு மஞ்சள் பத்திரிகை. விடுதலைப் புலிகளின் நிர்வாகத்தின்கீழ் இருந்த வடக்கில் மஞ்சள் பத்திரிகை யாருக்கும் அறிமுகமில்லாமலேயே இருந்தது. தெறிச்சுத் திரியும் வயதில் இந்தக் கைதிகளுக்கு மஞ்சள் பத்திரிகையின் காம வக்கிரங்கள் நல்ல தீனியாகியது. தபாலிலும் றகீம் மூலமும் 'ப்ரியா', 'ஜனனி' இப்படிப் பல வகையறாக்கள் உள்வந்தன. கட்டாயத்துக்குப் போராளியாக்கப்பட்டு கட்டாயத்துக்குக் கைதியாக்கப்பட்டவர்களிடம் எந்தக் கட்டாயமும் இல்லாமல் சுலபமாக இதைக் கொண்டுசேர்க்க முடிந்தது. நாளாவட்டத்தில்

பன்றிகளோடு பசுக்களும் வாசிக்கும் என்று றகீமுக்குத் தெரிந்திருந்தது.

முதலில் றகீமின் கழுவிகள், பின்னர் அவர்களின் நண்பர்கள், பின்னர் பதின்வயதினர், இப்படி இந்த வட்டம் நீரில் எறியப்பட்ட கல்லினால் உருவாகும் அலைவட்டம் போல பெருத்து விரிவதாய் அச்சமூட்டியது. அது அதன் கரைகளைத் தொட்டுவிடும் என்ற பீதியும் இருந்தது. காரணம், சில நாள்களாக சஞ்சயன், ‘ப்ரியா’வையும் ‘ஜனனி’யையும் அடங்கா ஆர்வத்துடன் பார்த்துக்கொண்டிருக்கிறார். ‘நீயுமா சஞ்சயா?’ என்று கேட்கத் தோன்றியது. ஆயினும் என்னால் அவரிடம் அப்படிக் கேட்கமுடியவில்லை. இருப்பினும் மனதில் கேட்கும் கேள்வியை முகத்தில் மறைப்பது நண்பர்களுக்கு இடையில் இலகுவானதல்ல.

சஞ்சயன் ஒரு மனிதனின் புற இயக்கத்தை அவதானிப்பவர் அல்ல. அவனின் அக இயக்கத்தை அவதானிப்பதில் கூர்மையானவர் என்பதையும் தெரிந்துகொண்டிருந்தேன்.

சஞ்சயன் சொன்னார்,

“சேகுவரா சொன்னார்... ‘போராளியாக உயிரை விடுவது முக்கியமல்ல. போராளியாக உயிர்வாழத் தெரிந்திருக்கவேண்டும்’ என்டு. றகீமின் இந்த விளையாட்டை நாங்கள் போராளியாக இருந்தால்தான் எடுத்து விளையாடலாம். அடுத்த கதவை நாங்கள் ‘ப்ரியா’வுக்குள்ளாகத் திறக்கலாம். அந்தப் பொறுப்பை சுரேனிட்ட விடுவம்.”

நானும் சுரேனும் ஜானும் விளங்காது விழித்தோம். வர்மன் கேட்டான். ‘சேகுவரா ஆரு?’ சஞ்சயன் தன் ஊன்றுகோலால் தன் தலையில் தானே போட்டுக்கொண்டார். வேலு அண்ணரும், நானும் சிரித்தோம். மீன்வெட்டும் இடத்தில் நாங்கள் கதைக்க வெடிபாலனின் ஆட்கள் எங்களைப் பார்த்தார்கள். மீன்வெட்டுக்குச் சம்பந்தமில்லாமல் அங்க நின்ற வேலு அண்ணை மெல்ல நழுவி அறைக்குப் போனார். நானும் சஞ்சயனும் மீன்வெட்டுக்காரருக்கு உதவிசெய்யும் பணியில் சம்பந்தப்பட்டிருந்தோம்.

இந்த மீன்வெட்டு வேலை இருக்கிறதே... இது கதைப்பதற்குப் பல வசதிகளை எங்களுக்கு ஏற்படுத்தித் தந்திருந்தது. இதுவே சஞ்சயனின் முதல் கதவு என்று எனக்குப் பட்டது. சஞ்சயன் கதைத்தார். “விசாரணையள் சூடுகாணத் தொடங்கிற்று...

இதுவரை நடந்ததெல்லாம் வெறும் பதிவெடுப்புத்தான். அந்தப் பதிவுகளை ஆராய்ஞ்ச அடிப்படையிலதான் விசாரணைக்குக் கைதிகளத் தெரிஞ்சுகொண்டு போறாங்கள். பெடியளுக்கு இது விளங்காது. பொடியள் ஏதோ விடுதலை செய்யப் பதிவுகளை எடுக்கிறாங்கள் என்ற புழுகத்தில இருக்கினம்" என்றார்.

நான் கேட்டேன், "அரசாங்கத்துக்கே தெரியும். இந்தப் பதினையாயிரம் பேரும் புலிகள் இல்லையென்று. இப்பிடியே அரசாங்கம் தொடர்ந்து வைச்சிருக்குமோ?"

"இல்ல. கைதி அரசியல் ஒன்றச் செய்ய அரசாங்கம் விரும்பக் கூடும். அதைவிட வன்னியிலயிருந்த எல்லாப் பொடி பொட்டைக்கும் பாடம் படிக்க இனவாதிகளுக்கு விருப்பந்தானே? எல்லாரையும் அள்ளிக்கொண்டு வராட்டி சுறா மீனுகள் நழுவிரும் என்று அரசாங்கம் பயந்திருக்கலாம். ஆனா அதுதான் இப்ப சுறா மீனுகளுக்கு வாய்ச்சுப் போச்சு. இது அந்தப் பேயனுகளுக்கு விளங்காது..."

நான் சொன்னேன் "இன்னொரு விசயம். மூவாயிரம் பேர இங்க கொண்டுவந்தால் இவங்களோட மோதத்தான் முப்பது வருசமா முடியாமப்போய் முழு உலகமும் சேர்ந்து இந்த முக்கு முக்கி இவ்வளவு சனத்தையும் அழிச்சதா என்ற கேள்வியும் வரும், அவமானம்."

"அரசாங்கத்திற்ற மிஞ்சி மிஞ்சிப் போனா நூற்றம்பது பேரை விசாரிக்கத்தான் அவேயின்ர உளவுத்துறை வலு காணும். திடீரெண்டு பதினையாயிரம் பேரை விசாரிக்க அவேயளால முடியாது. இதுதான் இப்ப எங்களுக்கு வாய்ச்சது. இல்லையெண்டா கனபேருக்கு இப்பச் சங்கு ஊதியிருப்பாங்கள்."

சஞ்சயனின்ர இந்தக் கருத்தை நானும் ஆமோதித்தேன். அவர் பிறகும் சொன்னார். "அடுத்த சில மாதங்களில ஜனாதிபதித் தேர்தல் அறிவிப்பு வரும்."

நான் குறுக்கிட்டேன். அரசியல் தெரிந்தவனாக. "அதுக்கு இன்னும் ரெண்டு வருசம் இருக்கே?"

"இல்ல... பாராளுமன்றத் தேர்தல் இந்த வருசம் வச்சுத்தான் ஆகவேணும். அதற்குமுன் ஜனாதிபதித் தேர்தல நடத்துவான். அப்பதான் கட்சிக்காரங்கள்தான் ஜனாதிபதியாக வேலை செய்வாங்கள் எண்டு. எவன்ர இடத்தில ஜனாதிபதிக்குக்

கூட வாக்கு விழுதோ அவனத்தான் பாராளுமன்றத் தேர்தல் வேட்பாளராக்குவான் ஜனாதிபதி. வென்றதும் சத்தியப் பிரமாணம் எடுக்கமாட்டான். இதைவிட இந்த யுத்த வெற்றியைத் தன்ர குடும்ப அரசியல் வெற்றியாக்க வேண்டும் என்டா இப்ப தேர்தல நடத்தினாத்தான் முடியும். இந்தத் தேர்தலுக்குக் கொஞ்சக் கைதிகள விடுதலை செய்யலாம். ஆனாத் தெரிவு எப்பிடியிருக்கும் என்டதுதான் இப்ப தெரியேல்ல."

"கட்டாயப் படைச்சேவையில இயக்கம் பிடிச்சு இணைச்ச பெடியள முதல்ல விடுவாங்களோ?"

"மகிந்த முட்டாளா இருந்தா அதைத்தான் செய்வான். ஆனால் அவன முட்டாள் என்டு நான் நம்பமாட்டேன். மண்டைக்குள்ள சரக்கு இருந்தால் முதல்ல பொறுப்பான போராளிகளத்தான் விடுதலைசெய்வான். ஆனா அதுக்கு ஒரு மனிதாபிமானச் சாயமும் பூசவேணும். அதே நேரம் விடுறவங்கள் வெளியபோய் தங்களுக்கு அச்சுறுத்தலாகவும் கூடாது. அப்படிப் பார்த்தால் இயக்கத்தின்ர ரெண்டாஞ்சுற்று, மூண்டாஞ்சுற்று அதிகாரப் படிகளில சனங்களுக்குள்ள வேலைசெய்த ஊனமுற்ற கைதிகளத்தான் முதலில விடுதலைக்குத் தெரிவுசெய்யக்கூடும்."

சஞ்சயனின் இந்தக் கூற்றோடு உடன்பட என்னால் முடியவில்லை. எல்லா மனுசனும் தனக்குச் சாதகமாகத்தானே நிகழ்வுகளைக் கற்பனை செய்ய விரும்புவான். சஞ்சயனும் அதற்கு விலக்கல்ல. அவர் ஊன்றுகோலோடு திரிவதும், இந்த நப்பாசையில்தான் என்று எண்ணிக்கொண்டேன். சும்மா கேட்டேன். "ஏன் அப்பிடி நினைக்கிறீங்கள்?"

"தேர்தலுக்குத் தான் தலைகீழாக நிண்டாலும் தமிழ்ச்சனம் தனக்கு வாக்களிக்காதுகள் என்டு மகிந்தவுக்குத் தெரியும். இந்தச் சமயத்தில இயக்கத்தில இருந்த பொறுப்பாளர்கள விடுதலை செய்து வெளியவிட்டா சனங்களுக்கு இயக்கத்திலதான் கோவம் வரும். தங்கட பிள்ளையள இயக்கம் கட்டாயப்படுத்திச் சேர்த்திற்று, சண்டைக்குச் சேர்த்தவனும் பொறுப்பாளர்களும் வெளியவர தங்கட அப்பாவிப் பிள்ளையள் ஆமியிற்ற மாட்டித் தவிக்குதுகள் என்டு சனம் கொதிக்குங்கள். இந்தக் கோபம், காழ்ப்புணர்வால இயக்கத்தின்ர பிரதிநிதியாகத் தமிழ் அரசியல் கட்சியள் வாக்குக் கேட்டால் சனங்களுக்கு அவேயள்ள மரியாதை வராது. ஒன்றில் சனம் வாக்களிக்கப் போகாம

விடமேறிய கனவு ❁ 665

விடுங்கள், அல்லது சில சனம் அரசுக்கு ஆதரவு அளிக்கிற கழுவிக் கட்சிக்கு வாக்களிக்குங்கள். ரெண்டுமே லாபந்தானே?"

இந்தத் தர்க்க விளக்கம் என்னை அதிரவைத்தது. மறுப்பதற்கு எந்த முகாந்தரமும் இல்லை. இந்த மனுசன் எப்படி இதை உடைத்து உள்நோண்டி அறிகிறான்? அப்போதுதான் நினைவு வந்தது... இரண்டாம் மாடியில் முதலாம் அறையில் இருக்கும் ஒருவன் 'சஞ்சயன் முள்ளிவாய்க்காலில் வைத்தே ஒரு வருடத்தில் ஜனாதிபதித் தேர்தல் வரும். அதில் பல கைதிகள் விடுதலை செய்யப்படுவினம் என்றும் சொன்னார்' எனச் சொல்லியிருந்தான். அவன் சொல்லும்போது அவன்தான் பொய் சொல்கிறான் என நினைத்தேன்.

"நீங்கள் ஏன் பிறகும் உங்கட அறிவ வளர்த்துக்கொண்டு தமிழ் அரசியல்ல ஈடுபடக்கூடாது?" ஒரு தவிப்பில் நான் கேட்டேன்.

"..."

அவர் மௌனமாகப் பார்வையில் வெறித்து இருந்தார்.

சில சமயங்களில் சிலரின் மௌனம் உரையாடுவதைவிடவும் கனதியாக இருந்துவிடுகிறது. அவரேதோ தீட்சண்யத்துடன் இருப்பதாகவே பட்டது எனக்கு. கொஞ்சநேர அமைதியின்பின் "முதலில என்ர பிள்ளையளக் காப்பாத்தவேணும். ஒருக்காப் பாக்கவும் ஆசை. ஒரே ஒருக்காப் பாக்க ஆசை." அவரால் கதைக்க முடியாமல் தொண்டை கட்டித் திணறினார். என்னிடமிருந்து தன்னை மறைக்கப் பெருஞ்சிரமப்பட்டார். இந்த மனுசன இப்படிப் பார்க்க முடியவில்லை. பொத்தென்று கண்ணீர் சிந்த நடுங்கும் சொண்டைக் கடித்து அழுகையை அடக்கினார். இருவருக்கிடையிலிருந்த அமைதியில் நசிபட்டு நான் தவிக்கையில் அவரென்னை விடுவித்துக் கதைத்தார்.

"குழந்தையள் என்ன பாவம் செய்ததுகள்? எங்களுக்கு வந்து பிறந்து... என்ன குற்றம் செய்ஞ்சம்?"

நடுங்கும் கீழுதட்டைப் பற்களின் இடையில் கடித்து ஆவேசமாக அவர் அடக்கும் அழுகையில் கீழ்ச்சொண்டில் ரத்தம் கசிந்தது. எந்தச் சூழலுக்குள்ளும் அசைக்கமுடியாத ஓர் ஆளுமை என்று நான் மதிப்பிட்ட சஞ்சயன்தானா இந்த அற்ப மனுசனாக அழுவது...? பாழ்கொள்ளும் அந்தக் கட்டடத்தின் சுவரில்

சாய்ந்தபடி பெருவிரலால் சுரண்டுகிறார். அந்தச் சுவர் உதிர்ந்து கொஞ்சமாய் மண்ணாகிக் கொட்டுகிறது.

இதன்மேலும் கதைக்காமல் "வாங்க...போகலாம்." என்றார். சமையற்கட்டுக்குப் போய் ஊன்றுகோலை ஓரமாய் வைத்துவிட்டு வலு உற்சாகமாய் மீன்துண்டுகளை எடுத்து உப்பில்போட்டுப் பொரித்தார். நான் தேநீர் வைத்து மற்றவர்களுக்குக் கொடுத்தேன். எங்களுக்குக் காவல் நிற்கும் சிப்பாய்களுக்கும் கொடுத்துவிட்டு வந்தேன். கூடவே உறுத்துகிறது. எங்கள் கலாச்சாரத்தில் நட்புப் பாராட்டவல்லவா வீடு வருபவர்களுக்குக் கேட்காமலே தேநீர் கொடுப்போம்... இங்கு தேநீரைக் கொண்டு விச உறவு வளர்க்கிறேனே!

அடுப்பின் ஓரத்தில் குந்தியிருந்து அனிச்சையாய் ஒரு குச்சுக் கொண்டு தணல்களைக் கிளறியபடி இருந்தார் சஞ்சயன். "தேர்தலுக்கு இவங்கள் விடுதலை செய்யேலயெண்டா தப்பியோடியே ஆகவேண்டும்." என்னைப் பார்க்காமலே சொன்னார். "ஒருக்கால் நாங்கள் இதைப் பற்றிக் கதைச்சால் என்ன?" கிளறும் தணல்களைப் பார்த்தபடியே கேட்டார்.

"ம்..."

"மீன்வெட்டு முடியுது. மற்றவங்களக் கழட்டிவிட்டுட்டுப் படியில இருந்து கதைக்கலாம். வர்மன மேல வரச்சொல்லுங்கோ... உங்கட ஜான நம்பலாமோ?"

"ம்... நம்பலாம்... அவன் கல்யாணம் செய்திற்றான். மனிசி வெளியிலதான் இருக்கு. இஞ்ச பதிவில குடுக்கேல்ல. ஆனா என்ர பிரச்சினை... வர்மன நம்பலாமோ? றகீமோடயும் உறவு வச்சிருக்கிறானே." எனக்கு உறுத்திய சந்தேகத்தை நான் திருப்பிக் கேட்டேன். வர்மன் பற்றி எனக்கு நல்ல அபிப்ராயம் இருக்கிறது. என்றாலும் இப்ப பிரச்சினை என்னவென்றால் சஞ்சயன் றகீமிடம் சேர்த்துவிட்ட முகவர் இருவரும் இப்போது உண்மையாகவே றகீமுக்குத்தான் வேலை செய்கிறார்களோ என்று ஒரு சந்தேகம். இது சந்தேகந்தான் என்றாலும் மிக வலுவான சந்தேகம். சஞ்சயனும் அப்படித்தான் ஊகிக்கிறார். இதனால்தான் வர்மன் பற்றியும் இப்ப சந்தேகம்கொள்ளத் தோன்றுகிறது.

"இல்ல... வர்மன நம்பலாம்... வர்மன் றகீமைப் பழிவாங்கிற வெறியில இருக்கிறான்."

"ஏன்?"

"தெரியாதா? அவன்ர அத்தைக்காரிதானே இஞ்ச சந்திக்க மகளையும் கூட்டிக்கொண்டு வாறது. அத்தைக்காரிற்ற மொபைல் நம்பர வாங்கின றகீம் அவவோட கதைச்சிருக்கிறான். படுக்க வரச்சொல்லிக் கேட்டவனாம். வந்தா வர்மன முதலில விடுதலை செய்வன் என்டும் மகளுக்கு உடனேயே கலியாணம் செஞ்சு வைக்கலாம் என்றும் சொல்லியிருக்கிறான். அவயளயும் செட்டிக்குளம் முகாமில இருந்து எடுத்து விடுறதாயும் சொல்லியிருக்கிறான்."

"யாரு... றகீமா?" எனக்குத் திகைப்பாக இருந்தது. அன்றைக்குக் கொழும்பிலிருந்து வந்த விசாரணையாளர்களுக்கு எதிராகப் பொங்கியெழுந்தல்லவா கதைத்தான்?

"ம்ம் வர்மனுக்கு ஆத்திரம், அத்தைக்காரியிலயும் கோபம் நம்பர் குடுத்ததால. மச்சாள எப்பிடியும் பிரிச்சிட வேணுமெண்டு சொன்னான். இங்கயிருந்து ஓடப்போறன் என்று சொன்னான். நான்தான் மறிச்சன். திட்டமில்லாம மூக்குடைபடக்கூடாது." அவர் சொல்லவும் நான் எண்ணினேன்... "ஓ... அதுதான் இவர் தெளிவா வர்மன நம்பினாரோ?"

"வர்மன் சொல்லயில்லயா? உங்க பல விசயம் நடக்குது. உறவுச் சந்திப்புக்கு வாற கைதியளின்ர மனிசிமார றகீமும் முன்னர் இருந்த சார்ஜனும் சேர்ந்து வெளிய படுக்கக் கேட்கிறாங்கள். கனபேர் வெளியில சொல்லேலாமல் கொதிச்சுப்போய் இருக்கிறாங்கள். கவனிச்சீங்களா...?"

"ஓ... இப்ப பலபேற்ர மனிசிமார், தங்கச்சிமார் வாறதில்ல. ஆனா இப்பவும் சிலதுகள் வருதுகளே?" என அறியாமல் கேட்டேன்

"என்ன செய்ய... போர்க் கைதிகளப் பார்க்கச் சொந்தம் பந்தம் சிலருக்கு உடன்படாது. மனிசிமார்தான் வந்தாகவேணும். இதுக்குள்ளயும் விதிவிலக்கு இருக்கும். மனுச மனம்தானே, பலமும் இருக்கும். பலவீனமும் இருக்கும். றகீம் மாதிரி ஆக்களுக்குப் பார்த்தாலே தெரியும், எந்தப் பழம் எந்தப் பாட்டுக்குப் பழுக்கும் என்று."

"வர்மன்ர மாமா செத்திட்டார் என்ன?" நான் கேட்டேன்.

"அப்படித்தான் சொன்னான். ஆனால் யாழ்ப்பாண இடப் பெயர்வில அந்த ஆள் வன்னிக்கு வரேலாமல அங்க

அகப்பட்டுட்டாம். பிறகு அங்கு ஒருத்தியோட இப்ப இருக்கிறாராம் என்டு அறிஞ்சன்."

"அட நாசமே..."

வர்மன்மீது எனக்கு மேலும் பரிதாபம் வந்தது. திரும்பிக்கேட்டேன்.

"ஒருத்தனும் றகீமின்ர சேட்டைக்குக் கொம்பிளயின்ற் பண்ணயில்லையோ?"

"யாரிட்ட கொம்பிளயின்ற்? பொலிசிட்டயா? பொலிஸ்தான் இந்த விளையாட்டில வலு மும்முரமா நிக்குது... புருசனைக் காப்பாற்ற நினைச்சதுகள் சிலது... செட்டிக்குளத்திலயிருந்து பிள்ளையளக் காப்பாற்ற நினைச்சதுகள் சிலது. இப்பிடி அசடுகள் வலையிலயும் மாட்டுதுகள்போல... இவனுகள் பிணத்தோடயே புணர்ந்த கூட்டம். உயிருகளப் பலிகுடுத்துத் தனிச்சு நின்றா விட்டிருவாங்களோ?"

"இந்த ராஸ்கல்கள இவங்கட ஆக்கள வச்சே அழிக்கவேணும்." எங்கிருந்தோ வந்த வார்த்தையைத் தவறி வெளியே விட்டேன்.

மரங்களில் மோதிவந்த காற்று சுழன்று அடுப்பில் எரிந்து தீர்ந்த சாம்பல்தூசை அள்ளிக் காற்றில் விசிறியது. காற்றில் பறந்தலைந்த சாம்பல் எங்கள் முகங்களிலும் படிந்தது. அதைத் தவிர்க்க வேண்டி நாங்கள் உள்ளே போனோம்.

மீன்வெட்டு முடிந்ததும் வெட்டினவர்களுக்கு இருபது லிட்டர் தண்ணீர் குளிக்கக் கொடுப்பார்கள். இந்தக் கணக்கில் எனக்கும் சஞ்சயனுக்கும் வர்மன் தண்ணீர் வாங்கித் தருவான். இன்றும் அது கிடைத்தது. கிடைத்த தண்ணீரில் அழுக்கைக் கழுவினோம். மீண்டும் உடுத்துவதென்னவோ அதே அழுக்கு உடுப்புத்தான்.

தேநீர்வைத்துக் கொண்டுவந்து படியில் இருந்தோம். நான், சஞ்சயன், வர்மன், சுரேன், ஜான். மற்றவர்கள் தேநீர் குடித்தால் நித்திரை வராது என்று படுக்கப்போகிறார்கள். வர்மன்தான் கதையைத் தொடங்கினான் விகடமாக.

"என்னண்ணே... திட்டமிருக்கோ...?"

திட்டமிருக்கோ என்ட சொல் முள்ளிவாய்க்கால்வரை சனங்களுக்குள்ள வலு பிரபல்யம்.

"இருக்கு... உன்ர ஆமிக்காரி என்ன மாதிரி, மடிஞ்சுதோ?" சஞ்சயன் கேட்டார்.

"மடியாமல்... பின்ன? இதென்ன சும்மா மூஞ்சியாண்ணே... குறிப்பு அப்பிடியாக்கும்."

முகத்தைத் தன் இயலாத கையால் தடவிக்கொண்டே சொன்னான் வர்மன்.

"மீன்வெட்டுக்குப் போட்டீங்கள் ஐடியா... சூப்பரண்ணே... இல்லையெண்டா இப்பிடிக் கதைக்கேலுமோ?" ஜான் சொன்னான்.

சஞ்சயன் தன் முகத்தைச் சீரியசாக்கி ஒவ்வொருத்தராகப் பார்த்துவிட்டுப் பேசத்தொடங்கினார். அதனர்த்தம் ஒவ்வொருத்தரையும் கட்டுப்படுத்துவதும், கவனம் கொள்ளச்செய்வதுமென்பதும் போராளியாக இருந்த எங்களுக்குத் தெரியாமல் இல்லை.

ஜனாதிபதி தேர்தலுக்குச் சில கைதிகளை விடுதலைசெய்ய வாய்ப்பு இருப்பதுபற்றியும் யாரை அரசாங்கம் தெரிவுசெய்யக் கூடும் என்பது பற்றியும் எனக்குச் சொன்னவற்றை மேலோட்டமாக அவர்களுக்கும் சொன்னார்.

பிறகு,

"தேர்தலுக்குள் எங்களின்ர யாருடைய பேராச்சும் விடுதலைக்கு வந்தா அவேயள் போகலாம். மற்றாக்கள் சேர்ந்து தப்பிக்கும் முயற்சியை எடுக்க வேண்டியதுதான்" என்று சொல்லிவிட்டு பிரதிபலிப்பு எப்படியிருக்கிறது என்று எங்களைப் பார்த்தார்.

"ஆனால் தேர்தல் வாறதுக்கு இடையில தப்பிக்கிறதுக்கான திட்டத்தை நாங்கள் முழுமையா செஞ்சு முடிச்சிடவேணும். சிலவேளை யாற்ர பேரும் விடுதலைக்கு வராமலும் போகலாம். வந்தா அதிர்ஸ்டம். அவ்வளவுதான்."

"தப்பிறதுதானெண்டா எதுக்குத் தேர்தலப் பார்ப்பான்? முன்னமே வெளிக்கிட்டா என்ன?" சுரேன் கேட்டான். சுரேனுக்கும் விளங்கியிருக்கக் கூடும். சஞ்சயன் தனக்குச் சந்தர்ப்பம் இருக்குதெண்டு நம்பி அதுவரைக்கும் நிலைமையை இழுக்கப் பார்க்கிறார் என்பது.

“இல்ல... இஞ்ச இருந்து வெளியால போறது பெரிய விசயமில்ல. விசயம், வெளில போய் எங்கள எப்பிடிக் காப்பாத்திறது என்டதுதான். வடக்கு கிழக்கில நிக்கேலாது...” அவர் எங்களைப் பார்த்தார். நான் தலையாட்டினேன்.

“எந்தக் கைதியும் வெளியில போகாத நேரத்தில நாங்கள் தப்பிப் போனால் நடமாடவே ஏலாது. கொஞ்சப் பேர விடுதலை செய்யிற தருணத்தில போனாத்தான் வெளியில சில அலுவல் பார்க்க உதவியா இருக்கும். எங்களயும் விடுதலை செய்த ஆக்களாக ஆபத்துக்குக் காட்டிக்கொள்ளலாம்.

“இஞ்சயிருந்து வெளியில போனாப் பிறகு எப்பிடி வெளியில இருக்கப் போறியள்... எங்க போகப் போறியள் எண்டத அவரவர் தனித்தனிய திட்டமிடுங்கோ... அது உங்களப் பொறுத்தது. தேவைப்பட்டால் பரஸ்பரம் முடிஞ்ச உதவி செய்யலாம். அதைப்பற்றிப் பிறகு கதைப்பம். ஆனால் அது அவரவற்ற பொறுப்பு. ஒருத்தரும் மறக்கவேண்டாம். இப்போதைக்கு வீட்டுக்காரரோட யாரும் கதைக்கவேண்டாம். அவ பயந்துபோடுவினம்.”

“இஞ்சயிருந்து எப்பிடி வெளில... காசுகுடுத்தா?...”

வர்மன் அடக்கமுடியா ஆவலோட கேட்டான்.

“காசு குடுத்து வேலைக்கு ஆகாது. இந்த முகாமில பலபேர் பல இலட்சம் ஏமாந்திட்டினம். இன்னும் ஆரும் தப்பிக்கேல. உங்கட திறமையைத்தான் நம்பவேணும். மீன்வெட்டுக்கு இரவில நாங்கள் நடமாடித் திரிஞ்சு ஆமிக்கு எங்கட முகம் பழக்கம். இரவில இந்த முகாமில நடமாடுற கைதிகள் நாங்கள் மட்டுந்தான். அதோட இரவில நான் பொலிஸ் விடுதில களவாத் தண்ணி எடுக்கிறது பொலிஸ்காரருக்கும் தெரியும். நான் பின்பக்கம் போனா தண்ணி எடுக்கத்தான் என்று அவங்கள் நினைப்பாங்கள். நாளையில இருந்து சுரேனும் என்னோட வாங்கோ தண்ணி தாறன் குளிக்க. அங்க விடுதிக்குப் பின்னால முள்ளுக்கம்பி வேலிய பொலிஸ்காரர் அறுத்து வச்சிருக்கிறாங்கள். முள்ளுக்கம்பி சுருள்தான் தடையா இருக்கு. யாரோ அதைத் தூக்கிவிட்டுட்டுப் போயிற்றுவாறாங்கள். அனேகமா பொலிஸ்காரன் அபேயவர்த்தனாவ இருக்கலாம். பின்னால உள்ள பத்தைக்காணியக் கடந்தால் ஒரு கொலனி வீடு இருக்கு. அந்த வீட்டுப் பொம்பிளயிற்ற சந்திக்கடைக்காரர் எல்லாம் படுக்கைக்கு வாறவயாம். அபேயவர்த்தனாவும்

போறதாய் ஒரு ஆமிக்காரன் சொன்னான். நல்லாச் சிங்களம் பேசுவாவாம். கலப்புப் போல...” சஞ்சயன் விளக்கிக் கொண்டிருக்கவும் வர்மன் இடையில் புகுந்தான்.

“அப்ப வேலை சிம்பிள். இப்பவே போகலாமே?”

“டேய்... அமத்திக்கொண்டு கொஞ்சம் இரு. எங்க போகப்போற? நீங்க சொல்லுங்கண்ணே?” ஜான் தடுத்துக் கதையைக் கேட்டான்.

“முள்ளுக்கம்பி பற்றி இருட்டுக்க சரியாத் தெரியேல்ல, சுரேன் என்னோட தண்ணிக்கு வந்து அந்தப் பக்கம் முள்ளுக்கம்பி எப்பிடி இருக்குது எண்டத வடிவாப் பார்க்கவேணும். குளிக்கிற இடத்துக்கு வலப் பக்கமா இருக்கிற காவல் பொயின்ற் ஆமிக்காரன கூப்பிட்டு ஒரு நாளைக்கு ரொட்டியும் தேத்தண்ணியும் சமையல்கட்டில உருத்திரன் குடுக்க, நானும் நீங்களும் போவம். நான் தண்ணி பிடிக்கிற நேரத்தில நீங்கள் அங்கால முள்ளுக்கம்பி வேலியும் சுருள்வேலியும் எப்பிடி எண்டு பாத்திடவேணும். உங்களப் பார்க்க அங்க ஆரும் இருக்காங்கள். ஆனா நாளையில இருந்து அந்தச் சூழலை மேலோட்டமாக ஆராயவேணும்.”

“ஒருவேளை அந்தப் பாதை சரிவராட்டி....?” சுரேன் கேட்டான்.

“நான் பார்த்திற்றன். ஓரளவுக்குப் பரவாயில்லை. என்னால வெளிய போகமுடியேல்ல” சொல்லிக்கொண்டு தன் ஊன்றுகோலைக் காட்டினார்.

பிறகு,

“அந்தப் பாதைதான் உள்ளதுக்க தப்பிறதுக்குப் பாதுகாப்பானது. அதைவிட அந்தக் காணியக் கடந்து அந்த வீட்டையும் கடந்திட்டா அங்கால ரோட்டக் காணாமல், வீடுகளையும் காணாமல் பத்த மண்டின காணியளுக்குள்ளால நடந்து காட்டுக்க இறங்கிரலாம். அந்தப் பொம்பிளயிற்ற இரவில ஆக்கள் வாறபடியால கடிநாய் இருக்க வாய்ப்பிராது. இருந்தாலும் கூடக் குரைக்காது. யாரும் காணமாட்டினம் அப்பிடி அங்க ஆரும் கண்டாலும் கள்ளப் படுக்கைக்கு வந்ததெண்டுதான் நினைப்பினம்.”

சொல்லிக்கொண்டிருக்க வர்மன் திரும்பவும் குறுக்கே விழுந்து கேட்டான். “சாமத்தில வெளியில வந்து பொம்பிள கண்டுட்டால்?”

"பேயா... கண்டால் படுக்க வரியோ என்டு கேள் உடன." ஜான் தன் பாணியில் சிடுக்கானான். நாங்கள் சிரித்தோம்.

"பகிடி இல்ல. அப்பிடி நடந்தால் கேட்கலாம். நல்ல ஐடியாதான்." சஞ்சயன் சொன்னார்.

"இரண்டாவது வழி, இந்த மாடியில் இருந்து இந்தா எங்களுக்குப் பின்னால இருக்கிற மாடிக்குத் தாவவேணும்" பின்னால திரும்பிக் காட்டினார். நாங்களும் பார்த்தோம். "என்னெண்டு தாவிறது?" நான்தான் கேட்டேன்.

"ஞாபகம் இருக்கோ? வேலு அண்ணரைக் கொண்டு புதுசாப் பெருப்பிச்ச சமையல் கொட்டில்ல இரண்டு வளை மேலதிகமாக் கட்டிவிட்டது. அதை இந்த பிளாட்ல இருந்து அந்தப் பிளாற்றுக்கு வச்சா நாலுதாவு போதும், நாங்கள் அடுத்த மாடியில இருக்கலாம்" சஞ்சயன் எங்கள் முகத்தைப் பார்த்தார்.

"நடக்கிற காரியமா அண்ணே? அந்த மரத்தை இந்த மாடிக்கு என்னெண்டு கொண்டுவாறது...?" சலித்துப்போய்க் கேட்டான் சுரேன்.

"அதுதானே?"

"தளபதி பயப்படுறியள்போல" ஜான் தன் பாணியில் கிண்டலடித்தான். ஜானின் முகத்திலும் அது நடக்காது என்ற பாவனை தான் இருந்தது. சஞ்சயன் சொன்னார். "கௌதமனும் ஜானும் படுக்கிற இடம் நடபாதை. மழைக்குத் தூவானம் அடிச்சு நனைக்குது. நான் கடிதம் பார்க்க றகீமிட்ட அனுப்பின ரெண்டு பெடியளிட்டயும் சொல்லி அந்த ரெண்டு மரத்தையும் சமையல்கட்டில இருந்து கொண்டுவந்து பக்கவாட்டுத் தூணில கட்டி களஞ்சியத்தில பெரிய பொலித்தீன் எடுத்து மறைப்புக் கட்ட றகீமிட்ட அனுமதி கேக்கச் சொல்லுறன். அவங்கள் செய்யாட்டி வர்மன்தான் அனுமதி எடுத்து மரத்தை மேல கொண்டு வரோணும். லீடர் விமலிட்டயும் சொல்லலாம். நாங்கள் நாளைக்கு மரத்தைக் கழற்றி கொட்டில் மூலையில போட்டிடோணும்."

"அந்தக் கடிதம் பார்க்கிற பொடியளும் எங்களோட வாறாங்களோ?"

சுரேன் இமைகளை உயர்த்திச் சந்தேகமும் அச்சமும் கொண்டு கேட்டான்.

“இல்ல... பதட்டப்படாதேயுங்கோ... இரட்டை முகவர வேலைக்கு விட்டவனும் நம்பக்கூடாது. எடுத்தவனும் நம்பக்கூடாது. இது உலகம் முழுதுக்குமான அனுபவப் படிப்பினை. இருந்தாலும் அவங்கள் எங்களக் காட்டிக் கொடாங்கள். ஆனாலும் நாங்கள் எங்கட விசயத்தில கவனமா இருக்கோணும்.”

அட... இந்த மனுசன் தான் நம்பிவிட்டவனையே நம்பமாட்டானா? எங்களையாச்சும் நம்புவானா? எனக்குள் கேள்வி எழுந்தது. அந்தக் கேள்விய அடித்துத் தூரத் துரத்தினேன்.

“முள்ளுக்கம்பி வெட்ட கட்டர் இருந்தா நல்லது. ஆனால்... அதை இங்க கொண்டுவரேலாது. றகீமின்ர அறை ஜன்னல் சுவரில நல்ல குறடு ஒன்டு இருக்கு. விசாரணைக்குப் போனபோது கவனிச்சன். அது அதே இடத்திலதான் நெடுக இருக்கு. களவெடுத்து அதைக் கொண்டுவரவேண்டியது வர்மன்ர பொறுப்பு.”

“என்னப் பலிகுடுக்கிறியளோ? வர்மனுக்குச் சங்கூத முடிவு செய்திற்றாங்கள்டா.” சும்மா ஒரு போலி அச்சத்தோடு சொன்னான் வர்மன்.

“ஏன் நீதானே பெரிய ஹீரோ முகாமில, றகீமின்ர நம்பிக்கை நட்சத்திரம். இயக்கத்தின்ர பெரிய ஆயுத ‘டம்ப்’ஐக் காட்டிக்கொடுத்த ஆள். ஒரு குறட்டக் கொண்டுவர மாட்டியா?” சஞ்சயன் கிண்டலும், நக்கலுமாய்ச் சொன்னார்.

“வேண்டாம் அண்ணே... விட்டுடுங்கோ. குறடு கொண்டுவாறன். அவ்வளவுதான்.”

“வளைமரத்த இஞ்ச கொண்டு வந்து கட்டிற்றம் எண்டால் ரெண்டாவது திட்டத்தின்ர ஒரு கட்டம் முடிஞ்சிரும். அடுத்த மாடிக்கு இதை வைச்சுத் தாவிற்றால் மாடியாலேயே தொங்கல் வரைக்கும் நடந்துபோகலாம். தொங்கல்ல இறங்கினால் செடிப் பத்தை மண்டிய மதில் கரையோட குதிக்கலாம். அந்த மதிலால ஏறிப்பாய்ஞ்சா அங்கால ரோட்டு... அங்கேயிருந்து நடந்தால் அரை மணித்தியாலம் பிடிக்கும் காட்டுக்குப் போக. மாடியில ஆமி இல்ல. ரோட்டில ஒரு ஆட்டோ ஒழுங்கு செய்தம் எண்டால் நடந்துபோற அரைமணித்தியால ஆபத்தும் இல்ல. ஆட்டோ விசயத்த பிறகு பார்ப்பம். இப்ப வர்மன் நீ றகீமத் தேடிக்கொண்டு போறமாதிரி அங்கால இருக்கிற கட்டடத்துக்க கீழ்த்தளத்த விட மாடியில ஆமிக்காரன் தங்கிறாங்களோ என்டத ஒருக்கா வடிவாப் பார். அந்தப் பக்கம் உன்ர பொறுப்பு.”

“கடக்கேக்க சரியா எங்கட மாடிக்குக் கீழ காவல்நிற்கிற ஆமிக்காரன் கண்டா?... சரியா அவன்ர தலைக்கு நேரேயே மரம் வைக்கப்போறம்?” எனக்கு என்னவோ அச்சமூட்டும் இந்த இரண்டாவது திட்டம் உறுத்தக் கேட்டேன்.

சஞ்சயன் சொன்னார், “நாங்கள் மரத்தக் குறுக்க வைக்கிற நேரம் கீழ நிக்கிற ஆமிக்காரன குசினிக்க கூப்பிட்டு ரொட்டியும் ரீயும் சிகரெட்டும் குடுக்கலாம். ஆனா பிரச்சினை நாலு அறையில ஒருத்தன் அந்த நேரம் எழும்பினாலும் எங்களுக்கு ஆப்புத்தான்.” இது மனதை உறுத்த எல்லோர் முகமும் அச்சம் உள்ளூறுவதை வெளிக்காட்டியது.

“ம்... பிரச்சினை அதுதான். ஆமிக்காரன சமாளிக்கலாம். டொக்ரர் எனக்குத் தந்த விசர் குளிசை ரெண்ட பத்திரமா வச்சிருக்கிறன். தேவையெண்டா இன்னும் எடுக்கலாம். அதை ரொட்டிக்கயோ தேத்தண்ணிக்குள்ளயோ போட்டுக் குடுத்தா திண்டுட்டு ஆமிக்காரன் நல்ல பிள்ளையா படுத்திருவான். ஆனா நம்ம கைதியள்தான் பிரச்சினை இரவு ரெண்டு மணிக்கு வெளிக்கிட்டம் எண்டால் பெரும்பாலும் ஆரும் எழும்பமாட்டாங்கள். நாலு நிமிசம் காணும். நாங்கள் மற்றக் கரைக்குப் போயிரலாம். இருந்தாலும் இந்தத் திட்டம் ரெண்டாம் தெரிவுதான்” சொல்லிவிட்டு எங்கள் முகத்தைப் பார்த்தார் சஞ்சயன். உள்ளூறும் பயம் கண்டு அஞ்சினாராக்கும்.

“மூன்றாவது தெரிவும் இருக்கு. குளிக்கிற இடத்தால போகலாம். அதில ஒரு காவல்கொட்டில்ல ஆமி இருக்கிறான். அவங்கள் ரெண்டு பேரையும் விசர்க்குளிசை ரொட்டி குடுத்து நித்திரை ஆக்கலாம். பிரச்சினை என்னெண்டா அந்தப் பொயின்றில இருக்கிற ‘ஃபோகஸ்’ லைற்ற நிப்பாட்ட வேண்டும்.” நான்தான் இந்த மூன்றாவது திட்டத்தைச் சொன்னேன். ரெண்டு நிமிட அமைதி.

“அதுவும் நல்ல திட்டம்தான். அந்த வழியாலும் காட்டுக்க போறது ஓரளவுக்குச் சுகம். ஆனா நாய்கள் குரைக்கலாம் அந்த வழியில. மற்றது அந்த லைற். ஆனாலும் அந்த வழிய ஆராய்றது திறமான வேலை. உருத்திரன் அந்தப் பக்கத்தை நீங்களே பாருங்கோ” நாங்கள் கதைக்கும்பொழுது அறையிலும் யாரோ கதைத்துச் சத்தம் கேட்டது. நாங்கள் நிறுத்திக்கொண்டோம்.

“ஒரு ஆள் எழும்பிப்பார்” சஞ்சயன் சொல்ல வர்மன் எழும்பிப் போனான். முதலாவது அறையைப் பார்த்துக் கைகாட்டினான், யாரும் இல்லையென்று. அப்பிடியே நடந்து அடுத்த அறைக்குப் போனான். நெஞ்சு ‘திக்திக்’ என்றது எனக்கு. அவன் திரும்பிவந்தான். “விசருகள் நித்திரையில கதைக்குதுகள். ஒன்டு கதைச்சாப் பரவாயில்ல. மாரித்தவக்கை மாதிரி மற்றதுகளும் ஏதோ புசத்துதுகள். ஏதோ பட்டிமன்றம் மாதிரி இருக்குது. அந்த விசர்க்குளிசையைத் தா அண்ணே. வாய்க்க அடைஞ்சு தண்ணி ஊத்திவிடுறன்.”

வாயப் பொத்திக்கொண்டு சிரித்தோம். “பிரச்சினையில்ல... சிரியுங்கோ... நித்திரையில சிரிக்கிறதெண்டுதான் நினைப்பாங்கள்” வர்மன் ஒரு சாங்கமாய்ச் சொன்னான்.

சஞ்சயன் கதையை மறுபடி இடத்துக்குக் கொண்டு வந்தார்.

“ஜான் உனக்கு எலெக்ட்ரிக் வேலை தெரியுமெல்லே... லைற்ற நிப்பாட்ட ஐடியா இருக்கா?”

“ம்ம்... அது பெரிய விசயமில்ல. ஆனால முதலே வேறவேற லைற்றுகள அப்பப்ப கட் பண்ணவேணும். அப்பதான் தப்பி ஓடுற அன்று சந்தேகம் வராது. அதோட முதலே வேற இடத்த கட் பண்ணினா இவங்கள் என்ன செய்வாங்கள் எண்டதையும் பார்த்திடலாம்.” ஜான் சொன்னான்.

“சரி... இப்ப எனக்கு ‘கொண்டம்’ வேணும்” சஞ்சயன் திடுமுற்றாகக் கேட்டார்.

“கொண்டமோ?” ஜான் கேட்க,

“ம், ஆணுறை... ஆணுறையடா”

“அண்ணே... படுகில்லாடி நீங்கள் ஆ... அவள் ஆமிக்காரி நிசானியத்தானே அமத்தப்போறியள்?”

வர்மன் ஓரல்கண்ணால் புழுகம் பிடிபடாமல் கேட்டான்.

எனக்குச் சிரிப்பு வந்தாலும் மரியாதை கருதி இப்படி சஞ்சயனுடன் கதைக்கமாட்டேன். மற்றவர்களும்தான். ஆனால் வர்மன் போராளியல்லவே... இவன் ஒரு கட்டாயப் போராளி. ஏதோ மச்சானுடன் கதைப்பது போல சஞ்சயனுடன் கதைத்தான். ஆனால், அவரும் விளையாட்டாகவே அவனைக் கையாளுவார்.

“பயப்படாத, நிசானியும் உனக்குத்தான். மச்சாளும் உனக்குத்தான். உறைய மட்டும் எனக்குத்தா...”

“பகிடி விடாமச் சொல்லுங்கோ... எதுக்கண்ணே...? பின்வீட்டு அவளிட்டயோ? அதுசரி போற வழியில களைப்பாறிப் போகலாம்.” வர்மன்.

“மொபைல் ஃபோன் ஒன்டு முதலில உள்ள எடுக்கவேணும். அது இருந்தால்தான் வெளிய தொடர்புகொள்ளலாம். நீங்கள் ஒவ்வொருத்தரும் வெளிய போனாப் பிறகு எங்க போறது எண்டத கதைச்சு ஒழுங்குபடுத்துவியள். ரோட்டில வெளிய இருந்து ஓராள நிப்பாட்டினால் ஆமியின்ர நடமாட்டத்தைப் பார்த்து ஃபோனில உறுதிப்படுத்திறது இன்னும் பாதுகாப்பா இருக்கும். எதுக்கும் மொபைல் இருந்தா பெரிய துணை.”

அவர் எங்களைப் பார்த்தார் கண் உயர்த்தி. எனக்கு அது மிக அவசியம் என்றுதான் பட்டது.

“அதுக்கேன் கொண்டம்?” வர்மன்.

“மொபைல் ஃபோன இங்க வச்சிருக்கிறதுதான் சிரமம். கொண்டத்துக்குள்ள அதப்போட்டு தையல் நூலால கட்டி சாப்பாடு கை கழுவிற வாளிக்க மொபைல இறக்கிவிடலாம். மீன்வெட்டு நாள்ல அதை எடுத்துக் கதைச்சு அலுவல் பார்க்கலாம்.”

“அண்ணே... உள்ள தண்ணி போகாதோ?” வர்மன் கேட்டான்.

“தண்ணி போனாப் பிள்ளை பிறந்திருமேடா?” ஜான் பொய்க்கோபத்தோடு வர்மனுக்கு அடிக்கப்போனான். வர்மன் கையால் தடுத்துக் குனிய அதுக்குமேல சிரிப்ப அடக்கமுடியேல்ல.

“ஐயே...! ஏன் படுக்கேல?” கீழே முற்றத்தில் வந்த ஆமிக்காரன் குரல் கொடுத்தான். நான் என்ன நாசமடா என்று திகைத்துப் போனேன்.

“சொல்லடா அவனுக்குக் கொண்டம் இன்னும் வரேல்ல... படுக்கேல்ல எண்டு” வர்மன் சொன்னான்.

“மீன் வெட்டினம். நித்திரை வரேல்ல” என்று சஞ்சயன் சொன்னார்.

அவனுக்கு விளங்கிற்றோ தெரியாது. அவன் திருப்பிக் கேட்டான்.

"ரொட்டி தியனுவத."

"இல்ல."

அவன் சிங்களத்தில கேட்க இவன் தமிழில சொன்னான்.

"ம்... படுங்க படுங்க... கெதியா வீட்ட போறது."

"என்னண்ணே... இவனுக்குப் பிளான் தெரியுமோ? நீங்க 'செற்' பண்ணிற்றியள்போல, கெதியாப் போவம் என்டுறான்." வர்மன் கேட்டான்.

"நீயே காட்டிக் குடுத்திருவாய் போல இருக்கு." அவன் ரொட்டி தின்னுறம் எண்டு நினைச்சு வந்திருக்கிறான். சரி இனி இருக்கிறது நல்லதில்ல. போய்ப்படுப்பம்."

"கொண்டம் ஆரு எடுக்கிறது?"

"ஃபோன் ஆரு எடுக்கிறது?"

நான்தான் கேட்டேன்.

"சோத்துப் பார்சலுக்குள்ள 'கொண்டத்த' வச்சுக் கொண்டரச் சொல்லுங்கோ... அடுத்த முறை பெரிய கருவாட்டுத் துண்ட சோற்றுக்கு வச்சுக் கொண்டு வரச்சொல்லுங்கோ... செக் பண்ணேக்க அவன் பார்சலப் பிரிச்சுப் பார்க்காட்டிக்கு மற்றமுறை கருவாட்டுக்குப் பதிலா மொபைல் எடுத்திரலாம். யார் செய்யிறியள்?"

சஞ்சயன் பார்வையைச் சுழற்றி சுரேனில் நிறுத்தினார்.

"எனக்கு அண்ணியும் அம்மாவும்தானே பார்க்க வாறவேயள். அவேயளிட்ட கொண்டத்துக்குச் சொல்ல ஏலுமே?" சுரேன் சொன்னான்.

"நான் அத்தையிட்ட சொல்ல ஏலுமோ?" அவன் கேட்ட தினுசில் நாங்கள் சிரிச்சோம். பிறகு அவன் "சரி... நான் எடுக்கிறன். றகீமின்ர அறை அலுமாரிக்குள்ள இருக்கு. களவெடுத்திற்று வாறன்."

நாங்கள் சிரிச்சம்.

"எதையெல்லாம் எங்கே இருந்து களவெடுக்கவேண்டி இருக்கு பார்." மனசுக்குள் யோசித்தேன்.

ஃபோனுக்குச் செட்டிக்குளம் காம்ப்பில இருந்து சுரேனைப் பார்க்க வரும் அண்ணி மூலம் எடுப்பதாய்த் தீர்மானித்தோம். அந்தக் காம்புகள்ல இலங்கைச் செஞ்சிலுவைச் சங்கக்காரரும் அரச சார்பற்ற நிறுவனக்காரரும் களவா ஃபோன் விக்கிறாங்களாம். அதை வாங்கப் பணம் ஏற்பாடு பண்ணுவதாக சஞ்சயன் சொன்னார். அத்தோடு அன்றைய கூட்டத்தைக் கலைத்தோம். போய்ப் படுத்தோம்.

சும்மாவே நித்திரை வராது. இன்று வருமா என்ன?

காற்றுக்கு உலரப்போட்ட உடுப்பு அந்தப் பாழ் கட்டடத்தில் காற்றிலடித்துப் படபடத்துக் கொண்டு இருந்தது. உடையார்கட்டு றோட்டில் மாடுகளும் மனிதர்களும் செத்துச் சிதறியிருந்த பிணங்கள்போல அறையில் கைதிகள் முறுகிப் படுத்திருந்தார்கள்.

16

வெளிக்கொட்டிலில் நடக்கும் உறவுச் சந்திப்பை விடுப்புப் பார்த்துக் கொண்டிருந்தோம். இந்த இடம் பலதுக்கு வசதியானது. மூன்றாம் மாடிக்குப் படிகள் திரும்பும் முடக்கின் வெளிநோக்கி வைக்கப்படாத ஜன்னலுக்கான 'சிமெண்ட்' கட்டில் அமர்ந்திருந்தோம். வேலு அண்ணர் வந்தார்.

"தம்பி பத்து லீட்டர் தண்ணி தரியா? அண்ணன் பாவமடா. இந்த உடம்ப துடைச்சு விடுவம் தண்ணியால..."

"ஆ... அண்ணன் என்ன தருவான் தம்பிக்கு..." ஜான் கேட்டான்.

"கடமையைச் செய்... பலனை எதிர்பார்க்காதே எதுவாயிருந் தாலும்." வேலு அண்ணர் உள்குத்தோடு சொன்னார்.

"ம்ம்... உது கீதையில சுட்ட வசனம். சொந்தமா சொல்லுங்க."

"நீ ஒரு மகத்தான செயலைச் செய்வதுக்கு அதனின்ர பலனைப் பற்றிச் சிந்திக்கக் கூடாது." திரும்பவும் சொன்னார் வேலு அண்ணர்.

"இது விவேகானந்தர் கீதையில சுட்டுச்சொன்னதுபோல." நான் சொன்னேன். எப்படித்தான் ஞாபகம் வந்ததோ தெரியல.

சஞ்சயன் சொன்னார், "கடமையைச் செய்யவோ என்னவோ... விளைவறியா செயலுக்கு வித்திடக் கூடாது. வித்திலேயே விசம் இருக்கலாம்."

"அப்ப கீதை பொய்யா?" வேலு அண்ணர் கேட்டார். இவருக்குக் கீதையின் தத்துவம் மீது குருட்டுப் பிரியம் உண்டு.

"கீதை அதிகாரத்திற்குச் சேவை செய்யும் தத்துவம். அல்லது அதிகாரத்தினால் காலப்போக்கில் தத்துவச் செருகல்கள் கீதையில் நிகழ்ந்திருக்கலாம். 'எண்ணித் துணிக கருமம். துணிந்தபின் எண்ணுவதென்பது இழுக்கு' வள்ளுவம் சொல்லுது.

விளைவை எடைபோட்டுச் செயலைத் தொடங்கு. செயலில் நின்று விளைவைக் கண்டு அஞ்சுவது அவமானம். விளைவு விசமாகிவிடவும் கூடும்." சொல்லாக இல்லாமல் உணர்ச்சியின் ரேகைகள் முகத்தில் ஓடச் சொன்னார் சஞ்சயன்.

இந்த உள்குத்துக் கதையை வேலு அண்ணர் புரியாமல்... "திருக்குறள்தான் சரி எண்டுறீங்களா?"

கதை மெய்யாகவே இந்தப் பக்கம் திரும்பியது.

"இப்போதுள்ள கீதை அறநூலில்லை. திருக்குறள் சில குறைகள் இருந்தாலும் அறநூல்தான்."

"எப்படி?" என்றார் வேலு அண்ணர்.

"எப்படி என்றால் என்ன சொல்ல? ம்ம்... கீதை வாழ்வின் பற்றறுத்தலை மார்க்கமாக்குது. வள்ளுவம் மனிதன் வாழ்வதற்கான மார்க்கத்தைச் சொல்லுது. பற்றறுத்தல் எப்பிடி வாழ்வின் மார்க்கமாக முடியும்?"

"மார்க்கம் ஆகாதது அறம் இல்லையா?" ஜான் குறுக்கே...

"அறமற்றது மார்க்கமாகாது."

"புனிதவிதையில் நச்சு மரமா?" வேலு அண்ணர்.

"நச்சுவிதையில் புனித மரமா?" சஞ்சயன்

"பற்றறுத்துத்தானே போராளியானனம்?" வேலு அண்ணர்.

"ஐயோ! நிப்பாட்டுங்கடா. பத்து லீற்றர் தண்ணிதானே... அந்தா நீலவாளிக்க இருபது லீற்றர் இருக்கு. கொண்டுபோய் உடன குளியண்ணை. தத்துவ வெடில் மணம் உடம்பில... ச்சீ..."

ஜான் குறுக்கே விழுந்து கதையை நிப்பாட்டினான். நாங்கள் பொலிஸ் விடுதியில, சமையல் கட்டில என்று இரவில தண்ணி களவெடுக்கிறது வேலு அண்ணருக்குத் தெரியும். இடையிடையே அவருக்குக் கொடுப்பதும் வழக்கம்தான். வேலு அண்ணருக்கு எங்களில இப்ப சந்தேகமா இருக்கு. கூடி ஏதோ திட்டம் போடுறாங்கள் என்று அந்தாளுக்கு விளங்குது.

ஒரு மாதத்திற்குள் நாங்கள் ஆரம்பக்கட்ட வேலையை அவரவர் முடித்திருந்தோம். உறவு வளர்க்கப்பட்டது. பாதைகள் பார்க்கப் பட்டன. குறடும், கொண்டமும் சொன்னபடி றகீமிடம்

இருந்து வர்மன் களவெடுத்து வந்தான். கருவாட்டுப் பார்சல் வந்தது. பின்னால் கைத்தொலைபேசி வந்தது. வளைமரம்கூட அறைத்தலைவன் விமலை வைத்தே றகீமிடம் அனுமதி பெற்றுக் கொண்டு வந்துவிட்டோம். மழைக்கு மறைப்புக் கட்ட றகீம் மனிதாபிமானம் காட்டுறானாம். வெறும் விசரன். அவனுக்கு முகாம் அதிகாரியிட்ட கேட்காமல் கைதிகள் தன்னிடம் கேட்டதில் பெருமை. இது சஞ்சயனின் திட்டம்தான். இனி அதிகாரி கேட்டால் றகீமைக் காட்டிவிடலாம். பிரச்சினை வந்தால் அவங்களுக்குள்தான் வரும். அப்பிடி நடந்தால் அது மரத்தைவிட எங்களுக்குக் கூடுதல் இலாபமென்று சொல்லியிருந்தார் சஞ்சயன்.

இதுகளைக் கேட்டால் சஞ்சயன் மனிசனுக்குப் பிறந்தானா, நரிக்குப் பிறந்தானா என்று சந்தேகம் வரும்.

மதியம் சாப்பிட்டு வேலு அண்ணரின் இடத்தில் இருந்து வர்மன் வெத்திலை போட்டுக்கொண்டிருந்தான். சஞ்சயனும்தான். உறவுச் சந்திப்பில் களவாய் வேலு அண்ணருக்கு மனிசி வெத்திலை கொடுத்தாவாம். நானும் சுரேனும் போய்க் குந்தினம். மூட்டைப் பூச்சிகள் ஒளியவில்லை. துடையில் கடித்தன. வேறு அறையில் இருந்து மீண்டும் இந்த அறைக்குப் பரவுகிறது போலும். சுடு தண்ணியில் முழுமையாக அழியவும் மாட்டுதுதானே!

கொடுப்பை அதிகம் ஆட்டாமல் வெத்திலையைச் சப்பிய வேலு அண்ணர் தன் எரிகாயத் தழும்பைக் கையில் நீவி விட்டபடி சொன்னார். “தம்பி ஒரு காமசூத்திராவை உள்ளுக்கக் கொண்டு வந்து போட்டமெண்டால் பெடியள் றகீமுக்குப் பின்னால அலைய மாட்டாங்கள். இவங்கட சிந்தனையை மாத்தவேணும்”

“யோவ்... பழசு! அக்கா வந்து பார்த்திட்டு போனவுடன உமக்குக் காமசூத்திரம் கேக்குதோ?” வர்மன் நக்கல் கோபம் கொண்டான். வெத்திலையைக் கொடுப்பில் வைத்தபடி.

“டேய் உனக்கு ஒண்டும் விளங்காதடா நீ கொஞ்சம் உன்ரய அமத்து. தம்பி என்ன சொல்றிங்கள்?”

வேலு அண்ணர் சஞ்சயனைப் பார்த்து விடயதானமாகக் கேட்டார்.

“ம்ம்... நாங்களே காமத்தை விதைக்கிறதா?”

"'பிரியா'வில வக்கிரம் படிக்கிறாங்கள். காமத்தைப் படிச்சா என்ன குறை. வாழ்க்கைக்காச்சும் பிரியோசனப்படுமே. அதைப்பற்றிக் கதைச்சு நேரத்தைப் போக்காட்டுவாங்கள்."

சொல்லிவிட்டு இமைசொருகி யோசிக்கும் சஞ்சயனை ஆர்வமாய்ப் பார்த்தார்.

"ம்ம் ஒண்டு எடுப்பியுங்கோ அண்ணை" சஞ்சயன் சொன்னார்.

"அடி சக்கையெண்டானாம். பழசு! எனக்கு அக்குவேறு ஆணி வேறா சொல்லித்தாறாய். சும்மா... கலக்கிறன் பார்."

வர்மன் பொய்க்குதூகலம் காட்டினான்.

சில நாள்களிலேயே கைமேல் பலன் கிட்டியது. காமசூத்திரா அந்தப் பாழடையும் நிர்வாணக் கட்டடத்தைப் பற்ற வைத்தது. காம விவாதத்தில் எங்கும் நெருப்பு பற்றியது. அனுபவமும் கற்பனையும் மோதிக் கலந்து சொல்லவியலா பிரவாகம் கொண்டது. றகீமோட உறவு வைச்சவங்களைப் பாத்துப் பாத்து விடுதலைக்கு வழிதேடித் தங்களையும் கழுவிகளாக்கிக் கொண்டிருந்த கைதிகளின் நிலையில் கொஞ்சம் மாறுதல் ஏற்பட்டது போலத்தான் தோன்றியது. ஆனால் திகைப்பு என்னவென்றால் சஞ்சயன் 'பிரியா'வைத்தான் தீவிரமாகப் படிக்கிறார். பிரியாவின் 'கடிதம்விடு தூது' பக்கத்திற்குக் களவாய் ஆக்கமும் எழுதுகிறார்.

யாரையும் இன்றுவரை சந்திக்க உள்ளே எடுக்காத மனிசன் - அவர்தாம் சஞ்சயனைச் சொல்கிறேன் - தன் முழு வெளித்தொடர் பாடலையும் றகீம் ஏற்படுத்திக் கொடுத்த 'பிரியா' மூலம் வைத்துக் கொண்டார். இங்கிருந்து தப்புவதற்கு அடுத்த கட்டம், தன் வழியின் மீதித் திட்டத்திற்கும் அவரது தொடர்பாடல் பிரியா பத்திரிகைதான். மேகலா என்ற பெயரில் வந்த கடிதத்தைக் காட்டினார். அதில் இப்படி இருந்தது.

"உங்களுக்காக நானும் என் கணவன் வீட்டிலிருந்து தப்பியோடி வருவதற்கு முடிவு செய்துவிட்டேன். இரண்டு வாரத்தின் பின் நீங்கள் சொன்னால் எப்பொழுதும் வெளிக்கிடுவேன். நீங்கள் உங்கள் மாமா, மாமி வீட்டைக் கைவிட்டு வரவேண்டும். என் சிநேகிதி ராஜி வீட்டில் சில நாள் தங்க சம்மதித்துள்ளார். புதுவாழ்வுக்குக் காத்திருங்கள். நீங்கள் என்னைச் சேரும்

நாளுக்காய்க் காத்திருக்கிறேன். இனி நீங்கள் இந்த இலக்கத்திற்கே என்னைத் தொடர்புகொள்ளுங்கள். *075412355.*”

இந்தக் கடிதத்தைப் பொருள் மாற்ற எனக்கு அதிக நேரம் பிடிக்கவில்லை. தொடக்கம் நீக்கப்படவேண்டிய போலி, மிகுதியைப் புரிந்துகொண்டேன். இரு வாரத்தில் எல்லாம் தயாராகிவிடும். ராஜி வீட்டில் இவரைத் தங்க வைக்க ஏற்பாடாகி உள்ளது. அது எங்கே? தெரியவில்லை.

சஞ்சயன் வனஜா என்ற பெயருக்கு வசி என்ற பெயர்கொண்டு எழுதி பிரசுரமாகிய கடிதத்தைக் காட்டினார்.

‘அடியே வனஜா,

நினைத்தாலே மண்டையில் கிறுக்கேறுதடி. நீ தரும் சுகம்போல் வாழ்க்கையில் எதுவும் எனக்குக் கிடையாதடி. விரைவில் கட்டிலில் ஏறி உன்னோடு பறக்கத்தான் போகிறேன். உனக்கு முதலிரவில்லை இது. ஆனால் எனக்கு இதுதான் முதலிரவு. முதல் பறப்பு, பதட்டமாகத்தான் இருக்கிறது. நீ எல்லாவற்றையும் சொல்லித் தருவாயல்லவா? என்னை கூட்டிப் பறப்பாயல்லவா? உன்னையே சரணடைந்தேன். எல்லாவற்றையும் கற்றுத்தா. காசு கொடுத்து ஒரு கள்ளப் பெயரில் திருமணச் சான்றிதழ் எடுத்துவிடு. விடுதியில் விபச்சார கேஸ்-இல் பொலிஸ் பிடித்தால்... காட்டிக்கொடுக்கப் பல பேர் உண்டு. கவனம் வேண்டும். இது என் சொந்த கைத் தொலைபேசி எண் 0754123444. ஆனாலும் நீ எடுக்க வேண்டாம். மெசேஜ் போடு. நான் எடுக்கிறேன்.”

“ப்பா... பின்னி விட்டானய்யா... கடிதத்தில் காமம் ததும்புது. ஆனால் பொருள் புரிந்தது எனக்கு. வெளிநாடு தப்புவதுதான் திட்டம். அதற்கு கள்ள ‘பாஸ்போர்ட்’ எடுத்து வைக்கச் சொல்கிறார். வனஜா ஏஜென்டாக இருக்கலாம். அவனையும் கூடவே தன்னுடன் வரவேண்டும் என்று வற்புறுத்துகிறார். ஆனால், எனக்கொரு சந்தேகம் எழுந்தது. நான் கேட்டேன். ‘... ஃபோன் நம்பர் இப்பிடி பேப்பரில வந்தா... யாரும் எடுத்துத் தொல்லை குடுக்காங்களோ?”

“வடிவா கவனிச்சீங்களா? முதல் வாற 7க்குப் பிறகு வரும் இரண்டு இலக்கத்திலயும் இலங்கையிலயே ஃபோன் சேர்வீஸ் இல்லை. இந்த இரண்டு இலக்கத்திற்கும் பதிலா இரண்டு ஏழு போட்டால் ‘டயலொக்’ நம்பர் சரியாயிடும்.”

"ஓ..." நான் ஏங்கிப்போனேன். கடிதங்கள் பறந்தன. இது றகீம் தந்த திறப்பால் திறந்த வாசல். மழைக் காலமும் முடிந்துவிட்டது. முன்னர்போல வானம் எப்போதும் மூட்டம் கட்டியிருப்பதில்லை. ஆனால் புழுக்கம் தொடங்கிவிட்டது.

கொழும்பில் இருந்து வந்த விசேட விசாரணைப் பிரிவொன்று எங்கள் சிறை முகாமில் பதினாறு பேரை மட்டும் எடுத்து நாள் முழுதும் விசாரித்தது. அதில் ஒருவன் எங்கள் ஜான். எங்களுக்குப் பதட்டமாக இருந்தது. அச்சம் என்பது தாக்கும்போது அது உடலைக் கூட எப்படி சக்தி இழக்கச் செய்துவிடுகிறது என்பதை உணர்ந்துகொண்டிருந்தேன். இறுதியில் அதில் நால்வரை மட்டும் கொழும்பிற்குக் கூட்டிப்போனார்கள். அதில் ஜானும் இருந்தான்.

என்ன நடக்கப்போகிறது என்று தெரியவில்லை. என்ன விசாரணை? ஏன் அழைத்துப் போனார்கள் என ஏதும் அறிய முடியவில்லை. விசாரிக்கப்பட்ட கைதிகள் வாய் திறக்கவே அஞ்சினார்கள். அது மேலும் பீதியூட்டியது. அவர்கள் எவருடனும் எங்களுக்கு உறவும் இல்லை. ஜான் காட்டிக்கொடுத்து விடுவானா என்று வேறு நடுக்கமாய் இருந்தது. சுரேன் சினந்து விழுந்தான் என்மேல். "ஜானை நம்பலாமா என்று அப்பவே எச்சரித்தேன்" என்றான். நாங்கள் படியில் நிற்பதைத் தவிர்த்தோம். எங்கள் கதைகளை மீன்வெட்டும் தளத்தில் அனேகமாக வைத்துக்கொண்டோம். படிகளில் கழுவி வண்ணன், கைலாசு போன்றவர்களை இணைத்து வப்புக் கதை பேசினோம். காமம் போலக் கவர்ச்சியாய் விற்பனையாகும் பொருள் வேறு எதுவும் இல்லை போலும். சரியான கூட்டம். ஆனால் எங்களைப் பதட்டம் தின்று கொண்டிருந்தது.

கூட்டிப்போன நாலுபேரையும் பற்றி அறைகளில் வேறுவிதமான கதைகள் முளைத்தன. ஜான் நிதித்துறையில் ஒரு பொறுப்பாளன். நிறையக் காசு வைச்சிருப்பான். கொழும்பில் காசு கொடுத்து அலுவல்பார்த்து விசாரணை என்ற சாக்கில் விடுதலை செய்யக் கொண்டு போயிருக்கக் கூடும் என்று. இந்தக் கதைக்கு வலுவூட்டுவதாய் நால்வரில் இருவர் நிதித்துறையில் இருந்தவர். இருவர் நிர்வாகச்சேவையில் இருந்தவர்கள். நால்வரும் நிதியோடு சம்பந்தப்பட்டவர்கள். சஞ்சயன் உட்பட நாங்களும் இதை நம்பத்தான் செய்தோம்.

சுரேன் கேட்டான் "மாட்டுறதுக்கு முதல் இப்பவே தப்பிடலாமா?"

“வெளிய போய் அடுத்தது என்ன திட்டம்? வெளிய பிடிபட்டால் சீவிய காலத்திற்கும் பிறகு சிறையிலதான்...” சஞ்சயன்.

“வெளிய போய் யோசிக்கலாம்.”

“நான் வரேல்ல.” சஞ்சயன் கதைக்கு முற்றுப்புள்ளி வைத்தார்.

பிறகு சுரேன் என்னிடம் தனியாகச் சமையற்கட்டில் கதைக்கும்போது சொன்னான். “இந்தாள் தேர்தல் வரும். தன்னை விடுதலை செய்வாங்கள் எண்டு நம்பி இழுத்தடிக்குது. நாங்கள் பேசாமல் தப்பிப்போவம்.”

நானும் இந்தக் கதையால் குழம்பித்தான் போனேன். இருந்தாலும் சஞ்சயன்தான் இந்தத் திட்டத்தை வகுத்தது. அவர் இல்லாமல் இதைச் செய்ய நான் விரும்பவில்லை. அல்லது துணியவில்லை.

இரண்டு நாளில் சஞ்சயன் உறுதியாக நம்பினார், ஜான் காசு கொடுத்துத் தப்பிப்போக அலுவல் பார்க்கவில்லை என்று. விசாரிக்கப்பட்ட எல்லாரும் இயக்கத்தில் நிதியோடு சம்பந்தப்பட்டவர்கள். எடுக்கப்பட்ட விசாரணைகளை அடிப்படையாக வைத்து நிதியோடு சம்பந்தப்பட்டவர்களைத் தேடி வருகிறார்கள். வேறு தடுப்பு முகாம்களிலும் இது நடந்ததை ‘பிரியா’வின் மூலம் பின்னர் உறுதி செய்துகொண்டார் சஞ்சயன். தன் பிள்ளையின் பிறந்தநாள் என்று சொல்லி பேப்பர் வாங்கித் தரும் பொலிஸ் இன்ஸ்பெக்டரிடம் இரண்டாயிரம் ரூபா கொடுத்து தண்ணிப்பார்ட்டி வைக்கச் சொன்னார். அப்படியே அன்று இந்த விசாரணை அழைப்பு ஏன் என்றும் அறிந்து வந்துவிட்டார்

இப்போது திட்டம் முறிந்துவிடுமோ என்ற அச்சத்தில் அவரவர் கட்டிய கற்பனைகள் ‘பூமராங்’ போல அவரவரைத் திருப்பித் தாக்கின. வாழ்வில் எதிர்பார்ப்புகள் இல்லை என்றால் ஏமாற்றமும் இல்லை. விடுதலையை எதிர்பார்த்துவிட்டு அது சொதம்பிப்போகும்போது மனம் நொறுங்கிவிடுகிறது. விடுதலையை மட்டுமா மனதில் வளர்த்தேன். என்றோ விட்டுவந்த என் காதலல்லவா மனதில் சன்னதம் கொண்டாடுகிறது. போராளியாகியபின் நான் காதல் குறித்து இத்தனை தீவிரமாய்ச் சிந்தித்ததில்லை. உயிரைப் பணயம் வைக்கும் போர்க்களத்தில் இயல்பு வாழ்வுக்குத் திரும்ப முடியும் என்ற எதிர்பார்ப்பு இருந்ததில்லை. போர் என் மென்னுணர்வைத் தின்று விட்டிருந்ததே! ஆனால், இப்போது இப்படி வாழ்வொன்று

வருகிறது என்றவுடன் என் பிரிய காதலியைத் தவிர வேறெதுவும் மனதில் தங்குவதாயில்லை. இத்தனை நாள் அவள் இயல்பு வாழ்வில் இருந்து எத்தனை துன்பத்தை அனுபவித்திருப்பாள்? ச்சா... தப்புப் பண்ணிவிட்டேனா?

சமூகக் கடப்பாடு பற்றிய கரிசனை ஒருவரை நிர்வகிக்கத் தொடங்கிவிட்டால் அவனால் போராளி ஆகாமல் இருக்க முடியாது. ஆனால் போராளியான ஒருவன் பற்றிப் பிடிக்கும் பணி மீதான ஆர்வம் அவனை நிர்வகிக்கத் தொடங்கிவிட்டால் பிறவற்றின் மீதான மெய்மையை அவன் பகுத்தறிய முடியாதவனாகிவிடுகிறான் போலும். மொத்தப் பேருக்கும் பொருந்திப் போகக் கூடிய அனுபவம் இது.

"ஜனாதிபதி தேர்தல் எப்ப மட்டில வரலாம்?" சஞ்சயனிடம் கேட்டேன். தண்ணி எடுக்க வரிசையில் நின்றோம். அவர் தன்னை நான் சந்தேகம் கொள்வதைப் புரிந்து அதைப் பார்வையால் காட்டி "மிஞ்சிப்போனால் இன்னும் ஒரு மாதத்தில் வரலாம்" என்றுவிட்டுத் திரும்பினார். மேற்கொண்டு கதைக்கவில்லை. வரிசையில் சில கழுவிகள் நிற்கிறார்கள்.

தண்ணீர் பிடிக்கும் இடத்தில் சிந்திய தண்ணீரால் சேறும் சகதியுமாய் இருந்தது நிலம். சஞ்சயன் அந்தச் சகதியில் தன் ஊன்றுகோலை ஊன்றாமல் தூக்கிப் பிடித்து நின்றார். காக்கைகள் சமையல்கட்டில் மொய்த்துப் பறந்தன. அவற்றிற்குப் பொறுக்கித் தின்ன அங்கு ஏதாவது எப்போதும் இருக்கும்.

ஜானைக் கூட்டிப்போய்ச் சரியாக ஏழாம் நாள் ஜான் திரும்பிவந்தான். மற்ற மூவரும் கூட வந்தனர். அப்பாடா! எனக்கு நிம்மதியாக இருந்தது. சுரேன் சந்தேகத்தைக் கிளப்பினான். அவ்வளவுதான் எல்லோருள்ளும் நெளியும் புழுவாகச் சந்தேகம் உள்ளிறங்கியது. அதை மறைக்க இயலவில்லை. நண்பர்களின் சிநேகத்தைச் சந்தேகித்தால் என்னதான் திறமையிருந்தாலும் அதை மறைத்துவிட முடியாது.

"என்ன, என்னைச் சந்தேகப்படத் தொடங்கிற்றீங்களா?" கேட்டுக்கொண்டே தலையைக் குனிந்து ஆட்டினான் ஜான்.

"சரி விடுங்க."

"இல்லையடா... நீ ஏன் சும்மா..."

வராத வார்த்தைகளால் மறுக்க முயன்று தோற்றேன். மீன்வெட்டி இடைநேரத்தில் தேநீர் குடித்துக்கொண்டிருந்தோம். அவன் நடந்த கதையைச் சொன்னான்.

விசாரணை நிதியைப் பற்றித்தான் இருந்ததாம். பாதுகாப்பு அமைச்சரின் சிறப்பு விசாரணைப் பிரிவாம். எல்லாத் தடுப்பு முகாமில இருந்தும் கைதிகளை எடுத்துத் தீவிரமா ரகசிய விசாரணை செய்யிறாங்களாம். ஒருவர் கொடுக்கும் வாக்குமூலத்தை வைத்து மற்றவர்களைக் கண்டுபிடித்து விசாரிக்கிறார்களாம்.

அரசாங்கத்தை நடத்தும் அரசியல்வாதிக் குடும்பம் இயக்கத்தின் திரண்ட சொத்துகளைக் கண்டுபிடித்துத் தங்கள் பரம்பரைக்கான கறுப்புப் பணமாக்கிக் கொண்டிருந்தனர். அவர்களின் பல தலை முறைகள் கோடீஸ்வரராக வாழப் போதுமானது இந்தச் சொத்து.

ஜான் வந்த மூன்றாம் நாள் கீழ்த்தளத்தில் இருந்த ஒருவன் றகீமிடம் போய் தனக்கு இரண்டு கோடி ரூபா பணம் தாட்டு வைத்த இடம் தெரியும் என்றும் தன்னை விடுதலை செய்வீர்களா காட்டித் தருகிறேன் என்றானாம். இதை றகீம் ஒவ்வொரு அறையாகக் கழுவிகள் மூலம் கசியவிட்டான். மற்றவர்களும் இப்படி வரட்டும் என்று விரும்பினான். சில நாளில் றகீமின் மேலதிகாரிகள் வந்து அந்தக் கைதியைக் கூட்டிப்போனார்கள். போன கைதி திரும்பி வரவில்லை. விடுதலை செய்யப்பட்டிருப்பான். இது மற்றைய கைதிகளையும் ஊக்கப்படுத்தியது.

"ம்ம் பல்லுள்ளவன் பகோடா தின்றான். எங்களுக்குப் பப்படம்தான்." வர்மன் சலித்துச் சொன்னான்.

"ச்சா... என்னட்ட கொஞ்சம் காசு இருந்தது. தோள் 'பாக்'கோட கீழ போட்டுட்டு வந்திட்டன்." சுரேன் வாயைப் பிதுக்கிச் சொன்னான்.

"எவ்வளவு இருக்கும்?" ஜான் கேட்டான்.

"தெரியேல்ல... கனக்க வரும்."

"உன்னட்ட எப்பிடி காசு வந்திது?"

"கடைசியா தலைவரைக் கூட்டிப்போற சண்டை ரீமில இருந்தன். கடக்கரையில வைச்சு எல்லாரிட்டயும் கொஞ்சக் கொஞ்சக் காசு பிரிச்சுத் தந்தாங்கள். தப்பிக் காட்டுக்குள்ள வாற காசு கொஞ்ச

மெண்டாலும் உதவும் எண்டு. நான் ரீம் லீடர் என்றபடியால் கொஞ்சம் வெளிநாட்டுக் காசு ஒரு உறையில போட்டுத் தந்தாங்கள்."

"ச்சா... ஏனடா கீழ போட்டனி? கொண்டுவந்து ஓமந்தையில காசு குடுத்து நழுவியிருக்கலாம்."

"அந்த நேரம் இத யோசிக்க ஏலுமே. பதினாறாம் திகதியும் பதினேழாம் திகதி இரவு முழுதும் நந்திக்கடலில் நின்று விடிய திருப்பி கரைக்கு வந்தம். கூட வந்த ஒரு பொறுப்பாளரிண்ட மனிசி கடலில குளிர் தாங்காமல் விழுந்திட்டா... தூக்கிக்கொண்டு வந்தம். மற்ற அணி நகர்ந்த இடத்தில அனேகமா எல்லாரும் செத்தாச்சு. எங்களிலயும் மூன்றுபேர் காயம். ஓராள் கடலில இறங்கேக்கையே முடிஞ்சு. மிச்சம் அஞ்சுபேர். கரைக்கு வந்ததும் விழுந்து படுத்திட்டம். முடியேல்ல. கொஞ்சம்கூட முடியேல்ல. மூன்று நாளா கடலுக்க போறதும் வாறதும்... ச்சா இனி ஏலா. சாவம் என்றிருக்க அந்தக் கரைக்கு தளபதி ஒருவர் வந்தார். நெஞ்சுக்காயம். கட்டுப்போட்டிருந்தார். 'தம்பியவை ஆமி கரைமுழுதும் வந்திட்டான். போங்கடா எங்கயாவது.' என்றார். எங்க போறது? பின்னேரம் எழும்பிக் கரையோரமா நடந்தம். எங்க ஆமி என்று தெரியேல்ல. போர்க் காடு மாதிரி அந்தக் கண்டல் நிலம் இருந்தது. பிணங்களும், சிதறின பொருட்களும் நிலத்தை எரித்துக் கிண்டிவிட்ட செல்லுகளும்... துவக்கைத் தவிர எல்லாத்தையும் கீழ போட்டிட்டு நடந்தம். ஆமியக் கண்டம் சில மீற்றர் தூரத்தில. நாங்களும் சுடேல்ல. அவனும் சுடேல்ல. இரவாகிற்று கைது செய்யப்பட்ட எங்களைக் கைகட்டி வச்சிருந்தான். அவங்களுக்குள்ள வாய்த் தர்க்கம். சுடுறதா... இல்லையா... என்றாக்கும்.

"ஒருவன் மற்றவர்களை அடக்கி எங்களை விடியக் கூட்டிக் கொண்டு வந்து அதிகாரிகளிட்ட குடுத்தான். அவ்வளவுதான்."

அடுப்பைச் சுத்தி இருந்து இந்தக் கதையோடு தேத்தண்ணி குடிச்சு முடிக்க ஆமிக்காரன் அந்த வழியால் போனான். எழுந்து கலைந்து மீன்வெட்டப் போனோம்.

பணத்தோட அருமையை இப்போதான் புரிந்துகொண்டோம். மட்டக்களப்பில் இருந்து காதுத்தோட்டைக் கழட்டி விற்று பிள்ளைகளைப் பார்க்க வருகுது குடும்பம். அன்றாடம் காய்ச்சி சனங்களிடம் பெண்களின் தோட்டைத் தவிர ஏது சேமிப்பு?

வந்த சனத்தின்ர ஃபோனை உள்ள கொண்டுவரக் கூடாதென்று முன் வீட்டில வைக்கச் சொல்றான் றகீம். அருகே இருக்கிற அந்த வீட்டுச் சனம் அதுக்கு இருபது ரூபா வாங்குதுகள். இந்தத் திட்டம் றகீமினுடையதுதான். அதில் பத்து ரூபா றகீமுக்கு. பிறகு அங்க போய் அந்த ஃபோன் நம்பரை எடுத்து வைத்துவிட்டு அந்த சனங்களிட்ட ஃபோன் பண்ணி படுக்க வரியா என்று கேக்கிறான். 'ம்ம்...' பூனை ஒன்று மீன் தின்று வயிறு நிறைத்துவிட்டு ஒரு சாங்கமாய்க் கத்தித் திரிந்தது இரவின் அமைதியைக் கிழிப்பதாய்! அதன் குரல் காதுகளைக் கூசியது.

மீன்வெட்டி முடித்து மற்றவர்கள் குளிக்கப்போக மீண்டும் நாங்கள் திட்டத்தில் தீவிரமானோம். சமையல் கட்டு வெடிபாலனிடம் வர்மன் கேட்டு அவன்ர 'வோர்க்மன் செற்'றை இரவில் மீன் வெட்டும்போது கேட்பதற்கென்று வாங்கியிருந்தான். வெடிபாலனுக்கு அந்தச் சலுகை இருந்தது. கழுவிக்கும் கழுவிக்கும் உள்ள உறவால் வர்மன் அதைப் பெற்றுக்கொண்டான். அடிவிழுந்த பிறகுதான் வெடிபாலன் வர்மனுடன் நல்லுறவு. 'வோர்க்மன் செற்'றினுடைய 'இயர்ஃபோனை' எங்கள் காதில் மாட்டிக்கொண்டு துண்டு மீன்களை மேலும் நறுக்குவதாய்ப் பாவனை பண்ணியபடி எங்கள் மொபைலில் அவரவர் வெளியே கதைத்தோம். பாட்டுக் கேட்பதாய் மற்றவர்கள் நினைத்தனர். வர்மன் எப்போதும் தன் மச்சாள்காரியோடு சில்மிசம்தான் கதைத்தான். சஞ்சயனுக்குக் கோபம் பொத்துக்கொண்டு வரும்.

ஆனால், வர்மன் எங்களுக்கு வேண்டும் என்றார். கழுவியாக அடையாளம் காணப்பட்டவன் எங்களோட இருக்கிறது எங்களுக்குப் பலமும் பாதுகாப்பும் என்றார். இவன் இல்லை என்றால் இந்தளவுக்கு நாங்கள் இங்க இயங்க முடிந்திருக்காது என்றார். அது முற்றிலும் உண்மைதான்.

நாங்கள் அந்த மொபைலைப் பயன்படுத்தி வெளித்தொடர்புகளை ஏற்படுத்தித் தப்பிப்போன பின்னர் ஆகவேண்டிய காரியங்களைக் கவனித்தோம். சில நிமிடங்கள்தான் கதைக்க முடியும். ஆனால் வேண்டியது எதுவோ அதை செய்துமுடிக்கவும் வேண்டும். உள்ளூர அச்சமும் உற்சாகமும் ஊர்ந்து அலைந்தன.

சஞ்சயன் சொல்லி இருபது நாள்களிலேயே ஜனாதிபதி தேர்தல் அறிவிப்பு வந்தது. எனக்கு ஆச்சரியமாகத்தான் இருந்தது. சஞ்சயன் பதட்டமாக இருந்தார் இந்த நாள்களில். நானும்தான்... அவர் சொன்னதுபோல சிலரை விடுதலை செய்வார்களா?

அவருடைய பெயரும் வந்துவிடுமா? மனதில் தவித்தேனாக்கும். ஊன்றுகோலின் மீது கொஞ்சம் சினமும் வந்தது. சுயநலம் யாரைத்தான் விட்டது?

உள்ளூறையும் சுயத்திற்கும் வெளியே காட்டிக்கொள்ளும் பாவனைக்கும் உள்ள இடைவெளி சாதாரணமானதல்ல.

இதற்கிடையில் சுமந்திரன் டொக்டர் மூலம் மிலிட்டரி டொக்டர் வரவும் சஞ்சயன் ஆஸ்பத்திரிக்குப் போக அனுமதி பெற்றார். காலில் உள்ள காயம் காரணமாக உள்ளே ஒரு கட்டி இருந்தது அவருக்கு. அதுபற்றிய முழு விளக்கத்தைச் சுமந்திரன் டொக்டர் மூலம் பெற்றுக்கொண்டார். 'நியுரோலமா லம்ப்' என்று சொல்வதாம் அதை. அது நரம்பில் உருவாகும் கட்டு. அது உச்சவலியைத் தரக்கூடியதுதான். அதைச் சத்திர சிகிச்சை மூலம் அகற்றிவிட்டால் சரியாகிவிடும் என்பதை அறிந்து வைத்திருந்தார். இரவுகளில் வலியால் துடிப்பதுபோல சில காலமாக நடித்துவந்தார். டொக்டரிடம் மருந்தெடுத்தார்.

இறுதியில் மிலிட்டரி டொக்டரை நம்பவைத்து அனுமதி பெற்றார். ஆனால் கடற்கரையில் நண்டு வரைந்த சித்திரத்தை அலை அள்ளியதுபோல் சத்திர சிகிச்சை நிபுணர் இப்போது அதை அகற்றவேண்டிய அவசரம் இல்லை என்று கூறி அனுப்பிவிட்டார். ஆனால் சஞ்சயன் சோர்ந்ததாயில்லை. “கிளினிக் கொப்பி போட்டாச்சு... ம்... பாப்பம்...” என்றார்.

நான் சந்தோசப்படுகிறேனா... துக்கமடைகிறேனா இதனால்...? எனக்குள்ளும் ஒரு போக்கிரி மனம் சூதானமாய் இருக்கிறதோ...?

மறுபடியும் சில நாளில் வர்மன் மூலம் கிளினிக் கொப்பியைக் களவாக ஆஸ்பத்திரிக்கு அனுப்பினார். வர்மனை ஆமிக்காரர் சந்தேகிப்பது குறைவு. அவன் முக்கியமான கழுவி இந்த முகாமில். வர்மன் அதை, தான் அடையாளம் கண்ட தமிழ் டொக்டரிடம் கொடுத்து இந்தக் கைதி வலியால் அவதிப்படுகிறார், சிகிச்சைக்கு வார்ட்டில் அனுமதிக்க எழுதித்தர முடியுமா என்று கேட்டிருக்கிறான். டொக்டர் கூர்ந்து தன்னைப் பார்த்தாராம். பிறகு தன் உதவியாளர்களைக் கடைக்கண்ணால் பார்த்துவிட்டு எழுதினாராம். இதில் ஏதோ உள்குத்து இருக்கிறது என்று சொல்லி உதவ நினைத்தாரா? இல்லை. இரக்கம் கொண்டாரா என்று தெரியவில்லை. அடுத்த மாதம் ஒன்பதாம் திகதி சத்திர சிகிச்சைக்கு எழுதிவிட்டார்.

இவரை வர்மன் அடையாளம் கண்டது சுவாரசியமான கதை. வர்மன் தன் கைக்காயத்தைச் சரிப்படுத்த இந்த டொக்டரிடம் போனபோது அவர் முந்திக் கேட்டிருக்கிறார். 'கையைச் சரிப்படுத்தித் தாறன். திரும்பியும் துவக்கு தூக்குவியா?' என்று. வர்மன் பயந்துபோய் 'இல்லை. நான் ஏன் தூக்குறன்?' என்றானாம். 'அப்ப உனக்கு எதுக்குக் கை? இருக்கட்டும் போ' என்று சொல்லிச் சிரித்தாராம். இவனும் சிரித்திருக்கிறான். இப்படித்தான் வந்தது இந்தத் தொடர்பு.

அடுத்த மாதம் ஒன்பதாம் திகதி என்று கொப்பியிலிருக்க, இரண்டு நாளில் வந்த இந்த ஒன்பதாம் தேதியில் போவதாக அதிரடியாக அவர் எடுத்த முடிவு ஆச்சரியமானது. அனுமதித்த அதிகாரிகள் எவரும் திகதியை சோதித்தனரே தவிர மாதத்தை கவனிக்கவில்லை. முதலில் மிலிட்டரி டொக்ரர், பிறகு இரவு எண்ணிக்கை சோதனையிட வரும் அதிகாரி, காலையில் றகீம், இது போதாதற்கு ஆஸ்பத்திரியில் வார்ட்டில் அனுமதிக்கும் டொக்டர், வார்டுக்குப் பொறுப்பான டொக்டர், வார்டில் பதியும் நர்ஸ் என யாரும் கவனிக்கவில்லை. கேவலம் சத்திரசிகிச்சை நிபுணரும் அன்று பின்னேரம் பார்த்தும் கவனிக்கவில்லை. அங்குதான் சஞ்சயனுக்குப் போதாக்காலம் காத்திருந்தது.

அன்று இரவே சஞ்சயன் 'தியேட்ட'ருக்கு எடுக்கப்பட்டு சத்திர சிகிச்சை மூலம் கட்டியை நரம்பிலிருந்து அகற்றிவிட்டனர். நரம்பில் செய்யப்படும் சத்திர சிகிச்சை என்பதால் மயக்கம் தெளியவும் நெடுநேரம் ஆகிற்று. மறுநாள் அதன் வலியைத் தாங்கிக்கொள்ள சஞ்சயனால் முடியவில்லை. எழுந்து நிற்கவே முடியாத நிலை. நடப்பது எப்படி? அங்கிருந்து தப்பி ஓடுவது எப்படி? அடுத்த பிரச்சினை ஆஸ்பத்திரிக்குக் கொண்டு செல்லப்பட்ட இவருக்குத் தெரிந்த ஒரு போராளிக் கைதி அங்கிருந்து தப்பிவிட்டான். முகாமில் அதிகாரிகள் இதைக் காட்டிக்கொள்ளவில்லை. ஆனால் றகீம் மறைமுகமாக அவனது நண்பர்களை அழைத்து இரவும் பகலுமாக விசாரித்தான். அச்சுறுத்தினான்.

இந்தச் சம்பவத்தால் ஆஸ்பத்திரியில் அரச அனுமதியோடு கைதிகளுக்குத் தனியான 'வார்ட்' உருவாக்கிக் கூடுதல் ஆர்மியை பொலிசைப் போட்டுப் பாதுகாத்தனர். இராணுவம், சிவில் உடையில் நின்றது. யாரும் நோயாளியைச் சந்திக்க வரமுடியாது. முன்னர் பக்கத்துக் கட்டில்காரனை பார்க்க வரும் சாக்கில் கைதிகளை உறவினர் வந்து சந்தித்துவிட்டுப் போய்விடுவர்.

இந்த முயற்சி என்ன இருந்தாலும் எனக்கு எரிச்சலை ஊட்டியது. ஆனால், நானும் தனியான திட்டத்தைப் பற்றி அடிக்கடி எண்ணிவந்த நினைவு குற்றவுணர்வாகக் குமைந்தது. இங்கு யாரையும் நம்ப முடியாத சூழல் உருவாக்கப்பட்டிருக்கிறது. அவரவர் உயிருக்கு அவரவரே பாதுகாப்பு. ஆனால் சஞ்சயன் உண்மை சொன்னார். அந்த நேர்மை எனக்குப் பிடித்திருந்தது. இல்லாவிட்டால் எங்களுக்கு ஆஸ்பத்திரி போனதற்கு சப்பைக்கட்டு காரணத்தைச் சொல்லியிருக்க முடியும். அவரால் தப்பிக்க முடியாது போனாலும் அங்கிருந்த நாள்களைப் பயன்படுத்திச் செட்டிக்குளம் தடுப்பு முகாமில் இருந்த அவரது மனைவி பிள்ளைகளை வெளியே எடுத்து மலேசியாவுக்கு அனுப்பி வைத்துவிட்டாராம். அங்கு வேலைசெய்த 'நர்ஸ்' இவரது சிறுவயது பள்ளித்தோழன். அவன் இவரை வார்ட்டில் ரத்து செய்யப்படாத நோயாளியாக வைத்திருக்க உதவினான்.

சஞ்சயனின் இந்த முயற்சி எரிச்சலூட்டினாலும் இவர் மூலம் தப்பிப்பது நம்பிக்கை தருவதாய் இருந்தது. ஆனாலும் இந்த நம்பிக்கைக்கும் இடிவிழுந்த செய்தி ஒன்று வந்தது. கைதிகள் சிலரை விடுதலை செய்வதற்கான பெயர்ப் பட்டியல் அதிகாரிக்கு வந்திருக்கிறதாம். மனம் சஞ்சயனின் பெயர் அதில் இருக்கக் கூடாது என்று ரகசியமாய் ஓலம் போட்டது என்னுள். கேவலம் இது. ஆனால் இது கேவலம் என்று எனக்குத் தெரியும், என் மனதிற்குத் தெரியவில்லையே! நான் என்ன செய்ய? என்னுள் எத்தனை பேர் இருக்கிறார்கள் என்று சிலவேளை எனக்கே தெரியவில்லை.

அறுபத்து ஒரு கைதிகளின் பெயர் வந்தது. அதில் சஞ்சயனின் பெயரும் இருந்தது. மனசில் பொங்கும் சந்தோசத்தை மறைக்க முடியாமல் ஊன்றுகோலில் துள்ளி நடந்து உலாவினார் சஞ்சயன். அதை நிலத்தில் ஊன்றும் விதத்தில்தான் எத்தனை மாறுபாடு. இந்தக் கட்டத்தில் என் காதலி என் நினைவுக்கு வந்தாள். இரவுகளில் உறங்கவிடாமல் கதைத்தாள். ஆனால் கனவல்ல. அவளைப் பார்க்கும் நாள் கைநழுவிப்போகிறது என்பதாலா?

நான் அவள் இங்கு வந்து என்னைப் பார்த்தால் எப்படி இருக்கும் என்று கற்பனையில் மோசமாக ஆசையுற்றேன். அதற்கு எந்த யோக்கியதையும் அற்றவன் நான் என்ற எந்தச் சிந்தனையும் இல்லாமல் அவள் எனக்காகக் காத்திருக்கவேண்டும் என்று விரும்பினேன். சின்ன வயதில் சினிமா தந்த சீழ்பிடித்த சிந்தனையா இது?

ஆனால், சஞ்சயன் நாங்கள் தப்பிப்பதற்குத் தன்னால் முடிந்த அனைத்து ஏற்பாட்டையும் செய்வதாய்ச் சொன்னார். தாங்கள் இங்கிருந்து ஏற்றப்பட்டவுடன் எங்களைத் தப்பிக்குமாறும் சொன்னார். உண்மையில் முன்னரைவிடத் தீவிரமாகப் பல அலுவல்களைப் பார்த்துத் திட்டத்தைக் கூர்மையாக்கிக்கொண்டிருந்தார்.

இந்தக் கட்டத்தில் எண்ணெய் திரள தாழி உடைந்த கதை ஒன்று வந்தது சஞ்சயனுக்கு. இயக்கத்தில் ஏழு வருடத்திற்கு மேல் உறுப்பினர்களாக இருந்தவர்களை மீள் விசாரணை செய்யத் தெரிவு செய்யும் அதிகாரம் றகீமுக்கு வந்தது. விடுதலையாகும் பெயர்களில் யாராவது இருந்தால் அவர்களை முகாம் புலனாய்வு அதிகாரி மறிப்பதற்கும் அதிகாரம் வந்தது. இந்தச் செய்தியை ஆரம்பத்தில் றகீமின் மற்றொரு விளையாட்டு என்றுதான் நம்பினோம். ஆனால் சஞ்சயன் அனுப்பிய இரு கழுவி முகவர்களும் தகவல் உண்மை என்பதை ஊர்ஜிதம் செய்தனர்.

குளிக்கும் இடத்தில் தண்ணீர் தாங்கி ஏற்றுவதற்கு அமைத்த பரண் முறிந்து விழுந்தது. அதைச் சரிசெய்ய வேலு அண்ணர் அழைக்கப்பட்டார். சஞ்சயனும் நானும் போனோம். அப்போது தெரிந்தது சஞ்சயன் றகீமை எதிர்கொள்ள மறு ஆட்டத்தைத் தொடங்கிவிட்டார் என்று.

சஞ்சயன் தான் அனுப்பிய கழுவி முகவர்கள் மூலமும், வண்ணன், கைலாசு மூலமும் ஒரு தகவலைக் கசியவிட்டார். அறையில் எல்லாருக்கும் தெரிந்திருந்தது றகீம், சஞ்சயனை விடப்போவதில்லை என்று.

சஞ்சயனோ இதை வாய்ப்பாக்கிக் கழுவிகளிடம் சொன்னார். - அவர் கழுவிகளுடனும் உறவு பராமரிப்பவர் - ‘என்னை றகீம் விடுதலை செய்யாமல் மறித்தால் என்றைக்கோ ஒரு நாளைக்கு நான் விடுதலை செய்யப்படுவன்தானே அப்ப றகீமின்ர மனிசி, பிள்ளைகளைக் கொலை செய்யிறதைத் தவிர வேற எந்த வேலையையும் பார்க்கமாட்டன். எனக்கு மனிசியும் பிள்ளையும் இல்லை என்றாச்சு. எதுக்கும் பயப்படன். இவன் ஆறுமாதத்துக்கு ஒருக்காத்தான் வீட்ட போவான். அவன்ர வீடு மட்டக்களப்பில இல்லை. அது இவன் சொன்ன பொய். கிண்ணியாவில இருக்கு வீடு. இவன்ர உண்மைப் பெயர் ராகவன் இல்லை. றகீம். மனிசி பெயர் பர்ஸானா. மகள் பெயர் பமீலா, மகன் பாரூக். படிக்கிற

பள்ளிக்கூடம்வரை தெரியும்' கண்கள் சிவக்க கோபத்தோடு அவர்களிடம் சொன்னார்.

'சஞ்சயன், வேண்டாம் இது. ஆபத்தான விளையாட்டு.' நான் சஞ்சயனிடம் சொன்னேன்.

சஞ்சயன் சொன்னார் 'அவன் முழுமையாக நம்புவான். எங்கட சனங்களைக் குரூரமாய்க் கொலை செய்தவன், தன்ர மனிசி பிள்ளைகளையும் நான் கொல்லுவன் எண்டதை நம்புவான். ஆனால் விரும்புவானா?'

அற்புதம்தான் அதுவே நடந்தது. சஞ்சயனை மீள்விசாரணைக்குத் தேவையற்றவர் என்று றகீம் எழுதி அனுப்பி விடுதலைக்கு அனுமதித்தான். விசாரணைக்கு அவசியமற்றவராகினார் சஞ்சயன். வேறு பல பயந்த கைதிகள் மறிக்கப்பட்டனர் றகீமால். முகாமே நடந்தது அறியாமல் ஆச்சரியத்தில் மூழ்கியது. சிலர் கதைத்தார்கள் சஞ்சயனுக்கு றகீமோடு உள்தொடர்புண்டு என.

இரவில் மனம் நிலைகொள்ளாமல் பதறியது. நான் நித்திரையில் வாய்புலம்புவதாகப் பலர் சொன்னார்கள். என்னால் எப்படிக் கட்டுப்படுத்திட முடியும். திட்டத்தை உளறிவிடுவேனோ என்றும் அஞ்சினேன். சஞ்சயன் அறிவுறுத்தியபடி நாங்கள் அதிகமாகச் சாப்பிட முயன்றோம். இந்தச் சிறைவாழ்க்கையில் நான் மொத்தம் பதினெட்டு கிலோ எடையை இழந்துவிட்டிருந்தேன் என்பதை சி.ஐ.டி விசாரணையில் நிறுக்கும்போது தெரிந்துகொண்டிருந்தேன். பதட்டம் கூடிக்கொண்டிருந்தது. சஞ்சயன் இல்லாமல் இந்தத் திட்டத்தை நிறைவேற்ற பயமாகவும் இருந்தது. இப்போது பொறுப்பு என் தலையில் விழுந்துவிட்டது.

சாவீட்டில் நிலவும் உரையாடல்களின் மீதான ஒருவிதப் பற்றின்மை எங்களுக்குள் நிலவியது. இரவு கனத்தது. உள்ளிழுக்கும் காற்று போதாதது போலச் சுவாசம் உணர்ந்தது. கனவுகளில் யாரோ துரத்துவது போல உணர்ந்து திடுக்குற்றேன். முகாமின் சூழலில் எத்தனை நாய்கள் உள்ளன என்பதை இரவில் அதன் ஊளையை வைத்தே என்னால் சொல்லிவிட முடிந்தது. அவற்றில் வேறுபாடான குரைப்பையும் குரலையும் நான் துல்லியமாக அறிந்திருந்தேன்.

இந்தக் கட்டத்தில் நடந்தது ஒரு அசம்பாவிதம். ஏழு வருட சேவைக்காலம் உள்ளவர்களை மேல் விசாரணைக்கு மீண்டும் உட்படுத்தும் திட்டத்தாலோ என்னவோ எங்கள் முகாமில்

இருந்து இருவர் தப்பி ஓடினார்கள். இருவரும் இயக்கத்தில் மிக முக்கியப் பணியை ஆற்றியவர்கள். ஆனால், இருவரும் இதுவரை அடையாளம் காணப்படவில்லை. ஆனால் ஓடியதுமே அவர்களின் நண்பர்களே அவர்கள் யார், செய்த பணியென்ன என்று சொல்லிவிட்டார்கள். அவர்கள் ஓடிய பாதை பொலிஸ் விடுதியின் பின்பக்கம் என்று சந்தேகம் வந்ததாலோ என்னவோ அந்தப் பகுதி முள்கம்பி வேலி சீரமைக்கப்பட்டது. காவல் கடமை மேலும் விழிப்பூட்டப்பட்டது. சார்ஜனும் அதிகாரியும் ஆத்திரம் கொண்டு அலைந்தனர். ஒரே பதட்டம் முகாமில்.

இரண்டாம் நாள் சஞ்சயன் உட்பட விடுதலை செய்யப்பட வேண்டியவர்கள் ஏற்றிச் செல்லப்பட்டார்கள். அவர்கள் சஞ்சயனால் முன்னர் சொல்லப்பட்டதைப் போல அனேகமாக மக்களால் அறியப்பட்ட இடைநிலைப் பொறுப்பாளர்களாக இருந்தனர். சஞ்சயன் பிரியும்போது கண்கலங்கினார். எங்களுக்கும் அழுகை வரப் பார்த்தது. கலங்கித்தான் போனோம்.

எங்களுக்குப் பிரிவுத் துயர். ஆனால் முகாமில் மற்றைய கைதிகளும் துயருற்றார்கள். அது வேறு துயர். அந்த விடுதலையை அனேகமாகச் சகிக்க முடியவில்லை, போராளிகளாகிய கைதிகளால். ம்ம்... அப்படித்தான் சொல்லவேண்டும். ராசு அண்ணர் 'இந்த விடுதலை எங்கள் எல்லாருக்கும் ஒரு நல்ல செய்தி. விரைவில் மற்றவர்களும் விடுதலை செய்யப்படுவினம்' என்று சொல்லித் திரிந்தார். அவருக்கு நிலைமை புரியும். எல்லாரும் மனிதர்கள்தானே. எல்லாச் சூழலிலும் மனித மனத்தின் இயல்பை வென்றுவிட முடியாது.

திட்டப்படி நாங்கள் தப்பிக்கவேண்டியது இன்றுதான். ஆனால், பார்த்த உளவுத் தகவல்கள் சொதம்பிப் போயிருந்தன. நான் தீர்மானம் எடுக்கவேண்டிய தலைப்பொறுப்புக்கு உள்ளானேன். இரு கைதிகள் ஓடியதால் பாதுகாப்பு ஏற்பாடுகளில் மாற்றம் வந்துவிட்டது. உசார் நிலையும்கூட. ஆயினும் மறுநாள் மீன்வெட்டில் கூடிக் கதைத்துத் தீர்மானித்தோம். வியாழக்கிழமைக்கு இடையில் எப்படியாவது அனைத்தையும் மீளச் சரிபார்த்துவிடுவது என்றும் வியாழக்கிழமை மீன்வெட்டில் தப்பிப்பது என்றும்.

ஆர்வமா, பயமா என்னை முன்தள்ளிக் கொண்டிருக்கிறது?

17

‘பட்டகாலிலே படும் கெட்ட குடியே கெடும்’ என்பார்கள். கெடு காலத்திற்கு மிகத் துலக்கமான பழமொழி இது. இதற்கு இன்னொரு சாட்சியாக இப்போது நாங்கள். துர்விதி எங்களை விடாது துரத்தியது. பூனை தன்னிடம் அகப்பட்ட எலியைப் பசியாறமுன் பிடிப்பதும் விடுவதுமாய் விளையாடித் தீர்த்துவிடுவதில் கொள்ளும் உருசிபோல விதி எங்களுடன் விளையாடியது. நாங்களோ மரணத்திற்கும் வாழ்தலுக்குமிடையிலான அவஸ்தையில் எலியின் கடைசிப் போராட்டத்தை நடத்திக்கொண்டிருந்தோம். எலி மீளுமா? விதிதான் விடுமா?

உறவுச்சந்திப்பு நடந்துகொண்டிருந்த கொட்டிலிலிருந்து வர்மன் வெளிவரவும் அவன் கையிலிருந்த புத்தகத்தை மிலிட்டரி பொலிஸ்காரன் வாங்கிப் பார்க்கிறான். எங்களுக்குள் மெல்லப் பரவிய பதட்டம் இப்போது எனக்குள் நடுக்கமாவதை நான் உணர்ந்தேன். ஏதோ உருவம் செய்ய யாரோ பெடியள் நிலத்தில் சிறட்டையைத் தேய்க்கிறார்கள். அதன் கீச்சிடும் ஒலி காதின் வழி ஏறாமல் என் காலின் பாத வழியால் மண்டையில் ஏறி நரம்புகளில் அதிர்கிறது.

மிலிட்டரி பொலிஸ்காரன் சிங்களத்தில் ஏதோ சொல்லிச் சொல்லி வர்மனின் கன்னத்தில் அறைகிறான்.

முற்றத்தில் நடக்கும் இந்தச் சம்பவம் மாடிகளின் கண்களை ஈர்க்கிறது. ‘சட்’டென ஓயும் மழை இரைச்சல் போல மாடியின் இரைச்சல் ஓய்கிறது. பல கண்களில் ஆனந்தம். காரணம் கழுவி வர்மனுக்கு ஆமிக்காரனே அடிக்கிறான். ‘எங்கள் ஆயுதங்களைக் காட்டிக் கொடுத்தவனல்லவா இவன்’. பின் வராதா ஆத்திரம்? ஒரு சிலர் திகைத்துப் போனார்கள். தாங்கள் அவமானப்படுவதாயும் உணர்ந்தார்கள். யாரோ சிலர் றகீமிடம் தகவல் சொல்ல ஓடுகின்றனர். தங்களவனைக் காப்பாற்றவேண்டும் என்ற கடப்பாட்டால் உந்தப்பட்டு.

நானும் ஜானும் உயிரைக் கையில் பிடித்துக்கொண்டிருந்தோம். றகீம் போனது ஆமிக்காரி நிசானியிடம். வவுனியா மாவட்ட வரைபடத்தை அவளைக் கொண்டுவரச் சொல்லியிருந்தான் வர்மன். சஞ்சயன்தான் இந்த வரைபடம் அவசியம் எனக் கேட்டிருந்தார். இங்கிருந்து தப்பிக் காட்டைக் கண்டடைந்து போகவும் பின் காட்டில் சில நாள் இருக்க நேர்ந்தால் அதற்காகவும், காட்டில் இருந்து எங்களெங்கள் தெரிவில் வெளியேறவும் இந்த வரைபடம் அவசியப்பட்டது. இதுதவிர ஒரு திசைகாட்டியும் அவசியம். அதைக் கையாளும் அறிவு அதிர்ஸ்டவசமாக ஜானிடம் இருந்தது. நாங்கள் இதை எதிர்பார்க்கவில்லைதான். 'ஜெயசிக்குறு' இராணுவ நடவடிக்கை காலத்தில் ஜான் பீரங்கிப் படையணியில் இருந்தான். இதனால் வரைபடம் மற்றும் திசைகாட்டி பற்றிப் பூரணத் தொழில்முறை அறிவுகொண்டிருந்தான். தொழில்முறைத் திசைகாட்டியை உள்ளே எடுப்பது முடியாத காரியமாய்ப் பட்டது. ஜான் இதற்குப் பதிலாக நவீனக் கை மணிக்கூட்டின் வகை ஒன்றை எழுதித் தந்தான். அதை சஞ்சயன்தான் 'பிரியா' பத்திரிகையின் காமக்கடிதம் மூலம் தொடர்பாளருக்கு ஓடர் செய்து செட்டிக்குளம் முகாமில் உள்ள சுரேனின் அண்ணியிடம் கொடுத்து எங்களிடம் சேர்த்துவிட்டார்.

வரைபடத்தைக் கொண்டுவர எமக்கிருந்த உறவுகள் அஞ்சியதால் நிசானியிடம் கேட்கலாம் என்று முடிவாகியிருந்தது. இது ஆபத்தான விளையாட்டுத்தான். என்றபோதும், அவள் வர்மனுக்காக எதையும் செய்வாளா இல்லை வெறும் காமப் பொழுதுபோக்குத்தானா என்பதை உறுதிசெய்துகொள்ள இது உதவும் என்றெண்ணினோம். பின்னால் அவளை வைத்து ஒரு திட்டத்தைப் போடநேர்ந்தால் சொதம்பிவிடக் கூடாதல்லவா?

நிசானி வரைபடத்தைக் கொண்டுவரச் சம்மதித்தாள். ஆயினும் பல நாளாக அதை அவள் செய்யவில்லை. அச்சம் எழுந்தது. ஆயினும் அவள் காட்டிக் கொடுக்கவும் இல்லையே. இன்று அவள், முன்னால் உள்ள பாலைமர மறைவில் இருந்து வர்மனுக்குத் தன் வெட்டும் கண்களால் செய்தி அனுப்பினாள். 'கொண்டுவந்துவிட்டேன் வா' என்று. வர்மன், சஞ்சயன் கொடுத்துப்போன ஒரு சிங்கள மொழிப் புத்தகத்தைத் தூக்கிக்கொண்டு போனான். அதற்குள் வரைபடத்தை வைத்து எடுத்துவர மிலிட்டரி பொலிஸ்காரன் மறித்து வாங்கிப் பார்த்து கன்னம் கன்னமாக ஏதோ திட்டித் திட்டி அடிக்கிறான்.

ஏற்கனவே முகாமில் இருந்து தப்பிய இரு கைதிகளும் இயக்கத்தில் கேணல் தரத்துக்குரியவர்கள் என்று அறிந்து றகீம் முகாமையே சல்லடை போட்டுக் கொண்டிருந்தான். முகாம் அதிகாரியும், சார்ஜனும் தீராக்கடுப்பில் அலைந்தனர். அவர்களின் அதிகாரத் திறமைக்கு ஏற்பட்ட அவமானமல்லவா அது? தவிரவும் றகீமின் அதிகாரி எங்கள் முகாமுக்கு வந்து போனதும்கூட இதுபற்றிய விசாரணைக்காகத்தானாம். இந்த முகாம் கைதிகளை மீள் விசாரணைக்கு உட்படுத்த வேண்டும் எனக் கட்டளை வந்திருக்கிறது என்றும் றகீம் சொன்னான். இவை தந்த பதட்டத்தில் ஆடிப்போய் இருந்த நாங்கள் இப்போ வர்மனுக்குக் கீழே விழும் அடியைப் பார்க்கையில் அதை அவதானிக்காமலேயே அச்சம் கொண்டு திகைத்துப் போனோம். இனி செய்வதற்கு ஒன்றும் இல்லை. எங்கள் கதை முடியப்போகிறது என ஓலமிடுகிறது மனம். நடப்பதைக் காணவேண்டியதுதான். விசச்சுழி ஒன்று என்னை இழுத்துப்போகிறது.

இந்த நேரத்தில் ராசு அண்ணர் அந்த இடத்திற்கு விரைந்து வந்துவிட்டார். சார்ஜனும் வந்துவிட்டான். “உனக்கு எப்படி இந்தப் புத்தகம் கிடைத்தது?” மிலிட்டரி பொலிஸ்காரனின் கேள்வியை மொழிபெயர்த்து வர்மனிடம் கேட்கிறார் ராசு அண்ணர்.

“...” இவன் பயத்தில் உறைந்து பதிலின்றி இருக்கிறான்.

“இந்தப் புத்தகத்தை யார் உன்னைப் படிக்கச் சொன்னது... எப்பிடி வந்திது?”

ராசு அண்ணர் கேட்டுக்கொண்டே அநாயாசமாக அந்த மிலிட்டரி பொலிஸ்காரனின் மறுகையில் இருந்த மடித்த மட்டையை வாங்கினார். நான் கண்டுவிட்டேன், அதுதான் அந்த வரைபடம். ‘ஓ இவன் அந்தச் சிங்களப் புத்தகத்திற்குத்தான் அடிக்கிறானோ?’ மனதில் சந்தேகம் எழ உற்சாகம் வருகிறது. அல்லது உயிர் மீள்கிறது. அதற்கு நம்பிக்கையூட்டுவதாக ராசு அண்ணர், அந்த வரைபடத்தை மிகத் தந்திரமாகத் தன் சாரத்தின் கீழ்நுனியைத் தூக்கிப்பிடித்து அதன் உள்புறமாக மட்டை மறையுமாறு மறைக்கிறார். வர்மனை அதட்டுகிறார், “இந்தப் புத்தகம் ஏன் படிக்கிறாய் என்று சொல்லு.” ச்சா. எத்தனை தத்ரூபமாக மனிசர் நடிக்கிறார். வர்மன் திகைத்துப் போயிருப்பது ஏன் என்று தெரிந்து அவனை அதிலிருந்து விடுவிக்கவும், ஆமிக்காரன் தன் கையை கவனிக்காதபடி திசைதிருப்பவும்,

வர்மன் என்ன பதில் சொல்லவேண்டும் என்றும் தன் ஒற்றைக் கேள்வியால் ஆக்கிவிட்டானே மனிசன்.

“ஏன் படிக்கிறாய் என்று சொல்லு.” திரும்பவும் கேட்டார்.

சில நொடிகளின் இடைவெளியில் வர்மன் சுதாரித்துவிட்டான்.

“சிங்கள மொழி படிக்க ஆசை. அதுதான் படிக்கிறன்.” சஞ்சயனை அவன் இதுக்குள் இழுக்கவில்லை.

“எப்படிக் கிடைச்சது இது உனக்கு?”

“மாமி செட்டிக்குளம் முகாமில இருந்து கொண்டுவந்து தந்தவா. அங்க பிள்ளையள் சிங்களம் படிக்கிற புத்தகமாம்.”

“இரண்டாம் மொழியாகச் சிங்களம் படிக்க முடியாது. சிங்களம் முதல் மொழி.” ராசு அண்ணர் மொழிபெயர்க்கிறார். வர்மனிடம் இதற்குப் பதிலில்லை. எனக்குள் உற்சாகம். கீழே என்ன நடக்கிறது என்று புரிந்துவிட்டேன். அந்தப் புத்தகம் இரண்டாம் மொழியாகச் சிங்களம் படிப்பவர்களுக்கு உரியது. அதன் புத்தகத் தலைப்பே ‘இரண்டாம் மொழியாகச் சிங்களம்’ என்றுதான் சிங்களத்திலும், தமிழிலும் ஆங்கிலத்திலும் இருந்தது.

நிசானியைப் பார்த்தேன். என்னைப் போலவே அவள் முகத்திலும் திகைப்பில் இருந்து விடுபடும் அறிகுறி தெரிந்தது. அவள் பிராந்தின் பாய்ச்சலில் தாய்க்கோழியைத் தவறவிட்ட கோழிக்குஞ்சு இடுக்குகளில் ஒடுங்குவதுபோல அங்கே நின்ற பாலைமர வேர்களுக்கிடையில் நின்று மரத்தில் சாய்ந்தபடி திகைத்திருந்தாள். ஆண்களைத் தாக்கும் கூர்மை கொண்ட அவள் கண் அச்சத்தில் மருண்டு அழகிய வசீகர முகத்தையே குலைத்துவிட்டிருந்தது.

அதிகாரியின் முன்னால் சாரத்தைத் தூக்கிப் பிடிப்பவர் அல்ல ராசு அண்ணர். ஆபத்தான பொருள் அந்த மட்டைதான் என்பதை விளங்கியே மறைக்கிறார் என்பதைத் திடமாக உணர்ந்தேன். ஆனால் எந்த நேரத்திலும் அவர்களின் பார்வை அதை நோக்கித் திரும்பலாம். இருந்தும் அவர்கள் கவனிக்கவேயில்லை. முட்டாள்கள்! வடிகட்டின முட்டாள்களா?

வர்மனிடம் பதில் இல்லையென்று தெரிந்து ராசு அண்ணர், தானே அந்தப் புத்தகம் பற்றி விளங்கப்படுத்தினார்.

“இந்தப் புத்தகம் சிங்கள மொழியை இரண்டாம் மொழியாகப் படிப்பவர்களுக்குரியது” என்றார். இங்கு வந்து சஞ்சயனுடன் சேர்ந்து சிங்களமொழியைப் படிக்க முயன்றதன் பயனாக அந்த உரையாடலை விளங்க முயன்றேன். அவன் திரும்பி ராசு அண்ணரைத் திட்டுகிறான். எனக்கு அது முழுமையாய்ப் புரியவில்லை. எனினும் அதன் பொருள், “இரண்டாம் மொழியாக யாரும் சிங்களத்தைப் படிக்க முடியாது. படிப்பதென்றால் முதல் மொழியாகத்தான் படிக்கவேண்டும்.” என்கிறான்.

இன்றையத் திகதியில் உலகின் தலைசிறந்த பகிடியாகக் கூடிய இதற்கு ராசு அண்ணரைச் சிரிக்காமல் வைத்திருப்பது அவர் கையில் அடங்கியுள்ள வரைபடம்தான். “இல்லை உதாரணத்திற்கு ஒரு வெள்ளைக்காரன் இலங்கையில் வந்து குடியேறி சிங்களம் படிக்கிறதெண்டால் அதை இரண்டாம் மொழியாகத்தானே படிக்கோணும். அப்படியானவர்களுக்கான புத்தகம்தான் இது.” ராசு அண்ணா தமிழரில் இருந்து விடயத்தை வெள்ளைக்காரருக்கு எடுத்துப் புரியவைத்தார். இனத்துவேசம்தான் இவனின் அறிவுக் குருட்டுக்குக் காரணம் எனக் கண்டுபிடித்து.

“எவன் படிப்பதாயிருந்தாலும் இலங்கையில் சிங்களம்தான் முதல்மொழி. இரண்டாம் மொழியாக யாரும் படிக்க முடியாது.” அவன் ஆத்திரம்கொண்டு உறுக்கினான் ராசு அண்ணரை.

“சரி, இது இவன் பதிப்பிச்ச புத்தகம் இல்லை. ஏதோ சிங்களம் படிக்கிற ஆசையில இந்தப் புத்தகத்தை எடுத்துப் படிச்சிட்டான். மன்னிச்சிருங்க. சிங்களம் படிக்கிறது நல்லதுதானே.” ராசு அண்ணர் சரணடைந்தார்.

அவனும் சுத்தி நின்ற ஆமிக்காரரும் கொஞ்சம் கோபம் தணிந்தார்கள். றகீமுக்கு இப்போதுதான் இதன் தாற்பரியம் புரிந்ததென்று பட்டது எனக்கு. எனினும் றகீம் இதை எடுத்துச் சொன்னால் மிலிட்டரி பொலிஸ்காரன் தவறாகத் தன்னையும் புரிந்துவிடுவான் என்ற அச்சத்தில் ஏன் வம்பென்று பேசாமல் இருக்கிறான். அப்படித்தான் ஊகித்தேன். அவன் மறுபடி ஏதோ ராசு அண்ணருக்குச் சொன்னான். எனக்குப் புரியவில்லை தெளிவாக. ஆனால் பிரச்சினை முடிவுக்கு வந்தது. புத்தகத்தை அவன் கொண்டு போனான். ராசு அண்ணர் வரைபடத்தைக் கொண்டுபோனார்.

அன்று பின்னேரம் கூடிக் கதைக்கவேண்டும் என்பதற்காக ஆளுக்கு ஒரு வாளித் தண்ணியுடன் நாங்கள் நால்வரும் குளிக்கப்போனோம். கதைத்து முடிக்கும்வரைக்கும் இந்தத் தேநீர்க் கோப்பையால் அள்ளிக் குளித்தபடி இருக்கவேண்டும். அதுவும் சாதாரண விடயமல்ல. ஒரு சுளுவான திறமை வேணும்.

நான் சொன்னேன்.

"நாளைக்கே நாங்கள் இஞ்ச இருந்து தப்பி ஓடோணும்."

"நாளைக்கேவா?" வர்மன் திகைப்பில் கேட்டான்.

"ம்ம். வேற வழியில்லை. பிந்தினால் இவ்வளவுகாலம் பட்ட கஸ்ரமும் வீணாய்ப் போகும். சிலர் மாட்டிக்கொள்ளவும் கூடும்." நான் என் கருத்தைச் சொன்னேன். கதையைக் குளித்துக் குளித்துக் கேட்டனர். நடுங்குகிறது உடம்பு. தண்ணீரில் குளிப்பதாலா? எங்களுக்கு வாய்த்த போதாக் காலத்தினாலா நடுங்குகிறது?

ஏழு வருடத்திற்குமேல் போராளியாக இருந்தவர்களின் பதிவில் வர்மனைத் தவிர எங்களுடைய பெயர்கள் இருக்கின்றன. இரண்டு கைதிகள் தப்பியதால் மீள்விசாரணையும் இனி நடக்கலாம். நாங்கள் ஏற்கனவே இரகசியச் சிறை முகாமில் இருந்து வந்தவர்கள். கண்டிப்பாக எங்களைத் திரும்ப விசாரிக்கக் கூடும். தப்பிக்கும் முயற்சிகள் பாழாய்ப் போகும். இதைவிட முகாமில் அசம்பாவிதம் நடந்தால் முகாம் அதிகாரியையும் அணியையும் மாற்றிவிடுவதும் வழமை. அப்படி மாற்றம் வந்தால் இப்போது நாங்கள் இவர்களுடன் வளர்த்த உறவும் பாழாய்ப் போகும். புதிய அணி புதிய பாதுகாப்பு ஏற்பாடுகளைக் கண்டிப்பாகச் செய்யும். அதை உளவு பார்க்க எங்களால் முடியாமலும் போகலாம். ஆக, நாங்கள் நாளைக்கே இங்கிருந்து தப்பிவிடுவது மேல். நாளைக்கு மீன்வெட்டும் முறை வருவதால் அதைப் பயன்படுத்தி நள்ளிரவில் தப்பித்துவிடலாம்.

எங்கள் உடலில் வழிந்த நீரையும், உடுத்திய ஈரத்துணியையும் தவிர வேறு யாரும் எங்களைக் கவனிக்கவில்லை. ஈரமான அந்தச் சேற்று நிலம் மட்டும் எல்லாவற்றையும் மௌன சாட்சியாகப் பார்த்தும் கேட்டும் கொண்டிருந்தது. இராணுவத்தின் பிடியில் எப்போதோ அகப்பட்ட வன்னியின் ஒரு துண்டு நிலம்தானே இதுவும்? காட்டிக் கொடுத்துவிடுமா தன் பிள்ளைகளை? துணிவோடு மேலும் என் திட்டத்தை விளக்கினேன்.

பொலிஸ் விடுதியின் பின்னுள்ள வழி உறுதியாக அடைக்கப்பட்டு விட்டது. இரு கைதிகள் ஓடியதற்குப் பொலிஸ்மீது இராணுவத்தின் சந்தேகம் இருப்பதால் பொலிஸ் இன்னும் கூடுதலாகப் பின்பகுதியை அவதானிக்கக்கூடும். நாங்கள் குளித்துக்கொண்டிருக்கும் இந்த இடத்திற்கு மேற்குமூலை ஒப்பீட்டளவில் தப்பிப்பதற்குப் பரவாயில்லை. ஆனால் இரு கைதிகள் தப்பித்ததால் இப்ப ஒவ்வொரு 'ஒப்சவேசன் பொயின்ற்' இன் கீழும் - அதுதான் காவல் பரண் - ஒரு ஸ்குவாட்ரன் சிப்பாய்களை 'ரென்ற்' அடித்துத் தங்கவிட்டுவிட்டான் அதிகாரி. தேத்தண்ணி, ரொட்டியைக் காட்டி 'ரென்ரி'ல் இருந்து முழுப்பேரையும் அழைக்க முடியாது. அது சும்மா இருப்பவனையும் நித்திரையால் எழுப்பிவிடுவதாகிவிடும். நித்திரைக் குளிசை போட்டுக் குடுத்தாலும் அதைத் தின்னாவிட்டால் விபரீதமாகிப் போகும்.

'சென்றி' இல் ஒருவன் நின்றாலும் மற்ற ஆமிக்காரனில் யாராவது ஒருவன் தன் தொலைபேசியில் நீலப்படம் பார்த்துக்கொண்டோ யாருடனாச்சும் பேசிக்கொண்டோ இருப்பது சிப்பாய்களின் வழமை.

தவிர நாங்கள் நாலுபேர் நகரும்போது யாராவது விழித்துவிடவும் கூடும். இந்தப் பகுதியால் போவதெண்டால் நாங்கள் முள்ளுக்கம்பி சுருளை வெட்டி, பிறகு முள்ளுக்கம்பி வேலியை வெட்டித்தான் போகவேண்டும்.

"என்னண்ணை, போகேலாது என்டதை நாசூக்கா சொல்லுறியளோ?"

"பொறுமையா கேளடா." சொல்லிவிட்டு அக்கம்பக்கம் பார்த்து என் திட்டத்தை விளக்கினேன். மேலும் கேட்டபடி குளித்தனர் அவர்கள்

மூன்றாவது திட்டமாக, வளைமரத்தைப் பயன்படுத்தி அடுத்த கட்டடத்திற்குத் தாவும் திட்டத்தை நான் நிராகரித்தேன். கீழே சென்றியில் நிற்கும் சிப்பாய்க்கு நித்திரை குளிசை றொட்டி கொடுத்தாலும் அவன் நித்திரை கொள்வானோ என்று ஒரு சந்தேகம். ஏனென்றால் எனக்கு அந்தக் குளிசையால் நித்திரை வருவதில்லை. இந்தச் சிப்பாய்களுக்கும் மனஅழுத்தம் உண்டு. ஒருவேளை அவனுக்கு நித்திரை வருவதற்கிடையில் அவன் கடமை மாறிவிடவும் கூடும். அதைவிட முக்கியம் மாடியின்

நாலு அறைகளில் எவர் விழித்தாலும் சுவரில்லாத அந்தப் பாழ்கட்டடம் எங்களைக் காட்டிக் கொடுத்துவிடும். எனவே இதையும் கைவிடுவோம் என்றேன்.

“என்னண்ணை, மேஜரிட்ட சொல்லி முன்கேற்றைத் திறந்துவிடச் சொல்லுறியளோ?” வாயைச் சுழித்து வர்மன் கேட்டான்.

“பொறடா ஆட்டை அறுக்கவிடு. பகிடிக்குக் காலநேரம் தெரியாதோ உனக்கு?” சுரேன் நடுங்கியபடி திட்டினான்.

“அதிகாரி பண்ணின புது பாதுகாப்பு செற்றப்பில் எங்களுக்கும் புதுவழி பிறந்திருக்கு.” நான் சொன்னேன்.

“என்னண்ணை?” குண்டன் ஜான் சேற்றை உழக்கிக் கிட்டவந்தான். நான் எனது புதுவழி கண்டுபிடிப்பை விளக்கினேன்.

சிப்பாய்கள் இப்ப அடுத்த மாடியின் கீழ்ப்பகுதியில் வழமைபோலத் தங்க முடியாது. ‘ஸ்குவாட்ரன்’ ஆகப் பிரிந்து ரென்ற்றில்தான் தங்கவேணும். ஆக, பின்மாடியின் கீழ்த்தளத்தில் இப்போ யாரும் இல்லை. அந்த மாடிக்கு இடப்புறம் வீதியைப் பார்த்தவாறு இருக்கும் காவலரண் ஆமிக்கும், மாடியின் வலப்புறம் றகீம் மற்றும் அதிகாரியின் கட்டடத்திற்கு முன்புறம் உள்ள காவலரணின் ஆமிக்கும் ரொட்டியும் தேநீரும் கொடுக்கப்போகிறோம். ஒரே நேரத்தில் இரு பகுதிக்கும் இருவர் இருவராக ஒருவர் தேநீரும் மற்றவர் ரொட்டியுமாகக் கொண்டுபோவோம். கொடுத்துவிட்டு வரும்போது பின்மாடியின் சந்தியில் நாங்கள் சந்திப்போம். அங்கிருந்து பின்மாடிக் கீழ்த்தளத்தின் நடைபாதையால் நடந்து பிரதான வீதியின் சுவரை ஏறிக்கடந்து ஓடிவிடலாம்.

‘இடப்புறம் உள்ள காவலரணை மாடிக் கட்டடம் மறைக்கும். வலப்புறம் உள்ள காவலரணை அதிகாரிகளின் கட்டடம் மறைக்கும். வீதிக்குப் போகும்வரை சிக்கல் இருக்காது. ஆனால் வீதியால் நடந்து காட்டைச் சென்றடைவதுதான் வலு வில்லங்கம். இருந்தாலும் சஞ்சயன் தன் ஆளை வைத்து வெளியே ஆராய்ந்ததன்படி வீதியில் இராணுவப் பாதுகாப்பு ஏதும் இல்லை என்று சொல்லியிருக்கிறார். பதினைந்து நிமிடம் வேகநடை நடந்தால் ‘கெப்பிட்டி கொலாவா’ வீதியின் கைவிடப்பட்ட காணிகளுக்குள் இறங்கிவிடலாம். அந்தப் பற்றைகள் ஊடாக நடந்து காட்டைப் போய்ச்சேரலாம்.

“அண்ணை நீ பெரிய ஆள்தான். உண்மையாவே! ஈக்குக் குச்சால இரும்புப் பூட்டைத் திறந்திட்டாய்!” வர்மன் வாய்பிளந்து சொன்னான்.

“பொறடா நீ... அண்ணை என்னெண்டு... ரொட்டியக் குடுத்திட்டு வரேக்கதானே ஓடப்போறம்? தின்னாமலேயே ஆமி நித்திரையாவானா?” ஜான் கேட்டான்.

“இல்லை. முதலில நித்திரைக் குளிசைபோட்ட ரொட்டியக் குடுப்பம். கொஞ்சம் பொறுத்துத் தேத்தண்ணியக் கொண்டுபோவம். ஆனா ஒரு ரொட்டிதான் குடுக்கவேணும். இல்லையெண்டா அவன் மற்ற சிப்பாய்கள எழுப்பி விடுவான்.”

“என்னெண்டு இரண்டுபேர் ஒரு ரொட்டிய கொண்டுபோறது?” சுரேன்.

“இரண்டு தரமா ஓடப்போறம். இரண்டாம் முறைதானே ஓடப்போறம். அடுத்தமுறை போகேக்க இன்னொரு ரொட்டியும் தேத்தண்ணியும்.”

ஜான் விளங்கிக்கொண்டு சொன்னான்.

இதுதான் நல்ல திட்டம். முதல்முறை போகும்போது அங்குள்ள நிலைமையை அவதானிக்கவும் வாய்ப்புக் கிட்டும். றகீமின் அறைக்கு முன்னால் உள்ள காவலரணுக்கு வர்மனையும் சுரேனையும் தெரிவுசெய்தோம். றகீம் கண்டாலும் வர்மன் அவனுடைய ஆள்தானே. பேசாமல் இருந்துவிடுவான். மற்றதற்கு நானும் ஜானும் என்று முடிவாகியது. குளித்து முடித்தோம்.

பின்னேரப்பொழுது மேல்மாடியில் வளைந்து திரும்பும் சந்தில் நின்று வெளியே பார்க்கும் தோரணையில் திட்டத்தை மீட்டுக் கொண்டிருந்தேன். சும்மா இருந்தால் பயம்தான் பெருகுகிறதே தவிர உற்சாகம் பெருகுவதாய்க் காணோம். காற்று, குலைகள் கொண்ட தென்னை மரத்தை ஆட்டிக்கொண்டே இருந்தது. பொழுது மயங்கட்டும். ராசு அண்ணரைப் போய்ப் பார்த்து வரைபடத்தை வாங்கிவிடவேண்டும் என்று எண்ணிக்கொண்டிருக்க ராசு அண்ணரே அங்கு வந்துவிட்டார்.

“எல்லாம் நலமோ?” ராசு அண்ணர் ‘நீங்கள் நலமோ?’ என்று கேட்காமல் இப்படி ஏன் கேட்கிறார்.

“ஓமண்ணை.”

"பக்குவமில்லாத பிடாரிகளை வச்சு வேலை பார்த்தா தலைபோகும். தம்பி, போன தலை காணாதோ?" வெளியே பார்த்துக்கொண்டு சொன்னார்.

"ம்ம்..." நான் எதுவும் பேசவில்லை. வரைபடத்திற்கும் எனக்கும் உள்ள தொடர்பை இந்த மனிசன் எப்பிடிக் கண்டுபிடித்தான்?

"சரி, அதை வர்மனிட்டக் குடுத்திருக்கிறன். ஏதோ செய்யிறியள். கவனமா செய்யுங்கோ... எனக்குத் தெரியும் நீங்கள் மீன் மட்டும் வெட்டேல்லையெண்டு. அந்த முட்டாளிட்ட மாட்டினபடியால் தப்பினியள். அந்த விசரன் அந்தப் புத்தகத்தைப் பதிப்பிச்ச கொம்பனிக்கு எதிரா மேலிடத்திற்கு அறிக்கை எழுதி அனுப்புறானாம்." அடக்கிய சிரிப்பின் ஒலி மூக்கால் சீறிவரச் சிரித்தார்.

"மேலிடமும் கோர்ட்டுக்குப் போகுமோ?" நான் சிரித்தபடி கேட்டேன்.

"யார் கண்டது...? சரி, நான் போயிற்று வாறன்" சிரித்துக்கொண்டே போனார்.

ஒளியும் இருளும் மயங்கும் மாலைப்பொழுது வந்தது. முகாமின் புதிய நடைமுறையால் கொஞ்ச நாளாக அந்த 'பிரித்' ஓதும் கசற்றை ஒலிப்பெருக்கி கட்டி மாலை நேரத்தில் போட்டனர். புத்த மதப் 'பிரித்' இசை விரக்தி மனநிலையைத் தரக்கூடியது. இப்போ அந்த இசைபோடவும் அது அச்சத்தையும் சேர்த்தே தந்தது. அந்த இசை போட்டதும் மாலைப்பொழுதில் அந்தப் பாழும் கட்டடத்தின் இடுக்கு, முடுக்கெல்லாம் விரக்தி விசமெனப் படரும்.

இரவு ஒன்பது மணிக்குப் பிறகு அறையில் கைதிகள் இருக்கக்கூட முடியாது. படுத்துவிடவேண்டும். பாழாய்ப்போக, வழமையாக எட்டு மணிக்கு வரும் மீன் வாகனம் இன்று ஒன்பது மணியாகியும் காணோம். நான் படுத்திருந்தேன். அருகில் கட்டிய வளைமரத்தில் பிணைந்திருந்த பொலித்தீன் மறைப்பு, காற்றுக்குப் 'படமொட, படமொட' என அடித்துக்கொண்டே இருந்தது. நாங்கள் உப்பு விக்கப்போனால் எப்பவும் மழைதான் என்று எண்ணிச் சலிக்கவும் உள்மனம் குரல் தந்தது. இவ்வளவு தூரம் வந்துவிட்டாய் கௌதமா... இதைக் கடக்கமாட்டாயா...? குப்பி இருந்திருந்தால் 'துணையாய்' இருந்திருக்கும்.

வாகனச் சத்தம் கேட்கிறது. இரும்பு 'கேற்'றைத் திறக்கிறார்கள். சந்தோசம் மனதில் பீச்சுகிறது. எழுந்துவிட்டேன். ஜானும் எழுந்தான். மற்றவர்களையும் கூட்டிக்கொண்டு கீழே போனோம். மீன்வெட்டு தொடங்கியது. கழுவி ஒருவன் வந்து "சேர்... மீன்பொரிச்சு வெங்காயமும் வெட்டித் தரட்டாம்" என்றான்.

"போச்சடா இண்டைக்குத் தண்ணியடிக்கப் போறாங்கள். அது நீடிச்சுதோ திட்டம் நாசமாய்ப் போகும்" சுரேன் அருகே முணுமுணுத்தான்.

"உடனை பொரிச்சுக் குடுப்பம். வேளைக்கு முடிஞ்சா போய்ப் படுத்திருவாங்கள்." ஜான்.

"நித்திரைக் குளிசை போட்டு ரொட்டி குடுத்தால் என்ன?" சுரேன்

"இருக்கிறது நாலு குளிசை." நான்.

"என்னெட்ட ரெண்டு இருக்கு." ஜான்.

"அதைப்போட்ட பிறகு தண்ணியடிச்சா ஆண்டவனாலயும் மயக்கத்தில இருந்து எழும்பேலா" வர்மன் சொன்னான். இவன் லொறி ட்றைவர் இல்லையா? இதில் அனுபவம் உள்ளவன்.

வர்மன் மீனை மஞ்சள் போட்டு பிரட்டிப் பொரித்து வெங்காயமும் நறுக்கி, பச்சைமிளகாய் கீறி உப்பில் தடவி வைத்தான் தட்டில். நான் 'டயசபார்ம்' றொட்டியைக் கொடுத்தேன். வேலை செய்யக் கை ஒத்துழைக்க மறுக்கிறது. வசப்படாமல் பதறுகிறது. கொண்டுபோய்க் கொடுத்துவிட்டு வந்தான் வர்மன். பதினொரு மணி. கூடவே மீன் வெட்டுபவர்களுக்கு ரொட்டியும், தேநீரும் கொடுத்தேன். எட்டு ரொட்டியைச் சுற்றிப் பொலித்தீன் பையில் வைத்தேன். பயணத்துக்கு வேணுமல்லவா?

'இதுதான் இறுதிப் பயணமோ யார் கண்டது' மனம் பதைக்கிறது. மிகுதி நாலு குளிசையையும் அரைத்து அதிகம் வேகாமல் நான்கு ரொட்டிகளைச் சுட்டு எடுத்தேன். மருந்தின் தன்மை மாறிவிடக் கூடாதல்லவா? நெருங்கிவருகிறது நேரம். எல்லாவற்றையும் சரிபார்த்துவிட்டோம். இரண்டு ரொட்டியை எடுத்துக்கொண்டு ஜானையும் கூட்டிப்போய்ச் சிப்பாய்களுக்குக் கொடுத்துவிட்டு வந்தேன். கடவுள் புண்ணியம்... இரண்டு அரணிலும் உள்ள 'ரென்ற்'றில் மற்றவர்கள் படுத்துவிட்டார்கள். நேரம் இரவு ஒரு மணி. றகீமின் அறையும் இருளில் இருக்கிறது.

சமையல்கட்டுப் பக்கத்துக் காவலரணில் ‘சென்றி’ மாறிய ஆமியைக் கண்டபின்தான் ரொட்டியைக் கொண்டுபோனேன். ஆக, மூன்று மணிக்கு அடுத்த காவல் கடமை மாறும். அதற்கு முன் ஓடவேண்டும். மீன்வெட்டியவர்கள் குளிக்கப்போனார்கள். நான் அவர்களுக்குத் தேநீர் வைத்துக் கொடுத்தேன். ரொட்டி ஆமிக்காரனுக்குக் கொடுத்தபோது தன்னுடைய தண்ணீர் ‘கானை’ தண்ணி எடுத்து வரும்படித் தந்துவிட்டான். அதற்குள் தண்ணீர் நிரப்பினேன்: ஆனால் அவனுக்குக் கொடுக்கவல்ல. சில மீன்துண்டுகளைப் பொரிக்காமல் நெருப்புத்தணலில் உப்பு மஞ்சள்போட்டு வாட்டி எடுத்து வைத்தேன். இது எத்தனை நாளைக்கும் பழுதடையாமல் இருக்கும்.

தேநீர் குடித்தவர்கள் படுக்கப்போனார்கள். வர்மனையும் வா என்று அழைத்தார்கள். நான் சிக்கல் வரப்போவதை உணர்ந்தேன். உடனே “வர்மன் நில்லடா... உன்னை ரொட்டி தட்டி, சம்பலும் இடிச்சுக் கொண்டுவரட்டாம் உன்ர பொஸ்” என்றேன். அவங்களுக்கு விளங்கியது றகீம் தண்ணியடிக்கிறான் என்று.

“கொண்டாட்டம் இன்னும் முடியேல்லையோ?” கத்திக்கொண்டே போய்விட்டார்கள் அவர்கள்.

நாங்கள் அடுப்பில் ரொட்டி சுடும் வேலையாக இருப்பதுபோல் சுற்றிவரக் குந்தி இருந்தோம். அடையாள அட்டை, மற்றைய அவசிய உடமைகளை எடுத்ததா எனக் கேட்டேன். அடுப்பின் வெக்கை வியர்த்துக்கொட்டியது. நெருப்புத் தணல் கனன்றுகொண்டிருந்தது. இருளின் குளிர்மையை நெருப்பு கொன்றது.

நான் சொன்னேன்... “அங்க இரண்டு இடமும் பிரச்சினை இல்லை. றகீமின்ர அறையிலும் யாரும் இல்லை. இப்ப தேத்தண்ணி கொண்டுபோகேக்க நித்திரையெண்டால் அவங்கள எழுப்பி வில்லங்கப்படவேண்டாம். அப்பிடியே கீழ வைச்சிட்டு வருவம்.”

“முழிச்சிருந்தாங்களெண்டா... அவங்கட கதையை முடிச்சிட்டு வந்தால் என்ன? இந்த இதில தூங்கிற இந்த வயர் துண்டைக் கொண்டுபோனால் போதும். வெளியில ஒரு சத்தமும் வராது.” சுரேன் சொன்னான்.

“வேண்டாம்... சின்னத் தடுமாற்றம் நடந்தாலும் எங்கள் நாலுபேற்ற கதையும் சும்மா முடியாது. எங்களால பிறகு இஞ்ச இருக்கிற பெடியளின்ர நிலைய யோசியுங்கோ. வேண்டாம்.

வேண்டவே வேண்டாம். அதோட அந்தப் பிராணிகள் பாவம். எங்களை நம்பினதாலதான் இந்தளவுக்கு எங்களால பண்ண முடிஞ்சுது...” நான் சொல்லிவிட்டு மற்றவர்களைப் பார்த்தேன்.

தலையைத் தொங்கப்போட்டு மௌனமாகினான் சுரேன்.

நாங்கள் போன இரண்டு காவல் நிலைகளிலும் இருக்கின்ற ‘ஃபோகஸ் லைற்’றின் வெளிச்சத்தினால் கட்டடத்தின் கீழ்த்தளம் கடுமையான இருளைக் கொடுத்தது. அரணில் இருந்து பார்த்தபோது வெளிச்சம் பரவிய இடத்திற்கு அப்பால் உள்ள பகுதிகள் கருமை கொண்ட புகாராகப் பரவியிருந்தது. எந்த ஒரு அசைவையும் இந்தப் பகுதியில் அவதானிக்க முடியாது. அங்கே வானத்தின் இயல்பாய்க் கசியும் ஒளியைக்கூட ‘லைற்’ உறிஞ்சி விடுகிறது. இதை மற்றவர்களுக்கு எடுத்துச்சொல்லி அச்சப்படக்கூடிய உணர்வை விலக்கி நம்பிக்கை ஊட்டினேன். நெருப்புத் தணலில் கண்களின் மினுக்கம் தெரியக் கேட்டுக்கொண்டிருந்தனர்.

காலில் செருப்புப் போட்டால் சத்தம் கேட்கலாம். அதனால் கழட்டிவிடுவதென முடிவு செய்தோம். வெறுங்காலில் அவசரத்திற்கு நுனிக்காலால் சத்தமின்றி ஓடவும் முடியும் என்பதை மற்றவர்களுக்கு நினைவுறுத்தினேன். ஏற்கனவே அறிவுறுத்தியபடி மற்ற விடயங்கள் நடக்கவேண்டும் என அறிவுறுத்தினேன். நேரம் 2:20. ரொட்டிப் பார்சலை ஜான் தூக்கினான். இடுப்பில் இன்னொரு சாரத்தைக் கட்டினான். குண்டு உடல் அதையும் சேர்த்துக்கொண்டது. சுரேன் தண்ணீர் ‘கானை’ இடுப்பில் கட்டினான். மீன் பொரியலை உள் பெனியனுக்குள் போட்டான் வர்மன். குறடும் அவனிடம்தான். வரைபடத்தை நான் பெனியனுக்குள் போட்டேன். சுரேன் எதற்கும் இருக்கட்டுமே என்று தூங்கிய வயரை அறுத்து இடுப்பில் கட்டினான். ‘போறவழியில தேவைப்படும் சில நேரம்’ என்று சொல்லி என்னைப் பார்த்தான். சரி, இரண்டு கத்தியும் எடுத்துக்கொள்வோம் என்று நானும் சுரேனும் எடுத்துக்கொண்டோம். நேரம் 2:30. புறப்பட்டுவிட்டோம்.

முதலில் சுரேனும் வர்மனும் ஒரு கோப்பையில் ஒரு ரொட்டியையும் தேத்தண்ணியையும் தூக்கிக்கொண்டு கிளம்பினர். கொடுத்துவிட்டு இரண்டு நிமிடத்தில் திரும்பவேண்டும் என்று அறிவுறுத்தினேன். அவர்கள் போய் அறுபது வினாடி கழித்து நாங்கள் வெளிக்கிட்டோம், அதே போலவே. என் நெஞ்சுக்

குழிக்குள் நடுக்கத்தை உணர்கிறேன். உள்ளங்கை குளிர்கிறது. காதுக்குள் இரைச்சல். அடிவயிற்றில் மூத்திரக் கூச்சம். நடந்தோம்.

காவல் நிலையை நெருங்கவும் ஆமிக்காரனைப் பரணில் காணவில்லை. ம்ம்... அவன் அங்கே இல்லை. “என்ன செய்ய? ஏறிப்பாப்பமா மேலே” நான் மெதுவாக ஜானைக் கேட்டேன்.

“வேண்டாம் திரும்பிப் போவம். அவன் நித்திரை” ஆனால் நான் கூப்பிட்டுப் பார்த்தேன். “ஐயே... ஐயே...,” மேல் பரண் பார்த்து யாருக்கும் கேட்காமல் மெதுவாக. தேத்தண்ணி றொட்டியைக் கீழே வைத்தேன். பிறகு ஒரு யோசனை வர அதை எடுத்துக்கொண்டு திரும்பினேன். இங்கே வைத்தால் விடிந்ததும் நாங்கள் போன பாதைக்கு இது தடயமாகிவிடும். திசை தெரிந்துவிடும். நாங்கள் திரும்பிப்போகவும் சுரேனும் வர்மனும் அந்தச் சந்தில் வந்துவிட்டனர். அருகே படையினர் எஞ்சிய சாப்பாடு கொட்டும் இடம் கிடங்கிற்குள் கோப்பையோடு றொட்டியையும் தேநீரையும் எறிந்தேன்.

“என்ன மாதிரி நிலைமை?” எனக்கே கேட்காத சத்தத்தில் கேட்டேன்.

“நித்திரை, நித்திரை... ம்ம்ம்... ஓடுங்கோ.” வர்மன் கேட்கும் குரலில் சொன்னது கத்துவதுபோல இருந்தது. கீழ்தளத்தின் நடைபாதையால் வேகமாய் நடந்தேன். இதயம் எகிறிக் குதித்துவிடப்போகிறது. கால்கள் ஓடுவதற்கே துடிதுடிக்கின்றன. வர்மன் என்னைப் பின்னிருந்து தள்ளினான். நுனிக்காலில் நிலம் நோகாமல் ஓடினேன். சிமெண்ட் நிலம் ஒலி எழுப்பத்தான் செய்கிறது. ஓட்டத்தைக் கைவிட்டு நடந்தேன்.

இதோ கட்டடம் முடியப்போகிறது. நின்று அவதானித்து முன்னே உள்ள சிறு முற்றத்தைக் கடந்தால் சிறு மதில். அதை ஏறிக் குதித்துவிடலாம். நிதானிக்கவும். ஏதோ சத்தம் கேட்கிறது. அட... நாசமே... நான் பின்னகர்ந்து சுவரில் மறைந்தேன். காதுகளை மட்டும் நீட்டினேன். கையைக் காதில் அணைத்துப் பின்னால் உள்ளவர்களுக்கு சைகை காட்டினேன் வர்மனின் கண்கள் பூனைக் கண்கள் போல மினுங்கின. சத்தம் மற்றவர்களுக்கும் கேட்கிறது. மனிதர்கள் முணுமுணுக்கும் சத்தம். தலையை நீட்டி இடப்புறம் பார்த்து உள்ளே எடுத்தேன் சட்டென்று. ‘ம்ம்கூம்... யாரும் இல்லை.’ இடப்புறமாய் ஒரு சிறிய அறை... முக்கால் சுவர் மூன்று பக்கமும் எங்கள் பக்கம் பார்த்தவாறு கால்

சுவரும் கொண்ட ஒரு சிறு அறை அங்கே இருந்தது. முன்னால் ஒரு மாமரம் வேறு. எதுவும் இல்லை. மறுபடி காதுகளைத் தீட்டினேன். ஒரு பெண்ணின் முனகல் அல்லவா கேட்கிறது... ச்சா... பிரமையா... இல்லை. பெண் குரல் போன்ற மெல்லிய குரலின் முனகலேதான்.

சுணங்கினால் ஆபத்து. பட்டென்று தலையை நீட்டி இடப்புறம் உள்ளதைக் கண்களால் பதிந்துவிட்டு உள்ளெடுத்தேன் தலையை. நிலைமையை மீட்டேன். அட... நாசமே... மறுசுவரைப் பார்த்தபடி நின்று ஒருவன் குலுங்குகிறான். ம்ம்... அதேதான். நாய்கள் புணருவதுபோலப் புணருகிறான் ஒருவன். சந்தேகமே இல்லை.

சைகையால் மற்றவர்களுக்குக் காட்டினேன். சிரிக்கும் நிலையில் யாரும் இல்லை. அந்த உருவம் றகீமேதான். சரி இருக்கட்டும். இந்த சிறு முற்றத்தை எப்படிக் கடப்பது... யோசிக்க நேரம் இல்லை. றகீம் அலுவலை முடிக்கமுன் நாங்கள் கடந்தாகவேண்டும். பட்டென்று ஒரு வெளிச்சம் மூளையின் மர்ம ஸ்தானத்தில் ஓடியது. ஆக, இந்தப் பக்கம் காவல் ஏதும் இல்லை என்பது உறுதி. இருந்திருந்தால் இந்த நாய் இங்கே புணர்ந்துகொண்டு நிற்குமா அம்மணக்குண்டியோடு...?

பின்னகர்ந்து என் பின்னால் வரச்சொல்லி மற்றவர்களுக்குச் சைகை காட்டினேன். மறுபேச்சில்லாமல் பின்னே வந்தனர். வெளியைக் கடக்காமல் வலப்பக்கமாக நடந்தால் அங்கே நித்திய கல்யாணிப் பூமரங்கள் வரிசையாய் இருக்கின்றன. அவை தண்ணித் தொட்டியைக் கடந்து மதில்வரை செல்கின்றன. அதன் மறைப்பில் நடந்துவிடலாம் என எண்ணி நுனிக்காலில் நடந்தேன். பூமரக் கன்றின் உயரம்வரை நன்றாகக் குனிந்து முன்னேறினேன். தொட்டியைக் கடக்குமுன் றகீமைப் பார்த்தேன். ஏன் பார்த்தேன்? அவன் அதே சமநேரத்தில் திரும்பி இங்கே பார்த்தான். அது அனிச்சையாக இருக்கலாம். யாரோ வருவது போன்ற உள்ளுணர்வாய் இருக்கலாம். அல்லது கண்டுவிட்டானா? கண்டாலும்கூட அவனால் இப்போது வரமுடியாது. நான் சத்தமின்றித் தவழ்ந்து பூமரங்களைக் கடந்து மதிலேறப்போகவும்... அடக்கடவுளே! மதிலின்மேல் நான்கு வரியில் முள்ளுக்கம்பி நிரல்களை அடித்துள்ளார்கள். சஞ்சயன் இப்படியிருப்பதாய்ச் சொல்லவேயில்லையே... அவர் ஆள் வைத்தல்லவா பார்த்திருந்தார். ஒருவேளை இரு கைதிகள் ஓடியதும் இந்த முள்ளுக்கம்பி நிரல்கள் புதிதாய் அடிக்கப்பட்டிருக்கலாம்.

நான் பின்னகர்ந்து குறட்டை எடுத்துத் தா என்று சைகை காட்டினேன். வர்மன் குறட்டைப் பதட்டப்பட்டு எடுத்துத் தந்தான். கை நடுங்க மதிலில் அணைந்து நின்று கீழிரு வரிகளை வெட்டினேன். குறட்டால் வெட்டுவது இலகுவாக இருக்கவில்லை. இதற்குமேல் முடியாது. நெஞ்சு பதறுகிறது. அவ்வளவு பதட்டம். ஏறிப் பாய்ந்தேன். பாய்ந்ததும் என்னையறியாமல் நுனிக்காலில் ஓடத் தொடங்கினேன். ஜான் குதித்து 'இந்தப் பக்கம், இந்தப் பக்கம்' என்று மெதுவாய்க் கத்திவிட்டு மறுதிசையில் ஓடினான். நான் திரும்பி மறுதிசையில் ஓடினேன். ஜான் குதித்தபோது நிலம் அதிர்ந்ததை உணர்ந்தேன். சுரேனும், வர்மனும் கூடக் குதித்துவிட்டனர்.

நால்வரும் கொஞ்சம் தூரம் ஓடினோம். பிறகு நான் நின்றேன். இதயத்தின் படபடப்பு நின்ற பிறகுதான் அதிகரித்தது. தவிரவும் ஓடுவது திட்டத்திலும் இல்லை. புத்திசாலித்தனமானதும் அல்ல.

"என்ன செய்வம்...? நடப்பமா ஓடுவமா?" மற்றவர்களைக் கேட்டேன்.

"நடப்பம்." ஜான் சொன்னான்.

"றகீம் எங்களைக் கண்டிருப்பானா?" நடந்தபடியே கேட்டேன்.

"..." யாரிடம் இருந்தும் பதில் வரவில்லை.

"றோட்டில் யாருமில்லை. இன்னும் கொஞ்சத் தூரம் ஓடினால் மந்துக் காட்டுக்குள் இறங்கிவிடலாம். பின்னால் வந்தால் கண்டுவிடுவான். ஓடுவம்." சொல்லிக்கொண்டே பதிலுக்குக் காத்திருக்காமல் ஓடத்தொடங்கினேன்.

அட என்னை முந்திக்கொண்டு ஓடுறாங்கள். வர்மன் மட்டும் "ஓடுங்கண்ணை, ஓடுங்கண்ணை" என்று துரத்தியவாறு பின்னால் வந்தான். அவனுக்குத் தெரியும் என் கால் காயம் அவ்வளவு ஒத்துழைக்காது என்று.

பத்துநிமிடம் ஓடியிருப்போம். ஒரு மணி நேரம் ஓடியதாய் உணர்வு. அவ்வளவுதான் மந்துக் காட்டுக்குள் இறங்கிவிட்டோம். அப்பாடா... இவை ஒரு காலத்தின்முன் கைவிடப்பட்ட காணிகளாய் இருக்கலாம். இடையிடையே பழைய வேலிக்கான தடயங்கள் வந்தது. காட்டுக்கு இன்னும் எவ்வளவு தூரம் என்று திடமாகத் தெரியவில்லை. மூன்று பக்கமும் பற்றைகளால்

சூழ்ந்த ஓர் இடுக்குக்குள் நுழைந்தேன். மற்றவர்களையும் வரச்சொன்னேன்.

"இன்னும் காட்டுக்கு எவ்வளவு தூரம் என்று தெரியேல்ல."

"முக்கால் மணிநேர வேகநடையா இருக்கலாம்." ஜான் சொன்னான்.

அவனுக்குத்தான் வரைபடத்தின் அறிவு அதிகம் உண்டு.

"விடியமுன்னர் காட்டுக்குள்ள போயிடவேணும். அங்கச் சூழலை அவதானிச்சு மறைப்பான இடமா பகலில நிக்கவேணும். இப்ப நேரம் என்ன?"

"இரண்டு ஐம்பது." ஜான் சொன்னான் பார்த்து.

"மெல்ல ஓடிப்போவம். அதுதான் நல்லது." முடிவாய்ச் சொன்னேன்.

மெதுவான சீராய் ஓட்டத்தில் போனோம். கால்களில் கம்புகள் குத்த, உடலைப் பற்றைகள் கீற ஓடினோம். காட்டை நாங்கள் அண்மிக்கவும் வானம் ஊமை ஒளியைப் பரப்பத் தொடங்கிற்று.

விடியும்போது வாகனச் சத்தம் கேட்பதைக்கொண்டு வீதியிலிருந்து நாங்கள் எவ்வளவு தூரம் உள்ளே இருக்கிறோம் என்பதை உணர்ந்தோம்.

இப்போது வரைபடத்தை லைற்றர் அடித்துப் பார்ப்பது நல்லதல்ல. நாங்கள் கொஞ்சம் வலப்பக்கமாகத் திரும்பி காட்டின் உள்ளே நடப்போம் என்று சொல்லி நடந்தேன். கொஞ்சநேரத்தில் அடர்ந்த காட்டுக்குள் நுழைந்தோம். மேலும் நடந்து வளமான சிறு அடர் மரங்கள் உள்ள இடத்தின் அயல் சூழலில்கீழ் வளரிகள் நிறைந்து நல்ல மறைப்புத் தந்த ஓர் இடத்தில் இருந்துகொண்டோம்.

தாகம் எடுத்தது. ஆளுக்கு மருந்துபோல் கொஞ்சம் தண்ணீர் குடித்தோம். இது இப்போது கடவுளுக்குச் சமம். ஒருவரை ஒருவர் பார்த்தோமே அல்லாமல் கதைக்கவில்லை. மீண்டுவிட்ட சந்தோசமா? இல்லை... மிஞ்சியுள்ள பயமா? தெரியவில்லை. கண்களின் ஒளியை உறிஞ்சும் இருளில் இப்போது நாங்கள் சூழப்பட்டிருந்தோம்.

18

கடற்கரையில் விடியலைப் பலர் பார்த்திருப்பர். காட்டில் விடியலை எத்தனை பேர் பார்த்திருப்பார்கள்? எங்கள் காடு மெல்லென விடியத் தொடங்கிற்று. நாங்கள் சூரியப் புதல்வர்கள் இல்லை. இருந்தும் காட்டை ஊடறுத்து எங்களுக்காகவும் கதிர் அலைகள் எம்மிடம் வந்தன. காட்டின் அமைதிமீது, காட்டின் சோகம்மீது, காட்டின் துக்கம் மீது, காட்டின் பழியுணர்வுமீது, காட்டின் கருணையும் கர்வத்தின் மீது ஒளியூட்டி விடிந்தது அந்தக் காலை. காட்டின் வியாகுலத்தை வென்றிடுமா இந்தக் காலை?

காட்டின் சூழலை அவதானித்தபின் வரைபடத்தை விரித்தோம். ஜான் ஆராய்ந்தான். நாங்கள் நினைத்ததுபோல் காட்டின் அருகே நாங்கள் இல்லை. கொஞ்சம் ஆழத்தே வந்துவிட்டோம். ஒரு கிலோ மீற்றர் உள்ளே இருக்கிறோம் என்றான் ஜான். விடுதலையின் சுகிப்பு ஒருபுறம் அடுத்தது பற்றிய அச்சம் மறுபுறமுமாக விநோதக் கலவையாய் மறுகியது மனம். அவரவர் திட்டத்தை நான் கேட்டறிந்தேன்.

ஜான் தான் மட்டக்களப்பு போகவேண்டுமாம். வவுனியா போய் அங்கிருந்து பஸ் பிடித்துப் போக நினைக்கிறானாம். ஆனால் வவுனியாவில் இப்போது எங்கள் படத்தைக் கொடுத்துப் படையினர் தேடக்கூடும். இரண்டு மூன்று நாள் காட்டில் தங்கி, பார்த்துப் போகலாம் என்றான். வர்மன் நல்ல வழி சொன்னான். 'கொறவப்பொத்தானை' போய் அங்கிருந்து மிகிந்தல போய் மட்டக்களப்பு போகலாம் என்று. அதுதான் பாதுகாப்பானது. சிங்கள ஊர்களில் இப்போ தேடமாட்டார்கள். ஜானின் மனைவி மட்டக்களப்பாம். உண்மையில் அவள் தன் வீட்டாருடன் அங்கு போய்விட்டாளாம். அவளின் சித்தப்பா தமிழ்க் கட்சி ஒன்றின் புள்ளியாம். முஸ்லிம் கட்சியிலும் நல்லுறவுண்டாம். அங்கு, தான் பாதுகாப்பாக இருக்கலாம். பிறகு என்ன செய்வதென்று யோசிக்கலாம் என்றான்.

வர்மன், நிசானி வீட்டிற்கு இப்போ போவதாகச் சொன்னான்.
"அடநாசமே! ஆமிக்காரியிட்டயா?" ஜான் கேட்டான்.

"இது சஞ்சயனண்ணையின்ர திட்டம்." வர்மன் சொன்னான்.

"போய் - பிறகு...?" நான் கேட்டேன்

"அங்க கொஞ்சநாள் நிற்கக் கேட்டிருக்கிறேன். அவள் ஓமெண்டவள். அங்க இருந்து அவளுக்குத் தெரிஞ்ச பொலிஸ்காரன் மூலமா அத்தையையும் சுபாவையும் களவாய்ச் செட்டிக்குளம் முகாமில இருந்து எடுத்துக்கொண்டு கண்டிப் பக்கம் போகப்போறன். அத்தையின்ர சொந்தக்காரர் அங்க இருக்கினம். பிரச்சினை ஒண்டும் இல்லை, அங்க வரட்டாம்."

சுரேன் தெளிவான திட்டமில்லாமல் இருந்தான். நான் திகைத்துவிட்டேன். என் நிலையும் கிட்டத்தட்ட அதுதான். சுரேன் சொன்னான். "நான் காட்டில் கிடப்பன்."

"உனக்கென்ன விசரா?" நான் திட்டினேன்.

"இல்லை. இஞ்ச இல்லை. வவுனியா குஞ்சுக்குளம், பூவரசங்குளம் பக்கம் போனா அந்தச் சனம் என்னைப் பாதுகாப்பா இப்போதைக்கு வச்சிருக்குங்கள். மிச்சத்தைப் பிறகு பாப்பம். இந்தியா போவன் பிறகு."

"என்னடா சொல்லுறாய்?"

"உண்மையாத்தான் நீங்கள் பயப்படாதேயுங்கோ." அவன்.

நான் யாழ்ப்பாணம் போகவேணுமென்று சொன்னேன்.

"யாழ்ப்பாணமா... விசரா... உங்களுக்கு? சாகப் போறியளா?" ஜான் திட்டினான். சுரேனும் அதைத்தான் சொன்னான். எனக்கு யாழ்ப்பாணத்தில் என் வயதான அப்பா, அம்மாவை ஒருமுறை பார்க்க வேண்டும். மற்றும்படி அங்கே அடைக்கலம் தர யாருமில்லை. என் காதலியைப் பார்த்துவிடவேண்டும் என்ற தவிப்பும் உள்ளூர இருந்தது. ஒருவேளை அவள் சம்மதித்தால் கூட்டிக்கொண்டு தென்பகுதி கிராமம் ஒன்றுக்குப் போய்விடலாம் என்று எண்ணியிருந்தேன்.

இரு நாள்களுக்குக் காட்டைவிட்டு வெளியே போகக்கூடாது. நிசானி வீட்டிற்கு உளவுத்துறை வந்து பார்க்கவும் வாய்ப்புண்டு. இவன் வர்மன் சந்திப்புக் கொட்டிலில் வைத்து அவளுக்கு நூல்

விடமேறிய கனவு ❋ 715

விடுவது றகீமுட்பட பலருக்குத் தெரிந்த விடயம். அதனால் மறுநாள்வரை அங்கு இருப்பதாய் முடிவு செய்தோம். மதியம் கழித்து ஆளுக்குப் பாதி ரொட்டியும் பாதி மீன் பொரியலும் சாப்பிட்டுத் தொண்டை நனையுமளவுக்கு மாத்திரம் தண்ணி குடித்தோம். நேரம் கழியமறுத்து காட்டில் தேங்கிக் கிடந்து எங்களை வஞ்சித்தது. காட்டின் சூழல் எப்படியென்று தெரியாமல் கதைக்கவும் முடியவில்லை. பொழுது சாய சுரேன் தண்ணி தேடப் போனான்.

நீரோடி இப்போ நின்றுவிட்ட சிறு ஆறு ஒன்றின் பள்ளத்தில் தண்ணீரைக் கண்டுபிடித்து, சுரேன் எங்களைக் கூட்டிப் போனான். ம்ம்... ஆங்காங்கே ஆற்றின் பள்ளத்தில் நீர் இருக்கிறது கொஞ்சமாய். சாரத்தை ஜான் தண்ணி மேல் போட்டு உறிஞ்சிக் குடித்தான்; சேற்றைச் சாரம் வடிகட்ட, நாங்களும் அப்படியே குடித்தோம். உள்ளே சிறு மீன்கள் நெளிவதைக் கண்டான் சுரேன். சாரத்தைக் கொண்டு அதைப் பிடிக்க முயல, அது முடியவில்லை. சுரேன் அருகிலே தேடித் திரிந்து ஒரு கொடியை அறுத்து வந்தான். அதைத் தண்ணீரில் போட்டான். “கொஞ்சம் இப்படி இருங்கோ... மீன் தானா இப்ப எழும்பி வரும்” என்றான். விளங்கவில்லை. ஆனால் இருந்தோம்.

சஞ்சயன் போகும்போது எனக்குச் சொன்னதை இப்போ இவர்களுக்குச் சொல்லத் துணிந்தேன். ஆற்றின் ஓரக் கட்டுகளில் இருந்தோம். “சஞ்சயன் வெளிநாடு போய்விடுவாராம். அவர் உள்ள இருக்கேக்க குடுத்தது சொந்த அடையாள அட்டை இல்லையாம். தன்னை வெளிய விட்டுட்டு உளவுத்துறை சுடக்கூடும் என்றும் சொன்னார்.” அவர்கள் ஆர்வமாகக் கேட்டனர். நான் அதையொட்டி பலதைக் கதைத்தேன்.

ஐசிஆர்சி-இல் பதிந்தவர்களில் முக்கியமானவர்களை இப்படி செய்வதுதான் உளவுத்துறைக்கு உத்தமமான வழியாக இருக்க முடியும். தான் விடுதலையாகி மறுநாளே தலைமறைவாகிப் பின்னர் வெளிநாட்டுக்குச் சென்றுவிடுவதாக சஞ்சயன் சொன்னார். நாங்கள் இங்கிருந்து தப்பி நிலைகொண்டதும் தன்னைத் தொடர்புகொள்ளச் சொன்னார்.

புகலிடம்-1 எனத் தன்னைச் சமூக வலைத்தளங்களில் தேடிப் பிடிக்கச் சொன்னார். முடிந்தால் எமக்குள் இணைந்திருப்பது நல்லது என்றார். யார் கண்டது... எதிர்காலம் வெற்றியின் வாசல்களைக் காட்டலாம். அதைத் திறக்கத் தெரியவேண்டும்.

நாங்கள் பயணிக்கத் தயாராக இருக்கவும் வேண்டும் என்றார். அறிவுதான் இனி பலமும் பாதுகாப்பும், கருவி என்பது இனி தொழில்நுட்பம்தான். கையாளத் தெரிந்தவனுக்கு அது மூன்றாவது கரம் என்றார். இதைச் சொன்ன போது மற்றவர்களும் ஆர்வம் பொங்கத் தாங்களும் ஒரு ஐ.டி தருவதாகச் சொன்னார்கள். எல்லோருக்குள்ளும் உள்ளூர ஒரு கிளர்ச்சி. இதை நான் சொல்லும்போதே என்னை அறியாமல் கிளர்ச்சியுற்று உடல் ஒரு வன்ம உணர்வின் அசைவு கொண்டதை நான் கண்டேன். காட்டு மரங்களின் சருகும் துளிரும் கலந்த வினோத வாசனையை, வீசாமல் வீசும் காற்றில் நான் நுகர்ந்தேன். அந்தப் புதிய வாசனை ஏதோவொரு மனக் கிளர்ச்சியைத் தந்தது.

ஜான் சொன்னான். தன்னைக் கிழக்கு -2 என்று தேடுமாறு. "என்னை இந்தியா-3 என்டு தேடுங்கோ." சுரேன் ஆர்வம்கொண்டு சொன்னான். "அப்ப என்னை மலைநாடு - 4 எனத் தேடுங்களன்." வர்மன் சொல்லித் தன் தொடையில் தட்டினான். எனக்கோ உத்தேசம் இல்லை. நான் யோசித்துவிட்டு, "என்னை இடம் - 5 என்று தேடுங்கோ" என்றேன். ராசு அண்ணருக்கும் ஒரு ஐ.டி சொல்லிவிட்டு வந்திருக்கலாம் என்று அந்த நேரத்தில் எண்ணினேன். 'மக்கள் - 6.' சரியாயிருந்திருக்கும் போலும். எங்கே போய்விடப் போகிறார்... தொடர்பு கொள்ளலாம். மேலும் வாகை மரத்தைத் தன் 'புறஃபைல் பிக்சராக' வைத்துக்கொள்வேன் என்று சஞ்சயன் சொன்னதைச் சொல்லவும், "நாங்களும் அதையே வைக்கலாமே" என்று சொல்லி சுரேனைப் பார்த்தான் ஜான். எல்லோரும் உடன்பட்டுக்கொண்டோம்.

என்ன அதிசயம்... மீன்கள் செத்தோ மயங்கியோ தண்ணியில் மிதந்தன. இயற்கையிடம்தான் எத்தனை உத்தியுண்டு. அவற்றைச் சாரத்தைக் கொண்டு அள்ளி எடுத்தான் சுரேன். மீண்டும் நாங்கள் இருந்த இடத்தை வரைபடத்தில் தேடி திசைகாட்டியைக் கொண்டு கூட்டிப்போனான் ஜான்.

கத்தியால் மீனின் குடலை வெட்டி எடுத்தெறிந்துவிட்டு நெருப்பு மூட்டி அதில் சுட்டோம். இன்னும் இருண்டுவிட்டால் நெருப்பின் வெளிச்சம் வெளியே தெரியக்கூடும். சுட்டமீன் சுவை நல்லாய்த்தான் இருந்தது. சுவைக்கும் குறைவில்லை. பசிக்கும் குறைவில்லை. "உப்பு கொஞ்சம் தடவினால் நல்லாயிருந்திருக்கும்" ஜான் சொல்ல, கொண்டுவந்த பொரியலில் ஒன்றைச் சாப்பிட்டு எஞ்சியிருந்த அடுத்த பாதிகளை எடுத்து இதனோடு சேர்த்து

உண்டோம். அதில் உப்பு அதிகம். சேரும்போது இது அதிகச் சுவை தந்தது.

முதல்நாள் இருந்த பதட்டம் இப்போது இல்லை. இந்தச் சூழலே இனிமையாய் இருந்தது. சுதந்திரம் மகா சுதந்திரம். இப்போ மெல்லென ஊறுகிறது உள்ளே ஆனந்த நீர். வர்மன் அங்கிருந்த இள விருட்சம் ஒன்றில் கல்லால் குத்திக் கோதினான். 'மீண்டு எழுவோம்' என்று. "டேய் 'ம்' அன்னா விழயில்ல" ஜான் சொல்ல, "இல்ல... இது மீண்டு... எழுவோம். சரியா வாசி. இதைப்போல ஒரு புரட்சிநாள் வாழ்க்கையில வாய்க்காது" என்று உணர்ச்சிகொண்டு சொன்னான் வர்மன்.

"என்னடா, உன்னை இயக்கம் கலைச்சுப் பிடிச்சல்லே இயக்கத்தில சேர்த்தது. கட்டாயச் சேவைக்குப் பயத்தில ஒளிச்ச ஆளெல்லா நீ? இப்ப புரட்சிப் போராளியோ?" ஜான் பொய்க் கோபத்தோடு அடிக்கப்போனான்.

"அண்ணை அது வேற. இது வேற. பிடிக்கப்படாது என்னை. நான் லொறியால அடிச்செண்டாலும் நாலு ஆமிக்காரனைக் கொல்லாட்டிப் பார்." அவன் சொல்லவும் பொய்யாய் அடி போட்டான் ஜான்.

உடலின் அலைச்சலோ மனதின் அலைச்சலோ காரணம் எதுவென்று தெரியவில்லை. இரவு கொஞ்சம் நித்திரை கொண்டோம். மறுநாள் வர்மன் நிசானியோடு தொலைபேசியில் கதைத்தான். அவள் பிரச்சினை ஏதும் இல்லை என்று வீட்டுக்கு வரச்சொன்னாள். எங்கள் படங்கள் பொலிசிடம் தேடுவதற்குக் கொடுக்கப்பட்டிருக்கின்றனவாம். வவுனியாப் பக்கம் போகவேண்டாம் என்றாள். ஜான் சொன்னான். "ஆமிக்காரன் ஆழ ஊடுருவும் அணிய வச்சு நாங்கள் தப்பிவந்த தடயத்தைத் தேடி வரக்கூடும். நாங்கள் தப்பிவரும்போது தடயங்களை அழித்து வரவில்லை. அவன் தேடினால் தடயத்தைப் பின்தொடரலாம். நாங்கள் இங்கிருந்து மாறுவதே நல்லது." சுரேனும் இதனை ஆமோதித்தான். எனக்கும் அது உத்தமம் என்று பட்டது. நானும் வர்மனும் அன்று பின்னேரப்பொழுது நிசானி வீட்டிற்குக் கிளம்பினோம். வர்மன்தான் முதலில் என்னை அங்கே வரச் சொன்னான். ஜானும் கொறவப் பொத்தானை பஸ் பிடித்துப் போவதாய் ஆயத்தமானான். எஞ்சிய இரு ரொட்டியையும் சுட்ட மீன் துண்டுகளையும் சுரேனிடம் கொடுத்தான் ஜான். 'மொபைல்' ஃபோன் சுரேனிடம் கொடுப்பதே நல்லது என்று முடிவு

செய்தோம். அன்றைய பகலின் ஒளிமயங்கி பட்டிசாயும் நேரம் நாங்கள் கட்டித் தழுவி விடைபெற்றோம். எல்லார் கண்களிலும் நீர் நிறைந்து ததும்பியது. காட்டின் கண்களிலும்தான். வாழ்வில் நினைவழியாப் பொழுது அது. "நாடு கிடைச்சால் இந்த இடத்தில பெரிய நினைவுக்கல்லு வைப்பமண்ண டோய்." வர்மன் சொல்லியபடி கை அசைத்து நடந்தான்.

பதினைந்து நிமிட நடையில் காட்டை முடித்து வீதியில் ஏறிவிட்டோம். வர்மன் சொல்லிக்கொண்டே வந்தான். "அண்ணை இனிப் போய்ச் சேர்றவரைக்கும் நான்தான் தலை. நான் சொல்றபடி கேக்கவேணும். வழியில வெத்திலை வாங்கித் தருவன். சப்பிக்கொண்டு றவுடி ஆட்டம் வரவேணும் பின்னால. என்ன, ஏது ஆர் வந்தாலும் நான் கதைப்பன்."

"வேற வழி...? ம்ம்..." கிண்டலாகச் சொன்னேன். மனம் மீண்டும் பதைபதைக்கத் தொடங்கிவிட்டது.

வந்த பஸ்ஸை மறித்து ஏறினோம். வர்மன்தான் ரிக்கற் எடுத்தான். காட்டை ஊடறுக்கும் கருத்த பாதையில் போகிறது பஸ். வீதி சம தரையில் இருக்கவில்லை. உயர்ந்தும், பள்ளத்தில் வீழ்ந்தும், நீர் தேங்கிய இடங்களை வளைத்துப்போகிறது பஸ்.

கொறவப்பொத்தானை என்ற சிங்கள ஊராகிவிட்ட கிழக்கின் கிராமம் ஒன்றில் இறங்கினோம். இருட்டிவிட்டது மெல்ல. "அதுக்கிடையில வந்திட்டம்... கொறவப்பொத்தானை இவ்வளவு கிட்டவா?"

"ம்ம்... இது கெப்பட்டி கொலவா" வர்மன் திரும்பிச் சொன்னான்.

ஒரு கணம் இனம்புரியாப் பதட்டம் ஓடியது என்னுள்.

"நீ நிசானி வீடு கொறவப்பொத்தானை என்றாய்...?" கேட்டேன்.

"அண்ணை வில்லங்கமான இடத்துக்கு வில்லங்கமான ஆக்கள் போறம். அடுத்தவனுக்கு இடத்தைச் சொல்லி சொந்தச் செலவில சூனியம் வைக்கக் கூடாது." குரலில் கம்பீரம் தொனிக்கச் சொன்னான். அட இவன் இலேசுப்பட்ட ஆளில்லை என்று மனதில் தோன்றிற்று.

சிறிய ஒரு கடைத்தொகுதியிலிருந்த தேநீர்க் கடைக்குள் நுழைந்தான். பின்னால்போய் ஒரு கதிரையில் இருந்தேன். அடக்கடவுளே... அதற்குள் இரண்டு பொலிஸ்காரர்கள்

இருக்கிறார்கள். அவங்கள் எங்களையே ஒரு சாங்கமாகப் பார்த்தார்கள். எனக்குள் சொல்லமுடியாத பதட்டம் பரவியது. “ஐயே ரீ ஓணாத?” வேலைசெய்பவள் சிங்களத்தில் தேநீர் வேணுமோ என்று கேட்கிறாள்.

“தெக்காய் தெண்ட.” இரண்டுக்கு சொல்லிவிட்டு எழுந்துபோய் ஒரு சிகரட் வாங்கிப் பற்றவைத்துக்கொண்டான். புகையை இழுத்து ஊதியபடியே அந்தப் பொலிஸ்காரனிடம் விலாசம் பற்றி விசாரித்தான். அடக்கடவுளே... இவன் கெட்டிக்காரனா? முட்டாளா? நிசானி வீட்டுக்குப் போகும் வழியாக்கும் அது. வெளியே வரும்போது வெத்தலை வாங்கித் தந்து தானும் போட்டான். நான் புகையிலையை எடுத்து எறிந்துவிட்டு சப்பிக்கொண்டேன். நடக்கத் தொடங்கினோம். “அண்ணே வெருளக்கூடாது இனி. இது அஞ்சு ரூபா பொலிஸ், வாகன டயர் ஒட்டுற கடை எங்க இருக்கெண்டு கேட்டன். சொன்னான். நிசானி சொன்ன அடையாளத்தையும் கேட்டன். சொன்னான். இனி அவங்கள் எங்களப் பற்றி யோசிக்காங்கள்” என்றான். சில ஒளிப் புள்ளிகளைத் தவிர வீதி இருட்டித்தான் இருக்கிறது.

காடு சார்ந்த கிராமத்தின் பாதைகளால் நடந்து நிசானியின் வீட்டை அடைந்தோம். நிசானி சொன்ன பாதை வழியை அச்சொட்டாய் மனதில்கொண்டு. அவன் ஏதோ தன் வீட்டுக்குப் போவதுபோல வெகு லாவகமாக வெளிப்படலையைத் திறந்து உள்ளே நுழைந்தான். நுழைந்தபின் முற்றத்தில் தயங்கி ‘நிசானி’ என்று கூப்பிட்டான். ஒரு மூதாட்டிதான் வெளியே வந்தாள். எங்களை விருந்தாளிகள்போல உள்ளே அழைத்துப் போனாள். அரசாங்கத்தின் கொலனி திட்டத்தில் கட்டிய வீடு என்று பார்த்த மாத்திரத்தில் புரிந்துகொண்டேன். அதைப் பின்புறமாக மேலும் நீட்டி பத்தியாகக் கட்டியிருக்கிறார்கள் இவர்கள். அங்குதான் நாலு மரக் கதிரைகள் இருந்தன. இருந்தோம்.

அரைச் சுவரும் மீதிக்கு மர ‘றாக்’கைக் கொண்டு அடைத்திருந்தார்கள். கூரை பதிவாக இருந்தது. நிசானி குடத்துடன் வந்தாள். அவள் முகத்தில் எங்களைக் கண்டு அதிர்ச்சி இல்லை. அவளை அடையாளம் காணமுடியாதவாறு சிவில் உடை இருந்தது. முகம் பூத்து வரவேற்கிறாள். அவள் இவனுக்கு விளங்கும் வகையில் மெதுவாகச் சிங்களத்தில் கதைத்தாள். எனக்கு ஆத்திரம்தான் வந்தது. எந்தப் பதட்டமும் இல்லாமல் ஏதோ விருந்துக்கு வந்ததுபோல உரையாடல் இருந்தது.

அப்போதுதான் பார்த்தேன் மூலையில் தூங்குகிறது ஒரு தூளி. அதில் ஒரு குழந்தை உறங்குவதைக் கண்டேன் அடக்க முடியாமல் 'உங்க குழந்தையா?' என்று தமிழில் கேட்டேன். அவளும் புரிந்துகொண்டு ஓம் என்று தலையாட்டினாள். சீருடையில் பார்த்தவளை இப்போது காணவில்லை. வீட்டு உடையில் இவள் வேறு கோலம். இரவு விருந்தினருக்கு உரிய சாப்பாடு எங்களுக்குக் கிடைத்தது. சிறைமுகாம் நிலைப்பாடுகள் பற்றி நீண்டநேரம்; கதைத்துவிட்டுப் படுக்கப்போனோம். சிறைமுகாமே களேபரமாய் இருக்கிறதாம். வர்மனும் ஓடியதால் முகாமதிகாரிக்கு றகீமின்மீது சந்தேகமாம். வர்மன் சிறைமுகாமே அறிந்த றகீமின் கழுவியல்லவா? றகீமுக்கு இதுவும் ஒரு நல்ல பழிவாங்கல்தான். ராசு அண்ணர்தான் நினைவுக்கு வந்தார். அவர் இப்போது உள்ள நிலைமையையும் எங்களைக் காப்பாற்றக் கையாளக் கூடியவர். ச்சா... இந்த மனுசனுக்குப் பிள்ளை இல்லை. மனைவியையும் பறித்துக் காலம் தண்டித்துவிட்டதே.

கதிரையை ஓரமாக்கி இருவருக்கும் படுக்கை விரித்தாள் நிசானி. அவளும், குழந்தையும் பாட்டியும் அறையில் படுத்தனர்.

படுக்கைக்குமுன் வர்மன் என்னைக் காட்டி, இவர் யாழ்ப்பாணம் போகவேணும். வழியிருக்கா என்று கேட்டான் நிசானியிடம். அவள் ஓமந்தை சோதனைச் சாவடியால் போகமுடியாது என்று சொல்லிவிட்டாள். ஆனால் வேறு உபாயம் சொன்னாள். வவுனியாவின் உட்கிராமங்கள் வழியாகப் போய் புளியங்குளத்தில் ஏறலாம். பின்னர் அங்கிருந்து நேரே யாழ்ப்பாணம் போய்விடலாம் என்றாள். நல்ல யோசனை. வழியில் சோதனைச் சாவடி இல்லையா என்று கேட்டேன். வெறும் காவலரண்தான் உண்டு, அவர்கள் சோதனை போட மாட்டார்கள் என்றாள். ஆட்டோ ஒன்றில் போனால் சுலபம் என்றும் தன் உறவினர் ஒருவர் ஆட்டோ ஓட்டுகிறார், தமிழும் ஓரளவு பேசத் தெரியும் என்றும் சொன்னாள். நம்பலாமா அவரை என்று நான் கேட்டதற்கு, பயப்படவேண்டாம், வேண்டுமானால் நானும்கூட வருகிறேன் என்றாள். "எப்ப போகலாம்?" நாளைக்கே போக முடியும் என்று சொல்லி ஆட்டோவுக்குத் தொலைபேசியில் கதைத்தாள். இரவு முழுவதும் எனக்கு நித்திரை வரவில்லை. ஆர்வமெழுந்து அலைக்கழித்தது... அவள் இப்போ எப்படி இருப்பாள். காதலித்தவள் முகம் உருவமாய் வர மறுக்கிறது. அது என்னுள்ளேயே கரைந்துபோன உணர்வாய்த்தான் உணர்ச்சிகொள்கிறது. நானோ முகத்தை நினைவுகொள்ள

ஆசைகொள்கிறேன். அதுவோ பிடிநழுவி உணர்ச்சியாய் உருகித் தகிக்கிறது. காதலித்தவள் நினைவிலேயே கழிகிறது இரவு. வீட்டிற்குப் போவது புத்திசாலித்தனமா? நினைத்ததும் அம்மா அப்பாவைப் பார்க்க மனம் துடிக்கிறது. கூடவே ஒரு பதட்டமும். இதுதான் கடைசித் தடவையாகவும் இருந்துவிடுமோ? இனித் தலைமறைவு வாழ்க்கையல்லவா?

மறுநாள் காலையில் ஆட்டோ வந்தது. அவள் உடையணிந்து வெளிக்கிட்டாள். வர்மனை எங்கும் வெளியில் போகவேண்டாம் என்று மீண்டும் மீண்டும் கேட்டுக்கொண்டாள். எனக்கு சிங்களம் பேசவராது. அவளுக்கு அவ்வளவாகத் தமிழ் வராது. ஆயினும் தடையாக அது இருக்கவில்லை. குழந்தையின் அலுவல் முடித்து பாட்டியின் பொறுப்பில் விட்டாள். குழந்தையின் அப்பா எங்கே என்று என்னுள் கேள்வி அரித்துக்கொண்டிருந்தது. ஆயினும் நான் அவளைக் கேட்டு சங்கடப்படுத்த விரும்பவில்லை. ஆட்டோ புறப்பட்டது. ஆட்டோக்காரன் வவுனியாப் பட்டணத்திற்கு நுழையாமல் வடமேற்கு கிராமங்கள் ஊடாகச் சிறுவீதிகளால் கூட்டிப்போனான். போரில் உருக்குலைந்த காட்டுக் கிராமங்கள் அவை. செழிப்பிழந்து ஊமைத்தனம் கொண்டிருந்தன. காட்டின் முகத்தில் எழிலே இல்லை. வியாகுலத்தில் கனத்த மௌனம் அதன் முகத்தில். காணிகள் பல காடாகிவிட்டிருந்தன.

புளியங்குளம் சந்தியில் வந்தேறியது ஆட்டோ. இறங்கினாள். நானும் இறங்கினேன். பதட்டமாக இருந்தது. அவளுக்கு அப்படியில்லை. வாழ்வில் அலைக்கழிக்கப்பட்ட பெண் போலும். மீண்டும் யாழ்ப்பாணத்திலிருந்து திரும்பும்போது தொலைபேசியில் அழைப்பதாக அவனுக்குச் சொன்னாள். அவன் தான் வவுனியாவில் நிற்பதாயும் அழைத்து அரைமணித்தியாலத்தில் தன்னால் இந்த இடத்திற்கு வரமுடியும் என்றும் சொன்னான். யாழ்ப்பாண பஸ் ஒன்றை மறித்து ஏறிக்கொண்டோம். பஸ்ஸில் நான்கு இராணுவச் சீருடை அணிந்த சிப்பாய்கள் இருந்தனர். எனக்குப் பதட்டமாக இருந்தது. வாழ்வில் முதல்முறையாக இராணுவத்தோடு ஒரு வாகனத்தில் பயணம் போகிறேன். சிப்பாய்களிடம் இருந்து என்னைக் காத்து இன்னொரு சிப்பாய் அழைத்துப்போகிறாள் என்னை. நூதனமான அனுபவம். பஸ்ஸில் சிங்களப் பாட்டுத்தான் சாரதி போட்டான். பிறகு தமிழ்ப்பாட்டு. அவள் என்னருகே ஒரே ஆசனத்தில்தான் இருந்தாள். வாழ்வில் ஒரு பெண்ணருகே அமரும் வாய்ப்பு அமைந்ததில்லை இதுவரை. பாட்டும் அவள் அருகாமையும் ஒரு தூண்டலைத் தர என்னை

மேலும் அது என் காதலியின் கண்களைக் காணும் அவாவில் சுண்டி இழுத்தது. இது கனவா, நினைவா, நிசமா?

கனகராயன் குளத்தைக் கடந்து பஸ் போகிறது. வீதியின் அருகிருந்த செழுமையான காடு வெட்டப்பட்டுவிட்டது. வீடுகள் முகடின்றி கதவின்றி மனிதருமின்றி இருந்தன. நிர்வாணத்தைச் சகிக்கத் தவிக்கும் யுத்தத்தின் விசநாக்கு நக்கிய ஊர்கள் இவை. முந்தைய சமர்களும் நான் நடந்த களங்களும் கூட இருந்து இறந்த போராளிகளும் நினைவுக்கு வந்தனர். உயிரைப் பிழிந்து 'ஜெயசுக்குறு' சமரை வென்றோமே... பின் எப்படித் தோற்றோம் இப்போது?

முறிகண்டி பிள்ளையார் வர பஸ்ஸை நிறுத்தினார்கள். நான் இறங்கவில்லை. பதட்டம் மிக மோசமான பதட்டம். என்னை இங்கு யாரும் அடையாளம் காணலாம். அவள் இறங்கினாள். காற்றில் கலந்த கற்பூரவாசனை பஸ்ஸிற்கும் வந்தது. என்னை அறியாமல் மனதில் காட்டில் கல்லாய்ச் சமைந்தவனை வேண்டினேன். அவள் கடலை வாங்கிக் கொண்டுவந்து தந்தாள். பஸ் புறப்பட்டது. என் திருநாட்டின் அலங்கோலத்தைப் பார்த்துக்கொண்டும், போர் நடந்த பூமியைப் பார்த்துக்கொண்டும், முளைத்த புத்தர் சிலைகளைப் பார்த்துக் கொண்டும், எங்கும் வியாபித்த படைக் காவலரண்களையும் பறக்கும் சிங்கக் கொடிகளையும் பார்த்துக்கொண்டும் போனேன். இதோ கிளிநொச்சி. சமாதானத்தின் எங்கள் தலைநகரம். காடையரால் வன்புணரப்பட்டுக் கைவிடப்பட்ட பருவப்பெண்ணின் பிணம்போலக் கிடக்கிறது. என்னையறியாமல் என் முகம் அழ எண்ணிக் கோணுவதை தொண்டையிலடைக்கும் அறிகுறியால் உணருகிறேன். அவள் என் முகத்தை இடையிடையே திரும்பிப் பார்த்தபடி வந்தாள். அழிவுகளின் கோலம் அவளுக்கு ஏதேனும் ஓர் உணர்வை உள்ளூரத் தந்திருக்கும் போலும்.

யாழ்ப்பாணத்தில் இறங்கி மீண்டும் ஓர் ஆட்டோ பிடித்து ஊருக்குப் போனோம். வெயில் கொளுத்துகிறது நெருப்பாய். ஆட்டோவை நேரே வீட்டிற்கு விடாமல் அடுத்த தெரு கோயில் கடந்து இறங்கிக் கொண்டோம். அருகிருந்த தோட்டப் பாதை வழியால் பின்பு வரப்புகள் வழியால் போனேன். தோட்டம் எல்லாம் தரிசு நிலங்கள் ஆகிவிட்டிருந்தன. புற்கள்கூடக் கருகிவிட்டிருந்தன. இளமையின் ஞாபகங்கள் மீண்டன. யுத்தத்தின் நஞ்சேறிய பூமியில் ஏதும் விளையாது போலும். இதோ

வந்துவிட்டோம். அதோ இருக்கிறது என் வீட்டின் பின்புறம். சுற்றியிருந்த பசுமை துளியளவும் இல்லை. யுத்தத்தில் தலை அறுந்து நிற்கிறது நான் இளநீர் குடித்த தென்னைமரம். வெற்றுக் கட்டடமாய்ப் பாழில் கிடக்கிறது வீடு.

இதுதான் வீடு. என் வீடு. வீட்டின் படி இடிந்து சரிந்து கிடக்கிறது. புகைக் கூடு சிதைந்துவிட்டது. ஓடுகள் கலைந்துவிட்டன. இராணுவத்தின் போருடைபோலச் சுவர்களின் வர்ணம் அலங்கோலமாய் இருந்தது. துளசி மாடத்தில் காக்கையின் எச்சம் வழிந்து காய்ந்தபடி... பின்படியால் ஏறிக் கூப்பிட்டேன். "அம்மா... அம்மா..." அந்நியமான சொல்லை உச்சரிப்பதுபோல நாக்கு குரல் கொள்ள வெட்குகிறது.

சில நிமிடக்காத்திருப்பில் யுகங்களின் இடைவெளியை உணருகிறேன். அம்மா வந்தாள். அம்மாவா இவள்? அம்மாவேதான். வயோதிகத்தின் தோல்களை மெலிந்த எலும்புடல் உடுத்தியிருந்தது. அவள் மிடுக்கும், தாய்மையின் வசீகரமும் அவளை வஞ்சித்துப் போய்விட்டன எங்கோ. எனக்கு அழுகை வந்து தொண்டைக்குள் பந்தாய் உருண்டது.

என் வாய் இழுபட்டு கண்களின் நீரை உடைத்தது. அம்மா தன்னிலை விடுபட்டு என்னைக் கட்டியணைத்துக் கொண்டாள், இன்னமும் உயிருடன் இருக்கும் தன் குழந்தையை. நானும் ஒட்டிக்கொண்டேன் உடல் சூட்டோடு. இன்னமும் அம்மாவின் வாசனை மட்டும் அவளிடம் இருந்து போகவில்லை. விடுபட விருப்பமில்லை. அச்சம் நீங்கிய நித்திய பாதுகாப்பு என்னுள் பரவியது விசித்திரம்தான். அந்தச் சூட்டில் சிறைகொள்ள என் உடலை மீண்டும் சிறியதாக்க முடியாமல் என் ஜீவன் தவித்தது.

"அப்பா எங்க?"

அம்மா அழத்தொடங்கினாள்.

முள்ளிவாய்க்காலின் கடைசி நாள்களில் ஒருநாள் வீட்டில் தன்னோடு சண்டை போட்டாராம். இரவு செய்தியைக் கேட்டுவிட்டு "இனி சரிவராது... அவ்வளவுதான்... எல்லாம் முடிஞ்சு" என்றாராம். பிறகு எதுவும் பேசவில்லையாம். அம்மா சொல்லிக்கொண்டிருந்தாள்.

"இரவு நெஞ்சு குத்துதெண்டார். பக்கத்து வீட்டு ஆக்களைக் கூட்டி ஆஸ்பத்திரிக்குப் போக முடியேல்ல. சனம் பயத்தில

வரமாட்டன் என்டுட்டுதுகள். றோட்டு றோட்டா கனபேர ஆமி அந்த நேரத்தில சுட்டுப்போட்டான். ஆட்டோவைக் கண்டாலே சுடுவான் என்ட பயம். சனம் பயந்திது வர. கோப்பி போட்டுக்குடுத்தன். விசும்பினார். அவ்வளவுதான். மூச்சு நிண்டுபோச்சு.” அம்மா அழுதாள். அப்பாவிடம் ஒரு மன்னிப்புக் கேட்க எண்ணி வந்தேன்; என்னால் குடும்பத்தின் பளு அவர் தோள்களை அதிகம் அழுத்திவிட்டதற்காக. அக்காவும் தங்கையும் அடுத்த ஊரில்தான் இருக்கிறார்கள். அங்கேபோய் அவர்களுக்கு ஆபத்தை விளைவிக்க நான் விரும்பவில்லை.

நேற்று என்னைத் தேடி இரண்டு பேர் வீட்டுக்கு வந்து விசாரித்ததாகவும் நான் வந்தால் ஆமி சிவில் அலுவலகத்திற்கு அறிவிக்கவேணும் என்றும் சொல்லிற்றுப் போனவங்களாம். அம்மா சொன்னாள். அதற்குமேல் நான் அங்கு நிற்க விரும்பவில்லை. மாமா வீட்டில் சில நாள் நிற்கலாமா என்று அம்மாவிடம் கேட்டேன். முடியாது மாமா, சித்தி, மச்சாள் யாரும் ஏற்கமாட்டார்கள். தெருவுக்குத் தெரு பெடியள் சிலரை ஆமிசுட்டு சனம் பயந்துபோய் இருக்கு என்று அம்மா சொன்னாள். நான் வெளிக்கிட்டேன், அம்மா சாப்பிடக் கேட்டாள் திகைத்து. ‘பழைய சோறு இருக்கா?’ நான் கேட்டேன். “இல்லையடா...” சொல்லிவிட்டு “ஒரு கொஞ்சம் இருக்கு...” நிசானியைப் பார்த்தாள்... எனக்குப் புரிந்தது.

இது என்னுடைய நண்பனின் உறவினர். என்னை இங்கு கூட்டிவருவதற்காக வந்தார்கள் என்பதைச் சொன்னேன். அம்மாவின் கண்களில் வியப்பு. அம்மா இது என் மனைவியோ, காதலியோ என்று எண்ணிவிட்டதை நான் கவனித்திருக்கவில்லை. “இருக்கிற சோத்தைக் குழையுங்க” என்றேன்.

“கொஞ்சம் பொறு. இந்தா வந்திட்டன்.” அம்மா கண்ணைத் துடைத்தபடி போனாள்.

அப்பாவின் படத்தையே பார்த்துக்கொண்டிருந்தேன்.

அம்மா இருந்த சோறு, புட்டு, கறி, புதிதாய் அரைத்த பச்சமிளகாய் சம்பல் சேர்த்துக் கையில் திரணையாகப் பூவரசம் இலையில் தந்தாள்.

அத்தனை உருசி இருந்தது. பூவரசம் இலையின் வாசம், கூடவே வெங்காயமும் கடிக்க... நிசானி வேண்டாம் என்றாள். இருக்கும் சோறு போதாது என்பதாலாக்கும். பிறகு கொஞ்சமாய்ச்

சாப்பிட்டாள். நீண்ட காலமாய்த் தொலைந்துபோன உருசியை மீட்டேனன்று. சாப்பிட்டு முடியும்போதே என் தோழி - அதுதான் - நான் காதலித்த பிள்ளையை விசாரித்தேன். அம்மா முகம் மாறி அவளுக்கு ஒரு குழந்தையும் இருப்பதாகச் சொன்னாள். எனக்கு உலகம் இருண்டது தலைக்குள். நெஞ்சு பதறிக் கைகள் சோர்ந்தன. கண்ணீர் விழுந்துவிடாமல் முகட்டைப் பார்த்தேன். ஓடு குலைந்த கூரையால் வானமே தெரிகிறது.

வாழ்வு வஞ்சித்தபடியே என்னையேன் பின்தொடர்கிறது? வன்னியில் ஒரு களத்தில் எனக்குச் சாவு வந்திருக்கக் கூடாதா என்றிருந்தது. இத்தனை கஸ்டங்கள் பட்டிருக்க வேண்டியிருக்காதே. மரணம் சிலரைத் தின்று வஞ்சித்தது. சிலரைத் துப்பி வஞ்சித்தது. இனி நான் என்ன செய்ய? அம்மாவின் முகம் பார்ப்பதைத் தவிர்த்தேன். அம்மா எப்போதும் சொல்வது ஞாபகத்திற்கு வந்தது. அம்மா ஒரு நன்மைவாதக்காரி. எல்லாம் நன்மைக்காகத்தான் நடக்கிறது. காரணம் இல்லாமல் காரியம் நிகழ்வதில்லை என்று போதிப்பார் எப்போதும். சிறுவயதில் அதை மறுத்தேன். இப்போது அதை நம்ப மனம் ஆசைகொண்டது. ஒருவேளை அவளுக்கு அந்த வாழ்வு சந்தோசத்தைக் கொடுக்கலாம். இந்த நிலையில் என்னுடன் வாழ்வதைவிட அவளுக்கு அது பாதுகாப்பும் நிறைவானதும்கூட என்றும் பட்டது. இன்னும் நான் உயிருடன் இருப்பதற்குக் காரணம் இருக்கலாமோ? அடுத்தது என்ன என்ற கேள்வி நெஞ்சைக் கனக்க அங்கிருந்து வெளியேறினேன். அம்மா அழுதாள். நான் அழவில்லை. நிசானி உள்ளே அழுதாள். பிரிவின் விசம் தீண்டும் அந்தக் கொடிய பொழுதை இளம் தாயாக அவள் உணர்ந்திருக்கக்கூடும். பின்வழியால் வீதிக்கு வந்து ஓர் ஆட்டோ பிடித்தோம் யாழ்ப்பாண நகரத்திற்கு. இப்போ நான் உள்ளே அழுதேன். அதை மறைக்க வெளியே பார்க்கிறேன். ஒவ்வொரு முடக்கிலும் காவலரண். துப்பாக்கியோடு நிலத்திற்கு அந்நியமான இராணுவத்தினர். வீதிகள் ஒடுங்கிச் சிறுத்துவிட்டதாகவும் மனதில் அழுத்தமாய் உணர்கிறேன்.

போகும் வழியில் எதுவும் பேசவில்லை. ஊரில் பல வீடுகள் உரிமையாளரின்றிப் பாழடைந்துவிட்டன. ஊர் தன் சோபையைத் தொலைத்து வீணே கிடந்தது. பாழ்கொண்ட ஊரில் எங்கும் துப்பாக்கிதாரிகள். நான் விரும்பியவளின் வீட்டில் ஆட்டோவை நிறுத்தி அவளைப் பார்த்துவிட்டுப் போனால் என்ன? மனம் கிடந்து துடித்தது. அது ஆகாது என்றும் - இல்லை வாழ்வில் இனி

சந்திக்கப் போகிறோமா ஒருமுறை பார்த்துவிட்டுப் போகலாம் என்றும் மனம் தனக்குள் நிலையறுந்து போராடியது. நான் பக்கத்து வங்கியில் ஆட்டோவை நிறுத்தச்சொல்லிப் பணம் எடுத்தேன். அம்மா தன் ஓய்வூதியத்தில் இருந்து மூவாயிரம் ரூபாவை என் கணக்கில் மாதாமாதம் போட்டுவிடுவது வழக்கம். இந்தச் சிறையிருந்த காலத்தில் அது பெருகிவிட்டிருந்தது. பத்தாயிரம் ரூபா இப்போது கையில் எடுத்தேன். வவுனியா பஸ்ஸைப் பிடிக்க ஆட்டோ போய்க்கொண்டிருந்தது.

மனம் துடிக்கிறது வீதியைப் பார்க்க... இதோ அவள் வீடு வரப்போகிறது. வெளியே அவள் தற்செயலாக நின்றால் பார்த்துவிட முடியுமே. நிற்பாளா... மாலைப்பொழுதில் முன்பெல்லாம் எனக்காக முற்றத்தில் நிற்பாளே! மனம் என்னை நசித்துக்கொன்றது. என்னால் முடியவே இல்லை. திரும்பிப் பார்க்காமல் ஓர்மை மனதுடன் முன்னே பார்த்தபடி இருந்தேன். இதோ வருகிறது அவள் வீடு. வந்துவிட்டது... ம்ம்... கடந்துவிட்டேன். இதோ... ஐயோ என்னால் முடியவில்லையே. ஆட்டோவைத் திருப்பச் சொன்னேன். அவள் வீட்டு வீதியில் இறங்கி முற்றத்திற்குப் போனேன். இதயம் எகிறித் துடித்தது. நிசானியும் கூட வந்தாள்.

முற்றம் காய்ந்து தரிசாகிக் கிடந்தது. காற்றில் முற்றப் புழுதி அள்ளுண்டு சுழன்றது. முன்னர் றோசாத் தோட்டம் இருந்த எந்த அடையாளமும் இல்லை. சுற்றியுள்ள எந்த ஊரிலும் இப்படி ஒரு றோசாத்தோட்டத்தை நான் கண்டதில்லை. பசிய கொடிகளின்மீது வர்ணங்கள் பூத்துக் குலுங்கி இருக்கும். மறுகரையில் செவ்விளநீர் தென்னங்கன்று குலைகளுடன் நிறைந்திருக்கும். பாதை உருவாக்கி வண்ணக் குரோட்டன் வழி செய்திருக்கும். மாலைநேரத்தில் அவள் இன்னொரு பூவாக அங்கு நின்றிருப்பாள் எனக்கே எனக்காக. எதுவும் இல்லை. வீட்டின் முன்அறை குண்டு விழுந்து இடிந்து சரிந்து கிடந்தது. அறையில் மேல்கூரையின் ஓட்டு மரங்கள் நீட்டித் தெறித்து நின்றன. விறாந்தையின் முன்தூண் முறிந்துவிட்டது. எரியும் வெயிலில் சுவரின் வர்ணம் கெட்டு மழையில் பாசி படிந்திருந்தது. காய்ந்த பாசியின் அழுக்கு வர்ணம் பேய்களின் சித்திரமாய்ப் படர்ந்துகிடந்தது.

படியேறிக் கதவைத் தட்டினேன். உள்ளறையில் இருந்து வந்து என்னைக் கண்டதும் திகைப்பில் நின்றாள். அதிர்ச்சியில் இருந்து

சில நொடிகளில் விடுபட, கண்கள் விரிந்து ஒளி பீறி வந்தது. அது ஆத்மபந்தம் கொள்ளும் ஜீவ ஒளி. அந்தரங்கத்தில் ஆயிரம் வகை உணர்ச்சிகொள்ளும் அலாதியான ஒளி. வாங்க, வாங்க என்றாள். மரியாதைச்சொல்லு மனசை நெருடியது. என் கண்கள் அவளுடன் என்ன பேசினவோ நானறியேன்.

கோலம் மாறிய அவள், இப்போதும் தாய்மை கொண்ட அழகோவியமாய்த்தான் தெரிந்தாள். கன்னம் ஒட்டி இளமையை சாகடித்துவிட்டது. கண்கள் உட்குழிந்துவிட்டன. பற்களில் நீக்கல் கூட வந்துவிட்டது. கழுத்தின் எலும்புகள் துருத்தித் தெரிந்தன. உடல் வளைவு நெளிவுகளற்று ஒற்றைத் தன்மையாகிவிட்டது. இருந்தும் இன்னும் இருக்கிறது அழகின் சூக்கும ரகசியம் அவளிடம்.

என்னருகே நின்ற நிசானியைக் காட்டி "இவதான் உங்க மனைவியா?" என்றாள். நான் அதிர்ந்து போனேன்.

"இல்லை, இல்லை அவ பிறன்ட் ஒருவன்ர சொந்தக்காரர். இங்க கூட்டி வந்தவா..." எனக்கு வாய் தடுமாறியது. இப்போ அவள் அதிர்ந்து போனாள். திகைப்பில் உறைந்த அவள் முகத்தைக் காணவே என்னால் சகிக்கவில்லை. சாவு என்னை வஞ்சித்து அவள் வாழ்வைக்கொன்றதோ? அவளுக்கு வார்த்தை வரவில்லை. எனக்கும்தான். மௌனத்தின் கனதியில் நசிந்து நொந்தது மனங்கள். உள்ளங்கை வியர்த்து தாங்கவொண்ணாத் தவிப்பெழ ஒருவரை ஒருவர் தழுவிக் கொண்டோம், இறுக அணைத்து.

ஆம்... அப்படித்தான் சொல்லவேண்டும். இரு ஜீவனும் உடல் கூட்டைவிட்டுப் பிரிந்துபோய்த் தழுவிக்கொண்டன இறுகி. உடல்கள் அங்கே கைவிடப்பட்டுக் கிடந்தன. விதியின் விசச்சுழியில் அமிழ்ந்து மூழ்கட்டும் அவை. காலத்தின் நச்சுத் தீக்கங்குகளால் எரிந்து சாம்பராகட்டும் அவை. எமக்கு எந்த அக்கறையும் இல்லை...

கனவுகளுக்குப் பௌதீக நிலை இல்லை. வாழ்வுக்கு உண்டல்லவா?... விடுபட்டு சில கேள்விகளையும் பதில்களையும் பரிமாறிக்கொண் டோம். ஆனால் மனம் அவற்றில் இல்லை. அது ஆத்மாவில் உறவுற்றுக் கலந்து கரைந்தது.

இனியும் இருப்பது நல்லதல்ல. அவளுக்குப் பாதுகாப்பும் அல்ல. அவள் குழந்தையைக் கோவிலுக்குக் கூட்டிப்போன தாயார் திரும்பக் கூடும். என்னை யாரும் காணவும் கூடும். நான்

வவுனியா பஸ்ஸைத் தவற விட்டுவிடவும் கூடும். புறப்பட்டேன். செந்தணலின் வெம்மை கனவைச் சுட்டெரிக்கப் பிரிந்தோம். கூர்முட்கள் இதயம் கிழிக்கப் பிரிந்தோம். சர்ப்பம் ஊர்ந்து ஜீவனை விழுங்கப் பிரிந்தோம்.

ஆட்டோவில் போய்க்கொண்டிருக்கிறோம். நடந்ததை மனம் மீட்டுகிறது. அட! அவள் கண்களின் கடைசி ஒளிப்பொறி 'என்னைக் கூட்டிப் போவாயா' என்று கேட்டுத் தவித்ததே! ச்சா... நடந்ததா இல்லை என் நப்பாசையா...? அந்த ஒளிப்பொறி என் நினைவில் நிற்கிறதே! பிரமையா?

அவள் கணவன் கண்டியில் ஏதோ கடையிலல்லவா வேலை செய்வதாகச் சொன்னாள். உண்மையா? இங்கிருந்து ஏன் அங்கு இந்த வேலைக்குப் போகவேண்டும். அவள் தந்தை இராணுவம் கைப்பற்றிய ஊருக்கு மீளக் குடியேற வந்தபோது இடிந்த தன் வீட்டின் கோலம் கண்டு நோயில் விழுந்து இறந்து போனார். சிறு வர்த்தகனின் குடும்பம் அது. இரண்டும் பெண்பிள்ளைகள். திருமணத்திற்கான தெரிவும் என்னால் ஊகிக்கக் கூடியதே. அவள் ஏதோ கிராமிய வங்கி ஒன்றில் வேலை எடுத்துக்கொண்டதே ஆறுதல்தான். அவளின் சொற்களில் இருந்து விடுபட நினைவு போராடியது. நான் "அடுத்தது என்ன?" என்ற கேள்வியில் என்னை அமிழ்த்தித் தள்ளினேன். வாழ்வில் புதிராகச் சிலருக்கு வரும் நிகரில்லாப் பெறுமதிகொண்ட கேள்வி இது. இருந்தும் வழி நெடுக பஸ்சில் அடுத்த பயணத் திட்டமொன்றைத் தீட்டுவதில் மூழ்கினேன். தப்பிக்க வேறு வழி இல்லை.

நிசானியின் வீட்டிற்கு வர இரவாகிவிட்டது. நடந்த கதை அனைத்தும் வர்மனுக்குச் சொன்னேன். அவன் சிங்களத்தில் நிசானிக்குச் சொன்னான். அவளுக்குப் பெருமளவு சொல்லாமலே புரிந்துவிட்டது. அவள் கண்ணிலும் அசைவிலும் அனுதாபம் கூட்டினாள் என்மீது. ஆனால் நாசமாய்ப்போக! உண்மையாகவே அந்த அனுதாபம் அவளிடமிருந்து எனக்கு வேண்டித்தானிருந்தது. ஏன்? என்னை என்னால் இந்தக் கணத்தில் வைத்திருக்க முடியவில்லையா?

இரவு சாப்பிடும்போது நான் இறுதிப்படுத்திக்கொண்ட கொழும்பு போகும் திட்டம் பற்றிச் சொன்னேன். அது பற்றிக் கதைத்தோம். நிசானி, தான் கூட்டிப்போய்விடவா என்று கேட்டாள். நான் மறுத்துவிட்டேன். மறுநாள் நிசானி வேலைக்குப் போகும்போது என்னைக் கொறவப்பொத்தானை பஸ்ஸில்

ஏற்றிவிடுவதாகச் சொன்னாள். அங்கிருந்து அனுராதபுரம், பின் கொழும்பு. "எல்லாம் நல்லதாய் நடக்கும். யோசிக்காதேயுங்கோ, முள்ளிவாய்க்காலுக்குப் பாடம் படிப்பம். உங்கட ஐ.டி இடம் -5 என்னண்ணை?" என்றான் வர்மன். எதையும் அசட்டுத்தனமாய் உரையாடக்கூடிய சீரியசான ஆள் இவனோ...?

இரவு நித்திரை வரவில்லை. இருளில் வெளித்தெரியும் ஒளியைப் பார்த்தபடியே சிந்தனையில் களைப்புற்றேன். கண்ணுக்கு உறுத்தல் இல்லாத ஒளியும், உடலுக்கு உறுத்தல் இல்லாத குளுமையும் என்னைச் சிந்தனையில் மூழ்கவைத்தது. கொழும்புக்குப் போவதாய்ச்சொன்ன என் நண்பனின் வீட்டை ஞாபகம் கொண்டேன். கொழும்பிலிருந்து 'வறக்காப்பொல' என்ற சிங்கள ஊருக்கு பஸ் பிடிக்கவேண்டும். இறங்கவேண்டிய இடத்தை ஞாபகப்படுத்தினேன். இறங்கும் இடத்திலிருந்து நடைவழிப்பாதை. ஓங்கிவளர்ந்த றப்பர் மரங்கள்... ஏற்றமும் இறக்கமுமான நிலம். எப்போதும் மரங்களின் கொப்புகள் உரசிக் கிறீச்சிடும் ஒலி. மரங்களில் கீறிவிட்ட வடுக்களின் வழியே பால் வழிந்தபடி இருக்கும். றப்பர் தோட்டத்தை ஊடறுத்துப் போகும் அவ்வழியே அவர் வீடு. அழகும் எளிமையும் கொண்டு சுற்றிப் பசுமை படர்ந்த வீடது. அவர் பெயர் றுவான். சிங்கள இளைஞர்களின் இரண்டாவது புரட்சியில் பங்கெடுத்தவர். அப்போது பல்கலைக்கழக மாணவர். தன் தோழர்களையும் அடைக்கலம் தந்த மக்களையும் தொண்ணூறாம் ஆண்டு அரசாங்கப் படைகள் குரூரமாகக் கொன்று தீர்த்த நினைவில் இருந்து மீள முடியாமல் உத்தரிப்பவர். சமாதானம் நிலவிய இரண்டாயிரத்து மூன்றாம் ஆண்டு மாவீரர் நாளுக்காக வன்னிக்குத் தன் மனைவியோடு வந்தவர் இவர். அவரது இளம் மனைவியும் புரட்சியில் பங்கெடுத்துச் சிறைபோனவர்தான். அவரும் மனைவியும் மாவீரர் துயிலும் இல்லத்தில் எம் சனங்களின் விளக்கேற்றும் காட்சியையும் அந்த உணர்வையும் கண்டு மலைத்துப்போய் நின்றனர் "இதுதான் மக்கள் போராட்டம். நீங்கள் இந்த மக்கள் உள்ளவரை எவராலும் வீழ்த்தப்பட மாட்டீர்கள்" என்று கண்ணீர் விட்டபடி சொன்னார். அந்தக் காட்சிதான் இப்போது என் இறுதி நம்பிக்கையாக இருந்தது. இதன்பின் அவருடன் உறவு வளர்ந்திருந்தது. பலமுறை வந்தார் வன்னிக்கு. நானும் ஒருமுறை போனேன் அவர் வீட்டிற்கு.

சந்தித்தபோதெல்லாம் அறிவார்த்தமாகப் பலவற்றைக் கதைத்தார். மெய்யில் இது தமிழ் மக்களுக்கு மட்டும் எதிரான அரசாங்கத்தின்

போர் அல்ல. அழிவுதான் தமிழ் மக்களுடையதாகிறது. இதைச் சிங்கள மக்கள் உணரக் காலமெடுக்கலாம் என்றார். சிங்கள அடித்தட்டு மக்களை ஒடுக்கவே தமிழ்ப் பிரச்சினை கருவியாகக் கையாளப்பட்டு வருகிறது. எப்போதெல்லாம் தெற்கில் அதிகாரத்திற்கு எதிரான குரல் செயல்கொள்கிறதோ அப்போதெல்லாம் அதைத் தமிழர்களை நோக்கித் திருப்பிவருவதில் அதிகார வர்க்கம் வெற்றிபெற்றுவிடுகிறது. குழுமயமான வாழ்வில் அறிவுத்தனமான கோசங்களைவிட உணர்ச்சிகரமான கோசங்களே மனங்களை ஆட்கொள்ளுகின்றது. இதை அவர்கள் பயன்படுத்திக்கொள்கிறார்கள். அங்கு தமிழர்கள் அழிக்கப்படும்போது இங்கு சிங்களவர்கள் நசுக்கப்படுகிறார்கள். இங்கு அதைப் புரிந்துகொள்ள இவர்களுக்கு சக்தியும் இல்லை. புத்தியுமில்லை. இதைச் சொல்லும்போது துக்கமும் கோபமும் தூக்கலாய் அவர் முகத்தில் தெரிந்தது என் நினைவில் மீள்கிறது...

சமூகம் மீதான அக்கறை ஒருவனை ஆட்கொண்டுவிட்டால் அவனால் போராளியாக வாழாமல் இருக்க முடியாது. அவனுக்கு வேறெதும் வாழ்வல்ல. நான் மீண்டும் இந்த மெய்யை உணர்ந்தேன். அறிவும் அறமும் மெய்யுள் வாழவைப்பன. மெய்யுள் வாழநேர்ந்தால் மரணம் அச்சத்திற்குரியதன்று. தோல்வியும் அஞ்சுதற்குரியதல்ல.

ஒருவேளை எனக்கு அடைக்கலம் தர அவர் மறுத்துவிட்டால்...? பயங்கரவாதக் கைதியை மறைத்து வைத்திருப்பது சாதாரண விடயமா என்ன? அப்போ அடுத்தது என்ன? ச்சா... இந்தக் கேள்வி மட்டும் என்னை நஞ்சாய் அறுக்கிறது. அப்படி நடக்காது. அவர் ஒரு சமூகப் போராளி. போராளியின் மெய்யான குணம் கொண்ட மனிதர் அவர். அறிவும் துணிவும்கொண்ட இலட்சிய வாழ்க்கையை விரும்புபவர். அப்படித்தான் நான் நம்ப விரும்புகிறேன். இரவு அடுத்தது என்ன என்ற அச்சத்தில் என்னை அலைக்கழித்துத் தின்றது. சிந்தனைக்கும் விரக்திக்குமானதாய் இருந்தது இரவு. குழப்பத்திற்கும் தெளிவிற்குமானதாய் இருந்தது அந்த இரவு. அச்சத்திற்கும் நம்பிக்கைக்குமுரியதாய் இருந்தது அந்த இரவு. கீழ்மைக்கும் மேன்மைக்குமுரியதாய் இருந்தது அந்த இரவு. சாவையும் மீள் உயிர்ப்பையும் தந்தது அந்த இரவு.

மறுநாள் காலையில் வெளிக்கிட்டேன். நிசானி ஒரு தாயத்துக் கொண்டுவந்து என் கையில் கட்டிவிட்டாள். அது என்னைக் காப்பாற்றும் என்ற நம்பிக்கை அவளுக்கு. வர்மனைக் கட்டித்

தழுவி விடைபெற்றேன். முதல்நாள் ஓமந்தையில் அவன் தந்த தண்ணி இப்போ என் கண்கள்வழி வந்தது. அவனுக்குள்ளும் ஒரு நல்ல மனிதன் குடிகொண்டிருக்கிறான். நிசானி என்னைக் கூட்டிப்போய் பஸ் ஏற்றிவிட்டாள். கட்டித்தழுவி விடைபெறவே ஆசைப்பட்டேன். கொஞ்சம் அழவும் ஆசையாய் இருந்தது. வறட்டு மனம் விடவில்லை. ஆனாலும் என் கண்களில் அவள் அதை உணர்ந்திருக்கக்கூடும். போகிறேன் நான்.

நீண்ட பயணம். பஸ் கண்ணாடிக்குள்ளால் முகத்தில் அறையும் காற்றும் பின்னோடும் புறக்கட்டடங்களும், வாகனங்களும் என் மன விசாரத்தை மேலும் ஆழமாக்கிப்போகிறது. முற்றிலும் அந்நியமான சூழலுக்குள்ளால் பஸ் போகிறது. தப்பித்து முதல் நாள் காட்டில் இருந்த விடுதலை உணர்ச்சி இப்போது இல்லை. பழக்கமாகிப்போன போராளி வாழ்விலிருந்து விடுபடுவதும் இலகுவானதல்ல. ஒருவேளை நான் தப்பிக்காமல் சக போராளிகளுடன் கைதியாகவே வாழ்ந்திருக்கலாமோ என்றும் எண்ணினேன். தனிமையை எதிர்கொள்வதைவிட மரணத்தை எதிர்கொள்வது கொடுமையா என்ன? ஒருவேளை மற்ற நால்வருக்கும்கூட இத்தகைய உணர்வு எழக்கூடுமா? என்னை விழுங்கும் தனிமை சாதாரண மனிதர்களின் தனிமையும் இல்லையே! மற்றவர்களிடமும் சொல்ல முடியாக் கதைகள் இருக்குமோ?

தனிமை என்பது புறவயமானது அல்ல. அது அகவயமானது. வாழ்வென்பதே உறவாடல்தானே. தன் சூழலையும் சூழலில் தன்னையும் பிணைந்து ஊடாடுவதே உறவு. உறவுறாத மனதைக் கொண்டு வாழ்வதுதான் எப்படி? என் குடும்பம் இல்லை. என் ஊர் இல்லை. நான் விரும்பியவள் இல்லை. என் போராடும் இயக்கம் இல்லை. என் தோழர்கள் இல்லை. என் போராட்டம் இல்லை. என் மக்கள் இல்லை. எதனுடன் உறவுறுவேன் நான்? என் எல்லாவற்றையும் தின்றுதீர்த்து என்னை ஏன் எஞ்ச வைத்தாய் பாழ் விதியே? என் விதியே!

பஸ் கரிய பெருஞ்சாலையால் ஓடிக்கொண்டிருக்கிறது. எதிர்ப்படும் எல்லாம் பின்னோடிக் கடக்கிறது. அப்பா நினைவுக்கு வந்தார். அவரின் சாவின் துயரத்தைக்கூட என்னால் துய்க்க முடியவில்லையே. முள்ளிவாய்க்கால் வரை நிகழ்ந்த பிரளயத்தை அனுபவித்தபின் அப்பாவின் சாவு பொருட்டற்றுப் போனதா? இல்லை நீண்ட பிரிவு காரணமா? அப்பாவுக்கு எப்போதும்

அன்பை வெளிக்காட்டத் தெரிவதில்லை. சண்டையிட்டும், சத்தம் போட்டும்தான் அவர் தன் குடும்பம் மீதுள்ள அன்பை வெளிப்படுத்துவார். இதை நான் கண்டுபிடித்திருந்தபோது அவர் என்னுடன் இல்லை. முள்ளிவாய்க்காலின் கடைசி நாட்களில் அவர் மரணம் என் துயரத்தால்தான் நிகழ்ந்தது. அன்று சண்டை பிடித்ததாகவும் அம்மா சொன்னாளே! அப்பாவைப் பார்க்கவேணும்போல இருந்தது. அழவும் ஆசைப்பட்டேன்.

பஸ் போய்க்கொண்டிருக்கிறது. புழுதிகளற்ற தெரு. ஆனால் வாகனங்களில் புகை மணம் நாசியை அரித்தது. காடுகளற்ற ஊர். கட்டடங்கள் நிலத்தை நிரப்பியிருந்தன. றுவான் என்னை வரவேற்பாரா? ஒருவேளை தப்பிவந்த கைதிக்கு அடைக்கலம் தர அஞ்சுவாரோ? ஏன் மாட்டார்? எண்ணவும், அச்சம் எழவில்லை. ஒரு விரக்தி மனமே வியாபித்தது. அது மரணத்தோடு தொடர்புடையது. சுதந்திரமான மரணம். மரணம் நினைவுக்குவர சுதந்திரபுரத்திலிருந்து முள்ளிவாய்க்கால்வரை கண்ட பிணங்கள் என் நினைவேறிச் சினந்தன. பசீலண்ணை நினைவுக்கு வந்தார். ரகு மற்றும் கலையும் நினைவுக்கு வந்தனர். கலை புத்திசாலித்தனம் கொண்ட இளைஞன். ரகு இயக்கத்தில் கடும் உழைப்பாளியும் திறமைசாலியும். பசீலண்ணை எத்தனை துக்கத்தை தன்னுள் அடக்கினார். மண்புட்டியில் தன் பிள்ளையைப் புதைத்துவிட்டு மனிசி பிள்ளைகள் பசியிருக்கப் பொழுதுபுலரமுன் போருக்குப் போகவேண்டி இருந்ததே...! பொதுவாகப் போராளிகளுக்கு வாய்த்த நிலை இதுதானே! கணவனையும் தன் பிள்ளையையும் பறிகொடுத்த அவரின் மனைவி இனி என்ன செய்வாள்? அதற்கு இந்தச் சமூகத்தில் என்ன பெறுமானம் இருக்கப்போகிறது...? பசீலண்ணை இயக்கத்தில் மூத்த போராளி. எத்தனை முதிர்ச்சி அவரிடம் இருந்தது...? மரணத்தை எதிர்கொள்ள அவரால் முடியும். மரணத்தைக் காட்டி அவரை அச்சுறுத்த முடியாது. ஒரு வேதனை இல்லாத மரணம் அவருக்குக் கிடைத்திருந்தால்போதும் என்றுதான் ஆசைப்பட்டேன் இப்போது. நீசர்கள் அப்படி ஒரு மரணத்தைக் கொடுத்திருப்பார்களா? இல்லை... கொல்லும் உருசியை அனுபவித்திருப்பார்களா?

காற்றுப்பட கண்ணாடி வழியே முகத்தை வெளியே நீட்டுகிறேன். மனமோ உள்நோக்கித் திரும்புகிறது. அம்மாவின் அறிவில்லா நன்மை வாதம்தான் இப்போ என் மனதில் எழுகிறது. நான் ஏன் அந்தப் பெரும் பிரளயத்தில் கொல்லப்படவில்லை? என் சனமெல்லாம் செத்துப் பிணமாகியபோது அவர்களைக் காக்கப்

போராளியாகிய நான் எப்படிச் சாவால் தின்னப்படாமல் விடப்பட்டேன்? காரணம் இருக்குமா இதற்கும்? ஜோசப் முகாமில் நான் அனுபவித்தது சித்திரவதையே அல்ல. அது ஒரு ஆரம்பம்தான். என் மண்டை உடைந்திராவிட்டால் நான் சித்திரவதையை எதிர்கொள்ள வேண்டியிருந்திருக்கும். உண்மையை வரவழைத்தும் இருப்பர். சாகடிக்கப்பட்டும் இருப்பேன். முன்னர் நான் அறிந்த கைதிகள் அங்கு பட்ட சித்திரவதையில் அரைப் பிணமாக்கப்பட்டிருந்தனர்... மண்டை உடைந்ததால் நான் காக்கப்பட்டேனா விதியால்? எதற்காக? என் முயற்சி வெற்றியளித்து ஐசிஆர்சி-யில் பதிந்ததால்தான் ரகசிய முகாமில் இருந்து விடுவிக்கப்பட்டேனா? அது தற்செயலா? சஞ்சயனின் உறவு, தப்பித்தல் திட்டம், அதன் ஒவ்வொரு முடிச்சும் இறுதிவரை அவிழ்ந்தமை, கடைசி நேரத்தில் பாதுகாப்பு ஏற்பாட்டை அதிகாரி மாற்றியதால் - வர்மன் சொன்னதுபோல ஈக்குக்குச்சியால் இரும்புப் பூட்டைத் திறக்க நான் கண்டுபிடித்தமை எல்லாமே எங்கள் காரியத்தால் மட்டுமே ஆனதுதானா? இல்லை. விதியின் காரணம் இருக்குமா? விதியென்று ஒன்று இருக்கிறதா என்ன?

விலக்கப்பட்ட எந்தக் கனியையும் உண்டதில்லையே. பின் எதற்காகச் சபிக்கப்பட்டோம்? அணைகட்ட மெய்வருத்தி மண் சுமந்தோம். இருந்தும் எம் முதுகுகளில் ஏன் இத்தனை சாட்டையடி? எம்மை நம்பிய மக்களைக் காக்க நஞ்சுண்டோம். ஆனாலும் அது கண்டத்தில் மட்டும் தங்கவில்லையே! எம்முடையதல்லாத எதையும் கேட்டதில்லை, பின் எதற்காக வஞ்சிக்கப்பட்டோம்? “தர்மம் ஒரு வாழ்வின் பொய்யோ...?” ராசு அண்ணரின் பாடல்தான் மனதில் வந்தது. கூடவே ராசு அண்ணரும். “வரலாறு வெற்றிடங்களை விட்டு வைக்காது” என்றாரே!

அம்மாவுக்கு வாழ்வை எதிர்கொள்ள அவரிடம் எளிய தத்துவம் இருந்தது. ஒருவேளை அதுதான் வலிய தத்துவமோ? நான் உயிருடன் இருப்பதும் நன்மைதானோ? என் இந்நிலைக்கும் காரணம் இருக்குமோ? நான் செய்யவேண்டிய காரியமும் இருக்குமோ? கூடவே தப்பித்த என் நண்பர்களின் சமூகவலைத் தொடர்பு அடையாளங்கள் மனதுக்கு வந்தன. என்னைக் காவியபடி கரியசாலையில் போகிறது பேருந்து.

❁❁❁